D1771277

வாயுபுத்ரர் வாக்கு

1974-இல் பிறந்த அமீஷ், IIM (கொல்கத்தா)வில் படித்து, போரடிக்கும் பேங்க் தொழில் செய்து, சந்தோஷமான எழுத்தாளராய்ப் பரிணமித்தவர். *மெலூஹாவின் அமரர்கள்* என்னும் முதல் புத்தகம் (சிவா தொகுதியின் முதற்பகுதி) அடைந்த மாபெரும் வெற்றியால் உந்தப்பட்டு, பதினான்கு வருட நிதி-சார் பணியைத் துறந்து, எழுத்தில் இறங்கினார். வரலாறு, புராணவியல், தத்துவம் என்று பல விஷயங்களில் ஆர்வம் உண்டு. உலகின் அனைத்து மதங்களிலும் அர்த்தத்தையும் அழகையும் இனம் காண்பவர். இதுவரை ஏறக்குறைய 55 லட்சம் பிரதிகள் விற்றிருக்கும் அமீஷின் புத்தகங்கள், 19 மொழிகளில் மொழிமாற்றம் செய்யப்பட்டுள்ளன.

www.authoramish.com
www.facebook.com/authoramish
www.instagram.com/authoramish
www.twitter.com/authoramish

www.authoramish.com

அமீஷின் பிற நூல்கள்

சிவா முத்தொகுதி

இந்திய வெளியீட்டின் வரலாற்றில் மிக வேகமாக விற்பனையான புத்தகத் தொடர்

மெலூஹாவின் அமரர்கள் (சிவா முத்தொகுதியின் முதல் பாகம்)

நாகர்களின் இரகசியம் (சிவா முத்தொகுதியின் இரண்டாம் பாகம்)

இராமச்சந்திரா தொகுதி

இந்திய வெளியீட்டின் வரலாற்றில் மிக வேகமாக விற்பனையான இரண்டாவது புத்தகத் தொடர்

ராம் - இக்ஷ்வாகு குலத்தோன்றல் (தொகுதியின் முதல் பாகம்)

சீதா - மிதிலைப் போர் மங்கை (தொகுதியின் இரண்டாம் பாகம்)

ராவணன் - ஆர்யாவர்த்தாவின் எதிரி (தொகுதியின் மூன்றாம் பாகம்)

புனைவல்லாதது

நிலைத்த புகழ் இந்தியா : இளமை இந்தியா, காலத்தை வென்ற நாகரிகம்

www.authoramish.com

‘இந்தியாவின் வளமான கடந்த காலத்தையும், கலாச்சாரத்தையும் பற்றிய அமீஷின் எழுத்துக்கள் மிகுந்த ஆர்வத்தை உருவாக்கியுள்ளன.’

- ஸ்ரீ நரேந்திர மோடி

(மாண்புமிகு பிரதம மந்திரி, இந்தியா)

‘பழமைவாய்ந்த நம்முடைய தார்மீக உணர்வுகளை, அமீஷின் எழுத்துக்கள் நம்முடைய இளைஞர்களுக்கு எடுத்துச் செல்கின்றன, அதே சமயம் அவர்களின் ஆவலைத் தூண்டி, தீனி போடுகின்றன...’

- ஸ்ரீ ஸ்ரீ ரவிஷங்கர்

(ஆன்மீகத் தலைவர், ஆர்ட் ஒப் லிவிங் அமைப்பைத் தொடங்கியவர்)

‘அமீஷின் புத்தகம் தகவல் நிறைந்ததாகவும், ஆட்கொள்ளும் விதமாகவும், மனதை கவரும் வண்ணமாகவும் இருக்கிறது.’

- அமிதாப் பச்சன்

(நடிகர், வாழும் காலத்து ஆளுமை)

‘ஆழ்ந்த சிந்தனையுடன் கூடிய அமீஷ் மற்ற எந்த எழுத்தாளரைக் காட்டிலும் புதிய இந்தியாவின் பிரதிநிதியாக விளங்குகிறார்.’

- வீர் சாங்க்வி

(மூத்த பத்திரிகையாளர், கட்டுரையாளர்)

‘அமீஷ் இந்தியாவின் மிகப்பெரிய இலக்கிய ராக்ஸ்டார்.’

- சேகர் கபூர்

(விருது பெற்ற பட இயக்குனர்)

‘அவருடைய தலைமுறையில் சுயமாக சிந்திக்கும் தன்மை வாய்ந்தவர் அமீஷ்.’

- ஆர்னாப் கோஸ்வாமி

(மூத்த பத்திரிகையாளர், ரிபப்ளிக் டிவி. எம்டி)

www.authoramish.com

‘அமீஷுக்கு கூர்ந்து கவனிக்கும் தன்மை, மற்றும் படிக்கத் தூண்டும் எழுத்து நடை, உள்ளது.’

- டாக்டர். சஷி தரூர்
(பாராளுமன்ற உறுப்பினர், எழுத்தாளர்)

‘அமீஷ் ஆழமாகச் சிந்திக்கும் தன்மையுள்ளவர், யாரும் சிந்தித்திறாத, வழக்கத்துக்கு மாறான, ரசிக்கும் படியான தகவல்களை நம் கடந்த காலத்தைப் பற்றி வழங்குபவர்.’

- சேகர் குப்தா
(மூத்த பத்திரிகையாளர், கட்டுரையாளர்)

‘புதிய இந்தியாவைப் புரிந்து கொள்ள அமீஷின் எழுத்துக்களைப் படிக்க வேண்டும்.’

- ஸ்வபன் தாஸ் குப்தா
(பாராளுமன்ற உறுப்பினர், மூத்த பத்திரிகையாளர்)

‘அமீஷின் அனைத்து புத்தகங்களினூடே ஒரு முற்போக்காண சித்தாந்த்தம், முன்னேற்றத்திற்கு அழைத்துச் செல்கிறது: பாலினம், சாதி, அல்லது எந்த பிரிவிலும் நடக்கக்கூடிய பிரிவினை வாதம் பற்றி கண்டிப்பாக பதிவு செய்திருப்பார் பெரும்பான்மையான பிரதி விற்கும் இந்திய எழுத்தாளர்களிலேயே, உண்மையான, ஆழமான தத்துவ சிந்தனை கொண்டவர் - அவருடைய புத்தகங்களில் ஆழமான ஆராய்ச்சிகள் மற்றும் சிந்தனைகள் பின்னூட்டமாக விளங்கும்.’

- சந்தீபன் டேப்
(மூத்த பத்திரிகையாளர், ஆசிரியர், இயக்குனர், ஸ்வராஜ்யா)

அமீஷின் தாகம் அவருடைய புத்தகங்களையும் தாண்டி, இலக்கியம் தாண்டி, தத்துவ இலக்கியம் நிரம்பி, பக்தியில் ஊறி, இந்தியாவுக்கான அவருடைய ஆழ்மான அன்பை நிலை நிறுத்தும்.’

- கௌதம் சிகர்மேன்
(மூத்த பத்திரிகையாளர், எழுத்தாளர்)

‘அமீஷ் ஒரு இலக்கிய நிகழ்வு.’

- அனில் தார்கர்
(மூத்த பத்திரிகையாளர், எழுத்தாளர்)

வாயுபுத்ரர் வாக்கு

புத்தகம் 3

சிவா முத்தொகுதி

அமீஷ்

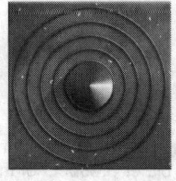

தமிழில்: பவித்ரா ஸ்ரீனிவாசன்

eka

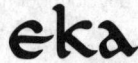

First published in English as *The Oath of the Vayuputras* in 2013 by Westland Ltd.

Reprinted in English as *The Oath of the Vayuputras* in 2018 by Westland Publications Private Limited

First published in Tamil as *Vayuputhrar Vaakku* in 2015 by Westland Ltd.

Published in Tamil as *Vayuputhrar Vaakku* in 2019 by Eka, an imprint of Westland Publications Private Limited

Published in Tamil as *Vayuputhrar Vaakku* in 2022 by Eka, an imprint of Westland Books, a division of Nasadiya Technologies Private Limited

No. 269/2B, First Floor, 'Irai Arul', Vimalraj Street, Nethaji Nagar, Allappakkam Main Road, Maduravoyal, Chennai 600095

Westland and the Westland logo are the trademarks of Nasadiya Technologies Private Limited, or its affiliates.

Copyright © Amish Tripathi, 2013, 2022

Amish Tripathi asserts the moral right to be identified as the author of this work.

ISBN: 9789395073936

10 9 8 7 6 5 4 3 2 1

This is a work of fiction. Names, characters, organisations, places, events and incidents are either products of the author's imagination or used fictitiously.

All rights reserved

Cover Design by Rashmi Pusalkar
Photo of Lord Shiva by Chandan Kowli
Typeset by Mysticswrite Private Limited

Printed at Manipal Technologies Limited, Manipal

No part of this book may be reproduced, or stored in a retrieval system, or transmitted in any form or by any means, electronic, mechanical, photocopying, recording, or otherwise, without express written permission of the publisher.

www.authoramish.com

சமர்ப்பணம்

என் மாமனார், அமரர் டாக்டர் மனோஜ் வ்யாஸ்

மாண்புடையோருக்கு என்றும் இறப்பில்லை

தம்மைப் பின்பற்றுவோர் இதயங்களில் அவர்கள் வாழ்கின்றனர்

www.authoramish.com

ஹர ஹர மகாதேவ்

*நாம் அனைவரும் மகாதேவர்கள். அனைவரும்
கடவுளரே.*

*ஏனென்றால் - அவனது மிகச்சிறந்த கோயிலும்,
பெருமை வாய்ந்த மசூதியும், மிக உயர்ந்த தேவாலயமும்,
நமக்குள்ளே குடியிருக்கின்றன.*

www.authoramish.com

உள்ளடக்கம்

ஏற்புரை	xiii
சிவா முத்தொகுதி: முன்னுரை	xvii
பாத்திரங்களின் பெயர் வரிசை	xix
அத்தியாயம் 1: மீண்டும் வந்த நண்பன்	1
அத்தியாயம் 2: தீமை என்பது என்ன?	13
அத்தியாயம் 3: மன்னர்களின் தேர்வு	35
அத்தியாயம் 4: தவளைப் போதனை	55
அத்தியாயம் 5: குறுக்கு வழி	73
அத்தியாயம் 6: அகம் வெல்லும் நகர்	88
அத்தியாயம் 7: என்றென்றும் இணைந்த கரங்கள்	98
அத்தியாயம் 8: சிவன் யார்?	113
அத்தியாயம் 9: காட்டுமிராண்டியின் காதல் பித்து	127
அத்தியாயம் 10: அவர் பெயரைக் கேட்டாலே அதிரும்	142
அத்தியாயம் 11: ப்ரங்கர் கூட்டணி	152
அத்தியாயம் 12: கலங்கிய நீர்	163
அத்தியாயம் 13: தப்பித்த குணாக்கள்	173
அத்தியாயம் 14: மனங்களைப் படிப்பவர்	185
அத்தியாயம் 15: மகதப் பிரச்சனை	196
அத்தியாயம் 16: வெளிவந்த இரகசியங்கள்	208
அத்தியாயம் 17: சிறைப்பட்ட கௌரவம்	217
அத்தியாயம் 18: மானமா, வெற்றியா?	227
அத்தியாயம் 19: நீலக் கடவுளின் அறிக்கை	238
அத்தியாயம் 20: அக்னிப்பாடல்	247
அத்தியாயம் 21: அயோத்யா முற்றுகை	256
அத்தியாயம் 22: மகதத்தின் போர் ஆயத்தம்	268
அத்தியாயம் 23: பலா-அதி பலா குண்டப் போர்	277
அத்தியாயம் 24: வன்முறை யுகம்	289
அத்தியாயம் 25: தெய்வமா? தேசமா?	299
அத்தியாயம் 26: ம்ரித்திகாவதிப் போர்	308
அத்தியாயம் 27: நீலகண்டர் பேசுகிறார்	319
அத்தியாயம் 28: அதிர்ந்த மெலூஹா	332
அத்தியாயம் 29: எந்தப் படையிலும் துரோகி உண்டு	342
அத்தியாயம் 30: தேவகிரிப் போர்	352

அத்தியாயம் 31: ஸ்தம்பித்த நிலை	363
அத்தியாயம் 32: இறுதி முயற்சி	375
அத்தியாயம் 33: விரியும் சதித் திட்டம்	385
அத்தியாயம் 34: உம்பர்காவோனின் உதவியுடன்...	391
அத்தியாயம் 35: பரிஹா பயணம்	402
அத்தியாயம் 36: தேவதைகளின் தேசம்	409
அத்தியாயம் 37: எதிர்பாரா உதவி	418
அத்தியாயம் 38 கடவுளின் நண்பன்	432
அத்தியாயம் 39: இவர் நம்மில் ஒருவர்	444
அத்தியாயம் 40: நர்மதையில் ஒரு பதுங்குபாய்ச்சல்	455
அத்தியாயம் 41: அமைதிக்கு அழைப்பு	463
அத்தியாயம் 42: கனகாலாவின் தீர்மானம்	474
அத்தியாயம் 43: உள்நாட்டுக் கலவரம்	483
அத்தியாயம் 44: மீண்டும் வந்த இளவரசி	492
அத்தியாயம் 45: இறுதிக் கொலை	506
அத்தியாயம் 46: நீலக்கடவுளின் ஓலம்	525
அத்தியாயம் 47: ஒரு தாயின் செய்தி	533
அத்தியாயம் 48: மகா விவாதம்	539
அத்தியாயம் 49: நீலகண்டருக்குச் செலுத்த வேண்டிய கடன்	552
அத்தியாயம் 50: பாதுகாக்க வேண்டிய பொக்கிஷம்	563
அத்தியாயம் 51: வாழு; உன் கர்மாவை நிறைவேற்று	570
அத்தியாயம் 52: ஆலமரம்	578
அத்தியாயம் 53: தீமையை ஒழிப்பவர்	588
அத்தியாயம் 54: புனித ஏரிக் கரையில்	600
அருஞ்சொற்பொருள் அகராதி	617

ஏற்புரை

நான் ஒரு காலத்தில் எழுத்தாளனாகக் கூடும் என்று கற்பனை கூடச் செய்ததில்லை. இன்று நான் வாழும் வாழ்க்கை - எழுத்து, பிரார்த்தனை, வாசித்தல், விவாதம் மற்றும் பயணித்தல் - ஒருவித கற்பனை உலகில் சஞ்சரிப்பது போன்ற உணர்வைக் கொடுக்கிறது. சில சமயம், இவையெல்லாம் நிஜமா என்ற சந்தேகம் கூட. இந்த என் கனவு வாழ்க்கையை நிஜமாக்கியதில் பலருக்குப் பங்குண்டு. அவர்களுக்கு நான் நன்றி செலுத்த வேண்டியது அவசியம்.

சிவபெருமானே - என் தெய்வமே; என்னைக் காப்பாற்றி ஆட்கொண்ட பேரருளாளனே; என்னை மீண்டும் ஆன்மீகத்திற்கு அழைத்து வந்த தலைவனே - நன்றி. இதுவே என் வாழ்வின் மிக உன்னதமான விஷயம்.

என் மகன் நீல். என் உள்ளத்திற்கு என்றென்றும் புத்துணர்வளிக்கும் காயகல்பம். இந்தப் புத்தகத்தைத் தவிர வேறு நினைவற்று நான் எழுதிக்கொண்டிருக்கும்போது, ''*Dad, aapka ho gaya kya*?'' என்று அடிக்கடி கேட்பான்.

ப்ரீதி, என் மனைவி; என் சகோதரி பாவ்னா; ஹிமான்ஷு, என் மைத்துனர்; என் சகோதரர்கள் அனீஷ் மற்றும் ஆஷிஷ்; என் மைத்துனி டோனெட்டா. என் புத்தகங்களில் என்னுடன் சேர்ந்து அவர்கள் ஆற்றிய பங்கு எத்தகையது! சில சமயம், இது உண்மையில் எங்கள் அனைவரின் கூட்டு முயற்சி; என் பெயர் மட்டுமே இணைக்கப்பட்டிருகிறது என்றே தோன்றும்.

என் குடும்பத்தின் பிற உறுப்பினர்கள்: உஷா, வினய், மீட்டா, ஷெர்னாஸ், ஸ்மிதா, அனுஜ் மற்றும் ருதா. எனக்கு எப்போதும் துணையாயிருந்ததற்கு.

ஷர்வானி பண்டிட் - என் தொகுப்பாசிரியர். மிகுந்த உடல்நலக் கேட்டிற்கிடையே, கொஞ்சமும் அனுதாபம் எதிர்பாராமல், எத்தனையோ பிரச்சனைகளைத் தாண்டி என் கர்மவினையை நிறைவேற்ற உதவியவர். இவர் எனக்குக் கிடைத்தது என் பாக்கியம்.

ரஷ்மி புஸால்கர். இப் புத்தகத்தின் அட்டையை வடிவமைத்தவர். என் முதல் நூலிலிருந்து உறுதுணையாய்

நின்றவர். இந்தியப் பதிப்பக உலகில் புத்தக அட்டை வடிவமைப்பில் இணையற்றவர்களுள் ஒருவர் என்பது என் தாழ்ந்த அபிப்ராயம்.

கௌதம் பத்மனாபன், சதிஷ் சுந்தரம், அனுஸ்ரீ பானர்ஜீ, பால் வினய் குமார், விபின் விஜய், ரேணுகா சாட்டர்ஜீ, தீப்தி தல்வார், க்ருஷ்ண குமார் நாயர், மற்றும் வெஸ்ட்லேண்ட் பதிப்பகக் குழுவின் பிற உறுப்பினர்கள். வெகு சில பதிப்பகத்தாரே எழுத்தாளர்களிடம் இத்துணை அக்கறையும், ஆழ்ந்த புரிந்துணர்வையும் காட்டியிருக்க முடியும்.

என் முகவர்: பஞ்சாபிகளுக்கேயுரிய பரந்த மனமும், உரத்த சொல்லும் சிரிப்புமான அனுஜ் பாஹ்ரி. என் கனவுகளை மெய்ப்பிப்பதற்கென்றே விதி என்னிடத்தில் அனுப்பிய மனிதர்.

விளம்பரச் சேவை, மற்றும் டிஜிட்டல் மார்கெட்டிங் மூலம், இப்புத்தகத்தை பொதுமக்களுக்கு மிகத் தேர்ந்த முறையில் கொண்ட சென்ற சங்க்ரம் சுர்வே, ஷாலினி ஐயர், மற்றும் தின்க் வை நாட் குழுவினர். இதுவரை, தொழில்ரீதியாக, பல விளம்பரக் குழுக்களுடன் - அதுவும் பன்னாட்டு நிறுவனங்களுடன் பணிபுரிந்திருக்கிறேன். திங்க் வை நாட் உலகின் முன்னணி நிறுவனங்களில் ஒன்றாகக் கருதப்பட முழுத் தகுதியுடையது.

இந்தப் புத்தகத்தின் அட்டைப் புகைப்படத்தை எடுத்த சந்தன் கௌலி. எப்போதும் போல், அபாரமாய்ப் பணி புரிந்திருக்கிறார். வில்-அம்பை உருவாக்கிய அடுல் பர்காவோங்கர்; ஒப்பனை செய்த வினய் சலுங்கே; மாடலாய் இருந்த கேதன் கராந்தே; பின்புல ஓவிய அமைப்பிற்கு உருக் கொடுத்த ஜஃபேத் பௌடிஸ்டா; முப்பரிமாண வடிவம் மற்றும் புலம் அமைத்தலில் மிகுந்த உதவியாக இருந்த லிட்டில் ரெட் ஜாம்பீஸ் குழு மற்றும் ஷிங் லேய் சுவா; படிவங்களில் போஸ்ட் ப்ரொடக்ஷன் செய்வதில் உறுதுணையாய் இருந்த சாகர் புஸால்கர் மற்றும் குழு; அனைத்தையும் மேற்பார்வை செய்து ஒன்றிணைந்து செயல்பட உதவிய ஜூலியன் டுபாய்ஸ். இவர்கள் உருவாக்கிய அட்டையை நீங்கள் ரசித்திருப்பீர்கள் என்று நம்புகிறேன். நான் மிக இரசித்தேன்!

என் புகைப்படத்தை எடுத்து புத்தகத்தில் இணைத்த ஓமேந்து ப்ரகாஷ்; பிஜு கோபால் மற்றும் ஸ்வப்னில் பாட்டில். அவர்களின் ஒருங்கிணைந்த செயல்பாட்டில் ஒரு குறைவுமில்லை - ஆனால், தேர்ந்தெடுத்த மாடல் அதே

விதமாய் குறைபாடின்றி இருந்ததென்று சொல்ல மாட்டேன்!

பெனாரஸிலிருந்து சந்திரமௌலி உபாத்யாய்; சகுந்தலா உபாத்யாய் மற்றும் வேத்ஸ்ரீ உபாத்யாய்; சிங்கப்பூரைச் சேர்ந்த சாந்தனு கோஷ்ராய் மற்றும் ஸ்வேதா பாசு கோஷ்ராய். நான் இந்தப் புத்தகத்தை எழுதும்போது எனக்களித்த விருந்தோம்பலுக்கு.

ஊடகம் தொடர்பான விஷயங்களில் எனக்கு உறுதுணையாய் இருந்த மோகன் விஜயனுக்கு. அவரது அறிவுரைகளை நான் பொக்கிஷமாய் மதிக்கின்றேன்.

எனக்கு அவ்வளவாய்ப் பரிச்சயமில்லாத ஒரு துறையில், என் பதிப்பகத்தாருடன் இணைந்து, மிக நேர்த்தியாய்ச் செயல்பட்டு, ஆதரவளித்த டிஜிட்டல் ஏஜென்சி: ராஜேஷ் லால்வானி மற்றும் ப்ளாக்வர்க்ஸ் குழு.

என் பதிப்பகத்தின் பொதுமக்கள் தொடர்பு நிறுவனத்தைச் சேர்ந்த அனுஜா சௌதரி, மற்றும் விஸ்பெக் குழு; அவர்களது அற்புத விற்பனை யுக்திகளுக்காக.

ஜோராஸ்ட்ரிய மதத்தின் தத்துவங்களை புரிந்துகொள்ளும் முயற்சியில் எனக்கு மிக உதவியாக இருந்த டாக்டர் ரமியார் கரஞ்சியா.

இறுதியாக, ஆனால் மிக முக்கியமாக, நீங்கள் - என் வாசகர்கள். சிவா முத்தொகுதியின் முதலிரண்டு புத்தகங்களையும் இரு கைநீட்டி வரவேற்றதற்கு, என்றும் நன்றியடையவனாக இருப்பேன். இந்த இறுதிப் பகுதி, உங்களது எதிர்பார்ப்புகளைப் பூர்த்தி செய்து, முழுமையளிக்கும் என்று நம்புகிறேன்.

சிவா முத்தொகுதி: முன்னுரை

சிவா! மகாதேவர். தெய்வங்களுக்கெல்லாம் தெய்வம். தீய சக்திகளை ஒழிக்க வந்தவர். அன்புக் காதலர். ஆவேசப் போர்வீரர். ஆடல் வல்லான். அற்புதத் தலைவர். அனைத்து சக்திகளையும் தனக்குள் அடக்கியிருந்தாலும், யாராலும், எதனாலும் சீரழிக்க முடியாதவர். கத்தி போன்ற கூர்மையான நுண்ணறிவு; அதனுடன் கைகோர்த்த, சட்டென்று கொழுந்து விட்டெரியும் கோபம்.

சென்ற பல நூற்றாண்டுகளில், நம் நாடு தேடி வந்த யாரும் - ஆள வந்தோர்; வியாபாரிகள்; சான்றோர்; பயணியர் - இப்படி ஒரு மனிதன் உண்மையில் வாழ்ந்திருக்கலாம் என்பதை நம்பவில்லை. இவன் நிச்சயம் கதைகளிலும், கற்பனைகளிலும் மட்டுமே காணப்படும் அதிசய புருஷனாக, மனித மனம் உருவாக்கிய அபூர்வ வஸ்துவாக இருக்க வேண்டும் என்றே எண்ணினர். துரதிர்ஷ்டவசமாக - அவர்களது கூற்றே, நாமும் போற்றி வணங்கும் சித்தாந்தமாகப் பதிந்து விட்டது.

ஆனால் - அது தவறாக இருந்தால்? சிவபெருமான் ஒரு வேளை, அற்புதமான ஒரு கற்பனையாக மட்டுமில்லாமல், இரத்தமும் சதையுமான மனிதராக இருந்திருந்தால்? உங்களையும் என்னையும் போல் - தனது கர்மாவால் மட்டுமே கடவுளாக உயர்ந்தவராய் இருந்திருந்தால்? இதுதான் இந்த முத்தொகுதியின் அடித்தளம்: நம் நாட்டின் சரித்திரத்தையும், கொஞ்சம் கற்பனையும் கலந்து, பண்டைய இந்தியாவின் அற்புதமான புராணச்சொத்தை, புதுவிதமாக, புதுப்பொலிவுடன் இங்கே கொடுத்திருக்கிறேன்.

சிவன் என்னும் அற்புதக் கதாநாயகனின் வரலாற்றையும், அவர் சந்தித்த அதிசய நிகழ்வுகளையும் சொல்லும் முப்பெரும் தொகுதியில், ''*மெலூஹாவின் அமரர்கள்,*'' முதல் புத்தகமாகும். இரண்டாவது, *நாகர்களின் இரகசியம்*. இதன் முடிவு, இதோ, உங்கள் கையில் இருக்கும் *வாயுபுத்ரர் வாக்கு* என்ற மூன்றாம் புத்தகம்.

இந்தப் புனைகதை என் தெய்வத்திற்குச் சமர்ப்பணம். நாத்திகம் என்னும் அடர்வனத்தில் பல காலம் அலைந்து

திரிந்த பிறகே அவனை நான் கண்டுகொண்டேன். நீங்களும் அந்தப் பேற்றை அடைய என் வாழ்த்துகள். அவன் எந்த ரூபத்தில் இருந்தாலும் சரி - நீங்கள் இனம் காண்பதுதான் முக்கியம். சிவன், விஷ்ணு, சக்தி; அல்லா, யேசு க்றிஸ்து, அல்லது புத்த பகவான் - இன்னும் வேறெந்த உருவில் வந்தாலும் - அவர் நம்மைக் காக்கவே வருகிறார் என்பது நிச்சயம். அதை நாம் உணர்ந்து, உள்ளத்திற்குள் அனுமதிக்க வேண்டியது முக்கியம்.

யாத்யத்கர்மா கரோமி தத்தடாகிலம் ஷம்போ தவாராதனம்
சம்போ, சிவ பெருமானே! என் செய்கைகள் அனைத்தும்
உன் பாதங்களை வந்து சேரும் பிரார்த்தனைகள்.

பாத்திரங்களின் பெயர் வரிசை

ஆனந்தமயி: அயோத்தி இளவரசி, திலீப சக்கரவர்த்தியின் மகள்.

அதிதிக்வர்: காசியின் அரசன்.

ஆயுர்வதி: மெலுஹாவில் மருத்துவத்தின் தலைவர்.

பப்பிராஜ்: பிரங்காவின் பிரதமர்.

பத்ரா, என்கிற வீரபத்ரா: சிறுவயது நண்பர் மற்றும் சிவனின் நம்பிக்கைக்குரியவர்; கிருத்திகாவை மணந்தார்.

பகீரதன்: அயோத்தியின் இளவரசர், திலீப சக்கரவர்த்தியின் மகன்.

பரதர்: சந்திர வம்சத்தின் ஒரு பண்டைய பேரரசர் சூர்யவம்ச இளவரசியை மணந்தார்.

பூமிதேவி: நாகர்களின் தற்போதைய வாழ்க்கை முறையை நீண்ட காலத்திற்கு முன்பே நிறுவிய மரியாதைக்குரிய நாகா அல்லாத பெண்மணி.

பிருகு: ஒரு சப்திரிஷி உத்ராதிகாரி (சப்தர்ஷிகளின் வாரிசு), மெலுஹாவின் ராஜகுரு.

பிரஹஸ்பதி: மெலுஹாவின் தலைமை விஞ்ஞானி; பிராமண குலத்தினை சேர்ந்தவர்.

பிரம்மநாயகர்: தக்ஷனின் தந்தை, மெலுஹாவின் முந்தைய பேரரசர்.

சந்திரகேது: பிரங்கா அரசன்.

சேனர்த்வஜர்: ஸ்ரீநகரில் உள்ள காஷ்மீர் ஆளுநர்.

தக்ஷர்: மெலுஹாவின் சூர்யவம்ச பேரரசின் பேரரசர், சதியின் தந்தை. வீரினியை மணந்தார்.

திலீபன்: ஸ்வத்வீப் பேரரசர், அயோத்தியின் அரசர் மற்றும் சந்திரவம்சர்களின் தலைவர்.

திவோதாஸ்: காசியில் வாழும் பிரங்கர்களின் தலைவன்.

கணேசன்: சதியின் முதல் குழந்தை, நாகர்களில் ஒரு தலைவன்.

கோபால்: வாசுதேவர்களின் தலைவர்.

காளி: சதியின் சகோதரி, நாகர்களின் ராணி.

திரபாகு: மெலுஹாவில் உள்ள கோட்வாரில் வசிப்பவர்.

கனகாலா: மெலுஹாவின் பிரதம மந்திரி, அவர் நிர்வாக,

www.authoramish.com

வருவாய் மற்றும் நெறிமுறை விஷயங்களுக்கு பொறுப்பாக உள்ளார்.

கார்கோடகர்: நாகர்களின் பிரதம மந்திரி.

கார்த்திக்: சிவன் மற்றும் சதியின் மகன், சதியின் சிறந்த தோழியும் உதவியாளருமான கிருத்திகாவின் பெயரைக் கொண்டவர்.

க்ருத்திகா: சதியின் நெருங்கிய தோழியும் உதவியாளரும்; வீரபத்ரனின் மனைவி.

மனோபு: சிவனின் தாய் மாமா மற்றும் குரு.

மனு: வேத வாழ்க்கை முறையை நிறுவியவர்; அவர் பல்லாயிரம் ஆண்டுகளுக்கு முன்பு வாழ்ந்தவர்.

மித்ரா: வாயுபுத்ரர்களின் தலைவர்.

மோகினி: ருத்ர பகவானின் கூட்டாளி; சிலரால் விஷ்ணுவாக மதிக்கப்படுபவர்.

நந்தி: மெலுஹா படையில் ஒரு கேப்டன்.

பரசுராம்: பிரங்காவில் ஒரு கொள்ளையன்; அவர் ஆறாவது விஷ்ணுவின் பெயரால் அழைக்கப்பட்டார்.

பர்வதேஸ்வர்: மெலுஹான் ஆயுதப் படைகளின் தலைவர், இராணுவம், கடற்படை, சிறப்புப் படைகள் மற்றும் காவல்துறை பொறுப்பாளர். ஆனந்தமயியை மணந்தவர்.

ராம்: பல நூற்றாண்டுகளுக்கு முன் வாழ்ந்த ஏழாவது விஷ்ணு. அவர் மெலூஹா பேரரசை நிறுவினார்.

ருத்ர: முந்தைய மகாதேவ், தீமைகளை அழிப்பவர், சில ஆயிரம் ஆண்டுகளுக்கு முன்பு வாழ்ந்தார்.

சதி: மன்னன் தக்ஷா மற்றும் ராணி வீரிணி ஆகியோரின் மகள். மெலுஹாவின் இளவரசி. சிவனை மணம் புரிந்தவள்.

சத்யத்வஜா்: பர்வதேஸ்வரரின் தாத்தா.

சிவன்: குணா குடியின் தலைவன். திபெத்தை சேர்ந்தவர். பின்னர் நிலத்தின் மீட்பர் நீலகண்டன் என்று அழைக்கப்பட்டார்.

ஸ்யமந்தகர்: ஸ்வத்வீப் பிரதமர்.

சூரபத்மன்: மகத நாட்டின் இளவரசர்.

ஸ்வுத்: எகிப்திய கொலையாளி கூட்டத்தின் தலைவன்.

தாரகன்: பிருகுவின் மாணவர்.

வாசுதேவ பண்டிதர்கள்: சிவனுக்கு ஆலோசகர்கள்; முந்தைய விஷ்ணு, ராமரால் விட்டுச் செல்லப்பட்டவர்கள்.

வீரிணி: மெலுஹாவின் ராணி, பேரரசர் தக்ஷனின் மனைவி மற்றும் சதியின் தாய்.

வித்யுன்மாலி: மெலூஹாவின் படைத்தலைவர்

விஷ்வத்யும்னன்: முக்காடு போட்ட நாகாவின் நெருங்கிய கூட்டாளி.

அத்தியாயம் 1

மீண்டும் வந்த நண்பன்

தொடக்கத்திற்கும் முன்பு

'சொட், சொட்'டென்று துளித்துளியாய் விழுந்த இரத்தம் உருவாக்கிய மிகச் சிறிய அலைகள், தண்ணீர்த் தொட்டியின் பக்கச்சுவர்கள் வரை அவசரமின்றி படர்ந்து விரிந்தன. அதன் மீது கவிந்த சிவன், அலையும் நீரில் கலையும் தன் பிம்பத்தை உற்றுப் பார்த்தார். தண்ணீரைச் சேந்தி, முகத்தில் அடித்து, படிந்திருந்த இரத்தத்தையும் நிணத்தையும் கழுவ முயன்றார். சமீபத்தில்தான் குணாக்களின் தலைவனாக நியமனமாகியிருந்தவர் தற்போது இருந்த இடமோ, மானசரோவர் ஏரியின் பாதுகாப்பிலிருந்து விலகி, வெகு தூரத்தில்... அதி வேகமாய் நடந்தும், அவரும் அவரது படைகளும் வந்து சேர மூன்று வாரங்கள் பிடித்திருந்தன. எலும்பு மஞ்சை வரை பரவி நடுக்கிய குளிர்கூட சிவனுக்கு உறைக்கவில்லை. அருகே இருந்த பக்ரதி குடிசைகளைச் சூழ்ந்த நெருப்பு ஜ்வாலைகளால் அல்ல - அவருக்குள்ளே கொழுந்து விட்டெரிந்த கனலால்.

கண்களைத் துடைத்துக்கொண்டு சிவன் தண்ணீரில் மிதந்த பிம்பத்தை மீண்டும் வெறித்தார். பக்ரதித் தலைவன் யாக்யா தப்பித்துவிட்டான். போரின் தாக்கத்தினால் இன்னமும் பீடிக்கப்பட்டிருந்த சிவன், மூச்சிரைப்பைக் கட்டுப்படுத்த முயன்றார்.

மாமன் மனோபூவின் இரத்தம் தோய்ந்த உடல் தண்ணீரில் மிதப்பது போல் தோன்றியது. ''மாமா!'' நீருக்குள் கை விட்டுத் துழாவினார்.

பிரமை மறைந்தது; சிவன் கண்களை இறுக்க மூடிக்கொண்டார்.

மாமனின் உடலைக் கண்டுபிடித்த அந்த கோரத் தருணம் மீண்டும் மனதில் நிழலாடியது.

பக்ரதிகளுக்கும் குணாக்களுக்கும் இடையே நிலவிய ஓயாத போரை முடிவுக்குக் கொண்டு வந்து அமைதி நிலைநாட்ட, சமாதான உடன்படிக்கையை நிறுவும் முயற்சியில், யாக்யாவுடன் மனோபூ ஒரு சந்திப்பிற்கு

ஏற்பாடு செய்திருந்தார். குறிப்பிட்ட நேரத்திற்குள் திரும்பாதவரின் நிலை என்னாயிற்று என்று அறிய, சிவன் ஒரு சிலரை அனுப்பினார். மனோபூ மற்றும் அவரது மெய்க்காப்பாளர்களின் சிதைக்கப்பட்ட சடலங்கள், பக்ரதி கிராமத்திற்குச் செல்லும் ஆட்டுப் பாதையின் ஓரமாய்க் கிடந்தன.

உயிர்விடும் தருணத்தில், அருகில் கிடந்த பாறையின் மீது மனோபூ இரத்தத்தால் எழுதிய வார்த்தைகள் பளிச்சிட்டன.

'சிவா. அவர்களை மன்னித்து விடு. மறந்து விடு. தீமையே உன்னுடைய உண்மையான எதிரி.'

தன் மாமன் விரும்பியது ஒன்றே ஒன்றுதான்: அமைதி. அதற்கு பக்ரதிகளின் பதில்?

''யாக்யா எங்கே?'' பத்ராவின் அலறல் சிவனின் எண்ண ஓட்டத்தை வெட்டியது.

சிவன் திரும்பினார். பக்ரதி கிராமம் மொத்தமும் தீப்பற்றி எரிந்துகொண்டிருந்தது. நடுவே, ரௌத்ராகாரத் தாண்டவத்தின் பிடியில் குணாக்கள் சிதைத்துக் கொன்ற முப்பது பக்ரதிகளின் சடலங்கள். இவை தவிர, ஐந்து பக்ரதி ஆண்கள், கால்களும் மணிக்கட்டுகளும் ஒரே கயிற்றால் பிணைக்கப்பட்டு, மண்டியிட்டிருந்தனர். கயிற்றின் இருபுறமும் தரையில் ஆணியறைந்து செலுத்தப்பட்டிருந்தது. இரத்தம் தோய்ந்த வாளும் இருபது குணா வீரர்களுமாய், கோபாவேசத்தின் உச்சத்தில் பத்ரா வந்து சேர்ந்தான். பக்ரதிகள் தப்பிக்க வழியே இல்லை.

இன்னும் சற்று தூரத்தில், தாக்குதலுக்குட்படாத பக்ரதி பெண்கள் மற்றும் குழந்தைகளை இருபது குணா வீரர்கள் காவல் காத்தனர். குழந்தைகளையும் பெண்களையும் குணாக்கள் துன்புறுத்துவதில்லை. எப்போதும்.

பத்ரா, ஒரு பக்ரதியின் முன் வாளை ஆங்காரமாய் வீசினான். ''யாக்யா எங்கே?''

''எங்களுக்குத் தெரியாது,'' பக்ரதி தட்டுத் தடுமாறினான். ''சத்தியமாத் தெரியாது.''

பத்ராவின் வாள் நுனி அவனது மார்புக்குள் இறங்கியது. ''ஒழுங்கா பதில் சொன்னா, கொஞ்சம் கருணை காட்டினாலும் காட்டுவோம்.'' ஒரு துளி இரத்தம் சிந்தியது. ''எங்களுக்கு வேண்டியது யாக்யா மட்டும்தான். மனோபூவைக் கொன்னதுக்கு அவன்தான் பதில் சொல்லணும்.''

''நாங்க மனோபூவைக் கொல்லலை. மலைக்கடவுள்கள் மேல சத்தியம் - நாங்க அவரைக் கொல்லலை.''

''யாக் எருமையின் மலத்துவாரமே!'' பத்ரா அவனை எட்டி உதைத்தான். ''பொய் சொல்லாதே!''

அவர்கள் இருந்த இடத்தைத் தாண்டி விரிந்த காட்டின் எல்லை மீது சிவன் பார்வையை ஓட்டினார். கண்களை மூடிக்கொண்டார். செவிக்குள் இன்னமும் மனோபூவின் வார்த்தைகள் எதிரொலித்தன. ''கோபம்தான் உன் முதல் எதிரி. அதைக் கட்டுப்படுத்து. கட்டுப்படுத்து!''

அசுரகதியில் அடித்துக்கொண்டிருந்த இதயத்தைக் கஷ்டப்பட்டுக் கட்டுக்குள் கொண்டுவரும் முயற்சியில், நீண்ட மூச்சுக்களை இழுத்து விட்டார்.

''எங்களைக் கொன்னுட்டா, யாக்யா உங்களையெல்லாம் வெட்டிப் போட்டுறுவாரு,'' கயிற்றின் எல்லையில் கட்டப்பட்ட பக்ரதி கர்ஜித்தான். ''அமைதிங்கறதே உங்களுக்குக் கெடையாது! கடைசியா வஞ்சம் தீர்த்துக்கப் போறது நாங்கதான்!''

''வாயை மூடு, கேய்னா,'' அவனை இன்னொரு பக்ரதி அதட்டினான். பத்ராவிடம் திரும்பினான். ''எங்களை விட்றுங்க. எங்களுக்கும் இதுக்கும் எந்த சம்பந்தமுமில்ல.''

ஆனால், அவன் அதட்டிய பக்ரதிக்குப் பித்துப் பிடித்துவிட்டது போலும். ''சிவா!'' அலறினான் கேய்னா.

சிவன் திரும்பினார்.

''மனோபூவை மாமான்னு சொல்லிக்க நீ வெக்கப்படணும்!'' கேய்னா கத்தினான்.

''வாயை மூடு, கேய்னா!'' மற்ற பக்ரதிகள் அலறினர்.

இதையெல்லாம் சட்டை செய்யும் நிலையைக் கேய்னா தாண்டியிருந்தான். குணாக்களின் மீது அவனுக்கிருந்த அளவுக்கு மீறிய வெறுப்பு, இயற்கை அளித்திருந்த தற்காப்பு உணர்ச்சிகளனைத்தையும் உடைத்தெறிந்திருந்தது. ''கோழை!'' காறித் துப்பினான். ''சமாதான உடன் படிக்கையோட, அந்தாளோட குடலையும் சேர்த்து தொண்டைக்குழிக்குள்ள தள்ளினப்ப பலியாடு மாதிரியில்ல பீதியில அலறினான்!''

மேலோட்டமான அமைதிக்கடியில் கனன்றுகொண்டிருந்த ஜ்வாலை சட்டென்று பீறிட, சிவனின் கண்கள் விரிந்தன. ஆக்ரோஷக்கூவலுடன், வாளைப் பற்றிக்கொண்டு பாய்ந்தார். சற்றும் தயங்காமல் பக்ரதிகளை நெருங்கியவர், கேய்னாவின் தலையை ஒரே வெட்டில் துண்டாக்கினார். வெட்டுண்ட சிரம், அருகிலிருந்த பக்ரதியின் மீது மோதி, வந்த வேகத்தில் பறந்து சென்று விழுந்தது.

''சிவா!'' பத்ரா அலறினான்.

யாக்யாவைக் கண்டுபிடிக்க வேண்டுமானால், இந்தப் பக்ரதிகள் உயிரோடு இருக்க வேண்டியது அவசியம். ஆனால், உள்ளங்கை நெல்லிக்கனியாய் விளங்கும் விஷயங்களை

விஸ்தாரமாய் விளக்க, பத்ரா ஒன்றும் அறிவிலி அல்ல. அப்படியே சொன்னாலும், நிதானமாய்க் கேட்கும் நிலையில் சிவனும் இல்லை. லாகவமாய்ச் சுழன்றவர், அடுத்தடுத்து பக்ரதிகளின் தலைகளைச் சீவித் தள்ளினார். வெகு சில நொடிகளில், குருதி தளும்பும் ஏரியின் நடுவே கிடப்பது போல், தலை துண்டிக்கப்பட்ட ஐந்து பக்ரதிப் பிணங்களும், வெட்டுண்ட கழுத்து வழியே இன்னமும் இரத்தம் பீய்ச்சிக் கொண்டிருந்த இதயங்களுடன், வெவ்வேறு நிலைகளில் இறந்து கிடந்தனர்.

சடலங்களைப் வெறித்தவாறு, கையில் வாளுடன் மேல்மூச்சு வாங்க நின்ற சிவனின் காதுகளில், மாமனின் வார்த்தைகள் உரத்து ஒலித்தன.

''கோபம்தான் உன் முதல் எதிரி. அதைக் கட்டுப்படுத்து. கட்டுப்படுத்து!''

''உங்களுக்காகத்தான் காத்திருந்தேன், நண்பரே,'' என்ற ஆசானின் கண்கள் பனித்திருந்தன. முகத்தில் புன்னகை படர்ந்திருந்தது. ''உங்களுக்குப் பலனளிக்குமென்றால், எங்கும் - ஏன், பாதாள லோகத்திற்குக் கூட - செல்லத் தயார் என்றுதான் சொன்னேனே?''

எதிரே நின்ற மனிதன் சொன்ன இதே வார்த்தைகளை, சிவன் எத்தனையெத்தனை முறை மனதிற்குள் ஓட்டிப் பார்த்திருப்பார்? ஆனால், இதுவரை, பாதாள லோகம் - அரக்கர்களின் இராஜ்யம் - என்பதன் முழு அர்த்தத்தையும் அவர் உணர்ந்தவரல்ல. இப்போதோ - பல புரியாத புதிர்கள் சட்டென்று அவிழ்ந்தன.

தாடி முழுவதும் ஷவரம் செய்து, அதனிடத்தில் மிக மெல்லிய கோடு போன்ற மீசை. முன்னைவிடக் கட்டுமஸ்தான, அகன்ற தோள்; உறுதியான மார்பு. உடற் பயிற்சி அதிகரித்திருந்ததென்பது திண்ணம். அந்தணர்கள் பிரத்யேகமாய் அணியும் ஜணாவு, புதிதாய் ஏற்பட்டிருந்த உறுதியான தசைகளின் மீது தளர்ந்து கிடந்தது. சிரத்தில் சிகை இல்லையென்றாலும், பின்னால் இருந்த குடுமி நீளமாக, நறுவிசாகக் கட்டியிருந்தது. முதன்முதலில் சிவனை ஈர்த்த ஆழ்ந்த அமைதி, இப்போதும் விழிகளில் குடியிருந்தது. இவர்தான், இதுநாள் காணாதிருந்த சிவனின் அத்யந்த நண்பர். சந்தோஷத்திலும் துக்கத்திலும் உடனிருந்த தோழன் - இல்லை, சகோதரன்.

''ப்ரஹஸ்பதி!''

''என்னைக் கண்டுபிடிக்க தங்களுக்கு வெகு காலமாகி விட்டது.'' நெருங்கி வந்த ப்ரஹஸ்பதி, சிவனை அணைத்துக்கொண்டார். ''உங்களுக்காகத்தான் காத்திருந்தேன்.''

ஒரே ஒரு நொடி மட்டுமே தயங்கிய சிவன், உணர்ச்சி வெள்ளம் பெருக்கெடுக்க, உடனடியாக ப்ரஹஸ்பதியை வாரியணைத்துக் கொண்டார். ஆனால், மனம் சற்று நிதானமடைந்தவுடன், சந்தேகங்கள் காளானாய்க் கண்டபடி முளைத்தன.

தான் செத்துட்டதா ப்ரஹஸ்பதி ஒரு போலி நாடகமே நடத்தியிருக்கார். நாகர்களோட கூட்டு சேர்ந்திருக்கார். தன் வாழ்க்கை லட்சியமான மகா மந்தர மலையையே அழிச்சிருக்கார். ஆ - இவரல்லவா சூர்யவம்சிகளைக் காட்டிக்கொடுத்தவர்!

என் சகோதரனே என்கிட்ட பொய் சொல்லியிருக்கான்!

மௌனமாய், சிவன் பின்வாங்கினார். ஆழ்ந்த அனுதாபத்துடன் தோள் மீது சதியின் கை பதிவதை உணர்ந்தார்.

ப்ரஹஸ்பதி, மாணவர்களை நோக்கினார். ''குழந்தைகளே... சற்று நேரம் என் நண்பர்களுடன் கழிக்க வேண்டும். எனக்கு உத்தரவு கொடுப்பீர்களா?''

அவர்கள் அனைவரும் உடனடியாய் எழுந்து சாரிசாரியாய் விலக, சிவன், ப்ரஹஸ்பதி, சதி, கணேஷ் மற்றும் காளி மட்டுமே அறையில் மிச்சமிருந்தனர்.

தன் நண்பன் தொடுக்கப்போகும் கேள்விக்கணைகளை எதிர்பார்த்து நின்றார் ப்ரஹஸ்பதி. சிவனின் கண்களில் பளிச்சிட்ட கோபத்தையும் வருத்தத்தையும் அவர் உணராமலில்லை.

''ஏன்?'' என்றார் சிவன்.

''மகாதேவர்களுக்கென ஏற்பட்ட, பிரத்யேக, கடூர கடன் தங்களை வந்தடையாமல் காக்கும் பொருட்டுதான். தங்கள் பணியை நானே செய்யத் துணிந்தேன். தீய சக்திகளைத் தடுக்கத் முயலும் எவரும், அதன் முரட்டு நகங்கள் ஆன்மாவைக் கிழிக்காமல் தப்பிக்க இயலாது. அந்த வேதனையிலிருந்து தங்களைக் காக்க எண்ணினேன்.''

''தீமையைத் தன்னந்தனியாவா எதிர்த்துக்கிட்டிருந்தீங்க?'' சிவனின் கண்கள் சிறுத்தன. ''அதுவும் அஞ்சு வருஷமா?''

''அவசரமென்பதே தீமைக்குக் கிடையாது,'' ப்ரஹஸ்பதி விளக்க முயன்றார். ''மெல்ல மெல்ல ஊடுருவும் கோர சக்தி, அது. மறைந்திருந்து தாக்காமல், வெட்ட வெளியில் எதிர்த்து நிற்கும். தன்னுடைய இருப்பைப் பல காலம்,

ஏன், நூற்றாண்டு கணக்காகவே கட்டியம் கூறி, எச்சரிக்கை விடுக்கும். தீய சக்திகளுடனான போராட்டத்தில், பிரச்சனையில்லாத ஒரு விஷயம் உண்டென்றால், அது கால அவகாசம்தான். மாறாய், தீமையை உறுதியாய் எதிர்த்து, அழிக்க வேண்டும் என்ற மனத்திண்மை அத்தியாவசியம். அதில்தான் விஷயமே அடங்கியிருக்கிறது.''

''எனக்காகக் காத்திருந்ததாச் சொல்றீங்க. அதே சமயம், என் கண்ல படாம முழுசா உங்களை நீங்களே மறைச்சுக் கிட்டீங்க. ஏன்?''

''உங்கள் மீது எனக்கு நம்பிக்கை என்றும் அற்றுப் போனதில்லை, சிவா,'' என்றார் ப்ரஹஸ்பதி. ''உங்கள் அருகேயிருந்தோரைத்தான் என்னால் முழுவதுமாக நம்பமுடியவில்லை. என் பணியை நிறைவேற்ற நான் எடுக்கும் முயற்சிகளை அவர்கள் தடுத்திருக்கக் கூடும். என் திட்டங்கள் வெளிப்பட்டிருந்தால், அவர்கள் என்னைக் கொல்லவும் தயங்கியிருக்கமாட்டார்கள். தங்கள் மீது எனக்கிருந்த அன்புடன் ஒப்பிடும்போது, நான் முனைந்திருந்த பணியே முன்னுரிமை பெற்றது என்பதை நான் ஒப்புக்கொள்ளத்தான் வேண்டும். அவர்களிடமிருந்து நீங்கள் பிரிந்து வந்த பிறகே, தங்களை நான் பாதுகாப்பாய்ச் சந்திப்பது சாத்தியமாயிற்று.''

''பொய். தனியா உங்களால எதையும் சாதிக்க முடியலை; உங்க திட்டம் வெற்றியடைய நான் தேவை. அந்த ஒரே காரணத்துக்காகத்தான் என்னைச் சந்திக்க விரும்பினீங்க.''

ப்ரஹஸ்பதியின் முகத்தில் வெற்றுப்புன்னகை. ''என்றுமே இது என் கடனல்ல, நீலகண்டரே. தங்கள் பணி மட்டுமே.''

அவரை வெறித்த சிவனின் முகத்தில் ஈயாடவில்லை.

''நீங்கள் சொல்வதில் உண்மையில்லாமலில்லை;'' ப்ரஹஸ்பதி ஒப்புக்கொண்டார். ''தங்களை நான் சந்திக்க விரும்பியது நிஜம்... இல்லை, சந்தித்தேயாக வேண்டும் என்று அவசரப்பட்டேன். ஏன் தெரியுமா? நான் தோற்றுவிட்டேன். நன்மை, தீமை என்று இரு பக்கங்களைக் கொண்ட நாணயம் அதி வேகமாய்ச் சுழன்றுகொண்டிருக்கிறது; இந்த நிலையில், நீலகண்டர்தான் இந்தியாவின் இப்பொழுதைய தேவை. நீங்கள் வேண்டும், சிவா. இல்லையெனில், நம் அழகிய தேசத்தை தீமை தீக்கிரையாக்கிவிடும்.''

உணர்ச்சியற்ற முகத்துடன் ப்ரஹஸ்பதியையே வெறித்த சிவன், ''நாணயம் வேகமாச் சுழலுதுன்னா சொல்றீங்க?'' என்றார்.

ப்ரஹஸ்பதி தலையசைத்தார்.

நன்மையும் தீமையும் ஒரே நாணயத்தின் இரு பக்கங்கள். மனு பிரபுவின் வார்த்தைகள் சிவனின் நினைவில் மிதந்தன. *பிரச்சனை என்னன்னா...*

நீலகண்டரின் கண்கள் சட்டென்று அகன்றன. *இல்லை, தீமைன்னா என்னங்கிறதில்லை பிரச்சனை. நன்மை எப்ப தீமையா மாறுதுங்கிறதுதான். நாணயம் எப்ப தலைகீழா திரும்பும்?*

சிவனின் முகத்தையே கவனித்தவாறு நின்றார் ப்ரஹஸ்பதி. மனு பிரபுவின் கட்டளைகள் மிகத் தெளிவாக இருந்தன: அவர் எதையும் எடுத்துச் சொன்னதாக இருக்கக்கூடாது. சகலத்தையும் மகாதேவரே அறிந்து, தெளிந்து, தன் முடிவுகளைத் தானே எடுக்க வேண்டும்.

நீண்ட மூச்சை இழுத்து விட்ட சிவன், நீலமாக ஒளிர்ந்த தன் கழுத்தைத் தடவிக்கொண்டார். இன்னமும் சகிக்கமுடியாமல், குளிர்ந்துதான் இருந்தது. போகிற போக்கைப் பார்த்தால், இந்த பயணம் எங்கு தொடங்கிற்றோ, அங்கேயேதான் முடியவேண்டும் போலும்.

இந்த உலகின் மிகப்பெரும் நன்மை - இந்த யுகத்தையே வடிவமைத்த நன்மை எது? விடை பளிச்சென்று தெரிந்தது. ஆக, பிரபஞ்சத்தின் சமநிலையையே இப்பொழுது ஆட்டம் காண வைத்துவிட்டதால், ஒரு காலத்தில் இந்த யுகத்தின் நன்மையேதான், இப்போது பூதாகாரமாய் உருமாறிவிட்ட தீமை.

சிவன் ப்ரஹஸ்பதியை ஏறிட்டார். ''ஏன்? அதை மட்டும் சொல்லுங்க...''

ப்ரஹஸ்பதியோ, மௌனம் காத்தார். காத்திருந்தார். இது போதாது; கேள்வி இன்னமும் தெளிவாக வேண்டும்.

''உலகின் மிகப்பெரும் நன்மையா இருந்த சோமரஸம், மிகப்பெரிய தீமைங்கிற நிலைமைக்கு வந்துட்டதா ஏன் நினைக்கிறீங்க? காரணத்தை விளக்குங்க.''

இடிபாடுகளின் மிச்சம் மீதிகளை, சற்று தள்ளி அமர்ந்திருந்த பர்வதேஸ்வரர் மற்றும் பகீரதன் பார்வைக்காக, சில வீரர்கள் கர்மசிரத்தையாக எடுத்து வந்தனர்.

மெலூஹ சேநாதிபதியும் அயோத்ய இளவரசனும் அவற்றை ஆராயும்படி சிவன் பணித்திருந்தார். அதுமட்டுமல்லாது, பஞ்சவடி வரும் வழியில் அவர்களது பரிவாரத்தைத் தாக்கியவர்களின் பூர்வோத்திரத்தையும் கண்டுபிடிக்குமாறு கட்டளை. இதனாலேயே, பஞ்சவடிக்குச்

சென்ற சிவனின் பரிவாரத்துடன் சேர்ந்துகொள்ளாமல், நூறு வீரர்கள் கொண்ட சிறிய படையுடன், பர்வதேஸ்வரரும் பகீரதனும் பின்தங்கிவிட்டனர்.

பகீரதனை திரும்பிப் பார்த்த பர்வதேஸ்வரர், மரத்துண்டுகளை மீண்டும் கவனித்தார். அவரது மனதில் விதைவிட்டிருந்த சந்தேகமென்னும் சிறு விதை, இப்பொழுது மெள்ள மெள்ள ஊர்ஜிதமாகி, உண்மையென்னும் மரமாய் அச்சுறுத்தும் வகையில் நின்றது.

திரும்பி, சற்று தூரத்தில், அவரது கட்டளைக்குக் கட்டுப்பட்டு கைகட்டி நின்றிருந்த நூறு சூர்யவம்சி வீரர்களைக் கண்ணுற்றார். மனதில் நிம்மதி பரவியது. தான் கண்டுபிடித்ததை அவர்கள் அறியாததே நல்லது. ஏனென்றால், அந்த மரப்பலகைகளில் இருந்த கடையாணிகள் அனைத்தும் மெலூஹக் கட்டுமானத்தில் உருவானவை.

''இராமபிரான் உங்களை மன்னிக்கட்டும், சக்ரவர்த்தி தக்ஷரே,'' தலையசைத்து, பெருமூச்சொன்றை வெளியிட்டார்.

திரும்பி, அவரைப் பார்த்த பகீரதனின் புருவங்கள் நெறிந்தன. ''என்ன ஆச்சு?''

அவனை நோக்கிய பர்வதேஸ்வரரின் முகத்தில் கோபம் கொழுந்துவிட்டெரிந்தது. ''மெலூஹாவிற்குப் பெருத்த அவமானம். அதன் நற்பெயரே கெட்டழிந்துவிட்டது - அதைக் காக்க வேண்டியவரே, கெடுக்கும் கருவியாக உருவெடுத்துவிட்டார்.''

பகீரதன் அமைதி காத்தான்.

''அந்தக் கப்பல்களை அனுப்பியவர் சக்ரவர்த்தி தக்ஷர்,'' என்றார் பர்வதேஸ்வரர் மெல்ல.

சந்தேகம் விரவிய கண்களுடன் பகீரதன் அவரருகில் வந்தான். ''என்னது?'' என்ன சொல்றீங்க?''

''இந்தக் கடையாணிகள் மெலூஹாவைச் சேர்ந்தவை என்பதில் சந்தேகமில்லை. இந்தக் கப்பல்கள், என் நாட்டில்தான் கட்டப்பட்டன.''

பகீரதனின் கண்கள் இடுங்கின. சேநாதிபதியின் கூற்று, அவனுக்குத் தூக்கிவாரிப் போட்டது. ஏனென்றால் - அவன் கவனித்து, அறிந்துகொண்ட விஷயமே வேறு. ''பர்வதேஸ்வரரே, மரத்தை நல்லா பாருங்க. ஓரங்கள்ள அடிச்சிருக்குற உறையைக் கவனிங்க.''

பர்வதேஸ்வரரின் புருவம் சுருங்கியது. இம்மாதிரியான மர உறைகளை அவர் கண்டதில்லை.

''மரக்கட்டைகளோட ஓரங்கள்ள தண்ணீர் புகுந்துக்காம பாதுகாக்கும்,'' பகீரதன் விளக்கினான்.

புரியாத முகபாவத்துடன் பர்வதேஸ்வரர் தன் மைத்துனனை நோக்கினார்.

"இந்தத் தொழில்நுட்பம் அயோத்யாவுல மட்டும்தான் உண்டு."

"இராமபிரானே!"

"ஆமா. சக்ரவர்த்தி தக்ஷரும், என் உதவாக்கரை அப்பாவும் நீலகண்டருக்கெதிரா கூட்டு சேர்ந்திருக்காப்புல தெரியுது."

தேவகிரியில், மெலூஹச் சக்ரவர்த்தியின் அந்தரங்க அறையில் ப்ருகு, தக்ஷர் மற்றும் திலீபர் கூடியிருந்தனர்.

"எடுத்த காரியத்தை முடித்திருப்பார்கள் என்று நினைக்கிறீர்களா, பிரபு?" என்றார் திலீபர்.

நடந்துகொண்டிருந்த பேச்சுவார்த்தையில் ஆர்வமற்ற தக்ஷர், விட்டேற்றியாய் அமர்ந்திருந்தார். அருமை மகள் சதியைப் பிரிந்த வேதனை அவரை வெகுவாய் வாட்டியது. ஏறக்குறைய ஒரு வருடத்திற்கும் முன் காசியில் நடந்த கொடூர சம்பவம், இன்னமும் மனதிற்குள் வலித்தது. அன்று அவர் இழந்தது அவரது மகளை மட்டுமல்ல - சற்றேனும் இதயத்தில் அவர் தேக்கி வைத்திருந்த அன்பும்தான்.

பஞ்சவடி செல்லும் வழியிலேயே நீலகண்டரையும் அவரது பரிவாரம் முழுவதையும் கொன்று தீர்த்துவிடும் திட்டம் ஒன்றை ப்ருகு சில மாதங்களுக்கு முன் தீட்டினார். கோதாவரி நதியில் ஐந்து கப்பல் நிறைய ஆட்களை அனுப்பி, முதலில் சிவனின் பரிவாரத்தையும், பிறகு, பஞ்ச வடியையும் அழிப்பதாகத் தீர்மானம். நடந்த சம்பவத்தின் உண்மையை இன்னதென்று அறிந்து வெளியே பரப்பக்கூடிய சாட்சிகள் யாரும் இருக்கக்கூடாது. தாக்குதலுக்கு எவ்விதத்திலும் தயாராக இல்லாத ஒரு படையின் மீது வீழ்வது அப்படியொன்றும் அதர்மமல்ல; அவர்களைச் சேர்ந்த அனைவரும், ஒரு நொடியில் சுவடில்லாமல் பொசுங்கிவிடுவார்கள். ஆனால் - இப்படிப்பட்ட தாக்குதலை நடத்தத் தேவையான ஆள் பலமும், தொழில்நுட்பத் திறனும், தக்ஷரும் திலீபரும் கூட்டு சேர்ந்தால் மட்டுமே சாத்தியம்.

அயோக்கிய நாகர்கள், அப்பாவி நீலகண்டரை ஏமாற்றி, வஞ்சகமாய்த் தங்கள் நகருக்கு வரவழைத்து, அங்கே அவரைக் கொன்று தீர்த்துவிட்டதாக இந்திய மக்களுக்கு அறிவித்துவிட வேண்டியது. வதந்திகள் காட்டுத் தீ போல்

பரவ வேண்டுமானால், மிக எளிமையாய் இருத்தல் அவசியம் என்ற சூட்சுமத்தை அறிந்திருந்த ப்ருகு, சிவனுக்குப் புதிய நாமத்தை சிருஷ்டித்திருந்தார்: *போலேநாத்.* அதாவது, அப்பாவி - பிறரது சூழ்ச்சிக்கு சுலபத்தில் பலியாகக்கூடியவர். நீலகண்டரின் சூதுவாதறியாத குணாதிசயத்தையும், இந்தக் கொடுமையான செயலுக்கான பழியையும் நாகர்களின் மீது சுமத்திவிட்டால், கொலைகளுக்கான பின்விளைவு தக்ஷரையும் திலீபரையும் தாக்காது. நாகர்களின் மீதான வெறுப்பும் அசூயையும் பன்மடங்கு பெருகிப் பிரவகிக்கும்.

தக்ஷரைச் சட்டென்று ஓரப்பார்வை பார்த்த ப்ருகு, திலீபரை நோக்கித் திரும்பினார். மெலூஹச் சக்ரவர்த்தியை விட, இவரைத்தான் இப்போது *சப்தரிஷி உத்ராதிகாரி* அதிகம் நம்புவது போல் தோன்றியது. ''வெற்றியடைந்திருக்கத்தான் வேண்டும். தளபதியிடமிருந்து அறிக்கை வந்தால், எல்லாம் தானே தெரிந்துவிடுகிறது.''

திலீபரின் முகத்தசைகள் துடித்தன. நீளமாக மூச்சை இழுத்துவிட்டு, ஆசுவாசப்படுத்திக்கொள்ள முயன்றார். ''நாம் தான் இதற்கு காரணகர்த்தாக்கள் என்பது வெளியில் தெரியாமல் இருப்பது உசிதம். என் மக்களின் ரௌத்ரத்தை நினைத்தால்... அதுவும் நீலகண்டரை இப்படி சூழ்ச்சியால் கொல்வது -''

அவரை இடைவெட்டிய ப்ருகுவின் குரலில் நிதானம் விரவியிருந்தது. ''அவன் நீலகண்டனல்ல. வெறும் வேஷதாரி. வாயுபுத்ரர் சபை அவனை உருவாக்கவில்லை - ஏன், அவனை அங்கீகரிக்கக்கூட இல்லை.''

திலீபரின் புருவம் நெறிந்தது. ருத்ரபகவான் விட்டுச்சென்ற அதிசய மரபினரான வாயுபுத்ரர்களைப் பற்றி அவர் எத்தனையோ கதைகளைக் கேட்டிருந்தாலும், உண்மையில் அப்படி ஒரு குலம் இருந்ததா என்பதில் அவருக்குச் சற்று சந்தேகம்தான்.

''அப்படியானால், அவர் கழுத்து நீலமாயிற்றே, எப்படி?'' என்றார் திலீபர்.

தக்ஷரை நோக்கிய ப்ருகு, எரிச்சலுடன் தலையை குலுக்கிக்கொண்டார். ''தெரியவில்லை. அது ஒரு விளங்காத புதிர். தீமை உலகில் உதித்துவிட்டதா, இல்லையா என்றே இன்னமும் வாயுபுத்ரர் சபை விவாதித்துக்கொண்டிருப்பதால், நீலகண்டரை உருவாக்கியவர்கள் அவர்களாயிருக்கமுடியாது என்பது எனக்கு நிச்சயமாயிற்று. அதனால், மெலூஹச் சக்ரவர்த்தி நீலகண்டரைத் தேடும் முயற்சிகளில் இறங்கிய போது, நான் தடுக்க முயலவில்லை. உண்மையில்,

நீலகண்டரை அடையாளம் காண்பது முடியாத காரியம் என்பதை அறிந்தே இருந்தேன்."

திலீபர் முகத்தில் அதிசயம் விரிந்தது.

"அதனால்," ப்ருகு தொடர்ந்தார். "அவர்களது முயற்சியின் பலனாக நீலகண்டர் என்று ஒருவர் வெளிப்பட்டுவிட்டார் என்பதை அறிந்தபோது, என் ஆச்சர்யம் எத்தகையதாக இருந்திருக்கும் என்பதை நீங்களே யூகிக்கலாம். வெறும் நீலநிறக் கழுத்து இருப்பதாலேயே, அவன் மக்களின் காவலன் என்றாகிவிடாதல்லவா? வாயுபுத்ரர் சபை அவனை அப்பதவியில் ஏற்றவில்லையே? அங்கீகாரம் செய்யவில்லையே? இந்த அற்பத் திபேத்தியக் காட்டுமிராண்டியை வைத்துக்கொண்டு தன் பலதரப்பட்ட இலட்சியங்களையெல்லாம் நிறைவேற்றிக்கொள்ளலாம் என்று சக்ரவர்த்தி தக்ஷர்தான் ஏதேதோ கணக்கிட்டிருக்கிறார். மன்னர் விஷயத்தில் என் நம்பிக்கையில் மண் விழுந்துவிட்டதை மறுக்க முடியாது."

இந்தச் சாடலை தக்ஷர் எப்படி எதிர்கொள்ளப்போகிறார் என்ற கேள்விக்குறியுடன் திலீபர் அவரை நோக்க, தக்ஷரிடம் பதிலில்லை. மகரிஷியை நோக்கி ஸ்வத்வீபத்தின் சக்ரவர்த்தி திரும்பினார். "எப்படியிருப்பினும், நாகர்கள் ஒழிந்துவிட்டால், தீமையும் அழிந்துவிடும் என்பதில் சந்தேகமில்லை."

ப்ருகுவின் புருவங்கள் நெறிந்தன. "நாகர்கள் தீயவர்கள் என்று யார் சொன்னது?"

அதிர்ந்து போன திலீபர், ப்ருகுவை வெறித்தார். "இது என்ன நீங்கள் சொல்வது? அப்படியென்றால்... நாகர்களுடன் நாம் கூட்டு சேரலாம் என்கிறீர்களா?"

ப்ருகு புன்னகைத்தார். "தீமைக்கும் நன்மைக்குமான பரந்த இடைவெளியில், இவை இரண்டோடும் பற்றில்லாது பலர் சௌகரியமாக வாழலாம், அரசே."

அவரது ஆழ்ந்த அறிவிற்சிறந்த வாக்கு அதிகம் புரியாவிட்டாலும், பொதுப்படையாக திலீபர் தலையாட்டி வைத்தார். தன் குறுகிய அறிவின் கட்டளைக்குட்பட்டு, நல்ல வேளையாக மௌனம் காத்தார்.

"ஆனால், நாகர்கள் தவறான பக்கம் சாய்ந்துவிட்டார்கள்," ப்ருகு தொடர்ந்தார். "ஏன் தெரியுமா?"

முழுவதுமாய்க் குழம்பிப் போயிருந்த திலீபர், 'இல்லை'யென்று தலையசைத்தார்.

''பலருக்கு நன்மை பயக்கக்கூடிய விஷயத்தை அவர்கள் அங்கீகரிக்கவில்லை; ப்ரம்மாவின் மிகச் சிறந்த கண்டுபிடிப்பை அவர்கள் எதிர்க்கிறார்கள். நம் தேசத்தை ஒப்பற்றதாக உருவாக்கியிருக்கும் இந்த நுட்பத்தை, நாம் எப்படியும் காக்க வேண்டியது அவசியம்.''

இப்பொழுதும் ப்ருகு சொன்னது அவருக்குப் புரியாவிட்டாலும், திலீபர் தலையசைத்து வைத்தார். மகரிஷியுடன் வாதம் செய்வதிலிருந்த ஆபத்து அவருக்குத் தெரிந்ததே. ப்ருகு கொடுத்துதவிய மருந்துகள் அத்தியாவசியமானவை; அவற்றின் உபயத்தில்தான் அவர் சீரும் சிறப்புமாக வாழ்ந்துகொண்டிருந்தார்.

''இந்தியாவின் பொருட்டு நாம் தொடர்ந்து போராடுவோம்,'' ப்ருகு கர்ஜனை செய்தார். ''நம் தேசத்தின் உயிர் நாடியாக விளங்கும் பேரற்புதத்தை, ஜீவாதாரத்தை, அபூர்வ நன்மையை, யாரும் அழிக்க நான் அனுமதிக்க மாட்டேன்.''

அத்தியாயம் 2

தீமை என்பது என்ன?

"சோமரஸம்தான் நம் யுகத்தின் மிகப்பெரும் நன்மை என்பதில் சந்தேகமில்லை," என்றார் ப்ரஹஸ்பதி. "நம் யுகத்தை உருவாக்கியது - ஏன், அதன் அடையாளமே இதுதான். ஆகையால், என்றாவது ஒரு நாள் அதுவே மிகப்பெரும் தீமையாகவும் மாறிவிடும் சாத்தியம் அதிகம். முக்கியமான கேள்வி: இந்த மாற்றம் எப்போது நடக்கப்போகிறது?"

பஞ்சவடிப் பள்ளியில், ப்ரஹஸ்பதியின் அறையில் சிவன், சதி, காளி மற்றும் கணேஷ் கூடியிருந்தனர். தங்கள் பேச்சு இடையூறின்றித் தொடரும் பொருட்டு, ப்ரஹஸ்பதி அன்று மாணவர்களுக்கு விடுமுறை அளித்திருந்தார். அறை ஜன்னல் வழியே, பஞ்சவடிக்குப் பெயரளிக்கக் காரணமாயிருந்த மகோன்னத 'ஐந்து ஆலமரங்கள்' பளிச் சென்று தெரிந்தன.

"என்னைப் பொறுத்தவரை, சோமரஸத்தைக் கண்டுபிடிச்ச நாள்ளேர்ந்து அது கொடுமையான தீய சக்திதான்!" காளி ஏறக்குறைய கடித்துத் துப்பினாள்.

அவளை நோக்கிப் புருவம் நெறித்த சிவன், ப்ரஹஸ்பதியைப் பார்த்தார். "மேலே சொல்லுங்க..."

"எந்த ஒரு அற்புதக் கண்டுபிடிப்பிற்கும் நன்மை, தீமை என்று இரு பக்கவிளைவுகள் உண்டு. நன்மைகள் அதிகமாக இருக்கும்வரையில், அதைத் தொடர்ந்து பயன்படுத்துவதில் பிரச்சனையில்லை. நம் இப்போதைய வாழ்க்கைமுறையை உருவாக்கிய சோமரஸம்தான், நீண்ட ஆயுளையும், ஆரோக்கியமான உடல்களையும் தந்திருக்கிறது. முன்னெப்போதையும்விட, அறிவிற்சிறந்த ஆன்றோர்களும், பெரியோரும் நம் சமூகத்திற்கு அளவிட முடியாத நன்மைகளைப் பலகாலம் செய்ய உதவியதும் இந்த சோமரஸமே. சமூக நன்மையின் பொருட்டு, முதன்முதலில், இந்த பானத்தை அந்தணர்கள் மட்டுமே - ஏறக்குறைய இரண்டாவது பிறவியெடுப்பது போல் - பயன்படுத்த அனுமதி பெற்றிருந்தனர்."

தக்ஷரிடம் இந்த கதையை பல வருடங்களுக்கு முன் கேட்டிருந்த சிவன், தலையசைத்தார்.

''இராமபிரானோ, தன் காலத்தில், சோமரஸத்தின் நன்மையை யாவரும் அடைய வேண்டுமென்று பணித்தார். சொல்லப்போனால், அந்தணர்களுக்கு மட்டும் ஏன் அந்தப் பிரத்யேக உரிமை? அதன் பிறகு, சோமரஸம், வித்யாசமின்றி அனைவருக்கும் வழங்கப்பட்டது; சமூகம் அதுவரையில்லாத உயர்வையும் அடைந்தது.''

''இதெல்லாம் எனக்கும் தெரியும்,'' என்றார் சிவன். ''ஆனா, கொடுமையான பக்கவிளைவுகள் வெளியே தெரிய ஆரம்பிச்சது எப்ப?''

''நாகர்கள்தான் முதல் அறிகுறி,'' ப்ரஹஸ்பதி விளக்கினார். ''இந்தியாவில் எப்போதுமே நாகர்கள் இருந்ததுண்டு - ஆனால், அவர்களும் அப்பொழுது அநேகமாய் அந்தணர்களே. உதாரணம் வேண்டுமென்றால், இராமபிரானின் மிகப்பெரும் விரோதியான இராவணன், ஒரு நாகா, மற்றும் அந்தணன்.''

''இராவணன் பிராமணனா?'' சதியின் குரலில் அதிர்ச்சி.

''ஆமா,'' ஒவ்வொரு நாகாவுக்கும் அந்த வரலாறு அத்துபடி; காளிக்கும் அவ்விதமே. ''மகரிஷி விஷ்ரவரின் மகனான இராவணன் அற்புதமான ஆட்சியாளன். பெரிய வீரன்; ஆழ்ந்த அறிவு படைச்ச, ருத்ரபகவானின் அத்யந்த பக்தன். இராவணனிடம் சில குறைகள் இல்லாமலில்லை - ஆனா, சப்த சிந்து மக்கள் எல்லோரையும் நம்ப வெக்கற மாதிரி, தீமையின் மொத்த வடிவமெல்லாம் இல்லை.''

''அப்ப இராமபிரானைத்தான் குறைவா நினைக்கறீங்களா?'' சதி கேட்டாள்.

''நிச்சயமா இல்ல. மிகப்பெரிய சக்ரவர்த்திகள்ள ஒருத்தர் இராமபிரான். அவரை ஏழாவது விஷ்ணுவா வழிபடறோம். நாகா வாழ்க்கை முறையே அவருடைய எண்ணங்கள், தத்துவங்கள், சட்டங்களை அடிப்படையாக் கொண்டு உருவானதுதான். ஒரு சாம்ராஜ்யத்தை எப்படி நடத்தணும்கிறதுக்கு உதாரணமா விளங்கறது, அவருடைய இராமராஜ்யம்தான். ஆனா, இன்னொண்ணையும் நீங்க தெரிஞ்சிக்கணும்: இராவணனை முழுக்க முழுக்கத் தீயவனா இராமரே கூட நினைக்கலைங்கிறது சில பேரோட கருத்து. அவர் தன் விரோதியைக்கூட மதிச்சார். சில சமயம், போருக்கு ரெண்டு பக்கமும் நல்லவங்க இருக்கவே செய்வாங்கதானே?''

அவர்கள் இருவரையும் அமைதியாக இருக்கும்படிச்சைகை செய்த சிவன், மெலூஹாவின் பிரதம விஞ்ஞானியிடத்தில் தன் கவனத்தைத் திருப்பினார். ''ப்ரஹஸ்பதி...''

''எண்ணிக்கையில் குறைவாக இருந்தாலும், நாகர்களில் அநேகர் அந்தணர்களே,'' ப்ரஹஸ்பதி தொடர்ந்தார். ''அந்தக் காலத்தில் சோமரஸத்தைப் பருக அனுமதி பெற்றிருந்தோரும் அந்தணர்கள் மட்டும்தானே? இப்போது யோசித்துப் பார்த்தால், இரண்டு சம்பவங்களுக்குமிடையே உள்ள தொடர்பு பளிச்சென்று புலப்படுகிறது - ஆனால், அப்போது அப்படியல்ல.''

''நாகர்களை உருவாக்கினது சோமரஸம்தானா?'' என்றார் சிவன்.

''ஆம். சில நூற்றாண்டுகளுக்கு முன் இதைக் கண்டுபிடித்ததும் நாகர்களே. அவர்களிடமிருந்துதான் இதை நான் அறிந்தேன்.''

''கண்டுபிடிச்சது நாங்க இல்லை,'' இடைமறித்தாள் காளி. ''வாயுபுத்ரர் சபை தான் எங்களுக்குத் தெரிவிச்சாங்க.''

''வாயுபுத்ரர் சபையா?'' என்றார் சிவன்.

''ஆமா,'' காளி பதிலிறுத்தாள். ''இதுக்கு முந்தின மகாதேவரான ருத்ரபகவான், வாயுபுத்ரர்கள்னு ஒரு குலத்தையே உருவாக்கிட்டுப் போனார். மேற்கு எல்லையைத் தாண்டி, பரிஹாவுல - அதாவது, தேவதைகளின் தேசத்துல - அவங்க வாழறாங்க.''

''தெரியும்,'' வாசுதேவ பண்டிதருடன் தான் நிகழ்த்திய உரையாடல் சிவனுக்கு நினைவு வந்தது. ''ஆனா, சபைன்னு ஒண்ணு இருக்குன்னு எனக்குத் தெரியாது. கேள்விப்பட்டதில்லை.''

''குலத்தைக் கவனிச்சுக்க யாராவது வேணுமே? வாயுபுத்ரர்களை வழிநடத்துறது இந்த சபைதான். இதற்குத் தலைவர் ஒருத்தர் இருக்கார் - மித்ரான்னு பேரு. அவரை அவங்க தெய்வமா வழிபடறாங்க. அவருக்கு ஆலோசனை யளிக்கிற பொறுப்புல ஆறு அறிஞர்கள் கொண்ட குழு ஒண்ணு செயல்படுது - அமர்த்ய ஷ்பந்த். வாயுபுத்ரர்களுடைய இரண்டு தலையாய கடமைகளைச் செயல்படுத்தறதுதான் இந்த சபையோட குறிக்கோள்: ஒண்ணு, அடுத்த விஷ்ணுவுக்கு - அவர் எப்ப தோன்றினாலும் - தேவையான உதவிகளைச் செய்யறது. ரெண்டு: வாயுபுத்ரர்கள்ள ஒருத்தரைத் தேர்ந்தெடுத்து, சமயம் கூடி வர்றப்ப, அடுத்த மகாதேவரா பொறுப்பேத்துக்க பயிற்சியளிக்கிறது.''

சிவன் புருவத்தை உயர்த்தினார்.

''அந்த விதியை நீங்க மீறிட்டீங்க, சிவா,'' என்றாள் காளி. ''திடீர்னு நீங்க வெளிப்பட்டபோது வாயுபுத்ரர் சபை நிச்சயம் ஸ்தம்பிச்சுப் போயிருக்கணும். ஏன்னா, அவங்க உங்களை உருவாக்கலைங்கிறதுல சந்தேகமேயில்லை.''

''என்ன சொல்ல வர்றீங்க? திட்டமிட்டேதான் காலம் காலமா இப்படி செஞ்சுக்கிட்டு வர்றாங்கன்னா?''

''அது தெரியலை,'' என்றாள் காளி. ''உங்க நண்பர்களுக்கு விவரங்கள் தெரிஞ்சிருக்கும்.''

''வாசுதேவர்களா?''

''ஆமா.''

புருவத்தைச் சுருக்கியவாறு சதியின் கரத்தைப் பற்றிய சிவன், காளியிடம் திரும்பினார். ''நாகர்களை உருவாக்கியது சோமரஸம்தான்னு எப்படிக் கண்டுபிடிச்சீங்க? வாயுபுத்ரர்கள் உங்களைத் தேடி வந்தாங்களா... இல்ல நீங்க போனீங்களா?''

''நாங்க அவங்களைக் கண்டுபிடிக்கல. சில நூற்றாண்டு களுக்கு முன்னால, நாகர்களின் அரசர் வாசுகியை அவங்க அணுகினாங்க. திடீர்னு எங்கிருந்தோ முளைச்சு வந்து, சொல்லாம கொள்ளாம, ஏகப்பட்ட தங்கத்தை கொண்டு வந்து கொட்டி, வருஷவாரியா நிவாரணம் அளிக்கறோம்னாங்க. காரணம் தெரியாம நிதி வாங்கிக்கிறதில்லைன்னு மன்னர் வாசுகி ரொம்ப நியாயமா அவங்க தங்கத்தை நிராகரிச்சிட்டார்.''

''அப்புறம்?''

''சோமரஸத்தின் விளைவாத்தான் நாகர்கள் இப்படி குறைபாட்டோட பிறக்கறாங்கன்னு அவருக்கு அப்பதான் சொல்லப்பட்டது. பெற்றோர்கள் ரொம்ப காலமா சோமரஸம் உட்கொண்டிருந்தா, வரைமுறையில்லாம எந்தக் குழந்தை வேணா கருவுல இருக்குறப்பவே, சோமரஸத்தால பாதிக்கப்படுமாம்.''

''எல்லாக் குழந்தைகளும் இல்லையா?''

''இல்ல. பெரும்பாலும் குழந்தைகள் ஊனமில்லாமத்தான் பொறக்கும். என்னை மாதிரி, சில பாவப்பட்ட பிறவிகள், நாகாவாப் பொறக்குது.''

''ஏன்?''

''அதிர்ஷ்டக் கட்டைகள்னுதான் சொல்லணும்,'' என்றாள் காளி. ''ஆனா, மன்னர் வாசுகியோ, பூர்வ ஜன்மங்கள்ள பண்ண பாவத்துக்கு தெய்வம் கொடுக்கற தண்டனைதான், சோமரஸத்தோட இந்த பக்கவிளைவுன்னு நம்பினார். அதனால, வாயுபுத்ரர் சபையோட பலவீனமான விளக்கத்தை ஒத்துக்கிட்டு, அவங்க கொடுத்த நிதியையும் வாங்கிக்கிட்டார்.''

''**மாஸி** பட்டத்துக்கு வந்தவுடனே, வாயுபுத்ரர்களோடான உடன்படிக்கையை ரத்து பண்ணிட்டாங்க,'' சித்தி காளியைக் குறித்துச் சொன்னான், கணேஷ்.

''ஏன்?'' சிவன் கேட்டார். ''உங்க மக்களுக்கு அந்தத் தங்கம் பயன்பட்டிருக்குமே?''

வறட்சியான சிரிப்பொன்றை உதிர்த்தாள் காளி. ''புண்ணை ஆத்துற நிவாரணியா அது கொடுக்கப்பட்டது. எங்க நன்மைக்காக இல்லை - வாயுபுத்ரர்களோட மனசாட்சி உறுத்தலைக் குறைக்க. அதிசய கண்டுபிடிப்பா அவங்க போற்றிப் பாதுகாத்துக்கிட்டு வந்தாங்களே, அது ஏற்படுத்தின மிகப்பெரிய கொடூரத்தைப் பார்த்துக் கிளைவிட்ட குற்ற உணர்ச்சியை சாந்தப்படுத்தற மருந்து.''

அவளது கோபம் புரிந்த சிவன், தலையசைத்தார். ப்ரஹஸ்பதியிடம் திரும்பினார். ''சோமரஸம் இதுக்குக் காரணமானது எப்படி?''

''நச்சுத்தன்மையுள்ள ஆக்ஸிடண்ட்களை உடலிலிருந்து நீக்குவதால், சோமரஸத்தை உட்கொள்வோர்க்கு அது நீண்ட ஆயுளை அளிப்பதாக முன்பு நம்பினோம்,'' அவர் விளக்கினார். ''ஆனால் - சோமரஸத்தின் செயல்பாடு அதோடு மட்டும் நிற்பதில்லை.''

சிவனும் சதியும் காதைத் தீட்டிக்கொண்டனர்.

''இன்னும் ஆழமாக, மிக அடிப்படையான மட்டத்திலும் அது பணிபுரிகிறது. இலட்சக்கணக்கான நுண்ணிய உயிரணுக்களால் ஆனதுதான் மனித உடல்; இவைதான் நம் உடலில் ஆதாரம்; உயிர் நிலைப்பதற்குத் தேவையான அடித்தளம், கட்டுமானக் கற்கள், எல்லாம்.''

''உங்க மெலூஹ விஞ்ஞானிகள்ள ஒருத்தர் இதைப்பத்தி விளக்கி நான் கேட்டிருக்கேன்,'' என்றார் சிவன்.

''அப்படியென்றால், இந்த உயிரணுக்கள்தான் நம் உடலின் மிகச் சிறிய, நுட்பமான அங்கம்; இவைதான் நம் உடல் உறுப்புகள், கை கால்கள், ஏன் அனைத்து பகுதிகளையும் உருவாக்குபவை என்பதையும் அறிந்திருப்பீர்கள்.''

''ஆமா.''

''தாமாகவே பிளந்து, தனித்தனியாய் வளர்ச்சியடையும் சக்தி இந்த உயிரணுக்களுக்கு உண்டு. ஒவ்வொரு பிளவும், புதிய பிறப்பிற்குச் சமானம்; ஒரு பழைய, ஆரோக்கியமற்ற உயிரணு, இரு புத்தம்புதிய, ஆரோக்கியமுள்ள உயிரணுக்களாக மாயாஜாலம் போல் வடிவம் பெறும். தொடர்ந்து பிளந்து வளரும் வரை, அவற்றின் ஆரோக்கியத்திற்குக் குறைவிராது. நம் அனைவரின் பயணமும், தாயின் கருவில், ஒரே ஒரு உயிரணுவில்தான் தொடங்குகிறது. இதுவேதான் பிளந்து வளர்ந்து, படிப்படியாக, நம் மொத்த உடலுக்கும் உருக்கொடுக்கிறது.''

"சரிதான்." இதையெல்லாம் மெலூஹ குருகுலத்திலேயே கற்றிருந்த சதி, தலையசைத்தாள்.

"ஏதேனும் ஒரு கட்டத்தில்," ப்ரஹஸ்பதி தொடர்ந்தார். "இந்தப் பிளவும் வளர்ச்சியும் தடைபடும் - இல்லையென்றால், எந்த விதிக்குக் கட்டுப்படாமல், சகட்டுமேனிக்கு உடல் வளர்ந்துகொண்டே சென்று, மோசமான பின்விளைவுகளுக்கும் இடம் கொடுத்துவிடும். அதனால், ஒரு உயிரணு இத்தனை முறைதான் பிளக்கலாம் என்று தெய்வம் கணக்கிட்டிருக்கிறது. அக்குறிப்பிட்ட எண்ணிக்கையை அடைந்தவுடன், உயிரணு பிளவுபடுவது நின்று, ஆரோக்கியமற்ற தன்மையை நாளடைவில் அடைகிறது."

"இந்த பழைய உயிரணுக்கள்தான் நம் உடம்புல முதுமையை உண்டாக்கி, கடைசில இறப்புல கொண்டு போய் விடுதா?" சிவன் கேட்டார்.

"ஆம். ஏதேனும் ஒரு கட்டத்தில், பிளவுபடும் எண்ணிக்கையின் அதிகபட்ச அளவை உயிரணுக்கள் எட்டிவிடும். மேலும் மேலும் பல உயிரணுக்கள் இம்மாதிரி வளர்ச்சியடைவதை நிறுத்தும்போது, முதுமையை எட்டி, ஒரு கட்டத்தில் இறந்தும் விடுகிறோம்."

"பிளவுபடறதுல இருக்குற வரையறையைத்தான் சோமரஸம் நீக்கிடுதா?"

"ஆம். நம் உயிரணுக்கள் ஆரோக்கியமாக இருக்கும்போதே, பிளவுபடத் தொடங்குகின்றன. பலருக்கு அது ஒரே சீராக நடக்கிறது; சிலருக்கோ, அத்துமிறீ, பிளவுபடுவதில் உள்ள வரையறைகளைக் கடந்து அதீதமாய்ச் செயல்படுகிறது."

"இது புத்து நோய், இல்லையா?" சதி கேட்டாள்.

"ஆம்," ப்ரஹஸ்பதி ஒப்புக்கொண்டார். "சில சமயம், இந்தப் புற்று நோய், வலியும் வேதனையும் நிறைந்த மரணத்தில் போய் முடியும். வேறு சில சமயங்களில், இதே உயிரணுக்கள் தொடர்ந்து வளர்ந்து, இயற்கைக்கு விரோதமாய், ஊனமாக உடலிலிருந்து வெளிப்படும்: இரு கரங்களுக்கும் மேல் வளர்வது; மூக்கு மிக நீளமாவது, இப்படி."

"அடேயப்பா, என்ன ஒரு நாசூக்கான, விஞ்ஞான பூர்வமான விளக்கம்!" கொதித்தெழுந்தாள் காளி. "ஆனா, குழந்தைகளா இருக்குறப்பா, இதே இயற்கைக்கு விரோதமான 'வளர்ச்சி'யால நாங்க அனுபவிக்கிற வலியும், சித்திரவதையும் எப்பேர்ப்பட்டதுன்னு உங்களாலெல்லாம் கற்பனை கூடப் பண்ணிப் பார்க்கமுடியாது."

கை நீட்டி, சதி தன் சகோதரியின் கரத்தைப் பற்றிக்கொண்டாள்.

''இவர் சொல்ற இயற்கைக்கு விரோதமான வளர்ச்சி களோடத்தான் நாகர்கள் பிறக்கறோம். ஆரம்பத்துல சின்னதா இருந்தாலும், அதுதான் எத்தனையோ வருஷத்துக்கான கொடூர சித்திரவதையா பின்னால மாறும்,'' காளி தொடர்ந்தாள். ''ஒரு அரக்கன் உடம்புக்குள்ள பூந்துக்கிட்ட மாதிரி இருக்கும். வருஷம் போகப் போக, அவன் எப்படியாவது உடலைக் கிழிச்சிக்கிட்டு வெளிய வரத் துடிக்கிற மாதிரி, உயிர் போற வேதனையும் வலியும் காலம் பூரா அழையா விருந்தாளியா கூடவே ஒட்டிக்கிட்டு வரும். உடம்பு மொத்தமா விகாரமடைஞ்சு, பதின்ம வயசுல, வளர்ச்சி ஒரு மாதிரி நிக்கும் போது, ப்ரஹஸ்பதி அடக்கி வாசிக்கறாரே, ஊனம்? அந்த மாதிரி வந்து முடியும். ஆனா, நான் என்ன சொல்றேன் தெரியுமா? இதெல்லாம் நாங்க செய்யாத பாவத்துக்கு எங்களுக்குக் கிடைச்ச பரிசு. மத்தவங்க சோமரஸம் குடிச்சதுக்கான விலையை நாங்க குடுக்கறோம்.''

நாகர்களின் அரசியை சிவன் பார்த்த பார்வையில் பச்சாதாபம் பளிச்சிட்டது. அவளது கோபம் நியாயமானது தான். ''நூற்றாண்டு கணக்கா நாகர்கள் இந்த வேதனையை அனுபவிச்சிட்டு வர்றாங்களா?''

''ஆம்,'' என்றார் ப்ரஹஸ்பதி. ''சோமரஸத்தை உட்கொள்வோர் அதிகரித்தவுடன், நாகர்களின் எண்ணிக்கையும் உயரத் துவங்கியது. அநேகர் மெலூஹா விலிருந்து வந்தவர்களாகத்தான் இருப்பார்கள் - அங்கேதான் சோமரஸம் மிக அதிக அளவில் பயன்படுத்தப்படுகிறது.''

''இதைப் பத்தி வாயுபுத்ரர் சபையோட கருத்தென்ன?''

''சரியாகத் தெரியவில்லை. நானறிந்தவரையில், சோமரஸம் பயன்படுத்தப்படும் இடங்களிலெல்லாம் இதுவரை நன்மையே அதிகம் விளைந்திருக்கிறது என்பதுதே அவர்களது துணிபு. நாகர்களின் வேதனை, வருத்தத்திற்குரிய பக்கவிளைவு; சமூகத்தின் நன்மை பொருட்டு அவர்கள் இதைப் பொறுத்துக் கொள்ளத்தான் வேண்டும்.''

''மொகரக்கட்டை!'' காளி கடுகடுத்தாள்.

அவளது ஆத்திரம் சிவனுக்கு நன்கு புரிந்தாலும், எத்தனையோ ஆயிரக்கணக்கான வருடங்களாய் சோமரஸத்தினால் விளைந்த ஏராள நன்மைகளையும் மறுப்பதற்கில்லை. *இப்போ நிலுவையில வெச்சுப் பாத்தா... இன்னமும் நன்மைதான் விளைஞ்சுக்கிட்டு வருதா?*

ப்ரஹஸ்பதியிடம் திரும்பினார். ''சோமரஸம் தீய சக்தின்னு நம்ப வேற காரணங்கள் இருக்கா?''

''இதை ஆராய்ந்து பாருங்கள்: சந்திரவம்சிகள் செய்த சூழ்ச்சியின் பயனாகத்தான் சரஸ்வதி நதி அற்றுவிட்டது என்று மெலூஹர்களாகிய நாங்கள் நம்ப விழைகிறோம். இது உண்மையல்ல. நமது நதியன்னையை நாமேதான் சிறுகச் சிறுகக் கொன்றுகொண்டிருக்கிறோம். சோமரஸ உற்பத்தியில் சரஸ்வதியின் நீர் மிக அதிக அளவில் பயன்படுத்தப்படுகிறது; அதன் இருப்புதான், தயாரிப்பில் ஒரு வித ஸ்திரத்தன்மையை அளிக்கிறது. சஞ்சீவனி மரக்கிளைகளை அரைக்கப் பயன்படுவதும் இந்த நீர்தான். வேறு இடங்களிலிருந்து நீரெடுத்துப் நான் பல சோதனைகள் நடத்திப் பார்த்துவிட்டேன்; பலனில்லை.''

''அவ்வளவு தண்ணீர் தேவைப்படுதா, என்ன?''

''ஆம், சிவா. சில ஆயிரம் பேர்களுக்கு மட்டும் சோமரஸம் தயாராகிக் கொண்டிருந்த வரையில், பயன்படுத்தப்பட்ட சரஸ்வதி நீரளவு பெரிய தாக்கத்தை ஏற்படுத்திவிடவில்லை. ஆனால், எண்பது இலட்சம் மக்களுக்கும் தயாரிப்பதென்றால், நிலைமையே மாறிவிடுகின்றதே? மந்தர மலையில் இருந்த பிரம்மாண்டமான தொழிற்சாலை, நதி நீரை மெல்ல மெல்லக் குறைத்துக்கொண்டே வந்தது. இப்போதே, சரஸ்வதி மேற்குக் கடலை சென்று அடைவதில்லை; இராஜஸ்தானத்திற்குத் தெற்கேயுள்ள உள்நாட்டுக் கழிமுகத்தில் நின்றுவிடுகின்றது. கழிமுகத்திற்குத் தெற்கேயுள்ள பூமியனைத்தும் பாலைவனமாகி விட்டது. நதி முழுவதும் வறள அதிக காலம் ஆகாது. அப்படி நடந்தால்... மெலூஹாவின் கதியை நினைத்துப் பார்த்தீர்களா? ஏன், இந்தியாவின் நிலைதான் என்ன?''

''*சப்த சிந்து*வின் தாயே சரஸ்வதி நதிதான்,'' *ஏழு நதிகளின் தேசம்* குறித்துச் சொன்னாள் சதி.

''ஆம் - ஏன், சரஸ்வதி நதியின் பல்வேறு சிறப்புகள் பற்றி, நம் மிகச்சிறந்த படைப்புக்களில் ஒன்றான ரிக்வேதத்திலேயே எவ்வளவோ கூறப்பட்டிருக்கிறது. நம் நாகரீகத்தின் தொட்டில் மட்டுமல்ல, ஜீவசக்தியே இந்த நதிதான். இது இன்றி, வருங்கால சந்ததியின் நிலை என்ன? வேத வாழ்க்கைமுறையே அல்லவா ஆபத்திலிருக்கிறது? இன்றைய தலைமுறை இருநூறாண்டுக் காலம் வாழ்ந்து அனுபவிக்க வேண்டுமென்பதற்காக, நம் சந்ததியினரின் உயிர்நாடியை அழிக்க முயல்வது எவ்வகையில் நியாயம்? நூறாண்டுகள் மட்டுமே வாழ்ந்தால் போதாதா? அது அவ்வளவு பெரிய இழப்பா என்ன?''

சிவன் தலையசைத்தார். சோமரஸப் பயன்பாட்டினால் விளையும் கொடூரமான பக்கவிளைவுகளும், ஏராளமான சுற்றுச்சூழல் பாதிப்பும் அவருக்குப் புரியத்தான் செய்தது. ஆயினும்... அதிபயங்கர தீமை என்று இதை வரையறுக்க முடியுமா? *தர்மயுத்தம்* என்ற பெருமுழக்கத்தால் மட்டுமே அழியக்கூடிய மகாபாதக தீய சக்தியா இது?

''வேற?'' என்றார்.

''சரஸ்வதி நதியின் அழிவுகூட பெரிய விஷயமல்ல என்று நினைக்குமளவு, சட்டென்று வெளியே தெரியாத, சோமரஸத்தின் இன்னொரு மிகக் கோரமான விளைவு இருக்கிறது.''

''என்ன அது?''

''ப்ரங்காவின் கொள்ளை நோய்.''

''என்னது?'' சிவனின் குரலில் ஆச்சர்யம். ''அதுக்கும் சோமரஸத்துக்கும் என்ன சம்பந்தம்?''

கடந்த பல வருடங்களாக ப்ரங்காவை வாட்டி வதைத்து வரும் கொள்ளை நோயினால் இறந்த மக்கள், குறிப்பாகக் குழந்தைகள், கணக்கிலடங்கா. இதுவரை, நாகர்களிடமிருந்து வந்த மருந்து நோயை ஓரளவு கட்டுக்குள் வைக்க உதவினாலும், சமயத்தில் அது போதாமல், மிகப் புனிதமாகக் கருதப்பட்ட மயிலைக் கொன்று, அதன் உடலிலிருந்து அபூர்வ மருந்துகளை உருவாக்குவது போன்ற முயற்சி களில் ப்ரங்கர்கள் இறங்கியிருந்ததால், அமைதி-விரும்பும் காசியிலிருந்து கூட அவர்கள் விலக்கப்படும் நிலைக்கு ஆளாகியிருந்தனர்.

''எல்லாம்தான்!'' என்றார் ப்ரஹஸ்பதி. ''சோமரஸத்தை உருவாக்குவது மிகக் கடினமான முயற்சி மட்டுமல்ல - அதன் தயாரிப்பின் விளைவாக, ஏகப்பட்ட நச்சுக்கழிவுகள் உருவாகின்றன. இந்தப் பிரச்சனைக்கு எங்களால் இதுவரை சரியான தீர்வைக் கண்டுபிடிக்க முடியவில்லை. நிலத்தில் அதைக் கழிப்பது முடியாத காரியம்; வெகு தூரத்திற்கு வெகு தூரம் பரவி, பிராந்தியம் பிராந்தியமாய் நிலத்தடி நீரைக் கெடுத்துவிடும். கடலிலும் சேர்க்க முடியாது; அதில் உள்ள உப்புடன் சோமரஸ நச்சு சேர்ந்தால், அவை ஒன்றாய்க் கலந்து, அதி விரைவாய் வெடிபொருளின் தீவிரத்தையடைந்து, வெடித்துச் சிதறிவிடும்.''

சிவனின் மனதிற்குள் அப்போது சட்டென்று ஒரு எண்ணம் தோன்றி மறைந்தது. *மொதமொதல்ல* என்கூட கரச்சாபாவுக்கு ப்ரஹஸ்பதி வந்தது, கடல் நீரைச் சேகரிக்கத்தானா? அதைக் கொண்டுதான் மந்தர மலையை அழிச்சாரா?

''புதிய நதி நீர் மட்டுமே ஓரளவு பலனளித்தது,'' ப்ரஹஸ்பதி தொடர்ந்தார். ''சோமரஸத்தின் கழிவைப் பல வருஷ காலம் நன்னீரில் கழுவிய போது, அதன் நச்சுத்தன்மை சற்று குறைந்தது போல் காணப்பட்டது. மந்தர மலையில் நடத்திய சில சோதனைகளால், அது ஊர்ஜிதமாயிற்று. குளிர்ந்த நீர், அதிக பலனளித்தது; பனிக்கட்டிகள் அற்புதமாய் வேலை செய்தன. ஆயினும், இந்தியாவின் நதி நீரனைத்தையும் சோமரஸத்தின் வகைதொகையற்ற கழிவுகளைச் சுத்திகரிக்கப் பயன்படுத்த முடியாதல்லவா? எங்கள் மக்களுக்கே விஷமளித்தது போலாகிவிடும். இதனால், பல வருடங்களுக்கு முன், திபேத்தின் மலைநதிகளை இந்த விஷயத்திற்கு பயன்படுத்தலாம் என்றொரு திட்டம் தீட்டப்பட்டது. அந்த நதிகள், மனித நடமாட்டமற்ற நிலங்களில் பாய்பவை; தண்ணீரும் பனி போல் குளிர்ந்திருக்கும். சோமரஸத்தின் நச்சுக்கழிவுகளைச் சுத்திகரிக்க இவை மிகப் பொருத்தம். இமய மலையின் உயர்ந்த பரப்புக்களில், ட்ஸாங்க்போ என்ற நதியுள்ளது; அங்கே சோமரஸத்தின் நச்சுக் கழிவுகளைச் சுத்திகரம் செய்யும்பொருட்டு, பிரம்மாண்டமான ஆலையொன்றை நிறுவ மெலூஹா முடிவெடுத்தது.''

''என்னது? மெலூஹர்கள் என் நாட்டுக்கு முன்னமேயே வந்திருக்காங்கன்னா சொல்றீங்க?''

''ஆம், இரகசியமாக.''

''ஆனா - இவ்வளவு பெரிய அளவிலான சரக்கை எப்படி மறைச்சுக் கொண்டு போனீங்க?''

''ஒரு பெரும் நகருக்கு வருடம் முழுவதற்குமான சோமரஸத்தின் அளவை நீங்களே பார்த்திருக்கிறீர்கள். பத்தே பத்து சிறிய சுருக்குப் பைகள்தான். மெலூஹாவிலுள்ள குறிப்பிட்ட சில கோயில்களில், தண்ணீரும் வேறு சில பொருட்களும் கலந்து, சோமரஸ பானமாக்கப்படுகிறது.''

''அதனால், கழிவும் அதிக அளவில்லையோ?''

''இல்லை. குறைவுதான். இடத்திற்கு இடம் கொண்டு செல்வது மிகச் சுலபம். ஆனால், இந்தச் சிறிய அளவே, கடுமையான விஷத்தன்மையுள்ளது.''

''ம்ம்ம்... ஆக, இந்த சுத்திகரிப்பு ஆலையை திபேத்துல அமைச்சீங்க?''

''ஆம். ட்ஸாங்க்போவின் கரைகளின் மீது, மக்கள் நடமாட்டமென்பதே இல்லாத வெற்றிடம் ஒன்றைத் தேர்ந்தெடுத்தோம். நதி கிழக்கே பாய்ந்ததால், இந்தியாவின் குடியிருப்புகளல்லாத நிலப்பரப்புக்கள் வழியேதான்

போகும் என்று கணக்கிட்டோம். சோமரஸத்தின் மோசமான விளைவுகளால் பாதிப்பு ஏற்படாது என்று நம்பினோம்.''

சிவனின் புருவம் நெறிந்தது. ''அதெல்லாம் சரி - ஆனா, இன்னும் தள்ளி, ட்ஸாங்க்போ பாயற பாதையில இருக்கற தேசங்களோட கதி? ஸ்வத்வீபத்துக்குக் கிழக்கேயிருக்கிற நாடுகள்? அவ்வளவு ஏன், ட்ஸாங்க்போவைச் சுத்தியிருக்கும் திபேத்திய நிலங்கள்? அங்கெல்லாம் மட்டும் சோமரஸத்தோட நச்சுக்கழிவு பாதிப்பு ஏற்படுத்தாதா?''

''இருக்கலாம்,'' ப்ரஹஸ்பதி ஒப்புக்கொண்டார். ''அது, சமூக நலத்தை முன்னிட்டு சகித்துக்கொள்ள வேண்டிய விளைவு என்று முடிவாயிற்று. ட்ஸாங்க்போ நதிக்கரை யோரமாய் வசித்து வந்த மக்களை மெலூஹர்கள் கண்காணித்து வந்தனர்; எங்கும் அதீத வியாதிகளோ, ஊனப் பிறப்புக்களோ நிகழ்ந்ததாகத் தகவல்கள் இல்லை. பனிபோல் குளிர்ந்திருந்த நீர், கழிவின் நச்சுத்தன்மையை நன்கு கட்டுக்குள் வைத்திருப்பது போல் தோன்றியது. வாயுபுத்ரர் சபைக்கும் இந்தத் தகவலறிக்கைகள் அனுப்பப்பட்டன. ஸ்வத்வீபத்திற்குக் கிழக்கே, மக்கள் தொகை குறைவான பர்மாவிற்கு அவர்களும் தங்கள் விஞ்ஞானிகளை அனுப்பிச் சோதனைகள் நிகழ்த்தியதாகச் செய்தி. இங்கு பாய்ந்த ட்ஸாங்க்போ, பர்மாவில் நுழைந்ததும், அவர்களது பிரதான நதியான இர்ராவாடியாக அறியப்படுகிறது. அங்கும் பெருவியாதிகள் ஏதும் திடீரென்று பரவியதாகத் தகவல்கள் இல்லை. இதனால், யாருக்கும் துன்பமில்லாமல் சோமரஸத்தின் நச்சுத்தன்மையை அழிக்க வழி பிறந்ததாக முடிவு செய்யப்பட்டது. மேலும் திபேத்திய மொழியில், ட்ஸாங்க்போ என்றால், 'சுத்தத்தின் உறைவிடம்' என்பதை அறிந்தபோது, அனைவரும் அதை மிக நல்ல சமிக்ஞை என்றே நம்பினர். வழி பிறந்துவிட்டது; மந்தர மலை விஞ்ஞானிகளைப் பொறுத்தவரை, உயரிய ஞானம் அடைந்துவிட்டதாகவே கருதினோம்.''

''இதுக்கும் ப்ரங்கர்களுக்கும் என்ன சம்பந்தம்?''

''விஷயம் என்னவென்றால், அதுவரை, ப்ரம்மபுத்ராவின் மேற்பாகம் சரியாக ஆய்வு செய்யப்படவில்லை; மேற்கேயிருந்து ப்ரங்காவிற்குள் பாய்வதால், நதி கிழக்கேயிருந்து வருகிறதென்று எல்லோரும் நம்பினர். இறுதியில் பரசு ராமரின் உதவியுடன், நாகர்கள் ப்ரம்ம புத்ராவின் பாதையை ஆராய்ந்தனர். இமய மலையின் அசாத்திய உயரங்களினின்று, இரண்டாயிரம் மீட்டர் உயரமுள்ள மிகச் செங்குத்தான பாறைச் சுவர்களினூடே, அசுர வேகத்துடன் ப்ரங்காவின் சமவெளிகளுக்கு அந்நதி பாய்ந்து வருகின்றது.''

''ரெண்டாயிரம் மீட்டரா?'' சிவன் வியந்தார்.

''ப்ரம்மபுத்ரா போன்றதொரு நதியின் மீது பிரயாணிப்பது எவ்வளவு அசாத்தியமான காரியம் என்பதைத் தாங்கள் உணர்ந்திருப்பீர்கள். ஆனால், பரசுராமர் அதில் வெற்றிகண்டது மட்டுமல்லாமல், நாகர்களையும் அழைத்துச் சென்றார். நதிப் பாதையின் சூட்சுமத்தை அவரேகூட முழுவதுமாக அறியவில்லை - ஆனால் அரசி காளியும், பிரபு கணேஷும் உடனே உணர்ந்துவிட்டனர்.''

''நீங்களும் போனீங்களா?' சிவன் கேட்டார். ''நதி எங்கேயிருந்து வருது? ட்ஸாங்க்போவுடன் எந்த விதத்துலயாவது அதுக்குத் தொடர்பிருக்கா?''

ப்ரஹஸ்பதியின் முகத்தில் வறண்ட புன்னகை தோன்றியது. ''ட்ஸாங்க்போவே *அதுதான்.*''

''என்னது?''

''திபேத்தில் பாயும் வரைதான் ட்ஸாங்க்போ கிழக்கே செல்கிறது. இமய மலையின் கிழக்கு எல்லைகளில், மிக நெருக்கமான வளைவாய், ஏறக்குறைய வந்த பாதைக்கே திரும்புகிறது. பிறகு, தெற்கு-மேற்காய் பாய்ந்து, செங்குத்தான சுவர்களுக்கிடையே அசுரகதியில் தடதடத்து, ப்ரங்காவினருகே, ப்ரம்மபுத்ராவாய் உருமாறி வெளிவருகிறது.''

''புனித ஏரியே,'' என்றார் சிவன். ''சோமரஸத்தின் கழிவால பாதிக்கப்படுறது ப்ரங்கர்கள்தான்.''

''அதே. ட்ஸாங்க்போவின் பனி போல் குளிர்ந்த நீர் அதன் நச்சுத்தன்மையை ஓரளவு குறைத்தாலும், ப்ரம்மபுத்ராவாய் அது மீண்டும் இந்தியாவிற்குள் நுழையும்போது, மெள்ள உயரும் சீதோஷ்ண நிலை, நீரில் செயலடங்கி இருக்கும் நச்சு த்தன்மையை மீண்டும் உயிர்த்தெழ வைக்கிறது. நாகர்களைப் போல் ப்ரங்காவின் குழந்தைகளும் தாளமுடியாத வலியில் துடித்தாலும், அவர்களைப் போல ஊனங்களால் பாதிக்கப்படவில்லை. ஆனால், அங்கும் புற்று நோயின் தாக்கம் மிக அதிகம். மக்கள் தொகை உயர்ந்திருப்பதால், இறப்புச் சதவிகிதம் மிக அதிகம் - எவ்வகையில் பார்த்தாலும், ஏற்றுக்கொள்ள முடியாத விஷயம்.''

விஷயம் ஒருவாறு சிவனுக்குப் புரியத் தொடங்கியது. ''ஒவ்வொரு வருஷ வெய்யில் காலத்துலயும் ப்ரங்காவின் கொள்ளை நோய்த் தாக்கம் எகிறும்னு திவோதாஸ் சொன்னார். அப்பதான் இமய மலையில பனி அதிக அளவுல உருகி, விஷமும் நதிநீரில அதிகரிக்க வழி செய்யுது.''

''ஆம்,'' என்றார் ப்ரஹஸ்பதி. ''அப்படித்தான் நடக்கிறது.''

''நாகர்களையும் ப்ரங்கர்களையும் தாக்கற வியாதிகள் ஒரேவித நஞ்சிலிருந்து விளையறதால, எங்க மருந்துகள் ப்ரங்கர்களுக்கும் வேலை செய்யுது,'' என்றாள் காளி. ''அவங்க வேதனையைக் கொஞ்சமாவது குறைக்கிற முயற்சியில, மருந்துகள் அனுப்பி வெக்கறோம். தேசம் முழுக்க எவ்வளவு தூரம் விஷம் ஊடுருவியிருக்குன்னு மன்னர் சந்திரகேதுகிட்ட எவ்வளவோ எடுத்து சொல்லியும், நாகர்கள் விட்ட சாபத்துனாலதான் வருஷா வருஷம் அங்க கொள்ளை நோய் வருதுன்னு சில ப்ரங்கர்கள் நம்ப விரும்பறாங்க. அவ்வளவு சக்தி மட்டும் எங்களுக்கு இருந்தா...! ஆனா, நல்ல வேளையா சந்திரகேதுவாவது எங்களை நம்பறார். அதனாலதான், எங்க எல்லா பிரச்சனைகளுக்கும் காரணமான சோமரஸம் தயாராகுற ஆலைகளைத் தாக்கி அழிக்க இரகசியமா எங்களுக்குத் தங்கமும் ஆட்களும் அடிக்கடி அனுப்பி வெக்கறார்.''

''தீய சக்திகளை மறைமுகமா எதிர்க்கறதுல எந்தப் பிரயோஜனமும் இல்ல, காளி,'' என்றார் சிவன். ''நேரடியாத் தான் தாக்கணும்.''

பட்டென்று காளி பதில் சொல்லுமுன், சிவன் ப்ரஹஸ்பதியை நோக்கித் திரும்பிவிட்டார்.

''ஏன் இதையெல்லாம் பத்தி நீங்க வாயே தெறக்கலை? மெலூஹாவிலேயோ, வாயுபுத்ரர்கள் சபைலேயோ விவாதம் எழுப்பியிருக்கலாமே?''

''எழுப்பினேன்,'' என்றார் ப்ரஹஸ்பதி. ''சக்ரவர்த்தி தக்ஷரிடம் இது குறித்துப் பேசினேன். ஆனால், விஞ்ஞான பூர்வமான விஷயங்களிலோ, தொழில்நுட்பத்திலோ அவருக்கு எந்த நாட்டமோ, புரிதலோ இல்லை. அவரது அளப்பரிய நம்பிக்கைக்குப் பாத்திரமான, அனைவரின் பெருமதிப்பிற்கும் உரிய, மிகச்சிறந்த அறிவாளியும், இராஜகுருவுமான ப்ருகுவிடம் விஷயத்தை பகிர்ந்துகொண்டார். பிரபு ப்ருகுவும் இவ்விஷயத்தில் மிகுந்த ஆர்வம் காட்டினார் என்றுதான் சொல்லவேண்டும்; வாயுபுத்ரர் சபையில் நானே வழக்கை சமர்ப்பிக்கும் பொருட்டு, என்னை அவரே அழைத்துச் சென்றார். ஆனால் - அவர்கள் இவ்விஷயத்தில் ஆர்வம் காட்டவில்லை. அங்கேதான் இந்த விவகாரம் முழுவதுமாக மூழ்கடிக்கப்பட்டது என்று சொல்ல வேண்டும். ப்ரம்மபுத்ராவின் ரிஷிமூலம் குறித்து நான் கூறியவற்றை யாரும் நம்பத் தயாராக இல்லை. நாகர்களிடமிருந்துதான் இவற்றையெல்லாம் தெரிந்துகொண்டேன் என்று சொன்ன போது, ஏறக்குறைய சிரித்தேவிட்டார்கள். அவர்களைப் பொறுத்தவரை, நாகர்களை இப்போது ஆள்வது

வயிற்றெரிச்சலும் அகங்காரமும் பிடித்த, தன் கர்மவினையின் கொடூரத்தைச் சகிக்கமுடியாமல் பிறர் மீது அதைக் கொட்டும் இராட்சஸி.''

''இதை நான் பாராட்டா எடுத்துக்கறேன்,'' என்றாள் காளி.

அவளை நோக்கிப் புன்னகை புரிந்த சிவன், ப்ரஹஸ்பதியைப் பார்த்தார். ''அப்ப ப்ரங்காவுல நடக்கற கொடூரத்துக்கு அவங்க என்ன விளக்கம்தான் தராங்களாம்?''

''அவர்களைப் பொறுத்தவரை,'' ப்ரஹஸ்பதி விளக்கினார். ''ப்ரங்கர்கள் பணம் படைத்த காட்டுமிராண்டிகள்; மோசமான உணவுப் பழக்கங்களும், அருவருப்பான வழக்கங்களிலும் உழலும் மட்டமான மக்கள். அவர்களது கேவலமான வாழ்க்கைமுறையும், கர்மவினையுமேதான் கொள்ளை நோய்க்குக் காரணமேயன்றி, சோமரஸமல்ல. ஒன்றை நீங்கள் நினைவில் கொள்ள வேண்டும்: ருத்ரபகவானின் உண்மையான பக்தர்கள் பூஜையே செய்து வழிபடும் மயிலை ப்ரங்கர்கள் கொன்று இரத்தம் குடிப்பதால், அவர்கள் விஷயத்தில் வாயுபுத்ரர் சபைக்கு அதிகக் கரிசனமில்லை.''

''அதோட அப்படியே விட்டுட்டீங்க?'' என்றார் சிவன் வெடுக்கென்று. ''இன்னும் முயற்சி பண்ணியிருக்க வேணாமா? சக்ரவர்த்தி தக்ஷர் பலவீனமானவர்; அவர் மனசை மாத்தறது ரொம்ப சுலபம். அவர் மூலமா மெலூஹாவில் பல மாற்றங்களைக் கொண்டு வந்திருக்க முடியும். நாட்டின் மன்னர் அவர்தானே? வாயுபுத்ரர் சபை இல்லையே?''

''அப்படி எதுவும் சொல்லி அவர் மனதைக் கலைக்காமலிருந்ததற்குக் காரணம் இருந்தது.''

''என்ன காரணம்?''

''நான் திருமணம் செய்துகொள்ள விரும்பிய பெண் தாரா, திடீரென்று மறைந்துவிட்டாள்,'' என்றார் ப்ரஹஸ்பதி. ''அவளைக் கடைசியாக நான் கண்டது பரிஹாவில். மெலூஹாவுக்கு நான் திரும்பியவுடன், அவளிடமிருந்து கடிதம் ஒன்று கிடைக்கப் பெற்றேன்: சோமரஸம் குறித்த என் ஆவேசப் பேச்சுக்கள் அவளுக்கு மிக்க ஏமாற்றமளித்ததாகக் கூறியிருந்தாள். அவள் இருப்பிடம் குறித்து தன் நண்பர்களிடம் விசாரிக்கும்படி பிரபு ப்ருகுவிடம் கேட்டிருந்தேன். அவள் மாயமாய் மறைந்துவிட்டதாய் எனக்குத் தகவல் வந்தது.''

சிவனின் புருவம் சுருங்கியது.

''கேட்கக் கோழைத்தனமாய் இருந்தாலும், சொல்லத்தான் வேண்டியிருக்கிறது,'' என்றார் ப்ரஹஸ்பதி.

''அவள் பணயக்கைதியாக்கப் பட்டிருக்கிறாள் என்று சந்தேகிக்கிறேன். அவள் மறைவு, எனக்கான எச்சரிக்கை. வாயை மூடிக்கொண்டிரு; இல்லையென்றால்...''

''அதுக்காக? அப்படியே விட்டீங்களா?'' என்றார் சிவன் மறுபடியும். ''உங்க கணிப்பு சரிங்கிற நம்பிக்கை உங்களுக்கு இருந்திருந்தா, ஏன் சும்மா இருந்தீங்க?''

''சும்மாயில்லை,'' ப்ரஹஸ்பதி கொதித்தார். ''ஆனால், என் இந்தக் கூற்றுக்களின் விளைவாக, பிற தேசங்களைச் சேர்ந்த பிரதம விஞ்ஞானிகளின் மத்தியில் என் கருத்துகளுக்கு மரியாதை குறைந்துகொண்டே வந்ததை உணர்ந்தேன். மெலூஹாவில் இந்த பிரச்சனையை நான் பெரிதாக்கியிருந்தால், சூர்யவம்சிகளின் மத்தியில் எனக்கிருந்த கொஞ்சநஞ்ச மரியாதையும் மொத்தமாய்ப் பறிபோயிருக்கும். வேறெதுவும் செய்வதற்கான சக்தியையும் நான் இழந்திருப்பேன். ஏதேனும் செய்தே ஆக வேண்டும் என்று தெரிந்திருந்தாலும், வெளிப்படையாக இது குறித்து விவாதம் கிளப்புவதோ, பிறர் ஆதரவைப் பெற முயற்சிப்பதோ, என் குறிக்கோளையே கெடுத்து விடும் அபாயம் ஏற்பட்டது. கண்ணுக்குத் தெரியாத எத்தனையோ சக்திகளும் விஷயங்களும் சோமரஸத்துடன் பிணைக்கப்பட்டிருந்தன. வாயுபுத்ரர் சபை மட்டுமே இதைத் தடுத்து நிறுத்தக் கூடிய தார்மீக தர்மம் உள்ளவர்கள் - அதுவும் நீலகண்டரின் துணை கொண்டு. ஆனால் அவர்களோ, சோமரஸம் தீமையாக மாறிவிட்ட உண்மையையே ஒப்புக்கொள்ள மறுத்துவிட்டனர்.''

''அப்புறம் என்ன ஆச்சு?'' என்றார் சிவன்.

''மௌனத்தை - மேலோட்டமாகவாவது - கைக்கொள்வது என்று முடிவெடுத்தேன்,'' என்றார் ப்ரஹஸ்பதி. ''ஆனால், எதையாவது செய்தே ஆக வேண்டும் என்றும் புரிந்தது. சோமரஸத்தின் நச்சுக்கழிவுகளினால் எந்த ஆபத்துமில்லை என்று ப்ருகு மகரிஷி தீர்மானமாய் நம்பினார். அதனால், சோமரஸத் தயாரிப்பு அசுர வேகத்தில் தொடர்ந்தது. சரஸ்வதி நதி நீரை ஏராளமாய்ப் பயன்படுத்தியதில், நச்சு க்கழிவுகள் ஏகமாய் வெளிவந்தன. குளிர்ந்த நன்னீர்தான் நச்சுத்தன்மையைக் குறைப்பதில் பெரும்பங்கு வகித்ததாய் இராஜ்யமே நம்பியதால், நாடெங்கிலும் உள்ள அனைத்து நதிகளையும் நச்சுப்பொருட்களைக் கரைக்கப் பயன்படுத்த புதிய திட்டங்கள் தீட்டப்படத் தொடங்கின. இந்த முறை, இண்டஸ் அல்லது கங்கை நதியின் உயர்பகுதிகளைப் பயன்படுத்த முடிவாகியது.''

''இராமபிரானே...'' சிவன் முணுமுணுத்தார்.

''கோடிக்கணக்கான உயிர்களுக்கு இதனால் பாதிப்பு ஏற்படும். இந்திய நாட்டின் நட்ட நடுவே, விஷத்தை தூவ ஏற்பாடுகள் நடந்துகொண்டிருந்தன. இந்த சமயத்தில்தான், ஏதோ பரமாத்மாவிடமிருந்தே செய்தி வந்தது போல், பிரபு கணேஷ் என்னைச் சந்தித்தார். அவர் தீட்டியிருந்த திட்டமும், சொன்ன வார்த்தைகளும், உத்தமமானவையாக எனக்குத் தோன்றின. இந்தப் பிரச்சனைக்கு ஒரே ஒரு தீர்வுதான் இருக்க முடியும்: மந்தர மலையின் அழிவு. மலையில்லாமல், சோமரஸம் இல்லை; அதனைத் தொடர்ந்து வரும் பிரச்சனைகளும் காணாமல் போய்விடும்.''

சதியை நோக்கி சிவன் ஒரு பார்வையை வீசினார்.

''அப்போது ஏற்பட்ட ஒரு புதிய சூழல், கொஞ்ச நஞ்சம் மிஞ்சியிருந்த என் சந்தேகங்களையும் தீர்த்துவிட்டது,'' என்றார் ப்ரஹஸ்பதி. ''தீய சக்தியை ஒழிக்க வேண்டிய காலகட்டம் வந்தேவிட்டதென்பதை அந்த சமயத்தில் உணர்ந்தேன்.''

''என்ன புதிய சூழல்?'' என்றார் சிவன்.

''தங்களின் வருகை,'' என்றார் மெலூஹாவின் பிரதம விஞ்ஞானி. ''வாயுபுத்ரர் சபையின் அனுமதியின்றி, ஏன், அவர்களே அறியாமல்... நீலகண்டர் வந்துவிட்டார். அதுதான் எனக்குக் கடைசியாகக் கிடைத்த சமிக்ஞை: தீமையை அழிக்கும் காலம் வந்தேவிட்டது.''

ப்ரங்க வீரர்களுக்கு விஷ்வத்யும்னன் கைகளால் சைகை செய்தான். வேட்டைக்குழு சட்டென்று மண்டியிட்டது.

அவனுக்குப் நேர் பின்னால் நின்றிருந்த கார்த்திக், 'ஷ்ய்' என்று சீட்டியடித்தான். ''பிரமாதம்!'' அவன் கண்கள் பளிச்சிட்டன.

விஷ்வத்யும்னன் அவனைப் பார்த்தான். சிவனின் பரிவாரத்தைச் சேர்ந்த பலர் பஞ்சவடிக்கு வெளியே தண்டு இறங்கும் ஏற்பாடுகளில் முனைந்திருக்க, உணவிற்கான இறைச்சியை சேகரித்து வரும் பொருட்டு சில வேட்டைக் குழுக்கள் கிளம்பியிருந்தன. பஞ்சவடி பயணத்தில், தன்னை மிகச் சிறந்த வேட்டைக்காரனாக நிரூபித்திருந்த கார்த்திக், குழுக்களில் ஒன்றுக்குத் தலைவனாகியிருந்தான். கார்த்திக்கின் அற்புத வீரச்செயல்களின் தீவிர விசிறியாகி விட்ட விஷ்வத்யும்னன், நீலகண்டரின் மகனுக்குத் துணையாக வந்திருந்தான்.

''அதுதான் காண்டாமிருகம், பிரபு,'' என்றான் விஷ்வத்யும்னன், மிக மெல்லிய குரலில்.

ஏறக்குறைய நான்கு மீட்டர் உயரமும், அடுக்கடுக்கான கருநிறத் துணிகள் போர்த்தியது போல் அங்கங்கு ஏற்ற இறக்கத்துடன் தொங்கிய சருமம் கேடயம் போல் மூடியிருக்க, வாட்ட சாட்டமாய் இருந்தது அந்த மிருகம். கொடூர ஆயுதம் போல், ஐம்பது செண்டிமீட்டர் உயரம் மூக்கிலிருந்து நீட்டிக்கொண்டிருந்த கொம்பு, அதன் பயங்கர சக்தியை இன்னும் அதிகப்படுத்திக் காட்டியது.

''தெரியும்,'' கார்த்திக் கிசுகிசுத்தான். ''காசியை சுத்தி நிறைய இருக்கு. குட்டி யானையளவு பெரிசா இருக்கும். இந்த மிருகங்களுக்குக் கண் பார்வை நல்லாவே இருக்காது - ஆனா காதுகளும் மூக்கும் பிரமாதமா வேலை செய்யும்.''

அவனைத் திரும்பிப் பார்த்த விஷ்வத்யுமனன் கண்களில், அவனையுமறியாமல் மரியாதை பளிச்சிட்டது. ''என்ன செய்வதாக உத்தேசம், பிரபு?''

காண்டாமிருகங்களை வேட்டையாடுவதற்கு, சில நெளிவு சுளிவுகள் தெரிந்திருக்கவேண்டும். பொதுவாய் அவை யார் வம்பிற்கும் செல்வதில்லை; சீண்டப்பட்டால், வெறித்தனமாய்த் தாக்கும். அவற்றின் பிரம்மாண்டமான உடற்கட்டும், கூரிய கொம்பும் யாரையும் சின்னா பின்னமாக்கிவிடும்.

முதுகிற்குப் பின் கை நீட்டிய கார்த்திக், இரு கத்திகளை சரக்கென்று உருவினான். இடது கையிலிருந்தது, அண்ணன் கணேஷ் பயன்படுத்துவது போன்ற, சிறிய இரு முனைக் கத்தி. வலது கையில் இருந்த பெரிய, வளைந்த கத்தி இன்னும் கனமானது; பாய்ச்சுவதற்கு நிச்சயம் ஏற்றதல்ல. மாறாய், வீசி, கிழித்தெறியத் தோதானது - கார்த்திக் அதிகம் பயன்படுத்தும், சிறந்து விளங்கும் போர்முறையும் இதுவே.

''முதுகை நோக்கி அம்புகளைத் தொடுங்க. எவ்வளவு முடியுமோ அவ்வளவு சத்தம் பண்ணுங்க. அதை முன்னாடி விரட்டிவிடணும்.''

''என்ன?'' விஷ்வத்யும்னன் கண்களில் பீதி. ''அது உசிதமல்ல, பிரபு.''

''ரொம்பப் பெரிய மிருகம் இது. ஏகப்பட்ட வீரர்கள் களத்துல குதிச்சா, நமக்குத்தான் சிரமம். அது தன் கொம்பால ஒரு வீசு வீசினா, அதுலயே பல பேர் போயிருவாங்க.''

''தூரத்திலிருந்து அம்பெய்திக் கொல்லலாமே?''

''என்ன சொல்றே நீ?'' கார்த்திக்கின் புருவங்கள் உயர்ந்தன. ''அது சரிவராதுன்னு உனக்குத் தெரியாதா? நம்ம

அம்புகள் அதோட தோலைத் துளைச்சுக் காயப்படுத்தும்னு நம்பறியா? அம்புகளால இல்ல; போடற சத்தத்தாலதான் அது முன்னால பாயும்.''

மனம் ஒப்பாமல் விஷ்வத்யும்னன் விழித்தான்.

''அது மட்டுமில்ல - நீங்க அதுக்கு பின்புறமா நிக்கறதால, காத்தும் உங்க பக்கமா வீசும். சத்தத்தோட சேர்ந்து, உன் வீரர்களோட வாடையும் அதை முன்னால விரட்டும். நல்ல வேளையா, அவங்களும் ரெண்டு நாளா குளிக்கலை,'' சிரிப்பின் சுவடேயில்லாமல் சொன்னான் கார்த்திக்.

பல வீரர்களைப் போல், ஆபத்தை எதிர்நோக்கும் போது நகைப்பது, விஷ்வத்யும்னனை மிகக் கவரும் திறன் - ஆனால், அது இந்த சந்தர்ப்பத்தில் உதவுமா என்பது புரியாமல், ''என்ன செய்வதாக இருக்கிறீர்கள், பிரபு?'' என்றான்.

''அந்த மிருகத்தைக் கொல்லப் போறேன்,'' என்றான் கார்த்திக் மெல்ல.

மிக மெள்ள - விஷ்வத்யும்னனின் ஆட்கள் விரட்டியடித்தால், காண்டாமிருகம் பாயப்போகும் பாதையில் - கார்த்திக் முன்னேறினான். மிருகத்தின் மறுபக்கம் வீரர்கள் சேர்ந்துகொண்டனர். தன் இடத்திற்கு வந்த கார்த்திக், மெல்ல சீழ்க்கையடித்தான்.

''இப்போ!'' விஷ்வத்யும்னன் கூவினான்.

வீரர்கள் உச்சஸ்தாயியில் கூச்சலிடத் துவங்க, அம்புகள் சரமாரியாக மிருகத்தின் மீது பாய்ந்தன. தோலைத் துளைக்காமல் அவை கீழே விழ, காதுகளை லேசாய் அசைத்த காண்டாமிருகம் தலையைத் தூக்கியது. வீரர்கள் நெருங்க, சில அம்புகள் சதையைக் கிழிக்கத் துவங்கின. இதனால் பதற்றமடைந்த மிருகம், ஹூங்காரம் செய்தவாறு தரையை ஓங்கி மிதிக்கத் துவங்கியது; அதன் சிறிய கருங்கண்களில் ஆக்ரோஷம் பொறிபறந்தது. தலை குனிந்தவாறு, தடதடவென்று ஓடி வந்து, பாய்ந்தது.

கார்த்திக் அதே இடத்தில் நின்றான். மிருகத்திற்குப் பக்கப்பார்வைதான் கூர்மையே ஒழிய, நேர்ப்பார்வையல்ல. அதனால், மேலிருந்து தொங்கிய மரக்கிளையொன்றில் அது முட்டிக்கொண்டதோ, லேசாய் திசை திரும்பியதோ அதிசயமில்லை. அதே சமயம், வலப்புறம் கார்த்திக் அதன் கண்ணில் பட்டான். ஆத்திரம் கொண்ட காண்டாமிருகம் ஒரு கர்ஜனை செய்து, மீண்டும் பழைய பாதைக்கே திரும்பி, சிவனின் இந்தச் சிறிய பிள்ளையை நோக்கிப் பாய்ந்தது.

அதையே வைத்த கண் வாங்காமல் பார்த்தவாறு நின்றான், கார்த்திக். நிதானமாக. அசையாமல். மூச்சு சீராக, ஆழமாக வந்துகொண்டிருந்தது. மிருகத்தின் பாதையில்

நின்றதால், அதனால் தன்னைக் காண முடியாது என்பது அவனுக்கு நன்கு தெரியும். இறுதியாக அது கார்த்திக்கைக் கண்ட இடத்தின் நினைவில் கொண்டு, அவனை நோக்கி வந்துகொண்டிருந்தது.

அதன் வேகத்தைக் குறைக்கும் பொருட்டு, விஷ்வத்யும்னன் சரமாரியாக அம்புகளைத் தொடுத்தான். தடிமனான தோல், அம்புகள் துளைக்காமல் காக்க, மிருகம் கார்த்திக்கையே குறி வைத்துப் பாய்ந்தது. அவனோ, கொஞ்சமும் அசையாமல் இருந்த இடத்தில் நின்றான். வாட்களைத் தளர்வாய்ப் பிடித்தபடி அவன் நிற்பதை விஷ்வத்யும்னன் கண்டான். பாய்ச்சும் பிரயோகத்திற்கு அந்தப் பிடி மிகத் தவறு; வாட்களை இறுக்கப் பற்றியிருக்க வேண்டும். இல்லையென்றால், பாய்ச்சும் முயற்சியில் கைகளினின்று நழுவிவிடும்.

இதோ, மிருகத்தின் காலடியில் அவன் மிதிபட்டுச் சாகப்போகிறான்! அடுத்த நொடி குனிந்த கார்த்திக், மின்னல் வேகத்துடன் இடப்புறம் உருண்டான். காண்டாமிருகம் மேலும் முன்னேற, கையை வீசினான். இடப்பக்க வாள் முதலில் நீள, அதன் பிடியில் இருந்த பொறியை அழுத்தினான். இரு கத்திகளில் ஒன்று இன்னொன்றுடன் இணைந்து, நீண்டு, சரக்கென்று மிருகத்தின் முன்தொடையில், சதை, நரம்பு என்று அனைத்தையும் சீய்த்துக்கொண்டு சென்றது. குருதி கொட்டிக்கொண்டு அதன் கால் தடாலென்று சரிய, என்ன நடந்ததென்று புரியாத மிருகம், ஆத்திர முனகலுடன் மீண்டும் அடிபட்ட காலையே பயன்படுத்த முயல, அந்தக் காலோ பயனற்று வயிற்றோடு மடிந்து சோகையாய் விழுந்தது. அசைய முடியாவிட்டாலும், மீதமிருந்த மூன்று கால்களின் உதவியுடன் அது மீண்டும் தைரியமாக எழுந்து தன்னைத் தாக்கியவனை எதிர்கொள்ள முயல, அது நகரும் திசையை எதிர்நோக்கி சட்டென்று எழுந்து ஓடிய கார்த்திக், பின்புறம் நகர்ந்து தாக்குதலில் இறங்கினான். வலக்கையில் இருந்த ஆபத்தான வளைந்த கத்தியைக் கொடூரமாகப் பாய்ச்சினான். பின்னங்காலின் தொடையில் இறங்கிய வாளின் பட்டையான, வளைந்த இரும்புத் தகடு, மிருகத்தின் எலும்பு வரை பாய்ந்தது. இரு வலப்புறக் கால்களும் பயனற்றுக் கீழே சரிந்த காண்டாமிருகம், பக்கவாட்டில் உருண்டு, மீதமிருந்து இரு கால்களையும் கொண்டு எழ முயன்று, வலியில் புரண்டது. பயத்தில் மூச்சு பதற, உடலிலிருந்து கொட்டிய இரத்தம் மண்ணுடன் கலந்து, கருஞ்சிவப்பாக அதன் உடலில் படிந்தது.

மரண வேதனையில் அந்த மிருகம் துடிப்பதை கார்த்திக் சற்று தூரத்தில் அமைதியாகப் பார்த்துக்கொண்டு நின்றான்.

அவனுக்குப் பின்னால் நின்ற விஷ்வத்யும்னன், வாய் பிளந்தவாறு நிலைமையைக் கவனித்தான். பிரம்மாண்டமான இந்த மிருகத்தை இவ்வளவு தேர்ச்சியுடனும், விரைவாகவும், யாரும் வீழ்த்தி அவன் கண்டதேயில்லை.

காண்டாமிருகத்தை நோக்கி கார்த்திக் நடந்தான். ஏறக்குறைய அசைய முடியாத நிலையில் இருந்தாலும், அது தன் தலையை ஆங்காரத்துடன் உயர்த்தி, ஆத்திரமும் முனகலுமாய் அவனைப் பார்த்துக் கீச்சுக் குரலில் கூச்சலிட்டது. ஜாக்கிரதை கருதி கார்த்திக் சற்று தூரத்திலேயே நிற்க, மற்ற வீரர்கள் அவனருகில் ஓடி வந்தனர்.

''மிருகங்களில் நிகரற்ற காண்டாமிருகமே, என்னை மன்னித்துவிடு,'' நீலகண்டரின் மகன் முன்னே வந்து வணங்கினான். ''என் கடமையைத்தான் செய்தேன். சீக்கிரம் காரியத்தை முடித்துவிடுகிறேன்.''

சட்டென்று முன்னால் வந்தவன் கத்தியைப் பாய்ச்ச, அது, காண்டாமிருகத்தின் அடர்ந்த தோல் மடிப்புகளுக்குள் ஊடுருவி, சதையைக் கிழித்து உள்ளே பாய்ந்து இதயத்தைப் பிளந்தது. அதன் பெரும் உடல் அதிர்ந்து, ஒருவழியாய் அடங்கியது.

''தங்கள் பார்வைக்கு மட்டுமான செய்தியுடன், பறவைத் தூது வந்திருக்கிறது, பிரபு,'' என்றாள் மெலூஹ பிரதம மந்திரி கனகாலா. ''அதனால் நானே எடுத்து வந்தேன்.''

வீரிணி கவலையுடன் வீற்றிருக்க, தக்ஷர் தன் பிரத்யேக அறையில் இருந்தார். கனகாலாவிடமிருந்து கடிதத்தைப் பெற்றவர், அவள் விலகுமாறு சைகை செய்தார்.

பணிவுடன் வணக்கம் செலுத்திய கனகாலா, அவரிடமும் சக்ரவர்த்தினியிடமும் விடைபெற்று நகர முற்பட்டாள். யதேச்சையாய் திரும்பியவள், அவர்களிடையே அபூர்வமாய்த் தென்படும் அந்நியோன்யத்தை - தக்ஷரும் வீரிணியும் கை கோர்த்துக்கொண்டிருப்பதை - கண்டாள். சென்ற சில மாதங்களில், மெலூஹாவில் நடக்கும் விசித்திரங்கள் அவளுக்குப் பழகிவிட்டன. சதியின் முதல் குழந்தைப் பேற்றில் தக்ஷர் அவளுக்கிழைத்த துரோகம், கனகாலாவை பெரும் அதிர்ச்சிக்குள்ளாக்கியிருந்தது. சக்ரவர்த்தியின் மீதான மரியாதையை முழுவதுமாய் அழித்துவிட்டது உண்மை. மெலூஹாவின் மீது அவளுக்கிருந்த விசுவாசமே, அவள்

பிரதம மந்திரியாய்த் தொடரக் காரணம். இப்பொழுதெல்லாம், தன் பிரபுவின் அதிசய கட்டளைகள் குறித்து - உதாரணத்திற்கு, முந்தைய நாள், ப்ருகுவும் திலீபரும் மந்தர மலையின் இடிபாடுகளுக்குச் செல்ல ஏற்பாடுகள் செய்யுமாறு கூறியது - அவள் கேள்வியெழுப்புவதில்லை. ப்ருகு மகரிஷி அங்கு செல்ல விரும்புவதில் அதிசயமல்ல; ஸ்வத்வீபத்தின் சக்ரவர்த்திக்கு அங்கு என்ன வேலை?

தனக்குப் பின்னால் கதவைச் சார்த்தும் போது, தக்ஷர் வீரிணியின் கரத்தை விட்டுவிட்டு, கடிதத்தை உடைத்துப் பிரிப்பதைக் கண்டாள்.

தக்ஷர் அழத் துவங்கினார். உடனடியாக வீரிணி அவரிடமிருந்து கடிதத்தைப் பிடுங்கினாள்.

மளமளவென்று அதைப் படித்த முடித்தவள், நிம்மதிப் பெருமூச்சு விட்டாள். ''பத்திரமாய் இருக்கிறாள்,'' என்றவளின் கண்களிலிருந்து கண்ணீர் தன்னிச்சையாய்க் வழிந்தது. ''எல்லோரும் நலம்தான்...''

மேலோட்டமாய்ப் பார்த்தால், நீலகண்டரைக் கொல்வதில் அந்தத் திட்டத்தைத் தீட்டிய மூவருக்கு மட்டுமே - அதாவது, ப்ருகு மகரிஷி, சக்ரவர்த்தி தக்ஷர் மற்றும் திலீபர் - அதிக நன்மை இருப்பதாய்த்தான் பட்டது. ப்ருகுவைப் பொறுத்தவரை, சோமரஸத்திற்கு நீலகண்டரால் இனி எந்த ஆபத்தும் விளையாது. ஏனென்றால், மக்களுக்கு நீலகண்டரிடத்தில் விசுவாசம் அதிகம்; சோமரஸத்தைத் தீயசக்தியாக அவர் அறிவித்து, நாகர்களுடன் கூட்டணி அமைத்தால், அவரை பின்பற்றுவோரும் அப்படியே செய்வர். ஆகையால், நீலகண்டர் அழிவது, அவருக்குச் சாதகமே.

திலீபரைப் பொறுத்தவரை, ஒரே கல்லில் இரண்டு மாங்காய். ப்ருகுவிடமிருந்து தொடர்ந்து அமிர்தம் கிடைப்பது மட்டுமல்ல; தன் மகனும், வாரிசுமான பகீரதனையும் மொத்தமாய் வீழ்த்தியதாய் ஆகும்.

தக்ஷருக்கோ, தொடர்ந்து தொல்லையாயிருக்கும் நீலகண்டரை அழிப்பதோடல்லாமல், அனைத்துப் பிரச்சனைகளையும் வழக்கம்போல் நாகர்கள் மீது சுமத்துவது சுலபமாகிவிடும். எல்லா வகையிலும் இந்தத் திட்டம் பிரமாதம் - ஒரே ஒரு கோணத்தைத் தவிர: சதியின் இறப்பு. அதைத்தான் அவரால் சகிக்கமுடியவில்லை. அவள் உயிர் பிழைக்கும் பொருட்டு, எதையும் தியாகம் செய்யத் தயாராய் இருந்தார். மகளுக்கும் தனக்கும் இடையே அறுந்த உறவு, தங்கள் திட்டத்தை தக்ஷர் வழிமொழிய

ஏதுவாயிருக்குமென்பது ப்ருகு மற்றும் திலீபரின் எதிர்பார்ப்பு. அவர்கள் நம்பிக்கையில் மண் விழுந்தது தான் மிச்சம். சிவனின் மீது தக்ஷருக்கிருந்த வெறுப்பை விட, சதியின் மீதிருந்த அன்பு அதிகம்.

வீரிணியின் அறிவுரையின் பேரில், மெலூஹாவின் மீது அதீத விசுவாசமும், நீலகண்டரின் மீது அளவுகடந்த பக்தியும் கொண்டிருந்த அரிஷ்டநேமித் தளபதி மாயஷ்ரேநிக்கை, தக்ஷர் ரகசிய அலுவலாய் அனுப்பியிருந்தார். நீலகண்டரின் பரிவாரத்தைத் தாக்க அனுப்பப்பட்டிருந்த ஐந்து கப்பல்களுடன், மாயஷ்ரேநிக்கும் செல்ல வேண்டியது. மகள் காளியுடன் இத்துணை வருடமும் இரகசியத் தொடர்பில் இருந்து வந்த வீரிணி, நாகர்களின் பாதுகாப்புத் திட்டங்களையும் நதி எச்சரிக்கை முறைகளையும் தக்ஷருக்கு தெரியப்படுத்தியிருந்தாள். தக்க சமயத்தில் அந்த எச்சரிக்கையை ஒலிக்க வைக்க வேண்டியதுதான் மாயஷ்ரேநிக்கின் பணி. பிறகு, எப்படியாவது தப்பித்து, அவன் மெலூஹா வந்துவிட வேண்டியது. பிறகு நடக்கும் போரைக் குறித்து தக்ஷருக்குச் செய்தியனுப்ப, தூதுக் குருவி ஒன்றை அரிஷ்டநேமித் தளபதியும், மெலூஹப் படைகளின தற்காலிக சேநாதிபதியும் வைத்திருந்தான். மெலூஹச் சக்ரவர்த்தி உயிரையே வைத்திருந்த வாரிசுகள் - சதி மற்றும் கார்த்திக் - பத்திரமாய் இருந்தார்கள் என்ற செய்தி தக்ஷருக்கு வந்து சேர்ந்துவிட்டது.

வீரிணி தன் கணவனைப் பார்த்தாள். ‘‘என் பேச்சை மட்டும் இன்னும் கொஞ்சம் கேட்டால்...’’

தக்ஷர் மூச்சை இழுத்துவிட்டார். ‘‘பிரபு ப்ருகுவிற்கு மட்டும் இது தெரிந்தால்...’’

‘‘உங்கள் மக்கள் இறந்தால் பரவாயில்லையா?’’

தக்ஷர் பெருமூச்சு விடுத்தார். சதியின் பொருட்டு அவர் எதையும் செய்யத் தயார். ‘‘இல்லை,’’ தலையசைத்தார்.

‘‘அப்படியானால், நம் திட்டம் ஈடேறியதற்கு பரமாத்மாவுக்கு நன்றி செலுத்துங்கள். இதைப்பற்றி யாரிடமும் - எப்போதும் - மூச்சுகூட விடவேண்டாம்!’’

தக்ஷர் தலையசைத்தார். வீரிணியிடமிருந்து கடிதத்தை வாங்கியவர், தீயின் மீது காட்டினார். அதன் மூலையைப் பற்றியவாறு, கடைசித் துணுக்கும் அடையாளம் தெரியாமல் கருகிப் போகும் வரையில் பிடித்துக்கொண்டே அமர்ந்திருந்தார்.

அத்தியாயம் 3

மன்னர்களின் தேர்வு

''ப்ரஹஸ்பதியை நம்பறியா?'' என்றார் சிவன்.

பஞ்சவடிக்கு வெளியே இருந்த விருந்தினர் குடியிருப்பின் மீது இரவு கவிந்துவிட்டது. அடிபட்டு, அயர்ந்திருந்த சிவனின் பரிவாரம், பெற வேண்டிய ஓய்வை அனுபவிப்பதில் முனைந்திருந்தது.

அவர்களது அறையில் இருந்த சிவனும் சதியும், அப்போதுதான் நகரிலிருந்து திரும்பியிருந்தனர். பஞ்சவடிப் பள்ளியில் அறிந்துகொண்டவற்றைப் பற்றி யாரிடமும் ஒரு வார்த்தை கூட அவர்கள் பகிர்ந்துகொள்ளவில்லை. சூர்யவம்சிகளிடம், அவர்களது அருமை பிரதம விஞ்ஞானி ப்ரஹஸ்பதி உயிருடன் இருப்பதைக் கூட வெளியிடவில்லை. நாளை மீண்டும் அவரைச் சந்திப்பதாக உத்தேசம்.

''ப்ரஹஸ்பதிஜி பொய் சொல்றாருன்னு எனக்குத் தோணலை,'' என்றாள் சதி. ''இருபது வருஷத்துக்கு முன்னே, இராஜ குரு ப்ருகு தேவகிரியில பல மாசம் தங்கியிருந்தது இப்ப ஞாபகம் வருது. அப்பவே அது கொஞ்சம் விசித்திரமாத்தான் பட்டது. இமயமலைக் குகைகள்ளதான் அவர் அடிக்கடி தவம் செய்யப்போறது வழக்கம்; மெலூஹாவுல அவர் அதிகம் தங்கினதில்லை.''

''பொதுவா இராஜகுருக்கள் அரண்மனைலேயே தங்கி மன்னர்களுக்கு பலவகையில அறிவுரை வழங்கறதுதானே வழக்கம்?''

''ப்ருகு மாதிரியானவங்களுக்கு அந்தச் சட்டம் பொருந்தாது. எங்கப்பா பட்டத்துக்கு வர்றது மெலூஹாவுக்கு நல்லதுங்கிறதுக்காக, தேர்தல்ல வெற்றியடைய உதவினவர் பிரபு ப்ருகு. அதைத் தாண்டி, மெலூஹவோட தினசரி அரசாங்கச் செயல்பாடுகள்ள அவருக்கு எந்த ஈடுபாடும் இல்ல. ரொம்ப எளிமையான மனிதர். வலிமையானவர்கள் வளைய வர்ற வட்டம்னு சொல்றாங்களே, அங்கே அவரை அதிகம் பார்க்க முடியாது.''

''அப்பேர்ப்பட்டவர் தேவகிரியில பல காலம் கழிச்சது விசித்திரமா இருந்திருக்கலாம் - ஆனா, ப்ரஹஸ்பதி சொன்ன மத்த விஷயங்களப் பத்தி என்ன சொல்ற?''

''பிரபு ப்ருகு, எங்கப்பா, ப்ரஹஸ்பதிஜி மூணு பேரும் பல மாசங்கள் வெளியூர் போயிருந்தாங்கங்கிறது நிஜம். வாணிபம் தொடர்பான முக்கியமான பயணம்கிறது அரசாங்கபூர்வமான அறிவிப்பு. ஆனா, பிரபு ப்ருகுவுக்கும் ப்ரஹஸ்பதிஜிக்கும் வர்த்தகத்துல என்ன அக்கறை இருக்க முடியும்னு தெரியலை. அந்த சமயம் பரிஹாவுக்குப் போயிட்டாங்களோ, என்னவோ? அதோட தாராஜி - ஆமா, அழகும் திறமையும் உள்ள அந்த விஞ்ஞானி, மந்தர மலையில பணி புரிஞ்சிட்டிருக்கிறப்ப, பரிஹாவுக்கு வேலை விஷயமா அனுப்பப்பட்டவங்க, என்ன ஆனாங்கன்னே தெரியல. ஸன்யாஸம் வாங்கிக்கிட்டதா செய்தி வந்தது. இந்த மாதிரி உலக வாழ்க்கையைத் துறக்கறது மெலூஹாவுல சர்வசாதாரணம் - ஆனா ப்ரஹஸ்பதிஜி இன்னிக்கு நம்மகிட்ட சொன்னாரே... இந்த மாதிரி நான் எதையும் கேள்விப்பட்டதேயில்ல.''

''அப்ப, அவர் உண்மையைத்தான் சொல்றாருங்கறியா?''

''இதுதான் உண்மைன்னு ப்ரஹஸ்பதிஜி நம்பறார்னுதான் சொல்றேன். ஆனா, இதுவேதான் நிஜமா? இல்ல இவர்தான் எல்லாத்தையும் தப்பாப் புரிஞ்சிட்டிருக்காறா? இது விஷயத்துல உங்க தீர்மானம், சரித்திரத்தையே மாத்தி எழுதலாம். நீங்க இப்ப என்ன முடிவெடுத்தாலும், அதன் விளைவுகள் காலங்காலமா, பல தலைமுறைகளை பாதிக்கும். ரொம்ப முக்கியமான தருணம் இது. திருப்புமுனை; பெரிய போராட்டத்துக்கு வழிவகுக்கும். எல்லா விஷயத்துலயும் நீங்க நிச்சயமா இருக்க வேண்டியது அவசியம்.''

''வாசுதேவர்கள்கிட்ட நான் பேசணும்.''

''உண்மை.''

''ஆனா - நீ சொல்ல வந்தது இது மட்டுமில்ல, இல்லையா?''

''இன்னொரு கோணத்தையும் நாம யோசிச்சுப் பார்க்கணும்னு நினைக்கறேன். ப்ரஹஸ்பதிஜி அஞ்சு முழு வருஷம் காணாமப் போனது ஏன்? பஞ்சவடியில இத்தனை நாளும் என்ன பண்ணிக்கிட்டிருந்தார்? இது ரொம்ப முக்கியமான கேள்வின்னு எனக்குத் தோணுது. சோமரஸம் தயாரிக்க இன்னொரு ஆலை இருக்கறதா எங்கப்பா சொன்னதுக்கும் இதுக்கும் ஏதாவது சம்பந்தம் இருக்குமோ என்னவோ.''

''ஆமா; அப்ப அதை நான் பெரிசா நினைக்கலை. ஆனா, சோமரஸம் தீமையா இருந்தா, இந்த ஆலைதான் அதி முக்கியம்.''

''சரஸ்வதி நதியிலதாங்க உண்மையிலேயே விஷயம் அடங்கியிருக்கு. சோமரஸ ஆலையை எங்கே வேணும்னாலும் நிர்மாணிக்கலாம்; ஆனால், அதுக்கு சரஸ்வதி நீர் அத்தியாவசியம். நாகர்களை நேரடியா பாதிக்கும் மெலூஹக் கோயில்களையும், அந்தணர்களையும் மட்டுமே தாக்கினதா இச்சாவர்ல காளி என்கிட்ட சொன்னா. மந்தர மலையில தயாராகும் சோமரஸப்பொடியை வேற சில பொருட்களோட கலந்து மக்களுக்கு பானமாக் கொடுக்குற தயாரிப்புக் கேந்திரங்கள்தான் இந்த கோயில்களோ, என்னவோ? சரஸ்வதியிலிருந்துதான் நமக்கு இறுதியான ஒரு தீர்வு கிடைக்கும்னும் காளி சொன்னா. நாகர்கள் இது விஷயமா ஆய்வு செஞ்சுக்கிட்டிருக்காங்களாம். அவ சொன்னதெல்லாம் மர்மமா இருந்தது. சரியாப் புரியல. அதையும் கண்டுபிடிக்கணும்.''

''காளியோட இதைப் பத்திப் பேசினதையெல்லாம் நீ என்கிட்ட சொல்லவேயில்லையே?''

''சிவா, என் மகனை நீங்க காசியில சந்திச்ச பிறகு, காளி, கணேஷைப் பத்தி ஒளிவு மறைவில்லாம நாம பேசறதுதான் இதுதான் முதல் முறை.''

சிவன் மௌனமானார்.

''நான் உங்களைக் குற்றம் சொல்லலை,'' சதி தொடர்ந்தாள். ''உங்க கோபம் எனக்குப் புரியாமலில்ல. ப்ரஹஸ்பதிஜியைக் கணேஷ் கொன்னுட்டதா நினைச்சீங்க. உண்மை வெளிவந்த பிறகு, மத்த விஷயங்களைக் கேக்கத் தயாராயிட்டீங்க.''

புன்னகை புரிந்த சிவன், சதியை அணைத்துக்கொண்டார்.

''நிச்சயமாத் தெரியுமா?'' என்றார் சிவன்.

மறு நாள்; இரண்டாவது ப்ரஹாரில் நான்குமணி நேரங்கள் கடந்துவிட்டன; பொழுது புலர்ந்து வெகு நேரமாகிவிட்டது. சதியுடன் தனியறையில் சிவன் அமர்ந்திருந்தார். கையில் ஒரு பலகையைப் பிடித்தவாறு பர்வதேஸ்வரரும் பகீரதனும், அவர்கள் முன்னிலையில் நின்றிருந்தனர். சுக்குச்சுக்காய்ச் சிதறியிருந்த கப்பல் பகுதிகளைப் பார்வையிட்டுவிட்டு, மெலூஹ சேநாதிபதியும், அயோத்ய இளவரசனும் அப்போதுதான் வந்து சேர்ந்திருந்தனர்.

''ஆமா, பிரபு. ஆதாரம் ரொம்ப ஆணித்தரமா இருக்கு,'' என்றான் பகீரதன்.

''காட்டுங்க.''

பகீரதன் முன்னே வந்தான். ''இந்தப் பலகைகள்ள இருக்குற கடையாணிகள் மெலூஹாவைச் சேர்ந்தவை. பிரபு பர்வதேஸ்வரர் ருசுப்படுத்திட்டார்.''

'ஆமெ'ன்பதற்கு அறிகுறியாகத் பர்வதேஸ்வரர் தலையசைத்தார்.

''தண்ணீர் உள்ளே புகாம இருக்க தயாரிக்கிற இந்த உறைகள்,'' பகீரதன் தொடர்ந்தான். ''நிச்சயமா அயோத்யால உருவானவை.''

''சக்ரவர்த்திகள் தக்ஷரும் திலீபரும் நமக்கெதிரா கூட்டணி அமைச்சிருக்காங்கன்னு சொல்ல வர்றீங்களா?'' சிவன் மெல்லிய குரலில் கேட்டார்.

''நம்ம ரெண்டு தேசங்களோட மிகச் சிறந்த தொழில் நுட்பத்தை இணைச்சிருக்காங்க. மேல ஒட்டியிருக்கற கிளிஞ்சல்களை வெச்சு பார்த்தா, இந்தக் கப்பல்கள் கடல்ல ரொம்ப தூரம் பிரயாணப்பட்டிருக்கு. இவ்வளவு விரைவா பயணிக்கணும்னா, மிகச் சிறந்த கப்பல்களும் தேவைதானே?''

ஆழ்ந்த மூச்சு விட்ட சிவன், நினைவுகளில் ஐக்கியமானார்.

''எங்கப்பா கிட்டே எத்தனையோ குறைகள் உண்டு, பிரபு,'' பகீரதன் கூறினான். ''ஆனா, இவ்வளவு பெரிய அளவுல சதித்திட்டமெல்லாம் தீட்டி, அதை செயல்படுத்தியிருப்பார்னு எனக்கு நம்பிக்கையில்லை; அந்த அளவுக்கெல்லாம் அவருக்குத் திறமையும் பத்தாது. இந்த விஷயத்துல அவர் மத்தவங்க வாலைப் பிடிச்சிக்கிட்டுத்தான் வர்றார்னு நினைக்கறேன். அவரை நீங்க குறிவைக்கத்தான் வேணும்; ஆனா, அவர்தான் சூத்திரதாரிங்கிற தப்பான முடிவுக்கு வந்துடாதீங்க.''

சதி சிவனை நோக்கிச் சாய்ந்தாள். ''எங்கப்பா இதையெல்லாம் செய்யக்கூடியவர்னு நினைக்கறீங்களா?''

'இல்லை'யென்று சிவன் தலையசைத்தார். ''இவ்வளவு விஸ்தாரமான சதியைத் திட்டமிட்டு செயல்படுத்தற திறமை சக்ரவர்த்தி தக்ஷருக்கும் கிடையாது.''

''சட்டதிட்டங்களைப் பிசகாமல் காப்பாற்றும்படிதான் மெலூஹ வாழ்க்கைமுறைகள் எங்களுக்குப் படித்துப் படித்துச் சொல்கின்றன,'' தன் சாம்ராஜ்யத்தின் மீது தீற்றிருந்த அவமானக் கறையை நினைத்து பர்வதேஸ்வரர் இன்னமும்

மறுகிக்கொண்டிருந்தார். ''எங்கள் மன்னரின் கட்டளைகளை சிரமேற்கொண்டு செயல்படுத்த வேண்டுமென்பது சட்டம். தரமற்ற அரசனின் கைகளில், இதுவே மோசமான விளைவுகளுக்கும் வித்திட்டுவிடும்.''

''பர்வதேஸ்வரரே, கட்டளைகளை வேணும்னா சக்ரவர்த்தி தக்ஷர் பிறப்பிச்சிருக்கலாம்,'' என்றார் சிவன். ''ஆனா, உருவம் கொடுத்தது அவரில்லை. மகா திறமை சாலியான ஒருத்தர்தான் மெலூஹா மற்றும் ஸ்வத்வீபத்தின் அரச குடும்பங்களை ஒண்ணு சேர்த்திருக்கணும். சக்தி வாய்ஞ்ச தைவி அஸ்திரங்களைத் தன் கட்டுப்பாட்டுல வச்சுக்கிட்டிருக்கிற ஒருத்தர். இன்னும் என்னவெல்லாம் தெய்வீக அஸ்திரங்களைக் கையகப்படுத்தியிருக்காரோ, கடவுளுக்குத்தான் வெளிச்சம். சும்மா சொல்லக் கூடாது – பிரமாதமான திட்டம்தான். இராமபிரான் அருளால, எப்படியோ மயிரிழைல தப்பிச்சிட்டோம். இது சக்ரவர்த்தி தக்ஷர் அல்லது திலீபரின் செயலோ இல்ல; அதிநுட்பமான அறிவாற்றலும், திறனும் செல்வாக்கும் படைச்ச ஒருத்தரோட வேலை. அதோட, தன்னுடைய உண்மையான அடையாளத்தை மறைச்சு வெச்சிக்கற சாமர்த்தியமும் படைச்சவர்.''

''மெலூஹாவுக்குத் திரும்பறோமா?'' வீரபத்ரா கேட்டான்.

சிவனுக்கென்றிருந்த அறையில் அவனும் க்ருத்திகாவும் காளி, சதி சகிதம் அமர்ந்திருந்தனர்.

''ஆமா, பத்ரா,'' என்றார் சிவன். ''மெலூஹர்களும் அயோத்யர்களும் சேர்ந்துதான் நம்மைத் தாக்கியிருக்காங்க.''

''மெலூஹாவும் சம்பந்தப்பட்டிருக்குன்னு நிச்சயமா உனக்குத் தெரியுமா?'' வீரபத்ரா கேட்டான்.

''நிச்சயப்படுத்தினதே பர்வதேஸ்வரர்தான்.''

''நம்ம மக்களைப் பத்தி கவலையா இருக்காக்கும்.''

''ஆமா,'' சிவன் ஒப்புக்கொண்டார். ''குணாக்களை சிறைப்பிடிச்சு, பணயக்கைதிகளாக்கி நமக்கெதிரா பயன்படுத்துவாங்களோன்னு கவலையா இருக்கு. அதுக்கு முன்னால, நீ இரகசியமா மெலூஹாவுக்குள்ள நுழைஞ்சு, நம்ம மக்களைக் காசிக்கு கூட்டிட்டுப் போயிடு. நான் உன்னை அங்கே சந்திக்கறேன்.''

''உங்களையும் க்ருத்திகாவையும் என் வீரர்கள் இரகசிய மார்க்கமா அனுப்பி வைப்பாங்க,'' காளி உத்தரவாதமளித்தாள். ''எங்களுடைய விரைவுப் படகுகள், அதிவேகமான குதிரைகள் மூலமா, ரெண்டே வாரத்துல எங்க மக்கள் உங்களை மயிகாகிட்ட கொண்டு சேர்த்துருவாங்க. அதுக்கப்புறம் உங்க சாமர்த்தியம்.''

''மெலூஹாவுல பயணம் ரொம்ப பாதுகாப்பானது,'' என்றாள் க்ருத்திகா. ''சரஸ்வதியின் முகத்துவாரம் வரை விரைவுக் குதிரைகள்ள போயிடலாம். அதுக்கப்புறம், படகுகள்ள பயணிக்கலாம். சுலபமான பாதைதான். அதிர்ஷ்டமிருந்தா, தேவகிரிக்கு ரெண்டு வாரத்துல போயிடலாம். அங்கேயிருந்து கொஞ்ச தூரத்துல இருக்குற கிராமத்துலதான் குணாக்கள் குடியிருக்காங்க.''

''ரொம்ப நல்லது,'' என்றார் சிவன். ''காலம் இப்ப நமக்கு ரொம்ப முக்கியம். இப்பவே கிளம்புங்க.''

''சரி, சிவா,'' மனைவியுடன் கிளம்ப வீரபத்ரா ஆயத்தமானான்.

''அப்புறம், பத்ரா...'' சிவன் இழுத்தார்.

வீரபத்ராவும் க்ருத்திகாவும் திரும்பினார்கள்.

''வீரதீரமா எதுலேயும் இறங்காம இருக்கிறது உசிதம்,'' சிவன் எச்சரித்தார். ''குணாக்களை ஏற்கனவே கைது பண்ணியிருந்தா, மெலூஹாவிலிருந்து உடனே விலகி, எனக்காகக் காசியில காத்திரு.''

குணாக்களுடன் இருந்த வீரபத்ராவின் தாயை அவ்வளவு சுலபத்தில் விட்டுவிட்டு வர அவன் மனமொப்பாது என்று சிவனுக்கு நன்கு தெரியும்.

''சிவா...'' வீரபத்ரா கிசுகிசுத்தான்.

எழுந்த சிவன், அவன் தோள்களைப் பற்றினார். ''சத்தியம் பண்ணு, பத்ரா.''

வீரபத்ரா அமைதி காத்தான்.

''எல்லோரையும் விடுவிக்க நீயே முயற்சி பண்ணா, கண்டிப்பா கொன்னுடுவாங்க. உன்னோட சடலத்தால உங்கம்மாவுக்கு என்ன பிரயோஜனம், சொல்லு?''

வீரபத்ரா பதில் சொல்லவில்லை.

''நிச்சயமா சொல்றேன்: குணாக்களுக்கு ஒண்ணும் ஆகாது. உன்னால அவங்களை வெளிய கொண்டுவர முடியலைன்னா, நானாச்சு. ஆனா, அவசரப்பட்டு எதுலேயும் இறங்கமாட்டேன்னு சத்தியம் பண்ணிக் கொடு.''

வீரபத்ரா சிவனின் தோள் மீது கை வைத்தான். ''என்னத்தையோ என்கிட்டேயிருந்து மறைக்கிற. இங்கே என்னதான் கண்டுபிடிச்சீங்க? ஏன் திடீர்னு இவ்வளவு பயம்?

போர் வந்துக்கிட்டிருக்கா? மெலூஹா நமக்கு எதிரியாகப் போகுதா?''

''எனக்கே சரியாத் தெரியலை, பத்ரா. இன்னும் நான் முடிவு பண்ணலை.''

''அப்ப தெரிஞ்சதையாவது சொல்லு.''

இப்போது மௌனம் சிவனின் முறையாயிற்று.

''நான் மெலூஹாவுக்குத் திரும்பறேன், சிவா. இதையே ஒரு மாசத்துக்கு முன்னாடி நீ என்கிட்ட கேட்டிருந்தா, இதைவிட பாதுகாப்பான பயணம் இருக்கமுடியாதுன்னு அடிச்சு சொல்லியிருப்பேன். ஆனா - இப்ப நிலைமையே மாறிப் போச்சு. உண்மையை நீ என்கிட்டே சொல்லித்தான் ஆகணும். அதைத் தெரிஞ்சுக்கற உரிமை எனக்கிருக்கு.''

சிவன் அவர்களை அமர வைத்தார். கடந்த சில நாட்களில் தான் அறிந்த அனைத்து விஷயங்களையும் பகிர்ந்துகொண்டார்.

''நீயே தனியாளாவா கண்டாமிருகத்தைக் கொன்னே?'' அதிசயித்த ஆனந்தமயியின் வதனத்தில், புன்னகை மலர்ந்தது.

''ஆமா, தேவி,'' வழக்கம்போல, இறுக்கமாய், உணர்ச்சியற்ற முகத்துடன் நின்றான் கார்த்திக்.

அவன், ஆனந்தமயி மற்றும் ஆயுர்வதி மூவரும் போஜன அறையில், மெத்தென்ற பஞ்சணைகளின் மீது அமர்ந்திருந்தனர். க்ஷத்ரிய தர்மத்தை முழுவதுமாய்க் கைக் கொண்டிருந்த ஆனந்தமயியும் கார்த்திக்கும் காண்டாமிருக இறைச்சியை இரசித்துச் சாப்பிட, அந்தண குலத்தைச் சேர்ந்த ஆயுர்வதியோ, ரொட்டி, பருப்பு மற்றும் காய்கறிகளோடு நிறுத்திக்கொண்டாள்.

''சிரிக்கிறதையே மொத்தமாக் கைவிடறதுன்னு தீர்மானிச்சாச்சா?'' என்றாள் ஆனந்தமயி. ''இல்லே, தற்காலிகமான முடிவா?''

புன்னகையின் சிறிய கீற்று முகத்தில் வெளிச்சமிட, கார்த்திக் அவளை நிமிர்ந்து பார்த்தான். ''சிரிக்க முயற்சி செய்யவே தேவைக்கதிகமா சிரமப்பட வேண்டியிருக்கு, தேவி.''

''நீ இன்னமும் சிறுவன்தான், கார்த்திக்,'' என்றாள் ஆயுர்வதி. ''மனதை அதிக சஞ்சலத்திற்கு உள்ளாக்கிக் கொள்ளாதே. சந்தோஷமாகக் கழிக்கவேண்டியதுதான் குழந்தைப் பருவம்.''

''என் அண்ணன் கணேஷ் எப்பேர்ப்பட்ட மனுஷன், ஆயுர்வதிஜி,'' கார்த்திக் அவளைப் பார்த்தான். இந்த சமூகத்துக்கு, ஏன், இந்த நாட்டுக்கு அவனால ஆக வேண்டியது எவ்வளவோ. ஆனா, என்னைக் காப்பாத்தற முயற்சியில அந்தக் கூறுகெட்ட மிருகங்கள் ஏறக்குறைய அவனை சாப்ட்டுருச்சு.''

ஆயுர்வதி கை நீட்டி அவனை ஆதுரத்துடன் தட்டிக் கொடுத்தாள்.

''இனிமே ஒருக்காலும் என்னால அவ்வளவு கையாலாகாத்தனமா இருக்க முடியாது,'' கார்த்திக் சூளுரைத்தான். ''என்னால என் குடும்பம் எந்தக் கஷ்டமும் அனுபவிக்கக் கூடாது.''

கதவு விரியத் திறந்து, பர்வதேஸ்வரரும் பகீரதனும் உள்ளே நுழைந்தனர். அவர்களது முகக்குறியினின்றே, விஷயத்தின் தீவிரத்தை ஆனந்தமயி உணர்ந்துகொண்டாள். ''மெலூஹாவா?''

ஆயுர்வதியின் முகம் சுணக்கமடைந்தது. பஞ்ச வடிக்கு வெளியே நீலகண்டர் பரிவாரத்தின் மீது நடந்த கோரத் தாக்குதலுக்கு ஆதாரமான கேவலமான சதியில், மகோன்னதமான தன் சாம்ராஜ்யத்திற்குப் பங்கிருந்திருக் கக்கூடும் என்ற நினைப்பே அவளுக்குக் கசந்தது. ஆயினும் - மயிகாவில் சதியின் பிள்ளைப்பேற்றில் சக்ரவர்த்தி தக்ஷரின் நம்பிக்கை துரோகம் பற்றி அவள் தெரிந்து கொண்டதையெல்லாம் வைத்துப் பார்த்தால், மெலூஹக் கப்பல்கள் இப்பேர்ப்பட்ட நாசச்செயலை, துரோகத்தைச் செய்ய துணிந்திருந்தால், அவள் அதிசயப்படமாட்டாள்.

''இன்னும் மோசம்,'' பெருமூச்செறிந்தவாறு பகீரதன் அமர்ந்தான்.

ஆனந்தமயிக்கருகில் உட்கார்ந்த பர்வதேஸ்வரர், அவளது கைகளைப் பற்றிக்கொண்டார். மனதின் துடிதுடிப்பிற்கு, ஆயுர்வதியை அவர் பார்த்த பார்வையே சாட்சியாய் விரிந்தது. மெலூஹா - இராமபிரானின் விலைமதிப்பற்ற இந்தப் பொக்கிஷத்தின் மீது, தன் நாட்டின் மீது அவர் கொண்டிருந்த அன்பும் பாசமும் வார்த்தையில் வர்ணிப்பது முடியாத காரியம். மெலூஹா எப்பேர்ப்பட்ட சாம்ராஜ்யம்? ராமராஜ்யத்தின் தனிப்பெரும் சின்னமல்லவா? அதன் கௌரவத்தை, கொள்கைகளைக் காப்பாற்றும் தேசமல்லவா? இப்படிப்பட்ட நாட்டின் சக்ரவர்த்தி, இவ்வளவு கீழ்த்தரமான காரியத்தைப் பற்றி எண்ணவும் கூடுமா?

''இன்னும் மோசம்னா?'' ஆனந்தமயி தூண்டினாள்.

''ஆமா. ஸ்வத்வீபத்துக்கும் இந்தச் சதியில பங்கிருக்கும் போலத் தெரியுது.''

ஆனந்தமயியின் முகத்தில் அப்பட்டமான அதிர்ச்சி. ''என்னது?''

''ஒண்ணு, அயோத்யாவுக்கு மட்டும்தான் பங்கிருக்கணும் - அல்லது ஸ்வத்வீபம் மொத்தத்துக்கும். மற்ற இராஜ்யங்களின் பங்கெடுப்பு எவ்வளவு தூரம்னு தெரியல - ஆனா, அயோத்யா இதுல சம்பந்தப்பட்டிருக்கிறது நிச்சயம்.''

ஆனந்தமயி பர்வதேஸ்வரரைப் பார்க்க, அதன் உண்மையை ஒப்புக்கொள்வது போல் தலையசைத்தார்.

''ருத்ரபகவான்தான் கருணை புரியணும்,'' என்றாள் அவள். ''அப்பாவுக்கு என்னதான் ஆச்சு?''

''எனக்கு ஒண்ணும் இது அதிசயமாயில்ல,'' பகீரதனால் குரலில் தன் ஏளனத்தை மறைக்கமுடியவில்லை. ''பலவீனமானவர். மத்தவங்க சுலபத்துல அவரை வளைக்க முடியும். யார் என்ன சொன்னாலும் தழைஞ்சு போக அவருக்கு அதிக நேரமாகாது.''

தங்கள் தந்தையை அவன் அவமதிப்பதை முதல் முறையாக, தடுக்கவோ, பகீரதனைக் கடிந்துகொள்ளவோ ஆனந்தமயி முயலவில்லை. பர்வதேஸ்வரரைப் பார்த்தாள். திக்குத் தெரியாமல், செய்தவதறியாது அமர்ந்திருந்தார். எக்காலத்திலும் அசையாத கொள்கைளும், ஸ்திரமான ஒழுங்குமுறைகளையும் ஆதாரமாய்க்கொண்ட ஆண்தன்மை சார்ந்த சமூகத்தை பின்பற்றும் சூர்யவம்சிகளுக்கு, மாற்றம் என்பது சகிக்கமுடியாத வேதனை. கணவனின் முகத்தைத் தன் பக்கம் திருப்பிய ஆனந்தமயி, மெல்ல, ஆறுதலாய் முத்தமிட்டாள். ஆதுரத்துடன் புன்னகைத்தாள். அவரது முகத்தில், சோகையான அரைப் புன்னகை தோன்றியது.

மௌனமாகத் தன் தட்டத்தைக் கீழே வைத்த கார்த்திக், கைகளைக் கழுவிக்கொண்டு அறையிலிருந்து வெளியேறினான்.

— ⅄ ◎ ∪ ⇑ ⊗ —

பஞ்சவடிக்குப் பெயரளித்த ஐந்து ஆலமரங்களைச் சுற்றிச் சென்ற பாதையில் கணேஷ் மற்றும் கார்த்திக்கின் பாதங்கள் பதிந்த போது, மதிய வேளை நெருங்கிக்கொண்டிருந்தது. நாகர்களல்லாதோருக்கு, நகரின் உட்பகுதிக்குள் நுழைய அனுமதியில்லை. இன்னும் சொன்னால், நகருக்குள் பிரவேசித்தால் மோசமான பின்விளைவுகள் ஏற்படும் என்ற

மூடநம்பிக்கை பிரபலமாயிருந்ததால், ப்ரங்கர்கள் உட்பட வெளியார் பலர் நகருக்குள் நுழையவே மறுத்ததுதான் உண்மை. நீலகண்டரின் குடும்பத்திற்கு இவற்றிலெல்லாம் நம்பிக்கையில்லை; அவர்களுக்கு அனுமதி மறுக்க யாருக்கும் இஷ்டமுமில்லை.

''அண்ணா,'' என்றான் கார்த்திக். ''இந்த மரங்கள்ள இராமபிரானோட உருவங்கள் மட்டும் பொறிக்கப்பட்டிருக்கே, ஏன்?''

''அவர் மனைவி சீதா தேவி, தம்பி, பிரபு லக்ஷ்மணரோட உருவங்கள்ளாம் ஏன் இல்லைன்னு கேக்கறியா?''

''அவரோட பரம பக்தர் அனுமாரோட உருவத்தைக் கூட காணோமே?''

ஐந்து ஆலமரங்களின் அடிப்பாகங்களிலும் மிக அழகாய், நுட்பமாய்ச் செதுக்கப்பட்டிருந்த இராமபிரானின் உருவங்களை கணேஷும் கார்த்திக்கும் ரசித்தவாறு நின்றனர். ஒவ்வொரு சிற்பமும், ஏழாம் விஷ்ணுவாய்ப் பரவலாய்ப் போற்றப்பட்ட இராமபிரானின் வாழ்வின் ஐந்து வெவ்வேறு பகுதிகளை எடுத்துக்காட்டும் விதமாய் அமைந்திருந்தது: மகன், கணவன், சகோதரன், தந்தை மற்றும் தெய்வீக அருள் நிறைந்த மன்னன். ஒவ்வொரு சிற்பமும் அவரை வெவ்வேறு வடிவமாய்க் காட்டியது; திறமைவாய்ந்த சிற்பிகள், சதுக்கத்தின் மூலையில் அமைந்திருந்த ருத்ரபகவான் மற்றும் மோகினி தேவியை மிக இயற்கையாய் நோக்குவது போல் இராமபிரானின் உருவத்தை அமைத்திருந்தனர். கோயிலிலிருந்த உருவச்சிலைகளோ, வழக்கம் போல் பின்பகுதியில் இல்லாமல் முன்பக்கமாக அமைந்திருந்ததால், அவையும் ஆலமர வடிவங்களைப் பார்ப்பது போல் தோன்றியது. ருத்ரபகவானும், ஏழாவது விஷ்ணுவும் ஒருவரையொருவர் மிக மதிப்பது போல் காட்ட வேண்டும் என்று சிற்பிகள் எண்ணியதாகத் தெரிந்தது.

''பூமிதேவியோட உத்தரவுப்படிதான் அமைக்கப் பட்டிருக்கு,'' கணேஷ் விளக்கினான். ''பொதுவா சப்த சிந்துவுல அவரோட சிலை வடிக்கிறப்ப, உலகத்துலேயே அவருக்கு ரொம்ப புடிச்ச மூணு பேரான சீதா தேவி, பிரபு லக்ஷ்மணர், பிரபு அனுமார்னு எல்லோரையும்சேர்த்துக்கிறது தான் வழக்கம். ஆனா, பஞ்சவடில மட்டும் இராமபிரானைத் தனியாத்தான் - அதுவும் இந்த அஞ்சு ஆலமரங்கள்ள - அமைக்கணும்னு எங்க குலத்தைத் தோற்றுவிச்ச தெய்வம் பூமிதேவியோட கட்டளை.''

''ஏன்?''

''தெரியலை. ஒரு வேளை, விஷ்ணுக்கள், மகாதேவர்கள் மாதிரி பெருந்தலைவர்களுக்கு கோடிக்கணக்கான பக்தர்கள் இருந்தாலும், இறுதியில அவங்க பணிக்கான பாரத்தை அவங்களேதான் சுமந்தாகணும்கிறதை உணர்த்த நினைச்சாங்களோ, என்னமோ.''

''*பாபா* மாதிரியா?' தங்கள் அப்பாவைக் குறிப்பிட்டான் கார்த்திக்.

''*பாபா* மாதிரிதான். தீய சக்திக்கும் இந்தியாவுக்கும் இடையில நிக்கறது அவர் மட்டும்தான். அவர் தோத்துட்டார்னா நம்ம துணைக்கண்டத்தின் அத்தனை உயிர்களையும் தீமை மொத்தமா அழிச்சிரும்.''

''*பாபா* கண்டிப்பா தோற்க மாட்டார்.''

கார்த்திக்கின் ஆணித்தரமான பதில் கணேஷின் முகத்தில் புன்னகையை வரவழைத்தது.

''ஏன் தெரியுமா?'' கார்த்திக் கேட்டான்.

'தெரியவில்லை' என்னும்படி கணேஷ் தலையசைத்தான். ''ஏன்?''

அவனது வலதுகரத்தை தன்னுடையதுடன் பிணைத்துக் கொண்டு, பழங்கால போர் மரபின்படி களத்தில் இணையும் வீரச்சகோதரர் போல், மார்பில் பதித்துக்கொண்டான். ''ஏன்னா, அவர் தனியாள் இல்ல.''

முகமலர்ச்சியுடன் கணேஷ் அவனைத் தழுவிக்கொள்ள, ஆலமரங்களையும், அவற்றில் பதித்திருந்த இராமபிரானின் திருவுருவச்சிலைகளையும் பிரதட்சிணமாக வலம்வந்தனர்.

''இப்ப நிலைமை என்ன, அண்ணா?'' அவர்கள் தொடர்ந்து சுற்றி வர, கார்த்திக் கேட்டான்.

கணேஷின் புருவம் சுருங்கியது.

''ரெண்டு சக்ரவர்த்திகளும் *பாபா*வுக்கெதிராத் திரும்பிட்டாங்களே, ஏன்?''

கணேஷ் மூச்சை இழுத்துவிட்டான். கார்த்திக்கிடம் அவன் என்றும் பொய்யுரைத்தது கிடையாது. தன் தம்பியை வளர்ந்த ஆணாகவே அவன் கருதினான்; அப்படியே நடத்தியும் வந்தான். ''*பாபா*வால அவங்களுக்கு ஆபத்து, கார்த்திக். அவங்க மேல்தட்டு வர்க்கம். தீயசக்திகள்னால கிடைக்கற நன்மைகளுக்கு மொத்தமா அடிமையாயிட்டாங்க. அடக்கப்பட்டவங்க சார்பா உழைக்கறதுதான் *பாபா*வோட கடமை; வாயில்லா ஜீவன்களுக்கு குரல்கொடுக்க அவதரிச்சவர் அவர். அதனால் மேல்மட்டத்துல இருக்கறவங்க அவரைத் தடுக்க நினைக்கிறதுல அதிசயமில்ல.''

''அப்படி என்ன தீய சக்தியை *பாபா* எதிர்க்கறார்? அது எப்படி நம்ம நாட்டுல இவ்வளவு ஆழமா வேரூனியிருக்கு?''

அவனது கரத்தைப் பற்றிய கணேஷ், ஆலமரம் ஒன்றினடியில் அமர்த்தினான். ''உன்கிட்ட மட்டும்தான் இதைச் சொல்றேன். வேற யாருக்கும் நீ சொல்லக்கூடாது. எதை, எப்ப சொல்லணுங்கிற முடிவை எடுக்கற உரிமை *பாபா*வுக்கு மட்டும்தான்.''

கார்த்திக் தலையசைத்தான்.

ப்ரஹஸ்பதியும் சிவாவும் முந்தைய நாள் நடத்திய பேச்சுவார்த்தையின் சாராம்சத்தை கணேஷ் கார்த்திக்கிடம் விவரிக்கலானான்.

''கடந்த அஞ்சு வருஷமா என்ன செஞ்சுகிட்டு இருந்தீங்க, ப்ரஹஸ்பதி?'' என்றார் சிவன்.

நாகர்களின் அரசியின் அறைகளில், சதியும் சிவனும் மெலூஹாவின் பிரதம விஞ்ஞானியுடன் கலந்துரையாடலில் ஈடுபட்டிருந்தனர். தன்னை சிவன் குறுக்குவிசாரணை செய்வது போல் ப்ரஹஸ்பதிக்குப் பட்டாலும், விஷயத்தை முற்றிலுமாக அறிந்துகொள்வதில் சிவனுக்கிருந்த ஆவல் அவருக்கு புரியாமலில்லை.

''சோமரஸம் குறித்த பிரச்சனைக்கு முற்றிலுமாக ஒரு தீர்வு கண்டுபிடிக்கும் முயற்சியில் இறங்கியிருந்தேன்,'' என்றார் அவர்.

''முழுமையான தீர்வா?''

''மந்தர மலையின் அழிவு, தற்காலிகத் தீர்வு மட்டுமே; மீண்டும் அதே இடத்தில் ஆலை எழும்ப அதிக நாட்களாகாது. கட்டுமானப் பணி மிக மெதுவாக நடப்பதாக நாகர்கள் தகவலளிக்கிறார்கள். இதற்கு ஐந்து வருடங்கள் ஆகியிருப்பது அதிசயம்தான்; மெலூஹர்களின் வேலைத்திறனுக்கு, இத்தனை கால அவகாசம் பிடித்திருக்கக் கூடாது. எப்படியாயினும், தொழிற்சாலை மீண்டும் உருவாவது நிச்சயம்.''

சிவன் சதியைப் பார்க்க, அவளோ, மௌனம் சாதித்தாள்.

''மந்தர மலை முழுவதுமாகப் பயன்பாட்டிற்கு வந்தவுடன், சரஸ்வதி நதியின் அழிவும், நச்சுக்கழிவுகள் அதிகரிப்பதும் மிக அதிக அளவில் துவங்கிவிடும். அதனால், வேறுவகையான, முழுமுதல் தீர்வொன்றைக் கண்டுபிடிப்பது

அவசியமாகிறது. அதைச் செய்ய மிகச் சிறந்த வழி, சோமரஸத்தின் உட்பொருட்களைக் கண்டுகொள்வதுதான். அவற்றை எப்படியாவது கட்டுப்பாட்டிற்குள் கொண்டு வந்தால், நச்சுப்பொருட்களின் அளவையும் அவற்றின் விஷத்தன்மையையும் கட்டுப்படுத்துவது சாத்தியமாகலாம். ஒரு சில உட்பொருட்களை மாற்ற முடிந்தாலும், இரு விஷயங்களை மட்டும் முடியாது: முதலாவது, சஞ்சீவனி மரப்பட்டைகளும், கிளைகளும்; இரண்டாவது, சரஸ்வதி நதி நீர். சஞ்சீவினி மரம் அதிகளவில் கிடைப்பதை நாம் தடுக்க முடியாது; மெலூஹாவின் வடக்குப் பகுதி முழுவதும் சஞ்சீவனி மரத்தோட்டங்கள் பரவியிருக்கின்றன. எத்தனை தோட்டங்களைத்தான் அழிப்பது? அதுவுமில்லாமல், மரங்களை மீண்டும் நடுவது சுலபம். மீதமிருப்பது சரஸ்வதிதான். அதன் நீரை எப்படி நம் கட்டுக்குள் கொண்டு வருவது?''

முதன்முதலில் தான் தேவகிரி வந்தபோது, தக்ஷருடன் நடத்திய பேச்சுவார்த்தையின் சில பகுதிகள் சிவனின் நினைவில் பளிச்சிட்டன. ''கிட்டத்திட்ட நூறு வருஷங்களுக்கு முன்னால, சந்திரவம்சிகள் சரஸ்வதி நதியை அழிக்க முயற்சி செஞ்சதா தக்ஷர் சொன்னார். அதுலேர்ந்து கிளைக்கிற முக்கியமான ஆறான யமுனாவைப் பிரிச்சு, கங்கையோட பாதைல திருப்பிவிட முயற்சி பண்ணாங்க. ஏன் அதுல இறங்கினாங்கன்னு எனக்கு அவ்வளவாப் புரியல - ஆனா, மெலூஹர்கள் தீவிரமா நம்பினாங்க.''

ப்ரஹஸ்பதி ஏளனமாய்ச் சிரித்தார். ''சந்திரவம்சி ஆட்சியாளர்களால் அவர்களது நாட்டின் சாலைகளையே சீரமைக்க முடியவில்லை. ஒரு நதியின் பாதையையே மாற்றுவதாமே? நடக்கிற காரியமா? இந்தக் கதையை யார் நம்பப் போகிறார்கள்? நூறு வருடங்களுக்கு முன் நடந்தது இதுதான்: பூகம்பம் ஏற்பட்டு, யமுனையின் பாதை திசைமாறிவிட்டது. பிறகு, மெலூஹர்கள் சந்திரவம்சிகளைப் போரில் முறியடிக்க, அப்போது வரையப்பட்ட சமாதான உடன்படிக்கைப்படி, யமுனையின் பழைய பாதை, எவருக்கும் சொந்தமில்லாத நிலப்பரப்பாக அறிவிக்கப்பட்டது. நதிகளின் பாதையை மாற்றியமைக்கும் தொழில்நுட்பம் மெலூஹர்களிடம் உண்டென்பதால், யமுனையில் பாதையில் புதிய அணைகள் கட்டி, கரைகளைச் செதுக்கி, நதி மீண்டும் சரஸ்வதியை வந்து சேரும்படி மாற்றியமைத்துவிட்டனர்.''

''அப்ப என்ன உங்க திட்டம்? யமுனையோட கரைகளை உடைக்கணுமா?''

‘‘இல்லை. அப்படி ஒரு திட்டத்தை நான் யோசித்தது உண்மை. ஆனால், முடியாத காரியம்; யமுனையின் கரைகளைக் காக்க எத்தனையோ பொறிகளும், விசைகளும் பொருத்தப்பட்டிருக்கின்றன; உடைக்க. ஐந்து படைகளும், மாதக்கணக்கில் வெளிப்படையான உழைப்பும் தேவை. நானோ, இரகசியமாக, ஒரு சிலரை வைத்துக்கொண்டல்லவா வேலை செய்ய வேண்டியிருந்திருக்கும்?’’

‘‘’அப்ப என்னதான் உங்க திட்டம்?’’

‘‘மாற்று வழி. சரஸ்வதியை அழிப்பது நம்மால் முடியாத காரியம். ஆனால் - சோமரஸத் தயாரிப்பில் சரஸ்வதியின் அத்தியாவசியத்தைக் குறைக்க முடியுமா? யமுனையில் எங்காவது, ஒரு வேளை அதன் முகத்துவாரத்தில் எங்கேனும் ஒரு உட்பொருளைப் புகுத்திவிட்டால், அது சரஸ்வதி நதிக்குச் சென்று, நச்சுக்கழிவைக் குறைக்கலாம் அல்லவா? அப்படிப்பட்ட ஒரு பொருளைக் கண்டுபிடித்துவிட்டதாகவே நினைத்தேன்.’’

‘‘என்னது அது?’’

‘‘ஒரு வகையான கிருமி. சஞ்சீவனி மரத்துடன் இணையும் போது, உடனடியாக மரத்தை அழுகச் செய்கிறது.’’

‘‘சஞ்சீவனி மரம் ஏற்கனவே ஸ்திரத்தன்மை இல்லாதது; ரொம்ப சுலபமா அழுகக்கூடியதுன்னு நினைச்சேனே? அதோட இன்னொரு மரத்தோட பட்டைகளை அரைச்சுத் தான் நாகர்கள் மருந்துகளைத் தயார் பண்றாங்கன்னு ஆயுர்வதி சொன்னாங்களே? ஏற்கனவே ஸ்திரத்தன்மை இல்லாத மரத்தோட கிருமியைச் சேர்ப்பானேன்? சஞ்சீவனி தானாவே அழுகிடாதா?’’

‘‘மரக்கிளைகளை அகற்றிவிட்டால், தனியே உள்ள மரப்பட்டை ஸ்திரத்தன்மையை இழந்துவிடுவது நிஜம். அப்படியன்றி, முழுக்கிளையையும் பயன்படுத்தினால், சீக்கிரத்தில் அழுகிப் போவதில்லை, சிறிய அளவில் சோமரஸம் தயாரிக்க மரப்பட்டைகள் போதும்; ஆனால், அதுவே பெருமளவில் என்றால், மரக்கிளைகளையே மொத்தமாக அரைக்கத்தான் வேண்டும். மந்தர மலையில் நாங்கள் இந்த முறையையே பயன்படுத்தினோம். ஆனால், இது என் விஞ்ஞானிகள் மட்டுமே அறிந்த செயல்முறை.’’

‘‘ஆக, சஞ்சீவனி மரக்கிளையையும் ஸ்திரத்தன்மையிழக்க வெக்கணும்னு முயற்சி பண்றீங்க?’’

‘‘ஆம். இந்தக் கிருமியின் மூலம் அதுவும் சாத்தியம் என்பதைத் தெரிந்துகொண்டேன். ஆனால், இது மெஸப்பொட்டேமியாவில்தான் கிடைக்குமாம்.’’

''முதமுதல்ல நான் மெலூஹாவுல சுற்றுப்பாணம் செஞ்சப்ப, கரச்சாபாவுல நீங்க பெற்றுக்கொண்ட பொருள் இதுதானா? மெஸப்பொட்டேமியாவுலேர்ந்து கப்பல்ல சரக்கு எதிர்பார்த்துகிட்டு இருக்கிறதா சொன்னீங்க.''

''ஆம்,'' ப்ரஹஸ்பதி ஒப்புக்கொண்டார். ''அது பிரமாதமாக செயல்பட்டுமிருக்கும். சஞ்சீவனி மரமும், சரஸ்வதி நீருமின்றி சோமரஸத்தைத் தயார் செய்ய முடியாது. சரஸ்வதி நதி நீரில் இந்தக் கிருமியைச் சேர்த்துவிட்டால், சோமரஸத் தயாரிப்பின் ஆரம்பக் கட்டத்திலேயே, சஞ்சீவனி மரத்தை அது செயலிழக்கச் செய்துவிடும். எப்படியிருப்பினும், சரஸ்வதியின்றி சோமரஸம் தயாரிப்பு சாத்தியமேயில்லை. சஞ்சீவனி இல்லையென்றால், சோமரஸத்தின் சக்தியும் வெகுவாய்க் குறைந்துவிடும். ஒருவரின் வயதை இரண்டு அல்லது மூன்று மடங்காகப் பெருக்காமல், இருபது, அல்லது முப்பது வருடங்கள் மட்டுமே அதிகரிக்கும். ஆனால், சோமரஸத் தயாரிப்பின் விளைவாய் உருவாகும் நச்சுக் கழிவுகளும் வெகுவாய்க் குறைந்துவிடும். சோமரஸத்தின் ஒரு சில நன்மைகளை நாம் தியாகம் செய்தால், அதனால் விளையும் மோசமான பக்க விளைவுகள் அத்தனையையும் ஒழித்துவிடலாம். அதுமட்டுமல்ல: இந்தக் கிருமிகள் நீரில் ஏகமாய்ப் பெருகுகின்றன. யமுனையில் கலந்துவிட்டால் போதும்; மற்றவை தானே நடந்துவிடும்.''

''கேக்க நல்லாத்தான் இருக்கு. செயல்படுத்த வேண்டியது தானே?''

''உலகில் பக்கவிளைவில்லாத விஷயமென்று ஏதேனும் உண்டா என்ன? கிருமிகளோடு அவை சம்பந்தப்பட்ட பிரச்சனைகளும் தொற்றிக்கொண்டு வந்தன. கிருமியே லேசான விஷத்தனைமை வாய்ந்தது. சரஸ்வதி நதி நீரில் அதை ஏகமாய்க் கலந்துவிட்டால், அது மட்டுமன்றி யமுனையில் கரையில் வாழும் எத்தனையோ மக்களுக்குப் புத்தம் புதிய வியாதிகளைப் பரிசளித்தவர்களாய் ஆவோம். தலைவலி போய் திருகுவலி வந்த கதைதான்.''

''அதாவது, சஞ்சீவனி மரத்தை அழுக வைக்கும் தன்மையையும் அகற்றாம, அதே சமயம், மோசமான பின்விளைவுகளும் இல்லாம அந்தக் கிருமியை மாற்ற முடியுமான்னு பார்த்திருக்கீங்க?''

''ஆம். இதை இரகசியமாய் செய்ய வேண்டியதும் முக்கியம். சோமரஸத்தை ஆதரிப்போருக்கு மட்டும் இந்த விஷயம் தெரிந்துவிட்டால், முளையிலேயே கிருமியை அழித்துவிடுவார்கள். இப்படிப்பட்ட ஒரு விஷயத்தில் நான்

கவனம் செலுத்திக்கொண்டிருக்கிறேன் என்பது தெரிந்தால், என்னையும் கொல்லத் துணிந்துவிடுவார்கள்.''

''இப்ப மட்டும் அந்தப் பயம் இல்லையா?'' என்றார் சிவன். ''மந்தர மலையில நீங்க சாகாதது மட்டுமில்ல; அதோட அழிவுக்கே நீங்கதான் காரணம்கிறது மெலூஹர்களுக்குத் தெரிஞ்சா, அவங்க உங்களைச் சும்மா விடுவாங்களா?''

ப்ரஹஸ்பதி ஆழமாய் மூச்சை இழுத்துவிட்டார். ''முன்பு, நிலைமை வேறு: இந்தச் சோதனைகளில் இறங்குவது என்னால் மட்டுமே சாத்தியம் என்பதால், நான் உயிருடன் இருப்பதும் அவசியமாக இருந்தது. ஆனால், நான் தோற்றுவிட்டேன். சோமரஸப் பிரச்சனையின் தீர்வும் இனி என் கைகளில் இல்லை. அது தங்கள் கைகளுக்குச் சென்றுவிட்டது. நான் இறந்தாலும், இருந்தாலும் ஒன்றுதான். மந்தர மலை மீண்டும் எழும்பிவிடும்; காலமும் நேரமும் மட்டும்தான் அதற்குத் தேவை. சோமரஸத் தயாரிப்பும் மீண்டும் தொடங்கிவிடும். நீங்கள்தான் இதைத் தடுக்க வேண்டும், சிவா. எப்படியாவது சோமரஸத்தைத் தடுத்து நிறுத்தி, இந்தியாவைக் காப்பாற்ற வேண்டும்.''

''மந்தர மலையை திருப்பிக் கட்றதெல்லாம் வெறும் நாடகம், ப்ரஹஸ்பதிஜி,'' என்றாள் சதி. ''சோமரஸத் தயாரிப்பை மறுபடி தொடங்க நாளாகும்னு விரோதிகளை நம்ப வெக்கறதுக்கான விஸ்தாரமான ஏற்பாடு. மெலூஹா மிகக் குறைவான அளவு சோமரஸத்துலதான் செயல் படுதுன்னு எல்லோரையும் நம்பவெக்கறதுதான் திட்டம்.''

''என்ன? அப்படியானால், இன்னொரு ஆலை இருக்கிறதா?'' ப்ரஹஸ்பதி சட்டென்று காளியை நோக்கினார். ''ஆனால் - அது உண்மையாக இருக்க வாய்ப்பில்லை.''

''உண்மைதான்,'' என்றாள் சதி. ''அப்பாவே என்கிட்ட சொன்னார். ரொம்ப வருஷத்துக்கு முன்னாடி கட்டப்பட்டது தான். ஏதாவது பிரச்சனை வந்தா, மந்தர மலைக்கு ஒரு மாற்றா இருக்கணும்னு...''

''எங்கே?'' என்றாள் காளி.

''தெரியல,'' என்றாள் சதி.

''எழவு,'' ஆத்திரம் முகத்தில் பரவ, ப்ரஹஸ்பதியிடம் திரும்பினாள் காளி. ''இப்படியெதுவும் நடக்காதுன்னு ஆணித்தரமா அடிச்சு சொன்னீங்களே? எகிப்துலேர்ந்துதான் அரைவை இயந்திரங்களுக்கான மூலப்பொருட்களை வரவழைக்கணும்; இந்தியாவுல கிடைக்கிற எதுவும் பலனளிக் காதுன்னு சாதிச்சீங்களே? நம்ம கூட்டாளிகள் எகிப்திய

சுரங்கங்களைக் கண்காணிச்சுக்கிட்டேதான் இருக்காங்க. மெலுஹாவுக்கு இதுவரை எந்தச் சரக்கும் போகலை!''

அவள் சொல்வதன் முழு அர்த்தமும் அப்போதுதான் பளிச்சென்று விளங்க, ப்ரஹஸ்பதியின் முகம் வெளுத்தது. ''இராமபிரானே,'' தலையைப் பிடித்துக்கொண்டு முணுமுணுத்தார். ''இவ்வளவு தரமிறங்கவும் அவர்களால் முடியுமா?''

''எது வரைக்கும் தரமிறங்கறாங்க?'' என்றார் சிவன்.

''சரஸ்வதி நதி நீரை அரைபட்ட சஞ்சீவனி மரக்கிளை களோட கலக்க இன்னொரு வழியிருக்கிறது. ஆனால் - அதில் விரயம் அதிகம் என்பது மட்டுமல்ல, அருவருப்பானது என்பதும் பலரது எண்ணம்.''

''ஏன்?''

''முதலில் - சரஸ்வதி நதி நீர் வழக்கத்தைவிடவும் அதிகமாய்த் தேவைப்படும். இரண்டாவது... மிருகம் அல்லது மனிதர்களின் தோல் அணுக்கள்.''

''என்னது?!'' சிவனும் சதியும் ஒருமித்துக் கூவினர்.

''உயிருள்ள மனித அல்லது மிருகத் தோலல்ல,'' ப்ரஹஸ்பதி ஆசுவாசப்படுத்துவது போல் கூறினார். ''நாம் உயிருடன் இருக்கும் ஒவ்வொரு நொடியும் இறந்த உயிரணுக்களை உதிர்க்கிறோம் அல்லவா? அவைதான். இந்த உயிரணுக்கள் சஞ்சீவனி மரக்கிளைகளை சரஸ்வதி நீருடன் கலக்க அடிமட்ட நிலையில் வழி செய்கின்றன. செத்த உயிரணுக்களுடன் கலந்த நீரை ஒரு அறையில் குவிக்கப்பட்ட சஞ்சீவனி மரத்தின்மீது ஊற்றிவிட்டாலே போதும்; அரைக்க வேண்டிய அவசியம் இல்லை. ஆனால், இந்த முறையில் எவ்வளவு நீர் தேவையின்றி வீணாகும் என்பது நீங்களே ஊகித்திருப்பீர்கள். அது மட்டுமல்லாமல், எங்கோ இருக்கும் ஒரு ஆலையில், அரைபட்ட சஞ்சீவனி மரக்கிளைகளுள்ள அறைக்கு மேலுள்ள ஒரு நீர்த்தொட்டிக்குள் உட்கார வைக்க மனிதர்களுக்கும் மிருகங்களுக்கும் எங்கு போவது? ஆபத்தான விஷயம்.''

''ஏன்?''

''குளிக்கும்போதுதான் மனித, அல்லது மிருகத்தின் தோலிலிருந்து செத்த உயிரணுக்கள் விழுகின்றன. ஒவ்வொரு வருடமும் மனிதர்கள் இரண்டிலிருந்து மூன்று கிலோ வரையில் தோலை இழக்கிறார்கள். குளிப்பதினால் அந்தச் செயல் துரிதப்படுத்தப்படுகிறது.''

''இதுல என்ன ஆபத்திருக்கு?''

''சோமரஸத் தயாரிப்பில் இயற்கையாகவே ஸ்திரத்தன்மை குறைவு; தோல் அணுக்கள் விஷயத்தில் அது இன்னும் மோசம். சோமரஸத் தயாரிப்பு நடக்குமிடத்திற்கு அருகில் மக்கள் இருப்பது விரும்பத்தக்கது அல்ல. ஏதேனும் அசம்பாவிதம் நடந்துவிட்டால் - அதன் விளைவாய் ஏற்படும் வெடிவிபத்து பல்லாயிரக்கணக்கான மக்களைக் கொன்று குவித்துவிடும். வழக்கமான, ஆபத்துக் குறைவான தயாரிப்பிற்கே, மக்கள் அதிகம் வசிக்கும் நகரம் போன்ற வாழ்விடங்களுக்கு அருகில் நாங்கள் ஆலைகளை நிர்மாணிப்பதில்லை. தினம் தினம் குளிக்கும் பல மனிதர்கள் குடியிருக்கும் நகருக்குள், சோமரஸம் தயாராகும் ஆலை கீழேயே வைத்துக்கொண்டு, அங்கேயே தோல் அணு முறையையும் பிரயோகித்தால் என்ன ஆகும் என்று சற்று யோசித்துப் பாருங்கள்.''

சிவனின் முகம் சட்டென்று வெளுத்தது. ''மெலூஹாவில் இருக்கும் பொதுக் குளியலறைகள்...'' என்றார் மெல்லிய குரலில்.

''அதே,'' என்றார் ப்ரஹஸ்பதி. ''நகருக்குள், பொதுக் குளியலறை ஒன்றின் கீழேயே சோமரஸ ஆலையை நிர்மாணிக்க வேண்டியது. வேண்டிய தோலணுக்கள் சுலபமாகக் கிடைத்துவிடும் அல்லவா?''

''ஏதாவது தப்பாப் போச்சுன்னா... வெடி விபத்து ஏற்பட்டா?''

''*தைவி அஸ்திரங்கள்* மேலோ, நாகர்கள் மேலோ, பழி போடலாம். ஏன், சந்திரவம்சிகள் மேலேயேக்கூட குற்றம் சுமத்தலாம்,'' ப்ரஹஸ்பதி பொரிந்து தள்ளினார். ''எத்தனையோ கொடூரமான பிறவிகளுக்கு உயிர் கொடுத்தாகிவிட்டது; பழி சுமத்த ஆட்களா இல்லை?''

''என்னவோ தவறு நிகழ்ந்திருக்கிறது,'' என்றார் ப்ருகு.

திலீபருடன் மந்தர மலையின் இடிபாடுகளைப் பார்வையிட்டார் அவர். மீண்டும் கட்டுமானப் பணிகள் துவங்கியிருந்தாலும், முடிவடையும் தறுவாயைக் கூட எட்டியிருக்கவில்லை.

''ஒப்புக்கொள்கிறேன், மகரிஷிஜி,'' என்றார் திலீபர். ''நாகர்கள் மந்தர மலையை அழித்து ஐந்து வருடங்களுக்கு மேலாயிற்று. இன்னமும் தொழிற்சாலைக் கட்டுமானம் முடியாமலிருப்பது அதிசயம்தான்.''

அவரை நோக்கி ப்ருகு அசட்டையாகக் கையசைத்தார். ''மந்தர மலை இனி முக்கியமல்ல; அது ஒரு அடையாளம் மட்டுமே. நான் சொன்னது பஞ்சவடித் தாக்குதலைப் பற்றி.''

மந்தர மலை முக்கியமில்லையா? விழிகள் விரிய, திலீபர் ப்ருகுவை வெறித்தார். ***அப்படியானால், வதந்திகள் உண்மையாகத்தான் இருக்க வேண்டும். இன்னொரு சோமரஸ ஆலை எங்கோ இருக்கிறது.***

''தாக்குதல் நடத்த வேண்டியவர்களுக்கு ஒரு பறவைத் தூதுக் கூட்டத்தையே கொடுத்தனுப்பினேன்,'' திலீபர் தன்னை மிக்க அதிசயத்துடன் பார்ப்பதைக் கண்டுகொள்ளாமல் ப்ருகு தொடர்ந்தார். ''இங்கேயே வந்து சேரும்படி அவற்றுக்குப் பயிற்சியுமளிக்கப்பட்டிருக்கிறது. கடைசியாக பறவை வந்தது இரண்டு வாரங்களுக்கு முன்னால்.''

''என் வீரனை நம்பலாம், பிரபு,'' திலீபர் புருவத்தைச் சுருக்கினார். ''அவன் கைவிரிக்கமாட்டான்.''

பஞ்சவடியில் சிவனது பரிவாரத்தின் மீதான தாக்குதலுக்குத் தலைமையேற்று நடத்த திலீபரின் படையிலிருந்து ஒரு அதிகாரியை ப்ருகு நியமித்திருந்தார். மகள் மீதிருந்த பற்றை உதறித் தள்ளிவிட்டு, தக்ஷர் காரியத்தை நிறைவேற்றுவார் என்ற நம்பிக்கை மகரிஷிக்கு இருக்கவில்லை. ''அதில் எனக்கும் சந்தேகமில்லை. நம்பகமானவன்; என் கட்டளைக்குக் கட்டுப்பட்டு, இதுவரை வாரம் தவறாமல் செய்தியனுப்பி வந்திருக்கிறான். திடீரென்று செய்திகள் வருவது நின்றுவிட்டதைப் பார்த்தால்... ஒன்று, அவன் சிறைப்பட்டிருக்க வேண்டும், அல்லது, கொல்லப்பட்டிருக்க வேண்டும்.''

''செய்தி வந்துகொண்டிருக்கிறது என்பதில் எனக்குச் சந்தேகமில்லை. நாம் கவலைப்பட வேண்டியதில்லை.''

சட்டென்று திரும்பி, திலீபரை வெறித்தார் ப்ருகு. ''உமது இராஜ்ய நிர்வாகமும் இந்த ரகம்தானா, சக்ரவர்த்தி? உமது மகன் ஆட்சி செய்வதே சாலச் சிறந்தது என்று எல்லோரும் கூறுவது உண்மைதான் என்று ஆக்கிவிடுவீர்கள் போலிருக்கிறதே?''

திலீபரின் மௌனமே பதிலைப் பறையறிவித்தது.

''யுத்தத்தின் போது, வெற்றியை எதிர்பார்க்க வேண்டும் - ஆனால், தோல்விக்குத் தயாராய் இருக்கவேண்டும்,'' ப்ருகு பெருமூச்செறிந்தார். ''இறுதியாக வந்த செய்தியை வைத்துப் பார்த்ததில், அவர்கள் பஞ்சவடியிலிருந்து ஆறு நாட்கள் தூரத்தில் இருந்திருக்கிறார்கள். அதன் பிறகு எந்த செய்தியும் இல்லாததைப் பார்த்தால்... நிலைமை மிக மோச மென்றுதான் அனுமானிக்கவேண்டியிருக்கிறது: தாக்குதல்

தோல்வியடைந்திருக்க வேண்டும். அதுமட்டுமல்ல: தன்னைத் தாக்க முயன்றவர்கள் யார் என சிவன் அடையாளம் கண்டுகொண்டுவிட்டார் என்றும் ஊகிக்கிறேன்.''

வாய் திறக்காத திலீபர், ப்ருகுவையே வெறித்தார். தேவையின்றி அவர் மோசமான விளைவுகளைப் பற்றியே சிந்திப்பது போல்தான் அவருக்குத் தோன்றியது.

"நான் அதீதமாய்ச் சிந்திக்கவில்லை, அரசே,'' என்றார் ப்ருகு.

திலீபருக்குத் தூக்கிவாரிப்போட்டது. அவர் ஒரு வார்த்தை கூடப் பேசவில்லையே?

"விஷயத்தைக் குறைவாய் எடைபோட வேண்டாம்,'' என்றார் ப்ருகு. "உம்மையோ, என்னையோ குறித்ததல்ல; இது இந்தியாவின் எதிர்காலம் பற்றியது. மிகப்பெரும் நன்மையைப் பாதுகாப்பது குறித்தது. நாம் தோற்க முடியாது! இது நாம் ப்ரம்மதேவருக்கு - ஏன், நமது இந்த மாபெரும் தேசத்திற்கே ஆற்றக்கூடிய, ஆற்றவேண்டிய கடமை.''

திலீபர் மௌனம் சாதித்தார். ஒரே ஒரு எண்ணம் மட்டும் அவர் மனதில் ஓயாது ரீங்கரித்துக்கொண்டிருந்தது. *ஆழம் தெரியாமல் இதில் நான் மாட்டிக்கொண்டுவிட்டேன். சாதாரண சக்ரவர்த்திகளால் நினைத்தும் பார்க்க முடியாத, பார்க்கக் கூடாத சக்திகளுடன் என்னைப் பிணைத்துக் கொண்டுவிட்டேன்.*

அத்தியாயம் 4

தவளைப் போதனை

சிவனின் குடும்பத்தினர் இரவு உணவிற்காகக் குழும, அறையினின்று, அப்போதுதான் முடிந்த சமையல் வாசம் கம்மென்று வீசியது. ஒரு குடும்பமாய் உணவுண்ண அவர்கள் கூடுவது இதுவே முதல் முறையென்பதால், சதி தன் திறனனைத்தையும் பிரயோகித்து, மிகப் பிரமாதமாய் விருந்து தயாரித்திருந்தது தெள்ளென விளங்கியது. அவளும் வந்து உணவுண்ண அமரும் வரையில், சிவன், கணேஷ் மற்றும் கார்த்திக் காத்திருந்தனர்.

சம்பிரதாயத்தை அனுசரித்து, மகாதேவரின் குடும்பத்தினர் குவளையிலிருந்து சில சொட்டுத் தண்ணீரைக் கரங்களில் எடுத்து, இலைகளைச் சுற்றித் தெளித்து, உணவிற்கும், அது தரப்போகும் சக்திக்குமாய், தேவி அன்னபூர்ணிக்கு நன்றி செலுத்தினர். பிறகு, உணவின் முதல் கவளத்தை கடவுளர்க்கு சமர்ப்பித்தனர். இந்த சந்தர்ப்பத்திலோ, சிவன் சம்பிரதாயத்தை மீறவே செய்தார். முதல் கவளத்தை மனைவிக்கு அளிப்பது அவர் வழக்கம்: அவரைப் பொறுத்தவரை, அவளே தெய்வம். அவளும் அவ்விதமே, முதலில் உணவை அவருக்களித்தாள்.

இப்படியாக, அவர்களது முதல் விருந்து துவங்கியது.

''உனக்காக கணேஷ் சில மாம்பழங்கள் கொண்டு வந்திருக்கான்,'' கார்த்திக்கைப் பாசத்துடன் பார்த்தாள் சதி.

'''ஹையா,'' கார்த்திக் முகம் மலர்ந்தது. ''நன்றி, *தாதா*.''

புன்னகைத்த கணேஷ், அவனது முதுகைத் தட்டிக்கொடுத்தான்.

''நீ இன்னும் கொஞ்சம் சிரிக்கணும், கார்த்திக்,'' என்றார் சிவன். ''வாழ்க்கை ஒண்ணும் அவ்வளவு துக்கம் நிறைஞ்சதில்லை.''

அவரைப் பார்த்த கார்த்திக், புன்னகைக்க முயன்றான். ''முயற்சி செய்யறேன், *பாபா*.''

தனது மற்றொரு மகனை ஏறிட்ட சிவன், மூச்சை இழுத்துப்பிடித்தார். ''கணேஷ்?''

"சொல்லுங்க... *பாபா*," சிவனை 'அப்பா' என்று அழைப்பதனால் என்ன பூகம்பம் வெடிக்குமோ என்ற பதைப்பு கணேஷிற்குள் குமிழியிட்டது.

"மகனே," என்றார் சிவன் மெல்லிய குரலில். "உன்னை நான் தப்பா நினைச்சிட்டேன்."

கணேஷின் கண்கள் பனித்தன.

"என்னை மன்னிச்சிடு," என்றார் சிவன்.

"அதெல்லாம் ஒண்ணுமில்லை, *பாபா*," கூச்சமும் பதற்றமும் கணேஷுக்குள் போட்டியிட்டன. "பெரிய வார்த்தையெல்லாம் ஏன் பேசறீங்க? நீங்க என் அப்பா இல்லையா? என்கிட்டே போய் மன்னிப்பெல்லாம் கேக்கலாமா?"

மெலூஹாவின் முன்னாள் பிரதம விஞ்ஞானி உயிருடன் இருக்கும் விஷயம் எக்காரணம் கொண்டும் வெளியுலகிற்குத் தெரிந்துவிடக்கூடாது என்று கணேஷிடம் ப்ரஹஸ்பதி வாக்குறுதி வாங்கிக்கொண்டிருந்த விஷயத்தை சிவனிடமும் சமீபத்தில்தான் வெளியிட்டிருந்தார். யாரையும் நம்பக்கூடிய நிலைமையில் ப்ரஹஸ்பதி இல்லை; மெஸப்போட்டேமியக் கிருமிகள் குறித்த தன் பரிசோதனைகளையும் இரகசியமாகவே வைத்திருக்க விரும்பினார். இவ்வளவும் தெரிந்த கணேஷ், அருமை அம்மாவைப் பிரியும்படி நேர்ந்தாலும், சிவனுடனான உறவு எவ்வளவு சிதைந்தாலும், மனக்கஷ்டத்தை உள்ளுக்குள் பூட்டிக்கொண்டு, கொடுத்த வாக்கைக் காப்பாற்றி வந்திருந்தான்.

"சொன்ன சொல் தவறாதவன் நீ," என்றார் சிவன். "ப்ரஹஸ்பதிக்குக் கொடுத்த வாக்கைக் காப்பாத்த எப்பேர்ப்பட்ட விலையானாலும் கொடுக்க நீ தயாரா இருந்தே."

கணேஷ் மௌனம் சாதித்தான்.

"உன்னை நினைச்சு ரொம்பப் பெருமைப்படறேன், மகனே," என்றார் சிவன்.

கணேஷின் முகம் மலர்ந்தது.

அவர்களனைவரையும் சதி மாறி மாறிப் பார்த்தாள். அவள் வாழ்க்கை முழு வட்டமடித்து, முழுமையடைந்துவிட்டது. இதோ, இந்த நிமிடம், இந்த ஒரு கணம், எல்லாம், எல்லாமே அற்புதம்தான். இனி, வேறெதுவும் தேவையில்லை. பஞ்ச வடியிலேயே வாழ்நாளெல்லாம் கழிந்தாலும் சரிதான். இல்லை, அது முடியாது; யுத்தம் நெருங்கிக் கொண்டிருந்தது; எத்தனையோ அரும்பெரும் தியாகங்களை வருங்காலத்தில் பலியாகக் கேட்கப்போகும் யுத்தம். அதனால், இந்தக் கணங்களை முடிந்த வரையில் இரசித்து அனுபவிப்பது மட்டுமே அவளால் முடிந்த காரியம்.

''அடுத்து என்ன, *பாபா*?'' என்றான் கார்த்திக் தீவிரமாய்.

''சாப்பாடுதான்!'' சிவன் சிரித்தார். ''அப்புறம், நல்லாத் தூங்குவோம்னு நினைக்கறேன்.''

''அதில்லை,'' கார்த்திக் புன்னகைத்தான். ''நான் என்ன கேக்கறேன்னு உங்களுக்கே தெரியும். சோமரஸம்தான் முழுமுதல் தீய சக்தின்னு அறிவிக்கப்போறோமா? அதைப் பயன்படுத்தறவங்க மேலேயும், அதைக் காப்பாத்த முயற்சி செய்யறவங்க மேலேயும் போர் தொடுக்கப்போறோமா?''

அவனை யோசனையுடன் சிவன் பார்த்தார். ''ஏற்கனவே சண்டை மண்டை உடையுது, கார்த்திக். எதுலேயும் நாம அவசரப்பட்டு இறங்கக்கூடாது.'' கணேஷிடம் திரும்பினார். ''மன்னிச்சுக்கப்பா - ஆனா, எனக்கு இன்னும் சில விஷயங்கள் தெரியவேண்டியிருக்கு. தெரியறதுதான் நியாயம்.''

''புரியுது, *பாபா*. இது விஷயமா எல்லாம் தெரிஞ்ச குழுக்கள் ரெண்டே ரெண்டுதான்.''

''வாசுதேவர்களும், வாயுபுத்ரர்களும்தானே?''

''ஆமா.''

''வாயுபுத்ரர் சபை எனக்கு உதவி செய்யுமான்னு தெரியலை. ஆனா, வாசுதேவர்கள் செய்வாங்கன்னு தெரியும்.''

''நானே உங்களை உஜ்ஜைனிக்குக் கூட்டிட்டுப் போறேன், *பாபா*. அவங்க தலைவர்கிட்ட நீங்க நேரடியாவே பேசலாம்.''

''உஜ்ஜைனி எங்கேயிருக்கு?''

''வடக்கே, நர்மதையைத் தாண்டி.''

சிவன் சற்று யோசித்தார். ''அதாவது, ஸ்வத்வீபத்துக்கும், மெலுஹாவுக்கும் போற குறுக்குப் பாதைல இருக்கும், இல்லையா?''

பாதுகாப்புக் காரணங்களை மனதில் கொண்டு, காசியிலிருந்து பஞ்சவடி பயணிக்க ஏறக்குறைய ஒரு வருடம் பிடிக்கும் சுற்றுப்பாதையில் சிவனையும், அவரது பரிவாரத்தையும், காளி அழைத்துவந்திருந்தாள். முதலில் ஸ்வத்வீபம் வழியே கிழக்கு நோக்கிச் சென்று, பிறகு ப்ரங்காவிலிருந்து தெற்கு நோக்கிப் பயணித்தனர். கலிங்கத்திலிருந்து மேற்கே, பயங்கர தண்டகவனத்தைக் கடந்து, கோதாவரியின் தலைப்பாகத்தை அடைந்து, பஞ்சவடி வந்து சேர்ந்தனர். மெலூஹாவுக்கும் ஸ்வத்வீபத்திற்கும் இடையே இருந்த அடர்ந்த கானகத்தின் வழியே, நாகா வழிகாட்டியின் உதவியின்றி கடக்க முடியாத குறுக்குவழி ஒன்று இருக்கத்தான் வேண்டும் என்று சிவன் ஊகித்திருந்தார்.

''ஆமா, *பாபா.* வழக்கமா *மாஸி* இந்தப் பாதையை ரொம்ப ரகசியமா வெச்சிருந்தாலும், உங்க மூணு பேர்கிட்ட நிச்சயமா சந்தோஷமாப் பகிர்ந்துப்பாங்க.''

''புரியுது,'' என்றாள் சதி. ''நாகர்களுக்குத்தான் எத்தனையோ சக்திவாய்ஞ்ச பகைவர்கள் உண்டே?''

''ஆமாம்மா,'' என்ற கணேஷ், சிவனிடம் திரும்பினான். ''ஆனா, காரணம் அது மட்டும் இல்ல. உண்மையை ஒத்துக்குவோமே? இன்னும் யுத்தம் தொடங்கவே யில்லைன்னாலும், இந்த நாட்டோட மிகச் சக்திவாய்ஞ்ச சக்ரவர்த்திகள் அதுக்குள்ளே நமக்கெதிரா அணி திரண்டாச்சு. பஞ்சவடி விருந்தினர் மாளிகையில உள்ளவங்க உட்பட, எல்லோரும் எந்தப் பக்கம் சாயப்போறாங்கன்னு, அடுத்த சில மாசங்கள்ள தெரிஞ்சிடும். பஞ்சவடி, ரொம்பப் பாதுகாப்பான இடம். அதோட ரகசியங்களை ஒட்டுமொத்தமா வெளிப்பாடுத்தறது அவ்வளவு உசிதமில்ல.''

சிவன் தலையசைத்தார். ''இப்ப என் பரிவாரத்தை என்ன செய்யலாம்னு யோசிச்சிக்கிட்டிருக்கேன். இந்த சந்தர்ப்பத்துல சப்தசிந்துவுல எனக்கு முழுக்க முழுக்க நம்பகமான அரசர்கள் அதிகமில்ல. நான் ஒரு முடிவுக்கு வந்ததும், உஜ்ஜைனி கிளம்பத் திட்டம் தீட்டலாம்.''

கார்த்திக், கணேஷைப் பார்த்தான். ''எனக்கு ஒரு விஷயம் மட்டும் புரியவேயில்லை, *தாதா.* ருத்ரபகவான் விட்டுட்டுப் போன வம்சம்தானே வாயுபுத்ரர் குலம்? புகழ்பெற்ற ஏழாவது விஷ்ணுவான இராமபிரான் எடுத்த காரியத்தை முடிக்க உதவி செஞ்சதும் அவங்கதான். அப்பேர்ப்பட்டவங்க, சோமரஸம் தீமையா மாறிப் போனதை ஏன் புரிஞ்சிக்கவேயில்ல?''

கணேஷ் புன்னகைத்தான். ''அதுக்கும் ஒரு தத்துவம் வெச்சிருக்கேன்.''

சாப்பிட்டுக்கொண்டிருந்த சதியும் சிவனும், அவனை ஏறிட்டுப் பார்த்தனர்.

''தவளைகளை நிச்சயம் பார்த்திருப்பே, இல்லையா?'' என்றான் கணேஷ்.

''ஆமா,'' என்றான் கார்த்திக். ''எவ்வளவு சுவாரசியமான ஜந்துக்கள் - அதுவும், அந்த நாக்கு!''

கணேஷின் முகம் மலர்ந்தது. ''ரொம்ப காலத்துக்கு முந்தி, பேர் தெரியாத ஒரு பிராமண விஞ்ஞானி, தவளைகளை வெச்சு சில பரிசோதனைகள் நடத்தினாராம். தவளையை எடுத்து கொதிக்கிற வென்னீர்ல போட்டாராம். தவளை உடனே வெளியே குதிச்சிடுச்சு. பிறகு, குளிர்ந்த

நீர் இருக்கிற பானைக்குள்ளே போட்டார். தவளை நல்லா வசதியா உக்கார்ந்துக்கிச்சு. விஞ்ஞானி பல மணி நேரமா, தண்ணியோட சூட்டை அதிகரிச்சார். சூடு கொஞ்சம் கொஞ்சமா ஏறினாலும், தவளையை அது பாதிச்சதாத் தெரியலை. கடைசியா, தண்ணீர் தளதளன்னு கொதிக்கிற வரைக்கும் தவளை பானையைவிட்டு வெளிய வர முயற்சிக்கவேயில்ல. தப்பிக்காம, செத்துப்போச்சு.''

சிவன், சதி மற்றும் கார்த்திக், அவன் சொல்வதை ஆர்வமாய்க் கேட்டுக்கொண்டிருந்தனர்.

''எல்லா நாகா குழந்தைகளும் இந்தக் கதையை வாழ்க்கைப் பாடமாப் படிக்கிறது வழக்கம்,'' என்றான் கணேஷ். ''திடீர்னு ஆபத்து வரச்சே, சட்டுன்னு நம்மளை காப்பாத்திக்க முடியும். ஆனா, ஆபத்து உடனடியா கண்ணுக்குத் தெரியாம, கொஞ்சம் கொஞ்சமா சூழ்ந்துக் கறப்ப, அந்த பயங்கரத்தை நம்மளால உணர முடியாது. ஒரு வழியா உணர்றப்ப, காலம் ரொம்பக் கடந்து அழிவுல கொண்டுபோய் விட்டுடும்.''

''நீங்க என்ன சொல்ல வர்றீங்க? சோமரஸத்தினாலே ஆபத்து அதிகரிச்சிக்கிட்டே வந்தாலும், வாயுபுத்ரர்கள் உணராம, அதுக்கேத்தா மாதிரி தங்களை மாத்திக்கிட்டே வர்றாங்கன்னு சொல்றீங்களா?'' என்றான் கார்த்திக். ''சோமரஸத்தின் தீமை, இன்னும் வேகமா வெளியே பரவலைங்கறீங்க?''

''அப்படித்தான் இருக்கணும்,'' என்றான் கணேஷ். ''இல்லைன்னா, ருத்ரபகவானோட குலமான வாயுபுத்ரர்கள், தெரிஞ்சே தீமையை இவ்வளவு தூரம் வளர விட்டிருப் பாங்களா? என்னால நம்பமுடியலை. சோமரஸம் உண்மையில கெடுதல் இல்லைன்னுதான் அவங்க நம்பியிருக்கணும்.''

''சுவாரசியமா இருக்கே,'' என்றார் சிவன். ''நீ சொல்றதும் உண்மையா இருக்கலாம்.''

இறுக்கமான சூழலைத் தளர்த்தும் விதமாய், சதி புன்னகைத்தாள். ''இந்தத் தவளைப் பரிசோதனையை நிஜமாவே நம்பறியா?''

கணேஷ் முகத்தில் புன்னகை. ''நானே சின்ன வயசுல ஒரு முறை அதைச் சோதிச்சுப் பாக்கற அளவுக்கு, இந்தக் கதை இந்தப் பக்கங்கள்ள ரொம்ப பிரசித்தம்.''

''என்னது? நிஜமாவே தவளையை மெதுவா வேகவெச்சுக் கொன்னியா? அதுவரைக்கும் அது சும்மாவா இருந்துச்சு?''

''அம்மா!'' கணேஷ் சிரிக்கத் துவங்கினான். ''நாம என்ன செஞ்சாலும் எந்தத் தவளையும் ஒரு இடத்துல சும்மா இருக்காது! வெந்நீர், பச்சைத் தண்ணி, வெதுவெதுப்பான தண்ணீன்னு எதாயிருந்தாலும், தவளை எப்படியும் வெளியே தாவி குதிச்சு ஓடிரும்!''

மகாதேவரின் குடும்பம் கலகலவென்று சிரித்தது.

நாகா பிரபுக்களை அப்போதுதான் சந்தித்திருந்த சிவனும் சதியும், பஞ்சவடியின் இராஜ்யசபையினின்று வெளிவந்தனர். உடனடியாக மெலூஹாவைத் தாக்கி, தீமையாய் மாறிவிட்ட சோமரஸத்தை அழித்துவிடவேண்டும் என்ற இராணி காளியின் தீர்மானத்தையே பலர் ஆதரித்தனர். வாசுகி மற்றும் அஸ்திக் போன்ற ஒரு சிலரோ, யுத்தத்தை எதிர்த்தனர்.

''வாசுகியும் அஸ்திக்கும் உண்மையிலேயே அமைதியை விரும்பறாங்க,'' என்றார் சிவன். ''ஆனா, தவறான காரணங்களுக்காக.'' மறுப்பாய்த் தலையசைத்தார். ''நாகர் பிரபுக்களாவே இருந்தாலும், பூர்வஜன்மப் பாவங்களுக்கான பயனை அனுபவிக்க, இந்தக் கொடூர வாழ்க்கையை வாழ்ந்துதான் ஆகணும்னு நம்பறாங்க. என்ன பேத்தல்!''

பூர்வஜன்ம வினையின் பலன் பல பிறவிகளைத் தாண்டியும் ஒருவரைத் தொடும் என்று நம்பிய சதியால், இதை மறுக்காமல் இருக்கமுடியவில்லை. ''ஒரு விஷயம் நமக்குப் புரியலைங்கிறதுக்காக, அது மொத்தமும் பேத்தல்னு முடிவு கட்டறது நியாயம்னு எனக்குத் தோணலை, சிவா.''

''என்ன சதி இது? இந்த வாழ்க்கை, இந்த ஒரு நொடி - இது மட்டும்தான் நிஜம். இதை மட்டும்தான் நாம உத்தரவாதமா நம்பமுடியும். மத்த எல்லாமே வெறும் ஊகம்தான்.''

''அப்ப நாகர்கள் ஏன் ஊனமா, விகாரமாப் பிறக்கணும்? நான் ஏன் இத்தனை வருஷம் விகர்மாவா வாழணும்? ஏதோ ஒரு விதத்துல இந்த தண்டனையை நாங்க அனுபவிக்கணும்கிற விதி இருந்ததுனாலதானே? எங்களுடைய போன ஜன்மத்துப் பாவத்துக்கு நாங்க கொடுக்க வேண்டிய விலைதானே அது?''

''இது முட்டாள்தனம்! போன ஜன்மத்துல நாம் என்ன செஞ்சோம்கிறதை பத்தி நம்மில யாருக்கு என்ன தெரியும்? மனுஷ வாழ்க்கையைத் தீர்மானிக்க, கட்டுக்குள்ள வெச்சிருக்க நாமே உருவாக்கின எத்தனையோ சட்டங்கள்ள

விகர்மாச் சட்டமும் ஒண்ணு. அதை எதிர்த்து, உன்னை நீயே விடுவிச்சுக்கிட்டே.''

''அதான் இல்லை, சிவா. *நீங்க* விடுவிச்சீங்க. உங்க தைரியம் தான் அதைச் சாதிச்சது. ஏன் தெரியுமா? அதுதான் உங்க கர்மா. அதன் பயனா நான் மட்டுமில்ல, எல்லா விகர்மாக்களும் விடுதலையடைஞ்சோம்.''

''அடடே, அது எப்படீங்க அது?'' என்றார் சிவன் அவநம்பிக்கையுடன். ''ஆக, அத்தனை விகர்மாக்களும், எத்தனையோ ஜன்ம ஜன்மாந்திரமா செஞ்ச பாவங்கள் மொத்தமும், நான் அந்த சட்டத்தை உடைச்ச அடுத்த நொடி, ஒண்ணுமில்லாம கரைஞ்சு போச்சாமா? அந்த ஒரு புண்ணிய தினத்துல, ஒரே நிமிஷத்துல, எத்தனையோ பிறவிகள்ள விகர்மாக்கள் மேல படிஞ்சு அழுத்தின பாவம் அத்தனையும் அடிச்சுக்கிட்டுப் போயிடுச்சுங்கிற? ஆகா, எப்பேர்ப்பட்ட பெருஞ்செயல்! என்னே என் மன்னிப்பின் மகத்தான தெய்வீகச் சக்தி!''

''என்ன சிவா, கிண்டலா?''

''உன்னைப் போய்க் கிண்டலடிப்பேனா, கண்ணம்மா?'' என்றாலும், அவரது முகத்தில் பரவிய முறுவல் காட்டிக்கொடுத்துவிட்டது. ''இந்த சித்தாந்தமே பேத்தல்னு உனக்கு நிஜமாவே புரியலையா? புத்தம்புதுசா பிறந்த ஒரு குழந்தை பாவத்தோட பிறக்குதுங்கிறதை எப்படி நம்பச் சொல்றே? அதுக்கு எந்த பூர்வஜன்ம வினையும் இல்லைங்கிறது வெட்டவெளிச்சம். எந்த நல்லதும் செய்யலைங்கிறதும் உண்மை. அது பிறந்ததே அப்பதான்னா என்னத்தைச் செஞ்சிருக்க முடியும்?''

''இந்தப் பிறவியில நிகழ வாய்ப்பில்லாம இருக்கலாம் - ஆனா, போன ஜன்மத்துல செஞ்சிருக்கலாம் இல்லையா? மூதாதையர்கள் பாவம் பண்ணியிருந்தா - அதுக்கு அந்தக் குழந்தை பொறுப்பாகுமில்லையா?''

சிவனுக்கு நம்பிக்கையேற்படவில்லை. ''இன்னுமா உனக்குப் புரியலை? இந்த சட்டமே மக்களைக் கட்டுப்படுத்தத் தான். ஏற்கனவே கஷ்டத்துல உழல்றவங்களை, ஒடுக்கப்பட்டுத் திண்டாடறவங்களை, தாங்களேதான் இதுக்கெல்லாம் காரணம்னு பழியேத்துக்கவைக்கிற திட்டம். கஷ்டப்படறவங்களே, தங்களோட முந்தைய பிறவிகளின் பாவத்துக்கோ, முன்னோருடைய, ஏன், அவங்க குலத்தார் செஞ்ச அக்கிரமங்களுக்கோ தண்டனை அனுபவிக்கிறதா நினைக்கப் பழக்கியாச்சு! ஏன், முதல் முதல்ல பிறந்த மனிதனின் மோசமான நடத்தைன்னு ஏதாவது இருந்தா, அதுக்கும் சேர்த்தே இவங்க பூஜையும் பரிகாரமும் செஞ்சு

மாய்வாங்க. இந்த அழகான சட்டத்தின் விளைவா, கஷ்டம் அனுபவிக்கிறது ஒண்ணுதான் பரிகாரம்னு மக்கள் புரிஞ்சிக்கிறது மட்டுமில்ல, தங்களுக்கு நடக்கிற அநியாயங் களைத் தட்டிக் கேக்கற சக்தியையே இழந்துடறாங்க."

"அப்ப ஏன் ஜனங்க கஷ்டப்படுறாங்க? தகுதியிருந்தும், சில பேருக்கு தேவையான நன்மைகள்கூட கிடைக்காம போறது ஏன்?"

"சிலருக்கு தகுதிக்கு மீறின நன்மைகள் கிடைக்கிற தில்லையா? அது போலத்தான். இதுக்கெல்லாம் எந்த வரைமுறையும் கிடையாது. எல்லாம் தற்செயல்."

அவள் குதிரையேற பெருந்தன்மையுடன் சிவன் நீட்டிய கையை மறுதளித்தவள், நளினமாய்த் தன் புரவியின் மீது தாவியேறினாள். சிவனின் முகம் மலர்ந்தது. மனைவியிடம் அவருக்கு மிகப் பிடித்ததே, எவர் கையையும் எதிர்பாராத இந்த குணமும், அசாத்திய தன்னம்பிக்கையும், சுயமும் தான். தன் குதிரையின் மீது தாவியவர், வெகு விரைவாய் சதியின் வேகத்தை எட்டி, ஈடுகொடுத்தார்.

"உண்மையைச் சொல்லுங்க, சிவா," சதி அவரைத் திரும்பிப் பார்த்தாள். "*பரமாத்மா* இந்த உலகத்தின் உயிர்களை வெச்சுப் பகடையாடறார்கறீங்களா? நம்ம எல்லார் வாழ்க்கையுமே தற்செயலா நிகழும் தொடர்பில்லாத சம்பவங்களின் வெற்றுச் சேர்க்கையா?"

தெருவில் அவர்கள் எதிரே வந்த நாகர்கள், சிவனை அடையாளம் கண்டுகொண்டு, தாழ்வாய்ப் பணிந்தனர். நீலகண்டர் புராணத்தில் அவர்களுக்குச் சிறிதும் ஈடுபாடில்லை யென்றாலும், அரசியார் மகாதேவரை மதித்தார் என்பது திண்ணமாகையால், நாகர்களுக்கும் சிவனிடத்தில் நம்பிக்கை உண்டாகியிருந்தது. அவர்கள் ஒவ்வொருவரின் வணக்கத்தையும் பணிவுடன் ஏற்றுக்கொண்டே வந்த சிவன், சதியிடம் திரும்பாமலேயே பதில் சொன்னார். "*பரமாத்மா* நம்ம வாழ்க்கைல குறுக்கிடறதில்லைன்னுதான் நான் நினைக்கிறேன். இந்தப் பிரபஞ்சம் செயல்படறதுக்கான விதிமுறைகளை அவர் ஏற்படுத்தறார். அப்புறம், ரொம்ப சிக்கலான, கஷ்டமான ஒரு காரியத்துல இறங்கறார்."

"என்ன அது?"

"நம்மளைச் சும்மா விடறார். எல்லா செயல்களும், தானே, இயற்கையாய் நடக்க வழி விட்டு ஒதுங்கிடறார். தான் உருவாக்கின உயிர்கள், தங்களுடைய வாழ்க்கையைக் குறிச்ச முடிவுகளைத் தாங்களே எடுக்க வழி செய்யறார். ஆளும் சக்தியிருக்கறப்ப, தள்ளி நின்னு, வெறும் சாட்சியா வேடிக்கை

பார்க்கறது சுலபமில்ல. அது முழுமுதல் கடவுளுக்கு மட்டுமே சாத்தியமான விஷயம். இதுதான் நம்ம உலகம், நம்ம கர்மபூமின்னு அவருக்கு நல்லாத் தெரியும்,'' என்ற சிவன், அவர்களது பிறவிப் பயனைக் கழிக்கப் பிறப்பெடுத்த உலகைக் காண்பிக்க விழைவது போல் தன்னைச் சுற்றிலும் கைகளை வீசினார்.

"இது கொஞ்சம் கிரகிக்கக் கஷ்டமான விஷயமா உங்களுக்குத் தோணலை? வாழ்க்கை ஒட்டுமொத்தமும் தற்செயல்னு ஜனங்களுக்குத் தோணிப் போச்சுன்னா, அது மேல பற்றோ, புரிதலோ, வாழ்ந்து ஜெயிக்கணும்கிற உத்வேகமோ இல்லாம போயிடுமே? நாம ஏன் இங்க இப்படி வாழறோம்கிறதுக்கான அர்த்தமேயில்லாம போயிடுமே?''

"அதான் இல்ல. இது மனசுக்குப் புத்துணர்ச்சியளிக்கக் கூடிய விஷயம். எல்லாமே தற்செயல்னு தெரிஞ்சா, உன் வாழ்க்கையை அதிகபட்சம் உயர்த்துறதுக்கான சக்திகளை யெல்லாம் தேடிப் போக, பிடிச்ச சித்தாந்தங்களைக் கைக்கொள்றதுக்கான முழு சுதந்திரமும் உனக்குக் கிடைக்கும். நல்ல கதி கிடைச்சா, கடவுளோட அருள்னு தன்னடக்கத்தை வளர்த்துக்கலாம். அதுவே, மோசமான வாழ்க்கை அமைஞ்சா, நமக்கு மேல இருக்குற ஒரு சக்தி தண்டிக்க முயற்சிக்குதுன்னு நினைக்கக் கூடாது. நமக்கு நேரும் எத்தனையோ விஷயங்கள், முழுக்க முழுக்க தற்செயலான - பிரபஞ்சத்தோட எத்தனையோ கணிக்க முடியாத திருப்பங்களோட - விளைவுன்னுதான் புரிஞ்சிக்கணும். வாழ்க்கையை ஜெயிக்கணும், மாத்தியமைச்சுக்கணும்னு நாம நினைச்சா, அதுக்கு தடையா இருக்கப்போறது *பரமாத்மாவின் கோபமோ*, ஏற்கனவே வகுக்கப்பட்ட கண்ணுக்குத் தெரியாத பிரபஞ்ச விதியோ இல்ல; நம்ம மனசேதான். இதைப் புரிஞ்சிக்கிட்டா, நம்ம விதியை வெல்லும் சக்தி தானே நம்மளை வந்தடையும்.''

சதி தலையைக் குலுக்கிக்கொண்டாள். "சில சமயம் ரொம்ப புரிட்சிகரமா என்னென்னவோ பேசறீங்க.''

சிவனின் கண்களில் குறும்பு. "இதுவே என்னோட பூர்வஜன்மத்துப் பாவங்களோட விளைவோ என்னவோ?''

சிரித்த இருவரும், ஒன்றாக நகரின் வாயிலைக் கடந்தனர்.

"ஆனா,'' தூரத்தில் தெரிந்த விருந்தினர் குடியிருப்பை உற்றுப் பார்த்தார் சிவன். "ஒரே ஒரு மனுஷன் மட்டும், தன் கர்மாவினால் விளைஞ்சதுக்கு, நண்பர்கள்கிட்ட பதில் சொல்லியே ஆகணும்.''

''ப்ரஹஸ்பதிஜி?''

சிவன் தலையசைத்தார்.

''என்ன யோசிச்சு வெச்சிருக்கீங்க?''

''பர்வதேஸ்வரரையும், ஆயுர்வதியையும் நேர்ல சந்திச்சு, நீங்க உயிரோட இருக்குற அதிர்ச்சியான செய்தியைத் தெரிவிப்பீங்களான்னு அவர்கிட்ட கேட்டேன்.''

''ஒத்துக்கிட்டாரா?''

''ஆகா, தாராளமா.''

''மறுப்பார்னு நானும் நினைக்கலை.''

''உங்களுக்கு ஒண்ணுமில்லியே?'' என்றாள் ஆனந்தமயி.

அவளும் பர்வதேஸ்வரரும், பஞ்சவடியின் விருந்தினர் குடியிருப்பில் ஒதுக்கப்பட்டிருந்த பிரத்யேக அறையில் அமர்ந்திருந்தனர்.

''மிகக் குழப்பமாக இருக்கிறது,'' என்றார் அவர். ''எங்கள் வாழ்வியலின் மிகப் பொலிவான அம்சங்களை - உண்மை, கடமை, கௌரவம் - நிலைநிறுத்தி, மக்களுக்கே முன்னுதாரணமாய் இருக்க வேண்டியவர், மெலூஹாவின் அரசர். மன்னரே இவ்வாறு சட்டத்தைக் கண்டபடி மீறினால், அது என்ன மாதிரியான விளைவை ஏற்படுத்தும்? சதியின் குழந்தை பிறந்தபோது செய்தாரல்லவா?''

''சக்ரவர்த்தி தக்ஷர் செஞ்சது நிச்சயம் பெரிய தப்புதான். ஆனா, அருமை மகளை - தவறான முறையிலதான்னாலும் - காப்பாத்த முயற்சிக்கிற ஒரு தகப்பனின் செய்கை தான் இதுன்னு வாதம் செய்யலாமே.''

''அவர் செய்தது தவறு என்ற ஒரு விஷயமே போதும், ஆனந்தமயி. சட்டத்தை மீறினார். அதிலும் இப்போது, ருத்ரபகவானின் மிக முக்கிய விதியை - தைவி *அஸ்*திரங்களைப் பிரயோகிக்கக்கூடாது என்ற சட்டத்தை - உடைத்தெறிந்துவிட்டார். உலகின் மிகச்சிறந்த நாடான மெலூஹா, இப்படிப்பட்ட ஒரு மன்னரை எங்ஙனம் பெற முடியும்? எங்கோ தவறு நிகழ்ந்திருக்கிறது என்பதுதானே உண்மை?''

ஆனந்தமயி, கணவனின் கைகளைப் பற்றிக்கொண்டாள். ''உங்க அழகான மன்னர் எதைத்தான் முறையா செஞ்சார்? என்கிட்டே கேட்டிருந்தா, அவர் சரியில்லைன்னு என்னிக்கோ சொல்லியிருப்பேன். ஆனா, அவரோட

முறைகேடுகளுக்கெல்லாம் நீங்க மெலூஹாவைக் குற்றம் சொல்லவேண்டிய அவசியமில்லை.''

''அம்மாதிரி இயங்குவதில்லை, எங்கள் சமூகம். ஆணைகளை பிறப்பிப்பவர் மட்டுமா தலைவர்? ஆளும் சமூகத்தின் பிரதிநிதியல்லவா? அவர் திரிந்தால், சமூகமும் சீர்கேடடைந்துவிட்டது என்றுதானே அர்த்தம்?''

''இந்த மாதிரிப் பித்துக்குளித்தனமான எண்ணமெல்லாம் யார் உங்க மனசுக்குள்ள புகுத்தினது, அன்பே? தலைவரும் மனுஷர்தானே? அவர் எதுக்கும் பிரதிநிதியில்லை.''

பர்வதேஸ்வரர் மறுப்பாய்த் தலையசைத்தார். ''ஆதாரமான சில உண்மைகளை மாற்றுவதற்கில்லை. ஒரு தலைவனின் கர்மா, அவன் ஆளும் தேசத்தின் தலையெழுத்தையே பாதிக்கும் வல்லமை படைத்தது. மக்களின் பிரதிநிதி, அவர்களது மதிப்பிற்குரிய சின்னம், அவர். இதுதான் உலகறிந்த உண்மை.''

கண்களில் கனிந்த காதலின் மென்மையான ஒளிவீச, ஆனந்தமயி அவரை நோக்கிக் குனிந்தாள். ''உங்க உண்மைன்னு ஒண்ணு இருக்கு; அதே சமயம், என் உண்மைன்னும் ஒண்ணு இருக்கு, பர்வதேஸ்வரரே. என்னவோ, உலகறிஞ்ச உண்மைன்னு இப்ப சொன்னீங்களே? அப்படீன்னு எதுவுமே கிடையாது.''

அவளது முகத்தில் அலையாடிய கூந்தல் கற்றையை ஒதுக்கியவரின் முகத்தில் புன்னகை. ''சந்திரவம்சிகளாகிய உங்களின் வார்த்தை ஜாலம் பற்றிக் கேட்கவேண்டுமா? அது கைவந்த கலையல்லவா?''

''வார்த்தை விளையாட்டோட சக்தியெல்லாம் மனசுக்குள்ள இருக்குற எண்ணத்தை - நல்லதோ, கெட்டதோ - பொறுத்துத்தான்.''

பர்வதேஸ்வரரின் புன்னகை விரிந்தது. ''நான் இப்போது என்ன செய்ய வேண்டும் என்றெண்ணுகிறாய்? என் சக்ரவர்த்தி செய்த அரும்பெரும் காரியத்தின் பலனாக, என் கடவுள் நீலகண்டர் என் நாட்டின் மீது போர் தொடுக்கக்கூடிய கொடூர நிகழ்வின் எல்லையில் நின்றுகொண்டிருக்கிறேன். நான் என்ன செய்வது? யார் பக்கம் சேர்வது?''

''உங்க கடவுள் பக்கம் தான்,'' ஆனந்தமயியின் குரலில் தயக்கம் சிறிதும் இல்லை. ''ஆனா, இந்தக் கேள்விக்கு நிஜ உலகத்துல இடமேயில்லை. அதனால, இதைப் பத்தி ரொம்பக் கவலைப்பட வேண்டிய அவசியமுமில்ல.''

''அழைத்தீர்களா, பிரபு?'' என்றாள் ஆயுர்வதி.

சிவனின் அறைக்கு அவளும், பர்வதேஸ்வரரும் சம்பிரதாயமாக அழைக்கப்பட்டிருந்தது அவளுக்கு ஆச்சர்யத்தையளித்தது. பஞ்சவடி வந்து சேர்ந்ததிலிருந்து, நாகர்களுடனே சிவன் பெரும்பாலான நேரத்தை செலவழித்திருந்தார். சிவனின் பரிவாரத்தின் மீது நடந்த தாக்குதலில் நாகர்களுக்கு நிச்சயம் பங்கிருந்ததென்பது ஆயுர்வதியின் திடமான நம்பிக்கை. பஞ்சவடியில் நாகர்களின் துரோகத்தைத் துப்புத் துலக்குவதில்தான் நீலகண்டர் இத்தனை காலம் செலவழித்துக்கொண்டிருந்தார் என்பதும் அவள் ஊகம்.

''பர்வதேஸ்வரரே, ஆயுர்வதி, வாங்க,'' என்றார் சிவன். ''நாகர்களின் இரகசியத்தைத் தெரிஞ்சிக்கிற நேரம் வந்தாச்சுன்னு நினைச்சேன். அதான் கூப்பிட்டு அனுப்பினேன்.''

அதிசயத்துடன் நிமிர்ந்தார் பர்வதேஸ்வரர். ''எங்களிருவரை மட்டும்தானா, பிரபு?''

''ஆமா. நீங்க மெலூஹர்கள். கோதாவரியில நம்ம மேல நடந்த தாக்குதல், பல விஷயங்களுடன் - அதாவது, ப்ரங்காவின் கொள்ளை நோய், நாகர்களின் நிலை, சரஸ்வதி நதியின் குறையும் நீர்வரத்துன்னு பலதோட இணைஞ்சிருக்குங்கிறது என் எண்ணம்.''

பர்வதேஸ்வரரும், ஆயுர்வதியும் அதிசயக்கடலில் மூழ்கினர்.

''ஆனா, ஒரே விஷயம் மட்டும் ரொம்ப நிச்சயம்,'' என்றார் சிவன். ''இந்தத் தாக்குதலுக்கும் மந்தர மலைக்கும் தொடர்பு இருக்கு.''

''என்ன?! எப்படி?''

''அதை விளக்கறது ஒரே ஒரு மனுஷனுக்கு மட்டும்தான் சாத்தியம். இறந்துபோயிட்டார்னு நீங்க நம்பிக்கிட்டிருக்கிற ஒருத்தர்.''

கதவு திறக்கும் ஓசை கேட்க, ஆயுர்வதியும் பர்வதேஸ்வரரும் சுழன்றனர்.

ப்ரஹஸ்பதி அமைதியாய் உள்ளே நுழைந்தார்.

''சோமரஸம், தீமையா?'' ஆனந்தமயியின் குரலில் அவநம்பிக்கை கலந்த அதிர்ச்சி. ''நீலகண்டர் உண்மையிலேயே அப்படி நினைக்கறாரா என்ன?''

அவளும் பர்வதேஸ்வரரும், பஞ்சவடியின் விருந்தினர் குடியிருப்பில், அவர்களது அறையில்

இருந்தனர். அப்போதுதான் பகீரதனும் வந்து சேர்ந்து கொண்டிருந்தான்.

''அவர் எண்ணம் என்னவென்பது இன்னும் சரியாக விளங்கவில்லை,'' என்றார் பர்வதேஸ்வரர். ''ப்ரஹஸ்பதி நிச்சயம் அவ்வாறு நினைக்கிறார்.''

''தீமைன்னா, அது எல்லாருக்கும் தீமையா இல்ல இருக்கணும்?'' என்றான் பகீரதன். ''தீமைன்னா என்னன்னு ஒரு சூர்யவம்சி துரோகி முடிவெடுக்கலாமா? நாம ஏன் இதுக்கெல்லாம் தலையாட்டணும்? நீலகண்டர்தான் ஏன் கேக்கணும்?''

''பகீரதா, எங்கள் நாட்டின் ஆதாரத்தை, அதன் ஆன்மாவையே பூண்டோடு அழித்த ப்ரஹஸ்பதியின் சார்பாய் நான் வாதிட வேண்டும் என்று எதிர்பார்க்கிறாயா?''

''ஒரு நிமிஷம்,'' ஆனந்தமயி கையை உயர்த்தினாள். ''கொஞ்சம் யோசிச்சுப் பாருங்க... ப்ரங்காவின் கொள்ளை நோய், சரஸ்வதி நதியில மெல்ல மெல்ல குறையும் தண்ணி, நாகர்களின் பிறப்பு, இப்படி எல்லாத்தோடையும் சோமரஸத்துக்குத் தொடர்பு இருந்தா, அது தீமைன்னுதானே அர்த்தம்?''

''நீலகண்டர் என்னதான் முடிவெடுக்கிறதா இருக்கார்?'' என்றான் பகீரதன். ''சோமரஸத்தைத் தடை செய்யப் போறாராமா?''

''தெரியாது, பகீரதா!'' முதலில் தக்ஷர், இப்போது ப்ரஹஸ்பதி என்று தன் உலகமே தலைகீழாய்ப் போன ஆவேசத்தில் பர்வதேஸ்வரர் வெடித்தார். ''பதில் தெரியாத கேள்விகளாகவே கேட்டுக்கொண்டிருந்தால், நான் என்னதான் செய்வது?''

ஆனந்தமயி, கணவனின் தோள்களில் கரம் பதித்தாள். ''ஒரு வேளை, நீலகண்டரும் நம்மளை மாதிரி அதிர்ச்சியடைஞ்சிருக்கலாம் இல்லையா? அவருக்கும் யோசிக்க நேரம் தேவையாயிருக்கோ, என்னவோ. 'எடுத்தேன் கவிழ்த்தேன்'னு எந்த முடிவும் எடுக்க முடியாதில்ல?''

''ஒரு முடிவை அவர் எடுத்துவிட்டார் என்றுதான் சொல்லவேண்டும்,'' என்றார் பர்வதேஸ்வரர்.

அவரை பகீரதனும் ஆனந்தமயியும் ஆர்வமாய் ஏறிட்டனர்.

''நம் காயங்களனைத்தும் ஆறியபிறகு, அனைவரும் ஸ்வத்வீபம் சென்றுவிட வேண்டியது. தன் அடுத்த கட்ட முடிவு தெரியும் வரையில், காசியில் தனக்காகக் காத்திருக்கும்படி பிரபு நம்மைப் பணித்திருக்கிறார். கோதாவரியில் நம்மைக் கொல்ல எண்ணிய அயோத்யா

பங்கு வகிக்கும் கொடூரத் திட்டத்தில், மன்னர் அதிதிக்வர் இணையவில்லையென்பது அவரது நம்பிக்கை.''

''காசிக்குப் போனா, நாம உயிரோட இருக்குற விஷயம் எங்கப்பாவுக்கு உடனே தெரிஞ்சிடும்,'' என்றான் பகீரதன். ''தன் தாக்குதல் நிறைவேறலைங்கிறதும் புரிஞ்சுபோயிடும்.''

''அது விஷயமாய், நாம் அமைதி காக்க வேண்டியதுதான். தாக்குதல் ஏதும் நிகழவில்லையென்பது போலத்தான் நாம் நடந்துகொள்ள வேண்டும். பஞ்சவடிக்கு எந்தத் தடங்கலும் இல்லாமல் சென்று திரும்பிவிட்டோம் என்றுதான் வெளியில் தெரிவிக்க வேண்டும்.''

''அவங்க கப்பல்லாம் என்ன ஆச்சுன்னு யோசிக்க மாட்டாங்களா?''

''அதில் பிரச்சனையொன்றுமில்லை என்று பிரபு கூறினார். இம்மாதிரியான காலம் கடந்த கடல் மற்றும் நதிப் பிரயாணங்களில் எதுவும் நடக்க வாய்ப்புண்டு; நம்மைத் தாக்க வருமுன், அவர்களுக்கு ஏதோ விபத்து நேர்ந்துவிட்டதென்று அவர்கள் கருதலாம்.''

பகீரதனின் புருவங்கள் உயர்ந்தன. ''இந்தக் கதையை நம்பற அளவுக்கு எங்கப்பா வேணும்னால் முட்டாளா இருக்கலாம். ஆனா, இதுக்கெல்லாம் அவர் சூத்திரதாரியில்லை. இவ்வளவு பெரிய அளவுல திட்டம் தீட்டி, சூழ்ச்சி செஞ்சு, தாக்குதல் நிகழ்த்தற அளவுக்கு வந்திருக்கிறவர், நிச்சயம், நடந்த உண்மையைத் தெரிஞ்சுக்க முயற்சி செய்யாம இருக்கப்போறதில்ல.''

''அம்மாதிரித் துப்புத் துலக்கும் முயற்சிகள், அதிகக் காலம் பிடிக்கும்; அதைப் பயன்படுத்தி, மேற்கொண்டு செய்ய வேண்டிய பரிசோதனைகளில் இறங்குவதற்கான அவகாசமும், நீலகண்டருக்குக் கிடைத்துவிடும்.''

''பிரபு நம்மகூட வரலியா?'' ஆனந்தமயியின் குரலில் ஆச்சர்யம்.

''இல்ல.'' பர்வதேஸ்வரர் மறுப்பாய்த் தலையசைத்தார். ''அதுமட்டுமல்ல: அவரும், அவரது குடும்பத்தினரும் நம்முடன் காசியில் இல்லை என்ற செய்தியையும் நாம் வெளியிட வேண்டும் என்பது அவரது விருப்பம். பஞ்ச வடியிலேயே அவர் தங்கிவிட்டார் என்பது பரப்பப்பட வேண்டும். தன்னை முன்னிட்டுத்தான் இந்தத் தாக்குதல் என்று அவர் நம்புவதால், நாம் இதன் விளைவுகளினின்று தப்பிப்போம் என்பது அவர் எண்ணம்.''

"இதுக்கெல்லாம் ஒரே ஒரு அர்த்தம்தான் இருக்க முடியும்," என்றான் பகீரதன். "ப்ரஹஸ்பதி சொன்னதை ஏத்துக்கிட்டாலும், ஒரு முடிவுக்கு வர்றதுக்கு முன்னால எல்லாத்தையும் ஊர்ஜிதப்படுத்திக்கணும்னு நீலகண்டர் நினைக்கறார்."

கண்களில் கவலை திரையிட, ஆனந்தமயி கணவனை ஏறிட்டாள். போர் - இந்தியா இதுவரை கண்டிராத மிகப்பெரும் யுத்தம் - எந்தக் கணமும் மூளலாம் என்பதை அவள் அறியாமலில்லை. அதிலும், மெலூஹாவும் சிவனும் எதிர் எதிர் அணியில் இருப்பதற்கான வாய்ப்புக்கள் மிக அதிகம். தன் கணவர் எதைத் தேர்வு செய்யப்போகிறார்?

"எது நடந்தாலும்," ஆனந்தமயி அவரது முகத்தைக் கைகளில் ஏந்திக்கொண்டாள். "நாம நீலகண்டர் மேல முழு நம்பிக்கையோட இருக்கணும்."

பர்வதேஸ்வரர் அமைதியாய்த் தலையசைத்தார்.

— ⁂ —

கோதாவரிக்கரையில் சிவன், பரசுராமன் மற்றும் நந்தி, மூவரும் அமர்ந்திருந்தனர். நதியை நோக்கியவாறு யோசனையில் ஆழ்ந்திருந்த சிவன், சில்லத்தினின்று புகையை நீள உறிஞ்சினார். இறுதியில், பெருமூச்சொன்றை விடுத்தபடி, நண்பர்களிடம் திரும்பினார். "நிச்சயமாத் தெரியுமா, பரசுராமா?"

"ஆமா, பிரபு," என்றான் அவன். "ப்ரம்மபுத்ரா ட்ஸாங்க்போவாகவே இருக்கும் அதி உயரமான பகுதிக்கே என்னால உங்களைக் கூட்டிக்கிட்டுப் போகமுடியும். ஆனா, பாதை ரொம்ப ஆபத்தானது; பலி வாங்கிடும். அதுல பயணிக்கிறதும் உசிதமில்லை." சிவனின் மயான அமைதி, அவனை மேலும் பேசத் தூண்டியது. "அந்த நதியில என்னதான் இருக்கு, பிரபு?" ப்ரம்மபுத்ராவின் பாதையில் நாகர்கள் காட்டிய அளவிற்கதிகமான ஆர்வம், ஏற்கனவே வெகுவாக அவனைக் குறுகுறுக்க வைத்திருந்தது. "முதல்ல நாகர்கள்; இப்ப நீங்க. ஏன் எல்லாருக்கும் இதுல இவ்வளவு ஆர்வம்?"

"அதுவே தீமையைப் பரப்பும் பாதையா இருக்கலாம், பரசுராமா."

நந்தி அதிசயத்துடன் நிமிர்ந்தார். "ட்ஸாங்க்போவின் துவக்கம், தங்கள் தேசமான திபேத்தின் அருகிலேதான் இருக்கிறதல்லவா, பிரபு?"

''ஆமா, நந்தி,'' என்றார் சிவன். ''நான் நினைச்சதைவிட தீமை எனக்கு இன்னமும் கிட்டத்துல இருக்கறாப்புலதான் தெரியுது.''

நந்தி மௌனமானார். சிவனின் பரிவாரத்தைத் தாக்கிய படை மெலூஹாவைச் சேர்ந்தது என்பதை அறிந்த சிலரில் அவரும் ஒருவர். அடுத்து என்ன செய்யவேண்டுமென்பதில் அவருக்குச் சிறிதும் தயக்கமில்லை; சிவனா, தேசமா என்று முடிவெடுக்க வேண்டி வந்தால், அவரது தேர்வு சிவனாய்த்தான் இருக்கும். என்னதான் வெட்டொன்று துண்டு இரண்டாக முடிவெடுத்தாலும், உள்ளுக்குள் வலிக்கத்தான் செய்தது. அருமைத் தாயகமான மெலூஹாவைத் தாக்கப் போகும் படையில் தானும் இருப்போம் என்று தெரிந்தாலும், தன்னை இப்படியொரு இக்கட்டில் சிக்க வைத்துவிட்ட விதியை நொந்துகொள்ள மட்டுமே அவரால் முடிந்தது.

''சூத்திரதாரியைக் எப்படிக் கண்டுபிடிக்கிறதுன்னு எனக்குத் தெரிஞ்சுபோச்சுன்னு நினைக்கறேன், பிரபு,'' என்றான் பகீரதன்.

பர்வதேஸ்வரரின் அறைகளினின்று கிளம்பியவுடன், சிவனைச் சந்திக்க அவன் ஏற்பாடு செய்துவிட்டான். நீலகண்டரை எதிர்க்கத் தன் தந்தை துணிந்துவிட்டதை அவன் அறிவான். ஆகையினாலேயே, சிவனிடத்தில் தன் விசுவாசத்தை உடனடியாக நிரூபிப்பது இப்போது முக்கியமாகிவிட்டது. சிவன் தோற்பார் என்று அவனுக்குத் தோன்றவில்லை. மன்னர்கள் என்ன நினைத்தாலும், மக்கள் நீலகண்டர் பக்கம்தான் என்பது நிச்சயம்.

''எப்படி?'' சிவன் கேட்டார்.

''இப்பேர்ப்பட்ட திட்டத்தைத் தீட்டறதுக்கான திறமை எங்கப்பாவுக்குக் கிடையாதுன்னு உங்களுக்கே தெரியும். அவரோட சுயநலம்தான், வேற ஒருத்தரோட கெட்ட எண்ணத்துக்கு அடிபணிய வெச்சிடுச்சுன்னு நினைக்கறேன்.''

சிவன் ஆர்வத்துடன் முன்னே வந்தார். ''லஞ்சம் அளிக்கப்பட்டிருக்குன்னு சொல்றியா? அவருக்குப் பணப் பஞ்சம் ஏற்பட்டிருக்க வாய்ப்பில்லையே?''

''உயிரை விடப் பெரிய லஞ்சம் ஒண்ணு இருக்க முடியுமா, பிரபு? சில வருஷத்துக்கு முந்தி மட்டும் எங்கப்பாவை நீங்க பார்த்திருந்தீங்கன்னா, இன்னும் கொஞ்ச நேரத்துல கொள்ளி வைக்கத் தயாரா இருக்கார்னு நினைச்சிருப்பீங்க. வாழ்நாள் முழுக்க ஆட்டம், பாட்டம், குடின்னு, உடம்பு அடியோட

பாழாப்போச்சு. ஆனா, இன்னிக்கு? நினைவறிஞ்சு இவ்வளவு இளமையா அவரை நான் பார்த்ததேயில்ல.''

''சோமரஸமா?''

''இல்லைன்னு தோணுது. இதுக்கு முன்னால அதைப் பயன்படுத்திப் பார்த்து, எந்தப் பயனுமில்லைன்னு எனக்குத் தெரியும். இதைவிடப் பிரமாதமான மருந்தை யாரோ குடுத்துக்கிட்டு இருக்காங்க. வழக்கமா மன்னர்களுக்குக் கூட சாமான்யத்துல கிடைக்காத ஒரு அதிசய பொருள்.''

சிவனின் கண்கள் அகன்றன. *மன்னரைவிட சக்தி வாய்ந்த, அறிவு முதிர்ச்சி பெற்றவர் - யாராக இருக்கமுடியும்?*

''மகரிஷி யாராவது உதவறார்னு நினைக்கறீங்களா?''

''இல்லை, பிரபு.'' பகீரதன் மறுப்பாய்த் தலையசைத்தான். ''மகரிஷி ஒருத்தர்தான் அவரை *ஆட்டி வைக்கிறார்*னே சந்தேகிக்கறேன்.''

''அந்த மகரிஷி யாரா இருக்கமுடியும்?''

''தெரியலை. ஆனா, நான் அயோத்யா திரும்பும் போது...''

''அயோத்யா?''

''கோதாவரியில நம்மை எந்தக் கப்பலும் தாக்கலைன்னு சாதிக்கிறதா இருந்தா, பிரபு, நான் அயோத்யா திரும்பாம இருக்க என்ன சால்ஜாப்பு சொல்லமுடியும்? அதனால வீண் சந்தேகம் ஏற்படும். அதை விட முக்கியம்: நான் அயோத்யாவுல இருந்தாத்தான், இந்த சூத்திரதாரியை அடையாளம் காணமுடியும். எங்கப்பா என்னதான் குறுக்க விழுந்து தடுத்தாலும், யாரும் அணுக முடியாத இந்த நகரத்துலகூட இன்னமும் எனக்குக் கண்களும் காதுகளும் உண்டு.''

சற்று யோசித்த சிவனுக்கு, அவன் சொல்வதிலும் அர்த்தம் இருப்பதாகத்தான்பட்டது. அதிலும், இப்போது திலீபர் தனக்கெதிராய் அணி சேர்ந்துவிட்டதில், பகீரதன் தனக்கிடமுள்ள விசுவாசத்தை நிரூபித்துக்கொள்வதில் ஆர்வமாய் இருப்பான்.

''சரி,'' சிவன் தலையசைத்தார். ''அயோத்யாவுக்குப் போ.''

''வந்து, பிரபு - சமயம் வரும்போது, அயோத்யா மற்றும் ஸ்வத்வீபத்தின் மேல கொஞ்சம் கருணை காட்டப்படும்னு நம்பறேன்.''

''கருணையா?''

''நாங்க சோமரஸத்தை அளவுக்கதிகமா பயன்படுத்தலை, பிரபு. வெகு சில சந்திரவம்சிப் பிரபுக்கள்தான் - அதுவும் ரொம்ப குறைஞ்ச அளவுலதான் உபயோகிச்சிருக்காங்க.

அளவுக்குமீறி அதை உட்கொண்டது மெலூஹர்கள்தான். அதன் காரணமாத்தான் தீமை இவ்வளவு கோர சொரூபமா வளர்ந்திருக்கு. அதனால, சோமரஸத்தைத் தடை செய்யறப்ப, மெலூஹாவின்மேல மட்டும் தான் அதை விதிக்கணும். தேவர்களின் பானத்துனால ஸ்வத்வீபம் எந்தப் பயனும் அடையலை. நாங்க அதைத் தொடர்ந்து பயன்படுத்த அனுமதியிருக்கும்னு நினைக்கறேன்.''

''குறைவா சோமரஸத்தை உபயோகப்படுத்தணும்னு நீங்களா முடிவு செய்யலை, பகீரதா,'' என்றார் சிவன். ''அதுக்கானசந்தர்ப்பம் உங்களுக்குக்கிடைக்கலைங்கிறதுதான் உண்மை. இல்லைன்னா, நிலைமையே வேற. இது உனக்கே நல்லாத் தெரியும்.''

''ஆனா, மெலூஹா...''

''மெலூஹா நிறைய பயன்படுத்தியிருக்குங்கிறது நிச்சயம். அதனால, அவங்களோட கஷ்டமும் அதிகம்கிறதை மறுக்கமுடியாது. ஆனா, ஒரு விஷயத்தை இங்கே தெளிவுபடுத்த விரும்பறேன்: சோமரஸம் மிகப்பெரிய தீமைன்னு நான் முடிவெடுக்கிறதா இருந்தா, அதைப் பயன்படுத்தவே முடியாது. யாருமே பயன்படுத்தக்கூடாது.''

பகீரதன் மௌனம் காத்தான்.

''நான் சொல்றது நல்லாப் புரியுதா?'' என்றார் சிவன்.

''உத்தரவு, பிரபு.''

அத்தியாயம் 5

குறுக்கு வழி

பஞ்சவடியிலிருந்து வாசுதேவ நகரமான உஜ்ஜைனி செல்லும் வடதிசைப் பாதையில், ஐந்நூறு பேர் கொண்ட பரிவாரம் மெல்ல நகர்ந்துகொண்டிருந்தது. சம்பிரதாயமான தற்காப்பு வியூகத்தில் அமைந்த நாக-ப்ரங்க வீரர்களின் மத்தியில் சிவனும், அவரது குடும்பத்தாரும் பயணித்தனர். சிவனின் பழைய பரிவாரத்தைச் சேர்ந்த எவரிடமும் இந்தப் பாதை குறித்து காளி பகிர்ந்துகொள்ள விரும்பாததால், நந்தி மற்றும் பரசுராமன் தவிர்த்து, அவர்கள் யாரும் இந்தப் பயணத்தில் பங்குபெறவில்லை. சோமரஸம் குறித்து வாசுதேவர்கள் சொல்லக்கூடியதைப் புரிந்துகொண்டு சிவனுக்கு விளக்கும் பொருட்டு, ப்ரஹஸ்பதியும் பரிவாரத்தில் சேர்க்கப்பட்டிருந்தார்.

தனக்கேயுரிய பணியின் மீதான ஆர்வமும், அது பற்றித் தணியாத தாகத்துடன் ப்ரஹஸ்பதியைச் சிவன் ஓயாது கேள்வி கேட்டாலும், அவர்களிடையே முன்னம் செழித்திருந்த சகோதர பாசம் இப்போதில்லை.

பழைய பரிவாரத்துடன் பஞ்சவடியிலேயே தங்கி விட்டவர்களில் பர்வதேஸ்வரர், ஆயுர்வதி, ஆனந்தமயி மற்றும் பகீரதனும் உண்டு. இன்னும் சில வாரங்களில், தண்டகவனத்தைக் கடந்து ப்ரங்கா நோக்கிக் கிழக்கே செல்லும் பாதையில் அவர்கள் காசியை அடைவதாகத் திட்டம். ப்ரங்கா வரையில் அவர்களுக்கு வழிகாட்டப்போவது விஷ்வத்யும்னன்.

"கணேஷ்?" காட்டைச் செதுக்கி ஏறக்குறைய குடைந்தெடுத்த பாதையின் மீது சிவன் புரவியைச் செலுத்தினார். "பஞ்சவடியிலேர்ந்து மெலூஹா போற பாதை மேலேயேவா உஜ்ஜைனி இருக்கு? இல்லை, சுத்து வழியில போகணுமா?" சாலை, இருபக்கமும், இரண்டு வேலிகளால் அடைபட்டிருந்தது. உட்பக்கம், யாருக்கும் பாதிப்பில்லாத நாகவல்லிக் கொடிகள்; வெளிப்புறம், காட்டுவிலங்குகள் உள்ளே புகாமல் இருக்க கொடிய விஷம் பொருந்திய முள் நிறைந்த கொடிகள்.

''உண்மையில், ஸ்வத்வீபம் போற பாதையிலதான் உஜ்ஜைனி வருது, *பாபா*. வடகிழக்குல இருக்கு. மெலூஹா இருக்கிறது வடமேற்குல.''

சரஸ்வதி நதியின் வறண்ட முகத்துவாரத்தில் நின்று, மெலூஹா மற்றும் மயிகா இருக்கும் இடங்களை உத்தேசமாய்க் கணிக்க சதி முயன்றாள். நர்மதையின் துவக்கத்திலிருந்து, மெலூஹாவின் குழந்தைப்பிறப்பு நகரம் வெகு தொலைவில் இல்லை. ''நர்மதை நதிதான் உங்களுக்கான பயணப்பாதையா? இங்கேயிருந்து மேற்கே போனா மெலூஹாவும், கிழக்கே போனா உஜ்ஜைனியும் ஸ்வத்வீபமும் வந்துடுமே.''

''ஆமாம்மா,'' என்றான் கணேஷ்.

சிவன், மகனிடம் திரும்பினார். ''மயிகாவுக்கு எப்பவாவது போயிருக்கியா? அநாதையான நாகாக் குழந்தைகளை எப்படி தத்தெடுக்கறாங்க?''

''நாகர்கள் விஷயத்துல பாகுபாடு பார்க்காத ஒரே இடம் மயிகாதான், *பாபா*. ஒரு வேளை, புத்து நோய் மாதிரி கொடூரமா, ஏதோ ஒரு விஷம் உடம்புல வளர வளர வலியில அலறித் துடிக்கிற நாகா குழந்தைகளைப் பார்க்கறப்ப, மயிகா அதிகாரிகளுக்கே மனசு உருகிப் போயிடுமோ, என்னமோ? பிறந்த முதல் மாசத்துக்குள்ள, எவ்வளவு முடியுமோ, அத்தனை குழந்தைகளை எப்படியாவது காப்பாத்தணும்கிறதுல மயிகா ஆளுநர் தனிப்பட்ட கவனம் செலுத்திக்கிட்டு வர்றார். ஒவ்வொரு மாசமும், நர்மதையில் ஒரு நாகா கப்பல் பயணிச்சு, இராத்திரி வெகு நேரம் கழிச்சு மயிகா படகுத்துறைல வந்து நிக்கும். அந்த மாசத்துல பிறந்த நாகாக் குழந்தைகளை மயிகா ஆவணத்துறை அதிகாரி எங்களுக்குக் குடுத்துருவார். சில சமயம், நாகரல்லாத அப்பா அம்மாக்களும், தங்களுடைய குழந்தைகளுக்காகப் பின்தங்கி, எங்களோட பஞ்சவடி வர்றதும் உண்டு.''

''மயிகா அதிகாரிகள் அவங்களைத் தடுக்கற தில்லையா?''

''உண்மையச் சொல்லணும்னா, நாகாக் குழந்தைகளைப் பெத்தவங்க பஞ்சவடிக்கு வரணும்கிறதுதான் மெலூஹாவின் சட்டம். அதுதான் முறை. ஆனா, சிலர் அதுக்கு உடன்பட மறுத்துருவாங்க. குழந்தைகளை இங்கேயே விட்டுட்டு, மெலூஹாவுல பழைய வாழ்க்கையைச் சுகமா வாழப் போயிடுவாங்க. அப்படிப்பட்ட சந்தர்ப்பங்கள்ள, குழந்தை மட்டும்தான் எங்க கைக்கு வரும். இந்த மாதிரி சட்டமீறல்களை மயிகா ஆளுநர் கண்டும் காணாம விட்டுர்றது வழக்கம்.''

சதி தலையைக் குலுக்கிக்கொண்டாள். மெலூஹாவில் ஏறக்குறைய நூறு வருடங்களுக்கு மேல் இருந்திருக்கிறாள்; ஏன், இதே மயிகாவிலேயே, குழந்தைப்பருவத்தின் சில வருடங்களைக் கடத்தியிருக்கிறாள். இருந்தும், இதையெல்லாம் பற்றி அவள் துளியும் அறிந்ததில்லை. சீரும் சிறப்புமாய்ச் செழித்த தன் மகோன்னத தேசத்தை அவள் புதிதாய் அறிந்துகொள்வது போலிருந்தது. எல்லா வற்றையும் வைத்துப் பார்த்தால், சட்டத்தை மீறியது தன் தந்தை மட்டுமில்லை போலிருக்கிறதே? தங்கள் குழந்தைகள் விஷயத்தில் கடமையையும், இராமபிரானின் கொள்கைகளைக் கடைபிடிக்காமல் சட்டத்தை மீறி, தத்தம் சுகங்களில் இன்னும் எத்தனையோ மெலூஹர்கள் லயித்துக்கிடப்பது வெட்டவெளிச்சமாகி வருகிறதே?

முன்னே பார்த்த சிவன், எதிரே இருந்த பிரம்மாண்டமான ஏரியில், ஒரு கப்பல் நங்கூரம் பாய்ச்சி நின்றிருந்ததைக் கவனித்தார். மறுபக்கம், அடர்ந்து வளர்ந்திருந்த மரங்கள் ஏரித் தண்ணீரைத் தடுத்து நின்றன. ஏற்கனவே ப்ரங்காவில் மிதக்கும் சுந்தரி வனத்தைக் கண்டிருந்த சிவன், இவைகளின் வேர்களும் அப்படியே என்று எண்ணினார். எதிரே பாதை தெரிவது போல்தான் தோன்றியது. ''உன் இரகசிய ஏரிக்கு வந்துட்டோம் போலருக்கே. இந்தத் தோப்புக்குப் பின்னாலதானே நர்மதா இருக்கு?''

''தோப்புக்குப் பின்னால ஒரு பெரிய நதி இருக்கிறதென்னவோ நிஜம், *பாபா*,'' என்றான் கணேஷ். ''ஆனா, நர்மதா இல்லை. இதுக்குப் பேரு தபி. தாண்டி நாம மறுபக்கம் போகணும். இன்னும் சில நாள் பிரயாணத்துக்கப்புறம்தான் நர்மதாவை அடைவோம்.''

சிவன் முகம் மலர்ந்தது. ''ஆகா, கடவுள் இந்த நாட்டுக்கு எத்தனையெத்தனை நதிகளைப் படைச்சு அருள் புரிஞ்சிருக்கார். இந்தியாவுல தண்ணிப் பஞ்சம் வர வாய்ப்பேயில்லை!''

''இப்ப நாம சரஸ்வதியை சீரழிக்கிற மாதிரி தொடர்ந்தோம்னா, அந்த நிலையும் சீக்கிரமே வந்துரும்.''

தலையசைத்த சிவன், மௌனமாய் அவனது கூற்றை ஏற்றார்.

—

கடிதத்தின் உறையைக் கிழித்துப் ப்ருகு பிரித்தார். எதிர்பார்த்ததுதான். வாயுபுத்ரர்கள் அவரை ப்ரஷ்டம் செய்துவிட்டனர்.

பிரபு ப்ருகு,

கரச்சாபா துறைமுகத்தில் நின்ற கப்பல் பரிவாரத்தில் தைவி அஸ்திரங்கள் ஏற்றப்பட்டதாய் எங்களைத் தகவல் வந்தடைந்துள்ளது. தொடர்ந்து துப்புத் துலக்கியதில், ஆய்வுக்கென மட்டுமே தங்களிடம் அளிக்கப்பட்ட பரிசோதனைப் மூலப்பொருட்களைக் கொண்டு, அஸ்திரங் களைத் தயாரித்திருக்கிறீர்கள் என்ற வருந்தத்தக்க முடிவுக்கு வர வேண்டியிருந்தது. எமது பகவான் ருத்ரரின் மறுக்க முடியாத கட்டளையை மனதறிந்து தாங்கள் மீறமாட்டீர்கள் என்று நாங்கள் நிச்சயமடைந்தாலும், தடைசெய்யப்பட்ட ஆயுதங்களை ஓரிடத்தினின்று இன்னோரிடம் ஏற்றிச் சென்றது, மன்னிக்க இயலாத குற்றம். இதன் விளைவாய், இனி பரிஹாவிற்குள் நுழையவோ, வாயுபுத்ரர்கள் எவருடனும் தொடர்பு கொள்ளவோ, தங்கள் மீது தடை விதிக்கப் பட்டுள்ளது. வாயுபுத்ரர்களின் மித்திரர்கள் அனைவரும், ருத்ரபகவானிடத்தில் அளிக்கும் அனைத்திலும் தலையாய சத்தியப்பிரமாணமான - தைவி அஸ்திரங்களை எக்காரணம் கொண்டும் பிரயோகிக்கக்கூடாது என்ற வாக்கை - நீங்கள் நிறைவேற்றுவீர்கள் என்று நம்புகிறோம். இந்த ஆயுதங்களை உடனடியாக வாயுபுத்ரர் பாதுகாப்புத் துறையினிடத்தில் ஒப்புக்கொடுத்துவிடுவீர்கள் என்று நம்புகிறோம்.

லிகிதத்தில் சபைத்தலைவரான மித்ரரே கையெழுத் திட்டிருந்தது ப்ருகுவுக்கு மிக்க அதிசயமளித்தது. இவ்வாறான ஆணைகளில் மித்ரர் நேரடியாகக் கையொப்பமிடுவது அபூர்வம்; அவருக்குக் கீழ் பணிபுரியும் அமர்தய ஷ்பந்த் குழுவைச் சேர்ந்த ஆறு அங்கத்தினர்தான் நிறைவேற்றுவது வழக்கம். வாயுபுத்ரர்கள் இந்த விஷயத்தை எவ்வளவு தீவிரமாய்க் கருதினர் என்பதற்கு இதுவே சான்று.

ஆனால், தான் சட்டத்தை மீறிக்கொண்டிருப்பதாய் ப்ருகு நினைக்கவில்லை. இப்பொழுது நீலகண்டராய் வேஷம்கட்டி மக்களின் நம்பிக்கையை பாழடித்துக்கொண்டிருந்தவனை தட்டிக்கேட்காமல், அந்தத் தூய புராணத்தையே வாயுபுத்ரர் சபை அவமதிப்பதாய் அவர்களுக்கு ஏற்கனவெ ப்ருகு காட்டமாய்க் கடிதமெழுதியிருந்தார். அந்தோ பரிதாபம்! எதற்கும் இதுவரை பலனில்லை. ஆயினும், தனக்களிக்கப் பட்ட சோதனைப் பொருட்களைத் ப்ருகு துஷ்பிரயோகம் செய்திருக்கக்கூடும் என்ற அவர்களது அனுமானம், அவருக்குப் புரியாமலில்லை. கொடுமை என்னவென்றால் - உண்மையில் அவர் அவ்விதம் செய்யவில்லை. மூலப் பொருட்களைப் பயன்படுத்துவதில் ஏற்பட்ட மனக்கிலேசத்தை பொருட்படுத்தாவிட்டாலும், வேண்டியளவு தைவி

அஸ்திரங்களைத் தயாரிப்பதற்கான பொருட்கலவையே கைவசம் இல்லை. வருடக்கணக்காக தானே குருவி போல் சேர்த்திருந்த கருப்பொருட்களையெல்லாம் கூட்டித்தான் ஆயுதங்களைத் தயாரித்திருந்தார். அதனால்தான் வாயுபுத்ரர்களிடம் உள்ள மூலப்பொருட்களின் அதீத அழிவுச்சக்தி, இவற்றில் காணப்படவில்லையோ, என்னமோ? அதுவுமில்லாமல், அவர்களிடம் ஏகப்பட்ட பரிசோதனைக் கூடங்கள் உண்டு; ப்ருகு, தன்னந்தனியாகவல்லவா வேலை செய்யவேண்டியிருந்தது?

ப்ருகுவிடமிருந்து பெருமூச்சொன்று வெளிப்பட்டது. இதுவரை தயார் செய்த ஆயுதங்களையெல்லாம் தீர்த்தாகிவிட்டது. மீதமிருந்தது ஒரே ஒரு மர்மம்: அவை ஏவப்பட்ட காரியம் வெற்றியடைந்ததா? நீலகண்டன் கொல்லப்பட்டானா? தக்ஷரிடம் பேசுவதில் துளியும் பலனில்லை. அருமை மகளுடனான உறவு முறிந்த அதிர்ச்சி யிலிருந்து இன்னமும் அவர் மீண்டபாடில்லை. விஷயம் என்னாயிற்று என்று தெரிந்துகொள்ள, திலீபரின் ஆட்கள் நிரம்பிய இன்னொரு கப்பலை ப்ருகு, கோதாவரியின் முகத்துவாரத்திற்கு அனுப்பியிருந்தார். ஆனால், அது விஷயமாய் விவரம் வந்து சேரப் பல மாதங்களாகும்.

''வேறேதும் உண்டா, பிரபு?'' என்றாள் பணிப்பெண்.

அசட்டையாகக் கையசைத்து ப்ருகு அவளை அனுப்பிவைத்தார். ஒரு வேளை, காரியம் நல்லவிதமாய் முடிந்துவிட்டதோ? நீலகண்டன் இனி இல்லையோ, என்னமோ? அதே சமயம், யார் கண்டது? ப்ருகுவின் கப்பல்கள் பணியில் தோற்றுப் போயிருக்கவும் வாய்ப்புண்டு. அல்லது இன்னும் மோசமாய், ஒரு வேளை... நீலகண்டன் நாகர்களுடன் கூட்டு சேர்ந்து, மக்களை சோமரஸத்தினின்று திசைதிருப்பக்கூடத் திட்டம் போட்டிருக்கலாம். ம்ஹூம்; சிவனின் பரிவாரத்தைத் தாக்கியழிக்க அவர் அனுப்பியிருந்த ஐந்து கப்பல்கள் பற்றியும் செய்தி வந்தாலொழிய, எதுவும் சொல்வதற்கில்லை. மனம் ஒப்பவேயில்லையென்றாலும், இப்போதைக்கு தேவகிரியில் காத்திருப்பதைத் தவிர வேறு வழியுமில்லை. சோமரஸம் பத்திரமாகத்தான் இருக்கும் என்று நிச்சயமாகும் வரை இங்கிருக்க வேண்டும். இந்தியாவின் எதிர்காலமே இதில்தான் அடங்கியிருப்பதாக அவர் நம்பினார்.

மூச்சை நீள இழுத்துவிட்ட ப்ருகு, மீண்டும் தியானத்தில் ஆழ்ந்தார்.

தபியைக் கடந்த சிவனின் பரிவாரம் வெகு வேகமாய் முன்னேறி, இதோ, இப்போது இன்னொரு இரகசிய ஏரியின் கரைகளில், நாகர்கள் கப்பலேற்றத்திற்கான ஏற்பாடுகளை முடிக்கக் காத்திருந்தது. ஏரியைப் பாதுகாத்த மிதக்கும் தோப்பைத் தாண்டி, பிரபு மனு *சப்த சிந்து*வின் தெற்குக் கரை என்று விதித்திருந்த மாபெரும் நர்மதைப் பிரவாகம் பாய்ந்தது.

''இன்னும் எவ்வளவு தூரம், *தாதா*?''

''அதிகம் இல்லை, கார்த்திக். சில வாரங்கள்தான்,'' கணேஷ் பதில் சொன்னான். ''நர்மதையில கிழக்கே கொஞ்ச தூரம் பயணம் செஞ்சு, பிரம்மாண்டமான விந்திய மலைக் கணவாய் வழியா சில நாள் நடந்து, சம்பல் நதியை அடையணும். அதுல கொஞ்ச நாள் பயணிச்சா போதும்; உஜ்ஜைனி வந்துருவோம்.''

கப்பலில் பொருளேற்ற, அடிப்படையாய் அமைந்திருந்த அந்தப் படித்துறையை நோக்கி மாலுமிகள் பலகைப்பாலத்தை இழுப்பதை சதி கவனித்தவாறு நின்றாள்.

அவளருகே, க்ருத்திகா தன் குதிரையைச் செலுத்தினாள். ''இராணி காளியும் நம்மோட வந்திருந்தா எவ்வளவு நல்லா இருந்திருக்கும், தேவி?''

''தெரியும்.'' அவளிடம் சதி திரும்பினாள். ''ஆனா, அவ அரசி. பஞ்சவடியில அவளுக்கு எத்தனையோ பொறுப்புகள்.''

'தடா'லென்று பாலம் நிலத்தில் விழ, பேச்சு அதோடு நின்றது.

மதியம் முதிர்ந்த அந்த வேளையில், பர்வதேஸ்வரர், ஆனந்தமயி, பகீரதன் மற்றும் ஆயுர்வதி உணவருந்திக் கொண்டிருந்தனர். *தண்டகாரண்ய*த்திலிருந்து பஞ்சவடி செல்லும் பாதையில் குறுக்கிடும் ஐந்து திறந்தவெளிகளுள், முதலாவதில் அவர்களது பரிவாரம் தண்டு இறங்கியிருந்தது. ப்ரங்காவில், மதுமதியிலிருந்த மறைந்த ஏரிக்கு இட்டுச் செல்லும் பாதை அது. ஏறக்குறைய ஒரு வருடத்திற்கு முன் சிவனுடன் பயணம் செய்த ஆயிரத்து அறுநூறு வீரர்கள் சகிதம், இப்போது அவர்கள் காசி நோக்கிப் பிரயாணம் சென்றுகொண்டிருந்தனர். சிவனின் வரவை எதிர்பார்த்து அங்கேயே காத்திருப்பதாய்த் திட்டம்.

அங்கிருந்து விரிந்த ஐந்து பாதைகளையும் கண்கொட்டா ஆர்வத்துடன் பகீரதன் கவனித்தான். இவற்றில் ஒன்றே

ஒன்றைத் தவிர, மற்றவை எதிரிகளை வழிதவறவைத்து, கொடூர ஆபத்தில் மாட்டி, பரலோகம் அனுப்பிவைத்துவிடக் கூடியவை. ''ஆனாலும் இந்த நாகர்களுக்குப் பாதுகாப்புப் பைத்தியம் ரொம்பத்தான் முத்திப்போயிருக்கு.''

ஆனந்தமயி நிமிர்ந்தாள். ''அதுல என்ன தப்பு? அவங்களைக் குறை சொல்ல முடியுமா? இதே பைத்தியம்தான் கோதாவரியில அந்தக் கப்பல்கள் தாக்கினப்ப, நம்மளைக் காப்பாத்திச்சுன்னு மறந்துராதே.''

''உண்மைதான்,'' பகீரதன் ஒப்புக்கொண்டான். ''நாகர்கள் நல்ல நண்பர்களாயிருக்க வாய்ப்பு அதிகம்னுதான் எனக்கே படுது. அவங்க என்ன காரணத்துக்காக உதவினாலும், நீலகண்டர்கிட்ட அவங்களுக்குள்ள விசுவாசத்தை மறுக்க முடியாது. தகுந்த வேளை வர்றப்ப, நாம எல்லோரும் ஒரே ஒரு அதிமுக்கியக் கேள்விக்கு பதில் சொல்லித்தான் ஆகணும்: நீலகண்டருக்காக உலகத்தையே எதிர்ப்போமா? யார் செய்வாங்களோ இல்லையோ, நான் நிச்சயம் எதிர்ப்பேன்.''

பர்வதேஸ்வரரை ஒரு பார்வை பார்த்துவிட்டு பகீரதனை ஏறிட்ட ஆனந்தமயியின் கண்களில் மின்னல் பளிச்சிட்டது. ''சாப்பாட்டுல மட்டும் கவனம் செலுத்துடா, தம்பி,'' என்றாள் வெடுக்கென்று.

பர்வதேஸ்வரர் அவளைப் பார்த்த பார்வையில், இதயத்தில் நிகழும் சித்திரவதை வெட்டவெளிச்சமானது. ''*பரமாத்மா* என்னை இப்படிப்பட்ட கொடூர சோதனைக்கு உள்ளாக்காமல் கருணை புரிவார் என்று நம்புகிறேன். ஏறக்குறைய என்னை ஒரு நூற்றாண்டு காக்க வைத்து, கண்முன் நடமாடும் கடவுளை நேருக்கு நேர் தரிசிக்கும் வாய்ப்பையும் கொடுத்துவிட்டு, பிறகு அதே கடவுளா, சொந்த நாடா என்று அந்தப் பரம்பொருள் என்னைத் தவிக்க விடுமா? மெலூஹாவும் நீலகண்டரும் எதிரெதிர் துருவமாய்ப் பிரியாமல் எல்லாம்வல்ல கடவுள் ஏதேனும் வழிசெய்வார் என்றுதான் நானும் ஏங்குகிறேன்.''

உள்ளக்கிடக்கை எப்படியிருப்பினும், முகத்தில் தவழ்ந்த துயரப் புன்னகை, அவரது உள்ளுணர்வை வெளிக்காட்டியது: தன் வார்த்தைகளில் பர்வதேஸ்வரருக்கே நம்பிக்கையில்லை. ஆனந்தமயி, கணவனின் தோளை மெல்லத் தொட்டாள்.

பகீரதனோ, கவனமின்றித் தன் கையிலிருந்த ரொட்டியைப் பிய்த்துக்கொண்டிருந்தான். ஏதேது, பர்வதேஸ்வரரை இந்த விஷயத்தில் நம்பமுடியாது போலிருக்கிறதே? நீலகண்டரின் படைக்கு இது நிச்சயம் மிகப்பெரும் அடியாகத்தான் விழப்போகிறது. பர்வதேஸ்வரரின் யுக்திகளும்,

போர்த்தந்திரங்களும், எப்பேர்ப்பட்ட தோல்வியையும் வெற்றியாக்கக்கூடியவை.

ஆயுர்வதியோ, பர்வதேஸ்வரரை அனுதாபத்துடன் நோக்கினாள். அவர் மனதில் சுழன்றடித்த குழப்பப்புயலை அவள் அறியாமலில்லை. நல்ல வேளையாக, இப்படிப்பட்ட மனக்குமுறலை அவள் அனுபவிக்கவேண்டியிருக்கவில்லை; அவளது முடிவு, இதயத்தைத் துன்புறுத்தாமல், நிம்மதியை அளித்தது. தன் சக்ரவர்த்தி செய்துவிட்ட காரியங்களால் மெலூஹாவிற்குத் தீராத அவமானம் ஏற்பட்டுவிட்டது. தான் வாழ்நாள் முழுதும் போற்றித் துதித்த தேசம், இனி இல்லை. தக்ஷரின் ஆட்சியில் மெலூஹா தரமிறங்கிவிட்டதை இராமபிரான் ஒருநாளும் ஒப்பமாட்டார் என்பது, மனதின் அடியாழத்தில், அவளுக்கு நன்கு விளங்கியது. அவள் பாதையில் குழப்பமில்லை: மெலூஹாவிற்கும் நீலகண்டருக்குமிடையில் யுத்தம் என்று முளைத்தால், அவள் நீலகண்டரைத்தான் தேர்வு செய்வாள். மெலூஹாவை அவர் சீர்செய்துவிடுவார் அல்லவா?

— ☥ ⊚ ⍙ ⊕ ⊛ —

சம்பல் கரைக்கு மிக அருகாமையில், நாகர்களின் கப்பல் நங்கூரமிட்டிருந்தது. சிவன், சதி, கணேஷ், மற்றும் கார்த்திக், நூலேணியில் கீழிறங்கி, நங்கூரக் கயிற்றுடன் சேர்த்துக் கட்டப்பட்டிருந்த பெரிய படகொன்றில் அமர்ந்தனர். பின்னோடு, பத்து நாகா வீரர்கள் சகிதம், ப்ரஹஸ்பதி, நந்தி மற்றும் பரசுராமன்.

எல்லோரும் இறங்கியதும், கரை நோக்கித் துடுப்பு வலித்தனர். நாகர்களைவிடவும் வாசுதேவர்கள் இரகசியப் பித்தர்களாய் இருந்ததால், கரையோரம் மனித நடமாட்டம் இருக்காதென்றே சிவன் நினைத்தார்.

கரையை நெருங்கும் சமயம், அடர்ந்து வளர்ந்திருந்த காட்டுச் செடிகொடிகள் மேற்கொண்டு பார்க்கமுடியாமல் மறைத்தன. மென்மையாய்ப் பாய்ந்த சம்பல் மீது படர்ந்திருந்த களைச்செடிகள், துடுப்புப் போடுவதையே முதுகை முறிக்கும் வேலையாக்கின. நெடிது வளர்ந்திருந்த இரு பனைமரங்களுக்கிடையே மெலிதாக ஓடிய கால்வாய்க்குள், கணேஷ் படகைச் செலுத்தினான். அங்கே என்னவோ விசித்திரமிருப்பதை சிவனின் உள்ளுணர்வு உணர்த்தினாலும், அது இன்னதென்று அவரால் இனம்காணமுடியவில்லை. கார்த்திக்கும் அந்தத் திறந்தவெளியையே வெறித்துக் கொண்டிருந்ததைக் கவனித்தவர், அவனை ஏறிட்டார்.

''*பாபா*, திறந்தவெளிக்குப் பின்னால இருக்கற மரங்களைப் பாருங்களேன்,'' என்றான் அவன். ''என் உயரத்துக்குக் குனியணும்.''

சிவன் அவ்வாறே குனிய, காட்சி பளிச்சென்று படம்போல் விளங்கியது. சுற்றிலும் கன்னாபின்னாவென்று வரைமுறையில்லாமல் காடு வளர்ந்திருந்தாலும், திறந்தவெளிக்குப் பின்னிருந்த மரங்கள், திருத்தமாய் உயர்ந்திருந்தன. சீரான இடைவெளியில் நடப்பட்டு, தூரத்தில் பார்க்கப் பார்க்க, இன்னும் உயர்வது போல் தோன்றின. நிலமே சற்று மேட்டுப்பாங்காய், மேலேறிக்கொண்டே வந்ததுதான் காரணம். ஆனால், இது இயற்கையாய் அமைந்த மலையல்லவென்று பார்த்தவுடன் தெரிந்தது. பின்னால் செழித்திருந்த குல்மோஹர் மரங்களில் பளீரென்ற சிவப்பு-மஞ்சள் பூக்கள், ஒளிவீசும் தீக்கங்குகளைப் போல் சிவனின் கண்ணைக் கவர்ந்தன. மாறி மாறி விழிகளுக்கு ஜால விளையாட்டு காட்டும் இந்த இடத்தைப் பார்த்த சிவனின் கண்கள் அகல விரிந்தன. சட்டென்று அவர் எழுந்து நின்றதால் படகு ஆட்டம் காண, அவர் நிலைதடுமாறாமல் இருக்க சதியும் கணேஷும் பற்றிக்கொண்டனர். உயர்ந்த இரட்டைப் பனைமரங்களினிடையே, சிறிய திறந்தவெளிக்கு முன், சற்று தூரத்தில் ஒரு குறிப்பிட்ட இடத்தில் நின்று கவனித்தால் - அந்த குல்மோஹர் மரங்கள் ஒரு நியதிக்குட்பட்டு நடப்பட்டிருந்ததைக் காணலாம். தீயின் நாக்கு போல் - சிவனால் நன்கு அடையாளம் காணமுடிந்த ஒரு வடிவத்தைக் கண்முன் கொண்டுவரும் வகையில் நின்றன மரங்கள்.

''*ஃப்ராவஷி*,'' சிவன் மெல்லக் கிசுகிசுத்தார்.

''*பாபா*,'' கணேஷ் அவரை அதிசயத்துடன் ஏறிட்டான். ''உங்களுக்கெப்படி அந்தப் பேர் தெரியும்?''

அவனைப் பார்த்த சிவன், திரும்பி மீண்டும் குல்மோஹர் மரங்களை நோக்கினார். வடிவம் மறைந்துவிட்டது; படகில் உட்கார்ந்தார். ''*உனக்கெப்படி* அந்தப் பெயர் தெரியும்?''

''அது வாயுபுத்ரர் பேரு. நன்மை எதுவாயிருந்தாலும் அதைச் செய்ய நமக்கு சக்தி தர்ற ருத்ரபகவானின் பெண்மைச் சக்தியோட பெயர். அதை ஏத்துக்கறதும், ஒதுக்கறதும் நம்ம இஷ்டம். ஆனா, அந்தச் சக்தி நமக்கு உதவி செய்யாம இருக்காது. மறுக்கவே மறுக்காது.''

பழைய நினைவுகள் தெளிய, சிவனின் முகம் மலர்ந்தது.

''*ஃப்ராவஷி* பத்தி உங்களுக்கு யார் சொன்னது, *பாபா*?'' என்றான் கணேஷ் மீண்டும்.

''என் மாமா மனோபூ,'' என்றார் சிவன். ''அவர் எனக்கு புகட்டின எத்தனையோ பாடங்கள், குறியீடுகள்,

சித்தாந்தங்கள்ள இதுவும் ஒண்ணு. சமயம் வரும்போது எனக்கு உதவும்னு சொன்னார்.''

''அவர் யாரு?''

''எனக்குத் தெரியும்னுதான் நினைச்சிருந்தேன்,'' என்றார் சிவன். ''ஆனா, உண்மைல அவரை நான் தெரிஞ்சுதான் வெச்சிருந்தேனான்னு இப்ப சந்தேகமா இருக்கு.''

படகு கரையை முட்ட, பேச்சு தடைப்பட்டது. இரு நாகா வீரர்கள் பட்டென்று வெளியே குதித்து, படகைக் காய்ந்த நிலப்பகுதிக்கு விரைவாய் இழுத்துப் போட்டனர். படகின் கயிற்றை இறுக்கி, அங்கே வசதியாக நின்ற மொட்டை மரத்தின் அடிப்பாகத்தில் கட்டினர். படகிலிருந்தோர் 'விடுவிடு'வென்று வெளியேற, திறந்தவெளியில் நின்ற பனைமரங்களை கார்த்திக் கூர்ந்து கவனித்தான். நட்டநடுவே நின்றிருந்த கணேஷை நோக்கித் திரும்பினான்.

''எல்லோரும் கொஞ்சம் எனக்குப் பின்னாடி வர்றீங்களா?'' என்றான் கணேஷ். ''எனக்கும் பனைமரத்துக்கும் இடையில் யாரும் இருக்க வேண்டாம்னு பார்க்கறேன்.''

மற்றவர்கள் சொற்படி விலக, கண்களை மூடி, வெளிச்சப்தம் எதுவும் கலைக்காதபடி, மனதை ஒருமுகப் படுத்தி கணேஷ் தியானத்தில் ஆழ்ந்தான்.

மூச்சை இழுத்துவிட்டு, கணிக்கமுடியாத ஒரு கதியில், கைகளைத் தட்டத் துவங்கினான். அது வாசுதேவர்களுக் கேயுரிய சங்கேத பாஷையில், உஜ்ஜைனியின் வாயிற்காவலருக்கு ஒலிபரப்பப்பட்டது. *நாகா மக்களின் பிரபுவாகிய கணேஷ், என் பரிவாரத்துடன் சீரும் சிறப்பும் பெற்ற தங்கள் நகரக்குள் பிரவேசிக்க அனுமதி அளிக்குமாறு கேட்டுக்கொள்கிறேன்.*

அதன் எதிரொலி போல், எங்கோ தூரத்திலிருந்து, மென்மையான கைதட்டல் ஒலி காற்றில் மிதந்து சிவனின் செவியில் விழுந்தது. இதுதான் உஜ்ஜைனி காவலரின் பதிலாக இருக்கவேண்டும்: *வருக, பிரபு கணேஷ். தங்களின் எதிர்பாராத இந்த வருகை, எங்கள் பாக்யம். ஸ்வத்வீபத்திற்குச் சென்றுகொண்டிருக்கிறீர்களா?*

இல்லை. வாசுதேவர்களின் மேன்மை தங்கிய தலைவரான பிரபு கோபாலைச் சந்திக்க விருப்பம்.

குறிப்பாய் எதைப் பற்றியேனும் விவாதிக்க உத்தேசமா, பிரபு கணேஷ்?

கார்த்திக் பிறந்தபோது, சுகப்பிரசவத்தின் பொருட்டு நாகா மருந்தைக் கொடுத்தனுப்ப அவர்களே கணேஷை நாடியிருந்தாலும், நாகர்கள் விஷயத்தில் வாசுதேவர்களுக்கு இன்னமும் தயக்கமிருக்கத்தான் செய்தது. முடிந்தவரை

கணேஷையும் அவமதிக்காமல், அதே சமயம் அவனது கோரிக்கையையும் நிறைவேற்றாமல் தட்டிக் கழிக்கும் தந்திரத்தைத்தான், வாயிற்காவலர் கையாண்டு கொண்டிருந்தார்.

ஒரு கிரமத்திற்குட்பட்டுக் கணேஷ் கைதட்டுவதைத் தொடர்ந்தான். *மேன்மை தங்கிய காவலரே, பிரபு கோபாலைச் சந்திக்க அனுமதி கேட்பது நீலகண்டப் பெருமானுக்காகவேயன்றி, என் பொருட்டல்ல.*

சில நொடிகளுக்கு, ஆழ்ந்த அமைதி. பிறகு, தடதடவெனத் தொடர்ந்து கைதட்டல். *பிரபு நீலகண்டர் இப்போது தங்களுடன் பனைமர வெளியில் இருக்கிறாரா?*

என்னருகில்தான் நின்றுகொண்டிருக்கிறார். நீங்கள் சொல்வதையெல்லாம் அவரால் கேட்க முடியும்.

மீண்டும் அமைதி. சற்று நேரத்தில், காவலரிடமிருந்து பதில் வந்தது: *பிரபு கணேஷ், தங்களைச் சந்திக்க திறந்தவெளிக்கு பிரபு கோபாலே நேரில் வந்துகொண்டிருக்கிறார். தங்கள் பரிவாரத்தை வரவேற்பது எங்கள் பாக்கியம். நாங்கள் அங்கு வந்து சேர ஒரு நாள் ஆகுமென்பதால், தயவு செய்து தாமதத்தைப் பொறுத்தருள வேண்டுகிறோம்.*

நன்றி.

கைகளைத் தேய்த்துக்கொண்டு கணேஷ் சிவனைப் பார்த்தான். ''அவங்க இங்கே வந்து சேரவே ஒரு நாள் ஆகும், *பாபா*. அதுவரைக்கும் நம்ம கப்பல்லேயே காத்திருக்கலாம்.''

''நீ எப்பவாவது உஜ்ஜைனி போயிருக்கியா?'' என்றார் அவர்.

''இல்லை. இதுக்கு முன்னால இதே திறந்தவெளியிலதான் வாசுதேவர்களைச் சந்திச்சிருக்கேன்.''

''அப்ப சரி. கப்பலுக்கே போகலாம்.''

''என்ன சொல்கிறாய்?'' சூரபத்மன் அதிசயித்தான். ''சென்ற ஒரு வருடத்தில் மட்டும் பிரபு ப்ருகு அயோத்யாவிற்கு எட்டு முறை வந்தாரா?''

மகத அரசாங்கத்தின் மட்டமான, ஒழுங்குமுறையற்ற வேவுப்படையின் தலையீடின்றி, தனக்கு மட்டுமே கட்டுப்பட்ட ஒற்றர்படை குழாம் ஒன்றை மிகத் திறமையாக பராமரித்து வந்தான் மகத நாட்டின் பட்டத்து இளவரசன். அயோத்யாவின் அரசகுடும்பத்தில் நடக்கும் அமர்க்களங்களைப் பற்றி, நம்பிக்கைக்குரிய ஒற்றன் அப்போதுதான் விவரித்திருந்தான்.

''ஆம், அரசே, என்றான் அவன். ''அதுவுமில்லாமல், சக்ரவர்த்தி திலீபரே இந்த காலகட்டத்திற்குள் மெலுஹாவிற்கு இருமுறை சென்றுவந்துவிட்டார்.''

''அது எனக்குத் தெரிந்ததுதான்,'' என்றான் சூரபத்மன். ''ஆனால், நீ கொண்டு வந்த செய்தி - அது வேறுவிதமான வண்ணத்தையல்லவா தீட்டுகிறது? ஒரு வேளை, அந்தப் பைத்தியத் தக்ஷனைக் காண திலீபன் செல்லவில்லையோ? பிரபு ப்ருகுவைக் காணத்தான் சென்றானா? அப்படியேயிருந்தாலும், இவனிடத்தில் அந்த மகரிஷிக்கு என்ன அக்கறை?''

''அது விஷயம் எனக்குத் தெரியாது, அரசே. ஆனால், சக்ரவர்த்தி திலீபரின் தோற்றத்தில் உள்ள புதுப்பொலிவைப் பற்றித் தாங்கள் கேள்விப்படாமலிருந்திருக்க வாய்ப்பில்லை. அவருக்குப் பிரபு ப்ருகு சோமரஸத்தைப் புகட்டிக் கொண்டிருக்கிறாரோ, என்னமோ?''

சூரபத்மன் கைகளை அசட்டையாக வீசினான். ''சோமரஸத்தை அடைவது ஸ்வத்வீப அரச குடும்பத்தாருக்கு அப்படியொன்றும் பிரமாதமல்ல; அதற்காக ஒரு மகரிஷியின் காலில் திலீபன் விழவேண்டிய அவசியமுமில்லை. எத்தனையோ காலமாய் அவன் அதைப் பயன்படுத்தி வந்திருப்பதும் எனக்குத் தெரிந்ததுதான். ஆனால்... ஒரு மனிதன் தன் உடலை இத்துணை பாழ்படுத்திக்கொண்ட பிறகு, சோமரஸமாகவே இருந்தாலும், சீர் செய்து, முதுமையைத் தடுத்து நிறுத்த முடியுமா? சாத்தியமில்லை; சோமரஸத்தைவிடப் பல மடங்கு சக்தி வாய்ந்த மருந்து ஒன்றை பிரபு ப்ருகு அவனுக்கு அளித்துக் கொண்டிருக்கிறார் என சந்தேகிக்கிறேன்.''

''அவர் ஏன் அவ்விதம் செய்ய வேண்டும்?''

''மர்மமே அதுதானே? கண்டுபிடிக்க முயற்சி செய். நீலகண்டரைப் பற்றி ஏதேனும் தகவல் உண்டா?''

''இல்லை, அரசே. இன்னமும் நாகர்கள் தேசத்தில்தான் இருக்கிறார்.''

முகவாயைத் தேய்த்துக்கொண்ட சூரபத்மன், கங்கைக்கரை மீதமைந்த தன் அரண்மனை ஜன்னல் வழியே வெளியே நோக்கினான். நதியைத் தாண்டி, காடுகளைக் கடந்து, அவனது விழிகள் தெற்கு நோக்கிப் பாய்ந்ததாகத் தோன்றியது. தெற்கே... அடர்ந்த வனத்தில், தன் சகோதரன் உக்ரசேனனைக் கொன்றது நாகர்கள். மனதிற்குள் உக்ரசேனனைச் சபித்தான். அவனது கொலையில் மறைந்திருந்த உண்மையைச் சூரபத்மன் அறியாதவனல்ல. காளைப் பந்தயப் பித்துப் பிடித்து அலைந்த வெறியனான உக்ரசேனன்,

கண்டபடி சூதாட்டத்தில் இறங்கி, பந்தயத்தில் தன் காளைகளை ஓட்டச் சிறுவர்கள் வேண்டி காட்டில் வாழும் பழங்குடிமக்களின் குழந்தைகளை இஷ்டப்படிக் கடத்திக் கொண்டு திரிந்தான். அப்படியொரு முறை சிறுவனைக் கைப்பற்ற முயன்றபோது, பரிதாபமான அந்தத் தாயையும் மகனையும் ஒரு நாகா காப்பாற்ற முயல, சண்டையில் சிக்கி உக்ரசேனன் கொல்லப்பட்டான். சூரபத்மனுக்கு ஒன்றே ஒன்றுதான் புரியவில்லை: கேவலம் காட்டுவாசிப் பெண்ணையும் குழந்தையையும் காப்பாற்ற ஒரு நாகா உயிரைப் பணயம் வைப்பானேன்?

அதே சமயம், இந்தக் கொலையின் விளைவாய் சூரபத்மனின் வாய்ப்புக்கள் ஒடுக்கப்பட்டுவிட்டதென்னவோ நிஜம். தான் தீயவர்களெனக் கருதுபவருக்கு எதிராய் நீலகண்டர் தன்னைப் பின்பற்றுவோரை அணி சேர்ப்பார் என்பது நிச்சயம். யுத்தம் மூளப்போவதும் நிச்சயம். அவரை எதிர்த்து நிற்கவும் சிலர் இருக்கத்தான் செய்வார்கள். தீமைக்கெதிரான இந்தப் போரின் மீது சூரபத்மனுக்கு அவ்வளவாய் அக்கறையில்லை; அயோத்யாவுக்கு எதிரணியில் மகதம் இருக்க வேண்டும்; அவ்வளவே அவனது அவா. யுத்த களேபரத்தையும் குழப்பத்தையும் பயன்படுத்திக்கொண்டு எப்படியாவது ஸ்வத்வீபத்தில் மகதத்தின் கொடியை நாட்டி, தன்னைச் சக்ரவர்த்தியாக முடிசூட்டிக்கொள்வதுதான் அவனது ஆசை, ஆவல், உள்ளக்கிடக்கை எல்லாம். ஆனால், உக்ரசேனனின் அகால இறப்பு, அப்பா மஹேந்திரனுக்கு ஏற்கனவே நாகர்களின் மீதிருந்த நம்பிக்கையின்மையை அளவு கடந்த வெறுப்பாக மாற்றியிருந்தது. நாகர்கள் எப்பக்கம் இருந்தாலும், போரில் அவர்களுக்கு எதிரணியில் சேரும்படிதான் மஹேந்திரன் தன்னை நிர்ப்பந்திப்பாரென்பது சூரபத்மனுக்கு வெட்டவெளிச்சமாகியது. இப்போது அவனது நம்பிக்கையெல்லாம் ஒன்றே ஒன்றுதான்: நாகர்களும், அயோத்யா சக்ரவர்த்தியும் ஒரே அணியில் திரள வேண்டும்.

— ⋆ —

தக்ஷரின் அரண்மனையில், மகரிஷி ப்ருகுவின் அறை வாசலில் கனகாலா பொறுமையாகக் காத்து நின்றாள். மகரிஷி, தியானத்தில் ஆழ்ந்திருந்தார். அரண்மனையே என்றாலும், அவரது அறை என்னவோ மிக எளிமையாக, எந்த சௌகர்யமுமின்றி, இமயமலையிலிருந்த அவரது குகையை

ஒத்துதான் இருந்தது. அறையில் இருந்தது கல்லாலான ஒரே ஒரு படுக்கை; அதில் ப்ருகு அமர்ந்திருந்தார் என்பதால், நிற்பதைத் தவிர கனகாலாவிற்கு வேறுவழியில்லை. சுவர்களிலும், தரையிலும் பனி போல் சில்லிட்ட தண்ணீர் தெளிக்கப்பட்டிருந்ததால், அவற்றினின்று எழுந்த குளிரும் ஈரப்பசையுமாய்ச் சேர்ந்து அவளுக்கு நடுக்கமேற்பட்டது. அறையின் ஒரு மூலையில் இருந்த சிறிய மேஜை மீதிருந்த பழக்கிண்ணத்தின் மேல் அவளது பார்வை சென்றது. கடந்த மூன்று நாட்களில் மகரிஷி ஒரே ஒரு பழம்தான் உண்டிருந்தார் போலும்; புதிதாய்ப் பழங்கள் அனுப்பச்சொல்ல வேண்டும் என கனகாலா மனதிற்குள் குறித்துக்கொண்டாள். சுவரில் ஒரு மாடத்தில், ப்ரம்மதேவரின் உருவச்சிலை பிரதிஷ்டை செய்யப்பட்டிருந்தது. ப்ருகுவின் மென்மையான உச்சாடனத்தைப் பின்பற்றியவாறு, தெய்வத்தை வைத்தகண் வாங்காமல் கனகாலா வெறித்தாள்.

ஓம் ப்ரம்மாய நம. ஓம் ப்ரம்மாய நம.

கண்களைத் திறந்து கனகாலாவை யோசனையுடன் பார்த்தார், ப்ருகு. ''என்ன வேண்டும், குழந்தாய்?''

''பிரபு, உறையிலிட்ட கடிதம் ஒன்று, தங்களுக்காகப் பறவைத் தூதில் வந்து சேர்ந்திருக்கிறது. தங்களின் தனிப்பட்ட கவனத்திற்கென்று குறிப்பிடப்பட்டிருக்கிறது. ஆகையால், நானே என் கைப்பட எடுத்துவந்திருக்கிறேன்.''

கவனமாய்க் கேட்டுக்கொண்ட ப்ருகு, ஒரு வார்த்தை கூடப் பேசாமல், கடிதத்தை அவளிடமிருந்து பெற்றுக் கொண்டார்.

''எங்களுக்கு வந்த கட்டளைப்படி, பறவையையும் எங்களுடனேயே நிறுத்திக்கொண்டிருக்கிறோம். அது எங்கிருந்து வந்ததோ, அங்கேயே திரும்பலாம். கப்பல் திரும்பிவிட்டிருந்தால், அது சாத்தியமில்லை என்பது தென்னவோ உண்மை. பறவை மூலமாகவே தாங்கள் பதில் அனுப்ப விரும்புகிறீர்களானால், தயவு செய்து தெரியப்படுத்துங்கள்.''

''ஹ்ம்ம்...''

''அவ்வளவுதானா, பிரபு?'' என்றாள் கனகாலா.

''ஆம். நன்றி.''

பின்னோடு கதவை சார்த்திக்கொண்டு கனகாலா அகல, ப்ருகு கடிதத்தின் உறையைப் பிரித்துப் பார்த்தார். காத்திருந்தது ஏமாற்றம்.

பிரபு, கோதாவரியின் முகத்துவாரத்தின் நம் கப்பல்களின் சிதைந்த பகுதிகள் சிலவற்றைக் கண்டெடுத்தோம். வெடிகள் வைத்துத் தகர்க்கப்பட்டன என்பது உறுதி. சதிவேலையால்

இப்படி நிகழ்ந்ததா, அல்லது, அவற்றில் ஏற்றியிருந்த பொருட்களின் விளைவால் இந்த சேதமா என்று அறுதியிட்டுச் சொல்லமுடியவில்லை. கப்பல்களில் இருந்த அனைவருமே இறந்துவிட்டனரா, அல்லது தப்பிப் பிழைத்தவர் எவரேனும் உண்டா என்று கண்டறிவதும் மிகக்கடினம். மேற்கொண்டு, தங்களின் உத்தரவிற்குக் காத்திருக்கிறோம்.

நிலவரத்தைப் புரிந்துகொள்ள இயலாவிட்டாலும், கடிதத்தினின்று சிற்சில விஷயங்களை ப்ருகு கண்டுகொண்டார்: நீலகண்டனைக் கொன்று, பஞ்சவடியைத் தாக்கியழிக்க அவர் அனுப்பிய ஐந்து கப்பல்களில் ஒன்று கூட திரும்பவில்லை; அவற்றிலிருந்து செய்தி கூட வரவில்லை. சிதிலமடைந்த கப்பல்களின் சில மிச்சங்கள், கோதாவரியின் நீர்ப்பிரவாகத்தில் மிதந்து வந்திருக்கின்றன. இரண்டு செய்திகளுமே அவருக்குக் கலக்கமளித்தன: ஒன்று, கலங்கள் அனைத்துமே அழிக்கப்பட்டிருக்க வேண்டும் – அல்லது, அவற்றில் சில சிறைப்பிடிக்கப்பட்டிருக்க வேண்டும். மேற்கொண்டு விவரமறிய கோதாவரியில் இன்னொரு கப்பல் அனுப்புவது இயலாத காரியம்; இறுதி யுத்தத்திற்குச் சற்றுமுன்பு எதிரிகளுக்கு அவரே ஒரு பிரமாதமான போர்க்கப்பலைத் தூக்கிக் கொடுத்தது போலாகும். இன்னொரு சாத்தியக்கூறும் இல்லாமலில்லை: கப்பல்கள் தங்கள் பணியில் வெற்றியடைந்தாலும், பிற்பாடு தாக்கியழிக்கப்பட்டுவிட்டன - ஆனால், இது நிச்சயம்தானா என்பதுதான் தெரியவில்லை.

இனி காத்திருப்பது ஒன்றுதான் ப்ருகுவிற்கு விட்ட வழி. ஒரு வேளை, ஆத்திரமடைந்த நீலகண்டன் ஆவேசமாய் தண்டகவனத்தினின்று வெளிப்படலாம்; தன்னைப் பின்பற்றுவோரை ஒன்று சேர்த்து, எதிராளிகளின் மீது ஏவிவிடலாம். அப்படியெதுவும் நிகழவில்லையென்றால், நீலகண்டன் என்னும் ஆபத்து முழுவதுமாய் நீங்கிவிட்ட தென்று நிம்மதியடையலாம்.

வெளியே காவலிருந்த வீரனை அழைக்கும்விதமாய் ப்ருகு மணியை அழுத்தினார். கோதாவரியின் முகத்துவாரத்தில் நின்ற கப்பல் திரும்பிவிடும்படி செய்தியனுப்பிவிட வேண்டியது. அதோடு, மெலூஹா மற்றும் அயோத்யா, தத்தம் படைகளை ஆயத்தம் செய்யும்படியும்...

ஆம். எதற்கும், அப்படியும் செய்தியனுப்பிவிடலாம்.

அத்தியாயம் 6

அகம் வெல்லும் நகர்

பௌர்ணமி இரவு. சம்பல் நதியில் நங்கூரமிட்டிருந்த கப்பலின் சுற்றுச்சுவர் மீது சாய்ந்து நின்ற சிவனின் விழிகள், கரையில் கருகருவெனப் படர்ந்திருந்த வனப்பகுதியை மேய்ந்தன. தூரத்தில், கிட்டத்திட்ட முழுக்கறுப்பான கல்லில் செய்தது போல் ஒரு மலை தெரிந்தது. அதன் வழுவழுப்பைப் பார்த்தால், மலை இயற்கையானதல்ல என்று தோன்றியது. அதனினும் விசித்திரமாய் இருந்தது, உச்சியில், கவிழ்த்த கிண்ணம் போன்ற விமானம். மலையின் பிற பகுதிகளுடன் இது நிச்சயமாய்ச் சேர்ந்ததில்லை; அத்துடன், இன்னும் ஆழ்ந்த கருநிறம் பெற்றுத் திகழ்ந்தது.

"மனுஷங்க செஞ்சதுதான், *பாபா*," என்றான் கார்த்திக்.

சிவன், கணேஷ் மற்றும் ப்ரஹஸ்பதி மூவரும், இன்னும் சற்றுக் குனிந்து, நதிக்கரையைக் கவனித்துக்கொண்டிருந்த கார்த்திக்கைப் பார்த்தனர். அவன் உயரத்திற்கே தாழ்ந்த சிவன், பனைமரக் கூட்டத்தின் பின்னிருந்த பிரதேசத்தை உற்றுக் கவனித்தார். பண்டைய வாயுபுத்ரர் சின்னமான ஃப்ராவஷி வடிவம் நன்கு புலனாயிற்று. அந்த நிலப்பகுதியின் சரிவு தொடர்ந்து உயர்ந்திருந்தால், தூரத்திலிருந்த கரிய மலையின் விமானக் குமிழில் சென்றுதான் முடிந்திருக்கும் என்பதையுணர்ந்தார்.

"இப்போது மரமடர்ந்திருக்கும் அந்தச் சரிவில்தான் ஆதிகாலத்தில் மிகப்பெரிய பலகைத்தளத்தில் அந்தக் கல்விமானத்தை ஏற்றிச் சென்றிருப்பார்கள்," விளக்கினார் ப்ரஹஸ்பதி.

வாசுதேவர்களின் அதிசயிக்கத்தக்க, நுட்பமான பொறியியல் திறனை எண்ணிப் பார்த்த சிவனின் முகத்தில் புன்முறுவல். தனக்கு ஒவ்வொரு கட்டத்திலும் அறிவுரை யளித்து வந்த இந்த மர்ம மனிதர்களை அவருக்குப் பலகாலமாய்த் தெரியும். ஆனால், இப்போது? ஒரு வழியாக, அவர்களது தலைவரைச் சந்திக்கப் போகிறார்.

சரஸ்வதியின் மின்னிடும் நீர்ப்பிரவாகத்தில் பிரதிபலித்த முழு நிலவை தக்ஷர் வெறித்தார். தனது தனியறையில், ஜன்னலருகே நின்றிருந்தார் அவர். கடந்த சில மாதங்களாக, வெளியாரைச் சந்திப்பதைக் குறைத்து, தனிமையை அதிகம் நாடி, தனக்குள்ளேயே சுருங்கத் துவங்கியிருந்தார். அதிலும், குறிப்பாக, எங்கே அருமை மகளை எப்படியாவது காக்கும் முயற்சியில் அவரேதான் பஞ்சவடித் தாக்குதலை தோல்வியடைய வைத்தவர் என்று மகரிஷி ப்ருகு தன் மனதைப் படித்து உணர்ந்துகொண்டுவிட்டால்? நினைக்கவே தக்ஷருக்கு உடலும் உள்ளமும் பதறியது.

ஆனால், இந்தத் தனிமைத் தவத்திலும் ஒரு நன்மை யில்லாமலில்லை; அவருக்கும் மனைவி வீரிணிக்குமான உறவு, முன்னைவிட வலுத்திருந்தது; திருமணமான முதல் சில வருடங்களில் அவர்களுக்குள் இருந்த அந்நியோன்யத்தை, இந்த சில மாதப் பேச்சுவார்த்தை மீட்டதுபோல் தோன்றியது. மெலூஹச் சக்ரவர்த்தியாக தக்ஷர் தன்னைப் பற்றிக் கனவுகாணத் துவங்கியதற்கு முந்தைய காலகட்டங்களிலிருந்த இணக்கம்.

தன் கணவரருகே சென்ற வீரிணி, மெல்ல அவரது தோள் மீது கரம் வைத்தாள். ''என்ன யோசிக்கிறீர்கள்?''

மனைவியின் தொடுகையை நிராகரித்து, தக்ஷர் நகர்ந்தார். புருவம் சுருங்கிய வீரிணியின் கண்களில், அவர் கையில் வைத்திருந்த பொருள் பட்டது. கங்கணம். இளம் வாலிபர்களும், பெண்களும், தத்தம் சாதிகளுக்குள், தங்கள் திறமைக்குச் சான்றான வகுப்புக்களை தேர்ந்தெடுத்துக் கொண்டதற்கு அடையாளமான, அவர்களது வகுப்பின் சின்னத்தைக் குறிக்கும் கங்கணம். தக்ஷர் விஷயத்தில், ஆடு - மிகத் தாழ்வான வகுப்பு. க்ஷத்ரிய வகுப்புக்களிலேயே மிகக் குறைந்த மதிப்பீடு கொண்ட அதை, பலர் வீரர்களுக்குரிய வகுப்பாகவே கருதவில்லை. தக்ஷர் விஷயத்தில், அவரது வகுப்பைத் தீர்மானித்தது தந்தை ப்ரம்மநாயகர். அவரது தேர்வே, மகனின் திறமையின் மீதான அவரது ஏளனத்தை சந்தேகமின்றி எடுத்துக்காட்டியது.

''என்ன விஷயம், தக்ஷா?''

''என்னைப் போய் இராட்சசனாகக் கருதுகிறாளே, ஏன்? அவளது நன்மையின் பொருட்டுத்தானே அவளது மகனைப் பிரித்தேன்? கணேஷை நாம் கைவிட்டுவிட்டோமா, என்ன? பஞ்சவடியில் அவனை நன்றாகத்தானே கவனித்துக் கொண்டார்கள்? அப்புறம், அவள் கணவன் விஷயத்தில் - நான்தான் அவனைக் கொன்றேன் என்று அவள் கனவிலும் நினைக்கலாமா? நானா கொன்றேன்?''

வீரிணி மௌனம் சாதித்தாள். உண்மையைக் கணவனுக்கு முன் போட்டுடைப்பதற்கு இது தருணமல்ல. சதியின் முதல் கணவனான சந்தந்த்வஜனை, தக்ஷர் நினைத்திருந்தால், காப்பாற்றியிருக்கலாம். அவனைக் கொல்லும் ஆணையை தக்ஷர் பிறப்பிக்கவில்லையென்பது உண்மைதான் - அதே சமயம், அவனைக் காப்பாற்றவும் முயற்சிக்கவில்லை. என்ன செய்வது; தங்கள் நிலைக்குத் தாங்களே காரணம் என்பதை பலவீனர்கள் ஒரு போதும் உணர்வதில்லையே? எப்போதும் சந்தர்ப்ப சூழ்நிலையையும், மற்றவர்களையுமே குற்றம் சாட்டுவதல்லவா அவர்களது வழக்கம்?

''மீண்டும் சொல்கிறேன், தக்ஷா. பழையதை எல்லாம் மறந்துவிடுவோம்,'' என்றாள் வீரிணி. ''நீங்கள் சாதிக்க எண்ணியதையெல்லாம் சாதித்துவிட்டீர்கள். இந்தியாவின் சக்ரவர்த்தியாகிவிட்டீர்கள். இனி பஞ்சவடியில் வாழ்வது சாத்தியமில்லை; அதற்கான வாய்ப்பை நாம் எப்போதோ இழந்துவிட்டோம். காளியும், கணேஷும் நம்மை வெறுக்கின்றனர். அவர்களை நான் குற்றம் கூறவில்லை. ஸந்யாஸம் வாங்கிக்கொள்வோம். இமயமலைச் சாரலுக்குச் சென்று, மீதமிருக்கும் வாழ்நாளை நிம்மதியாக, தியானத்திலும், அமைதியிலும் கழிப்போம். இராமபிரானின் நாமத்தை ஜபித்தபடி உயிர் விடுவோம்.''

''நான் ஓடிப்போகத் தயாராக இல்லை!''

''தக்ஷா...''

''இப்போது எனக்கு எல்லாமே துல்லியமாக விளங்குகிறது. ஸ்வத்வீபத்தை வெற்றி கொள்ள எனக்கு நீலகண்டன் தேவைப்பட்டான். அவன் வந்த காரியம்தான் எப்போதோ முடிந்துவிட்டதே? அவன் போய்த் தொலைந்தால், சதியும் திரும்பிவிடுவாள்; நாமெல்லோரும் முன்னைப்போல் சந்தோஷமாக வாழலாம்.''

''இராமபிரானே!'' அதிர்ந்து போன வீரிணி, கணவனை வெறித்தாள். ''தக்ஷா, என்ன சொல்ல வருகிறீர்கள்?''

''எல்லாவற்றையும் சீர்ப்படுத்தினால்...''

''எல்லாவற்றையும் விட்டு ஒதுங்குவது மட்டுமே இனி நாம் செய்ய வேண்டியது. நீங்கள் சக்ரவர்த்தியாகவே முயன்றிருக்கவேகூடாது; இப்போதும் ஒன்றும் கெட்டு விடவில்லை. நாம் மகிழ்ச்சியாக -''

''சக்ரவர்த்தி *ஆகியிருக்கக்கூடாதா?* என்ன பிதற்றல்! மெலூஹாவிற்கு மட்டுமல்ல; இந்தியாவிற்கே நான்தான் சக்ரவர்த்தி. அந்நிய தேசத்திலிருந்து நீலக்கழுத்துள்ள ஒரு காட்டுமிராண்டி, என்னை ஜெயித்துவிடுவான் என்கிறாயா?

சில்லத்திலிருந்து புகைக்கும் நன்றி கெட்ட ஒரு ஜந்து, என் குடும்பத்தினரிடமிருந்து என்னைப் பிரித்துவிடுவானோ?''

நிராசையடைந்த வீரிணி, தலை கவிழ்ந்தாள்.

''அவனை உருவாக்கியவன் நான்,'' தக்ஷர் சூளுரைத்தார். ''அவனை முடிக்கப்போவதும் நானே.''

''பிரபு,'' பரசுராமன் கூவினான். ''அங்கே பாருங்க!''

பனைமரக்கூட்டத்தைத் தாண்டி, அடர்ந்த வனப்பகுதியைச் சிவன் திரும்பிப் பார்த்தார்.

தூரத்தில், ஏதோ மிகப்பெரும் அசைவினால் பதற்றமடைந்து சட்டென்று பறவைகள் வானில் சடபடவென்று சிதறிப் பறப்பதை எல்லோரும் கண்டனர். காட்டை சர்வசாதாரணமாகக் கிழித்துக்கொண்டு, சுற்றியிருந்த மரங்களையெல்லாம் ஒரு பொருட்டேயில்லாதது போல் அந்த பிரம்மாண்ட உருவம் சிதைத்துக்கொண்டு முன்னேறியது.

''வந்துவிட்டார்கள்,'' என்றார் நந்தி.

திரும்பிய சிவன், ''கணேஷ், படகை இறக்கு,'' என்றார் சத்தமாக.

தன்னுடன் வந்த வீரர்களில் பெரும்பாலானவர்களைக் கப்பலிலேயே நிறுத்தி வைத்த சிவன், பரிவாரத்தில் இருநூறு பேரை மட்டும் கூட்டிக்கொண்டு திறந்தவெளிக்கே வந்துவிட்டபோது - மாபெரும் யானைக்கூட்டமொன்று காட்டைக் கிழித்துக்கொண்டு சூறைக்காற்றைப் போல் வெளிப்பட்டதைக் கண்டார். நுணுக்கமான வேலைப்பாடமைந்த மிக அழகிய தங்க முகபடாங்களைத் தரித்திருந்தன, அந்த யானைகள். அவற்றின் தலைகளுக்குப் பின்னே அமர்ந்திருந்த பாகர்கள், கயிறுகளால் தங்களை அவற்றுடன் பிணைத்துக்கொண்டிருந்தனர். யானைகள் சர்வசாதாரணமாய் நெட்டித் தள்ளும் மரக்கிளைகள் தங்களையும் கிழிக்காதிருக்கும்பொருட்டு, பிரம்பால் ஆன கவசத்தைத் தலைமுதல் கால் வரை அணிந்திருந்தனர். காலால் மிக மென்மையாக உதைத்தவாறு, அங்குசத்தை மிகத் திறமையாகப் பிரயோகம் செய்து, யானைகளைத் திறந்தவெளிக்குள் செலுத்தினர். யானைகளின் முதுகுகளின் மீது பக்கவாட்டில் இருபுறமும் நீட்டியவாறு, மரத்தாலான, பலம் வாய்ந்த மாபெரும் ஹௌடாக்கள் கட்டப்பட்டிருந்தன. உள்ளேயிருப்போருக்குப் பாதுகாப்பாய், சுற்றிலும்

மூடப்பட்டிருக்க, வாகாய்க் கீற்றுப் பலகணிகளுடன், உள்ளே பிரவேசிக்க வசதியாகப் பக்கவாட்டில் கதவும் அமைந்திருந்தது.

அணியில் முதலில் வந்த யானையின் மீதே சிவனின் கண்கள் பதிந்திருந்தன. வந்து நின்றவுடன், பக்கக் கதவு படாரென்று திறந்து, ஒரு நூலேணி வெளியே வீசப்பட்டது. காவி நிறத்தில் தோத்தியும் அங்கவஸ்திரமும் தரித்த, வெடவெடவென்று உடல்வாகுடன் ஒரு பண்டிதர் அதில் இறங்கினார். பாதம் தரையில் பட்டவுடன், சிவனை நோக்கித் திரும்பி, கரங்களை மிகப்பணிவாய்க் கூப்பினார். நீள வெண்தாடி; வெள்ளி போல் ஜொலித்த கூந்தல். சுருக்கம் நிறைந்த முகத்தில் பளிச்சிட்ட கண்களில் ஒளிர்ந்த ஞானமும், மென்மையான புன்னகையும், அவரது ஆழ்ந்த, உண்மையான மனப்பக்குவத்திற்கு - *சத்-சித்-ஆனந்தம்*: அதாவது, **உண்மை-உணர்வு-ஆனந்தம்**, என உடலும், மனமும் ஆன்மாவும் பரம்பொருளென்னும் ஆதார உண்மையில் எப்போதும் மூழ்கியிருக்கும் சுகானுபாவம்; அனைத்தும் கடந்த ஞானம் - இவற்றுக்குக் கட்டியம் கூறின.

"நமஸ்தே, பண்டிட்ஜி," என்றார் சிவன். "வாசுதேவர்களின் தலைவரை ஒருவழியாக சந்திக்க முடிஞ்சது என் பாக்கியம்."

"மாண்புமிகு மகாதேவருக்கு நமஸ்தே," என்றார் கோபால் பணிவுடன். "பாக்கியம் அனைத்தும் எனதே. இந்த ஒரு கணத்திற்காகத்தான் இத்தனை காலம் வாழ்ந்தேன்."

முன்னே வந்த சிவன், அவரை அணைத்துக்கொண்டார். இதனால் அதிசயமடைந்த வாசுதேவர் தலைவர் முதலில் தயங்கினாலும், நீலகண்டரின் பரந்த மனப்பான்மை முகத்தில் மலர்ச்சியை ஏற்படுத்த, தானும் ஆலிங்கனம் செய்தார்.

பின்னால் நகர்ந்த சிவன், சற்று தூரத்தில் பொறுமையாகக் காத்திருந்த பல யானைகளையும், மனிதர்களையும் கண்டார். "கொஞ்சம் கசகசன்னு இருக்கில்லே, இங்கே?"

கோபாலின் முகத்தில் புன்னகை. "இந்த இடம் சிறியது, மாண்புமிகு மகாதேவரே. நாங்கள் அதிகம் பேரைச் சந்திப்பது வழக்கமில்லை."

"சரி. உங்க யானைகள்ள ஏறி, உஜ்ஜைனிக்கு போவோம்."

"அப்படியே," என்ற கோபால், தன் ஆட்களை நோக்கி சைகை செய்தார்.

அதிசயிக்கத்தக்க வகையில், ஹௌடாக்கள் மிக வசதியாக, ஏறக்குறைய எட்டுப்பேரை ஏற்றிக்கொள்ளும் சௌகர்யத்துடன் அமைந்திருந்தன. கோபால் மற்றும் சிவன் தவிர, சதி, கணேஷ், கார்த்திக், ப்ரஹஸ்பதி, நந்தி மற்றும் பரசுராமன் ஒரு யானையின் அம்பாரியில் ஏறிக்கொள்ள முடிந்தது.

''பிரயாணம் சௌகர்யமாய் இருந்ததென நம்புகிறேன்,'' என்றார் கோபால்.

''நிச்சயமா,'' என்ற சிவன், கணேஷைச் சுட்டிக்காட்டினார். ''என் மகனும் ரொம்ப நல்ல வழிகாட்டி.''

''மக்கள் தலைவரின் அறிவு தீட்சணம் குறித்த கதைகள் எத்தனையோ எங்களை வந்தடைந்துள்ளன,'' கோபால் ஒப்புக்கொண்டார். ''தங்கள் மற்றொரு மகனான கார்த்திக்கின் வீரதீரப் பிரதாபங்கள் குறித்தும் பல செய்திகள் எங்கள் செவிகளை வந்து சேர்ந்துள்ளன.''

பாராட்டை, லேசான தலையசைப்புடன் ஏற்றுக்கொண்ட கார்த்திக், கரங்களைப் பணிவாய்க் கூப்பினான்.

''பண்டிட்ஜி, அதிக தூரம்கிறதால உஜ்ஜைனி போய்ச்சேர ஒரு நாள் ஆகுதா?'' என்றார் சிவன். ''இல்ல, காட்டின் அடர்த்திதான் காரணமா?''

''இரண்டுமேதான், மகா நீலகண்டரே. சம்பல் நதித் திறந்தவெளியினின்று உஜ்ஜைனி செல்ல பாதைகள் எதையும் நாங்கள் அமைக்கவில்லை. அதிக மக்களை நாங்கள் சந்திப்பதுமில்லை. ஆனால், எப்போதாவது, பிரயாணம் செய்ய வேண்டிய கட்டாயம் நேரும்போது, நன்கு பயிற்சியளிக்கப்பட்ட யானைகள் எங்களுக்கு உதவுகின்றன.''

யானைகள் கடந்து செல்வதால் மரக்கிளைகள் உடைந்து, செடிகொடிகள் உராயும் சப்தம் மூடிய அம்பாரிக்குள்ளே இருந்தவர்களுக்குப் பழகிவிட்டது. சீரான கதியில் கடந்த மிக நீண்ட பயணமாதலால் சப்தங்கள் நின்றவுடன், அவர்களது கவனமும் திரும்பியது.

யாரும் எதுவும் கூறுமுன், ''வந்துவிட்டோம்,'' என்றார் கோபால்.

இடப்பக்கம் இருந்த ஒரு பொறியை அவர் இயக்க, இயந்திர விசையின் பயனாய், அம்பாரியின் இட, வல மற்றும் பின்புறச் சுவர்கள், மெள்ளத் தாமே திறந்து கொண்டன. தூண்கள் தாங்கிப் பிடித்ததன் விளைவாய், கூரை அப்படியே நின்றது. சுற்றியிருந்த உலோக

கம்பிகள், பிரயாணிகள் வெளியே விழுந்துவிடாமல் காப்பாற்றின. ஆனால், ஹெளடாவின் அபாரப் பொறியியல் விசித்திரங்களின் மீது அப்போது யார் கவனமும் செல்லவில்லை. அவர்களது பார்வையும் மனமும், அகம் வெல்லும் நகரான உஜ்ஜைனியின் மீதே பதிந்திருந்தன.

அடர்ந்த வனப்பகுதியினுள், மிக அமைப்பான சதுரத் திறந்தவெளியின் மையத்தில், அளவெடுத்து வரைந்தது போல் வட்டமாய் அமைந்திருந்தது நகரம். பத்தடி அகலமும், முப்பதடி உயரமும் கொண்ட வாட்டசாட்டமான பலகைக் கற்கள், நகரைச் சுற்றி பலமான மதில்சுவராய் நடப்பட்டிருந்தன. சம்பலிலிருந்து பிரிந்து, உஜ்ஜைனி அருகே பாய்ந்த கிளை நதியான ஷிப்ராவை திசைதிருப்பி, சுவரைச் சுற்றிய அகழிக்குள் செலுத்தியிருந்தார்கள். அகழியும் திறந்தவெளியின் பரிமாணங்களையொட்டி அமைந்திருந்ததால், சதுர அகழிக்குள் வட்டமாய் நகரம் பொதிந்திருந்தது. அகழிக்குள் ஏகப்பட்ட முதலைகள். மெல்ல மெல்ல யானைகள் அகழியை நோக்கிச் செல்ல, அவை தாண்டப் பாலம் எதுவும் இல்லை என்பதை எல்லோரும் சற்று அதிசயத்துடன் கவனித்தனர்.

இந்தியாவின் பல நகரங்களைச் சூழ்ந்த கோட்டைகளில் சந்தர்ப்பத்திற்கு ஏற்றபடி நீட்டி, பின்னிழுக்கக்கூடிய பலகைப் பாலங்களை சிவன் கண்டதுண்டு. பகைவர்கள் கோட்டை மதில்களைத் தாக்க பிரம்மாண்டமான போர்க்கலன்களைப் பயன்படுத்தும்போது, இந்த அகழிகள்தான் தற்காப்பிற்கான முதல் கவசம். பலகைப்பாலத்தை தரையில் இறக்கும்வரை யானைகள் காத்திருக்கும் என சிவன் எதிர்பார்த்தார். அப்படி எதுவும் நிகழாதது மட்டுமல்லாமல், பலகைப்பாலம் இறக்கப்படுவதற்கான அறிகுறிகளும் இல்லை. பதிலாக, அகழியைச் சுற்றி ஓடிய சற்றே உயர்ந்த கொத்தளங்களின் மீது, போர்க்கோலம் தரித்த இருபது வீரர்கள் நின்றிருந்தனர். யானைகள் நெருங்க, கல் பதித்த தரையை ஓரிடத்தில், இரு வீரர்கள் அழுத்துவது போல் தோன்றியது. ஒரு கல் சதுரத்தின் பரிமாணத்தையொத்த பொத்தான் 'ஸ்ஸ்ஸ்' என்ற மெல்லிய சீறலுடன் கொத்தளத்திற்குள் இறங்கியது. இதன் விளைவாகக் கொத்தளத்தின் முன்னே இருந்த தரைப்பகுதியும் 'சரசர'வென்று பிளந்து பக்கவாட்டில் இருபுறமும் விலக, அங்கே காணப்பட்ட அகன்ற, ஆழமில்லாத படிகளில் இறங்கிய யானைகள், நன்கு வெளிச்சமிட்ட சுரங்கப்பாதைக்கு வந்து சேர்ந்தன. அங்கே நின்ற வாசுதேவ காவலர்கள், நீலகண்டரைக் கண்ட அடுத்த கணம், வணக்கத்துடன் மண்டியிட்டனர்.

"என்ன பிரமாதமான யுக்தி, *தாதா!*" கணேஷைப் பார்த்து கார்த்திக் புன்னகைத்தான்.

'உண்மைதான். அகழிக்கு மேல பாலம் அமைக்கிறதுக்கு பதிலா, அடியில சுரங்கப்பாதை தோண்டியிருக்காங்க. அதுக்குப் போற பாதையும் கல் பாவின தரையில மறைஞ்சிருக்கிறதால, வெட்டவெளியில இருந்தாலும், கண்ணுக்கே தெரியாதபடி ரொம்ப சாமர்த்தியமா ஒளிக்கப்பட்டிருக்கு.''

"அகழியைச் சுத்தின தரை முழுக்கவே கற்கள் பதிச்சிருக்கு. சுரங்கப்பாதையோட தொடக்கத்துல விலங்குகளோட பாதச்சுவடு படியாமல் இருக்கவும் தடுக்குது.''

"பாதைக்கான வாயில் எங்கேயிருக்குன்னு நிச்சயமாத் தெரியாம, பகைவர்களால அகழிக்குள்ள வழி கண்டுபிடிச்சு, நகருக்குள்ள பிரவேசிக்கவே முடியாது.''

நந்தி, கோபாலை ஏறிட்டார். "உங்கள் வகுப்பார் மிகுந்த சாமர்த்தியசாலிகள் என்பதில் சந்தேகமில்லை.''

கோபால் பட்டுக்கொள்ளாமல் புன்னகைத்தார்.

யானைகள் நகர வாயிலை அணுக, சுவர்களின் மீது ஜியோமிதி கணித முறைகளின்படி சில நுணுக்கமான வடிவங்கள் பொறிக்கப்பட்டிருந்தன. ஒரு சச்ச துரத்திற்குள் ஒன்றிற்குள் ஒன்றாய் பல வட்டங்கள்; அந்தச் சதுரமோ, உள்ளேயிருந்த வெளிவட்டத்தின் ஓரங்களைத் தொட்டுக்கொண்டு சென்றது. மேலிருந்து பார்த்தால் தெரியக்கூடிய உஜ்ஜைனியின் நகர அமைப்பை ஒத்திருந்தன, அந்தக் குறியீடுகள். நகர்க் கோட்டைமதிலின் வட்டவடிவான அமைப்பு யதேச்சையானதல்ல; மிக நுட்பமான ஜியோமிதி வரைமுறை என்று வாசுதேவர்கள் நம்பிய வடிவத்தின் படியேதான் அமைக்கப்பட்டிருந்தது என்பது புரிந்தது.

"நகரம் முழுவதையும் *மண்டலம்* என்னும் அமைப்பில் உருவாக்கியிருக்கிறோம்,'' என்றார் கோபால்.

"மண்டலம்னா என்ன, பண்டிட்ஜி?'' சிவன் கேட்டார்.

"ஆன்மீகத்தில் ஒரு சித்தாந்தத்தின் குறியீடு அது.''

"அது எப்படி?''

"அகழியைச் சுற்றியுள்ள சதுரம், நாம் வாழும் நிலமான *ப்ருத்விய*ை குறிக்கும். நம் பூமியின் நான்கு திசைகளைப் போல், இதுவும், நான்கு பக்கங்களைக் கொண்ட சதுரமாய் விளங்குகிறது. சதுரத்திற்குள் உள்ள பரப்பு, *ப்ரக்ரிதி* என்னும் இயற்கை - அதாவது, தங்குதடையில்லாது காடாய் வளர்ந்து கிடக்கும் நாம் வாழும் காட்டுப்பகுதி. அதற்குள், *பரமாத்மாவை* அடையும் ஞானமார்க்கம், வட்டமாய்க் குறிக்கப்பட்டுள்ளது.''

"அது ஏன், வட்டம்?''

"*பரமாத்மாவே*, பரம்பொருள். எல்லையற்றது; வரையறுக்க முடியாதது. ஜியோமிதி முறைகளின்படி நாம் ஆதியந்தமற்ற ஒன்றை குறிக்க முயன்றால், நமக்குள்ள சின்னம் வட்டம்தானே? ஆரம்பமும், முடிவுமற்ற வடிவம் அது. அதற்கு இன்னொரு பக்கத்தை நீங்களாக இணைக்கமுடியாது. அதிலிருந்து ஒரு பக்கத்தை விலக்கவும் முடியாது. மிகச் சரியானது; அற்புதமானது; எல்லையற்றதன் முழு உருவம் அது."

சிவனின் முகம் மலர்ந்தது.

வானில், ஒரு பறவையின் பார்வையிலிருந்து உஜ்ஜைனியைப் பார்த்தால், வட்ட வடிவான கோட்டைச் சுவருக்குள், ஒன்றிற்குள் ஒன்றாக ஐந்து வட்டச் சாலைகள், மரங்கள் அணிவகுக்க, அமைந்திருப்பதைக் காண முடியும். வெளிவட்டம், கோட்டைச் சுவரை ஏறக்குறையத் தொட்டுக்கொண்டு செல்லும். மற்ற வட்டங்கள், முந்தையதை விடக் குறைந்த விட்டத்துடன் அடுக்கடுக்காய் ஒன்றுக்குள் ஒன்று அமைந்திருந்தன. இருப்பதிலேயே சிறிய வட்டம், நகரின் நடுமையத்தில் இருந்த பிரம்மாண்டமான விஷ்ணு கோயிலைச் சுற்றிச் சென்றது. வெளி வட்டத்தையும் உள் வட்டத்தையும், ஆரம் ஆரமாய்ச் சாலைகள், நேர்க்கோட்டில் இணைத்தன.

இந்தச் சாலைகளின் விளைவாய், உஜ்ஜைனி ஐந்து பகுதிகளாய்ப் பிரிக்கப்பட்டிருந்தது. ஐந்து மற்றும் நான்காம் வட்டங்களுக்கிடையே இருந்த பகுதி, மாடுகள் மற்றும் குதிரைகளுக்கான இருப்பிடமாய், பிரம்மாண்டமான லாயங்களைக் கொண்டு விளங்கியது. மிக மதிப்பாய், உயர்வாய்ப் பராமரிக்கப்பட்டவை, பயிற்சியளிக்கப்பட்ட ஆயிரக்கணக்கான யானைகள்தான். அதற்கடுத்து, நான்கு மற்றும் மூன்றாவது வட்டங்களுக்கிடையிலான பகுதி, பயிற்சிபெறும் வீரர்களும், தொழில் கற்போரும் வாழுமிடமாகையால், அவர்களுக்கென ஏற்பட்ட பள்ளி, அங்காடி மற்றும் கேளிக்கைக்கூடங்களால் நிறைந்திருந்தது. இரண்டு மற்றும் மூன்றாவது வட்டங்களுக்கிடையிலான இடம், வாசுதேவர்களில் க்ஷத்ரியர்கள், வைசியர்கள் மற்றும் சூத்திரர்களுக்கு இடமளித்தது. முதல் மற்றும் இரண்டாம் வட்டங்களின் இடைவெளியில், வாசுதேவர்களை வழிநடத்திச் சென்ற அந்தணர்கள் வாழ்ந்தனர். முதல் வட்டமான, உஜ்ஜைனியின் இருதயத்தில், அவர்களது மிகத் தூய ஆலயம் தனிச் சிறப்புடன் அமைந்திருந்தது.

கரிய செங்கல்லால ஆன இந்தக் கோயில்தான், தூரத்தில், சம்பல் நதிக்கரையில் சிவனின் கண்களுக்கு கரிய மலையாகத்

தெரிந்தது. முழுதும் மனித யத்தனத்தால் உருவான இந்த ஆலயம், வட்டத்தளத்தில் கச்சிதமான ஒரு கூம்பைக் கவிழ்த்தது போல், சுற்றிலும் ஆயிரம் தூண்கள் தாங்கி நிற்க அமைந்திருந்தது. கூம்பு போன்ற கோபுரம் உள்ளே முழுதும் வெற்றாய் இருக்க, சிறுகச் சிறுக, வட்டங்களாய் உயர்ந்து, ஏறக்குறைய இருநூறு மீட்டர் உயரத்தையெட்டி பிரம்மாண்டமாய் நின்றது. கூரையின் கனத்தைத் தாங்கக் கடினப் பாறையாலான தூண் ஒன்று, மையத்தில் நிறுவப்பட்டிருந்தது. கரிய சுண்ணாம்புக்கல்லாலான குமிழ், கோபுரத்தின் உச்சியின் பொருத்தப்பட்டிருந்தது. ஏறக்குறைய நாற்பது டன் கனம் கொண்ட அந்தக் குமிழை, இருபது கிலோமீட்டருக்கு மெல்ல உயர்ந்த சரிவின் மீது, யானைகள் மெல்ல மெல்ல உருட்டிச்சென்று, கோபுரத்தின் உச்சிக்கு ஏற்றியிருந்தன. சிவன் சம்பலிலிருந்து கண்டது, இந்தச் சரிவின் மீதம்தான்.

அவரும், அவரது பரிவாரமும், இன்னமும் இந்தப் பிரம்மாண்டத்தையெல்லாம் முழுதும் கண்டிருக்கவில்லை. சுரங்கப்பாதையினின்று யானைகள் வெளிவந்து, கோட்டைச்சுவரின் உட்பக்கத்தை ஒட்டிச்சென்ற வெளிவட்டச் சாலைக்கு வந்து சேர்ந்த போது, உஜ்ஜைனியின் எந்தப் பகுதியிலிருந்து பார்த்தாலும் கண்களைக் கவர்ந்த விஷ்ணு கோயிலின் மீது அங்கிங்கு அகலமுடியாதபடி லயித்தன. அற்புதமான அந்தக் காட்சியை வைத்த கண் வாங்காது பரிவாரம் மொத்தமும் வாய்பிளந்தபடி வெறித்தது. மற்றவர்களின் உள்ளம் உரைத்ததை, நாவால் வெளியிட்டது ப்ரஹஸ்பதி மட்டும்தான்.

“அடேயப்பா!”

அத்தியாயம் 7

என்றென்றும் இணைந்த கரங்கள்

மையத்தில் இடம்பெற்றிருந்த விஷ்ணு கோயிலையே ஒட்டியிருந்த உஜ்ஜைனி அந்தணர் வட்டத்தில், சிவனின் பரிவாரம் தங்க இடம் ஒழித்துக்கொடுக்கப்பட்டிருந்தது. இரவு நன்கு ஓய்வெடுத்த சிவன், மறு நாள் குடும்பத்தாருடன் காலையுணவை முடித்துக்கொண்டிருந்த போது வந்த ஒரு வாசுதேவ பண்டிதர், அவரைக் கோயிலுக்கு அழைத்துச் சென்றார். அங்கே, கோபாலைச் சிவன் சந்திப்பதாகத் திட்டம்.

எளிமையிலும் அதியற்புதமாய் மிளிர்ந்த அந்த விஷ்ணு கோயிலின் மகத்துவம், சிவன் அருகே நெருங்க நெருங்க, இன்னும் பிரகாசமடைவதுபோல் தோன்றியது. உலோகத்தினால் இணைந்த வழுவழுப்பான பல கருங்கற்களை ஒன்றாய் இணைத்த வட்ட மேடையின் மீது ஆலயம் அமைந்திருந்தது. கல்லில் ஆழ்துளையும், இணைக்கும் குழாய்த்துளையும் இட்டு, அதற்குள்ளே உருக்கிய உலோகக்குழம்பை ஊற்றிவிட்டால், அது இறுக இறுக, கற்களைப் பிரிக்கமுடியாதபடி கெட்டித்து இணைத்துவிடும். காரை பூசுவதை விடச் சற்று பணவிரயம்தான் என்றாலும், இந்த முறையில் பலன் அதிகம் என்பதில் சந்தேகமில்லை. மேடையின் எளிமையான அழகைப் பறைசாற்றும் விதமாய், சிற்பமோ, சிலைவடிவமோ எங்கும் செதுக்கப்படவில்லை; மேடையின் பொறியியல் சாதனையைப் பார்த்தால், அவற்றுக்கெல்லாம் அவசியமும் இல்லையென்பது தெள்ளென விளங்கியது. கோயிலின் கட்டுமானமே, அதன் பிரசித்திக்குச் சான்று. வேறுவகையான அழகுபடுத்தும் முயற்சி அதற்குத் தேவையில்லையென்றுதான் தோன்றியது. ஏழாவது விஷ்ணுவான இராமபிரானை எந்த வழியிலும் சென்றடையலாம் என்பதற்கு எடுத்துக்காட்டாகத்தானோ என்னமோ, மேடையைச் சுற்றி, அனைத்துத் திசைகளிலும் படிக்கட்டுக்கள் வெட்டப்பட்டிருந்தன.

கருங்கல்லாலான ஆயிரம் தூண்கள், மேடையில் ஆழப் பதித்து, நிறுவப்பட்டிருந்தன. மேலே அமைந்த குமிழை நன்கு தாங்குவதற்கு ஏதுவாக, யானைகளைக் கொண்டு

லேத்து இயந்திரங்களை இயக்கி, தூண்களை ஒரே சீராய்ச் செதுக்கியிருந்தனர். தூரத்தில் பார்த்தபோது இருந்தது போலவே, இவ்வளவு கிட்டத்திலும் கரிய அந்த கோபுரம், வழவழவென்றே பார்வைக்குத் தெரிந்தது. ஒவ்வொரு கருங்கல்லும் ஒரே பரிமாணத்துடன், துல்லியமாய்ச் செதுக்கி, பொருத்தப்பட்டிருந்தது. கரிய சுண்ணாம்புக்கல்லாலான ஒரு மிகப்பெரும் குமிழ், கோபுரத்தின் உச்சியை அலங்கரித்தது. அளவில்லா அதிசயத்துடன் கோயிலின் படிக்கட்டுக்களில் சிவன் மெல்ல ஏறுவதைப் பார்த்தபடி, வாசுதேவ பண்டிதர் மௌனமாய் உடன் வந்தார்.

பிரதானக் கோயிலுக்குள் நுழைந்தவுடன், பிரம்மாண்டமான அந்த கூடத்தின் மேல் உயர்ந்த கோபுரத்தின் உட்புறம் வெறுமையாக இருக்க, அதன் கூம்பு போன்ற வடிவம் கண்கொள்ளா காட்சியாகத் தலைக்கு மேல் உயர்ந்தது. இந்தியாவில் சிவன் கண்ட பிற கோயில்களைப் போலல்லாமல், இதில் தனியாக கர்ப்பக்ரஹம் என்று ஒன்று இல்லை. கோயிலுக்குள், அனைவரும் சேர்ந்து வழிபடக்கூடிய ஒரு பெரிய கூடம்; மேற்கூரை, இராமபிரானின் வாழ்க்கையில் நிகழ்ந்த பல்வேறு சம்பவங்கள் - பிறப்பு, படிப்பு, நாட்டைவிட்டு வெளியேற்றம், மற்றும் வெற்றி வாகை சூடி நாடு திரும்புதல் - ஆகியவை, பளீரென்ற கண்ணைக் கவரும் ஓவியங்களாய் வரையப்பெற்றிருந்தன. பிரதானமான சுவர் ஒன்றின்மீது, அயோத்யாவில் பிரான் சிம்மாசனம் ஏறிய பிறகு நிகழ்ந்த சம்பவங்கள் இடம் பெற்றிருந்தன: அவரது உண்மையான பகைவர்கள்; அவர்களை எதிர்த்து போரிட்ட அவரது யுத்தங்கள், மனிதகுலத்திற்கே உதாரணமாய் திகழ்ந்த மனைவி சீதா தேவியுடனான உறவின் ஆழம், மற்றும், மெலூஹாவைத் தோற்றுவித்தல்.

கூடத்தின் மத்தியில், வெள்ளைக்கல்லாலான பிரம்மாண்டமான தூண் ஒன்று, ஏறக்குறைய இருநூறு மீட்டர் உயரத்துடன், கோபுரக்கூம்பின் உச்சி வரை நீண்டது. மனிதன் அறிந்தவற்றுள் இம்மாதிரியான கல்லே செதுக்க மிகக் கடினமானதாகையால், அதில் மிக நுணுக்கமான சிற்பங்கள் இடம் பெற்றிருந்ததைக் கண்டு சிவன் அதிசயித்தார். இராமபிரான் மற்றும் சீதா தேவியின் மிகப்பெரும் திருவுருவச் சிற்பங்கள், அணிபணி அலங்காரம் மற்றும் க்ரீடங்களுமற்று, ஏழைகளின் ஆடையான கையால் நெய்த பருத்தியணிந்து, மிக எளிமையாய்க் காட்சியளித்தனர். நாடு கடத்தப்பட்டு, பதினான்கு வருடம், அடர்ந்த வனத்தில் வாழ்ந்தபோது, அந்த தெய்வீகக் கணவன் மனைவி அணிந்தது இவை மட்டுமே. ஏழாவது விஷ்ணுவின்

சிற்பங்கள் அனைத்துடனும் தவறாமல் இணைந்திருக்கும் லக்ஷ்மணர் மற்றும் அனுமன் ஆகியோரின் சிற்பங்கள் அங்கில்லாதது இன்னும் அதிசயம். சீதா தேவி, கணவனுக்குப் பலம் தருவது போல், இராமபிரானின் வலக்கையின் கீழ்ப்புறத்தைத் தாங்கியிருந்தாள்.

"அவங்க வாழ்க்கையோட மிக மோசமான கட்டத்தை இங்கே வடிச்சிருக்காங்களே, ஏன்?" என்றார் சிவன். "அயோத்யாவிலேர்ந்து நாடு கடத்தப்பட்டு, பின்னால அசுரன் இராவணனால சீதா தேவி கடத்தப்பட்டு, மிகப்பெரிய யுத்தம் நடத்தி இராமபிரான் அவங்களைக் காப்பாத்த வேண்டியிருந்தது."

வாசுதேவ பண்டிதர் புன்னகைத்தார். "தன் வாழ்க்கை முழுதுமே மறக்கப்பட்டாலும், இந்தப் பகுதி - மனைவி, சகோதரன் மற்றும் பக்தன் அனுமான், ஆகியோருடன் கழித்த இந்த வருடங்களை - எல்லோரும் நிச்சயம் நினைவில் இருத்திக்கொள்ள வேண்டும் என்று பிரான் விரும்பினார். அவரை உருவாக்கியதே இந்த காலகட்டம்தான் என்பது அவரது நம்பிக்கை."

மத்தியில் இருந்த தூண் பக்கத்தில் நின்றார் கோபால். அவருக்கருகில், இரு சிம்மாசனங்கள்: ஒன்று இராமபிரானின் காலடியில்; இன்னொன்று சீதா தேவியின் பாதங்களுக்கருகில். இரண்டுக்கும் இடையில் வளர்க்கப்பட்ட தூய்மையின் பிரதிநிதியான அக்னி, அவர்களுக்கிடையில் எந்தப் பொய்யும் கிடையாது என்பதைக் குறிப்பிட்டது. கோபாலுக்குப் பின்னால், பல வாசுதேவ பண்டிதர்கள் பொறுமையாகக் காத்து நின்றனர்.

சிவனை நோக்கித் தலை வணங்கிய கோபால், பணிவுடன் கரம் குவித்தார். "வாசுதேவர்களது இருப்பிற்கு இரு காரணங்களே உண்டு: ஒன்று, எங்களுக்குள்ளிருந்தே அடுத்த விஷ்ணு அவதரிக்கவேண்டும். இன்னொன்று, மகாதேவர் எப்போது அவதரிப்பினும், அவருக்கு சேவை செய்ய வேண்டும்."

சிவனும் கோபாலுக்குத் தாழ்ந்து வணக்கம் செலுத்தினார்.

"எங்கள் வாழ்நாளில், எங்கள் தலையாய பணிகளுள் ஒன்றை நிறைவேற்றும் பாக்கியம் கிட்டியிருக்கும் பெரும் பேற்றைக் குறித்து, இங்கு கூடியிருக்கும் ஒவ்வொருவரும் மிக்கப் பெருமையடைகிறோம். தங்கள் கட்டளை எதுவானாலும், கீழ்ப்படியக் காத்திருக்கிறோம், நீலகண்டப் பெருமானே."

''நீங்க என் நண்பர், பிரபு கோபால்,'' என்றார் சிவன். ''பக்தரில்லை. ஒரு முடிவுக்கு வர முடியாததால, உங்க அறிவுரையைக் கேக்கலாம்னுதான் இங்கே வந்தேன்.''

புன்னகைத்த கோபால், ஆசனங்களைச் சுட்டிக் காட்டினார்.

இருவரும் அமர்ந்துகொள்ள, மற்ற வாசுதேவர்கள், தரையில், அவர்களைச் சுற்றி, வரிசைக்கிரமமாக அமர்ந்தனர்.

உஜ்ஜைனியைச் சற்றே சுற்றிப் பார்த்து வர, க்ஷத்ரிய வாசுதேவ் ஒருவரின் துணையுடன் கணேஷ், கார்த்திக், மற்றும் ப்ரஹஸ்பதி கிளம்பினர். நகரின் வெளிவட்டத்தில் அமைந்திருந்த விலங்குகள் கூடாரத்தைப் பற்றி மேலும் தெரிந்துகொள்வதில் கணேஷிற்கு மிகுந்த ஆர்வம். குறிப்பாக, யானைக் கொட்டாரம் அவனைக் கவர்ந்திழுத்தது.

அவனது குதிரைக்கருகில் தன்னுடையதைச் செலுத்தினார், வாசுதேவ க்ஷத்ரியர். ''யானைகளின் மீது அப்படியென்ன ஆர்வம், பிரபு?''

''வரப்போற யுத்தத்துல அவை ரொம்ப முக்கியம். நான் எதிர்பார்க்கும் அளவுக்குப் பயிற்சியளிக்கப்பட்டிருந்தா, அதுங்களோட பங்கு இப்ப ரொம்ப பெரிசு.''

முகமலர்ந்த வாசுதேவ், குதிரையை உந்திச் செலுத்தி, கொட்டாரத்தை நோக்கி அவர்களை அழைத்துச் சென்றார். நீலகண்டரின் மகன், தங்கள் போர்யானைகள் குறித்து இத்துணை அக்கறையாய் விசாரிப்பதில் அவருக்கு மட்டற்ற மகிழ்ச்சி. வாசுதேவர்களை வழிநடத்திச் செல்லும் அந்தணர்களின் அறிவுரையை மீறி, அவர்களால் மறக்கப்பட்ட, ஏறக்குறைய அழிந்தேயிருந்த போர்யானைப் பயிற்சியை க்ஷத்ரியர்கள் மீண்டும் உயிர்ப்பித்திருந்தனர். ஒரு காலத்தில், இந்தியப் படைகளில் இந்த பிரம்மாண்டமான விலங்குகள் தலையாய பங்கு வகித்தன. ஆனால், அவற்றை விரட்டவும், அவைகளின் மாபெரும் பலத்தைக் குறைக்கவும், பிற்காலத்தில் எத்தனையோ போர்த்தந்திரங்கள் உருவாக்கப்பட்டுவிட்டன - குறிப்பாக, ஒரு சில போர் முரசுகள். அவற்றைச் ஒரு குறிப்பிட்ட கதியில் முழக்கினால், யானைகள் மிரண்டு கண்டபடி ஓடும்; தங்களது படைகளையே அரைத்து மிதித்துக் கூழாக்கிவிடும். இதனாலேயே, பல படைகள் யானைகளைப் பயன்படுத்துவதை நிறுத்திக்கொண்டன. ஆனால், மிகச்சிறப்பாய்ப்

பயிற்சியளிக்கப் பட்ட யானைகள், போர்க்களத்தில், பகைவர்களை துவம்சம் செய்யும் என்பதிலும் சந்தேகமில்லை. வாசுதேவர் படையில் இடம்பெற்ற திறம்வாய்ந்த யானைகள் குறித்து கணேஷ் எவ்வளவோ கேள்விப்பட்டதுண்டு. ஆனால், யாரிடமும் எதையும் பகிர்ந்துகொள்ளாமல் தனித்து வாழ்ந்த அவர்களது படைபலம் குறித்து வெளியே கசிந்த வதந்திகள் உண்மையோ, பொய்யோ, யாருக்குத் தெரியும்? கார்த்திக், அண்ணனை நோக்கிச் சாய்ந்தான். ''சம்பல்லேர்ந்து இங்கே பயணம் செஞ்ச போதே அவங்க யானைகளைத்தான் பார்த்துட்டோமே, *தாதா*? சொன்ன சொல் கேக்கற மாதிரி ரொம்ப பிரமாதமா பயிற்சியளிச்சிருக்காங்க.''

''நீ சொல்றது நிஜம்,'' என்றான் கணேஷ். ''ஆனா, நாம பார்த்தது, போர்ல பயன்படுத்தாத பெண் யானைகள். மனிதர்களையோ, பொருட்களையோ அங்கேயும் இங்கேயும் எடுத்துப் போக வர, உபயோகப்படுத்துவாங்க. போர்க்குள்ள ஆண் யானைகளைத்தான் பயன்படுத்துறது வழக்கம்.''

''ஏன்? அதுங்களுக்குத்தான் ஆக்ரோஷம் அதிகம்கிறதாலயா?''

''பொதுவா ரொம்ப சாதுவான பிராணிகள்தான்னாலும், யானைகளை ஆவேசத்துக்குத் தூண்டுறதும், ஆக்ரோஷத்தோட சண்டையிட பயிற்சியளிக்கிறதும் நடைமுறைல உள்ளதுதான். ஆனா, பெண் யானைகளை அப்படிப் பழக்கறது கொஞ்சம் கஷ்டம்; ரொம்பத் தீவிரமான காரணம் - உதாரணத்துக்கு, குட்டிகள் ஆபத்துல இருந்தாலொழிய - பெண் யானையை ஆக்ரோஷப்படுத்தறது கடினமான விஷயம். ஆண் யானையை சட்டுன்னு ஆத்திரத்துக்கு உள்ளாக்கி, சண்டையிட வெக்கலாம்.''

''அது ஏன் அப்படி?'' கார்த்திக் கேட்டான். ''ரெண்டையும் ஒப்பிட்டா, ஆண் யானைக்கு அறிவு கொஞ்சம் கம்மியோ?''

''நானறிஞ்சவரைக்கும், பொதுவா, எந்த இனத்துலயும் பெண்ணுக்குத்தான் அறிவு கொஞ்சம் அதிகம். ஆனா, விஷயம் அவ்வளவு சுலபமில்ல. யானைக்கூட்டங்கள் பொதுவா பெண்ணைச் சார்ந்த்தவை; காட்டுக்குள்ள, வயசுல ரொம்ப மூத்த பெண்தான் தலைமைப் பொறுப்பேத்துக்கும். எங்கே போகணும்; சாப்பிடணும், எந்தெந்த யானை தொடர்ந்து கூட்டத்துல இருக்கலாம்; யாரைத் தூக்கியெறியணும்... இப்படி.''

''தூக்கியெறியறதா?''

''ஆமா. பதின்ம வயசு வந்தவுடனே ஆண் யானைகள் கூட்டத்தை விட்டு வெளியேத்தப்படும். ஒண்ணு, தனியா

வாழக் கத்துக்கும். அல்லது, அதுங்களை மாதிரி சுத்தற ஆண் யானைக்கூட்டங்களோட சேர்ந்துக்கும்.''

''இது அநியாயமா இருக்கே.''

''இயற்கையில நியாய அநியாயத்துக்கு இடமேயில்ல, கார்த்திக். அதது சரியா நடக்கறதுலதான் அதுக்குக் கருத்து. ஆண் யானையால கூட்டத்துக்குப் பொதுவா எந்தப் பயனுமில்ல. பெண் யானைகளே தங்களையும் காத்துக்கிட்டு, குட்டிகளையும் காப்பாத்தற வலிமையுள்ளவை. பெண்ணுக்கு குட்டி வேணும்போது மட்டும்தான் ஆண் யானை தேவை.''

''அப்போ, எப்படி...''

''கூடல் சமயத்துல, தனியா சுத்திக்கிட்டு இருக்குற ஆண் யானைகள் சிலதை பெண் யானைக்கூட்டம் தேர்ந்தெடுத்து உள்ளேவிடும். கர்ப்பம் தரிச்சவுடனே, ஆண் யானைகள் வெளியேத்தப்படும்.''

கார்த்திக் தலையைக் குலுக்கிக்கொண்டான். ''மனசாட்சியே இல்லாத நடத்தை.''

''அது அப்படித்தான். காட்டுப் பெண் யானைகள் தங்களுக்குள்ள ஒரு வாழ்க்கை முறையை, ஒரு கூட்டம் எப்படி இயங்கணும்கிறதுக்கான விதிமுறைகளை ரொம்ப நுணுக்கமா வகுத்து வெச்சிருக்கு. தலைமைப் பொறுப்பில இருக்கும் பெண் யானை, விதிகள் மீறப்படாம பார்த்துக்கும். ஆனா, அப்படியெந்த கட்டும் கட்டுப்பாடும் இல்லாம, யாரோடையும் தொடர்பில்லாம வாழறதுதான் ஆண் யானையோட இயல்பு. தனியாவே வாழ வேண்டிய கட்டாயத்துனால, கொஞ்சம் ஆக்ரோஷமாவும் இருக்க வேண்டியிருக்கு. இல்லைன்னா, உயிர் பிழைக்கறதே கஷ்டம். அதனாலதான், அதுங்களுக்குப் பயிற்சியளிக்கிறது கஷ்டம். வயசு சின்னதா இருக்கறப்பவே பிடிச்சிடணும். ஆனா, வழிக்குக் கொண்டு வந்துட்டா, ரொம்ப சுலபமா பழக்கிடலாம். அதுக்கப்புறம், தன்னுடைய பாகன்கிட்ட ரொம்ப விசுவாசமா இருக்கும். அது மட்டுமில்லாம, பெண் யானையைப் போலில்லாம, காரணம்னு ஒண்ணு தேவைப்படாம, பாகன் உத்தரவிட்டதுக்காகவே ஆண் யானை கொல்லும்.''

''பிரபுக்களே,'' அவர்களது பேச்சை இடைவெட்டிய க்ஷத்ரிய வாசுதேவ், கைகாட்டினான். ''யானைக் கொட்டாரம்.''

''நான் எதை மோசமான தீமைன்னு வகுத்திருக்கேன்னு உங்களுக்கு ஏற்கனவே தெரிஞ்சிருக்கும்,'' சிறிய யாகத்

தீயின் மறுபுறம் அமர்ந்திருந்த கோபாலைப் பார்த்தார் சிவன்.

"இல்லையென்றால், எண்ணங்களைப் படிப்பவன் என்ற பட்டத்திற்கு நான் தகுதியானவன் அல்லவே?" கோபால் புன்னகைத்தார். "இதற்கு என் ஒப்புதலும் உண்டா என்பதை அறிவதில்தான் உங்களுக்கு ஆர்வம் என்று எனக்குப் புரிகிறது."

"ஆமா. நீங்களும் இதை ஒத்துக்கறீங்கன்னு ஆச்சுன்னா, அதுக்கான காரணங்கள் என்னென்ன?"

"அப்படியானால், விஷயத்திற்கு வருவோம். உங்கள் கருத்திற்கு மாற்றுக் கருத்து உண்டோ? இங்கிருக்கும் அனைத்து வாசுதேவர்களும் தங்கள் ஊகத்தை ஏற்கிறோம்."

"ஏன்?"

"மகாதேவர் என்னும் உன்னதக் கோட்பாட்டை வழிவழியாகப் பின்பற்றி வருகிறோம். தங்களுக்குச் சரியான பதில்கிட்டிவிட்டால், அது எதுவாயினும் தங்கள் கூற்றை ஏற்கவேண்டியவர்கள் நாங்கள்."

சிவனுக்குச் சட்டென்று ஏதோ பிடிபட்டது. "சரியான பதில் கிடைச்சாலா?"

"ஆம். எத்தனையோ இடர்களைத்தாண்டி, ஒவ்வொரு மகாதேவரும் சந்திக்கும் 'எது தீமை?' என்ற மிகப்பெரிய கேள்விக்கு, சரியான பதிலைக் கண்டுவிட்டீர்கள்."

"அப்படீன்னா... சரியான பதில் உங்களுக்கு ஏற்கனவே தெரியுமா?"

"நிச்சயம். நானறியாதவை - என்னிடம் தொடுக்கப்பட்ட கேள்விகளுக்கான பதில்களைத்தான். விஷ்ணு மரபினருக்கான வினாக்கள் வேறு வகையானவை. 'எது தீமை?' என்பதுதான் மகாதேவருக்குரிய கேள்வி. விஷ்ணுவிற்கோ, இரு முக்கிய கேள்விகளுண்டு: *'அடுத்து வரப்போகும் மிகப்பெரும் நன்மை எது?'* அப்புறம், *'நன்மை எப்போது தீமையாக மாறுகிறது?'*"

"என்னது, எப்பவா?"

"ஆம். மகாதேவர் அயல்நாட்டவராக இருந்தாலும், விஷ்ணுவாகப்பட்டவர் உள்நாட்டவராக இருத்தல் அவசியம். மிகப்பெரும் நன்மை ஒன்றை உருவாக்கி, அதன் மூலம் புத்தம்புதிய வாழ்க்கைமுறையை அறிமுகம் செய்து, மக்களை அதன் வழியே நடத்திச் செல்வதுதான் அவரது கடன். இந்தப்புதிய நன்மை எந்த ரூபத்திலும் இருக்கலாம்: **தைவி அஸ்திரங்களைப்** போல் புதிய தொழில்நுட்பமாகவோ, சோமரஸத்தைப்போன்று புதிய

கண்டுபிடிப்பாகவோ இருக்கலாம்; இதுவரை யாரும் கண்டறியாத புதிய சித்தாந்தமாகவும் இருக்க வாய்ப்புண்டு. முந்தைய விஷ்ணுக்கள் வகுத்த பாதையையே அடுத்தடுத்த ஆட்சியாளர்கள் பின்பற்றுவதுண்டு. ஆனால், சில சமயம், மிகப்பெரும் நன்மையொன்றைப் பயன்படுத்தி, முற்றிலும் புதிதாய் ஒரு வாழ்வியலையே அறிமுகப்படுத்தும் விஷ்ணுக்களும் உண்டு. இராமபிரான் அவ்விதம் சமூகவிதிகளை, சிலபல விதங்களில் மாற்றியமைத்தார்: தான் பிறந்த வகுப்பிலல்லாமல், நமக்குப் பிடித்த வகுப்போடு நம்மை இணைத்துக்கொள்ளலாம் என்பது போல், சில உத்திகளைப் பயன்படுத்தினார். மேல்வர்க்கத்தைச் சேர்ந்தோர் மட்டுமல்லாமல், சமூகத்தின் அனைத்து மட்டத்தைச் சேர்ந்தவர்களும் பயன்பெற வேண்டுமென்பதற்காக சோமரஸத்தைப் பொதுவில் கொண்டுவந்தார். ஆனால், ஒன்றை நினைவில்கொள்ள வேண்டும்: மிகப்பெரும் நன்மையே, பல சமயம், மிகப்பெரும் தீமைக்கும் வழிவகுக்கும்.''

''பிரபு மனுவோட வாக்கைப் பத்திப் படிச்சதுல அதெல்லாம் புரிஞ்சிக்கிட்டேன். உங்க காரணங்கள் என்னன்னு தெரிஞ்சுக்க விருப்பம்.''

''இந்தக் கேள்விக்கு மிக அழகாகப் பதிலளிக்கும் தத்துவ நூல் ஒன்று எங்கள் குலத்தாரிடம் உண்டு. பிரபு ஹரி, பிரபு மோஹன் போன்ற, இதற்கு முன் வாழ்ந்த பல தத்துவ ஞானிகளின் பல சித்தாந்தங்களின் தொகுப்பான அந்த நூலில், வாசுதேவர் தலைவர்களின், குறிப்பாக எங்கள் குலத்தோன்றலாகிய பிரபு வாசுதேவரின் வாக்கும் அடங்கியுள்ளது. '*கடவுளின் குரல்*' என்பதுதான் அதன் பெயர்.''

'' '*கடவுளின் குரலா* ?''

''ஆம். பண்டைய சமஸ்கிருதத்தில், '*பகவத் கீதை*' என்றழைப்பார்கள். நான் சொல்ல விரும்புவதை கீதையின் ஒரு வரி மிக அழகாக எடுத்தியம்புகிறது: *அதி சர்வத்ரா வர்ஜாயெத்*. எதிலும் அளவு மீறக்கூடாது; அது ஆபத்தில் முடியும். நம்மில் சிலருக்கு நன்மையின் மீது அளப்பரிய ஈர்ப்பு இருக்கிறது. ஆனால், இந்தப் பிரபஞ்சம் எதிலும் சமநிலையையே எதிர்பார்ப்பதால், சிலருக்கு நன்மையாக இருக்கும் விஷயங்கள், வேறு சிலருக்கு தீமையில் முடிகின்றன. நமக்கு ஆதாரமாய் உணவு கிடைக்குமென்பதால், மனிதர்களுக்கு வேளாண்மை இன்றியமையாதது; ஆனால், அதே விவசாயத்தின் விளைவாகக் கானகம் அழிந்து, காட்டு விலங்குகளின்

உணவிற்கே ஆபத்து வந்துவிடுகிறது. நாம் உயிர்வாழ பிராணவாயு அவசியம்; ஆனால், அதே பிராணவாயுதான், எத்தனையோ கோடிக்கணக்கான ஆண்டுகளுக்கு முன் வாழ்ந்த அணுவளவான ஜந்துக்களுக்கே விஷமாக வாய்த்து, கடைசியில் அழித்தேவிட்டது. ஆக, இந்தப் பிரபஞ்சத்தின் ஆதாரமான இச்சையின்படி சமநிலையென்பது எங்கும் நிறைந்திருக்க வேண்டுமானால், நன்மையும் அளவுக்கு மீறி அனுபவிக்கப்படாமல் நாம் பார்த்துக்கொள்ள வேண்டும். மீறினால், பிரபஞ்சம் சமநிலைக்கு ஏற்ப தீமையை வளர்த்து, நன்மைக்கு எதிர்ச்சக்தியாக நிறுத்தும். அதுதான் தீமையின் ஆதாரம்: நன்மையைக் குறைத்து, சமநிலை ஏற்படுத்துதல்.''

''தீமையையே ஏற்படுத்தாத நன்மை இருக்கவே முடியாதா? பிரபஞ்சத்துல சமநிலையைக் கெடுக்காத ஒரு வாழ்க்கை முறையை நம்மால கொண்டு வரவே முடியாதா என்ன?''

''நடக்காத காரியம். நாம் உயிருடன் இருப்பதே உலகில் எத்தனையோ விதத்தில் சமநிலையைப் பாதிக்கும். உயிருடன் வாழ, நாம் சுவாசிக்கிறோம். பிராணவாயுவை உள்வாங்கிக்கொண்டு, கரியமில வாயுவை வெளியிடுகிறோம். இதுவே சமநிலையற்ற தன்மையை உருவாக்கவில்லையா? சில உயிர்களுக்கு இதே கரியமில வாயு கெடுதலாக அமைகிறதே? தீமையை நாம் வளர்க்காமல் இருக்க வேண்டுமானால், நன்மையையும் செய்யாமலிருக்க வேண்டியதுதான் - அதாவது, வாழாமலேயேதான் இருக்கவேண்டியிருக்கும். ஆனால், பிறந்துவிட்டோமாதலால், தொடர்ந்து வாழ வேண்டியதும் நம் கடமையாகிறது. இப்போது பிரபஞ்சத்தின் பார்வையிலிருந்து எல்லாவற்றையும் பார்ப்போம். அது மிகத் துல்லியமான சமநிலையைக் காப்பற்றியது எப்போது, தெரியுமா? உருவான அந்த முதல் நொடியின் போதுதான். அதற்கு முந்தைய தருணத்தில் தான் அது மொத்தமாக சீரழிந்திருந்ததாகையால், அதுதான் பிரபஞ்சம் சமநிலை மிகப் பிறழ்ந்திருந்த சமயம். ஆக்கமும், அழிவும், ஒரே நொடியின் இரு வேறு துருவங்கள்தான். அந்த இரு சம்பவங்களுக்கிடையே நடப்பதுதான், வாழ்க்கைப் பயணம். ஆக்கம் பெற்று, முழுமையான வாழ்க்கை வாழ்ந்து, என்றேனும் ஒரு சமயம் நடக்கப்போகும் அழிவின் வரை காத்திருந்து, அழிந்து, மீண்டும் பிறப்பெடுப்பதுதான் இந்த பிரபஞ்சத்தின் தர்மம். அதன் சிறிய வடிவம்தான் நாம்.''

''இதெல்லாம் வெறும் சித்தாந்தம்தான், பண்டிட்ஜி.''

''இருக்கலாம். ஆனால், வேறு காரணங்களால் அறுதியிட முடியாத பல மர்மங்களை இவை அவிழ்க்கும்.''

"நீங்க சொல்றதை நான் ஒப்புக்கறதாகவே வெச்சுக்கிட்டாலும், இது எப்படி நம்ம வகையில பலிக்கும்? அவ்வளவு பெரிய பிரபஞ்சத்தோட ஒப்பிட்டா, நாம கடுகளவுகூட இல்ல."

"உண்மைதான். ஆனால், இந்தப் பிரபஞ்சமே நமக்குள்ளேயே மிகச் சிறிய வடிவில் இயங்கத்தான் செய்கிறது. நம்மையும் சேர்த்து அனைத்து உயிரினங்களும் நன்மை, தீமை சார்ந்த வாழ்க்கை முறையால் பிணைக்கப் பட்டுள்ளன. நம் ஆக்கமும், அழிவும், நன்மை தீமையால் விளைகின்றன; சமநிலை உருவாவதாலும், சீரழிவதாலும் மாறுகின்றன. இது விலங்கு, செடிகொடி, கோள், நட்சத்திரம் என்று அத்தனைக்கும் பொருந்தும். அவற்றினின்று நாம் எவ்விதத்தில் மாறுபடுகிறோம், தெரியுமா? நம்மால் நன்மையையும், தீமையையும் நம் கட்டுப்பாட்டுக்குள் வைத்திருக்க முடியும். மற்ற ஜீவராசிகளுக்கு இந்த வாய்ப்பு அளிக்கப்படவில்லை. எத்தனையோ கோடானு கோடி ஆண்டுகளுக்கு முன் இந்த உலகில் பிரம்மாண்டமான எத்தனையோ உயிரினங்கள் வாழ்ந்தன. வானிலையின் அதீத மாற்றங்களால் அவை அழிந்தும் போயின. அவற்றின் அழிவிற்கு அவையே காரணமல்ல; அப்போது திடீரென்று தலைதூக்கிய தீமைதான் என நம்பத்தகுந்த காரணங்கள் நம்மிடம் இருக்கின்றன. மனிதர்களாகிய நமக்கோ, அகில அண்டமாளும் கடவுள் அளித்த மிகப்பெரிய பரிசான அறிவாற்றல் அமைந்திருக்கிறது. இதனால், வேண்டும், வேண்டாம் எனத் தேர்வு செய்யும் வாய்ப்பையும் அடைந்திருக்கிறோம். நன்மையை நாமே விரும்பித் தேர்வு செய்து, அதன் மூலம் வாழ்க்கையை வளமாக்கிக் கொள்ளும் சக்தி நமக்கிருக்கிறது. நம்மை தீமை மொத்தமாய் ஆக்கிரமித்துச் சீரழிக்குமுன், அதைக் கட்டுப்படுத்தும் சக்தியும் கூடவே வாய்த்திருக்கிறது. இயற்கையுடனான நம் உறவுமுறை, மற்ற உயிரினங்களினின்று வேறுபட்டது. மற்றவையின் மீது இயற்கை திணிக்கப்படுகிறது; நமக்கோ, சில சந்தர்ப்பங்களில், இயற்கையின் மீது நம்மைத் திணிக்கும் சக்தியும், உரிமையுமிருக்கிறது. விவசாயம் மாதிரியான நன்மைகளை உருவாக்குவதினால், அதுவும் சாத்தியமாகிறது. நாம் அடிக்கடி மறப்பது இதைத்தான்: நாம் உருவாக்கும் நன்மையே, பல சமயம், நம்மை அழிக்கப்போகும் தீமையையும் உருவாக்குகிறது."

"இங்கேதான் மகாதேவர் உள்ளே நுழையறாரா?"

"ஆம். அதிபுத்திசாலிகளான தத்துவ ஞானிகளிடமிருந்தும், ப்ரம்மதேவரைப்போன்ற விஞ்ஞானிகளிடமிருந்தும்,

நன்மைகள் பல உருவாகின்றன. ஆனால், அதைக் கட்டுக்குள் கொண்டுவந்து, சரியான பாதையில் செலுத்தி, மனித இனத்தை முன்னேற்றம் நோக்கித் திருப்ப ஒரு விஷ்ணு தேவைப்படுகிறார். விசித்திரம் என்னவென்றால், சமநிலையை இழந்து சமூகம் தவிப்பதற்கான ஆதார வித்தும், இதே பாதையில்தான் விதைக்கப்படுகிறது. வேறு சில சமயங்களில், தீமையை நோக்கிச் செலுத்தும் நன்மையினின்று திசை திருப்பி, பிறிதொரு நன்மையை நோக்கிச் செலுத்தவும் ஒரு விஷ்ணு உருவாக வாய்ப்புண்டு. சோமரஸத்தின் நச்சுத்தன்மையைக் குறைத்து, நீர்க்க வைக்க முயன்றதன் மூலம், அப்படியொரு தீர்வைத்தான் ப்ரஹஸ்பதி கொண்டுவர பிரயத்தனம் செய்துகொண்டிருந்தார். அதில் அவர் வெற்றியடைந்திருந்தால், வாசுதேவர்களாகிய நாங்கள் எப்படியேனும் அவரது முயற்சிக்கு எங்களால் ஆன உதவிகளைச் செய்திருப்போம். மனிதர்களுக்குக் கெடுதல் விளைவிக்காத, நன்மை பயக்கும் இந்த சோமரஸத்தை ஆதாரமாகக் கொண்டு, ஒரு புதிய வாழ்க்கை முறையும் உருவாகியிருக்கும். துரதிர்ஷ்டவசமாக, ப்ரஹஸ்பதியின் பரிசோதனைகள் பலனளிக்காமல், அந்தப் பாதை தடைபட்டுவிட்டது. இப்போது நமக்கிருப்பது மகாதேவரின் பாதை மட்டுமே: மக்களை நேரிடையாகச் சந்தித்து. விஷயத்தை உணரவைத்து, மிகப்பெரும் தீமையாக மாறிவிட்ட இந்த நன்மையினின்று அவர்களை விலக்கி அழைத்துச் செல்வது."

"ஆக, தீமையா மாறிட்ட ஒரு மிகப்பெரிய நன்மையிலிருந்து, ஒரு விஷ்ணுவால மக்களை இன்னொரு நன்மைப் பாதையை நோக்கித் திருப்ப முடியும். ஆனா, மாற்றா எந்த நன்மையையும் கொடுக்க முடியாத நிலையிலும் மகாதேவர் மட்டும் இருக்கும் நன்மையையும் மக்கள் மொத்தமா விட்டுத்தரும்படிக் கேக்கணும்."

"சுலபமில்லைதான். சோமரஸத்தால் இன்னும் எத்தனையோ மக்களுக்கு நன்மை இருக்கத்தான் செய்கிறது. ஆயுளை அதிகமாக்கி, இளமையைக் கூட்டி, நோயை நீக்கி, நீண்ட, வளம் நிறைந்த வாழ்க்கை வாழ வகை செய்கிறது. ஆனால், ஒட்டுமொத்தமாகப் பார்த்தால், சமூகத்திற்கு அது தீமையே. சமூகத்தின் நலனுக்காக, பதிலுக்கு எதுவும் அளிக்காமல், மக்களைத் தங்கள் சுயநலத்தைத் தியாகம் செய்யச் சொல்கிறோம். இது ஜெயிக்க, மக்கள் கண்மூடித்தனமாகப் பின்பற்றும் ஒரு ஆதர்சத் தலைவன், ஒரு அயல்தேசத்தவன் தேவை. அவர்கள் மனதில் அளவு

கடந்த ஆவேச பக்தியை ஏற்ற ஒரு கடவுள் வேண்டும். இது மகாதேவரால் மட்டுமே முடியக்கூடிய காரியம்.''

''சோமரஸம் தீமையின் வடிவம்னு உங்களுக்கு முன்னாலேயே தெரிஞ்சுபோச்சா?''

''என்றாவது ஒரு நாள் அது தீமையாக உருவெடுக்கும் என்பதை நாங்கள் உணர்ந்தேயிருந்தோம். *எப்போது* என்பது தான் எங்களுக்குத் தெரியவில்லை. நினைவில் கொள்ளுங்கள்: நன்மை, அதன் பாதையில் சென்று முடியத்தான் வேண்டும். அதன் வேலை முடியுமுன்பே அதை சமூகத்திலிருந்து நாம் விலக்கிவிட்டால், நாகரீக முன்னேற்றத்தைத் தடுப்பவர்களாகிவிடுவோம். அதே சமயம், கால தாமதம் செய்தால், நாம் காப்பாற்ற விரும்பும் சமூகத்தையே அழித்தவர்களாகிவிடுவோம். ஆக, தீமையை ஒழிப்பதற்கான போரில் சரியான சமயம் எதுவென்ற விஷயத்தில், மகாதேவர் என்னும் கட்டமைப்பின் முடிவை எதிர்பார்த்து, விஷ்ணுவின் கட்டமைப்பு காத்திருக்கத்தான் வேண்டும். நம் விஷயத்தில், மகாதேவர் உருவெடுத்துவிட்டார்; அவரது தேடல், சோமரஸம்தான் அந்தத் தீமை என்ற முடிவிற்கு அவரை அழைத்துவந்துவிட்டது. ஆக, தீமையை எதிர்ப்பதற்கான சமயம் வந்தேவிட்டதை நாங்கள் அறிந்துகொண்டோம். இந்த அதிசய ஆட்டத்திலிருந்து சோமரஸத்தை விலக்கி தூக்கியெறிவதற்கான வேளையும் வந்துவிட்டது.''

யானைக் கொட்டாரத்தின் வாயிலில் கணேஷ், கார்த்திக் மற்றும் ப்ரஹஸ்பதி நின்றிருந்தனர். பிரம்மாண்டமான கற்பாளங்களால் கட்டப்பட்ட பத்து மிகப்பெரும் உறைவிடங்கள்; ஒவ்வொன்றும் எண்ணூறு முதல் ஆயிரம் விலங்குகள் வரை அடக்கக்கூடியவை. அவற்றில் ஐந்து, பெண் யானைகளுக்கும், அவற்றின் குட்டிகளுக்குமானவை. மற்றவை, போர்ப்பயிற்சியளிக்கப்பட்ட ஆண் யானை களுக்கானவை.

நீரில் மூழ்கிக் களிக்கவும், மண்குளியல் செய்துகொள்ளவும், தண்ணீரால் அடித்துக்கொள்ளவும் வசதியாக, பெண் யானைகளின் உறைவிடங்களுக்குள் மிகப்பெரும் நீர்க்குளங்கள் அமைந்திருந்தன. குளங்களைச் சுற்றியிருந்த இடம், யானைகள் சுதந்திரமாக உலாவி, ஒன்றையொன்று சந்தித்துக்கொள்ள வசதியாக அமைந்திருந்தது. சுற்றிலும், அவற்றின் அசுரப்பசிக்குத் தீனியாக, சத்து நிறைந்த பல இலைகள் குப்பல் குப்பலாய் குமித்திருந்தன. இவை

தவிர்த்து, பச்சைப் பசும் இலைதழைகளைத் தின்னப் பெண் யானைகள் சிறு கூட்டங்களாக காட்டிற்குள்ளும் அழைத்துச் செல்லப்பட்டன.

இதன் பயனாக, யானைகள் மரங்களின் மீது உராய்ந்ததால், உயிரற்ற தோல் பகுதிகள் விலக்கப்பட்டன. பெண் யானைகளின் உறைவிடங்களுக்குள் தடுப்புக்கள் எதுவும் இல்லையாதலால், அவை தனித்தனியாக பிரிக்கப் படாமல், சுதந்திரமாக உலவ முடிந்தது. பல சமயம், அந்தந்த கூட்டத்தின் தலைமையை ஏற்ற பெண் யானைகளுடன் சிறு குழுக்களாக உலவின.

ஆண் யானைகளுக்குரிய உறைவிடங்கள் முற்றிலும் வேறு விதம். தடுப்புகள் அமைக்கப்பட்டு, ஒவ்வொரு யானைக்கும் தனித்தனியான இடம் கொடுக்கப்பட்டிருந்தது. ஒவ்வொன்றின் பாகனும் உறைவிடத்திற்கு மேலேயே வாழ்ந்ததால், தன் கட்டுப்பாட்டிற்குள் இருந்த யானையுடன் ஏறக்குறைய நேரம் முழுவதையும் கழித்தான். இதனால், விலங்குகளுக்கும் தங்கள் பாகனின் மீது பாசம் வளர்த்தது. இந்த யானைகள் எந்த வேலையும் செய்வது வழக்கமில்லை; மரங்கள், பாறைகளின் மீது தத்தம் உடல்களைத் தேய்த்துத் தோலையும் வெளியேற்றுவதில்லை; பாகர்கள் அவற்றைத் தினமும் குளிப்பாட்டினார்கள். உணவிற்காக மையப் பகுதிக்கு அவை நடந்து வர வேண்டியிருக்கவில்லை; புத்தம்புதிதாய் நறுக்கிய இலைதழைகள், அவற்றின் கொட்டடிக்கு வெளியே ஒவ்வொரு வேளையும் குவிக்கப்பட்டன. ஆண் யானைகளுக்கான பணி ஒன்றே ஒன்றுதான்: போர்ப் பயிற்சி.

இதற்காகவே, ஆண் யானைக் கொட்டாரத்தின் மையப்பகுதி சிலபல மாற்றங்களுக்கு உள்ளாகியிருந்தது. பெண் யானைகளுக்கானது போல, இங்கும் நீர்க்குளம் இருந்தது. ஆனால், மிக ஆழமானது. யானைகளுக்குள் இயற்கையாகப் பொதிந்திருந்த நீச்சல் திறனை வளர்க்கவும், போர் முறைப்படி, படகுகளை முட்டி மோதி வீழ்த்தவும் அவைகளுக்குப் பயிற்சி புகட்டப்பட்டது. பகைவர் படைகளை அடித்துத் துவைக்கக் கற்றுக்கொடுக்க ஏதுவாக, குளங்களைச் சுற்றிலும் பிரம்மாண்டமான பயிற்சிக் களங்கள் அமைந்திருந்தன. போரின் கடுமையை, அதன் ஆக்ரோஷத்தைச் சமாளிக்க வலிமையேற்றப்பட்டிருந்தது. யானைகளைப் பித்தாக்கித் தெறிகெட்டு ஓடவைக்கக் கூடிய முரசங்கள் போரில் இப்போதெல்லாம் அதிகம் பயன்படுத்தப்படுவதை வாசுதேவர்கள் அறிவார்கள். இதைச் சமாளிக்க நூதனமான காதடைப்பான்களையும்

அவர்கள் தயாரித்திருந்தனர். இதுமட்டுமல்லாமல், குறைந்த அலைவரிசை முரசங்களைக் கேட்டு பீதியடையாமலிருக்கும் பொருட்டு, தினமும் யானைகள் அம்முரசொலிகளைக் கேட்கவைத்தும் பழக்கிக்கொண்டிருந்தனர்.

ஒரு ஆண் யானை கொட்டடிக்கு கணேஷ், கார்த்திக் மற்றும் ப்ரஹஸ்பதி அழைத்துச் செல்லப்பட்டனர். தான் நினைத்து நினைத்துப் பெருமைகொள்ளும் ஒரு யானையை நோக்கி வாசுதேவ் அவர்களை நேராக இட்டுச் சென்றான். கொட்டடியை நெருங்கியவுடன் பாகனை அழைத்து, யானையை வெளிக்கொணரும்படிக் கேட்டான். உடனடியாகக் கட்டளையை நிறைவேற்றிய பாகன், யானையின் தலைக்குப் பின்னால் மிகப்பெருமிதத்துடன் அமர்ந்து, ஓட்டிக்கொண்டு வந்தான். யானையின் கண்கள் ஒரு வித கவசத்தால் மூடப்பட்டிருந்தது கணேஷை ஆச்சர்யப்படுத்தியது. பாகன் உட்கார்ந்திருந்த இடத்திலிருந்து அவற்றை மிகச் சுலபமாக அகற்றிவிடலாம். சுயேச்சையாக, தான் பார்ப்பவையைக் கொண்டல்லாமல், பாகனின் கட்டளைகளை மட்டும் நிறைவேற்ற வேண்டிய சந்தர்ப்பங்களில் இம்மாதிரியான கட்டுகள் பயன்படுத்தப்படுவது வழக்கம். உலோகக் கூண்டு ஒன்றை தாமிரச் சங்கிலியால் யானையின் தும்பிக்கையோடு கட்டியிருந்தார்கள். மனிதத் தலையைப் போல மூன்று மடங்கு பெரிதான, வட்டமான ஒரு பலகையை இலக்காக வாசுதேவ் அமைத்தான்.

''நீங்கள் சற்றுப் பின்வாங்க வேண்டியிருக்கும்,'' சுற்றியிருந்தவர்களை நோக்கிக் கூறினான்.

அவர்கள் அப்படியே செய்ய, பாகனை நோக்கிய வாசுதேவ், தலையசைத்தான். அவனோ, யானையின் காதின் பின்பக்கத்தைத் தன் கால்களால் லேசாய், ஒரு குறிப்பிட்ட த்வனியில், அழுத்தத் துவங்கினான். ஆடியசைந்தவாறு மரப்பலகையை நெருங்கிய யானை, கட்டளைகளைப் புரிந்துகொண்டதற்கு அறிகுறியாய் தலையைக் குலுக்கியது. சட்டென்று, மின்னல் போல பாய்ந்து, உலோகக் கூண்டால் தடாலென்று மரப்பலகையை நோக்கியடிக்க, அது சுக்குநூறாய்ச் சிதறியது.

அதிசயமும் பாராட்டும் கண்களில் மின்னலிட ''ஷீய்' என்று கார்த்திக் சீட்டியடித்தான்.

கணேஷ் வாசுதேவை நோக்கினான். ''இந்த இலக்கை இன்னும் கொஞ்சம் சுவாரசியமாக்கலாமா?''

சற்றும் தயக்கமின்றி வாசுதேவ் தலையாட்டியதிலிருந்து, யானையின் மீதிருந்த அபரிமிதமான நம்பிக்கை புரிந்தது. மீண்டும் ஒரு மரப்பலகை கொண்டு வந்து வைக்கப்பட்டது;

ஆனால், இம்முறை, கணேஷ் கேட்டுக்கொண்டதற்கேற்ப, சக்கரங்கள் அமைந்த சிறிய மேடை மீது வைத்திருந்தது. அதில், மனித மண்டையின் அளவுக்குச் சிறிய வட்டம் ஒன்று வரையப்பட்டது. இது தவிர்த்து, யானையின் தும்பிக்கையில் கட்டியிருந்த உலோகக் குண்டு பலகையை குறிப்பாய் எங்கே தாக்குகிறது என்பதைக் கணிக்கும் விதமாய், அதன் மீது பளீரென்ற சிவப்பு வர்ணம் அடிக்கும்படி கணேஷ் கேட்டுக்கொண்டான். யானை இலக்கை குண்டால் அடிக்கும்படி செய்யும் பொறுப்பை பாகன் ஏற்க, இரு வீரர்கள் இலக்கை நீண்ட கயிறுகளால் நகர்த்தினார்கள். யானையின் தாக்குதலிலிருந்து தப்பிக்க முயலும் மனிதனை ஒத்திருந்தது அவர்களது செய்கை. மொத்தமாய் பலரை அடித்துத் துவைக்காமல், ஒரு குறிப்பிட்ட மனிதனை மட்டும் தாக்க யானையைப் பழக்கினால், பகைவர்களின் தலைவனைக் கொன்று, அந்த அணியையே நிர்மூலமாக்குவது சுலபம்.

எல்லோரும் பின்னால் நகர்ந்தனர். கால்களால் மெல்ல யானைக்குக் கட்டளையிட்டு, இலக்கை நோக்கி யானையைச் செலுத்திக்கொண்டிருந்த பாகன், பலகையை வைத்தகண் வாங்காமல் பார்த்துக்கொண்டிருந்தான். பலகையை இணைத்த கயிறுகளை மாற்றி மாற்றி இழுத்துக்கொண்டிருந்த வீரர்கள், அது நகர்ந்துகொண்டே இருக்குமாறு பார்த்துக்கொண்டார்கள். சட்டென்று ஒரு கட்டத்தில் பாகன் வலது காலால் ஓரழுத்து அழுத்த, யானை சட்டென்று பலம் வாய்ந்த தும்பிக்கையை ஓங்கியது. இரும்புக் குண்டு மரப்பலகையை நடுமத்தியில் தாக்கியது. கொலை வீச்சு.

"*பசுபதிநாதா!*" சட்டென்று முகமலர்ந்த கணேஷின் வாயிலிருந்து, விலங்குகளின் கடவுளின் பெயரால் அதிசயமும் ஆச்சர்யமும் வார்த்தையாகப் பிரவகித்தன. "எப்பேர்ப்பட்ட யானை!"

அத்தியாயம் 8

சிவன் யார்?

''என் பதில் வேறயா இருந்திருந்தா?'' என்றார் சிவன்.

''தீமை வெளிப்படுவதற்கான வேளை இன்னும் வரவில்லை என்று அறிந்துகொண்டிருப்போம்,'' கோபால் பதிலளித்தார். ''சோமரஸம் இன்னும் நன்மைக்கான பாதையே என்று கணித்திருப்போம்.''

''இது விஷயத்தை ரொம்ப எளிமையாக்கற மாதிரி இல்ல? ஊர் பெயர் தெரியாத, இன்னார்னு சொல்ல முடியாத ஒரு அயல்நாட்டான் எங்கேயிருந்தோ கிளம்பி வந்து, இந்த யுகத்தோட மிக முக்கியமான கேள்விக்குப் பதில் சொல்லுவான்னு நிஜமாவே நம்பினீங்களா? அப்படியா இந்தத் திட்டம் வேலை செய்யுது?''

கோபால் முறுவலித்தார். ''உண்மையைச் சொல்லப் போனால் - இல்லை. இது வேலை செய்யும் விதமே வேறு. என் ஊகம் சரியென்றால், வாயுபுத்ரர்களைப் பற்றி வாசுதேவ பண்டிதர்களில் ஒருவர் உங்களுக்குக் கூறிவிட்டார். சரிதானே? முந்தைய விஷ்ணு விட்டுச்சென்ற மரபினர் நாங்கள் என்பது போல், முந்தைய மகாதேவராகிய ருத்ரபகவான் விட்டுச்சென்ற குலம்தான் வாயுபுத்ரர்கள். விஷ்ணு மற்றும் மகாதேவருக்கான கட்டமைப்புக்கள் இரண்டும் ஒன்றுடன் ஒன்று இணைந்து பணியாற்ற வேண்டியவை. வாயுபுத்ரர்களுடன் வாசுதேவர்கள் மிக இணக்கமாக இருக்கவேண்டியவர்கள். ஆகையினாலேதான், அவர்களுக்கென பிரபு மனு பிரத்யேகமாய்த் தொடுத்த மிக முக்கிய கேள்விக்கான விடையை அவர்களிடமிருந்து எதிர்பார்த்து நாங்கள் காத்திருக்கிறோம்: தீமை என்பது என்ன? அதே போல் அவர்கள், எங்களுக்கான கேள்வியின் பதிலை நாங்கள் அளிக்கக் காத்திருக்கிறார்கள்: அடுத்து வரப்போகும் மிகப்பெரும் நன்மை எது? நீலகண்டர் என்னும் கட்டமைப்பைக் காப்பாற்றி வருபவர்கள் வாயுபுத்ரர்களே. நீலகண்டர் என்னும் பாத்திரத்திற்கு அவர்கள் சிலரைத் தேர்வு செய்து, பயிற்சியளிப்பார்கள். தீமை எழுந்துவிட்டதாக

அவர்கள் அறிந்தால், அந்நீலகண்டரை வெளிக்கொணரவும் செய்வார்கள்.''

''இதைப்பத்தி காளி சொல்லிக் கேட்டிருக்கேன். ஆனா - அவங்களுக்குத் தேவைப்படறப்ப ஒரு மனுஷனோட தொண்டை நீலமா மாறுறாப்புல எப்படி செய்யமுடியும்?''

''பதின்ம வயதை எட்டும் போது, தேர்வான நபருக்கு ஒரு வகையான மருந்தை அளிக்கிறார்கள் என்று கேள்விப்பட்டிருக்கிறேன். பல வருடங்கள் அமிழ்ந்திருந்து விட்டு, அந்நபர் ஒரு குறிப்பிட்ட வயதை அடைந்தவுடன் வெளிப்படுவதுதான் மருந்தின் குணாதிசயம். அம்மனிதனின் கழுத்தில் ஏற்கனவே படிந்திருக்கும் மருந்துடன், சோமரஸம் இணைவதால் ஏற்படும் மாற்றம்தான், நீல நிறத்திற்குக் காரணம். இவையெல்லாம் குறிப்பிட்ட திட்டத்திற்கேற்ப நிகழ வேண்டுமானால், அம்மனிதனின் வாழ்வில், மிகச் சரியான கட்டங்களில் ஒவ்வொரு நிகழ்வும் நடந்தேறியிருக்க வேண்டும். உதாரணத்திற்கு, பதின்ம வயதைக் கடந்து பதினைந்து வருடங்களுக்குப் பிறகு ஒரு மனிதன் சோமரஸத்தை உட்கொண்டால், வாயுபுத்ர மருந்தை அவன் குழந்தைப் பருவத்தில் உண்டிருந்தாலும், அவனது தொண்டை நீலமாக மாறாது.''

சிவனின் கண்கள் அகன்றன. ''இது மகா கடினமான வழிமுறையா இருக்கும் போலருக்கே?''

''ஒரு கட்டமைப்பைக் கட்டுப்பாட்டிற்குள் வைத்திருக்க, இவையெல்லாம் உதவுகின்றன. நீங்களே இதற்குள் ஊகித்து விட்டது போல், குறிப்பிட்ட சமயத்தில் ஒரு மனிதனின் கழுத்து நீலமாக மாறும் வகையில் பல நிகழ்ச்சிகளைக் கட்டுக்குள் வைத்திருக்கும் சக்தி வாயுபுத்ரர்களை மட்டுமே சேர்ந்தது. மக்களுக்கு நீலகண்டர் புராணத்தில் இருக்கும் கண்மூடித்தனமான பக்தி, அவர்களை அவர் வழியில் செலுத்தி, தீமையையும் மொத்தமாக அகற்றிவிடும். சோமரஸம் தீயசக்தியாக மாறத்துவங்கிவிட்டதென்ற சந்தேகம் எங்களுக்குள் கொஞ்ச காலமாகவே வலுவடையத் துவங்கிவிட்டதை நான் இங்கு சொல்லியாக வேண்டும். ஆயினும், நீலகண்டர் என்னும் கட்டமைப்பை நடத்தும் அதிகாரம் எங்களுடையதல்ல; அது வாயுபுத்ரர்களைச் சேர்ந்தது. சோமரஸம் இன்னமும் நன்மை பயக்கும் சக்தியே என்பதுதான் அவர்களது துணிபு. ஆகையால், தாங்கள் நீலகண்டராய்த் தேர்வு செய்த நபரை வெளிக்கொணர மறுத்தனர். நீலகண்டர் வெளிப்படும் காலம் கிட்டிவிட்டதாக நாங்கள் தீவிரமாக நம்பினாலும், அது நடக்கவில்லை.''

''வாயுபுத்ரர்கிட்ட உங்க வழக்கை சமர்ப்பிச்சீங்களா?''

''செய்தோம். அவர்கள் ஒப்பவில்லை. எங்களுக்கு இருந்த ஒரே மாற்று வழி, விஷ்ணு மார்க்கத்தின் படி வேறொரு நன்மையை அறிய முயல்வதுதான். அந்தச் சோதனையில் முழுகியிருந்தபோதுதான், வாயுபுத்ரர்கள் உட்பட எங்கள் அனைவரையும் ஆச்சர்யக் கடலில் ஆழ்த்திய சம்பவம் நிகழ்ந்தது.''

சிவன் தன்னையே சுட்டிக்காட்டிக்கொண்டார். ''நான் திடீர்னு எங்கேயிருந்தோ முளைச்சேன்.''

''ஆம். நடந்தது என்னவென்று யாருக்கும் சரியாகப் புரியவில்லை. நீங்கள் வாயுபுத்ரர்களால் அங்கீகரிக்கப்பட்டு, தேர்வு செய்யப்பட்டவர் அல்லவென்பது எங்களுக்குத் தெரியும். இன்னும் சொல்லப்போனால், வெகு சீக்கிரத்தில் உங்கள் வேஷம் கழன்று நீங்கள் போலியென்று வெளிப்படுத்தப்படுவீர்கள் என்று பல வாசுதேவர்கள் நம்பினர். சிலர், நீலகண்டர் என்னும் கட்டமைப்பைப் பாதுகாக்கும் பொருட்டு, உங்களைக் கொல்லவும் யோசனை கூறினர். ஆனால், வாயுபுத்ரர்களின் தலைவரான மித்ரா, அவர்களைத் தடுத்து, சமாதானம் செய்து, உங்கள் கர்மாவை நீங்கள் முழுதும் வாழ்ந்து தீர்க்க விட்டுவிடும்படிச் சொல்லி மனதை மாற்றிவிட்டார்.''

''மித்ரா எதுக்கு அப்படிச் செய்யணும்?''

''தெரியவில்லை. அது ஒரு மர்மம். எங்களுக்கிடையேயும் எத்தனையோ விவாதங்கள் நடந்தது நிஜம். நீங்கள் வெளிப் பட்டதனால் எங்கள் ஊகம் உண்மையாகிவிட்டது என்றும், இந்த சந்தர்ப்பத்தைப் பயன்படுத்தி, சோமரஸத்தை விலக்கிவிட வேண்டும் என்று சிலர் கூறினர். நீலகண்டர் கட்டமைப்பிற்கே நீங்கள் ஆபத்தானவர்; அதற்கு மிகப்பெரும் குழப்பமும் கேடும் விளைவிக்கக் கூடியவர் என்றும், அதனால் தங்களுடன் மறந்தும் கூட்டு வைத்துக்கொள்ளக்கூடாது என்பதும் எங்களில் சிலரது அபிப்ராயம். அதே சமயம், தீமையின் தலையெழுத்தை மாற்றுவது நம் பணியல்ல; அது நீலகண்டருக்கு மட்டுமே உரியது என்பதும் சிலர் எண்ணம். இன்னும் சிலரோ, என்னயிருந்தாலும் - மன்னிக்கவும் - நீங்கள் ஒரு காட்டுமிராண்டி; எது தீமையென்ற அதிமுக்கிய கேள்விக்கு தங்கள் பதில் தவறாய்த்தான் இருக்கும் என்று எதிர்வாதம் புரிந்தனர். ஆனால், இறுதியாக எங்களுக்குள் எழுந்த விளக்கம் இதுதான்: *பரமாத்மா* தங்களை நீலகண்டராக்கியிருந்தால், அவரே தங்களைச் சரியான முடிவுக்கும் அழைத்து வந்துவிடுவார். அதை நாங்கள் அடக்கத்துடன் ஒப்புக்கொள்ளத்தான் வேண்டும்.''

''ஆக, நான் சோமரஸத்திடம் வந்து சேர்ந்தேன்.''

''இதிலிருந்தே முடிவு உள்ளங்கை நெல்லிக்கனியாகத் தெரியவில்லையா? நீங்கள் இந்தப் பணிக்குத் தேர்வு செய்யப் படவில்லை. ஆனாலும், எப்படியோ, சரியான வயதில் உங்களுக்கு வாயுபுத்ரர் மருந்து புகட்டப்பட்டிருக்கிறது. அதுவுமில்லாமல், நீங்கள் சரியான சமயத்தில் மெலூஹா வந்தது மட்டுமில்லாமல், உங்களுக்கு அளிக்கப்பட்ட சோமரஸம், தொண்டையை நீலமாகிவிட்டது. நீலகண்டராக வாழ உங்களுக்குப் பயிற்சியளிக்கப்படவில்லை. உங்களுக்கான முக்கியக் கேள்விக்கு யாரும் பதில் கொடுக்கவில்லை. உங்கள் மனதைத் திசைதிருப்ப நாங்களும் எதுவும் செய்யவில்லை. உங்கள் பணிகுறித்து நாங்கள் தொடர்பு கொண்ட போதும், மிக மிகக் கவனமாக இருந்தோம். இப்படியிருந்தும், நீங்கள் சரியான பதிலைக் கண்டுபிடித்துவிட்டீர்கள். நீங்கள் *பரமாத்மா*வினாலேயே தேர்ந்தெடுக்கப்பட்டவர்; தாங்களே உண்மையான மகாதேவர் என்பதற்கு இவையெல்லாம் சான்றில்லாவிட்டால் வேறென்ன? இதனால் என் முடிவுமல்லவா சுலபமாகி விடுகிறது? உங்களைப் பின்பற்றுவது, *பரமாத்மா*வையே பின்பற்றுவது போலல்லவா?''

நாற்காலியில் சாய்ந்த சிவன், நெற்றியைத் தேய்த்துக் கொண்டார். புருவங்களுக்கு மத்தியில் என்னவோ சங்கடம் செய்தது.

உஜ்ஜைனியைச் சுற்றிய அவர்களது சிறிய பிரயாணம் முடிவடைந்த போது, ப்ரஹஸ்பதி, கணேஷ், கார்த்திக், மூவரும், சதி, நந்தி மற்றும் பரசுராமனை விருந்தினர் மாளிகையில் சந்தித்தனர்.

''நகரம் எப்படியிருக்கு, ப்ரஹஸ்பதிஜி?'' என்றாள் சதி.

''மிக அழகாக, சீராக அமைக்கப்பட்டிருக்கிறது,'' ப்ரஹஸ்பதி பதிலளித்தார். ''மெலூஹா மற்றும் பஞ்ச வடியையும்விட இந்நகரம் இராமபிரானின் கொள்கைகளின் மிகச் சிறந்த பிரதிநிதியாகத் திகழ்கிறது.''

சதி, கணேஷ் மற்றும் கார்த்திக்கிடம் திரும்பினாள். ''நகரம் பிடிச்சிருந்ததா, குழந்தைகளே?''

அபாயங்களையும் அதினின்று தப்பிக்க உதவும் உபாயங்களையும் பற்றி அதிகம் யோசித்துப் பழகியிருந்த கணேஷின் மனநிலை, அவனது பதிலில் தெரிந்தது. ''உஜ்ஜைனி அழகான நகரம்கிறதுல சந்தேகமில்ல - ஆனா, என்னை ரொம்பக் கவர்ந்தது யானைக்கொட்டாரம்தான்.

போருக்குன்னே பாகர்கள் பயிற்சிகொடுக்கிற மிருகங்களைப் பார்த்தோம். அந்த ஐயாயிரம் யானைகள்ள ஒவ்வொரு யானையும், ஆயிரம் போர்வீரர்களுக்குச் சமம். வாசுதேவர்கள் நீலகண்டர் பக்கம்கிறதாலே, நம்ம பலம் பல மடங்கு அதிகரிச்சிடுச்சிங்கிறது நிஜம். இந்த யானைகள் நம்ம பக்கம் இருந்தா, நம்ம நிலைமை முன்னளவு கவலைக்கிடமா இல்லை.''

''கவலைக்கிடமா இல்லையா?'' என்றான் பரசுராமன். ''உங்களை மறுத்துப் பேச மன்னிக்கணும் - ஆனா, அதெப்படி? நம்முடன் இருக்கிறது நீலகண்டர். அதனால, முக்கால்வாசி இந்தியர்கள் *நம்ம* பக்கம்தான் இருக்கப்போறாங்க. நம்ம வெற்றிக்கான வாய்ப்புகள்தான் ரொம்ப பிரகாசமா இருக்குன்னு சொல்லுவேன்.''

''உன் தைரியத்து மேலயும், நீலகண்டரிடத்தில் உனக்குள்ள பக்தி மேலயும் எனக்கு ரொம்ப மரியாதை உண்டு, பரசுராமா. ஆனா, நம்பிக்கை மட்டுமே போரை நமக்கு ஜெயிச்சு குடுக்கப் போறதில்லை. நம்முடைய பலவீனங்களைப் பாசாங்கில்லாம எடை போடறதுலையும், அதையெல்லாம் திறமையா நீக்கறதுலையும்தான் நம்ம வெற்றி அடங்கியிருக்கு.''

''அப்படியென்ன பலவீனங்கள் இருக்கமுடியும்? நம்மை வழிநடத்துறவர் நீலகண்டர். மக்கள் நிச்சயம் அவரைப் பின்பற்றுவாங்க.''

''மக்கள் செய்யலாம், உண்மை - ஆனா, மன்னர்கள்? அவங்க மாட்டாங்க. ஞாபகம் வெச்சுக்குங்க: படைகளைக் கட்டுப்படுத்தறது மக்கள் இல்ல; மன்னர்கள்தான். சக்ரவர்த்தி தக்ஷர் ஏற்கனவே நமக்கெதிரா திரும்பியாச்சு. சக்ரவர்த்தி திலீபரும்தான். மெலூஹாவுடைய தொழில்நுட்ப நுணுக்கங்களும், ஸ்வத்வீபத்தோட ஏராளமான மகள்தொகையும் அவங்ககிட்ட இப்ப இருக்கு. அது மிகப்பலமான படையா உருவெடுக்கும்.''

''ஆனா, *தாதா*,'' கார்த்திக் விவாதித்தான். ''எப்பேர்ப்பட்ட படையும், தகுதியில்லாத தலைவனின் கீழ் தடுமாறி, பலமிழந்து, எதுக்கும் லாயக்கில்லாம போகும். அவங்க பக்கம் நல்ல சேநாதிபதிகள் இருக்கறாப்புல உங்களுக்குத் தோணுதா? ஏன்னா, எனக்கு அப்படித் தெரியலை.''

மறுப்பாய்த் தலையை அசைத்தவாறு, ப்ரஹஸ்பதியையும், நந்தியையும் ஒரு பார்வை பார்த்த கணேஷ், கார்த்திக்கிடம் திரும்பினான். ''மிகச்சிறந்த சேநாதிபதியே அவங்க பக்கம்தான். பர்வதேஸ்வரர்.''

''கணேஷ்!'' சதி ஆவேசமாய்க் குறுக்கிட்டாள். ''*பித்ரதுல்யா*வை அவமதிச்சா பொறுக்கமாட்டேன்னு உனக்கு முன்னமே எச்சரிக்கை செய்திருக்கேன்.''

''அவர் உங்களுக்கு அப்பா மாதிரின்னு எனக்குத் தெரியும்மா,'' என்றான் கணேஷ் பணிவாக. ''ஆனா, பிரபு பர்வதேஸ்வரர் மெலூஹாவின் சார்பாத்தான் போர் செய்வார்ங்கிறதுதான் உண்மை.''

''ஒரு நாளும் மாட்டார். உங்கப்பா அவரை முழுமையா நம்பறார். அவர் தப்பிச்சு, நீலகண்டரையே கொல்ல முயற்சி செஞ்சவங்களோட தன்னை இணைச்சுப்பார்னு நீ எப்படி நம்பலாம்?''

''அம்மா, தப்பிச்செல்லாம் போற அளவுக்கு அவர் தன் சுய கௌரவத்தை இழக்கலை. *பாபா* கிட்ட தன் எண்ணங்களை வெளியிட்டு, நாலு பேர் பார்க்கவே வெளியேறுவார். *பாபா*வும் அவரை போக விட்றுவார்; நம்புங்க. அவரைத் தடுக்க முயற்சிகூட செய்யமாட்டார். அவங்க ரெண்டு பேருமே ரோஷத்துக்குப் பெயர் போனவங்க; தன்மானத்தை இழக்கறதைவிட தங்களையே கூட அழிச்சிப்பாங்க.''

''அவர் தன்மானமுள்ளவர்ங்கிறதுல சந்தேகமேயில்ல, கணேஷ். அதே மான உணர்ச்சி, அவரை நீலகண்டர்கிட்டேயே கட்டிப்போடாதா?''

''இல்ல. *பாபா*வோட பர்வதேஸ்வரர்ஜி இருக்கக் காரணம், அவருக்குள்ள பொங்கிக்கிட்டு இருக்குற அபரிமிதமான பக்தியும், அன்பும்தானேயொழிய, வேறெந்த கட்டுப்பாடும் இல்லை. எல்லா மெலூஹர்களையும் போல, அவரும் ஒரே ஒரு விஷயத்துக்கு மட்டும்தான் தலைவணங்குவார்: மெலூஹாவின் பாதுகாப்பு. வேணும்னா, இங்கே இருக்கிற எந்த மெலூஹனையும் சோதிச்சுப் பார்க்கலாம்.''

வழக்கமாய் சாந்தமே உருவாய் இருக்கும் நந்தியின் கண்களில் தீப்பொறி பறந்தது. ''என் முடிவை எப்போதோ எடுத்துவிட்டேன், பிரபு கணேஷ்,'' சிவனின் மகனைக் கண்கொட்டாமல் பார்த்தார். ''நான் வாழ்வது நீலகண்டருக்காகவே. அவருக்காகச் சாகவும் செய்வேன். அவர் பொருட்டு என் நாட்டை எதிர்க்கத்தான் வேண்டும் என்றால், அப்படியே ஆகட்டும். என் நாட்டைப் புறக்கணித்த துரோகச்செயலுக்கான தண்டனையை, என் கர்மவினையை, நான் ஏற்றுக்கொள்வேன் - ஆனால், இன்னொரு முறை என் விசுவாசத்தை நீங்கள் கேள்விக்குறியாக்குவதை மட்டும் என்னால் அனுமதிக்கமுடியாது.''

கணேஷ் உடனடியாக நந்தியைச் சாந்தப்படுத்தும் முயற்சியில் இறங்கினான். ''உங்க விசுவாசத்தை நான் சந்தேகப்பட்டதா தயவு செஞ்சு நினைக்க வேண்டாம். சேநாதிபதி பர்வதேஸ்வரருடைய முடிவு என்னவாயிருக்கும் கிறதைப் பத்தி உங்க எண்ணம் என்னவாயிருக்கும்னுதான் யோசிச்சேன்.''

''அவரது எண்ணங்களை நானறியேன்,'' நந்தி சிலுப்பிக்கொண்டார். ''என்னுடையவை மட்டும்தான் எனக்குத் தெரியும்.''

''ஆனால், நானறிவேன்,'' என்றார் ப்ரஹஸ்பதி. ''இதை கேட்க உனக்குக் கொஞ்சம் வருத்தமாகத்தான் இருக்கும், சதி, ஆனால் - கணேஷ் சொல்வதுதான் சரி. பர்வதேஸ்வரர் மெலூஹாவைக் கைவிடமாட்டார். அவ்வளவு ஏன், தன் நாட்டை அழிக்க முயல்வோரை எதிர்க்கவே செய்வார். அதிலும், நான் எதிர்பார்ப்பது போல், சோமரஸம் உண்மையிலேயே தீய சக்தி என்று சிவா முடிவெடுத்தால், மெலூஹாதான் நமது மிகமுக்கிய எதிரியாய் மாறும். போருக்கான எல்லைக்கோடுகள் வகுக்கப்பட்டுவிட்டன, குழந்தாய்.''

பேச்சற்ற சதி, ஜன்னலுக்கு வெளியே விஷ்ணு கோயிலைப் பார்த்தாள். ஒரு பெருமூச்சு மட்டுமே அவளிடமிருந்து பதிலாய் வெளிப்பட்டது.

வலியில் துடிக்கும் தன் புருவத்தைத் தேய்த்தவாறு, தன் குழந்தைப்பருவத்தில் மறைந்திருந்த மர்மத்தை அசை போட்டார் சிவன்.

கோபால் முன்னே குனிந்தார். ''என்ன விஷயம், பிரபு நீலகண்டரே?''

''இது விதியோட விளையாட்டெல்லாம் இல்ல, பண்டிட்ஜி,'' என்றார் சிவன். ''நான் நீலகண்டனா வெளிப்பட்டதுக்கு *பரமாத்மா*வின் பிரம்மாண்டமான, மாயத் திட்டம் காரணமில்லை; என் மாமாவோட வேலைதான்னு நினைக்கறேன். ஆனா, எப்படி இதையெல்லாம் செஞ்சார்னு தான் ஒரே மர்மமா இருக்கு.''

''என்ன சொல்கிறீர்கள்?''

''சின்னவனா இருக்கும்போது, எங்க மாமா எனக்கு ஏதோ மருந்து கொடுத்தது நினைவிருக்கு. ரொம்ப சின்ன வயசுலேர்ந்தே ரெண்டு புருவத்துக்கு மத்தியில எனக்கு பயங்கர எரிச்சல் ஏற்படும். மாமாவோட மருந்தால எரிச்சல்

கொஞ்சம் குறையும். இப்பவும் வலிக்குது - ஆனா, முன்னை மாதிரி அவ்வளவு மோசமாயில்ல. மருந்தைத் தயார் செய்யறப்ப அவர் சொன்ன வார்த்தைகள் இன்னிக்கும் எனக்கு ஞாபகம் இருக்கு: ''என்றும் உமது கட்டளைக்குக் கட்டுப்படுவோம், ருத்ரபகவானே. இது ஒரு வாயுபுத்ரனின் இரத்தவாக்கு.'' அப்புறம் ஆள்காட்டி விரலைக் குத்தி, ஒரு சொட்டு இரத்தத்தை அந்தப் பசையில சேர்த்தார். இந்த மருந்தைத்தான் எனக்குக் குடுத்து, தொண்டையோட பின்பக்கத்துல தேய்க்கச்சொன்னார்.''

ஆச்சர்யமும் அதிசயமும் ததும்பிய கோபாலின் கண்கள், சிவனின் மீதே நிலைகுத்தியிருந்தன. முதல் வரிசையில் அமர்ந்திருந்த அயோத்யா கோயிலின் வாசுதேவ பண்டிதரின் மீது அவர் பார்வை ஒரே ஒரு கணம் பதிந்து, மீண்டது.

''மாண்புமிகு நீலகண்டரே,'' என்றார் அயோத்யா பண்டிதர். ''தங்கள் மாமனின் பெயர் என்ன?''

''மனோபூ,'' என்றார் சிவன்.

அதிர்ந்து போன அயோத்யா வாசுதேவ், கோபாலிடம் திரும்பினார். ''இராமபிரானே!''

''ஏன்? என்னாச்சு?'' என்றார் சிவன் ஆச்சர்யத்துடன்.

''பிரபு மனோபூவா தங்கள் மாமா?'' என்றார் கோபால்.

''*பிரபு* மனோபூவா?''

''மித்ராவின் தலைமையின் கீழ் வாயுபுத்ரர்களையாண்ட அமர்த்ய ஷ்பந்த் - அதாவது, மிகப்பெரும் ஞானிகளான ஆறு ஆண் மற்றும் பெண்கள் கொண்ட சபையில், அவரும் ஒரு அங்கத்தினர். அதாவது, வாயுபுத்ரர் பிரபு.''

''வாயுபுத்ரர் பிரபுவா?!!''

''ஆம். எத்தனையோ வருடங்களுக்கு முன், சோமரஸம் தீய சக்தியாக மாறிவிட்டதைக் குறித்து வாயுபுத்ரர்களை நாங்கள் நம்பவைக்க முயன்றுகொண்டிருந்தபோது, அமர்த்ய ஷ்பந்தின் அங்கத்தினர்களில் எங்களின் கூற்றை ஒப்புக்கொண்ட ஒரே ஒருவர் அவர்தான். துரதிர்ஷ்டவசமாக, சபை அவர் வாதத்தை ஏற்கவில்லை. மித்ராவே, பிரபு மனோபூவின் வாதத்தை மறுத்துவிட்டார்.''

''அதுக்கப்புறம் என்ன ஆச்சு?''

''நேற்றுதான் நடந்ததுபோல் அந்தப் பேச்சுவார்த்தை எனக்கு நினைவிருக்கிறது,'' என்றார் கோபால். ''சோமரஸம் குறித்து பிரபு மனோபூவும் நானும் மணிக்கணக்கில் அளவளாவினோம். சபையோரின் மனதை மாற்றுவது எங்களாலாகாத காரியம் என்பது புரிந்துபோய்விட்டது. நீலகண்டர் ஒருவர் நிச்சயம் புறப்பட்டே தீருவார் என்பதற்கு அவர் உத்தரவாதம் அளித்தார். அது எப்படி சாத்தியம்

என்று நான் கேட்டதற்கு, ருத்ரபகவான் தனக்கு உதவி புரிவார் என்றும் கூறினார். அப்படி நீலகண்டர் வெளிப்படும் காலத்தில், நானும் வாசுதேவர்களும் அவரை முழுமனதாக ஆதரிக்கவேண்டும் என்று என்னிடம் வாக்குறுதியும் வாங்கிக்கொண்டார். அவ்வாறே அளித்த நான், அவ்விதம் செய்வது எப்படியும் என் கடமை என்றும் கூறினேன்.''

''அப்புறம் என்ன ஆச்சு?''

''பிரபு மனோபூ மறைந்துபோனார். அவருக்கு என்னாயிற்று என்று யாருக்கும் எந்தத் தகவலும் தெரியவில்லை. வாயுபுத்ரர் சபையில் அவர் எதிர்பார்த்த அங்கீகாரம் கிடைக்காத நிலையில், மீண்டும் தன் சொந்த தேசமான திபேத்திற்கே சென்றுவிட்டார் என்று சிலர் நம்பினர். இன்னும் சிலர், இறந்துவிட்டார் என்று எண்ணினர். நானும் அவ்விதமே எண்ணுவதற்குக் காரணம் இருந்தது: அவரைப் போன்ற ஒருவர், எடுத்த காரியத்தை முடிக்காமல் விட மரணம் மட்டுமே தடையாக இருந்திருக்கமுடியும். ஆனால், அவர் தோற்கவில்லை. உங்களை உருவாக்கிவிட்டார் அல்லவா? இப்போது எங்கேயிருக்கிறார்? மெலூஹாவே தங்களுக்கு அழைப்பு அனுப்பி, சோமரஸத்தை அளிக்குமாறு எவ்விதம் ஏற்பாடு செய்தார்?''

''செய்யலை. பல வருஷத்துக்கு முன்னால, திபேத்துல, ஒரு அமைதிப் பேச்சுவார்த்தையின்போது, எங்களுடைய மிகப்பெரிய எதிரிகளான பக்ரதிகளின் கோழைத்தனமான ஒரு எதிர்பாராத் தாக்குதல்ல உயிரிழந்தார்.''

''அப்படியென்றால்... குறிப்பிட்ட சமயத்திற்குள் தாங்கள் மெலூஹா வந்து சேர்ந்தது எப்படி? நான் முன்பே சொன்னது போல் பதின்ம வயதை எட்டிய பதினைந்து வருடங்களுக்குள் சோமரஸத்தைப் பருகினால் மட்டுமே, கழுத்து நீலமாய் மாறும்.''

''தெரியலை,'' என்றார் சிவன். ''புலம் பெயரும்படி எங்களைக் கேட்டுக்கிட்டு, நந்தி யதேச்சையா மானசரோவர் வந்து சேர்ந்தார்.''

மையத்திலிருந்த தூணை, அதில் நிறுவியிருந்த இராமபிரான் மற்றும் சீதா தேவியின் திருவுருவச் சிலையைக் கண்ணுற்றார் கோபால். ''சந்தேகமேயில்லை. சம்பவங்கள் இவ்விதம் மிகக் கோர்வையாக, நேர்த்தியாக, இயற்கையாய் விரிந்திருப்பது, *பரமாத்மா*வின் செயலேயல்லாமல், வேறென்ன?''

சிவன் கோபாலை பார்த்த பார்வையில், கண்ணுக்குத் தெரியாத ஒரு தெய்வீகச் சக்தியின் இயக்கமே தன் வாழ்க்கை யென்ற தத்துவத்தில் இருந்த அவநம்பிக்கை பளிச்சிட்டது.

கோபால் நாசூக்காய் பேச்சை மாற்றினார். "மிகச் சிறிய வயதிலிருந்து தங்கள் நெற்றி வலியில் துடிப்பதாய் சொன்னீர்கள், நண்பரே. ஏதேனும் குறிப்பிட்ட சம்பவத்திற்குப் பின் அவ்வாறு நிகழ்ந்ததா? இம்மாதிரியான எரிச்சலை வரவழைக்கத் தங்கள் மாமா எதையேனும் அளித்தாரா?"

சிவனின் புருவம் சுருங்கியது. "இல்ல. எனக்கு நினைவு தெரிஞ்ச நாளிலிருந்து, இருந்துக்கிட்டு வருது. பிறந்ததிலிருந் தேன்னுதான் நினைக்கறேன். எப்பல்லாம் மனசு சரியில்லாம போகுதோ, அப்பல்லாம் புருவம் வலிக்க ஆரம்பிக்கும்."

"தங்கள் இதயத் துடிப்பு அதிகரிக்கும் போதெல்லாம் இம்மாதிரி நிகழ்ந்ததுண்டா?"

சிவன் ஒரு கணம் யோசித்தார். "ஆமா - எப்பல்லாம் எனக்குக் கோவம் வருதோ, இல்ல மனசு சரியில்லாம போகுதோ, அப்பல்லாம் இதயத் துடிப்பும் எகிறத்தான் செய்யுது. சதியை நினைக்கும்போதும் எகிறுது, ஆனா, அது சந்தோஷத் துடிப்பு, அதனால, கணக்குல சேர்த்துக்க முடியாதுன்னு நினைக்கறேன்."

கோபால் முறுவலித்தார். "அப்படியானால், பிறந்தது முதலே தங்களுக்கு மூன்றாவது கண் திறந்துவிட்டது என்பது ஊர்ஜிதமாகிறது. இது மிக மிக அபூர்வம். *பரமாத்மா* உண்மையில் தேர்ந்தெடுத்தவர் நீங்கள் என்கிற என் கூற்றுக்கு இது இன்னமும் வலிமை சேர்க்கிறது."

"மூணாவது கண்ணா?"

"இரு புருவங்களுக்கிடையே உள்ள பகுதி, அது. சக்தியை உள்வாங்கி, பிரயோகம் செய்யும் வல்லமை அளிக்கக்கூடிய ஏழு சக்கரங்கள் மனித உடலுக்குள் இருப்பதாக நம்பப்படுகிறது. இதில், ஆறாவது சக்கரத்திற்குப் பெயர் *ஆக்ஞா சக்கரம்* - மூன்றாவது கண்ணிற்கான மையம். எத்தனையோ ஆண்டுகள் மிகத்தீவிரமான பயிற்சிக்குப் பிறகே யோகிகளுக்கு இவ்வகையான சக்கரங்கள் உயிர்பெறும். மருந்துகளின் மூலமும் செய்யலாம்; வாய்ப்பிருக்கிறது. இதற்குத் தேர்வாகக் கூடிய இளம்வயதினர் சிலருக்கு, வாயுபுத்ரர் மருந்தளித்து மூன்றாவது கண்ணை உயிர்ப்பிக்க முயற்சித்ததுண்டு. ஆனால், நான் வாழ்ந்த இந்த நூற்றி நாற்பது வருடங்களில், பிறப்பிலேயே மூன்றாவது கண் உயிர் பெற்ற குழந்தையை அறிந்ததில்லை."

"இதுல என்ன பெரிய விசேஷம்? இதனால எனக்கு ஏற்பட்ட பிரச்சனைகளுக்குக் கணக்குவழக்கில்லை. எக்கச்சக்கமா எரியுது."

கோபால் புன்னகைத்தார். "அது ஒரு மிகச்சிறிய பக்கவிளைவு மட்டுமே. பிறப்பிலேயே உயிர் பெற்றுவிட்ட

தங்கள் மூன்றாவது கண்தான், நீங்களே தேர்வுக்குரியவர் என்று தங்கள் மாமா நினைக்கக் காரணமாயிருந்திருக்கக் கூடும். வாயுபுத்ரர் மருந்தை நீங்கள் எளிதில் உள்வாங்கிக் கொள்ளக்கூடிய வகையில் உங்கள் உடலை அது தயார் செய்திருந்தது.''

''எப்படி?''

''பரிஹ மருத்துவ சித்தாந்தத்தின்படி, நம் மூளைக்குள் ஆழப் புதைந்திருக்கும் பீனியல் சுரப்பிதான், மூன்றாவது கண். மிக விசித்திரமான சுரப்பி, இது. கார்ட்டிக்கல் மூளை என்பது இரு சரிசமமானப் பகுதிகளாய்ப் பிரிந்துள்ளது; அனைத்து கருப்பொருட்களும் இதற்குள் இரண்டிரண்டாக உருப்பெற்றுள்ளன. ஆனால், ஒற்றையாக இயங்கும் பீனியல் சுரப்பி மட்டும், மூளையின் இரு பிரிவுகளுக்கு மத்தியில் இடம்பெற்றுள்ளது. ஏறக்குறைய கண்ணைப்போல், ஒளியினால் அதிகம் பாதிக்கப்படுகிறது. இருள் அதனை உயிர்பெறச்செய்யும்; வெளிச்சம் அதன் செயல்பாட்டைக் கட்டுப்படுத்துகிறது. மிக அதிக செயல்பாட்டுத் திறனுடன் உள்ள பீனியல் சுரப்பி, எதையும் மீண்டும் உயிர்ப்பிக்கும் திறன் கொண்டது. இதனால்தான், உங்கள் உடலில் சோமரஸம் சேர்ந்ததும், ஆயுள் கூடியது மட்டுமல்லாமல், தங்கள் பழைய காயங்களையும் குணப்படுத்திவிட்டது. அதுமட்டுமல்லாமல், பீனியல் சுரப்பி, குருதித் தடுப்புச் செயல்பாட்டால் கட்டுப்படுத்தப்பட்டது அல்ல.''

''குருதித் தடுப்பா?''

''ஆம். நம் உடலில் எங்கும் தங்குதடையில்லாமல் குருதி பாய்கிறது. ஆனால், மூளையைப் பொறுத்தவரை, ஒரு தடுப்பு அமைந்திருக்கின்றது. ஒரு வேளை, ஆன்மாவிற்கே ஆதாரமாய் விளங்கும் மூளைக்குள் கிருமிகளும், பிற தொற்றுகளும் பரவிவிடக்கூடாது என்பதற்காகவோ, என்னவோ? ஆயினும், மூளையின் இரு பிரிவுகளுக்கிடையில் அமைந்திருக்கும் பீனியல் சுரப்பியை இந்தக் குருதித் தடுப்பு கட்டுப்படுத்தாது. தாங்கள் மனக்கிலேசம் அடையும்போது புருவம் வலியில் துடிப்பதில் அதிசயம் இல்லை; மிக அதிக உயிர்ப்புடன் விளங்கும் தங்கள் பீனியல் சுரப்பியினூடே இரத்தம் மிக வேகமாய்ப் பாய்வதன் விளைவு அது.''

சிவன் மெல்லத் தலையசைத்தார். ''எல்லாருக்கும் இப்படித்தானா?''

''ஆம். ஆனால், பலப்பல ஆண்டுகளாய் தீவிர யோகப்பயிற்சி பெற்றோ, மருந்துகளின் மூலம் மூன்றாவது கண்ணை உயிர்ப்பிக்க முடிந்தவர்களுக்கோ மட்டும்தான்

இது சாத்தியம். பிறப்பிலேயே மூன்றாவது கண் உயிர் பெற்றிருப்பதுதான் உங்கள் விஷயத்தில் மிக விசித்திரம். இதுவரை யாரும் இம்மாதிரி எதையும் கேள்விப்பட்டதே இல்லை.''

சிவன் சற்று தர்மசங்கடத்துடன் நாற்காலியில் நெளிந்தார். ''ஆக, இயற்கையாய் என் உடம்புல நிகழ்ந்த ஒரு கோளாறின் பலனாத்தான் நான் இந்த இடத்துக்கு வந்திருக்கேனா? என் மாமாவின் கணிப்புகள் எல்லாமே தவறா இருந்திருக்கலாம். நான் தேர்வு செய்யப்பட்டதே தப்பான முடிவா இருந்திருக்கலாம் - ஏன், எனக்கான பணியில் நான் தோற்றே போகலாம், இல்லையா?''

''உயிர்ப்பிக்கப்பட்ட மூன்றாவது கண் ஒன்றை மட்டும் கருத்தில் கொண்டு தங்கள் மாமா மருந்தையளிக்கவில்லை என்றே எண்ணுகிறேன். தங்கள் குணத்தையும் நிறுத்திப் பார்த்து, இந்தப் பணியைச் செய்ய தகுதியுள்ளவர் என்று அனுமானித்து, இதற்கென தங்களை பயிற்றுவித்திருக்க வேண்டும்.''

''அவர்கிட்டதான் நான் பயிற்சியெடுத்துக்கிட்டேன்கிறதுல சந்தேகமில்லை. உலக நடத்தை, போர்த்தந்திரங்கள், மனவியல், கலைகள், எல்லாம். ஆனா, எனக்கான பணியைப் பத்தியெல்லாம் அவர் எதுவும் சொன்னதில்லை.''

''என்றாலும், தன் பணியை அவர் மிகச்சிறப்பாக நிறைவேற்றிவிட்டார் என்பதை நீங்கள் ஒப்புக்கொள்ளத்தான் வேண்டும். நீலகண்டராய் நீங்கள் மிகப் பிரமாதமாய் இதுவரை செயல்பட்டு வந்திருக்கிறீர்கள்.''

''குருட்டு அதிர்ஷ்டம்,'' என்றார் சிவன், வறண்ட குரலில்.

''மாண்புமிகு நீலகண்டரே, கடவுள் நம்பிக்கை யில்லாதவர்கள்தான், தங்கள் சாதனைகளை குருட்டு அதிர்ஷ்டத்திற்கு அர்ப்பணிப்பது வழக்கம். ஆனால், என்னைப்போல், *பரமாத்மா*வின் அதியற்புதத் திருவிளை யாடலில் நம்பிக்கையுள்ளோருக்கு, நீலகண்டர் இதுவரையில் சாதித்திருப்பதெல்லாம், அந்த மாபெரும் சக்தியின் அருளால்தான் என்பதைத் தெள்ளென அறிந்துகொள்வர். ஆகையால், நீலகண்டர் தனக்கான பயணத்தை முடித்துக்கொண்டு, தீய சக்தியையும் அப்புறப்படுத்திவிடுவார் என்பது நிச்சயம்.''

சிவனின் முகத்தில் லேசான புன்னகை. ''சில சமயம், பக்தியே பல விஷயங்களை அளவுக்கு மீறி எளிமையாக்கக் கூடிய வாய்ப்பும் உண்டு.''

கோபாலின் முகமும் மலர்ந்தது. ''இந்த உலகிற்கு இப்போது எளிமைதான் தேவையோ, என்னமோ.''

மெல்லச் சிரித்த சிவன், சுற்றிலும் அமர்ந்து தங்கள் பேச்சை ஆவலுடன் கவனித்துக்கொண்டிருந்த வாசுதேவ பண்டிதர்களைக் கண்ணுற்றார். ''என்னை உறுத்திக்கிட்டு இருந்த பல சந்தேகங்கள் இப்ப நிவர்த்தியாயாச்சு. சோமரஸம்தான் மனித குலத்திற்கு இதுவரை ஏற்பட்ட மிகப்பெரிய நன்மைங்கிறதால, என்னிக்காவது, கண்டிப்பா மிகப்பெரிய தீமையாவும் மாறும். ஆனா, அதற்கான காலம் வந்தாச்சுங்கிறதுக்கு என்ன ஆதாரம்? எப்படி இதை நிச்சயப்படுத்திக்க முடியும்?''

''முழுமையான நிச்சயத்தை நாம் அடைய முடியாது, மாண்புமிகு நீலகண்டரே,'' என்றார் ஒரு வாசுதேவ பண்டிதர். ''தாங்கள் ஆட்சேபிக்கவில்லையென்றால், நான் ஒரு கருத்தை எடுத்து வைக்க விரும்புகிறேன்: ஆயிரக்கணக்கான வருடங்களாக மிகப்பெரும் நன்மையாகக் கோலோச்சி, மனிதகுலத்தின் அபரிமிதமான வளர்ச்சிக்கு அடிகோலிய ஒரு நன்மை இதுகாறும் நம்மிடையே இருந்து வந்திருக்கிறது. ஆனால், அதுவே மிகக்கொடிய தீயசக்தியாக மாறக்கூடிய காலமும் தூரத்தில் இல்லை. சரியான சமயத்திற்கு சற்று முன்னரே சோமரஸத்தை நீக்கிவிடுவதனால், மனித குலத்திற்கு இன்னும் சில பல நூற்றாண்டுகளுக்கான நன்மை அற்றுபோகக்கூடிய வாய்ப்பிருப்பது உண்மையே. ஆனால், எத்தனையோ ஆயிரக்கணக்கான வருடங்களாய் சோமரஸத்தினால் ஏற்பட்டுள்ள நன்மையுடன் ஒப்பிடுகையில், இது ஒரு பொருட்டில்லைதான். இன்னொரு பக்கம், தீய சக்தியாய் மாறும் தருணத்திற்கு சோமரஸம் மிக மிகக் கிட்டத்தில் இருப்பதால், கொடூரமான அழிவுப் பாதைக்கும், சமூகச் சீரழிவிற்கும் அது நம்மை இட்டுச் செல்லும் என்பதிலும் சந்தேகமில்லை. ஏற்கனவே அவ்வாறான சூழ்நிலை உருவாகிவிட்டது - நான் ப்ரங்காவை அதிகம் தாக்கும் கொள்ளை நோயையோ, நாகர்களின் ஊனத்தையோ மட்டும் குறிப்பிடவில்லை. மெலூஹ மக்களின் குழந்தைப் பேற்றையே சோமரஸம் தீவிரமாய்ப் பாதிக்கும் நிலைக்கு வந்துவிட்டது என்று நாங்கள் நம்பக் காரணமிருக்கிறது.''

''நிஜமாவா?''

''ஆம்,'' என்றார் கோபால். ''மரணத்தைத் தழுவவே மனமில்லாத மெலூஹர்களின் வருங்காலச் சந்ததியினர் பிறப்பையே சந்திக்காமலிருப்பதுதான், அதிக ஆயுளுக்காக அவர்கள் கொடுக்கும் மிகப்பெரும் விலையோ, என்னமோ.''

அவர் சொல்வதைப் புரிந்துகொண்டதன் அறிகுறியாக சிவன் லேசாய்த் தலையசைத்தார். மையத்தில் இருந்த மாபெரும் தூணில் செதுக்கியிருந்த இராமபிரான் மற்றும் சீதா தேவியின் திருவுருவங்கள். அவரைப் பார்த்துப் புன்னகைப்பது போல் தோன்றின. அவர்களது ஆசீர்வாதத்தைப் பெற்றுக்கொண்டவரின் கண்கள், இன்னும் சற்று தூரத்தில், புனிதத் தலமான இராமேஸ்வரத்தில், ருத்ரபகவானின் காலடியில் இராமபிரான் பணிவது போல் வரையப்பட்டிருந்த பிரம்மாண்டமான ஓவியத்தின்பால் தன்னிச்சையாக இழுக்கப்பட்டன. வாழ்க்கையென்னும் மிகப்பெரிய வட்டத்தின் விசித்திரத்தை எண்ணிய சிவனின் முகத்தில் புன்னகை கீற்றாய்த் தோன்றியது. கைகளை மிகப்பணிவுடன் குவித்தவர், கண்களை மூடியவாறு, பிரார்த்தனையில் ஆழ்ந்தார். ***ஜெய் மாதா சீதா. ஜெய் ஸ்ரீ ராம்.***

கண்களை மீண்டும் திறந்து கோபாலைப் பார்த்த சிவனின் மனதில், தீர்மானம் ஒளிவிட்டது. ''நான் ஒரு முடிவுக்கு வந்துட்டேன். முடிஞ்சவரை போரையும், தேவையில்லாத இரத்த சேதத்தையும் தவிர்க்க முயற்சி செய்வோம். ஒரு வேளை நம்ம முயற்சிகள் பலனளிக்கலைன்னா, கடைசி மனிதன் உள்ளவரைக்கும் போராடுவோம். சோமரஸத்தின் ஆட்சியை ஒட்டுமொத்தமாய் முடிப்போம்.''

அத்தியாயம் 9

காட்டுமிராண்டியின் காதல் பித்து

"என்னது? உங்க மாமா வாயுபுத்ரர் பிரபுவா?" சதி, அதிசயத்தின் உச்சத்தில் இருந்தாள்.

இருவரும், அந்தரங்க அறைகளில் இருந்தனர். வாசுதேவர்களுடனான சமீப பேச்சுவார்த்தையையும், அதன் விளைவாக எடுத்திருந்த முடிவையும் சிவன் அவளிடம் அப்போதுதான் முழுமையாக விவரித்து முடித்திருந்தார்.

"சாதாரண பிரபுவா?" சிவன் புன்னகைத்தார். "அமர்த்ய ஷ்பந்துல ஒருத்தர்."

கைகளால் சிவனின் வைரம்பாய்ந்த தோள்களை மாலையிட்ட சதியின் கண்களில் குறும்பு பளிச்சிட்டது. "எனக்கு ஆரம்பத்திலேயே சந்தேகம். உங்ககிட்ட என்னமோ இருக்கு; நீங்க சாதாரண காட்டுவாசியா இருக்கமுடியாதுன்னு உள்ளுக்குள்ள ஒரு குரல் சொல்லிக்கிட்டே இருந்துது. இப்ப ஆதாரமே கிடைச்சாச்சு. நீங்களும் உயர்குலத்தைச் சேர்ந்தவர்தான்!"

கடகடவென சிரித்த சிவன், சதியை இழுத்து அணைத்துக் கொண்டார். "பைத்தியம்! முதமுதல்ல நீ என்னைப் பார்த்தபோது, நாகரீகம் தெரியாத காட்டுமிராண்டின்னுதான் நினைச்சே!"

கால் விரல்கள் மட்டும் தரையில் பதியும்படி எம்பிய சதி, காதலுடன் சிவனின் உதட்டில் மெல்ல முத்தமிட்டாள். "இன்னமும் நீங்க நாகரீகம் தெரியாத காட்டு மிராண்டிதான்..."

சிவனின் புருவங்கள் உயர்ந்தன.

"ஆனா, எனக்கே எனக்கான நாகரீகமில்லாத காட்டுமிராண்டி..."

சதிக்கென்றே பிரத்யேகமான அந்தப் புன்னகையுடன் உதட்டைச் சுழித்தபடி அவளைப் பார்த்த சிவனின் முகம் பளிச்சென மலர்ந்தது; அதைக் கண்ட சதியின் உள்ளம் குழைந்தது; கால்கள் சட்டென்று பலவீனமடைந்தன. அவளை இறுக்கிக் கொண்டவர், உயர்த்தி, உதட்டருகே கொண்டுவந்தார். அவளது கால்கள் தரையில் பாவாமல்

துவள, ஆழமாய், காதலாய், ஏறக்குறைய சோம்பலாய் முத்தமிட்டுக்கொண்டனர்.

"நீதான் என் உயிர்," கிசுகிசுத்தார் சிவன்.

"என் பிறவிகள் அத்தனைக்கும் ஆதாரம் நீங்கதான்," என்றாள் சதி.

வாகாய் அருகிலிருந்த அவளது தோளின் மீது தலை சாய்த்து, நெடுநேரம் அவளைத் தூக்கிப் பிடித்தபடி, இறுக்க அணைத்திருந்தார். கணவனைச் சுற்றித் தன் கரங்களை வளைத்த சதி, அவரது கூந்தலுக்குள் விரல்களைச் செலுத்தி, மெதுவாக, ஆதுரத்துடன் சுழற்றிய வண்ணம் இருந்தாள்.

"எப்பவாவது என்னை இறக்கி விடும் உத்தேசம் இருக்கா?" என்றாள்.

மறுப்பாய்ச் சிவன் தலையசைத்தார். உண்மையில் அவருக்கு எந்த அவசரமும் இல்லை.

புன்னகைத்த சதி, தோளில் தலைசாய்த்தவாறு, கால்கள் அந்தரத்தில் மிதக்க, அவரது கூந்தலுக்குள் கைகளை அளைந்தபடி இருந்தாள்.

— ༄༙༈༚༶ —

"இந்தாங்க," என்றாள் சதி.

அவளிடமிருந்து பாலை வாங்கிக்கொண்டார் சிவன். வெல்லம், ஏலக்காய் என்று எதுவும் சேர்க்காத பச்சைப் பால்தான் அவருக்குப் பிடித்தம். வெகுவேகமாய் அதை விழுங்கிவிட்டு சதியிடம் காலிக் குடுவையை நீட்டியவர், மீண்டும் நாற்காலியில் சாய்ந்து, மேஜையின்மீது கால்களை நீட்டிக்கொண்டார். குடுவையை வைத்த சதி, அவருக்கருகில் அமர்ந்துகொண்டாள். மேல்மாடத்தைத் தாண்டி, சிவனின் பார்வை விஷ்ணு கோயிலின் மீது விழுந்தது. ஆழமாக மூச்சை இழுத்துவிட்டவர், சதியிடம் திரும்பினார். "நீ சொல்றது சரிதான். கணேஷோட போர்த்தந்திரங்கள் மேல எனக்கு எவ்வளவுதான் நம்பிக்கை இருந்தாலும், இந்த விஷயத்துல அவன் கணிப்பு தப்புதான்னு நினைக்கறேன். பர்வதேஸ்வரர் என்னை விட்டு விலகமாட்டார்."

அவர் வார்த்தையின் நிச்சயத்தில் முழு நம்பிக்கை பெற்றவளாய் சதி அதி வேகமாய்த் தலையசைத்தாள். "அவரை மாதிரி உதாரணச் சேநாதிபதி இல்லாமல், மெலூஹா மற்றும் ஸ்வத்வீபத்தின் படைகள் என்னதான் வலிமையா இருந்தாலும், சரியான போர்த்தந்திரங்களும், உத்வேகமும் இல்லாம திண்டாடும்."

"உண்மைதான். ஆனா, போருக்குத் தேவையே இல்லாம மக்களே மொத்தமா புரட்சியில இறங்குவாங்கன்னும் நம்புவோமே?"

"அதுக்கு என்ன உத்தரவாதம்? சோமரஸத்தை தடை செய்யச்சொல்லி மன்னர்களுக்கு நீங்க ஆணை அனுப்பினா, பொதுமக்களுக்கு விஷயமே தெரியாதபடி அவங்க பார்த்துக்குவாங்க. அது மட்டும்தான் நடக்கும்."

"இதே விஷயத்தைத்தான் வாசுதேவர்களும் நானும் விவாதிச்சிட்டிருந்தோம். மன்னர்களுக்கு மட்டுமில்லாம, பொதுமக்கள் ஒவ்வொருவருக்கும் என் ஆணை நேரடியாச் போய்ச் சேர வேண்டியது அவசியம். அதுக்குச் சரியான வழி, சம்பந்தப்பட்ட அறிக்கையை எல்லாக் கோயில்களுக்கும் அனுப்பி, பொதுமக்கள் பார்வைக்கு வைக்கிறதுதான். அநேக இந்தியர்களும் அடிக்கடி கோயிலுக்கு வர்றதால, நிச்சயம் படிக்கத் தவறமாட்டாங்க."

"உங்க பக்கம் சேரவும் தயங்கமாட்டாங்கங்கிறது நிச்சயம். மன்னர்களும் மக்களுடைய எண்ணத்தைப் புரிஞ்சுக் கிட்டு நடப்பாங்கன்னு நம்புவோம்."

"ஆமா. யுத்தத்தைத் தவிர்க்க எனக்கு வேற வழியிருக்கிறதாத் தெரியலை. காசி, பஞ்சவடி மற்றும் ப்ரங்க தேசத்து அரசர்கள்கிட்டேயிருந்து மட்டும்தான் மாறாத விசுவாசத்தை நான் எதிர்பார்க்கறேன். மற்ற எல்லா மன்னர்களும், தங்களுடைய சுயநலத்தை மனசுல வெச்சுக் கிட்டுத்தான் எந்த முடிவும் எடுப்பாங்க."

அவரது கையைப் பற்றிய சதி, புன்னகை புரிந்தாள். "நம்மோட தான் மன்னர்களுக்கெல்லாம் மன்னரான *பரமாத்மா* இருக்காரே? நிச்சயம் தோற்கமாட்டோம்."

"தோற்கக்கூடாது," என்றார் சிவன். "நம்ம நாட்டோட தலைவிதியே இதுலதான் அடங்கியிருக்கு."

— ☽ ⵀ ✦ ⊕ —

"உன்னால முடியுமா, கார்த்திக்?" என்றான் கணேஷ். "நிச்சயமாத் தெரியுமா?"

சலனமற்ற நீரின் அமைதியுடன் கார்த்திக் சகோதரனை ஏறிட்டான். "கண்டிப்பா முடியும். நான் உங்க தம்பியில்லையா?"

புன்னகைத்த கணேஷ், யானையேறும் மேடையினின்று அகன்றான். உஜ்ஜைனி கொட்டாரத்தின் மிகப்பெரும் ஆண் யானைகளுள் ஒன்றின் மேல், அம்பாரியில், கார்த்திக்கும், சற்றே உடல் சிறுத்த வாசுதேவர் ஒருவரும் அமர்ந்திருந்தனர்.

அம்பாரி, கொஞ்சம் மாற்றப்பட்டிருந்தது: மேற்கூரை அகற்றி, சுற்றுச்சுவர்கள் பாதியாக்கப்பட்டிருந்தன. பிரயாணம் செய்வோருக்குப் பாதுகாப்பு குறைவுதான் என்றாலும், ஆயுதங்களைப் பிரயோகம் செய்யும் வசதி மிக அதிகம். பகைவர் அணியின் மீது வெறுமே மோதிச் சிதறடிப்பதை விடவும் உயர்வான ஒரு தந்திரம்- அந்த உயரத்தைப் பயன்படுத்தி, எல்லாத் திசைகளிலும் ஆயுதங்களைப் பிரயோகம் செய்யும் உயரிய யுக்தி கார்த்திக்கின் மூளையில் உதயமாகியிருந்தது.

இதன் விளைவாக, குருட்டாம்போக்கில் யானைகளைப் பகைவர்களின் மீது ஏவுவதைவிடவும், நன்கு திட்டமிட்ட, ஒருங்கிணைந்த வியூகத்தைப் போர் யானைகளைக் கொண்டு அமைக்கவும், செயல்படுத்தவும் வழியுண்டு. ஆனால், எவ்விதமான ஆயுதங்களைப் பயன்படுத்துவது என்ற விஷயம் இன்னும் முடிவாகவில்லை. யானையின் முதுகிலிருந்து எத்தனை அம்பு வீசினாலும், அவற்றினால் தீவிர பாதிப்பிருக்க வாய்ப்பில்லை. இந்த விஷயத்தில், வாசுதேவர் இராணுவத்தின் பொறியியல் வல்லுனர்கள் சமயோசிதமாய், மெஸபொட்டேமியாவிலிருந்து இறக்குமதி செய்த, சுத்திகரிக்கப்பட்ட, திரவ எரிபொருளைக் கொண்ட ஆயுதம் ஒன்றை உருவாக்கியிருந்தனர். அடாது பெருநெருப்பைக் கக்கி, சுற்றியுள்ள அனைத்தையும் எரித்துச் சாம்பராக்கக்கூடியது இந்தக் கொடூர ஆயுதம். அம்பாரியில் பெரும்பகுதியை எரிவாயுக் கிடங்குகளே அடைத்துக்கொண்டதால், மீதமிருந்த இடம், இரு ஆயுதங்கள் மற்றும் காலாட்படை வீரர்களுக்கே சரியாக இருந்தது. தீப்பாய்ச்சும் இந்த ஆயுதங்கள் கனமாக இருப்பதோடு மட்டுமல்லாமல், பிரயோகத்தின் போது மிகுந்த தகிப்பை வெளியேற்றியதால், அவற்றை இயக்க வலிமையான ஆட்கள் தேவைப்பட்டனர். அம்பாரியில் ஏற்கனவே இடப்பற்றாக்குறை என்பதால், வீரர்கள் சிறிய உடற்கட்டு கொண்டவர்களாய் இருத்தலும் அவசியமாயிற்று. இதனாலேயே, கனல் வீசப்போகும் இந்த யுத்தப் பரீட்சையில் கலந்துகொள்ள கார்த்திக்கும் இன்னொரு வீரனும் முன்வந்திருந்தனர்.

பரசுராமன், நந்தி மற்றும் ப்ரஹஸ்பதி சகிதம் கணேஷ் சற்று தூரத்தில் நின்றிருந்தான். ''தயாரா கார்த்திக்?'' என்று கூக்குரலிட்டான்.

''பிறக்கறப்பவே தயார்தான், *தாதா*,'' கார்த்திக் பதிலாய்க் கத்தினான்.

வாசுதேவ தளபதியை நோக்கித் திரும்பிய கணேஷின் முகத்தில் புன்னகை. ''வாசுதேவ வீரரே, தொடங்கலாம்.''

தலையசைத்த தளபதி, சிவப்புக்கொடியை ஆட்டினார்.

உடனடியாக, கார்த்திக் மற்றும் வாசுதேவ வீரன், தீப்பந்தம் ஒன்றை எடுத்து ஆயுதத்தைப் பற்றவைத்தனர். அடுத்த கணம், அசுர வேகத்துடன் இரு நெருப்புக்கோடுகள், ஏறக்குறைய முப்பது மீட்டர் தூரத்திற்குப் யானையின் இருபுறமும் பளிச்சென நீண்டன. யானையின் உடலின் இருபக்கமும் தடிமனான கவசம், நெருப்பு தாக்காமல் காப்பாற்றியது. மண்ணாலான, கிட்டத்தட்ட முப்பது சிலைகளை தீக்கிரையாக்குவதுதான் கார்த்திக் மற்றும் வாசுதேவ வீரனின் பொறுப்பு. ஆயுதத்தின் வீர்யத்தையும், தாக்கும் முனைப்பையும் மிகச் சரியாக கணிக்கும் பொருட்டு, மண் 'பகைவர்கள்' அங்கும் இங்குமாய் நிற்க வைக்கப்பட்டிருந்தனர். கனம்தான் என்றாலும், இந்தக் கனல்-ஆயுதங்கள் நகர்த்த வசதியாகத்தான் இருந்தன. கார்த்திக்கின் உத்தரவுகளை நிறைவேற்றுவதில் பாகன் கவனம் செலுத்த, மண் வீரர்கள் நொடியில் தீப்பற்றி, 'இம்'மென்பதற்குள் சாம்பலாகியிருந்தனர்.

''போர்ல இவையெல்லாம் ரொம்பப் பிரமாதமா வேலை செய்யும்,'' பரசுராமன் கணேஷை திரும்பிப் பார்த்தான். ''நீங்க என்ன சொல்றீங்க?''

தன் அப்பாவின் வார்த்தைப் பிரயோகத்தைக் கடன் வாங்கிய கணேஷ் முகத்தில் புன்னகை விரிந்தது. ''செமத்தியா!''

''பிரபு நீலகண்டரே, தங்கள் அறிக்கையை எழுத்து பூர்வமாக்கிவிட்டோம்,'' என்றார் கோபால்.

விஷ்ணு கோயிலுக்குள், மையத் தூணின் அருகே கோபால் மற்றும் சிவன் இருந்தனர். பேப்பிரஸ் என்னும் காகிதச் சுருளில் வடித்திருந்த ஆவணத்தைச் சிவன் படித்தார்.

பிரபு மனுவின் உண்மையான வழித்தோன்றல்களாய், சநாதன தர்மத்தையே உளம் நிறைந்த நெறியாய் எண்ணி வாழ்ந்து வரும் மக்களாகிய உங்களுக்கு, இதோ, சிவனாகிய உங்கள் நீலகண்டரிடத்திலிருந்து, ஒரு லிகிதம்.

பரந்து விரிந்த இந்த தேசம் முழுதும் பயணித்து, கணக்கில்லாமல் பிரிந்து கிடக்கும் எத்தனையோ இராஜ்யங்களுக்குப் பிரயாணம் செய்து, தூய இந்த

வளநாட்டில் தலைமுறை தலைமுறையாய் வாழ்ந்து வரும் பல குலங்களையும் சந்தித்துவிட்டேன். தீமையை இனம்காணுவதே என் பணி என்பதால், நம் சமூகத்தை வாட்டும் மிகப்பெரும் தீமை யாதென்று தேடும் முயற்சியிலேயே இந்தப் பயணத்தை மேற்கொண்டேன். தீமை என்பது எங்கோ தூரத்தில் கண்ணுக்குத் தெரியாமல் மறைந்திருக்கும் அரக்கன் அல்ல; அதன் கொடிய விஷக்கொடுக்கு, நமக்கு மிக அருகிலேயே, நம்முடனே, ஏன், நமக்குள்ளேயே புதைந்திருக்கிறது என்று தந்தை மனு கூறியிருக்கிறார். அவரது வாக்கு முற்றிலும் உண்மை. தீமையென்பது நரகலோகத்திலிருந்து வந்து நம்மைக் கபளீகரம் செய்யும் விஷயமல்ல என்றும், அது நம்மை அழிக்க நாமே வழி செய்து தருகிறோம் என்றும் கூறினார். அவரது வாக்கு முற்றிலும் உண்மை. தீமையும் நன்மையும், ஒரே நாணயத்தின் இரு பக்கங்கள்; என்றேனும், மிகப்பெரும் நன்மையே மிகப்பெரும் தீமையாய் மாறும் அபாயம் உண்டு என்றும் அருளினார். அவரது வாக்கு முற்றிலும் உண்மை. மேலும் மேலும் நன்மையை நாம் கசக்கிப் பிழிந்து, நம் பேராசைக்கு தீனி போட அதைச் சீரழித்து, இன்று அதை மாபெரும் தீமையாய் மாற்றிவிட்டோம். இவ்வாறுதான் பிரபஞ்சம் தன் சமநிலையைத் தக்கவைத்துக்கொள்கிறது; நம் பேராசையை, பேரழிவுக்கான பாதையினின்று திசை திருப்ப பரமாத்மா பிரயோகிக்கும் யுக்தி இது.

நம் காலத்தின் மிகப்பெரும் தீமையாக சோமரஸம் உருமாறிவிட்டது என்பதே என் முடிவு. சோமரஸத் தினின்று கிரகிக்கக்கூடிய நன்மையனைத்தையும் நாம் பிழிந்தெடுத்துவிட்டோம். அதன் கொடூரத் தீமை நம்மையெல்லாம் முற்றுமாய் அழிக்குமுன்னால், நாம் அதை அழித்தாக வேண்டிய காலமும் கட்டாயமும் ஏற்பட்டுவிட்டது. இப்பொழுதே அதனால் விளைந்த தீமை எவ்வளவோ: சரஸ்வதி நதியின் மரணம் முதற்கொண்டு, நம் இராஜ்யங்கள் சிலவற்றை சித்திரவதை செய்யும் கொடுமையான ஊனங்கள் வரை, எவ்வளவோ. வருங்காலச் சந்ததியினரின் பொருட்டாவது, நம் உலகிற்காகவாவது, இனி சோமரஸத்தைப் பயன்படுத்தாது இருக்கவேண்டும்.

சோமரஸத்தை எக்காரணம் கொண்டும் பயன்படுத்துவது, தடை செய்யப்பட்டுவிட்டது. இது என் ஆணை.

நீலகண்டரின் மீதும், அவர் குறித்த புராணங்களின் மீது நம்பிக்கை கொண்டவர்களுக்கு நான் சொல்லிக்கொள்வது: என்னைப் பின்பற்றுங்கள். சோமரஸத்தை தடுத்து நிறுத்துங்கள்.

சோமரஸத்தை பயன்படுத்த மறுப்போர், இதையும் தெரிந்துகொள்ளட்டும்: நீங்கள் இனி என் எதிரிகளாவீர்கள். சோமரஸம் தடுக்கப்படும்வரை நானும் ஓயமாட்டேன். இது, உங்கள் நீலகண்டரின் வாக்கு.

நிமிர்ந்த சிவன், தலையசைத்தார்.

''சப்த சிந்துவில் நிறைந்திருக்கும் அத்தனை வாசுதேவ கோயில்களின் பண்டிதர்களுக்கும் இந்த அறிக்கை அனுப்பிவைக்கப்படும்,'' என்றார் கோபால். ''நாட்டின் அனைத்துப் பகுதிகளுக்கும் நம் வாசுதேவ க்ஷத்ரியர்கள் செல்வார்கள்; தங்கள் ஆணை செதுக்கப்பட்ட கற்பலகைகளைக் கோயில் சுவர்களில் நிறுவுவார்கள். இன்றிலிருந்து ஒரு வருடத்திற்குள், இவையனைத்தும், ஒரே சமயத்தில் பொதுமக்கள் பார்வைக்கு வைக்கப்படும். எல்லாம் ஏககாலத்தில் நிகழப்போவதால், மன்னர்களால் எவ்விதத்திலும் அவை பொதுப்பார்வைக்கு வருவதைத் தவிர்க்க முடியாது. உங்கள் வாக்கும் மக்களைச் சேரும்.''

சிவனின் தேவையும் அதேதான். ''பிரமாதம், பண்டிட்ஜி. போருக்குத் தயாராக நமக்கும் ஒரு வருஷம் கிடைக்கும். என் அறிக்கை வெளியாகும்போது, காசியில இருக்க விரும்பறேன்.''

''சரி, நண்பரே. அது வரை, யுத்தத்திற்கு நாம் ஆயத்தம் செய்யவேண்டியது அவசியம்.''

''என் உண்மையான விரோதி யார்ங்கிறதை நான் கண்டுபிடிக்கவும் இந்த வருஷத்தை நான் பயன் படுத்திக்கணும்.''

கோபாலின் புருவம் சுருங்கியது. ''என்ன சொல்கிறீர்கள், நீலகண்ட மகாபிரபு?''

''இவ்வளவு பெரிய அளவுல சூழ்ச்சி செஞ்சு, திட்டம் தீட்டி அதைச் செயல்படுத்தற அளவுக்கு சக்ரவர்த்தி தக்ஷருக்கோ, திலீபருக்கோ திறமையிருக்கும்னு எனக்குத் தோணலை. யாரோ அவங்களை ஆட்டுவிக்கறாங்கங்கிறது நிச்சயம். அவர்தான் என் உண்மையான விரோதி. அவரை நான் கண்டுபிடிக்கணும்.''

''தங்கள் உண்மையான விரோதி யாரென்று அறிந்து கொண்டுவிட்டீர்களென்றல்லவா நினைத்தேன்?''

''அது யார்னு உங்களுக்குத் தெரியுமா?''

''அறிவேன். உங்கள் அனுமானம் சரிதான். அவர் மிக மிக ஆபத்தானவர்.''

''அவ்வளவு திறமையானவரா, பண்டிட்ஜி?''

''உலகில் திறமைசாலிகள் எத்தனையோ உண்டு, நீலகண்டரே. ஆனால், அத்தகையோரை மிக ஆபத்தான

வர்களாய் மாற்றுவது, அவர்களது நம்பிக்கைகள். தீமையின் சார்பாய் போரிட்டுக்கொண்டிருப்பதாய் நாம் எண்ணினோமானால், நம் மனதிலேயே ஒரு தொய்வு வந்துவிடும். எங்கோ இதயத்தின் அடியாழத்தில், செய்வது தவறு என்று நமக்கே புரிந்துவிடும். ஆனால் - எடுத்த பணி குறித்து நம் மனதிலேயே ஒரு அசாத்திய நியாயத்தன்மை உருவாகிவிட்டால்? நன்மையின் சார்பாய் உண்மையில் போரிடுவது தானே என்றும், நீங்கள், நீலகண்டர் தான் தீமையின் சார்பாய் நிற்பவர் என்று நமது எதிரி முடிவெடுத்துவிட்டால்?''

சிவனின் புருவங்கள் உயர்ந்தன. ''அப்பேர்ப்பட்டவர் ஒரு நாளும் போராட்டத்தை நிறுத்தப்போறதில்லை. என்னை மாதிரியே.''

''மிக உண்மை.''

''யாரந்த மனுஷன்?''

''அவர் ஒரு மகரிஷி. சொல்லப்போனால், *சப்தரிஷி உத்ராதிகாரி* என்று இன்னமும் இந்தியாவில் அநேகரால் உயர்ந்தேற்றப்படுபவர்,'' முன்னொரு காலத்தில் வாழ்ந்த ஏழு மிகச்சிறந்த முனிவர்களின் வழித்தோன்றல்களுக்கு வழங்கப்படும் பட்டத்தைக் குறிப்பிட்டார் கோபால். ''இன்றைய காலகட்டத்தில், அவரைப் போல விஞ்ஞான அறிவு படைத்தவர்களோ, *பரமாத்மாவிடம்* பக்தி கொண்டவர்களோ இல்லையென்றுதான் சொல்ல வேண்டும். அவருக்குள் கனன்று கொண்டிருக்கும் ஆன்மீக ஜோதியின் வெளிச்சத்தில் மன்னாதி மன்னர்களும் குலை நடுக்கம் கொள்வர். இமய மலையின் குகையில், தன்னலமற்ற ஸந்யாஸ வாழ்க்கையை மேற்கொண்டிருப்பவர்; இந்தியாவின் நலனுக்கு ஆபத்து என்ற நிலையில் மட்டுமே சமவெளிக்கு அவர் வருகை புரிவது வழக்கம். கடந்த வருடத்தின் பெரும்பகுதியை அவர் மெலூஹாவிலோ, அயோத்யாவிலோதான் கழித்திருக்கிறார்.''

''சோமரஸம் உண்மையிலேயே நன்மைதான்னு அவர் நம்பறாரா?''

''ஆம். தாங்கள் ஒரு ஏமாற்றுக்காரர் என்றும் எண்ணுகிறார். தாங்கள் வாயுபுத்ரர்களால் தேர்வு செய்யப்பட்டவர் அல்லவென்று அவர் அறிவார். அவ்வளவு ஏன், வாயுபுத்ரர்கள் அவர் பக்கம் என்று நாங்கள் நம்பக் காரணமிருக்கிறது. பஞ்சவடியில் தங்கள் மீது நடந்த தாக்குதலில் வேறு யார் அவருக்கு *தைவி அஸ்திரங்களைக்* கொடுத்து உதவியிருக்கமுடியும்?''

''*தைவி அஸ்திரங்களை* அவரே உருவாக்கியிருக்க வாய்ப்புண்டா? அதுதான் நடந்திருக்கும்கிறது என் ஊகம்.''

''இல்லவே இல்லை; நம்புங்கள். *தைவி அஸ்திரங்களைத்* தயார் செய்யும் விதிமுறைகளை அறிந்தவர்கள் வாயுபுத்ரர்கள் மட்டுமே. வேறு யாருக்கும் - ஏன், எங்களுக்கே கூட - அவ்வித ஞானம் கிடையாது.''

சிவன் அதிர்ந்து போய் அவரை ஏறிட்டார். ''வாயுபுத்ரர்கள் என்னை ஆதரிப்பாங்கன்னு நான் எதிர்பார்க்கலை; என்ன இருந்தாலும், நான் அவங்கள்ள ஒருத்தன் இல்லையே? ஆனா, யார் சார்பாகவும் இல்லாம நடுநிலைமையோடவாவது இருப்பாங்கன்னு இல்ல நினைச்சேன்?''

''இல்லை, நண்பரே. வாயுபுத்ரர்கள் நம் பகைவரின் பக்கம் என்ற முடிவுக்குத்தான் நாம் வந்தாக வேண்டும். சோமரஸம் இன்னமும் நன்மை பயக்கும் சக்தியே என்ற அவரது நம்பிக்கையுடன் அவர்கள் ஒத்துப்போகவும் வாய்ப்புண்டு.''

சிவன் மூச்சை இழுத்துவிட்டார். இந்த மனிதர் சாமான்யப் பட்டவராகத் தெரியவில்லை. ''யார்னு சொல்லுங்க?''

''மகரிஷி ப்ருகு.''

தூரத்தில் மெலூஹ இராணுவ வீரர்கள் பயிற்சி செய்து கொண்டிருந்த காட்சியை மேய்ந்த ப்ருகுவின் கண்கள், சுற்று வட்டாரத்தை அளவெடுத்தன. அருகில், தரையையே பார்த்தவாறு தக்ஷர் நின்றிருந்தார். பர்வதேஸ்வரர் இல்லாத வெற்றிடத்தை நிரப்பும் பொருட்டு மெலூஹ சேனையின் நிர்வாகத்தை கையிலெடுத்திருந்த மாயஷ்ரேநிக், சில மீட்டர் தூரத்தில் நின்றான்.

''தங்கள் வீரர்கள் நிகரற்றவர்கள், அரசே,'' தக்ஷரிடம் திரும்பாத ப்ருகுவின் குரல், மிக மெல்ல வெளிவந்தது.

இன்னமும் நிலத்தை வைத்தகண் வாங்காமல் வெறித்த தக்ஷர், பதில் கூறவில்லை.

ப்ருகு தலையசைத்துக்கொண்டார். ''அரசே - தங்கள் வீரர்கள் மிகச் சிறப்பாய்ப் பயிற்றுவிக்கப்பட்டிருக்கிறார்கள் என்று சொன்னேன்.''

தக்ஷரின் கவனம் ப்ருகுவை நோக்கித் திரும்பியது. ''ஆம், பிரபு. முன்னமேயே தங்களிடத்தில் இது குறித்து சொல்லியிருக்கிறேன். கவலைக்கு காரணமேயில்லை. முதலில், யுத்தம் வரும் என்பதற்கான பிரமேயமே இல்லை. அப்படியே

வந்தாலும், அயோத்யா, மெலூஹா என்று இரு பெரும் தேசங்களின் பெரும் படைகளை என் கட்டுப்பாட்டிற்குள் நான் வைத்திருக்கும் நிலையில், நான் -''

''கவலைப்பட நிரம்பக் காரணம் இருக்கிறது,'' ப்ருகு இடைமறித்தார். ''உங்கள் வீரர்களுக்குப் பயிற்சி வேண்டு மானால் மிகச்சிறப்பாக வாய்த்திருக்கலாம்; தலைமை விஷயத்தில் அதிர்ஷ்டம் வாய்க்கவில்லை.''

''மாயஷ்ரேநிக்...''

''தலைவனல்ல. அருமையான தளபதி என்பதில் ஐயமில்லை. இட்ட ஆணைகளைத் தவறாது காப்பாற்றி, கட்டளைகளை மறுவார்த்தை பேசாமல் நிறைவேற்றுவான் என்பதிலும் சந்தேகமில்லை. ஆனால், அவனால் படை நடத்த முடியாது.''

''ஆனால்...''

''சுயசிந்தனையுள்ள ஒருவர்தான் நமக்குத் தேவை. அரிய, புதிய போர்த்தந்திரங்களை உருவாக்கி, நாட்டின் நன்மைக்காகத் தன்னை வருத்திக்கொள்ளத் தயங்காத ஒருவர். நம்முடைய இப்பொழுதைய தேவை-ஒரு தலைவன்.''

''நானல்லவா அவர்களது தலைவன்?''

ப்ருகு தக்ஷரை பார்த்த பார்வையில் ஏராளமான ஏளனம். ''பர்வதேஸ்வரர்தான் தலைவர்; நீங்களல்ல. ஆனால், அவரைத்தான் அந்த வஞ்சக நீலகண்டனுடன் அனுப்பிவிட்டீர்களே? அவர் உயிருடன்தான் இருக்கிறாரா - அல்லது, இன்னும் மோசம், அந்தத் திபேத்திய காட்டுமிராண்டியின் பசப்பு வார்த்தைகளில் மயங்கி அவன் காலடியையே சரணடைந்துவிட்டாரா? எதுவும் தெரியவில்லை.''

அந்தக் கடும் விமர்சனம், தக்ஷரைச் சுருக்கென்று தைத்தது. ''மெலூஹாவில் பர்வதேஸ்வரரை விட்டால் வேறு பெரிய வீரர்களே கிடையாதா, பிரபு? நாம் வித்யுன்மாலியைப் பயன்படுத்திக்கொள்ளலாம். நல்ல தந்திரசாலி. அருமையான சேநாதிபதியாக உருவாக வாய்ப்புள்ளது.''

''வித்யுன்மாலியின் மீது எனக்கு நம்பிக்கையில்லை. அதுவுமன்றி, மக்களை எடைபோடும் திறன் தங்களுக்கு அறவேயில்லை என்பதையும் நான் இங்கு சுட்டிக்காட்ட விரும்புகிறேன்.''

சற்று முன்பு தன் கவனத்தை முழுவதுமாய் ஈர்த்திருந்த நிலத்தையே தக்ஷர் மீண்டும் ஆராயத் துவங்கினார்.

ப்ருகு மூச்சை இழுத்துவிட்டார். இந்த விவாதத்தினால் இனி பயனில்லை. ''நான் அயோத்யா செல்கிறேன், அரசே. ஆவன செய்யுங்கள்.''

''உத்தரவு, மகரிஷிஜி,'' என்றார் தக்ஷர்.

தண்டகவனத்தின் கடைசித் திறந்தவெளியில் பகீரதனும் ஆனந்தமயியும் நின்றிருந்தனர். ப்ரங்காவும், அதன் பிறகு காசியும் சென்று சேர அவர்களுக்கு இன்னும் சில மாதங்கள் பிடிக்கும். என்றாலும், அந்தப் பயணத்தைப் பற்றி பகீரதன் கவலைப்பட்டதாகத் தெரியவில்லை.

''என்னத்தைப் பத்தி இவ்வளவு நேரம் பேசிக் கிட்டிருக்காங்க?'' என்றான்.

அவனது பார்வை சென்ற திசையில் ஆனந்தமயி திரும்பினாள். கைகளை வீசியவாறு ஆயுர்வதியும் பர்வதேஸ்வரரும் தீவிர விவாதத்தில் இறங்கியிருந்தனர். இருப்பினும், மெலூஹர்களுக்கேயுரிய குணாதிசயப்படி, குரல்கள் மெலிதாகவே இருந்தன.

ஆனந்தமயி தலையைக் குலுக்கிக்கொண்டாள். ''எனக்கென்ன, அதிசய சக்தியா இருக்கு? அவங்க என்ன பேசறாங்கன்னு எனக்குக் கேக்கலை.''

''ஆனா, என்னால ஓரளவு ஊகிக்க முடியுது,'' என்றான் பகீரதன். ''ஆயுர்வதிக்கு வெற்றி கிடைச்சா நல்லாயிருக்கும்.''

அவன்புறம் திரும்பிய ஆனந்தமயியின் புருவங்கள் நெறிந்திருந்தன.

''ஆயுர்வதி ஏற்கனவே முடிவெடுத்தாச்சு. அவங்க நம்ம பக்கம். மகாதேவர் பக்கம். இப்ப, பர்வதேஸ்வரர் மனசையும் மாத்தற முயற்சியில இறங்கியிருக்காங்கன்னு நினைக்கறேன்.''

சகோதரன் சொல்வது சரிதான் என்று உள்ளுணர்வு இடித்தாலும், காதல், மனதில் ஏராளமான நம்பிக்கையை விதைக்கத்தான் செய்திருந்தது. ''பர்வதேஸ்வரர் இன்னும் முடிவெடுக்கலை, பகீரதா. மகாதேவர் மேல அவருக்குள்ள பக்தியை வார்த்தையில வடிக்கமுடியாது. நீயா எதையாவது நினைச்சுக்கிட்டு...''

''நம்பு. யுத்தம்னு முடிவாகி, சிவபெருமானா, மெலூஹாவான்னு தேர்ந்தெடுக்க வேண்டிவந்தா, உன் கணவர் தன் அருமைத் தாய்நாட்டின் பக்கம்தான் சாய்வார்.''

''வாயை மூடு, பகீரதா!''

எரிச்சலுடன் அவன் அவள் பக்கம் திரும்பினான். ''உண்மையைத்தான் சொல்றேன்.''

''அதுல அபிப்ராய பேதமிருக்குன்னு நான் சொல்றேன்.''

''நான் அயோத்யாவின் பட்டத்து இளவரசன். என் அபிப்ராயம்தான் உண்மைன்னு பல பேர் சொல்லுவாங்க.''

அவனது தலையை ஆனந்தமயி லேசாய்த் தட்டினாள். ''பட்டத்து இளவரசனோட அக்காங்கிற முறைல, அவனை எப்ப வேணா வாயை மூட வைக்கவும் எனக்கு உரிமையிருக்கு!''

''இது விஷயத்தில் தாங்கள் எல்லா கோணங்களையும் தீர ஆலோசிக்கவில்லை என்பதே என் எண்ணம், பர்வதேஸ்வரரே,'' என்றாள் ஆயுர்வதி.

பர்வதேஸ்வரரின் முகத்தில் துயரப்புன்னகை கீற்றாய்த் தோன்றியது. ''கடந்த சில மாதங்களில் நான் வேறு எதைப் பற்றியும் யோசிக்கவில்லை. நான் செல்ல வேண்டிய பாதை குறித்து எனக்குச் சந்தேகமில்லை.''

''ஆனால்... தாங்கள் போற்றி வழிபடும், வாழும் கடவுளை எதிர்க்க முடியுமா?''

''வேறு வழியில்லை என்பதால், அதையும் செய்யத்தான் வேண்டும்.''

''நம் பக்தியை எக்காரணம் கொண்டும் விட்டுக் கொடுக்கக்கூடாது என்று இராமபிரானேயல்லவா அருளியிருக்கிறார்? மகாதேவர்களும், விஷ்ணுக்களும், நம் காலத்தின் வாழும் கடவுள்களல்லவா? நாம் பக்தியுடன் பூஜிக்கும் தெய்வங்களுடன் தோளோடு தோள் நின்று நாம் போரிடாவிட்டால், நம் மதத்தைக் காப்பது எவ்விதம்?''

''மதத்தையும், நம்பிக்கையையும் நீங்கள் ஒன்றாய்க் குழப்பிக்கொள்கிறீர்கள். அவை இரண்டும் முழுதும் வேறுபட்ட விஷயங்கள்.''

''இல்லை. இல்லவே இல்லை.''

''ஆம். சநாதன தர்மம் என் மதம். ஆனால், அதுவே என் நம்பிக்கையல்ல. என் நாடுதான் என் விசுவாசத்திற்குரியது. மெலூஹாவிற்குத்தான் என் பற்று உரித்தாகும். மெலூஹா மட்டும்தான்.''

பெருமூச்செறிந்தவாறு, ஆயுர்வதி நிமிர்ந்து வானை நோக்கினாள் தலையைக் குலுக்கிக்கொண்டு, மீண்டும்

பர்வதேஸ்வரர் புறம் திரும்பினாள். ''நீலகண்டரிடம் தங்களது பக்தி எத்தகையது என்பதை நானறிவேன். தங்களால அவரை எதிர்த்துப் போர் செய்ய முடியுமா? அவ்வளவு ஏன், அவரது உடலின் சிறு முடிக்கும் தீங்கு விளைவிக்கத் தங்கள் இதயத்தில் தைரியமுண்டா?''

மூச்சை ஆழ இழுத்துவிட்ட பர்வதேஸ்வரரின் கண்கள் பனித்தன. ''மெலூஹாவிற்குத் தீங்கு விளைவிக்க வரும் யாரையும் எதிர்ப்பேன். அதன் மீது படையெடுத்து ஜெயிக்க எண்ணுவோர், என் உயிரற்ற உடலைத் தாண்டித்தான் செல்ல வேண்டும்.''

''பர்வதேஸ்வரரே, உண்மையிலேயே சோமரஸம் தீய சக்தியல்ல என்றா நம்புகிறீர்கள்? அதைத் தடை செய்யக் கூடாதென்பதா தங்கள் எண்ணம்?''

''இல்லை, அது தடை செய்யப்படத்தான் வேண்டும் என்பதில் எனக்கு எந்த சந்தேகமில்லை. சோமரஸத்தைப் பயன்படுத்துவதையும் நிறுத்திவிட்டேன். அதனால் விளையும் கொடூரத் தீமைகள் குறித்து ப்ரஹஸ்பதி விவரித்த அன்றே அதைத் தொடவும் மறுத்துவிட்டேன்.''

''அது உண்மையென்றால், இந்த *ஆலஹாலத்தைக்* காப்பாற்ற இவ்வளவு தூரம் போராடுவானேன்?'' பிரபஞ்சத்தி லேயே, *விஷங்களுக்கெல்லாம் மிகக் கடுமையான* விஷத்தைக் குறிக்கும் பண்டைய சமஸ்க்ருதப் பெயரைப் பயன்படுத்தினாள் ஆயுர்வதி.

''நான் சோமரஸத்தைக் காக்கவில்லையே,'' என்றார் பர்வதேஸ்வரர். ''மெலூஹாவைத்தான்.''

''ஆனால், இருவருமே ஒரே பக்கம்தானே?'' என்றாள் ஆயுர்வதி.

''அதுதான் என் துரதிர்ஷ்டம். ஆனால், மெலூஹாவைக் காப்பதுதான் என் வாழ்வின் இலட்சியம்; நான் பிறப்பெடுத்ததே அதன் பொருட்டுதான்.''

''முன்பிருந்த மெலூஹா இப்போது இல்லை, பர்வதேஸ்வரரே. சக்ரவர்த்தி தக்ஷரும், இராமபிரானல்ல என்பதை நீங்கள் அறிவீர். உயிரல்லாத, எப்போதோ செத்து சுண்ணாம்பாகிவிட்ட ஒரு வாழ்வியலைக் காக்க நீங்கள் போராடிக் கொண்டிருக்கிறீர்கள். என்றோ மறைந்து, மக்களின் நினைவில் மட்டுமே உன்னதமாய் உயர்ந்து நிற்கும் நாட்டின் பெருமையைக் காக்க முயன்றுகொண்டிருக்கிறீர்கள். இனி என்ன செய்தாலும் செப்பனிட முடியாதபடி சிதைந்துகிடக்கும் ஒரு சித்தாந்தத்தை, நம்பிக்கையைக் காக்க படாதபாடுபடுகிறீர்கள்.''

''இருக்கலாம், ஆயுர்வதி. ஆனால், அதுதான் பிறவிப்பயன்: என் வாழ்வும், சாவும் மெலூஹாவின் பொருட்டே.''

எரிச்சலுடன் ஆயுர்வதி தலையைச் சிலுப்பிக்கொண்டாலும், குரல் என்னவோ மிகப் பணிவாய்த்தான் வெளிவந்தது. ''தவறு செய்கிறீர்கள், பர்வதேஸ்வரரே. வாழும் கடவுளையே எதிர்க்கத் துணிகிறீர்கள். தீமையின் மொத்த வடிவமாய் மாறிவிட்டதாகத் தாங்களே நம்பும் சோமரஸத்தையும் காக்க முடிவு செய்துவிட்டீர்கள். எல்லாம் எதற்காக? ஏதோ ஒரு 'பிறவிப்பயனை' நிறைவேற்ற. மெலூஹாவைக் காக்கத்தான் எனத் தாங்கள் அளிக்கும் இந்தக் காரணம், இப்போது செய்துகொண்டிருக்கும் அனைத்து தவறுகளையும் ஈடுகட்டிவிடுமா?''

''*ஷ்ரேயான் ஸ்வ தர்மோ விகுநஹா பர தர்மாத் ஸ்வானுஷ்திதத்,*'' என்றார் பர்வதேஸ்வரர் மெல்லிய குரலில்.

ஹரியுபா என்று ஒரு நகருக்கே பெயர் கொடுத்த பகவான் ஹரியின் பொருட்டு இயற்றப்பட்ட அந்தப் பழைய சமஸ்க்ருத ஸ்லோகத்தை நினைவு கூர்ந்த ஆயுர்வதியின் முகத்தில் விரக்தியின் சாயலாய்ப் புன்னகை தோன்றியது. ஒருவரின் ஆன்மா, கடக்கக்கூடாத பாதையில் சென்று சலனமற்ற, அற்புதமான வாழ்க்கை வாழ்வதைவிட, கடக்க வேண்டிய பாதையில் சென்று தப்பும் தவறுமாய் வாழ்வதே மேல் என்பதே அதன் பொருள். இன்னொருவருக்கென ஏற்பட்ட வாழ்க்கையை வாழும் தவறைச் செய்வதைவிட, *ஸ்வதர்மத்தை*, அதாவது, *தனக்கென ஏற்பட்ட தர்மத்தை* - அதில் எத்தனை தவறுகள் நிறைந்திருந்தாலும் - சரிவர நிறைவேற்றுவதே சாலச் சிறந்தது.

ஆயுர்வதி மறுப்பாய்த் தலையசைத்தாள். ''இதுதான் தங்கள் கடமை என்பது என்ன நிச்சயம்? உலகம் தங்களின் மீது திணித்திருக்கும் கடமையை, வகுத்துள்ள பாதையைத் தாங்கள் பின்பற்றியே தீரவேண்டுமா? சமூகத்திற்கு தங்களிடம் உள்ள எதிர்பார்ப்பை கண்மூடித்தனமாகவல்லவா நிறைவேற்றுகிறீர்?''

''பிறர் சொல்பேச்சைக் கேட்டுக் கடமையை நிறைவேற்றுவோர், தத்தம் வாழ்க்கையை வாழ்வதில்லை என்றும்கூடத்தான் பகவான் ஹரி அருளியிருக்கிறார். உண்மையில், அவர்கள் வேறொருவரின் வாழ்வைத்தான் வாழ்கிறார்கள்.''

''அதைத்தானே தாங்களும் செய்துகொண்டிருக்கிறீர்கள்? தங்கள் கடமையை மற்றவர்கள் அறுதியிட அனுமதித்துக் கொண்டிருக்கிறீர்கள். தங்கள் ஆன்மாவின் பிறவிப்பயனை மெலூஹா வரையறுத்துக் கொடுக்க விட்டுவிட்டீர்கள்.''

''இல்லவே இல்லை.''

''அப்படித்தான். சிவபெருமானிடம்தான் தங்கள் இதயம் குடியிருக்கின்றது. மறுக்கமுடியுமா தங்களால்?''

''முடியாதுதான். என் இதயம் நீலகண்டருக்கேயுரியது.''

''அப்படியானால், மெலூஹாவைக் காப்பதுதான் தங்கள் கடமை என்பதை எப்படி நிச்சயமாய்ச் சொல்கிறீர்?''

''எனக்குத் தெரியும் என்பதால்,'' என்றார் பர்வதேஸ்வரர் ஆணித்தரமாய். ''இது என் கடமை - அதை மட்டும் நிச்சயமாய் அறிவேன். பகவான் ஹரி இதைத்தானே கூறினார்? எது நம் கடமையென்பதை இந்த உலகில் யாரும், ஏன், கடவுளேகூட சொல்லமுடியாது. நம் ஆன்மாதான் அதை வகுக்க முடியும். அமைதியின் வாக்கிற்கு சரணடைந்து, ஆன்மாவின் மெல்லிய குரலைக் காதுகொடுத்துக் கேட்க வேண்டியது மட்டுமே நம் கடன். என் உள்ளுணர்வின் குரல், எனக்கு ஸ்பஷ்டமாய்க் கேட்கிறது. மெலூஹாதான் என் நம்பிக்கையின் ஆதாரம். என் தாய்நாட்டைக் காப்பதுதான் என் தலையாய கடமை.''

மழுங்கிய சிரத்திலிருந்த அந்தண வகுப்பாருக்கேயுரிய குடுமியை ஆயுர்வதியின் கரங்கள் ஒரு முறை வருடின. தூரத்தில் நின்ற ஆனந்தமயி மற்றும் பகீரதனைக் கண்டாள். இதற்குமேல் விவாதிக்க ஏதுமில்லை என்பது அவளுக்குப் புரிந்தது.

''தோற்கும் அணியைத்தான் தாங்கள் சேரப்போகிறீர்கள், பர்வதேஸ்வரரே,'' என்றாள் ஆயுர்வதி.

''அறிவேன்.''

''நிச்சயமாய் மரணத்தைத் தழுவுவீர்கள்.''

''அதையும் அறிவேன். என் விதி அதுதான் என்றால், அப்படியே ஆகட்டும்.''

மீண்டும் தலையை அசைத்துக்கொண்ட ஆயுர்வதி, பரிவுடன் அவரது தோளைத் தொட்டாள்.

''என் மரணம் அற்புதமானதாய் இருக்கும்.'' பர்வதேஸ்வரரின் முகத்தில் சோகையான புன்னகை. ''நீலகண்டரின் கரங்களினாலல்லவா சாகப்போகிறேன்?''

அத்தியாயம் 10

அவர் பெயரைக் கேட்டாலே அதிரும்

தங்கள் அறையில் தாழ்வான மேஜை மீது கால்களை நீட்டியபடி சாய்வு நாற்காலியில் ஆசுவாசமாய் சதியுடன் அமர்ந்திருந்த சிவன், உப்பரிகையினின்று உஜ்ஜைனி கோயிலை நோக்கினார். கதவருகே கணேஷ் சாய்ந்திருக்க, உப்பரிகைச் சுவற்றின் மீது கார்த்திக் ஒருக்களித்து நின்றான். தங்கள் உண்மையான விரோதி யார் என்பது உட்பட, வாசுதேவர்களுடனான உரையாடல் அனைத்தையும் மொத்தமாய் சிவன் தன் குடும்பத்தினருடன் அப்போதுதான் பகிர்ந்துகொண்டிருந்தார்.

மாலை மயங்கும் வானைப் பார்த்த நீலகண்டர், சதியை நோக்கினார். ''ஏதாவது பேசேன்.''

''என்ன சொல்றது?'' சதி கேட்டாள். ''ப்ருகு மகரிஷியா... இராமபிரான்தான் கருணை புரியணும்...''

''அவ்வளவு வலிமையானவரா இருக்கமுடியாது.''

சதி சிவனை ஏறிட்டாள். ''அவர் *சப்தரிஷி உத்ராதிகாரிகள்ள* ஒருத்தர். அவருடைய விஞ்ஞான, ஆன்மீக சக்திகள் மகா பிரசித்தம். ஆனா, என்னை உலுக்கிப் போட்டிருக்கிறது அவருடைய சக்திகள் குறிச்ச பயம் இல்ல; அவரைப் போல தர்மநியாய சிந்தை படைச்சவரே நம்மை எதிர்க்கற முடிவுக்கு வந்துட்டாரேங்கிறதுதான்.''

''ஏன் அப்படி சொல்றே?''

''சுயநலம்னா என்னன்னே அவருக்குத் தெரியாது. அவருக்கிணையான அறச்சிந்தனையும், மாசில்லாத நடத்தையும் உள்ளவங்க யாரும் கிடையாது.''

''அப்படிப்பட்டவர்தான், நம்மை அழிக்க அஞ்சு கப்பல் அனுப்பினார்.''

''ஆமா. சோமரஸம் உண்மையிலேயே நன்மை; அதை அழிக்க முயலற நாம்தான் தீயவர்கள்னு அவர் நிஜமாவே தீவிரமா நம்பணும். அப்படி அவர் நம்பற பட்சத்துல... தப்பு ஒரு வேளை நம்ம பக்கம் இருந்தா?''

எதையோ பேச கார்த்திக் வாயெடுக்க, சிவன் கை தூக்கினார்.

''இல்ல,'' என்றார் அவர். ''எனக்கு நிச்சயமாத் தெரியும். சோமரஸம் தீமையா மாறியாச்சு; அதை நாம தடுத்துதான் ஆகணும். இனிமே பின்வாங்கறதுங்கிற பேச்சுக்கே இடமில்லை.''

''ஆனா, ப்ருகு மகரிஷி...'' சதி இழுத்தாள்.

''சதி, மாசில்லாத நடத்தையும், சுயநலம்னா என்னன்னே தெரியாத ஒருவரும், ருத்ரபகவானே தடை செய்த *தைவி அஸ்திரங்*களை ஏன் பயன்படுத்தணும்?''

சதி அவரை அமைதியாக ஏறிட்டாள்.

''சோமரஸத்தின் மேல ஏற்பட்டிருக்கிற பற்றுதான், பிரபு ப்ருகுவை இதையெல்லாம் செய்யத் தூண்டுது,'' சிவன் விவரித்தார். ''சமூகத்தின் மொத்த நன்மைக்காகத்தான் இதைச் செய்யறதா அவர் நினைச்சுக்கிட்டிருக்கார். உண்மையில, அவருக்கே சோமரஸத்தின் மேலே அதிக ஒட்டுதல் உண்டாகிருச்சு. இப்படிப்பட்ட பற்று உண்டானால்தான், மக்களுக்கு தங்களுடைய தர்மம் மறந்து, போக வேண்டிய பாதை தப்பாகி, தாங்க யாருங்கிற உணர்வே மறைஞ்சு போகும்.''

ஒரு வழியாக கார்த்திக் வாயைத் திறந்தான். ''*பாபா* சொல்றது சரிதான். ப்ருகு மகரிஷி மாதிரி ஒருத்தரையே சோமரஸம் இப்படி திசை திருப்பும்னா, அது உண்மையிலேயே பெரிய தீமையாத்தான் இருக்கணும்.''

தலையசைத்த சிவன், சதியின்புறம் திரும்பினார். ''நாம் செய்யறதுதான் சரி. சோமரஸத்தைத் தடுத்துத்தான் ஆகணும்.''

சதியிடம் எந்த பதிலுமில்லை.

''வரப்போற யுத்தத்தின் பேர்ல நாம இனிமே கவனம் முழுதையும் செலுத்தணும்,'' சிவன் தொடர்ந்தார். ''ப்ருகு மகரிஷி போல ஒரு தேர்ந்த தலைவர் மட்டுமில்லாம, மெலூஹா, அயோத்யா ரெண்டு தேசங்களின் இராணுவமும் அவங்ககிட்டேதான். வெற்றிக்கான வாய்ப்பு நம்ம பக்கம் அதிகம் இருக்கிற மாதிரி தெரியலை. இதைச் சரி பண்ண என்ன வழி?''

''அவங்க பலத்தை உடைக்கணும்,'' என்றான் கார்த்திக்.

''மேலே சொல்லு.''

தன் படுக்கையறைக்குச் சென்ற கார்த்திக், ஒரு வரை படத்துடன் திரும்பி வந்தான். ''*பாபா*, நீங்க கொஞ்சம்...''

தன் கால்களை சிவன் விலக்க, காலியான மேஜையின் மீது வரைபடத்தை விரித்த கார்த்திக், பேசும் முன்பு கணேஷைப் பார்த்தான். ''மெலூஹாவோட அபாரத் தொழில்நுட்பத்துலயும், அயோத்யாவோட அபரிமிதமான

படைலேயும்தான் அவங்க பலம் முழுமையா அடங்கி யிருக்குன்னு *தாதா*வும் நானும் நினைக்கறோம். அதைப் பிரிச்சிட்டோம்னா, நம்ம வெற்றி வாய்ப்பு அதிகரிக்கும்.''

''மெலூஹாவையும் அயோத்யாவையும் இணைச்சு, பஞ்சவடியில நம்மை அழிக்க அந்தக் கூட்டணியைப் பயன்படுத்துற வகையில, பிரபு ப்ருகுவோட திட்டத்துல அப்பழுக்கில்லைன்னே சொல்லலாம். நான் உயிரோடத்தான் இருக்கேன்னு விஷயம் வெளியே தெரிஞ்சவுடனே, என்னைப் பொது எதிரியா நினைக்க வேண்டிய கட்டாயம் ஏற்பட்டு, ஒருத்தரோட ஒருத்தர் கூட்டு சேருவாங்க. என்ன இருந்தாலும், எதிரிக்கு எதிரி நண்பன்தானே?''

கார்த்திக் முகத்தில் புன்னகை விரிந்தது. ''அவங்க ஒத்துமையைக் குலைக்கிறதைப் பத்தி நான் எதுவும் சொல்லலை, *பாபா*. பலத்தை உடைக்கிறதைப் பத்தித்தான் பேச்சு.''

இதுகாறும் வரைபடத்தை ஆராய்வதில் கவனம் செலுத்தியிருந்த சதி, அதில் தெள்ளத்தெளிவாய் வெளிப்பட்ட விஷயத்தைக் கண்டு, வியப்படைந்தாள். ''மகதம்!''

''அதே,'' அந்த நாடு இருக்கும் இடத்தைச் தொட்டுக் காட்டினான் கார்த்திக். ''ஒண்ணு, ஸ்வத்வீபத்தில் சாலைகளே இருக்காது; இருந்தாலும், குண்டும் குழியுமா, கேவலமா இருக்கும். அதனாலேதான் பெரிய படைகள் ஒண்ணா திரண்டு இங்கேயும் அங்கேயும் போக நதிகளைப் பயன்படுத்துறது வழக்கம். அடர்ந்த வனப்பகுதிகளைக் கழிச்சுக் கட்டி அயோத்யாவோட இராணுவம் மெலூஹாவை வந்தடையப் போறதில்ல. ஸரயு வழியா கப்பல்கள்ள வந்து, கங்கை நதியில பயணம் செஞ்சு, அப்புறம், தேவகிரியில மெலூஹா இப்ப புதுசா உருவாக்கியிருக்குற சாலை வழியா வந்து சேரும்.''

சிவன் தலையசைத்தார். ''அப்படி வர்ற கப்பல்கள், நிச்சயம் ஸரயூவும் கங்கையும் இணையற இடத்துல இருக்குற மகத நாட்டைத் தாண்டித்தான் போகணும். மகதம் மட்டும் அந்த இடத்துல அணை போட்டா, கப்பல்கள் கடக்கமுடியாது. மகத நாட்டிலிருந்து ஒரு சின்ன படையைக் கொண்டு, அவங்களோட பிரம்மாண்டமான படையை நாம் சுலபமா தடுத்து நிறுத்திடலாம்.''

''உண்மைதான்,'' கார்த்திக் ஒப்புக்கொண்டான்.

முகம் மலர்ந்த சிவன், கார்த்திக்கின் தோளைத் தட்டினார். ''ரொம்ப பிரமாதமான யுக்தி. பிரமிக்க வெச்சிட்டே, போ.''

கார்த்திக் தந்தையைப் பார்த்து முறுவலித்தான்.

சதி, சிவனை நோக்கினாள். ''முதல்ல இளவரசன் சூரபத்மனை நம்ம பக்கம் கொண்டு வரணும். அங்கே எல்லா முக்கிய அரசியல் முடிவுகளையும் எடுக்கறது மன்னர் மஹேந்திரர் இல்லை; இளவரசர் சூரபத்மன்தான்னு பகீரதன் ஒருமுறை சொல்லிக் கேட்டிருக்கேன்.''

ஒப்புக்கொண்ட சிவன், கணேஷிடம் திரும்பினார்.

அவனோ, மௌனம் காத்தான். எதிர்பாராத இந்தப் புதிய நிகழ்வால் அவன் சற்று கலங்கிப் போய்விட்டது போலத்தான் தோன்றியது.

''இதுவும் நல்ல யோசனையாகத்தான் தோன்றுகிறது,'' என்றார் கோபால்.

விஷ்ணு கோயிலில், அவருடன் சிவன், சதி, கணேஷ் மற்றும் கார்த்திக் நின்றிருந்தனர்.

''மகதத்தை நம் பக்கம் சேர்ப்பது அப்படியொன்றும் கடினமான காரியமாயிராது,'' கோபால் தொடர்ந்தார். ''மன்னர் மஹேந்திரர் முதியவர்; முடிவெடுக்கத் தெரியாதவர் - ஆனால், மகன் சூரபத்மனோ, பெரும் வீரன்; தேர்ந்த தந்திரசாலி. அதைவிட முக்கியம்: எதையும் ஆழ யோசித்து, பல கோணங்களிலிருந்து ஆராய்ந்து, தன் இலட்சியங்களை அடையும் ஆசை கொண்டவன்.''

''அந்த ஆசையே, வரப்போற இந்த போர்ல அவனுக்குக் கிடைக்கக்கூடிய எத்தனையோ வாய்ப்புக்களை மோப்பம் பிடிக்கிற சக்தியையும் கொடுக்கலாம்,'' என்றார் சிவன். ''இதைப் பயன்படுத்திக்கிட்டு, நிலைமையை ஸ்திரமாக்கிக்கவும், அயோத்யாவிலிருந்து தன்னை விடுவிச்சிக்கிட்டு சுதந்திர நாடாவும் அறிவிச்சுக்க வாய்ப்புண்டு.''

''நிச்சயமா,'' என்றாள் சதி. ''அவன் என்ன காரணத்துக்காக நம்மோட சேர ஒப்புக்கிட்டாலும், அவனுடன் கூட்டணி வெச்சுக்கிறது நாம யுத்தத்துல ஜெயிக்க எல்லாவிதத்துலயும் அனுகூலமாயிருக்கும்.''

ஏதோ யோசனையிலாழ்ந்திருந்த கணேஷை கோபால் சட்டென்று கவனித்தார். ''பிரபு கணேஷ்?''

கணேஷ் திடுக்கிட்டு நிமிர்ந்தான்.

''இந்தத் திட்டத்தின் எந்த பகுதியாவது தங்களைச் சங்கடத்தில் ஆழ்த்துகிறதோ?'' கோபால் வினவினார்.

கணேஷ் மறுப்பாய்த் தலையசைத்தான். ''இந்த சமயத்துல வெளியிடற மாதிரி எதுவும் இல்லை, பண்டிட்ஜி.''

மகத நாட்டின் மூத்த இளவரசன் உக்ரசேனனைத் தான் கொன்றுவிட்டதால், மகதத்துடனான கூட்டணிக்கு வாய்ப்பேயில்லாத சூழல் தன்னாலேயே ஒரு வேளை உருவாகியிருந்தால்? கணேஷ் அல்லவா பொறுப்பு? ஒரு அப்பாவித் தாயையும் சேயையும் காக்கும் முயற்சியில்தான் உக்ரசேனனை அவன் கொன்றிருந்தாலும்... அண்ணனைக் கொன்றவன் உண்மையில் யார் என்பதை சூரபத்மன் அறியாமலிருக்க வேண்டுமே என்று மனம் பதைத்தது.

''*தாதா*வும் நானும் இதைப் பத்தி விவாதிச்சிருக்கோம்,'' என்றான் கார்த்திக். ''மகதம் நம்ம பக்கம்தானிருக்கும்னு நாமே தீர்மானிக்கக்கூடாது. அவசியம் ஏற்பட்டால், மகதத்தைப் போர்ல ஜெயிக்க வேண்டியிருக்கும்.''

''அப்படியொரு நிலைமை வராதுன்னு நம்புவோம்,'' சிவன் கணேஷை நோக்கித் திரும்பினார். ''ஆனால், நீ சொல்றதுலயும் அர்த்தம் இருக்கு. மகதத்தோட சண்டையிட வேண்டி வரும் பட்சத்துல, அதுக்கான திட்டங்களையும் நாம தீட்டத்தான் வேணும். இந்த யுத்தத்துல நாம் நகர்த்த வேண்டிய முதல் சில காய்கள்ள இதுவும் ஒண்ணா இருக்கலாம்.''

''அப்படியானால், மகதம் புறப்படுவதற்கான ஏற்பாடுகளில் நான் இறங்கும் நேரம் வந்துவிட்டது,'' என்றார் கோபால்.

''நீங்களும் வர்றீங்களா, பண்டிட்ஜி?'' சிவன் ஆச்சர்யத்துடன் கேட்டார். ''உங்க விசுவாசம் யார் பக்கம்கிறது வெளிப்படையாகிடுமே?''

''மறைந்திருப்பதற்கான காலம் ஒன்றிருந்தது, நண்பரே,'' என்றார் கோபால். ''ஆனால், தீமையை ஒழிக்கும் போராட்டத்திற்கான யுத்தம் ஏறக்குறைய வந்தேவிட்ட நிலையில், நாங்கள் வெளிப்பட வேண்டிய காலமும் வந்துவிட்டது. நாங்கள் யார் பக்கம் என்பதையும் இந்தத் தருணத்தில் வெளிப்படுத்தத்தான் வேண்டும். இந்தப் புனித யுத்தத்தில், ஒதுங்கி நின்று வேடிக்கை பார்ப்போர் எவருமில்லை.''

தங்களுக்கு மிகப்பிரியமான குதிரைகளில், பர்வதேஸ்வரரும் ஆனந்தமயியும் ஒருவருக்கொருவர் கிசுகிசுப்பாய்ப் பேசிக்கொண்டு பயணம் செய்தனர். சற்றே வலது பக்கம் சாய்ந்தவாறு புரவியில் அமர்ந்து வந்தவர், ஆனந்தமயியின் கரத்தைப் பற்றியிருந்தார். யுத்தம் என்று

முடிவாகிவிட்டால், தன் விசுவாசம் மெலூஹாவின் பக்கமே; தன் நாட்டின் சார்பாய்த்தான் போரிட முடியும் என்று அப்போதுதான் அவளிடத்தில் கூறியிருந்தார். ஆனந்தமயியும், தன் பங்கிற்கு, மெலூஹாவை எதிர்ப்பதைத் தவிர தனக்கு வேறு வழியில்லை என்று சொல்லிவிட்டாள்.

''ஏன்னு கூட கேக்கமாட்டீங்களா?'' என்றாள் அவள்.

பர்வதேஸ்வரர் மறுப்பாய்த் தலையசைத்தார். ''தேவையில்லை. நீ யோசிக்கும் விதத்தை நான் அறிவேன்.''

கண்கள் பனிக்க, ஆனந்தமயி தன் கணவனைப் பார்த்தாள்.

''நான் யோசிக்கும் விதத்தை நீ அறிவாய் என்று எனக்கும் தெரியும்,'' என்றார் பர்வதேஸ்வரர். ''நீயும் என்னைக் கேட்கவில்லையே?''

அவரது கரத்தை ஒரு முறை அழுத்திய ஆனந்தமயியின் வதனத்தில் சோகமாய் ஒரு புன்னகைக் கீற்று தோன்றியது.

''இப்போது நாம் என்ன செய்வது?'' பர்வதேஸ்வரர் கேட்டார்.

ஆனந்தமயி மூச்சை ஆழ இழுத்தாள். ''தொடர்ந்து பயணம் செய்வோம்.''

பர்வதேஸ்வரர் மனைவியை வெறித்தார்.

''நம் பாதைகள் அனுமதிக்கும் வரையில்...''

சம்பல் நதியில் மெல்ல, சுகமாய்ப் பயணித்த அந்தக் கப்பலின் சுற்றுச்சுவரில் சாய்ந்து நின்றார் சிவன். கரைகளுக்கப்பால், அடர்ந்த வனப்பகுதிகள் கண்ணுக்குத் தெரிந்தன. சுற்றுப்புறத்தில் பல காத தூரத்திற்கு மனித நடமாட்டம் இருப்பது போலவே தோன்றவில்லை. வாசுதேவர்களின் பலம் வாய்ந்த ஐம்பத்திரண்டு கலம்கொண்ட கப்பற்படையில், தன் பின்னோடு வரும் ஐந்தைப் பார்த்தார். தங்கள் பிரயாணத்திற்குத் தளவாடங்களைச் சேர்த்து அனைத்து ஏற்பாடுகளையும் முடிக்க அவர்களுக்கு இரண்டே மாதங்கள்தான் பிடித்திருந்தன.

''ஆழ்ந்த யோசனை போல் இருக்கிறதே, நண்பரே?'' என்றார் கோபால்.

வாசுதேவர்களின் தலைவரிடத்தில் சிவன் திரும்பினார். ''கொடூரத் தீமைக்கெல்லாம் ஆதாரமே மனிதர்களோட அசாத்திய பேராசைதான். நன்மையிலிருந்து இன்னும் இன்னும்னு நாம் உறிஞ்சிக்கிட்டேயிருக்கிறதுனாலதான், அது தீமையா மாறுது. மூலத்திலேயே, இதைக் கட்டுப்படுத்த நாம

ஒரு வழி கண்டுபிடிச்சிட்டா? மனிதர்கள் பேராசைப்படாம இருப்பாங்கன்னு நாம எதிர்பார்க்கமுடியுமா? இரு நூறு வருஷ வாழ்க்கை நமக்குத் தேவையில்லைன்னு முடிவெடுக்கற மன உறுதி நம்மில எத்தனை பேருக்கு உண்டு? ஆயிரக்கணக்கான வருஷமா நம்ம சமூகத்தின் மேல ஆதிக்கம் செலுத்தி வந்திருக்கிற சோமரஸத்தால நன்மை, தீமை, ரெண்டுமே இருந்திருக்கு; ஒத்துக்கறேன். ஆனா, அது இன்னும் கொஞ்ச காலத்துல காணாம போகப்போறது நிச்சயம். ஆக, உலகத்தோட மொத்தப் பரிணாம வளர்ச்சியைக் கணக்கிட்டா, சோமரஸத்தால் எந்த பெரிய பாதிப்பும் இல்லைங்கிறதுதானே நிஜம்? அதைக் கண்டுபிடிக்காமலே இருந்திருக்கலாமோ, என்னவோ? தொடங்கின இடத்துக்கே மறுபடி வந்து சேரப்போற பட்சத்துல, பயணத்தைத் தொடங்குவானேன்?''

''துவங்கும் இடத்திற்கே வந்து சேராத பயணங்கள் ஏதேனும் இருக்கின்றனவா?''

சிவனின் புருவம் சுருங்கியது. ''நிச்சயமா இருக்கு.''

கோபால் மறுப்பாய்த் தலையசைத்துக்கொண்டார். ''துவங்கிய இடத்திற்கே நீங்கள் வந்து சேரவில்லையென்றால், பயணம் இன்னும் முடியவில்லை என்றுதான் பொருள். அதற்கு ஒரு வாழ்நாள் ஆகலாம்; ஏன், பல வாழ்நாட்கள் கூட கழியலாம். ஆனால், துவங்கிய இடத்தில்தான் உங்கள் பயணம் முடியும். அதுதான் வாழ்க்கையின் நியதி. ஏன், பிரபஞ்சமே இந்த விதிக்குக் கட்டுபட்டேயாகும்: அது முதன்முதலில் பிறந்த, ஆதியும் அந்தமுமற்ற ஒரு மிகப்பெரும் கருங்குழிக்குள் அடங்கி அஸ்தமித்துவிடும். அதே சமயம், அந்த மரணத்தின் மறுபுறம், பிரபஞ்சம் மீண்டும் ஒரு மிகப்பெரும் வெடிப்புடன் துவங்கும். என்றும் முடியாத ஒரு வட்டமாக, பிறப்பும் இறப்பும் தொடர்ந்துகொண்டேயிருக்கும்.''

''இதுக்கெல்லாம் என்னதாங்க அர்த்தம்?''

''மாண்புமிகு நீலகண்டரே, எங்கோ செல்லத்தான் இந்தப் பாதை என்று நம்புகிறோம் அல்லவா? அதைத்தான் மாயை என்கிறோம்.''

''அப்ப நாம் பயணிக்கலையா?''

''இல்லை. விஷயம் நாம் சேருமிடத்திலல்ல; நம் பயணத்தில்தான். இந்த எளிமையான உண்மையைச் சுலபத்தில் புரிந்துகொள்பவர்களால் மட்டும்தான் எல்லை யில்லா பேரின்பத்தை அனுபவிக்கமுடியும்.''

''ஆக, பயணத்தின் முடிவோ, ஏன் பயணத்தின் சாரமோகூட முக்கியமில்லைங்கறீங்க? சோமரஸம் இதை

யெல்லாம் அனுபவிச்சு, ஆயிரக்கணக்கான ஆண்டுகளா நன்மையை செஞ்சிட்டு, பிறகு தீமையைக் கக்கற கொடூர சக்தியா மாறணும். அதுக்கப்புறம், ஒரு நீலகண்டர் பிறந்து வந்து, அதன் பயணத்தை முடிக்கணும். இதை நாம் நம்பறதுன்னு வெச்சுக்கிட்டா, உலகத்தோட பரிணாம வளர்ச்சியோட மொத்த கணக்குல, சோமரஸம் சாதிச்சது ஒண்ணுமேயில்ல.''

''வேறு வழியில் இதை விளக்க முயற்சிக்கிறேன். இந்தியாவில் பெய்யும் மழை குறித்து தங்களுக்குத் தெரியுமல்லவா?''

''தாராளமா. ஒரு சமயம், உங்க விஞ்ஞானிகள்ள ஒருத்தர் எனக்கு அதைப் பத்தி சொல்லியிருக்கார். கடல் நீரை சூரியனின் கிரணங்கள் சூடாக்கி, வெப்பமா மேலே எழும்ப வைக்குது. தண்ணீரின் வெப்பம் மெல்ல எழும்பி, பெரிய பெரிய மேகங்களா மாறி, மழைக்காலக் காற்றோட சக்தியில நிலப்பரப்பின் மேல தள்ளப்படுது. மலைகள்ள முட்டும்போது, இந்த மேகங்கள் இன்னும் மேல உயர்ந்து, மழையா மாறி பூமியில இறங்குது.''

''பிரமாதம். ஆனால், பயணத்தில் பாதியை மட்டுமல்லவா விவரித்திருக்கிறீர்கள்? மழை பூமியில் விழுந்த பிறகு என்ன ஆகிறது?''

கோபால் பேச்சை எங்கு கொண்டு செல்கிறார் என்பது புரிய, சிவனின் முகத்தில் லேசான புன்னகை.

கோபால் தொடர்ந்தார். ''மழை மெல்ல இறங்கி, நதிகளிலும், வாய்க்கால்களிலும் ஓடுகிறது. இறுதியாக, நதிகள், கடலில் சென்று கலக்கின்றன. மழையாக இறங்கும் நீரில் கொஞ்சம் மனிதர்கள், விலங்குகள், செடிகொடிகள் என்று பல உயிரினங்களால் - ஏன், நீர்த்தேவையுள்ள அனைத்தாலும், உயிர் வாழப் பயன்படுத்தப்படுகின்றன. ஆனால், கடைசியில், நம்மால் உபயோகப்படுத்தப்பட்ட நீர் மீண்டும் நதிகளில் கலந்து, கடலைச் சென்று சேர்கிறது. பயணம், எங்கே துவங்கியதோ, அங்கேயே முடிகிறது. இதனால், தண்ணீரின் பயணத்திற்கு அர்த்தமேயில்லை என்றாகிவிடுமா? இந்தப் பயணம் எங்கே துவங்கியதோ அங்கேயேதானே முடிகிறது; இதனால் என்ன பயன் என்று கடல் நினைத்தால், நம் எல்லாரின் கதி என்ன ஆகிறது?''

''செத்து சுண்ணாம்பாயிருவோம்.''

''மிக உண்மை. இப்போது இன்னொன்று சொல்கிறேன்: தண்ணீரின் பயணம் எப்போதும் நன்மையென்றுதானே நினைக்கத் தோன்றுகிறது? ஆனால், சோமரஸமோ, நன்மை, தீமை, இரண்டையுமே சாதித்திருக்கிறது.''

"ம்க்கும்," என்றார் சிவன் சற்றே ஏளனமாக. "உடனே இப்ப சொன்ன எல்லாத்தையும் கலைச்சு என் மூளையைக் குழப்பிவிட்றுவீங்களே?"

கோபாலின் புன்னகை அவருடையதை ஒத்திருந்தது. "மழைகளால் சில சமயம் வெள்ள அபாயமும் உண்டல்லவா? மேலும், எத்தனையோ வியாதிகள் பரவுகின்றனவே? வெள்ளத்தாலும், வியாதிகளினாலும் அவதிப்படுவோரைப் போய்க் கேட்டால், மழையே கொடூரமான சக்தி என்று சொல்லக்கூடும்."

"அபரிமிதமான மழையும் தீமைதான்," சிவன் திருத்தினார்.

"உண்மை." புன்னகையுடன் கோபால் அந்தக் கூற்றை ஒப்புக்கொண்டார். "ஆக, கடலிலிருந்து புறப்பட்டு, மீண்டும் கடலுக்கே வந்து சேரும் நீரின் பயணம், நிலத்தில் வாழ்க்கைப் பயணத்தை இனிதே கடக்க வழி செய்கிறது. அதே போல், சோமரஸத்தின் பயணமும், எத்தனையோ பேருக்கு - தாங்கள் உட்பட - நன்மை விளைவித்திருக்கிறது. தங்களின் கடனே, சோமரஸத்தின் பயணத்தை நிறுத்துவதுதானே? சோமரஸம் என்று ஒன்று வழக்கில் இல்லையென்றால், என்ன செய்திருப்பீர்கள்?"

"எத்தனையோ தோணுது எனக்கு. செய்யறதுக்குக் காரியமா இல்லை? சதியோட சோம்பலா சுத்தலாம். இல்லை, பாட்டும் ஆட்டமுமா வாழ்நாளை ஆனந்தமாக் கழிக்கலாம். அதுவும் அருமையான வாழ்க்கைதான்..."

கோபால் மென்மையாகச் சிரித்தார். "உண்மையைச் சொல்லுங்கள்: சோமரஸம் தங்கள் வாழ்க்கைக்கு அர்த்தம் அளித்திருப்பது நிஜம்தானே?"

சிவன் புன்னகைத்தார். "ஆமா. கொடுத்திருக்குதான்."

"தங்கள் பயணம், என் வாழ்க்கைக்கும் அர்த்தம் அளித்துள்ளது. அடுத்த மகாதேவருக்கு உதவி செய்யமுடியா விட்டால், வாசுதேவர்களின் தலைவனாக இருந்துதான் என்ன பயன்?"

முகமலர்ந்த சிவன், கோபாலின் முதுகைத் தட்டிக்கொடுத்தார்.

"எங்கே சென்று சேர்கிறோம் என்பதைவிட, நாம் செல்லும் பயணம்தான் நம் வாழ்க்கைக்குப் பொருள் கொடுக்கிறது, மாண்புமிகு நீலகண்டரே. நம் பாதைக்கு நாம் உண்மையாகவே இருந்தாலும், நன்மை, தீமை என்று எத்தனையோ பின்விளைவுகள் உண்டு. இதுவே பிரபஞ்சத்தின் வழி."

"அதாவது, என் பயணத்தால் இந்தியாவுக்கு நன்மை ஏற்பட வாய்ப்புண்டு. அதே சமயம், சோமரஸத்துக்கு அடிமையாகியிருக்கறவங்களுக்கு அதுவே கேடுகாலத்தின் மோசமான விளைவாய் இருக்கும். ஒரு வேளை அதுதான் என் பிறவிப்பயனோ, என்னமோ."

"அதே. நாம் விடும் ஒவ்வொரு மூச்சுமே நம் கட்டுப்பாட்டில்தான் உள்ளது என்ற மாயைக்கு நாம் ஒரு நாளும் கட்டுப்படக்கூடாது என்பது பிரபு வாசுதேவரின் வாக்கு. நாம் மூச்சுவிட வைக்கப்படுகிறோம் என்ற எளிய உண்மையை உணர்ந்துகொள்ளவேண்டியது முக்கியம்; நாம் உயிருடன் வைக்கப்பட்டிருப்பதே, நம் வாழ்க்கைப் பயனை நிறைவேற்றத்தான். நம் கடன் தீர்ந்த பிறகு, மூச்சும் தானே நின்று, நாம் அடுத்த கடனை நிறைவேற்றத் தோதாய் பிரபஞ்சம் நம் உடலின் வடிவத்தை மாற்றிவிடும்."

சிவன் புன்னகைத்தார்.

அத்தியாயம் 11

ப்ரங்கர் கூட்டணி

மாபெரும் ப்ரங்க நதியினின்று மதுமதி பிரிந்து பாயும் இடத்திற்கு வந்து சேர்ந்த பர்வதேஸ்வரரின் பரிவாரம், அங்கே நங்கூரம் பாய்ச்சி, பகீரதன் திரும்பி வரக் காத்திருந்தது. கிழக்கே திரும்பி, ப்ரங்காவின் மிகப்பெரும் கிளை நதியான பத்மாவில் பயணித்துக்கொண்டிருந்தது பகீரதனின் கப்பல். ஒரு வாரத்தின் முடிவில், ப்ரங்க இராஜ்யத்தின் தலைநகரான ப்ரங்கரிதையில் கப்பல் நங்கூரமிட்டது.

பகீரதனின் வரவு மன்னர் சந்திரகேதுவிற்குத் தெரிவிக்கப்பட, அயோத்யா இளவரசன் உரிய அரச மரியாதைகளுடன் அரண்மனைக்கு அழைத்து வர அனைத்து ஏற்பாடுகளையும் ப்ரங்க மன்னர் செய்திருந்தார். அரச சபையன்றி, அரசகுடும்பத்தாரின் தனிப்பட்ட அரண்மனை வாழ்விடத்திற்கு பகீரதன் அழைத்துச் செல்லப்பட, ஸ்வத்வீபத்தின் பட்டத்து இளவரசனாக அல்லாமல், தான் ஒரு நண்பனாகவே நடத்தப்படுவது அவனுக்குப் புரிந்தது.

மனைவி, மகள் சகிதம் சந்திரகேது அரண்மனை வாசலில் காத்திருப்பதை பகீரதன் கண்டான். *நமஸ்தே* என்று கைகளைக் குவித்தார் ப்ரங்காவின் அரசர். "அயோத்யாவின் வீர இளவரசே, நலம்தானே?"

பதிலுக்குப் புன்னகையுடன் கரம்குவித்து அவரை வணங்கினான் பகீரதன். "பூரண நலம், அரசே."

வாஞ்சையுடன் தன் மனைவியை நோக்கினார் சந்திரகேது. "இளவரசர் பகீரதரே, இது என் மனைவி, இராணி ஸ்நேஹா."

பகீரதன் ஸ்நேஹாவை நோக்கிக் குனிந்து வணங்கினான். "வணக்கம், தேவி."

அடுத்து, கண்கள் மின்ன தன்னையே பார்த்த ஆறு வயது நிரம்பிய சிறு பெண்ணின் முன்னால், இயற்கையில் மரியாதைப் பண்புகள் மிக நிறைந்த பகீரதன், ஒற்றைக் காலை மண்டியிட்டு உட்கார்ந்தான். "அது சரி, இந்த அழகான பொண்ணு யாரு?"

"என் மகள்," முகமலர்ந்தார் சந்திரகேது. "இளவரசி நவ்யா."

"நமஸ்தே, அம்மணி," என்றான் பகீரதன்.

அம்மாவிற்குப் பின்னால் ஒளிந்த நவ்யா, முகத்தை மறைத்துக்கொண்டாள்.

பகீரதன் முகத்தில் புன்னகை மலர்ந்தது. "நான் உங்கப்பாவோட நண்பன்மா. என்னைப் பார்த்து நீ பயப்பட வேண்டிய அவசியமேயில்லை."

சட்டென்று முகத்தைத் துருத்திக்கொண்டாள் நவ்யா. "உங்ககிட்டேயிருந்து என்னமோ வாடை வருது," கிசுகிசுத்தாள்.

திடுக்கிட்ட பகீரதன் கடகடவென்று சிரித்தான்.

சந்திரகேது சட்டென்று கரம்குவித்தார். "மன்னிக்க வேண்டும், இளவரசே. சில சமயம், என் மகள்... எதையும் போட்டு உடைத்துவிடுவது வழக்கம்."

பொங்கிவந்த சிரிப்பை பகீரதன் அடக்கிக்கொண்டான். "இல்லையில்ல, உண்மையைத்தானே சொல்றா?" நவ்யாவிடம் திரும்பினான். "அம்மணி, மத்தவங்ககிட்ட எப்பவுமே பணிவா, மரியாதையா நடந்துக்கணும்னு எனக்கு சொல்லிக் குடுத்திருக்காங்க. அதுவும் முக்கியம்னு உங்களுக்குத் தோணலியா?"

"மரியாதையாப் பேசறதும், பொய் சொல்றதும் ஒண்ணில்லை," என்றாள் நவ்யா பட்டென்று. "நாம உண்மையைத்தான் பேசணும்னு இராமபிரான் சொல்லியிருக்கார். எப்பவுமே."

"அடேயப்பா." ஆச்சர்யத்தில் புருவம் உயர்த்திய பகீரதன், சந்திரகேதுவிடம் திரும்பினான். "இந்த வயசிலேயே இராமபிரானின் கொள்கைகளைப் பத்திப் பேசறான்னா, பயங்கர அறிவாளி போலருக்கே."

"ஆம், மிகுந்த புத்திசாலி," முகமெங்கும் பெருமிதம் விகசிக்கச் சொன்னார் சந்திரகேது.

வாஞ்சையுடன் நவ்யா பக்கம் திரும்பினான் பகீரதன். "நீ சொல்றதும் சரிதாம்மா. ரொம்ப தூரம், ரொம்ப காலமா பயணம் செஞ்சேன் இல்லையா, அதனால்தான் நாறுது. நல்லா குளிச்சிட்டுத்தான் உன்னை அடுத்து சந்திப்பேன். அடுத்த முறை என்னை பார்க்கறப்ப கண்டிப்பா எந்த வாடையும் வராது - என்ன பந்தயம்?"

சந்திரகேது சிரித்தார். "ஜாக்கிரதை, இளவரசே. எங்கள் நவ்யா இதுவரை எந்தப் பந்தயத்திலும் தோற்றதேயில்லை."

நவ்யா அம்மாவைப் பார்த்துச் சிரித்தாள். "பார்த்தா அப்படி ஒண்ணும் மோசமானவரா தெரியலைம்மா.

ஒரு வேளை அயோத்யா இராஜகுடும்பத்தைச் சேர்ந்த எல்லோரும் மோசமில்லையோ, என்னவோ...''

பகீரதனுக்கு சிரிப்பு மீண்டும் பொத்துக்கோண்டு வந்தது. ''அரசே, மேற்கொண்டு என் மானம் மரியாதையெல்லாம் கப்பலேர்றதுக்கு முன்னால, உங்க அறைகளுக்குப் போயிர்றது உத்தமம்னு நினைக்கறேன்.''

முகமலர்ச்சியுடன் தன் மனைவியை நோக்கித் தலையசைத்த சந்திரகேது, பகீரதனை நோக்கித் திரும்பினார். ''என்னுடன் வாருங்கள், இளவரசே.''

''*பாபா*...'' என்றான் கணேஷ் மெல்ல.

வாசுதேவ-நாகா கப்பற்பரிவாரத்தின் நட்ட நடுவே பயணித்த கலத்திலிருந்த, சிவனின் அறைகளுக்குள் கணேஷ் நுழைந்தான்.

படித்துக்கொண்டிருந்த ஓலைக்கட்டை ஒருபுறம் வைத்த சிவன், நிமிர்ந்தார். ''என்ன விஷயம், மகனே?''

கணேஷ் சற்றே பதற்றத்துடன் காணப்பட்டான். ''உங்ககிட்ட கொஞ்சம் பேசணும்.''

மேஜையினின்று கால்களைத் தூக்கிக்கொண்ட சிவன், தனக்கருகில் இருந்த நாற்காலியைச் சுட்டிக்காட்டினார்.

கணேஷ் மூச்சை இழுத்துவிட்டான். ''*பாபா*, மகத நாடு சம்பந்தமா சில பிரச்சனைகள் தலைதூக்கும் போல தெரியுது.''

சிவனின் முகத்தில் புன்னகை. ''நீ எப்ப அந்த விஷயத்தை எடுக்கப் போறேன்னு காத்துக்கிட்டிருந்தேன்.''

கணேஷின் புருவம் சுருங்கியது. ''உங்களுக்குத் தெரியுமா?''

''உக்ரசேனனைக் கொன்னது ஒரு நாகாதான்னு எனக்குத் தெரியும். அதனால சில பிரச்சனைகள் முளைக்கும்கிறது எனக்குத் தெரியாம இல்லை.''

கணேஷ் மௌனம் சாதித்தான்.

''அது சரி, கொன்னது யார்னு உனக்குத் தெரியுமா? கொலையா இருக்கும் பட்சத்துல, சூரபத்மனுக்கு நம்ம முழு ஆதரவும் தர வேண்டியது முக்கியம். நீதி கிடைக்கும்கிறது மட்டுமில்லாம, மகதம் நம்ம பக்கம் சாய அது அனுகூலமாயும் இருக்கும்.''

கணேஷிடமிருந்து எந்த பதிலும் இல்லை.

சிவனின் முகம் சுணக்கமடைந்தது. ''கணேஷ்?''

''நான்தான் அது,'' கணேஷ் ஒப்புக்கொண்டான்.

சிவனின் கண்கள் அகன்றன. ''சரியாப் போச்சு. அப்ப... விஷயம் கொஞ்சம் சிக்கல்தான்.''

கணேஷ் மௌனத்திற்குள் அடைக்கலம் புகுந்தான்.

''இதுக்குத் தகுந்த காரணம் இருந்துதா?''

''இருந்தது, *பாபா*.''

''என்ன?''

''பண்டைய நாட்கள்ள இருந்து வழக்குல இருந்து வர்ற காளைப் பந்தயத்தை வளர்த்து வர்றதுல சந்திரவம்சி பிரபுக்களுக்கு என்னைக்குமே ஆர்வம் ஆதிகம். காளையை ஓட்ட மெலிசான உடல்வாகுள்ள ஆட்களைத் தேடற வேட்டை, ஒரு கட்டத்துல விவரமறியாத சின்ன பிள்ளைகளை கடத்திக்கிட்டு வந்து, முட்டி மோதற காளைகள் மேல ஏத்தி ஓட்ட வைக்கற அளவுக்குத் தரம் தாழ்ந்து போச்சு. இந்தக் கொடூர விளையாட்டின் பலனா எத்தனையோ சின்னக் குழந்தைகள் கை கால் இழந்து, ஏன், செத்தேகூட போயிருக்காங்க.''

சிவன் கணேஷைப் பார்த்த பார்வையில் அதிர்ச்சி விரவியிருந்தது. ''சின்ன குழந்தைகளை இந்த மாதிரி கொடூரமா சிதைக்கிறவங்க என்ன மாதிரியான மனுஷங்க?''

''உக்ரசேனன் மாதிரியான அரக்கர்கள்தான். ஒரு சின்னப் பையனைக் கடத்த முயற்சி பண்ணப்பதான் அவனைப் பார்த்தேன். பையனோட அம்மா அவனை விட சம்மதிக்காததால, உக்ரசேனனும், அவனுடைய ஆட்களும், அவளைக் கொல்ல முயற்சி செஞ்சாங்க. எனக்கு வேற வழி தெரியலை.''

காளி முன்பு சொன்ன ஒரு விஷயம் சிவனுக்கு நினைவுக்கு வந்தது. ''உனக்கு ரொம்ப மோசமா காயம் பட்டிருந்தது அப்பதானோ?''

''இதனால விஷயம் ரொம்ப சிக்கலாகிடுச்சுன்னா, அதுக்காக நான் மன்னிப்புக் கேட்டுக்கறேன்.''

புன்னகை புரிந்த சிவன், தலையசைத்துக் கொண்டார்.

''என்னாச்சு, *பாபா*?''

''உலகம் இயங்கிற விதமே விசித்திரம்தான்,'' என்றார் சிவன். ''ஒரு அப்பாவித் தாயையும் பிள்ளையையும் அயோக்கிய இளவரசன் கிட்டேயிருந்து நீ காப்பாத்தினே. ஆனா, மகத மக்களோ, தங்களுடைய நாட்டை நாகர்கள் கிட்டேருந்து காப்பாத்தற முயற்சியில உக்ரசேனன் வீரதீரமாப் போரிட்டு மரணமடைஞ்சான்ங்கிற பொய்யை ரொம்ப சாமர்த்தியமா பரப்பிட்டாங்க. அதை மத்தவங்களும் நம்பிட்டாங்க.''

கணேஷ் தோள்களைக் குலுக்கிக்கொண்டான். ''நாகர்களை எப்பவுமே எல்லாரும் இப்படித்தான் நடத்தியிருக்காங்க. பொய்கள் நிக்கறதேயில்ல.''

கூரை உத்திரத்தை சிவன் வெறித்தார்.

''இப்ப நாம என்ன செய்யறது?'' கணேஷ் கேட்டான்.

''புதுசா எதுவுமில்ல. போட்ட திட்டத்தைக் காப்பாத்துவோம். மகதத்துக்கு உண்மையிலேயே ஆதாயம் எந்தத் திசையிலன்னு உணர்ற அளவு சூரபத்மன் சுயநலப் பிறவின்னு நம்புவோம்.''

கணேஷ் தலையசைத்தான்.

''நீயும் காசியிலேயே இரு,'' சிவன் தொடர்ந்தார். ''எங்களோட மகதம் வராதே.''

''சரி, *பாபா*.''

கைவிரல்கள் முஷ்டியாய் இறுக, தனக்குள் பொங்கிப் பிரவகித்த ஆத்திரத்தை சந்திரகேது அடக்க முயன்றார். ப்ரங்காவைத் தலைமுறை தலைமுறையாய் வதைத்துக் கொன்ற கொள்ளை நோய்க்கு ஆதாரமே சோமரஸத்தின் நச்சுதான் என்பதை பகீரதன் அப்போதுதான் அவரிடத்தில் வெளியிட்டிருந்தான்.

''ருத்ரபகவானின் ஆவேசம் அவர்களின் மீது பொழியட்டும்!'' சந்திரகேது சீறினார். ''எங்கள் மக்கள் எத்தனையோ வருடங்களாய் செத்து மடிந்து கொண்டிருக்கையில்; குழந்தைகள் கொடூர வியாதிகளின் பிடியில் சிக்கி மறுகுகையில்; எங்கள் முதியோர் தாளமுடியாத வேதனையில் துடிக்கையில், அந்த மேல்தட்டு மெலூஹர்கள் மட்டும் சொகுசாய், இருநூறு வருடமாய் ஆனந்த வாழ்க்கை வாழ்ந்துகொண்டிருந்தார்களோ?''

நியாயமான அவரது கோபாவேசம் முழுதும் பொங்கி அடங்கட்டும் என பகீரதன் அமைதி காத்தான்.

''பிரபு நீலகண்டர் என்ன சொல்கிறார்? நாம் எப்போது தாக்குதலைத் தொடங்குவது?''

''நான் சொல்லியனுப்பறேன், அரசே,'' என்றான் பகீரதன். ''கூடிய சீக்கிரத்துல - மிஞ்சிப் போனா, இன்னும் ஒரு சில மாசங்கள்தான். உங்க படைகளையெல்லாம் பயிற்சி குடுத்துத் தயார் நிலையில வெச்சிருங்க.''

''இராணுவத்தை மட்டுமா? இந்த தேசத்தில் வாழும் ஒவ்வொரு ப்ரங்கனும் போர்ப்பயிற்சி பெற்று, தயாராய் நிற்பான். இது யுத்தம் மட்டுமல்ல; மிகப்பெரும்

பழிவாங்கும் படலத்தில் இறங்க எங்களுக்கு வாய்த்திருக்கும் அருமையான சந்தர்ப்பம்.''

''ப்ரங்கரிதை துறைமுகத்துல, என் கப்பற்படை வீரர்கள், நாகர்கள் மற்றும் பரசுராமன் கிட்டேருந்து சில பரிசுகளை இறக்கிக்கிட்டிருக்காங்க. நீலகண்டர் வாக்குக் குடுத்தபடி, நாகர் மருந்தைத் தயாரிக்கிறதுக்கான கருப்பொருட்கள் அத்தனையும் உங்ககிட்ட வந்து சேர்ந்தாச்சு. மருந்தை இங்கேயே தயாரிக்கிற முறையைச் சொல்லிக்குடுக்க ஒரு நாகா விஞ்ஞானியும் உங்களோட தங்கியிருக்கப்போறார். இந்த மருந்துக்கான கருப்பொருட்களும், உங்க நாட்டுல ஏற்கனவே மலிஞ்சிருக்கற மூலிகைச் செடிகளுமாய்ச் சேர்ந்து, அடுத்த மூணு வருஷத்துக்கு உங்களுக்கு நாகா மருந்துக்குக் குறைவில்லாம செய்திடும்னு நினைக்கறேன்.''

சந்திரகேதுவின் முகத்தில் லேசான புன்னகை. ''பிரபு நீலகண்டர் தன் வாக்கைக் காப்பாற்றிவிட்டார். இராமபிரானுக்குத் தகுந்த வாரிசுதான்.''

''அதுல சந்தேகமேயில்ல.''

''ஆனால், இவ்வளவு மருந்துகள் எங்களுக்குத் தேவைப்படும் என்று தோன்றவில்லை. அயோத்யாவும் ப்ரங்காவும் கூட்டு சேர்ந்தால், மகதத்தின் வீழ்ச்சியை நமது பெரும்படை பலத்தால் மூன்று வருடங்களுக்குள் சாதித்துவிட முடியாதா என்ன? சோமரஸத் தயாரிப்பை நிறுத்தி, இமய மலையில் இருக்கும் நச்சு ஆலையையும் தகர்த்துவிடுவோம். சோமரஸ விஷம் ப்ரம்மபுத்ராவை நஞ்சாக்குவது நின்றுவிட்டால், கொள்ளை நோயும் அழிந்து விடும்; மருந்துகளுக்கான தேவையும் அற்றுப்போய்விடும்.''

சற்றே தயங்கிய பகீரதனின் கண்கள் சிறுத்தன.

''என்னாயிற்று, இளவரசே?''

''இந்த யுத்தத்தைப் பொறுத்தவரை, அயோத்யா நம் பக்கம் இருக்காதுன்னு தெரிவிச்சுக்க வேண்டியிருக்கு, அரசே.''

''என்ன? அயோத்யா மெலூஹாவின் பக்கம் என்றா சொல்கிறீர்கள்?''

''ஆமா. மறைச்சு என்ன பயன்? அவங்க ஏற்கனவே மெலூஹாவோட கூட்டு சேர்ந்தாச்சு.''

''அப்படியென்றால் ஏன்...''

''ஏன் என் சொந்த அப்பாவையும், நாட்டையும் எதிர்த்துக் கிட்டு இருக்கேன்? அதானே?'' அவரது கேள்வியை பகீரதனே முடித்தான்.

''ஆம். ஏன்?''

''என் பிரபு, மாண்புமிகு நீலகண்டரை முழுமனதாகப் பின்பற்றுபவன், நான். அவர் வழியே உண்மையானது. என் மக்களையே எதிர்த்துக்கறதா இருந்தாலும், அவர் வகுத்த பாதையிலதான் நான் நடப்பேன்.''

எழுந்து நின்ற சந்திரகேது, பகீரதனைத் தாழ்மையாக வணங்கினார். ''தர்மமும் நியாயமும் ஜெயிக்கும் பொருட்டு, தன்னைச் சேர்ந்தவர்களையே பகைத்துக்கொள்வதென்பது, மிக உயர்ந்த பண்பின் வெளிப்பாடு. என்னைப் பொறுத்த வரை, ப்ரங்கர்களுக்கு நியாயம் கிடைக்கவே தாங்கள் போராடுகிறீர்கள். தங்கள் செய்கையை மறக்கமாட்டேன், இளவரசர் பகீரதரே.''

பேச்சுவார்த்தை பயணித்த பாதையை எண்ணி மெத்த சந்தோஷமடைந்த பகீரதனின் முகம் மலர்ந்தது. சிவன் தனக்கிட்ட பணியைச் செவ்வனே செய்து முடித்ததுமல்லாமல், ஏராளமான பொருட்செல்வத்தில் மிதந்துகொண்டிருந்த ப்ரங்க மன்னரின் தனிப்பட்ட விசுவாசத்தையுமல்லவா அடைந்துவிட்டோம்? அயோத்யாவின் சிம்மாசனத்தை நோக்கிக் காய் நகர்த்த வேண்டிய தருணம் நெருங்கும்போது, இந்தக் கூட்டணி நிச்சயம் பயன்படும். சந்திரகேதுவின் மென்மையான மனமும், சட்டென்று உணர்ச்சிவயப்படும் சுபாவம் குறித்தும் அவன் முன்னமே கேள்விப்பட்டிருந்தவன், குருதி சேர்த்து இந்தக் கூட்டணியை உறுதிபடுத்துவது என்று முடிவெடுத்தான்.

தன் கத்தியை உருவியவன், உள்ளங்கையை சரக்கென்று கிழித்து, மன்னரை நோக்கி உயர்த்தினான். ''என் இரத்தம் உன் நாளங்களில் பாயட்டும், சகோதரா.''

உடனடியாகத் தன் கத்தியை உருவி, உள்ளங்கையை சீய்த்துக்கொண்ட சந்திரகேதுவின் கண்கள் பனித்திருந்தன. ''என் இரத்தம் உன் நாளங்களில் பாயட்டும்,'' என்றபடி, பகீரதனின் இரத்தம் தோய்ந்த உள்ளங்கையுடன் தன்னுடையதை இணைத்தார்.

வாசுதேவ-நாக கப்பற்படையின் முன்னணிக் கலத்தின் பின்பகுதியில் அமர்ந்திருந்த ப்ரஹஸ்பதி, நந்தி மற்றும் பரசுராமன் ஆகியோரின் கண்களுக்கு, பின்னால் வந்த மரக்கலத்தில் வாள்பயிற்சி செய்துகொண்டிருந்த கணேஷ் மற்றும் கார்த்திக்கின் உருவங்கள் லேசாய்த் தெரிந்தன. இதற்கும் பின்னால், சற்றே உயரமான தளத்தில் சிவன், சதியுடன் அமர்ந்திருந்தார்.

அலைபாய்ந்துகொண்டிருந்த ப்ரஹஸ்பதியின் உணர்ச்சி மயமான எண்ணங்களில் இயலாமையும், விரக்தியும் கசந்து வழிந்தன. ''என் பணிக்கு ஒரு தலைவர் கிடைத்திருக்கலாம் - ஆனால், நான் ஒரு நண்பனை இழந்துவிட்டேன்.''

நந்தி, ப்ரஹஸ்பதியை நோக்கித் திரும்பினார். ''அது சரியல்ல, ப்ரஹஸ்பதிஜி. நீலகண்டப் பெருமானுக்கு இன்னமும் தங்கள் மீது பிரியம் உள்ளது.''

புருவம் உயர்த்திய ப்ரஹஸ்பதியின் முகத்தில் லேசான புன்னகை. ''பொய் சொல்வது உமது சுபாவத்திற்குப் பொருந்தவில்லை, நந்தி.''

நந்தி லேசாய்ச் சிரித்தார். ''உமக்கு மனம் சமாதானமடையு மென்றால், இதையும் சொல்கிறேன்: நீர் இறந்துவிட்டதாய் நினைத்தபோது, சிவபெருமான் பெரும் மனவருத்தத்தில் தவித்தார் என்பது உண்மை. நீங்கள் எப்போதும் அவரது நினைவில் இருந்து வந்தீர்கள்.''

''அதை நான் ஒருக்காலும் மறுக்கவில்லை,'' என்றார் ப்ரஹஸ்பதி. ''ஆனால், எதற்காக இவ்வளவையும் செய்தேன் என்பதை அவர் புரிந்துகொண்டதாகத் தோன்றவில்லை.''

''உண்மையைச் சொன்னால், எனக்கும்தான் புரியவில்லை,'' நந்தி ஒப்புக்கொண்டார். ''பொய்யான உம்முடைய மரணம் பற்றிய செய்தியை பரப்ப வேண்டி யிருந்தது முக்கியம்தான்; அது எனக்குப் புரிகிறது. ஆனால், சிவபெருமானிடத்திலாவது நீங்கள் உண்மையைச் சொல்லியிருக்க வேண்டும்.''

''முடிந்திருக்காது,'' என்றார் ப்ரஹஸ்பதி. ''என் மிகப்பெரும் பகைவரான சக்ரவர்த்தி தக்ஷரின் மாப்பிள்ளை, சிவன். நான் உயிருடன் இருந்தது மட்டும் தக்ஷருக்குத் தெரிந்திருந்தால், என்னைக் கொல்ல உடனடியாக ஆட்களை அனுப்பியிருப்பார். நான் உத்தேசித்திருந்த பரிசோதனை களைச் செய்துமுடிக்கக்கூட எனக்கு நேரமிருந்தி ருக்காது. என்னைப் பற்றிய உண்மையை தக்ஷரிடத்தில் சொல்லாமலிருக்கும் அளவு அவருக்கு என் மீது நம்பிக்கை இருந்ததா என்று என்னால் சொல்லமுடியவில்லை.''

''அவர் உங்களை மன்னிச்சிட்டார்,'' பரசுராமன் சமாதானம் செய்ய முயன்றான். ''நம்புங்க; நிச்சயமா மன்னிச்சிட்டார்.''

''அவர் என்னை மன்னித்திருக்கலாம் ஆனால், நான் செய்த செயலுக்கான காரண காரியங்களைச் சரியாகப் புரிந்துகொண்டாரா என்று தெரியவில்லை,'' ப்ரஹஸ்பதி பதில் சொன்னார். ''என் நண்பனை மீண்டும் அடையும் காலம் வரவேண்டுமே என்று தவம் செய்துகொண்டிருக்கிறேன்.''

''வரும், நடக்கும்,'' என்றான் பரசுராமன். ''இந்த சோமரஸத்தை முழுக்க ஒழிச்சாச்சுன்னா, நாம எல்லாரும் பிரபுவோட சேர்ந்து கைலாய மலைக்குப் போய்க் கடைசி வரைக்கும் ஆனந்தமா வாழ்ந்து காலத்தைப் போக்கிடலாம்.''

நந்தியின் முகத்தில் புன்னகை. ''கைலாய மலை நீங்கள் நினைப்பது போல் அணுக்கமான, அமைதியான வாழ்விடம் இல்லை, பரசுராமா. நேரிலேயே சென்று பார்த்தவன் என்ற முறையில் சொல்கிறேன்; நம்புங்கள். அது ஒன்றும் செல்வச்செழிப்பு மலிந்துகிடக்கும் சொர்க்கபூமியல்ல.''

''சிவபெருமானோட பாதங்கள்ள நாம இருக்கக்கூடிய எந்த இடமும் சொர்க்கம்தான்.''

''கண்கள்ள மை இட்டிருக்கியா, என்ன?'' சிவன் அதிசயித்தார்.

சற்றே உயர்மட்டத்திலிருந்த அந்தத் தனிமையான தளத்தில், சாய்வு நாற்காலியில் அமர்ந்தவாறு, வாட்கள் சகிதம் தன் மக்கள் போர்ப்பயிற்சி செய்வதை ஆனந்தமாய்க் கண்டுகளித்துக்கொண்டிருந்தார், சிவன். அந்த நிமிடத்தின் சந்தோஷத்தில் தன்னைப் பறிகொடுத்தவளாய், சதியும் அவர்மீது சாய்ந்து அமர்ந்திருந்தாள்.

தன்னை அலங்கரித்துக்கொள்ள ஒப்பனையைச் சதி கையாண்டு சிவன் அதிகம் பார்த்ததில்லை. அழகுப் பூச்சு அணுவளவும் தேவையற்ற அதிசுந்தர, உலகில் ஈடு இணையற்ற அபூர்வ அழகல்லவா, அவளுடையது?

சற்றே வெட்கப் புன்னகையுடன் சதி சிவனை ஏறிட்டாள். சூர்யவம்சிகளின் இறுக்கமான கோட்பாடுகளுக்குக் கட்டுப்பட்டே வளர்ந்தவள், சமீப காலமாய் சந்திரவம்சி, அதிலும் குறிப்பாய் ஆனந்தமயியின் ஆளுமைக்கு லேசாய்ச் சாய, புற அழகு தரும் சந்தோஷத்தை - அதிலும், தான் விரும்பும் ஆணின் கிறங்கிய கண்கள் வெளிப்படுத்தும் பாராட்டை - இப்பொழுதுதான் இனம் காணத் தொடங்கி யிருந்தாள். ''ஆமா. நீங்க கவனிக்கலைன்னு நினைச்சேன்.''

ஏற்கனவே அகன்று, விரிந்த, சேல் போன்ற அவளது விழிகளின் வனப்பை மை அதிகரிக்க, வெட்கப்புன்னகையால் அவளது கன்னங்கள் குழிந்தன.

''அடேயப்பா.'' எப்போதும் போல், சிவன் மெய்ம்மறந்தார். ''பிரமாதமாத்தான் இருக்கு...''

மெல்லச் சிரித்தவாறு எழுந்த சதி, சிவனின் முகத்தருகே வந்து மென்மையாய் முத்தமிட்டாள்.

முன்தளத்திலோ, கணேஷும் கார்த்திக்கும் தீவிர சண்டையில் இறங்கியிருந்தனர். அவர்களது இப்பொழுதைய பயிற்சி முறைப்படி, மரவாட்களாலல்லாமல், நிஜ ஆயுதங்களைக் கொண்டு போரிட்டனர். ஆழமான காயமேற்படும் ஆபத்து எப்போதும் இருந்தால்தான், மனம் குவிந்து, தங்கள் பயிற்சி உண்மையில் மெருகேறும் என்பது அவர்களது எண்ணம். கொலைவீச்சுக்கு ஒரு கணம் முன்பு நிறுத்தி, அடுத்தவர் கோட்டைவிட்டது எங்கே என்று விளக்கிக் காட்டுவது அவர்களது வழக்கம்.

தன் சிறிய உருவைச் சாதகமாய்ப் பயன்படுத்திக்கொண்டு, கணேஷிற்கு மிக அருகில் நெருங்கிய கார்த்திக், அண்ணனால், சுலபத்தில் வாளை வீசமுடியாதபடி முடக்கினான். ஓரடி பின்வாங்கிய கணேஷ், தன்னைக் காத்துக்கொள்ளக் கேடயத்தைக் கீழிறக்கி, கார்த்திக்கின் தோளுக்கு சற்று மேலே அதை நிறுத்தினான்.

''என் கேடயத்துல கத்தி பொருத்தியிருக்கு, கார்த்திக்,'' பொறியை கணேஷ் அழுத்த, கத்தி சரக்கென்று கேடயத்தினின்று வெளிவந்தது. ''இந்த சுற்றுல ஜெயிச்சது நான்தான். முன்னாடியே உன்கிட்ட சொல்லியிருக்கேன்: ரெட்டை வாளோட போரிடறதுல ஆவேசமும் ஆக்ரோஷமும்தான் அதிகம். நீ அவசியம் கேடயத்தைப் பயன்படுத்தணும். தேவையில்லாம நான் உள்ளே நுழைய இடம் விட்டுட்டே, பார்த்தியா?''

''இல்லை, *தாதா*,'' கார்த்திக்கின் முகத்தில் புன்னகை. ''இந்த சுற்று எனக்குத்தான். வெட்டும் என்னுதுதான். கீழே பாருங்க.''

மார்பின் மீது உலோகத்தின் மெல்லிய தீண்டல் உறைக்க, கணேஷின் பார்வை தாழ்ந்தது. கணேஷை நோக்கி நீளுமாறு தன் இடக்கை வாளை கார்த்தி மாற்றிப் பிடித்திருக்க, பிடியிலிருந்து ஒரு சிறிய கத்தி நீண்டது. பாதுகாப்பின்றி வலப்பக்க விலாவை கணேஷின் தாக்குதலுக்கு உட்படுத்துவது போல் பாவனை செய்து, அதே கணத்தில் வாளைத் திருப்பி, கத்தியை வெளியேற்றி, அதை நெருக்கத்திலும் கொண்டு வந்துவிட்டான். சிவனின் மூத்த மகனோ, இடப்பக்க வாளையே கார்த்திக் சண்டையில் பயன்படுத்தவில்லையென்று தவறாய்க் கணக்கிட்டிருந்தான்.

''பூமிதேவியே!'' தம்பியின் அசகாயசூரத்தனம் கண்டு வாய்பிளக்காத குறையாய், கண்கள் விரிய கணேஷ் அவனைப் பார்த்தான். ''எப்படித்தான் இதைச் செஞ்சே?''

மேல்தளத்திலிருந்து இவையெல்லாவற்றையுமே கவனித்துக்கொண்டிருந்த சிவனும், சதியிடமிருந்து விலகி, கார்த்திக்கின் சாமர்த்தியத்தை மிக மெச்சினார். ''பிரமாதம், கார்த்திக்!''

ஆத்திரம் தெறிக்கும் கண்களின் தாக்கத்தைத் தன்மீது சட்டென உணர்ந்த சிவன், உடனடியாக சதியின் பக்கம் திரும்பினார். மூச்சைக் கஷ்டப்பட்டு அடக்கிக்கொண்டவாறு, உதடுகள் இன்னமும் குவிந்திருக்க, சதி கணவனை முறைத்துக்கொண்டிருந்தாள்.

''ஐயையோ, மன்னிச்சிடு, தயவு செஞ்சு மன்னிச்சிடு,'' மீண்டும் அவளை அருகில் இழுத்து, முத்தமிட முயன்றார் சிவன்.

பொய்யான எரிச்சலுடன் அவரது முகத்தை சதி பிடித்துத் தள்ளினாள். ''சமயம் கடந்து போச்சு...''

''என்னை மன்னிச்சுரும்மா. அது என்னன்னா, கார்த்திக் ரொம்ப பிரமாதமா...''

''அதானே,'' தலையசைத்து, புன்னகையுடன் சதி முணுமுணுத்தாள்.

''இனிமே இப்படி நடக்காது...''

''நடக்காம பார்த்துக்கணும்...''

''மன்னிச்சிடு...''

மீண்டும் தலையைக் குலுக்கிக்கொண்ட சதி, சிவனின் மார்பில் சாய்ந்துகொண்டாள். அவளை அவர் அருகில் இழுத்துக்கொண்டார். ''மை ரொம்பப் பிரமாதம். முன்னைவிட இன்னும் அழகாய் நீ மாற சாத்தியமேயில்லைன்னு நினைச்சேன்.''

அவரை நிமிர்ந்து பார்த்து கண்களை உருட்டியவள், லேசாய் மார்பில் தட்டினாள். ''இப்ப சொல்லுங்க. எப்பவும், எல்லாமே தாமதம்தான்.''

அத்தியாயம் 12

கலங்கிய நீர்

''எப்படியிருந்தது?'' என்றாள் ஆனந்தமயி.

ப்ரங்க நதியினின்று பத்மா பிரிந்து செல்லுமிடத்தில் சரியாக நங்கூரமிட்டிருந்த பர்வதேஸ்வரரின் மரக்கலத்தை நோக்கி பகீரதன் பயணித்து வந்திருந்தான். கப்பலின் நங்கூரத்தை ஏற்றி, மேற்கொண்டு பயணம் செய்வதற்கான ஏற்பாடுகளில் கப்பல் கலபதி முனைந்திருந்தான். ப்ரங்காவிலிருந்து செய்தியை ஆவலுடன் எதிர்பார்த்து, பர்வதேஸ்வரர், ஆனந்தமயி மற்றும் ஆயுர்வதி, பகீரதனுக்காகப் பின்தளத்தில் காத்திருந்தனர்.

பர்வதேஸ்வரர் மற்றும் ஆயுர்வதியை ஒரே ஒரு முறை நிமிர்ந்து பார்த்த பகீரதன், ஆனந்தமயி பக்கம் திரும்பினான். ''வேறெப்படி?''

''அவரிடம் எல்லாவற்றையும் சொல்லிவிட்டீர்களா?'' ஆயுர்வதி கேட்டாள்.

''நீலகண்டர் கொடுத்த கட்டளையே அதுதானே?'' பகீரதன் பதில் சொன்னான்.

நீண்ட மூச்சை இழுத்துவிட்ட பர்வதேஸ்வரர், நகர்ந்து சென்றார். அவரை ஒரு முறை பார்த்த ஆனந்தமயி, திரும்பினாள். ''ப்ரங்காவின் பதில் என்ன, பகீரதா?''

''மெலூஹர்கள் பல வருஷம் வாழலாம்கிறதுக்காக தன் மக்கள் கொடூரமான கொள்ளை நோயால இத்தனை வருஷம் அவதிப்பட்டதை நினைச்சு அவருக்குக் கடுங்கோவம்.''

''அதே சமயம், மெலூஹர்களுக்கு இவ்விஷயம் தெரியாது என்பதையும் அவரிடம் தெரிவித்துவிட்டீர்கள் என்று நம்புகிறேன்,'' என்றாள் ஆயுர்வதி. ''ப்ரங்காவில் சோமரஸத்தால் இத்தகைய கொடும் விளைவுகள் ஏற்படும் என்று மட்டும் நாங்கள் அறிந்திருந்தால், நிச்சயம் அதைப் பயன்படுத்தியிருக்கமாட்டோம்.''

அவளை நோக்கி அவநம்பிக்கை நிறைந்த பார்வை ஒன்றை பகீரதன் வீசினான். ''தங்களுடைய போதைப்பழக்கத்தோட விளைவால எவ்வளவு கேடு விளைஞ்சிருக்குன்னு பல மெலூஹர்களுக்கு தெரியாதுன்னு நான் சொல்லத்தான்

சொன்னேன்,'' என்றவனின் குரலில் இகழ்ச்சி நிரம்பி வழிந்தது. ''என்ன விசித்திரம்! இதனாலெல்லாம் மன்னர் சந்திரகேதுவோட கோவம் தணிஞ்ச மாதிரி தெரியலை.''

ஆயுர்வதி மௌனமானாள்.

''கொஞ்ச நேரம் உன் தர்மநியாய மண்ணாங்கட்டியை யெல்லாம் கழட்டி வெச்சுட்டு, ப்ரங்காவுல அடுத்து என்ன நடக்கப்போகுதுன்னு சொல்றியா?'' என்றாள் ஆனந்தமயி எரிச்சலுடன்.

''இப்போதைக்கு, தன் மக்களுக்குத் தேவையான மருந்தைத் தயாரிக்கிறதுல மன்னர் சந்திரகேது கவனம் செலுத்தப்போறார்,'' என்றான் பகீரதன். ''அதே சமயம், போருக்கான ஆயத்தங்களையும் இப்பவே முடுக்கிவிட்டாச்சு. பிரபு நீலகண்டரின் கட்டளை எதுவாயிருந்தாலும், அதை நிறைவேத்த மூணு மாசத்துல தயாரா இருப்பார்.''

சற்று தூரத்தில் நின்ற பர்வதேஸ்வரரை ஆதுரமும் விரக்தியுமாய்ப் பார்த்த ஆயுர்வதியின் கண்களில் கண்ணீர் தளும்பியது. தூய்மையான அவரது உள்ளத்தில் சுழன்று கனன்ற போராட்டத்தை அவள் அறிவாள். ஏனென்றால், அவளது உள்ளமும் கனத்துக் கிடந்தது.

— ⋆ —

''பிரபுவே,'' சக்ரவர்த்தி திலீபரின் அறைகளுக்குள் நுழைந்தார், அயோத்யாவின் பிரதம மந்திரி ஸ்யமந்தகர். ''மகரிஷி ப்ருகு இங்கு வருகை புரிய இருப்பதாக தற்போதுதான் செய்தி கிடைத்தது.''

''பிரபு ப்ருகுவா?'' திலீபரின் முகத்தில் ஆச்சர்யம். ''இங்கேயா?''

''முன்னணிப் படகு இப்போதுதான் வந்து சேர்ந்தது, அரசே,'' என்றார் ஸ்யமந்தகர். ''பிரபு ப்ருகு அநேகமாய் நாளையே இங்கு வந்து சேர்ந்துவிடக்கூடும்.''

''ஏன் எனக்கு செய்தி முன்னமேயே வரவில்லை?''

''எனக்கே இப்போதுதான் தெரியும், அரசே.''

''மெலூஹா இவ்விதம் நடந்துகொள்ளத் தகுமா? பிரபு ப்ருகுவை இங்கனுப்பும் முன், நமக்கு நிச்சயம் செய்தியனுப்பியிருக்க வேண்டும்.''

''மெலூஹாவைக் குறித்து நான் சொல்ல என்ன இருக்கிறது, அரசே? அவர்கள் எப்போதுமே இப்படித்தான். மட்டம் தட்டும் எண்ணம் அதிகம்.''

முகத்தைக் கைகளால் துடைத்துக்கொண்ட திலீபரின் கரங்கள் பதற்றத்தில் நடுங்கின. ''கப்பல் கட்டுமானத்

தளத்திலிருந்து ஏதேனும் செய்தியுண்டா? நம் மரக்கலங்கள் முற்றுப்பெறும் தறுவாயில் இருக்கின்றனவா?''

ஸ்யமந்தகர் சற்று கவலையுடன் மிடறு விழுங்கினார். ''இல்லை, அரசே. அதாவது, நடைபாதையில் வாழ்வோரின் பிரச்சனையில் தாங்கள் என்னைக் கவனம் செலுத்தச் சொல்லியிருந்ததால்...''

''உங்களை என்ன செய்ய சொன்னேன் என்பது எனக்கு நன்கு தெரியும்! ஆம், இல்லை என்று ஒரே வார்த்தையில் கேட்ட கேள்விக்கு பதில்!''

''மன்னிக்கவேண்டும், அரசே. கப்பல்கள் முடிவடையும் தறுவாய்க்கு வரவே இன்னும் பல காலம் ஆகும்.''

''எப்போதுதான் வேலை முடியும்?''

''இப்போது செய்துகொண்டிருக்கும் பணிகளனைத்தையும் தள்ளிவைத்து இதே காரியமாய் இருந்தால், இன்னும் ஆறிலிருந்து ஒன்பது மாதங்களுக்குள் முடிவடைந்துவிடும்.''

நிம்மதியில் திலீபருக்கு மூச்சு சற்றே நிதானமடைந்தது. ''நிலைமை அவ்வளவு மோசமில்லை. அடுத்த ஒன்பது மாதங்களுக்குள் எதுவும் நடந்துவிட வாய்ப்பில்லை.''

''இல்லை, அரசே.''

அயோத்யாவில் மரக்கலக் கட்டுமானக் கொட்டாரத்தில், மகரிஷி ப்ருகு சகிதம் நின்றிருந்தார் சக்ரவர்த்தி திலீபர். சற்று தூரத்தில் நின்றார் மெலூஹ படைத் தலைவர், ப்ரஸன்ஜித்.

வந்திறங்கியவுடன் அளிக்கப்பட்ட விருந்தோம்பல் உப சாரங்களை மறுதளித்த ப்ருகு, நேரே கப்பல் கட்டுமிடத்திற்கு வந்துவிட்டிருந்தார். அவரை எதிர்கொண்டழைத்த திலீபர், பதற்றமும் நடுக்கமுமாய், அமைச்சர்களும் அரசு அதிகாரிகளும் புடைசூழ, பின்தொடர்ந்திருந்தார். ப்ருகுவின் கோபம் தன்னையே எரித்துவிடக்கூடும் என்பதையும் எதிர்பார்த்து, ஸ்யமந்தகர் மற்றும் பிற அதிகாரிகளைச் சற்று தூரத்திலேயே நிறுத்திவைத்தார்.

''அரசே,'' ஆத்திரத்தை மிகப் பிரயத்தனம் செய்து கட்டுப்படுத்த முயன்ற ப்ருகு, மெல்ல ஆரம்பித்தார். ''கப்பல்கள் தயாராக இருக்கும் என்று வாக்குறுதி அளித்தீர்கள்.''

''தெரியும், பிரபு,'' என்றார் திலீபர் மெல்ல. ''ஆனால், உண்மையில், ஒரு சில மாதத் தாமதத்தால் நமக்கு எந்த பாதிப்பும் இருக்கப்போவதில்லை. பஞ்சவடியை நாம்

தாக்குதலுக்குட்படுத்தி பல மாதங்கள் கடந்துவிட்டன. நீலகண்டரைப் பற்றி இதுவரை எந்தத் தகவலும் இல்லை. நாம் வெற்றியடைந்துவிட்டோம் என்றுதான் நினைக்கிறேன். இந்த விஷயத்தில் தேவையின்றி பதற்றமடைகிறோம் என்பதே என் ஊகம். போருக்கான சாத்தியக்கூறுகள் வரவர குறைந்துகொண்டே வருவதாகத்தான் எனக்குத் தோன்றுகிறது.''

ப்ருகு திலீபரை நோக்கித் திரும்பினார். ''யோசனை செய்வதையெல்லாம் என்னிடம் விட்டுவிடலாமே, அரசே?''

திலீபர் உடனடியாக மௌனமானார்.

''வர்த்தகக் கப்பல்களையெல்லாம் கையகப்படுத்தி, போருக்கு ஆயத்தமாக்கும் யோசனை தங்களுடையது தானே?''

''என் ஆலோசனைதான், பிரபு,'' என்றார் திலீபர்.

''கங்கையில் கப்பல் போர்களில் ஈடுபடுவதற்கான வாய்ப்புக்கள் குறைவு என்று நான் கூறினேன். அவ்வாறு நடக்கக்கூடிய யுத்தத்திற்கு சாதாரண பயணக் கப்பல்களே போதும் என்றும், அதற்குத் தங்கள் வர்த்தக மரக்கலங்களே யதேஷ்டம் என்றும் சொன்னேன்.''

''சொன்னீர்கள், பிரபு.''

''ஆயினும், நதியின்மீது யுத்தம் நடக்கச் சாத்தியக்கூறுகள் இருக்குமென்றால், அவற்றை சமாளிக்க போர்க்கப்பல்கள் தயார் நிலையில் இருந்தால் நல்லது என்ற கருத்தைத் தாங்களே முன்வைத்தீர்கள்.''

''ஆம், பிரபு.''

''நானும் சம்மதித்தேன் - ஒரே ஒரு நிபந்தனையின் பேரில்: போர்க்கப்பல்கள் ஆறே மாதங்களில் தயாராகிவிடும் என்ற உத்தரவாதத்தில்தான். உண்மைதானே?''

''ஆம், பிரபு.''

''இப்போதோ, ஏழு மாதங்கள் கழிந்துவிட்டன. வர்த்தகக் கப்பல்களை வரவழைத்து, அங்கம் அங்கமாய்ப் பிரித்துவிட்டீர்களேயொழிய, இன்னும் போருக்கென அவற்றை ஆயத்தம் செய்யவில்லை. ஆக, இப்பொழுது, ஏழு மாதங்களும் முடிவடைந்துவிட்ட நிலையில், நம்மிடம் போர்க்கப்பல்கள் இல்லாதது மட்டுமல்ல; வர்த்தக-வியாபாரத்திற்கான மரக்கலங்களும் இல்லை.''

''நிலைமை சொல்லிக்கொள்ளும்படியாக இல்லை என்பதை நானுமறிவேன், பிரபு,'' புருவத்தைத் தேய்த்தபடி திலீபர் பதிலளித்தார். ''ஆனால், இங்கே நடைபாதையில் வாழ்வோர் திடீரென்று உண்ணாவிரதப் போராட்டத்தில் இறங்கிவிட்டனர்.''

குழப்பம் மிகுந்த ப்ருகு, கையாலாகாத எரிச்சலுடன் கைகளை உயர்த்தினார். "அதற்கும், கப்பல்களுக்கும் என்னதான் சம்பந்தம்?"

"பிரபுவே," திலீபர் பொறுமையாகவே பதிலளித்தார். "இயற்கையாய் என்னுடன் பிறந்த பெருந்தன்மையினால், அயோத்யாவில் இனி எவருமே கூரையின்றி வாழக்கூடாது என்று பெரிய மனது செய்து கட்டளையிட்டிருந்தேன். இந்த மிகப்பெரும் பணி, உள்நாட்டு விவகாரங்களைச் சீரமைக்கும் இராஜ்ய சபைக்கு ஒதுக்கப்பட்டிருந்ததா? இதே சபைதான் அனைவருக்கும் வீடு ஒதுக்கும் பணி, மற்றும் அரசுக் கப்பல் கட்டுமானத்திற்கும் பொறுப்பு. ஆகையாலே, இத்தகைய மாபெரும் திட்டத்தின் செயல்பாடு குறித்து, சபை கடந்த மூன்று ஆண்டுகளாய் தீவிர விவாதத்திலிருந்து வருகிறது. ஆனால் எனக்கோ, கடைசியாய் நாம் நடத்திய பேச்சுவார்த்தையைக் கருத்தில் கொண்டு, கப்பல் கட்டுமானத்திலேயே கவனம் செலுத்துமாறு சபைக்குக் கட்டளையிடுவது உசிதம் என்று தோன்றியது. இதனால் இலவச வீடு கட்டுமான வேலை நின்றுவிட, நடைபாதையில் வாழ்வோர் மிகுந்த கோபத்திற்கு உள்ளாகி, ஏறக்குறைய ஆர்ப்பாட்டத்திலேயே இறங்கிவிட்டனர். பொதுமக்களிடையே சட்ட ஒழுங்கு மீறல் ஏற்படக்கூடாது என்பதே என் தலையாய கவலையாதலால், மீண்டும் வீடு கட்டுமானத்தில் கவனம் செலுத்துமாறு சபையோருக்குக் கட்டளையிட்டேன். பொதுமக்கள் அனைவரின் கருத்துக்களையும் மிகச் சுத்தமாகக் கணக்கிலெடுத்துக்கொண்டு அதற்கேற்றாற்போல் தயாரிக்கப்படும் வீடு கட்டுமானத் திட்டத்தின் ஏழாவது அறிக்கை இன்னும் வெகு சிறிது காலத்திற்குள் தயாராகிவிடும் என்பதைத் தெரிவித்துக்கொள்வதில் மிக்க மகிழ்ச்சியடைகிறேன். அது தயாராகிவிட்டதுதான் தாமதம், மீண்டும் கப்பல் கட்டுமானத்தில் சபை தன் முழு கவனத்தையும் தங்குதடையின்றி செலுத்தத் தோதாக இருக்கும்."

ப்ருகு திலீபரை வெறித்து பார்த்த பார்வையில் அதிர்ச்சி விரவியிருந்தது.

"ஆகையினாலே, பிரபுவே," என்றார் திலீபர். ""பார்வைக்கு இப்போது பல தவறுகள் தெரிந்தாலும், விரைவில் எல்லாம் சரியாகப் போய்விடும். இன்னும் சொல்லப்போனால், அடுத்த ஏழு நாட்களுக்குள்ளாகவே கப்பல் கட்டுமானம் தொடர்பாக விவாதத்தைச் சபையார் தொடங்கிவிடுவார்கள் என்று எண்ணக் காரணமிருக்கிறது."

ப்ருகுவின் குரல் சாந்தமாகவே வெளிவந்தாலும், மனதில் பொங்கிப் பிரவகித்த ஆத்திரம் பட்டவர்த்தனமாய்த்

தெரிந்தது. ''இந்தியாவின் வருங்காலமே இங்கு ஊசலாடிக் கொண்டிருக்கையில், உங்கள் சபையோரும் காரியஸ்தர்களும் விவாதித்துக் கொண்டிருக்கிறார்களா?''

''ஆனால், பிரபு, விவாதங்கள் மிக முக்கியமல்லவா? அனைத்து வகையான எண்ணங்களையும் , எல்லோரது பார்வைகளையும் கணக்கிலெடுத்துக்கொள்ள அவை உதவுகின்றன. அவ்வாறு விவாதிக்கவில்லையென்றால், நாம் எடுக்கும் முடிவுகள்...''

''இராமபிரானே! நீர்தானே ஐயா மன்னர்? உங்கள் மக்களுக்காக முடிவெடுக்கும் உரிமையை விதியே உங்களுக்கு வழங்கியிருக்கிறதல்லவா?''

திலீபர் மௌனமானார்.

தன் கோபத்தைக் கட்டுப்படுத்தும் முயற்சியில் ப்ருகு சற்று நேரம் அமைதி காத்தார். ''அரசே, தங்கள் நாட்டில் தாங்கள் எப்படி வேண்டுமானாலும், என்ன விதமாகவும் நடவடிக்கை எடுத்துக்கொள்ளலாம்,'' என்றார், அடங்கிய குரலில். ''ஆனால், இந்தக் கப்பல்களை போருக்கு ஆயுத்தமாக்கும் ஏற்பாடுகளை இன்றே துவங்க வேண்டும். புரிகிறதா?''

''சரி, மகரிஷிஜி.''

''எத்தனை சீக்கிரத்தில் கப்பல்கள் தயாராகும்?''

''என் மக்கள் ஒவ்வொரு நாளும் தவறாது வேலை செய்தால், ஆறு மாதங்கள் பிடிக்கும்.''

''அந்த மரமண்டைகளை இரவு பகல் பாராமல் வேலையில் அமிழ்த்தி, மூன்றே மாதங்களில் கப்பல்களைத் தயார் நிலைக்குக் கொண்டுவரவேண்டும். புரிந்ததா?''

''அப்படியே, பிரபு.''

''அது மட்டுமல்ல: அயோத்யாவிலிருந்து கங்கையின் மேற்புறம் வரையில் நீண்டிருக்கும் வனப்பகுதிக்கான வரைபடத்தைத் தயாரிக்கும்படி வரைபட வல்லுநர்களுக்கு உத்தரவிடுங்கள்.''

''ம், வந்து, அது எதற்கு...''

எரிச்சல் கலந்த பெருமூச்சொன்று ப்ருகுவிடமிருந்து வெளிப்பட்டது. ''உண்மையான போர்க்களம் மெலூஹா வாகத்தான் இருக்கும் என்பது என் துணிபு, அரசே. உங்கள் அருமை அயோத்யா எந்த பாதிப்பிற்கும் உள்ளாக வாய்ப்பில்லை. அவசியம் ஏற்படின், உங்கள் படைகளை விரைவில் மெலூஹா கொண்டு சேர்க்கவே இக்கப்பல்கள். அவை இப்போதைக்கு தயாராக வாய்ப்பில்லை என்பதால், அடுத்த சில மாதங்களுக்குள் போர் மூண்டால் சமாளிக்க நாம் வேறு திட்டம் தீட்டியாக வேண்டும். கங்கையின் மேற்புறத்தில், தர்மகேதத்தின் அருகே, வட மேற்காக

உங்கள் வீரர்கள் வனத்தைக் கிழித்துக்கொண்டு ஒரு பாதையை வெட்டியாக வேண்டும். அங்கிருந்து, தேவகிரி செல்ல மெலூஹர்கள் புதிதாக அமைத்துள்ள பாதையைப் பயன்படுத்திக்கொள்ளலாம். வனத்தைக் கழித்து வெட்டிக் கொண்டு நீங்கள் செல்லப்போவதால், இந்தப் பாதை மிக மெதுவாகத்தான் உருவாகும்; ஏன் பல மாதங்கள் கூட பிடிக்கலாம். ஆனால், வீரர்கள் மெலூஹாவிற்கு வந்தே சேர முடியாத சாத்தியத்தோடு ஒப்பிட்டால், அது எவ்வளவோ பரவாயில்லை. ஆக, அடர்ந்த காட்டிற்குள் உங்கள் ஆட்கள் தொலைந்துபோகாமல் இருக்க வரைபடங்கள் அவசியம் என்பது என் தாழ்மையான அபிப்ராயம். உங்கள் உண்மையான நண்பர்களுக்கு ஆவன செய்ய உங்கள் தளபதிகள் மிக விரைவாய் மெலூஹா சென்று சேர விரும்புவார்கள்தானே?''

திலீபர் தலையசைத்தார்.

"உண்மையில், அயோத்யா நேரடித் தாக்குதலுக்கு ஆளானால்தான் ஆச்சர்யம்.''

"அதானே,'' என்றார் திலீபர். "நேரடித் தாக்குதலுக்கு அயோத்யா ஆளாவானேன்? நாங்கள் யாருக்கு என்ன தீங்கிழைத்தோம்?''

அயோத்யா நேரடியாய்த் தாக்கப்படுமா, தப்பிக்குமா என்பதையெல்லாம் ப்ருகு அறிந்திருக்கவில்லை; அதில் அவருக்கு அக்கறையும் இல்லை. அவருடைய ஒரே குறிக்கோள், சோமரஸம் மட்டுமே. அதைக் காக்க வேண்டுமானால், மெலூஹாவையும் காக்க வேண்டும். தேவகிரியை நோக்கி அயோத்யா படைகளை உடனடியாக நகர்த்தும்படி திலீபருக்கு அப்போதே கட்டளையிட்டிருக்க முடியுமானால், அதைச் செய்ய ப்ருகு தயங்கியிருக்க மாட்டார்.

"வனப்பகுதியைக் கடந்து செல்லும் பாதையமைக்கும் பொருட்டு வரைபட வல்லுநர்களுக்கு ஆணை பிறப்பிக்கிறேன், பிரபு,'' என்றார் திலீபர்.

"நன்றி, அரசே,'' ப்ருகுவின் முகத்தில் புன்னகை. "அப்புறம், இன்னொரு விஷயம்: உங்கள் முகத்தில் சுருக்கங்கள் அழிந்துகொண்டே வருவதைக் கவனித்துத் தான் வருகிறேன். இருமலில் இரத்தமும் குறைந்துவிட்டது அல்லவா?''

"போயே போய்விட்டது, பிரபு. தங்கள் மருந்துகள் உண்மையிலேயே மாயாஜாலம் புரியும் சக்தி வாய்ந்தவை.''

"நோயாளி உட்கொண்டு கிரகிக்கும் விதத்திலல்லவா மருந்தின் வீர்யம் அடங்கியிருக்கிறது? இதற்கான பெருமையெல்லாம் உங்களையே சேரும், அரசே.''

''தங்களின் நல்லெண்ணம் உலகறிந்தது, பிரபு. என் உடலை நீங்கள் ஆற்றியவிதம் உண்மையிலேயே மந்திரஜாலம்தான். ஆனால், பிரபு, என் முட்டியால் இன்னும் பிரச்சனைகள் தொடர்கின்றன. இப்பொழுதும், நான் வந்து...''

''அதையும் கவனித்துவிடுவோம். கவலை வேண்டாம்.''

''நன்றி.''

ப்ருகு, பின்னால் கையை நீட்டிச் சைகை செய்தார். ''அதோடு மெலூஹப் படைகளின் தலைவரை இங்கே வரவழைத்திருக்கிறேன். தற்கால முறைகளின்படி அவர் உங்கள் படைகளுக்குப் பயிற்சியளிப்பார்.''

''ம்ம்ம், ஆனால்...''

''அவர் சொற்படி உங்கள் வீரர்கள் நடந்துகொள்ள வேண்டியது உங்கள் கடமை, அரசே.''

''அப்படியே, பிரபு.''

ப்ரங்காவிற்கு அடுத்து அமைந்திருந்த நதித்துறை நகரான வைஷாலியில், பர்வதேஸ்வரரையும், அவரது பரிவாரத்தையும் ஏற்றி வந்த இரு கப்பல்களும் நங்கூரமிட்டன. நீலகண்டருடன் இணைய வைஷாலி மன்னர் மாதலியுடன் பேச்சுவார்த்தை நடத்துமாறு, சிவன் பர்வதேஸ்வரரைக் கேட்டுக்கொண்டிருந்தார். ஆனால், மகாதேவரை எதிர்த்து, மெலூஹாவைக் காப்பது என்று முடிவெடுத்திருந்த பர்வதேஸ்வரருக்கோ, மன்னரைத் தான் பேட்டி காண்பது உசிதமாயிராது என்ற எண்ணம். ஆக, தன் பணியை ஆனந்தமயி நிறைவேற்றுமாறு கேட்டுக்கொண்டிருந்தார்.

வைஷாலி துறைமுகத்தைச் சேரத் தோதாய் பலகைப் பாதையை இறக்கும்வரையில், பகீரதன், ஆனந்தமயி மற்றும் ஆயுர்வதி, அனைவரும் பக்கத்தில் காத்திருந்தனர். பின்தங்கிவிடுவதாக உத்தேசித்திருந்த பர்வதேஸ்வரர், முன்னணிக் கப்பலில் உத்தங்கனுடன் வாட்பயிற்சியில் ஈடுபட முடிவெடுத்திருந்தார். நதித்துறைக்கு மிக அருகே, மத்ஸ்ய பெருமானுக்கென எழுப்பப்பட்டிருந்த பிரமாத அழகு பொருந்திய விஷ்ணு கோயிலை, காத்திருந்தவர்கள் கண்ணுற்றனர். முதல் விஷ்ணுவின் முன் தலைகுனிந்து, மிகப் பக்தியுடன் வணங்கினர்.

''என்னைக் கொஞ்சம் மன்னிக்கணும்,'' என்றபடி பகீரதன், ஆனந்தமயியை நோக்கித் திரும்பினான்.

வாயுபுத்ரர் வாக்கு 171

"உடனடியா அயோத்யாவுக்குக் கிளம்பறதா உத்தேசமா?" என்றாள் ஆனந்தமயி.

"ஆமா. இதுல எதுக்கு தாமதம்? ரெண்டாவது கப்பலை எடுத்துக்கிட்டு, ஸரயூவிலேயே பயணம் செஞ்சு, அயோத்யா போயிடுவேன். வைஷாலி மன்னரோட விசுவாசத்தின் மேல எனக்கு எந்த சந்தேகமும் இல்ல; நீலகண்டரிடத்துல அவருக்குக் கண்மண் தெரியாத பக்தி. நீ அவரை சந்திக்கிறது வெறும் மரியாதை நிமித்தமாகத்தான். நீலகண்டப் பெருமான் எனக்குக் கொடுத்திருக்கிற இன்னொரு வேலையைச் செய்யறதுல நான் கவனம் செலுத்தறதுதான் முக்கியம்."

"அப்ப சரி," என்றாள் ஆனந்தமயி.

"இராமபிரானின் ஆசிகள் உமக்கு உரித்தாகட்டும்," என்றாள் ஆயுர்வதி.

"உங்களுக்கும்தான்," என்றான் பகீரதன்.

— ☥ ☾ ℧ ⚔ ⊕ —

சிவனின் பரிவாரத்தைச் சேர்ந்த முன்னணிக் கப்பல்கள் மட்டும் காசியின் அஸ்ஸி காட்டிற்குச் சென்று சேர, மற்றவையெல்லாம் அருகேயிருந்த ப்ரம்மா காட்டிற்கு நகர்ந்தன. சம்பிரதாயமான வரவேற்பை முன்னிட்டு, மிகப்பெரும் பரிவாரம் சகிதமாய், மன்னர் அதிதிக்வர் காத்து நின்றார். அதன்படி, குறிப்பிட்ட தருணம் வந்தவுடன், சிவன் பலகைப்பாதையில் இறங்க, முரசங்கள் அதிர்ந்து, சங்கங்கள் முழங்கி, அவரை வரவேற்றன. அத்துடன், சுற்றி குழுமியிருக்கும் மக்களின் ஆரவாரக் கூச்சலுடன் ஆரத்தியும் சேர்ந்துகொள்ள, அந்த இடமே திருவிழாக் கோலம் பூண்டிருந்தது. வாழும் கடவுள் மீண்டும் வந்துவிட்டாரல்லவா?

மிகத் தாழ்மையாய்க் குனிந்து வணங்கிய மன்னர் அதிதிக்வர், சிவன் அஸ்ஸி காட்டில் கால் பதித்த மறு கணம், அவரது பாதங்களைப் பணிந்தார்.

"*ஆயுஷ்மான் பவ,* அரசே," சிவன் அதிதிக்வருக்கு ஆசி வழங்கினார்.

அதைப் புன்னகையுடன் ஏற்று, கரங்களை நமஸ்காரமாய்க் குவித்த அதிதிக்வரின் முகம் மலர்ந்தது. "தங்கள் பொற்பாதங்கள் இந்த காசி நகரில் படும் புண்ணியத்தை பெறாவிடில், நீண்ட ஆயுளின் பயன்தான் என்ன, பிரபு?"

இம்மாதிரியான உபசாரத்தினால் எப்போதும் தர்மசங்கட மடையும் சிவன், சட்டென்று பேச்சை மாற்றினார். "அப்புறம்? நிலைமை இப்ப எப்படி, அரசே?"

''எல்லாம் நன்றாகவே நடக்கிறது. வர்த்தகமும் மிகச் சிறப்பு. சமீபமாய், நீலகண்டரிடத்திலிருந்து மிகப்பெரும் அறிவிப்பு ஒன்று வெளிவரப்போகிறது என்று வதந்திகள் உலவுகின்றன. அவை உண்மைதானா, பிரபு?''

''உங்க அரண்மனைக்குப் போய்ப் பேசிக்கலாமே, அரசே.''

''நிச்சயம், நிச்சயம்,'' என்றார் அதிதிக்வர். ''அரசி காளியும் விரைவுப் படகொன்றில் மிக வேகமாய் காசி நோக்கிப் பயணிப்பதாய் செய்தி வந்திருக்கிறது என்பதையும் நான் இப்போது சொல்லிவிட வேண்டும். உங்களுக்கடுத்து இன்னும் சில நாட்களில் வந்து சேர்ந்துவிடுவார்.''

புருவங்கள் உயர, காளி வந்து சேரக்கூடிய படித்துறையை நோக்கி சிவன் தன்னையறியாமல் திரும்பினார். ''அவங்க வர்றதும் நல்லதுதான். நிறைய திட்டங்கள் தீட்ட வேண்டியிருக்கு.''

அத்தியாயம் 13

தப்பித்த குணாக்கள்

மகிழ்ச்சிப் பெருக்குடன் சிவா வீரபத்ராவை அணைத்துக் கொள்ள, சதி க்ருத்திகாவைக் கட்டிக்கொண்டாள். காசி அரண்மனையில் சிவனின் தனியறைகளுக்கு இருவரும் வந்து சேர்ந்து சில நொடிகளே கழிந்திருந்தன.

மெலூஹாவில் வீரபத்ரா மற்றும் க்ருத்திகாவின் பயணம், சலனமோ, சஞ்சலமோ சிறிதுமின்றிக் கழிந்துவிட்டதில், எல்லோருக்கும் நிம்மதி. குணாக்கள் குடியிருந்த கிராமத்திற்கு இருவரும் வந்து சேர்ந்தபோது, பெருத்த ஆச்சர்யம் அவர்களை வரவேற்றது. படைவீரர்கள் நடமாட்டமில்லை; பயம், பதற்றம் என்று நியதிக்குப் புறம்பாக எதுவுமே அங்கு காணப்படவில்லை. நீலகண்டருக்கெதிராய் குணாக்களை பணயக்கைதிகளாக்கும் ஏற்பாடுகள் எதுவும் நிகழவில்லை என்பது திண்ணம். ஒழுங்குமுறை விரவிய வாழ்க்கை மீது அபரிமிதமான காதல் கொண்டிருந்த மெலூஹர்கள், தாங்கள் உருவாக்க முயன்ற அற்புத சமூகத்தை - எந்த ஒரு குறிப்பிட்ட மக்களுக்கோ, வகுப்பாருக்கோ பட்சமில்லாத, அனைவரும் சமமாகவே நடத்தப்படும் சமூகத்தை - சாதிப்பதில் வெற்றி கண்டுவிட்டார்கள் என்பது நிஜம்.

''பிரச்சனையே இல்லையா?'' என்றார் சிவன்.

''எதுவுமே இல்ல,'' என்றான் வீரபத்ரா. ''எல்லாரோடையும் சரிசமமா, எந்தப் பிரிவினைக்கும் உட்படாமத்தான் நம்ம குடியினர் வாழ்ந்துக்கிட்டிருந்தாங்க. அத்தனை பேரையும் ஓசைப்படாம வண்டிகள்ள ஏத்தி, நாட்டை விட்டு வெளியேறிட்டோம். சில மாசங்கள் கழிச்சு, காசியும் வந்து சேர்ந்தோம்.''

''அப்படீன்னா, கோதாவரியில நான் தப்பிச்ச விஷயம் இதுவரைக்கும் அவங்களுக்குத் தெரியாது,'' யூகித்தார் சிவன். ''தெரிஞ்சிருந்தா, குணாக்களை கைது செஞ்சிருப்பாங்க.''

''அப்படித்தான் தோணுது.''

''அதே சமயம், மெலூஹர்கள் யாராவது யதேச்சையா அங்கே வந்து, குணாக்கள் யாருமில்லைன்னு கண்டு பிடிச்சிட்டாங்கன்னா, நான் உயிரோட இருக்கேன்கிறதையும்,

ஏதோ பெரிய அளவுல சண்டைக்குத் தயாராகிட்டிருக்கேன்னும் சட்டுனு ஊகிச்சிருவாங்க.''

''அதுவும் நடக்கலாம். ஆனா, அது விஷயத்துல நாம செய்யக்கூடியது எதுவுமில்லைதானே?''

''இல்லைதான்,'' சிவன் ஒப்புக்கொண்டார்.

''*தீதீ!*'' சகோதரியை அணைத்துக்கொண்ட காளியின் முகம் மலர்ச்சி கொண்டிருந்தது.

''எப்படியிருக்கே, காளி?'' சதி கேட்டாள்.

''அலுப்பாயிருக்கு. உங்களைப் பிடிக்க சம்பல்லையும், கங்காவிலையும் கிட்டத்தட்ட பந்தயத்துல ஓட்டமா ஓடற மாதிரியில்லே பயணிக்க வேண்டியிருந்துச்சு?''

''எத்தனை மாசமாச்சு உன்னைப் பார்த்து,'' என்றார் சிவன். ''ரொம்ப சந்தோஷமாயிருக்கு, காளி.''

''எனக்கும்தான்,'' என்றாள் காளி. ''உஜ்ஜைனி எப்படியிருந்தது?''

''இராமபிரானுக்கே பெருமை சேர்க்கக்கூடிய நகரம்தான்,'' என்றார் சிவன்.

''உங்களோட சில வாசுதேவர்களும் இங்கே வந்திருக்காங்கங்கிறது உண்மையா?''

''ஆமா. வாசுதேவர்களின் தலைவரே இருக்கார். பிரபு கோபால்.''

காளி மெல்ல சீழ்க்கையடித்தாள். ''கொஞ்ச நாள் முந்தி வரைக்கும் வாசுதேவர்கள் தலைவரின் பேர்கூட எனக்குத் தெரியாது; இப்ப என்னடான்னா, அவரை நான் சந்திக்கற வாய்ப்பே கொஞ்ச நாள்ள வந்துரும் போல இருக்கே? ஒதுங்கி வாழற அவரே இப்ப திடீர்னு வெளியே வர்றார்னா, நிலைமை உண்மையிலேயே ரொம்ப தீவிரமாத்தான் இருக்கணும்.''

''மாற்றம்கிறது சுலபத்துல வர்ற விஷயம் இல்ல,'' என்றார் சிவன். ''சோமரஸத்தோட ஆதரவாளர்கள் நிமிஷத்துல வாலைச் சுருட்டிக்கிட்டு அப்படியே அந்தி சாயும் சூரியனோட மறையமாட்டாங்கன்னு எனக்கு நல்லாத் தெரியும். போர்னு அறிவிப்பு வந்தாலும், வராட்டாலும், அது துவங்கிடுச்சுன்னுதான் வாசுதேவர்கள் நம்பறாங்க. இனிமே வெளிப்படையா யுத்தம் தொடங்க கொஞ்ச காலம்தான் இருக்குன்னும் நினைக்கறாங்க. நானும் ஒத்துக்கறேன்.''

''அதனாலதான் என் கப்பலை அஸ்ஸி நதியில இழுத்துக்கிட்டு வந்தாங்களா?'' காளி கேட்டாள். ''துறை

முகத்துக்குள்ளேயே நுழையமுடியாம போயிடுமோன்னு பயந்துட்டேன். நதியா இது? இவ்வளவு சிறுசா இருக்கு? கால்வாய்ன்னுதான் சொல்லணும்.''

''அது கப்பலோட பாதுகாப்பு கருதித்தான், காளி,'' என்றார் சிவன். ''மன்னர் அதிதிக்வரோட யுக்தி இது. காசி நகரைப் போல, துறைமுகத்துக்கும் சுற்றுச்சுவர்னு எதுவும் கிடையாது. ருத்ரபகவானோட ஆன்மா காசியைப் பாதுகாக்குதுங்கிற நம்பிக்கையினால, நம்ம பகைவர்கள் நகரை வேணா தாக்கத் தயங்கலாம். ஆனா, கங்கைல நங்கூரமிட்டிருக்கிற கப்பல்களுக்கும் அதே பாதுகாப்பு கிடைக்கும்கிறதுக்கு எந்த உத்தரவாதமும் இல்ல.''

''அதனாலதான் கப்பல்களை அஸ்ஸிக்குள்ள வரவழைக்கணும்கிற முடிவு. அஸ்ஸி நதி கங்கைல போய் கலக்குதுன்னுதான் உனக்கு தெரியுமே?'' சதி விவரித்தாள். ''நதியோட முகத்துவாரம் ரொம்ப சின்னது; பகைவர்களோட கப்பல்கள்ள ஒண்ணுக்கு மேல ஒரு சமயத்துல நுழைய முடியாது; அதனால, நம்ம கப்பல்களைப் பாதுகாக்கறது சுலபம். அது மட்டுமில்லாம, அஸ்ஸி அநேகமா, மொத்த காசி வழியாவும் பாயறதால, சந்திரவம்சிகள் முழுசா அதுக்குள்ள பிரவேசிக்கத் தயங்குவாங்க. தப்பித்தவறி காசிக்கு ஏதாவது பாதிப்பு ஏற்பட்டா, ருத்ரபகவானோட ஆன்மா அவங்களை தண்டிச்சிருமோங்கிற பயம் இருக்கும்.''

காளியின் புருவங்கள் உயர்ந்தன. ''பகைவர்களோட மூடநம்பிக்கைகளையே அவங்களுக்கு எதிரா பயன் படுத்தறோமா? பரவாயில்லையே? இதுகூட நல்லாத்தான் இருக்கு!''

''சில சமயம், நல்ல யுக்திகள், கூர்மையான வாட்களைவிட அதிகப் பலனளிக்கும்,'' என்றார் சிவன், சிரித்துக்கொண்டே.

''ஆ,'' காளியின் முகம் மலர்ந்தது. ''என் வாளை நீங்க இது வரைக்கும் சந்திச்சதேயில்லை; அதான் தைரியமா எடுத்து விடறீங்க!''

சிவனும் சதியும் அகமும் முகமும் மலர்ந்து சிரித்தார்கள்.

சிவனும், அவரது அந்தரங்கப் பரிவாரத்தைச் சேர்ந்தவர்களும், பிரம்மாண்டமான காசி விஸ்வநாதர் ஆலயத்தின் பிரதான மண்டபத்தில் குழுமியிருந்தனர். ருத்ரபகவான் மற்றும் மோஹினி தேவியின் திருவுருவச் சிலைகளுக்குப் நைவேத்தியம் வழங்கும் பொருட்டு, அதிதிக்வரும், கோயிலின் பிரதான பண்டிதரும், கர்ப்பக்ர

ஹத்திற்குள் சென்றிருந்தனர். உடனடியாக அதிதிக்வர், பிரசாதத்துடன் வெளிவந்தார்.

''நம் பணியை செவ்வனே செய்து முடிக்க ருத்ரபகவான் மற்றும் மோஹினி தேவியின் ஆசிகள் நமக்கு உரித்தாகட்டும்,'' என்றபடி பிரசாதத்தை சிவனுக்கு அளித்தார்.

அதை இரு கைகளிலும் பயபக்தியுடன் வாங்கிக்கொண்ட சிவன், ஒரே வாயில் விழுங்கிவிட்டு, பகவான் மற்றும் தேவியின் ஆசிகளைப் பெற்றுக்கொண்டதன் பொருளாய் சிரத்தை வலக்கையால் தடவிக்கொண்டார். அங்கு கூடியிருந்த மற்ற பேருக்குக் கோயில் பண்டிதர் பிரசாதத்தை பகிர்ந்தளித்தார். சம்பிரதாயமான வழிபாடனைத்தும் முடிவடைந்தவுடன், வரப்போகும் யுத்தத்தில் பிரயோகிக்க வேண்டிய யுக்திகள் குறித்து விவாதம் செய்ய அதிதிக்வர் குழுவுடன் அமர, காசியின் காவல்துறையினர் பண்டிதரை வழியனுப்பி வைத்துவிட்டு, கோயில் வாயிலை அடைத்தனர். இனி, குழு விவாதம் முடியும்வரையில் வெளியார் உள்ளே புக முடியாது.

''பிரபு, தற்காப்பு தவிர வேறு எந்த சந்தர்ப்பத்திலும் யாரையும் தாக்க என் மக்களுக்குத் தடைவிதிக்கப் பட்டிருக்கிறது,'' என்றார் அதிதிக்வர். ''ஆகையினால், இந்தப் போர்முயற்சியில் எங்களால் வெளிப்படையாகக் கலந்துகொள்ள முடியாது. ஆனால், தங்களின் மற்ற தேவைகள் எதுவாயினும், கட்டளையிடுங்கள்; இந்த நாடே தங்களுடையது; தங்கள் ஆணைக்குக் கட்டுப்பட்டது.''

சிவன் புன்னகைத்தார். அமைதிவிரும்பிகளான காசி மக்கள் எப்படியும் தேர்ந்த போர்வீரர்களாய் இருக்க வாய்ப்பில்லை; அவர்களை போரில் நடத்திச் செல்லும் எண்ணமும் அவருக்குத் துளியும் இல்லை. ''தெரியும், அரசே. அவங்களுடைய மனசாட்சிக்கு மீறின எந்த காரியத்திலும் உட்படுத்தமாட்டேன். ஆனா, யுத்தத் தளவாடங்கள் பலதையும் இங்கேதான் சேகரிச்சு பத்திரப்படுத்தப் போறோம்கிறதால, தாக்குதல் ஏதாவது ஏற்பட்டா, உங்களை நீங்க பாதுகாத்துக்க வேண்டியது அவசியம்.''

''இறுதி மூச்சுள்ளவரை போராடுவோம், பிரபு,'' வாக்குறுதியளித்தார் அதிதிக்வர்.

சிவன் தலையசைத்தார். உண்மையில், காசியைச் சந்திரவம்சிகள் தாக்குவர் என்ற கவலை அவருக்கில்லை. கோபாலை நோக்கித் திரும்பினார். ''பண்டிட்ஜி, நாம விவாதிக்க வேண்டிய விஷயங்கள் எவ்வளவோ இருக்கு. முதல்ல, இதைப் பத்திப் பேசுவோம்: மெலூஹாவோட

யுத்த அரங்குக்கு வரவே முடியாதபடி சந்திரவம்சிகளைத் தடுக்கறது எப்படி? அடுத்தது: மெலூஹா விஷயத்துல என்ன போர்த் தந்திரத்தைக் கையாள்றது?''

''பிரபு கணேஷ் மற்றும் கார்த்திக் கொடுத்த ஆலோசனைகள் மிகச் சிறப்பானவையாக எனக்குப்படுகின்றன,'' என்றார் கோபால். ''மகதத்தை நம் பக்கம் இழுக்கமுடியும் என நம்புவோம்.''

''சொல்றது ரொம்ப சுலபம்,'' என்றாள் காளி. ''அவனுடைய வடிகட்டின முட்டாள் அண்ணன் உக்ரசேனனோட சாவுக்காக வஞ்சம் தீர்க்கணும்னு சூரபத்மனோட அப்பன் வற்புறுத்துவான். தர்ம நியாயப்படி நிறைவேற்றப் பட்ட ஒரு மரண தண்டனைக்காக நான் கணேஷை அவங்ககிட்ட வாரிக்குடுக்கத் தயாரா இல்லை.''

''அப்ப என்னதான் உன் அபிப்ராயம், காளி?'' சதி கேட்டாள்.

''ஒண்ணு, இப்பவே மகதத்தோட போர் தொடுக்கணும். அல்லது, விவகாரத்தை நாமே தீர விசாரிச்சு, நாகா குற்றவாளியைக் கண்டுபிடிச்சவுடனே ஒப்புக்கொடுக்கறதா சொல்லிடணும்.''

சதியின் கரங்கள் தன்னையறியாமல் கணேஷின் கரங்களை ஆதரவாய்ப் பற்றின.

''*தீதீ*,'' காளி மெல்லச் சிரித்தாள். ''ஒப்புவிக்கப் போறோம்னு சூரபத்மனை *நம்ப* வெச்சாப் போதும்னுதான் சொல்றேன். நமக்கும் கொஞ்சம் கால அவகாசம் கிடைக்கும்; அயோத்யாவையும் தாக்கலாம்.''

''மகதர்களிடம் பொய்யுரைக்கச் சொல்வதுதான் தங்கள் ஆலோசனையா, அரசியாரே?'' கோபால் வினவினார்.

அவரை நோக்கிய காளியின் புருவங்கள் நெறிந்தன. ''வாசுதேவ பெருமானே, உண்மையைக் கொஞ்சம் சிக்கனமாச் சொல்லணும்கிறதுதான் என் ஆலோசனை. இந்தியாவின் எதிர்காலமே இப்பத் தொங்கல்ல இருக்கு. நம்மை நம்பி எத்தனையோ பேர் இருக்காங்க. பொது மக்களோட மிகப்பெரும் நன்மைக்காக நாம ஒரு சின்ன பொய் சொன்ன பாவத்தைச் சுமந்துதான் ஆகணும்னா, அப்படியே ஆகட்டும்.''

''நான் பொய் சொல்லத் தயாரா இல்லை,'' என்றார் சிவன். ''இந்த யுத்தமே தீமையை எதிர்த்துதான். நாமும் நன்மையின் சார்பாத்தான் போராடணும். நம்ம போரும், அதை நிரூபிக்கிற விதமாத்தான் அமையணும்.''

''*பாபா*,'' என்றான் கணேஷ். ''நிலைமை சாதாரணமா இருந்தா, நீங்க சொல்றதைத்தான் ஒத்துக்குவேங்கிறதை நான்

சொல்லி நீங்க தெரிஞ்சிக்கவேண்டியதில்லை. ஆனா, நீங்க சொல்ற அதே தர்மநியாயங்களை, அவங்க தரப்புலையும் காப்பாத்தியிருக்காங்கன்னு நிஜமாவே நம்பறீங்களா? பஞ்சவடியில அவங்க நம்ம மேல நிகழ்த்தின தாக்குதல்ல வஞ்சமில்லையா? கேவலமான சூழ்ச்சியும், துரோகமும் இல்லையா?''

''யுத்தத்துக்குத் தயாரில்லாத பகைவர்களை எதிர்க்கிறது தவறுன்னு நான் நினைக்கலை. அதே சமயம், அவங்க *தைவி அஸ்திரங்களைப்* பயன்படுத்தினது சரியா, தவறாங்கிறது விவாதத்துக்குரிய விஷயம்தான். எது எப்படியிருந்தாலும், ரெண்டு தவறுகள் சரியாகாது. இந்த யுத்தத்தை ஜெயிக்க நான் பொய் சொல்லமாட்டேன். நாம இதை முறையாத்தான் ஜெயிக்கணும்.''

கார்த்திக் மௌனம் சாதித்தான். கணேஷின் வாதத்திலிருந்த யதார்த்தத்தை அவன் ஒப்புக்கொண்டாலும், சிவனின் வாக்கிலிருந்த தர்மநியாயத்தின் துல்லியம் அவனைக் கவராமலில்லை.

கோபால், சிவனை நோக்கிப் புன்னகைத்தார். ''*ஸத்யம் வத. அஸத்யம் மாவத.*''

''என்ன அது?'' என்றார் சிவன்.

''பழைய ஸமஸ்க்ருதம்,'' காளி விளக்கினாள். ''எப்போதும் உண்மையைப் பேசவும்; உண்மையில்லாததை எப்போதும் பேச வேண்டாம்.''

சதி புன்னகைத்தாள். ''ஒத்துக்கறேன்.''

''எனக்கும் கொஞ்சம் பழைய ஸமஸ்க்ருதம் தெரியும்,'' என்றாள் காளி. ''*ஸத்யம் ப்ருயத் ப்ரியம் ப்ருயத்; நா ப்ருயத் ஸத்யம் அப்ரியம்.*''

''அடாடா,'' சிவன் கைகளை உயர்த்தினார். ''யார் பெரிய ஸமஸ்க்ருதப் புலவர்ங்கிற இந்த போட்டியைக் கொஞ்சம் தள்ளி வைப்போமா? எனக்கு ஒரு எழவும் புரியலை.''

''அரசி காளி சொன்னது என்னவென்றால்,'' கோபால் மொழிபெயர்த்தார். ''மற்றவருக்குப் ப்ரீதியான உண்மையை மட்டுமே கூறவும்; அவர்களுக்குப் பிடித்தமில்லாத உண்மையைக் கூறவேண்டாம்.''

''அது நான் சொன்னதில்லை,'' சிவனை நோக்கித் திரும்பினாள் காளி. ''எந்தக் காலத்திலேயோ, யாரோ ஒரு ரிஷி சொன்னதாத்தான் இருக்கணும். ஆனா அதுல அர்த்தம் இருக்கிறதாத்தான் எனக்குத் தோணுது. சூரபத்மனோட சகோதரனைக் கொன்னவனை நமக்குத் தெரியும்னு அவன்கிட்ட சொல்ல வேண்டிய அவசியமில்ல.

அயோத்யாவை நாம தாக்கறவரைக்கும், அவனுடைய உண்மையான நண்பர்கள் யார், எதிரிகள் யார்னு அவன் முடிவெடுக்கிறதை தள்ளிப்போட வைக்கறதுதான் நம்ம வேலை. அப்ப, நாம விரும்புற திசைல அவனுடைய இலட்சியங்கள் அவனைச் செலுத்தும்.''

''அயோத்யாவின் மதில்கள் சிதைக்கமுடியாதவை,'' இன்னொரு விஷயம் குறித்து கோபால் எச்சரித்தார். ''நாம் அவர்களைத் தற்காலிகமாய் செயலிழக்க வைக்கலாமே யொழிய, மொத்தமாய் அந்நகரை அழிப்பது துர்லபம்.''

''தெரியும்,'' என்றான் கணேஷ். ''ஆனா, அயோத்யாவை அழிக்கிறது நம்ம நோக்கம் இல்லையே. மெலூஹாவை நோக்கி அவங்க கப்பற்படை பயணம் செய்யறதைத் தடுக்கறதுதானே? பிரதான யுத்தம் மெலூஹாவுலதான் நடக்கும்.''

''ஒரு வேளை, அயோத்யாவை நாம் முற்றுகையிட்ட பிறகு, சூரபத்மன் பின்புறமிருந்து நம்மைத் தாக்கினால்?'' கோபால் கேட்டார். ''முன்புறம் அயோத்யா, பின்னால் சூரபத்மன் என்று சிக்கிக்கொண்டால், மொத்தமாய் அழிவது நாமாகத்தான் இருக்கும்.''

''இல்லை,'' என்றான் கணேஷ். ''சூரபத்மன் நம்மைப் பின்னாலிருந்து தாக்கினா, அதுவே நமக்கு நன்மையா முடியும். மகதத்தைவிட்டு அவன் நகர்றச்சேதான் நாம காய்களை நகர்த்தணும்.''

அவனது திட்டத்தைப் புரிந்துகொண்ட சிவன், கார்த்திக் மற்றும் சதி, புன்னகைத்துக்கொண்டனர்.

''பிரமாதம்,'' பரசுராமன் குதூகலித்தான்.

மற்றவர்கள் அவனிடம் மெல்லிய குரலில் பேச்சு வார்த்தை நடத்தத் திரும்பிக்கொண்டனர்.

''நீங்க பொய் சொல்ல வேண்டாம்,'' காளி சிவனிடத்தில் தொடர்ந்தாள். ''சூரபத்மன் கேள்வி கேட்கக்கூடிய இடங்களை மட்டும் ஒதுக்கிட்டு, மத்ததைச் சொல்லலாம். அவனுக்குள்ளே இயற்கையா கிளர்ந்து எழும்பும் ஆசைகளும், இலட்சியமும், மிச்சத்தைப் பார்த்துக்கும். ஸரயூ மற்றும் கங்கை இணையற இடத்தைத் தாண்டி அயோத்யாவை நோக்கி நம்ம கப்பல்கள் பயணம் செய்யத்தான் அவன் நமக்குத் தேவை. அது நடந்த பிறகு, நம்ம எண்ணம் - அயோத்யாவை சண்டையில சிக்க வெச்சோ, அல்லது, மகத நாட்டுப் படைகளை அழிச்சோ - ஈடேறிடும்.''

சிவன் லேசாய்த் தலையாட்டியது அவரது சம்மதத்தைத் தெரிவித்தது. ''அப்ப மெலூஹா? நம்ம பலம் எல்லாத்தையும்

பிரயோகிச்சு முழுவேகத்தோட முன்னால தாக்குதல் நடத்தறோமா? அல்லது, திசைதிருப்புற யுக்திகளைப் பயன்படுத்தி அவங்க படைகளோட கவனத்தைச் சிதறடிச்சு, அந்த சந்தர்ப்பத்தைச் சாக்கா வெச்சுக்கிட்டு, நம்ம படைகள்ள ஒரு சின்ன குழு இரகசிய சோமரஸத் தயாரிப்பு ஆலையைக் கண்டுபிடிச்சு, அழிக்குமா?''

''நம்ம ப்ரங்க மற்றும் வைஷாலிப் படைகள் மகதத்துலயும் அயோத்யாவுலயும் போர் செய்யும்; அதன் பலனா, வாசுதேவர், நாகர் படைகளும் மெலூஹ யுத்தத்துல கலந்துக்கும்,'' என்றாள் சதி. ''இதன் விளைவா, மெலூஹாவுல நம்ம படைகள் சின்னதாத்தான் இருக்கும். ஆனாலும், அந்தப் படைகள் ரொம்ப நுணுக்கமான பயிற்சியடைஞ்சிருப்பாங்க; நெருப்பைக் கக்க வாசுதேவர்கள் தயார் பண்ணியிருக்கிற யானைப்படைகள்னு அற்புதமான தொழில்நுட்ப வித்தை அவங்க பக்கம் இருக்கும். அதே சமயம், மெலூஹப் படைகளைக் குறைவா எடைபோட முடியாது; அவங்களுக்கும் நல்ல போர்ப்பயிற்சி உண்டு. தொழில்நுட்ப ஞானமும் அதிகம்.''

''ஆக, நேரிடையாத் தாக்குதல்ல இறங்கறது சரியில்லைன்னு சொல்ல வர்றே?'' சிவன் கேட்டார்.

''ஆமா,'' என்றாள் சதி. ''சோமரஸத் தயாரிப்பு ஆலையை அழிக்கிறதுதான் நம்மளுடைய மிக முக்கியக் குறிக்கோளா இருக்கணும். மறுபடி அதைக் கட்டிமுடிக்க அவங்களுக்குப் பல வருஷம் ஆகும். உங்க வார்த்தை மக்களிடையே பரவ அந்தக் கால அவகாசம் போதும். நீலகண்டர் புராணத்தின் மேல, சராசரி மெலூஹர்களுக்கு நம்பிக்கை ரொம்ப அதிகம். சோமரஸமும் இயற்கையாவே செத்துப் போகும். ஆனா, நாம மெலூஹாவை நேரிடையாத் தாக்கினா, போர் பல வருஷங்கள் நீடிக்கும்; அத்தனைக்கத்தனை அப்பாவி ஜனங்க உயிரிழப்பாங்க. அதுமட்டுமில்லாம, அதிகக் கால விரயமாச்சுன்னா, மெலூஹர்களுக்கு தங்களுடைய நாட்டு மேல பக்தி ஊற்றெடுக்கும்; இந்தப் போர் சோமரஸத்தை அழிக்க இல்லை; மெலூஹாவைத்தான்கிற எண்ணம் வலுப்பெறும். சோமரஸத்தை எதிர்க்கத் துணியும் மெலூஹர்கள் பலபேர் இருக்க வாய்ப்பிருக்கு - ஆனா, அவங்க தேசபக்தியில நாம கையை வெச்சா, ஜெயிக்க வாய்ப்பு இல்லை.''

காளியின் முகத்தில் புன்னகை.

''என்ன?'' என்றாள் சதி.

''மெலூஹர்களை பத்தி நீ பேசும்போது, 'நாங்க'ன்னு சொல்லாம 'அவங்க'ன்னு சொன்னதைக் கவனிச்சிக் கிட்டுதான் இருந்தேன்,'' என்றாள் காளி.

சதி அதிசயத்தில் ஆழ்ந்தது போல் காணப்பட்டாள். மெலூஹாதான் தன் தேசம் என இன்னமும் நம்புவதாகத்தான் நினைத்தாள். ''ம், வந்து... அதுதான் என் நாடு...''

''ஆமாமா,'' காளியின் புன்னகை விரிந்தது.

கோபால் இடைமறித்தார். ''ஒரு விவாதத்திற்கென்றே வைத்துக்கொள்வோமே: நேரிடையாகத் தாக்கினால் என்னதான் நடக்கும்?''

''அப்படி எதுவும் நடக்காம நாம தடுக்கத்தான் வேணும்,'' என்றார் சிவன். ''சதி சொல்றதுல நியாயம் இருக்குன்னு எனக்குப் படுது.''

''இருப்பினும், பிரபு ப்ருகு மற்றும் தக்ஷரின் எண்ண ஓட்டம் எப்படியிருக்கும் என்பதை யோசித்துத்தான் பார்ப்போம்,'' என்றார் கோபால். ''நேரிடையான போரில் இறங்காமலிருப்பதுதான் நமக்கு எல்லாவகையிலும் நன்மை; ஒப்புக்கொள்கிறேன். ஆனால், அதுவேதான் அவர்களுக்கு ஆதாயம் - அந்த ஆதாயம், அழிவில் முடிந்தாலும் சரிதான். மக்களைக் குழப்பும் பொருட்டு, அவர்களிடையே சஞ்சலமும் சலனமும் பரவுவதைத்தான் அவர்கள் விரும்புவார்கள். நீலகண்டரே மெலூஹாவிற்கு துரோகம் இழைத்துவிட்டதாகப் பிரச்சாரம் செய்வார்கள். தேவி சதி சற்று முன் சுட்டிக்காட்டியது போல், மெலூஹர்களுக்குத் தங்கள் நாட்டின் மீது பெருக்கெடுக்கும் பக்தி, நீலகண்டரிடத்திலுள்ளதைக்கூட மூழ்கடித்துவிடும் அபாயம் உள்ளது.''

''பிரபு ப்ருகு நிலைமையை இன்னும் மோசமாக்கி, பிரச்சனையைத் தீவிரப்படுத்துவார்ங்கிறதை நானும் ஒத்துக்கறேன்,'' என்றார் சிவன். ''ஆனா, அதை அவர் எப்படி சாதிக்கப்போறார்னுதான் எனக்கு சரியாப் புரியலை. மெலூஹ இராணுவத்தை நான் கிட்டேயிருந்து கவனிச்சிருக்கேன். மத்தியில் அதிகாரத்தோடு இருக்கிற, நல்ல பயிற்சி பெற்ற படை. ஆனா, அப்படிப்பட்ட படைகளின் மிகப்பெரிய குறைபாடு - ஒரு நல்ல திறமையான தளபதியை அவங்க சார்ந்திருக்கறதுதான். அவங்க சேநாதிபதியான பர்வதேஸ்வரர் நம்ம பக்கம். நம்புங்க; அவரைப்போல இன்னொருத்தர் அவங்க கிட்ட கிடையாது. நீங்க சொல்றளவு பிரபு ப்ருகு அறிவுக்கூர்மை பொருந்தியவர்னா, இது அவருக்கும் புரிஞ்சிருக்கும்.''

கார்த்திக்கும் கணேஷும் ஏறக்குறைய ஏககாலத்தில் பெருமூச்சுவிட்டனர்.

சிவன் அவர்களிருவரையும் முறைத்தார்.

''*பாபா*...'' கார்த்திக் ஆரம்பித்தான்.

''ஏய்!'' சிவன் அலறினார். ''அவர் விசுவாசத்தைக் சந்தேகிக்கக்கூடாது! நான் சொல்றது புரியுதா?''

மறுக்கப்பட்ட முறைப்புடன் அவர்கள் இருவரும் உதட்டைப் பிதுக்கியவாறு தலைகவிழ்ந்தனர்.

''நான் சொல்றது நல்லா புரியுதா?'' என்றார் சிவன் மீண்டும்.

அவரை நோக்கி புருவம் சுருக்கிய காளி, கணேஷ் மற்றும் கார்த்திக்கைப் பார்த்தாலும், மௌனம் சாதித்தாள்.

சிவன் மீண்டும் கோபால்புறம் திரும்பினார். ''அனாவசிய தூண்டுதலையெல்லாம் நாம தவிர்க்கணும். நம்ம படை வியூகங்களெல்லாம், எதிராளிகள் வெளிப்படையா போர்ல இறங்காம தவிர்க்கற விதத்துல, தற்காப்புப் பிரயோகமாவே தான் இருக்கணும். நம்ம படைகள் சிறுசிறு அணியா பிரிஞ்சு, சரஸ்வதி நதியின் இருபக்கம் சோமரஸ ஆலையைத் தேடற பணியில முனையணும்னா, பகைவர்களை திசை திருப்பறதுதான் படையில் பெரும்பகுதியின் முக்கியமான பணியா இருக்கணும். அது முடிஞ்சதுன்னா, இந்த யுத்தத்தை நாம ஜெயிச்சிட்டோம்னு அர்த்தம்.''

''நந்தி,'' மெலூஹ படைத்தலைவரை நோக்கி சதி திரும்பினாள்.

உடனடியாக, மெலூஹ வரைபடத்தை நந்தி விரிக்க, எல்லோரும் அதை ஆராய்ந்தனர்.

''பாருங்க,'' என்றாள் சதி. ''உள்நாட்டுக் கழிமுகத்துல ச ரஸ்வதி வந்து முடியுது. கரச்சாபாவிலிருந்து, சரஸ்வதிக் குள்ளே தங்களுடைய கப்பல்படையை மெலூஹர்களால இறக்கமுடியாது. அவங்களுக்குத் தெரிஞ்சு, எதிர்ப்பு வரக்கூடிய வழிகள் ரெண்டே ரெண்டுதான்: இண்டஸ் நதி மூலம் வரக்கூடிய நீர்வழித் தாக்குதல்; அல்லது, கிழக்கிலேர்ந்து வரக்கூடிய நிலவழித் தாக்குதல். இதையொட்டியே அவங்களுடைய தற்காப்பு முறைகளும் அமைஞ்சிருக்கறதாலதான், சரஸ்வதி நதியில அவங்க பெரிய கப்பற்படை எதையும் நிறுத்தி வைக்கலை.''

அவள் சொல்ல வருவது என்னவென்று சிவன் நொடியில் புரிந்துகொண்டார். ''சரஸ்வதி நதியின் பக்கமிருந்து கடல்வழி தாக்குதலை அவங்க எதிர்பார்க்க மாட்டாங்க...''

''அதுக்குக் காரணமும் இருக்குன்னு நீங்க புரிஞ்சிக்கணும். சரஸ்வதி நதிக்குள்ள எந்த பகைநாட்டுக் கப்பலும் நுழைய முடியாதுன்னு அவங்க நம்பினாங்க. பகைமன்னர்களின் கட்டுப்பாட்டுல இருக்குற எந்த நதியும் அதோட போய்க் கலக்கறதில்ல; சரஸ்வதி நதி கடலுக்குப் போய் சேர்றதுமில்ல.''

''ஆனால், பிரச்சனையே அதுதானே?'' குழம்பிய அதிதிக்வர் கேட்டார். ''சரஸ்வதிக்குள் எப்படி கப்பல்களைக் கொண்டு போய்ச் சேர்ப்பீர்கள்?''

''சேர்க்கப்போறதில்லை,'' என்றார் சிவன். ''சரஸ்வதியில மெலூஹர்களே நிறுத்தி வெச்சிருக்கிற கப்பல்களைப் பிடிக்கப்போறோம். அவ்வளவுதான்.''

காளி தலையசைத்தாள். ''நிச்சயம் அவங்க அதை எதிர்பார்க்கப்போறதில்லை. அதனாலேயே இந்தத் திட்டம் வெற்றியடையும்.''

''ஆமா,'' சதி ஆமோதித்தாள். ''சரஸ்வதிக் கரையில், மெலூஹர்களின் கப்பற்படையில் பெரும்பான்மை முகாமிட்டிருக்கிற ம்ரித்திகாவதியைப் பிடிச்சா போதும். அந்தக் கப்பல்கள் நமக்கு வந்தா, சரஸ்வதி நம்ம கைல. சோமரஸத் தயாரிப்பு ஆலையைக் கண்டுபிடிக்கும் முயற்சியில ஈடுபட்டுக்கிட்டே, எந்த எதிர்ப்பும் இல்லாம, ரொம்ப விரைவா நதியில பயணம் செய்யலாம்.''

''மிகச்சரி,'' என்றார் ப்ரஹஸ்பதி. ''சோமரஸத் தயாரிப்பு ஆலை நிச்சயம் சரஸ்வதியின் கரைகளிலேதான் எங்கேயோ இருக்கவேண்டும். வேறெங்கும் இருப்பதற்கான சாத்தியக்கூறுகள் இல்லை.''

''திட்டம் நன்றாக இருப்பது போல்தான் தோன்றுகிறது,'' என்றார் கோபால். ''ஆனால், அவர்களது மரக்கலங்களைக் கைப்பற்றுவது எங்ஙனம்? எந்தத் திசையிலிருந்து அவர்களது பிராந்தியத்திற்குள் நுழைவது? ம்ரித்திகாவதி எல்லைப் பட்டணம் அல்லவே? நாமோ, படையுடன்தான் உள்ளே நுழையவேண்டும். வழியில் இருக்கும் எல்லைநகரான லோத்தலிலிருந்து நிச்சயம் எதிர்ப்பைச் சந்திக்கத்தான் போகிறோம்.''

''லோத்தலா?'' கார்த்திக் வினவினான்.

''மயிகாவின் துறைமுகம்,'' கோபால் விளக்கினார். ''ஏறக்குறைய இரட்டை நகரங்கள், அவை. மெலூஹக் குழந்தைகள் அனைத்தும் பிறந்து, வளர்வது மயிகாவில்தான். லோத்தலோ, அந்தப் பகுதியின் இராணுவ முகாம்.''

''மயிகா, லோத்தல் பத்தின கவலையே உங்களுக்கு வேண்டாம்,'' என்றாள் காளி. ''அவங்க நிச்சயம் நம்ம பக்கம்தான்.''

கோபால், சிவன் மற்றும் சதியின் முகங்களில் உண்மையான ஆச்சர்யம் தாண்டவமாடியது.

''நம்ம பக்க நியாயத்தைப் புரிஞ்சுக்கிட்டு, நம்மளோட கூட்டு சேர மெலூஹாவுல யாராவது முன்வந்தாங்கன்னா, அது நிச்சயம் மயிகா நகர மக்களாத்தான் இருக்கும்,'' காளி தொடர்ந்தாள். ''நாகா குழந்தைகளோட துன்பம் எவ்வளவுன்னு கண்ணால பார்த்தவங்க அவங்கதான். எத்தனையோ தடவை, அவங்களுடைய சட்டதிட்டங்களையே உடைச்சிக்கிட்டு, எங்களுக்கு அவங்க உதவ முயற்சி செஞ்சிருக்காங்க. மயிகாவோட தற்போதைய ஆளுநரான சேனர்த்வஜர்தான், லோத்தலுடைய அரசாங்க அதிகாரி. சில வருஷங்களுக்கு முன்னால, காஷ்மீரத்துலேர்ந்து இங்கே மாற்றப்பட்டார். நீலகண்டர்கிற கட்டமைப்புக்கு அவர் தீவிர விசுவாசி. அது மட்டுமில்லாம, அவரோட உயிரை ஒரு முறை நான் காப்பாத்தியிருக்கேன். நம்புங்க: யுத்தம்னு வரும்போது, மயிகா மற்றும் லோத்தல் ரெண்டும் நிச்சயம் நம்ம பக்கம்தான்.''

''சேனர்த்வஜரை எனக்கு நல்லாவே நினைவிருக்கு,'' என்றார் சிவன். ''அப்ப சரி: ம்ரித்திகாவதியை நாம கைப்பத்தணும்னா, லோத்தலுடைய ஆதரவை நாம பயன் படுத்திக்கத்தான் வேணும். பிறகு, அவங்க கப்பல்களை உபயோகப்படுத்தி, சரஸ்வதி கரைகள்ள இருக்குற பட்டணங்களை சலிச்செடுப்போம். ஒரு விஷயத்தை நல்லா நினைவுல வெச்சிக்குங்க: எல்லா விதத்துலயும், நேருக்கு நேர் மோதலை நாம் தவிர்க்கணும்.''

அத்தியாயம் 14

மனங்களைப் படிப்பவர்

''அவர் மனசைத் திருப்ப முடியும்னு நினைக்கறீங்களா?'' சிவன் கேட்டார்.

அவரது அறைகளுக்குள் வாசுதேவர் தலைவரான கோபால் அப்போதுதான் நுழைந்திருந்தார். அவருடன் சதி மற்றும் நீலகண்டர் மகதம் பிரயாணிப்பதாக ஏற்பாடு. தாய் தந்தையருக்கு விடை கொடுத்து அனுப்புவதற்காக கணேஷும் கார்த்திக்கும் வந்திருந்தனர்.

''பிரபு ப்ருகுவைச் சந்திப்பதாக இருந்தால் நான் உண்மையில் பயமடைவேன்,'' என்றார் கோபால். ''ஆனால், நாம் சந்திக்கப்போவது சூரபத்மனை மட்டும்தான்.''

''பிரபு ப்ருகுகிட்ட அப்படி என்ன இருக்கு?'' என்றார் சிவன். ''மனுஷர்தானே அவர்? ஏன் எல்லாரும் அவர் பேச்சை எடுத்தாலே இப்படிப் பதர்றீங்க?''

''அவர் ஒரு மகரிஷி, சிவா,'' என்றாள் சதி. ''இப்ப கோபால்ஜி சொன்னதுபோல, அவர் அதுக்கும் மேல - ஒரு *சப்தரிஷி உத்ராதிகாரி*ன்னே பல பேர் நம்பறாங்க.''

''ஒருத்தரை அவர் வகிக்கற பதவிக்காக இல்லாம, குணத்துக்காக மதிக்கணும்,'' என்ற சிவன், கோபால் பக்கம் திரும்பினார். ''மறுபடியும் கேக்கறேன், நண்பரே: அவரை நினைச்சு ஏன் இவ்வளவு பதட்டம்?''

''அதாவது, முதல் காரணம் என்று சொன்னால்...'' கோபால் இழுத்தார். ''அவரால் மனங்களைப் படிக்கமுடியும்.''

''அதனால என்ன?'' சிவன் கேட்டார். ''உங்களாலயும் என்னாலயும் கூடத்தான் முடியும். ஒவ்வொரு வாசுதேவ பண்டிதனாலயும் முடியுமே.''

''உண்மை - ஆனால், எங்க கோயில்கள் எதனிலுள்ளாவது இருந்தால் மட்டுமே எங்களுக்கு அது சாத்தியம். பிரபு ப்ருகு இத்தகைய கட்டுப்பாடுகள் இல்லாதவர்; எங்கிருந்தாலும், யார் மனதையும் படிக்கக்கூடிய சக்தி படைத்தவர்.''

கணேஷின் முகத்தில் கலப்படமில்லாத ஆச்சர்யம். ''எப்படி?''

''அதாவது,'' கோபால் விளக்க முற்பட்டார். ''நாம் யோசிக்கும் பொழுது மூளை ஒருவித அலைவரிசையில் வானொலி அலைகளைச் செலுத்துகின்றது. மிகச் சக்தி வாய்ந்த ஒரு செலுத்தும் கருவியின் அருகாமையில் இருந்தால், தகுந்த பயிற்சி பெற்ற ஒருவரால் நாம் செலுத்தும் எண்ணங்களை அறியமுடியும். ஆனால் மகரிஷிகளோ, இதற்கு மேலும் செல்லும் சக்தி படைத்தவர்கள் என்று நம்பப் படுகிறது. நம் எண்ணங்களைக் கணிக்க அவை வானொலி அலைகளாய் மாற்றப்படும் வரை அவர்கள் காத்திருக்க வேண்டியதில்லை; நாம் நினைக்க நினைக்க அவற்றை அவர்களால் படிக்கமுடியும்.''

''அதெப்படி?''

''நம் மூளையில் அவ்வப்போது பளிச்சிடும் மின்சாரத் துடிப்புகள்தான் எண்ணங்களேயன்றி, வேறில்லை,'' கோபால் தொடர்ந்தார். ''இவ்வகையான துடிப்புகள், தம் கண்களுக்குள்ளேயுள்ள பாப்பாக்களில் மிக மிக நுட்பமான அசைவுகளை ஏற்படுத்தும். மகரிஷியைப் போல் இதற்கென பிரத்யேகப் பயிற்சியடைந்த ஒருவரால், இந்த நுணுக்கமான அசைவுகளையும் அறிந்துகொண்டு, எண்ணங்களைப் படிக்கமுடியும்.''

''இராமபிரானே,'' அதிர்ந்து போன கார்த்திக்கின் உதடுகள் முணுமுணுத்தன.

''இது எப்படி சாத்தியம்னு இன்னமும் எனக்குப் புரியத்தான் இல்ல,'' சிவனின் குரலில் அவநம்பிக்கை விரவியிருந்தது. ''நீங்க என்ன சொல்ல வர்றீங்க? நம்ம அத்தனை பேரோட எண்ணங்களையும் கண்கள்ள இருக்கற பாப்பாக்களோட அசைவுகளை வெச்சு சொல்லிடமுடியுமா? அது என்ன பாஷையா இருக்கும்? ஒரு மண்ணும் புரியலை.''

''நண்பரே,'' என்றார் கோபால். ''மனிதர்களாகிய நாம் ஒருவருக்கொருவர் பேசிக்கொள்ள பயன்படுத்தும் பாஷையையும், மனங்கள் பயன்படுத்தும் மொழியையும் நீங்கள் குழப்பிக் கொள்கிறீர்கள். உதாரணமாய், ஸமஸ்க்ருதம், பேசப் பயன்படும் ஒரு பாஷை. அடுத்தவர்களுடன் கலந்துரையாட நாம் உபயோகிக்கும் கருவி. நம் ஆழ்மனத்தில் ஓடும் எண்ணங்களை வெளிமனம் புரிந்துகொள்ள, தொடர்புகொள்ள நாம் பயன்படுத்தும் கருவியும் அதுவே. ஆனால், மூளை என்று எடுத்துக்கொண்டால், அது பணியாற்றப் பயன்படுத்தும் மொழி ஒன்றே ஒன்றுதான். இனம், உடல் என அனைத்து வேறுபாடுகளையும் தாண்டி, அனைத்து மூளைகளும் பயன்படுத்தும் மொழி இது. இந்த

மொழியின் எழுத்துக்கள் அல்லது சமிக்ஞைகள் இரண்டே இரண்டுதான்."

"ரெண்டா?" சக்தி கேட்டாள்.

"ஆம்," என்றார் கோபால். "இரண்டே இரண்டு: மின்சாரம் இருத்தல்; மின்சாரம் அணைதல். ஒரு குறிப்பிட்ட நொடியில் நம் மூளைக்குள் எத்தனையெத்தனையோ கோடிக்கணக்கான எண்ணங்களும் ஆணைகளும் ஏக காலத்தில் தோன்றி மறைகின்றன. ஆனால், இவற்றில் ஒன்றே ஒன்றுதான் ஒரு சமயத்தில் நம் கவனத்தைக் கவரக்கூடிய சக்தி படைத்தது. இந்த எண்ணம்தான், மூளையின் மொழியைக் கருவியாகக்கொண்டு, நம் கண்களில் பளிச்சிடுகிறது. மகரிஷிக்களால் இந்த வெளிமன எண்ணத்தைப் படிக்க முடியும். அதனால் மகரிஷிக்களின் முன்னிலையில், மனதில் எவ்விதமான எண்ணங்களை ஓட்டுகிறோம் என்பதில் மிக மிகக் கவனமாக இருக்கவேண்டும்."

"ஆக, அகத்திற்கு கண்ணே கண்ணாடிங்கிறது நிஜம்தான்," என்றான் கணேஷ்.

கோபால் புன்னகைத்தார். "அப்படித்தான் தோன்றுகிறது."

புருவம் உயர்த்திய சிவனின் முகத்திலும் புன்னகை தவழ்ந்தது. "நான் பிரபு ப்ருகுவைச் சந்திக்கும்போது கண்டிப்பா கண்ணை மூடிக்கிறேன்."

கோபால் மற்றும் சதி மெல்லச் சிரித்தனர்.

"எப்படியாயினும், நாம் ஜெயிப்பது நிச்சயம்," என்றார் கோபால்.

"ஆமா," கணேஷ் ஆமோதித்தான். "நாமதானே தர்மத்தின் பக்கம் இருக்கோம்?"

"அதில் துளியும் சந்தேகமில்லை. ஆனால், அது காரணமல்ல, பிரபு கணேஷ்," என்றார் கோபால். "நாம் ஜெயிக்கக் காரணமாக இருக்கப்போவது தங்கள் தந்தைதான்."

"இல்ல," சிவன் மறுத்தார். "நான் மட்டுமே காரணமாயிருக்க முடியாது. நாம ஜெயிச்சா, அதுக்கு நம்ம அத்தனை பேரோட ஒத்துமைதான் காரணமா இருக்கும்."

"ஆயினும், மாண்புமிகு நீலகண்டரே, எங்கள் அனைவரையும் ஒன்றிணைப்பது தாங்களேயல்லவா?" என்றார் கோபால். "பிரபு ப்ருகுவின் அறிவுத்திறன் உங்களுடையதை ஒத்து - ஏன், உங்களுடையதைவிட அதிகமாகக்கூட இருக்கலாம். ஆனால், தங்களைப்போல் அவர் தலைவரல்ல. தனக்கு வாய்த்த அதீத சக்திகளைப் பிரயோகித்து - அல்லது, துஷ்பிரயோகித்து - அவர் தனக்குக் கீழ் உள்ளவர்களை பயத்தால் அடக்குகிறார். அவர்கள் அவரைத் தெய்வமாக வழிபடவில்லை; குலைநடுங்கிச் சாகிறார்கள். ஆனால்,

தாங்களோ, நண்பரே, தங்கள் வழிநடப்பவர்களிடம் உள்ள நல்ல குணங்களையே வெளிக்கொணர்கிறீர்கள். சில நாட்களுக்கு முன்னர் தாங்கள் ஆற்றிய பணி இன்னதென்று நான் அறியவில்லை என்றா நினைத்தீர்கள்? அடுத்து என்ன செய்ய வேண்டும்; எப்படி இயங்க வேண்டும் என்று அனைத்து முடிவுகளையும் தாங்கள் ஏற்கனவே எடுத்தாயிற்று; இருப்பினும், அந்த முடிவிற்குள் எங்களனைவரையும் அழைத்து வந்து, எங்களுடன் லாபநஷ்டங்களை விவாதித்து, எல்லோரையும் இந்தப் பணியில் அங்கமாக்க தாங்கள் பிரயத்தனம் செய்யத் தவறவில்லை. எப்படியோ, எவ்விதத்திலோ, தங்கள் முடிவை நாங்கள் அனைவரும் ஆமோதிக்கும் நிலைக்குக் கொண்டுவந்து, அதே சமயம், அது எங்கள் ஒவ்வொருவரின் சுயமுடிவு என்று எண்ணும்படியும் செய்துவிட்டீர். இதற்கு பெயர்தான் தலைமையேற்றல். பிரபு ப்ருகுவிடம் நம்மைவிட மிகப்பெரும் படை இருக்கலாம் - ஆனால், அவர் போரிடப்போவது தன்னந்தனியராகத்தான். நம் விஷயத்திலோ, நம் படைகள் அனைத்தும் ஒன்றாக ஒற்றுமையாக இணைந்து செயல்படும். நீலகண்டப் பெருமானே - தங்கள் ஒப்புயர்வில்லா தலைமைக்கு இதைவிட மிக அற்புதமான சான்று வேறில்லை.''

இந்த நற்சான்றிதழ் பத்திரத்தால், எப்போதும்போல் தர்மசங்கடமடைந்த சிவன், சட்டென்று பேச்சை மாற்றினார். ''உங்க நல்லெண்ணத்துக்கு மிக்க நன்றி, கோபால்ஜி. எது எப்படியிருந்தாலும், நாம இப்ப கிளம்பணும். மகதம் நமக்காகக் காத்துக்கிட்டிருக்கு.''

''பகீரதனா? இங்கிருக்கிறானா?''

அதிர்ந்து போன சக்ரவர்த்தியை ஏறிட்ட ஸ்யமந்தகர் தலையசைத்தார். ''ஆம், பிரபு.''

''ஆனால், அவன் எப்படி...''

''பிரதம மந்திரி ஸ்யமந்தகரே,'' ப்ருகு, திலீபரை இடைவெட்டினார். ''அவரைச் சந்திப்பதில் நான் பெரு மகிழ்ச்சியடைவேன். இளவரசி ஆனந்தமயி மற்றும் அவரது கணவரும் உடன் வந்திருக்கிறார்களா?''

''இல்லை, பிரபு,'' என்றார் ஸ்யமந்தகர். ''தனியாகத்தான் வருகை புரிந்துள்ளார்.''

''துரதிர்ஷ்டம்தான்,'' என்றார் ப்ருகு. ''அரசமரியாதைகளில் ஒரு குறைவுமின்றி அவரை நம் சந்நிதானத்திற்கு அழைத்து வரவும்.''

''தங்கள் ஆணை, பிரபு,'' ப்ருகு மற்றும் திலீபரின் முன் தாழ வணங்கிய ஸ்யமந்தகர், அறையைவிட்டு வெளியேறினார்.

அவர் மறைந்த மறுகணம், ப்ருகு திலீபர்புறம் திரும்பினார். ''சுயகட்டுப்பாடு தங்களுக்கு மிக அவசியம், அரசே. கோதாவரித் தாக்குதல் குறித்து ஸ்யமந்தகர் ஏதுமறியாதவர் அல்லவா?''

''மன்னிக்க வேண்டும், பிரபு,'' என்றார் திலீபர். ''மிகப்பெரும் அதிர்ச்சிக்குள்ளாகிவிட்டேன் என்பதுதான் உண்மை.''

''நான் ஆளாகவில்லை.''

திலீபரின் புருவங்கள் சுருங்கின. ''ஏன், பிரபு! இதை எதிர்பார்த்தீர்களா, என்ன?''

''குறிப்பாக இந்த செய்தியைத்தான் எதிர்பார்த்தேன் என்று சொல்வதற்கில்லை - ஆனால், நாம் நிகழ்த்திய தாக்குதல் செயலிழந்துவிட்டது என்ற சந்தேகம் எனக்குள் வலுவடைந்திருந்தது. அதை எப்படி நிச்சயித்துக்கொள்வது என்றுதான் இத்தனைக் காலம் என்னை நானே கேட்டுக்கொண்டிருந்தேன்.''

''எனக்கு உண்மையில் புரியத்தான் இல்லை, பிரபு. வேறு எத்தனையோ விதங்களில் நம் கப்பல்கள் சேதமடைந்திருக்கலாம் அல்லவா?''

''நம் கப்பல்கள் சிதைந்ததில் மட்டுமல்ல, விஷயம். வேறொன்றும் இருக்கிறது. குணாக்களின் இருப்பிடம் குறித்து நான் கனகாலாவை விசாரிக்கச் சொல்லியிருந்தேன்.''

''குணாக்கள் என்பவர்கள் யார்?''

''அந்த சூழ்ச்சிக்கார வஞ்சகன் நீலகண்டன் இருக்கிறானே, அவனது மக்கள். குணாக்கள், மெலூஹாவிற்குப் புலம் பெயர்ந்தனர். இம்மாதிரி இடம்பெயர்ந்தோர் விஷயத்தில் மெலூஹாவில் சில விதிமுறைகள் கடைப்பிடிக்கப்படுகின்றன: அவர்கள் சம்பந்தப்பட்ட ஆவணங்கள் அனைத்தும் மிக இரகசியமாகப் பாதுகாக்கப்படவேண்டும் என்பது அவ்விதிகளில் ஒன்று. புலம்பெயர்ந்து வருவோர் மற்றவர்களால் கேவலமாக நடத்தப்படாமல், நல்லவிதமாய் சமூகத்தில் இயைந்து வாழ்வதற்கென ஏற்படுத்தப்பட்ட விதி இது. ஆனால், இவ்விஷயத்தில் அதுவே ஏறுக்கு மாறாய்ப் போய்விட்டதுதான் அதிசயம்: அரசாங்க ஆவண அதிகாரி, தன் நாட்டின் பிரதமரிடமே குணாக்களின் இருப்பிடத்தை வெளியிட மறுத்துவிட்டார்.''

''என்ன விசித்திரம்! அரசாங்க ஆவண அதிகாரி அவ்விதம் எப்படி மறுக்கலாம்? பிரதம மந்திரியின் வாக்கு

என்பது மன்னரின் ஆணையல்லவா? வேதமாக மதிக்கப்பட வேண்டியதல்லவா?''

''இருக்கலாம்,'' ப்ருகு புன்னகைத்தார். ''அங்கேதான் மெலூஹா தங்கள் தேசத்தினின்று மாறுபடுகிறது, அரசே. சட்டதிட்டங்களை மீறக்கூடாது என்ற அபத்தமான விதியை அங்குள்ள அதிகாரிகள் கடைப்பிடிப்பது வழக்கம்.''

ப்ருகுவின் இகழ்ச்சியை திலீபர் உணர்ந்ததாகத் தெரியவில்லை.

''பிறகு என்ன நடந்தது, பிரபு? குணாக்களைக் கண்டுபிடித்தீர்களா?''

''முதலில், அவர்கள் தேவகிரியில்தான் இருப்பதாகக் கனகாலா மிகத்தீவிரமாய் நம்பினாள். அங்கேயெல்லாம் சலித்துத் தேடியும் அவர்கள் எங்கும் கிடைக்காததால், சக்ரவர்த்தி தக்ஷரிடமே சென்று கேட்பதைத் தவிர அவளுக்கு வேறு வழி புலப்படவில்லை. அவரும் உடனடியாக, மெலூஹ ஆவண அதிகாரி குணாக்களின் இருப்பிடத்தை வெளியிட வற்புறுத்தக்கூடிய ஆணை ஒன்றை இராஜ்ய சபை மூலமாக வெளியிடச் செய்தார். கட்டளை பிறப்பித்து, குணாக்களின் இருப்பிடம் தெரிந்து நாங்கள் அங்கு போய்ச் சேர்ந்த போது, அங்கே யாரும் இல்லை.''

''எங்கே போனார்கள்?''

''தெரியவில்லை. இது அடிக்கடி நடக்கும் விஷயம் என்று எனக்குத் தெரிவிக்கப்பட்டது. மெலூஹாவின் சீரிய ஒழுங்கு முறைக்கும், கடுமையான சட்டதிட்டங்களுக்கும் கட்டுப்பட்டு வாழமுடியாமல், எத்தனையோ புலம்பெயர்ந்தோர் மீண்டும் தத்தம் தாய்நாட்டிற்குத் திரும்பிவிடுவது அதிசயமல்ல. குணாக்களும் அவ்விதமே இமயமலை சென்றிருக்கலாம் என்று என்னை நம்பவைக்கப் பிரயத்தனங்கள் நடந்தன.''

''நம்பினீர்களா?''

''நம்புவேனா? என்ன கேள்வி இது? போர் என்று அறிவிக்கும் முன், அந்த வஞ்சக நீலகண்டன் தன் மக்களை அவர்களது இருப்பிடத்தினின்று அகற்றிவிடுவானென்று சந்தேகித்தேன். ஆயினும், நான் என்ன செய்யக்கூடும்? குணாக்கள் இருக்குமிடம் எனக்குத் தெரியவில்லை.''

''ஆனால், பகீரதன் இங்கு வருவானேன்? நீலகண்டர் தன் திட்டங்களை இவ்விதம் பட்டவர்த்தனமாய் வெளியிடுவானேன்?''

''வஞ்சக நீலகண்டன், அரசே,'' ப்ருகு திலீபரைத் திருத்தினார்.

''மன்னியுங்கள், பிரபு,'' என்றார் திலீபர்.

ப்ருகு கூரையை வெறித்தார். ''அதானே? சிவன் ஏன் அவனை இங்கே அனுப்ப வேண்டும்?''

''கடவுளே!'' திலீபர் கிசுகிசுத்தார். ''ஒரு வேளை - என்னைக் கொல்லத்தானோ?''

ப்ருகு மறுப்பாய்த் தலையசைத்தார். ''வாய்ப்பில்லை. அரசே, உங்களைக் கொல்வதால் எந்த பெரிய பலனும் இல்லை என்பது என் எண்ணம்.''

எதையோ சொல்ல வாயெடுத்த திலீபர், அமைதி காப்பதே உத்தமம் என்று முடிவெடுத்தவராய், மூடிக்கொண்டார்.

''ஆம்,'' ப்ருகுவின் கண்கள் சிறுத்தன. ''இளவரசர் பகீரதர் இங்கு வருகை புரிந்திருப்பதன் காரணத்தை நாம் அறியத்தான் வேண்டும். அவருடனான சந்திப்பை நான் ஆவலுடன் எதிர்பார்க்கிறேன்.''

''அப்பா,'' நடையில் தீர்மானமும், தைரியமும் வெளிச்சமிட, பகீரதன் திலீபரின் அறைக்குள் பிரவேசித்தான்.

ஒரு வித கையாலாகாத்தனத்துடன், பலவீனமான புன்னகை ஒன்றை முகத்தில் ஒட்டவைத்துக்கொண்டார் திலீபர். சொந்த மகனைச் சகிக்கமுடியாதவர் அவர். ''எப்படியிருக்கிறாய், பகீரதா?''

''நல்லாயிருக்கேம்பா.''

''பஞ்சவடிப் பிரயாணம் எப்படியிருந்தது?''

தந்தையினருகே அமர்ந்திருந்த வயது முதிர்ந்த அந்தணர் யார் என்று எண்ணமிட்டபடியே, மீண்டும் அப்பாவைப் பார்த்தான் பகீரதன். ''பெரிசா சொல்லிக்கிற மாதிரி எதுவுமில்ல, அப்பா. நாம நினைக்கிற அளவு நாகர்கள் அயோக்கியர்கள் இல்லையோ, என்னவோ? எங்கள்ள சில பேர் சீக்கிரம் திரும்பி வந்துட்டோம். நீலகண்டப் பெருமான் அப்புறமா வந்து சேர்ந்துப்பார்.''

அதிசயமடைந்தது போல் புருவம் நெறிந்த திலீபர், ப்ருகுவை நோக்கித் திரும்பினார்.

தன் பங்கிற்குப் புருவம் உயர்த்திய பகீரதன், ப்ருகுவை நோக்கித் திரும்பி, கரம் குவித்து, சிரம் தாழ்த்தினான். ''முதல்ல உங்களுக்கு வணக்கம் செலுத்தாததுக்கு என்னை மன்னிக்கணும், அந்தணரே. எங்கப்பாவைச் சந்திச்ச உணர்ச்சிப்பெருக்குல என்னை மறந்துட்டேன்.''

அவனது கண்களை ப்ருகு ஊடுருவிப் பார்த்தார்.

நான் யார் என்பதைத் தெரிந்துகொள்ளும் அடங்காத ஆவல் பகீரதனின் மனதை வியாபித்துள்ளது. முதலில் இந்த

சந்தேகத்தைத் தீர்த்துவிட்டால், பிறகு அவன் வெளி மனம் வேறு உருப்படியான விஷயங்களை நாடும்.

"மன்னிப்புக் கோர வேண்டியது நான்தானோ, என்னவோ?" என்றார் ப்ருகு. "என்னை அறிமுகப் படுத்திக் கொள்ளவில்லையே? இமயமலையில் வாழும் சாதாரணத் துறவி நான். ப்ருகு என்று என்னை அழைப்பர்."

சட்டென்று பகீரதன் ஆச்சர்யம் பொங்க நிமிர்ந்தான். ப்ருகுவை அவன் இதுவரை பார்த்ததில்லையென்றாலும், அவரைப் பற்றி நிரம்பக் கேள்விப்பட்டிருந்தான். ஓரடி முன்னே வந்தவன், முனிவரின் பாதங்களைத் தொட்டு வணங்கினான். "உங்களைச் சந்திக்க நேர்ந்தது என் வாழ்நாளின் பாக்கியம், மகரிஷி ப்ருகு. உங்களுடைய ஆசியை அடையும் வாய்ப்புக் கிடைச்சது, மிகப்பெரிய அதிர்ஷ்டம்."

"*ஆயுஷ்மான் பவ*," ப்ருகு ஆசீர்வதித்தார்.

தன் கரங்களை அவனது தோள்களின் மீது பதித்து பகீரதனை எழுப்பிய ப்ருகு, மீண்டும் அவனது கண்களை ஆழப் பார்த்தார்.

தன் அறிவிலி அப்பனிடத்தில் எந்த அதிகாரமும் இல்லை; உண்மையான தலைவன் நானே என்பதை பகீரதன் புரிந்துகொண்டுவிட்டான். இவன் நெஞ்சில் பயம் பரவிவிட்டது. நன்று. மிக நன்று. இவனை இன்னும் சற்று யோசிக்க வைத்தால் போதும்.

"நீலகண்டர் நலம்தானே?" ப்ருகு வினவினார். "நம் காலத்தின் அவதார புருஷர்; மக்களைக் காக்க வந்த தெய்வம் என்று பலரும் நம்பும் மனிதரை சந்திக்கும் பாக்கியத்தை இன்னமும் நான் பெறவில்லை."

"நல்லா இருக்கார், பிரபு," என்றான் பகீரதன். "தனக்களிக்கப்பட்ட பட்டங்கள் அத்தனைக்கும் அவர் நிச்சயம் தகுதியானவர்தான். இன்னும் சொல்லப்போனா, மகாதேவர்ங்கிற மிகப்பெரும் பதவிக்கும், மரியாதைக்குமே அவர் உரியவர்தான்கிறது எங்கள்ள பல பேருடைய கருத்து."

அடேடே. உண்மையான தலைவன் யார் என்பதை அறிந்துகொள்ளும் பொறுப்பை பகீரதனேயல்லவா ஏற்றிருக்கிறான்? பரவாயில்லையே. இந்த முட்டாள் திலீபன் நிச்சயம் தலைவனாய் இருக்கமுடியாதென்பதை அந்தத் திபேத்திய காட்டுமிராண்டி புரிந்துகொண்டுவிட்டான். நான் நினைத்ததைவிட புத்திசாலியாக இருப்பான் போலும்.

"நிகழ்காலத்தில் யார் யாருக்கு என்னென்ன பட்டங்கள் கிடைக்கவேண்டும் என்பதை வருங்காலத்திற்கே விட்டுவிடுவோமே, அயோத்ய இளவரசே," என்றார் ப்ருகு.

''பதவி மற்றும் அதிகாரத்திற்காகவன்றி, கடமையை அதன் பொருட்டே ஆற்றவேண்டும். இந்தத் தத்துவத்தை மிக அழகாக எடுத்தியம்பும் பிரபு வாசுதேவரின் வாக்கு உங்கள் நீலகண்டருக்கே கூட தெரிந்திருக்கக்கூடும்: *கர்மண்யே வாதிகாரஸ்தே மா ஃபலேஷு கடச்சனா.*''

''மகரிஷிஜி, அந்த வாக்கை நிதர்சனமா வாழ்ந்து காட்டறவர் எங்க நீலகண்டர்ங்கிறதுல சந்தேகமேயில்ல,'' என்றான் பகீரதன். ''மகாதேவர்னு அவர் தன்னைச் சொல்லிக் கிறதில்லை; நாங்கதான் அவரை அப்படி அழைக்கிறோம்.''

ப்ருகுவின் முகத்தில் லேசான புன்னகை. ''வீர இளவலே, தங்களிடத்தில் இப்பேர்ப்பட்ட விசுவாசத்தைத் தூண்டியுள்ள உங்கள் நீலகண்டர் நிச்சயம் அவதார புருஷராகத்தான் இருக்க வேண்டும். அது சரி, பஞ்சவடி எப்படியிருந்தது? அந்த தேசத்திற்கு சென்று வரும் பாக்கியத்தை நான் இதுவரை அடைந்ததில்லை.''

''ரொம்ப அழகான நகரம், மகரிஷிஜி.''

பஞ்சவடியின் அண்மையில், அதற்குச் சற்று தூரத்தில்தான் தாக்கப்பட்டிருக்கிறார்கள். ஆக, எங்கள் கப்பல்கள் அதுவரையில் சென்று சேர்ந்துவிட்டன. அவர்களது அரக்கப் படகுகள், கப்பல்களைச் சிதைத்துவிட்டன. சரி, குறைந்தபட்சம் பஞ்சவடி குறித்த எங்கள் அனுமானம் சரியென்றாவது நிரூபணம் ஆகிவிட்டது.

''இராமபிரான் அருளிருந்தால்,'' என்றார் ப்ருகு. ''என்றாவது நானும் பஞ்சவடியைக் காண்பேன்.''

''நாகர்களின் அரசி உங்க வரவை பெரிய பாக்கியமா நினைச்சு வரவேற்பாங்கங்கிறதுல எந்த சந்தேகமுமில்லை, பிரபு,'' என்றான் பகீரதன்.

ப்ருகுவின் முகத்தில் புன்னகை விரிந்தது. *அரைகுறையாய் சந்தர்ப்பம் அகப்பட்டாலும், காளி என்னைக் கொன்று குவித்துவிடுவாள். ருத்ரபகவானின் பிரசித்தி பெற்ற கோபாவேசத்தையும் தூக்கிச் சாப்பிட்டுவிடும் ஆக்ரோஷம் அல்லவா அவளுடையது?*

''ஆனால், இளவரசே,'' ப்ருகு துவங்கினார். ''தாங்கள் புரிந்துள்ள ஒரு அநீதியைக் குறித்து நான் இங்கு குறிப்பிட்டேயாக வேண்டும்.''

ஆச்சர்யமடைந்த பகீரதன், உடனடியாக மன்னிப்புக் கோரும் பாவத்தில் கரங்களைக் குவித்தான். ''உங்களை எந்த விதத்திலாவது அவமானப்படுத்தியிருந்தால், அதுக்காக

நான் ஆயிரம் முறை மன்னிப்புக் கேக்கறேன், பிரபு. எந்த வகையில இதுக்கு நான் பிராயச்சித்தம் செய்ய முடியும்னு தயவு செஞ்சு சொல்லுங்க.''

''மிக மிகச் சுலபம்,'' என்றார் ப்ருகு. ''சக்ரவர்த்தியின் குமாரியையும், அவரது புதுக் கணவரையும் சந்திக்க வேண்டும் என்று நான் மிக ஆவலாய் இருந்தேன். ஆனால், தாங்கள்தான் இளவரசி ஆனந்தமயியை அழைத்தே வரவில்லையே?''

''என் கவனக்குறைவைப் பொருட்படுத்தாம மன்னிக்கணும், பிரபு,'' என்றான் பகீரதன். ''எத்தனையோ காலமா பார்க்காத எங்கப்பாவைப் சந்திக்கிற ஆவல்ல ஓடோடி வந்த அவசரத்துல, அதை நான் கவனிக்கலை. அது மட்டுமில்லாம, இளவரசி ஆனந்தமயி ஒரு நல்ல மனைவியா, தன் கணவர் சேநாதிபதி பர்வதேஸ்வரரைத் தொடர்ந்து, காசிக்குப் போயிட்டாங்க.''

பகீரதனின் எண்ணங்கள் அவன் கண்களில் விரிய, சட்டென்று ப்ருகு மூச்சை இழுத்துப் பிடித்துக்கொண்டார். *என்ன? பர்வதேஸ்வரர் கட்சி மாறுகிறாரா? மெலூஹாவிற்குத் திரும்ப விரும்புகிறாரா?*

''பரமாத்மாவின் கண் திறந்தால்தான் நான் இளவரசி ஆனந்தமயியையும், சேநாதிபதி பர்வதேஸ்வரரையும் சந்திக்கமுடியும் போலிருக்கிறது,'' குறைப்பட்டுக்கொண்டார் ப்ருகு.

அவரது முகத்தில் மலர்ந்த புன்னகை, ஏனோ பகீரதனுக்கு அசந்தர்ப்பமாய்த் தோன்றியது.

''காலமும் நேரமும் கூடி வந்தா, அதுவும் தானே நடந்துறும் பிரபு,'' என்றான் பகீரதன். ''இப்ப எனக்கு உத்தரவு குடுத்தீங்கன்னா, பார்க்க வேண்டியவங்க சிலர் இருக்காங்க. அதுக்கப்புறம் காசியில கவனிக்க வேண்டிய காரியங்களும் இருக்கு.''

எதையோ பேச முயன்ற திலீபர், ப்ருகு கையை உயர்த்தி பகீரதன் சிரத்தில் பதிக்க, மௌனமானார். ''நிச்சயம், வீர இளவலே. இராமபிரான் ஆசிகள் உமதாகட்டும். போய் வாருங்கள்.''

''அவனை ஏன் செல்ல அனுமதித்தீர்கள் பிரபு?'' பகீரதன் தலைமறைந்தவுடன், திலீபர் படபடத்தார். ''கைது செய்திருக்கலாம். கேட்கிற விதத்தில் கேட்டிருந்தால், பஞ்ச வடியில் என்ன நடந்ததென்று தெரிந்துகொண்டிருக்கலாம் அல்லவா?''

''என்ன நடந்ததென்பது எனக்கு தெரிந்துவிட்டது,'' என்றார் ப்ருகு. ''நம் கப்பல்கள் வெற்றிகரமாய் பஞ்சவடி

சென்று சேர்ந்துவிட்டன; அவர்களது பரிவாரப் படைகளில் பெரும்பகுதியை அழிக்கவும் செய்தன - ஆனால், முக்கியஸ்தர்களைக் கொல்லவில்லை. சிவன் உயிருடன்தான் இருக்கிறான். அப்போது நடந்த போரில் நம் கப்பல்கள் சிதைந்துவிட்டன.''

''எப்படியிருந்தாலும், பகீரதனை நாம் இங்கிருந்து செல்லவிட்டிருக்கக்கூடாது. அவர்களது தலைவர்களுள் முக்கியமானவர்களில் ஒருவனை ஒரு கீறல் கூட இல்லாமல் திரும்பிச் செல்ல நாம் விடுவது தகுமா?''

''அவனுக்கு நீண்ட ஆயுள் அளித்து ஆசீர்வதித்து விட்டேன், அரசே. என்னை பொய்யனாக்க விரும்பமாட்டீர் என்று நம்புகிறேன்.''

''நிச்சயம் இல்லை, பிரபு.''

திலீபரைப் பார்த்த ப்ருகு புன்னகைத்தார். ''உங்கள் மனதில் ஓடும் எண்ணம் எனக்குப் புரிகிறது. நம்புங்கள்: யுத்தம் போல, சதுரங்க விளையாட்டிலும், அடுத்து சாய்க்க வேண்டிய மிக முக்கிய காயை நோக்கி நகரும் சாத்தியம் வேண்டுமானால், அந்த வாய்ப்பிற்கே, சில பகடைக்காய்களை நாம் வெட்டித்தான் ஆக வேண்டும்.''

திலீபரின் புருவம் சுருங்கியது.

''இன்னும் விளக்கிச் சொல்கிறேன், அரசே,'' என்றார் ப்ருகு. ''அயோத்யாவில் இளவரசர் பகீரதனுக்கு எந்த ஆபத்தும் நேரக்கூடாது. ஒரு தினத்திற்குள்ளாகவே அவர் உங்கள் நகரை விட்டுக் கிளம்பிவிடுவார் என்று நம்புகிறேன். எவ்விதத்திலும் சேதமில்லாமல் அவர் வெளியேற வேண்டும். பகீரதனின் இந்தச் சிறிய வருகையினால், நமக்குப் புதிதாய் எந்த செய்தியும் கிடைத்துவிடவில்லை என்று அவர்கள் நம்பும்படி இருக்க வேண்டும்.''

''அப்படியே, பிரபு.''

''விரைவுப் படகொன்றை தளவாடங்களேற்றி, தயார் செய்யுங்கள். நான் உடனடியாகக் காசி செல்ல வேண்டும்.''

''சரி, பிரபு.''

''கப்பல் அறிக்கையில் நான் ப்ரயாக் செல்வதாக தெரிவிக்கவும். அயோத்யாவில் இன்னமும் பகீரதனுக்கு நண்பர்கள் இருக்க வாய்ப்புண்டு. நான் காசி செல்வது அவனுக்குத் தெரிய வேண்டாம். புரிகிறதா?''

''நிச்சயம், பிரபு. அனைத்து ஏற்பாடுகளையும் செய்யச் சொல்லி ஸ்யமந்தகருக்கு ஆணை பிறப்பித்துவிடுகிறேன்.''

அத்தியாயம் 15

மகதப் பிரச்சனை

மகத நாட்டு விளையாட்டுத் துறை மந்திரி அந்தகர் வழிகாட்ட, சிவன், சதி மற்றும் கோபால், சூரபத்மனின் அரண்மனை விருந்தாளிகள் அறைகளுக்கு அழைத்துச் செல்லப்பட்டனர்.

அமைச்சர் விலகக் காத்திருந்த கோபால், ''மன்னர் மஹேந்திரரின் அரண்மனையில் அல்லாது, சூரபத்மனின் பிரத்யேகக் குடியிருப்பில் நாம் தங்க வைக்கப்பட்டிருப்பது சற்று அதிசயம்தான்,'' என்றார்.

''நமக்கும் அவங்கப்பாவுக்கும் நடுவுல தன் மூலம் மட்டும்தான் செய்திப் பரிமாற்றம் நடக்கணும்னு நினைக்கறார்,'' என்றாள் சதி. ''யார் யாருக்கு என்னென்ன விஷயம் போகுதுங்கிறதை முடிவு பண்ற மொத்த அதிகாரமும் அவர்கிட்டேதானே? இதுவும் ஒரு வகையில எனக்குத் திருப்தியாவே இருக்கு. வெற்றி கிடைக்கும்கிற நம்பிக்கை அதிகமாகுது.''

''ஏனோ எனக்கு அவ்வளவு நம்பிக்கையா இல்லை,'' என்றார் சிவன். ''மகத நாட்டைப் பொறுத்தவரை, சூரபத்மன் வெச்சது தான் அநேகமா சட்டமா இருக்கும். இளவரசனா இருக்கிறது மட்டுமில்லாம, அரசரோட பிரத்யேக முத்திரையும் அவன் வசம்தான். ஆனாலும், உக்ரசேனனோட கொலையை மன்னர் எப்படி எதிர்கொள்றார்ங்கிற விஷயத்துல அவனே கொஞ்சம் ஜாக்கிரதையாத்தான் இருப்பான். அதான் நம்மைத் தனியா இங்கே சந்திக்க விரும்பறானோ, என்னவோ?''

''இருக்கலாம்,'' கோபால் ஆமோதித்தார். ''அதன் பொருட்டுதான் நம்மை மன்னர் மஹேந்திரரின் பிரதம மந்திரி வரவேற்காமல், அந்தகர் எதிர்கொண்டழைத்தாரோ?''

''ஆமா,'' என்றார் சிவன். ''அந்தகர் சூரபத்மனுக்குத்தான் விசுவாசின்னு நினைக்கறேன்.''

''நல்லதே நடக்கும்னு நம்புவோம்,'' என்றாள் சதி.

சிவன், சதி மற்றும் கோபால் மூவரும் இளவரசனின் சபைக்குள் நுழைய, அலங்கரித்த சிம்மாசனத்தினின்று சூரபத்மன் எழுந்தான். நீலகண்டரிடத்தில் சென்றவன், மண்டியிட்டு, சிரத்தைச் சிவனின் பாதங்களில் பதித்தான். ''ஆசீர்வதியுங்கள், நீலகண்டப் பெருமானே.''

''*சுகினா பவ*,'' சந்துஷ்டியும் சந்தோஷமும் நிறையுமாறு சிவன் அவனது சிரத்தில் கைவைத்து ஆசீர்வதித்தார்.

சூரபத்மன் அவரை ஏறிட்டான். ''நம் இந்தப் பேச்சுவார்த்தை முடிவடையும்போது, சந்தோஷம் மட்டுமின்றி, வெற்றியும் எனக்குக் கிட்டுமாறு ஆசீர்வதிக்க மனமொப்புவீர்கள் என்று நம்புகிறேன், பிரபு.''

புன்னகைத்த சிவன், எழுந்த சூரபத்மனின் தோள்களில் கை பதித்தார். ''என்னோட வந்திருக்கிறவங்களை நான் அறிமுகப்படுத்த அனுமதிக்கணும், இளவரசே. இது என் மனைவி, சதி.''

சதியை நோக்கி சூரபத்மன் தாழ்மையுடன் வணங்க, அவளும் பதிலுக்குக் கரம் குவித்தாள்.

''இது என் நெருங்கிய நண்பர், வாசுதேவர்களின் தலைவர் கோபால்,'' என்றார் சிவன்.

''என்ன!'' *நமஸ்தே* என்று மிகப்பணிவுடன் கரம் குவித்த போதே, சூரபத்மனின் கண்கள் அகல விரிந்தன. ''இராமபிரானின் கருணையே கருணை!''

''அவரை நோக்கிப் பிரார்த்தனை செய்யுங்கள்,'' என்றார் கோபால். ''நிச்சயம் கருணை புரிவார்.''

சூரபத்மனின் முகம் மலர்ந்தது. ''மன்னிக்க வேண்டும், கோபால்ஜி. வாசுதேவர்கள் என்று ஒரு குலத்தார் இருப்பது உண்மை என்று என் ஒற்றர்கள் கூறியதுண்டு. ஆனால், உலகின் வாழ்வியலே தறிகெட்டுப் போவதற்கான கடுமையான சூழல் உருவானாலன்றி, அவர்கள் மக்கள் விஷயத்தில் தலையிடுவதில்லையென்றல்லவா நம்பினேன்?''

''அப்படிப்பட்ட காலம் இப்பொழுது வந்தேவிட்டது, சூரபத்மா,'' என்றார் கோபால். ''இராமபிரானை உண்மையாய் பின்பற்றுபவர்கள் அனைவரும் நீலகண்டருடன் சேர்ந்து கொள்ள வேண்டும்.''

சூரபத்மன் மௌனம் காத்தான்.

''சௌகரியமா உட்கார்ந்து பேசுவோமே, மகத நாட்டு வீர இளவரசே,'' என்றார் சிவன்.

சபையின் மத்தியில் அமைந்திருந்த அலங்கரித்த ஆசனங்களை நோக்கி சூரபத்மன் இட்டுச் சென்றான். அங்கே அந்தகரைத் தவிர்த்து, மகதத்தின் அரசவை

அதிகாரிகள் எவருமில்லையென்பதை கோபால் கவனித்தார். கூடிய சீக்கிரத்தில் மகதநாட்டின் இராணுவம் அந்தகரின் அதிகாரத்தின் கீழ் வரக்கூடும் என்னும் வதந்திகள் உண்மைதான் போலும். அல்லது - ஒரு வேளை - மகத அரசவையின் பிற அங்கத்தினர்களுக்கு நீலகண்டரிடத்தில் விசுவாசம் இல்லையென்றும் கொள்ளலாம். மகதத்திற்கும், அயோத்யாவிற்கும் பரம்பரையாக இருந்துவரும் பகைமையை உத்தேசித்தால், அவர்கள் நீலகண்டருடன்தான் இணைவார்கள் என்று எண்ண இடமிருந்தது. ஆனால், உக்ரசேனனின் மரணம்தான் குட்டையைக் குழப்பிவிட்டதே?

''உங்களுக்கு எந்த விதத்துல நான் உதவணும், பிரபு?'' சூரபத்மன் வினவினான்.

''விஷயத்துக்கு நேரடியாகவே வர்றேன், இளவரசே,'' என்றார் சிவன். ''சீக்கிரத்துல யுத்தம் வர வாய்ப்பிருக்குனு உங்களுடைய தேர்ந்த ஒற்றர் படை இதுக்குள்ளாகவே தெரிவிச்சிருக்கும்.''

சூரபத்மன் மௌனமாய்த் தலையசைத்தான்.

''இவ்விஷயத்தில் அயோத்யா சரியான முடிவை எடுக்கவில்லை என்பதையும் தாங்கள் அறிந்திருப்பீர்கள்,'' என்றார் கோபால்.

''அறிவேன்,'' சூரபத்மனின் முகத்தில் புன்னகையின் சாயல் தோன்றியது. ''ஆனால், தவறான முடிவுகளுக்கும், குழப்பமான சிந்தனைக்கும் பெயர் போன அயோத்யா இறுதியில் எந்தக் கட்சியில் இணையுமோ, கடவுளுக்குத்தான் வெளிச்சம்!''

சதி புன்னகைத்தாள். ''*நீங்க* என்ன செய்யறதா உத்தேசம், வீர இளவரசே?''

''அம்மணி,'' சூரபத்மன் துவங்கினான். ''நீலகண்டர் குறித்த கதைகளில் நம்பிக்கை கொண்டவன் நான். அதுவுமன்றி 'மகாதேவர்' என்னும் பட்டத்துக்கு மிகத் தகுதியானவர் என்று பிரபுவே நிரூபித்துக்கொண்டுவிட்டார்.''

ருத்ரபகவானுடனான ஒப்பிடலினால் இன்னமும் தர்மசங்கடமடைந்த சிவன், ஆசனத்தில் நெளிந்தார்.

''அதுவுமில்லாமல், அயோத்யாவின் மேலாண்மை, கொடுமையிலும் கொடுமை,'' சூரபத்மன் தொடர்ந்தான். ''ஸ்வத்வீபத்தின் ஒட்டுமொத்த நன்மையை உத்தேசித்தாவது அதை அகற்றியே ஆகவேண்டியது முக்கியம். அதைச் செய்யும் திண்மை மகதத்திற்கு மட்டுமே உண்டு.''

''அயோத்யாவை எதிர்க்கிற சக்தியும் மாபெரும் மகதநாட்டுக்குத்தான் உண்டுங்கிறது புரியுது,'' என்றாள் சதி.

''தங்களுக்கேதான் தெரிந்திருக்கிறதே?'' என்றான் சூரபத்மன். ''நீலகண்டருடன் நான் அணி சேர்ந்து கொள்வதே உசிதம் என்பதற்குச் சான்றாய் இரு காரணங்கள் அளித்துவிட்டேன்.''

ஆனால் என்று அவன் இழுக்கப்போவதை எதிர்பார்த்து, சிவன், சதி, மற்றும் கோபால் அமைதி காத்தனர்.

''அதே சமயம்,'' என்றான் சூரபத்மன். ''இப்பொழுதிருக்கும் சூழ்நிலை, என் நிலைமையைச் சற்று சிக்கலாக்கியிருக்கிறது.'' சிவனை நோக்கித் திரும்பியவன், தொடர்ந்தான். ''என் பிரச்சனை ஓரளவு உங்களுக்குத் தெரிந்திருக்க வாய்ப்புள்ளது, பிரபு. என் சகோதரன் உக்ரசேனன், நாகாத் தீவிரவாதிகளால் கொல்லப்பட்டதால், பழி வாங்கியே தீர்வது என்று என் தந்தை கறுவிக்கொண்டிருக்கிறார்.''

விஷயத்தின் தீவிரத்தையும், அதன் பின்விளைவுகள் ஏற்படுத்தியுள்ள சிக்கலையும் நன்கு உணர்ந்திருந்த சிவன், மென்மையாக, ''சூரபத்மா, இந்த சம்பவம் சம்பந்தமா...''

''பிரபு,'' என்றான் சூரபத்மன். ''தங்களை மறித்து நான் பேசுவதற்கு மன்னிக்க வேண்டும் - ஆனால், உண்மையை நான் அறிவேன்.''

''உண்மையென்னன்னு உங்களுக்கு நிச்சயமாத் தெரியுமான்னு எனக்கு சந்தேகமா இருக்கு, இளவரசே. தெரிஞ்சிருந்தா, உங்க நடத்தை கொஞ்சம் வேற மாதிரி இருந்திருக்கும்.''

சற்றே புன்னகைத்த சூரபத்மன், அந்தகரை ஒரு பார்வை பார்த்துவிட்டு, தொடர்ந்தான். ''இந்த சம்பவத்தை நானும் அந்தகரும் தீரவே புலன் விசாரணை செய்துவிட்டோம், பிரபு. என் சகோதரனும் அவனது ஆட்களும் இறந்த இடத்தை நேரிலேயே சென்று பார்த்தோம். சம்பவம் குறித்து அறியக்கூடிய எல்லாவற்றையும் அறிந்துகொண்டும் விட்டோம்.''

''அப்புறம் ஏன்...'' சதியால் கேட்காமல் இருக்கமுடியவில்லை.

''நான் என்ன செய்ய முடியும், தேவி?'' சூரபத்மன் வினவினான். ''வயோதிகரான என் தந்தை, தனக்கு மிகப்பிடித்தமான, மகாவீரனும் உத்தமபுத்திரனுமான தன் பிரிய மகன், கோழை நாகர்களின் தீவிரவாதத் தாக்குதலில், நாட்டைக் காக்கும் முயற்சியில் வீரமரணம் அடைந்து விட்டதாக எண்ணியெண்ணி மறுகிக் கொண்டிருக்கிறார். அவரிடம் என்னவிதமாய் நான் உண்மையைக் கூறுவது? உண்மையில், தன் கேவலமான சூதாட்டப்

பழக்கத்தின் தூண்டுதலால் பணம் பண்ணும் பேராசையில், இளம்பிள்ளைகளைக் கடத்திக்கொண்டு வந்து காளைப் பந்தயத்தில் ஈடுபடுத்திய ஈனப்பிறவி உக்ரசேனன் என்று எப்படிச் சொல்வது? தன் மகனைக் காக்கப் போராடிய தாயைக் கொல்ல முயன்ற தயாளன் அவன் என்று எப்படிச் சொல்வது? தன் நாட்டின் குடிமக்கள் இருவரை உண்மையில் தன் அருமை மகனின் கொடுங்கோன்மையினின்று காத்துக் காப்பாற்றியது கொடூர நாகர்களேயென்று எப்படிச் சொல்லச் சொல்கிறீர்கள்? அப்படியே சொன்னாலும், என் பேச்சை அவர் கேட்கவா போகிறார்?''

''உண்மையில்தான் உயர்வு இருக்கு,'' என்றாள் சதி. ''அது வலிச்சாலும்.''

சூரபத்மன் மெல்லச் சிரித்தான். ''இது மெலூஹா அல்ல, தேவி. 'உண்மை'க்கு மட்டுமே கட்டுப்படுவது என்ற மெலூஹக் கொள்கை இங்கே பலரால், குருட்டுத்தனமான, பிடிவாதமான, யதார்த்தத்திற்குப் புறம்பான விஷயமாய்க் கருதப்படுகிறது. ஒரே சமயத்தில் ஒன்றாகவே பவனி வரும் உண்மையின் பலவித ரூபங்களில் ஏதேனும் ஒன்றைத் தேர்ந்தெடுத்துக்கொள்வதையே பல சந்திரவம்சிகள் விரும்புகின்றனர்.''

சதி மௌனமானாள்.

சூரபத்மன் சிவனிடம் திரும்பினான். ''பிரபு, பட்டத்தின் மீது பைத்தியமாகி, அதை எப்படியாவது அடையும் பொருட்டு போருக்கு அலையும் பேராசைப்பிறவியாக என் தந்தை என்னை நினைத்துக்கொண்டிருக்கிறார். அவருடைய எண்ணப்போக்கை அதிகம் ஒத்திருந்த என் அண்ணனின் மீதுதான் அவருக்குப் பிரியம் அதிகம். என் சுயலாபத்தை உத்தேசித்து, அவரது பிரிய மகனைக் கொல்ல நானே ஏற்பாடு செய்ததாகவும் அவர் சந்தேகிக்கிறார் என்பது என் ஊகம்.''

''அது நிச்சயம் உண்மையாயிருக்க வாய்ப்பில்லை,'' என்றார் சிவன். ''அவர் மகன்கள்ள நீங்கதான் அதிகம் சாதிக்கக்கூடியவர்.''

''அபூர்வ தன்னம்பிக்கை கொண்டவனால் மட்டுமே இன்னொரு மனிதனின் திறமையை மனம் திறந்து பாராட்ட முடியும்,'' என்றான் சூரபத்மன். ''அது தன்னுடைய மகனாவே இருந்தாலும் சரி. விசித்திரம் என்னவென்றால், சிம்மாசனத்திற்கான என் பாதையைச் சீர் செய்ததில் நாகர்களுக்குப் பெரும்பங்கு இருக்கிறது. இனி, என் தந்தையின் காலம் முடியும் வரையில் காத்திருந்து, எனக்கான பட்டத்தை

அவர் வேறொருவரிடம் அளிக்கும்படியாக, கோபத்தைக் கிளப்பாமல் ஜாக்கிரதையாக நடந்துகொண்டுவிட்டாலே போதுமானது. நிலைமை இப்படியிருக்க, அவருக்கு மிகப் பிரிய மகனைக் கொன்ற ''தீய'' நாகர்களின் மீது எந்தத் தவறும் இல்லை; அவர்கள் செயலில்தான் நியாயம் என்று நானே போய்ச் சொன்னால், வரலாற்றிலேயெ மிக அறிவிலியான இளவரசன் நானாகத்தான் இருப்பேன்.''

கோபால் லேசாய் முறுவலித்தார். ''இப்படியும் போக முடியாமல், அப்படியும் நகர முடியாமல், இக்கட்டில் மாட்டிக்கொண்டுவிட்டோம் போலிருக்கிறதே, இளவரசே? இப்போது என்ன செய்வது?''

சூரபத்மனின் கண்கள் சிறுத்தன. ''ஒரு நாகாவைக் கொடுங்கள்.''

''அது முடியாது,'' என்றார் சிவன்.

''உக்ரசேனனைக் கொன்ற நாகாவைக் கேட்கவில்லை, பிரபு,'' என்றான் சூரபத்மன். ''அவன் நிச்சயம் முக்கியஸ்தனாகத்தான் இருக்க வேண்டும். ஏதோ ஒரு நாகாவைக் கொடுங்கள் என்றுதான் கேட்கிறேன். உக்ரசேனனைக் கொன்றது அவன்தான் என்று என் தந்தையிடம் ஒப்புவித்து, உடனடியாக மரணதண்டனையை நிறைவேற்றிவிடுவோம். என் தந்தையும் நிம்மதியாக இராஜ்யபாரத்தினின்று ஓய்வு பெற்று, என் சகோதரனின் ஆத்மசாந்தி வேண்டி ஸந்யாஸம் வாங்கிக்கொண்டுவிடுவார். நானும், மகதத்தின் அனைத்து ஆட்களும் பொருளும் தளவாடங்களும், உங்கள் தோளோடு தோள் நிற்போம். ப்ரங்கர்கள் உங்கள் பக்கம்தான் என்பதை நான் அறிவேன். ப்ரங்காவும் மகதமும் ஓரணியில் இருந்தால் வெற்றி நிச்சயம். நீங்கள் யுத்தத்தில் ஜெயிப்பீர்கள்; தீமையும் அழிந்துவிடும். நீங்கள் செய்ய வேண்டியது ஒன்றே ஒன்றுதான்: எப்படியும் தன் பூர்வஜன்ம வினைகளுக்காக தண்டனை அனுபவிக்கப் பிறப்பெடுத்த ஒரு முக்கியமில்லாத நாகாவைத் தியாகம் செய்துவிடுங்கள். நல்ல கதியை அடைய அவனுக்கு நாமே ஒரு வாய்ப்புக் கொடுத்த மாதிரியும் ஆகிவிடும். என்ன சொல்கிறீர்கள்?''

சிவன் ஒரு கணமும் யோசிக்கவில்லை. ''முடியாது.''

''பிரபு...''

''இதை நான் செய்யமாட்டேன்.''

''ஆனால்...''

''இல்ல.''

சூரபத்மன் ஆசனத்தில் சாய்ந்து உட்கார்ந்தான். ''உண்மையிலேயே நாம் பெரும் இக்கட்டில்தான் மாட்டிக்கொண்டிருக்கிறோம் போலும், வாசுதேவரே. என்

தந்தையின் பழிவாங்கும் தாகத்தைத் தீர்த்தாலொழிய, நாகர்கள் அங்கம் வகிக்கும் எந்தப் படையிலும் அவர் என்னைச் சேர அனுமதிக்கப்போவதில்லை.''

கோபால் பேசுமுன், சிவன் இடைபுகுந்தார். ''ஒரு வேளை... நீங்க எந்தப் பக்கமும் சேரலைன்னா?''

சுவாரசியமடைந்த சூரபத்மன், புருவம் சுருக்கினான்.

''எந்தப் பக்கமும் சேர வேண்டாம்னு உங்கப்பாகிட்ட சொல்லி, சம்மதிக்க வைங்க,'' சிவன் தொடர்ந்தார். ''அயோத்யாவோட போர் செய்ய சாதகமா, என் கப்பல்கள் தாண்டிப்போக அனுமதிங்க. அவங்களை நாங்க தோற்கடிச்சிட்டா, உங்களுடைய மிகப்பெரிய எதிரிகள் பலமிழந்துருவாங்க. அவங்க எங்களை தோற்கடிச்சிட்டா, நாகர்கள் உட்பட எங்க படைகள் அத்தனையும் பின்வாங்கும். மிச்சத்தை, உங்க கற்பனையே உங்களுக்குத் தெரிவிச்சிடும். எப்படிப் பார்த்தாலும், வெற்றி உங்களுக்குத்தான்.''

சூரபத்மன் புன்னகை புரிந்தான். ''இந்த யுக்தியும் கேட்க நன்றாகத்தான் இருக்கிறது.''

சமீபத்தில்தான் வந்து சேர்ந்திருந்த பர்வதேஸ்வரரும் ஆனந்தமயியும், காசியின் பிரம்மாண்ட அரண்மனையின் ஒரு தனிப்பகுதியில் தங்க வைக்கப்பட்டிருந்தனர். ஆனந்தமயியும் ஆயுர்வதியும், வீரபத்ராவையும், பிற குணாக்களையும் சந்திக்கச் சென்றிருந்தனர்.

தூரத்தில் பாய்ந்த கங்கையைக் கண்ணுற்றபடி, மெலூஹ சேநாதிபதி, தனது அறையின் உப்பரிகையில் அமர்ந்திருந்தார்.

''பிரபு,'' வாயிற்காப்போன் அழைத்தான்.

பர்வதேஸ்வரர் திரும்பினார். ''என்ன?''

''தூதுவன் தங்களுக்காக ஒரு செய்தியை அனுப்பியிருக்கிறான்.''

''கொடு.''

''அப்படியே, பிரபு.''

வாயிற்காப்போன் உள்ளே வர, ''செய்தியைக் கொண்டு வந்தது யார்?'' என்றார் பர்வதேஸ்வரர்.

''பிரதான அரண்மனையின் வாயிற்காப்போன், பிரபு.''

பர்வதேஸ்வரர் புருவம் உயர்த்தினார். ''பிறகென்ன, வெளியார் யாரேனும் உள்ளே நுழைந்துவிடக்கூடுமா? அந்தப் பிரதான அரண்மனை வாயிற்காப்போனுக்குத்தான் செய்தியைக் கொடுத்தது யார் என்று கேட்டேன்.''

வாயிற்காப்போன் திருதிருவென்று விழித்தான். "எனக்கெப்படித் தெரியும், பிரபு?"

பர்வதேஸ்வரர் பெருமூச்செறிந்தார். இந்த ஸ்வத்வீபர்களிடத்தில் எந்த ஒழுங்குமுறையும், சீரான சட்டதிட்டங்களும் அறவே கிடையாது. பகைவர்கள் இவர்களது முக்கியமான கட்டிடம் மற்றும் பிரதேசங்களுக்குள் சர்வசாதாரணமாய் நடமாடாதது பேரதிசயம். அழகாக மடித்திருந்த அந்த பேப்பிரஸ் சுருளை வாயிற்காப்போனிடமிருந்து பெற்றுக் கொண்ட பர்வதேஸ்வரர், அவனை அனுப்பிவைத்தார். சுருளில் அடித்திருந்த முத்திரையை அவரால் அடையாளம் காணமுடியவில்லை. பழங்கால ஜோதிட அட்டவணைகளில் குறிப்பிடப்படும் நட்சத்திரம் போன்றிருந்தது. தோள்களைக் குலுக்கிக் கொண்டவர், அதை உடைத்துப் பிரித்தார். உள்ளேயிருந்த எழுத்துகள் அவருக்கு ஆச்சர்யத்தையளித்தன; அவை, மெலூஹர்களிடையே பிரதானமாய் பயன்படும் இராணுவ சங்கேத சொற்கள். அதிலும், இவை, சூர்யவம்சி இராணுவ உயரதிகாரிகள் மட்டுமே பயன்படுத்துபவை. போர்க்காலங்களில், மிக மிக இரகசியக்கோப்புக்களில் பிரயோகிக்கப்படும். மற்றவர் படித்தால், கடிதத்தில் உள்ள வார்த்தைகள் வெறும் பிதற்றலாகத்தான் தோன்றும்.

பர்வதேஸ்வரப் பிரபுவே, மெலூஹாவிற்குத் தங்கள் விசுவாசத்தை நிரூபிக்க வேண்டிய காலம் வந்துவிட்டது. மூன்றாவது ப்ரஹாரின் முடிவில், ஸங்கடமோசன கோயிலின் பின்புறமுள்ள தோட்டத்தில் என்னை சந்திக்கவும். தனியாக வரவும்.

சட்டென்று பர்வதேஸ்வரர் மூச்சை இழுத்துப் பிடித்துக்கொண்டார். தன்னையறியாமல் கதவை நோக்கினார். தனியாகத்தான் இருந்தார். கடிதச் சுருளை தன் இடுப்புப்பட்டியிலிருந்து சுருக்குப் பையில் பத்திரப்படுத்திக் கொண்டார்.

என்ன செய்யவேண்டுமென்று அவருக்குப் புரிந்துவிட்டது.

— ☥ ⊙ ♉ ✦ ⊕ —

முரசங்களின் அதிர்வும், மணிகளின் கிண்கிணி நாதமும் மந்திர உச்சாடனத்தின் அபூர்வ இனிமையும் தினம் கலந்தொலிக்கும் இடம், ஸங்கட மோசனக் கோயில். பிரபு அனுமானை இவ்விதம் எழுப்பிய பின், அவர் தன் பிரபுவான இராமபிரானை மெல்லக் காலைத் துயில் எழுப்ப பஜனைகள் பாடுவதைப் போல், அனுமானின் பக்தகோடிகளும்

செய்வது வழக்கம். இந்த மிகப்பிரம்மாண்டமான பூஜையின் முடிவில்தான், ஏழாவது விஷ்ணுவானவர், பக்தர்களுக்குத் தரிசனம் அளித்து அருள்வார். ஆனால் மாலைப்பொழுதில் அந்தக் கோயிலைச் சூழ்ந்த அமைதி, அதிகாலையின் கொண்டாட்டக் கோலாகலத்திற்குத் துளியும் சம்பந்த மில்லாதிருந்தது. அந்த வேளையில்தான் பர்வதேஸ்வரர் அந்த பிரசித்தி பெற்ற கோயிலுக்குள் நுழைந்தார்.

தன்னை யாரும் தொடரவில்லையென்று நிச்சயித்துக் கொள்ள பர்வதேஸ்வரர் பின்னால் திரும்பிப் பார்த்தார். பிறகு, விடுவிடுவென்று கோயிலின் பின்புறமிருந்த தோட்டத்தைக் குறி வைத்து நடந்தார். எங்கும் அமைதி. தோட்டத்தின் ஒரு கோடியில் இருந்த மரத்தையடைந்த பர்வதேஸ்வரர், அதன் மீது சாய்ந்து உட்கார்ந்தார்.

''நலமா, சேநாதிபதி?'' என்றொரு மெல்லிய குரல் பணிவாய்க் கேட்டது.

பர்வதேஸ்வரர் நிமிர்ந்து பார்த்தார். ''உங்களைக் கண்ணால் காண முடிந்தால் என் நலம் முற்றுப் பெற்றுவிடும்.''

''தனியாக இருக்கிறீர்கள்தானே?''

''இல்லாவிட்டால் வந்தேயிருக்கமாட்டேன்.''

சற்று நேரம் அமைதி நிலவியது.

''நீ உண்மையான மெலூஹனாக இருந்தால், மெலூஹர்கள் பொய்யுரைப்பதில்லை என்பதை அறிந்திருப்பாய்.'' வெளியேறும் எண்ணத்துடன் பர்வதேஸ்வரர் எழுந்தார்.

''பொறுங்கள், சேநாதிபதி,'' என்றவாறு, நிழலடர்ந்த பகுதியினின்று ப்ருகு வெளிவந்தார்.

அதிர்ந்து போய் நின்றார் பர்வதேஸ்வரர். *சப்தரிஷி உத்தராதிகாரி*யை அடையாளம் காண்பது அவருக்கு கடினமாகயில்லை. ஏராளமான அதிகாரமும், ஆதிக்கம் செலுத்தக்கூடிய நிலைமையில் இருந்தும், மெலூஹாவின் நடைமுறை வாழ்க்கையில் ப்ருகு ஆர்வம் காட்டியதே யில்லை. இக உலகின் சாதாரண விவகாரங்களில் ப்ருகு தலையிடக்கூடியவர் என்பதை நம்புவது கஷ்டமாக இருந்தது.

''உங்களை நேருக்கு நேர் சந்திப்பதில் எப்பேர்ப்பட்ட அபாயம், தெரியுமா?'' ப்ருகு புன்னகைத்தார். ''உண்மையிலேயே தனியாகத்தான் வந்திருக்கிறீர்கள் என்பதை நிச்சயப்படுத்திக்கொள்ள வேண்டியிருந்தது.''

''இங்கே என்ன செய்துகொண்டிருக்கிறீர்கள், *மகரிஷிஜி?*'' என்ற பர்வதேஸ்வரர், அந்த மகாமுனிவருக்கு வணக்கம் செலுத்தினார்.

''என் கடமையைத்தான். நீங்கள் செய்கிறீர்களே, அது போல.''

''ஆனால் - தாங்கள் இதுவரை லௌகீக விவகாரங்களில் தலையிட்டதே இல்லையே?''

''செய்திருக்கிறேன்,'' ப்ருகு சொன்னார். ''ஆனால், அபூர்வமாகத்தான். இதுவும் அப்படிப்பட்ட சந்தர்ப்பம்.''

பர்வதேஸ்வரர் அமைதி காத்தார். *ஆக, ப்ருகுதான் உண்மையான தலைவர். சிவபெருமானையும், அவரது பரிவாரத்தையும், இரகசியமாய் பஞ்சவடிக்கு வெளியே அழிக்க மெலூஹ-அயோத்யா கூட்டுமுயற்சியான கப்பற்படையை அனுப்பியது இவர்தான்.* அந்த மகாமுனிவரின் மீது பர்வதேஸ்வரர் கொண்டிருந்த மரியாதை ஒரு படி தாழ்ந்தது. மகரிஷி என்று பெயர் வாங்கியிருந்தாலும், தானும் சாதாரண மனிதன்தான் என்றல்லவா நிரூபித்துவிட்டார்?

''நீங்கள் செய்ய வேண்டியது இன்னதென்று தங்களுக்கு நான் சொல்லித் தெரிய வேண்டியது இல்லை,'' என்றார் ப்ருகு. ''தங்கள் உயிருக்குயிரான தாய்நாட்டை அந்த வஞ்சக ஏமாற்றுக்கார நீலகண்டன் தாக்கியழிக்க ஒரு நாளும் அனுமதிக்கமாட்டீர்கள் என்பதை நான் அறிவேன்.''

சட்டென்று பொங்கிய கோபத்தில் பர்வதேஸ்வரர் சிலிர்த்தார். ''சிவபெருமான் வஞ்சகர் அல்ல. இராமபிரானுக்கடுத்து, இந்த உலகில் வாழும் மிகச் சிறந்த மனிதர்.''

சற்றே ஆச்சர்யமடைந்த ப்ருகு, ஓரடி பின்வாங்கினார். ''அப்படியானால் - தவறு என்னுடையதுதானோ? ஒரு வேளை, நான் நினைத்தளவு தங்களுக்கு மெலூஹாவின் மீது பற்றில்லையோ?''

''மெலூஹாவிற்காக என் உயிரைத் தருவேன், பிரபு ப்ருகு,'' என்றார் பர்வதேஸ்வரர். ''அது என் கடமை. ஆனால், நீலகண்டப் பெருமானை நான் கேவலமாக நினைப்பதாக மட்டும் எண்ண வேண்டாம். அவர் என் நெஞ்சில் குடிகொண்டுள்ள தெய்வம்; வாழும் கடவுள்.''

இன்னும் அதிசயமடைந்தவராய், ப்ருகு புருவம் நெறித்தார். பர்வதேஸ்வரரின் விழிகளைத் தன் பார்வையால் ஊடுருவினார். உணர்ச்சியை அதிகம் வெளிக்காட்டாதவர், தன்னையுமறியாமல் வாய்பிளந்தார். மனதில் பட்டதை திரையிட்டு மறைக்கும் எண்ணமேயில்லாமல் உள்ளதை உள்ளபடி வெளியிடும் அபூர்வமான ஒரு மனிதனைக் காண்பதை உணர்ந்தார். உடனடியாக அவரது தொனி மாறியது; குரலில் மரியாதை எட்டிப் பார்த்தது. ''என்னை மன்னிக்க வேண்டும், மகா சேநாதிபதி. வெளியுலகில்

தங்களைக் குறித்துப் பரவியுள்ள செய்திகள் பொய்யல்ல – ஏன், அவை தங்கள் புகழில் சிறிதளவைக் கூடச் சொல்லவில்லை என்பதை இப்போது அறிகிறேன். தங்களைத் தவறாகப் புரிந்துகொண்டுவிட்டேன். ஏமாற்றுக்காரர்களும் வஞ்சகர்களும் நிறைந்த இந்த உலகத்து மனிதர்களுடனே பழகிப் பழகி, அபூர்வமாய்த் தென்படும் நாணயஸ்தர்களை அடையாளம் கண்டுகொள்ளமுடிவதில்லை.''

பர்வதேஸ்வரர் மௌனம் சாதித்தார்.

''மெலூஹாவின் சார்பாய்ப் போரிடுவீர்களா?'' ப்ருகு கேட்டார்.

''என் இறுதி மூச்சுள்ளவரை,'' பர்வதேஸ்வரரின் குரல் கிசுகிசுப்பாய் வெளிவந்தது. ''ஆனால், இராமபிரானின் விதிகளுக்குட்பட்டுதான் போரிடுவேன்.''

''நிச்சயம்.''

''யுத்த விதிமுறைகள் எதையும் நாம் மீறமாட்டோம்.''

ப்ருகு மௌனமாய்த் தலையசைத்தார்.

''என் ஆலோசனை இதுதான், மகரிஷிஜி,'' என்றார் பர்வதேஸ்வரர். ''தாங்கள் மெலூஹா திரும்பிவிடுங்கள். நான் இன்னும் சில வாரங்களில் அங்கே வந்து சேர்வேன்.''

''இனி இங்கே இருப்பது உசிதமல்ல, சேநாதிபதி,'' என்றார் ப்ருகு. ''தங்களுக்கு ஏதேனும் நேர்ந்துவிட்டால், மெலூஹாவின் கதியை வார்த்தைகளில் வடிக்க இயலாது. தங்கள் படைக்கு நல்ல தலைவர் தேவை.''

''என் பெருமானின் அனுமதியில்லாது நான் இங்கிருந்து கிளம்ப முடியாது.''

தனக்குத்தான் கேட்கும் திறன் பழுதடைந்து விட்டதோ என்று ஒரு கணம் ப்ருகு குழம்பினார். ''என்ன? என்ன? நீலகண்டரிடத்தில் -'' ஜாக்கிரதையாக, 'வஞ்சக நீலகண்டன்' என்று வாயில் வருமுன் நிறுத்திக்கொண்டார் - ''அனுமதி பெற்றுத்தான் கிளம்ப வேண்டும் என்றா சொன்னீர்?''

''ஆம்,'' ஆணித்தரமாய் சொன்னார் பர்வதேஸ்வரர்.

''அவராவது, உங்களை அனுப்ப சம்மதிக்கவாவது?''

''சம்மதமளிப்பாரா என்பதை நானறியேன். ஆனால், அவர் அனுமதியில்லாது நான் கிளம்பமுடியாது.''

''வந்து, பிரபு பர்வதேஸ்வரரே,'' ப்ருகு வார்த்தைகளை மிக மிக ஜாக்கிரதையாகத் தேர்ந்தெடுத்தார். ''நிலைமையின் தீவிரத்தை தாங்கள் புரிந்துகொணடதாகத் தெரியவில்லை. நீலகண்டரின் எதிரிப் படைகளுக்குத் தலைமை தாங்கப் போவதாக நீங்கள் அவரிடத்திலேயே கூறினால், நிச்சயம் உங்களைக் கொன்று போட்டுவிடுவார்.''

"மாட்டார். அப்படியே அவர் தண்டனை நிறை வேற்றினால், அதுவே என் விதி."

"நான் சொல்வது அதிகப்பிரசங்கித்தனமாகத் தோன்றலாம் - ஆனால், இது பைத்தியக்காரத்தனம்."

"இல்லவே இல்லை. தன் தெய்வத்தை விட்டு விலக எண்ணும் எந்த பக்தனும் தேர்ந்தெடுக்கும் பாதை இது."

"ஆனால்..."

"சிவபெருமானை நீங்கள் அறியாததால், இவையெல்லாம் தங்களுக்கு விசித்திரமாகத் தோன்றுகிறது, பிரபு ப்ருகு. அவரைச் சேர்ந்தவர்கள் அவரைப் பின்பற்றுவது வெறும் பயத்தினால் அல்ல; அவர்களது வாழ்வில் ஒளிவீசும் அவரது அற்புத குணத்தினால், மேலும் மேலும் மெருகேற்ற வைக்கும் நல்ல மனத்தினால். அவரை எதிர்க்க வேண்டிய நிலையில் என்னைக் கொண்டு வந்து வைத்திருப்பது என் மோசமான தலைவிதி. என் நெஞ்சே உடைந்துகொண்டிருக்கிறது. நான் ஆற்ற வேண்டிய பணியைச் செவ்வனே செய்ய வேண்டுமானால், அதற்கு அவருடைய ஆசியும், அனுமதியும் அத்தியாவசியம்."

தன்னையும் மீறிய மரியாதை கண்களில் பளிச்சிட, ப்ருகு மெல்லத் தலையசைத்தார். "இப்பேர்ப்பட்ட விசுவாசத்தை தூண்ட வேண்டுமானால், நீலகண்டர் உண்மையிலேயே பெரிய மனிதராகத்தான் இருக்க வேண்டும்."

"பெரிய மனிதர் மட்டுமல்ல, மகரிஷிஜி. அவர் வாழும் தெய்வம்."

அத்தியாயம் 16

வெளிவந்த இரகசியங்கள்

''நாம நினைச்சு வந்ததை சாதிச்சிட்டோம்னுதான் நினைக்கிறேன்,'' என்றாள் சதி.

சூரபத்மனின் அரண்மனையில் தங்களுக்கென ஒதுக்கப் பட்டிருந்த அறைகளுக்கு கோபால், சதி மற்றும் சிவன் ஓய்வெடுக்க வந்திருந்தனர். நல்லெண்ணத்தின் சின்னமாய் சிவனின் படைகளுக்கென சில பிரத்யேக ஆயுதங்கள் தயாரித்துத் தருவதாய்ச் சொல்லி, தன் அரண்மனையில் இன்னும் சில நாட்கள் தங்கியிருக்கும்படி சூரபத்மன் அவர்களை வற்புறுத்தியிருந்தான்.

''நானும் ஆமோதிக்கிறேன்,'' என்றார் கோபால். ''பலன் என்று பெரிதாக இல்லாவிட்டாலும், நமக்கென அவன் ஆயுதங்கள் அளிக்க முன்வந்திருப்பது, நம்முடன் அவன் அணி சேர்வதற்கான அறிகுறியென்றே தோன்றுகிறது.''

''மகத அரசபைலேர்ந்து வேற யாருமே நம்மை வந்து பார்க்கலை,'' என்றார் சிவன். ''சூரபத்மன் தவறான எந்த முடிவும் எடுக்கும்படி மன்னர் மஹேந்திரர் அவனை கலைக்கக்கூடாதேன்னு கவலையா இருக்கு.''

''அயோத்யாவிற்குச் செல்லும் நம் கப்பல்களை தடுத்து நிறுத்திவிடுவார் என்று எண்ணுகிறீர்களா?'' கோபால் கேட்டார்.

''நிச்சயமா சொல்லமுடியலை,'' சிவன் ஒப்புக்கொண்டார். ''நம்மோட ஒத்துழைப்பான்னுதான் நினைக்கறேன் - ஆனா, அதுவும் அவங்கப்பா எப்படி நடந்துக்கறார்ங்கிறதைப் பொறுத்து.''

''அப்ப நல்லதே நடக்கும்னு நம்புவோம்,'' என்றாள் சதி.

''என்னுடைய அறிக்கை விஷயம் என்னாச்சு, பண்டிட்ஜி?''

''இன்னும் சில வாரங்களில் தயாராகி, விநியோகிக்கப் படும்,'' என்றார் கோபால். ''நாடெங்கிலும் பரவியுள்ள வாசுதேவ பண்டிதர்கள், மக்கள் மற்றும் பிரபுக்களின் எண்ண ஓட்டம் குறித்து நமக்குத் தொடர்ந்து செய்தியனுப்பிய வண்ணம் இருப்பார்கள்.''

''வாசுதேவ பண்டிதர்கள் கண்டுபிடிக்கப்பட்டாங்கன்னா என்ன ஆகிறது?''

''மாட்டார்கள். வாசுதேவர்கள் நீலகண்டருடன் அணி சேர்ந்துவிட்ட செய்தி மன்னர்களுக்கு வேண்டுமானால் சென்று சேரலாம் - ஆனால், அவரவர் நாட்டிலுள்ள வாசுதேவர்கள் யார் யாரென்பதை நிச்சயம் அடையாளம் கண்டுகொள்ளமுடியாது.''

சிவன் நீண்ட நெடிய பெருமூச்சை இழுத்துவிட்டார். ''ஆக, ஆட்டம் இப்ப ஆரம்பம்.''

அந்தி சாய்ந்து காசி வந்து சேர்ந்த பகீரதன், நேரே அரண்மனையை அடைந்தான். சூரபத்மனுடன் கூட்டணி யமைப்பது குறித்துப் பேச்சுவார்த்தை நடத்த சிவன் மகதம் சென்றிருப்பதாக அங்கே அறிந்தவன், கொண்டுவந்திருந்த செய்தியை கணேஷ், கார்த்திக்குடன் பகிர்ந்து கொள்ள அவர்களைத் தேடிச் சென்றான்.

''எதுக்கும் இருக்கட்டும்கிற ரீதியில அயோத்யர்கள் வேறொரு திட்டத்தோட இருக்கிறதாவும் தெரியுது,'' என்றான் பகீரதன். ''கப்பல்கள்ள மெலூஹா நோக்கி கங்கையில பயணம் செய்யறவங்க தங்களுடைய வீரர்களை மகதம் தடுத்து நிறுத்திடுமோன்னு பயப்படறாங்க. அதனால, வனப்பகுதி வழியா செடி மரங்களை வெட்டி வீழ்த்தி, ஏறக் குறைய தர்மகேதம் வரைக்கும் பாதையமைக்கிறதா திட்டம். அங்கேயிருந்து கங்கையைக் கடந்து, புதுப் பாதையில பயணிச்சு மெலுஹாவுக்கு போய்ச் சேர்ந்துடலாம்.''

''நல்ல திட்டம்தான்,'' என்றான் கணேஷ். ''ஆனா, ரொம்ப மெதுவாத்தான் நடக்கும். வனப்பகுதியை அழிச்சு சீராக்கி மெலூஹாவை அடைய அவங்களுக்குப் பல மாசங்களாகும். அதுக்குள்ள யுத்தமே முடிஞ்சு போனாலும் போயிடும்.''

பகீரதன் ஒப்புக்கொண்டான். ''உண்மைதான்.''

கணேஷ் முன்னால் குனிந்தான். ''இன்னும் ஏதோ விஷயம் இருக்கு போலருக்கே?''

நிலைகொள்ளாமல் தவித்த பகீரதன், ''நம்ம பகைவர்களை வழிநடத்தறது யார்னு தெரிஞ்சுக்கிட்டேன்,'' என்றான் பட்டென்று.

''மகரிஷி ப்ருகு?'' கார்த்திக் முன்வைத்தான்.

அதிர்ந்து போனான் பகீரதன். ''உங்களுக்கெப்படித் தெரியும்?''

''*பாபா*வோட நண்பர்களான வாசுதேவர்கள்தான் எங்ககிட்ட சொன்னாங்க,'' என்றான் கணேஷ்.

பெரும்பெயர் கொண்ட வாசுதேவர்களைப் பற்றி பகீரதன் கதை கதையாகக் கேள்விப்பட்டிருக்கிறான். ''வாசுதேவர்கள்னு உண்மையிலேயே இருக்காங்களா, என்ன?''

''இருக்கிறார்கள், வீர இளவலே,'' என்றான் கார்த்திக்.

பகீரதன் முகமலர்ந்தான். ''இந்த மாதிரி நண்பர்கள் இருந்தால், சிவபெருமானுக்கு என்னைப் போல பக்தர்கள் தேவையேயில்லை!''

கணேஷ் 'பக்'கென்று சிரித்தான். ''உங்க ஆலோசனையை ஏத்துக்கிட்டப்ப, முக்கிய எதிரியின் அடையாளத்தை வாசுதேவர்கள் வெளியிட்டிடுவாங்கன்னு அவருக்குத் தெரிஞ்சிருக்க வாய்ப்பில்லை.''

''இருக்கும்,'' என்றான் பகீரதன். ''ஆனா, குறைஞ்சபட்சம், அயோத்யாவுக்கு வட மேற்குல, யாரும் நுழைய முடியாத கானகத்தை வெட்டி வீழ்த்தி அவங்க போகத் திட்டம் போட்டிருக்காங்கன்னாவது தெரிஞ்சிக்கிட்டமே.''

''அது உண்மையிலேயே உபயோகமான தகவல்தான்,'' என்றான் கணேஷ்.

சட்டென்று கார்த்திக் நிமிர்ந்து உட்கார்ந்தான். ''இளவரசே, மகரிஷி ப்ருகுவை நேர்ல சந்திச்சீங்களா?''

''ஆமா.''

கார்த்திக் கணேஷை பார்த்த பார்வையில் கவலை மிகுந்திருந்தது.

''என்ன விஷயம்?'' பகீரதன் கேட்டான்.

''உங்ககிட்ட பேசும்போது அவர் உங்க கண்களை உத்துப் பார்த்தாரா?'' கணேஷ் வினவினான்.

''என்கிட்ட பேசும்போது அவர் வேற எங்கே பார்க்கமுடியும்?''

கார்த்திக் விழிகளை கூரையை நோக்கி உருட்டினான். ''இராமபிரான்தான் நம்மளைக் காப்பாத்தணும்.''

''ஏன்? என்னாச்சு?'' குழம்பிப்போனவனாய் பகீரதன் கேட்டான்.

''நம்ம கண்களை உத்துப் பார்த்தே பிரபு ப்ருகு நம்ம மனசைப் படிக்கலாம்னு கேள்விப்பட்டோம்,'' என்றான் கார்த்திக்.

''என்ன? இருக்கவே முடியாது!''

''பகீரதரே, அவர் ஒரு *சப்தரிஷி உத்ராதிகாரி*,'' என்றான் கணேஷ். ''அவரால் முடியாத விஷயங்கள் ரொம்ப கொஞ்சம்தான். உங்க கண்களை அவர் உத்துப் பார்த்தார்னா, உங்க வெளி மனசோட எண்ணங்களையும் அவர் படிச்சிருக்க

வாய்ப்பிருக்கு. நம்ம திட்டங்களைப் பத்தின முக்கிய தகவல்கள் அவருக்குத் தெரிஞ்சு போயிருக்கலாம்.''

''அடக்கடவுளே!'' பகீரதன் முணுமுணுத்தான்.

''பிரபு ப்ருகுவோட பேசிக்கிட்டிருக்கறப்ப, குறிப்பா எதைப் பத்தி யோசிச்சுக்கிட்டு இருந்தீங்கன்னு கொஞ்சம் ஞாபகப்படுத்திப் பாருங்க,'' என்றான் கணேஷ்.

''நான் எதைப் பத்திப் பேசினேன்னா...''

கார்த்திக் அவனை இடைமறித்தான். ''எதைப் பத்தி பேசினீங்கங்கிறது முக்கியமில்ல. எதைப் பத்தி யோசிச்சு க்கிட்டிருந்தீங்கங்கிறதுதான் முக்கியம்.''

கண்களை மூடிய பகீரதன், நினைவுபடுத்திக்கொள்ள முயன்றான். ''இந்த மிகப்பெரிய சதித்திட்டத்தைத் தீட்டினது நிச்சயம் என் அறிவுகெட்ட அப்பனாயிருக்கமுடியாதுன்னு நினைச்சேன்.''

''அதுல ஒண்ணும் இரகசியம் இல்ல,'' என்றான் கணேஷ். ''வேற எதைப் பத்தி யோசிச்சீங்க?''

''பிரபு ப்ருகுதான் உண்மையான தலைவராக இருக்கணும்னு நினைச்சப்ப, பயமா இருந்ததும் ஞாபகம் இருக்கு.''

''நானா இருந்தா, என்னுடைய பயத்தை வெளிக் காட்டியிருக்கமாட்டேன்,'' என்றான் கார்த்திக். ''போகட்டும்; இதனாலயும் நமக்கு பெரிய ஆபத்து எதுவுமில்லை.''

''உண்மையான தலைவர் யார்னு கண்டுபிடிக்க சிவபெருமான் என்னை அயோத்யா அனுப்பிச்சிருக்கார்னு நினைச்சது ஞாபகமிருக்கு.''

''இதுவும்,'' என்றான் கணேஷ். ''நம்ம எதிரிகள் கைல சிக்கக்கூடாத பயங்கர இரகசியம் இல்லை.''

பகீரதன் தொடர்ந்தான். ''மெலூஹா-அயோத்யா கூட்டுக் கப்பற்படையால பஞ்சவடியில தாக்கப்பட்டதையும், நாம அதை முறியடிச்சதையும் நினைச்சிக்கிட்டேன்.''

கணேஷ் வாய்க்குள் சபித்துக்கொண்டான். பகீரதன் அவனைப் பார்த்த பார்வையில் மன்னிப்புக் கோரும் பாவனை தெரிந்தது. ''ஆக, பஞ்சவடியின் தற்காப்பு முறைகளைப் பத்தி மகரிஷி ப்ருகு தெரிஞ்சுக்கிட்டு இருப்பார். என்னை மன்னிச்சிருங்க, கணேஷ்.''

கார்த்திக் ஆதரவாய் பகீரதனின் கரத்தைத் தட்டிக் கொடுத்தான். ''வேணும்னு செய்யலையே, இளவரசே. வேற ஏதாவது இருக்கா?''

''ஐயோ, ருத்ரபகவானே!'' பகீரதன் சட்டென்று முணுமுணுத்தான்.

கணேஷின் கண்கள் சிறுத்தன. ''என்ன?''

''பர்வதேஸ்வரர் மெலூஹா பக்கம் சேர விரும்பறதைப் பத்தி நினைச்சேன்,'' என்றான் பகீரதன்.

''கடவுளே!'' கணேஷின் மூச்சு ஏறக்குறைய சிக்கிக் கொள்ள, கார்த்திக் தலையைப் பிடித்துக்கொண்டான். ''இப்ப என்ன செய்யறது, *தாதா*?''

''முதல்ல *மாஸி*யை இங்கே வரவழை, கார்த்திக்,'' நாகர்களின் அரசி காளியைத் அழைத்து வரும்படி, தம்பியிடம் சொன்னான் கணேஷ். ''என்ன செய்யணும்கிறது நமக்குத் தெரிஞ்சாலும், *பாபா*வோட கோபம் ரொம்ப ஜாஸ்தியா இருக்கும். *மாஸி*க்கு மட்டும்தான் அவரை சமாளிக்கிற தைரியமுண்டு. அவங்க நம்ம கருத்தோடு ஒத்துப்போறாங்களான்னு தெரிஞ்சுக்கணும்.''

உடனடியாக கார்த்திக் அறையை விட்டு வெளியேறினான்.

அதிர்ந்து போயிருந்த பகீரதன், கணேஷை வெறித்தான். ''நான் இப்ப பயப்படற விஷயத்தைப் பத்தி நீங்க நினைக்கலையே?''

''நமக்கு வேற வழியிருக்கா, பகீரதரே? முதல் சந்தர்ப் பத்துலயே மகரிஷி ப்ருகு பர்வதேஸ்வரரை சந்திக்க முயற்சி பண்ணி, எப்படியாவது இழுத்துக்கிட்டுப் போயிடுவார்.''

''கணேஷ், பர்வதேஸ்வரர் என் அக்காவோட கணவர். நாம அவரைக் கொல்லமுடியாது!''

எரிச்சல் தன்னை மீற, கணேஷ் கைகளைக் குலுக்கிக் கொண்டான். ''கொல்லவாவது? என்ன பேசறீங்க, பகீரதரே?''

பகீரதன் மௌனம் சாதித்தான்.

''தப்பிக்க முடியாதபடி பர்வதேஸ்வரரைக் கைது செஞ்சா போதும். அதுதான் என் எண்ணம்.''

எதையோ பேச பகீரதன் வாயெடுக்க, கணேஷ் இடைமறித்தான். ''நமக்கு வேற வழியில்லை. பர்வதேஸ்வரர் போர்த்தந்திரங்கள்ல ரொம்ப தேர்ந்தவர். அவர் அவங்க பக்கம் சாய்ஞ்சிட்டா, நமக்கு மகா ஆபத்து.''

பகீரதனிடமிருந்து பெருமூச்சு வெளிப்பட்டது. ''நான் உங்களை மறுத்து பேசலை. செய்ய வேண்டியதை செஞ்சு தான் ஆகணும். ஆனா, அவரைக் கொல்ல முடியாது. என் அக்காவை விதவையாக்கற காரியத்தை நான் என் கையால செய்யமாட்டேன்.''

''பர்வதேஸ்வரர் மாதிரியான மனிதரை நானும் கொல்லணும்னு கனவுல கூட நினைக்கமாட்டேன். ஆனா,

அவரைக் கைது செஞ்சுதான் ஆகணும். ஏன், இந்த நிமிஷமேகூட மகரிஷி ப்ருகு அவரைத் தொடர்புகொள்ள முயற்சி செஞ்சுக்கிட்டு இருக்கலாம்.''

அமானுஷ்ய அமைதி படர்ந்திருந்த காசியின் அஸ்ஸி *காட்*டின் மீது, நிலவற்ற கரிய வானம் கவிந்திருந்தது. கலகலப்பின் உறைவிடமாயிருக்கும் ***எண்பதின் துறைமுக***த்திற்கு இரவில் வழக்கமாய் சில கப்பல்கள் வந்து நங்கூரமிட்டாலும், இன்றென்னவோ, இருளைக் கண்டு அஞ்சாத தைரியக் கலபதிகள்கூடத் தலைகாட்டவில்லை.

அமைதியும் வருத்தமுமாய், படித்துறையினின்று திரும்பி வந்துகொண்டிருந்தார் பர்வதேஸ்வரர். நதியின் நடுவே நங்கூரமிட்டுக் காத்திருந்த மரக்கலத்திற்குச் செல்லும் படகொன்றில், தலைமுதல் கால்வரை போர்த்தியிருந்த ப்ருகுவை அப்போதுதான் வழியனுப்பிவைத்திருந்தார். ப்ரயாக்கில் சற்று தாமதித்துவிட்டு, மெலூஹா செல்வதாகப் ப்ருகுவின் திட்டம்.

''சேநாதிபதி பர்வதேஸ்வரரே!''

நிமிர்ந்தபோது, எதிரே காளி நிற்பதைக் கண்டார். இருளில் பளிச்பளிச்சென்று மினுக்கிய தீவர்த்தி வெளிச்சத்தில், அவளருகே கணேஷ், கார்த்திக் மற்றும் ஐம்பது வீரர்கள் நிற்பதைக் கண்ணுற்றார். அவரது முகத்தில் புன்னகை மிளிர்ந்தது.

''ஒரே ஒருவனை மடக்க ஐம்பது வீரர்களை அழைத்து வந்திருக்கிறீர்களே?'' இடையில் தொங்கிய உடைவாளின் பிடியில் கைவைத்தவாறு கேட்டார் பர்வதேஸ்வரர். ''எனக்குத் தேவைக்கு மீறிய மரியாதையளிக்கிறீர்கள், காளி தேவி.''

''தப்பிச்சுப் போறதா எண்ணமா, சேநாதிபதி?'' காளி கேட்டாள்.

இப்படியப்படி நகர முடியாதபடி சடசடவென்று ஐம்பது வீரர்கள் பர்வதேஸ்வரரைச் சூழ்ந்துகொண்டனர்.

பதில்கூற அவர் வாயெடுக்கும்போது கார்த்திக்கின் அருகே பழகிய உருவம் ஒன்று நிற்பதைக் கவனித்தார்.

''பகீரதா?''

''ஆமா,'' என்றான் அவன். ''இது எனக்கு துக்கமான நாள்.''

''அதில் என்ன சந்தேகம்?'' இகழ்ச்சி சொட்டக் கேட்ட பர்வதேஸ்வரர், காளியின்புறம் திரும்பினார். ''என்னை

என்ன செய்வதாக உத்தேசம், காளி தேவி? உடனடியாகக் கொல்லப்போகிறீர்களா? அல்லது, நீலகண்டப் பெருமான் வரும்வரை காத்திருக்கப்போகிறீர்களா?''

''ஆக, நீங்க துரோகின்னு ஒத்துக்கறீங்க,'' என்றாள் காளி.

''இல்லை. நீங்கள்தான் என்னை எதுவுமே கேட்கவில்லையே?''

''தப்பிக்க முயற்சி செய்யறீங்களான்னுதான் கேட்டேனே?''

''அது உண்மையாக இருந்தால் நான் அஸ்ஸி *காட்*டிலிருந்து விலகி நடப்பானேன், அரசி?''

''மகரிஷி ப்ருகுவை சந்திச்சீங்களா?'' கணேஷ் கேட்டான்.

பர்வதேஸ்வரர் என்றும் பொய்யுரைத்ததில்லை. ''ஆம்.''

சட்டென்று மூச்சை இழுத்துப் பிடித்துக்கொண்ட காளி, வாளையுருவ பிரயத்தனம் செய்தாள்.

''*மாஸி*,'' கோபத்தைக் கட்டுப்படுத்திக்கொள்ளும்படி கணேஷ் நாகா இராணியைக் கெஞ்சினான். ''மகரிஷி எங்கே, சேநாதிபதி?''

''மீண்டும் படகேறிவிட்டார்,'' என்றார் பர்வதேஸ்வரர். ''அநேகமாக மெலூஹா சென்றுகொண்டிருப்பார்.''

''அடுத்து என்ன நடக்கும்னு உங்களுக்கே தெரிஞ்சிருக்குமே?'' காளி கேட்டாள்.

''போர்வீரனுக்கேயுரிய வீரமரணம் எனக்குக் கிட்டுமா?'' பர்வதேஸ்வரர் வினவினார். ''ஒவ்வொருவராக என்னைத் தாக்கி, உங்களில் ஒரு சிலரையாவது மேலுலகம் அனுப்பும் பேறு எனக்குக் கிடைக்குமா? அல்லது, கோழையின் உருவமான கழுதைப்புலிகளைப்போல், மொத்தமாய் என்மீது விழுந்து பிடுங்கப்போகிறீர்களா?''

''யாரும் இங்கே சாகப்போறதில்ல, சேநாதிபதி,'' என்றான் கணேஷ். ''நாகர்களாகிய எங்களுக்கு, பாரபட்சமில்லாத தர்மநியாயங்கள் உண்டு. உங்க துரோகச்செயல் நீதிமன்றத்துல சட்டபூர்வமா நிரூபிக்கப்பட்டு, தக்க தண்டனை வழங்கப்படும்.''

''எந்த நாகாவும் என்னை நீதி விசாரணை புரிய நான் அனுமதிக்கமாட்டேன்,'' என்றார் பர்வதேஸ்வரர். ''இரண்டே இரண்டு நீதிமன்றங்களை மட்டுமே நான் அங்கீகரிக்கிறேன்: ஒன்று, மெலூஹாவின் சட்டங்களை ஆதாரமாகக்கொண்டது; இன்னொன்று, நீலகண்டப் பெருமானின் நீதிமன்றம்.''

''அப்ப நீலகண்டர் திரும்பும்போது, அவரே தகுந்த நியாயம் வழங்குவார்,'' என்ற காளி, வீரர்களை நோக்கித் திரும்பினாள். ''சேநாதிபதியைக் கைது செய்யுங்கள்.''

பர்வதேஸ்வரர் மறுத்துப் பேசவில்லை. கைகளை நீட்டியவர், அவற்றில் விலங்கு மாட்ட வந்த மனிதனின் துக்கம் தோய்ந்த முகத்தைப் பார்த்தார்.

நந்தி.

மகதத்தில், நீலகண்டரின் அறையில் சிவன், சதி மற்றும் கோபால் உணவருந்திக்கொண்டிருந்தனர்.

''கப்பலின் கலபதி என்னைச் சாயங்காலம் வந்து சந்திச்சார்,'' என்றாள் சதி. ''எல்லா ஆயுதங்களையும் ஏத்தியாச்சு. நாளைக்குக் காலையில காசி கிளம்பிடலாம்.''

''நல்லது,'' என்றார் சிவன். ''போர்க்கால நடவடிக்கைகளை இன்னும் சில வாரங்கள்ள துவங்கிடலாம்.''

கோபால் இதை எதிர்பார்த்திருந்தார். ''மகதநாட்டின் நரசிம்மர் ஆலயத்திலுள்ள பண்டிதருக்கு ஏற்கனவே செய்தியனுப்பிவிட்டேன். மன்னர் சந்திரகேதுவுக்கு அவர் செய்தியனுப்பிவிடுவார். பிறகு, மன்னர் ஒரு கப்பற்படையுடன் கிளம்பி, வைஷாலியில் வந்து சேர்ந்து, மேற்கொண்டு செய்தியை எதிர்பார்த்துக் காத்திருப்பார்.''

''பகீரதன், கணேஷ் மற்றும் கார்த்திக் அவங்களோட சேர்ந்து அயோத்யா வந்துடுவாங்க,'' என்றார் சிவன். ''கிழக்குப் படையை கணேஷ் நடத்தட்டும்.''

''நல்ல தேர்வு,'' என்றார் கோபால்.

''வாசுதேவர்கள், நாகர்கள், மற்றும் நாகர்களோட இணைஞ்சு பணியாற்ற வேண்டிய ப்ரங்கர்கள்னு இவங்கெல்லாம் சேர்ந்த மேற்குப் படை, என் தலைமையில மெலூஹாவைத் தாக்கும். காசிக்கு வந்து சேர்ந்த ஒரு வாரத்துக்குள்ள, காளி மற்றும் பர்வதேஸ்வரரோட, நாம கப்பல்ல கிளம்பறோம்.''

''உஜ்ஜைனிக்கு முன்னமேயே செய்தியனுப்பிவிட்டேன்,'' என்றார் கோபால். ''கழற்றிவைக்கப்பட்ட நம் கப்பல் பகுதிகளை எடுத்துக்கொண்டு, படை கிளம்பிவிட்டது; நர்மதையின் கரையில் மீண்டும் அவை இணைத்து, பூட்டப்படும். ஒன்றாக மேற்குக் கடலில் பயணித்து, கரையோரமாய்ச் சென்று, லோத்தலை அடைவோம்.''

''போர்யானைகள் நிலைமை என்ன, பண்டிட்ஜி?'' வினவினாள் சதி. ''அதுங்க எப்படி மெலூஹா வந்து சேரும்?''

''உஜ்ஜைனியிலிருந்து கிளம்பும் நம் யானைப்படைகள், வனப்பகுதி வழியே பயணித்து, நம்மை லோத்தலில் சந்திக்கும்,'' பதில் கூறினார் கோபால்.

''கோபால்ஜி, நரசிம்மர் ஆலயத்துப் பண்டிதர் மூலமா பஞ்சவடியில இருக்கும் சுபர்ணாவுக்கு ஒரு செய்தியனுப்ப முடியுமா?'' சிவன் கேட்டார். ''தான் இல்லாத போது நாகா படைகளை வழிநடத்தற பொறுப்பை காளி அவர்கிட்டதான் ஒப்படைச்சிருக்கா. அவங்களும் நர்மதைல நம்மோட வந்து சேர்ந்துக்கணும்.''

''அவசியம் செய்கிறேன், நீலகண்டரே,'' கோபால் உறுதியளித்தார்.

அத்தியாயம் 17

சிறைப்பட்ட கௌரவம்

அரண்மனைக்கடியில், தரைமட்டத்திற்கும் கீழேயிருந்த நிலவறையை சேநாதிபதி பர்வதேஸ்வரருக்கான தற்காலிகச் சிறையாக மாற்றியமைத்திருந்தனர். அமைதி திகழும் காசி நகரின் பொதுச்சிறைகள் தர்மநியாயக் கோட்பாடுகளுக்குட் பட்டவைதான் என்றாலும், பர்வதேஸ்வரர் போன்றவரை, கேவலம் அற்பக் குற்றவாளிகளுடன் சேர்த்து அடைத்து வைப்பது அவமானகரமான விஷயமாய்க் கருதப்படும். பரந்து விரிந்திருந்த அவரது சிறை, பல சௌகரியங்கள் நிறைந்திருந்தாலும், ஜன்னலற்று இருந்தது. சிறையில் அடைபட்ட பர்வதேஸ்வரர் விஷயத்தில், யாரும் அஜாக்கிரதைக்கு உள்ளாகவும் தயாராக இல்லை: கைகளையும் கால்களையும் சங்கிலியால் இறுக்கக் கட்டியிருந்தனர். அறைக்கு இருந்த ஒரே வாயிலை திறமைவாய்ந்த ஒரு சிறிய நாகா படையே காவல்காக்க, இரு உயரதிகாரிகள் பர்வதேஸ்வரரை சதா கண்காணிப்பில் வைத்திருந்தனர். இது தவிரவும், நந்தி மற்றும் பரசுராமன் முதல் கட்டக் கண்காணிப்பை மேற்கொண்டிருந்தனர்.

''எங்களை மன்னிச்சிருங்க, சேநாதிபதி,'' என்றான் பரசுராமன்.

பர்வதேஸ்வரர் முகத்தில் புன்னகை. ''மன்னிப்பெல்லாம் தேவையில்லை, பரசுராமா. உனக்களிக்கப்பட்ட ஆணையை நீ நிறைவேற்றுகிறாய். அதுதான் உன் கடமை.''

அவருக்கெதிரே நந்தி அமர்ந்திருந்தாலும், முகம் வேறுபுறம் திரும்பியிருந்தது.

''என்னிடம் கோபமோ, படைத்தலைவர் நந்தி?'' பர்வதேஸ்வரர் வினவினார்.

''தங்களிடத்தில் கோபம் கொள்ள எனக்கென்ன உரிமையிருக்கிறது, சேநாதிபதி?''

''என்னைக் குறித்து எதுவேனும் தங்கள் மனதை பாதித்துக்கொண்டிருந்தால், ஆத்திரம் கொள்ள அனைத்து உரிமையும் இருக்கிறது. 'எப்போதும் உங்களுக்கு உண்மையாயிருங்கள்' என்பது இராமபிரான் நமக்களித்த மிக முக்கிய சூத்திரங்களுள் ஒன்று.''

நந்தி மௌனம் காத்தார்.

சற்று விரக்தியுடன் புன்னகைத்த பர்வதேஸ்வரர், வேறுபுறம் திரும்பிக்கொண்டார்.

நந்தி சற்று தைரியத்தை வரவழைத்துக்கொண்டார். ''தாங்கள் தங்களுக்கு உண்மையாகத்தான் நடந்து கொண்டிருக்கிறீர்களா, சேநாதிபதி?''

''ஆம்.''

''மன்னியுங்கள் - இல்லை. தங்களின் வாழும் தெய்வத்திற்கு துரோகம் செய்துகொண்டிருக்கிறீர்கள்.''

தன் கோபத்தைக் கட்டுப்படுத்த பர்வதேஸ்வரர் மிகுந்த பிரயத்தனம் செய்தது வெளிப்படையாகத் தெரிந்தது. ''நெஞ்சில் குடியிருக்கும் தெய்வமா, தங்கள் ஸ்வதர்மமா என்று இரண்டில் ஏதாவதொன்றை மட்டுமே தேர்ந்தெடுக்க வேண்டிய கட்டாயத்திலிருப்பவர்கள், மகா துரதிர்ஷ்டசாலிகள்.''

''உங்கள் தர்மம், நன்மையின் பாதையினின்று தங்களைப் பிரித்து அழைத்துச் செல்வதாகவா நம்புகிறீர்கள்?''

''அப்படிக் கூறவில்லை, தலைவர் நந்தி. ஆனால், மெலூஹாவிடத்திலான என் கடமை, எல்லாவற்றையும்விட எனக்கு முக்கியம்.''

''தங்கள் பிரபுவை எதிர்ப்பது, துரோகச் செயலாகும்.''

''தத்தம் நாட்டை எதிர்ப்பது அதைவிடவும் பெரும் துரோகம் என்பதும் பரவலான கருத்து.''

''ஒப்புக்கொள்ளமாட்டேன். மெலூஹா எனக்கு முக்கியம் என்பதை நான் மறுக்கவில்லை; அதன் பொருட்டு நான் உயிரையும் விடுவேன். ஆனால், மெலூஹாவின் பொருட்டு, என் தெய்வத்தை மீறமாட்டேன். அது மிகப்பெரும் குற்றம்.''

''தாங்கள் தவறிழைப்பதாக நான் குற்றம் சாட்டவில்லை, தலைவர் நந்தி.''

''ஆக, உங்கள் பாதை தவறு என்பதை ஒப்புக் கொள்கிறீர்கள்.''

''அப்படியும் சொல்லவில்லை.''

''அதெப்படி, சேநாதிபதி?'' நந்தி கேட்டார். ''முற்றிலும் மாறுபட்ட இரு பாதைகளைப் பற்றி நாம் பேசிக் கொண்டிருக்கிறோம். இருவரில் ஒருவர் தவறாகத்தான் இருக்கவேண்டும்.''

பர்வதேஸ்வரர் முகத்தில் புன்னகை இழையோடியது. ''*உண்மைக்குப் புறம்பானது, நிச்சயம் பொய்யாகத்தான் இருக்கமுடியும்* - ஆகா, சூர்யவம்சிகளுக்கே உரித்தான ஆழமான நம்பிக்கை!''

நந்தி மௌனம் சாதித்தார்.

''ஆனால், மிக ஆதாரமான விஷயம் ஒன்றை ஆனந்தமயி எனக்குக் கற்றுக்கொடுத்திருக்கிறாள்,'' என்றார் பர்வதேஸ்வரர். ''உங்கள் உண்மை என்று ஒன்று இருக்கிறது; என் உண்மை என்றும் ஒன்று உள்ளது. பிரபஞ்சம் முழுதும் பரவியுள்ள ஒரே முழுமுதல் உண்மை என்று ஒன்று கிடையவே கிடையாது.''

''பிரபஞ்ச உண்மைன்னு ஒண்ணு இருக்கத்தான் செய்யுது, பர்வதேஸ்வரரே. ஆனா, பல மனுஷங்களுக்கு அது புரியாத மிகப்பெரிய புதிர்,'' பரசுராமன் புன்னகைத்தான். ''இந்தப் பூத உடலோட கட்டுப்பாட்டுக்குள்ள நாம் அடைஞ்சு கிடக்கற வரைக்கும், அது அவிழ்க்க முடியாத புதிராத் தொடரும்.''

வாயிலில் நின்ற காவலாளியை அசட்டையாக ஒருபுறம் தள்ளிவிட்டு, காசி அரண்மனையில் பகீரதனின் அறைக்குள் ஆனந்தமயி புயலாகப் பிரவேசித்தாள்.

''என்ன எழவு காரியம்டா பண்ணியிருக்கே, நீ?'' என்று கத்தினாள்.

உடனடியாக எழுந்த பகீரதன், சகோதரியை நோக்கி நடந்தான். ''வேற வழியிருக்கலை, ஆனந்தமயி...''

''செருப்பாலே அடிப்பேன்! அவர் என் கணவர்! என்ன தைரியம்டா உனக்கு?''

''ஆனந்தமயி, நம்ம திட்டங்களை அவர் பகைவர்கள்கிட்ட...''

''பர்வதேஸ்வரரைப் பத்தி உனக்குத் தெரியாது? அதர்மமான காரியத்துல இறங்குவார்னு உண்மையிலேயே நினைக்கறியா? நீலகண்டப்பெருமானின் ஆணைகள் எதைப் பத்தியாவது நீ பேச ஆரம்பிச்சா, விலகிப் போயிருக்காரா, இல்லையா? உங்களுடைய ''இரகசிய'' இராணுவத் திட்டங்கள் எதையும் அவர் மருந்துக்குக் கூட தெரிஞ்சிக்க முயற்சி செய்ததில்ல!''

''நீ சொல்றதும் சரிதான். என்னை மன்னிச்சிடு.''

''அப்புறம் ஏன் அவரை சிறை வெச்சிருக்கீங்க?''

''அது என்னோட முடிவில்ல, ஆனந்தமயி...''

''என்ன பிதற்றல்! அப்புறம் ஏன் சிறைக்காவல்ல இருக்கார்?''

''ஒரு வேளை அவர் தப்பிச்சு போய்...''

''அதுதான் அவர் எண்ணம்னா, இந்நேரம் செஞ்சிருக்க மாட்டாரா? அவர் நீலகண்டப்பெருமானை சந்திக்கிறதுக்காகக்

காத்திருக்கார். அதுக்கப்புறம்தான் மெலூஹாவுக்குப் போவார்.''

''அதைத்தான் அவரும் சொன்னார். ஆனா...''

''ஆனாவா? என்ன எழவுதாண்டா சொல்ல வர்றே, நீயும் உன் ஆனாவும்! பர்வதேஸ்வரர் பொய் சொல்வார்ங்கறியா? அவர் பொய் சொல்லக்கூடியவர்ங்கறியா?''

''இல்ல.''

''சிவபெருமான் வர்ற வரைக்கும் போகமாட்டேன்னு அவர் சொல்லிட்டார்னா, நிச்சயம் போகமாட்டார்னு நான் சொல்றேன். நம்பு!''

பகீரதன் மௌனம் சாதித்தான்.

ஆனந்தமயி, தம்பியை நோக்கி ஓரடி எடுத்துவைத்தாள். ''அவரைக் கொல்லத் திட்டம் போட்டுட்டீங்களா?''

''இல்ல, ஆனந்தமயி!'' அதிர்ந்து போன பகீரதன் கூவினான். ''அப்படி ஒரு காரியத்தைச் செய்வேன்னு நீ எப்படி நினைக்கலாம்?''

''இந்த உருக்கமான நடிப்பையெல்லாம் என்கிட்ட வெச்சுக்காதே, பகீரதா. என் கணவருக்கு மட்டும் ஏதாவது - அது விபத்தாவே இருந்தாலும் - நடந்துச்சு, நீலகண்டப் பெருமானோட கோவம் ரொம்பப் பொல்லாததா இருக்கும். நீயும் உன்னுடைய கூட்டாளிகளும் என்னை வேணும்னா மதிக்காம இருக்கலாம் - ஆனா, உங்களுக்கெல்லாம் அவரைக் கண்டா தொடைநடுக்கம். பைத்தியக்காரத்தனமா ஏதையாவது செய்யறதுக்கு முந்தி, அவரோட கோவத்தைக் கொஞ்சம் நினைவுல வெச்சுக்கோ.''

''ஆனந்தமயி, நாங்க ஒண்ணும்...''

''நீலகண்டப் பெருமான் இன்னும் ஒரு வாரத்துல ஊர் வந்து சேர்ந்துருவார். அதுவரைக்கும், அவரை நீங்க சிறை வெச்சுருக்கிற அறைக்கு வெளிய நான் இரவும் பகலும் கண்விழிச்சு காவலிருப்பேன். என்னைத் தாண்டிப் போனாத்தான், அவர் மேல ஒரு சுட்டு விரல் படமுடியும்.''

''ஆனந்தமயி, அவரை நாங்க ஒண்ணும்...''

அவன் முடிக்கக்கூட காத்திராமல், சட்டென்று திரும்பி விறைப்பாக நடந்து சென்றாள். பாதையை மறித்து நின்ற ஒடிசலான காவல்வீரனை ஒரு தள்ளு தள்ளி, அவன் தடுமாறி விழுந்ததைக் கூட சட்டை செய்யாமல், கதவை படீரென இழுத்து அறைந்துவிட்டுச் சென்றாள்.

ஆனந்தமயியின் தோளின்மீது ஆயுர்வதி கரம் பதித்தாள். பர்வதேஸ்வரர் சிறை வைக்கப்பட்ட அறைக்கு வெளியே அயோத்யாவின் இளவரசி அமர்ந்திருந்தாள். கடந்த சில நாட்களாக, அங்கிருந்து அசையாமல், யார் சொல்லையும் கேட்காமல் காவலிருந்தாள்.

"உன் அறைக்குச் சென்று, சற்று நேரம் உறங்கலாமே?" என்றாள் ஆயுர்வதி. "நான் வேண்டுமானால் இங்கே அமர்ந்திருக்கிறேன்."

ஆனந்தமயி தீர்மானமாய்த் தலையசைத்து மறுத்தாள். ஆயிரம் காட்டுக் குதிரைகளால்கூட அவளை அச்சமயம் அங்கிருந்து இழுத்துச் சென்றிருக்கமுடியாது.

"ஆனந்தமயி..."

"நான் அவரை சந்திக்கக்கூட அனுமதிக்கமாட்டேங்கறாங்க, ஆயுர்வதி," ஆனந்தமயி விம்மினாள்.

அவளருகில் அமர்ந்தாள் ஆயுர்வதி. "தெரியும்..."

கதவருகே காவலிருந்த நாகா வீரர்களை நோக்கி ஆனந்தமயி திரும்பிக் கத்தினாள். "என் கணவர் குற்றவாளியில்ல!"

அவளது கரங்களைப் பற்றினாள் ஆயுர்வதி. "நிதானம் கொள்ளம்மா. இடப்பட்ட ஆணையைத்தானே இந்த காவலர்கள் நிறைவேற்றுகிறார்கள்..."

"அவர் குற்றவாளியில்லை... நல்லவர்..."

"தெரியும்..."

அவளது தோளில் முகம் புதைத்த ஆனந்தமயி, அழத் துவங்கினாள்.

"அமைதியாக இரு," ஆயுர்வதி ஆதுரமாய் உபதேசம் செய்தாள்.

தலை நிமிர்ந்த ஆனந்தமயி, அவளை ஏறிட்டாள். "இந்த தேசம் மொத்தமும் அவருக்கெதிராத் திரும்பினாலும் பரவாயில்லை. நீலகண்டரே எதிர்த்தாலும் சரிதான். என் கணவர் சார்புல நான் இருப்பேன். அவர் நல்லவர்... ரொம்ப நல்லவர்!"

"நீலகண்டரிடத்தில் நம்பிக்கை வை. அவரது தர்ம சிந்தையில் நம்பிக்கையோடிரு. அவர் காசி வந்து சேர்ந்த மறு நொடியே, சந்தித்துப் பேசு."

— 𝉅 ◉ ⋃ ⚜ ✵ —

அஸ்ஸி காட்டில் சிவனின் கப்பல் வந்து நங்கூரமிட்ட போது, சூரியன் உச்சிவானுக்கு வந்திருந்தான். சிவன், சதி மற்றும் கோபால், சுற்றுச்சுவரினருகே நின்றிருந்தனர்.

''நான் ஒவ்வொரு முறை இங்கே வந்து இறங்கறப்பவும் என்னத்துக்கு மன்னர் அதிதிக்வர் இப்படி வரவேற்புக் குழுவெல்லாம் ஏற்பாடு செய்யணும்னு எனக்குப் புரியல,'' கரையில் போடப்பட்டிருந்த பிரம்மாண்டமான பந்தலையும், அங்கே குழுமியிருந்த மக்கள் கூட்டத்தையும் கண்டு புலம்பினார் சிவன்.

கோபால் முகம் மலர்ந்தது. ''மக்களை இங்கே வந்து கூடும்படி மன்னர் அதிதிக்வர் உத்தரவிடுவதாக எனக்குத் தோன்றவில்லை. தங்கள் நீலகண்டரை வரவேற்க மக்கள் தாங்களே இங்கே கூடிவிடுகின்றனர்.''

''இருக்கலாம். ஆனா, இதுக்கெல்லாம் அவசியமேயில்ல,'' என்றார் சிவன். ''வேலையெல்லாம் தூக்கிப் போட்டுட்டு, என்னைப் பார்க்க இங்கே வர வேண்டிய கட்டாயம் என்ன? உண்மையிலேயே என்னை மதிக்க விரும்பினாங்கன்னா, அவங்கவங்க வேலையை இன்னும் தீவிரமாச் செய்யணும்.''

கோபால் சிரித்தார். ''செய்ய வேண்டிய பணியை விடுத்து, செய்யவிரும்பும் பணியில் கவனம் செலுத்துவதுதானே மக்களின் இயல்பு?''

படித்துறையில் குழுமி நிற்கும் சாதாரணர்கள் - ஏன், இன்னும் சற்று தூரத்தில், மேட்டுப்பூமியில் காத்து நின்ற பிரபு வர்க்கத்தின் முகபாவங்களைத் துல்லியமாய்க் காணுமளவு கப்பல் கரையை நெருங்கியது.

''என்னவோ சரியில்லை,'' என்றாள் சதி.

''ஏன் எல்லோரும் ஒருவாறு கவலையாகக் காணப்படுகிறார்கள்?'' கோபால் கேட்டார்.

மக்கள் கூட்டத்தைச் சிவன் கூர்ந்து ஆராய்ந்தார். ''நீ சொல்றது சரிதான். என்னவோ தப்பாத் தோணுது.''

''மன்னர் அதிதிக்வரே ரொம்ப சஞ்சலமா இருக்கார்,'' என்றாள் சதி.

''காளி, கணேஷ், கார்த்திக், பகீரதன் எல்லாரும் ரொம்ப காரசாரமா வாதம் பண்ணிக்கிட்டிருக்காங்க,'' என்றார் சிவன். ''அவங்களை எது இவ்வளவு பாதிச்சிருக்கும்?''

சதி சிவனை லேசாய்த் தட்டினாள். ''ஆனந்தமயியைப் பாருங்க.''

''எங்கே?'' மேல்வர்க்கத்தினருக்கென்று ஒதுக்கப் பட்டிருந்த பகுதியில் அவளைக் காணாமல் சிவனின் கண்கள் தேடின.

''கூட்டத்துல பாருங்க,'' கண்களால் சைகை செய்தாள் சதி. ''கப்பலோட பலகைப்பாலம் இறங்கும் இடத்துல நிக்கறா.''

''நீங்கள் இறங்கிய அடுத்த கணமே தங்களுடன் பேச விரும்புகிறாள் போலும், நண்பரே,'' என்றாள் கோபால்.

"ரொம்ப பதற்றமா இருக்கறாப்புல தெரியுது, சிவா," என்றாள் சதி.

தன் முன்னால் பரந்து விரிந்த துறைமுகத்தை கண்களால் அளவெடுத்தார் சிவன். "பர்வதேஸ்வரர் எங்கே?" என்றார், மெல்ல.

———— ✶ ⦿ ⋔ ✢ ⊕ ————

சூறாவளியாய் அந்தத் தற்காலிகச் சிறைச்சாலைக்குள் சிவன் நுழைய, காவல்வீரர்கள் நகர்ந்து வழிவிட்டனர். சதி, கோபால், ஆனந்தமயி மற்றும் காளியால் அவரது வேகத்திற்கு ஈடுகொடுக்கமுடியவில்லை.

கைதியாயிருந்த பர்வதேஸ்வரருடன் ஆழ்ந்த பேச்சு வார்த்தையில் ஈடுபட்டிருந்த வீரபத்ரா, பரசுராமன் மற்றும் நந்தியைக் கண்ணுற்றார் சிவன்.

"என்ன எழவுதான் நடக்குது இங்கே?" கோபாவேசத்தின் உச்சியில் வெடித்தார்.

"பிரபு," சங்கிலிகள் 'சிலிங்'கென்று சப்தமிட எழுந்தார் பர்வதேஸ்வரர். உடன் நந்தி, வீரபத்ரா மற்றும் பரசுராமனும் எழுந்தனர்.

"சங்கிலியைக் கழட்டுங்க!"

"சிவா," என்றாள் காளி மெல்ல. "அது உசித மில்லைங்கிறது என் எண்ணம்…"

"இப்ப சங்கிலியைக் கழட்டப்போறீங்களா இல்லையா?"

உடனடியாக நந்தியும் பரசுராமனும் காரியத்தில் இறங்க, சங்கிலிகள் அசுர வேகத்தில் நீக்கப்பட்டன. தடைப்பட்ட இரத்த ஓட்டம் மீண்டும் தொடங்க, பர்வதேஸ்வரர் மணிக்கட்டை நீவிவிட்டுக்கொண்டார்.

"பர்வதேஸ்வரரோட என்னைத் தனியா விடுங்க."

"சிவா…" வீரபத்ரா தொடங்கினான்.

"நான் சொன்னது புரியலியா, பத்ரா? இப்பவே எல்லாரும் இடத்தைக் காலி பண்ணுங்க!"

இதில் துளியும் சம்மதமில்லாமல் மறுப்பாய்த்தலையசைத்த காளி, தயக்கத்துடன்தான் என்றாலும், அவர் கூற்றை மதித்து வெளியேறினாள். மற்றவர்களும் மறுத்துப் பேசாமல் விலகினர்.

கண்களில் ஆத்திரம் பொறி பறக்க, சிவன் பர்வதேஸ்வரரை ஏறிட்டார்.

முதலில் பேச வாயெடுத்தது பர்வதேஸ்வரர். "பிரபு…"

அவர் அமைதியாயிருக்கும்படி சிவன் கையுயர்த்தினார். பர்வதேஸ்வரர் உடனடியாகக் கட்டுப்பட்டார். முன்னும்

பின்னுமாய் நடந்து, மூச்சை ஆழ இழுத்து ஆசுவாசப்படுத்திக் கொண்டு, தன் மனத்தை ஒரு நிலைக்குக் கொண்டுவரப் பிரயத்தனம் செய்த சிவன், வேறு திக்கை வெறித்தார். மாமா மனோபூவின் உபதேசம் நினைவில் சுழன்றது.

கோபம்தான் உன் எதிரி. கட்டுப்படுத்து. அதைக் கட்டுப்படுத்து.

எவ்வளவுதான் முயன்றாலும், சுருண்ட நாகம் விரிந்து படமெடுத்து கொத்த முயல்வது போல் ஆத்திரம் இறுகி விரிவதை அவரால் உணரமுடிந்தது. ஆனால், கோபாவேசம் கொண்டு காரியத்தைக் கெடுக்கும் தருணம் இதுவல்ல; மிக நுணுக்கமாக, ஜாக்கிரதையாக அணுகவேண்டிய விஷயம் இது.

ஒருவாறு தன்னைக் கட்டுக்குள் கொண்டுவந்து, மனமும் மூச்சும் நிதானமடைந்த பிறகு, சிவன் பர்வதேஸ்வரரை நோக்கித் திரும்பினார். ''இது உண்மையில்லன்னு சொல்லுங்க. சும்மா *சொல்லுங்க*. அது போதும். வேற யார் எதைச் சொன்னாலும் அதை மறந்துடறேன். நீங்க சொல்றதை நம்பறேன்.''

''பிரபு, என் வாழ்நாளில் நான் எடுக்க நேர்ந்த மிகக்கடுமையான முடிவு இதுதான்.''

''என்னை எதிர்க்கப்போறீங்களா, பர்வதேஸ்வரரே?''

''இல்லை, பிரபு. ஆனால், மெலூஹாவைக் காப்பதுதான் என் கடன். நீங்களும் மெலூஹாவும் இரு வேறு துருவங்களாய் நிற்காமலிருக்க ஏதேனும் அதிசயம் நிகழாதா என்றுதான் ஏங்குகிறேன்.''

''அதிசயமா? அதிசயத்தை எதிர்பார்க்கறீங்களா? பர்வதேஸ்வரரே, நீங்க என்ன சின்னக் குழந்தையா? சோமரஸத்தைப் பொறுத்தவரை, மெலூஹாவோட நான் சமரசமா போக வாய்ப்பிருக்கிறதா நீங்க நம்பறீங்களா?''

''இல்லை, பிரபு.''

''சோமரஸம் தீமையில்லைன்னு நம்பறீங்களா?''

''இல்லை, பிரபு. சோமரஸம் நிச்சயம் தீயசக்திதான். தாங்கள் அதைத் தீமையென்று அறுதியிட்ட மறு கணமே, அதைப் பயன்படுத்துவதை நிறுத்திவிட்டேன்.''

''அப்புறம் ஏன் சோமரஸத்தைக் காப்பாத்தப் போராடறீங்க?''

''நான் மெலூஹாவைக் காக்க மட்டுமே போராடுவேன், பிரபு.''

''ரெண்டுமே ஒரே பக்கமிருக்கே?''

''அது என் துரதிர்ஷ்டம், பிரபு.''

''அடப் பைத்தியக்கார...''

நொடியில் தன்னைக் கட்டுப்படுத்திக்கொண்டார் சிவன். பர்வதேஸ்வரர் மௌனம் காத்தார். நீலகண்டரின் கோபத்தில் நியாயம் இருப்பதை அவர் அறிவார்.

''இந்த முடிவை எடுக்கச் சொல்லி ப்ருகு உங்களை வற்புறுத்தறாரா? உங்களுக்கு வேண்டப்பட்டவர் யாரையாவது பிடிச்சு வெச்சுக்கிட்டிருக்காரா? எதுவாயிருந்தாலும் பார்த்துக்கலாம். நான் உயிரோட இருக்கற வரைக்கும், உங்களுக்கு முக்கியப்பட்டவங்க யார் மேலயும் ஒரு தூசுகூட படாது.''

''மகரிஷி ப்ருகு என்னை எவ்விதத்திலும் கட்டுப்படுத்தவில்லை, பிரபு.''

''அப்படீன்னா, ருத்ரபகவானின் பெயரால கேக்கறேன்: உங்களை இந்த முடிவெடுக்கத் தூண்டியது எது?''

''என் ஆத்மா. எனக்கு வேறு வழியில்லை, பிரபு. இதைத்தான் நான் செய்தாக வேண்டும்.''

''எனக்கு உங்க முடிவு புரியவேயில்லை, பர்வதேஸ்வரரே. தீமையின் சார்பா போரிடச்சொல்லி உங்க ஆன்மா உங்களை வற்புறுத்தறதா உண்மையிலேயே நம்பறீங்களா?''

''என் தாய்நாட்டைக் காப்பாற்றும்படி என் ஆன்மா என்னை வற்புறுத்துகிறது, பிரபு. அவ்வளவே. அதன் அழைப்பை நான் மறுக்கமுடியாது. அதுதான் என் கடமை.''

''உங்க ஆன்மா உங்களை ரொம்ப ஆபத்தான பாதையில அழைச்சுக்கிட்டு போகுது, பர்வதேஸ்வரரே.''

''அப்படியே ஆகட்டும். எவ்வித ஆபத்தும் ஒருவர் தனக்கென இடப்பட்ட பாதையில் நடக்கத் தடையாக இருக்கக்கூடாது.''

''இது என்ன பேத்தல்? ப்ருகுவுக்கு உங்க மேல அக்கறையிருக்குன்னா நம்பறீங்க? அவருடைய கவலையெல்லாம் சோமரஸத்தைப் பத்தி மட்டும்தான். நம்புங்க: உங்களால ஆன பலனெல்லாம் அடைஞ்ச பிறகு, கொன்னுடுவாங்க.''

''நமக்கான பயன் இவ்வுலகில் முடிந்தவுடன், நாமனைவருமே உயிரிழக்கத்தான் போகிறோம். இதுதான் பிரபஞ்சத்தின் விதி.''

கையாலாகாத எரிச்சல் எல்லை மீற, முகத்தைக் கைகளால் மூடிக்கொண்டார் சிவன்.

''தங்கள் கோபம் எனக்குப் புரிகிறது, பிரபு,'' என்றார் பர்வதேஸ்வரர். ''ஆனால், தீமையை எதிர்ப்பதுதான் தங்கள் கடன். அதை நிறைவேற்ற தங்களால் ஆனதையெல்லாம் தாங்கள் செய்துதான் தீரவேண்டும்.''

சிவன் மௌனமாய் பர்வதேஸ்வரரை வெறித்தார்.

"தங்கள் கடனை நிறைவேற்றுவதுதான் தங்கள் வாழ்க்கையின் நியதி என்பது போலத்தான் எனக்கும் பிரபு. என் கடனை நான் நிறைவேற்றத்தான் வேண்டும் என்பதைத் தாங்கள் புரிந்துகொண்டால் போதும். தீமையை முற்றுமாய் ஒழிக்கும் வரையில் தங்கள் உள்ளம் அமைதியடையாது. உங்கள் ஆன்மா அதை அனுமதிக்காது. மெலுஹாவைக் காக்க என்னாலான அனைத்தையும் செய்யாமல், என் ஆன்மாவும் எனக்கு அமைதியளிக்காது, பிரபு.''

முகத்தைக் கைகளால் தேய்த்த சிவன், மிகுந்த பிரயத்தனத்துடன் நிதானத்தைக் கைக்கொண்டார். "நான் செய்யறது தப்புங்கறீங்களா, பர்வதேஸ்வரரே?''

"ஐயோ, பிரபு - அவ்விதம் எப்படி நான் நினைக்கக்கூடும்? தவறான எதையும் தாங்கள் செய்யமாட்டீர்கள்.''

"அப்படீன்னா, உங்க மனசுல ஓடற விசித்திர எண்ணங்களை கொஞ்சம் எனக்காக விளக்கித்தான் சொல்லுங்களேன். என் பாதைதான் சரின்னு ஒப்புக்கறீங்க; ஆனா, என்னோட சேர்ந்து நடக்கமாட்டேங்கறீங்க. அதுக்குப் பதிலா, நிச்சயமா சாவுல கொண்டுபோய் விடப்போற ஒரு பாதைல நடந்தே தீருவேன்னு பிடிவாதமாயிருக்கீங்க. ருத்ரபகவானே! ஏன்?''

"*ஸ்வதர்ம நிதானம் ஷ்ரேயஹ பர தர்மோ பயாவஹா*,'' என்றார் பர்வதேஸ்வரர். "இன்னொருவரின் பாதையில் செல்வது மிக ஆபத்து; அதைவிட, தன் கடனை நிறைவேற்றும் பணியில் மரணத்தைத் தழுவுவதே மேல்.''

எத்தனையோ யுகம் என்று சொல்லக்கூடிய காலம் சிவன் பர்வதேஸ்வரரையே வைத்த கண் வாங்காமல் வெறித்தார். பிறகு திரும்பி, கர்ஜித்தார். "நந்தி! பத்ரா! பரசுராமா!''

அவர்கள் உள்ளே ஓடிவந்தனர்.

"சேநாதிபதி பர்வதேஸ்வரர் தொடர்ந்து நம் கைதியாக இருப்பார்,'' என்றார் சிவன்.

"தங்கள் உத்தரவு, பிரபு,'' வணக்கம் செலுத்தி ஆணையை ஏற்றார் நந்தி.

"அப்புறம், நந்தி? சேநாதிபதியைச் சங்கிலிகள் கட்டுப் படுத்தக்கூடாது.''

அத்தியாயம் 18

மானமா, வெற்றியா?

''நமக்கு வேற வழியே இல்லைன்னு நான் சொல்றேன்,'' வாதிட்டாள் காளி. ''அவரைக் கொல்லமுடியாதுன்னு ஒத்துக்கறேன் - ஆனா, யுத்தம் முடியறவரைக்கும், நம்ம கைதியாத்தான் இருந்தாகணும்.''

கோபால் சகிதம், சிவனும் அவரது குடும்பத்தாரும், காசி அரண்மனையில் நீலகண்டரின் தனியறையில் அமர்ந்திருந்தனர்.

மௌனமாய் சீறிக்கொண்டிருந்த சதியை ஒரு பார்வை பார்த்த கணேஷ், தற்போதைக்கு வாயை மூடிக்கொள்வது என்று முடிவெடுத்தான்.

கார்த்திக்கிற்கு அப்படியெதுவும் தயக்கமிருந்ததாகத் தெரியவில்லை. ''*மாஸி* சொல்றதை நானும் ஒப்புக்கறேன்.''

சிவன் கார்த்திக்கை ஏறிட்டார்.

''இது கஷ்டமான முடிவுதான்னு எனக்கும் தெரியும்,'' கார்த்திக் தொடர்ந்தான். ''பர்வதேஸ்வரர்ஜியின் நடத்தையில எந்த மானக்குறைவும் இதுவரையில இருந்ததேயில்லை. நம்முடைய மந்திராலோசனைகள் எதுலேயும் அவர் கலந்துக்கலை. அவர் நினைச்சிருந்தா எத்தனையோ முறை தப்பிச்சும் போயிருக்கலாம்; அதையும் அவர் செய்யலை. நீங்க வர்றவரைக்கும் காத்திருந்து, உங்க அனுமதியோடத்தான் போகணும்னு வைராக்கியமா இருந்தார். ஆனா, *பாபா*, நீங்க நீலகண்டர். இந்தியாவுக்கான பொறுப்பு முழுக்க முழுக்க உங்களுடையதுதான். சில சமயம், பல பேருடைய நலனைக் காப்பாத்தணும்னா, அந்த நிமிஷத்துக்கு சரின்னு படாத சில விஷயங்களைச் செய்துதான் ஆகணும். யாருக்குத் தெரியும்? முடிவு நன்மையா இருந்தா, கேள்விக்குரிய முறைகளையும் நியாயப்படுத்தலாமோ, என்னமோ?''

சதி தன் இளைய மகனை முறைத்தாள். ''பெருவாரியான நன்மை கிடைக்கிறதா இருந்தா, சரியில்லாத முறைகளையும் பயன்படுத்தறதுல தப்பில்லைன்னு நீ எப்படி சொல்லலாம், கார்த்திக்?''

''அம்மா, சோமரஸம் தொடர்ந்து வளர்ச்சியடைஞ்சுக் கிட்டு இருக்கற உலகத்தை நம்மால ஒப்புக்கமுடியுமா?''

''நிச்சயமா முடியாது,'' என்றாள் சதி. ''ஆனா, இந்தப் போராட்டம் வெறும் சோமரஸம் சம்பந்தப்பட்டதுன்னு நினைக்கறியா?''

ஒருவழியாக கணேஷ் வாய்திறந்தான். ''கண்டிப்பா, அம்மா.''

''இல்லவே இல்ல,'' சதி மறுத்தாள். ''நம்ம காலத்துக்கு பின்னாடி நாம் விட்டுட்டுப் போகப்போற சொத்துலயும் - பிற்காலத்துல சிவனை எப்படி எல்லாரும் பார்க்கப்போறாங்க, நினைவுல இருத்திக்கப் போறாங்கங்கிறதுலதான் விஷயம் அடங்கியிருக்கு. அவர் வாழ்க்கையோட ஒவ்வொரு அம்சத்தையும், பிற்காலத்துல வர்ற மக்கள் ஆராய்ஞ்சு பார்ப்பாங்க. அவரை மாதிரியே இருக்கணும்னு ஆசைப் படுவாங்க. பஞ்சவடியில தாக்குதல் நடந்தப்ப *தைவி அஸ்திரங்களைப்* பயன்படுத்தினதுக்காக பிரபு ப்ருகுவை நாமெல்லாரும் குற்றம் சொல்லலையா? நீ இப்ப எடுத்து வைக்கிற இதே வாதங்களைத்தானே தன்னுடைய செயலை நியாயப்படுத்த மகரிஷியும் பயன்படுத்தியிருப்பார்? அதே மாதிரி நாமும் நடந்துக்கிட்டா, அவருக்கும் நமக்கும் என்னதான் வித்தியாசம்?''

''ஜெயிச்சவங்களை மட்டும்தான் உலகம் நினைவுல வெச்சுக்கும், *தீதீ*,'' என்றாள் காளி. ''வெற்றியடைஞ்சவங்கதானே வரலாற்றை எழுதறாங்க? அதை எப்படியும் எழுதிக்கலாம். ஜெயிச்சவங்க வடிக்கிறபடிதான் தோத்தவங்களை எல்லாரும் ஞாபகம் வெச்சுப்பாங்க. நமக்கு இப்ப முக்கியம் ஒண்ணே ஒண்ணுதான: எப்படியாவது வெற்றியடையணும்.''

''தங்கள் கூற்றை நான் மறுக்க அனுமதியளிக்கவேண்டும், அரசியாரே,'' என்றார் கோபால். ''வரலாற்றை வெற்றியடைந்தவர்கள் மட்டுமே தீர்மானிக்கிறார்கள் என்பது அத்துணை உண்மையல்ல.''

''நிச்சயம் அப்படித்தான்,'' என்றாள் காளி. ''தேவர்கள் எழுதி வெச்ச வரலாறும் இருக்கு; அசுரர்கள் எழுதி வெச்சதும்தான் இருக்கு. யாருடைய கதை நம்ம மனசுல ஆணித்தரமா பதிஞ்சிருக்கு?''

''இன்றைய இந்தியாவைப் பற்றித் தாங்கள் பேசுவதாயிருந்தால், ஆம், தேவர்களின் வரலாற்றைத்தான் அதிகம் நினைவில் வைத்திருக்கிறார்கள்,'' கோபால் ஒப்புக்கொண்டார். ''ஆனால், அசுரர்களின் கதை இன்னமும் இந்தியாவிற்கு வெளியே நன்கு நினைவில் கொள்ளப்படுகிறது.''

''ஆனா, நாம வாழறது இங்கேதானே?'' காளி கேள்வி தொடுத்தாள். ''உலகத்தோட எந்த மூலைலியோ வழங்கி வர்ற கதைகளைப் பத்தி நமக்கென்ன?''

"ஒரு வேளை நான்தான் சரியாக விளக்கவில்லையோ, என்னமோ, தேவி," கோபால் சொன்னார். "விஷயம் இடம் மட்டும் குறித்ததல்ல; காலம் பற்றியதும்தான். தேவர்கள் எழுதி வைத்த வரலாறு மட்டுமே அதே விதமாய் நினைவில் கூரப்படுமா? அல்லது, ஒரு வேளை, அதே கதையின் வெவ்வேறு வடிவங்கள் வெளிப்படுமா? ஞாபகம் வைத்துக்கொள்ளுங்கள்: வெற்றியடைந்தோர் எழுதி வைத்த வரலாறு என்று ஒன்று இருந்தால், தோற்றோரின் கதை என்றும் ஒன்று காலங்களைக் கடந்து உயிர்வாழும். வெற்றியாளர்கள் ஆட்சிப்பொறுப்பில் இருக்கும்வரையில், அவர்கள் வாதம் எடுபடும். ஆயினும், சரித்திரம் நமக்கு ஒரு பாடத்தை மிக ஆழமாய்க் கற்பித்திருக்கிறதென்றால், அது இதுதான்: கடலில் அலைகள் எழுந்து விழுவது போல், காலத்தில் வெள்ளத்தில் குலங்களும் சில சமயம் புகழின் உச்சியை அடையும்; வேறு சமயம் பாதாளத்திலும் சரியும். வெற்றியடைந்தோர் சக்தியிழந்து, சாயும் காலம் வரும்போது, தோற்றுத் தாழ்ந்த அதே மக்கள் மேல்மட்டத்திற்கு உயர்வதும் நடக்கும். திடீரென்று ஒரு நாள், நிலைமை தடாலென்று மாறி, வரலாறும் அவ்விதமே மாற்றியெழுதப்படுவதை கவனிக்கமுடியும். காலப்போக்கில், இந்தப் புதிய வரலாறே மிகப் பிராபல்யம் அடைந்துவிடுவதும் நடக்கிறது."

"இதை நான் ஒத்துக்கவேமுடியாது," காளி மறுத்தாள். "அசுரர்கள் மாதிரி வேற தேசத்துக்கு ஓடிப்போனாலொழிய, தோத்தவங்க எந்த சக்தியும் செல்வாக்கும் இல்லாமத்தான் இருப்பாங்க. அவங்களோட அனுபங்களும் வெறும் கட்டுக்கதையா மங்கி, மக்கிப் போயிடும்."

"அப்படியல்ல," என்றார் கோபால். "தங்கள் மனதுக்கியைந்த ஒரு விஷயத்திற்கே வருகிறேனே? நாம் வாழும் இக்காலத்தில், நாகர்களை அரக்கர்கள் என தூஷித்து, வெறுக்கிறார்கள். ஆனால், எத்தனையோ ஆயிரக்கணக்கான வருடங்களுக்கு முன்பு, அவர்கள் பெருவாரியாக மதிக்கப்பட்டனர். இந்தப் போரில் அவர்கள் ஜெயித்தவுடன், நீலகண்டரின் நண்பர்கள், அவருடன் கூட்டணியமைத் தவர்கள் என்ற வகையில், மீண்டும் சக்திவாய்ந்தவர்களாக, மதிப்பிற்குரியவர்களாய் மாறுவார்கள். உங்கள் சார்பான வரலாறு மீண்டும் உயிர்பெற்றெழுந்து, பரவி, மதிப்படையும் அல்லவா?"

இந்த வாதத்தினால் சமாதானமடையாத காளி, மௌனம் காத்தாள்.

"இந்தப் புதிய யுகத்தில், இதுவரை தோற்று ஒடுங்கியிருந் தோரின் நடத்தையும், மிக சுவாரசியமான விஷயம்,"

கோபால் தொடர்ந்தார். ''இப்போது சக்தியும், நம்பிக்கையும் வந்துவிட்ட நிலையில், தப்பித் தவறி உயிர் வாழும் பழைய வெற்றியாளர்களின் மிச்சம் மீதி என எவரேனும் இருந்தால், அவர்களைப் பழிவாங்க எண்ணுவார்களோ?''

''தோத்துப் போனவங்க மனசுல நிச்சயம் காழ்ப்புணர்ச்சியும், ஆத்திரமும் இருக்கும். பின்னே என்ன, மனிதாபிமானம்கிற அமுதம் பொங்கி வழியும்னா நினைக்கறீங்க?'' என்ற காளியின் குரலில் ஏராளமான ஏளனம்.

''தாங்கள் மெலூஹர்களை வெறுக்கிறீர்கள் அல்லவா?''

''ஆமா.''

''மெலூஹாவை நிர்மாணித்த அதன் தந்தை, இராமபிரான் குறித்துத் தங்கள் கருத்து என்னவோ?''

காளி அமைதியானாள். இராமபிரானின் மீது அவளது பக்தி எல்லையற்றது.

''இராமபிரானின் மீது அளவுகடந்த அபிமானம் கொண்டிருக்கும் நீங்கள், அவர் விட்டுச் சென்ற மக்களின் மீது மட்டும் இத்துணை வெறுப்பை உமிழ்வது ஏன்?'' கோபால் கேட்டார்.

தன் சகோதரியின் சார்பாய் சதி பேசினாள். ''பகைவர்களையும் நியாயமா நடத்தற இராமபிரானோட பண்பு இன்றைய மெலூஹர்கள்கிட்ட இல்லாததுதான் காரணம்.''

சிவன் சதியைப் பார்த்த பார்வையில் அமைதியான திருப்தி நிலவியது.

''வெற்றி, தோல்விங்கற விதிகளுக்கெல்லாம் அப்பாற்பட்டு நடந்துக்கும்போதுதான், ஒரு மனிதன் தெய்வமாகிறான்,'' என்றாள் சதி. ''சிவாவோட செய்தி, காலாகாலத்துக்கும் வாழணும். வெற்றியாளர்கள், தோல்வி யடையறவங்க ரெண்டு சாராருமே அவர் செயல்கள்ள நியாயத்தைப் பார்த்தா மட்டும்தான் அது நடக்கும். அவர் ஜெயிக்கணும்கிறதுல சந்தேகமேயில்ல. ஆனா, சரியான முறைலதான் ஜெயிக்கணும்கிறதும் ரொம்ப முக்கியம்.''

அவள் வாதத்தை ஒப்புக்கொள்ள கோபால் சற்றும் தயங்கவில்லை. ''தர்மமும் மானமும், தர்மத்தைதான் வளர்க்க வேண்டும். அதுவே சரியான வழி.''

எழுந்த சிவன், நடந்து சென்று, உப்பரிகைப் பலகணி வழியே, தூரத்தில், புனிதப்பெருவழியின் மீது கம்பீரமாய் நின்ற பிரம்மாண்டமான காசி விஸ்வநாதர் ஆலயத்தையும், அதையும் தாண்டி கங்கையையும் பார்த்துக்கொண்டு நின்றார்.

அவர் சொல்லப்போகும் முடிவை எதிர்பார்த்து அனைவரும் ஆவலாய்க் காத்திருந்தனர்.

சிவன் திரும்பினார். "எனக்கு யோசிக்கக் கொஞ்ச நேரம் வேணும்," என்றார், மிக மெல்லிய குரலில். "நாளைக்கு மீண்டும் சந்திப்போம்."

— ✵◯Ʊ✚✪ —

சதி குனிந்து பார்த்தாள். ஏரியின் தெளிந்த நீர் கீழே தளும்பியது. தண்ணீர்ப்பரப்பின் மீது பறந்தவாறு அவள் கரையை நோக்கிச் செல்ல, நீருக்கடியில் மீன்கள் அவளுடன் போட்டியிட்டு நீந்தி வந்தன.

நிமிர்ந்து பார்த்தாள். எதிரே, கரிய மலை மிகப்பெரிதாய் அவள் முன் எழுந்தது. சுற்றியிருந்த மற்ற குன்றுகளினின்று வேறுபட்டு, பனியாலான முடியணிந்து காட்சியளித்தது. அருகே நெருங்க நெருங்க, ஏரிக்கரையின் மீதமர்ந்து தவத்திலாழ்ந்திருந்த யோகியின் மீது அவளது விழிகள் பதிந்தன. புலித்தோல் ஆடை அணிந்திருந்தார், அவர். நீண்ட, சடைபிடித்த கூந்தல், இறுக்க முடிந்திருந்தது. திரண்ட மேனியைப் பலப்பல விழுப்புண்கள் நிரப்பின. ஏறக்குறைய சூரியனைப்போல், ஒரு ஒளிவட்டம் சிரத்தின் பின்னே ஒளிர்ந்தது. கூந்தலில் பிறைச்சந்திரன் மினுமினுக்க, கழுத்தில் பாம்பு ஊர்ந்தது. தரையில் பாதி புதைக்கப்பட்ட ஒரு மிகப்பெரும் திரிசூலம், அருகே காவலிருந்தது. யோகியின் முகம்தான், சரியாகத் தெரியாமல் மசமச வென்றிருக்க... அப்போது அங்கே சூழ்ந்திருந்த பனிமூட்டம் பளிச்சென விலகியது.

"சிவா!" என்றாள் சதி.

அவளைப் பார்த்த சிவனின் முகம் மலர்ந்தது.

"இதுதான் உங்க தேசமா? கைலாசமா?"

அவளை விட்டு விழிகளைச் சிறிதும் அகற்றாத சிவன், தலையசைத்தார்.

"ஒரு நாள் நிச்சயம் இங்கே வருவோம், அன்பே. எல்லாம் முடிஞ்சபிறகு, இங்கே, உங்களுடைய அழகான தேசத்துல ஒண்ணா சேர்ந்து வாழ்வோம்."

சிவனின் புன்னகை விரிந்தது.

"கணேஷும் கார்த்திக்கும் எங்கே?"

சிவன் பதில் கூறவில்லை.

"சிவா, நம்ம மகன்கள் எங்கே?"

சட்டென்று சிவனை வயோதிகம் சூழ்ந்தது. களையான அவரது முகத்தை சுருக்கங்கள் மறைத்தன. ஒரே கணத்தில் கூந்தல் வெண்மையாய் மாறியது. திரண்ட அவரது தோள்கள்

சுருங்க, கட்டுமஸ்தான தேகம் சதியின் கண்களுக்கு முன்னே கரையத் துவங்கியது.

சதி புன்னகைத்தாள். "நாம ரெண்டு பேரும் சேர்ந்தே வயோதிகம் அடையப்போறோமா?"

சிவனின் கண்கள் சட்டென்று அகன்றன. புரியாத எதையோ அவர் காண்பது போல் தோன்றியது.

குனிந்த சதி, நீரில் பிரதிபலித்த தன் பிம்பத்தை வெறித்தாள். அதிசயத்தில் அவளது புருவங்கள் நெறிந்தன. வயோதிகம் அவளை இம்மியும் தொடவில்லை; எப்போதும் போல் இளமையாகவே தோன்றினாள். திரும்பி, கணவனை ஏறிட்டாள். "ஆனா... சோமரஸம் பயன்படுத்தறதை நான் என்னிக்கோ நிறுத்திட்டேனே? அப்புறம் எப்படி? இதுக்கு என்ன அர்த்தம்?"

சிவனின் முகத்தில் அதிர்ச்சி விரவியிருந்தது. முகம் வலியில் சுணங்க, ஏராள சுருக்கங்களினூடே கண்ணீர் பெருகி ஆறாய் வழிந்து ஓடியது. "சதி!" என்று அலறியவாறு ஒரு கரத்தை நீட்டினார்.

சதி குனிந்து பார்த்தாள். அவள் உடல் பற்றியெரிந்து கொண்டிருந்தது.

"சதி!" மீண்டும் அலறியவர், எழுந்து, ஏரியை நோக்கி ஓடி வந்தார். "என்னை விட்டுட்டுப் போகாதே!"

இன்னமும் அவரை நோக்கியிருந்த சதி, சட்டென்று பின்னால் நகரத் துவங்கினாள். வேகமாய், மிக மிக வேகமாய்... காற்று, எரிந்துகொண்டிருந்த அவளது உடலின் நெருப்பை விசிறிவிட்டது. ஆயினும், தீயின் கிரணங்களையும் மீறி, தன்னை நோக்கிக் கணவன் ஓடி வருவதை அவளால் காண முடிந்தது.

"சதி!"

திடுக்கிட்டுச் சதி விழித்தாள். மினுமினுவென இருட்டில் ஒளிர்ந்த தீவர்த்திகளின் வெளிச்சத்தில், பிரமாதமாக அலங்கரிக்கப்பட்ட காசி அரண்மனையின் கூரை, தேவலோகம் போல் காட்சியளித்தது. புரையோடியிருந்த சுவற்றின் மேற்புறம் மெல்லச் சொட்டி, உள்ளே புகுந்த வெப்பக்காற்றை சற்றே குளிர்வித்த நீரைத் தவிர்த்து, சிறிய சப்தம் கூட இல்லை. தன்னையறியாமல், சதி இடப்பக்கம் கையால் துழாவினாள். அங்கே சிவன் இல்லை.

அலறிப்புடைத்துக்கொண்டு எழுந்தாள். "சிவா?"

உப்பரிகையினின்று அவரது குரல் கேட்டது. "இங்கேயிருக்கேன், சதி."

எழுந்து நடந்தவளின் கண்களுக்கு, சாய்வுநாற்காலியில் அமர்ந்து தூரத்தில் தெரிந்த விஸ்வநாதர் ஆலயத்தையே

வைத்தகண் வாங்காமல் பார்த்துக்கொண்டிருந்த சிவனின் நிழலுருவம் இருளில் புலப்பட்டது. நாற்காலிக் கரத்தின் மீது அமர்ந்து சௌகர்யமாய் அவர்மேல் சாய்ந்துகொண்டவள், கை நீட்டி, அன்பாய் அவரது கூந்தலை விரல்களால் அளைந்தாள்.

முழுநிலவில்லையென்றாலும், மனைவியின் முகபாவத்தைக் காணுமளவு லேசான வெளிச்சமிருந்தது.

"என்னாச்சு?" என்றார் சிவன்.

சதி தலையைக் குலுக்கிக்கொண்டாள். "ஒண்ணுமில்ல."

"என்னவோ விஷயமிருக்கு. ரொம்ப சஞ்சலமா இருக்கே."

"விசித்திரமா ஒரு கனவு கண்டேன்."

"ம்ம்?"

"நாம பிரியறதா."

முறுவலித்த சிவன், அவளை இழுத்து அணைத்துக் கொண்டார். "எத்தனைதான் கனவு கண்டாலும், நான் உன்னை விடறதா இல்லை."

சதி கலகலவென்று சிரித்தாள். "நானும் விலகறதா இல்ல."

அவளை இன்னும் இறுக்கிக்கொண்ட சிவன், மீண்டும் விஸ்வநாதர் ஆலயத்தை நோக்கினார்.

"என்ன யோசிச்சுக்கிட்டு இருக்கீங்க?" சதி கேட்டாள்.

"வாழ்க்கையில நான் பண்ண ஒரே உருப்படியான காரியம் உன்னைக் கல்யாணம் பண்ணிக்கிட்டதுதான்னு நினைச்சுக்கிட்டிருந்தேன்."

சதி புன்னகைத்தாள். "நான் அதை மறுக்கப்போறதில்லை. ஆனா, குறிப்பா அதைப் பத்தி இப்ப யோசிப்பானேன்?"

"ஏன்னா..." அவள் முகத்தை சிவன் வருடினார். "நீ என்னோட இருக்கிறவரைக்கும், என்னைச் சரியான பாதையில நிறுத்துவேன்னு நிச்சயமாத் தெரியும்."

"ஆக, நீங்க சரியான முடிவைத்தான் எடுக்கறதா..."

"ஆமா."

சதி திருப்தியுடன் தலையசைத்தாள். "நாம ஜெயிப்போம், சிவா."

"நிச்சயமா. ஆனா, அது சரியான முறைப்படிதான் இருக்கணும்."

"கண்டிப்பா." என்ற சதி, இராமபிரானின் சித்தாந்தம் ஒன்றைக் கூறினாள். "சரியான விஷயத்தைச் செய்ய தப்பான வழின்னு ஒண்ணு கிடையாது."

இரண்டாவது ப்ரஹாரின் போது, காசி நீதிமன்றத்திற்கு அழைத்துவரப்பட வேண்டிய பர்வதேஸ்வரரை எதிர்பார்த்து, தேர்ந்தெடுக்கப்பட்ட சிலர் மட்டும் காத்திருந்தனர். காசியின் பிரபுக்களின் சார்பாய் அங்கேயிருந்தவர் அதிதிக்வர் மட்டுமே. சிவன் எந்த உணர்ச்சியும் வெளிக்காட்டாமல் அமர்ந்திருக்க, சுற்றிலும், அவரது நெருங்கிய ஆதரவாளர்கள் – கோபால், சதி, காளி, கணேஷ் மற்றும் கார்த்திக் – சூழ்ந்திருந்தனர். சற்று தூரத்தில் பகீரதனும், ஆயுர்வதியும் நின்றனர். ஆனந்தமயியைக் காணவில்லை.

சிவன், அதிதிக்வரை நோக்கித் தலையசைத்தார்.

''சேநாதிபதியை அழைத்துவாருங்கள்,'' என்றார் அதிதிக்வர் சப்தமாக.

பரசுராமன், வீரபத்ரா மற்றும் நந்தி மூவரும் பர்வதேஸ்வரரை அவைக்கு இட்டு வந்தனர். சிவனின் ஆணித்தரமான கட்டளைக்குட்பட்டு, மெலூஹச் சேநாதிபதியைச் சங்கிலிகளால் பிணைத்திருக்கவில்லை. சதியை நிமிர்ந்து ஒரு பார்வை பார்த்தவர், சிவன்புறம் திரும்பினார். விறைப்பாய் நின்ற நீலகண்டரின் முகக்குறியினின்று எதுவும் புலப்படவில்லை. தனக்கு மரணதண்டனை விதிக்கப்படும் என்பதே பர்வதேஸ்வரரின் அனுமானம். அதில் சிவனுக்கு விருப்பமிருக்காது என்பதை அவர் உணர்ந்திருந்தாலும், சேநாதிபதியை உயிருடன் விட்டுவைப்பதில் இருந்த ஆபத்தை நிச்சயம் மற்றவர்கள் அவருக்கு எடுத்துரைத்திருப்பார்கள்.

இன்னொன்றையும் அவர் அறிவார்: இன்றைய பொழுதின் விளைவு எதுவாக இருப்பினும், நீலகண்டருக்கேயுரிய மரியாதையுடனே பர்வதேஸ்வரர் அவரை நடத்துவார். அதில் எந்த மாற்றமுமில்லை. பாதங்களை விறைப்பாய் 'கிளிக்'கென்று ஒன்று சேர்த்த சேநாதிபதி, வலக்கையை முஷ்டியாக்கி, மார்புக்குக் கொண்டுவந்து அறைந்தார். மெலூஹ இராணுவ மரியாதையை முறைப்படி நிகழ்த்தியவர், நீலகண்டரை நோக்கி மிகத் தாழ்மையுடன் வணங்கினார். வேறு யாரையும் அவர் கண்டுகொள்ளவில்லை.

''பர்வதேஸ்வரரே,'' என்றார் சிவன்.

பர்வதேஸ்வரர் உடனடியாக நிமிர்ந்தார்.

''இந்த விவகாரத்தை தேவைக்கு மேல இழுத்தடிக்கிறதுல எனக்கு விருப்பமில்ல,'' என்றார் சிவன். ''உங்க எதிர்ப்பு என்னை அதிர்ச்சிக்குள்ளாக்கினது நிஜம். அதே சமயம், தீமையை எதிர்க்க நான் இறங்கியிருக்கும் போராட்டம் எவ்வளவு கடுமையானதுன்னும், என் வேலை சுலபமா இருக்கப்போறதில்லைங்கறதையும் நீங்க எனக்குப்

புரியவெச்சிட்டீங்க. செல்வம், புகழ்ங்கிற கவர்ச்சிகள் இல்லைன்னாலும், தர்மநியாயம்கிற பேர்ல நம்மில் ரொம்ப சிறந்தவர்கள் வழிதவறிப் போக எவ்வளவு வாய்ப்பிருக்கு!''

தண்டனையை எதிர்பார்த்து, பர்வதேஸ்வரர் சிவனையே வெறித்தார்.

''ஆனா, தீமையை நாம எதிர்த்துப் போராடும்போது, நன்மை நம்ம பக்கம் இருக்கணும்,'' என்றார் சிவன். ''நன்மையின் சார்பா மட்டுமில்ல; நன்மையை மனசுக்குள்ளயும் நிறுத்திக்கணும். அதனால... உங்களை விடுவிக்கிறதா நான் முடிவெடுத்துட்டேன்.''

பர்வதேஸ்வரரால் தன் காதுகளை நம்பமுடியவில்லை.

''இப்பவே கிளம்புங்க,'' என்றார் சிவன்.

பர்வதேஸ்வரரின் கவனத்தில் பாதிதான் அங்கிருந்தது. நீலகண்டரின் இந்த அற்புதமான, மாபெரும் செய்கையால் அவரது கண்கள் பனித்தன.

''ஆனா, ஒரு விஷயத்தை மட்டும் சொல்லிக்க விரும்பறேன்,'' தொடர்ந்த சிவனின் குரல் பனியாய்ச் சில்லிட்டது. ''அடுத்த முறை நாம சந்திக்கப்போறது போர்க்களத்துலதான். அதுதான் நான் உங்களைக் கொல்லப்போற நாள்.''

மீண்டும் சிரம் தாழ்ந்த பர்வதேஸ்வரரின் கண்களில் கண்ணீர் பெருகியது. ''எனக்கு விடுதலை கிடைக்கப்போகும் நாளும் அதுவே, பெருமானே.''

சிவன் உணர்ச்சிகாட்டாமல் அமர்ந்திருந்தார்.

பர்வதேஸ்வரர் அவரை நிமிர்ந்துபார்த்தார். ''ஆனால் என் உயிர் இருக்கும் இறுதி நொடிவரை, மெலூஹாவைக் காக்கப் போராடுவேன், பிரபு.''

''போங்க!'' என்றார் சிவன்.

சதியைப் பார்த்துப் புன்னகைத்தார் பர்வதேஸ்வரர். கைகளைக் குவித்துப் பணிவாய், ஆனால் எவ்வித உணர்ச்சியுமற்று சதி நமஸ்கரித்தாள். *விஜயீபவ* என்று உதடசைத்து, வெற்றி கிடைக்க தன் வளர்ப்பு மகளை ஆசீர்வதித்தார் பர்வதேஸ்வரர்.

வெளியேறத் திரும்பும்போது, வாயிலருகே ஆயுர்வதி மற்றும் பகீரதன் நிற்பதைக் கண்டார். அவர்களருகே சென்றார்.

''என்னை மன்னிச்சிடுங்க, பர்வதேஸ்வரரே,'' என்றான் பகீரதன்.

''அறிவேன்,'' எதையும் வெளிக்காட்டாமல் சொன்ன பர்வதேஸ்வரர், ஆயுர்வதியை நோக்கினார்.

அவளோ, மறுப்பாய்த் தலையசைத்தாள். ''உலகில் இதுவரை பிறப்பெடுத்தோரில் மிகச் சிறந்தவர்களுள் ஒருவரை விட்டு நீங்கள் விலகுவதை அறிவீர்களா?''

''அறிவேன்,'' என்றார் பர்வதேஸ்வரர் மீண்டும். ''ஆனால், அவர் கையால் மரணத்தைத் தழுவும் பாக்கியம் எனக்குக் கிட்டுமல்லவா?''

மூச்சை இழுத்து விடுவித்த ஆயுர்வதி, அவரது தோளைத் தட்டிக்கொடுத்தாள். ''நீங்கள் இன்றி வாழ்க்கை மிகுந்த வெறுமையாயிருக்கப்போகிறது, நண்பரே.''

''எனக்கும் அவ்விதமே.'' அவையைச் சுற்றி அவரது விழிகள் வெகுவேகமாய்ச் சுழன்றன. ''ஆனந்தமயி எங்கே?''

''துறைமுகத்துல இருக்கா,'' என்றான் பகீரதன். ''உங்களை ஏத்திக்கப்போற கப்பல் பக்கத்துல, உங்களுக்காகக் காத்துக்கிட்டு இருக்கா.''

தலையசைத்த பர்வதேஸ்வரர், திரும்பி, சிவனை இறுதியாக ஒருமுறை பார்த்துவிட்டு, வெளியேறினார்.

— ⅄ () Ⴎ ↑ ⊗ —

பர்வதேஸ்வரர் அஸ்ஸி *காட்*டை வந்தடைந்த அதே கணம், துறைமுகத் தலைவர் அவரருகே வந்தார். ''தங்கள் கப்பல் அதோ, அந்தத் திசையில் நங்கூரமிட்டுள்ளது, சேநாதிபதி.''

குறிப்பிட்ட திசையில் நடந்த பர்வதேஸ்வரர், சிறிய, வர்த்தகக் கப்பல் போன்ற தோன்றிய ஒரு மரக்கலத்தின் பலகைப்பாலத்தினருகே ஆனந்தமயி நிற்பதைக் கண்டார்.

''என்னை தர்மநியாயம் பார்த்து விடுவித்துவிடுவார்கள் என்பதை அறிந்திருந்தாயா, என்ன?'' அவளை அடைந்த வுடன், புன்னகையுடன் பர்வதேஸ்வரர் வினவினார்.

''கங்கையில பயணம் செய்ய ஒரு கப்பலை ஏற்பாடு செய்யும்படி என்கிட்ட சொன்னபோதே ஊகிச்சேன்,'' என்றாள் ஆனந்தமயி. ''உங்க பிணத்தை மெலூஹா வரைக்கும் தூக்கிட்டுப் போய், சூர்யவம்சிகள் பார்வைக்கு வெக்கறதுக்காகக் கேட்கலைன்னு புரிஞ்சுபோச்சு.''

பர்வதேஸ்வரர் கடகடவென்று சிரித்தார்.

''அதுவுமில்லாம, நீலகண்டரிடத்துல எப்பவுமே எனக்கு நம்பிக்கை குறையலை,'' என்றாள் ஆனந்தமயி.

''ஆம்,'' என்றார் பர்வதேஸ்வரர். ''இராமபிரானுக்கடுத்து, உலகின் மிகச்சிறந்த பண்பாளர், அவர்.''

ஆனந்தமயி மரக்கலத்தை ஏறிட்டாள். ''சொல்லிக்கிற மாதிரியில்லைன்னு ஒத்துக்கறேன். ரொம்ப சௌகர்யமா இல்லைன்னாலும், சீக்கிரத்துல போய்ச் சேர்ந்துடும்.''

சட்டென்று முன்னால் வந்த பர்வதேஸ்வரர், ஆனந்தமயியை அணைத்துக்கொண்டார். அதிர்ந்து போனவளுக்கு, அதைக் கிரகிக்கச் சற்று நேரம் பிடித்தது. பிறர் பார்க்கும் வண்ணம் அன்பைப் பகிர்ந்துகொள்ளாதவர் பர்வதேஸ்வரர்; அம்மாதிரியான செய்கைகள் அவரை மிகத் தர்மசங்கடப்படுத்தும் என்பதை உணர்ந்தவளாதலால், ஆனந்தமயி அவரைப் பொதுவில் அணைத்துக்கொள்ள முயற்சித்ததேயில்லை.

ஆழமான அன்புடன் அவரைப் பார்த்துப் புன்னகைத்தவள், முதுகை வருடிக்கொடுத்தாள். "எல்லாம் முடிஞ்சாச்சு."

பர்வதேஸ்வரர் சற்றே பின்வாங்கினாலும், மனைவியை அணைத்திருந்த கைகளை விலக்கவில்லை. "நீயின்றி எப்படியிருக்கப் போகிறேன் என்பதுதான் புரியவில்லை."

"நானில்லாமையா?" ஆனந்தமயி கேட்டாள்.

"வாழ்க்கையில் நானடைந்த மிகப்பெரும் வரம் நீதான்," உள்ளம் நெகிழச் சொன்ன பர்வதேஸ்வரரின் கண்களில் நீர் திரண்டிருந்தது.

புருவம் உயர்த்திய ஆனந்தமயி கலகலவென்று சிரித்தாள். "அந்த வரம் தொடர்ந்து உங்களுக்குக் கிடைக்கத்தான் போகுது. வாங்க, போகலாம்."

"போகலாமா?"

"ஆமா."

"எங்கே?"

"மெலூஹா."

"நீ மெலூஹா வருகிறாயா?"

"ஆமா."

பர்வதேஸ்வரர் ஓரடி பின்வைத்தார். "இனி என்னுடைய பாதை மிக ஆபத்தானது, ஆனந்தமயி. மெலூஹா ஜெயிக்கும் என்று உண்மையில் எனக்கு நம்பிக்கையில்லை."

"அதனால?"

"உன்னை நீ ஆபத்திற்கு உட்படுத்திக்கொள்வதை நான் அனுமதிக்கமுடியாது."

"உங்க அனுமதியை நான் கேட்டேனா?"

"ஆனந்தமயி, இது கூடாது..."

அவரது கரத்தைப் பற்றிக்கொண்டு பலகைப்பாலத்தில் ஆனந்தமயி நடக்கத் துவங்க, பர்வதேஸ்வரர் பேசுவதை நிறுத்தினார். மௌனமாக, முகத்தில் புன்னகையும், விழிகளில் கண்ணீருமாய் அவளைத் தொடர்ந்து சென்றார்.

அத்தியாயம் 19

நீலக்கடவுளின் அறிக்கை

"அற்புதமான திட்டம் ஒன்று என்னிடத்தில் இருக்கிறது," என்றார் தக்ஷர்.

தேவகிரி அரண்மனையில், அவரும் வீரிணியும் உணவருந்திக்கொண்டிருந்தனர். அவரது கூற்றைச் சற்று ஜாக்கிரதையுடனே கேட்ட வீரிணி, கையிலெடுத்த ரொட்டித் துண்டையும், காய்கறியையும் மீண்டும் தட்டில் வைத்தாள். வாயிலில் காவல் காத்து நின்ற வீரர்களை சட்டென ஒரு பார்வை பார்த்தாள்.

"என்ன திட்டம்?"

"நம்பு," தக்ஷர் ஆவலும் பதற்றமுமாய்ப் படபடத்தார். "இதை மட்டும் செயல்படுத்த முடிந்ததென்றால், போர் தொடங்குவதற்கு முன்னமே முடிந்துவிடும்."

"ஆனால், பிரபு ப்ருகு..."

"பிரபு ப்ருகுவே அதிசயமடையத்தான் போகிறார். இந்த நீலகண்டன் பிரச்சனையும் ஒரு முடிவுக்கு வந்துவிடும்."

"சிலகாலத்திற்கு முன்வரையில் அது நீலகண்டர் அதிர்ஷ்டமாகவல்லவா இருந்தது?" வீரிணி ஏளனத்துடன் விசாரித்தாள்.

"என்ன நடக்கிறதென்று இன்னுமா புரியவில்லை?" எரிச்சலுடன் கேட்டார் தக்ஷர். "எல்லாவற்றையுமா உனக்கு எடுத்துச் சொல்லவேண்டும்? யுத்தம் எந்த நிமிடமும் வெடிக்கலாம். நம் வீரர்கள் ஓயாது போர்ப்பயிற்சியில் ஈடுபட்டிருக்கிறார்கள்."

"நான் அதை அறியாதவளல்ல. ஆனால், எல்லாவற்றையும் பிரபு ப்ருகுவிடம் ஒப்படைத்துவிட்டு நாம் விலகியே இருப்பதுதான் நல்லதென்று எனக்குப்படுகிறது."

"ஏன்? இந்தியாவின் சக்ரவர்த்தி பிரபு ப்ருகுவா என்ன? நானல்லவா?"

"இதைப் பிரபு ப்ருகுவிடம் சொல்லிவிட்டீர்களா?"

"எரிச்சலூட்டாதே, வீரிணி. நான் சொல்லப்போவதைக் கேட்பதில் இஷ்டமில்லையென்றால், சொல்லிவிடேன்."

"மன்னியுங்கள். ஆனால், பிரபு ப்ருகுவிடமே இம்மாதிரியான திட்டமிடுதலையும் யோசனையையும் விட்டுவிடுவது சாலச்சிறந்தது என்பதுதான் என் எண்ணம். நம் குடும்பத்தைப் பற்றி மட்டும் நாம் கவலைப்பட்டால் போதும்."

"மீண்டும் மீண்டும் அதே பாட்டைப் படிக்கிறாயே!" தக்ஷரின் குரல் உயர்ந்தது. "குடும்பம்! குடும்பம்! குடும்பம்! உலகம் என்னை எவ்விதமாய்க் கணிக்கும் என்ற கவலை உனக்குச் சிறிதும் இல்லையா? சரித்திரம் என்னை எப்படிப் பேசும் என்ற சஞ்சலமே கிடையாதா உனக்கு?"

"வருங்காலம் தங்களை கணிக்கப்போகும் விதத்தை அறியும் சக்தி மிகப்பெரும் மனிதர்களுக்குக் கூடக் கிடையாது."

தக்ஷர் தட்டை ஏறக்குறைய வீசினார். "நீதான் என் அத்தனை பிரச்சனைகளுக்கும் ஆதாரம்!" கத்தினார். "நான் அடையக்கூடிய உயரங்களையெல்லாம் எட்டாததற்கு முழுமுதல் காரணம், நீ!"

சற்று தூரத்தில் நின்ற பணியாட்களை பார்த்தாள் வீரிணி. "குரலைத் தாழ்த்துங்கள், தக்ஷா," என்றாள். "நம் திருமண பந்தத்தை அடுத்தவர் முன்னிலையில் கேலிக்கூத்தாக்க வேண்டாம்."

"ஆ! தொடக்கத்திலிருந்தே இந்தத் திருமணம் கேலிக் கூத்தாகத்தானே இருந்துவந்திருக்கிறது? எனக்கு அனுசரணையான மனைவியாக வாய்த்திருந்தால், இந்நேரம் நான் உலகையே காலடிக்குக் கொண்டுவந்திருப்பேன்!"

ஆக்ரோஷமாய் எழுந்த தக்ஷர், புயலைப்போல் வெளியேறினார்.

— ☿ ⓂⓊ ⚥ ⊕ —

"மகா தப்பு, இது," என்றாள் காளி. "சரியான முறையில தான் எதையும் செய்யணும்கிற வெறியில, உங்கப்பா இந்த யுத்தத்திலேயே தோத்தாலும் தோத்துடுவார்."

காசி அரண்மனையில், அவளது அறையில் கணேஷும் கார்த்திக்கும் அமர்ந்திருந்தனர்.

"நான் இதை மறுக்கறேன், மாஸி," என்றான் கார்த்திக். "பாபா சரியான முடிவைத்தான் எடுத்தார்னு நினைக்கறேன். நாம் ஜெயிக்கணும் - ஆனா, சரியான முறைப்படிதான் ஜெயிக்கணும்."

"நீ எங்க கட்சின்னு இல்ல நினைச்சேன்?" காளி புருவம் சுருக்கினாள்.

''இருந்தேன். ஆனா, அம்மாவோட வாதம் என் மனசையும் மாத்திடுச்சு.''

''அது எப்படியிருந்தாலும், *மாஸி*,'' என்றான் கணேஷ். ''நடந்தது நடந்தாச்சு. அதைப் பத்தி இனி நாம கவலைப்பட வேண்டாம். வரப்போற யுத்தத்தின் மேல கவனம் செலுத்தணும்.''

''வேற வழி?'' காளி கேட்டாள்.

''அயோத்யாவுல யுத்தத்துக்கான ஆயத்தங்களைச் செய்யவேண்டிய பொறுப்பு என்னுடையதுன்னு *பாபா* சொல்லியிருக்கார்,'' என்றான் கணேஷ். ''கார்த்திக், நீ என்னோடதான் இருக்கப்போறே.''

''அடிச்சு நொறுக்கிடுவோம், *தாதா*,'' வலக்கையை முஷ்டியாக்கி உயர்த்திக்காட்டினான் கார்த்திக்.

''அதுல சந்தேகமேயில்ல,'' ஆமோதித்தான் கணேஷ். ''லோத்தல், மயிகா நகரங்களைப் பத்தி நிச்சயம்தானே, *மாஸி*?''

''ஆளுநர் சேனர்த்வஜருக்குத் தூதர்களை அனுப்பச் சொல்லி ஏற்கனவே சுபர்ணாகிட்ட செய்தியனுப்பிட்டேன்,'' என்றாள் காளி. ''நம்பு: அவர் நம்முடைய நண்பர்.''

குனிந்து, தாயின் பாதங்களில் பணிந்தான் கார்த்திக்.

''**விஜயீபவ,** கண்ணா,'' வெற்றிக்கும் அதிர்ஷ்டத்துக் குமான சின்னமாய், கார்த்திக்கின் நெற்றியில் சிவப்புத் திலகம் அணிவித்தாள் சதி.

நீலகண்டரின் அறையில் சதி, கணேஷ், கார்த்திக் மூவரும் இருந்தனர். ஏற்கனவே நெற்றியில் திலகமணிந்த கணேஷ், தம்பியை மிகப்பெருமிதத்துடன் நோக்கினான். வயதில் குழந்தைதான் என்றாலும், உலகமே புகழ்ந்து மரியாதை செலுத்தும் போர்வீரனாய் அவன் வளர்ந்திருந்தான். சிவனின் இரு மகன்களும், கங்கையில் பயணித்து, வைஷாலியில் தங்கள் கூட்டாளிகளைச் சந்திக்கத் தயாராயிருந்தனர். அங்கேயிருந்து திரும்பி, ஸரயூவில் பயணித்து, அயோத்யாவைத் தாக்குவதாகத் திட்டம். தந்தையிடத்தில் விரைந்த கணேஷ், அவரது பாதங்களைத் தொட்டு வணங்கினான்.

முகமலர்ச்சியுடன் அவனைத் தூக்கி, கட்டியணைத்துக் கொண்டார் சிவன். ''உங்கம்மாவோட தூய்மையான உள்ளத்துலேர்ந்து வர்ற உண்மையான ஆசிகளோட என்னுடையதை ஒப்பிடமுடியாது. ஆனா, நீ எங்களைப் பெருமைப்படுத்துவேன்னு மட்டும் நிச்சயமாத் தெரியும்.''

''என்னால முடிஞ்சவரைக்கும் சிறப்பா செய்யறேன், *பாபா*,'' கணேஷ் புன்னகைத்தான்.

கார்த்திக் திரும்பி, சிவனின் பாதங்களில் பணிந்தான். அவனை அவர் வாரியணைத்துக்கொண்டார். ''போய் அவங்களை ஒரு கை பார், கார்த்திக்.''

கார்த்திக் கலகலவென்று சிரித்தான். ''நிச்சயம், *பாபா!*''

''நீ இன்னும் நிறைய சிரிக்கணும், கார்த்திக்,'' என்றாள் சதி. ''சிரிச்சா பார்க்க எவ்வளவு அழகா இருக்கே, தெரியுமா?''

கார்த்திக்கின் முகத்தில் புன்னகை மலர்ந்தது. ''அடுத்தமுறை நாம சந்திக்கும்போது, நிச்சயம் வாயெல்லாம் பல்லா இருப்பேம்மா. நம்ம படைதான் அயோத்யாவைத் தோற்கடிச்சிருக்குமே?''

அவன் முதுகைத் தட்டிக்கொடுத்த சிவன், கணேஷிடம் திரும்பினார். ''என் அறிக்கை பொதுமக்கள்கிட்ட போய்ச் சேர்ந்ததன் விளைவா ஒரு வேளை மெலூஹாவுடனான கூட்டணியை அயோத்யா முறிச்சிக்கிட்டா, அவங்களைத் தாக்காம இருக்கறதுதான் சரின்னு எனக்குத் தோணுது.''

''புரியுது, *பாபா*,'' என்றான் கணேஷ். ''அதனாலதான் பகீரதனையும் என்னோட கூட்டிக்கிட்டுப் போறேன். அவங்கப்பாவுக்கு அவனைக் கண்டாலே பத்திக்கிட்டு வந்தாலும் மேல்மட்டப் பிரபுக்கள் சிலரோட இன்னமும் அவனுக்கு தொடர்பு இருக்கு. அவங்க மனசை பகீரதன் மாத்துவான்னு நம்பறேன்.''

''அறிக்கை எப்ப வெளியாகும், *பாபா?*'' கார்த்திக் கேட்டான்.

''அடுத்த வாரம்,'' சிவன் பதில் கொடுத்தார். ''ஸ்வத்வீபத்தோட வெவ்வேற தேசங்களைச் சேர்ந்த மக்கள்கிட்ட அது எப்படி போய் சேருதுன்னு கணிக்க, வைஷாலி வாசுதேவ பண்டிதரோட தொடர்புல இருங்க. இதை வெச்சுத்தான் அயோத்யாவையும் நாம கணிக்கமுடியும்.''

''சரி, *பாபா*,'' என்றான் கார்த்திக்.

சிவன், கணேஷின் பக்கம் திரும்பினார். ''திவோதாஸையும் ப்ரங்க வீரர்களையும் படையில சேர்த்துக்கிட்டேன்னு கேள்விப்பட்டேன்.''

''ஆமா,'' என்றான் கணேஷ். ''அஞ்சு கப்பல்கள்ள கிளம்பி, ப்ரங்க-வைஷாலி கூட்டுப் படைகளை வைஷாலியில சந்திக்கிறோம். அவங்ககிட்ட இருநூறு கப்பல்கள் இருக்குன்னு கேள்வி. அதுல, உங்க தலைமையின் கீழே இருக்கற மேற்குப் படையில ஐம்பது கப்பல்கள் சேர்ந்து, இப்ப காசிக்குப் பயணம் செய்யறாங்க. மீதமிருக்கற நூத்தியைம்பது கப்பல்களும் என்னோட இருக்கும். ஒரு

இலட்சத்து ஐம்பதாயிரம் ஆட்களோட அயோத்யாவைத் தாக்குவோம்.''

''அவங்களை ஜெயிக்க இந்த எண்ணிக்கை போதாது,'' என்றாள் சதி. ''ஆனா, ஓரளவு கட்டிப்போடமுடியும்.''

''ஆமா,'' என்றான் கணேஷ்.

''நிச்சயம் அவங்களைப் பின்வாங்க வைப்போம், *பாபா*,'' என்றான் கார்த்திக். ''இது சத்தியம்.''

சிவனின் முகம் மலர்ந்தது.

''இப்ப எப்படியிருக்கா?'' காளி கேட்டாள்.

காசி மன்னர் அதிதிக்வரின் கிழக்கு அரண்மனையின் நதிப்புற வாயிலருகே நின்றாள் காளி. குடிபுக மிகத் துரதிர்ஷ்டமான இடம் என்று பரவலாய்க் கருதப்பட்ட கங்கையின் கிழக்குக் கரையின் மீது கட்டப்பட்டிருந்தது அந்த அரண்மனை. காசி குடிமக்கள் எவரும் குடியேறிவிடாத வண்ணம், அந்த நிலப்பரப்பை மொத்தமாய் வாங்கிவிட்டனர், காசியின் மன்னர்கள். இந்த அரண்மனையில்தான், தன் நாகா சகோதரி மாயாவை அதிதிக்வர் குடியேற்றியிருந்தார். கணேஷ் மற்றும் காளி வெளிப் படையாக நகரில் உலவுவதைக் கண்ட அதிதிக்வர், சற்று தைரியமடைந்து, தன் சகோதரியையும், இருட்டிலிருந்து வெளிச்சத்திற்குக் கொண்டுவந்திருந்தார்.

''தங்கள் மருந்துகளால் பலனேற்பட்டிருக்கிறது, தேவி,'' என்றார் அதிதிக்வர். ''அவளை வதைத்துக் கொண்டிருந்த கொடூர வலியிலிருந்து இப்போது விடுதலையடைந்து விட்டாளே? அந்தப் *பரமாத்மா*தான், என் சகோதரியைக் காக்க தேவதை போலத் தங்களை அனுப்பியிருக்கிறார்.''

காளியின் முகத்தில் துயரப்புன்னகை பூத்தது. மார்பிற்கு மேலே இரு உடலாயும், கீழே ஒருடலாயும், ஒரு உடம்பிற்குள் ஈருயிராய் இணைந்து மாயா என்று ஒரே பெயர் பெற்றிருந்த அந்த அபூர்வ இரட்டைச் சகோதரிகள் உயிர் வாழப்போவது இன்னும் சில காலம்தான் என்பதை அவள் அறிவாள். அவள் இருப்பை அறிந்தவுடன், வலி நிவாரணத்தின் பொருட்டு, உடனடியாக நாகா மருந்துகளை அவளுக்களிக்கக் காளி தவறவில்லை. மறுநாள் மேற்குப்படையுடன் அவள் கிளம்ப வேண்டியிருந்ததால், மீதமிருந்த மருந்துகளை மாயாவிடம் இப்போதே சேர்க்க வந்திருந்தாள்.

''நான் தேவதையெல்லாம் இல்லை,'' என்றாள் காளி. ''*பரமாத்மா*வுக்குத் தர்மநியாய உணர்வுன்னு ஒண்ணு

இருந்தா, மாயா மாதிரி அப்பாவிகளை இப்படிப்பட்ட கொடுமைக்கு ஆளாக்கமாட்டார். அவருடைய அநீதிகளைக் கொஞ்சமாவது சீர்ப்படுத்தத்தான் நான் முயற்சிக்கிறேன்.''

ஒரு வகையான விரக்தியுடன் அதிதிக்வர் தோள்களைக் குலுக்கிக்கொண்டாலும், கடவுளைக் கடிந்துகொள்ள மனம் வராததால், மௌனம் சாதித்தார்.

முந்தைய நாள்தான் வந்து சேர்ந்திருந்த ப்ரங்கக் கப்பற்படையின் ஐம்பது கலங்கள் நங்கூரமிட்டிருந்த கங்கையை நோக்கிக் காளியின் விழிகள் திரும்பின. ஏறக்குறைய நதியின் அகலத்தையே நிரப்பியிருந்த மரக்கல வரிசை, மறுகரையைத் தொட்டது. காசி முழுதும் சந்தோஷப் படபடப்பும் பதற்றமுமாய்த் தத்தளித்தது. யுத்தத்தின் வாசம், காற்றை நிரப்பியது.

முதலில் நதியின் போக்கை மீறி மேற்கே செல்வதாலும், பிறகு தென்திசையில் திரும்பி சம்பலில் பயணிப்பதாலும், மிதக்கும் இந்தப் படையின் வேகம் சற்றுக் குறைவாகத்தான் இருக்கும். தரையிறங்கிய பிறகு, வீரர்கள் நர்மதையை நோக்கி நடந்தே செல்வார்கள். இரண்டாம் கட்டப் பயணம், நர்மதையின் கரையோரமாய் அவர்களை அழைத்துச் சென்று, மேற்குக்கடலில் சேர்த்து, பிறகு மெலூஹாவை நோக்கி, வடதிசையில் செலுத்தும்.

''உள்ளே போகலாம்,'' என்றாள் காளி. ''கிளம்பறதுக்கு முன்னால, மாயாவை பார்க்கணும்.''

''அரசே!'' தக்ஷரின் அந்தரங்க அலுவலகத்திற்குள் கனகாலா ஏறக்குறைய ஓடி வந்தாள்.

படித்துக்கொண்டிருந்த காகிதச் சுருளை சரக்கென்று மேஜை இழுப்பறையில் செருகிய தக்ஷர், பிரதம மந்திரியை ஏறிட்டார். ''எங்கே பற்றிக்கொண்டு எரிகிறது, கனகாலா?''

''மன்னா,'' பதற்றமடைந்திருந்த கனகாலா தன் அங்கவஸ்திர மடிப்புகளுக்குள் எதையோ வைத்திருந்தது நன்கு தெரிந்தது. ''நீங்கள் இதைப் பார்த்தேயாக வேண்டும்.''

சக்ரவர்த்தியின் மேஜை மீது, மெலிதான ஒரு கற்பலகையை வைத்தாள் கனகாலா.

''இது என்ன?'' என்றார் தக்ஷர்.

''முதலில் படித்துப் பாருங்கள், அரசே.''

தக்ஷர் குனிந்து, வாசிக்கத் துவங்கினார்.

பிரபு மனுவின் உண்மையான வழித்தோன்றல்களாய், சநாதன தர்மத்தையே உளம் நிறைந்த நெறியாய் எண்ணி வாழ்ந்து வரும் மக்களாகிய உங்களுக்கு, இதோ, சிவனாகிய உங்கள் நீலகண்டரிடத்திலிருந்து, ஒரு லிகிதம்.

பரந்து விரிந்த இந்த தேசம் முழுதும் பயணித்து, கணக்கில்லாமல் பிரிந்து கிடக்கும் எத்தனையோ இராஜ்யங்களுக்குப் பிரயாணம் செய்து, தூய இந்த வளநாட்டில் தலைமுறை தலைமுறையாய் வாழ்ந்து வரும் பல குலங்களையும் சந்தித்துவிட்டேன். தீமையை இனம்காணுவதே என் பணி என்பதால், நம் சமூகத்தை வாட்டும் மிகப்பெரும் தீமை யாதென்று தேடும் முயற்சியிலேயே இந்தப் பயணத்தை மேற்கொண்டேன். தீமை என்பது எங்கோ தூரத்தில் கண்ணுக்குத் தெரியாமல் மறைந்திருக்கும் அரக்கன் அல்ல; அதன் கொடிய விஷக்கொடுக்கு, நமக்கு மிக அருகிலேயே, நம்முடனே, ஏன், நமக்குள்ளேயே புதைந்திருக்கிறது என்று தந்தை மனு கூறியிருக்கிறார். அவரது வாக்கு முற்றிலும் உண்மை. தீமையென்பது நரகலோகத்திலிருந்து வந்து நம்மைக் கபளீகரம் செய்யும் விஷயமல்ல என்றும், அது நம்மை அழிக்க நாமே வழி செய்து தருகிறோம் என்றும் கூறினார். அவரது வாக்கு முற்றிலும் உண்மை. தீமையும் நன்மையும், ஒரே நாணயத்தின் இரு பக்கங்கள்; என்றேனும், மிகப்பெரும் நன்மையே மிகப்பெரும் தீமையாய் மாறும் அபாயம் உண்டு என்றும் அருளினார். அவரது வாக்கு முற்றிலும் உண்மை. மேலும் மேலும் நன்மையை நாம் கசக்கிப் பிழிந்து, நம் பேராசைக்கு தீனி போட அதைச் சீரழித்து, இன்று அதை மாபெரும் தீமையாய் மாற்றிவிட்டோம். இவ்வாறுதான் பிரபஞ்சம் தன் சமநிலையைத் தக்கவைத்துக்கொள்கிறது; நம் பேராசையை, பேரழிவுக்கான பாதையினின்று திசை திருப்ப பரமாத்மா பிரயோகிக்கும் யுக்தி இது.

நம் காலத்தின் மிகப்பெரும் தீமையாக சோமரஸம் உருமாறிவிட்டது என்பதே என் முடிவு. சோமரஸத் தினின்று கிரகிக்கக்கூடிய நன்மையனைத்தையும் நாம் பிழிந்தெடுத்துவிட்டோம். அதன் கொடூரத் தீமை நம்மையெல்லாம் முற்றுமாய் அழிக்குமுன்னால், நாம் அதை அழித்தாக வேண்டிய காலமும் கட்டாயமும் ஏற்பட்டுவிட்டது. இப்பொழுதே அதனால் விளைந்த தீமை எவ்வளவோ: சரஸ்வதி நதியின் மரணம் முதற்கொண்டு, நம் இராஜ்யங்கள் சிலவற்றை சித்திரவதை செய்யும் கொடுமையான ஊனங்கள் வரை, எவ்வளவோ. வருங்காலச்

சந்ததியினரின் பொருட்டாவது, நம் உலகிற்காகவாவது, இனி சோமரஸத்தைப் பயன்படுத்தாது இருக்கவேண்டும்.

சோமரஸத்தை எக்காரணம் கொண்டும் பயன்படுத்துவது, தடை செய்யப்பட்டுவிட்டது. இது என் ஆணை.

நீலகண்டரின் மீதும், அவர் குறித்த புராணங்களின் மீது நம்பிக்கை கொண்டவர்களுக்கு நான் சொல்லிக்கொள்வது: என்னைப் பின்பற்றுங்கள். சோமரஸத்தை தடுத்து நிறுத்துங்கள்.

சோமரஸத்தை பயன்படுத்த மறுப்போர், இதையும் தெரிந்துகொள்ளட்டும்: நீங்கள் இனி என் எதிரிகளாவீர்கள். சோமரஸம் தடுக்கப்படும்வரை நானும் ஓயமாட்டேன். இது, உங்கள் நீலகண்டரின் வாக்கு.

முற்றுமாய் அதிர்ந்து போன தக்ஷர் நிமிர்ந்தார். ''என்ன இழவு இது?!''

''சரியாகப் புரியவில்லை, மன்னா,'' என்றாள் கனகாலா. ''சோமரஸத்தின் பயன்பாட்டை நாம் நிறுத்தவேண்டுமா?''

''இதை எங்கே கண்டெடுத்தீர்?''

''நான் கண்டெடுக்கவில்லை, அரசே,'' என்றாள் கனகாலா. ''பொதுக் குளியலறை அருகேயுள்ள இந்திரபகவானின் ஆலயத்தின் வெளிச்சுவரில் மாட்டப்பட்டிருந்தது. நம் குடிமக்களில் பாதிக்கு மேல் ஏற்கனவே படித்துவிட்டனர். படிக்காத மற்ற பேருடன் அவர்கள் இது குறித்து இந்நேரம் பேசி முடித்திருப்பார்கள்.''

''மகரிஷி ப்ருகு எங்கே?''

''அரசே, சோமரஸம் குறித்து என்ன செய்வது? நான் வந்து...''

''மகரிஷி ப்ருகு எங்கே?''

''அதே சமயம், நீலகண்டரே இந்த ஆணையைப் பிறப்பித்திருக்கிறார் என்றால், வேறு வழியில்லை...''

''நாசமாய்ப் போக!'' தக்ஷர் அலறினார். ''கனகாலா, மகரிஷி ப்ருகு எங்கே?''

கனகாலா ஒரு கணம் மௌனமானாள். சக்ரவர்த்தி தன்னிடம் பேசிய விதத்தை அவள் ரசிக்கவில்லை. ''சற்றேறக்குறைய ஒரு மாதத்திற்கு முன், ப்ரயாக் விட்டுக் கிளம்பினார். அவரைக் குறித்து கடைசியாக கேள்விப்பட்டது அவ்வளவே, அரசே. அவர் தேவகிரி வந்து சேர இன்னும் இரு மாதங்களாவது ஆகும்.''

''அப்படியென்றால், அது வரையில் நாம் முடிவெடுப்பதை ஒத்திவைப்போம்,'' என்றார் தக்ஷர்.

''ஆனால், அரசே... நீலகண்டரிடமிருந்து நேரடியாக வரும் இந்த ஆணையை மீறுவதெப்படி?''

"இங்கே சக்ரவர்த்தி யார், கனகாலா?"

"தாங்கள்தான், அரசே."

"நான் முடிவெடுத்துவிட்டேனல்லவா?"

"ஆம், மன்னா."

"அப்படியென்றால், மெலூஹாவின் முடிவும் அதுவே."

"ஆனால், மக்கள் அனைவரும் ஏற்கனவே இதைப் படித்துவிட்டார்களே..."

"இந்த அறிக்கை வெறும் ஏமாற்று என்று தீர்மானமாய் எடுத்துரைக்கும் அறிவிப்பு ஒன்றைத் தயார் செய்து, அனுப்பிவிடுங்கள். ப்ரம்மதேவரின் கண்டுபிடிப்புகளிலேயே மிக உன்னதமான சோமரஸத்தை உண்மையான நீலகண்டர் ஒரு போதும் எதிர்க்கமாட்டாராதலால், இதையும், அவர் எழுதியிருக்கமுடியாது."

"ஆனால், அது உண்மையா, அரசே?"

கண்கள் சிறுத்த தக்ஷர், கோபத்தைக் கட்டுப்படுத்திக் கொள்ள மிகுந்த பிரயத்தனம் செய்யவேண்டியிருந்தது. "நான் சொல்வதை மட்டும் செய்யும், கனகாலா. இல்லையென்றால், நான் வேறொரு பிரதம மந்திரியைத் தேர்வுசெய்ய வேண்டியிருக்கும்."

பணிவான, அதே சமயம் இறுக்கமான முறையில் கைகளைக் குவித்த கனகாலா, வெளியேற யத்தனித்தாள். அதற்கு முன், சில வார்த்தைகளை அவளால் உதிர்க்காமல் இருக்கமுடியவில்லை. "இதைப்போல வேறு அறிக்கைகள் இருந்தால் என்ன செய்வது?"

தக்ஷர் அவளை ஏறிட்டார். "இராஜ்யமெங்கும் பறவைத்தூது அனுப்பவும். இம்மாதிரியான அறிக்கையை எங்கு கண்டாலும், பிடுங்கி, அழித்து, அதற்குப் பதில், நான் இப்பொழுது கொடுத்த அறிவிப்பை மாட்ட வேண்டும். முதல் அறிக்கை முழுப்பொய். புரிந்துகொண்டீரா?"

"உத்தரவு, அரசே," என்றாள் கனகாலா.

கதவைச் சார்த்திவிட்டு அவள் வெளியேறிய மறுகணம், ஆக்ரோஷம் மேலிட தக்ஷர் கற்பலகையை விட்டெறிந்தார். "இந்த அபத்தத்தையெல்லாம் சமாளிக்க என் வழி மட்டுமே சாலச் சிறந்தது. மகரிஷி ப்ருகு என் பேச்சைக் கேட்டுத்தான் ஆகவேண்டும்."

அத்தியாயம் 20

அக்னிப்பாடல்

வந்த மறுகணம், சிவனின் அந்தரங்க அறைக்குக் வாசுதேவர் தலைவர் வரவழைக்கப்பட்டார். உப்பரிகையில் நின்றிருந்த சிவன் மற்றும் சதியுடன் சென்று சேர்ந்துகொண்டவர், அருகேயிருந்த காலி நாற்காலியில் அமர்ந்தார்.

''செய்தி ஏதாவது உண்டா, பண்டிட்ஜி?'' சிவன் வினவினார்.

சோமரஸத்தைத் தடை செய்யும் சிவனின் அறிக்கையை மெலூஹா மற்றும் ஸ்வத்வீபம் முழுவதிலும் ஏககாலத்தில் வெளியிட்டு ஒரு வாரம் கடந்துவிட்டது. மக்கள் தன் வாக்கை மதித்துப் பின்பற்ற வேண்டுமே என்ற கவலையும் ஆவலும் சிவனின் மனதில் போட்டியிட்டன.

''நாடெங்கிலும் உள்ள என் பண்டிதர்கள், தகவல் அனுப்பியிருக்கிறார்கள்.''

''ஆக...?''

''மெலூஹ மக்கள் செய்தியை எதிர்கொண்ட விதம், ஸ்வத்வீபர்களினின்று மிக வித்தியாசமாக இருக்கிறது.''

''எதிர்பார்த்தேன்.''

''ஸ்வத்வீப மக்கள் அறிக்கையை மிக ஆவலுடன், முழுமனதாய் ஏற்றுக்கொண்டுவிட்டதாய்த் தெரிகிறது. மெலூஹர்களின் மிது ஏற்கனவே அவர்கள் கொண்டிருக்கும் காழ்ப்புணர்ச்சியை வளர்க்க வழி செய்கிறதல்லவா? மற்றவர்களைப் பின்னுக்குத் தள்ளி, அவர்களை மிதித்துக்கொண்டு அநியாயமாய் முன்னேற முயலும் மெலூஹர்களின் சதித்திட்டத்தின் இன்னொரு பகுதியாய்த் தான் இதைப் பார்க்கிறார்கள். அதோடு, இன்னொன்றையும் நினைவில் கொள்ளவேண்டும்: அவர்கள் சோமரஸத்தை எப்படியும் பயன்படுத்துவதில்லையாதலால், இது பெரிய தியாகமல்ல.''

''அரசர்கள் எல்லாரும் எப்படி?'' சதி கேட்டாள். ''படைகளோட கட்டுப்பாடு அவங்ககிட்டதானே இருக்கு?''

''அதை அறுதியிட்டுச் சொல்லும் நேரம் இன்னும் வரவில்லை, சதிஜி,'' என்றார் கோபால். ''ஆனால், நாம் பேசிக் கொண்டிருக்கும் இந்தப் பொழுதிலும், ஸ்வத்வீபத்தைச்

சேர்ந்த மன்னர்கள் அனைவரும் தீவிர மந்திராலோசனையில் ஆழ்ந்திருக்கிறார்கள் என்பதை அறிவேன்."

"ஆனா," என்றார் சிவன். "மெலூஹர்கள் என் அறிக்கையை நிராகரிச்சிட்டாங்க, இல்லையா?"

கோபால் மூச்சை இழுத்துப் பிடித்தார். "விஷயம் அவ்வளவு எளிதல்ல. தங்கள் அறிக்கையை முதன்முதலில் கண்ணுற்ற போது, மெலூஹர்கள் மிகுந்த சஞ்சலத்திற்கு உள்ளானதாக என் பண்டிதர்கள் தெரிவிக்கின்றனர். நகரச் சதுக்கங்களில் பல தீவிர விவாதங்கள் நடந்ததாகவும், தங்கள் நீலகண்டரின் வாக்கைப் பின்பற்றுவதே சிறந்தது எனப் பலர் நம்பியதாகவும் தெரிகிறது.

"அப்புறம் என்னாச்சு?"

"நண்பரே, மெலூஹ தேசத்தின் வேலைத்திறனுக்கும் சீரான மேலாண்மைக்கும் கேட்கவா வேண்டும்? முக்கிய நகரங்களிலாவது, முதல் மூன்று நாட்களுக்குள் அறிக்கைகள் நீக்கப்பட்டன. அவை வஞ்சக நீலகண்டனால் விநியோகிக்கப்பட்டவை என்று பறைசாற்றும் அறிவிப்பும் அவற்றிற்குப் பதில் மாட்டப்பட்டது."

"மக்கள் அதை நம்பினாங்களா?"

"சிவா, அரசாங்கத்தைக் கேள்வி கேக்காம நம்பணும்னு எத்தனையோ தலைமுறையா மெலூஹர்களுக்குக் போதிக்கப் பட்டிருக்கு," சதி விளக்கினாள். "அரசாங்கம் எதைச் சொன்னாலும் மறுவார்த்தை பேசாம ஏத்துக்குவாங்க."

"அதுவுமன்றி," என்றார் கோபால். "பலப்பல வருடங்களாய் நீங்கள் மெலூஹா பக்கமே செல்லவில்லையே, நண்பரே? நீலகண்டர் மெலூஹாவை முற்றுமாய் மறந்துவிட்டாரோ என அங்கே சந்தேகப்படவும் ஆரம்பித்து விட்டனர்."

சிவன் தலையைக் குலுக்கிக்கொண்டார். "யுத்தம் வர்றதை எந்தக் காரணம் கொண்டும் தடுக்கமுடியாது போலிருக்கே."

"அதற்குத் தக்ஷரும், பிரபு ப்ருகுவுமே முக்கியமாய் அடிகோலுவார்கள்," என்றார் கோபால். "ஆனால், நம் செய்தி அநேக மெலூஹர்களைச் சென்றடைந்துவிட்டதே? அதுவல்லவா முக்கியம்? யாரேனும் ஒரு சிலராவது அது குறித்துக் கேள்வியெழுப்ப விழைவார்கள் என்று நம்பலாம்."

கங்கையில் வரிசையாய் நங்கூரமிட்டிருந்த ப்ரங்க, வாசுதேவ, மற்றும் நாகா மரக்கலங்களைச் சிவன் நோக்கினார். "இன்னும் ரெண்டு நாள்ள நாம பயணம் தொடங்கறோம்."

''ஐயையோ, இல்லையில்லை!'' சிவன் பொய்க்கோபத்துடன் தலையைக் குலுக்கிக்கொண்டார். ''எல்லாத்தையும் தப்புத்தப்பா செய்யறீங்களேய்யா!''

அவரது வார்த்தைகளைக் கேட்டு ஏமாற்றமடைந்த ப்ரஹஸ்பதி, வீரபத்ரா, நந்தி, பரசுராமன் ஆகியோரின் முகங்களில், நடுவே உற்சாகமாய் சடசடத்த தீநாக்குகளின் நர்த்தனத்தால், வெளிச்சமும் நிழலும் மாறி மாறி விழுந்தன. நிலவற்ற அந்த இரவில், அருகேயிருந்த நதியினின்று குளிர்காற்று சில்லென்று பரவியது. ப்ரங்கக் கப்பற்படையினர் ஏற்றிவைத்திருந்த தீவர்த்திகளின் வெளிச்சம் நீரில் பிரதிபலித்து, கங்கையின் நீர்ப்பரப்பை ஜோதிமயமாய் ஒளிரச் செய்தது.

மாபெரும் யுத்தங்களுக்கு ஆயத்தமாகும் பொழுது, பண்டைய வழக்கப்படி, ஐம்பெரும் பூதங்களையும் வழிபட்டு, அவர்களின் அருள் வேண்டிப் பாடல்கள் பாடி, நெஞ்சில் உரமும் ஆண்மையின் துணிவும் ஏற்றிக்கொள்வது குணாக்களின் வழக்கம். அவர்களில் மிக உயர்ந்தவரான சிவனைப் பெருமைப்படுத்தும் வண்ணம் இவ்வழக்கத்தைக் கைக்கொள்ள அவரது நண்பர்கள் அங்கே கூடியிருந்தனர். மறுநாள் வெள்ளி முளைக்கும்போது பயணம் தொடங்கப்போகிறவர்களல்லவா?

குரலெடுத்துப் பாடுதல் என்னும் அரிய கலையை நண்பர்களுக்குக் கற்றுக்கொடுக்கும் எண்ணத்துடன், தன் சில்லத்தைப் பரசுராமனிடம் நீட்டினார் சிவன்.

''உண்மையான சூட்சுமம் இங்கேதான் அடங்கியிருக்கு,'' என்றவர், நுரையீரலுக்கும் குடலுக்கும் இடையே, உடலுக்குள் இருந்த சவ்வுப் பகுதியைச் சுட்டிக்காட்டினார்.

''அது இங்கேயில்ல இருக்குன்னு நினைச்சேன்?'' விளையாட்டாய்த் தொண்டையைக் காட்டினான் வீரபத்ரா.

சிவன் மறுப்பாய்த் தலையசைத்தார். ''நம்ம குரல்வளை, காற்றைச் செலுத்தற வெறும் கருவிதான், பத்ரா. உன்னுடைய பாட்டுத் திறமை, நீ மூச்சை, அதாவது நுரையீரலை எப்படிக் கட்டுப்படுத்தறேங்கிறதுலதான் அடங்கியிருக்கு. நுரையீரலை, இந்த சவ்வின் மூலமாய்க் கட்டுப்படுத்தலாம். இங்கேயிருந்து மூச்சிழுத்துப் பாடு; குரலை இன்னும் பிரமாதமா, சக்தியோட, ஏத்த இறக்கத்தோடப் பயன்படுத்திப் பாடலாம்.''

ஒரே ஒரு ஸ்வரத்தைப் பாடிய நந்தி, ''இப்பொழுது சரியாகச் செய்கிறேனா, பிரபு?'' என்று கேட்டார்.

''ஆகா,'' நந்தியின் பிரம்மாண்ட வயிற்றைப் பார்த்தார் சிவன். ''அந்தச் சவ்வு உங்க வயித்தை அழுத்தறதை

உணர முடிஞ்சதுன்னா, சரியாச் செய்யறீங்கன்னு அர்த்தம். இன்னொரு விஷயம்: எப்ப மூச்சிழுக்கறதுன்னு நீங்க தெரிஞ்சிக்கணும். சரியான சமயத்துல மூச்சிழுத்தீங்கன்னா, பாட்டு வரியோட கடைசியில மூச்சுவாங்கித் திண்டாடவேண்டிய அவசியமில்ல. அப்படிக் கஷ்டப்படலைன்னா, மூச்சு வாங்கவேண்டிய அவசியத்தோட, கடைசி ஸ்வரங்களை அவசர அவசரமா முடிக்கவேண்டிய அவசியமில்லை.''

எல்லாவற்றையும் திறந்தவாய் மூடாத கவனத்துடன் ப்ரஹஸ்பதி, நந்தி மற்றும் பரசுராமன் கேட்டுக்கொண்டனர்.

வீரபத்ராவோ, கண்களில் சிரிப்பு வழிய, ஏளனமாய்த் தலையாட்டிக்கொண்டிருந்தான். ஸ்ருதியுடன் மிகக் கச்சிதமாய் ஒத்துப் பாடுவதில் அவன் என்றுமே அதிகக் கவனம் செலுத்தியதில்லை. ''இவ்வளவெல்லாம் மெனக்கெட வேண்டியதில்லை, சிவா! மனசுதான் முக்கியம். முழுமனசோட பாடற வரைக்கும், பாட்டை எப்படிக் கொலை பண்ணாலும் யாரும் கண்டுக்கப்போறதில்ல!''

அவனை நோக்கிக் கையசைத்த பரசுராமன், சிவனை நோக்கித் திரும்பினான். ''பிரபு, எப்படிச் செய்யணும்னு நீங்களேதான் ஒரு பாட்டு பாடிக் காமிங்களேன்?''

எல்லோரது பார்வையும் அவர்மீது நிலைகுத்த, சிவன் வானைப் பார்த்து, சில்லிட்டிருந்த தன் கழுத்தைத் தடவியவராய், ஒருமுறை கனைத்துக்கொண்டார்.

''இந்த நாடகமெல்லாம் அப்புறம் வெச்சுக்கலாம்,'' வீரபத்ரா கிண்டலடித்தான். ''முதல்ல பாட்டை ஆரம்பிங்க வாத்தியாரே.''

அவன் கையைச் செல்லமாய் அடித்தார் சிவன்.

''அப்ப சரி,'' சௌஜன்யமான புன்னகையுடன் சுற்றிலும் பார்த்தார் சிவன். ''அமைதி!''

விளையாட்டாய் வீரபத்ரா வாயில் விரலை வைத்து மூட, அவனை ப்ரஹஸ்பதி முறைத்தார். பரசுராமனிடமிருந்து சில்லத்தை வாங்கிய வீரபத்ரா, ஆழமாய் ஒரு இழுப்பு இழுத்தான்.

கண்களை மூடிய சிவன், மெல்லத் தனக்குள் ஆழ்ந்தார். எடுத்தவுடனேயே அவரது குரல் சரியான ஸ்வரத்திற்குத் தாவ, துல்லியமான ஓங்காரம் மெள்ள மெள்ளப் புறப்பட்டது. மிக நளினமான பாடலொன்றை அவர் துவங்க, அந்த வரிகளின் முக்கியத்துவத்தைச் சுற்றியிருந்தோர் உணர்ந்தனர். அக்னிபகவானைத் துதித்து, போரில் வெற்றி வேண்டி போர்வீரர்கள் பாடும் பாடல். வெற்றி கிட்டினால், கொன்ற பகைவர்களின் பிணங்களைச் சிதையேற்றி,

அக்னிபகவானுக்கு இரையாக்கி, வீரன் கைம்மாறு செய்கிறான். பாடலைக் கேட்டோருக்கு, குணாக்களால் பாடப்பெற்ற மற்ற நான்கை விடவும், அக்னியே சிவனின் ப்ரக்ரிதிக்கு ஆதர்சம் என்பதை உடனடியாக உணர்ந்தனர்.

சிறிய பாடலேயென்றாலும், அங்கேயிருந்தோர் ஸ்தம்பித்துப் போய்க் கேட்டனர். பலத்த கைதட்டலுடன் சிவன் தன் பாட்டை முடித்துக்கொண்டார்.

''சும்மா சொல்லக்கூடாது; இன்னமும் நல்லாத்தான் பாடறே,'' வீரபத்ரா புன்னகைத்தான். ''உன் கழுத்து எவ்வளவு சில்லிட்டுப் போனாலும், குரல் கெட்டுப் போகலை.''

முகமலர்ந்த சிவன், அவனிடமிருந்து சில்லத்தை வாங்கிக் கொண்டார். அதிலிருந்து ஒரு இழுப்பு இழுக்கும் தறுவாயில், முற்றத்தின் வாயிலருகே யாரோ மெல்ல இருமும் சப்தம் கேட்டது. நண்பர்களனைவரும் அந்தத் திசையில் திரும்ப, அங்கே சதி நின்றுகொண்டிருப்பதைக் கண்டனர்.

சில்லத்தைக் கீழே வைத்த சிவன் முறுவலித்தார். ''எழுப்பிட்டமா?''

சிரித்துக்கொண்டே சதி சிவனருகே சென்றாள். ''நகரை எழுப்பற அளவு சத்தம் பண்ணிக்கிட்டிருந்தீங்க! ஆனா, பாட்டு ரொம்ப அருமையா இருந்ததால, தூக்கம் கெட்டதுல வருத்தமேயில்ல.''

மற்றவர்களும் சிரிக்க, சிவனுக்கருகில் அமர்ந்தாள் சதி.

சிவனின் முகத்தில் புன்னகை படர்ந்தது. ''எங்க பக்கங்களைச் சேர்ந்த பாட்டு இது. வீரர்கள் இதயத்தைப் போருக்கு ஆயத்தம் செய்யும்.''

''பாட்டை விட, பாடப்பட்ட விதம் இன்னும் அருமை,'' என்றாள் சதி.

''அது சரி!'' என்றார் சிவன்.

''நீங்கள் ஏன் இப்பாடலைப் பாட முயற்சிக்கக்கூடாது, தேவி?'' நந்தி கேட்டார்.

''சேச்சே,'' என்றாள் சதி. ''நான் மாட்டேன்.''

''ஏன்?'' வீரபத்ரா கேட்டான்.

''நீ பாடுவதைக் கேட்க எனக்கே விருப்பமாயிருக்கிறது, குழந்தாய்,'' என்றார் ப்ரஹஸ்பதி.

''பாடேன்,'' சிவன் கெஞ்சினார்.

''சரி,'' சதி புன்னகைத்தாள். ''முயற்சி பண்றேன்.''

சில்லத்தை எடுத்து சிவன் அவளிடம் நீட்ட, அவள் தலையசைத்து மறுத்தாள்.

சிவனின் பாடலை மிகுந்த கவனத்துடன் சதி கேட்டுக்கொண்டிருந்தாள். பாடல் வரிகள், பாட்டின்

மெட்டு, அனைத்தும் அவள் மனதில் பசுமரத்தாணியாய்ப் பதிந்திருந்தது. கண்களை மூடிய சதி, ஆழ மூச்சை உள்வாங்கிக் கொண்டு, இசைக்குத் தன்னை ஒப்புக்கொடுத்தாள். மிக மிகக் கீழ்க்குரலில் பாடல் தொடங்கியது. தனக்கு முன் பாடியவரின் பாடலை அட்சர சுத்தமாய் அப்படியே பின்பற்றியவள், தேவைக்கேற்ப குரலை உயர்த்தி, வெள்ளம்போல் வார்த்தைகளைப் பெருக்கி, வேண்டிய இடங்களில் மிக மென்மையாக தொக்கி நிற்கும்படியும் செய்தாள். முடிவுக்கு வரும் சற்று முன்னால், மூச்சை வேகமாக்கியவள், பாடலின் முடிவில் ஸ்வரங்களை மேலே, மேலே மேலே உயர்த்தி, நுணுக்கமான ஸ்வரக்கோர்வையுடன் பிரமாதமாய் முடித்தாள். அங்கே கனன்றுகொண்டிருந்த நெருப்புகூட, சதியின் இனிமையான அக்னிப்பாடலில் தன்வயமிழந்தது போல் காணப்பட்டது.

''அடேயப்பா!'' ஆர்ப்பரித்த சிவன், அவள் முடித்தவுடன் அணைத்துக்கொண்டார். ''இவ்வளவு அழகா பாடக் கூடியவள்னு எனக்குத் தெரியாதே.''

சதி முகம் சிவந்தாள். ''அவ்வளவு நல்லாவா இருந்தது?''

''தேவி!'' ஸ்தம்பித்துப் போயிருந்த வீரபத்ரா வாய்திறந்தான். ''அற்புதம்! பிரபஞ்சத்திலேயே சிவாதான் அருமையான பாடகன்னு இத்தனை நாள் நினைச்சிருந்தேன். அவனை விடவும் நீங்க நல்லா பாடறீங்க.''

''நிச்சயமா இல்ல,'' சதி மறுத்தாள்.

''நிச்சயமாத்தான்,'' என்றார் சிவன். ''ஒரு நிமிஷம், சுத்தியிருந்த நெருப்பு எல்லாத்தையும் உனக்குள்ள இழுத்துக் கிட்டாப்புல இருந்தது, எனக்கு.''

''எனக்குள்ளேயே நெருப்பைப் பாதுகாத்துப்பேன்,'' என்றாள் சதி. ''நம்ம வாழ்நாள்ள சந்திக்காத யுத்தத்துல இறங்கப்போறோம். உலகத்தோட தீயெல்லாம் நமக்கு நிச்சயம் தேவைப்படும்!''

வைஷாலி மன்னர் மாதலியின் அந்தரங்க அறைகளில் கணேஷும் கார்த்திக்கும் தங்கவைக்கப்பட்டிருந்தனர். உடன், அயோத்ய இளவரசன் பகீரதனும், ப்ரங்க மன்னர் சந்திரகேதுவும் இருந்தனர். அயோத்யா செல்லும் தங்கள் கப்பல்களைத் தடுக்க மகதம் எவ்விதமான தடுப்பு முயற்சியிலும் இறங்கவில்லையென்றாலும், மகத இராணுவம் மிகுந்த எச்சரிக்கையுடனிருப்பதாகவும், போர்ப்பயிற்சிகள்

இரட்டிப்பாகியிருந்ததாகவும் செய்திகள் எட்டியிருந்தன. இவை சூரபத்மன் எடுத்த தற்காப்பு முயற்சிகளோ, அல்லது, அவர்கள் அயோத்யர்களுடன் போரிட்டு சோர்வடைந் திருக்கும் நிலையில் தாக்கும் எண்ணம்தான் மகதத்திற்கு இருந்ததோ, யார் அறிவார்?

''மகதத்தைக் கடக்கும்போது, ஆட்களோ, கப்பல்களோ, எதையும் இழக்க நம்மால முடியாது,'' என்றான் கணேஷ். ''நிலைமை எவ்வளவு மோசமானாலும், எல்லாத்துக்கும் தயாரா இருக்கணும்.''

''எனக்கு என்ன தோணுதுன்னா,'' மேஜை மீதிருந்த நதியின் வரைபடத்தைச் சுட்டிக்காட்டினான் பகீரதன். ''ஸரயூ நதியின் மேற்குக் கரையில இருக்குற அவங்களோட பிரதானக் கோட்டையிலதான், முக்கியமான கவண்கள் இருக்க வாய்ப்பிருக்கு. கிழக்குக் கரையிலும் ஒரு சின்ன கொத்தளம் இருக்கு; அங்கேயிருந்தும் கவண்களை அமைச்சு, நம்ம மேல தீயாலான பீப்பாய்களை எறியமுடியும். ஆனா கொத்தளத்தோட பரிமாணங்களை வெச்சுப் பார்த்தா, வீசக்கூடிய தூரம் அதிகம்னு தோணலை. என்னோட ஆலோசனை என்னன்னா, ஸரயூவோட கிழக்குக்கரைக்குக் கிட்டே நம்ம கப்பல்களைச் செலுத்திக்கிட்டுப் போகணும்.''

''அதிக நெருக்கம் கூடாது!'' எச்சரித்தார் சந்திரகேது.

''கண்டிப்பா,'' என்றான் பகீரதன். ''கிழக்குலேர்ந்து வர்ற சின்ன கவண்கற்களுக்கு நாம இரையாகிடக்கூடாதில்லையா?''

''அதுவுமன்றி, கப்பல்கள் விரைவாகச் செல்ல பாய்மரங்களை மட்டும் நம்பாமல், துடுப்பு வலிப்பவர்களையும் மிக ஆயுத்தமாயிருக்கும்படி உத்தரவுகள் இடவேண்டும்,'' என்றார் வைஷாலி மன்னர் மாதலி.

''நாம் நதியில எத்தனைதான் வேகமா போனாலும், எவ்வளவு விரைவா துடுப்புப் போட்டாலும், அவங்க நம்மைத் தாக்கறதுன்னு முடிவு பண்ணிட்டா, நிச்சயம் ஆட்களை இழப்போம்,'' என்றான் கணேஷ்.

''அவங்க பக்கம் ஆபத்தை அதிகமாக்கினா?'' கார்த்திக் கேட்டான்.

''எப்படி?'' கணேஷ் வினவினான்.

''மகதம் வந்து சேர்றதுக்கு முந்தி, ஒவ்வொரு கப்பல்லேர்ந்தும் பாதி ஆட்களை கரைக்கு அனுப்பிடுங்க. கிழக்குக்கரையோரமா, நம்ம கப்பல்களோடவே அவங்க நடந்து வரட்டும். எடை குறைஞ்சா, நம்ம கப்பல்களுக்கு வேகமும் அதிகரிக்கும். அதோட, கிழக்குக் கரையில இருக்கற மகதக் கொத்தளத்துக்கும், பகைவர்களோட

பிரம்மாண்டமான படை ஒண்ணு அவங்க சுவர்களுக்கு வெளியே கடந்து போறதும் தெரியும். பித்துக்குளித்தனமா எதுவும் செய்யறதுக்கு முன்னால, ஒண்ணுக்கு ரெண்டு தடவை யோசிப்பாங்க.''

''இந்த யுக்தி எனக்குப் பிடிச்சிருக்கு,'' என்றான் பகீரதன்.

''இதைவிடவும் எளிமையான யோசனை ஒன்று எனக்குத் தோன்றுகிறது,'' என்றார் சந்திரகேது.

ப்ரங்க மன்னரை நோக்கினான் கணேஷ்.

''ஸ்வத்வீபத்தின் இராஜ்யங்களில் மிக ஏழ்மையான அரசகுலத்தைக் கொண்டது மகதம்,'' என்றார் சந்திரகேது. ''சக்திபடைத்தவர்கள்தான். ஆனால், மகன் உக்ரசேனன் மற்றும் தன்னுடைய சூதாட்டப் பழக்கத்தினால், மன்னர் மஹேந்திரர் இழந்த பொருள் ஏராளம்.''

''அவங்களுக்கு லஞ்சம் கொடுக்கலாம்கறீங்களா?'' பகீரதன் கேட்டான்.

''ஏன் கூடாது?''

''எக்கச்சக்கமான பணம் செலவாகும்கிறது ஒரு விஷயம். ஒரு சில ஆயிரம் பொற்காசுகள் நிச்சயம் போதாது. நாம அரசாங்க அதிகாரிகளுக்கா லஞ்சம் தரப்போறோம்? அரச குடும்பத்தையே இல்ல விலைக்கு வாங்கப்போறோம்?''

''பத்து இலட்சம் பொற்காசுகள் போதுமானவையாக இருக்குமா?''

பகீரதன் ஸ்தம்பித்துப் போனான். ''பத்து... இலட்சமா?''

''ஆம்.''

''வெறுமே தாக்குதல் இல்லாமக் கடக்கவா?''

''ஆம்.''

''ருத்ரபகவானே! மகத அரசகுலத்தாருக்கு ஏறக்குறைய ஆறு மாச வரிப்பணம் மொத்தமா கிடைச்ச மாதிரியில்ல இருக்கும்?''

''அதே. பாதிப் பொற்காசுகளுடன், முதல் கப்பலில் திவோதாஸை மகதம் அனுப்பிவிடுகிறேன். மீதம், நம் கப்பல்கள் அனைத்தும் பத்திரமாய்க் கடந்து சென்றவுடன் அளிக்கப்படும்.''

''இந்தப் பொன்னையெல்லாம் வெச்சுக்கிட்டு இன்னும் நிறைய ஆயுதங்களை அவங்க வாங்கலாமே,'' என்றான் கார்த்திக்.

''அவ்வளவு சீக்கிரத்தில் அவர்களால் அதைச் சாதிக்கமுடியாது,'' என்றார் சந்திரகேது. ''போர் முடிந்தபின் அந்தப் பொருளை என்ன செய்கிறார்கள் என்பதைப் பற்றி எனக்குக் கவலையில்லை.''

''இவ்வளவு பணத்தை வாரிக் கொடுக்கம் நிலைலியா நீங்க இருக்கீங்க, அரசே?'' என்றான் கணேஷ்.

''வேண்டிய பொன் எங்களிடத்தில் இருக்கிறது, பிரபு கணேஷ்,'' சந்திரகேது புன்னகைத்தார். ''ஆனால், அதனால் எங்களுக்குப் பலன் எதுவுமில்லை. சோமரஸத்தைத் தடுத்து நிறுத்தும் முயற்சியில் அத்தனை பொன்னையும் தத்தம் செய்ய நான் தயார்.''

''அப்ப சரி,'' என்றான் கணேஷ். ''இந்தத் திட்டம் பலிக்காமலிருக்க எனக்கு எந்த காரணமும் புலப்படலை.''

அத்தியாயம் 21

அயோத்யா முற்றுகை

கோபால், சதி மற்றும் காளி மூவரும் சுற்றிச் சூழ்ந்திருக்க, முன்னணிக் கப்பலின் மேல்தளத்தில் அமர்ந்திருந்த சிவனுக்கு, மேனியில் பட்ட குளிர்ந்த வடதிசைக் காற்று, இதமாக இருந்தது. ஐம்பத்தியாறு கலங்களைக் கொண்ட அந்த கப்பற்படை மிதமான வேகத்துடன் நதியில் பயணிக்க, இன்னும் சில வாரங்களில் அவை சம்பலின் முகத்துவாரத்தினருகே வந்து சேர்ந்துவிடும் என்று புரிந்தது. அங்கேயிறங்கும் படைவீரர்கள், நர்மதை வரையில் நடந்து செல்ல வேண்டியது.

"பண்டிட்ஜி," என்றாள் காளி. "நர்மதையில் காத்துக்கிட்டு இருக்கற கப்பல்கள்ள, நம்மோட இப்ப வர்ற ஐம்பத் தஞ்சாயிரம் வீரர்களையும் ஏற்ற கூடுதல் வசதியிருக்குமா?"

"நிச்சயம், தேவி," என்றார் கோபால். "இப்போது நாம் செல்லும் கப்பல்களைப் பயன்படுத்த முடியாதென்பதை அறிவோமாகையால், அந்தக் கப்பல்கள் கூடுதல் வீரர்களையும் ஏற்றிக்கொள்ளும் வகையில்தான் வடிவமைக் கப்பட்டிருக்கின்றன."

"நம்மகிட்ட இருக்கற வரைபடங்களையெல்லாம் வெச்சுப் பார்த்தா," சதி தொடங்கினாள். "இன்னும் மூணு மாசங்கள்ள லோத்தல் போய்ச் சேர்ந்துடுவோம். இல்லையா, பண்டிட்ஜி?"

"ஆம், சதிஜி," என்றார் கோபால். "காற்று நமக்குச் சாதகமாக இருந்தால், இன்னும் விரைவாகவேகூட சென்று சேர்ந்துவிடுவோம்."

"காளி, லோத்தல் ஆளுநர்கிட்டேயிருந்து செய்தி ஏதாவது கிடைச்சதா?" சிவன் கேட்டார்.

"நர்மதைக்கரையில, என் தூதுவர், செய்தியோடக் காத்திருப்பார்," காளி பதில் கொடுத்தாள். "லோத்தலுக்குள்ள நாம் நுழையறது ரொம்ப சுலபம்; நம்புங்க. ஆனா, நம்ம படைகளுக்கு மிக அதிக அளவுல ஆட்கள் சேர்வாங்கன்னு எதிர்பார்க்க வேண்டாம். மொத்தம் ரெண்டு அல்லது மூவாயிரம் வீரர்களுக்கு மேல லோத்தல்ல இல்ல."

''அவங்க வீரர்கள் உண்மையில நமக்குத் தேவையில்ல,'' என்றார் சிவன். ''வேணுங்கிற ஆட்கள் நம்மகிட்டேயே இருக்காங்க. நர்மதையில நிக்கற வாசுதேவர்கள் தவிர்த்து, உன்னுடைய நாகா படையும், ப்ரங்கர் படையும் சேர்ந்தா, ஒரு இலட்சம் வீரர்களுக்கு மேல தேறுவாங்க. மெலூஹப் படைக்கு நிகரான எண்ணிக்கை அது.''

''சுலபத்துல ஜெயிச்சிடலாம்,'' என்றாள் காளி.

''நான் தாக்கறதா இல்ல,'' என்றார் சிவன்.

''தாக்கணும்னுதான் நான் நினைக்கறேன்.''

''காளி, நாம சோமரஸம் தயாராகிற ஆலையை அழிச்சிட்டாப் போதும்.''

''உங்ககூடத்தான் நாகர்கள் இருக்காங்களே? நேரடித் தாக்குதலுக்கு நீங்க பயப்படுறதுல அர்த்தமேயில்ல.''

''பயப்படறதா யார் சொன்னது? தாக்குதல்ல அர்த்த மில்லைன்னுதான் சொல்றேன். சோமரஸத்தை அழிக்கணும்கிற பிரதான இலக்குலேர்ந்து அது நம்மைத் திசை திருப்பிடும். மெலூஹாவை அழிக்கிறது நம்ம நோக்கமில்லை. மறந்துடாதே.''

''எப்பல்லாம் மறக்கறேனோ, அப்பல்லாம் நீங்க நினைவுபடுத்தக் காத்துக்கிட்டிருப்பேன்,'' என்றாள் காளி.

புன்னகைத்த சிவன், தலையசைத்துக்கொண்டார்.

ஸரயூ பயணம், அதிசயிக்கத்தக்க முறையில், எவ்வித சஞ்சலமும், பிரச்சனையுமின்றி கழிந்தது. கணேஷின் கப்பல்களை மகதம் தாக்கவில்லை. மிக மிகப் பிரம்மாண்டமான அந்தக் கப்பற்படை கடந்து செல்லும் காட்சியை கரையிலுள்ள மகதக் கொத்தளங்களினின்று காணவே அவ்வீரர்களுக்கு ஒரு முழு நாள் ஆயிற்று.

சற்றேறக்குறைய ஒரு வாரம் கழித்து, கப்பல்கள் நங்கூரமிடும்படி கணேஷ் உத்தரவிட்டான். ஒரு சிறிய படகில் கார்த்திக், பகீரதன், சந்திரகேது மற்றும் கணேஷ் ஏறிக்கொண்டு, கரையை வந்தடைந்தனர். விஸ்தாரமான பரப்பளவில் காடு அழிக்கப்பட்டு, திறந்தவெளியாகக் காட்சியளித்தது. காசியில் வாழ்ந்த ப்ரங்கர்களின் தலைவரான திவோதாஸ், இருபது வீரர்கள் சகிதம் அங்கே அவர்களுக்காகக் காத்து நின்றார்.

கரை ஒதுங்கிய மறுகணம் படகிலிருந்து குதித்த கணேஷ், ஆழமற்ற நீரினூடே நடந்து சென்றான். மற்றவர்கள் தொடர்ந்தனர். கரையை அடைந்தவுடன் குனிந்து, தரையில்

நெற்றியைப் பதித்தான். காட்டிற்குள் ஊடுருவிப் பார்த்தவனுக்கு எத்தனையோ காலத்திற்கு முன், இதே மரங்களுக்குப் பின் நின்று, தாயைக் கண்காணித்தது நினைவிற்கு வந்தது. ''இதுதான் கார்த்திக் பலா-அதிபலா குண்டம். இங்கேதான் *சப்தரிஷி* விஸ்வாமித்ரர் இராமபிரானுக்கு எத்தனையோ சக்திகளையும், அஸ்திரங்களையும் கத்துக்கொடுத்தார்.''

அதிசயத்தில் கார்த்திக்கின் கண்கள் விரிந்தன. குனிந்து தரையைக் கையால் தொட்டவன், ''ஜெய் ஸ்ரீ ராம்,'' என்று முணுமுணுத்தான்.

மற்றவர்களும் அவனை அடியொற்றினர். ''ஜெய் ஸ்ரீ ராம்.''

''கார்த்திக்,'' என்றான் கணேஷ். ''*சப்திரிஷி* விஸ்வாமித்ரராலும், இராமபிரானாலும் ஆசீர்வதிக்கப்பட்ட பூமி இது. ஆனா, இதோட பெருமையை இன்னிக்குப் பலபேர் மறந்துபோயிட்டாங்க. இரத்தம் சிந்தி நாமதான் அதை மறுபடியும் நிலைநாட்ட வேண்டியிருக்கும்.''

அவன் சொல்வதைப் புரிந்துகொள்ள கார்த்திக்கிற்கு ஒரு நொடி பிடித்தது. ''சூரபத்மன் நம்மைத் துரத்திக்கிட்டு வருவான்னு எதிர்பார்க்கறீங்களா?''

கணேஷ் முறுவலித்தான். ''நம்பு: *நிச்சயம்* துரத்துவான். மகதத்தைவிட்டு சூரபத்மனை வெளியே இழுக்கப்போற தூண்டிலாத்தான் அயோத்யா முற்றுகையை நான் பார்க்கறேன். அவன் வெளி வந்த மறுகணம், படையைச் சிதறடிச்சு, அவன் நகரைக் கைப்பத்தறோம். மகதம் கங்கையில அணை போட்டுத் தடுத்தா, அயோத்யா கப்பல்கள் நகராம நாம சுலபமா பார்த்துக்கலாம். மகதத்தோட தலைவிதியை நிர்ணயிக்கிற போர் இங்கே நடந்தாகணும். ஏன் தெரியுமா? இங்கேதான் அவனை *நீ* தாக்கணும்னு நான் நினைக்கறேன்.''

''சூரபத்மன் அவங்கப்பா மனசை மாத்தறதுல வெற்றியடைஞ்சிருப்பான்னு நினைச்சேன்.''

''அவன் கெட்டிக்காரன், கார்த்திக். நானறிஞ்சவரை, நம்மை ஆதரிக்கிறதுதான் அவன் முதல் நோக்கமாயிருந்திருக்கும். ஏகப்பட்ட எதிர்ப்பு வந்தவுடன், எல்லாத்தையும் சமாளிச்சு நம்ம பக்கம் சாயறது ரொம்ப கஷ்டமாப் போயிருக்கும், அந்த நிலையில, தனக்கு எது சாதகமோ, அதைச் செய்யறதுன்னு முடிவெடுத்திருப்பான். அதுலதான் அவனுக்கு லாபமும். தன் சகோதரனின் சாவுக்காகப் பழி வாங்கினதுக்காக அவங்கப்பாகிட்டேயும், நாட்டு மக்கள்கிட்டேயும் நல்ல பேரெடுப்பான். அயோத்யாவைக் காக்க வந்த கடவுளா - கொஞ்சம் தாமதமா, அயோத்யா பலவீனமடைஞ்ச

வுடனே - 'டக்'குன்னு வந்து சேருவான். யாரு கண்டாங்க? நீலகண்டரோட மகன்களையே சிறையெடுத்தாலும் எடுப்பான். ப்ருகுவோட மிக வலுவான கூட்டணி அமைக்க அதுவே காரணமாகிடுமே?'' ஏளனப் புன்னகையுடன் கணேஷ் கேட்டான். ''ஆமா, தம்பி. கண்டிப்பாத் தாக்குவான். செருப்படி வாங்கித் தோத்த பிறகு, புத்திசாலிகள் உள்ளுணர்வு சொல்றபடிதான் நடக்கணும்கிறதைத் தாமதமாப் புரிஞ்சிக்குவான்.''

மூச்சை ஆழ இழுத்துவிட்ட கார்த்திக், வானை ஒரு முறை நிமிர்ந்து பார்த்தான். மீண்டும் கணேஷிடம் திரும்பியபோது, அவன் விழிகளில் அளவில்லா தீர்மானம் எழுதி ஒட்டியிருந்தது. ''இந்த நதியில தண்ணி ஓடாது, *தாதா*. இரத்த ஆறா மாத்திடுவோம்.''

கார்த்திக்கைப் பார்க்கும்போதெல்லாம் உள்ளே பரவும் பயம் கலந்த ஆர்வம் இப்போதும் ஊற்றெடுக்க, பகீரதன் அவனை வெறித்தான்.

''இந்த இடத்தைத் தேர்வு செய்யக் காரணம் என்ன, பிரபு கணேஷ்?'' சந்திரகேது கேட்டார்.

''இந்தப் பகுதி நீளமா, குறுகலா இருக்குங்கிறதை நீங்களே இந்நேரம் உணர்ந்திருப்பீங்க, அரசே,'' கணேஷ் பதிலளித்தான். ''இதனால, சூரபத்மன் இங்கே இழுக்கப்படுவான்; கரையோரமாத் தன் கப்பல்களை நங்கூரமிட்டு, படைகளுடைய அடர்த்தியைக் குறைப்பான். இங்கேயிருந்து காடு அதிக தூரத்துல இல்லை. ஆக, நம்ம பிரதானப் படை மரங்களுக்கிடையில மறைஞ்சிருக்கலாம். ஒரு சின்ன பகுதியை மட்டுமே இங்கே, கரையில நிறுத்தி வெச்சிருப்போம்.''

பகீரதன் முகமலர்ந்தான். ''சுண்டியிழுக்கிற தூண்டில், இது. அயோத்யாவை முற்றுகையிட மறுத்த ஒரு சின்ன படைதான் இங்கே நின்னுக்கிட்டிருக்குன்னு சூரபத்மன் தப்புக்கணக்கு போடுவான். தன் வீரர்கள் ஆரம்பத்துல, கொஞ்சம் வெற்றியைச் சுவைக்கட்டும்னு இந்த சின்ன படையைச் சின்னாபின்னப்படுத்தணும்னு நினைப்பான்.''

''அதேதான்,'' என்றான் கணேஷ். ''ஆனா, முக்கியமான போர் நிலத்துல நடக்கபோறதில்ல. இங்கேயே அவனைக் கட்டிப்போடணும். அது அவ்வளவு சுலபமா இருக்காதுங்கிறதை நான் ஒத்துக்கத்தான் வேணும்; ரொம்ப மனத்திண்மை தேவை. ஏன்னா, பெரிய படையோட வந்து இறங்கப்போறான். அதனாலதான் கார்த்திக் இங்கே இருக்கணும்னு நினைக்கறேன். ஆனா, சூரபத்மனை நதியிலேயே வீழ்த்திடுவோம்.''

''எப்படி?'' சந்திரகேது கேட்டார்.

''அயோத்யாவிலிருந்து நான் பின்னடைஞ்சு, முன்பக்க மிருந்து அவன் கப்பல்களை முட்டுவேன்,'' கணேஷ் விளக்கினான். ''முப்பது கப்பல்களோட, மன்னர் மாதலியை சாரதா நதியில நிக்கச் சொல்லியிருக்கேன். ஸரயூ நதியின் கீழ்ப்புறம் சாரதா வந்து இணையுது. ஸரயூவுல சூரபத்மனின் கப்பல்கள் கடந்த பிறகு வைஷாலி கப்பற்படை வரும்; இதனால, அவங்க படை மகதத்துக்குப் பின்னால இருக்கும். என் படை முன்னாலிருந்து தாக்கும்; வைஷாலி படை பின்னாலிருந்து அடிக்கும். அவன் கப்பற்படை அங்கே இங்கே அசைய முடியாதபடி ஒரே இடத்துல நிறுத்த வேண்டியதுதான் கார்த்திக்கோட வேலை.''

''மன்னர் மாதலியின் கப்பல்களுக்கும், உங்களுடைய தற்கும் இடையில் அவன் சிக்கிக்கொள்வான்,'' என்றார் சந்திரகேது. ''திணறிச் சாகப்போகிறான்.''

''அதே.''

''நல்ல திட்டம் போலத்தான் தெரியுது,'' என்றான் பகீரதன்.

''ரெண்டு விஷயங்களை நம்பித்தான் போருடைய வெற்றி இருக்கு,'' என்றான் கணேஷ். ''முதல்ல, தன் கப்பல்களை நதியிலேயே நங்கூரமிட்டுட்டு, நம் படையைத் தாக்கக் கரைக்கு வரும்படி கார்த்திக் இழுக்கணும். இல்லைன்னா, அவன்பாட்டுக்கு நதியிலே நகர்ந்து போயிடுவான். அவனுடைய பெரிய கப்பல்கள், என்னோட சின்ன மரக்கலங்கள்ள மோதி, சண்டையோட போக்கையே நமக்கெதிரா திருப்பினாலும் திருப்பும். நம்ம கப்பல்களுக்கு வேகம் அதிகம். மெல்லிசா வடிவமைக்கப்பட்டவை, ரொம்ப சுலபமா இப்படியும் அப்படியும் வளைக்கலாம். மகதக் கப்பல்களோ, ரொம்பப் பெரிசு; பலத்துக்காக வடிவமைச்சிருக்காங்க. கார்த்திக்கால ஒரு வேளை நிலத்துக்கு அவனை இழுக்கமுடியலைன்னா, என்னுடைய கப்பற்படை பெரிய சேதத்தை அடையும். அந்த சாத்தியத்தைச் சமாளிக்க நான்தான் படைக்குத் தலைமையேத்துக்கணும்.''

''இன்னொண்ணு என்ன?'' பகீரதன் கேட்டான்.

''மகதத்துக்கு சூரபத்மன் திரும்பிப் போயிடாதபடி, மன்னர் மாதலி தன் கப்பற்படையை நிறுத்திவைக்கணும். அப்பதான் அவனுக்கு வெச்ச பொறி மிகச் சரியா நறுக்குன்னு மூடும்.''

கார்த்திக்கின் தைரியத்திலோ, போர்த்தந்திரங்களை மிகச் சரியாகக் கணிக்கும் நுண்ணறிவிலோ, சந்திரகேதுவுக்கு சிறிதும் சந்தேகமில்லை. அந்த இளம் வீரனிடம் அவரது

பேச்சு, உள்ளத்தினுள்ளே குடியிருந்த அசாத்திய மரியாதையையே காட்டின. ''இனிமேல், நீ தனியாகத்தான் சமாளிக்க வேண்டும், கார்த்திக். உன்னிடத்தில்தான் அனைத்தும் அடங்கியிருக்கிறது.''

கண்கள் சிறுக்க, கார்த்திக் உடைவாளின் பிடியைப் பற்றினான். ''நிச்சயம் அவனை உள்ளே இழுப்பேன், மன்னர் சந்திரகேது. உறுதியாச் சொல்றேன்: அப்படி இழுத்தபிறகு, அவன் படை மொத்தத்தையும் நானே சின்னாபின்னப்படுத்துவேன். நம்ம கப்பல்களுக்குக் கூட வேலையிருக்காது.''

தம்பியைப் பார்த்து கணேஷ் முறுவலித்தான்.

மேஜையிலிருந்த பெரிய கத்தையிலிருந்து இன்னொரு காகிதத்தை உருவிப் படிக்கத் துவங்கிய கணேஷ், ஆயாசத்துடன் கண்களைத் தேய்த்துக்கொண்டான். யுத்தத்தின் போக்கைக் குறித்து வெவ்வேறு ஒற்றர்களிடமிருந்து வந்து சேர்ந்த அறிக்கைகள், கப்பலில் அவனது பிரத்யேக அறையைச் சுற்றிலும் பரவியிருந்தன. அயோத்யா மக்களின் மனநிலை முதல், அம்புகள் எண்ணிக்கையை அதிகரிக்கும்படி வில்லாளிகளின் கோரிக்கையை ஆயுதக்கிடங்கினர் நிறைவேற்றிய அறிக்கை வரை, அனைத்தையும் குறிப்பிட்டு கணக்கிலடங்காமல் கடிதங்கள் வந்து குவிந்திருந்தன. பல வாரங்களுக்கு முன், யுத்தம் தொடங்கிய நாளிலிருந்து தூக்கம் என்பதே அற்றுப் போய், உடல் கொஞ்சமாவது ஓய்வெடுக்க வேண்டிக் கெஞ்சியது. ஆனால், இந்த அறிக்கைகள் அவனுக்காகக் காத்திருக்கா. அயோத்யா எந்த நொடியும் சரணடையும் நிலைமையில் இருப்பது போலத்தான் தோன்றியது; இப்பொழுது தவறாக ஒரு அடி எடுத்து வைத்தாலும், அது சர்வநாசத்தில் முடியும். பக்கத்தில், வந்து குவிந்த செய்திகளைக் கிரகிப்பதில் அவனுக்கு உதவியாய் கார்த்திக் மற்றும் சந்திரகேது. பகீரதன் எடுத்த காரியத்தின் முடிவை அறியும் பொருட்டு, அவன் வருகையை எதிர்பார்த்து, அமைதியாய்க் காத்திருந்தனர்.

அயோத்யா முற்றுகை, ஒரு மாதத்திற்கு முன் துவங்கி விட்டது. பண்டைய போர்நூல்களில் குறித்த முறைகளின் படி, அச்சுப் பிசகாமல் கணேஷின் கப்பற்படை நகரைத் தாக்கியது. ஸரயூவின் கிழக்குக் கரையில் அமைந்திருந்த கொத்தளங்களினின்று வரக்கூடிய கவண்வீச்சிலிருந்து காத்துக்கொள்ள, மேற்குக் கரையோரமாய், இரட்டை அணியாக படையின் பெரும்பகுதி நங்கூரமிடப்பட்டிருந்தது.

அயோத்யாவிற்குச் சற்று மேற்கே சற்று தூரத்தில், ஸரயூ மிகச் செங்குத்தாய் ஒரு அருவியில் சென்று விழும் புள்ளி வரையில், கப்பல்கள் நேர்க்கோட்டில் நிறுத்தப்பட்டிருந்தன. கணேஷின் கப்பல்கள் ஒவ்வொன்றின் வலப்புறத்திலும் சிறிய, தப்பிக்க உதவும் படகுகள் கட்டப்பட்டு, அவற்றில் வீரர்கள் இரவு பகல் பாராமல் காவலிருந்தனர். அயோத்யாவிலிருந்து புறப்பட்டு வரும் அரக்கப்படகுகள் கப்பல்களைத் தீயிடாமல் காக்கும் பொருட்டே இந்த ஏற்பாடு. இவை தவிரவும், அயோத்யாவிலிருந்து போர்ப்படைகள் வந்து திடீர்த்தாக்குதல்கள் நடத்தாமல் காக்க, படையின் ஒரு பகுதி கப்பல்களுக்கு இடப்புறத்தில், கரை மீதும் காவலிருந்தது.

இன்னும் சற்று தெற்கே, நதியின் பரப்பின் மீதும் பத்து பத்தாய்க் கப்பல்களை இணைத்து, நங்கூரமிட்டிருந்தான் கணேஷ். முதல் தடுப்பாகச் செயல்பட்ட பத்துக் கப்பல்களுக்குப் பின், இம்மாதிரி இன்னொரு அணியிருந்தது. இவற்றுக்கும் பின்னால், தப்பிக்க முயலும் எந்த அயோத்யனையும் தடுத்து நிறுத்தும் பொருட்டு, அதி விரைவான ஐந்து கத்திப் படகுகள் நதியின் இப்புறமும் அப்புறமும் ஓயாத கண்காணிப்பில் ஈடுபட்டிருந்தன. இவ்வாறாக, நதியைத் தாண்ட முயற்சிக்கும் எந்த அயோத்யக் கப்பலும், இருபது பகைக் கப்பல் மற்றும் ஐந்து கத்திப்படகுகளையும் சமாளித்தாக வேண்டும்.

தாக்குதலிலிருந்து காத்துக்கொள்ளும் முயற்சியில் ஈடுபட்டிருந்த அயோத்யா இராணுவம், எதிரிப்படையின் நடமாட்டத்தைக் கணிக்க வசதியாக, சுற்றியிருந்த காட்டை சற்று தூரம் அழித்திருந்தது. ப்ருகு விட்டுச்சென்றிருந்த மெலூஹ படைத்தலைவர் ப்ரஸன்ஜித் எவ்வளவோ கேட்டுக்கொண்டும், அதற்கு மேற்பட்ட காட்டுப்பகுதியை அழிக்க அயோத்யா மறுத்துவிட்டது. ஒருவேளை தீப்பற்றிக்கொண்டால் அதைத் தடுக்கும் எண்ணத்துடன் கணேஷ் தன் பங்கிற்குத் திறந்தவெளியைத் தாண்டி இரண்டாவது அணியாய் மரங்களை வெட்டியிருந்தான். வெளிப்புறம் நெருப்பு ரேகை ஒன்றை அமைத்த பிறகு, இரு திறந்தவெளிகளுக்கு நடுவே இருந்த மரங்களைத் தீயிட உத்தரவிட்டான். வெளியே இருந்து அயோத்யாவிற்கு உணவு மற்றும் இதர அத்தியாவசியப் பொருட்களை இரகசியமாய்ப் பதுக்கிச் செல்ல சுரங்கப் பாதைகள் இருந்தால், அவை இந்தத் தகிக்கும் நெருப்பில் விழுந்து மூடிப் போயிருக்கும். நான்கு நாட்கள் விடாது பற்றியெரிந்து, பகைவர்களின் அயராத தீர்மானத்தைப் பறைசாற்றிய அந்த தீயின் விளைவாய், 'எதிரிகள் நுழைய முடியாத'' அந்நகர மக்கள் கூட நம்பிக்கையிழந்து போனார்கள் என்பது நிஜம்.

அயோத்யாவிற்கு வடக்கே மிக செங்குத்தான மலைச்சரிவில் விழுந்த அருவியொன்று, இயற்கையான அரணாய் அமைந்து, ஸரயூவிற்கு வடக்கிலிருந்து கப்பல்கள் வராமல் காத்தது. அருவிக்கு மிகச் சமீபமாய், கப்பல் கட்டுமானக் கொட்டாரச் சுவரில் இடைவெளியமைத்து, அயோத்யர்கள் ஒரு வாய்க்காலும் வெட்டியிருந்தனர். இந்த குறுகிய வாய்க்காலை பாதுகாப்பது சுலபமான வேலைதான். பெரிய வாயிலைக்கொண்ட மதில்சுவரால் அணைக்கப்பட்ட கப்பல் கொட்டாரத்திற்கு இந்த வாய்க்கால் அரணாக வாய்த்தாலும், தங்கள் கப்பல்கள் வெளியேறிச் செல்லும் வழியை எதிரிகள் முடக்கவும் வழியேற்படுத்திவிட்டது. காட்டை அழித்ததால் மீதமிருந்த விறகுக்கட்டைகளைக் கொண்டு, இந்த வாய்க்காலையும் மறிக்க வழி வகுத்த கணேஷ், அயோத்யா முற்றுகையை வெற்றிகரமாய், கப்பல் கொட்டாரம் வரையில் இழுத்து இணைத்துவிட்டான். அயோத்யர்களை நெருக்கி, ஓரிடத்தில் முடக்குவதுதான் அவன் எண்ணம்; இவ்வாறு வாய்க்காலை மூடியதால், தேவைக்கதிகமான கப்பல்களை அனுப்பிக் கப்பல் கொட்டார வாயிலைக் காக்கும் அவசியமில்லாமல் போய்விட்டது.

அயோத்யர்களின் பயன்பாட்டிற்கென ஒரு பறவைத் தூதுமுறையை மெலூஹர்கள் ஏற்பாடு செய்து கொடுத்திருந்ததை கணேஷ் அறிவான். இதை அழிக்கவும் அவனிடம் மிக எளிமையான ஒரு யுக்தி இருந்தது. அயோத்யாவிற்குப் புறம்பில் ஸரயூவின் கரையோரமாய் இருந்த மர வரிசையில், அறுநூறு வில்லாளிகளை அமர்த்தியிருந்தான். எட்டு மணி நேரக் கண்காணிப்பில், மும்முறை மாறி, ஒரு நாளின் இருபத்திநான்கு மணிநேரமும் கண்கொத்திப் பாம்பாய் காவல் காத்தனர். அவர்களுக்கிடப்பட்ட உத்தரவு மிக மிக எளிமை: வானில் பறக்கும் எந்தப் பறவையாயிருந்தாலும் சுட்டுத் தள்ளிவிடவேண்டியது. இறந்து விழும் பறவையை, வேடர்கள் எடுத்து வரவேண்டியது. இப்படிச் செய்வதால், மெலூஹாவிற்கும் அயோத்யாவிற்கும் இடையே பரிமாறப்பட்ட செய்திகள் அனைத்தும் அவர்களுக்குக் கிடைத்ததன்றி, படைவீரர்களின் உணவிற்கு புத்தம் புதிய இறைச்சியுமாயிற்று.

ஸரயூவிலிருந்து நகரின் மதில்சுவர்களைத் தாண்டி உள்ளே வெட்டப்பட்டிருந்த கால்வாய்களின் வழியே, அயோத்யாவிற்கு குடிநீர் வந்து சேர்ந்தது. ஸரயூ நதி தீரத்தில் மிகுந்த பொறியியல் சாமர்த்தியத்துடன் அமைக்கப்பட்ட நீர்ச்சக்கரங்களின் மூலம் ஏற்றப்பட்ட நீர், கால்வாய்களுக்குள் பாய்ந்தது. சக்கரங்கள் சுழல நதியின்

ஓட்டம் பயன்படுத்தப்பட்டது. சக்கரத்தைச் சுற்றிலும் கட்டப்பட்டிருந்த வாளிகள், கீழே இறங்கும் போது தண்ணீரை நிரப்பிக்கொண்டு, மேலே எழும்பி, சேந்திய நீரைக் கால்வாய்களில் கவிழ்த்தன. சக்கரங்களை எவரும் தாக்காத வண்ணம் அவற்றைச் சுற்றி உயரச்சுவர்கள் எழுப்பப்பட்டன. ஆயினும், வாளிகள் நதியிலிருந்து நீரைச் சேந்தும் இடத்தில், சுவற்றுக்குக் கீழ் இடைவெளியிருந்தது. இங்கே மட்டும், ஆள் நீந்தி நுழைய முடியாத, ஆனால் நீர் ஓட வசதியாய், வெண்கலத்தாலான கம்பிகள் பொருத்தப்பட்டிருந்தன. இதனாலெல்லாம் கணேஷ் தயங்கவில்லை.

இரவு விழுந்தவுடன், சிறிய, மரத்தாலான மிதக்கும் பீப்பாய்களுடன் வீரர்களை ஸரயூவில் நீந்திச் செல்லும்படி கணேஷ் பணித்தான். இந்தப் பீப்பாய்களுக்குள், எண்ணெய் நிரம்பிய சிறிய இரும்புப் பாத்திரங்கள் இருந்தன. மரப்பீப்பாய்க்கும், இரும்புப் பாத்திரத்திற்கு இடையே இருந்த இடைவெளியில் தண்ணீர்; சணலால் ஆன ஒரு திரி. இவ்வளவே. பற்றவைத்தால், திரி எண்ணெயைப் பற்ற வைக்கும்; எண்ணெய், நீரைக் கொதிக்க வைக்கும். இதனால் உருவாகும் நீராவி படாரென்று வெடித்து இரும்பைப் பிளக்கும்போது, சுற்றியிருக்கும் மரமே சுக்குச் சுக்காய்ப் பிளந்து அம்புகளாய்ப் பாய்ந்துவிடும். இம்மாதிரியான வெடிகளை நீர்ச்சக்கரங்களில் இருந்த வாளிகளுக்குள், தகுந்த இடங்களில் வைக்கவேண்டியது திறமையான நீச்சல் வீரர்களின் பணி. நகருக்குள்ளிருந்த கிணறுகளைக் கொண்டு அயோத்யாவின் எண்ணிலடங்கா குடிமக்கள் அனைவரின் தாகத்தையும் ஒரு நாளும் தீர்க்கமுடியாது.

பெண்களும் அர்ச்சகர்களுமாய், போர்ப்பயிற்சி அல்லாதோர் என ஒரு சிறிய கூட்டம் மட்டும் தினம் தினம் நகரை விட்டு வெளியேறி, தத்தம் தனிப்பட்ட பிரயோகத்திற்கென நீர் சேந்திச் செல்ல கணேஷ் அனுமதியளித்திருந்தான். இந்தக் கூட்டமும், அயோத்யா சரணடையும் நாள் வரையில், கொஞ்சம் கொஞ்சமாகக் குறைக்கப்படும். மெல்ல மெல்ல குடிமக்களை நெருக்கி, அவர்களே நகரின் ஆளுநர்களை வீழ்த்தப் பயன்படும் தந்திரம் இது. வெளியே வரும் அயோத்யா மக்களையும், நீலகண்டரை எதிர்த்து, மெலூஹர்களுடன் கூட்டு சேர்ந்துவிட்டதற்காக, கணேஷின் வீரர்கள் ஏய்த்து, இகழ்ந்து, மிகுந்த மன உளைச்சலை உண்டாக்கி, மனரீதியாகவும் தாக்குதல் நடத்தினர். அயோத்யாவிற்குள் கணேஷ் ஏவுகணைகளைச் செலுத்தாமல் இருந்ததற்கு ஒரே காரணம், மன்னர் திலீபர் எடுத்த முடிவிற்காக, அதற்குத் துளியும்

சம்பந்தமில்லாத பொதுமக்களைத் தண்டிக்கக்கூடாது என்ற நல்லெண்ணத்தில்தான் என்றும் அவர்களுக்குச் சொல்லப்பட்டிருந்தது.

அயோத்யர்கள் தினமும் இம்மாதிரியாக வந்து போவது, இன்னொரு விஷயத்திலும் சௌகர்யமாக இருந்தது. இந்தியா முழுவதிலும் இருந்த அனைத்து வாசுதேவக் கோயில்களிலிருந்தும் செய்தி சேகரித்த இராமஜன்மபூமிக் கோயில் பண்டிதர், மறைந்திருந்தாலும், இந்த சந்தர்ப்பங்களைப் பயன்படுத்தி, அவற்றையெல்லாம் தூதுவன் ஒருவன் மூலம் அனுப்பிக்கொண்டிருந்தார்.

இரண்டு வாரங்கள் கடந்த நிலையில், தந்தையின் அவையைச் சேர்ந்த பிரபுக்கள் சிலரிடம், இரு சாராருக்கும் உவப்பான சமரசத்திற்கான ஆயத்தங்கள் துவங்குவது பற்றி பேச்சுவார்த்தை நடத்த பகீரதனை அனுப்புவதாகச் கணேஷ் தூதளித்தான். வந்த வாய்ப்பை விடாமல் அயோத்யர்கள் கெட்டியாகப் பற்றிக்கொண்டார்கள்.

அலுப்பில் துவண்ட தசைகளை நீட்டி முறுக்கியவாறு, அந்தச் சிறிய அறையில் அவனுக்கருகில் அமர்ந்திருந்த கார்த்திக் மற்றும் சந்திரகேதுவை நோக்கினான். அவர்களும் ஏறக்குறைய தூக்கத்தைத் தியாகம் செய்திருந்தாலும், களைப்பைத் தள்ளி வைத்துவிட்டு, பத்திரங்களைத் தயார் செய்துகொண்டிருந்தார்கள். கணேஷ் தனக்குள் புன்னகைத்துக் கொண்டான். *இதெல்லாம் ஒரு வழியா முடிஞ்சானப்புறம், அறைகளுக்குள்ள பூட்டிக்கிட்டு, ஒரு வாரம் தூங்கியே கழிக்கணும்!* என்று மனதிற்குள் எண்ணம் ஓடியது.

யாரோ வரும் பாதச்சுவட்டின் சப்தம் கேட்க, அறைக்கதவு தட்டப்பட்டு, திறந்தது. காற்றினால் கொஞ்சம் தலைமுடி கலைந்திருக்க, லேசாய் கணேஷின் முன் தலைசாய்த்த பகீரதன், உள்ளே நுழைந்து, அங்கேயிருந்த மூன்று ஆண்களுடன் அமர்ந்தான்.

''என்ன செய்தி, பகீரதரே?'' பத்திரங்களை ஒருபுறம் தள்ளினான் கணேஷ்.

''நல்ல செய்தின்னு சொல்லமுடியாத நிலைல இருக்கேன்.''

''உண்மையாகவா?'' என்றார் சந்திரகேது. ''அயோத்யா இராணுவம் மிகுந்த பிரிவினைக்கு உள்ளாகியிருக்கும் என்றல்லவா நினைத்தேன்? இந்நகரை இவ்வளவு சுலபமாய் முற்றுகையிட வேறு காரணம் எனக்கு புலப்படவில்லை. சண்டையில்லை; சச்சரவில்லை; எதிர்பாரா தாக்குதல் களில்லை. இராணுவம் போர் செய்ய விரும்பவில்லை என்பதைத்தானே இது சுட்டிக்காட்டமுடியும்?''

பகீரதன் மறுப்பாய்த் தலையசைத்தான். ''அயோத்யாவைப் பத்தி உங்களுக்குத் தெரியாது, மன்னர் சந்திரகேது. நமக்குச் சாதகமாய் அமைஞ்சது இராணுவத்தோட கோழைத்தனமில்ல; பிரபுக்கள் முடிவெடுக்க முடியாத நிலைதான். நம்மை எப்படித் தாக்கினா அதிகபட்ச இழப்பை ஏற்படுத்தலாம்னு விவாதிக்கிறதிலேயே பொழுது கழிஞ்சு போச்சு. அதுவுமில்லாம, அயோத்யர்களோட இராணுவ ஆயத்தங்களையெல்லாம் கண்காணிக்க மெலூஹ படைத்தலைவரான ப்ரஸன்ஜித்தை மகரிஷி ப்ருகு அழைச்சிக்கிட்டு வந்திருக்கார். அதனால, நகருக்குள்ள இன்னும் அதிகப் பிரிவினை உருவானதுதான் மிச்சம். ஒரு போர்த்தந்திரம்னு அவங்க முடிவுக்கு வந்த போது, நதியே நம்ம கட்டுப்பாட்டுக்கு வந்தாச்சு. அதுக்கப்புறம் அவங்க செய்யக்கூடியது எதுவுமிருக்கலை.''

''அதனால?'' கணேஷ் கேட்டான். ''வந்த கஷ்டத்துனால ஒரு சிலருக்காவது கண்ணு திறந்துதா, இல்லையா?''

''இல்ல,'' என்றான் பகீரதன். ''நகருக்குள்ள எக்கச்சக்கக் குழப்பம். எத்தனையோ அயோத்யர்கள் சிவபெருமானின் அசைக்க முடியாத பக்தர்கள்; நீலகண்டர் நிச்சயம் தங்களைத் தாக்கமாட்டார்னு நம்பறாங்க. இந்த முற்றுகையில அவருக்குப் பங்கிருக்கும்னு நம்ப மறுக்கறாங்க. இந்தக் குருட்டு நம்பிக்கையே இப்ப நமக்கெதிரா வேலை செய்யுது.''

''வேறு யார்தான் அவர்களின் மீது போர் தொடுத்திருப்பதாக எண்ணுகிறார்கள்?'' சந்திரேகேது கேட்டார்.

''படையில இருக்கற ப்ரங்கர்களின் எண்ணிக்கையை வெச்சு, நீங்கதான்னு நினைக்கறாங்க,'' என்றான் பகீரதன்.

சந்திரகேது கைகளை விரித்தார். ''நான் ஏன் அயோத்யாவைத் தாக்கப் போகிறேன்?''

''ஸ்வத்வீபம் மொத்தத்தையும் ப்ரங்காவே ஆள ஆசைப்படுதாம். இதுதான் பரவலான கருத்து,'' என்றான் பகீரதன். ''சிவபெருமான் இங்கே இல்லாத நிலையில, அதை மறுக்கமுடியாத நிலையில இருக்கோம். அவரோட அறிக்கையை நம்பறவங்க இருந்தாலும், அவங்க எண்ணிக்கை குறைவுதான். மத்தவங்க, ஒரு சின்ன விஷயத்தை வெச்சு அவங்க வாதத்தைக் கத்தி முறியடிச் சிடறாங்க: *நாமதான் சோமரஸத்தை பயன்படுத்தறதே இல்லையே? அப்புறம் ஏன் நீலகண்டர் நம்மைத் தாக்கணும்? அவர் மெலூஹா மேலதான் போர் தொடுக்கணும்*ங்கிறாங்க. மேல்மட்டத்தைச் சேர்ந்தவங்க சில பேர் சோமரஸத்தை பயன்படுத்தறது உண்மைதான்னாலும், அதைப் பத்தி சாதாரண ஜனங்களுக்குத் தெரியாது.''

''மேல்மட்டத்தைச் சேர்ந்தவங்க அபிப்ராயம்தானே இப்ப ரொம்ப முக்கியம்?'' கார்த்திக் கேட்டான். ''மக்களா இராணுவத்தைக் கட்டுப்படுத்தறாங்க? பிரபுக்கள் எண்ணம் என்ன?''

''மேல்மட்டத்துலதான் கருத்து வேறுபாடு ரொம்ப அதிகமா இருக்கு. மெலூஹாவுக்கு உதவறதைத் தவிர்க்கத் தகுந்த காரணம் கொடுக்கும்கிறதுக்காகவே நாம ஜெயிக்கணும்னு ஆசைப்படறவங்க ஒரு பக்கம். சரணடைஞ் சிட்டா அது மிகப்பெரிய மூக்கறுப்பா அமையும்னு நினைக்கிறவங்க இன்னொரு பக்கம். நினைச்சதை சாதிக்கிற பலமும் செல்வாக்கும் அயோத்யாகிட்ட இருக்குங்கிறதை ஸ்வத்வீபத் துக்கு நிரூபிக்கிற ஒரே காரணத்துக்காக, பயங்கர வீரதீரத்தோட நம்மைப் போர்ல சந்திச்சு, வீழ்த்தி, மெலூஹாவிற்கு பயணிக்கணும்னு இவங்க நினைக்கறாங்க.''

''மெலூஹாவோட உதவிக்குப் போகக்கூடாதுன்னு நினைக்கிறவங்களை நம்ம பக்கம் இழுக்கறது எப்படி?'' கணேஷ் கேட்டான்.

''கஷ்டம்தான்,'' பகீரதன் ஒப்புக்கொண்டான். ''போன வாரம். எங்கப்பா அற்புதமான யுக்தி ஒண்ணைச் செயல்படுத்தினார். அத்தனை பேருக்கும் வாழ்நாள் முழுக்க சோமரஸம் கிடைக்கும்னு உத்தரவாதம் கொடுத்துட்டார்.''

''என்னது?''

''ஆமா. அயோத்யாவுக்கு எக்கச்சக்கமான அளவுல பிரபு ப்ருகு சோமரஸத்தை அளிக்க சம்மதிச்சிருக்கிறதா அவங்ககிட்ட சொல்லியிருக்கார்.''

''அப்படியொரு உத்தரவாதத்தை மகரிஷி ப்ருகு எப்படி கொடுக்கமுடியும்?'' கார்த்திக் கேட்டான். ''எங்கேயிருந்து வரும் சோமரஸம்? அவ்வளவு பெரிய அளவுல தயாரிக்கிற சக்தி அந்த ஆலைக்கு இருக்கா என்ன?''

''இருந்துதான் ஆகணும்,'' என்றான் பகீரதன். ''அது எப்படியோ, சோமரஸம் பிரபுக்களுக்கு மட்டுமே அளிக்கப்படற சலுகை. அவங்க எண்ணிக்கை குறைவாகத்தான் இருக்கும்.''

''அடச்சே!'' என்றான் கணேஷ்.

''அதே,'' என்றான் பகீரதன். ''இதனால, அவங்களுக்கு இன்னும் நூறு வருஷம் ஆயுள் அதிகரிக்கும். எத்தனை பொன் கொடுத்தாலும் அதுக்கு ஈடாகுமா?''

''இப்பொழுது என்ன செய்வது?'' சந்திரகேது கேட்டார்.

''போருக்கு ஆயத்தமாக வேண்டியதுதான்,'' என்றான் கணேஷ். ''இனி, முற்றுகையை உடைக்க அவங்களால ஆன எல்லா முயற்சியையும் எடுப்பாங்க.''

அத்தியாயம் 22

மகதத்தின் போர் ஆயத்தம்

நர்மதையின் கரையோரமாய் மிதந்த வாசுதேவ மற்றும் நாகா கப்பல்களில், பிரம்மாண்டமான அந்தப் படை ஏறுவதைப் பார்த்தபடி நின்றார் சிவன். உடன் சதி, கோபால் மற்றும் காளி. சில கட்டைகளைக் கயிற்றால் இணைத்துத் தெப்பமாக்கி, படைகள் கரையினின்று நங்கூரமிட்டிருந்த கப்பல்களைச் சென்று சேர வாசுதேவர்கள் வசதி செய்திருந்தனர். கரையின் ஓரம் இருந்த ஆலமரத்தின் மீது, கண்காணிப்பு மேடை அமைந்திருந்தது. சுற்றுப்புறம் தெள்ளத்தெளிவாகத் தெரியும்படியும் படை கப்பலேறும் காட்சியைக் காண வசதியாகவும், மரத்தின் இலைகளெல்லாம் கழிக்கப் பட்டிருந்தன. கண்ணுக்கெட்டிய தூரம்வரையில் நீண்ட வரிசையாய்க் கப்பல்கள் நின்றன. கப்பலேறிக்கொண்டிருந்த ப்ரங்க, வாசுதேவ மற்றும் நாகா வீரர்களைக் கணக்கெடுத்தால், ஒரு இலட்சமாவது தேறும். ஒவ்வொரு கப்பலிலும் ஏறக்குறைய இரண்டாயிரம் வீரர்கள் இருக்கவேண்டிய கட்டாயத்தில் நெருக்கடியாகத்தான் இருக்கும் - ஆனால், நல்ல வேளையாக, லோத்தல் பயணம் சிறியதுதான்; விரைவில் கடந்துவிடும்.

"அநேகமாய் நாளைக்குக் கிளம்பத் தயாராகிடுவோம், சிவா,'' என்றாள் காளி.

"சுபர்ணாவும் கப்பலேறியாச்சா?'' சிவன் கேட்டார்.

கருட நாகர்கள் என்னும் படையின் மிக்க வீரம் செறிந்த தலைவிதான் சுபர்ணா.

"இன்னும் இல்லை,'' என்றாள் காளி.

"அவங்களை நான் சந்திக்கலாமா? அவங்க தலைமையில இருக்கும் நாகர் படை சம்பந்தமா சில கருத்துக்களைப் பரிமாறிக்கணும்.''

காளியின் புருவங்கள் உயர்ந்தன. போரில் நாகர் படைக்குத் தலைமை தாங்கப்போவது தானே என்று அவள் எதிர்பார்த்திருந்தாள்.

"நீயும் என்னோட இருந்தா நல்லா இருக்கும்,'' அவளைச் சமாதானம் செய்யும் பாவனையில் சொன்னார்

சிவன். ''நான் உன்னை நம்பறேன். சோமரஸம் தயாரிக்கும் ஆலையைக் கண்டுபிடிக்கிற முயற்சியில நான் சில குழுக்களுக்குத் தலைமையேத்துக்கிட்டு, மெலூஹாவுக்குள்ள நுழையப்போறேன். மெலூஹாவுக்கு வெளியே அவங்க கவனத்தை நம்ம படைகள் கவர்ந்திருக்கிறபோது, உள்ளே அமைதியா, மூணாம் பேர் அறியாம நம்ம வேலையைச் செய்யணும்.''

''ரொம்ப தன்மையாப் பேசறீங்க, சிவா.''

சிவன் புருவம் சுருக்கினார்.

''ஒருத்தருடைய முக்கியத்துவம் குறைஞ்சுபோச்சுங்கிற உணர்வே வராம, அவங்ககிட்டயே காரியம் சாதிச்சுக்கறது உங்களுக்குக் கைவந்த கலை,'' என்றாள் காளி.

மீண்டும் அமைதியடைந்த சிவனின் முகத்தில் புன்னகை தோன்றியது.

''ஆனா, சோமரஸ ஆலையைக் கண்டுபிடிக்கிறது எவ்வளவு முக்கியம்னு எனக்குப் புரியுது,'' என்றாள் காளி. ''ஆக, உங்ககூட வர்றதை என் பாக்கியமா நினைக்கறேன்.''

''பிரமாதம்,'' என்ற சிவன், கோபாலிடம் திரும்பினார். ''பண்டிட்ஜி, வாசுதேவர்கள்கிட்டேயிருந்து வேற செய்தி ஏதாவது உண்டா?''

''அயோத்யா முற்றுகை இதுகாறும் மிகச் சுலபமாகவே இருந்திருக்கிறது,'' என்றார் கோபால். ''அயோத்யர்கள் நம்மை எதிர்க்கவில்லை. கணேஷ் நகரைக் கிடுக்கிப்பிடியில் வைத்திருக்கிறான்.''

''மன்னர் திலீபரோட நிலையில ஏதாவது மாற்றம் உண்டா?''

''இதுவரை இல்லை. தேவையில்லாத சச்சரவைத் தூண்டினால், அதுவே மக்கள் உடனடியாகத் தங்கள் மன்னரின் பக்கம் சாய ஏதுவாகிவிடும் என்பதால், கணேஷ் மிகச் சாதுர்யமாய் அப்படியெதுவும் ஏற்படா வண்ணம் பார்த்துக் கொண்டிருக்கிறான். நாம்தான் பொறுமை காக்க வேண்டும்.''

''அயோத்யா இராணுவம் மெலூஹாவின் பாதுகாப்புக்கு வந்து சேராம இருந்தாலே எனக்கு சந்தோஷம். மகதம் நிலவரம் என்ன?''

''கப்பல்கள் தயார் நிலையில் உள்ளன,'' என்றார் கோபால். ''ஆனா, சூரபத்மனின் படைகள் இன்னும் போருக்கு ஆயத்தமாகவில்லை.''

புருவம் உயர்த்திய சிவனின் முகத்தில் ஆச்சர்யம் அப்பட்டமாய் விரிந்தது. ''இந்த மாதிரி ஒரு சந்தர்ப்பத்தை சூரபத்மன் இழக்கமாட்டான்னு இல்ல நினைச்சேன்?

அதுவுமில்லாம, அப்பா மன்னர் மஹேந்திரர் நிச்சயம் அவனைப் பழிவாங்க வற்புறுத்துவார்னும் எதிர்பார்த்தேன்.''

''பார்க்கலாம்,'' என்றாள் சதி. ''நமக்கும் அயோத்யாவுக்கும் இடையே முதல்ல போர் மூளணும்னு எதிர்பார்க்கறானோ, என்னவோ? அது நடந்தா, பலவீனமடைஞ்ச பகைவர்களை அவன் தாக்கறமாதிரி நிலைமை மாறிடும்.''

சிவன் தலையசைத்தார். ''இருக்கலாம்.''

''பாருங்க பகீரதரே,'' என்றான் கணேஷ்.

அப்போதுதான் இளவரசன் கணேஷின் அறைக்குள் நுழைந்திருந்தான். அடிபட்ட பறவையொன்றிடமிருந்து, மெலூஹாவிலிருந்து வந்த செய்தியை மீட்ட வீரன், அதைக் கொண்டுவந்து சேர்த்திருந்தான். சங்கேத மொழியிலிருந்தது. ஆனால், மெலூஹா-அயோத்யா செய்திப் பரிமாற்றத்தின் சங்கேத பாஷையை உள்ளும் புறமும் அறிந்திருந்த பகீரதன், முன்னமேயே கணேஷின் வீரர்களுக்கு இம்மாதிரியான செய்திகளைப் படிக்கும் முறையைக் கற்றுக்கொடுத்திருந்தான்.

''பிரதமர் ஸ்யமந்தகரே,'' செய்தியை பகீரதன் உரக்கப் படித்தான். ''பிரபு ப்ருகு அயோத்யா திரும்பிவிட்டாரா? ப்ரயாகை விட்டு அவர் கிளம்பிப் பல மாதங்கள் கழிந்தும், இன்னமும் மெலூஹா வந்து சேரவில்லை. சிவபெருமான் மற்றும் சேநாதிபதி பர்வதேஸ்வரரின் இருப்பிடம் குறித்துத் ஏதேனும் அறிவீரானால், தயவுகூர்ந்து தெரிவிக்கும்படிக் கேட்டுக்கொள்கிறோம்.''

பகீரதனின் பதிலை எதிர்பார்த்து, கணேஷ் எதுவும் சொல்லாது காத்திருந்தான்.

''பிரதமர் கனகாலாவின் கையொப்பம்,'' என்றான் பகீரதன். ''விசித்திரம்.''

''விசித்திரமேதான்,'' என்றான் கணேஷ். ''பிரபு ப்ருகு எங்கே? மெலூஹ பிரதம மந்திரியார் சேநாதிபதி பர்வதேஸ்வரர் பத்தி விசாரிப்பானேன்? இன்னும் அவர் வந்தே சேரலையா? அவங்க பக்கம் அவர் சேர்ந்துட்டாருன்னு இன்னும் அவங்களுக்குத் தெரியாதா?''

''அவங்க எங்கேயிருக்காங்கன்னு நினைக்கறீங்க?'' பகீரதன் கேட்டான்.

''நிச்சயம் மெலூஹாவுல இல்ல,'' என்றான் கணேஷ். ''இதனால எங்கப்பா நிலைமை கொஞ்சம் சுளுவாகும்.''

''சிவபெருமான் மெலூஹா போய்ச் சேர்ந்திருப்பாரா?''

''இன்னும் சில வாரப் பிரயாணம் இருக்குன்னு நம்பறேன்.''

''அயோத்யா படைகளால இன்னும் இங்கேயிருந்து கிளம்பமுடியலை,'' என்றான் பகீரதன். ''செய்திகள் ரொம்ப அனுகூலமா வந்துகிட்டிருக்கே?''

கார்த்திக் அப்போது பறந்தடித்து ஓடி வந்தான். ''*தாதா!*''

''என்ன விஷயம், கார்த்திக்?''

''மகதம் போருக்குத் தயாராகிட்டிருக்கு.''

''யார் சொன்னாங்க?'' பகீரதன் கேட்டான். ''வாசுதேவப் பண்டிதரா?''

''ஆமா,'' என்ற கார்த்திக், கணேஷை நோக்கித் திரும்பினான். ''ஆயுதத் தளவாடங்களைக் கப்பல்கள்ள இப்ப ஏத்திக்கிட்டிருக்காங்களாம். படைவீரர்கள் ஆயத்தமா யிருக்கும்படி உத்தரவுகள் வந்திருக்காம்.''

கணேஷ் முகமலர்ந்தான். ''எத்தனை வீரர்கள்?''

''எழுபத்தைந்தாயிரம்.''

''எழுபத்தஞ்சாயிரமா?'' பகீரதன் ஆச்சர்யமடைந்தான். ''இருக்கற அத்தனை வீரர்களையும் கூட்டிக்கிட்டு வர்றானா என்ன? அப்ப மகதத்தைக் காக்கப் போறது யார்?''

''எப்ப கப்பல் பிரயாணம் கிளம்பறாங்களாம்?'' கணேஷ் கேட்டான்.

''இன்னும் இரண்டு வாரம் ஆகலாம்,'' என்றான் கார்த்திக். ''அப்படித்தான் வாசுதேவ பண்டிதர் ஊகிச்சார்.''

''நீயும் அடுத்த சில நாட்கள்ள கிளம்பணும்,'' என்றான் கணேஷ். ''ஒரு இலட்சம் வீரர்களோட போ.''

''அவ்வளவு பேர் ஏன், *தாதா*?'' கார்த்திக் கேட்டான். ''இங்கே, உங்களுக்கு ஆட்கள் வேண்டாமா?''

''கப்பல் செலுத்தவும், நெருப்பு அம்புகள் எய்யவும் எனக்கு சில வீரர்கள் இருந்தாப் போதும்,'' என்றான் கணேஷ். ''பலா-அதிபலா குண்டத்துல ஒரு வேளை உன்னால சூரபத்மனின் தாக்குதலைச் சமாளிக்க முடியலைன்னா, அவன் நம்ம மேல தன் பெரிய கப்பல்களை ஏவிவிட்டு மூழ்கடிச்சிருவான். நம்ம வீரர்கள் என்கிட்ட இருக்கறதைவிட, உன்கிட்ட இருக்கறதுதான் உத்தமம்.''

''உடனே கிளம்பறேன்,'' என்றான் கார்த்திக்.

மதியத்திற்குச் சற்று முன், போர்த்தினவெடுத்த ஒரு இலட்சம் வீரர்கள், பலா-அதிபலா குண்டத்தை அடுத்திருந்த வனத்தை எட்டினர். கார்த்திக்கின் பிரதம ஆலோசகராக,

அயோத்ய இளவரசனும் படையுடன் வந்திருந்தான். கார்த்திக்கின் படையில் இடம்பெற்ற ப்ரங்க வீரர்களுக்குத் தலைமை குறித்த குழப்பம் ஏற்படாதிருக்கும் பொருட்டு, மன்னர் சந்திரகேது, கணேஷுடனேயே தங்கிவிட்டார்.

வந்து சேர்ந்த மறுகணம், மகதக் கப்பற்படையைச் சிதறடிக்கும் அரக்கப்படகுகளாகச் செயல்பட, சிறிய, நீர் புகாத ஓடங்களைத் தயார் செய்யும்படி கார்த்திக் உத்தரவிட்டான். உடனடியாக ஓடங்களை உருவாக்குவதில் முனைந்த ஆயிரம் வீரர்கள், வேலை முடிந்தவுடன், குண்டத்தின் எதிர்புறம், கிழக்குக் கரையில் அவற்றை மறைத்து வைத்தனர். குண்டத்தைச் சுற்றிப் போர் தீவிரமாக நடந்துகொண்டிருக்கும்போதே, பகைக் கப்பல்களை மறுபுறமிருந்து அவை சின்னாபின்னமாக்கிவிடும்.

இருபுறமும் தகவல்களை மாறி மாறிப் பகிர்ந்து கொள்ள வசதியாக, மரங்களின் மீது மறைவான காட்சி மேடைகள் அமைக்கப்பட்டிருந்தன. இந்த வீரர்களுக்கென ஒரு எளிமையான தகவல் பரிமாற்றப் பொறியைத் தயாரித்திருந்தனர்: பற்ற வைத்தால் கொஞ்சமாய் - ஆனால் முக்கியமாய் - புகையற்ற தீயை வெளியேற்றும் அந்த்ராஸைட் என்னும் வஸ்துவைக் கொண்ட பானைகளின் மீது சிறிய, உலோகக்குழாய்களைப் பொருத்தியிருந்தனர். வெளிச்சத்தைக் கட்டுப்படுத்த, சுலபமாய் மூடித் திறக்கும் வகையில் இந்தக் குழாய் மூடிகள் அமைந்திருந்தன. சிறிய வாய் கொண்டவையாதலால், சட்டென்று மூடித் திறந்தால், மின்மினிப்பூச்சிகள் பறப்பது போன்ற தோற்றத்தையளிக்கும். கார்த்திக்கின் வீரர்களுக்கோ, அவை சங்கேதச் செய்திகளை நதியின் இருபுறமும் பரிமாறும்.

பலா-அதிபலா குண்டத்தைச் சுற்றிய பகுதி சலனமற்று இருக்க வேண்டும் என்பதே கார்த்திக்கின் எண்ணம். படை, வனப்பகுதிக்குள் மட்டுமே இருக்க வேண்டும் என்று ஆணை பிறந்தது.

''எனக்குப் புரியலியே, கார்த்திக். நம்ம ஆட்கள் தூண்டிலா செயல்படணும்னா, அவங்க கரையில இருந்துதானே ஆகணும்? அதுதான் கணேஷோட திட்டம்.''

''சூரபத்மனை குறைவா எடைபோடறதுல எனக்குத் தயக்கம்தான், இளவரசே. அவனும் நம்மைக் குறைவா நினைக்கமாட்டான். நதியிலேர்ந்து தெரியற மாதிரி நம்ம வீரர்கள்ள சிலர் சர்வசாதாரணமா கரையில தண்டு இறங்கி யிருக்கறதைப் பார்த்தா, என்னவோ விஷயம் இருக்குன்னு புரிஞ்சிக்குவான். நம்ம படையை விட்டு நாம விலகறதா

இருந்தா, அவங்க பார்க்கிற மாதிரியா தண்டு இறங்குவோம்? அவ்வளவு பித்துக்குளிகளாவா இருப்போம்?''

''நீங்க சொல்றதும் சரிதான். உங்க திட்டம் என்ன?''

''நாம இருக்கறது மேற்குக் கரையில. நமக்கு இன்னும் தெற்குல, ஸரயூவோட மேற்குக் கரைலியேதான் மகதமும் இருக்கு. நதிக்கரையோரமா, வனம் அடர்வா இல்லாத பகுதிகள் வழியே நடந்தா, மகதம் ரெண்டு அல்லது மூணு வாரப் பிரயாணத்துலதான் இருக்கும்.''

பகீரதன் முகமலர்ந்தான். ''நம்முடைய உண்மையான யுக்தியை அவன் உணரணும்னு விரும்பறீங்க. அவனை இழுக்க அயோத்யா முற்றுகை வெறும் தூண்டில்தான்னு அவன் தெரிஞ்சிக்கணும். அயோத்யாவையே ஜெயிக்கறதை விட, மகதத்தை ஜெயிச்சா, அயோத்யாவுக்குப் போற கப்பல்களை சுலபமா நம்ம கட்டுப்பாட்டுல வெச்சிருக்கலாம் ங்கிறதை அவன் உணரணும்.''

''அதே. இதையெல்லாம் புரிஞ்சிக்கிற அளவு அவன் புத்திசாலியா இருந்தா - அதுல எனக்குக் கொஞ்சமும் சந்தேகமில்ல - நிச்சயம் கரையோரமா இருக்கற வனப்பகுதியை நோட்டம் விட ஒற்றர்களை ஏவுவான். நம்ம பிரம்மாண்டமான படையைப் பத்தின தகவல்கள் கிடைச்சவுடனே, தான் அயோத்யாவுக்குக் கப்பல் பிரயாணம் செஞ்சுக்கிட்டு நேரம் கடத்தறப்போ, நாம மகதத்தைக் கவுக்க திட்டம் போட்ருக்கிறதா அனுமானிப்பான்.''

''நம்ம நாட்டை அநாதையா விட்டுட்டு வேற நாட்டைக் கவுக்கப் படை நடத்திக்கிட்டுப் போனா, நம்ம நாட்டை ஜெயிக்க ஒருத்தன் வந்து சேருவான்.''

''புடிச்சிட்டீங்க,'' என்றான் கார்த்திக். ''அதுவுமில்லாம, புத்திசாலியான பகைவர்கள் இப்படித்தான் நடந்துக்கு வாங்கங்கிறதால, சூரபத்மனுக்கும் நம்ம திட்டம் நம்பக்கூடியதாவே இருக்கும். நம்மை அவன் குறைச்சு எடைபோடுவான்னு தோணலை.''

''அப்படியே திரும்பி மறுபடி மகதம் போயிட்டான்னா?''

''அவகாசம் குறைவா இருக்கறப்ப, பிரம்மாண்டமான ஒரு கப்பல் படையை நதியில் திருப்பிக்கிட்டுப் போறது அவ்வளவு சுலபமில்ல. அப்படியே சூரபத்மன் திரும்பி, நதியில அதிவேகமா பயணம் செஞ்சு, நமக்கு முன்னால மகதம் போய்ச் சேர்ந்துட்டாலும், நம்ம படைகள் முன்னேர்றதை நிறுத்தி, அவன் நகருக்கு வராமலேயே கூடப் போகலாம்னு அவனுக்குத் தெரிஞ்சிருக்கும். மகதம் ஆபத்துல இருக்குன்னு பொய்யான தகவலைப் பயன்படுத்தி, அயோத்யா யுத்தத்துலேர்ந்து சூரபத்மன்

பயந்தாங்கொள்ளியா ஓடி வந்துட்டான்னு அவன் மக்களே நினைப்பாங்க. பட்டத்து இளவரசன், கோழைன்னு பெயர் வாங்கலாமா? அதனால, இங்கேயே நம்மைச் சந்திக்கிறதைத் தவிர அவனுக்கு வேற வழியில்ல. என்ன சொல்றீங்க?''

''திட்டம் நல்லாத்தான் இருக்கு,'' என்றான் பகீரதன். ''சூரபத்மன் மாதிரி நல்ல சேநாதிபதி, நதிக்கரையோரமா வேவு பார்த்து தகவல் சொல்ல நிச்சயம் ஆட்களை அனுப்புவான். அதனால, அவன் விஷயத்துல திட்டம் பலிக்கவும் பலிக்கும். அந்த ஒற்றர்களை நாம தாக்கணும்; அதே சமயம், அவங்கள்ள சிலரை உயிரோட தப்பிச்சுப் போய், நம்ம படையைப் பத்தி செய்தி சொல்லவும் நாம அனுமதிக்கணும். அதுவுமில்லாம, வனத்துல நம்ம பாசறை, கிட்டத்திட்ட இரண்டு கிலோமீட்டர் தூரம் வரைக்கும் பரவியிருக்கு. அவங்க கப்பல்கள் நம்மளைத் தாண்டும்போது, நம்ம பாசறையோட எல்லையில இருக்குற மரத்துப் பறவைகளைத் துரத்தியடிக்கும்படி வீரர்களுக்குச் சொல்லணும். பாசறையோட ஓரங்கள்ள, நெருப்பு மூட்டின அடையாளங்கள் சிலதை *மறந்தாப்புல* அப்படியே விடலாம். ரெண்டு சைகைப் புலங்களுக்கு இடையே இருக்கற ஏராளமான தூரத்தைக் கணக்கிடும்போது, தெற்கே, நதிக்கரையோரமா, பெரிய படை ஒண்ணு நகருதுன்னு சூரபத்மன் நம்ப வாய்ப்பிருக்கு. தாக்கறதைத் தவிர அவனுக்கு வேற வழியில்லை.''

''ஆமா.''

''அப்ப, மேற்குக் கரையிலும் சில அரக்கப்படகுகளை நிறுத்தி வைப்போம்.''

''ஆனா, போர் இங்கே மேற்கு கரையிலதானே நடக்கப்போகுது?'' கார்த்திக்கின் புருவங்கள் நெறிந்தன. ''அவனுடைய ஆட்கள் இங்கேதான் சண்டையில இறங்குவாங்க. தீப்பிடிச்ச நம்ம ஓடங்கள் பளிச்சுன்னு கண்ணுக்குத் தெரியும். எதிர்பாராம தாக்கற வாய்ப்பிருந்தா மட்டும்தானே நெருப்புப் பத்த வெச்ச அரக்கப்படகுகள், அவங்க கப்பல்களைத் தாக்க முடியும்? கண்ணுக்குத் தெரிஞ்சா, உடனடியா மூழ்கடிச்சிருவாங்க. அதனாலதான், அரக்கப்படகுகளை நான் கிழக்குக் கரையில நிறுத்தி வெச்சிருக்கேன்.''

''சண்டை நம்ம பக்கம்தான் நடக்கும்,'' என்றான் பகீரதன். ''ஆனா, மேற்குக் கரையிலே, பலா-அதிபலா குண்டத்தோட மணற்பரப்பைத் தவிர வேற எங்கேயும் அவனால் தன் ஆட்களை இறக்க முடியாது. இன்னும் வடக்கே, நதியோரமா இருக்குற வனப்பகுதியில ஆட்களை

இறக்கறது ஏறக்குறைய முடியாத காரியம். அதனால, நம்ம ஓடங்களை வடக்குல மறைச்சு வெச்சா, எதிரிகள் பார்வையில படாது. நம்ம இடத்தை வேவு பார்க்க அவன் கப்பல்கள் நங்கூரமிட்டவுடனே, பரிவாரத்தோட வடக்குப் பகுதியிலேர்ந்து நாம அவனைத் தாக்குவோம்.''

''நல்ல யோசனை. உத்தரவு பிறப்பிக்கறேன்.''

— ⅄Ѻ𐌵⇑⊗ —

ஸரயூவின் மீது மிகப் பிரம்மாண்டமான ஒரு கப்பற்படை முன்னேறி வரும் சப்தங்கள் கேட்டவுடன், கார்த்திக்கின் படை போருக்கு வெகு வேகமாய் ஆயத்தமாகியது. கப்பல்களில் முரசடித்து நேரம் காப்போரின் அடங்கிய அதிர்வும், நீரினூடே துடுப்பு வலிப்போரின் மெல்லிய சப்தமும் கேட்டபோது, அடுத்த ஒன்றிரண்டு மணி நேரத்திற்குள் மகத மரக்கலங்கள் பலா-அதிபலா குண்டத்திற்கு வந்து சேரக்கூடும் என்று ஊகிக்கக்கூடியதாயிருந்தது.

உடனடியாக, அவரவர் இடத்திற்குச் சென்று போருக்கு ஆயத்தமாயிருக்கும்படி வீரர்களுக்கு ஆணைகள் பிறந்தன. ஆயுதங்கள் சீர்செய்யப்பட்டு, தற்காப்புத் திட்டங்கள் சரிபார்க்கப்பட்டன.

வனத்தின் எல்லைக்கு நடந்து சென்ற கார்த்திக், முன்னே விரிந்த பலா-அதிபலா குண்டத்தின் மணற்பரப்பையும், அதையும் தாண்டிப் பாய்ந்த நதியையும் நோக்கினான். வானில் மிதந்த பிறைச்சந்திரனின் மெல்லிய வெளிச்சம், இருளென்னும் திரையை விலக்கமுடியாமல் திண்டாடியதும், அவன் தீட்டியிருந்த போர்த்தந்திரத்திற்கு பலம் சேர்ப்பதாகவே அமைந்தது. இந்தப் பருவத்திற்கேயுரிய மெல்லிய பனிப்படலம், நதியின் மேற்புறம் போர்வையாகப் படரத் துவங்கியது. அற்புதம்! தேர்ந்த போர் வீரனாய், தகவல் பரிமாற்றப் பானைகள் பனியினூடே தெரிகின்றனவா என்று சரிபார்த்துக்கொண்டான். அவன் கண்ட காட்சி மனதுக்கு நிறைவாகவே இருந்தது.

பகீரதனை நோக்கிய கார்த்திக், திரும்பி, தூரத்தில், திவோதாஸ் மற்றும் ப்ரங்கப் படையின் பிற தளபதிகளைப் பார்த்தான்.

''நண்பர்களே,'' என்றான். ''என் தந்தையைப் போலன்றி, எனக்கு வார்த்தைகளில் விளையாடிப் பழக்கமில்லை. ஆகையால், சொல்ல வேண்டியதைச் சுருக்கமாகவே முடித்துவிடுகிறேன். வெற்றிக்காகவும், புகழின் பொருட்டும் மட்டுமே மகதர்கள் போர்

புரியப்போகிறார்கள். அவை பலவீனமான இலக்குகள். நீங்களோ, பழிவாங்கவும், நீதி கிடைக்கவும் போராடுகிறீர்கள். உங்கள் குடும்பங்களுக்காகவும், உங்கள் தேசத்தின் ஆன்மாவைக் காக்கவும் போராட்டத்தில் இறங்குகிறீர்கள். உங்கள் குழந்தைகளைக் கொன்ற, சகோதர-சகோதரிகளை முடமாக்கிய சோமரஸத்தை அழிக்கச் சண்டையிடுகிறீர்கள். இந்த மாபெரும் தீய சக்தியை பூண்டோடு அழிக்கப் போர் புரிகிறீர்கள். அது ஒழியும் வரையில், அவர்கள் முடியும் வரையில் நீங்கள் சண்டையிடத்தான் வேண்டும். எனக்குக் கைதிகள் தேவையில்லை. உயிரற்ற பிணங்கள்தான் வேண்டும். தீமையின் பக்கம் சேருவோர், உயிர் வாழ்வதற்கான தகுதியை இழக்கிறார்கள். நினைவில் கொள்ளுங்கள்! உங்கள் குழந்தைகளின் வலியையும் வேதனையும் நினைவில் கொள்ளுங்கள்!''

ஒரே குரலாய், ப்ரங்கத் தளபதிகள் ஓங்கார கர்ஜனை புரிந்தனர். ''மகதர்கள் ஒழிக!''

''நாம் கால் பதித்து நிற்கும் இந்த நிலம்,'' கார்த்திக் தொடர்ந்தான். ''இராமபிரானின் காலடிச்சுவட்டினால் புனிதமடைந்த இடம். இன்று, இங்கே இரத்தம் சிந்தி, அவருக்கு நாம் அஞ்சலி செலுத்துவோம். ஜெய் ஸ்ரீ ராம்!''

''ஜெய் ஸ்ரீ ராம்!''

''அவரவர் இடங்களுக்குச் செல்லுங்கள்!'' கார்த்திக் ஆணையிட்டான்.

ப்ரங்கத் தளபதிகள் விரைந்தனர். குரல் கேட்கும் தூரத்தைவிட்டு அவர்கள் அகன்ற மறுகணம், பகீரதன் கார்த்திக்கை நோக்கினான். ''அவங்க யாரும் உயிரோட அகப்படக்கூடாதுன்னு ஏன் சொல்றீங்க?''

''ஏகப்பட்ட மகதக் கைதிகள் பிடிபட்டா, இளவரசே, அவங்களுக்குக் காவலா நாம் இங்கே ஒரு பெரிய படையை விட்டுட்டு வரவேண்டியிருக்கும். முடிஞ்சவரைக்கும் வீரர்களை மெலூஹாவுக்குக் கொண்டு போகணும்கிறதுதான் நம்ம இலக்கு. மகதப் படை சின்னாபின்னமாகிடுச்சுன்னா, நம்ம வீரர்களை மகதத்துல அதிகம் விட வேண்டிய அவசியமில்ல. நகரைக் கண்காணிக்க ஒரு சில ஆயிரம் வீரர்கள் போதும். அதுமட்டுமில்லாம, மகதர்கள் எல்லாரையும் கொல்றதுனால, அயோத்யாவுக்கும் சரியான செய்தி அனுப்பப்படும். மெலூஹாவுடனான கூட்டணியைத் தொடர்றது பத்தி யோசிக்க ஆரம்பிப்பாங்க.''

கொடூரமாகவே இருந்தாலும், அர்த்தம் செறிந்ததாகத் தோன்றிய கார்த்திக்கின் வாதத்தை வேறு வழியின்றி பகீரதன் ஒப்புக்கொள்ள வேண்டியதாயிற்று.

அத்தியாயம் 23

பலா-அதிபலா குண்டப் போர்

மகதக் கப்பற்படையின் முன்னணிக் கலம், பலா-அதிபலா குண்டத்தைக் கடந்தது. அவர்கள் கண்ணில் படுவதற்கு வெகு நேரத்திற்கு முன்பு, ஒரே தொனியில் காற்றில் பரவிய முரசங்களின் அதிர்வையும், துடுப்பு வலிக்கும் சப்தத்தையும் கொண்டு அவர்களது வருகையை கார்த்திக்கின் படை உணர்ந்துகொண்டுவிட்டது.

இந்த காரணத்திற்காகவே தயாராய் நிறுத்தியிருந்த ஓரணி வீரர்களுக்குக் கார்த்திக் ஒரு சைகை செய்ய, அவர்களும், தெற்கே, ஏறக்குறைய ஒரு கிலோமீட்டர் தொலைவில் இருந்த பிற வீரர்களுக்குத் தகவல் பரப்பினர். ஓசையின்றி ஒரு வீரர் குழு கயிறு ஒன்றை இழுக்க, பறவைக்கூட்டத்தின் மீது இறுக்கமாய்க் கட்டியிருந்த வலை அறுந்தது. எதிர்பாரா இந்த விடுதலையினால் பறவைகள் சடாரென்று இறக்கைகளையடித்துக்கொண்டு, வானில் எழும்பின. மகதக் கப்பல்களில் சற்று பரபரப்பு தென்பட்டதைக் கார்த்திக் கவனித்தான். பறவைகள் சப்தம் செவியில் விழுந்திருக்க வேண்டும்.

கார்த்திக் கண்களைத் துருத்திக்கொண்டு பார்த்தான். பிரதானப் பாய்மரங்களின் மீது மகத வீரர்களின் பார்வை நிலைகுத்தியிருந்தது.

"அட சட்!" இதன் அர்த்தத்தை உணர்ந்த பகீரதன் முணுமுணுத்தான்.

தன்னைச் சந்திக்கும் தகுதி கொண்ட எதிராளியைக் கண்டுவிட்டதன் விளைவாய், கார்த்திக்கின் முகத்தில் புன்னகை ஒரு கீற்றாய் மின்னலிட்டு மறைந்தது. அவனுக்குப் பின்னால் நின்ற மனிதரிடம் திரும்பினான். "திவோதாஸ், மகதர்கள் தங்களுடைய கப்பல்கள்ள இருக்கற காக்காய்க்-கூடுகள்ள ஆட்களை நிறுத்தி வெச்சிருக்கிறதா, மரங்கள்ள இருக்கற நம்ம வீரர்களுக்கு செய்தி அனுப்புங்க. அவங்க கண்ல படாம இருக்கணும்னா, நாம கொஞ்சம் தாழ்வா இருக்கணும்."

கப்பலின் தளத்தில் நிற்கும் கலபதிக்குச் செய்தியளிக்க, பிரதான, மிக உயரமான பாய்மரத்தின் உச்சியில் நின்றவாறு கீழே, நிலத்தையும் நீரையும் கண்கொண்ட மட்டும் வீரர்கள் பார்வையிடும் பொருட்டு அமைக்கப்பட்டதே, காக்கை-கூடு. கடற் கப்பல்களில் இவ்வழக்கம் மிகுந்திருந்தாலும், நதிக் கப்பல்களில் பெரும்பாலும் இல்லை. இம்மாதிரியான காக்கை-கூடுகளைத் தன் கப்பல்களில் அமைக்க, சூரபத்மன் மிகுந்த எச்சரிக்கையுணர்வு உள்ளவனாக இருக்கவேண்டும். கார்த்திக்கின் ஆணைகளை நிறைவேற்ற திவோதாஸ் ஓசையின்றிக் கிளம்பிச் சென்றார்.

''துடுப்புக்களை பின்னால இழுக்கறாங்க,'' பகீரதன் சுட்டிக்காட்டினான்.

நதியின் போக்கிற்கு எதிராய் மகதக் கலங்கள் பயணித்துக் கொண்டிருந்தமையால், சீக்கிரத்திலேயே வேகம் குறைந்தன. அவை முழுவதுமாக நிற்க ஏதுவாய், பாய்மரங்கள் மாற்றியமைக்கப்பட்டன. கப்பற்படை ஒருவழியாக நிற்பதற்குள், கார்த்திக் பார்வையிட்டுக் கொண்டிருந்த இடத்தை ஏறக்குறைய பத்து கப்பல்கள் தாண்டிச் செல்லுமளவு வேகத்தில் இருந்தன, சூரபத்மனின் கலங்கள். கப்பல் தளத்தில் நின்ற வீரர்களின் கண்கள், மேற்குக் கரையோரம் அடர்ந்திருந்த வனப்பகுதியை துளைத்தெடுத்தன.

''இப்ப நாம காத்திருக்கணும்,'' என்றான் கார்த்திக்.

கார்த்திக்கை நோக்கிப் பகீரதன் குனிந்தான். ''நமக்குக் கொஞ்சம் பின்னால, நீர்க்கரைக்குப் பக்கத்துல நிக்கறான் ஒற்றன்.''

தேவைக்கதிகமாகவே கைகளை நீட்டி முறுக்கிய கார்த்திக், மகத ஒற்றன் காதில் விழும்படியே திவோதாஸிடம் பேசினான். ''அவங்க கப்பல்கள் முன்னால நகரத் துவங்கிடுச்சான்னு பாருங்க.''

திவோதாஸ் நதியை நோக்கி நகர, ஒற்றன் அமைதியாய்ப் பின்வாங்கினான். நொடியில் திவோதாஸ் திரும்பி வந்தார். ''அவங்க ஒற்றன் கப்பலை நோக்கி நீஞ்சிப் போய்க்கிட்டு இருக்கான், பிரபு கார்த்திக்.''

உடனடியாக எழுந்த கார்த்திக், வனத்தில் ஓரமாய் மெல்ல அடியெடுத்து நடந்தான். மகத ஒற்றன் ஓசையேற்படுத்தாமல் நீந்திச் செல்வதைக் காணமுடிந்தது.

''சீக்கிரம் தாக்குதல் வரும்னு எதிர்பார்க்கறேன்,'' என்றான் பகீரதன். ''நம்ம இடங்களுக்கு போறதுக்கு இதுதான் நேரம்.''

''இன்னும் கொஞ்ச நேரம் காத்திருப்போம்,'' என்றான் கார்த்திக். ''எந்தக் கப்பலுக்கு அவன் போறான்னு பார்க்கணும். சூரபத்மன் எங்கேயிருக்கான்னு அது காட்டிக் கொடுத்திடும்.''

''ஏறக்குறைய அரை மணி நேரம் ஆயிடுச்சே?'' என்றான் பகீரதன். ''இன்னும் என்னத்துக்குக் காத்திருக்கான்?''

கார்த்திக்கும் அவனது படையும் வனப்பகுதிக்குப் பின்னால் இன்னமும் ஒளிந்திருந்தனர். ப்ரங்கர்களுக்குப் போரில் இறங்க விருப்பமில்லாதது போன்ற எண்ணத்தை சூரபத்மனுக்கு அளிப்பதாகத் திட்டம். தான் ஜெயிப்பதற்கான வாய்ப்பு மிக அதிகம் என்று சூரபத்மனை நம்ப வைத்தால், அவன் நிச்சயம் எதிர்பாராத தாக்குதலில் இறங்கக்கூடும் என்று நம்பினார்கள்.

''அட, நாசமாய்ப் போக!'' என்றான் கார்த்திக் சட்டென்று.

''பிரபு கார்த்திக்?'' திவோதாஸ் கேட்டார்.

''வேவு பார்த்துக்கிட்டிருக்கிற நம்ம ஆட்களுக்கு செய்தியனுப்புங்க,'' என்றான் கார்த்திக். ''மறுகரையில இருக்கற ஆட்களுக்குத் தகவல் அனுப்பச் சொல்லுங்க. அங்கே என்ன நடக்குதுன்னு எனக்குத் தெரியணும்.''

''அடக் கடவுளே!'' பகீரதன் நெற்றியில் அடித்துக் கொண்டான். ''நம்ம ஆட்கள் தாழ்வா இருக்கணும்னு நாமதானே உத்தரவு போட்டோம்!''

அங்கிருந்து திவோதாஸ் ஓட்டமெடுக்க, அடுத்த சில நொடிகளில் ஒளிச் சைகைகள் மூலம் தகவல் பரிமாறப்பட்டது. கவலைக்கிடமான செய்தியுடன் விரைவிலேயே திவோதாஸ் வந்து சேர்ந்தார். ''அவங்களுடைய பிரம்மாண்டமான கப்பல்களுடைய மறைப்புல, படைகளைத் தயார் செய்துகிட்டிருக்காங்க. இந்த நிமிஷமே, படகுகளை நதியில இறக்கி, ஓசைப்படாம வீரர்களை ஏத்திக்கிட்டு இருக்காங்க. நதியின் கீழ்ப்புறம் துடுப்பு வலிச்சுப் போக ஏற்பாடு நடக்குது போலத் தெரியுது.''

''சொறி புடிச்ச நாய்க்குப் பொறந்த அந்த பயலோட தந்திரத்தை உடைப்பில போட!'' என்றான் பகீரதன். ''கப்பல்களோட மறைப்புலயே நமக்குக் கீழ்ப்பக்கமாய்ப் போய், தெற்கிலிருந்து தாக்க நினைக்கறான்!''

''இப்ப என்ன செய்யறது, பிரபு கார்த்திக்?'' திவோதாஸ் கேட்டார்.

''மகதர்கள் பத்தாவது கப்பல்லேர்ந்து தரையிறங்கறாங் களான்னு நம்ம ஆட்களைப் பார்க்கச் சொல்லுங்க. அங்கேதான் சூரபத்மன் இருக்கான்.'' பகீரதனை நோக்கித் திரும்பினான் கார்த்திக். ''இருமுனைத் தாக்குதல் நடத்தப்போறான்னு சந்தேகிக்கறேன், இளவரசே. பலா-அதிபலா குண்டத்துல ஒண்ணு; அங்கே நம்மைச் சண்டையில முழுமூச்சா ஈடுபடுத்த சூரபத்மன் விரும்புவான். அதே சமயம், மகத வீரர்கள்ள இன்னொரு குழு தெற்குப் பக்கமா துடுப்பு வலிச்சு, நம்ம படைகளோட விலாவைச் சூழ்ந்துக்கிட்டு, பின்புறமா நம்மைத் தாக்க முயற்சிக்கும். அவனுடைய படைகளுடைய ரெண்டு பிரிவுகளுக்கிடையில நாம மொத்தமா மாட்டிக்குவோம்.''

''ஆக, நாம இப்ப பிரிஞ்சாகணும்,'' என்றான் பகீரதன். ''ஒருத்தர் இங்கேயே, பலா-அதிபலா குண்டத்துல தங்கிடுவோம். இன்னொருத்தர், அவங்களோட தெற்குப் படையைச் சந்திக்கக் கிளம்புவோம்.''

''அதே,'' ஆமோதித்தான் கார்த்திக்.

இந்த சமயத்தில், திவோதாஸ் வந்து சேர்ந்தார். ''சூரபத்மனோட கப்பல்லேர்ந்து இறங்கிக்கிட்டு இருக்காங்க, பிரபு கார்த்திக்.''

''இளவரசே,'' என்றான் கார்த்திக். ''இங்கே நம்ம பிரதான படைக்கு நீங்க தலைமையேத்து நடத்துங்க. பலா-அதிபலாவைத் தாண்டி மகதர்கள் வராம நாம பார்த்துக்கணும். இந்த இடம் அவங்களை பிணமாக்கற மரணப்பொறியா மாறணும்.''

''நிச்சயம் அப்படித்தான் இருக்கும், கார்த்திக். அதுக்கு நான் உத்தரவாதம். ஆனா, என்கிட்ட நம்ம ஆட்கள் பல பேரை விட்டுவைக்க வேண்டாம். தெற்கே சூரபத்மனை எதிர்க்கணும்னா உங்களுக்குத்தான் அதிக வீரர்கள் தேவை.''

''அவசியமில்லை,'' என்றான் கார்த்திக். ''அவன் நதியின் கீழ்ப்புறம் நோக்கிப் போறான். அவன்கிட்ட குதிரைகள் எதுவும் இருக்காது. என்கிட்ட இருக்குமே.''

பகீரதன் உடனடியாகப் புரிந்துகொண்டான். ஒரேயொரு குதிரை வீரன், பத்து காலாட்படை வீரர்களுக்குச் சமம்.

அதுவுமில்லாமல், குதிரையின் உயரமும், அதன் பிரமாதமான உதைக்கும் திறனும் இன்னும் சாதகமான விஷயமல்லவா? ''அப்ப சரிதான்.''

எழும்போதே, சரமாரியாக திவோதாஸிற்கு உத்தரவு பிறப்பித்தான் கார்த்திக். ''தெற்கே குதிரைல போங்க. மகத இராணுவத்துக்கிட்டேருந்து சீக்கிரம் தாக்குதல் வரும்னு அங்கேயிருக்கிற நம்ம படைகளுக்குத் தெரிவிச்சிடுங்க. நீங்கதான் அவங்களுக்குத் தலைமை தாங்கணும். மேற்கேயிருந்து, ரெண்டாயிரம் ஆட்களோடு ஒரு பெரிய வளைவா நான் வந்து சேரப்போறேன். சூரபத்மனோட படைகளைப் பின்பக்கமிருந்து தாக்கறதுதான் என் உத்தேசம். என் குதிரைகளுக்கும், உங்க படைகளுக்கும் இடையில, அவங்களை நாம குதறிப் போட்டுருவோம்.''

திவோதாஸ் புன்னகைத்தார். ''அதுல சந்தேகமேயில்ல!''

''நிச்சயமா!'' என்றான் கார்த்திக். ''ஹர ஹர மகாதேவ்!''

''ஹர ஹர மகாதேவ்!'' என்றார் திவோதாஸ். சட்டென்று புரவியிடம் ஓடியவர், மேலேறி, ஓட்டிச் சென்றார்.

எந்த ஒரு சிறிய விஷயத்தையும் கோட்டை விட விரும்பாதவனாய், ஒவ்வொரு ஆணையையும் கார்த்திக் மனதிற்குள் ஓட்டிப்பார்த்துக்கொள்வது போல் காணப்பட்டான்.

''நான் எத்தனையோ போர்களைப் பார்த்தாச்சு, கார்த்திக்,'' பகீரதன் கண்களில் குறும்பு பளிச்சிட்டது. ''உங்க போரை நீங்க நடத்துங்க. என் போரை நான் பார்த்துக்கறேன்.''

கார்த்திக் முகமலர்ந்தான். ''எங்கப்பாவுக்கு இந்தப் போரின் மூலம் அற்புதமான ஒரு வெற்றியைப் பரிசளிப்போம்.''

''நிச்சயம்,'' பகீரதன் உறுதி கூறினான்.

தன் புரவியை நோக்கிச் சென்றான் கார்த்திக். இன்னமும் உயரம் குறைவாகவே இருந்தானாகையால், சேணத்தில் இடக்காலை வைக்கவே எட்ட வேண்டியிருந்தது. வலக்காலை மறுபுறம் தூக்கிப்போட்டு, குதிரையேறினான். அவனைத் தொடர்ந்து வந்த பகீரதனுக்கு, இதற்கு முன் எத்தனையோ முறை, அவனுடன் வேட்டையாடிய பொழுது, சிறுவனின் கண்களில் உறுதியாய்த் தென்பட்ட இரும்புத் தீர்மானம் இப்பொழுதும் தெளிவாய்ப் புலப்பட்டது. முன்னைப் போல், இப்பொழுதும், பயம் கலந்த எதிர்பார்ப்பு அவன் மனதில் பரவியது. பதற்றத்துடன் புன்னகைத்தவன், ''சூரபத்மனைக் கடவுள்தான் காப்பாத்தணும்...'' என்று முணுமுணுத்துக் கொண்டான்.

இந்த வார்த்தைகள் கார்த்திக்கின் காதுகளில் விழாமல் போகவில்லை. ''கடவுள் காப்பாத்தினாத்தான் உண்டு,'' லேசாய்ச் சிரித்தான். ''நான் நிச்சயம் மாட்டேன்.''

நீலகண்டரின் செல்வன், புரவியைத் திருப்பி, காற்றாய் இருளில் மறைந்தான்.

— ✦◉⛎♆✵ —

பிறைச்சந்திரன் மேகமென்னும் போர்வையைப் போர்த்திக்கொள்ள, அதன் மெல்லிய வெளிச்சம் பனிப் படலத்திற்குள் மறைந்தது. அருகே, வனத்தில் நின்ற தன் வீரர்களையே புகைவடிவம் போலத்தான் பகீரதனால் காணமுடிந்தது. இருளில் அவர்களது மூச்சு சப்தமாய் வெளிவந்ததைக் கேட்டுத்தான் அவர்களது இருப்பைக் கிரகித்தான். வியர்வையின் உலோக வாடை, காற்றில் அடர்ந்திருந்தது. உதட்டின் மீது சேர்ந்த வியர்வை, மெல்ல வடிந்து, வாயோரமாய் வழிவதை பகீரதன் உணர்ந்தான். அவனுடன் நின்ற வீரர்கள் அணியின் முன்னும் பின்னுமிருந்து, மெல்லிய குரல்கள் அவன் செவியை எட்டின: ''ஹர ஹர மகாதேவ்... ஹர ஹர மகாதேவ்...'' சூரபத்மனின் படையைச் சந்திக்கப்போகும் வீரர்கள், தங்களை மனதாலும் உடலாலும் ஆயத்தம் செய்துகொள்ளும் முயற்சியில் உதிர்ந்த பிரார்த்தனைகள்.

சட்டென்று மேகங்களினின்று வெளிவந்த நிலவின் பளீர் வெளிச்சத்தில், பகைவர் படையணியின் முன்னும் பின்னும், தீவர்த்திகளைப் பிடித்தபடி வீரர்கள் விரைவதைக் கண்டான். வில்லாளிகளின் அம்புகளுக்குத் தீ வைத்துக்கொண்டிருந்தனர்.

''கேடயங்களை உயர்த்துங்க!'' பகீரதன் அலறினான்.

ப்ரங்கர்கள் பிரதானமாய் இடம்பெற்றிருந்த பகீரதனின் வீரர்கள், விழப்போகும் அம்புகளை எதிர்கொள்ள உடனடியாகத் தயாராகினர். நெருப்பு அம்புகள் விற்களினின்று புறப்பட, வானமே பளிச்சிட்டது. ஒரு பெரிய வட்டமாய் உயர்ந்து, வனத்தின் மீது அவை இறங்கின. தன் ஆட்களை மரங்களுக்குப் பின்னால் பகீரதன் நிறுத்தியிருந்ததால், அம்மரங்களே அவர்களுக்கு முதற்கட்டப் பாதுகாப்பாய் நின்றன. அவற்றையும் மீறி உள்ளே நுழைந்த ஒரு சில அம்புகளையும் கேடயங்கள் சுலபத்தில் தவிர்த்தன.

முதலில் எய்யும் அம்புகள் மரங்களையே தீப்பற்ற வைக்க, அதனால் ப்ரங்கர்களிடையே கூச்சலும் குழப்பமும் தீயாய்ப் பரவும் என மகதர்கள் எதிர்பார்த்திருந்தனர்.

ஆனால், குளிர்ந்த இரவின் விளைவாய் இலைகளின் மீது கனமாய் படிந்திருந்த பனி, அதைத் தடுத்துவிட்டது. மரங்கள் பற்றிக்கொள்ளவேயில்லை.

அம்புமழை நிற்க, பகீரதன் கர்ஜித்தான்: ''ஹர ஹர மகாதேவ்!''

அவனைத் தொடர்ந்து, வீரர்களின் ஓங்கார கர்ஜனை, விண்ணை முட்டியது. ''ஹர ஹர மகாதேவ்!''

மகதர்கள் உடனடியாக, இரண்டாம் கட்ட அம்புமழையை துவங்கினர். மீண்டும், ப்ரங்கக் கேடயங்களும், மரங்களும், பகீரதனின் வீரர்களுக்கு ஆபத்தின்றிக் காத்தன.

கேடயங்களைக் கீழே இறக்கிய ப்ரங்கர்கள், எதிரணியை ஏளனம் செய்யும் விதமாய், ''ஹர ஹர மகாதேவ்!'' என்று யுத்த கர்ஜனை புரிந்தனர்.

கப்பல்களினின்று படகுகள் இறக்கப்படுவதை பகீரதன் கவனித்தான். எந்த நொடியும் தாக்குதல் துவங்கிவிடும். நெருப்புச் சரங்கள், இவர்களைத் திசை திருப்ப மட்டுமே. மீண்டும் அம்புகள் விற்களில் பூட்டப்படுவதைக் கண்ட பகீரதன், வீரர்களை நோக்கித் திரும்பினான். ''கேடயம்!''

அலையாய் உடனே வந்த அம்புமழையை ப்ரங்கர்கள் மிகச் சுலபமாய் எதிர்கொண்டனர்.

''நெருப்பு ஓடங்களைச் செலுத்தச் சொல்லி, மறுபக்கம் இருக்கும் நம்ம ஆட்களுக்கு இப்பவே தகவல் அனுப்புங்க! சீக்கிரம்!''

அவனுடைய உதவியாளன் விரைய, குண்டத்தை நோக்கிப் பகைப்படகுகள் வேகமாய்த் துடுப்பு வலிப்பதை பகீரதன் கண்டான். நெருப்பு அம்புகள் இன்னொரு அலையாய் எய்யப்பட்டன.

''அசையாதீங்க!'' தன் ஆட்களைக் கட்டுக்குள் வைக்கும் விதமாய் பகீரதன் அலறினான். ''அவங்க முதல்ல கரையிறங்கட்டும்.''

அதிகபட்ச நாசம் ஏற்படுத்தும் விதமாய், எதிரிப் படைகளில் பெரும்பகுதி தரையிறங்கக் காத்திருந்துவிட்டு, பக்கத்துக் காட்டிலிருந்து மும்முனைத் தாக்குதல் நடத்துவதுதான் பகீரதனின் திட்டம். கேடயங்களைப் பாதுகாப்பாய்ப் பற்றியவாறு, உடைக்க முடியாத காலாட்படை அணி, முதல் கட்ட மகதப் படையை நோக்கி முன்னேறி, சின்னாபின்னப்படுத்த முயலும். முதல் அணியைத் தொடர்ந்து வரும் எதிரிப்படையின் பின்பகுதி, வேறு வழியின்று நதிக்குள் இறங்கவேண்டிவரும். போட்டிருந்த கவசம் மற்றும் ஏந்திய ஆயுதங்களின் கனம் தாங்காமல்,

மூழ்கிவிடுவார்கள். ஆட்கள் குறைந்த முன்னணிப்படை, துவம்சம் செய்யப்படும்.

''கேடயம்!'' அம்புகள் பற்ற வைக்கப்படுவதைக் கண்ட பகீரதன், மீண்டும் ஆணையிட்டான்.

இதுதான் கடைசிக் கட்ட சரமாரியாக இருக்குமென்று அவனுடைய உள்ளுணர்வு கூறியது. பகையணி வீரர்கள், படகுகளினின்று, பலா-அதிபலாவின் மணற்பரப்பின் மீது குதித்துக்கொண்டிருந்தனர். கைக்குக் கை மோதித் தீவிரச் சண்டையில் இறங்கும் தருணம் வெகு தூரத்தில் இல்லை. உடம்பின் நாளங்களூடே அட்ரீனலின் பொங்கிப் பிரவகிப்பதை உணர முடிந்தது. ஆறாய் ஓடப்போகும் இரத்தத்தின் வாடை, மூக்கில் ஏறும் பிரமை உண்டாயிற்று.

''தாக்குங்க!'' பகீரதன் கர்ஜித்தான்.

இரண்டாயிரம் வீரர்கள் கொண்ட தன் குதிரைப்படையுடன் கார்த்திக் புரவியில் காற்றாய் விரைந்தான். அடர்ந்த வனப்பகுதியினூடேயே மகதக் கப்பல்களினின்று தீயம்புகள் எய்யப்படுவதை அவனால் காணமுடிந்தது. போர் துவங்கிவிட்டதென்றால், மகதப் படையின் தெற்கு அணி, வர வேண்டிய இடத்திற்கு வந்து சேர்ந்துவிட்டதென்று பொருள்.

''வேகம்!'' குதிரைவீரர்களை கார்த்திக் விரட்டினான்.

கப்பற்படையின் நடுவே இருந்த கலங்கள் ஏற்கனவே தீப்பிடித்து எரியத் துவங்கிவிட்டதை அவர்களால் காணமுடிந்தது. அரக்கப்படகுகளின் தாக்குதல். மகதத்தின் கப்பற்படையை பகீரதன் நிர்மூலமாக்கிக் கொண்டிருந்தான் என்பதில் சந்தேகமில்லை. தெற்கேயும் தீப்பற்றியெரிந்தது தான் அதிசயம். வைஷாலிப் படைகள் வந்து சேர்ந்திருக்க வேண்டும்; மகதப் படையை பின்னாலிருந்து தாக்கத் துவங்கியிருக்க வேண்டும்.

முன்னாலிருந்து இடிபோல் இறங்கிய ஓசை கார்த்திக்கின் கவனத்தைக் கலைத்தது; மகதப் படையின் தெற்கு அணிக்கும், திவோதாஸின் ப்ரங்கர்களுக்கும் இடையே நிகழும் போரின் முழக்கம்.

''வேகமாப் போங்க!''

அங்கங்கே பாசறை தீப்பற்றி எரிந்துகொண்டிருப்பதைக் கண்டால், இங்கேயும் சூரபத்மனின் ஆட்கள் தீயம்புகளை எய்திருக்கவேண்டும். இதற்கும் பயன் இருக்கத்தான் செய்தது. அவற்றின் வெளிச்சத்தைக் கொண்டே,

கார்த்திக்கின் குதிரைவீரர்கள் சண்டை நடக்கும் இடத்தைக் கண்டுகொண்டார்கள். குதிரைகளை விலாவில் உதைத்து, இன்னும் வேகமாய்ச் செலுத்தினார்கள். தெற்கே, ஏறக்குறைய இருபதாயிரம் வீரர்களை பின்னுக்குத் தள்ளிக்கொண்டிருந்த ப்ரங்கர்களுக்கு, வேலை கடினமாகத்தான் இருந்தது. ஆனால், மோதலை எதிர்பாராத பகைவர்களின் மீது விழுந்து கொல்லப் போவதாய் மனப்பால் குடித்திருந்த மகத வீரர்களுக்குத்தான் அதிர்ச்சி: இந்தத் தீவிர எதிர்ப்பைச் சந்திக்க அவர்கள் தயாராக இல்லை. பின்புறமிருந்தும் அவர்களுக்கு ஆபத்து வரக்கூடுமென்பதால், அவர்கள் நிலை இன்னும் மோசமாகப்போகிறதென்பதில் சந்தேகமில்லை.

நீள வாளை உருவிய கார்த்திக், ''ஹர ஹர மகாதேவ்!'' எனக் கர்ஜனை புரிந்தான்.

அவனுடன் வந்த ப்ரங்கக் குதிரை வீரர்கள், ''ஹர ஹர மகாதேவ்! என்று கூக்குரலிட்டவாறு, போருக்குள் பாய்ந்தனர்.

பின்பக்கமிருந்து இடி போல் வந்திறங்கிய குதிரைப் படையின் அசுரத் தாக்குதலை சிறிதும் எதிர்பாராத மகத காலாட்படையின் பின்னணி வீரர்கள், நிமிடங்களில் வெட்டிச் சாய்க்கப்பட்டனர். தரையில் சிக்கிய ஆட்களினூடே குதிரைகளைப் பாய்ச்சி, பெரும் வாட்களால் கண்ணில் பட்டவர்களையெல்லாம் சீவித்தள்ளியவாறு, கார்த்திக் மற்றும் அவனது குதிரை வீரர்கள், மகதப் படையில் பெரும்பகுதியை நொடியில் குளம்படியில் சிதைத்தனர்.

போரில் ஈடுபட்ட இரு படைகளுமே எண்ணிக்கையில் மிகப் பெரியவையாகையாலும், நன்கு முற்றிவிட்ட சண்டையின் கூச்சல், குழப்ப முழக்கங்களாலும், ப்ரங்கர் படையின் பின்புறத் தாக்குதல் முதலில் கவனிக்கப் படவில்லை. முதல் கட்ட அதிர்ச்சியை நன்றாகவே சமாளித்த மகத வீரர்கள், முடிந்தவரையில் தைரியமாக குதிரைவீரர்களை எதிர்கொண்டார்கள். ஓரிருவர் வீரதீரத்துடன் அவ்விலங்குகளைத் தாக்க, வேறு சிலர், முகக்கயிற்றைப் பிடித்திழுத்து தரையில் வீழ்த்தவும் முயன்றனர். குதிரைப்படையை நடத்துவது கார்த்திக்தான் என்பதையுணர்ந்த ஒரு சில காலாள் வீரர்கள், அவனுடைய குதிரையை வழிமறித்து, கார்த்திக்கையும் புரவியையும் தடாலென்று கவிழ்த்தனர். அவர்களது செயல் எவ்வளவு பெரிய தவறு என்பது வெகு சில நொடிகளில் புலனாயிற்று.

காட்டுப்பூனையைப் போல் மின்னல் வேகத்தில் துள்ளியெழுந்த கார்த்திக், 'சீய்க்'கென்ற சப்தத்துடன் தன் இரண்டாவது வாளை உருவியபடி, முதலில் வந்து நின்ற

வீரனை வெட்ட, மூச்சுக் குழாய் துண்டிக்கப்பட்டு, அறுந்த கழுத்திலிருந்து காற்றும் இரத்தமும் தெறிக்க, மகத வீரன் சப்தமின்றி தரையில் சுருண்டு விழுந்தான். இரண்டாவதாய்த் தாக்க வந்தவன் இரண்டடி எடுத்து வைக்குமுன், கார்த்திக்கின் வாள் ஒரே வீச்சில் மார்பை ஏறக்குறைய முதுகுத் தண்டு வரையில் வெட்ட, 'பொத்'தென்று சரிந்தான்.

அபாரமாய்ச் சண்டையிடும் இந்தச் சிறுவனைக் கண்ட மற்ற வீரர்கள், இப்போது சற்றுத் தயங்கினர். வாட்களை 'சரக்'கென்று உருவிக்கொண்டு, அவனைச் சுற்றிலும் வட்டமாய் வியூகம் அமைத்தனர். எல்லாத் திசையிலிருந்தும் ஏக காலத்தில் தன்னை அவர்கள் தாக்கக்கூடுமென்பதை எதிர்பார்த்த கார்த்திக், ஆயத்தமாய் நின்றான்.

முன்னாலிருந்து இருவரும், பின்னாலிருந்து ஒருத்தனும், இடப்பக்கத்திலிருந்து நான்காமவனுமாய்த் தாக்கினார்கள். சற்றே குனிந்த கார்த்திக், ஏறக்குறைய அமானுஷ்யமான வேகத்துடன், சட்டென இடப்பக்கம் திரும்பி ஆக்ரோஷமாய் வீசினான். அசுர வீச்சுடன் வரம்பின்றி அந்தக் கொடும் வாளால் அவன் தாக்க, தலை, கால், மார்பு, முண்டம் என எல்லா பக்கமும் நிணமும் இரத்தமும் சிதறின.

கைகளில் பற்றிய வாட்களில் குருதி கொட்ட, மூச்சு வாங்க அவன் சற்றே நிதானித்தான். சுற்றிலும் பார்வையை ஓட்டி, தகுந்த எதிராளி கண்ணில் பட, பாய்ந்தான். *பகவத் கீதையில்* குறிப்பிட்டிருக்கும் யமன் - உலகங்களை அழிப்பவனாகவே கார்த்திக் அந்தக் கணத்தில் மாறிவிட்டிருந்தான்.

அடுத்த அரை மணி நேரம் போர் மேலும் மூர்க்கமாய் மாற, நிலைமை கொஞ்சம் கொஞ்சமாய் மகதத்திற்கு எதிராய்த் திரும்பத் துவங்கியது. எனினும் கார்த்திக் மற்றும் அவனது வீரர்கள் இம்மியும் இடம்கொடுக்காத நிலையில், அவர்கள் தொடர்ந்து சண்டையிட வேண்டியதாகிவிட்டது.

மெள்ள, மிக மெள்ள, இறந்துகொண்டிருந்தவர்களின் அலறல்கள் தேய்ந்து, சூரபத்மனின் படை அழியத் துவங்கியதன் விளைவாய், மொத்தமாய் நின்றது. அடித்து வீழ்த்துவதை நிறுத்திய வீரர்கள், வாட்களை தரையில் ஊன்றி, மூச்சு வாங்க சலனமற்று நின்றனர். ஆனால், கார்த்திக்கோ, நிற்காமல், நிறுத்தாமல், நின்ற ஒவ்வொரு மனிதனையும் வெட்டிச் சாய்ப்பதில் மும்முரமாயிருந்தான்.

அவனை நோக்கி திவோதாஸ் ஓட முயன்றாலும், சண்டையிட்டு ஓய்ந்திருந்த அவரது கால்கள் களைப்பால் துவண்டு நடுங்கின; தள்ளாடி மட்டுமே அவரால் அவனை நோக்கிச் செல்ல முடிந்தது. கிட்டத்திட்ட பன்னிரண்டுக்கும் மேற்பட்ட காயங்களால் உடல் முழுதும் இரத்தம் படர,

தோளின் மீது பட்டிருந்த ஆழமான காயத்தால், வலக்கரம் பயனற்றுத் தொங்கியது. ''பிரபு!'' தொண்டை காய்ந்து, குரல் வறண்டிருந்தது. ''பிரபு!''

ஆவேசமாய் வாளை கார்த்திக் வீச, அவன் திரும்பிய வேகத்தினால், வளைந்த கத்தியின் நுனிக்கு சக்தி இன்னும் அதிகரித்திருந்தது. இடி போல் இறங்கிய அடியின் வேகத்தைச் சமாளிக்கும் பொருட்டு திவோதாஸ் கேடயத்தை உயர்த்த, வாள் இறங்கியடித்த அதிர்ச்சியில், அவரது இடக்கை, தோள்வரை இற்றுப் போயிற்று.

''பிரபு!'' பலவீனமாய்க் கெஞ்சினார். ''நான்தான், திவோதாஸ்!''

'சடக்'கென்று கார்த்திக் நிறுத்தினான். உயர்ந்த வலக்கையில் நீண்ட வாள், தாழ்ந்த இடக்கையில் வளைந்த குறுவாள் சகிதமாய், மூச்சிரைக்க, கண்களில் இரத்தவெறி ததும்ப, சிலையாய் நின்றான்.

''பிரபு!'' உடலும் மனமும் பயத்தில் நடுங்க, திவோதாஸ் அலறினார். ''எல்லோரையும் கொன்னுட்டீங்க. தயவு செஞ்சு நிறுத்துங்க!''

கார்த்திக்கின் மூச்சு கொஞ்சம் கொஞ்சமாய் சீரடைய, தன்னைச் சுற்றியிருந்த பாழ்வெளியைக் கவனிக்க முற்பட்டான். போர்க்களமெங்கும் சிதைந்த உடல்கள்; ஒருகாலத்தில் பெருமிதத்துடன் நடந்த மகதப் படை, நிர்மூலமாகிவிட்டது. முன்னாலிருந்து படை நடத்திய திவோதாஸ் மற்றும் பின்பக்கமிருந்து தாக்கிய காலாட்படை, இவையிரண்டும், கார்த்திக்கின் யுக்தியைக் கச்சிதமாய் செயல்படுத்தியிருந்தன.

அட்ரீனலின் இன்னமும் தன் உடலில் ஆறாய்ப் பெருகி ஓடுவதை கார்த்திக் உணர்ந்தான்.

இன்னமும் பயம் விலகாமல் திவோதாஸ் அவனைப் பார்த்தார். ''ஜெயிச்சிட்டீங்க, பிரபு,'' என்று முணுமுணுத்தார்.

வாளை கார்த்திக் தலைக்கு மேல் உயர்த்தினான். ''ஹர ஹர மகாதேவ்!''

''ஹர ஹர மகாதேவ்!'' ப்ரங்கர்களின் கர்ஜனை போர்க்களமெங்கும் எதிரொலித்தது.

குனிந்து, கீழே உருண்டு கிடந்த மகத வீரன் ஒருவனின் துண்டிக்கப்பட்ட தலையை வாளால் உருட்டிய கார்த்திக், திவோதாஸிடம் திரும்பினான். ''சூரபத்மனைக் கண்டுபிடிங்க. அவன் உடம்புல உயிர் மிச்சமிருந்தா, என்கிட்டே உசுரோட வந்து சேரணும்.''

''உத்தரவு, பிரபு,'' ஆணையை நிறைவேற்ற திவோதாஸ் ஓடினார்.

கீழே கிடந்த மகத வீரனின் சடலத்தின் மீது இரு வாட்களையும் துடைத்த கார்த்திக், ஜாக்கிரதையாக தன் முதுகில் கட்டியிருந்த இரு உறைகளில் அவற்றைச் செருகினான். சற்று முன் அவனது அமானுஷ்ய ஆக்ரோஷத்தை நேரில் கண்டு விதிர்விதிர்த்துப் போயிருந்த ப்ரங்க வீரர்கள், அவனிடமிருந்து சற்று ஒதுங்கியே நின்றனர். மெதுவாக நதியினருகில் சென்றவன், குனிந்து, உள்ளங்கைகளில் நீரைச் சேந்தி, முகத்தில் அடித்துக்கொண்டான். அப்போதுதான் முடிந்த இரத்தக் களறியால், நதி வெள்ளம் சிவப்பாய் ஓடியது. அவன் உடல் முழுதும் குருதியும் நிணமும் வாரித் தெளித்திருந்தது. ஆனால், கண்கள் நிர்மலமாயிருந்தன. அமைதி. அவனுக்குள் சற்று நேரம் குடிகொண்டிருந்த இரத்தவெறி, அடங்கிவிட்டது.

அன்றைய தினம் இறந்தோரை எண்ணிய போது, மகதப் படையின் எழுபத்தைந்தாயிரம் வீரர்களுள், ஏறக்குறைய எழுபதாயிரம் வெட்டிச் சாய்க்கப்பட்டோ, எரிக்கப்பட்டோ, நீரில் மூழ்கடிக்கப்பட்டோ இறந்துவிட்டது தெரிந்தது. கார்த்திக்கோ, அவனது இலட்ச வீரர்களில் ஐயாயிரம் பேரை மட்டுமே இழந்திருந்தான். நடந்துமுடிந்தது போரே அல்ல. இரத்தவெறியால் நிகழ்ந்த இரணகளம்.

வானை நிமிர்ந்து பார்த்தான் கார்த்திக். புத்தம்புதிய தினத்திற்குக் கட்டியம் கூறிக்கொண்டு, சூர்யனின் கிரணங்கள், தொடுவானைத் தொட்டுக்கொண்டிருந்தன. இன்றைய தினம், ஒரு புதிய நாயகன், பிறப்பெடுத்துவிட்டான். ஆம், இன்னொரு புராணம் எழுதப்பட்டுவிட்டது. கார்த்திக் என்னும் போர்த் தெய்வம், இன்று உருவெடுத்துவிட்டான்!

அத்தியாயம் 24

வன்முறை யுகம்

பூமியின் மேற்புறம், தங்கத் தாம்பாளமாய் மின்னிக்கொண்டு எழுந்த சூரியன் வலப்புறம் பிரகாசிக்க, லோத்தல் செல்லும் கலங்களின் வேகத்தை பலமடங்கு கூட்டும் விதமாய், வலிமையான தென்காற்று, கப்பல் பாய்களை நிறைத்தது. உடன் சதி அமர்ந்திருக்க, கப்பல் அதிவிரைவாய்ச் செல்ல பிரார்த்தித்தவாறு மேல்தளத்தின் நின்ற சிவனின் கண்கள், வடதிசையில் நிலைகுத்தியிருந்தன.

''ஸ்வத்வீபத்துல யுத்தத்தோட போக்கு எப்படியிருக்கோ?'' என்றாள் சதி.

புன்னகையுடன் அவளை நோக்கித் திரும்பினார். ''சண்டைன்னு ஒண்ணு நடந்ததான்னே நமக்குத் தெரியாது, சதி. கணேஷோட தந்திரங்கள் பலனளிச்சிருக்கலாம்.''

''அப்படித்தான் நம்ப விரும்பறேன்.''

சிவன், சதியின் கரத்தைப் பற்றினார். ''நம்ம மகன்கள் மகாவீரர்கள். என்ன செய்யணுமோ, அதைத்தான் செஞ்சுக் கிட்டு இருக்காங்க. அவங்களைப் பத்தி நீ கவலைப்பட வேண்டியதில்ல.''

''கணேஷைப் பத்தி எனக்குக் கவலையில்ல. அனாவசியமா இரத்தம் சிந்தறதைத் தடுக்கமுடியும்னா, நிச்சயம் அவன் அந்தப் பாதையைத்தான் தேர்ந்தெடுப்பான். அதே சமயம், அவன் கோழையுமில்ல. போரினால விளையற கொடுமை அவனுக்கு நல்லாவே தெரியும். ஆனா கார்த்திக்... போர்க்கலையில அவனுக்கு அதீத விருப்பம். இளங்கன்று பயமறியாது. தன் பாதுகாப்பைப் பத்தி கொஞ்சம்கூட கவலையில்லாம, அவன்பாட்டுக்கு ஆபத்துல இறங்கப்போறானேன்னு இருக்கு.''

''நீ சொல்றது சரிதான்,'' சிவன் ஒப்புக்கொண்டார். ''ஆனா, அவனுடைய ஆதாரமான சுபாவத்தை மாத்த முடியாதே. அதுவுமில்லாம, போர்வீரன்னா அப்படித்தானே இருந்தாகணும்?''

''மத்த வீரர்களெல்லாம், தயக்கத்தோடதானே போருக்குப் போறாங்க? சண்டையிட்டே ஆகணும்கிற

கட்டாயத்துனாலதான் சண்டை போடறாங்க. கார்த்திக் அப்படியில்ல. போர்னாலே உற்சாகமாயிடறான். அவனுடைய *ஸ்வதர்மமே* போர் மாதிரி தெரியுது. அதுதான் ரொம்பக் கவலையா இருக்கு," கார்த்திக்கின் *தனிப்பட்ட கர்மம்* பற்றிய அனுமானத்தைக் கவலையுடன் வெளியிட்டாள் சதி.

அவளை இழுத்து அணைத்துக்கொண்ட சிவன், ஆதரவாய் உதட்டில் முத்தமிட்டார். "எல்லாம் சரியாத்தான் நடக்கும்."

புன்னகைத்த சதி, அவரது மார்பில் தலைசாய்த்துக் கொண்டாள். "இப்ப கொஞ்சம் நிம்மதியா இருக்குன்னு ஒத்துக்கறேன்…"

சிவன் மெல்லச் சிரித்தார். "அப்ப இன்னும் கொஞ்சம் நிம்மதி அளிக்கவேண்டியதுதான்."

அவளது முகத்தைக் கையில் ஏந்திய சிவன், மீண்டும் முத்தமிட்டார்.

"ம்க்கும்!"

சிவனும் சதியும் திரும்ப, வீரபத்ராவும் க்ருத்திகாவும் வந்துகொண்டிருப்பதைக் கண்டனர்

"இது திறந்த தளம்," புன்னகைத்த வீரபத்ரா, நண்பனைக் கிண்டலடித்தான். "தனியா ஒரு அறையைத் தேடிப் போங்கப்பா!"

வெட்கம் மேலிட, வீரபத்ராவை லேசாய் வயிற்றில் தட்டினாள் க்ருத்திகா. "வாயை மூடுங்க!"

சிவன் முகமலர்ந்தார். "எப்படியிருக்கே, க்ருத்திகா?"

"பரிபூர்ண நலம், பிரபு."

"க்ருத்திகா," என்றார் சிவன். "இன்னும் எத்தனை முறைதான் சொல்றது? என் நண்பனின் மனைவி, என்னை 'சிவா'ன்னே கூப்பிடலாம்."

க்ருத்திகா புன்னகைத்தாள். "மன்னிச்சிருங்க."

வீரபத்ராவின் தோள்மீது கரம்பதித்தார் சிவன். "கலபதி என்ன சொன்னார், பத்ரா? இன்னும் எவ்வளவு தூரத்துல இருக்கோம்?"

"இதே வேகத்துல தொடர்ந்தோம்னா இன்னும் கொஞ்ச நாள்தான். காற்று நம்ம பக்கம் வீசுது."

"ஹ்ம்… க்ருத்திகா, நீ லோத்தலுக்கோ, மயிகாவுக்கோ போயிருக்கியா?"

க்ருத்திகா மறுப்பாய்த் தலையசைத்தாள். "நான் கர்ப்பமடையறது கஷ்டம், சிவா. வெளியார் அந்த நிலையில மட்டும்தான் மயிகாவுக்குள்ள நுழையமுடியும்."

சிவனின் முகம் இருண்டது. மனக்கஷ்டம் கொடுக்கக்கூடிய ஒரு விஷயத்தைத் தொட்டுவிட்டார்.

க்ருத்திகாவால் கர்ப்பமடைய முடியாதது வீரபத்ராவை பாதிக்கவில்லையென்றாலும், க்ருத்திகா சஞ்சலமடையாத நாளே கிடையாது.

''மன்னிச்சிரு,'' என்றார் சிவன்.

''சேச்சே, அதெல்லாம் ஒண்ணுமில்ல,'' க்ருத்திகா புன்னகைத்தாள். ''எங்களுக்கு நாங்களே போதும்னு வீரபத்ரா என் மனசை மாத்திட்டார். எங்க குடும்பத்தை நிறைவு செய்ய குழந்தை வேணும்னு அவசியமில்ல.''

சிவன் வீரபத்ராவின் முதுகைத் தட்டிக்கொடுத்தார். ''எங்களைப் போலக் காட்டுமிராண்டிகளுக்குக் கூட இந்த மாதிரி நல்ல யோசனைகள் தோன்றி, எங்களை நாங்களே அதிசயப்படுத்திக்குவோம்.''

க்ருத்திகா மெல்லச் சிரித்தாள். ''ஆனா, பழைய லோத்தலைப் பார்த்திருக்கேன்.''

''பழைய லோத்தலா?''

''நான் சொன்னதில்லையா?'' சதி கேட்டாள். ''துறைமுக நகரமான லோத்தல், புதுசா நிர்மாணிக்கப்பட்டது. பழைய லோத்தல், சரஸ்வதியின் கரையில இருந்த ஒரு நதித்துறை நகரம். ஆனா, எப்ப அது கடல்வரைக்கும் பாய முடியாம வத்திப்போச்சோ, அப்பவே பழைய நகரைச் சுத்தியும் தண்ணியில்லாம, அதோட உயிர்ப்பே அழிஞ்சு போச்சு. அதனால, அதே நகரை மறுபடியும் கடலுக்குக் கிட்டே நிர்மாணிக்கிறதுன்னு ஊர்க்காரங்க முடிவெடுத்தாங்க. பழைய நகரத்தின் அதே அச்சுதான் புதுசும். ஒரே வித்தியாசம், இது கடல் துறைமுக நகரம்.''

''விசித்திரம்தான்,'' என்றார் சிவன். ''அப்ப பழைய லோத்தலின் கதி என்ன?''

''ஆளில்லாம அநாதையா நிக்குது. ஆனா, இன்னமும் சில பேர் அங்கே வாழத்தான் செய்யறாங்க.''

''அப்ப இந்தப் புது நகருக்கு வேற பெயர் வைக்கலாமே? ஏன் லோத்தல்னே கூப்பிடணும்?''

''பழைய நகரத்தின் மேல, அங்கே வாழ்ந்தவங்களுக்கு உயிர். இந்த சாம்ராஜ்யத்தின் மிக உன்னதமான நகரங்கள்ள அதுவும் ஒண்ணு. அதனோட அற்புதமான பேரும் புகழும், கால வெள்ளத்துல அழிஞ்சு போயிடக்கூடாதுன்னு விரும்பி னாங்க. அதோட, பழைய லோத்தல் அநேகமா மக்கள் மனசுலேர்ந்து மறைஞ்சு போயிடும்னும் நினைச்சாங்க.''

சிவன், கடலை நோக்கினார். ''புதிய லோத்தலே, இதோ, உன்னை நோக்கி வருகிறோம்!''

பலா-அதிபலா குண்டத்தின் மீது சூரியன் எழும்பிவிட்டது. இரண்டாவது ப்ரஹாரின் மூன்றாவது மணி. காட்டில் உடனடியாக உருவாக்கப்பட்ட ஒரு திறந்தவெளியில் மகத மற்றும் ப்ரங்க வீரர்களின் சடலங்கள் எடுத்துச் செல்லப்பட்டு, மந்திர உச்சாடனம் ஒலிக்க, ஈமக்கிரியைகள் நடத்தப்பட்டன. இறந்த மகத வீரர்களின் எண்ணிலடங்கா உடல்களைக் கணக்கிடுவது முதுகொடியும் செயலாக இருந்தாலும், முடிப்பதில் கார்த்திக் தீர்மானமாக இருந்தான். வாழ்விலோ, சாவிலோ, வீரத்திற்குரிய மரியாதையை அளிக்கத்தான் வேண்டும் என்பதே அவனது கொள்கை.

''சூரபத்மனை இன்னும் கண்டுபிடிக்கலையா?'' குண்டத்தின் மணற்பரப்பை பகீரதனின் கண்கள் துளாவின. நேற்று, அது தூய வெள்ளை நிறம் பெற்றுத் திகழ்ந்தது. இன்றோ, கணக்கில்லாமல் இரத்தம் தெறித்து, நிலமே ஒரு வித இளஞ்சிவப்பு நிறமாய்த் தோன்றியது.

''இதுவரை இல்லை,'' என்றான் கார்த்திக். ''தெற்குப் பகுதியில அவன் சண்டையில ஈடுபட்டிருந்ததாத்தான் இதுவரைக்கும் நினைச்சிருந்தேன். அங்கே அவனைக் கண்டுபிடிக்க முடியலை. அதனாலதான் ஒருவேளை இங்கேயிருக்கானோன்னு நினைச்சேன்.''

மகதக் கப்பற்படையின் பிற்பகுதியை நிர்மூலமாக்கியதன் மூலம், நீர்ப்பரப்பில் தன் போர்த் திறமையை வைஷாலி மன்னர் மாதலி மிக நன்றாகப் பிரகடனம் செய்திருந்தார். கார்த்திக்கின் வீரதீர ஆக்ரோஷம் பற்றியும், போர்த்திறமை குறித்தும் கேள்விப்பட்டிருந்தவர் இப்போது அவனைப் பார்த்த பார்வையில் மரியாதை எட்டிப் பார்த்தது. அறியாச் சிறுவன் என்று நீலகண்டர் மகனைக் குறித்து அவர் இதுவரை கொண்டிருந்த எண்ணம் முற்றிலுமாய் மறைந்துவிட்டது.

''எங்கண்ணாவோட கப்பற்படை இன்னும் எவ்வளவு தூரத்துல இருக்கு, மாதலி மன்னரே?'' கார்த்திக் கேட்டான்.

''நதியின் மேற்புறம் என்னுடைய படகுகள் சிலவற்றை அனுப்பியிருக்கிறேன். மகத மரக்கலங்களின் மிச்சம் மீதிகளால் நதியே அடைத்துக்கிடக்கிறது. நம் படகுகள் அவற்றை நீக்கி வழி செய்ய முயன்றாலும், நேரம் பிடிக்கும். கப்பல்களுக்கு எவ்வித சேதமும் ஏற்படா வண்ணம், பிரபு கணேஷும் மெதுவாகவே வந்துகொண்டிருக்கிறாராதலால், இன்னும் சில காலம் ஆகும்.''

கார்த்திக் தலையசைத்தான்.

''ஆனால், தாங்கள் அடைந்த மிகப்பெரும் வெற்றி பற்றி அவருக்குச் செய்தியனுப்பப்பட்டுவிட்டது, பிரபு கார்த்திக்,''

என்றார் மாதலி. ''தங்களைக் குறித்து அவருக்கு மிக்கப் பெருமிதம்.''

கார்த்திக்கின் புருவம் சுருங்கியது. ''இது என் வெற்றியில்லை, அரசே. *நம்ம* வெற்றி. அதுவும், மகதக் கப்பற்படையின் வடபகுதியை நாசமாக்கின அண்ணாவோட உதவியில்லாம, இதுவும் சாத்தியமாகியிருக்காது.''

''அது அவரது சாதனையே,'' மாதலி ஒப்புக்கொண்டார்.

''பிரபு!'' காட்டைக் கடந்து பலா-அதிபலா குண்டத்தின் மணற்பரப்பின் மீது விரைந்து வந்த திவோதாஸ் கூவினார். காயங்களினால் பலவீனமடைந்து, தோளின் மீது மிகப்பெரும் கட்டுப் போட்டிருந்தவர், ஐந்து வீரர்கள் உதவியுடன், எதையோ கயிற்றினால் கட்டியிழுத்துக் கொண்டுவந்து கொண்டிருந்தார்.

அது என்ன என்பதை உணரவே கார்த்திக்கிற்கு ஒரு நொடி பிடித்தது. ''திவோதாஸ்! கொஞ்சம் மரியாதையா நடத்துங்க!''

திவோதாஸ் உடனடியாக நின்றார். பகீரதன் மற்றும் மாதலி தொடர, கார்த்திக் அவரை நோக்கி ஓடினான். திவோதாஸின் குழு இழுத்துக்கொண்டு வந்திருந்த மனிதன், நல்ல உயரமும் கடூர முக அமைப்பும் கொண்டவன். அவனது உடையும் கவசமும் இரத்தத்தில் குளிப்பாட்டி கருநிறத்திலிருந்தது. உடல் முழுதும் பரவியிருந்த காயங்களில் சில மூடிப்போய்க் கருத்திருக்க, மற்றவை புதியதாய், இன்னும் இரத்தம் காயாமல் சிவப்பாய்ப் பளபளத்தன. நெற்றிப்பொட்டினருகே மண்டை பிளந்து, இறந்த விதத்தைச் சுட்டிக்காட்டியது. உடலெங்கும் பரவியிருந்த எண்ணிலடங்கா காயங்கள், அவனது வீரத்தைப் பறைசாற்றின. அனைத்துமே முதுகிலன்றி, மார்பிலேயே இருந்தவையாகையால், வீரமரணம் என்பதில் சந்தேகமில்லை.

''சூரபத்மன்...'' என்றான் பகீரதன் மெல்ல.

''தெற்குக் களமுனைலதான் இருந்தான், பிரபு,'' என்றார் திவோதாஸ்.

தன் கத்தியை உருவிய கார்த்திக், சூரபத்மனின் தோள்களைக் கட்டியிருந்த கயிற்றினை அறுத்து, இறந்த இளவலை மெல்லத் தரையில் மீண்டும் கிடத்தினான். சூரபத்மனின் வலக்கரம் இன்னமும் வாளை இறுகப் பற்றியிருந்ததைக் கண்டான். உறைந்து, திட்டுத் திட்டாய்ப் இரத்தம் படிந்திருந்த வாளைத் தொட்டான். சூரபத்மனின் விரல்களை திவோதாஸ் பிரிக்க முயன்றார்.

''நிறுத்துங்க,'' கார்த்திக் உத்தரவிட்டான். ''மறு உலகத்துக்கு சூரபத்மர் தன் வாளுடன் பயணிப்பார்.''

உடனடியாக கையை விலக்கிக்கொண்ட திவோதாஸ், பின்வாங்கினார்.

சூரபத்மனின் வாய் பாதி திறந்திருந்தது. உடலை விட்டு பிரியும் உயிர், வாய் வழியேதான் வெளியேறுகிறது என்கின்றன, பண்டைய வேத சாஸ்திரங்கள். ஆகையினாலேதான், இறப்பின் போது, வாய் திறந்திருக்கிறது. ஆனால், தீய சக்திகள் உயிரற்ற உடலில் புகுந்துகொள்ளாத வண்ணம், இறப்பு நிகழ்ந்த மறுகணம், வாயை இறுக்க மூடிவிடவேண்டும் என்ற மூடநம்பிக்கையும் உலவத்தான் செய்கிறது.

சூரபத்மனின் வாயை கார்த்திக் மெல்ல மூடினான்.

''அந்தணர் தலைவரைக் கூப்பிடுங்க,'' என்றான் கார்த்திக். ''சூரபத்மரின் உடலைத் தயார் செய்யுங்க. ஒரு இளவரசருக்குரிய சகல மரியாதைகளுடனும் அவருக்கு ஈமக் கிரியைகள் நடத்தப்படணும்.''

திவோதாஸ் தலையசைத்தார்.

கார்த்திக் பகீரதனை நோக்கித் திரும்பினான். ''எங்கண்ணா வர்றவரைக்கும் இங்கேயே காத்திருப்போம். அதுக்கப்புறம், அனைத்து அரச மரியாதைகளோடு, சூரபத்மருக்கு ஈமக்கிரியைகள் நடத்தப்படும்.''

மிகப்பிரசித்தி பெற்ற ஸரயூ நதி, மாபெரும் கங்கையுடன் இணையும் அற்புதக் காட்சியை மகதக் கோட்டைக் கொத்தளங்களின் உயரத்திலிருந்து கண்டான் கணேஷ். மாலைச் சூரியனின் செங்கிரணங்கள், நதிப்பரப்பை தங்கமயமாக ஜொலிக்கச் செய்துகொண்டிருந்தன. சூரபத்மனின் மரணத்தாலும், தங்கள் பெரும்படைகள் சின்னாபின்னமாக்கப்பட்ட அதிர்ச்சியிலிருந்தும் மீளமுடியாத மன்னர் மஹேந்திரர் மற்றும் நகர மக்கள், கணேஷின் படை கோட்டைக்குள் நுழைய முற்பட்டபோது, மறுப்பாய் ஒரு வார்த்தை கூறாமல் வழிவிட்டனர். மகதத்தில் ஏறக்குறைய ஒரு போர்வீரன் கூட இல்லாத நிலையில், எவ்வித புரட்சி யையும் கணேஷ் எதிர்பார்க்கவில்லை. கோட்டையைக் காக்கவும், அயோத்யா கப்பல்கள் எவற்றையேனும் தடுக்கும் பொருட்டும், சுமார் பத்தாயிரம் பேர் கொண்ட சிறிய படையொன்றை மட்டும் இங்கே விட்டுவிட்டுச் செல்வதாக கணேஷின் எண்ணம். மற்ற வீரர்களுடன் தந்தையின் படையைச் சந்திக்க வேண்டும். மறுநாள் கிளம்பலாம் என்று திட்டம்.

ஸ்வத்வீபத்தில் நிகழும் இந்த போர், கணேஷுக்குப் பல வகையில் சாதகமாக இருந்தது. அயோத்யாவையே முற்றுகையிடுவதை விட, இன்னும் குறைந்த அளவிலான வீரர்ளுடனேயே அவனால் இப்போது அயோத்யாவின் படை நகர்வைத் தடுக்கமுடிந்தது.

''என்ன யோசிச்சுக்கிட்டிருக்கீங்க, *தாதா?*'' கார்த்திக் கேட்டான்.

அவனைப் பார்த்துப் புன்னகைத்த கணேஷ், நதிகள் இணைவதைச் சுட்டிக் காட்டினான். ''ஸரயூவும் கங்கையும் சங்கமிக்கிற இடத்தைப் பாரு.''

கண்களைத் திருப்பிப் பார்ப்பதற்கும் முன்னால், சங்கமத்தில் சுழன்ற நீர்ப்பிரவாகத்தின் கர்ஜனை கார்த்திக்கின் காதுகளில் விழுந்தது. அவன் கண் முன், இளமையின் ஆவேசத்துடன் பாய்ந்து வந்த ஸரயூ, ஆழ்ந்த, அமைதியில் முதிர்ந்த கங்கையில் வந்து மோத, இளைய நதி, மூத்தவளின் கரைகளிலே இடம்பிடிக்க அடித்துப்பிடித்துக் கொள்ளும் காட்சி விரிந்தது. சில சமயம் கங்கை விட்டுக்கொடுப்பது போலிருந்தாலும், வேறொரு சமயம், அதே கங்கை, ஸரயூவின் வெள்ளத்தை மிக எளிதாய்ப் புறம்தள்ளி, ஆங்காங்கே நீர்ச்சுழல்களையும், சிறிய மடுக்களையும் உருவாக்கினாள். இவ்வாறே சஞ்சலமும் சலனமுமாய்த் தொடர்ந்த நீர் விளையாட்டு குறைந்துகொண்டே வர, அனைவருக்கும் தாயான கங்கை, விளையாட்டுக் குழந்தையான கிளைநதியை வாரியணைத்துக்கொள்ள, இரண்டும் இணைந்து சென்ற அமைதியான பாதையில் பிரிவினையென்பதே இல்லை.

''கடைசியில, எப்பவுமே ஒற்றுமைதான்,'' என்றான் கணேஷ். ''அதுல ஒரு புதுவிதமான அமைதியே இருக்கு. ஆனா, ரெண்டு வெவ்வேற உலகங்கள் முதல்ல இணையும் போது, கூச்சலும் குழப்பமும் தற்காலிகமா ஏற்படுது.''

கொஞ்சம் குழம்பிய கார்த்திக் புன்னகைத்தான்.

''இதை நாம தவிர்த்திருக்கமுடியாது,'' என்றான் கணேஷ். ''ஆனா, மனசுடைஞ்சு போன மன்னர் மஹேந்திரர் முகத்தைத்தான் கண்கொண்டு பார்க்கமுடியலை. பலா-அதிபலா குண்டப் போர்ல ஏறக்குறைய மகதத்தோட ஒவ்வொரு வீட்டிலேயிருந்தும் ஒரு ஆணோ, பெண்ணோ, பலியாகியிருக்காங்க.''

''ஆனா, இளவரசர் சூரபத்மரை போர் செய்யச் சொல்லி வற்புறுத்தினதே மன்னர் மஹேந்திரர்தானே? அவர் தன்னைத்தான் நொந்துக்கணும்,'' என்றான் கார்த்திக். ''எந்த

பக்கமும் சாயாம நடுநிலைமையோடத்தான் இருக்கணும்னு இளவரசர் சூரபத்மர் நினைச்சதா நான் கேள்விப்பட்டேன்.''

''அது உண்மையாவே இருந்திருக்கலாம், கார்த்திக். ஆனா, குழந்தைகளைத் தவிர்த்து, நாம மகதத்தோட மக்கள் தொகையில பாதியை அழிச்சிட்டோம்கிறதை எப்படிப் பார்த்தாலும் மறுக்கமுடியாது.''

''வேற வழியில்லையே, *தாதா,*'' என்றான் கார்த்திக்.

''தெரியும்.'' ஸரயூ மற்றும் கங்கையின் சங்கமத்தை மீண்டும் காணத் திரும்பினான் கணேஷ். ''நதிகள் ஒண்ணுக்கொண்ணு எப்பவும் அடிச்சுக்கப் பயன்படுத்தும் ஒரே உபாயம் - தண்ணீர்தான். மனிதர்களாகிய நாம நம்ம ஆளுமையை நிரூபிக்கவும் ஒரே ஒரு முறையைத்தான் இந்த யுகத்துல பயன்படுத்தறோம்: வன்முறை.''

''நம்ம நிலைப்பாட்டை வேற எப்படித்தான் நிலைநாட்டறது, *தாதா?*'' கார்த்திக் கேட்டான். ''எத்தனையோ சமயத்துல பேச்சுவார்த்தை பலிக்கிறதில்ல; அஹிம்ஸை வழிகள் தோத்துப் போகுது. வன்முறையைக் கையாள்றதைத் தவிர வேற வழியில்ல. இப்படித்தான் எப்பவுமே இருந்திருக்கு. உலகம் இந்த விஷயத்துல அதிக மாற்றம் இல்லாமத்தான் இருக்கும்னுதான் நினைக்கறேன்.''

கணேஷ் மறுப்பாய்த் தலையசைத்தான். ''என்னிக்காவது ஒரு நாள், மாறும். நாம இப்ப க்ஷத்ரிய யுகத்துல வாழ்ந்துக்கிட்டு இருக்கோம். அதனாலதான் மாற்றத்தைக் கொண்டு வர ஒரே வழி, பாதை, முறை - வன்முறைன்னு நினைக்கறோம்.''

''க்ஷத்ரிய யுகமா? அப்படியொண்ணைப் பத்தி நான் கேட்டதில்லையே?''

''தொடர்ந்து ஒண்ணு மாத்தி ஒண்ணா கால ஓட்டத்துல வந்து போற நாலு யுகங்களைப் பத்தி - ***ஸத்ய யுகம், த்ரேதா யுகம், த்வாபர யுகம், கலி யுகம்*** - இதைப் பத்தியெல்லாம் கேள்விப்பட்டிருப்பியே?''

''ஆமா.''

''இந்த ஒவ்வொரு யுகத்துக்குள்ளேயும், ஒவ்வொரு வகுப்பார் ஆதிக்கம் செலுத்தற சின்னச் சின்ன காலவட்டங்கள் இருக்கு. அந்தணர்களின் யுகம்; க்ஷத்ரிய யுகம்; வைசிய யுகம்; சூத்திர யுகம்.''

''அந்தண யுகமா? இதையும் நான் கேள்விப்பட்டதேயில்ல, *தாதா.*''

''நிச்சயம் கேள்விப்பட்டிருப்பே. ப்ரஜாபதியையும், அவர் காலத்துல நிலவின மந்திரஜாலத்தைப் பத்தியும் நம்ம எல்லாருக்கும் கதைகள் சொல்லப்பட்டிருக்கு.''

கார்த்திக் முகமலர்ந்தான். ''அதானே! விவரமில்லா தவங்களுக்கு, ஞானம் கூட, மந்திரஜாலம் போலத்தான் தெரியும்.''

''ஆமா. அந்தண யுகத்தின் மிக முக்கிய பாதை, அறிவுஞானம் தான். நம்ம யுகத்துல, வன்முறை. நமக்கடுத்த யுகம், வைசியர்களுடையதுன்னு, சில தத்துவ ஞானிகள் நினைக்கறாங்க.''

''அந்த யுகத்தைச் சேர்ந்தவங்க, அவங்க நிலைப்பாட்டை ஸ்தாபிக்க வன்முறையைப் பயன்படுத்த மாட்டாங்கங்கறீங்களா?''

''வன்முறை எப்பவுமே அழியாது, கார்த்திக். அதேபோலத்தான் ஞானமும். ஆனா, வைசியர்கள் ஆளுமை செய்யற உலகத்துல, அது ரெண்டுமே ஆதிக்கம் செலுத்தாது. அவங்க யுகத்துல இலாபம் முக்கியத்துவம் அடையும். பணத்தைத்தான் பயன்படுத்துவாங்க.''

''அந்த மாதிரி ஒரு உலகத்தை என்னால கற்பனை கூட செஞ்சு பார்க்கமுடியலை, *தாதா*.''

''அப்படியொரு காலமும் வரத்தான் போகுது. அதுக்கு அதிக நாளாகாதுன்னு நம்பறேன். வன்முறையைக் கண்டு எனக்கு பயம் இல்லைன்னாலும், அதனால துக்கமும் வேதனையுமடையற உள்ளங்கள் ரொம்ப அதிகம்.''

''*தாதா*, அப்படியொரு காலம் வரும்னே நம்பினாலும், வன்முறையை விட பணம் குறைவான சேதமேற்படுத்தும்னு நம்பறீங்களா? அங்கேயும் வெற்றியடையறவங்களும், தோற்கறவங்களும் இருக்கத்தானே செய்வாங்க? சோகமும் துக்கமும் மொத்தமாய் மறைஞ்சிடுமா?''

அதிசயமடைந்த கணேஷ், புருவம் உயர்த்தினான். புன்னகையுடன், தம்பியின் முதுகைத் தட்டினான். ''நீ சொல்றதும் சரிதான். ஜெயிக்கிறவங்களும், தோற்கறவங்களும் எப்பவும் இருக்கத்தான் போறாங்க. அதுதான் உலகம்.''

தன் கரத்தால் கணேஷின் இடையைச் சுற்றி கார்த்திக் வளைத்துக்கொள்ள, கணேஷ் தம்பியின் தோளை அணைத்துக்கொண்டான். ''ஆனா, எவ்வளவுதான் ஞானம் இருந்தாலும், நம்மால மத்தவங்களுக்குத் துன்பம்னு வர்றப்ப, அந்த வேதனையை சகிச்சிக்க முடியலை.''

''சொன்னா உனக்குக் கொஞ்சம் அதிசயமா இருக்கும்,'' லோத்தல் ஆளுநர் மாளிகையின் செழிப்பில் தன்னை இழந்தவராய் பேசினார் சிவன். ''ஏதோ, சொந்த வீட்டுக்கு

வந்துட்ட மாதிரி இருக்கு. மெலூஹாவுலதான் என் பயணத்தைத் தொடங்கினேன்.''

காளி எதிர்பார்த்தது போல், மெலூஹப் பிரபுக்களினின்று தன்னைப் பிரித்துக்கொண்டு, நீலகண்டரிடம் தன் விசுவாசத்தை நிரூபிக்கும் வண்ணம், சிவனின் படைகளுக்குத் தன் நகரைத் திறந்துவிட்டிருந்தார், லோத்தல் ஆளுநர் சேனர்த்வஜர்.

''இங்கேதான் அந்தப் பயணம் முடியணும்,'' என்றாள் சதி. ''அப்புறம் நாம எல்லாரும் கைலாசம் போய் வாழலாம்.''

சிவன் புன்னகைத்தார். ''நீ நினைக்கிற மாதிரி, கைலாசம் நிம்மதி நிறைஞ்ச, அழகான இடமில்ல. கடினமான வறண்ட பூமி.''

''ஆனா, அங்கே நீங்க இருப்பீங்களே? அதுவே எனக்கு அந்த இடத்தைச் சொர்க்கமாக்கிடும்.''

கலகலவென்று சிரித்த சிவன், குனிந்து, அவளை இழுத்து அணைத்து, அன்பும் காதலுமாய் அழுந்த முத்தமிட்டார்.

''அதுக்கு முன்னால, தீய சக்தியான சோமரஸத்தைக் காப்பாத்தறவங்களை ஒரு வழி செய்யணும்,'' என்றாள் சதி.

''அதுதான் மகதப் படையின் தோல்வி மூலமா ஆரம்பமாகிடுச்சே?''

''ஹ்ம்... உண்மைதான். மகதம் இப்ப நம்ம பிடியில இருக்கறதால, அயோத்ய கப்பற்படையின் நடமாட்டத்தை ரொம்பச் சுலபமா கண்காணிக்கலாம். கணேஷும் கார்த்திக்கும் எப்ப மெலூஹா வரப்போறாங்க?''

''ஏற்கனவே கிளம்பியாச்சு.''

''ஆமா, நாம எப்ப ம்ரித்திகாவதி கிளம்பறோம்?''

''இன்னும் கொஞ்சம் நாள்ள.''

சிவனின் முகத்தில் குடிகொண்ட தீர்மானத்தைக் கண்டு பழகிவிட்ட சதிக்கு, தன் தாய்நாட்டின் கதியை நினைத்து ஒரு கணம் மனம் பேதலித்தது. ''சரணடையறதுதான் உசிதம்னு அவங்களே புரிஞ்சிக்கிட்டா நல்லது.''

''என் எண்ணமும் அதுதான்.''

அத்தியாயம் 25

தெய்வமா? தேசமா?

''ப்ரம்மதேவா!'' ப்ருகு ஏறக்குறைய உறுமினார்.

ஒரு வழியாக தேவகிரி வந்து சேர்ந்துவிட்டார், மகரிஷி. ஸ்வத்வீபத்தில் இருந்த தர்மகேதத்திற்கும் மெலூஹாவிற்குமிடையே சமீபத்தில் நிர்மாணித்திருந்த சாலையை யமுனையின் வெள்ளப்பிரவாகம் மூழ்கடித்து விட்டபடியால்தான், காலதாமதம். இவ்வாறாக, சந்திரவம்சி, சூர்யவம்சி சாம்ராஜ்யங்களுக்கு இடையில் எவருக்கும் சொந்தமில்லாத நிலப்பகுதியில் சிக்கிக்கொண்டிருந்த போது, மெலூஹர்கள் சாலையோரமாய் அமைத்திருந்த விருந்தினர் மாளிகையின் வசதிகளை அனுபவித்தார், அவர். தேவகிரியில் அச்சமயம் இருந்தேயாக வேண்டிய நிர்ப்பந்தத்தால் பீடிக்கப்பட்டவருக்கு, தன்னைச் சூழ்ந்திருந்த சௌகர்யங்கள் துளியும் ரசிக்கவில்லை; இருப்புக் கொள்ளாமல் தவித்தார். இந்நிலையில், பர்வதேஸ்வரரும் ஆனந்தமயியும் வந்து சேர்ந்தது அவருக்குச் சற்று ஆறுதலளிக்கும் விஷயமாக அமைந்தது. அங்கிருந்து அவர்கள் ஒன்றாய்ச் செய்த பயணத்தைப் பயன்படுத்திக்கொண்ட ப்ருகு, வழி நெடுக போர்த்தந்திரங்களை அலசினார். சில வாரப் பயணமாய் இருந்திருக்க வேண்டியது, யமுனை வெள்ளத்தின் புண்ணியத்தில் பல மாதங்களாய் நீண்டுவிட்டது.

நீலகண்டர் அறிக்கையின் பின்விளைவுகளை அலசியபடி, தேவகிரியின் அந்தரங்க அரசு அலுவலகத்தில் ஆலோசனையில் அமர்ந்திருந்தனர் ப்ருகு, தக்ஷர், பர்வதேஸ்வரர் மற்றும் கனகாலா.

''அந்த அறிக்கையை நான் பார்க்கலாமா, மகரிஷிஜி?'' பர்வதேஸ்வரர் கேட்டார்.

அவரிடம் கற்பலகையை நீட்டிய ப்ருகு, தக்ஷர் மற்றும் கனகாலாவிடம் திரும்பினார். ''இவை எப்பொழுது விநியோகிக்கப்பட்டன?''

''சில மாதங்களுக்கு முன், பிரபு,'' என்றார் தக்ஷர்.

''சாம்ராஜ்யத்தின் அத்தனை நகரங்களிலும் உள்ள அனைத்து மிக முக்கிய கோயில்களிலும்,'' கனகாலா மேலும் கூறினாள்.

"அனைத்து அறிக்கைகளும், ஏக காலத்தில், ஒரே நாளிலா?" இவ்வளவு பெரிய செயலில் புதைந்திருந்த ஒருங்கிணைப்பையும், சாதனையையும் குறித்து வெளிப்படையாகவே வியந்தார் பர்வதேஸ்வரர்.

"ஆம்," என்றாள் கனகாலா. "நீலகண்டரைத் தவிர்த்து வேறு யாரும் இப்படிப்பட்ட காரியத்தைச் செயல்படுத்தியிருக்க முடியாது. ஆனால், ஏன்? மெலூஹாவின் மீது அவருக்கு அளவுகடந்த அன்பு இருப்பது மட்டுமன்றி, நாமும் அவரிடத்தில் மிகுந்த பக்தியோடு இருக்கிறோம். ஆகையினால், நம் பிரபுவின் நற்பெயரைப் பயன்படுத்தி, வேறு யாரோ முயலும் அடாத செயல் என்று அனுமானித்தோம். துரதிர்ஷ்டவசமாக, துப்புத் துலக்குவதில் இன்னமும் நாங்கள் எவ்விதத்திலும் முன்னேற வில்லையாதலால், உண்மையான குற்றவாளிகள் யார் என்பது இன்னமும் புலப்படவில்லை."

"உங்கள் அரசாங்கத்தில் துரோகிகள் உண்டா, அரசே?" ப்ருகு கேட்டார்.

அந்தக் கேள்வியால் தக்ஷர் சிலுப்பிக்கொண்டாலும், கோபத்தை வெளிக்காட்டும் துணிவு அவருக்கில்லை. "நிச்சயமாகக் கிடையாது, பிரபு. என்னை நம்புவதைப் போலவே, தாங்கள் மெலூஹர்களையும் நம்பலாம்."

சற்றே ஏளனமாய் ப்ருகுவின் முகத்தில் பூத்த புன்னகை, கற்பனைக்கு இடமில்லாமல் அனைத்தையும் தெள்ளென விளக்கியது. "தங்கள் எண்ணம் என்ன, பர்வதேஸ்வரரே?"

"நீலகண்டரிடமிருந்து ஓரளவு நான் எதிர்பார்த்ததுதான்," என்றார் அவர்.

இதைக் கேட்ட கனகாலா ஸ்தம்பித்துப் போனாலும், விவேகமிழக்காமல் அமைதி காத்தாள்.

"ஆனால், நாங்களும் சளைக்கவில்லை என்பதையும் சொல்லிக்கொள்கிறேன், பிரபு," என்றார் தக்ஷர், ப்ருகுவிடம். "வெகு சில நாட்களில் அவையெல்லாம் நீக்கப்பட்டு, அனைத்தும் வஞ்சகன் ஒருவனால் விநியோகிக்கப்பட்டவை; அவற்றை பொதுமக்கள் ஒரு போதும் நம்பக்கூடாது என்று திட்டவட்டமாய்க் கூறும் அரசாங்க அறிவிப்பு ஒன்றையும் வெளியிட்டுவிட்டேன்."

அதிர்ச்சியில் கனகாலா பேச்சற்று நின்றாள். தக்ஷர் சொன்ன வண்ணம் அறிவிப்பை ஏற்றி, தன்னையறியாமல் அவளுமல்லவா இந்த மாபெரும் பாவத்தில் பங்கு பெற்றுவிட்டாள்? பதவியிலிருந்து ராஜிநாமா செய்தால் என்ன என்று தோன்றியது. இல்லை; யுத்தம் வரப்போவதென்னமோ நிச்சயம். போர்க்காலத்தில், அவளது

பொறுப்புகளும் தெளிவாகவே இருந்தன: நாட்டிற்கும் அரசனுக்கும், கேள்வியின்றி, விசுவாசத்துடன் பணிபுரிய வேண்டியது. ஆனால்... இதுகாறும், அவளது தனிப்பட்ட தர்மத்திற்கும் அரசாங்க பொறுப்பிற்கும் இடையே இப்படியொரு பிரிவினை ஏற்பட்டதேயில்லை. உள்ளத்தில் சுழன்றடிக்கும் இந்தக் புயலைச் சமாளிப்பதெப்படி?

''ஆகையினாலே, பிரபு, நிலைமையைச் சமாளித்தாகி விட்டதை நீங்களே இப்பொழுது கண்டுவிட்டீர்கள்,'' என்றார் தக்ஷர். ''இனி, சிவனின் படைகளை எப்படி விரட்டியடிப்பதென்று மட்டும் நாம் ஆலோசனை செய்தாலே போதுமானது.''

ப்ருகு தக்ஷரை நோக்கி அசட்டையாய்ச் சைகை செய்தார். ''இப்பொழுது தங்கள் பேச்சுக்கு நேரமில்லை, அரசே. முதலில், சேநாதிபதி பர்வதேஸ்வரருடன் நான் தனியே ஆலோசிக்க வேண்டியிருக்கிறது.''

இன்னமும் மனசாட்சிக்கும், மனோதர்மத்துக்கு மிடையேயான கடும்போராட்டத்தில் மூழ்கியிருந்த கனகாலா, இந்தச் சொற்போரைக் கவனிக்கவில்லை.

''நீலகண்டப்பெருமானே தன் கைப்பட எழுதி, மக்களுக்கு அனுப்பிய அறிக்கை அது. அவரது வாக்கை மீறுவது எங்ஙனம்? மிகத் தவறு. சோமரஸத்தைப் பயன்படுத்தக்கூடாதென்று பிரபு கட்டளையிட்டால், அதை மீறுவது எப்படிச் சாத்தியம்? எனக்குப் புரியத்தான் இல்லை.''

சந்திப்பு முடிந்தபிறகு, கனகாலாவின் அந்தரங்க அலுவலகத்திற்கு, அவளுடன் பர்வதேஸ்வரர் வந்திருந்தார். காலை நிகழ்ந்த சம்பவங்கள் குறித்து அவள் மிகுந்த சஞ்சலமடைந்திருந்ததை அவரால் உணர முடிந்தது

''சோமரஸத்தைப் பயன்படுத்துவதை நான் என்றோ நிறுத்தியாகிவிட்டது, கனகாலா.''

''இந்த நிமிடம் தொடங்கி, நானும்தான். ஆனால், என் மனக்கிலேசத்திற்குக் காரணம் அதுவல்ல. மெலூஹா முழுவதுமே அதைப் பயன்படுத்தக்கூடாதென்பதுதான் நீலகண்டரின் உத்தரவு. அவர் வாக்கை மீறுவதன் பின்விளைவுகளும் மிகத் தெளிவாகத்தான் உள்ளன: உடனடியாக நாம் அவரது பகைவர்களாவோம்.''

''அதுவும் நானறிந்ததே. எல்லாவற்றையும் வைத்துப் பார்த்தால், போர் வரப்போவது நிச்சயம். நாம் பேசிக்

கொண்டிருக்கும் இந்த நொடியிலேகூட, அவரது படைகள் ஆயத்தமாகிக்கொண்டிருக்கின்றன.''

''சோமரஸப் பயன்பாட்டை மெலூஹா நிறுத்தியாக வேண்டும்.''

''சோமரஸத்தைத் தடை செய்யும் அதிகாரம் உம்மிடமோ, என்னிடமோ இருப்பதாகவா எண்ணுகிறீர்?''

''இல்லை; சக்ரவர்த்தியிடம் மட்டுமே.''

''அவரோ, தடை செய்யும் எண்ணத்தில் கூட இல்லையல்லவா? அதுவுமில்லாமல், போர்க்காலத்தில் சக்ரவர்த்தியின் ஆணையை எவ்விதத்திலும் மீறலாகாது.''

''எப்படியேனும் யுத்தத்தைத் தவிர்க்க முடியாதா? மகரிஷி ப்ருகுவிடத்தில் தாங்கள் பேச முடியாதா? அவருக்குத்தான் தங்கள் மீது மிக்க மரியாதையுள்ளதே?''

''சோமரஸம் உண்மையில் தீமைதான் என்று மகரிஷிக்கு நிச்சயமாகவில்லை.''

''அப்படியானால், மக்களை நாமே நேரடியாக அணுகவேண்டும்.''

''உம்மை அறிவாளி என்றல்லவா நினைத்தேன், கனகாலா? இவ்வாறு செய்தால், சக்ரவர்த்தியின் நேரடியான ஆணையை மீறுவீர்; பிரதமர் என்ற முறையில் நீர் எடுத்த சத்தியப் பிரமாணத்தை உடைத்ததாகவும் ஆகும்.''

''நம் மக்களிடமே என்னைப் பொய்யுரைக்க வைத்தவரின் ஆணையை நான் ஏன் கடைப்பிடிக்க வேண்டும்?!''

''உயிருடன் மெலூஹாவில் நானொருவன் இருக்கும் வரையில், இனியொருமுறை இம்மாதிரி நடக்காது.''

உள்ளத்தில் சுழன்றடித்த கலக்கப்புயலைச் சமாளிக்க முயன்றவளாய், கனகாலா வேறுபுறம் திரும்பிக்கொண்டாள்.

''கனகாலா, நாம் மெலூஹர்களை நேரடியாகவே அணுகுவதாகவே வைத்துக்கொள்வோம்,'' என்றார் பர்வதேஸ்வரர். ''தற்போதைய ஆயுளைவிடவும் குறைந்த ஆயுட்காலத்தை அவர்கள் தாமாகவே தேர்ந்தெடுக்கும்படிச் செய்யவேண்டும். பதிலுக்கு, எதையுமே அளிக்கமுடியாத நிலையில் இருக்கிறோம். மெலூஹர்களைப் போல், ஒழுக்கமும், நேர்மை நியாயத்திற்குக் கட்டுப்பட்டவர்களையே இவ்விதம் மனமாற்றம் செய்வது சுலபமாயிராது. காலம் பிடிக்கும். சோமரஸத்தைப் பொறுத்தவரை, நீலகண்டர் பொறுமையைக் கடைப்பிடிக்கக்கூடியவர் அல்ல. இக்கணமே அதன் பயன்பாடு நிற்க வேண்டும் என்றெண்ணுகிறார். அதை அவர் சாதிக்கக்கூடிய ஒரே வழி: ஆதாரத்தையே நேரடியாகத் தாக்குவதுதான்...''

''அதாவது, மெலூஹா...''

"ஆம். மெலூஹா. நம் நாட்டைக் காக்கவேண்டியதுதான், இப்பொழுது நம் கடமை. அதுதான் நமது தலையாய கடன் என்பது இராமபிரான் இயற்றிய சட்டம் - நீரே இதை அறிவீர். இராமபிரானா, தாய்நாடா என்ற சிக்கலே ஏற்பட்டாலும், நாம் மெலூஹாவைத்தான் தேர்ந்தெடுக்க வேண்டும் என்றே அவர் அருளியிருக்கிறார்."

"உண்மையிலேயே அப்படிப்பட்ட ஒரு தேர்வை நாம் சந்திக்க வேண்டியிருக்கும் என்று யார் கண்டது, பர்வதேஸ்வரரே? தெய்வமா, தேசமா என்று அல்லாட வேண்டியிருக்கும் என்று கற்பனையாவது செய்திருப் போமா?"

பர்வதேஸ்வரரின் முகத்தில் சோக ரேகை படர்ந்தது. "என் நாட்டிற்கு நான் ஆற்ற வேண்டிய கடன், மற்றவை யனைத்தையும் மிஞ்சத்தான் வேண்டும், கனகாலா."

மழித்த சிரத்தைத் தடவிய கனகாலா, பின்னால் இருந்த குடுமியை வருடிச் சக்தி பெற முயன்றாள். "விதி நம்மீது என்னென்ன சோதனைகளையெல்லாம் வீசுகிறது?"

— ✗ ⏣ ⛢ ✦ ⊛ —

"அபத்தமான யோசனை, அரசே," என்றார் ப்ருகு. "உங்கள் யுக்திகள் அனைத்திலும் பொதுவாக உள்ள பிரச்சனை என்ன தெரியுமா? அடுத்த மூன்று மாதங்களைத் தாண்டி அவை செல்வதேயில்லை."

யுத்தத்தையே முற்றுமாய்த் தவிர்க்கத் தான் இயற்றியிருந்த பிரமாதமான திட்டத்தைப் பற்றி அப்போதுதான் விவரித்திருந்த தக்ஷர், மகரிஷியின் பாதங்களில் அமர்ந்து அவரது பதிலை ஆவலுடன் எதிர்பார்த்திருந்தார்.

அவரது ஆவலாதிகளால் சிறிதும் அசையாத ப்ருகு, தன் கல்மேடையினின்று அவரை நோக்கிக் குனிந்தார். "நாம் எதிர்ப்பது நீலகண்டனையல்ல; அவனிடத்தில் மக்கள் கொண்டிருக்கும் அளவிலா பக்தியைத்தான். சிவனைக் கொன்றால், ஆத்திரமடையும் மக்கள், அவனைத் தியாகச் செம்மலாக்கிவிடுவார்கள். உங்கள் மீது அவர்கள் கொள்ளும் கோபம், சோமரஸத்தின் மீதும் பாயலாம்."

தக்ஷர் இதை ஒப்புக்கொண்டார். "நீங்கள் சொல்வது முற்றிலும் உண்மை, பிரபு. அவனைப் பஞ்சவடியிலேயே கொல்லமுடிந்திருந்தால், மக்கள் நாகர்களின் மீது பழிபோட்டிருப்பார்கள். அங்கே நாம் அடைந்த தோல்வி துரதிர்ஷ்டவசமானது."

"அதுவுமின்றி, அரசே, போருக்குத் தயாரில்லாத எதிரியைத் தாக்குவதைத் தவறென்று நிச்சயமாய்க்

கொள்ளமுடியாவிட்டாலும், ஒரு சில யுத்த விதிகளை – உதாரணமாய், அமைதிப் பேச்சுவார்த்தை நடத்த வருவோரையோ, செய்தி கொண்டு வரும் தூதுவனையோ - கொல்வது போர்க்காலத்திலும்கூடத் தகாது.''

''நிச்சயம், பிரபு, நிச்சயம்,'' என்றார் தக்ஷர், கவனமில்லாமல். தன் திட்டத்தை மேலும் கூர் தீட்டுவதில் அவர் கவனம் ஏற்கனவே நகர்ந்துவிட்டது.

''நான் சொல்வது காதில் விழுகிறதா, அரசே?'' ப்ருகு எரிச்சலுடன் கேட்டார்.

கலக்கமடைந்த தக்ஷர், உடனடியாக நிமிர்ந்து பார்த்தார். ''நிச்சயமாய், பிரபு.''

பெருமூச்செறிந்த ப்ருகு, அறைகளினின்று மன்னர் வெளியேறுமாறு சைகை செய்தார்.

வீட்டிற்குள் தடதடவென்று நுழைந்த பர்வதேஸ்வரர், பணிப்பெண்ணை நோக்கித் தலையசைத்தவாறே, மைய முற்றத்தை சுற்றி ஓடிய படிக்கட்டுக்களில் விடுவிடுவென ஏறினார். முதல் மாடியை அவர் நெருங்குகையிலேயே எதையோ நினைவுகூர்ந்தவராய், முற்றத்தின் மேல் நீண்ட பாதைக்கு இறங்கினார்.

''ரதி!''

''பிரபு?'' என்றாள் பணிப்பெண்.

''வாரத்தில் இன்றுதானே தேவி ஆனந்தமயி பால் மற்றும் ரோஜா இதழ்களில் குளிப்பது வழக்கம்?'' என்றார் பர்வதேஸ்வரர்.

''ஆம், பிரபு. பிற நாட்களில் இளஞ்சூடான நீர்; சூரியனுக்குரிய தினத்தில் மட்டும் பால் மற்றும் ரோஜா இதழ்களில் ஸ்நானம்.''

பர்வதேஸ்வரர் முகம் மலர்ந்தார். ''எல்லாம் ஆயத்தமாய் இருக்கிறதா?''

ரதியின் முகத்திலும் வாஞ்சையான புன்னகை படர்ந்தது. எத்தனையோ ஆண்டுகாலமாய்த் தன் எஜமானுக்குப் பணி புரிந்திருந்தாலும், கடந்த சில காலமாய், புதிய எஜமானியுடன் வந்து சேர்ந்ததிலிருந்து அவர் முகத்தில் பொலிந்த மலர்ச்சியையும், பூத்த புன்னகையும் போல் அவள் கண்டதேயில்லை. ''இதோ, எந்த நொடியும், பிரபு.''

''தயாரானவுடன், தேவிக்குச் செய்தியனுப்பிவிடு.''

''உத்தரவு, பிரபு.''

திரும்பிய பர்வதேஸ்வரர், மீண்டும் விடுவிடுவென மீதமிருந்த இரு மாடிகளையும் ஏறி, மேலேயிருந்த தன் அந்தரங்க அறைக்கு வந்து சேர்ந்தார். சௌகர்யமான நாற்காலியில் அமர்ந்து, வீதியில் வருவோரையும் போவோரையும் ரசித்துக்கொண்டிருந்த ஆனந்தமயியைக் கண்டார். அந்தி சூரியன் தாக்காமல், மேலே துணி விதானம் காப்பாற்றியது. பர்வதேஸ்வரர் விரைந்து வருவதைக் கண்டவள், அவர்புறம் திரும்பினாள்.

''என்ன இவ்வளவு அவசரம்?'' என்றாள் புன்னகையுடன்.

அவளைக் கண்டு முகமலர்ந்தார் பர்வதேஸ்வரர். ''எப்படியிருக்கிறாய் என்று பார்த்துச் செல்லவே வந்தேன்.''

சிரித்த ஆனந்தமயி, அவரை அருகே அழைத்தாள். மெலூஹ சேநாதிபதி, அவளை நெருங்கி, நாற்காலியின் கைப்பிடியில் அமர்ந்தார். கீழே, தெருவைப் பார்த்தபடி, ஆனந்தமயி தலையை அவரது தோளின் மீது சாய்த்துக்கொண்டாள். அங்காடிகள் இன்னமும் திறந்துதான் இருந்தனவென்றாலும், சந்திரவம்சிகளுக்கேயுரிய சப்தமும் பேச்சும், சண்டை சச்சரவும் இங்கேயில்லை; தேவகிரி மக்கள் மிக மிகப் பணிவாய், அடக்கத்தின் உருவாய் இருந்தனர். தெருக்கள், வீடுகள், மக்கள் என்று அனைத்தும், அனைத்தும், சூர்யவம்சிகளின் தாரக மந்திரங்களான நிதானம், சீரமைப்பு, ஒழுக்கம் ஆகியவற்றைப் பறைசாற்றும் வகையில் அமைந்திருந்தன.

''எங்கள் தலைநகரைப் பற்றி என்ன நினைக்கிறாய்?'' பர்வதேஸ்வரர் கேட்டார். ''எவ்வளவு அருமையான திட்டமைப்பு! என்ன ஒழுங்குமுறை! எத்தனைச் சீராய்த் திகழ்கிறது, பார்த்தாயா?''

இணக்கமான புன்னகை உதட்டோரம் விளையாட, அவரை ஏறிட்டாள் ஆனந்தமயி. ''ஆமாமா. இவ்வளவு மந்தமா, உயிரோட்டமே இல்லாம எல்லாரும் இருக்கறதைப் பார்த்து, மனசுடைஞ்சு போயிருக்கேன். பரிதாபம்!''

பர்வதேஸ்வரர் சிரித்தார். ''நீதான் இப்போது வந்துவிட்டாயே? இந்த நகரமே வண்ணமயமாகிவிடாதா? களைகட்டிவிடுமே?''

''ஆக,'' அவரது கரத்தின் மீது தன் கையை வைத்தாள் ஆனந்தமயி. ''நான் சாவைச் சந்திக்கப்போகும் நகரம் இதுதானா?''

பதில் சொல்லும் விதமாய், தன் கையை அவளுடையதுடன் கோர்த்தார் பர்வதேஸ்வரர்.

''ஏதாவது செய்தி உண்டா?'' ஆனந்தமயி கேட்டாள். ''மெலூஹ தேசத்துக்குள்ள பிரபு நுழைஞ்சாச்சா?''

''இதுவரை எந்தத் தகவலும் இல்லை,'' பர்வதேஸ்வரர் பதிலளித்தார். ''ஆனால், இன்னொரு விஷயம்தான் மிகவும் கவலையளிப்பதாக இருக்கிறது: அயோத்யாவிலிருந்து எந்த பறவைத்தூதும் வந்து சேரவில்லை.''

நிமிர்ந்து உட்கார்ந்த ஆனந்தமயியின் முகத்தில் கவலை ரேகைகள் படர்ந்தன. ''அயோத்யாவை ஜெயிச்சிட்டாங்களா?''

''தெரியவில்லை, கண்ணம்மா. ஆனால், அயோத்யாவை ஜெயிக்குமளவு பிரபுவிடம் ஆள் பலமில்லையென்று சந்தேகிக்கிறேன். மோசமாக வடிவமைப்பும், பயிற்சியற்ற வீரர்களுமாய்த் தவித்தாலும், அந்நகரைச் சூழ்ந்துள்ள ஏழு மதில் வட்டங்கள், மிகுந்த வல்லமை கொண்டவை.''

எரிச்சலில் ஆனந்தமயியின் கண்கள் இடுங்கின. ''மோசமான தலைமை வாய்ச்சிருந்தாலும், பர்வதேஸ்வரரே, வீரர்கள் தைரியசாலிகள்தான். என் நாட்டின் சேநாதிபதிகள் பித்துக்குளிகளா இருக்கலாம். ஆனா, தங்களைக் காப்பாத்திக்க பொதுமக்கள் நிச்சயம் கடுமையாப் போராடுவாங்க.''

''ப்ரங்க மற்றும் வைஷாலியின் படைகளான வெறும் ஒன்றரை இலட்சம் வீரர்களைக் கொண்டு, அயோத்யாவைப் பிரபு ஜெயித்திருக்க முடியாதென்ற என் வாதத்தை, நீ சொல்வதனைத்தும் பலப்படுத்தும் விதமாகத்தான் இருக்கின்றது.''

''அப்ப என்னதான் நடந்துதுன்னு நினைக்கறீங்க?''

''அயோத்யா, மெலூஹாவின் சார்பாக இயங்கவில்லையென்று தெரிகிறது. உன் தந்தை, மன்னர் திலீபர், நீலகண்டருடன் கூட்டணி அமைத்திருக்க வாய்ப்புள்ளது.''

''இருக்கவே முடியாது. எங்கப்பா விரும்பற ஒரே ஜீவன் அவரேதான். பிரபு ப்ருகுகிட்டேருந்து அவர் உயிரைக் காப்பாத்தற மருந்துகள் வேற வந்துக்கிட்டிருக்கு. எந்த காரணத்துக்காகவும் அதை அவர் இழக்கமாட்டார்.''

''மன்னருக்கெதிராய் மக்கள் புரட்சியில் இறங்கி, நீலகண்டருடன் கூட்டு சேர்ந்திருக்கலாம்.''

''ஹ்ம். அப்படியும் இருக்கலாம். எங்கப்பாவை விடவும், நீலகண்டர்கிட்ட மக்களுக்கு அதிக விசுவாசம் உண்டு.''

''அப்படி அயோத்யா நீலகண்டரின் ஆதிக்கத்தின்கீழ் வந்துவிட்டதென்றால், அடுத்த பிரதான இலக்கின் மீதுதான் அவரது கவனம் திரும்பும்: மெலூஹா.''

''அவரோட எண்ணமே சோமரஸத்தை அழிக்கிறதுதான், பர்வா. தேவையில்லாத அழிவுல அவர் இறங்கமாட்டார்.

அதுல அர்த்தமேயில்லையே? மக்கள் அவருக்கெதிராய் திரும்புவாங்க, அவ்வளவுதான். சோமரஸத்தை நோக்கித்தான் அவர் படையெடுப்பார்.''

'சடக்'கென்று பர்வதேஸ்வரரின் கண்கள் பிரகாசமடைந்தன. ''ஆம், அதுதான்! சோமரஸம் இரகசியமாத் தயாராகும் ஆலையையும், அதன் விஞ்ஞானிகளையும்தான் தனது இலக்காக்குவார். சோமரஸத்தின் உற்பத்தியை அது தடுத்துவிடும். அது இல்லாமல் வாழ மக்கள் கற்றுக்கொள்ளத்தான் வேண்டும்.''

''பிடிச்சிட்டீங்களே. அதுதான் அவரோட இலக்கு. இந்த இரகசிய சோமரஸ தயாரிப்பு ஆலை எங்கே இருக்கு?''

''தெரியவில்லை. ஆனால், கண்டுபிடிக்கத்தான் போகிறேன்.''

''செய்யத்தான் வேணும்.''

''அது எப்படியிருப்பினும்,'' பர்வதேஸ்வரர் தொடர்ந்தார். ''இனிமேற்கொண்டு அயோத்யாவிற்கு எவ்விதமான செய்தியும் அனுப்பவேண்டாம் என்று கனகாலாவிற்குக் கட்டளை யிட்டிருக்கிறேன். பகைவர்கள் கையில் நம் திட்டங்கள் சிக்க நாமே வசதி செய்து கொடுத்ததாக ஆகிவிடும்.''

''அயோத்யா அவங்க கட்டுப்பாட்டுக்குள்ள வந்து, இந்தக் கணமே கிளம்பினாங்கன்னா, ரொம்ப சீக்கிரத்துல மெலூஹா வந்து சேர்ந்துடுவாங்க.''

''ஆம். ஆறே மாதத்திலேயே கூட வந்துவிடுவார்கள். அயோத்யாவுடன், பிரபுவிடம் மிகப்பெரிய படையும் இருக்கும்.''

''உங்க ஆயத்தங்களை இரட்டிப்பாக்குங்க.''

''ஹ்ம்... அதோடு, இருபதாயிரம் வீரர்கள் சகிதம், லோத்தலுக்கு வித்யுன்மாலி செல்ல உத்தரவிடுகிறேன்.''

''லோத்தல் ஏன்? அவங்ககிட்டேயிருந்து மாதாந்திர செய்தியறிக்கை வராததினாலா? இது கொஞ்சம் அதிகப்படியா இல்ல?''

''ஏனோ, அவர்கள் விஷயத்தில் என் மனம் சஞ்சலமுற்றிருக்கிறது,'' தலையை லேசாய் அசைத்தார் பர்வதேஸ்வரர். ''நான் அனுப்பிய பறவைத்தூதிற்கு அங்கேயிருந்து எந்த பதிலுமில்லை.''

''உள்ளுணர்வு சொல்லுதுன்னு இருபதாயிரம் வீரர்களை அனுப்பினா, உங்களால இங்கே சமாளிக்கமுடியுமா?''

''லோத்தல் அதிக தூரத்தில் இல்லை. அதோடு, எல்லைப்பட்டணம். பஞ்சவடிக்கு மிக அருகேயுள்ள மெலூஹ நகரமும் அதுதான். அதைப் போருக்கு ஆயத்தமாக்குவதே உசிதம்.''

அத்தியாயம் 26

ம்ரித்திகாவதிப் போர்

பொங்கிவந்த கவலையை அடக்க இயலாமல், ஓய்ந்து போன அந்த ஒற்றன் இராணுவக் கூடாரத்திற்குள் ஏறக்குறைய தடுமாறி நுழைந்தான். எப்படியோ அவன் வணக்கம் சொல்ல, ஆராய்ந்துகொண்டிருந்த வரைபடத்தினின்று சிவன் திடுக்கிட்டு நிமிர்ந்தார்.

''என்ன?''

வில்லிலிருந்து புறப்பட்ட அம்பாய்ப் பாய்ந்த சிவனின் குரலைக் கேட்டு, காளி, சதி, கோபால் மற்றும் சேனர்த்வஜர், கவலையுடன் நிமிர்ந்தனர். லோத்தலிலிருந்து விரைவாய்க் கிளம்பிய சிவனின் படை, ம்ரித்திகாவதியிலிருந்து ஒரு நாள் பயணத்தில் இருந்தது.

''பிரபு, மோசமான செய்தியுடன் வந்திருக்கிறேன்.''

''விஷயத்தைச் சொல்லு. நீயா எந்த முடிவுக்கும் வர வேண்டாம்.''

''முன்பை விட இப்போது ம்ரித்திகாவதியில் போருக்கான ஆயத்தங்கள் மட்டுமல்லாமல், வீரர்களும் அதிகரித்து விட்டனர். சில நாட்களுக்கு முன்புதான், படைத்தலைவர் வித்யுன்மாலி கப்பலில் வந்து சேர்ந்தாராம். மெலூஹ எல்லையில் உள்ள லோத்தலைக் காக்கும் பொருட்டு பயணித்துக்கொண்டிருந்தாராம். லோத்தல் தங்களைச் சேர்ந்துவிட்ட விஷயம் இன்னமும் சக்ரவர்த்தி தக்ஷருக்குத் தெரியாது போலும், பிரபு.''

''வித்யுன்மாலியிடம் உள்ள படைகளின் எண்ணிக்கை என்ன?'' சேனர்த்வஜர் கேட்டார்.

''இருபதினாயிரம் இருக்கலாம், பிரபு. அதோடு, ம்ரித்திகாவதியில் ஏற்கனவே முகாமிட்டிருக்கும் ஐயாயிரம் வீரர்களையும் சேர்ப்பது உத்தமம்.''

''எப்படியும், அவர்களைவிட அதிகப் படைவீரர்கள் நம்மிடம் உள்ளன, பிரபு,'' என்றார் சேனர்த்வஜர். ''ஆனால், இருபத்தைந்தாயிரம் வீரர்களே அதிகமென்னும் அளவுக்கு, ம்ரித்திகாவதியின் தற்காப்பு வசதிகள் சற்று பலவீனமானவைதான்.''

சிவன் மறுப்பாய்த் தலையசைத்தார். ''அது ஒரு பிரச்சனையா இருக்க வாய்ப்பில்லை. அவங்ககிட்ட எத்தனை வீரர்கள் இருந்தா என்ன? நமக்கு வேண்டியது அவங்களுடைய கப்பல்கள்தானேயொழிய, நகரம் இல்ல. வித்யுன்மாலி இருபதாயிரம் வீரர்களோட கப்பல்ல வந்திருந்தா, அவனோட மரக்கலங்களும் ம்ரித்திகாவதி துறைமுகத்துலதானே நங்கூரமிட்டிருக்கணும்? நமக்கு இன்னும் பல கப்பல்கள் கிடைச்சாப்புலதானே?''

காளியின் முகம் மலர்ந்தது. ''அதுவும் உண்மைதான்!''

''ம்ரித்திகாவதி பயணத்துக்குத் தயாராகுங்க,'' என்றார் சிவன். ''இன்னும் ரெண்டு நாள்ள நாம தாக்குதல் தொடங்கறோம்.''

ம்ரித்திகாவதியின் கொத்தளங்களில் மீண்டும் மீண்டும் ஊதப்பட்ட எச்சரிக்கைச் சங்கொலியைக் கேட்டுப் பதற்ற மடைந்த மக்கள் அடித்துப் பிடித்துக்கொண்டு ஓடுவதை சிவனால் காணமுடிந்தது. எதிர்பாராமல் திடீரென்று வந்து சேர்ந்த அந்தப் படை, மெலூஹர்களை பீதியிலாழ்த்திவிட்டது.

குன்றின் மீது குதிரையிலமர்ந்தபடி பார்வையிட்டுக் கொண்டிருந்த சிவனுக்கு, ம்ரித்திகாவதி நகரமும், அதன் துறைமுகமும், துல்லியமாகவே தெரிந்தன. சரஸ்வதி நதியின் வெள்ளப் பெருக்கினின்று காப்பாற்றும் பொருட்டு, கரையிலிருந்து ஒரு கிலோமீட்டர் தூரத்தில், பல நகரங்களைப் போல் இதுவும் மிகப்பிரம்மாண்டமான மேடைகளின்மீது நிர்மாணிக்கப்பட்டிருந்தது. ஆனால், இதையெல்லாம்விட சிவனின் கவனத்தை அதிகம் கவர்ந்தது அந்த மகாநதியின் கரையில் எழும்பியிருந்த துறைமுகம்தான்.

வட்டவடிவமாய் அமைக்கப்பட்டிருந்த அந்த மாபெரும் துறைமுகத்தினூடே, ஒரு சிறிய வாயிலின் வழியே சரஸ்வதி நீர் பாய்ந்தது. துறைமுகத்தின் வெளிப்புறச் சுவரையும், அரைவட்ட வடிவான கப்பல் தளத்தையும், நீர்த்தேக்கம் பிரித்தது. மேற்கூரையுடன் கூடிய ஒரு உள்தளம், கப்பல்கள் செப்பனிடப்படும் இடங்களைக் காத்தது. உள்தளத்தின் வெளிப்புறமும், வெளித்தளத்தின் உட்புறமும், கப்பல்கள் நங்கூரமிட்டிருந்தன. இவ்வாறான அபூர்வ வடிவமைப்பால், ஏறக்குறைய ஐம்பது கப்பல்களை, ஓரளவு குறைவான இடத்தில் நிறுத்தமுடியும். வரிசையாக நின்ற கப்பல்களின் இரு அணிகளுக்கும் இடையே இருந்த நீர்ப்பரப்பு, அவை சுலபமாய் நகர வசதிசெய்து கொடுத்தது. ஒற்றைவரிசையில்,

துறைமுகத்திற்குள் வெகு விரைவாக அவற்றால் பயணிக்க முடியும். சிறிய வடிவம் கொண்டிருந்ததால், துறைமுக வாயில் வழியே ஒரு சமயத்தில் ஒரு கப்பல் மட்டுமே நுழையவோ, வெளியேறவோ முடியும். அதே சமயம், ஒன்றன்பின் ஒன்றாய் வால்பிடித்தவாறு வட்டவடிவ நீர்த்தேக்கத்திற்குள் கப்பல்கள் நகரமுடியுமாகையால், அவை உள்ளே வருவதிலோ, வெளியே செல்வதிலோ, அதிக காலதாமதம் ஏற்பட வாய்ப்பில்லை. பகைக் கப்பல்கள் சுலபத்தில் நுழைந்துவிடாமலும் அவை காப்பாற்றிவிடும். இப்பொழுது சார்த்தியிருந்த கதவுகளைக் கண்ட சிவன், தாக்குதல்களினின்று பாதுகாக்கும் விதமாய் வீரர்குழாங்களை ஏற்றி வைக்க, துறைமுக மதில்களில் ஆங்காங்கே எவ்வளவு ஏற்பாடுகள் செய்யப்பட்டிருந்தன என்பதையும் கண்டார்.

அவர் முகம் மலர்ந்தது. *பிரமாதமான திட்டமிடலுக்கும் செயல்பாட்டிற்கும் மெலூஹர்களுக்கு சொல்லியா தரணும்?*

அவரை நோக்கிச் சாய்ந்தாள் காளி. ''நகரத்துக்கும் துறைமுகத்துக்கும் இடையே இருக்கற பலப்படுத்தப்பட்ட பாதை, பலவீனம்கிறது என் கருத்து.''

''ஆமா,'' சதி ஆமோதித்தாள். ''அங்கேயிருந்து தாக்குதலைத் தொடங்கலாம். நாம நெருக்கற உணர்வு வந்ததுன்னா, நகரத்துல இந்தப் பாதைக்கு வழி விடற கதவுகளை அவங்க மூடவேண்டியிருக்கும். தங்களுடைய வீரர்களையும் பின்வாங்க வைக்கவேண்டியிருக்கும். நகரமும் துறைமுகமும் அடுத்தடுத்து இல்லாததுனால, பாதைச் சுவர்கள் தாக்கப்பட்டு உடைஞ்சா, ஏதாவது ஒண்ணைத் தியாகம் செஞ்சுதான் ஆகணும். என்னைக் கேட்டா, ஏதாவது ஒரு சமரசத்துக்கு வந்து, துறைமுகத்தை நமக்கு விட்டுக் கொடுத்திடுவாங்க.''

சிவன் சதியை ஏறிட்டார். ''வித்யுன்மாலி சண்டைக்கு அஞ்சாதவன். சமரசத்துல விருப்பமோ, நம்பிகையோ இல்லாதவன். நமக்கு வேணுங்கிறது நகரம் இல்ல, கப்பல்கள்தான்னு அவன் புரிஞ்சிக்கிட்டான்னா, ஒரு ஆட்டம் ஆட முயற்சி செஞ்சாலும் செய்வான். நகரை விட்டு வெளியே வந்து, தாக்கும் நம்ம படைகளைப் பின்பக்கமா அடிக்க முயற்சி செஞ்சாலும் செய்வான். அது அவனுக்கு நல்ல யுக்தியாவும் தோணலாம். பாதையிலேயே நம்மை வழிமறிச்சு தாக்கி, நகரம், துறைமுகம் ரெண்டையுமே தக்க வெச்சுக்க முயற்சிக்கலாம். அந்தத் தப்பை அவன் நிச்சயம் செய்வான்னு நம்பறேன்.''

ப்ரங்கர்கள், வாசுதேவர்கள், நாகர்கள், லோத்தலிலிருந்து சில சூர்யவம்சிகள் என்று கலந்துகட்டியாக அனைத்து மக்களும் பங்குபெற்றிருந்த தன் படைவரிசையைப் பார்வையிட்டவாறு, சிவன் புரவியின் மீது முன்னும் பின்னுமாய் விரைந்தார். அவரவர் படைகளைத் தலைமை யேற்று நடத்தியவாறு, சதியும் காளியும் குதிரை மீதிருந்தனர். வீரர்கள் தயாராக இருந்தாலும், மெலூஹர்களும் போருக்கு ஆயத்தமாயிருந்ததை அறிந்தேயிருந்தனர்.

''வீரர்களே!'' சிவன் கர்ஜனை புரிந்தார். ''மகாதேவர்களே! கேளுங்க!''

கூடியிருந்த மனிதர்களின் மீது அமைதி கவிந்தது.

''ஆயிரம் வருஷங்களுக்கு முன்னால, மாபெரும் மனிதர் ஒருத்தர் இந்த பூமியில வாழ்ந்ததா சொல்றாங்க. இராமபிரான், மரியாதைப் புருஷோத்தமன், அரசர்களுக்கெல்லாம் அரசர். ஆனா, உண்மை என்னன்னு நமக்குத் தெரியும். அவர் சாதாரண மனிதர் இல்லை; தெய்வம்!''

எள் விழுந்தால் கேட்கக்கூடிய மௌனத்தில், அவர் பேச்சைக் கேட்டனர்.

''இந்த மக்கள்,'' ம்ரித்திகாவதி கோட்டைக் கொத்தளங் களின் மேற்புறம் காவலிருந்த மெலூஹர்களைச் சிவன் சுட்டிக் காட்டினார். ''அவர் பெயரை மட்டும்தான் ஞாபகம் வெச்சுக் கிட்டிருக்காங்க; சொன்ன வார்த்தைகளையில்ல. ஆனா, எனக்கு இராமபிரானின் வாக்கு நல்லாவே நினைவிருக்கு. ''தர்மமா, என் மக்களான்னு தேர்வு செய்ய வேண்டிய நிலைமை வந்தா, தர்மத்தைத் தான் தேர்ந்தெடுக்கணும்! என் குடும்பமா, தர்மமான்னு தேர்வு செய்ய வேண்டி வந்தா, அப்பவும் நீங்க தர்மத்தைத்தான் தேர்ந்தெடுக்கணும்! அவ்வளவு ஏன், நானா, தர்மமா என்றே குழப்பம் வந்தாலும், நீங்க தர்மத்தின் பக்கம்தான் சாயணும்னு சொன்னார்!''

''தர்மம்!'' படைகள் ஒரே குரலில் கூவின.

''மெலூஹர்கள் தீமையைத் தேர்ந்தெடுத்துட்டாங்க,'' சிவன் கர்ஜனை புரிந்தார். ''நாம, தர்மத்தைத் தேர்ந்தெடுத்திருக்கோம்!''

''தர்மம்!''

''அவங்க மரணத்தைத் தேர்வு செஞ்சிட்டாங்க! நாம, வெற்றியைத் தேர்வு செஞ்சிருக்கோம்!''

''வெற்றி!''

''அவங்க சோமரஸம் பக்கம் சாஞ்சிட்டாங்க!'' சிவன் முழங்கினார். ''நாமோ, இராமபிரானின் பக்கம் இருக்கோம்!''

''ஜெய் ஸ்ரீ ராம்!'' சதி கூவினாள்.

''ஜெய் ஸ்ரீ ராம்!'' காளியும் சேர்ந்துகொண்டாள்.

''ஜெய் ஸ்ரீ ராம்!'' வீரர்கள் ஏக காலத்தில் முழங்கினர்.

''ஜெய் ஸ்ரீ ராம்!''

''ஜெய் ஸ்ரீ ராம்!''

நீலகண்டர் படைகளின் கண்டங்களினின்று எழுந்த பழகிய வீர முழக்கம், ம்ரித்திகாவதிச் சுவர்களில் மோதி எதிரொலித்தது; வழக்கமாய் மெலூஹர்களின் தோள் தினவெடுக்க வைக்கும் அதே முழக்கம், இம்முறை... பீதியை மட்டுமே கிளப்பியது.

தன் வீரர்களின் இடிமுழக்கக் குரல்களால் சூழப்பட்ட சிவன், காளியை நோக்கித் தலையசைத்தார். சிறிய, சில்லிடும் புன்னகை இதழில் நெளிய, தானும் தலையசைத்த காளி, கண்கள் மின்ன, உடைவாளைச் சுழற்றினாள். சூரிய வெளிச்சத்தில் தகதகத்தது. ஒரே கரத்தை அவள் உயர்த்த, கூடியிருந்த வீரர் குழாத்தின் மீது பட்டென்று விழுந்த அமைதியில், தலைக்கு மேலே கொடிகள் காற்றில் படபடத்த சப்தம் மட்டுமே கேட்டது. மீண்டும் அவள் சைகை செய்ய, வீரர்கள் 'விருக்'கென நிமிர்ந்து, ஆயுதங்களைத் தயார் நிலையில் வைத்துக்கொண்டனர். பிறகு ஒற்றை வாளை மேலே, வானை நோக்கி உயர்த்தியவள், இரத்தம் உறையும்படி 'ஓ'வென்ற கூச்சலுடன் இறக்க, அணை உடைந்த வெள்ளமாய் அங்கே திரண்டிருந்த வீரர்கள் மதில்களை நோக்கிப் பொங்கிப் பாய்ந்தனர்.

பலப்படுத்தப்பட்டாலும், குறுகலாய் இருந்த பாலத்தின் மீது ஆக்ரோஷமாய் நிகழ்ந்துகொண்டிருந்த போரைச் சிவன் தீவிரமாய் ஆராய்ந்தார். வாசுதேவர்களின் யானைப் படைகளையும், தற்காலிகமாய்த் தயார் செய்யப்பட்ட கவண்களையும் கொண்டு, மதிலின் ஒரு சிறிய பகுதியைப் பிளப்பதில் காளி முனைந்திருந்தாள். பாதையையொட்டி அமைந்த கொத்தளங்களின் மீதிருந்து மெலூஹர்கள் எய்த அம்புகளையும், கணக்கில்லாமல் கவிழ்த்த கொதிக்கும் எண்ணையையும் மீறி, மிகத் தைரியமாக சில நாகர்கள் அடாது அவர்களைத் தாக்கிக் கொண்டிருந்தனர். எப்பக்கமும் திரும்பலாம் என்றிருந்த இந்த யுத்தத்தில் பங்குபெற அனைத்துத் தகுதியும் கொண்டவர்கள், அசகாய சூரர்களாக விளங்கிய இந்த நாகர்கள்தான். பாதையின் மதிலில் ஆங்காங்கே பலவீனங்கள் தெரிந்தன; இன்னும் சற்று நேரத்தில் சிவனின் வீரர்கள், நகரம்

துறைமுகத்தையடையக்கூடிய வழியை மறித்துவிடுவர். சிவன் எதிர்பார்த்தபடி, வித்யுன்மாலி இந்தத் தருணத்தில் முடிவெடுத்தான். ம்ரித்திகாவதியின் கோட்டைக் கதவுகள் படாரென்று திறந்துகொள்ள, சிவனிடமே கற்றுக்கொண்ட போர் வியூகத்துடன், மெலூஹப் படை வெளிவந்தது.

இருபதுக்கு இருபதென்று மெலூஹர்கள் தங்களை வகுத்துக்கொண்டிருந்தனர். இடப்பாகத்தைக் கேடயத்தாலும், அருகிலிருந்த வீரனின் வலப்பாகத்தையும் ஒவ்வொரு வீரனும் காத்துக்கொள்ளும் விதமாய் நின்றனர். பின்புறமிருந்த வீரன், கேடயத்தை தலைக்கு மேல் உயர்த்தியபடி, தன்னை மட்டுமன்றி, முன்னாலிருந்த வீரனையும் காத்தான். தன் கேடயத்திற்கும் அருகிலிருந்த கேடயத்திற்கும் இடைப்பட்ட இடத்தை, நீண்ட வேல் பிடித்துக்கொள்ள வீரர்கள் பயன்படுத்தினர். ஆமையைப்போல், தனக்குள் சுருங்கிக்கொண்டு தன்னைத் தானே காத்துக்கொள்ள இந்த வியூகம் உதவியது மட்டுமன்றி, எதன் மீதாவது மோதிப் பிளக்கவேண்டிவந்தால், நீண்ட வேல்களையும் பயன்படுத்தமுடியும்.

ஆனால், இவ்வகையான ஆமை வியூகத்தின் பலவீனம், அதை உருவாக்கிய சிவனுக்கு நன்கு தெரியும். முழுப்பாதுகாப்பு அளிக்கக்கூடிய இந்தக் கவசத்தையும், உடைக்க வழியுண்டு: பின்புறமிருந்து தாக்கினால், இவ்வீரர்களால் ஆகக்கூடியது எதுவுமில்லை. முன்புறம் நீட்டிக்கொண்டிருக்கும் கனமான வேல்கள் வேறு, அவர்களுக்குக் குந்தகமாய் வாய்க்கும். சட்டென்று திரும்ப முடியாது; வியூகத்தின் பின்புறத்தைக் காக்கக் கேடயமும் கிடையாது. ஆக, பின்னிருந்து இவர்களைத் தாக்கினால், அத்தனை வீரர்களையும் விழ்த்தி, வியூகத்தைச் சின்னா பின்னமாக்கிவிடலாம்.

சதியை நோக்கி சிவன் புன்னகையுடன் திரும்பினார்: ''வித்யுன்மாலியோட செய்கைகள் ஒவ்வொண்ணையும் முன்கூட்டியே யூகிச்சிடலாம்.''

சதி தலையசைத்தாள். ''வியூகம்தானே?''

''வியூகம்தான்,'' சிவன் ஆமோதித்தார்.

உடனடியாகத் தன் குதிரையைத் திருப்பிக்கொண்டு சதி வலப்பக்கம் செல்ல, அவளது தலைமையின் கீழ் இருந்த படை, பாதை மதிலோரமாய், விரைவாய் விரிந்தது. நகர வாயில் வழியே வெளியே குவிந்துகொண்டிருந்த மெலூஹ ஆமை வியூகங்களுக்கும், பின்னால், காளியின் தலைமையில் வீரதீரமாய்ப் பாதையைத் தாக்கிக்கொண்டிருந்த நாகர்களுக்கும்

இடையே சதி தன்னை நிதானமாய் நுழைத்துக்கொண்டாள். அவளது முதல் வேலை: மிகத்தீவிரமாய் சண்டையிட வேண்டியது; இரண்டாவது, பின்வாங்கிக்கொண்டே வந்து, வெற்றிக்கனி கிட்டப்போவதாய்ப் பொய்யான ஒரு நம்பிக்கையை மெலூஹர்களுக்கு ஏற்படுத்தி, அவர்களை முன்னே வரவழைக்க வேண்டியது. வீழ்த்தவே கடினமான ஆமை வியூகத்தின் முன்னே இருக்க வேண்டுமென்பதால், தீவிரமான போரில் அவள் இறங்க வேண்டியிருக்கும்; இழப்பும் அதிகமாக இருக்கும். மெலூஹர்கள் முன்னே முன்னே வர, பின்னால் உருவாகும் இடைவெளியில் சிவனும், அவரது குதிரைப்படையும் நுழைந்து, அவர்களைப் பின்புறமிருந்து தாக்கத்துவங்குவர்.

இந்தப்புறம், இடப்பக்கமிருந்த யானை மற்றும் குதிரைப்படைகளை நோக்கிச் சிவன் விரைந்தார்.

"நிதானம்!" யானைப் படைக்குத் தலைமை வகித்த வாசுதேவர் தலைவருக்கு சிவன் கட்டளையிட்டார்.

சிவன், விரைவாக, அதே சமயம், மிகச்சரியான கணத்திலும் நகர வேண்டும். தேவைக்கு முன் சென்றாலோ, தனக்கு வைக்கப்படும் பொறியை வித்யுன்மாலி உணர்ந்துகொண்டுவிடுவான்.

சதியின் படை மீது மெலூஹர்களின் ஆமை வியூகம் வெகு வேகமாய் மோதுவதைக் கவலையுடன் கவனித்தான் வீரபத்ரா. "சதியால இந்த பணியை சமாளிக்கமுடியுமான்னு தெரியலை..." சிவனிடம் முணுமுணுத்தான்.

"நிதானம், பத்ரா," சிவன் சொன்னார். "தான் செய்யறது என்னன்னு அவளுக்கு நல்லாவே தெரியும்."

ஆமை வியூகம் வெகு வேகமாய், மிகத் தீவிரமாய் சதி மற்றும் அவளது வீரர்களை நோக்கி முன்னேறிக் கொண்டிருந்தது. சூர்யவம்சிகளின் மிகச் சிறந்த யுத்த கோட்பாடுகளுக்கேற்ப, தன் படைகளுக்கு சதியே முன்னிலை வகித்தாள். முட்காட்டைப் போல் ஈட்டிகள் எல்லா பக்கமும் துருத்திக்கொண்டிருக்க, கேடயங்களாலான ஒரு மாபெரும் சுவர், தன்னைநோக்கி, ஒரு வித குலுக்கலான ஓட்டத்துடன் தீர்மானமாய் முன்னேறுவதை அவளால் காணமுடிந்தது. 'தங்-தங்'கென்று அவர்கள் எடுத்த வைத்த ஒவ்வொரு அடியிலும், சூரியக்கிரணங்கள் உலோகத்தில் பட்டு கேடயங்கள் தகதகத்தன. மூச்சை சீராக்கிக்கொண்டவள், மெல்லத் தன் குதிரையைத் தட்டிவிட்டாள். முதலில் மெதுவாகச் சென்ற குதிரை, போகப்போக வேகமெடுக்க,

சேணத்தின் மீது கால் பதித்த சதி, எதற்கும் ஆயத்தமாய், சரியான கணத்திற்குக் காத்திருந்தாள்.

அருகே, அருகே... வியூகத்திற்கு மிக அருகே வந்துவிட்டவள், ஏதேனும் இடைவெளியிருக்குமா என்று கண்களால் துழாவினாள். ஒரு கணம் - ஒரே ஒரு கணம், முன்னால் வந்துகொண்டிருந்த வியூகத்தில் கேடயம் சற்றே நகர்ந்து, அமைப்பை அசைத்து, ஒரு வீரனின் கழுத்தை வெளிப்படுத்தியது. ஆசனத்தினின்று நகராத சதி, உறையிலிருந்து ஒரு கத்தியை உருவி, அசாத்திய சாதுர்யத்துடன் அதை எறிய, ‘சரக்’கென்று அது வீரனைத் தாக்கி, அடியெடுத்து வைக்கையிலேயே அவனை வீழ்த்தியது.

ஆமை வியூகம் ஏறக்குறைய அவள் மீதே வந்துவிட்டது. சேணக்கயிற்றை சதி இழுத்துப்பிடிக்க, திரும்பும் முயற்சியில் குதிரை மேலெழும்பியது. தோளில் ‘சுருக்’கென்று வலி. அவளது கட்டுப்பாட்டிற்கு வராமல் குதிரை தத்தளித்துக் கனைப்பதை உணர்ந்தாள். ஈட்டி குத்திய வேதனையில் தவித்தவள், அடிபட்டு உயிருக்குப் போராடிக்கொண்டிருந்த குதிரை மண்டியிட, அதினின்று விடுபட முயன்றாள். தன்னைக் குத்தியவன் யார் என்று கணிக்கமுயன்றாலும், கேடயங்களின் மீது எட்டிப் பார்த்த கண்களில், தன் தோளில் பதிந்திருந்த ஈட்டிக்குரியவனை அவளால் அறியமுடியவில்லை. ஈட்டி இன்னும் குரூரமாய் அவளது தோளில் இறங்க, கண்களில் கண்ணீர் பெருக்கெடுக்க, பாதி வலியிலும், பாதி ஆத்திரமுமாகக் கத்தினாள். ‘சடா’ரென்று தன் வாளை வீசியவள், ஈட்டியைப் பாதியாய் உடைத்துக் கொண்டு குதிரையினின்று உருண்டு, எழுந்து நின்றாள்.

சதியின் தோள்களைத் தாண்டிக்கொண்டு சில அம்புகள் மெலூஹ ஆமை வியூகத்தில் அவள் உருவாக்கிய இடைவெளிக்குள் ‘சரக் சரக்’கென்று பாய்ந்தன. வேற்று வீரர்கள் இடைவெளியை நிரப்பி ஓட்டையை அடைக்கும் முயற்சியில் நகர, வியூகம் தனது கட்டமைப்பை ஒரே ஒரு கணம் இழந்து தடுமாறி, வேகம் குறைந்தது. ஆயினும், அதிசயிக்கத்தக்க முறையில் விரைவாய் அணிவகுத்த மெலூஹர்கள், மீண்டும் தாக்குதலில் முன்னேறினர். சதி ஓரடி பின்வாங்க, அழகாய் வடிவமைத்த பொறி போல், அவளுடன் இயைந்து, படையும் ஓரடி பின்வைத்து, தைரியமாய்ப் போரிட்டது. தடுக்கமுடியாத அந்த ஆமை வியூகத்தின் தாக்குதலைச் சமாளிக்கமுடியாமல், மெள்ள

மெள்ள பின்வாங்கிக்கொண்டே வருவது போன்ற தோற்றத்தை சதியின் படை அளித்தது. இன்னும் சற்றுப் பின்னடைந்தால் போதும், சிவன் அவர்களுக்குப் பின்னால் புகுந்து, வியூகத்தை உடைக்க ஏதுவாய் இருக்கும்.

சற்று தூரத்தில் நிகழ்ந்துகொண்டிருக்கும் போரை சிவன் கவனித்தார். மெலூஹ ஆமை வியூகத்திற்குப் பாதுகாப்பாய், விலாப்பக்கங்களில் வந்துகொண்டிருந்த மெலூஹ ரதங்களின் மீது அவரது பார்வை பதிந்தது. ஒவ்வொரு ரதத்திலும், குதிரைகளைச் செலுத்த ஒரு சாரதியும், போரிட ஒரு வீரனும் இருந்தனர். இரு வீரர்கள் கொண்ட அந்த அணி, மிக வேகமான, குரூரமான தாக்குதலை நிகழ்த்த வசதியாக இருந்தது. சிவனின் குதிரைப்படையின் தாக்குதலை இவை மிகக் கச்சிதமாய்த் தடுத்துவிடக்கூடும்.

"உங்க யானைகளை விட்டு அந்த ரதங்களை அழிக்கணும்,'' வாசுதேவ யானைப்படைத் தலைவருக்கு உத்தரவிட்டார் சிவன். "இப்பவே.''

உடனடியாகத் தனது பாகர்களை நோக்கிய வாசுதேவர் தலைவர், சரசரவென்று ஆணைகளைப் பிறப்பித்தார்.

தரை அதிர, யானைகள் அதிவேகமாய் புறப்பட்டன. அவை குன்றுகளைப் போல் வருவதை, சற்றும் கலங்காமல், தைரியமாகவே ரதத்திலிருந்த மெலூஹ வீரர்கள் பார்வையிட்டனர். சட்டென்று சாரதிகளின் கைகளை இருந்த சேணங்களை அவர்கள் வாங்கிக்கொள்ள, இந்த சந்தர்ப்பத்திற்காகவே பத்திரப்படுத்தப்பட்ட முரசுகளை சாரதிகள் எடுத்தனர். சந்திரவம்சிப் படைகளுக்கெதிராய் நடந்த போர்கள் மெலூஹர்களுக்கு இன்னமும் நன்கு நினைவிலிருந்தன. முரசங்களின் அதிர்வால் உருவான இடிபோன்ற சப்தம், அந்த மாபெரும் மிருகங்களைப் பைத்தியமடித்து, கன்னாபின்னாவென்று ஓடி தத்தம் வீரர்களையே அழிக்குமாறு செய்துவிடும். ஆனால், வாசுதேவர்களோ, சட்டென்று ஒலிக்கும் சப்தங்களைச் சமாளிக்க யானைகளுக்குத் தகுந்த பயிற்சியளித்திருந்தனர். முரசுகளை சட்டை செய்யாமல், யானைகள் முன்னேறுவதைக் கண்ட மெலூஹ வீரர்கள் உறைந்தனர்.

தங்களது யுக்தி பலனின்றிப் போய்விட்டதைக் கண்டவர்கள், சட்டென்று முரசுகளைக் கைவிட்டு, குதிரைகளின் சேணக்கயிற்றைப் பற்றினர். ஈட்டிகளை உருவி போருக்குத் தயாராகினர். வாசுதேவர்களின் யானைகள் அருகே வர, மெலூஹ ரதங்கள் அதிவேகமாய் நகர்ந்து, அசைந்தாடி வரும் யானைகளிடையே, குறுக்கும் நெடுக்குமாய்

ஓடி, ஈட்டியெறிந்து, அவற்றை காயப்படுத்தவோ, குறைந்தபட்சம் வேகத்தைக் கட்டுப்படுத்தவோ முயன்றன. ஆனால், இதற்கும் யானைகள் தயாராகவே இருந்தன. அவற்றின் தும்பிக்கைகளில் மாபெரும் இரும்புக் குண்டுகள் கட்டப்பட்டிருந்தன. இவற்றை மிக லாகவமாய்க் கையாண்ட யானைகளின் அசாதாரண வீச்சில், குதிரை மற்றும் ரத சாரதிகள் சிதறினர். சிலர் அதிர்ஷ்டவசமாக உடனே இறந்தாலும், மற்றவர்கள், எலும்பு நொறுங்கிய நிலையில் குற்றுயிரும் குலையுயிருமாய்த் தவித்தனர். இது போதாதென்று மெலூஹ சாரதிகளுக்கு இன்னுமோர் அதிர்ச்சி காத்திருந்தது: திடீரென்று, யானைகளின் அம்பாரிகளினின்று தீப்பொறிகள் பறந்தன!

பொறியாளர்களின் கைப்பக்குவத்தின் பயனாய், வாசுதேவர்கள் யானைகளில் சில இயந்திரங்களைப் பொருத்தியிருந்தனர். இரு வாசுதேவ வீரர்கள் தொடர்ந்து பொறிகளை ஏற்றியிறக்க, ஏறக்குறைய நிற்காத அருவியாய் நெருப்புக் கற்றைகள் பாய்ந்து வந்து பாதையில் இருந்த அத்தனையையும் பஸ்பமாக்கின. இந்த தீப்பாய்ச்சலில் சிக்காத சில மெலூஹ ரதங்கள், பிரம்மாண்டமான யானைகளின் பாதங்களுக்கடியில் சிக்கிச் சுக்குநூறாகின. வாசுதேவர்களின் பயிற்சியளிக்கப்பட்ட யானைகளை மெலூஹர்களின் ரதங்களால் துளியும் சமாளிக்க முடியவில்லை.

தன் வாளை உருவிய சிவன், உயர்த்தினார். குதிரைப்படையை நோக்கித் திரும்பியவர், அங்கே நிலவிய கூச்சல் குழப்பத்தை மீறிக்கொண்டு கூவினார். ''அந்த வியூகங்களுக்குப் பின்னால குதிரைகளை ஓட்டிக்கிட்டுப் போங்க! அவங்களை முட்டுங்க! சிதறடிச்சிருங்க!''

சிவனின் குதிரைப்படை இடியென இறங்கிய அதே நொடி, சதி, அவளுக்கிட்டிருந்த பணியை மிகக் கச்சிதமாக முடித்தாள். அவளது வீரர்கள் கொஞ்சம் கொஞ்சமாய்ப் பின்வாங்க, மெலூஹர்களோ, மேலும் மேலும், முன்னே வர, வியூகங்களுக்கும், கோட்டைச்சுவர்களுக்குமான இடைவெளி பெரிதும் அதிகரித்திருந்தது. தாங்கள் இறங்கியிருந்த செயலின் பின்விளைவு இன்னதென்று மெலூஹர்கள் உணராமல், போரில் தொடர்ந்து ஈடுபடுத்தும் வகையில் சதியின் வீரர்கள் சண்டையிட, அவர்களது இழப்பின் எண்ணிக்கையும் அதிகரித்தது. தோள், தொடை என்று சதிக்கே பலத்த காயமென்றாலும், தொடர்ந்து போரிட்டுக்கொண்டுதான் இருந்தாள். இந்த சந்தர்ப்பத்தில் தோல்வியென்பதை எண்ணிக்கூடப் பார்க்கமுடியாது.

அவளது வீரர்களின் ஜெயம்தான் அன்றைய யுத்தத்தில் அவர்களது வெற்றியைத் தீர்மானிக்கும்.

சிவனின் குதிரைப்படை, மிகப்பெரிய வட்டமாய், பிரதான போர்க்களத்தைச் சுற்றிப் பாய்ந்தது. வலப்புறத்தில், வாசுதேவ யானைகளும், மெலூஹ ரதங்களும் மோதிக்கொள்வதைக் கண்டார். ஏறக்குறைய சின்னாபின்னப்படுத்தப்பட்ட நிலையில், புதிதாய் வந்திறங்கிய எதிரிக் குதிரைப்படையைச் சமாளிப்பது அவர்களால் ஆகக்கூடிய காரியமாக இல்லை. எவரின் எதிர்ப்பையும் சந்திக்காமல் வேகமாய்ப் புரவியை விட்டுக்கொண்டு சென்ற சிவன், மெலூஹர்களின் ஆமை வியூகங்களின் பாதுகாப்பற்ற பின்புறத்திற்கு வந்து சேர்ந்தார்.

"ஜெய் ஸ்ரீ ராம்!" கர்ஜித்தார்.

"ஹர ஹர மகாதேவ்!" குதிரைகளை விலாவில் உதைத்தவாறு அவரது குதிரைப்படை வீரர்கள் கூவினர்.

மூவாயிரம் பேர் கொண்ட அவரது குதிரைப்படை, மெலூஹர்களின் மீது பாய்ந்தது. எதிரணியை எதிர்க்கும் முயற்சியில் வியூகத்தையும் கட்டிக் காப்பாற்றி, கனமான ஈட்டிகளையும் கையில் பிடித்துக்கொண்டிருந்த அவர்களால், பின்புறம் திரும்பமுடியவில்லை. நீள வாட்களால் அவர்களிடையே புகுந்த சிவனின் குதிரைப்படை, வெட்டிச் சிதைத்துக்கொண்டு சென்றது. குரூரமான இந்தத் தாக்குதலின் விளைவாய், நொடிகளில், மெலூஹ வியூகங்கள் உடையத் துவங்கின. சிலர் சரணடைய, வேறு சிலரோ, ஓட்டம் பிடித்தனர். பின்புறமிருந்த அணிகளின் தோல்வியைப் பற்றி, தன் படைகளின் முன்னணியில் போரிட்டுக்கொண்டிருந்த வித்யுன்மாலிக்குச் செய்தி போவதற்குள், எல்லாம் முடிந்துவிட்டது. மெலூஹர்கள் சிதறடிக்கப்பட்டு, முழுத் தோல்வியைத் தழுவினர்.

அத்தியாயம் 27

நீலகண்டர் பேசுகிறார்

உயிர் தப்பியவர்களின் ஆயுதங்கள் பறிமுதல் செய்யப்பட்டு, அவர்களெல்லோரும் ஒன்றாய் சங்கிலியால் இணைக்கப்பட்டிருந்தனர். தரையில், ஆழப் பதித்திருந்த கட்டைகளுடன் அச்சங்கிலிகள் கோர்க்கப்பட்டிருந்தன. அவர்களை சிவனின் படைகளிலேயே மிகச்சிறந்த நான்கு பிரிவுகள் சூழ்ந்திருந்தன; தப்பிப்பது இயலாத காரியம். வெளித்துறைமுகத்தைத் தன் கட்டுப்பாட்டிற்குள் வைத்துக்கொண்டிருந்த ஆயுர்வதி, அதைத் தற்காலிக மருத்து வமனையாக மாற்றியிருந்தாள். மெலூஹர்கள், சிவனின் படைவீரர்கள் என இரு சாராருக்கும் சேர்த்தே வைத்தியம் நடந்துகொண்டிருந்தது.

அப்போதுதான் அதிவிரைவாய் அறுவை சிகிச்சை முடிந்து சதி படுத்திருந்த தாழ்வான படுக்கையருகே சிவன் குந்தி உட்கார்ந்தார். தோளில் பட்டிருந்த காயம் சீக்கிரத்தில் ஆறிவிடுமென்றாலும், தொடையில் பட்டது குணமடைய இன்னும் சிறிது காலம் ஆகும். சற்று தூரத்தில் காளியும் கோபாலும் காத்து நின்றனர்.

''எனக்கு ஒண்ணுமில்ல,'' சிவனைச் சதி தள்ளினாள். ''ம்ரித்திகாவதிக்குப் போங்க. சீக்கிரமா நகரத்தை உங்க கட்டுப்பாட்டுக்குள்ளே கொண்டு வரணும். அவங்க உங்களை கண்ணால பார்க்கணும்; அவங்களை நீங்க அமைதிப்படுத்தணும். ம்ரித்திகாவதி ஜனங்களுக்கும், நம்ம படைவீரர்களுக்கும் நடுவுல சண்டைகள் வெடிக்கக் கூடாதில்ல?''

''தெரியும்மா, தெரியும். இதோ, கிளம்பிக்கிட்டே இருக்கேன்,'' என்றார் சிவன். ''உன்னை வந்து பார்க்கணும்னு தான் தாமதிச்சேன்.''

முகமலர்ந்த சதி, மீண்டும் அவரைப் பிடித்துத் தள்ளினாள். ''எனக்கு நிஜமாவே ஒண்ணுமில்ல. அவ்வளவு சீக்கிரத்துல நான் சாகவும் மாட்டேன். இப்ப போங்கன்னா!''

''தீதீ சொல்றதும் சரிதான்,'' என்றாள் காளி. ''அவங்களை அடக்கி வெக்கணும்னா, நாம கொடி, பதாகைகள் சகிதமா, படைகளோட நகர்வலம் வரணும்.''

ஆச்சர்யமடைந்த சிவன், திரும்பினார். ''படைகளோட நாம நகருக்குள்ள போகப்போறதில்ல.''

எரிச்சலில் காளி கைகளை வீசினாள். ''அப்ப எதுக்குத் தான் இந்த நகரை ஜெயிச்சோம்?''

''நாம எங்கே நகரை ஜெயிச்சோம்? அவங்க இராணுவத்தைத்தான் முறியடிச்சோம். ம்ரித்திகாவதியின் மக்களை நம்ம பக்கம் சேர்த்துக்க வேண்டியது முக்கியம்.''

''நம்ம பக்கமா? ஏன்?''

''அப்பதான், நம்ம மொத்த படைகளோடயும் இங்கேயிருந்து கப்பல்கள்ள பயணம் புறப்பட முடியும். மெலூஹ வீரர்களில் பத்தாயிரம் பேர் இப்ப நம்ம கைதிகள். நம்ம வீரர்கள்ள எத்தனை பேர்தான் அவங்களைக் காவல் காக்கப்போறாங்க? ம்ரித்திகாவதி மட்டும் நம்ம பக்கம் வந்துட்டா, மெலூஹக் கைதிகளை நகருக்குள்ளேயே சிறைப்படுத்தி வெச்சிடலாம்.''

''நிச்சயமா அது நடக்காது, சிவா. இன்னும் சொன்னா, நம்மகிட்ட ஏதாவது பலவீனத்தைக் கண்டா, புரட்சி செய்ய அதையே ஒரு காரணமா பயன்படுத்துவாங்க.''

''இது பலவீனமில்ல, காளி. கருணை. மக்களுக்கு வித்தியாசத்தைக் கண்டுபிடிக்கத் தெரியும்.''

''என்ன, கிண்டலடிக்கறீங்களா? கடவுளே! முதல்ல அவங்க படைகளையெல்லாம் நிர்மூலம் பண்ணிட்டு, அப்புறம் கருணை காட்டறேங்கறீங்க. எப்படி?''

''என் படைகளோட அவங்க நகரத்துக்குள்ள நகர்வலம் வராமத்தான். பத்ரா, நந்தி, பரசுராமன், இவங்களோட மட்டும்தான் போறதா இருக்கேன். மக்களை நேரடியா அணுகப்போறேன்.''

''அதுல என்ன பிரயோஜனம்?''

''இருக்கும்.''

''அவங்க படைகளை இப்பதான் நீங்க சின்னாபின்னப் படுத்தியிருக்கீங்க, சிவா! நீங்க சொல்ற எதையும் கேக்கற மனநிலைல அவங்க இருப்பாங்கன்னு எனக்குத் தோணலை.''

''நிச்சயம் கேப்பாங்க. நான் அவங்களுடைய நீலகண்டன்.''

காளியினால் எரிச்சலைச் சமாளிக்க முடியவில்லை. ''குறைஞ்சபட்சம் சில நாகா வீரர்களோட என்னையாவது உங்ககூட வர அனுமதி குடுங்க. பாதுகாப்பு தேவைப்படலாம்.''

''வேண்டாம்.''

''சிவா...''

''என்மேல உனக்கு நம்பிக்கை இருக்கா?''

''அதுக்கும் இதுக்கும் என்ன...''

''காளி, என்னை நம்பறியா?''

''நிச்சயமா.''

''அப்ப, இந்த நிலவரத்தை என்னைச் சமாளிக்க விட்று,'' முடித்துக்கொண்ட சிவன், சதியிடம் திரும்பினார். ''சீக்கிரம் திரும்பிடுவேன், கண்ணம்மா.''

புன்னகைத்த சதி, அவரது கரத்தைப் பற்றினாள்.

''இராமபிரானின் துணையுடன், சென்று வாருங்கள், நண்பரே,'' எழுந்த செல்ல இருந்த சிவனை நோக்கிச் சொன்னார் கோபால்.

சிவன் முகமலர்ந்தார். ''அவர் எப்பவுமே என்னோடதான் இருக்கார்.''

தங்கள் நீலகண்டரை ஒரு முறையாவது பார்த்தேயாக வேண்டும் என்ற ஆவலில், நகர மத்தியின் சதுக்கத்தில் வந்து குவிந்த ஆயிரக்கணக்கான ம்ரித்திகாவதி மக்களின் கண்டங்களிலிருந்து ஒரு சேர எழுந்த குரல்களின் ரீங்காரம் அந்தப் பகுதியையே வியாபித்தது. நகருக்குள் அவர் வந்து விட்ட செய்தி, காட்டுத்தீயாய் எங்கெங்கும் பரவிவிட்டது.

உண்மையிலேயே நம்மைத் தாக்கியது நீலகண்டர் தானா?

அவர் ஏன் நம்மைத் தாக்க வேண்டும்?

நாம் அவரது மக்களல்லவா? அவர்தானே நம் தெய்வம்!

சோமரஸத்தைத் தடை செய்தது உண்மையிலேயே இவர்தானா? வஞ்சக நீலகண்டரில்லையா? நம் சக்ரவர்த்தி நம்மிடம் பொய்யுரைத்திருப்பாரா? இல்லை, இருக்கவேமுடியாது...

கல் மேடையின் மீது உயர்ந்து நின்ற சிவன், கீழே, தன்னைச் சுற்றிச் சுழன்றுகொண்டிருந்த பதற்றமும் குழப்பமுமான மக்கள் கூட்டத்தைப் பார்வையிட்டார். தன் நீலக்கழுத்தை அவர்கள் நன்கு பார்க்கும் வண்ணம், மூடாமல் விட்டிருந்தார். அவர் கட்டளைக்குட்பட்டு, ஆயுதங்களின்றி, கண்களில் பதற்றத்துடன் நந்தி, வீரபத்ரா மற்றும் பரசுராமன் பின்னால் நின்றனர்.

''ம்ரித்திகாவதி மக்களே,'' சிவன் கர்ஜித்தார். ''நான்தான் உங்க நீலகண்டன்.''

சதுக்கம் முழுதும் 'சரசர'வென்று ஒரு முணுமுணுப்பு பரவியது.

''அமைதி!'' நந்தி கையை உயர்த்த, உடனடியாக அங்கே மௌனம் திரைபோல விழுந்தது.

''இங்கேயிருந்து ரொம்ப தொலைவுல, இமயமலையின் இதயத்திலுள்ள தேசத்துலேர்ந்து வந்தவன் நான். அற்புதமான அமுதம்னு நான் நினைச்ச ஒரு விஷயத்தால, என் வாழ்க்கையே தலைகீழா மாறிப்போச்சு. ஆனா, நான் நினைச்சது எல்லாம் தப்பு. இதோ, என் கழுத்திலே இருக்கே, நீலம், இது தெய்வங்கள் கொடுத்த பரிசில்ல. தீமையின் கொடுமையான, விஷத்தன்மை பாய்ஞ்ச வடு. உடம்புல இதைத் தாங்கிக்கிட்டிருக்கிறது நான் மட்டுமில்ல,'' சிவன் தன் தொண்டையைச் சுட்டிக் காட்டினார். ''மெலூஹர்களாகிய நீங்களும்தான்! ஆனா, அந்த உண்மையைகூட நீங்க இன்னும் அறியலை!''

அவர் வார்த்தைகளை ஸ்தம்பித்துப்போய்க் கூட்டம் கேட்டது.

''சோமரஸம் உங்களுக்கு நீண்ட ஆயுளைத் தருது; அதனால, நீங்களும் அதுக்குக் நன்றிக்கடன் பட்டிருக்கீங்க. ஆனா, அது உங்களுக்கு வாரி வழங்கிக்கிட்டு வர்ற இந்த ஆயுள், இலவசம் இல்ல! அது உங்ககிட்டேயிருந்து எத்தனையோ விஷயங்களைப் பிடுங்கிக்குது! உங்க உயிர்களை விழுங்கறதுல அதுக்கு இருக்கற பசிக்கு எல்லையே இல்ல!''

சதுக்கத்தைச் சூழ்ந்திருந்த மர வரிசையின் இலைகளில் சலசலத்த காற்று கூட பயங்கரமாய்த் தோன்றியது.

''உங்களுக்குக் கிடைக்கக்கூடிய இந்த சில கூடுதல் வருஷங்களுக்காக நீங்க கொடுக்க வேண்டிய விலை, காலகாலமாய், யுகயுகமாய் நீடிக்கும்! மெலூஹாவில பல பெண்களால குழந்தை பெற முடியாம இருக்கறது தற்செயல்னு நினைச்சீங்களா? இல்லை; அதுதான் சோமரஸத்தின் சாபம்!''

எத்தனையோ ஆண்டுகளாய் குழந்தைகள் வேண்டி, மயிகாவின் தத்துக்கொடுப்பு நிர்வாகத்தின் பதிலை எதிர்பார்த்து, ஏமாந்து, மனமொடிந்து போயிருந்த பல மெலூஹர்களுக்கு, சிவனின் வார்த்தைகளின் மீது நம்பிக்கை சட்டென்று ஏற்பட்டது. குழந்தையில்லாமல் வயோதிகத்தை அடைவதில் இருந்த வருத்தமும் வேதனையும் அவர்கள் நன்கு அறிந்ததே.

''உங்க நாட்டுக்கே தாயான, அவ்வளவு ஏன், இந்திய நாகரீகத்துக்கே தாயான அந்தப் புண்ணிய சரஸ்வதி நதி கொஞ்சம் கொஞ்சமா வறண்டு, செத்துக்கிட்டு இருக்கறது தற்செயல் இல்ல. கடுந்தாகம் கொண்ட சோமரஸம்,

அவளைத் தொடர்ந்து குடிச்சுக்கிட்டு வந்திருக்கு. கடைசியா அவ சாகப்போறதும், சோமரஸம்கிற தீயசக்தியாலதான்!''

அநேக இந்தியர்களுக்கு எந்த நதியும் வெறும் தண்ணீர்ப் பிரவாகமாயிருந்ததில்லை. அதிலும் சரஸ்வதி, கேவலம் சாதாரண நதியல்ல;. அவையெல்லாவற்றிலும் புனிதமானவள்; அவர்களுக்கெல்லாம் ஆன்மீகத் தாய்.

''மயிகாவுல பிறக்கற எத்தனையோ குழந்தைகளை, கொடூரமான, வலி நிறைஞ்ச புத்து நோய், உயிரோட தின்னுது. லட்சக்கணக்கான ஸ்வத்வீபர்கள், சோமரஸத்தின் நச்சு, நதியில வந்து சேர்றதுனால ஏற்படும் கொள்ளை நோய்ல செத்துப்போறாங்க. சோமரஸத்தைப் பயன்படுத்துறவங்களை - அதாவது உங்களை - சபிச்சுக் கொட்றாங்க. அடுத்து வரப்போற எத்தனையோ ஜன்மங்களுக்கு அவங்க சாபம் உங்களைத் தொடரும். அதுதான் சோமரஸம் பரப்பும் தீமை!''

சிவனின் முதுகைப் பார்த்த வீரபத்ரா, கூடியிருந்த கூட்டத்தை ஆராய்ந்தான்.

தன் நீலக்கழுத்தைத் தொட்டுக்கொண்ட சிவன், சோகையாய்ப் புன்னகைத்தார். ''சோமரஸம் என் கழுத்தைப் பிடிச்சிருக்கறாப்புல உங்களுக்குத் தோணலாம். உண்மையில, அது மெலூஹாவின் குரல்வளையைத்தான் கவ்வியிருக்கு! உங்க உயிரைக் கொஞ்சம் கொஞ்சமா, உங்களுக்கே தெரியாம குடிச்சிக்கிட்டிருக்கு. ஒரு வழியா, உங்களுக்கு அது உறைக்கும் போது, காலம் ரொம்ப கடந்து போயிருக்கும். மெலூஹாவே, ஏன் இந்தியா மொத்தமுமே அழிஞ்சு போயிருக்கும்!''

ம்ரித்திகாவதி மக்கள் சற்றும் அசையாமல் அவரது பேச்சைத் தொடர்ந்து கேட்டனர்.

''முடிஞ்சவரைக்கும், அமைதியான முறையில இதைத் தடுக்கணும்னுதான் நான் பாடுபட்டேன். நம் இந்த அற்புதமான இந்திய தேசத்தின் ஒவ்வொரு மூலைக்கும், ஒவ்வொரு நகரத்துக்கும் அறிக்கை அனுப்பினேன். ஆனா, மெலூஹாவுலேயோ, நான் குடுத்த அறிக்கைக்குப் பதிலா, உங்க சக்ரவர்த்தி வேற ஒரு அறிவிப்பை மாட்டி, சோமரஸத்தைத் தடை செய்தது நானில்லை, ஒரு வஞ்சக நீலகண்டன்னு சொல்லிட்டார்.''

மக்களின் மனம் என்னும் நீரோட்டம், கொஞ்சம் கொஞ்சமாய்த் தடம் மாறுவதை நந்தி உணர்ந்தார்.

''உங்க சக்ரவர்த்தி, பொய் சொல்லியிருக்கார்!''

எள் போட்டால் விழும் அமைதி.

''ஆயிரம் வருஷங்களுக்கு முன்னால, இராமபிரான் வகிச்ச பதவியில, இப்ப சக்ரவர்த்தி தக்ஷர் அமர்ந்திருக்கார். ஏழாவது விஷ்ணுவின் வம்சாவழியில வந்த ஹோதாவுல இருக்கார். உங்களைக் காப்பாத்த வேண்டியவர். ஆனா, உங்ககிட்டேயே பொய் சொல்லியிருக்கார்.''

தன்னை மீறிய மரியாதையுடன் பரசுராமன் சிவனை ஏறிட்டான். மெலூஹர்களை மொத்தமாய்த் தன் பக்கம் இழுத்துவிட்டாரே?

''அது போதாதுன்னு, உங்களுக்கும் எனக்கும் இடையில இடைவெளி ஏற்படுத்த, தன் படைகளையும் அனுப்பியிருக்கார். ஆனா, நமக்கிடையில எதுவும் வரமுடியாது; என் பேச்சை நீங்களும் கேட்பீங்கன்னு எனக்குத் தெரியும். ஏன்னா, நான் போராடறது மெலூஹாவுக்காக. உங்க குழந்தைகளுடைய எதிர்காலத்துக்காக!''

எல்லாம் வெட்டவெளிச்சமாகிவிட்டதன் உணர்வு; அறியாமை நீங்கிய அறிதல், கூட்டம் முழுவதும் அலையாய்ப் பரவியது. நீலகண்டர் அவர்களை *எதிர்த்துப்* போராடவில்லை; *அவர்களுக்காகத்தான்* போராடிக் கொண்டிருக்கிறார்.

''நம் தெய்வம், ஸ்ரீ ராமர் தன் காலத்துக்குப் பிறகு விட்டுட்டுப் போனதாகச் சொல்லப்பட்ட வாசுதேவர்களைப் பத்தி எத்தனையோ கதைகள் கேள்விப்பட்டிருப்பீங்க. அவை எதுவுமே பொய்யில்ல. உண்மையிலேயே அப்படியொரு ஒரு சிறந்த குலம், இராமபிரானின் கொள்கைகளைக் கட்டிக் காப்பாத்திக்கிட்டு வர்ற குலம், இருந்துக்கிட்டு வருது. அவங்க என் பணியில, என்னோட இணைஞ்சிருக்காங்க. சோமரஸத்துகிட்டேயிருந்து இந்தியாவைக் காப்பாத்தற முயற்சியில அவங்களும் இறங்கியிருக்காங்க.''

இராமபிரானுக்கேயுரிய குலத்தாரான வாசுதேவர்களைக் குறித்த கதைகளை ஏறக்குறைய அனைத்து மெலூஹர்களுமே கேட்டு வளர்ந்ததுண்டு. இப்பொழுது, அவர்கள் இரத்தமும் சதையுமாய் இருப்பது உண்மை என்பது மட்டுமில்லாமல், நீலகண்டருடன் வேறு இணைந்துவிட்டனர் என்பதையும் கேட்டபிறகு, மனதில் இருந்த கொஞ்ச நஞ்ச குழப்பமும் அழிந்தது.

''நான் மெலூஹாவைக் காப்பாத்தப் போறேன்! சோமரஸத்தைத் தடுக்கப் போறேன்!'' சிவன் கர்ஜித்தார். ''என் பக்கம் யார் இருக்காங்க?''

''நானிருக்கிறேன்!'' நந்தி கூவினார்.

''நானிருக்கிறேன்!'' ம்ரித்திகாவதியின் ஒவ்வொரு குடிமகனும் அலறினான்.

''சோமரஸத்தை விட எனக்கு மெலூஹாவின் மீது பற்று அதிகம்,'' என்றார் சிவன். ''அதனாலதான், சோமரஸத்தைத் தடைசெய்யும் அறிக்கையைத் தயார் செஞ்சு அனுப்பினேன். உங்க சக்ரவர்த்திக்கோ, மெலூஹாவைவிட சோமரஸத்தின் மேலதான் பற்று அதிகம்கிறதால, என்னை எதிர்க்க முடிவு செஞ்சிட்டார். நீங்க எதன் பக்கம்? மெலூஹாவா, சோமரஸமா?''

''மெலூஹா!''

''அப்படீன்னா, உங்க சக்ரவர்த்திக்காக உழைக்கிற படையை, சோமரஸத்துக்காக உழைக்கிற படையை என்ன செய்யறது?''

''கொன்னுடுவோம்!''

''கொல்லணுமா?''

''ஆமா!''

''கூடாது!'' சிவன் கூவினார்.

ஸ்தம்பித்த மக்கள், சட்டென்று அமைதியடைந்தனர்.

''உங்க படைவீரர்கள், தங்களுக்கிடப்பட்ட உத்தரவைத்தான்கடைப்பிடிச்சாங்க. அவங்கசரணடைஞ்சாச்சு. போர்க்கைதிகளை கொல்றது, இராமபிரானின் கொள்கை களுக்குப் புறம்பானது. மறுபடியும் கேக்கறேன்: அவங்களை என்ன செய்யறது?''

மக்கள் மௌனமாய் நின்றனர்.

''அந்தப் படைவீரர்கள், ம்ரித்திகாவதியில சிறைவைக்கப் படணும்னு நான் சொல்றேன்,'' என்றார் சிவன். ''அவங்க தப்பிக்காம நீங்கதான் பார்த்துக்கணும். இல்லைன்னா, எப்படியாவது உங்க சக்ரவர்த்தியோட உத்தரவுகளைப் பின்பற்றி, மறுபடி என்னோட போரிடுவாங்க. அவங்களை உங்க நகரத்துல சிறைவெப்பீங்களா?''

''வைப்போம்!''

''ஒருத்தன் கூட தப்பிக்காம பார்த்துக்குவீங்களா?''

''சரி!''

முகத்தில் புன்னகை ஒளிர சிவன் சற்றே இடமளித்தார். ''என் முன்னால கடவுள்கள் நிக்கிறதைப் பார்க்கறேன். தீமையை எதிர்க்கத் தயாராக இருக்கும் தெய்வங்கள்! தீமையிடம் இருக்கற பற்றைத் தியாகம் செய்யத் தயாரா இருக்கும் கடவுள்கள்!''

தங்கள் நீலகண்டரிடமிருந்து வந்த புகழுரையை ம்ரித்திகாவதி மக்கள் ஆவலாய் ஏறக்குறைய விழுங்கினர்.

மடக்கி முஷ்டியாக்கிய தன் கரத்தை சிவன் வானில் உயர்த்தினார். ''ஹர ஹர மகாதேவ்!''

''ஹர ஹர மகாதேவ்!'' மக்கள் கூச்சலிட்டனர்.

நீலகண்டரிடத்தில் விசுவாசம் கொண்டவர்களின் கர்ஜனையை நந்தி, வீரபத்ரா மற்றும் பரசுராமனும், கைகளை உயர்த்தியவாறு எதிரொலித்தனர். ''ஹர ஹர மகாதேவ்!''

''ஹர ஹர மகாதேவ்!''

மெலூஹப் படையில் உயிர்பிழைத்தோரை அடைத்து வைக்கும் பொருட்டு, ம்ரித்திகாவதி ஆளுநர் அரண்மனை, தற்காலிகச் சிறைச்சாலையாக மாற்றப்பட்டிருந்தது. சிறிய குழுக்களாய், சிவனின் படைவீரர்கள், கைதிகளை உள்ளே கொணர்ந்து அடைத்தனர். வித்யுன்மாலியை அழைத்து வந்த போது, சிவன், காளி, சதி, கோபால் மற்றும் சேனர்த்வஜர், வாயிலிலினின்று சற்று தூரத்தில் நின்றிருந்தனர். சட்டென்று கட்டுக்களை அறுக்க முயன்ற வித்யுன்மாலி, சிவன் மீது பாய யத்தனித்தான். ஒரு படைவீரன் அவனைக் கடுமையாக உதைத்து, மீண்டும் அணியில் நிறுத்தப் பிரயத்தனப்பட்டான்.

''பரவாயில்லை, விடுங்க,'' என்றார் சிவன். ''கிட்டே வரட்டும்.''

வீரர்கள் பிடித்திருந்த மூங்கில் கேடயங்களைத் தாண்டி, சிவனை நெருங்க வித்யுன்மாலி அனுமதிக்கப்பட்டான்.

''நீ உன் கடமையைத்தான் செஞ்சே, வித்யுன்மாலி,'' என்றார் சிவன். ''உனக்கிடப்பட்ட ஆணைகளை நிறைவேற்ற முயற்சி செஞ்சே. எனக்கு உன்மேல எந்த வன்மமும் இல்ல. ஆனா, சோமரஸத்தை அழிக்கிற வரைக்கும், நீ சிறையிலதான் இருந்தாகணும். அதுக்கப்புறம், நீ எதையும் செய்ய அனுமதியுண்டு.''

சகிக்கமுடியாத அருவருப்புடன் சிவனை வித்யுன்மாலி வெறித்தான். ''ஒரு காட்டுமிராண்டியாகத்தான் உன்னைக் கண்டெடுத்தோம். இன்னமும் நீ காட்டுமிராண்டிதான். உன்னைப் போன்ற கேவலப் பிறவியின் சொற்களை மெலூஹர்களாகிய நாங்கள் மதிக்கமாட்டோம்!''

'சரக்'கென்று சேனர்த்வஜர் வாளை உருவினார். ''நீலகண்டரிடத்தில் மரியாதையாகப் பேசு.''

லோத்தல்-மயிகா ஆளுநரை பார்த்து வித்யுன்மாலி காறித் துப்பினான். ''துரோகிகளிடமும் எனக்குப் பேச்சுவார்த்தை வேண்டியதில்லை!''

தன் கத்தியை உருவிய காளி, வித்யுன்மாலியை நோக்கி நகர்ந்தாள். ''நீ பேசவே கூடாதோ, என்னமோ...''

''காளி...'' முணுமுணுத்த சிவன், வித்யுன்மாலியை நோக்கித் திரும்பினார். ''உங்க நாட்டோட எனக்கு எந்தப் பகையும் இல்ல. என் எண்ணத்தை அமைதியான முறையிலேயே நிறைவேத்தணும்னுதான் நினைச்சேன். சோமரஸத்தைப் பயன்படுத்தறதை நிறுத்தச்சொல்லி உங்களுக்கெல்லாம் தெளிவா ஒரு அறிக்கை அனுப்பினேன். ஆனா...''

''நாங்கள் சுதந்திர தேசத்தோர்! எதைப் பயன்படுத்த வேண்டும், வேண்டாம் என்று அறுதியிடும் அருகதை எங்களைத் தவிர யாருக்கும் கிடையாது.''

''அந்த வாதம் தீமைக்குப் பொருந்தாது. சோமரஸத்தைப் பொறுத்தவரைக்கும், மக்களுக்கு எது நன்மையோ, மெலூஹாவின் எதிர்காலத்துக்கு எது முக்கியமோ, அதைத்தான் நீங்க செய்யணும்.''

''எங்களுக்கு எது நன்மை என்பதைச் சொல்ல நீ யார்?''

சிவனுக்குப் போதும் போதுமென்றாகிவிட்டது. அசட்டையாகக் கையசைத்தார். ''கொண்டு போயிடுங்க.''

அந்தக் கணமே, உதைத்துக்கொண்டிருந்த வித்யுன்மாலியை நந்தியும் வீரபத்ராவும், தற்காலிகச் சிறைக்கு அழைத்துச் சென்றனர்.

''அடேய் ஏமாற்றுக்கார வஞ்சகா, நீ ஜெயிக்கமாட்டாய்,'' வித்யுன்மாலி அலறினான். ''மெலூஹா ஒரு நாளும் தோற்காது!''

''சிவா, தாங்கள் ஒருவரை சந்திக்க விரும்புகிறேன்,'' என்றார் ப்ரஹஸ்பதி.

ம்ரித்திகாவதியின் அரசாங்க விருந்தினர் மாளிகையில் சிவனுக்கென அளிக்கப்பட்ட பிரத்யேக அறைகளுக்குள், ஒரு அந்தணருடன் ப்ரஹஸ்பதி நுழைந்தார். நீலகண்டருடன் சதி, கோபால் மற்றும் காளி அமர்ந்திருந்தனர்.

''பாணினியைத் தங்களுக்கு நினைவிருக்கிறதா?'' ப்ரஹஸ்பதி வினவினார். ''மந்தர மலையில் என் உதவியாளராய் இருந்தவர்.

''நல்லாவே,'' என்ற சிவன், பாணினியை நோக்கித் திரும்பினார். ''எப்படி இருக்கீங்க, பாணினி?''

''நலம்தான், நீலகண்டப் பிரபுவே.''

''சிவா,'' என்றார் ப்ரஹஸ்பதி. ''பாணினியை ம்ரித்திகாவதியில் கண்டுபிடித்தேன். சரஸ்வதி நதியின் கழிமுகத்தில்

ஆராய்ச்சி செய்யும் ஒரு விஞ்ஞானிக் குழுவுக்குத் தலைமையேற்றிருக்கிறார். சோமரஸத்திற் கெதிரான நம் போராட்டத்தில் தானும் கலந்துகொள்ள அனுமதி கேட்டு வந்திருக்கிறார்.''

இவ்வளவு சிறிய விஷயத்தின் பொருட்டு தன்னை ஏன் ப்ரஹஸ்பதி இந்த சந்தர்ப்பத்தில் தொந்தரவு செய்யவேண்டும் என்ற எண்ணத்தில் சிவனின் புருவங்கள் நெறிந்தன. ''அவர் உங்க உதவியாளர், ப்ரஹஸ்பதி. உங்க ஆராய்ச்சித் திறன் மேல எனக்கு முழு நம்பிக்கை இருக்கு. இதுக்கெல்லாம் நீங்க என்கிட்ட அனுமதி கேட்க...''

''நமக்குப் பயன்படக்கூடிய செய்தியொன்றைக் கொண்டுவந்திருக்கிறார்,'' ப்ரஹஸ்பதி இடைமறித்தார்.

''என்ன விஷயம், பாணினி?'' சிவன் பொறுமையாகவே கேட்டார்.

''பிரபு,'' என்றார் பாணினி. ''மந்தர மலையில், சில இரகசிய பணிகளின் பொருட்டு, மகரிஷி ப்ருகு என்னைத் தேர்வு செய்தார்.''

சிவனுக்கு உடனடியாக ஆர்வம் பிறந்தது. ''மந்தர மலையில இருக்கற சோமரஸ ஆலை இன்னும் கட்டிமுடிக்கப் படலைன்னு இல்ல நினைச்சேன்?''

''என் பணிக்கும் சோமரஸத்திற்கும் எந்தத் தொடர்பும் இல்லை, பிரபு. மகரிஷியே தன் கைப்படத் தேர்ந்தெடுத்த மெலூஹ விஞ்ஞானிகள் கொண்ட சிறு குழுவிற்குத் தலைமையேற்று, அவர் கொடுத்த இடுபொருட்களைக் கொண்டு, *தைவி அஸ்தி*ரங்களைத் தயாரிக்கும்படி என்னைப் பணித்தார்.

''என்ன? *தைவி அஸ்தி*ரங்களைத் தயார் செஞ்சது நீங்கதானா?''

''ஆம்.''

''வாயுபுத்ரர்கள் உங்களுக்கு உதவி செஞ்சாங்களா?''

''தான் அளித்த கருப்பொருளைக்கொண்டு *தைவி அஸ்தி*ரங்களை எவ்விதம் தயாரிப்பதென்று மகரிஷி ப்ருகுவே எங்களுக்குப் பயிற்சியளித்தார். *தைவி அஸ்தி*ரங்களை பற்றி ஏதோ கொஞ்சம் அறிவேன் என்றாலும், ஆயுதங்களையே தயாரிக்கும் அளவு நுட்பம் என்னிடத்தில் இல்லை. ஒரு வேளை, மற்றவருடன் ஒப்பிடும் போது, எனக்கிருந்த குறைந்த ஞானமே பரவாயில்லை என்று என்னைத் தேர்ந்தெடுத்தாரோ, என்னமோ?''

''உங்களுக்கு உதவி செய்யக்கூடவா எந்த வாயுபுத்ரரும் அங்கேயில்லை?'' என்றார் சிவன் மீண்டும். ''மகரிஷி ப்ருகுவோட ஒரு வேளை அவங்களைப் பார்த்தீங்களோ?''

''மகரிஷி ப்ருகு கொடுத்த கருப்பொருள் வாயுபுத்ரர்களிடமிருந்து வந்திருக்குமென நான் நம்பவில்லை, பிரபு.''

அதிசயித்த சிவன், கோபாலை ஒரு பார்வை பார்த்துவிட்டு, மீண்டும் பாணினியிடம் திரும்பினார். ''எதை வெச்சு அப்படி சொல்றீங்க?''

''*தைவி அஸ்திர*ங்களைப் பற்றி நான் அறிந்த கொஞ்சமும், வாயுபுத்ரரின் அறிவுக்களஞ்சியத்தின் அடிப்படையைக் கொண்டுதான். மகரிஷி ப்ருகுவின் எண்ணங்களும், செய்முறையும், அவரளித்த கருப்பொருளும் அவற்றினின்று மிக வித்தியாசமாய் இருந்தன.''

''*தைவி அஸ்திர*ங்களைத் தயாரிக்கிற கருப்பொருள்கள் அவர்கிட்டேயே இருந்ததா?''

''அப்படித்தான் தோன்றியது.''

இந்த வார்த்தைகளின் அர்த்தமும், விபரீதமும் முழுவதுமாய்ப் புரிய, சிவன் மீண்டும் கோபாலை நோக்கினார். ஆக, வாயுபுத்ரர்கள் ப்ருகுவின் பக்கம் இல்லை. ஆனால், அதைவிடவும் முக்கியம், *தைவி அஸ்திர*ங்களுக்கான மூலப்பொருளை ப்ருகு தானே உருவாக்கக்கூடியவர் என்றால்... அனுமானித்ததைவிட ப்ருகு இன்னும் பயங்கரமான எதிரி என்பது புலனாகியது.

''அதுவுமில்லாமல்,'' பாணினி தொடர்ந்தார். ''என்னை ஆயுதங்கள் தயார் செய்யும்படி பணித்தபோது, அவரிடம் மிச்சமிருந்த கருப்பொருள் அனைத்தையுமே பயன்படுத்திவிட்டார் என்பதுதான் என் எண்ணம்.''

''ஏன் அப்படி நினைக்கறீங்க?''

''கருப்பொருளை மிக ஜாக்கிரதையாகப் பயன்படுத்தும்படியும், சிறு துளியைக்கூட வீணாக்கக்கூடாதென்றும் ஓயாது என்னை எச்சரிக்கை செய்துகொண்டேயிருந்தார். நன்கு நினைவிருக்கிறது: ஒரு முறை, தெரியாமல் ஒரு துளியைச் சேதப்படுத்திவிட்டோம். மிக ஆவேசமாகி ருத்ரதாண்டவமே ஆடிவிட்டார். அதுதான் தன்னிடம் இருந்த *தைவி அஸ்திர*க் கருப்பொருளின் கடைசி என்றும், இனி மிக எச்சரிக்கையாக இருக்கவேண்டும் என்றும் வலியுறுத்தினார்.''

மூச்சை ஆழ இழுத்துவிட்ட சிவன், கோபாலிடம் திரும்பினார். ''அவர்கிட்ட மேற்கொண்டு *தைவி அஸ்திர*ங்கள் இல்ல.''

''அப்படித்தான் தோன்றுகிறது,'' கோபால் பதில் கூறினார்.

''வாயுபுத்ரர்கள் அவர்பக்கம் இல்ல.''

''அதுவும் உண்மை என்றே அனுமானிக்க இடமிருக்கிறது.''

"சிவா," என்றார் ப்ரஹஸ்பதி. "இன்னும் இருக்கிறது."

ஒரு புருவத்தை உயர்த்திய சிவன், பாணினியை நோக்கித் திரும்பினார்.

"பிரபு," என்றார் பாணினி. "இரகசிய சோமரஸ ஆலை தேவகிரியில்தான் இருக்கிறதென்று நம்புகிறேன்."

"அதெப்படி நிச்சயமாத் தெரியும்?" சிவன் கேட்டார்.

"சோமரஸத் தயாரிப்பில் சஞ்சீவனி மரம் மிக அதிக அளவில் தேவைப்படுகிறதென்பதை நீங்கள் அறிவீர்கள். நகருக்குள் வரும் சஞ்சீவனி மரக்கட்டைகளின் தரத்தை சீர்பார்க்க, தேவகிரிக்கு நான் அடிக்கடி அழைத்துவரப்பட்டேன். ஆனால், இரவில் மட்டுமேதான்."

"எனக்குப் புரியலை. சோமரஸ ஆலைக்கு வர்ற கருப்பொருட்களை சரி பார்க்கறது எப்படியுமே உங்க கடமைகள்ள ஒண்ணுதானே?"

"உண்மை. ஆனால், சுங்க இலாகாவில் அலுவல் புரியும் என் நண்பன் ஒருவனிடம், சஞ்சீவனி மரக்கட்டைகள் நகரை விட்டு வெளியேறுகின்றனவா என்று கேட்டேன். அப்படியெதுவும் நிகழ்ந்ததாக அவன் அறியவில்லை. இத்தனை பெரிய அளவில் தேவகிரிக்குள் சஞ்சீவனி கட்டைகள் வரவழைக்கப்பட்டு, அவை வெளியேறவும் இல்லையென்றால், சோமரஸம் நகருக்குள்ளேயேதான் தயாரிக்கப்படுகிறது என்ற முடிவுக்குத்தான் வரவேண்டியிருக்கிறது."

அந்த அந்தணர் விஷயத்தில் மனதில் உண்டாகியிருந்த நன்றியுணர்ச்சி சிவனின் முகத்தில் பிரதிபலித்தது. "நன்றி, பாணினி. நீங்க கொடுத்த செய்தி எவ்வளவு உபயோகமானதுன்னு உங்களுக்கே தெரியாது."

— ☥ ⦿ ᚹ ⟁ ⊕ —

"மகதம் விழுந்துவிட்டதா?" பர்வதேஸ்வரர் கேட்டார்.

மெலூஹப் பிரதமர் கனகாலாவின் அலுவலகத்தில் இருந்தார் அவர். ஒரு வழியாக, அயோத்யாவிலிருந்து, பல மாதங்களுக்குப் பிறகு அப்போதுதான் பறவைத் தூது வந்து சேர்ந்திருந்தது.

"மேற்கொண்டு கேளுங்கள்," என்றாள் கனகாலா. "மகதநாட்டின் இராணுவமே சின்னாபின்னமாகிவிட்டது. இளவரசர் சூரபத்மன் மரணமெய்தினார். மன்னர் மஹேந்திரர் மீளமுடியாத துக்கத்தில் ஆழ்ந்துவிட்டதாகத் தெரிகிறது. இப்பொழுது மகதம், ப்ரங்கர் வசம்."

மூக்கின் நடுமத்தியை அழுத்திக்கொண்டபடி, செய்தியின் முழு அர்த்தத்தையும், அதன் விளைவுகளையும் உள்வாங்கிக் கொள்ள முயன்றார் பர்வதேஸ்வரர். ''மகதம் அவர்கள் வசம் என்றால், கங்கையின் குரல்வளையும் அவர்கள் பிடியில்தான். அந்த இடத்தைக் கடக்க முயலும் எந்தக் கப்பலையும் தாக்க, மகதக்கோட்டைக்குள் ஒரு சில ஆயிரம் வீரர்களை மட்டும் அவர்கள் நிறுத்திவைத்திருந்தால் போதும்.''

''*அதுவேதான்!* அயோத்யா நம் உதவிக்கு விரைய முடியாதென்பதைத்தான் இது நிச்சயப்படுத்துகின்றது. மேற்கே, காடுகளின் வழியே நடந்துதான் நம்மை நோக்கி வரவேண்டும்.''

''மகதம் வெல்லப்பட்டுவிட்டதென்றால், அங்கே ஒரு சிறு படையை மட்டும் விட்டுவிட்டு, பிரபு நீலகண்டர் கங்கையில் பிரயாணித்து, தன் மற்ற படைகளுடன், ஸ்வத்வீபத்திலிருந்து மெலூஹா வந்துவிடமுடியும். அடுத்த மூன்று அல்லது நான்கு மாதங்களுக்குள்ளாகவே தாக்குதலை எதிர்பார்க்கலாம். நம் அயோத்ய நண்பர்களை மெலூஹா வரச்சொல்லி செய்தியனுப்ப வேண்டும். நான் பிரபு ப்ருகுவிடம் பேசி விடுகிறேன்.''

''இன்னும் இருக்கிறது,'' கனகாலாவின் முகத்தில் கவலை ரேகைகள். ''பறவைத் தூது இன்னொரு விஷயத்தையும் குறிப்பிட்டுள்ளது: அயோத்யாவை முற்றுகையிட்டு, மகதத்தையும் ஒழித்த படையை நடத்தியோர் கணேஷ், கார்த்திக், பகீரதன் மற்றும் சந்திரகேது.''

''அப்படியானால், பிரபு நீலகண்டர் எங்கே?''

''அதே!'' என்றாள் கனகாலா. ''நீலகண்டப் பெருமான் எங்கே?''

ஒரு உதவியாளன் அப்போது அவளது அறைக்குள் அவசரமாக நுழைந்தான். ''பிரபு, அம்மணி, மன்னரின் அந்தரங்க அலுவலகத்திற்கு இந்த நொடியே வர வேண்டும். பிரபு ப்ருகுவின் உத்தரவு.''

கனகாலாவும் பர்வதேஸ்வரரும் எழுந்து அலுவலகத்தினின்று ஏறக்குறைய ஓட, அதே சமயம், பர்வதேஸ்வரருக்குச் செய்தியுடன் அரண்மனைப் பணியாள் வந்து சேர்ந்தான். கடிதத்தின் மீதிருந்த முத்திரையைக் கொண்டு, வித்யுன்மாலியிடமிருந்துதான் வந்திருக்க வேண்டும் என்று யூகிக்கக் கூடியதாயிருந்தது. சக்ரவர்த்தியின் அலுவலகத்திற்குச் செல்லும் வழியிலேயே அதைப் படித்துவிடும் உத்தேசத்துடன், அங்கேயே கடிதத்தின் உறையை உடைத்தார் பர்வதேஸ்வரர்.

அத்தியாயம் 28

அதிர்ந்த மெலூஹா

''என்ன விஷயம், பர்வதேஸ்வரரே?'' கனகாலா வினவினாள்.

வித்யுன்மாலியின் கடிதத்தைப் படித்து அவர் முகம் வெளிறியதைப் பார்த்துவிட்டுத்தான் அவ்விதம் கேட்டாள். அவர் பதில் சொல்வதற்குள், தக்ஷரின் அலுவலக வாயிலுக்கு வந்து சேர்ந்திருந்தனர்.

''பர்வதேஸ்வரரே!'' அவர்கள் உள்ளே நுழைந்த மறுகணம், பொங்கிப் பிரவகித்த ஆங்காரத்தைத் தக்ஷர் கட்டவிழ்த்துவிட்டார். ''இந்த இராணுவத்தின் தலைவர் நீங்கள்தானே? இராமபிரானின் பெயரால் கேட்கிறேன்; என்னதான் செய்துகொண்டிருந்தீர்கள்?''

அவர் எது விஷயமாய்ப் பேசுகிறார் என்பதைப் பர்வதேஸ்வரர் அறிந்தேயிருந்தார். இது விஷயமாய் சக்ரவர்த்தியிடம் பேச்சுவார்த்தையில் ஈடுபடுவது நேரவிரயம் என்பதும் அவருக்குப் புரிந்தது. புத்திசாலித்தனமாய் அமைதி காத்தவர், ஒரு முறை சற்றே சிரத்தைத் தாழ்த்தி சக்ரவர்த்திக்கு வணக்கம் கூறிவிட்டு, நமஸ்தே என்று கரம்குவித்தார்.

''மோசமான செய்தி, சேநாதிபதி,'' என்றார் ப்ருகு. ''சிவனால் தாக்கப்பட்டு, ம்ரித்திகாவதி ஜெயிக்கப்பட்டும் விட்டதாம்.''

''என்ன?'' கனகாலா அதிர்ந்தாள். ''ம்ரித்திகாவதியை அடைவதே சாத்தியமில்லையே? இது எப்படி? லோத்தலில் தற்காப்புப் படைகளையும், செயல்பாடுகளையும் அவர்கள் கடந்தது எங்ஙனம்?''

மிக அற்புதமாய்ப் பாதுகாக்கப்பட்ட கடற்கோட்டை, லோத்தல். கடுமையான எதிர்ப்பையும், படைகளையும் சமாளித்தால் மட்டுமே எந்த எதிரியும் அதை ஜெயிக்கமுடியும். அது மட்டுமன்றி, தென்கிழக்கு மெலூஹாவிற்கு அதுவே எல்லை நகரமென்பதால், எதிர்க்கும் எந்தப் படையும் அதைக் கடந்தால் மட்டுமே ம்ரித்திகாவதியை அடையவே முடியும்.

ஐந்து பேப்பிரஸ் சுருட்களை ப்ருகு உயர்த்திக் காட்டினார். ''ம்ரித்திகாவதி ஆளுநரிடமிருந்து வந்திருக்கிறது.

சிவனுக்கு விசுவாசமாயிருப்பதாக முடிவெடுத்துவிட்டானாம் சேனர்த்வஜன். துரோகி!''

''அடேய், பன்றி!'' தக்ஷர் உறுமினார். ''சே, அவனை நம்பக்கூடாது என்று முன்னமேயே நினைத்தேன்!''

''அவ்வாறிருப்பின், லோத்தல் ஆளுநராய் அவனை நீங்களே நியமனம் செய்தது எங்ஙனம், அரசே?'' ப்ருகு வினவினார்.

முறைப்புடன் தக்ஷர் மௌனமானார்.

ப்ருகு, பர்வதேஸ்வரரிடம் திரும்பினார். ''லோத்தல் குறித்த தங்கள் சம்சயங்கள் நிஜமாகிவிட்டன, பிரபு பர்வதேஸ்வரரே. தங்கள் வாதத்தை ஏற்காததற்கு நான் இப்பொழுது மன்னிப்புக் கோருகிறேன். வித்யுன்மாலியை ஒரு பெரும்படையுடன் முன்னமே அனுப்பியிருந்தால், லோத்தல் இப்பொழுது நம் கையை விட்டுச் சென்றிருக்காது.''

''நடந்து முடிந்தவற்றை நாம் மாற்ற இயலாது, பிரபு,'' என்றார் பர்வதேஸ்வரர். ''இனி செய்ய வேண்டியவற்றில் கவனம் செலுத்துவோம். வித்யுன்மாலியிடமிருந்து எனக்குச் செய்தி வந்திருக்கிறது.''

அவர் கையிலிருந்த கடிதத்தைப் பார்த்தார் ப்ருகு. ''என்ன சொல்கிறார் படைத்தலைவர்?''

''நம் ஒற்று முயற்சிகள் தோல்வியடைந்துவிட்டதாகக் காண்கிறது,'' என்றார் பர்வதேஸ்வரர். ''ஒரு இலட்சம் வீரர்களுடன் ம்ரித்திகாவதி வாயிலில் சிவபெருமான் வந்து நிற்கக்கூடும் எனத் தான் துளியும் எதிர்பார்க்கவில்லையென்று கூறியிருக்கிறான். வெறும் இருபதினாயிரம் வீரர்களுடன் வித்யுன்மாலி மிக வீரத்துடனே போரிட்டாலும், அவனது படை நிர்மூலமாக்கப்பட்டது.''

ம்ரித்திகாவதியின் இராணுவ முக்கியத்துவம் எத்தகையது என்பதைப் புரிந்துகொள்வது கனகாலாவிற்குக் கஷ்டமாக இருக்கவில்லை. ''சரஸ்வதி கப்பற்படையின் தலைமைச் செயலகம் ம்ரித்திகாவதியில் தான் இருக்கிறது. நம் போர்க்கப்பல்களில் மீதம் இருந்தவற்றையும் வித்யுன்மாலி அழைத்துச் சென்றுவிட்டார். பெருமான் ம்ரித்திகாவதியைக் கைப்பற்றிவிட்டாரென்றால், சரஸ்வதி நதியே இனி அவர் கட்டுப்பாட்டில்தான்.''

''அந்தச் சிவன் பெருமானல்ல!'' தக்ஷர் அலறினார். ''என்ன தைரியம் கனகாலா உமக்கு? நீர் உண்மையில் யார் பக்கம்?''

''அரசே,'' ப்ருகுவின் நிதானமான குரலின் அடியாழத்தில் ஆபத்து தொனித்தது.

பீதியில் தக்ஷர் சட்டென்று சுருங்கினார்.

''தங்கள் பிரத்யேக அறைகளுக்கு இப்பொழுது செல்வது நலம், அரசே.''

''ஆனால்...''

''அரசே,'' என்றார் ப்ருகு. ''இதை உத்தரவென்றே கருதலாம்.''

இந்த அதீத அவமதிப்பின் அதிர்ச்சியில் தக்ஷர் கண்களை மூடிக்கொண்டார். இந்தியாவின் சக்ரவரத்திக்குரிய மரியாதையைக் குறித்து வாய்க்குள் முணுமுணுத்தவாறு எழுந்து, அலுவலகத்தைவிட்டு வெளியேறினார்.

எதுவும் நடக்காதது போல் பர்வதேஸ்வரரிடம் திரும்பினார் ப்ருகு. ''வித்யுன்மாலி வேறென்ன சொல்கிறான், சேநாதிபதி?''

''நீலகண்டப் பெருமானின் கட்டுப்பாட்டிற்குள் சரஸ்வதியின் கப்பற்படை முழுவதும் வந்துவிட்டது. ஆனால், இன்னும் மோசமான செய்தி காத்திருக்கிறது.

''இன்னுமா?''

''ம்ரித்திகாவதி மக்கள் அவருக்கே விசுவாசமாய் இருப்பதாய் உறுதியளித்துவிட்டனர். வித்யுன்மாலியின் படை வீரர்களில் யுத்தத்தில் தப்பிப் பிழைத்தோர், நகருக்குள்ளேயே சிறை வைக்கப்பட்டிருக்கின்றனர். அதிர்ஷ்டவசமாய், ஐந்நூறு வீரர்களுடன் வித்யுன்மாலி தப்பித்து, நமக்கு இந்தச் செய்தியை அனுப்பியிருக்கிறான்.''

''ஆக, இப்பொழுதைக்கு நீலகண்டர் தங்கியிருப்பது ம்ரித்திகாவதியில்தான் போலும்?'' பர்வதேஸ்வரர் முன்னிலையில் ''போலி வஞ்சகன்' என்று வாய் தவறியும் சொல்லிவிடாமல் ப்ருகு எச்சரிக்கையாக இருந்தார். ''நம் வீரர்களைக் காக்க தம்முடைய வீரர்களையும் நிறுத்தி வைக்க வேண்டியிருக்கும் அல்லவா?''

''இல்லை,'' பர்வதேஸ்வரர் மறுப்பாய்த் தலையசைத்தார். ''ம்ரித்திகாவதியின் மக்களே நம் வீரர்களை கண்காணித்து வருகிறார்கள்.''

''என்ன? மக்களா?!''

''ஆம். ஆகையால், அந்தப் பணிக்கு நீலகண்டப் பெருமான் தன் வீரர்களைத் தியாகம் செய்யவேண்டியதில்ல. நம் வீரர்களில் ஏறக்குறைய இருபத்தைந்தாயிரம் பேரை அவர் நிர்மூலமாக்கிவிட்டாலும், அவரது படை யென்னவோ அழியாமல்தான் இருக்கிறது. நம் சரஸ்வதி கப்பற்படையை முழுவதுமாகத் தன் கட்டுப்பாட்டிற்குள் கொண்டுவந்து விட்டார். நாம் பேசிக்கொண்டிருக்கும் இந்த நிமிடத்தில் கூட, வடதிசை நோக்கிப் பயணிக்க ஏற்பாடுகள் செய்வதில்

ஆழ்ந்திருப்பார். மிகத் தீவிரமாகப் பயிற்சியளிக்கப்பட்ட, வீழ்த்துவதைப் பற்றி யோசிக்கக்கூட முடியாத அருமையான போர்யானைகள் பெருமானின் படைகளில் அங்கம் வகிப்பதாய் வித்யுன்மாலி எழுதியிருக்கிறான்.''

''இராமபிரான்தான் நம்மைக் காக்கவேண்டும்!'' கனகாலா பதறினாள்.

''நாம் நினைத்ததைவிடவும் நிலைமை மோசமாயிருக்கும் போலிருக்கிறதே?'' என்றார் ப்ருகு.

''எனக்கொரு விஷயம் புரியவில்லை,'' என்றாள் கனகாலா. ''சில வாரங்களுக்கு முன் அயோத்யாவில் அவரது வீரர்கள் வெறும் ஒரு இலட்சத்தி ஐம்பதினாயிரம் மட்டுமே இருக்க, மெலூஹாவில் எவ்விதம் ஒரு இலட்சம் வீரர்கள் திரண்டிருக்க முடியும்?''

''அயோத்யாவா?'' ப்ருகு ஆச்சர்யத்துடன் கேட்டார்.

''ஆம்,'' என்ற கனகாலா, மகத இராணுவம் அடைந்த மகாதோல்வி மற்றும் அயோத்யா முற்றுகை குறித்து தனக்கு வந்திருந்த செய்திகளை விவரிக்கத் துவங்கினாள்.

''ப்ரம்மதேவரே!'' என்றார் ப்ருகு. ''அப்படியானால், மகதநாட்டைத் தாண்டி அயோத்யா நதி மார்க்கமாய் வரமுடியாது. வனப் பாதையில் நடக்கத்தான் வேண்டும்; அப்படியானால், வந்து சேர்ந்தாற்போலத்தான். எப்போது கிளம்பி, எப்போது வந்து...? ஏகப்பட்ட கால தாமதம் ஆகிவிடும்.''

''ஆனால், பிரபு நீலகண்டரிடத்தில் இவ்வளவு வீரர்கள் மெலூஹாவில் சேர்ந்தது எவ்விதம்?'' கனகாலா விஷயத்தை விடுவதாய் இல்லை. ''ப்ரங்க மற்றும் நாகா வீரர்களையும் சேர்த்தாலே அந்த எண்ணிக்கை வரவில்லையே?''

உண்மை ஒருவழியாக ப்ருகுவிற்கு உதயமாயிற்று. ''வாசுதேவர்கள் சிவனுடன் கூட்டு சேர்ந்துவிட்டார்கள் என்று அர்த்தம். சூர்யவம்சி மற்றும் சந்திரவம்சிகள் தவிர்த்து, இவ்வளவு பெரிய எண்ணிக்கையில் வீரர்களை அவர்களால் மட்டும்தான் இணைக்கமுடியும். ம்ரித்திகாவதிப் போரில் செயலாற்றிய மிகச் சிறப்பான பயிற்சியடைந்த யானைப்படை சிவனின் கட்டுப்பாட்டில் எப்படி வந்தது என்பதற்கும் பதில் கிடைத்துவிட்டது. வாசுதேவர்கள் பழக்கும் யானைகளைப் பற்றி நான் கேள்விப்பட்ட கதைகள் கொஞ்ச நஞ்சமில்லை.''

உண்மையில் வாசுதேவ பண்டிதர்களின் மிகப்பெரிய பலம் அவர்கள் பழக்கும் அற்புதத் திறமைவாய்ந்த யானைகளல்ல; சப்த சிந்து முழுதும் உள்ள கோயில்களில் பதுங்கி, இரகசியமாய்ச் செயலாற்றும் பண்டிதர்களே என்பது ப்ருகுவிற்குத் தெரிந்திருக்கவில்லை. நீலகண்டருக்கு

விழிகளாயும், செவிகளாயும் செயல்பட்டு, யுத்தத்தின் மிக முக்கிய அங்கமான செய்திப் பரிமாற்றத்தைச் செயல்படுத்தி, அருமையாகப் பணி செய்து, யுத்தத்தின் போக்கை அவ்வப்போது அவருக்குத் தெரிவித்து வந்ததும் இவர்களே.

"கூடிய சீக்கிரத்தில் சிவபெருமான் இங்கே மிகப்பெரும் படையுடன் வரப்போகிறார்," என்றார் பர்வதேஸ்வரர். "அயோத்யாவின் மூன்று இலட்சம் வீரர்கள் சமயத்தில் நம்மை வந்து சேரப்போவதில்லை. மிகத் திறமையாகத்தான் காய்களை நகர்த்தியிருக்கிறார்."

"ஒரு இராணுவ வீரனின் மூளை எனக்குக் கிடையாது, சேநாதிபதி," என்றார் ப்ருகு. "ஆனால், நம் நிலைமை கவலைக்கிடம் என்று எனக்கே புரிகிறது. உங்கள் ஆலோசனை என்ன?"

கைகளை இணைத்து ஆள்காட்டி விரல்களால் முகவாயைத் தாங்கிக்கொண்டார் பர்வதேஸ்வரர். சற்று நேரம் பொறுத்து, ப்ருகுவை ஏறிட்டார். "மெலூஹாவிற்குள் வடதிசையிலிருந்து கணேஷ் நுழையத் திட்டமிட்டிருந்தால், நாம் தொலைந்தோம். இருமுனைத் தாக்குதலிலிருந்து நம்மைக் காப்பாற்றிக்கொள்ள எந்த வழியுமில்லை. யமுனை வெள்ளத்தால் பாதிக்கப்பட்ட சாலைகளைச் செப்பனிடுவதில் நம் பொறியாளர்கள் மிகத்தீவிரமாய் இறங்கியிருக்கின்றனர். அதை அப்படியே விட்டுவிடும்படி அவர்களுக்கு ஆணையனுப்பிவிடுகிறேன். கணேஷ் ஒரு வேளை அந்தத் திசையிலிருந்து நம்மைத் தாக்குவதாக இருந்தால், அவனது பாதையை முடிந்தவரை கடினமாக்கவேண்டும். வெள்ளத்தால் பாழடைந்த சாலையில் ஒரு இலட்சத்து ஐம்பதினாயிரம் வீரர்களை நடத்திக்கொண்டு வருவது சுலபமல்ல."

"நல்ல யுக்தி."

"பிரபு நீலகண்டர், ஒரு சில வாரங்களுக்குள்ளேயே தேவகிரி வந்து சேர்ந்துவிட வாய்ப்பிருக்கிறது."

"நல்ல வேளையாக, வீரர்களுக்குத் தகுந்தி பயிற்சி தந்து, போருக்கு ஆயத்தமாக நீங்கள் ஆவன செய்துவிட்டீர்கள்," என்றார் ப்ருகு.

"பிரபு இங்கே ஜெயிக்கமாட்டார்," என்றார் பர்வதேஸ்வரர். "இது நான் தங்களுக்கு அளிக்கும் வாக்கு, மகரிஷிஜி."

"எனக்குத் தங்கள் மீது நம்பிக்கையிருக்கிறது, சேநாதிபதி. ஆனால், வாசுதேவ யானைகளை எப்படிச் சமாளிப்பது? அவற்றைத் தடுத்தாலொழிய, நம்மால் சிவனின் படையை ஜெயிக்கமுடியாது."

"தங்கள் எண்ணம் என்ன, சிவா?" கோபால் கேட்டார்.

சதி, காளி சகிதம், ம்ரித்திகாவதியில் சிவனின் அறையில் அவர்கள் மந்திராலோசனையில் அமர்ந்திருந்தனர். பாணினியிடமிருந்து அறிந்த செய்தியை முன்னிட்டு, யுத்த தந்திரத்தை மறுபரிசீலனை செய்யும் முயற்சியில் அனைவரும் ஈடுபட்டிருந்தனர்.

அவள் வரையில், காளியின் மனம் நிச்சலனமாய் இருந்தது. "ம்ரித்திகாவதியிலருந்து கிளம்பி, பரிஹா போறதுதான் சரின்னு எனக்குப் படுது, சிவா. மாபெரும் சக்தி வாய்ஞ்ச தைவி *அஸ்திரம்* - உதாரணமா, *ப்ரம்மாஸ்திரம்* - எதையாவது உங்களுக்கு வாயுபுத்ரர்கள் அளிக்கும்படி பண்ணிட்டீங்கன்னா, யுத்தம் ஏறக்குறைய முடிஞ்ச மாதிரிதான்."

"இவ்வகையான தைவி அஸ்திரங்களை நாம் பிரயோகிப்பதெல்லாம் முடியாத காரியம், தேவி," என்றார் கோபால். "மனிதகுலத்துக்கே எதிரான கடுஞ்செயல் அது. நம் எதிரிகளுக்குப் புத்தி வரும்பொருட்டு, பயமுறுத்தும் கருவிகளாய் மட்டும்தான் இவற்றை நாம் பயன்படுத்த முடியும்."

"ஆமாமா," என்றாள் காளி அசட்டையாக. "ஒத்துக்கறேன்."

"பரிஹா போக எவ்வளவு நாளாகும், பண்டிட்ஜி?" சிவன் கேட்டார்.

"குறைந்தது ஆறுமாதமாவது ஆகும்," என்றார் கோபால். "காற்று நமக்குச் சாதகமாக இல்லையென்றால், ஒன்பதிலிருந்து பன்னிரண்டு மாதங்கள்கூட பிடிக்கலாம்."

"அப்ப, நம்ம முடிவு தெளிவாயாச்சு," என்றார் சிவன். "இந்த சந்தர்ப்பத்துல பரிஹா போறதுல அர்த்தமேயில்ல."

"ஏன்?" காளி கேட்டாள்.

"நம்ம பக்கம் நேரமும், உத்வேகமும் இருக்கு, காளி," என்றார் சிவன். "அயோத்யாவின் படைகள் மெலூஹாவுக்குள்ள போக ஆறிலிருந்து எட்டு மாசமாவது பிடிக்கும். ஒரு சில வாரங்களுக்குள்ளே மெலூஹாவின் வடக்கு எல்லையை கணேஷும் கார்த்திக்கும் எட்டிடுவாங்க. மெலூஹா பக்கம் வெறும் எழுபத்தஞ்சாயிரம் வீரர்கள். நம்மகிட்ட ரெண்டரை இலட்சம். கையில ஆறுமாச அவகாசம் இருக்கு. இந்த நிலவரம் எனக்கு ரொம்ப பிடிச்சிருக்கு. இப்பவே யுத்தத்தை முடிச்சிடலாம்னு சொல்றேன். நான் பரிஹா போய்ட்டு வர்ற நேரத்துக்குள்ள நிலைமை தலைகீழா மாறியிருக்கலாம். அது மட்டுமில்ல: இன்னொரு விஷயத்தை மறந்துடாதே: வாயுபுத்ரர்கள்

மகரிஷி ப்ருகு பக்கம் இல்லைங்கிறது மட்டும்தான் நமக்குத் தெரியும். அதுக்காக, அவங்க நம்ம பக்கம்தான்கிறதுக்கு எந்த உத்தரவாதமும் இல்ல. சார்பில்லாம நடுநிலைமை காப்பாத்த அவங்க நினைக்கலாம்.''

''அதுலயும் அர்த்தமிருக்கு,'' சதி ஆமோதித்தாள். ''தேவகிரியை நாம் ஜெயிச்சு, சோமரஸ ஆலையை அழிச்சிட்டா, வாயுபுத்ரர்கள் எதை நம்பினாலும், நம்பாட்டாலும் யுத்தம் முடிஞ்ச மாதிரிதான்.''

''அப்படியானால், தங்கள் முடிவுதான் என்ன, சிவா?'' கோபால் கேட்டார்.

''நம்ம கப்பற்படையை ரெண்டா பிரிக்கணும்,'' என்றார் சிவன். ''சின்ன, இருபத்தஞ்சு கப்பல்கள் கொண்ட படையோட நான் சரஸ்வதியில பயணம் செஞ்சு, வடக்கே யமுனையில திரும்புவேன். யமுனைச் சாலையில வர்ற கணேஷ் மற்றும் கார்த்திக்கை அங்கே சந்திப்பேன். அவங்களுடைய வீரர்கள் என் கப்பல்கள்ள ஏறிக்குவாங்க. அவங்க நடந்து வர்ற வரைக்கும் காத்திருக்கிறதைவிட, நதி வழியாப் பயணிச்சா, தேவகிரிக்குச் சீக்கிரம்போய்ச் சேர்ந்திடலாம். இன்னொரு பக்கம், நம்ம மொத்த படைகளையும் மிச்சக் கப்பல்கள்ள சரஸ்வதியில ம்ரித்திகாவ தியிலிருந்து தேவகிரிக்கு சதி கொண்டுவந்து சேர்த்திடுவா. நான் கிளம்பி மூணு வாரங்களுக்குப் பிறகு அவ கிளம்பினா, ரெண்டு பேருமே ஒரே சமயத்துல தேவகிரி வந்து சேர்ந்திருவோம். இரண்டரை இலட்சம் வீரர்கள் தேவகிரியை முற்றுகையிட்டா, அவங்களுக்கு ஒரு வேளை புத்தி வரலாம்.''

''கேக்க எல்லாம் நல்லாத்தான் இருக்கு,'' என்றாள் காளி. ''ஆனா, இதையெல்லாம் துல்லியமா ஒருங்கிணைக்கிறது நடக்குமான்னுதான் தெரியலை. நடுவுல தடங்கல்கள் ஏற்படலாம். நம்ம படைகள்ள ஒண்ணு தேவகிரிக்கு சீக்கிரம் போய்ச் சேர்ந்துட்டா, மெலூஹர்களுடைய தாக்குதலைச் சமாளிக்கமுடியாத பலவீனமான நிலைமைல இருப்பாங்க.''

''ஆனா, எங்க ரெண்டு பேர்ல யாராவது முதல்ல தேவகிரி போய்ச் சேர்ந்துட்டா, உடனே அதைத் தாக்கி, ஜெயிக்கணும்னு சிவா சொல்லலையே,'' சதி வாதிட்டாள். ''நம்மளை நாமே பலப்படுத்திக்கிட்டு, அடுத்தவங்க வர்றவரைக்கும் காத்திருப்போம். எல்லாரும் ஒண்ணா சேர்ந்தபிறகுதான், தாக்குதலை ஆரம்பிக்கணும்.''

''எல்லாம் சரி - ஆனா, மெலூஹர்கள் முதல்ல தாக்கறதுன்னு முடிவெடுத்தா?'' காளி கேட்டாள். ''நல்லா ஞாபகம் வெச்சுக்குங்க: நங்கூரமிட்டு காத்திருக்கிற

கப்பல்களெல்லாம், அரக்கப்படகுகளோட தாக்குதலுக்கு சுலபத்துல பலியாகிடும்.''

''அவங்க கோட்டையை விட்டு தைரியமா வெளிய வந்து தாக்கற ஜாதியா எனக்குப் படலை,'' என்றார் சிவன். ''நான் தலைமையேற்கப்போற படை, ஒரு இலட்சத்து ஐம்பதினாயிரம் வீரர்களைக்கொண்டது; வலிமையான மகத இராணுவத்தையே சின்னாபின்னமாக்கினது. எங்களை வெறும் எழுபத்தஞ்சாயிரம் வீரர்கள் கொண்ட மெலூஹர்கள் எதிர்க்கமாட்டாங்க. சதியின் படையிலயும் ஒரு இலட்சம் வீரர்கள் உண்டு, மறந்துறாதே. அதுவுமில்லாம, வாசுதேவர்களின் யானைப்படையும் அவ கட்டுப்பாட்டுல தான் இருக்கும். எல்லாத்தையும் சேர்த்துப் பார்த்தா, மெலூஹர்களை திறந்தவெளியில சந்திக்க எங்க ரெண்டு பேரோட படைகள்ள ஏதாவது ஒண்ணேகூடப்போதும். சேநாதிபதி பர்வதேஸ்வரரோட திரண்ட தோள் மேல, திடமான, நிதானம் நிறைஞ்ச மனம் ஆட்சி செய்யுது. வெளிய வந்து நம்மை எதிர்க்கறதைவிட, கோட்டைக்குள்ளேயே பத்திரமா இருக்கறதுதான் நல்லதுன்னு அவரே உணர்ந்துக்குவார்.''

''நீ சொல்ல வர்றதும் எனக்குப் புரியாம இல்லை, காளி,'' என்றாள் சதி. ''ஒரு வேளை நான் சீக்கிரம் போய்ச் சேர்ந்துட்டா, தேவகிரிக்குத் தெற்கே பத்து கிலோமீட்டர் தூரத்துல தண்டு இறங்கிடுவேன். அங்கே, சரஸ்வதி நதியின் கரை மேல இருக்கற ஒரு பெரிய மலை அருமையான தற்காப்பா அமையறது மட்டுமில்லாம, அதோட உயரமும், நமக்குச் சாதகம். வாசுதேவர்களோட யானைப்படைகளை முதல் அணியா நிறுத்தி நான் சக்ரவியூகம் அமைச்சிடுவேன். அதை உடைச்சிக்கிட்டு உள்ள வர்றது சாத்தியமேயில்ல.''

''அந்த மலை எனக்கும் தெரியும்,'' சிவன் சதியிடம் கூறினார். ''ஒரு வேளை உனக்கு முன்னால நான் வந்து சேர்ந்தா, அதே மலையிலேயே நானும் பாசறை அமைச்சிடுவேன்.''

''பிரமாதம்.''

''இந்த அதீத வேகம் குறைய வாய்ப்பேயில்லையா, பிரபு?''

நீரைக் கிழித்துச் செல்லும் கப்பலை விளையாட்டுப் பொருளாய்க் காற்று பந்தாட, அதன் வேகத்தைச் சமாளிக்கும் முயற்சியில் கண்களைத் திறந்து வைத்திருக்க பிரம்மப்

பிரயத்தனம் செய்தவாறு தளத்தில் நின்றனர் சிவனும், பரசுராமனும்.

இரண்டாயிரம் வீரர்கள் மட்டுமே கொண்ட படையாயிருந்தாலும், மெலூஹர்கள் சிறிய தாக்குதல்கள் கூட நிகழ்த்தச் சந்தர்ப்பமே தராமல், கப்பற்படை வாயு வேகத்தில் சரஸ்வதியின் மீது விரைந்தது.

நதிக் கரையோரமிருந்த எந்த நகரமும் நீர் வழித் தாக்குதலைச் சமாளிக்கத் தயாராக இல்லையென்றாலும் - அப்படிப்பட்ட தாக்குதல் வரக்கூடும் என்ற சந்தேகம் கூட மெலூஹர்களுக்கு ஏற்பட்டதில்லை என்பதுதான் நிஜம் - சிவன் அம்மாதிரியான சந்தர்ப்பத்திற்கு இடம் கொடுக்கத் தயாராயில்லை. என்ன இருந்தாலும், தைரியத்திலோ, ரோஷத்திலோ, மெலூஹர்கள் யாருக்கும் குறைந்தவர்களல்ல; எதையும் சந்திக்கும் எண்ணத்துடன், தைரியத்திற்குப் பெயர் போன நாகர்கள் பலரையும் சிவன் எச்சரிக்கையாகத் தன் கப்பற்படைக்குள் நுழைத்திருந்தார். நாகர்களின் அரசியான காளியோ, பரிவாரத்தின் கடைசிக் கப்பலில் பயணம் செய்துவந்தாள்.

''இல்ல, பரசுராமா,'' சிவன் புன்னகைத்தார். ''குறைய வாய்ப்பேயில்ல. வேகம் தான் இப்ப நமக்கு நண்பன்.''

சிவனின் உத்தரவுகளுக்குக் கட்டுப்பட்டு, துடுப்பு வலிப்பதில் சில நிமிட இடைவேளைகூட அளிக்கப் படவில்லை. நான்கு குழுக்கள் ஆறு மணிகளாக நேரத்தைப் பிரித்துக்கொண்டு, ஓயாது துடுப்பு வலித்தன. அவர்கள் பணியை எளிதாக்கவேண்டி, சீரான தாளகதியில் முரசங்களை யுத்த வேகத்தில் சிலர் அறைந்தனர். வரைமுறையின்றி கூடி, குறையக்கூடிய காற்றின் சபல புத்தியை நம்பி, சிவன் தன் பரிவாரத்தின் வேகத்தை நிச்சயிக்கத் தயாராக இல்லை. மற்றவர்களுக்கு எவ்விதத்திலும் உயர்ந்தவனல்ல என்று காட்டும் எண்ணத்தில் துடுப்பு வலிப்போரின் குழுவில் தன்னையும் இணைத்துக் கொண்டிருந்தார். அன்றைய அட்டவணைப்படி, அவருக்கான ஆறு மணி நேரம் விரைவில் துவங்க இருந்தது.

''ரொம்ப அழகான நதி, பிரபு,'' என்றான் பரசுராமன். ''இதைப் போய் அழிக்க வேண்டியிருக்கும்னு நினைச்சா, வருத்தமாத்தான் இருக்கு.''

''என்ன சொல்ல வர்றே?''

''பிரபு, சோமரஸத்தைப் பத்தி நானும் கொஞ்சம் ஆராய்ச்சி பண்ணிக்கிட்டுத்தான் வர்றேன். பிரபு கோபாலும் எனக்குச் சில விஷயங்களை எடுத்துச் சொல்லி, புரிய வெச்சார். அப்பதான் எனக்கு ஒரு யோசனை தோணிச்சு...''

''என்னது?''

''இதில்லாம,'' பரசுராமன் சரஸ்வதியைச் சுட்டிக் காட்டினான். ''சோமரஸத்தைத் தயாரிக்க முடியாது.''

''ப்ரஹஸ்பதி அதையும் முயற்சி செஞ்சு பார்த்தாச்சு, பரசுராமா... சரஸ்வதி நீரைப் பயன்படுத்தமுடியாதபடி செய்ய அவர் எத்தனையோ முயற்சியெடுத்தார். எதுவும் பலிக்கலியே, மறந்து போச்சா?''

''நான் அந்த அர்த்தத்துல சொல்லலை, பிரபு. சரஸ்வதி நதியே இல்லைன்னா? சோமரஸமும் இருக்காதே?''

இடுங்கிய கண்களால், புரிபடாத பார்வையுடன் சிவன் அவனை ஏறிட்டார்.

''பிரபு, முன்னே ஒரு காலத்துல, இதே சரஸ்வதி நதி, இப்ப நாம பார்க்கிற மாதிரி இருக்கலை. ஏன், அந்த நதியே இல்லை. யமுனை, கிழக்கு திசையில, கங்கையை நோக்கிப் பாயத் தொடங்கியிருந்தது. யமுனையும், ஸட்லெஜ் நதியும் இணையாம, சரஸ்வதி இருக்கமுடியாது.''

''சரஸ்வதியைக் கொல்லமுடியாது,'' ஏறக்குறைய தனக்குத்தானே சொல்லிக்கொண்டார் சிவன்.

''பிரபு, யார் கண்டது? இயற்கையே இதைச் செய்யணும்னு திட்டம் போட்டதோ, என்னமோ? ஏறத்தாழ நூறு ஆண்டுகளுக்கு முன்னால இந்தப் பக்கமெல்லாம் பூகம்பம் வந்து, யமுனை கங்கையோட பாதையில இணைய நேர்ந்ததே? இப்போதைய சக்ரவர்த்தியோட அப்பா, பிரபு ப்ரம்மநாயகர் மட்டும் யமுனையோட பாதையை மறுபடி மாத்தி, ஸட்லெஜோட சேர்த்து, சரஸ்வதியை மீட்காம இருந்திருந்தா, நிலைமை முழுக்க மாறியிருந்திருக்கும். இயற்கையே சோமரஸத்தை தடுக்க முயற்சியெடுத்ததோ, என்னமோ?''

சிவன் மௌனமாய்க் கேட்டுக்கொண்டார்.

''சரஸ்வதி மொத்தமா அழிஞ்சு போனதா நாம நினைக்கவேண்டாம். அதோட ஆன்மா இன்னமும் யமுனையிலும், ஸட்லெஜ்லேயும் ஓடிக்கிட்டுதான் இருக்கும். உடல் மட்டும்தான் காணாம போயிருக்கும்.''

சரஸ்வதியின் ஆழத்தைக் கவனித்தவாறு, சிவன் நீர்ப்பரப்பின் மீது விழி பதித்தார். பரசுராமன் சொன்னதில் அர்த்தமிருந்தாலும், அதை ஏற்க - தனக்குத்தானே என்றாலும் - சிவனின் மனம் மறுத்தது. இதைப் பற்றி யோசிப்பதில்லையென்று முடிவெடுத்தார். இப்போதைக்காவது.

அத்தியாயம் 29

எந்தப் படையிலும் துரோகி உண்டு

"ஏதாவது செய்தியுண்டா, கணேஷ்?" என்றான் பகீரதன்.

முன்னணிக் கப்பலில் கணேஷ் மற்றும் கார்த்திக்கை சந்திரகேது சகிதம் அப்போதுதான் சந்தித்திருந்தான். மிகப்பெரிய அந்தப் படை, வட திசையில், மெலூஹா நோக்கி கங்கையில் பயணித்துக்கொண்டிருந்தது. நடுவே, படகொன்றைச் சந்திக்கும் பொருட்டுச் சில மணி நேரம் மட்டுமே வேகத்தை மட்டுப்படுத்தியிருந்தனர். வாசுதேவ பண்டிதர் ஒருவரிடமிருந்து, படகுக்காரன் செய்தி கொண்டு வந்திருந்தான்.

"எங்கப்பாவோட படைகள் ம்ரித்திகாவதியை ஜெயிச்சாச்சுன்னு இப்பதான் செய்தி கிடைச்சிருக்கு," என்றான் கணேஷ்.

"அட, பிரமாதம்!" சந்திரகேது புளகாங்கிதம் அடைந்தார். "மிக்க நன்று!"

"உண்மை," கணேஷ் பதிலளித்தான். "இன்னும் நல்ல செய்தியிருக்கு, கேளுங்க: ம்ரித்திகாவதி மக்கள் எங்கப்பா பக்கம் சேர்றதா வாக்களிச்சிட்டாங்க. மெலூஹப் படைகள்ள மிச்சம் மீதி இருக்கறவங்களை, அவங்களே சிறை வெச்சாச்சு."

"அப்புறம், சோமரஸத் தயாரிப்பு ஆலை இருக்கற இடத்தைக் கண்டுபிடிச்சிட்டாங்களாமா?" பகீரதன் கேட்டான்.

"ஆமா," என்றான் கார்த்திக். "தேவகிரியிலதான் இருக்கு."

"தேவகிரியா? என்ன சொல்றீங்க நீங்க? முட்டாத்தனமா இல்ல இருக்கு? அதுதானே அவங்க தலைநகரம்? அந்த மாதிரியான தொழிற்சாலை ரொம்ப இரகசியமான, பாதுகாப்பான இடத்துலதானே இருக்கணும்?"

"அதே சமயம், இந்த மாதிரியான ஆலைகள், அதிக மக்கள்தொகை இருக்கற நகரங்களுக்குள்ளேதானே இருக்கமுடியும்? அப்படிப் பார்த்தா, தேவகிரியைவிட நல்ல

தேர்வு இருக்கமுடியுமா? தலைநகரை நல்லா பாதுகாத்துக்க முடியும்கிற நம்பிக்கை அவங்களுக்கு இருக்கத்தானே செய்யும்?''

''ஆக, இப்பொழுது நமக்கிடப்பட்டிருக்கும் ஆணைகள் என்ன?'' சந்திரகேது கேட்டார்.

''தேவகிரியில மெலூஹர்கள்கிட்ட எழுபத்தஞ்சாயிரம் வீரர்கள்தான். நாம் மெலூஹாவுக்குப் போவோம். வழியில, நம்மைச் சந்திக்க எங்கப்பா யமுனையில பயணம் செஞ்சுக் கிட்டு வர்றார். இன்னொரு பக்கம், எங்கம்மா இலட்சம் வீரர்கள் தலைமையில வந்து சேர்வாங்க.''

''மொத்தத்துல, நம்ம பக்கம் சமீபத்துல அடைஞ்ச பல வெற்றிகளால் உத்வேகம் கொண்ட, இரண்டரை இலட்சம் வீரர்கள். எதிர்ல, மேடைகள் மேல பதுங்கி ஒளிஞ்சிட்டி ருக்கற எழுபத்தஞ்சாயிரம் மெலூஹ வீரர்கள்,'' என்றான் பகீரதன். ''கேக்கவே காதுக்குக் குளிர்ச்சியா இருக்கே.''

''*பாபா*வும் இதையேதான் சொல்லியிருப்பார்!'' கார்த்திக் குதூகலித்தான்.

''உனக்குச் சம்மதமோ, இல்லையோ,'' வித்யுன்மாலி உறுமினான். ''எனக்கு வேண்டிய பதிலை அளிக்கத்தான் போகிறாய்.''

சிவனின் படையிலிருந்து சிறைப்பிடிக்கப்பட்ட ஒரு வாசுதேவ தளபதி, நகரும் மரப்பலகையுடன் தடிமனான தோல்கயிற்றால் கட்டப்பட்டிருந்தான். அந்தப் பாதாளச் சிறையில் முடை நாற்றமும், பழம்வாடையுமாய், மூச்சை அடைத்தது. சிறைப்பிடிக்கப்பட்ட வாசுதேவ தளபதி வியர்வையில் ஏறக்குறைய குளித்திருந்தாலும், பயக்குறி காட்டவில்லை.

சற்று தூரத்தில் நின்றிருந்த மெலூஹ வீரர்கள், வித்யுன்மாலியைப் பார்த்த பார்வையில் எச்சரிக்கை தெரிந்தது. படைத்தலைவர் அவர்களுக்கு இட்டிருந்த கட்டளை, இராமபிரானின் கொள்கைக்கு எதிரானது. ஆனால்... மேலதிகாரியின் ஆணைக்கு மறு வார்த்தை பேசாமல் கட்டுப்பட்டு, கேள்வியென்பதையே கேட்காமல், சிரமேற்கொண்டு செய்துமுடிக்க வேண்டும் என்றே அவர்களுக்குக் மிகத் தீவிரமாய் பயிற்சியளிக்கப்பட்டிருந்தது. இதன் காரணமாகவே, வித்யுன்மாலியின் ஆணைகளால் எவ்வளவு மனக்கிலேசமடைந்தாலும், அவன் காலால் இட்ட பணியைத் தலையால் இதுவரை செய்துமுடித்திருந்தனர்.

ஆனால், இனி நடக்கப்போவது, அவர்களது ஆதாரக் கொள்கைகளை, ஆணிவேரையே அசைத்துவிடக் கூடும்.

எதையோ வாசுதேவ் மீண்டும் மீண்டும் முணுமுணுப்பது வித்யுன்மாலிக்குக் கேட்டது. அருகே வந்து குனிந்தான். ''சொல்ல வேண்டியது ஏதேனும் இருக்கிறதா?''

ஜபித்த வார்த்தைகளிலிருந்தே சக்தியை வரவழைத்துக் கொள்வது போல், வாசுதேவ் மீண்டும் மீண்டும் சொல்லிக்கொண்டான். ''*ஜெய் குரு விஷ்வாமித்ரா. ஜெய் குரு வஸிஷ்டா. ஜெய் குரு விஷ்வாமித்ரா. ஜெய் குரு வஸிஷ்டா...*''

''உனக்கு உதவ அவர்கள் யாரும் இங்கில்லை, நண்பா,'' வித்யுன்மாலி கெக்கலித்தான்.

திரும்பி, திடுக்கிட்டு நின்ற ஒரு மெலூஹ வீரனை நோக்கிச் சைகை செய்தான். உலோகத்தாலான சுத்தியலையும், பெரிய ஆணி ஒன்றையும் சுட்டினான், மெலூஹப் படைத்தலைவன்.

''பிரபு?'' கட்டி வைக்கப்பட்ட நிராயுதபாணியைத் தாக்குவது இராமபிரானின் கொள்கைகளுக்கு எதிரானது என்பதை நன்கு அறிந்திருந்த அந்த மெலூஹ வீரன் பதற்றமாய்க் கிசுகிசுத்தான். ''இப்படிப்பட்ட செயலில் இறங்குவது...''

''எதைச் செய்யலாம், செய்யக்கூடாது என்பதைப் பற்றியெல்லாம் கவலைப்படுவது உன் வேலையல்ல,'' வித்யுன்மாலி உறுமினான். ''அது என் வேலை. நான் செய்யச் சொல்வதை சிரமேற்கொண்டு நிறைவேற்றுவது மட்டுமே உன் பணி.''

''உத்தரவு, பிரபு,'' மெதுவாய் வணக்கம் செலுத்திய மெலூஹன், ஆணியையும், சுத்தியலையும் கையில் எடுத்தான். மெல்ல வாசுதேவனிடம் சென்றவன், ஆணியைக் கைதியின் கையில், மணிக்கட்டிற்குச் சில அங்குலம் மேலே பதித்தான். சுத்தியலை ஓங்கி, தோள்களை ஒருமுறை இறுக்கிக்கொண்டு, அடிக்கத் தயாரானான்.

வித்யுன்மாலி வாசுதேவனிடம் திரும்பினான். ''பேசத் துவங்குவதுதான் உனக்கு நல்லது...''

''*ஜெய் குரு விஷ்வாமித்ரா. ஜெய் குரு வஸிஷ்டா...*''

வித்யுன்மாலி வீரனை நோக்கித் தலையசைத்தான்.

''*ஜெய் குரு விஷ்வாமித்ரா. ஜெய் குரு... ஆஆஆஆஆஆஆ!*''

காது ஜவ்வே கிழியும்படி வாசுதேவ் அலறிய அலறல், அந்த பாதாளச் சிறையின் இடுங்கிய சுவர்களில் மோதி எதிரொலித்தது. ஆனால், ம்ரித்திகாவதிக்கும் தேவகிரிக்கும் நடுவே எங்கேயோ கண்காணா இடத்தில் இருந்த

இந்த பாதாளச் சிறை பயன்படுத்தப்பட்டே நூற்றாண்டுகளாகிவிட்டன. ஏற்கனவே பதற்றமடைந்து அறையின் பின்புறம், இராமபிரானிடம் மன்னிப்புக்கோரி பதற்றமான பிரார்த்தனையில் ஈடுபட்டிருந்த மெலூஹ வீரர்களைத் தவிர, அலறல்களைக் கேட்க யாரும் இல்லை.

இயந்திரம் போல் சுத்தியலால் ஆணியை வாசுதேவனின் வலக்கரத்தில் இறக்கிக்கொண்டிருந்தான் மெலூஹ வீரன். வாசுதேவனோ, வலியை மூளை மொத்தமாய் அமுக்கும் வரையில், அலறிக்கொண்டேயிருந்தான். ஒரு கட்டத்தில், கையையே உணரமுடியவில்லை. இருதயம் பேயாய் அடித்துக்கொள்ள, காயத்தின் வழியே இரத்தம் குபுகுபுவென்று பாய்ந்தது.

குருதி வழிந்த காயத்தையும், கரத்தையும் தவிர தன் குலம், கடவுள், எடுத்த சத்தியப் பிரமாணம் என்று எதிலெல்லாமோ மனதைச் செலுத்த முயன்றுகொண்டிருந்த வாசுதேவனின் காதருகே வித்யுன்மாலி வந்தான். ''என்ன சொல்கிறாய்? இன்னும் கொஞ்சம் வற்புறுத்தல் தேவைப்படுகிறதா?''

முகத்தைத் திருப்பிக்கொண்ட வாசுதேவ், ஜபிப்பதில் கவனம் செலுத்தினான்.

ஆணியை வேகமாய்ப் பிடுங்கியெடுத்த வித்யுன்மாலி, ஈரத்துணியை எடுத்து, வாசுதேவனின் கரத்தை துடைத்தான். ஒரு சிறிய குப்பியை எடுத்து, அதிலிருந்த திரவத்தைக் காயத்தின் மீது ஊற்றினான். கடுமையாய் எரிச்சலேற்படுத்தினாலும், வாசுதேவனின் இரத்தம் உடனடியாகக் கட்டிக்கொண்டது.

''நீ இறப்பதில் எனக்கு விருப்பமில்லை,'' வித்யுன்மாலி கிசுகிசுத்தான். ''இப்போதைக்காவது...''

தன் வீரனை நோக்கித் தலையசைத்தான்.

''பிரபு,'' கண்களில் கண்ணீர் ததும்ப, அந்த வீரன் கிசுகிசுத்தான். மேலும் மேலும் தன் ஆன்மாவைக் கறையாக்கிய பாவ மூட்டைகளின் சுமையைத் தாளமுடியவில்லை. ''தயவு செய்து...''

வித்யுன்மாலி அவனை முறைத்தான்.

உடனடியாக திரும்பிய அந்த வீரன், இன்னொரு குப்பியை எடுத்தான். வாசுதேவனிடம் சென்று காயத்தின் மீது, கொழகொழப்பான அந்தத் திரவத்தில் கொஞ்சம் ஊற்றினான்.

பின்னால் நகர்ந்த வித்யுன்மாலி, ஓரத்தில் மெல்ல எரிந்துகொண்டிருந்த நீண்ட சிக்கிமுக்கியை எடுத்துவந்தான்.

''இதற்குப் பிறகாவது உனக்கு புத்தி தெளிகிறதா, பார்க்கிறேன்.''

அடங்கா பீதியில் வாசுதேவனின் கண்கள் அகன்று விரிந்தன. ஆனால், அவனால் பேச முடியாது; இரகசியத்தை வெளியிடமுடியாது. அது அவனது குலத்திற்கே சர்வ நாசமாய் முடியும்.

''ஜெய்... கு... ரு... விஷ்வா...''

''அக்னி, உன்னைத் தூய்மையாக்கும்,'' மெல்லிய குரலில் வித்யுன்மாலி கிசுகிசுத்தான். ''பிறகு, நீ பேசுவாய்.''

''...மித்ரா... ஜெய்... கு... ரு... வஷ்...''

எரிந்து கருகும் நிணத்தின் கோர வாடை சிறை முழுதும் பரவ, வாசுதேவனின் உயிர்போகும் அலறல்கள் மீண்டும் அந்த இடத்தை நிறைத்தன.

''நிச்சயமாகத் தெரியுமா?'' பர்வதேஸ்வரர் கேட்டார்.

''இதைவிட நிச்சயமாய் இருக்கமுடியாது,'' பெருமிதப் புன்னகையுடன் நின்றான் வித்யுன்மாலி.

ஒரு நீண்ட மூச்சை இழுத்துவிட்டார் பர்வதேஸ்வரர்.

இரண்டு வாரங்களுக்கு முன், தேவகிரியைப் புயல்வேகத்தில் கடந்த மிகப்பெரும் கப்பற்படையை நடத்திச் சென்றவர் சிவன் என்று அவர் அறிந்திருந்தார். கணேஷின் படையை எதிர்கொண்டு, தேவகிரிக்கு அழைத்து வரவே சிவன் வடக்கு நோக்கிச் செல்வதாக பர்வதேஸ்வரர் சந்தேகித்தார். வெள்ளத்தால் பாழாகியிருந்த கங்கை-யமுனைச் சாலையில் பயணிக்க நேர்ந்ததால் கணேஷின் படை சந்தித்த தடங்கல்களையும் தாமதங்கள் குறித்தும் அவருக்கு அறிக்கைகள் வந்திருந்தன. கணேஷ் மற்றும் அவனது இலட்சத்தி ஐம்பதினாயிரம் வீரர்களுடன், சிவன் மீண்டும் தேவகிரி வந்து சேர இன்னும் ஒரு மாதமாவது ஆகும் என்று தோன்றியது.

நீலகண்டர் படையின் இன்னொரு பிரிவிற்குச் சதி தலைமையேற்று ம்ரித்திகாவதியிலிருந்து கிளம்பிவிட்டதையும் அவர் அறிவார். இன்னும் ஒன்றிரண்டு வாரங்களில் அவர்கள் தேவகிரி வந்து சேர்ந்துவிடுவார்கள். கணேஷின் படைக்கு ஏற்பட்டுள்ள காலதாமததைக் கணக்கிலெடுத்துக் கொண்டவர், சதியின் படைதான் முதலில் வந்து சேருமென ஊகித்தார். அதுவுமன்றி, வரப்போகும் படை இலட்சம் வீரர்களைக் கொண்டது; தன்னிடம் உள்ளோர் வெறும்

எழுபத்தைந்தாயிரம் என்பதையும் உணர்ந்தேயிருந்தார். சிவன் மற்றும் கணேஷின் படையும் சதியுடன் இணைந்தால், மொத்தப் படை பலம் இரண்டரை இலட்சமாகிவிடும். அவர்கள் வந்து சேரும்முன் சதியின் படையைத் தாக்கினால் மட்டுமே தனக்கு வெற்றியின் சுவடாவது மிஞ்சும்.

பிரச்சனை ஒன்றே ஒன்றுதான்: சதியின் கட்டுப்பாட்டில் இருந்த, மாபெரும் பலம் வாய்ந்த வாசுதேவர்களின் யானைப் படையை முடக்கும் உபாயம் அவருக்குக் கிட்டவில்லை. இதுவரை.

''மிளகாயும், சாணமுமா?'' பர்வதேஸ்வரர் கேட்டார். ''அதீத எளிமையாகவல்லவா இருக்கிறது?''

''யானைகளுக்கு மிளகாயின் வாடையே ஆகாதாம், பிரபு. தறிகெட்டு ஓடச்செய்யுமாம். சாண வறட்டிகளில் மிளகாயை நன்கு கலந்து தயாராக்கி, பற்ற வைத்து, கவணால் யானைகளின் மீது குறி பார்த்து எறிய வேண்டியது. காரமான அந்தப் புகையின் எரிச்சல் அவற்றைப் பித்துப்பிடிக்கச் செய்து, அவர்களது படைகளுக்குள்ளேயே பாய வைத்தாலும் வைக்கும்.''

''இதைப் பரீட்சிக்க நம்மிடம் யானைகள் எதுவும் இல்லை, வித்யுன்மாலி. போரில் மட்டுமே இதைப் பரிசோதித்துப் பார்க்கமுடியும். ஒரு வேளை, இந்த யுக்தி பலிக்கவில்லையென்றால்?''

''மன்னிக்க வேண்டும், சேநாதிபதி - நமக்கு வேறு வழி இருக்கிறதா என்ன?''

''இல்லை.''

''அப்படியானால், முயற்சி செய்து பார்ப்பதில் என்னதான் கெட்டுவிடும்?''

தலையசைத்த பர்வதேஸ்வரர், தூரத்தில் போர்ப்பயிற்சியில் ஈடுபட்டிருந்த தன் வீரர்களை வெறித்தார். ''இந்த சூட்சுமத்தையெல்லாம் எவ்விதம் தெரிந்துகொண்டீர்?''

வித்யுன்மாலி மௌனம் சாதித்தான்.

மீண்டும் அவன்புறம் திரும்பிய பர்வதேஸ்வரரின் கண்கள், அவனுடையதைத் துளைத்தெடுத்தன. ''உங்களை ஒரு கேள்வி கேட்டேன், படைத்தலைவரே.''

''எந்தப் படையிலும் துரோகிகள் உண்டு, பிரபு.''

பர்வதேஸ்வரர் அதிர்ந்தார். விசுவாசத்திற்குப் பெயர் போனவர்கள், வாசுதேவர்கள். ''வாசுதேவர்களிலேயேவா ஒரு துரோகியை இனம்கண்டுகொண்டீர்கள்?''

''அதுதான் சொன்னேனே? ஒவ்வொரு படையிலும் முதுகில் குத்த எவனாவது கிடைப்பான். நான் எப்படித் தப்பித்தேன் என்று நினைத்தீர்கள்?''

திரும்பி, மீண்டும் தன் வீரர்களை நோக்கினார் பர்வதேஸ்வரர். இந்த உபாயத்தைக் கைக்கொள்வதில் தவறொன்றுமில்லை. பலித்தாலும் பலிக்கலாம்.

— ⅄OUT⊗ —

தேவர்களின் தேசமான தேவகிரி, குழப்பம் நிறைந்தவர்களின் இருப்பிடமாகவே மாறிவிட்டது. நகரின் வாயிலுக்கே படையெடுத்து வரும் திண்ணக்கம் கொண்ட எதிரிப் படைகளை நினைவு தெரிந்த நாளாக, அந்நகரின் இரண்டு இலட்சம் மக்கள் சந்தித்ததேயில்லை. ஆனால், இதோ, நகரின் வெளியே எதிரிகள். நம்பவே முடியத்தான் இல்லையென்றாலும் - உள்ளங்கை நெல்லிக்கனி போலல்லவா உண்மை பட்டவர்த்தனமாய் தெரிந்தது?

சரஸ்வதி நதியில் போர்க்கப்பல்கள் காற்றைப் போல் கிழித்துக்கொண்டு விரைவதைச் சில வாரங்களுக்கு முன்புதான் அவர்கள் கண்டிருந்தனர். ம்ரித்திகாவதியில் மையம்கொண்டிருந்த மெலூஹப்படைதான் அது என்பதும், அது இப்போது பகைவர்கள் வசம் என்பதும் நிரூபணமாயிற்று. தேவகிரியைத் தாக்காமல் அவை நகர்ந்தது ஏன் என்பது புரியாத புதிராகத்தான் இருந்தது.

அதுமட்டுமின்றி, சரஸ்வதியின் அருகே, நகருக்குச் சுமார் பத்து கிலோமீட்டர் தெற்கே தண்டிறங்கியிருந்த ஒரு பிரம்மாண்டமான படையைப் பற்றியும் செய்திகள் துளித்துளியாகக் கசிந்துகொண்டிருந்தன. வழக்கமாய்த் தைரியமாய் உலாவரும் தேவகிரி நகர மக்கள், இப்பொழுது அத்தியாவசியம் தவிர்த்து, வெளியே பிரவேசிப்பதில்லை; நகருக்குள்ளேயே முடங்கினர். வர்த்தகம் அனைத்தையும் நிறுத்திக்கொண்ட வியாபாரிகளின் கப்பல்கள், துறை முகத்திலேயே நங்கூரமிட்டு நின்றன.

நகரம் முழுவதும் வதந்திகள் தீயாய்ப் பரவின. தேவகிரிக்குத் தெற்கேயிருந்த படைகளை நடத்திவந்தவர் நீலகண்டரேயென்று சிலர் கிசுகிசுத்தனர். இன்னும் சிலர், அப்போதுதான் நதியில் பாய்ந்து சென்ற கப்பல்களில் நீலகண்டரைக் கண்டதாகச் சத்தியம் செய்தனர். ஆனால், அவ்வளவு அவசரமாக பிரபு சிவன் எங்கு சென்று கொண்டிருப்பார் என்ற கேள்விக்கு அவர்களிடம் பதிலில்லை. இவை தவிர, வேறு நகரங்களினின்று, சரியான தகவல்களும் வந்து குவியத் துவங்கியிருந்தன: சரஸ்வதியில் பயணித்தபோது ம்ரித்திகாவதி தவிர

வேறு எந்த மெலூஹ நகரத்துடனும் இந்த இராட்சசப் படை போரில் இறங்கியிருக்கவில்லை. எந்த நகரமும், கிராமமும் கொள்ளையடிக்கப்படவில்லை; தேவையற்ற வன்முறையிலோ, அழிவிலோ ஈடுபடாமல், ஏறக்குறைய துறவறம் மேற்கொண்டவர்களைப் போல், மெலூஹாவிற்குள் அவர்கள் ஒரு கட்டுப்பாட்டிற்கு உட்பட்டு பயணம் செய்திருந்தனர்.

அப்போது உலவிய சில வதந்தித் துணுக்குகளில் ஏதேனும் - நீலகண்டரின் வெறுப்பு சோமரஸத்தின் மீதுதானேயொழிய, மெலூஹாவிடம் அல்ல - உண்மையிருக்கக்கூடும் என்று சிலருக்குத் தோன்றத் துவங்கியது. எத்தனையோ மாதங்களுக்கு முன்னர் அவர்கள் படித்த அறிக்கை உண்மையில் பிரபுவிடமிருந்தே வந்திருக்குமோ? சக்ரவர்த்தி கூறியது போல், அது பொய்யில்லையோ? சரஸ்வதி நதிக்கரையில் தாக்குதலில் இறங்காமல் காத்திருப்பது நீலகண்டரின் படையாகவேயிருக்கலாம். ஏன், இந்த நிமிடம் கூட, தங்கள் சக்ரவர்த்தியுடன் அவர் சரணடைவதற்கான பேச்சுவார்த்தையில் இறங்கியிருக்கலாம்

ஆனால், வேறு சிலர் - இன்னமும் மெலூஹாவிற்கு விசுவாசமாயிருந்தவர்கள் - தங்கள் அரசாங்கமே பொய்யுரைத்திருக்குமென்பதை நம்பத தயாராக இல்லை. சிவனின் படைகளில் சந்திரவம்சிகளும் நாகர்களும் கலந்திருந்ததாக அவர்கள் நம்பக் காரணமிருந்தது. அவ்வளவு ஏன், நீலகண்டர் படையின் ஒரு முக்கியப் பிரிவிற்குத் தலைமை தாங்கியதே நாகர்களின் அரசிதான் என்றும், சந்திரவம்சிகள் மற்றும் நாகர்களின் தீய எண்ணங்களால் நீலகண்டரே வழிதவறிச் சென்றுவிட்டார் என்றும் வதந்திகள் உலாவின. மெலூஹாவிற்காகத் தங்கள் உயிரையும் தியாகம் செய்யத் தயாராக இருந்த அவர்களுக்குப் புரியாத விஷயம் ஒன்றே ஒன்றுதான்: இன்னமும் ஏன் அவர்களது படை போரில் இறங்கவில்லை?

''நிச்சயமாகத் தெரியுமா, சேநாதிபதி?'' ப்ருகு கேட்டார்.

தேவகிரி அரண்மனையில், ப்ருகுவின் அறையில் இருந்தார் பர்வதேஸ்வரர்.

''ஆம். இது சூதாட்டம்தான் - ஆனால், இந்த சந்தர்ப்பத்தைப் பயன்படுத்தித்தான் ஆக வேண்டும். அதிக காலம் தாமதம் செய்தோமானால், யமுனையிலிருந்து தேவகிரியை நோக்கி, கணேஷின் படையை பிரபு நடத்திக் கொண்டு வந்துவிடுவார். சதியின் படைகளையும் கணக்கில் சேர்த்துக்கொண்டால், அவர்களது எண்ணிக்கை, நம்மால்

நினைத்துக்கூடப் பார்க்கமுடியாமல், அளவுகடந்து போய்விடும். இப்போதோ, நதிக்கு அருகே முகாமிட்டிருக்கும் சதியின் வீரர்கள் மட்டுமே நம் எதிரிகள். அவர்களும் போரை எதிர்பார்த்திருப்பதாகத் தெரியவில்லை. அவர்களை வெளியே இழுத்து, யானைகளிடையே கொஞ்சம் கலவரமூட்ட முயற்சிக்கிறேன். இது வெற்றிபெற்றால், யானைகள், அவர்களது படைகளுக்குள்ளேயே புகுந்து சின்னாபின்ன மாக்கினாலும் ஆக்கிவிடும். பின்புறம் நதி இருப்பதால், பின்வாங்குவதும் அவர்களால் முடியாத காரியம். எல்லாம் நம் திட்டப்படி நடந்தேறினால், யார் கண்டது - இன்றைய பொழுது நமக்கு வெற்றியில் முடிந்தாலும் முடியும்.''

''சதி உங்கள் வளர்ப்பு மகள் அல்லவா?'' பர்வதேஸ்வரரின் கண்களை உற்றுப் பார்த்தார் ப்ருகு.

சேநாதிபதி மூச்சைப் பிடித்துக்கொண்டார். ''இந்த நிமிடம், அவள் எனக்கு மெலூஹாவின் எதிரி மட்டுமே.''

தொடர்ந்து அவரது விழிகளை ஊடுருவிய ப்ருகு, மனதைப் படித்து, ஓரளவு திருப்தியடைந்தார். ''தங்களுக்கு நம்பிக்கை இருக்கிறதென்றால், எனக்கும் அவ்விதமே. இராமபிரானின் பெயரால், தாக்குதலைத் தொடங்குவோம்.''

நங்கூரமிட்டிருந்த கப்பல்களுக்குள் சதிக்கு இருப்புக் கொள்ளவில்லை. மிக வேகமாய் நீரில் ஏறக்குறையப் பறக்கும் பொழுது, அவற்றை யாராலும் அசைக்கமுடியாமல் இருக்கலாம் - ஆனால், இவ்விதம் நங்கூரமிட்டிருக்கும்போது எவரும் தாக்கமுடியும்; அரக்கப் படகுகளை ஏவி அழிக்கமுடியும். ஆகையினால்தான், நிலத்தில் முகாமிட முடிவு செய்திருந்தாள்: நதிக்கரைக்கு மிக நெருக்கத்தில் வர மெலூஹர்களும் யோசிப்பார்களாகையால், அவளது கப்பல்களும் கொஞ்சம் பாதுகாப்பாயிருக்கும்.

தன் படைகளைத் தண்டிறக்க நல்ல இடத்தைத்தான் அவள் தேர்ந்தெடுத்திருந்தாள். சரஸ்வதி நதியின் கரையை உடனேயடுத்து, மிக லேசான சரிவுடன் கூடிய மலையின் மீது பாசறை அமைந்திருந்தது. மலைக்கும், தேவகிரி நகருக்கும் இடையே இருந்த மரங்கள் கழிக்கப்பட்டிருந்தன. ஆகையால், மலையின் உச்சியிலிருந்து, கிட்டத்திட்ட பத்து கிலோமீட்டர் தூரத்தில் இருந்த தேவகிரியில், எதிரிகள் நடமாட்டத்தைச் சதியால் சுலபத்தில் கணிக்கமுடிந்தது. அதன் உயரம், அவளுக்கு இன்னொரு வகையிலும் சாதகமாய் இருந்தது: மலையின் சரிவை ஏறிக் கடப்பதை விடவும் -

எதிரிகள் இதைத்தான் செய்யவேண்டிவரும் - தடதடவென்று இறங்கி ஓடுவது மிகச் சுலபம். அதோடு, மலையின் உயரம், வில்லாளிகளுக்கும் பலவிதத்தில் சௌகர்யம்.

இவ்விதம், மேல்மட்டத்தில் முகாமிட்ட சதி, இராணுவத் தற்காப்பு அமைப்புகளிலேயே மிகச் சக்தி வாய்ந்த *சக்ரவியூகத்தில்* தன் படைகளை வகுத்தாள். ஆமை அமைப்பில் காலாட்படை அணியணியாக நிற்பதுதான் *சக்ரவியூகத்தின்* ஆதாரம். நதியும், நங்கூரமிட்டிருந்த கப்பல்களும், ஆமை வியூகங்களின் பின்பக்கத்தைப் பாதுகாத்தன. நதிப்புறமிருந்து தாக்க வரும் எந்த மெலூஹப் படையையும் அவை பார்த்துக்கொள்ளும். பின்வாங்க வேண்டியே வந்தாலும், தயாராய், கரையோரமாய்ப் படகுகள் இழுக்கப்பட்டு, ஆழம் அதிகமில்லாத இடங்களில் கட்டி வைக்கப்பட்டிருந்தன. மூன்று அணியாழம் கொண்ட குதிரைப்படை வீரர்கள், மையப்பகுதியின் முன்பக்கத்தைக் காத்தனர். இவற்றுக்கும் வெளிப்புறம், போர் யானைகள் இரு அணியாக, உடைக்கமுடியாத அரைவட்டமாய் நின்றன. மாபெரும் அந்த *சக்ரவியூகம்* ஏறக்குறைய ஐம்பதினாயிரம் வீரர்களைக் கொண்டிருந்தாலும், அனைவரும் சுலபத்தில் நடமாட வசதியாகவும், வெளிவட்டம் உடைபட்டால் சட்டென்று குதிரைப்படை இடைவெளியை அடைக்கும் விதத்திலும் அமைந்திருந்தது.

மெல்லிய உலோகக் கவசங்கள் விலங்குகளுக்குப் பூட்டப்பட்டிருக்க, தூரத்தினின்று வரக்கூடிய அம்புகளிலிருந்து காப்பாற்றும் பொருட்டு, வீரர்களுக்கு பட்டையான வெண்கலக் கவசங்கள் அளிக்கப்பட்டிருந்தன.

கச்சிதமான தற்காப்பு வியூகம் அது; போரைத் தவிர்த்து, அவசியம் ஏற்பட்டால், பின்வாங்கவும் வசதியளிக்கக்கூடிய கட்டமைப்பு.

சிவனிடமிருந்து செய்தி வரும் வரையில், வியூகத்தை இம்மி பிசகாமல் கட்டிக் காப்பது என்று சதி நிச்சயித்திருந்தாள்.

அத்தியாயம் 30

தேவகிரிப் போர்

காலாட்படைகளுக்குப் பின்னால் அவளுக்கென்றே நிறுவப்பட்டிருந்த உயரமான மரமேடையின் உச்சியில் சதி அமர்ந்திருந்தாள். முன்னால் பரந்து விரிந்திருந்த மைதானம் போன்ற பகுதியன்றி, தூரத்தில் இருந்த தேவகிரி நகரையும் பார்க்கக்கூடிய வசதியை அது அளித்தது. ஒரு காலத்தில் அவளது இல்லமாக அவள் கருதிய, வாழ்நாளில் பெரும்பகுதியைக் கழித்த நகரைச் சதி கவனித்தாள். கடந்த காலத்தின் துயரம் தடவிய நினைவுகளில் மூழ்கியவளின் இதயத்தின் ஒரு பகுதி, அமைதி நிறைந்த அந்த நகரின் ஒழுங்குமுறையிலும், சீரான வாழ்க்கைமுறையிலும் மூழ்கிக் களிக்க ஏங்கியது. பூர்வஜன்ம பாவங்களின் பயனாய், விகர்மா என விளிக்கப்பட்டு சமூகத்தைவிட்டே வெளியேற்றப்பட்டு, பாவங்களைக் கழுவும் பொருட்டு ஒரு காலத்தில் அவள் வழிபட்ட அக்னிபகவானின் ஆலயத்தில் மீண்டும் பிரார்த்தனை செய்யத் தோன்றியது. இவ்வளவு கிட்டத்தில் இருந்தும், தாயைச் சந்திக்கக்கூட நகருக்குள் செல்ல முடியாதது என்ன கொடுமை? பிறகு, தலையைக் குலுக்கிக்கொண்டாள். இம்மாதிரி நினைவுகளில் நெகிழ்ந்து நெக்குருக இது நேரமில்லை.

மேடையினடியில் கட்டப்பட்டிருந்த தன் குதிரையைச் சதி ஒரு முறை பார்த்துக்கொண்டாள். அருகே, அவளுக்கென்றே பிரத்யேக மெய்க்காப்பாளர்களாய் நியமிக்கப்பட்டிருந்த நந்தியும் வீரபத்ராவும், தத்தம் குதிரைகளில் அமர்ந்து காத்திருந்தனர்.

இந்த சமயம்தான் - கணேஷின் படையுடன் சிவன் வரக் காத்திருக்கும் இந்த நாட்கள்தான் - மிக இக்கட்டானவை என்பதை அவள் அறியாமலில்லை. எந்த நொடியும் போர் மூளும் சாத்தியத்திற்கு அவள் வீரர்கள் தயாராக இருக்கவேண்டும்; அதே சமயம், போரிலும் ஈடுபடக்கூடாது. இந்த இரண்டுங்கெட்டான் சூழல், படைவீரர்களுக்கிடையே மிகுந்த சஞ்சலத்தை ஏற்படுத்தக்கூடியது என்பதை எந்தத் தேர்ந்த சேனாதிபதியும் அறிவார்.

தூரத்தில் நடமாட்டம் தெரிய, அவளது கவனம் கலைந்தது. தன் கண்களையே நம்பமுடியாமல் வெறித்தாள். தேவகிரியின் தாமிர மேடையின் பிரதான வாயில்கள் திறக்கப்பட்டுக் கொண்டிருந்தன.

மெலூஹாவின் உத்தேசம் என்ன? எதுக்காக இப்ப வெளியே வர்றாங்க? நமக்கு முன்னால அவங்க படைபலம் ஒண்ணுமேயில்லன்னு அவங்களுக்கு நல்லாத்தான் தெரியுமே?

''தயாரா இருங்க!'' சதி ஆணையிட்டாள். ''எல்லாரும் அவங்கவங்க இடத்துல நில்லுங்க! தாக்குதல்ல இறங்க நாம தூண்டப்படக்கூடாது!''

கீழே நின்றிருந்த தூதர்கள், உடனடியாக அவளது உத்தரவுகளை படைத்தலைவருக்குச் எடுத்துச் சென்று, சேர்ப்பித்தனர். சதியின் வீரர்கள் அணி வரிசையை காப்பாற்றிக்கொண்டிருக்கும் வரையில், அவர்களை அழிப்பது ஏறக்குறைய நடக்காத காரியம். அதிலும், சதியின் படையின் வெளிப்புறம் நின்ற யானைப்படை அவ்விதம் அணி தவறாது இருப்பது அதி முக்கியம். அவையல்லவா அவளது படையின் உண்மையான காவல் தெய்வங்கள்?

ஒரு சிறிய படைக்கு மிகாது, தேவகிரியினின்று வெளியேறிய மெலூஹ வீரர்களை சதி தொடர்ந்து கவனித்தாள். அவர்கள் வெளிவந்த மறுநொடி, நகரவாயில்கள் 'தடா'லென்று அடைக்கப்பட்டன.

இது என்ன, தற்கொலைப் படையா? எதுக்காக...

சதியின் பாசறையைக் குறி வைத்து, மெலூஹ வீரர்கள் மெல்ல அணிவகுத்து வந்தனர். ஆவலும் அதிசயமுமாய், அவர்கள் முன்னேறி வருவதை அவள் கவனித்தாள். உயரத்தில் அமர்ந்திருந்தபடியால், மெலூஹர்களுக்குப் பின்னால், மிக்கப் பிரயத்தனத்துடன் இழுத்து வரப்பட்ட காளைமாட்டு வண்டிகளையும் அவளால் காணமுடிந்தது.

இந்த ஆயிரம் காலாட்படை வீரர்களை மட்டும் வெச்சுக் கிட்டு என்ன செய்யப்போறாங்க? அந்த வண்டிகள்ள என்னதான் இருக்கு?

மலையைக் கொஞ்சம் கொஞ்சமாய் நெருங்கத் துவங்கிய மெலூஹர்கள் பலரின் இடக்கைகளில் நீளமான ஆயுதங்கள் இருந்தன.

வில்லாளிகள்.

ஓரிடம் பார்த்து அவர்கள் நிற்க, அடுத்து நடக்கப்போவதை உடனடியாக உணர்ந்துகொண்டாள். பலமாக அடித்த காற்றுகூட அவர்கள் பக்கம்தான். வானிலையிலிருந்து எல்லாம் சாதகமாக இருக்கப்போகும் காலகட்டத்தைக் கூடத்

துல்லியமாகக் கணக்கிட்டே மெலூஹர்கள் வந்திருப்பதாகத் தெரிந்தது. இந்தப் பிரதேசத்தின் சீதோஷ்ணத்தை நன்கறிந்த சதிக்கு, *தாம் பெற்ற இன்பத்தை எதிராளியும் பெற வைக்கும் பேறு* தன் வில்லாளிகளுக்குக் கிட்டப்போவதில்லை என்பதை உணரமுடிந்தது.

''கேடயம்! ''சதி அலறினாள். ''அம்புகள் வந்துக்கிட்டிருக்கு!''

ஆனால், மெலூஹ வில்லாளிகள் வெகு தூரத்தில் நின்றிருந்தனர். காற்றின் பலத்தை அவர்கள் தேவைக்கும் அதிகமாய் நம்பிவிட்டதாய்த் தெரிந்தது. சதியின் வீரர்களை அம்புகள் எட்டக்கூட இல்லை. மெலூஹர்களுக்குச் சாதகமான அந்த காற்று, சதிக்கு எவ்விதத்திலும் பயனளிக்கவில்லை. தன் வில் வீரர்களைக் கொண்டு மெலூஹர்களுக்குப் பதிலடி கொடுக்கமுடியவில்லை. அங்குலம் அங்குலமாய், காளைபூட்டிய வண்டிகளை இழுத்துக்கொண்டு, வில்லாளி களுக்குப் பின்னால் மெலூஹர்கள் முன்னேறுவதைக் கவனித்தாள். இத்தனை வருட யுத்த அனுபவத்தில், காளைமாட்டு வண்டிகளைப் போர்க்களத்தில் பயன்படுத்தி அவள் பார்த்ததேயில்லை.

சதியின் புருவங்கள் நெறிந்தன. *இராமபிரானே! யானைகளை எதிர்த்துக் காளைகளால என்னத்தைச் சாதிச்சிட முடியும்? என்னதான் செய்யறார் பித்ரதுல்யா?*

சேநாதிபதி பர்வதேஸ்வரரின் யுத்ததந்திரம் எதுவாயினும், அதை இன்று பரிசோதிப்பதில்லை என்பதில் சதி உறுதியாக இருந்தாள். ஆயிரம் பேர் மட்டுமே கொண்ட இந்தச் சின்னஞ் சிறிய படையைத் தன் யானைகளைவிட்டு நிர்மூலமாக்க அவள் நெஞ்சு துடித்தது. ஆனால், இங்கே வேறென்னமோ இருக்கிறது - ஏதோ பொறி வைக்கப்பட்டிருப்பதை உணர்ந்த அவள் மனம், உயரத்தை விட்டிறங்கத் தயாராக இல்லை. செய்ய வேண்டியது இன்னதென்பது அவளுக்கு நன்கு தெரியும்: சிவன் வரும்வரையில் அசையாதிருப்பது. அவள் போரை விரும்பவில்லை. அதுவும், *இன்று* நிச்சயமாய் இல்லை.

இன்னும் அருகே வந்த மெலூஹ வில்லாளிகள், மீண்டும் அம்பெய்யத் தயாராய்ப் பொருத்தினர்.

''கேடயம்!'' சதி உத்தரவிட்டாள்.

இம்முறை, அம்புகள் சதியின் வியூகத்தின் வலக்கோடியை எட்டின. அம்புகள் பாயக்கூடிய தூரத்தைக் கணக்கிட்ட வில்லாளிகள், மீண்டும் நகர்ந்தனர்.

விளைவுகளை நிச்சயமாத் தீர்மானிக்க முடியாத இரகசிய ஆயுதம் எதையோ மெலூஹர்கள் வெச்சிருக்காங்க. காளை

மாட்டு வண்டிகளுக்கும் இந்த திட்டத்துல என்னவோ பங்கிருக்கு. என் ஆட்களை முன்னே வந்து தாக்கத் தூண்டி, ஆயுதத்தை பரிசோதிக்க முயற்சிக்கறாங்க.

சந்தேகமேயில்லை; தாக்குதலுக்குப் பதிலடி கொடுக்க அவள் சம்மதிக்காவிட்டால், போரே நிகழாது. அவளது படையில் இருந்த அனைத்து விலங்குகளுக்கும் கவசம் அணிவிக்கப்பட்டிருந்தது. மெலூஹர்கள் இப்போது முயற்சித்துக் கொண்டிருக்கும் இதே விற்போரை எதிர்பார்த்து, வீரர்களுக்கும் மிகப்பெரும் கவசங்கள் கொடுக்கப் பட்டிருந்தன. வியூகத்தை உடைப்பதில் சாதகமும் இல்லை; தக்க வைத்துக் கொள்வதால், பாதகமும் இல்லை.

எதிரிகள் இவ்வளவு கிட்டத்தில் வந்துவிட்டபிறகு, தன் வில்லாளிகளை அம்பெய்யச் சொல்வது தனக்கே மோசமாய் முடியும் என்றும் சதிக்குத் தோன்றியது. காளை வண்டிகளை ஓட்டுவோர் எவரும் இல்லை. அவற்றின் மீது அம்புகள் தாறுமாறாய் வந்து விழுந்தால், காளைகள் மிரண்டு, தறிகெட்டு நாலாபக்கமும் சிதறி, வண்டிகளில் உள்ள பொருட்களோடு - அவை என்னவாயிருந்தாலும் - தன் படைக்குள்ளேயே புகுந்தாலும் புகுந்துவிடும். இதைவிட நல்ல யுக்தியொன்று அவளுக்குத் தோன்றியது: மலையின் பின்பக்கமாய், எதிரிகள் கண்களுக்குப் படாதவாறு, மேற்கே, அருகில் இருந்த குன்றுக்கு ஒரு சிறிய குதிரைப்படை செல்லுமாறு, தூதுவர் மூலம் செய்தியனுப்பினாள். மலையுச்சியிலிருந்து கிளம்பி பக்கவாட்டிலிருந்து திடீர்த்தாக்குதல் நடத்தி, அதன் விளைவாய் மெலூஹர்களையும் சிதறடித்து, காளைகளையும் விரட்டுவது அவள் திட்டம். தான் இருக்கும் இடத்திற்குச் இன்னும் சற்று அருகே மெலூஹர்கள் வரும்வரை காத்திருந்தால் போதும். இதைச் சிறிதும் எதிர்பாராத மெலூஹர்களைத் துவம்சம் செய்துவிடலாம்.

மீண்டும் சதி, உத்தரவுகளைப் பிறப்பித்தாள். ''நிதானமா இருங்க! அணியை விட்டு விலகாதீங்க! நாம வியூகத்துல இருக்கறவரைக்கும் அவங்களால நம்மை ஒண்ணும் செய்யமுடியாது.''

இன்னும் அருகே வந்த மெலூஹ வீரர்கள், மீண்டும் அம்புகளைப் பூட்டி, எய்தனர்.

''கேடயம்!''

சதியின் படை ஆயத்தமாய் நின்றது. படையின் மத்திக்கே அம்புகள் வந்தும், ஒரு வீரன் கூடக் காயமடையவில்லை. விற்களை பக்கவாட்டில் அடக்கிக்கொண்ட மெலூஹர்கள், மீண்டும் - இம்முறை, சற்றுத் தயக்கத்தோடு - நெருங்கத் தயாராயினர்.

பதட்டமாயிருக்காங்க. அவங்க திட்டம் பலிக்கலைன்னு அவங்களுக்குப் புரிஞ்சுபோச்சு.

''என்ன எழவு இது!'' ஆவேசமான ஒரு வாசதேவ யானைப்படைத் தளபதி, அருகே இருந்தவனிடம் பொறுமினார். ''காளை மாடும் வண்டியுமாய் எறும்பைப் போல் ஊறும் இந்தப் படை நமது பிரம்மாண்டமான படையுடன் மோதுவதாவது? ஏன் சேநாதிபதி சதி இன்னும் தாக்க உத்தரவு பிறப்பிக்கவில்லை?''

''அவள் வாசுதேவ் இல்லையல்லவா?'' இன்னொருவர் காறித் துப்பினார். ''சண்டையென்றால் என்னவென்று இவளுக்கெல்லாம் என்ன தெரியும்?''

''பிரபுக்களே,'' என்றான் யானைப்பாகன், ''சேநாதிபதியின் உத்தரவு எதுவாயினும், அதைப் பின்பற்றச் சொல்லித்தான் நமக்குக் கட்டளை.''

எரிச்சல் எல்லை மீற, வாசுதேவ் பாகனை எரிப்பது போல் பார்த்தான். ''உன் உருப்படாத எண்ணம் என்னவென்று நான் கேட்டேனா? என் கட்டளையை சிரமேற்கொண்டு நிறைவேற்றுவதுதான் உன் வேலை!''

பாகன் உடனடியாக அமைதியடைய, தூரத்திலிருந்து, படைத்தலைவரின் உத்தரவு காற்றில் மிதந்து வந்தது. ''கேடயம்!''

இன்னொரு சரமாறி. இம்முறையும் உயிர்ச்சேதம் ஏதுமில்லை.

''போதும் இந்தப் பைத்தியக்காரத்தனம்!'' இன்னொரு யானைப்படைத் தளபதி பட்டென்று கூறினார். ''நாம் க்ஷத்ரியர்கள்! கோழைப் பிராமணர்களைப் போல் பயந்து நடுங்கி ஒளிவதா? நாம் போர் செய்ய வேண்டியவர் களல்லவா?''

வியூகத்தின் வலது மூலையில், மெலூஹப் படைக்கு மிக அருகாமையில் இருந்த சில யானைகள் மெல்ல முன்னேறுவதை சதி கண்டாள்.

''அணியைக் கலைக்காதீங்க!'' கூவினாள். ''யாரும் வியூகத்தை உடைக்கக்கூடாது!''

உடனடியாகக் களத்தின் மறு மூலைக்குத் தூதுவர்கள் செய்தியைக் கொண்டு சென்றனர். பாகர்கள் யானைகளை மீண்டும் வியூகத்திற்குள் இழுத்து வந்தனர்.

''நந்தி,'' சதி குனிந்து பார்த்தாள். ''வலது கோடிக்குக் போய், அந்த அறிவிலிகள் அணியைக் கலைக்காம இருக்கச் சொல்லுங்க!''

''உத்தரவு, தேவி,'' நந்தி வணங்கினார்.

''இருங்க!'' மெலூஹ வீரர்கள் மீண்டும் விற்களில் அம்புகளைப் பூட்டுவதைச் சதி பார்த்தாள். ''இந்த அம்பு மழை முடிஞ்ச பிறகு போங்க.''

மீண்டும் ‘‘கேடயம்!’’ என்ற கூவல் ஒலிக்க, எழுந்த கேடயங்களின் மீது அம்புகள் ஆபத்தின்றி மோதி விழுந்தன. சதியின் வீரர்கள் எவருக்கும் காயம் இல்லை.

தன் கேடயத்தை இறக்கி நிமிர்ந்த சதி, கலவரமானாள். வலப்பக்கம் இருபது யானைகள் கொஞ்சமும் யோசனையின்றி முன்னே ஓடிக்கொண்டிருந்தன.

‘‘அடப் பைத்தியங்களா!’’ அலறிய சதி, மேடையினின்று தன் குதிரை மீது தாவினாள்.

தாறுமாறாய் முன்னேறிக்கொண்டிருந்த யானைகள் ஏற்படுத்திய இடைவெளியை அடைக்கும் முயற்சியில் அவள் புரவியைத் தட்டிவிட, பின்னோடு வீரபத்ராவும் நந்தியும் விரைந்தனர். புரவிப்படையைக் கடந்தவள், அவசரத் தேவைக்காக நிறுத்தி வைக்கப்பட்டிருந்த அவர்களை, பின்னோடு வரும்படி பணித்தாள். நிமிடங்களில், வாசுதேவ யானைகள் அணியை உடைத்துக்கொண்டு வெளியேறிய இடத்தில் சதி தன்னை நிறுத்திக்கொண்டுவிட்டாள்.

‘‘இங்கேயே இருங்க!’’ கையை உயர்த்திய சதி, பின்னாலிருந்த வீரர்களுக்கு உத்தரவிட்டாள்.

தூரத்தில், பாகர்களால் உந்தப்பட்டு, மிகச் சப்தமாய் பிளிறியபடி தன் யானைகள் முன்னேறுவதை அவளால் காணமுடிந்தது. தைரியமாய் இருந்த இடத்தைவிட்டு அசையாமல் இருந்த மெலூஹர்கள், இன்னொரு அம்பு மழையை பொழிந்தனர்.

சதியின் படைக்குள் உத்தரவு பறந்தது. ‘‘கேடயம்!’’

‘‘ஜெய் ஸ்ரீ ராம்!’’ என்ற போர்க்கர்ஜனையுடன் வாசுதேவ யானைத்தளபதிகள் வில்லாளிகளின் மீது மோதினர்.

தும்பிக்கைகளில் பலமான இரும்புக்குண்டுகள் கட்டப் பட்டிருந்த யானைகள், அவற்றைத் திறமையாக வீசின. அவற்றின் கடுமையால், மெலூஹ வீரர்கள் திசைக் கொன்றாய்த் தூக்கியெறியப்பட்டனர். மிஞ்சியிருந்த சிலர், யானையின் பிரம்மாண்ட பாதங்களுக்கடியில் சிக்கி கூழாகினர். இந்தக் கொடூரம் ஆரம்பித்த மிகச் சில நொடிகளுக்குள், வில்லாளிகள் பின்வாங்கத் துவங்கினர்.

இருபது வாசுதேவ யானைகளும் மெலூஹ வில்லாளிகளை மிதித்துத் துவைத்தெடுப்பது போல் தோன்றினாலும், அடுத்து வரப்போகும் ஏதோவொரு மிகப்பெரும் ஆபத்தின் உள்ளுணர்வு, சதியின் முதுகுத் தண்டில் சில்லிட்டது. யானைப்படைத் தளபதிகளால் அவள் குரலைக் கேட்கமுடியாது என்பதை உணர்ந்தாலும், அடக்க மாட்டாமல் அலறினாள்.

‘‘முட்டாள்களே, திரும்பி வந்துருங்க!’’

வாசுதேவ யானைப் படைத் தளபதிகளோ, உற்சாகத் துள்ளலில் ஆவேசத் தாண்டவமே ஆடிக்கொண்டிருந்தனர். சுலபமாய் அடைந்துவிட்ட இந்த வெற்றியின் பெருமிதத்தில், யானைகள் மேலும் மேலும் முன்னேற பாகர்களைத் தூண்டிக்கொண்டிருந்தனர்.

''ம்ம், முன்னே செல்லுங்கள்!''

பொறிகளை இயக்கிய யானை வீரர்கள், தீ கக்கும் தங்கள் மிக முக்கிய ஆயுதத்தைத் தயார் செய்தனர். அம்பாரிகளினின்று நீளமாய், ஈட்டி போன்று தீநாக்குகள் புறப்பட்டன. மெலூஹர்களின் அடுத்த அணியை யானைகள் மோத, அதிகபட்ச ஆள்சேதத்தை ஏற்படுத்தும் எண்ணத்துடன் வீரர்கள் ஆயுதங்களைத் தயார் நிலைக்குக் கொண்டுவந்தனர்.

தூரத்தில், காளைமாடு பூட்டிய வண்டிகள் நிற்பதைக் கண்ட யானைகள், தொடர்ந்து அடித்துப் புரட்டிக்கொண்டு முன்னேறின.

அடுத்த கணம், நிலைமை தலைகீழானது.

பின்வாங்கிக்கொண்டிருந்த மெலூஹ வீரர்கள் திரும்பி, தீ வைக்கப்பட்டிருந்த அம்புகளால், தங்கள் வண்டிகளையே துளைத்தனர். காய்ந்து, மிளகாய் கலந்து, விட்டால் பற்றிக்கொள்ளும் என்னும் வகையில் அடுக்கி வைக்கப் பட்டிருந்த வறட்டிகள், பட்டென்று தீப்பிடித்தன. பின்னால் எங்கோ நெருப்பை உணர்ந்த காளைகள், பீதியடைந்து முன்னால் - முன்னேறி வந்துகொண்டிருந்த யானைகளை நோக்கி - தறிகெட்டுப் பாய்ந்தன.

என்னவோ தவறு நேர்ந்துவிட்டதை முதலில் உணர்ந்தவர்கள், யானைப் பாகர்கள்தான். அந்த விலங்குகளுடன் மிக ஆழமான தொடர்பில் இருந்தவர்களால், அவற்றின் உள்ளுணர்வில் விளைந்த குழப்பத்தை உணரமுடிந்தது. ஆயினும், பின்புறம் அமர்ந்திருந்த ஆக்ரோஷமான தளபதிகளால் உந்தப்பட்டு, வேறு வழியின்றி யானைகளை முன்னே விரட்டினர். கூடிய சீக்கிரம், மாட்டுவண்டிகளில் இருந்த பொருட்கள் அத்தனையும் தீப்பிடிக்க, அடர்ந்த, எரிச்சலூட்டும் புகை மண்டலம் அந்த இடத்தைச் சூழ்ந்தது. இவற்றையெல்லாம் மீறி, தாக்குதலில் முனைந்துவிட்ட தளபதிகள் கண்ணைக் குருடாக்கும் அந்தப் புகை மூட்டத்திற்குள் நுழைந்தனர்.

புகை முகத்தில் அடித்த மறுநொடி, யானைகள் துடிதுடித்துப் பிளிறின. பாகர்களோ, அந்த வாசத்தை உடனடியாக இனம்கண்டுகொண்டுவிட்டனர்.

மிளகாய்!

''பின்வாங்குங்கள்!'' ஒரு பாகன் அலறினான்.

''இல்லை!'' பிடிவாதம் கொண்ட ஒரு தளபதி இறைந்தார். ''அவர்களைப் பிடித்துவிட்டோம். காளைகளை நொறுக்கு. முன்னே செல்!''

இதற்குள் யானைகள் பீதியும் குழப்பமும் அடைந்துவிட்டன. பயத்தைக் கிளப்பும் அந்த இடத்தை விட்டுத் திரும்பி, விலகி ஓடின. இன்னமும் பற்றியெரிந்த கொண்டிருந்த வண்டிகளினால் பதற்றமடைந்த காளைகளும், தீயை விட்டு விலகும் முயற்சியில் முன்னே பறந்தன.

தூரத்தில், நாடகம் போல், நடப்பவையெல்லாம் சதியின் கண்முன் விரிந்தன. வண்டிகளில் இருந்த ஏதோவொன்று, யானைகளைப் பித்துப் பிடிக்க வைத்துக்கொண்டிருந்தது. மிகச் சில நொடிகளுக்குள், காளைகள் அவளது படையில் வெளிப்புறம் நின்ற யானைகளை அடைந்துவிடும்; படைக்குள் பீதியும் குழப்பமும் பரவத் துவங்கும். தேவகிரியின் வாயில்கள் மீண்டும் திறக்க, அங்கிருந்து இன்னொரு தீயம்பு புறப்படுவதை சதி கண்டாள். தங்கள் யுக்தி பலித்துவிட்டதை உணர்ந்த மெலூஹர்கள், முழுவீச்சாய்த் தாக்குதலில் இறங்க முற்பட்டுவிட்டனர். எது நடக்கக் கூடாதென்று சதி பதறினாளோ, அது நடந்தேவிட்டது: தேவகிரியின் வாயில்களினின்று மெலூஹக் குதிரைப்படை முழுவதும் இடிபோல் இறங்கி வருவதைக் கண்டாள். நகரம் பத்து கிலோமீட்டர் தொலைவில் இருந்ததால், சற்று கால அவகாசம் இருந்ததை உணர்ந்தாள். இப்போது உடனடியாக அவள் செய்ய வேண்டியது: அவர்களை நோக்கி தறிகெட்டு ஓடி வந்துகொண்டிருக்கும் காளைகள், அத்தனை வாசுதேவ யானைகளையும் மிரள வைத்துத் தன் படைக்குள்ளேயே புகுந்து அழிக்காமல் தடுக்க வேண்டும்.

திரும்பியவள், கட்டியக்காரனைப் பார்த்துக் கூவினாள். ''அணிகளை படகுகளை நோக்கிப் பின்வாங்கச் சொல்லுங்க. இப்பவே!''

நின்றுகொண்டிருந்த யானைப்படைகள் உடனடியாக விலகி, தெற்கு நோக்கித் தப்பிக்கும்படி சதி ஆணையிட்டாள். காளைமாடு பூட்டிய வண்டிகள், மெல்ல நடந்து செல்லும் அந்த யானைகளை அடைந்து, பீதியைப் பரப்பிவிட்டால், அவற்றின் காலடியிலேயே படை மிதிபட்டுச் சின்னாபின்ன மாகிவிடும்.

பிறகு, தன் குதிரைப்படை முன்னே வரும்படிக் கட்டளையிட்டாள்.

''நம்மை நோக்கி வர்ற இந்த மிருகங்கள் மேல முதல்ல மோதுங்க! அதுங்களைத் திசை திருப்பிவிடணும், நம்ம வீரர்கள் பின்வாங்க அவகாசம் வேணும்!''

அவளது குதிரைப்படை வீரர்கள், வாட்களை உருவினர். ‘‘ஹர ஹர மகாதேவ்!’’

‘‘ஹர ஹர மகாதேவ்!’’ கர்ஜித்த சதி, வாளை உருவிக்கொண்டு முன்னே பாய்ந்தாள்.

யானைகளையும், காளைகளையும் நெருங்க நெருங்க, சதியின் தேர்ந்த குதிரைப்படை, அம்புமாரி பொழிந்து கொண்டே இருந்தது. இதனால் பல காளைகள் சதியின் படையினின்று விலகினாலும், யானைகள் என்னவோ அயராது வந்துகொண்டேயிருந்தன. அம்பாரிகள் பலவும், நரகப் படுகுழிகளாய் மாறி, தொடர்ந்து தீக்கங்குகளைக் கக்கிக் கொண்டிருந்தன. அதிர்ந்துபோன தளபதிகள், தறிகெட்டு ஓடிய யானைகளின் மீதிருந்த நெருப்பு ஈட்டிகள் சிலவற்றின் மீது விழுந்து வைக்க, பொறிகள் உடைந்திருந்தன.

அடுத்த சில நொடிகளுக்குள், பின்வாங்கி ஓடி வந்த யானைகளுக்கிடையில் சற்றும் பயமின்றி நுழைந்து, அவற்றின் தாறுமாறான போக்கை அனுசரித்து, ஆபத்தாய்க் கன்னாபின்னாவென்று விசிறியடித்த இரும்பக் குண்டில் சிக்கிக் கொள்ளாமல், மிக லாகவமாகச் சதியின் குதிரைப்படை நகர்ந்தது. தங்களது யானைகளையே அடித்து வீழ்த்த வேண்டிய கட்டாயத்தால், விலங்குகளுக்கு மிகக்கிட்டத்தில் சென்று, தொடைத் தசைநார்களை அறுத்து, பின்னங்கால்களை செயலிழக்க வைக்கவேண்டும். ஆனால், திக்கு திசை பாராமல் எல்லாத் திசைகளிலும் பாய்ந்த பாழாய்ப்போன தீக்கங்குகளின் புண்ணியத்தில், இந்தப் பணியும் மிகக் கடினமாயிற்று. இருப்பினும், சற்றும் அயராத சதி, எடுத்த காரியத்தை முடிக்கும் பொருட்டு, மிகுந்த தைரியத்துடன், தன் வீரர்களை நடத்திச் சென்றாள். இருபது யானைகள்தான் என்பதால், காரியம் சீக்கிரத்தில் முடிவு பெற்றது. ஆனால், அதைச் சாதிப்பதற்குள், பல வீரர்கள் யானைகளின் கால்களால் மிதிபட்டோ, தீயினால் எரிக்கப்பட்டோ உயிரிழந்தனர். சதியின் முகமே ஒரு பக்கம் தீக்காயப்பட்டிருந்தது.

இன்னொருபக்கம், சதியின் குதிரைப்படையில் மீதமிருந்தோர், வேல்களையும் அம்புகளையும் சாமர்த்திய மாய்ப் பிரயோகித்து, பாய்ந்து வந்த காளைகளைத் திசை திருப்பிவிட்டனர். இன்னமும் பற்றியெரிந்த வண்டிகளுடன் இணைக்கப்பட்டு, காளைகள் பீதியடைந்து ஓடினாலும், சதியின் யானைப்படைக்குப் பாதகமில்லாமல், மேற்கு நோக்கிப் பாய்ந்தன. கிழக்கே பார்த்த சதி, தன் காலாட்படை வீரர்கள் பலர் படகேறி, கப்பல்களை நோக்கி விரைவதைக் கண்டாள். நிலைமை இவ்விதம் மோசமாகக்கூடும் என்பதை எதிர்பார்த்து அவள் எச்சரிக்கையுடன் அவள் செய்திருந்த பல ஏற்பாடுகள், இப்போது சமயத்தில் கைகொடுத்தன.

ஆனால், வரவிருந்த மிகப்பெரும் ஆபத்திற்கு முன்னால், இது மிகச்சிறிய வெற்றி மட்டுமே. காலம் கடத்தாமல், மெலூஹக் குதிரைப்படை வீரர்கள் இத்தனை நேரமும் அவர்களை நோக்கி விரைந்திருந்தனர். காளைகள் விலகவும், அவர்கள் சதியின் புரவிப்படை மீது இறங்கவும் சரியாக இருந்தது.

வாட்கள் மோதிக்கொண்டன.

மூவாயிரம் வீரர்கள் கொண்ட சதியின் குதிரைப்படை, மெலூஹர்களுக்கு இணைதான் - ஆனால், அப்போதுதான், பீதியடைந்த காளை மற்றும் யானைக்கூட்டத்தைச் சமாளித்திருந்த சதியின் படை எண்ணிக்கை குறைந்திருந்தது மட்டுமல்லாமல், சக்தியும் சற்று மட்டுப்பட்டிருந்தது. ஆயினும், பின்வாங்குவது முடியாத காரியம்; இதையும் சதி அறிந்திருந்தாள். தன் காலாட்படை வீரர்கள் அனைவரும் கப்பல்களில் பத்திரமாகச் சென்று சேரும் வரையிலாவது அவள் போரிடவேண்டியது அவசியம்.

அப்போதுதான், யானைகளின் பிளிறல் மீண்டும் செவிகளை எட்டியது. முன்னால் இருந்த மெலூஹனை வெட்டிச் சாய்த்தவள், திரும்பிப் பார்த்தாள்.

''இராமபிரானே! கருணை புரியுங்கள்!''

தெற்கே அவள் அனுப்பியிருந்த யானைப்படைகளில் சில, இப்போது மீண்டும் அவளை நோக்கி தடதடவென்று ஓடிவந்துகொண்டிருந்தன. எல்லா பக்கமும் தீநாக்குகள் சீற, யானைகள் செய்வதறியாத பீதியுடன் பிளிறித் தவித்தன. அவற்றின் மீதிருந்த பாகர்கள் எப்போதோ கீழே விழுந்து விட்டபடியால், வழிநடத்த எவரும் இல்லை. யானைகளுக்குப் பின்னால், பற்றியெரிந்துகொண்டிருந்த வண்டிகளுடன் இணைந்த காளைகள் ஓடிவந்து கொண்டிருந்தன.

பர்வதேஸ்வரரின் பிரமாதமான யுத்ததந்திரத்தை ஒட்டி, மிளகாய் கலந்த சாணி வறட்டிகள் அடங்கிய வண்டிகளைக் கொண்ட இன்னொரு சிறிய குழுவை, சதியின் பாசறைக்குத் தெற்கே மெலூஹர்கள் நிறுத்தி வைத்திருந்தனர். முந்தைய இரவே, விவசாய பொருட்களாய் மாறுவேடம் பூசப்பட்டு, இவை தேவகிரியை விட்டு வெளியேற்றப்பட்டிருந்தன. நகரை முற்றுகையிடாமல், அதற்குச் சற்று தள்ளியே சதியின் படை தண்டிறங்கியிருந்ததால், போர்த்தளவாடமும் ஆயுதமும் தாங்கிய வண்டிகளை மட்டுமே தாக்கி, ஆபத்தற்ற வண்டிகள் தேவகிரிக்கு உள்ளேயும் புறம்பேயும் தங்குதடையின்றி செல்ல சதி அனுமதித்திருந்தாள். இதற்கான காரணத்தை அறிவதும் கடினமாக இருக்கவில்லை: முழுமூச்சாக முற்றுகையில் இறங்கினால், அதிக அளவில் ஆட்கள்

தேவைப்படுவது மட்டுமல்லாமல், முழுவீச்சாக யுத்தம் துவங்க அதுவே தூண்டுகோலாகவும் அமைந்துவிடும். இதைத் தவிர்ப்பதே சதியின் எண்ணம். ஆனால், கேவலம் விவசாயப் பொருட்களும், சாணியுமே அவர்களுக்கு ஆபத்தாய் அமைந்துவிடக்கூடுமென்பதை சதியின் சந்திரவம்சி ஒற்றர்கள் அறியவில்லை.

இந்த காளைவண்டிகளை நோக்கி யானைகள் பாய்ந்து வர, சமயத்தில் வண்டிகளும் தீப்பற்றின. எதிர்பார்த்தது போல், பீதியடைந்த யானைகள், பின்வாங்கி, போர்க்களத்திற்குள் தறிகெட்டு ஓட முற்பட்டன.

பெருத்த இக்கட்டில் மாட்டிக்கொண்டாள், சதி. முன்னே மெலூஹர் படை. பின்புறம், பீதியில் தாறுமாறாய்த் தீயைக் கக்கியபடி பாய்ந்து வந்த பிரம்மாண்டமான யானைப் படை.

''பின்வாங்குங்க!'' சதி கூவினாள்.

உடனடியாகப் பின்னடைந்த குதிரைப்படை, நதியை நோக்கி விரைந்தது. அதிர்ஷ்டவசமாக, மெலூஹப் படை அவர்களைத் துரத்தவில்லை. தங்களை நோக்கிப் பாய்ந்து வந்த தறிகெட்ட யானைகளைச் சமாளிக்கும் திறனின்றி, கோட்டையின் பாதுகாப்பை நோக்கிப் பின்வாங்கினர்.

யானைக்கூட்டத்தின் கால்களில் சிக்கிச் சின்னாபின்னமாகி, அல்லது தீப்பற்றிக் கருகிச் செத்த குதிரைவீரர்கள் பலர். நதியை அடைந்த மற்றவர்கள், நீரில் இறங்கி, கண நேரமும் தாமதிக்காமல் நீந்திச் செல்ல முற்பட்டனர். பல்லைக் கடித்துக்கொண்டு கப்பல்களை நோக்கி நீந்திய பல குதிரைகள், அவற்றின் மீது பயணித்த வீரர்களைக் காப்பாற்றின. இன்னும் பலரோ, அணிந்திருந்த லேசான கவசத்தின் கனத்தையே தாங்கமுடியாமல், சரஸ்வதியில் மூழ்கினர். கப்பல்களை வந்தடைந்த அதிர்ஷ்டசாலிகளுள் சதி, வீரபத்ரா மற்றும் நந்தியும் அடக்கம்.

காலாட்படையில் பெரும்பகுதி தப்பித்துவிட்டாலும், யானை மற்றும் குதிரைப்படைகள் ஏறக்குறைய அழிக்கப்பட்டுவிட்டன. யானைகளின் பீதியும், அவற்றின் பதற்றப் பாய்ச்சலால் ஏற்பட்ட சர்வ நாசமும், ம்ரித்திகாவதிப் போரில் இதே வீரமிக்க யானைகள் நிகழ்த்திய வீரசாகசச் செயல்களையெல்லாம் மறக்கடித்துவிட்டன,

தப்பிய வீரர்களில் மிச்சம் மீதியிருந்தோர் எல்லோரும் கப்பல்களில் ஏறக் காத்திருந்த சேனர்த்வஜர், உடனடியாகக் கப்பற்படை பின்வாங்க உத்தரவிட்டார். தரைப்படையின் பாதுகாப்பு முற்றுமாய் அற்றுவிட்ட நிலையில், நீர்ப்படை அங்கே தாமதித்தால், மேலும் அதிகத் தாக்குதலுக்குள்ளாகும் என்பதில் சந்தேகமில்லை.

அத்தியாயம் 31

ஸ்தம்பித்த நிலை

"சர்வம் நாசமயம்!" வித்யுன்மாலி கொக்கரித்தான். "அந்த வஞ்சகப் பித்தலாட்டக்காரனின் படைகளின் மிச்சம் மீதியையும் துரத்திச் சென்று முழுவதுமாய் நிர்மூலம் செய்துவிடவேண்டியதுதான். நம் தெய்வத் தாய்த்திருநாட்டை அவ்வளவு சுலபத்தில் யாராலும் தொட்டுவிடமுடியுமா என்ன? நம்மை வீழ்த்த எண்ணி மனப்பால் குடிக்கும் குருட்டுநாய்களுக்கு உண்மையை உணர்த்தி, நல்ல பாடம் கற்றுத் தரவேண்டுமல்லவா?"

சக்ரவர்த்தியின் அந்தரங்க அலுவலறையில் கூடியிருந்த தக்ஷர், ப்ருகு, பர்வதேஸ்வரர் மற்றும் கனகாலா ஆகியோருடன் அவன் அப்போதுதான் வந்து சேர்ந்திருந்தான். பொதுவாய் இம்மாதிரியான மந்திரா லோசனைகளில் படைத்தலைவர்கள் கலந்துகொள்வது வழக்கமில்லையென்றாலும், யானைகள் விஷயத்தில் அவனது அதிசய மதிநுட்பத்தையும், அதனால் விளைந்த வெற்றியையும் கருத்தில் கொண்டு, வித்யுன்மாலியும் அங்கே இருந்தே தீரவேண்டும் என்பதில் தக்ஷர் பிடிவாதம் காட்டினார்.

அவனை மௌனமாயிருக்கும்படி பர்வதேஸ்வரர் கையசைத்துச் சைகை செய்தார். "நம்மை நாமே புகழ்ந்து பெருமிதமடைந்துகொள்வதற்கு இது சமயமல்ல, வித்யுன்மாலி. இந்த இக்கட்டான சூழலிலும், சதி காட்டிய சாமர்த்தியமும், பிரயோகித்த போர்த்தந்திரங்கள் அபாரமானவை என்பதை நினைவில் வைத்துக்கொள்ளவும். அவளது படையின் பெரும்பங்கை காப்பாற்றிக் கொண்டு விட்டாள். ஆகையினால், அவர்களைத் துரத்திக்கொண்டு செல்வதில் நமக்கொன்றும் அவ்வளவு நன்மையில்லை; அவ்விதம் செய்யுமளவு, எண்ணிக்கையில் நமக்குப் பெரிய பலமுமில்லை."

வாய் மூடிய வித்யுன்மாலி, தரையை வெறித்தவாறு தனக்குள்ளேயே மறுகிக்கொண்டான். *எதிரணிச் சேநாதிபதியைப் புகழ்வதாவது? என்னாயிற்று பிரபு*

பர்வதேஸ்வரருக்கு? ஒரு காலத்தில் அவள் மெலூஹ இளவரசியாக இருந்திருக்கலாம்; இப்போது அவள் நம் தாய்நாட்டின் மிக முக்கிய பகையாளியல்லவா?

''அது மட்டுமல்ல,'' என்றாள் கனகாலா. ''வடதிசையிலிருந்து நீலகண்டர் மிகப்பெரும் படையுடன் கப்பல்களில் வந்துகொண்டிருக்கிறார். இப்பொழுதைக்கு இந்தக் கோட்டைச் சுவர்கள்தான் நம் படைகளுக்கு மிகச் சிறந்த பாதுகாப்பு.''

நீலகண்டரா? தேசத்தின் மிக முக்கிய உயரதிகாரிகளின் கூற்றை மறுக்கத் திராணியற்ற வித்யுன்மாலி, மனதிற்குள் புழுங்கினான். *அவனா நீலகண்டன்? இல்லையில்லை; நம் எதிரி. உயர்ந்த மதிலுக்குப் பின் ஒளிவதற்குப் பதில், நம் படைகள் வெளியே போரிட்டுக்கொண்டல்லவா இருக்கவேண்டும்?*

''கனகாலாவின் கூற்று சரிதான்,'' என்றார் தக்ஷர். ''நம் படைகளை இங்கேயே நிறுத்திக்கொண்டு, அந்த ஏமாற்றுக்கார நீலகண்டன் வந்திறங்கிய மறுகணம், தாக்குதலில் இறங்க வேண்டும். கிராதகன்! - என் மகளைத் தன்னந்தனியே இங்கே போராட விட்டுவிட்டு, யமுனையில் நதி நீராடிக்கொண்டிருக்கிறானோ? இந்தக் கோழைத்தனத்திற் காவது அவன் பதில் சொல்ல வேண்டாம்?''

காதில் விழும் வார்த்தைகளையெல்லாம் வித்யுன் மாலியால் நம்பக்கூட முடியவில்லை. *மெலூஹாவின் நன்மையை முதன்மையாகக் கருதுபவர்கள் யாருமே இங்கே இல்லையா, என்ன?*

''சதியையும், அவளிடத்தில் அவள் கணவன் ஆற்ற வேண்டிய கடமைகளையும் சற்று ஒத்திப்போட்டுவிட்டு, மெலூஹாவைப் பற்றிக் கவலைப்படுவோமே,'' என்றார் ப்ருகு. ''பிரபு பர்வதேஸ்வரர் சொல்வது மிக உண்மை. நாம் அடைந்திருப்பது பெரு வெற்றியே. ஆனால், அடுத்து நாம் எடுக்கப்போகும் நடவடிக்கைகளில் மிகுந்த எச்சரிக்கை முக்கியம். தங்கள் யோசனை என்ன, சேநாதிபதி?''

''அவர்களது யானை மற்றும் குதிரைப்படைகளை நிர்மூலம் செய்துவிட்டோம், பிரபு,'' என்றார் பர்வதேஸ்வரர். ''சதியின் படை பின்வாங்கிக்கொண்டிருக்கிறது. ஆகையால், இங்கேயே தாமதித்து நம்மை நீலகண்டர் தாக்குவார் என்று எனக்குத் தோன்றவில்லை.''

''நிச்சயம் மாட்டான்,'' தக்ஷர் இடைமறித்தார். ''கோழையல்லவா?''

''அரசே,'' மிகுந்த பிரயத்தனத்துடன், தன்னை மீறி வந்த எரிச்சலைக் கட்டுப்படுத்திக்கொண்ட ப்ருகு,

பர்வதேஸ்வரரிடம் திரும்பினார். ''இங்கே ஏன் தாமதிக்கமாட்டார், சேநாதிபதி?''

''கணேஷின் படையெண்ணிக்கை குறித்த என் அனுமானம் சரியே என்று ஒற்றர்கள் செய்தியனுப்பிவிட்டனர்,'' என்றார் பர்வதேஸ்வரர். ''அவர்களிடம் ஒரு இலட்சத்து ஐம்பதினாயிரம் வீரர்கள் இருப்பது உண்மை. மிகப்பெரிய படை என்பதிலும் சந்தேகமில்லை. ஆனால், கோட்டைக்குள்ளேயே நாம் இருக்கும்பட்சத்தில், சதியின் படைகளும் உதவிக்கு வரமுடியாத நிலையில், அவர்களால் நம்மை வீழ்த்த முடியாது. பாதுகாப்பான இடங்களில் இருந்துகொண்டு, நம்மால் அவர்களது படையை சிறுகச் சிறுக அழித்துவிடமுடியும். ஆகையினால்தான் சொல்கிறேன்: இங்கே நீண்ட கால முற்றுகையிடுவது நீலகண்டருக்கு நல்லதல்ல; அந்த முடிவை அவர் எடுக்கவும் மாட்டார். அதனால் எந்த நன்மையும் இல்லாமல் போவது மட்டுமன்றி, அநாவசிய ஆளிழப்பும் ஏற்படும்.''

''அவர் என்னதான் செய்வார் என்று நீங்கள் நினைக்கிறீர்கள்?''

''தேவகிரியைத் தாண்டி, ம்ரித்திகாவதி அல்லது லோத்தலில், சதியின் படையுடன் இணைந்துகொள்வார்.''

''அப்படியானால், அவனது கப்பல்களைத் தாக்கியாக வேண்டும்,'' இடைமறித்தார் தக்ஷர்.

''அதில் பிரச்சனையேற்பட வாய்ப்புண்டு, அரசே,'' என்றார் பர்வதேஸ்வரர். ''அவர்களது கப்பல்கள், நதியின் கீழ்ப்புறம் பயணிக்கின்றன. சரஸ்வதியில் நம் கட்டுப்பாட்டில் போர்க்கலங்கள் எவையும் இல்லையாகையால், சாலைகளில்தான் நாம் பயணிக்கவேண்டியிருக்கும். வேகம், இப்போது அவர்கள் வசம். அவர்களை நாம் பிடிப்பதே துர்லபம்தான்.''

''அப்படியானால், எங்கேதான் அவர்களைத் தாக்குவது?'' ப்ருகு கேட்டார்.

''நாம் அவர்களைத் தாக்கித்தான் ஆக வேண்டும் என்றால், ம்ரித்திகாவதியில் செய்வதே உத்தமம் என்பது என் கருத்து.''

''ஏன்?''

''லோத்தல் சரியான தேர்வாயிருக்குமென்று எனக்குப் படவில்லை. அந்த நகரின் மதில்களை உருவாக்கியவன் நான். தேவையற்ற தன்னடக்கத்தை நாடாமல், நானே கூறுகிறேன்: அசைக்கமுடியாத பலம் பொருந்தியவை.

பத்து மடங்கு அதிக வீரர்கள் இருந்தால் மட்டுமே, லோத்தலை நாம் ஜெயிக்கமுடியும். நம்மிடம் அது இல்லை. சதி-கணேஷின் இணைந்த படையான ஏறக்குறைய இரண்டு இலட்சம் வீரர்களை, நமது எண்பதினாயிரம் வீரர்கள் சமாளிக்க வேண்டியிருக்கும். லோத்தலை எதிர்ப்பது நமக்கே பாதகமாயிருக்கும்; ஏகப்பட்ட ஆட்களை இழப்போம். ஆனால், ம்ரித்திகாவதியைப் பாதுகாக்க, அவ்வளவு அதிக எண்ணிக்கையிலான வீரர்கள் தேவையில்லை. அதுவுமன்றி, ம்ரித்திகாவதிக்குள், நம் வீரர்களே இருபதினாயிரம் பேர் இருக்கிறார்கள். அவர்கள் இப்போது சிறையிருக்கலாம் - ஆனால், சக மெலூஹ வீரர்கள் நகரை முற்றுகையிடும் செய்தி கசிந்துவிட்டால், பிரபுவிற்கு உள்ளிருந்தே அவர்கள் எத்தனையோ பிரச்சனைகள் உருவாக்கலாம். இந்தக் காரணத்திற்காகவே, பிரபு ம்ரித்திகாவதிக்கு அல்லாமல், லோத்தலுக்குச் செல்வார் என்று ஊகிக்கிறேன்.''

வேறேதோ போர்த்தந்திரத்தை மனதில் வைத்துக்கொண்டே பர்வதேஸ்வரர் பேசுவதாய் ப்ருகுவுக்குத் தோன்றியது. ''தாக்குதலே வேண்டாம் என்று தாங்கள் எண்ணுவதாக ஊகிக்கிறேன்.''

''என்ன, தாக்குதலே வேண்டாமா?'' தக்ஷர் அதிசயமடைந்தார். ''ஏன் கூடாது? பர்வதேஸ்வரரே, நம் படைகள் வெற்றியை ருசி கண்டுவிட்ட இந்த நிலையில்...''

''அரசே,'' ப்ருகு வெட்டினார். ''பர்வதேஸ்வரரைப் போல் போரில் அனுபவஸ்தர்களின் கூற்றைக் கேட்டு நடப்பது நமக்கு நன்மை என்பது என் கருத்து. தொடருங்கள், சேநாதிபதி.''

''நமது தாக்குதலை நீலகண்டப் பெருமான் எதிர் பார்த்திருப்பார் என்பதே, இப்போது தாக்குதல் தேவையில்லை என்று நான் சொல்லக் காரணம்,'' என்றார் பர்வதேஸ்வரர். ''அதிக எண்ணிக்கை கொண்ட படை இல்லாமல், நன்கு பாதுகாக்கப்படும் கோட்டையைத் தாக்கிப் பிடிப்பது துர்லபம். நம்மிடம் அது இல்லை. தாக்குதலில் நமக்கு எந்த லாபமும் கிடையாது என்பதோடு, தேவையில்லாமல், ஆட்களையும் இழப்பதுதான் மிச்சமாகும். ஆகையால், இங்கேயே, தேவகிரியின் கோட்டைச் சுவர்களுக்குள் பாதுகாப்பாய் இருப்பது உசிதம் என்பதுதான் என் யோசனை. ஆறு மாதங்கள் காத்திருந்தோமானால், அயோத்யாவின் படைகள் வந்து சேர்ந்துவிடும். அவர்களது மூன்று இலட்சம் வீரர்களுடன் நாம் இணைந்தால், பிரபுவின்

வீரர்களை விடவும் அதிக எண்ணிக்கையிலான மிகப்பெரும் படை நம் வசமாகிவிடும்.''

''என்னதான் சொல்ல வருகிறீர்கள்?'' தக்ஷர் படபடத்தார். ''கோழைகளாய் எல்லோரும் இப்படியே உட்கார்ந்து கொண்டிருக்க வேண்டியதுதானா?''

''புலி பதுங்குவது பயத்தினால் அல்ல; பாயத்தான். சூழ்நிலை நமக்குச் சாதகமாக இல்லையென்றால், சற்று தாமதித்தே தாக்குதலில் இறங்கலாம்; தவறில்லை,'' என்ற ப்ருகு, பர்வதேஸ்வரரிடத்தில் திரும்பினார். ''சொல்லுங்கள், சேநாதிபதி.''

''அயோத்யாவின் சேனைகள் வந்து சேர்ந்தவுடன், நாம் கரச்சாபாவை நோக்கிப் படைகளைச் செலுத்தவேண்டியது,'' என்றார் பர்வதேஸ்வரர். ''நம் கப்பற்படையின் இண்டஸ் கிளை இன்னமும் நம் கட்டுப்பாட்டில்தான் இருக்கிறது. அயோத்யாவின் வீரர்களும் சேர்ந்துவிட்டால், நம்மிடம் மொத்தம் நான்கு இலட்சம் வீரர்கள். இண்டஸ் நதியில் நம் வசம் இருக்கும் மிகத் திறமையான கப்பற்படையையும் கணக்கிட்டால், லோத்தலின் மீது மிக நிச்சயமாய்த் தீவிரமான தாக்குதலைத் துவங்கக்கூடிய நிலையில் இருப்போம்.''

''நீங்கள் சொல்வதும் நல்ல யுக்தியாகத்தான் தெரிகிறது,'' என்ற ப்ருகு, தக்ஷரிடம் திரும்பினார். ''பிரபு பர்வதேஸ்வரரின் போர்த்தந்திரத்தைக் கைக்கொள்வது நல்லது என்பதே என் கருத்து. அரசே?''

உடனடியாகத் தலையாட்டிய தக்ஷர், சம்மதம் தெரிவித்தார்.

ஆனால், உள்ளத்தின் அடியாழத்தில், இந்தத் தீர்மானத்தில் தக்ஷரின் மனம் ஒப்பவில்லையென்பதை என்பதை வித்யுன்மாலியால் உணரமுடிந்தது. இன்னும் தீவிரமான யுத்த தந்திரத்தைக் கையாள்வது குறித்து சக்ரவர்த்தியின் மனதைக் கலைக்க ஒரு சந்தர்ப்பம் வராமல் போய்விடுமா என்ன? முயற்சி செய்து பார்த்தால் என்ன?

சரஸ்வதி நதியில் பயணித்த கணேஷின் படை, தேவகிரிக்குத் தெற்கேயிருந்த மலையடிவாரத்தில் சிதிலமடைந்து சின்னாபின்னமாகியிருந்த போர்க்களத்தை அதிர்ச்சியுடன் வெறித்தது. மலைச்சரிவில் ஆங்காங்கே பொதபொதவென்று உப்பிக்கிடந்த குதிரை மற்றும் யானைச் சடலங்களின் மீது ஈக்கள் மொய்த்தன. விருந்தே படைக்கப்பட்டிருந்தாலும், இறந்து கிடந்த அனைத்து

விலங்குகளின் உடலுறுப்புகளையும் தின்ன காக்கைகளுக்கும் கழுகுகளுக்கும் இடையே போட்டா போட்டியே நடக்க, அவைகள் அடித்துப் பிடித்து, பிறாண்டி, ஒன்றையொன்று வீழ்த்தும் முயற்சியில் செய்த அமர்க்களம் நாராசமாயிருந்தது. பார்க்கவே படுபயங்கரமான அந்த கோரப் படுகளத்திலும், சதையைக் கொத்தித் தின்ற பறவைகளின் க்றீச்சிடும் ஒலி, ஒரு வித சோகத்தையே வெளிச்சமிட்டது.

இந்தக் கொடூரத்திலும், பார்த்துக்கொண்டிருந்த வீரர்களின் கவனத்தை ஒரு விஷயம் கவர்ந்தது: போர்க்களத்தில் எங்குமே மனித உடல்களைக் காணமுடியவில்லை. தங்களது கலாச்சார முறைப்படி, இறந்த எதிரிகளின் உடலங்களுக்கு மெலூஹர்கள் ஈமக்கிரியைகளை நடத்தி முடித்திருக்க வேண்டும். அதுவுமன்றி, சரஸ்வதியில் கப்பல்கள் சிதிலமடைந்து சிதறிக்கிடந்த மிச்சங்கள் எதுவும் தென்பட வில்லையாதலால், சதியின் கப்பல்கள் அநேகமாய், படையின் பெரும்பகுதியுடன் தப்பிவிட்டன என்று நம்பக்கூடியதாய் இருந்தது.

மகன்கள் மற்றும் மைத்துனி சகிதம், போர்க்களத்தை முன்னணிக் கப்பலின் மேல்தளத்திலிருந்து பார்வையிட்டார் சிவன். இந்தக் கணமே தேவகிரியில் தாமதித்து, போரில் இறங்கமுடியாது என்பதை அறிந்தேயிருந்தார். அதற்குரிய பெரிய அளவிலான எண்ணிக்கையில் அவரிடத்தில் வீரர்கள் இல்லை. மேலும் தெற்கே நகர்ந்து, சதியின் படையில் என்ன மிஞ்சியிருக்கிறது என்பதை இனி கண்டுபிடிக்கவேண்டும். போர்க்களத்தில் சேதம், பார்க்கத்தான் மிகக் கோரமாயிருந்த தேயொழிய, உண்மை நிலவரம் அவ்வளவு மோசமில்லை என்ற செய்தியை ஒற்றர்கள் முன்னமேயே தெரிவித்து விட்டனர். சதியின் படையில் காலாட்படையின் பெரும்பகுதி பிழைத்துவிட்டது மட்டுமல்லாது, கப்பல்களும் தப்பித்து, இப்போது தெற்கு நோக்கி நகர்ந்துகொண்டிருந்தன. படையின் முக்கால்வாசி அழியாத நிலையில் இன்னமும் இந்த யுத்தத்தின் போக்கைத் திருப்பும் சக்தி தனக்குண்டென்பதை சிவன் உணர்ந்திருந்தாலும், பழைய தந்திரங்கள் உதவாது என்பதும் புரியாமலில்லை; புதிய யுக்திகளை வகுக்க வேண்டியது முக்கியம்.

ஆனால், இவற்றையெல்லாம் செயல்படுத்த இது நேரமில்லை. இப்பொழுது, இந்த நொடியில், மனம் முழுவதையும் வியாபித்து, உயிரை உலுக்கிக்கொண்டிருந்த மிக முக்கியக் கேள்வி ஒன்றேயொன்றுதான்: அவருடைய சதிக்கு எந்த ஆபத்துமில்லையே? அவளுக்கு ஏதேனும் ஆகியிருக்குமோ? உயிருடன்தானே இருந்தாள்?

''நீலகண்டரே,'' விரைந்து வந்தார் கோபால். சிவனின் கப்பல்களை எதிர்பார்த்து, சரஸ்வதியின் கிழக்குக்கரையோரம் மறைந்திருந்த வாசுதேவ பண்டிதரின் தூதுவனிடமிருந்து அவருக்கு அப்போதுதான் செய்தி கிடைத்திருந்தது. ''பின்வாங்கிக்கொண்டிருந்த கப்பல்களுள் ஒன்றில் ஏற்றப்பட்டபோது, தேவி சதி இன்னமும் உயிருடன்தான் இருந்திருக்கிறார்.''

''*இன்னமும்* உயிரோடதான்னா? என்ன சொல்ல வர்றீங்க?''

''மோசமாகக் காயமடைந்திருக்கிறார், சிவா. மெலூஹ குதிரைப்படைகளையும், தறிகெட்டு ஓடிய தன்னுடைய யானைகளையும் எதிர்த்து, அவரே புரவிப்படையை திரட்டி நடத்திச் சென்றிருக்கிறார். நந்தியும் வீரபத்ராவும் அவரை பாதுகாப்பாய் அழைத்துச் சென்றிருக்கிறார்கள். கப்பலை அடைந்தபோது, நினைவு தவறிவிட்டதாம். துரதிர்ஷ்டவசமாக, நான் பேசியவனுக்கு மேற்கொண்டு எதுவும் தெரியவில்லை.''

சிவன் உடனடியாக ஒரு முடிவுக்கு வந்தார். தன் கப்பற்படையிலேயே, மிக மெதுவாய்ச் செல்லும் கலத்தின் வேகத்தையொட்டித்தான் வியூகத்திலுள்ள மற்ற கலங்களும் செல்லமுடியும் என்பதை உணர்ந்தவர், அத்துணை காலம் காத்திருப்பது இயலாத காரியம் என்பதையும் புரிந்துகொண்டார்.

''கணேஷ், இருக்கறதிலேயே வேகமான கப்பலை எடுத்துக்கிட்டு நான் தெற்கே போறேன். உங்கம்மாவோட கப்பலைக் கண்டுபிடிச்சாகணும். நீ, காளி, கார்த்திக் மூணு பேரும் இங்கே, படையோடவே இருங்க. வலுச்சண்டைல இறங்காம வந்த சண்டைலயும் கலந்துக்காம, எவ்வளவு சீக்கிரமா முடியுமோ அவ்வளவு வேகமா என்னை வந்து ம்ரித்திகாவதியில சந்திச்சிருங்க.''

அம்மாவின் கதி என்னாயிற்றோ என்ற கவலை இதயத்தைப் பிசைய, கணேஷும் கார்த்திக்கும் வாயடைத்து நின்றனர்.

''உயிரோடதான் இருக்கா,'' மகன்களின் தோள்களைப் பற்றினார் சிவன். ''எனக்கு நிச்சயமாத் தெரியும். நானில்லாம அவ சாக முடியாது.''

சரஸ்வதியில் புயலாய்ப் பயணித்த சிவனின் கப்பல், பின்வாங்கிக்கொண்டிருந்த சதியின் போர்க்கலங்களை

எட்டிப்பிடித்தது. அவசர அவசரமாகக் கப்பலுக்குள் ஏறி, மனைவியின் நிலையை அறிய முற்பட்ட சிவன், ஆபத்துக்கட்டத்தைத் தாண்டிவிட்டாலும், இன்னமும் அவள் படுத்து ஓய்வெடுக்க வேண்டிய கட்டாயத்தில்தான் இருந்தாள் என்பதைத் தெரிந்துகொண்டார். ஆயினும், இந்த நல்ல செய்தியால் நிம்மதியடையமுடியாமல், வாசுதேவ பண்டிதரிடமிருந்து வந்த தகவல் அவரை வெகுவாய்க் கலக்கமடையச் செய்தது. தேவகிரியில் சதியின் படை அடைந்த தோல்வியை ம்ரித்திகாவதியில் அறிந்து துணிச்சலடைந்த மெலூஹக் கைதிகள், தங்களைச் சிறைப்படுத்தியிருந்த நகர மக்களை எதிர்க்கும் தைரியம் பெற்றுவிட்டனர். சிறையை உடைத்துக்கொண்டு வெளியேறி, நகரைத் தங்கள் கட்டுப்பாட்டிற்குள் கொண்டுவந்துவிட்டனர். நீலகண்டருக்கு விசுவாசமாயிருந்த மூவாயிரம் பேர், இந்தப் போரில் மாண்டுவிட்டனர். படைகளுக்குப் பாதுகாப்பில்லாததால், ம்ரித்திகாவதிக்கு இப்போது சிவன் செல்வதில் புண்ணியமில்லை. சரஸ்வதியின் இன்னொரு கிளைநதியில் பயணித்து, லோத்தலுக்குப் பின்வாங்குவது என்று முடிவு செய்தார். இந்த ஆணையை கணேஷின் படைக்குத் தெரிவிக்க ஒரு வாசுதேவ பண்டிதரும் அனுப்பப்பட்டார்.

இப்பொழுதைக்கு, சரஸ்வதியில் பயணித்த சதியின் கப்பலிலேயே சிவனும் தங்கினார். நதிப் பிரயாணம் குறித்த விஷயங்களையும் வியூகங்களையும் கலபதியுடன் விவாதித்து முடித்தவர், சதியின் அறைக்கு இறங்கிச் சென்றார்.

படுக்கையின் அருகே அமர்ந்தபடி, அவளது கருகிய முகத்தில், இதமளிக்கும் மூலிகைகளை அரைத்துப் பூசிக் கொண்டிருந்தாள் ஆயுர்வதி. விரைவாக, நறுவிசாக, வேப்பிலைக் கட்டுப் போட்டாள். ''காயத்தில் கிருமித் தொற்று ஏற்படாமல் காப்பாற்றும்.''

சதி பணிவாய்த் தலையசைத்தாள். ''நன்றி, ஆயுர்வதிஜி.''

''அதுவுமில்லாமல்,'' முகத்தில் கால்வாசிவரை படர்ந்திருந்த கோரமான சூட்டுக்காயத்தின் வடுவைப் பற்றிச் சதி கலங்கியதாக ஆயுர்வதிக்குத் தோன்றியது. ''வடுவைப் பற்றியெல்லாம் கவலை வேண்டாம். ஒரு வார்த்தை சொல்: அழகியல் அறுவை சிகிச்சை செய்து சருமத்தைச் சீராக்கிவிடலாம்.''

உதட்டை இறுக்க மூடிக்கொண்ட சதி, தலையசைத்தாள்.

சிவனை ஒருமுறை ஏறிட்ட ஆயுர்வதி, சதியை மீண்டும் பார்த்தாள். ''ஓய்வெடுத்துக்கொள், குழந்தாய்.''

''மறுபடியும் நன்றி, ஆயுர்வதிஜி,'' சூட்டு வடுவின் விளைவாய், சதியால் புன்னகைக்க முடியவில்லை.

ஆயுர்வதி அறையைவிட்டு விரைய, உள்ளே நுழைந்த சிவன், சட்டென்று மண்டியிட்டு சதியின் கைகளைப் பற்றிக்கொண்டார்.

''என்னை மன்னிச்சிருங்க சிவா. நான் உங்களைக் கைவிட்டுட்டேன்.''

''திரும்பத் திரும்ப அதையே சொல்லாதே,'' என்றார் சிவன். ''எரியற மிளகாயைக் கண்டு நம்ம யானைகள் எப்படி தறிகெட்டு ஓடிச்சுன்னு நானே கேள்விப்பட்டேன். நம்ம ஆட்கள்ள அத்தனை பேரை உன்னால காப்பாத்த முடிஞ்சதே பெரிய அதிசயம்.''

''உங்க மனைவிங்கறதால இப்படி நல்லவிதமாச் சொல்றீங்க. யானைப்படையையும், குதிரைப்படையில முக்கால்வாசியையும் இழந்துட்டோம். நம்ம நிலைமை இப்ப மகாமோசம்.''

''ஏன் உன்னை நீயே இவ்வளவு வருத்திக்கறே? தேவகிரியில நடந்தது உன் தப்பில்ல. மிளகாயை எரிக்கிறதால உண்டாகும் காரமான புகை யானைகளைப் பித்தாக்கும்கிறதை எப்ப மெலூஹர்கள் உணர்ந்தாங்களோ, அப்பவே யானைப்படைகளை நாம இழந்துட்டோம்.''

''அந்த நிலை வர்றதுக்கு முன்னாடியே நான் பின்வாங்கியிருக்கணும்.''

''யானைகளுக்கு ஏற்பட்ட பாதிப்பைப் பார்த்தவுடனேயே நீ பின்வாங்கிட்டே. குதிரைப்படையோட நீ மட்டும் அப்ப புகுந்திருக்கலைன்னா, நம்ம வீரர்கள் மொத்தமா அழிஞ்சிருப்பாங்க. படைகள்ள பெரும்பகுதி இன்னமும் நல்லாத்தான் இருக்கு. இன்னும் அதிக இழப்பு நமக்கு நேராம, தக்க சமயத்துல பிரமாதமா காப்பாத்திட்டே.''

குற்ற உணர்ச்சி இன்னமும் மனதை அழுத்த, சதி துக்கமும் ஆதங்கமுமாய் முகத்தைத் திருப்பிக்கொண்டாள்.

மெல்ல சிவன் அவளது நெற்றியைத் தொட்டார். ''கண்ணம்மா, நான் சொல்றதைக் கொஞ்சம்...''

''என்னைக் கொஞ்சம் தனியா விடுங்க, சிவா.''

''சதி...''

''சிவா, தயவு செஞ்சு... என்னைத் தனியா விடுங்க.''

அவளை அவர் மெல்ல முத்தமிட்டார். "இது எதுவும் உன் தப்பில்லை. எற்கனவே வாழ்க்கையில நாம செய்யற தப்புக்களாலே உண்டாகிற சேதங்கள் எத்தனையோ. அதைப் பத்தியெல்லாம் குற்ற உணர்ச்சி படு; அது நியாயம். ஆனா, உன் கையை மீறின சம்பவங்களுக்குப் பொறுப்பெடுத்துக் குற்றவாளியாக்கிக்கிட்டு, உன்னை நீயே வதைச்சிக்கிறதுல அர்த்தமேயில்ல."

மனதின் சித்திரவதை முகத்தில் தெள்ளத்தெளிவாய் இருளடிக்க, சதி, சிவனிடம் திரும்பினாள். "அப்ப நீங்க? கைலாயத்துல அந்தப் பெண்ணை ஒரு ஆறு வயசுக் குழந்தையால மட்டும் காப்பாத்தியிருக்க முடியும்னு நினைக்கறீங்களா?"

மௌனம் சாதிக்க இது சிவனின் முறை.

"இல்லைங்கிறதுதான் சரியான பதில்," என்றாள் சதி. "ஆனா, அந்த குற்ற உணர்ச்சி இன்னிவரைக்கும் உங்க மனசை உருக்குது, இல்லையா? ஏன்னா, உங்ககிட்டேருந்து நீங்க எதிர்பார்க்கிறது சராசரிக்கும் அதிகம்."

சிறுவயது நிகழ்வினால் இன்றும் ஏற்பட்ட தாளமுடியாத வேதனையால், சிவனின் கண்களில் கண்ணீர் தளும்பியது. தன்னால் காப்பாற்ற முடியாத - தான் காப்பாற்றக்கூட முயலாத - அந்தப் பெண்ணிடம் மானசீகமாய் மன்னிப்புக் கேட்காத நாளேயில்லை.

"நானும் என்கிட்டேயிருந்து ரொம்ப அதிகமாய் எதிர்பார்த்துக்கிட்டேன்," சதியின் கண்களும் பனித்தன.

அவரவர் வேதனையை மௌனமான அணைப்பில், இருவரும் பகிர்ந்துகொண்டனர்.

— ☥ ◎ ⚭ ✿ ⊛ —

சரஸ்வதியின் இந்தக் கிளைநதியில், கப்பல் பயணிக்கக்கூடிய இறுதிக்கட்டத்தை சிவன் மற்றும் சதியின் கப்பல் பரிவாரம் எட்டியது. இதற்குமேல், நதியின் ஆழம் மிகக் குறைவு. இன்னும் சற்றுத் தள்ளி, கடலைச் சென்று சேரக்கூட முடியாமல், சரஸ்வதி நிலத்திலேயே வறண்டு, நின்றுவிடும்.

ம்ரித்திகாவதி செல்லும் கிளைநதியைத் தவிர்த்த சிவன், சரஸ்வதியின் உள்நாட்டுக் கழிமுகத்தின் தெற்குக் கோடியில் இருந்தார். லோத்தலுக்கு அவரது படை நடந்தே செல்லும். ஆளில்லாத கப்பல்களை இங்கேயே விட்டுச் செல்வது ஆபத்துதான்; கூடிய சீக்கிரத்தில் மெலூஹர்களுக்கு அவற்றை

பற்றிய செய்தி சென்று சேர்ந்துவிடும். ஆயுதமும், இன்னபிற இராணுவத் தளவாடங்களுமாய், போருக்கென்றே ஏற்பட்ட இருபத்தி ஐந்து கப்பல்களைச் சிவனே மெலூஹர்களுக்குத் தாரை வார்த்துக் கொடுத்தது போல் ஆகிவிடும்; அவை மட்டும் கிடைத்தால், சரஸ்வதியின் மீது அசுர வேகத்துடன் மெலூஹர்களால் மேலும் கீழும் பயணிக்க முடியும். என்ன செய்ய வேண்டுமென்பதில் எந்த சந்தேகமுமில்லை; கப்பல்களை அழித்துவிடவேண்டியதுதான்.

படையனைத்தும் இறங்கி, லோத்தலுக்குச் செல்ல வேண்டிய வண்டிகள் தயாரானவுடன், கப்பல்களை எரிக்கச் சிவன் உத்தரவு பிறப்பித்தார். அதிர்ஷ்டவசமாக, அந்த வருடம் சீக்கிரம் துவங்கிவிட்ட மழைக்காலம் இப்போது சற்றே இடைவெளிவிட்டிருந்தது; தீயும் திகுதிகுவெனப் பற்றிக்கொண்டுவிட்டது.

பிரம்மாண்டமாய் வானில் உயர்ந்த தீயின் நாக்குகளைப் பார்த்தவாறு நின்ற சிவனுக்கு, கோபால் மற்றும் சேனர்த்வஜர் அருகில் வந்து நின்றது செவியில் விழவில்லை.

''எதையுமே அதிவிரைவில் உண்பது அக்னி பகவானின் வழக்கம்,'' என்றார் கோபால்.

அவரை ஒரு முறை ஏறிட்ட சிவன், மீண்டும் எரியும் கப்பல்களைப் பார்க்கத் திரும்பினார். ''நமக்கு வேற வழியில்லை, பண்டிட்ஜி.''

''இல்லைதான்.''

''அடுத்து என்ன செய்யலாம்னு சொல்றீங்க, பண்டிட்ஜி?'' சிவன் கேட்டார்.

''மழைக்காலம் வந்துவிட்டது,'' என்றார் கோபால். ''இந்த சந்தர்ப்பத்தில் படைகளையெல்லாம் திரட்டி, தேவகிரியைத் தாக்குவது நடக்கும் காரியமல்ல. அப்படியே முயன்றாலும், புரவிப்படையின் உதவியின்றி, தேவகிரியைப் போல் நன்கு பாதுகாக்கப்பட்ட கோட்டைக் கொத்தளங்களையுடைய நகரை அவ்வளவு சுலபத்தில் ஜெயிக்க முடியாது.''

''அவங்களாலேயும் நம்மை லோத்தலில் அவ்வளவு சுலபத்தில் தாக்க முடியாதே,'' என்றார் சிவன். ''தற்காப்பைப் பொறுத்தவரை, தேவகிரியை விடவும் லோத்தல் இன்னமும் உசத்திதான், இல்லையா?''

''உண்மை,'' என்றார் கோபால். ''ஆக, எந்தத் திக்கிலும் நகர முடியாத, ஸ்தம்பித்த நிலைதான் இப்போது. இதில் மெலூஹர்களுக்குத்தான் நன்மை; கோட்டைக்குள் உட்கார்ந்துகொண்டு அயோத்யாவின்

படைகள் வந்து சேரும்வரை காத்திருந்தால் போதும். குறைந்தது ஆறுமாதங்களுக்குள்ளேயே இங்கே வந்து சேர்ந்துவிடக்கூடும்.''

எரிந்துகொண்டிருந்த கப்பல்களை மௌனமாய் வெறித்த சிவன், சம்பவங்கள் திடீரென்று எடுத்துவிட்ட துயரமான திருப்பத்தை அசைபோட்டார்.

"எனக்கு ஒரு யோசனை தோன்றுகிறது, பிரபு,'' சேனர்த்வஜர் பேசினார்.

அவரை நோக்கித் திரும்பிய சிவனின் புருவங்கள் நெறிந்திருந்தன.

"என் வீரர்களும் நாகர்களுமாய்ச் சேர்ந்து, மிகத்தேர்ந்த ஒரு சிறிய படையை உருவாக்குவோம்,'' என்றார் சேனர்த்வஜர். ''இரகசியமாய் அவர்கள் சோமரஸத் தயாரிப்பு ஆலையைத் தாக்குவார்கள். தற்கொலை முயற்சிதான்; ஆனால், ஆலையைத் தகர்த்துவிடலாம்.''

"இல்லை,'' என்றார் சிவன்.

"ஏன், பிரபு?''

"ஏன்னா, இந்த மாதிரியான ஒரு தாக்குதலை பர்வதேஸ்வரர் நிச்சயம் எதிர்பார்ப்பார். அவர் முட்டாளில்ல. நீங்க சொல்றது தற்கொலை முயற்சிங்கிறதுல சந்தேகமில்லை - ஆனா, வெற்றியடையாது.''

"இன்னொரு வழியிருக்கிறது,'' கோபால் மெல்லச் சொன்னார்.

"வாயுபுத்ரர்களா?'' சிவன் கேட்டார்.

"ஆம்.''

இன்னதென்று இனம் கண்டுகொள்ள முடியாத முகபாவத்துடன் சிவன் எரிந்துகொண்டிருந்த கப்பல்களைப் பார்த்தார். வாயுபுத்ரர்களை விட்டால் வேறு வழியில்லை போல்தான் தோன்றியது.

அத்தியாயம் 32

இறுதி முயற்சி

மெல்லிய துணியைத் தலை மீது கவிழ்த்து, கண் மட்டும் வெளியே தெரியுமாறு முகத்தை மறைத்திருந்தார் சிவன். கட்டுமஸ்தான மார்பை லேசாய்ப் பொழிந்த தூற்றலிலிருந்து அங்கவஸ்திரம் காப்பாற்றியது. காளைகள் மெல்ல இழுத்து வந்த ஒரு மூடிய வண்டிக்குள் சதி படுத்திருந்தாள். நடக்குமளவு இப்பொழுது சக்தி வந்திருந்தாலும், லோத்தல் பயணத்தின் போது அவள் மிகுந்த எச்சரிக்கையாய் இருக்க வேண்டும் என்பதில் ஆயுர்வதி மிக உறுதியாயிருந்தாள். வண்டியின் மூடிய திரைச்சீலைகளைப் பிரித்து, தூங்கிக் கொண்டிருந்த மனைவியைப் பார்த்த சிவனின் முகத்தில் புன்னகை மலர்ந்தது. மீண்டும் திரைச்சீலையை மூடினார்.

புரவியைத் தட்டிவிட்டு, வேகம் கூட்டினார்.

''பண்டிட்ஜி,'' கோபாலை நெருங்கியதும், குதிரையின் வேகத்தைக் குறைத்தார். ''அந்த வாயுபுத்ரர்களைப் பத்தி...''

''கேளுங்கள்.''

''அவங்ககிட்ட இருக்கிறதா காளி சொன்ன பயங்கர ஆயுதம் என்ன?''

''*ப்ரம்மாஸ்திரமா*?'' ப்ரம்மதேவரின் ஆயுதம் என அறியப்பட்ட பீதியூட்டும் விஷயத்தைக் குறிப்பிட்டார் கோபால்.

''ஆமா. மத்த *தைவி அஸ்திரங்களுக்கும்* இதுக்கும் என்ன பெரிய வித்தியாசம்?'' பிற தெய்வீக சக்தி பொருந்திய ஆயுதங்களை விட *ப்ரம்மாஸ்திரம்* அப்படியென்ன அதீத கொடூரத்தை விதைத்துவிடமுடியும் என்று அவருக்கு உண்மையில் புரியத்தான் இல்லை.

''அநேக *தைவி அஸ்திரங்கள்* மனிதர்களை மட்டும்தான் கொல்லும். ஆனால், *ப்ரம்மாஸ்திரம்* போன்றவை, முழு நகரங்களை - ஏன், இராஜ்யங்களையே பஸ்பமாக்கிவிடும்.''

''புனித ஏரியே! ஒரு ஆயுதத்தாலே இவ்வளவும் செய்ய முடியுமா?''

''மீட்சியே இல்லாத முழுமுதல் அழிவை அளிக்கும் ஆயுதம் *ப்ரம்மாஸ்திரமே*, நண்பரே; அது நகரங்களின்

அரக்கன்; மனிதர்களுக்கு ம்ரித்யு. பிரயோகிக்கப்பட்ட பிராந்தியத்தின் மீது, மிகப்பெரிய காளான் போல புகை மண்டலம் எழுந்து வானை முட்டும். அந்தப் பகுதியில் உள்ள எல்லோரும், எல்லாமும் பஸ்பம்தான். இந்த உள்வட்டத்தைத் தாண்டியுள்ள பகுதியில் உயிர் பிழைப்போர் பாடுதான் மிகக்கொடுமை - தலைமுறை தலைமுறையாய் அம்மக்கள் கொடிய கஷ்டத்திற்கு உள்ளாவார்கள். அந்தப் பகுதியின் தண்ணீர் பலப்பல ஆண்டுகளுக்கு நச்சுத்தன்மை கொண்டுவிடும். நிலத்தை எதற்கும் பயன்படுத்த முடியாது; மலடாகிவிடும். இந்த ஆயுதத்தைப் பிரயோகிக்கும் போது மட்டுமல்லாமல், நூற்றாண்டுகள் தாண்டியும் அதன் கோர ஸ்வரூபம் தாண்டவமாடும்; எதையும் அழிக்கும்.''

''இந்த மாதிரி ஒரு ஆயுதத்தைப் பயன்படுத்தணும்னு கூட தோணுமா?'' சிவன் அதிர்ந்து போயிருந்தார். ''இதெல்லாம் மனித இனத்துக்கே எதிரானது, பண்டிட்ஜி.''

''மிக உண்மை, மாண்புமிகு நீலகண்டரே. இம்மாதிரியான ஒரு ஆயுதத்தைப் பிரயோகிப்பது சாத்தியமேயில்லை. ஆனால், அது எதிராளியின் கைகளில் இருக்கிறது என்ற உணர்வே போதும், அனைவர் மனதிலும் பீதியைக் கிளப்ப. ஜெயிக்கும் சாத்தியம் எத்துணைதான் அதிகமாயிருந்தாலும், சரணடைந்துவிடுவார்கள். *ப்ரம்மாஸ்திரத்தை* எதிர்க்கும் சக்தி இந்த உலகில் எவருக்கும் இல்லை.''

''வாயுபுத்ரர்கள் இந்த ஆயுதத்தை எனக்குத் தருவாங்கன்னு நினைக்கறீங்களா? இல்லை, ஒரு வேளை நான்தான் என்னை தேவைக்கதிகமா எடை போட்டுட்டேனா? என்ன இருந்தாலும், நான் அவங்கள்ள ஒருத்தன் இல்லையே. வெறும் ஏமாத்துக்காரனாத்தானே என்னைப் பார்க்கறாங்க?''

''அவர்கள் நமக்கு உதவக்கூடும் என்று நான் நினைக்க இரு காரணங்கள்: முதலாவதாக, உங்களைக் கொல்ல அவர்கள் முயற்சிக்கவில்லை. நீங்கள் ஏமாற்றுக்காரர் என்று உண்மையிலேயே நினைத்திருந்தால், நிச்சயம் செய்திருப்பார்கள் என்பதில் சந்தேகமில்லை. அவர்களில் பெரும்பான்மையோருக்குத் தங்கள் மாமன், பிரபு மனோபூவின் மீது இன்னமும் அபிமானம் இருக்கலாம்.''

''ரெண்டாவது?''

''பஞ்சவடியின் மீதான தாக்குதலில் பிரபு ப்ருகு தைவி *அஸ்திரங்களைப்* பயன்படுத்தினார். *ப்ரம்மாஸ்திரம்* இல்லை யென்றாலும், அவையும் நிச்சயம் தெய்வீக ஆயுதங்களே. பிரபு ப்ருகு தன் சொந்தக் கருப்பொருட்களைக் கொண்டே உருவாக்கியிருந்தாலும், அவற்றைப் பயன்படுத்தியதன் பலனாய், ருத்ரபகவானின் சட்டத்தை மீறிவிட்டார்.

வாயுபுத்ரர் அனைவரையும் அவருக்கு எதிராய்த் திருப்ப இது ஒன்றே போதும். ஆக, எதிரியின் எதிரி...''

''...நண்பன்,'' சிவன், கோபாலின் வாக்கியத்தை முடித்தார். ''ஆனா, இந்தக் காரணங்கள் மட்டும் போதுமான்னு தெரியலை.''

''நமக்கு வேறு வழியில்லை, நண்பரே.''

''இருக்கலாம்... வாயுபுத்ரர்கள் தேசத்துக்கு எப்படிப் போறது?''

''நமக்கு மேற்கே வெகு தூரத்தில் இருக்கிறது பரிஹா. பெரும் மலைகளைக் கடந்து, நிலவழியாக அங்கே போய்ச்சேர வேண்டும். ஆனால், அதற்கு அதிக கால தாமதமாகும்; ஆபத்தும் அதிகம். கடல்வழி மார்க்கம் ஒன்றும் இருக்கிறது. ஆனால், வட-கிழக்குப் பருவக்காற்றுக்கு நாம் காத்திருக்க வேண்டும்.''

''வட-கிழக்குக் காத்துப் பருவமா? அது மழைக்காலம் முடிஞ்சபிறகுதானே வரும்? இன்னும் ஒண்ணு ரெண்டு மாசம் காத்திருக்கணுமே?''

''ஆம், காத்திருக்கத்தான் வேண்டும்.''

''எனக்கொரு யோசனை தோணுது. நகருக்குள்ள புகுந்துட்டோம்னு செய்தி கிடைச்சவுடனே, மெலூஹர்கள் அங்கேயும் இங்கேயுமா லோத்தலைச் சுத்தி ஒற்றர்களை கண்டிப்பா நியமிச்சிருவாங்க. பரிஹாவுக்கு வழக்கமான பாதையை நானும் தேர்ந்தெடுத்தா, மேற்கேதான் போறேன்னு சுலபத்துல ஊகிச்சிருவாங்க. வாயுபுத்ரர்கள்கிட்ட உதவி கேட்கத்தான் போயிருக்கேன்னு பிரபு ப்ருகு தெரிஞ்சுக் கிட்டா, அதுவே அவர் என்னைக் கொல்ல ஆளனுப்ப காரணமாகிடும். சின்னதா, இராணுவக் கப்பல்களாலான குழுவா, நாம தெற்கே போனா என்ன?''

கோபாலுக்கு உடனடியாகப் புரிந்துவிட்டது. ''நர்மதாவுக்கு - அதாவது, உஜ்ஜைனிக்கோ, பஞ்சவடிக்கோ செல்வதாக அவர்களை நம்ப வைப்போம்.''

''அதே,'' என்றார் சிவன். ''இரகசியமான ஓரிடத்துல நம்ம போர்க்கப்பல்களிலிருந்து இறங்கி, அடையாளமில்லாத ஒரு கப்பல்ல பரிஹாவுக்குப் போகலாம்.''

''பிரமாதம். நர்மதையின் கரையிலேயே மெலூஹர்கள் சுற்றிச் சுற்றி உங்களைத் தேடிக்கொண்டிருக்கும் பொழுது, நாம் பரிஹாவுக்குப் பயணித்துக்கொண்டிருப்போம்.''

''ஆமா.''

''மிகப்பெரும் பரிவாரத்திற்குப் பதில், ஒரேயொரு வணிகக் கப்பலை மட்டும் பயன்படுத்தினால், போவதும்

தெரியாமல், வந்ததும் தெரியாமல், இரகசியமாகக் காரியத்தைச் சாதித்துக்கொண்டு வந்துவிடலாம்.''

''ரொம்ப, ரொம்பச் சரி.''

— ⅄◎Ⴎ↑⊗ —

கீழே, வெகு தூரத்தில், பரந்து விரிந்த கடலை லோத்தல் கோட்டையின் தெற்கு மூலையில் ஒட்டிக்கொண்டிருந்த காவலர் கொட்டகை ஜன்னலோரமாய் நின்று வெறித்தாள் சதி. மாரிக்காலம் வரிந்து கட்டிக்கொண்டு வந்துவிட, நகரின் மீது மழை ஊழித்தாண்டவம் ஆடிக்கொண்டிருந்தது.

கோட்டைச் சுவர்களுக்குள் சிவன், தனது படை சகிதம் பத்திரமாய் பாசறையமைத்திருந்தார். இன்னும் ஓரிரு வாரங்களுக்குள், தன் படைகளுடன் கணேஷ் வந்து சேர்ந்துவிடக்கூடும்.

''ஹூ!'' என்ற எக்காளத்துடன் 'தடே'ரென்று உள்ளே நுழைந்த ஆயுர்வதி, கைத்தடியையும் குடையையும் வாசலருகே நிறுத்தினாள். ''இந்திரபகவானுக்கும், வருணபகவானுக்கும் என் கோடானு கோடி நன்றிகள்! வருடம் முழுவதுக்குமான மழையை இன்றே அருளிவிடுவது என்று முடிவெடுத்துவிட்டார்கள் போலும்.''

சோகை படிந்த முகத்துடன் சதி ஆயுர்வதியை நோக்கினாள்.

அவளருகே உட்கார்ந்த ஆயுர்வதி, தெப்பலாய் நனைந்திருந்த அங்கவஸ்திரத்தின் ஓரத்தைப் பிழிந்தாள். ''மழையென்றால் எனக்கு உயிர், சோகங்களையெல்லாம் கழுவி, புத்தம்புதிய வாழ்க்கைக்கான புத்துணர்ச்சியையும் நம்பிக்கையையும் அளிப்பது போலிருக்கிறது அல்லவா?''

சுவாரஸ்யமின்றி, சதி மையமாக, பணிவாகத் தலையசைத்தாள். ''நீங்க சொல்றது உண்மைதான், ஆயுர்வதிஜி.''

பற்றற்ற இந்த பதிலால் துளியும் தளர்வடையாத ஆயுர்வதி, எப்படியேனும் சதியின் மனதை லேசாக்கும் உத்தேசத்துடன், ''நான் இப்பொழுது ஓய்வாகத்தான் இருக்கிறேன்,'' என்றாள். ''காயமடைந்தோர் அதிகம் இல்லை. அதோடு, ஏனோ, இம்முறை, மழைக்கால வியாதிகளும் அதிகம் பரவாதது ஆச்சர்யம்தான்.''

''அதுவும் நல்ல செய்திதான், ஆயுர்வதிஜி,'' என்றாள் சதி.

''ஆம், ஆம், உண்மை. ஆகையினால்... உனக்கு அறுவை சிகிச்சை செய்யவும் இதுவே சரியான தருணம் என்பது என் கருத்து.''

தேவகிரிப் போரில் அடைந்த கொடூர தீக்காயப் புண்ணின் பயனாய், சதியின் இடக்கன்னம் கருகி, வடுவாகி, கோரமாய்க் காட்சியளித்தது.

''எனக்கு ஒண்ணும் இல்ல,'' என்றாள் சதி பணிவாக.

''அதில் என்ன சந்தேகம்? நான் குறிப்பிடுவது, உன் முகத்தில் உள்ள வடுவைத்தான். மிகச் சுலபமாக அதை அழகியல் அறுவைச் சிகிச்சை மூலம் அகற்றிவிடலாம்.''

''எனக்கு அறுவை சிகிச்சை அவசியமில்லை.''

இப்படிப்பட்ட சிகிச்சையின் பலனாய்ப் பல காலம் ஓய்விலிருக்க வேண்டிவரும்; வரப்போகும் போர்களில் கலந்துகொள்ளமுடியாமல் போகக்கூடிய சாத்தியக்கூற்றைப் பற்றி சதி கவலைப்படுவதாக ஆயுர்வதி எண்ணினாள். ''மிக எளிய சிகிச்சைதான், சதி. இரண்டே வாரங்களில் குணமடைந்துவிடுவாய். இந்த வருடம் மழைக்காலம் களைகட்டப் போகிறது என்று நினைக்கிறேன். ஆக, இன்னும் சில மாதங்களுக்கு யுத்தம் இருக்க வாய்ப்பேயில்லை. போர்களில் கலந்து கொள்ளும் வாய்ப்பை நீ இழக்கப்போவதும் இல்லை.''

''எந்தப் போர்லேர்ந்தும் என்னை ஒதுக்கி வைக்கவும் முடியாது.''

''பிறகு ஏன், குழந்தாய், அறுவை சிகிச்சை வேண்டாமென்கிறாய்? நீலகண்டப்பெருமான் இதனால் பெருமகிழ்ச்சியடையலாம் அல்லவா?''

புன்னகையின் சிறிய கீற்று, சதியின் முகத்தில் வெளிச்ச மிட்டது. ''வடுவோ இல்லையோ, எப்பவும் போல அழகா இருக்கேன்னுதான் சிவா சொல்றார். ஆனா, நான் எவ்வளவு கோரம்னு எனக்கு நல்லாத் தெரியும். என் மேல இருக்கற அன்பால அப்படிச் சொல்றார். நானும்... அதை நம்பத்தான் விரும்பறேன்.''

''ஏன் இப்படியெல்லாம் செய்கிறாய்?'' ஆயுர்வதியின் குரலிலும், முகத்திலும் ஏராள ஆதங்கம். ''உனக்கு இதனால் எந்த பாதிப்பும் இருக்காது - உனக்குத்தான் வலியென்றால் பயமே கிடையாதே...''

''வேண்டாம், ஆயுர்வதிஜி.''

''ஏன்? ஏதேனும் ஒரு காரணத்தை நீ கூறித்தான் ஆகவேண்டும்.''

''இந்த வடு எனக்கு வேணும்,'' சதி இறுக்கமானாள்.

ஆயுர்வதி ஒரு கணம் தயங்கினாள். ''ஏன்?''

''என் தோல்வியை எனக்குத் தொடர்ந்து ஞாபகப்படுத்திக் கிட்டே இருக்கு. அதை நிவர்த்தி செய்யற வரையில, என்

படைக்காக நான் இழந்ததையெல்லாம் மறுபடியும் மீட்டு, நிலைமையைச் சரி செய்யறவரையில, ஓயமாட்டேன்.''

''சதி! நடந்தது எதுவும் உன் தவறில்லையென்று...''

''ஆயுர்வதிஜி,'' மெலூஹாவின் முன்னாள் பிரதம அறுவை சிகிச்சை நிபுணரை இடைமறித்தாள் சதி. ''மத்தவங்களையெல்லாம் விடுங்க. காரணமில்லாத பொய்களை *நீங்க* என்கிட்ட சொல்லக்கூடாது. நான்தான் படைக்குச் சேநாதிபதி. என் படை தோற்கடிக்கப்பட்டதுக்குக் காரணமும் நானேதான்.''

''சதி...''

''இந்த வடு என் முகத்துல இருந்துதான் ஆகணும். கண்ணாடியில என் பிம்பத்தை ஒவ்வொரு முறை நான் பார்த்துக்கறப்பவும், செய்ய வேண்டிய வேலை இன்னும் பாக்கியிருக்குன்னு நினைவு வரும். என் படைகளுக்காக நான் முதல்ல போர்ல ஜெயிக்கறேன். அதுக்கப்புறம் அறுவை சிகிச்சையெல்லாம் பண்ணிக்கலாம்.''

''*தாதா...*''

ஆத்திரத்தின் உச்சத்தில் இருந்த அண்ணனின் கரத்தை கார்த்திக் லேசாய்த் தொட்டான்.

லோத்தலில் கணேஷின் படை அப்போதுதான் வந்திறங்கியிருந்தது. வாசுதேவ பண்டிதரின் அறிவுரைக்குக் கட்டுப்பட்டு, அவர்களும் ம்ரித்திகாவதியைத் தொடாமல், பயணித்து வந்திருந்தனர்.

ஆளுநர் சேனர்த்வஜர் அவர்களை லோத்தலின் கோட்டை வாயிலிலேயே வரவேற்றார். கணேஷும் கார்த்திக்கும் தங்கள் பெற்றோரை உடனடியாகப் பார்க்க விரும்பினாலும், அதற்கு முன் சிவன் அவர்களைக் காண விரும்புவதாக சேனர்த்வஜர் தெரிவித்தார். தேவகிரிப் போரில் தாய் அடைந்த தோல்விக்குப் பிறகு அவளைச் சந்திக்குமுன், அவர்களைத் தயார் செய்து அனுப்புவது உத்தமம் என்பது அவரது எண்ணம்.

இந்தப்புறம், நீலகண்டரது கட்சியைச் சேர்ந்த பெரிய மனிதர்கள் மற்றும் பிரமுகர்கள் - அயோத்யா இளவரசன் பகீரதன்; ப்ரங்க மன்னர் சந்திரகேது; வைஷாலி மன்னர் மாதலி - அனைவரும், லோத்தலின் ஆளுநர் மாளிகையில், அவரவர் அறைகளுக்கு, சம்பந்தப்பட்ட அரசாங்க அதிகாரிகளால் சம்பிரதாயமாய் அழைத்துச் செல்லப்பட்டனர். தத்தமது தேசங்களின் ஆடம்பரத்திற்கும், படாடோபத்திற்கும்

பழக்கப்பட்டுவிட்ட சந்திரவம்சி அரசர்களுக்கு, மெலூஹ தேசத்தின் எளிய விருந்தோம்பல் ரசிக்கும்படியாக இல்லை. உலகின் மிகச் செழிப்பான தேசத்தில், செல்வாக்கு மிகுந்த ஒரு பிராந்தியத்தின் ஆளுநர், இத்துணை எளிமையாக, வசதிகளற்று வாழ்வதை அவர்களால் நம்பத்தான் முடியவில்லை. ஆயினும், இதுவே சிவனின் அவா என்பதால், அளிக்கப்பட்ட மரியாதைகளையும் அறைகளையும் முகம் சுளிக்காமல் ஏற்றுக்கொண்டனர்.

நகருக்குள் தற்காலிகமாய் அமைக்கப்பட்டிருந்த விருந்தினர் மாளிகைகளிலும், கொட்டாரங்களிலும் படை தங்கவைக்கப்பட்டிருந்தது. இத்தனை பெரிய அளவில் விருந்தினர்கள் ஏக காலத்தில் நகரை முழுக்காட்டியும், அனைவரும் ஏறக்குறைய வசதியாகவே நகருக்குள் தங்கவைக்கப்பட்டதற்கு, மெலூஹர்களின் அபாரத் திட்டமிடலும், சீரான செயல்திறனுமே காரணம். மொத்தத்தில், கிட்டத்திட்ட இரண்டரை இலட்சம் வீரர்கள் கொண்ட ஒரு பெரும் படை, லோத்தலில் குடியேறிவிட்டது.

சிவனிடமிருந்து தகுந்த தகவல்களை அறிந்துகொண்ட கணேஷும் கார்த்திக்கும், தாயைச் சந்திக்க ஓடோடினர். அவளுக்கு நேர்ந்திருந்த காயங்கள் எத்தகையவை என்பது பற்றியும் அவர்களுக்குக் கூறப்பட்டிருந்தது. சகோதரர்கள் ஏதேனும் வாய் தவறிச் சொல்லி, அதனால் சதியின் மனம் மேலும் துன்புறுவதை சிவன் விரும்பவில்லை. அவரது போதனையால் ஓரளவு கார்த்திக் தன் கோபத்தையும், அதிர்ச்சியையும் கட்டுப்படுத்திக்கொள்ள முடிந்தாலும், தாயின் மீது ஏறக்குறைய வெறிகொண்ட பாசம் வைத்திருந்த கணேஷால் அவ்விதம் முடியவில்லை.

கோர வடுவைச் சுமந்த அம்மாவின் முகத்தைக் கண்ட கணேஷ், கைகளை முஷ்டியாக முறுக்கிக்கொண்டான். பற்களைக் கடித்தபடி, மூச்சு உஷ்ணமாய் வெளியேற, வழக்கமாய் நிதானம் ததும்பும் அவனது கண்களில் ஆக்ரோஷம் தாண்டவமாடியது. நீண்ட மூக்கு ஆத்திரத்தில் விடைக்க, விசிறி போன்ற காதுகள் இறுகியிருந்தன.

''ஒவ்வொருத்தனையும் *துண்டு துண்டாக்கி* நான்...'' என அவன் உறும, சதி நிதானமாய் மகனை இடைமறித்தாள். ''நான் என் கடமையைச் செய்தது போலத்தான் அவங்களும் செஞ்சாங்க, கணேஷ். இதுல எந்தத் தப்பும் இல்ல.''

அவனது மௌனத்தால், உள்ளத்தில் கனன்ற கோபத்தை மறைக்க முடியவில்லை.

''இதெல்லாம் யுத்தத்துல சகஜம், கணேஷ். உனக்கே இது தெரியும்.''

"அம்மா சொல்றது சரிதான், தாதா," என்றான் கார்த்திக்.

அருகே வந்த சதி, மூத்த மகனை அணைத்துக்கொண்டாள். அவனை இழுத்து, நெற்றியில் முத்தமிட்டவளின் முகத்தில் ஆதுரப் புன்னகை பரவியது. "மனசைக் கொஞ்சம் அமைதிப்படுத்திக்கோ, கணேஷ்."

கார்த்திக் அம்மாவையும், சகோதரனையும் அணைத்துக் கொண்டான். "அண்ணா, விழுப்புண்தானே போர்ல கலந்துக்கற ஒவ்வொரு வீரனுக்கும் பெருமை?"

கண்களில் கண்ணீர் ஆறாய்ப் பெருக, கணேஷ் அம்மாவை இறுகப் பற்றிக்கொண்டான். "மறுபடியும் நீங்க போர்க்களத்துக்குப் போகக்கூடாதும்மா, நான் உங்க முன்னாடி நின்னாலொழிய, கூடவே கூடாது."

சோகையாய்ப் புன்னகைத்த சதி, கணேஷின் முதுகைத் தட்டிக்கொடுத்தாள்.

— ☩ ☾ ⛯ ✧ ✪ —

லோத்தலின் ஆளுநர் மாளிகையில், தனக்கென ஒதுக்கப்பட்டிருந்த அறைகளுக்குள் சிவன் நுழைந்தார். அங்கேயிருந்த நாற்காலிகளையும் மேஜையையும் சற்று நகர்த்தி நடுவே பயிற்சி வட்டம் ஒன்றை உருவாக்கிய சதி, அதற்குள் வாட்பயிற்சி செய்துகொண்டிருந்தாள். அவளைத் தொந்திரவு செய்யாதிருக்கும் பொருட்டு, சுவற்றின் மீது சாய்ந்துகொண்ட சிவன், மனைவியைக் கவனித்தார்; ஒவ்வொரு அசைவையும் உன்னிப்பாய் கிரகித்துக்கொண்டார்: கால் மாற்றிக் கால் வைத்து தனக்கேற்றாற்போல் நகர்ந்த போது ஒயிலாக அசைந்த இடை; வாளால் சரக் சரக்கென்று அவள் வீசிய வீச்சுக்கள்; கேடயத்தை மிக லாகவமாய், கிட்டத்திட்ட மற்றொரு ஆயுதமாகவே அவள் பயன்படுத்திய அசாத்திய திறன் ம அடடா! இதையெல்லாம் பார்த்தல்லவா முதன்முதலில் அவர் அவள் வயப்பட்டார்? இவள் மீதுள்ள காதல் மீண்டும் மீண்டுமல்லவா ஜனிக்கிறது!

தேர்ந்த போர் வீராங்கனையாய், கேடயத்தை உயர்த்திப் பிடித்தபடி சதி சுழன்றபோது, அவளது கண்கள் சிவனின் மீது பதிந்தன.

"எத்தனை நேரமா என்னையே பார்த்துக்கிட்டு நின்னுக்கிட்டிருந்தீங்க?" அதிசயமடைந்து கேட்டாள்.

"உன்னோட வாள்சண்டைல எக்காரணம் கொண்டும் இறங்கக்கூடாதுன்னு நிச்சயமாத் தெரியற அளவு!"

லேசான புன்னகை முகத்தில் தோன்றினாலும், சதி ஏதும் பேசவில்லை. சட்டென்று வாளை உறையிலிட்டு,

கேடயத்தைத் தரையில் வைத்தாள். முன்னே வந்த சிவன், உடலோடு கட்டியிருந்த உறையைக் கழற்ற உதவினார்.

"நன்றி," மெல்லிய குரலில் சொன்ன சதி, சிவனிடமிருந்து உறையை எடுத்துக்கொண்டு, அந்தச் சிறிய ஆயுதக்கிடங்கிற்குள் சென்று, கேடயத்தையும், உறையிலிட்ட வாளையும் வைத்தாள்.

"நாம ரெண்டு பேரும் சேர்ந்து பரிஹா போகமுடியாது," என்றார் சிவன்.

"தெரியும்," என்றாள் சதி. "வாயுபுத்ரர்களையோ, வாசுதேவர்களையோ மட்டும்தான் பரிஹர்கள் தங்களுடைய எல்லைக்குள்ளே விடுவாங்கன்னு கோபால்ஜி சொன்னார். நான்தான் ரெண்டும் இல்லையே."

"அப்படிப் பார்த்தா, நானும்தான் இல்லை."

அங்கவஸ்திரத்தை இழுத்துக்கொண்ட சதி, இடக்கன்னத்தை மறைக்கும்படி அதைப் போர்த்திக்கொண்டாள். துணியின் நுனியை பற்களுக்கிடையில் பிடித்துக்கொண்டவள், வடுவை மறைத்தாள். "நீங்கதான் நீலகண்டராச்சே. உங்களுக்காக எந்த விதியையும் உடைக்கலாம்."

முன்னே ஓரடி எடுத்து வைத்த சிவன், ஒரு கையால் சதியை தன்னை நோக்கி இழுத்தார். இன்னொரு கரத்தால், முகத்தை மூடிய அங்கவஸ்திரத்தை விலக்க முயன்றார். வடு அவரை எவ்விதத்திலும் பாதிக்கவில்லை என்பது அவளுக்குத் தெரிந்திருந்தாலும், அதை மறைப்பதே சதியின் விருப்பம். மற்றவர்கள் பார்த்தால் பரவாயில்லை, ஆனால் சிவன்... அவர் பார்க்கக்கூடாது.

"சிவா..." அங்கவஸ்திரத்தைப் பற்றியவாறு சதி கிசுகிசுத்தாள்.

அதை பலங்கொண்ட மட்டும் இழுத்தவர், அவளது உதடுகளினின்று அங்கவஸ்திரத்தை பிடுங்கி எறிந்தார். கலக்கமுற்ற சதி அதை மீண்டும் தன்பால் இழுக்க முயல, அவளை அசையவிடாமல், தன்னோடு சேர்த்து அணைத்துக் கொண்டார்.

"என் கண்கள் மூலமா உன்னை நீ பார்த்துக்க முடிஞ்சா..." சிவன் முணுமுணுத்தார். "அழிவேயில்லாத உன்னுடைய அழகு எப்படி ஒளிவீசுதுன்னு உனக்குப் புரியும்..."

கண்களை உருட்டிக்கொண்டு திரும்பிய சதி, இன்னமும் சிவனின் பிடியிலிருந்து திமிறிச் செல்ல முயன்றுகொண்டிருந்தாள். "பார்க்கவே விகாரமா இருக்கேன்! உங்களுக்கே அது தெரியும்! தயவு செஞ்சு உங்க காதலை வெச்சு என்னை அவமதிக்காதீங்க."

"காதலா?" புருவத்தை நெறித்த சிவனின் குரலில் பொய்யான ஆச்சர்யம். "காதலைப் பத்தி இப்ப யார் பேசினாங்க? இது காமமில்லையா? ஒளிவு மறைவேயில்லாத, சாதாரண காமம்!"

கண்கள் அகன்று விரிய, சதி சிவனை வெறித்தாள். கலகலவென்று சிரித்தாள்.

அவளை இழுத்து அணைத்த சிவனின் முகத்தில் புன்னகை விரிந்தது. "இது சிரிச்சு மழுப்பக்கூடிய விஷயமில்லை, இளவரசியாரே. நான் தங்கள் கணவன். எனக்குன்னு சில உரிமைகள் இருக்கு, தெரியுமில்ல?"

குலுங்கிக் குலுங்கிச் சிரித்தவாறு, சதி சிவனை விளையாட்டாய் மொத்தினாள்.

அவளை அவர் மென்மையாக முத்தமிட்டார். "நான் உன்னைக் காதலிக்கிறேன்."

"உங்களுக்குப் பைத்தியம்தான் பிடிச்சிருக்கு!"

"ஆமா. ஆனாலும், உன்னைக் காதலிக்கிறேன்."

அத்தியாயம் 33

விரியும் சதித்திட்டம்

''அற்புதமான யோசனை, அரசே,'' என்றான் வித்யுன்மாலி.

தனது பிரத்யேக அலுவலகத்தில், புத்தம்புதிதாய்த் நம்பிக்கைக்குப் பாத்திரமான உதவியாளன் வித்யுன்மாலியுடன் உட்கார்ந்திருந்தார் தக்ஷர். பர்வதேஸ்வரரின் எச்சரிக்கையையும், ஜாக்கிரதையுணர்வையும் கண்டு மெலூஹ படைத்தலைவருக்கு ஏற்பட்ட வெறுப்பும், எரிச்சலும், இந்தப் புதிய கூட்டணிக்கு வழிவகுத்துவிட்டன. கொஞ்சம் கொஞ்சமாய், சக்ரவர்த்தியுடன் அதிக நேரம் செலவழிக்கத் தலைப்பட்டான் வித்யுன்மாலி. பழைய பதவியிலிருந்து அவனை விடுவித்து, சக்ரவர்த்தியின் குடும்பத்தைப் பாதுகாத்து, அரண்மனையின் பிரத்யேக மெய்க்காப்பாளர்கள் ஆயிரம் வீரர்களுக்குத் தலைமையேற்று நடத்தும் விதமாய் வித்யுன்மாலியை தக்ஷர் இப்போது பணிமாற்றம் செய்திருந்தார். இதனால், அவனுக்கு ஒரு முக்கிய நன்மை ஏற்பட்டிருந்தது: சக்ரவர்த்தி தனிப்பட்ட முறையில் அளிக்கும் பணிகளை திறம்பட நிறைவேற்றுவது சுலபத்தில் சாத்தியமாயிற்று.

நாளுக்கு நாள் பலமடைந்து வந்த நட்பினால் மிக்க நிம்மதியும் சந்துஷ்டியும் அடைந்த தக்ஷர், யுத்தத்தை முடிக்கத் தான் யோசித்து வைத்திருந்த தந்திரத்தை ஒரு வழியாக அவனிடத்தில் வெளியிட்டார். தக்ஷருக்கு எல்லையற்ற மகிழ்ச்சியை அளிக்கும் விதமாய், ப்ருகு அதை வரவேற்ற விதத்திற்கும், வித்யுன்மாலியுடையதற்கும் நல்ல வேளையாய் மிகுந்த வித்யாசம் இருந்தது.

''அதேதான்!'' சந்தோஷ மிகுதியில் தக்ஷர் ஏறக்குறைய துள்ளிக் குதித்தார். ''மற்றவர்களால் ஏன் இதைப் புரிந்துகொள்ள முடியவில்லை என்பதுதான் தெரிய வில்லை.''

''அரசே, தாங்கள் சக்ரவர்த்தி,'' என்றான் வித்யுன்மாலி. ''மற்றவர்கள் ஒப்புக்கொள்வதும் ஒப்புக்கொள்ளாததும் ஒரு பொருட்டேயல்ல. தாங்கள் மேற்கொண்டு செய்ய

வேண்டியதைப் பற்றி முடிவெடுத்துவிட்டால், அதுவே மெலூஹாவின் முடிவு.''

''அப்படியானால், விஷயத்தைச் செயல்படுத்துவது என்றே நீ...''

''நான் நினைப்பது முக்கியமல்ல, அரசே. தங்கள் அபிப்ராயம் என்ன?''

''பிரமாதம் என்றுதான்!''

''அதுவேதான் மெலூஹாவின் எண்ணமும், பிரபுவே.''

''இதைச் செயல்படுத்தவேண்டும் என்பதுதான் என் எண்ணம்.''

''எனக்கான கட்டளையென்ன, பிரபு?''

''முக்கியமான அம்சங்களை நான் இன்னமும் வகுக்கவில்லை, படைத்தலைவரே,'' என்றார் தக்ஷர். ''அதெல்லாம் உமது பொறுப்பு. பெரிய அளவில், அனைத்துக் கோணங்களையும் பார்ப்பதுதான் என் வேலை.''

''நிச்சயம்,'' என்றான் வித்யுன்மாலி. ''மன்னிக்கவேண்டும், அரசே - ஒரு விஷயம்: மகரிஷி மற்றும் சேநாதிபதி இருவரும் தேவகிரியை விட்டு வெளியேறினாலொழிய, நம் திட்டத்தைச் செயல்படுத்தமுடியாது. இதன் லேசான வாடை பட்டால்கூட அவர்கள் நம்மைத் தடுக்க முயற்சிப்பார்கள்.''

''கரச்சாபா செல்வதாக அவர்களது உத்தேசம் - அதுதான் பர்வதேஸ்வரர் இறுதியாகத் தெரிவித்த திட்டம். இதற்கு முன் அதில் எனக்கு அவ்வளவாய்ச் சம்மதப்படவில்லை என்பது உண்மை - ஆனால், இனிமேற்கொண்டு, எவ்வளவு முடியுமோ அவ்வளவு விரைவாய் அவர்களை அனுப்பப் பார்க்கிறேன்.''

''மிகச் சாமர்த்தியமான யோசனை, அரசே. அதே சமயம், காரியத்திற்குக் கச்சிதமான கொலையாளிகளைத் தேர்ந்தெடுப்பதில் கவனம் செலுத்தவேண்டும்.''

''ஒப்புக்கொள்கிறேன். ஆனால், அவர்களை எங்கே கண்டுபிடிப்பது?''

''அந்நியர்களாகத்தான் இருக்க வேண்டும், அரசே. அவர்கள் அடையாளம் கண்டுகொள்ளப்படாமல் இருக்க வேண்டியது முக்கியம். மேலங்கிகளும், முகமூடிகளும் அணிந்திருப்பர். அவர்கள் நாகர்களைப் போல் இருக்க வேண்டும் என்றுதானே விரும்புகிறீர்கள்?''

''ஆம், நிச்சயம்.''

''நான் சிலரை அறிவேன். இம்மாதிரியான பணிகளுக்கு மிகப் பொருத்தம்.''

''அவர்கள் தேசம்?''

''எகிப்து.''

''வருணபகவானே! மிக தூரத்திலல்லவா இருக்கிறது? அவர்கள் இங்கே வந்து சேரவே பல காலம் ஆகிவிடும்.''

''உடனடியாகக் கிளம்புகிறேன், அரசே. அதாவது, தாங்கள் அனுமதியளித்தால்.''

''இவ்வளவுதானே? நிச்சயம் அது உண்டு. இதை மட்டும் சாதித்துவிட்டால், இனி வரும் நூற்றாண்டுகளுக்கெல்லாம் மெலூஹா உன் புகழ் பாடும், வித்யுன்மாலி.''

''பிரபு கோபாலும் நானும் ஒரு வாரத்துக்குள்ளே கிளம்பிவிடுவோம்,'' என்றார் சிவன்.

சதி, காளி, கணேஷ், கார்த்திக், பகீரதன், சேனர்த்வஜர், சந்திரகேது, மற்றும் மாதலி சூழ்ந்திருக்க, சிவன் மற்றும் கோபால் ஆளுநர் அலுவலகத்தில் அமர்ந்திருந்தனர். விடை பெற்றுக்கொள்வது போல் மழை விட்டுவிட்டுப் பெய்து, மாரிக்காலத்தின் இறுதி நெருங்கிவிட்டதை உணர்த்தியது. முன்னமே முடிவெடுத்தது போல், ஒரு சிறிய போர்க்கலப் பரிவாரத்தில் சிவனும் கோபாலும் தெற்கே பயணிப்பதாய் முடிவு. நர்மதையின் கழிமுகத்திற்கு வடக்கே, இரகசியமான ஓரிடத்தில், வர்த்தகக் கப்பலைச் சந்திப்பதாகத் திட்டம். இதற்குள், தென்மேற்குப் பருவக்காற்றும் நின்றிருக்கும்; மழைக்காலமும் முடிந்திருக்கும். வர்த்தகக் கப்பலில் ஏறி, வடகிழக்குப் பருவக்காற்றின் உதவியுடன், மேற்கே, பரிஹாவை நோக்கிப் பயணிப்பார்கள். அதிர்ஷ்டமிருந்து அவர்களது எண்ணம் நிறைவேறினால், சிவன் உண்மையில் செல்லத் திட்டமிட்டிருக்கும் இடத்தைப் பற்றி ஏதுமறியாமல் மெலூஹர்கள் ஏமாற்றப்படுவார்கள்.

''போய்ச் சேரவேண்டிய இடம் இரகசியமா இருக்கணும்னு நான் நினைக்கிறேன்,'' சிவன் தொடர்ந்தார். ''காரியம் மட்டும் கைகூடினா, வெற்றி நிச்சயம்.''

''என்ன செய்யறதா உத்தேசிச்சிருக்கீங்க, பிரபு?'' பகீரதன் கேட்டான்.

''அதை என்கிட்ட விட்று, நண்பா,'' சிவன் குரலில் மர்மம். ''நான் இல்லாத போது, சதிதான் தலைமை.''

அவர் வாக்கை உடனடியாக எல்லாரும் ஏற்றுத் தலையசைத்தனர். இந்த முடிவை சதி எவ்வளவு எதிர்த்திருந்தாள் என்பது யாருக்கும் தெரியாத விஷயம். தேவகிரிக்குப் பிறகு, யார் மீதும், எதற்கும் தலைமையேற்கும் தகுதி தனக்கிருந்ததாக அவள் கருதவில்லை. ஆனால், சிவன் வற்புறுத்தினார். அவள் மீதுதான் அவருக்கு மிகுந்த நம்பிக்கை.

''எங்கள் பணி வெற்றியடைய வேண்டும் என்று இராமபிரான் மற்றும் ருத்ரபகவானிடம் வேண்டிக் கொள்ளுங்கள்,'' என்றார் கோபால்.

மாலை மயங்கும் வேளையில், சூரியன் சாய்வதைப் பார்த்தவாறு, மானசரோவர் ஏரிக் கரையில் நின்றார் சிவன். காற்றின் சுவடே இல்லை. ஒரு வித அமானுஷ்ய அமைதி விரவியிருந்தது. சட்டென்று குளிரெடுக்க, குனிந்து பார்த்தபோது, முழங்காலளவு நீரில் நின்றுகொண்டிருப்பதை உணர்ந்தார். திரும்பி, ஏரியை விட்டு வெளிவர முற்பட்டார். மானசரோவர் கரைகளின் மீது பனி மிக அடர்த்தியாய்ப் படர்ந்திருந்தது. அவரது கிராமத்தையே காணமுடியவில்லை. ஏரியை விட்டு வெளி வந்தவுடன் பனி மாயமாய் மறைந்துவிட்டது.

''சதி?'' சிவனின் குரலில் ஆச்சர்யம்.

மரக்கட்டைகள் பல அடுக்கப்பட்டிருக்க, சதி அவற்றின் மீது மிக அமைதியாய் அமர்ந்திருந்தாள். உலோகத்தாலான கவசம் மார்பை மூடியிருக்க, மாலையின் மங்கிய வெளிச்சத்தில் கை வங்கிகள் பளபளத்தன. பக்கத்தில் வாள் கிடக்க, முதுகில் கவசம் கட்டியிருந்தது. போருக்குத் தயாராய் இருந்தாள். ஆனால்... இறுதிப் பயணத்தைக் குறிக்கும் காவி நிற அங்கவஸ்திரத்தை அணிந்திருந்தது ஏன்?

''சதி,'' என்ற சிவன், அவளை நோக்கி நடந்தார்.

கண்களைத் திறந்தவளின் முகத்தில், அமைதியான புன்னகை. ஏதோ பேசுவது போல் தோன்றியது. ஆனால், சிவனுக்கு எதுவும் கேட்கவில்லை. சில நொடிகள் பொறுத்தே சப்தம் அவர் காதுகளை எட்டியது. ''உங்களுக்காகக் காத்துக்கிட்டிருப்பேன்...''

''என்னது? எங்கே போறே?''

சட்டென்று, எரியும் கொள்ளிக்கட்டையை உயர்த்திப் பிடித்தவாறு, மங்கலான ஒரு உருவம் அங்கே வந்தது. கண நேரமும் தாமதிக்காமல், சதி அமர்ந்திருந்த கட்டைகளின் கீழ், கொள்ளியைச் செருகியது. உடனடியாக நெருப்புப் பற்றிக்கொண்டது.

''சதி!'' அதிர்ந்த சிவன் அலறியபடி அவளை நோக்கி ஓடினார்.

உள்ளும்புறமும் அமைதி ததும்ப, சதி இன்னமும் எரியும் விறகுக்கட்டைகளின் மீது அமர்ந்திருந்தாள். அவளைச் சுற்றி திகுதிகுவென்று பற்றியெரிந்த தீக்கும், அவளது முகத்தை

வியாபித்த அதிசயப் புன்னகைக்கும் எள்ளளவும் சம்பந்தம் இருந்ததாகத் தெரியவில்லை.

''சதி!'' சிவன் கூவினார். ''குதிச்சிடு!''

ஆனால், சதி அசையவில்லை. அவளிடமிருந்து சிவன் வெகு சில மீட்டர் தூரமே இருந்தபோது, திடும்மென்று ஒரு வீரர் படை அவர் முன் வந்து குதித்தது. வாளைச் சட்டென்று உருவிய சிவன், அவர்களை நெட்டித் தள்ள முயன்றார். அவர்கள் விடவில்லை; வீராவேசமாய்ப் போரிட்டனர். பிரம்மாண்ட இராட்சதர்களாய், கருகருவென முடி படர்ந்து, தன் கனவில் வந்து வாட்டும் காமுகனைப் போலக் காட்சியளித்தனர். எவ்வளவோ போரிட்டு, அயராது பாடுபட்டாலும், சிவனால் அவர்களைத் தாண்டிச் செல்லமுடியவில்லை. இந்தப்புறம், தீயின் நாக்குகள் சதியைச் சரியாகப் பார்க்கக்கூட முடியாதபடி அவளைச் சுற்றிச் சூழ்ந்துகொண்டிருந்தன. தப்பிக்க முயற்சிகூட செய்யாமல் இன்னமும் சதி கட்டைகளின் மீதே அமர்ந்திருந்தாள்.

''சதி!''

கைகளை அவசரமும் ஆவேசமுமாய் முன்னே நீட்டியவாறு சிவன் எழுந்த போது, வியர்வையில் ஏறக்குறைய குளித்திருந்தார். இருட்டிற்குக் கண்கள் பழக்கப்பட சற்று நேரம் பிடித்தது. சட்டென்று இடப்பக்கம் தன்னையறியாமல் திரும்ப, சதி உறங்கிக்கொண்டிருந்தாள். இரவின் மெல்லிய வெளிச்சத்தில் கருகிய இடக்கன்னம் நன்கு தெரிந்தது.

உடனடியாக அவள் மீது குனிந்த சிவன், மனைவியை அணைத்துக்கொண்டார்.

''சிவா...'' தூக்கக் கலக்கத்தில் சதி முனகினாள்.

சிவன் எதுவும் பேசவில்லை. கன்னங்களில் கண்ணீர் ஆறாய்ப் பெருகி ஓட, அவளை இறுக்கிக்கொண்டார்.

''சிவா?'' சதிக்கு இப்பொழுது விழிப்பு முழுவதுமாய் வந்துவிட்டது. ''என்ன? என்னாச்சுப்பா?''

துக்கம் தொண்டையை அடைக்க, சிவனால் ஒரு வார்த்தை கூட பேசமுடியவில்லை.

அந்த மங்கிய வெளிச்சத்தில் சரியாய்ப் பார்க்க வேண்டி, சதி, தலையைப் பின்னுக்கிழுத்தாள். கையை உயர்த்தி, அவரது கன்னங்களைத் தொட்டாள். ஈரமாக இருந்தன.

''சிவா? என்ன கண்ணா? என்னாச்சு? ஏதாவது கெட்ட கனா கண்டீங்களா?''

''சதி - நான் திரும்பி வரும்வரைக்கும் போருக்குப் போகமாட்டேன்னு சத்தியம் பண்ணிக்குடு.''

''என்னைத் தலைவியாக்கிட்டீங்க. படை போருக்குப் போக வேண்டி வந்தா, அவங்களை நான்தான் நடத்தியாகணும். அது உங்களுக்கே தெரியும்.''

சிவன் மௌனம் காத்தார்.

''என்ன பார்த்தீங்க?''

அவர் வெறுமே தலையசைத்தார்.

''வெறும் கனவு, சிவா. இதுக்கெல்லாம் எந்த அர்த்தமுமில்லை. பயணத்தின் மேலதான் இனிமே உங்க கவனமெல்லாம் இருக்கணும். நாளைக்குக் கிளம்பறீங்க. வாயுபுத்ரர்கள்கிட்ட ஆக வேண்டிய காரியத்துல நீங்க நிச்சயம் வெற்றியடையணும். அப்பதான் இந்த யுத்தத்தை முடிவுக்குக் கொண்டு வர முடியும். என்னைப் பத்தின கவலைகளால பணியில உங்க கவனம் சிதறக்கூடாது.''

நிம்மதியடையும் வழி தெரியாமல், சிவன் இறுக்கமாய் உட்கார்ந்திருந்தார்.

''சிவா, எதிர்காலத்தையே உங்க தோள்கள்ள சுமந்துகிட்டு இருக்கீங்க. மறுபடியும் சொல்றேன்: என் மேல உங்களுக்கிருக்கற காதல், உங்களைக் கலைக்கக்கூடாது. இதெல்லான் வெறும் கனவு. அவ்வளவுதான்.''

''நீயில்லாம என்னால வாழமுடியாது.''

''வாழ வேண்டிய அவசியமும் இருக்காது. நீங்க திரும்பி வர்றப்ப நான் காத்துக்கிட்டு இருப்பேன். சத்தியம்.''

சற்று பின்வாங்கிய சிவன், சதியின் கண்களை ஆழ ஊடுருவினார். ''தீயிலேர்ந்து விலகியே இரு.''

''சிவா, நீங்க என்னதான் சொல்ல வர்றீங்கன்னு...''

''சத்தியம் பண்ணு சதி! தீயிலேருந்து தள்ளியே இருக்கணும்.''

''சரி, சிவா. சத்தியம்.''

அத்தியாயம் 34

உம்பர்காவோனின் உதவியுடன்...

சிவன் புறப்படத் தயார். கப்பலுக்கு அவரது பைகளும் இத்யாதிகளும் முன்னமேயே எடுத்துச்செல்லப்பட்டுவிட்டன. தன் அறைகளினின்று, உதவியாளர்கள் வெளியேறும்படி உத்தரவிட்டுவிட்டார். சதியுடன் சில நிமிடங்கள் தனிமையில் கழிக்க வேண்டுமென்ற அவா அவருக்கு.

''வரேன்,'' சிவன் கிசுகிசுத்தார்.

புன்னகைத்தவள், அவரை ஆரத் தழுவிக்கொண்டாள். ''ஐயா புண்ணியவானே, எனக்கொண்ணுமே ஆகாது. அவ்வளவு சுலபத்துல என்னை விட முடியுமா, என்ன?''

அவளது முகத்தைக் கைகளில் ஏந்திக்கொண்ட சிவன். அன்பு நெகிழ முத்தமிட்டார். ''உன்னைக் காதலிக்கறேன்.''

''நானும் உங்களை.''

இரு வாரங்கள் கடந்த நிலையில், நர்மதைக் கழிமுகத்திற்குச் சற்று வடக்கே, மறைவான ஒரு நீர்த்தேக்கத்தின் கரையில் சிவனும் கோபாலும் நின்றனர். முந்தைய இரவே ஒரு சிறிய போர்க்கலப் பரிவாரம் அங்கே இரகசியமாய்ப் புகுந்திருந்தது. மிகச் சிறிய படையுடன் படகுகளில் இறங்கிக்கொண்ட சிவனும் கோபாலும், கரைக்கு யாருமறியாமல் வந்து சேர்ந்தனர். மறுநாள் அதிகாலையில், பரிஹாவுக்கு அவர்களை அழைத்துச் செல்லப்போகும் வர்த்தகக் கப்பல், நீர்த்தேக்கத்திற்கு வந்து சேர்ந்தது.

''ஹ்ம்ம்... நல்லாத்தான் கட்டியிருக்காங்க,'' சிவன் புகழ்ந்தார்.

பெரிய அளவிலான பொருட்களையும், தளவாடங் களையும் சுலபத்தில் ஏற்றியிறக்கும் வகையில் அந்தக் கப்பல் பிரம்மாண்டமாக வடிவமைக்கப்பட்டிருந்தது என்பதில் சந்தேகமேயில்லை. ஆயினும், கடலில் செல்லப் பழகிய எவனும், அதன் இரட்டைப் பாய்மரம், உயர்ந்த பின்பகுதி, தாழ்ந்த முன் பகுதி ஆகியவற்றையெல்லாம் கண்டு,

அதிவேகமாகவும் செல்ல முடியும் என்பதை நொடியில் உணர்ந்துகொள்வான். இதுமட்டுமல்லாமல், தேவைப்பட்டால் மனிதர்களே வேகத்தைக் கூட்டிக்கொள்ளும் வகையில், இரு வரிசைகளாக துடுப்புக்களும் பொருத்தப்பட்டிருந்தன.

''துடுப்பு வலிப்போருக்குத் தேவையிருக்காதென்றுதான் நம்புகிறேன்,'' என்றார் கோபால். ''வடகிழக்குக் காற்று நம் கப்பல் பாய்களை நிரப்பிச் செலுத்தும்.''

''இவ்வளவு பிரமாதமான கப்பலை எங்க பிடிச்சீங்க?'' சிவன் கேட்டார்.

''கப்பலே பிரதானமான ஒரு சிறிய கிராமத்தில்தான். பெயர் உம்பர்காவோன்.''

''உம்பர்காவோனா? எங்கே இருக்கு?''

''நர்மதையின் கழிமுகத்திற்குத் தெற்கே.''

''ஸ்வத்வீபம், மெலூஹான்னு எந்த சாம்ராஜ்யத்துக் குள்ளேயும் அது வராதே?''

''தங்கள் ஊகம் மிகச் சரி, நண்பரே. இந்தக் காரணத்தினாலேயே, சுலபத்தில் தடயம் கண்டுபிடிக்க முடியாத கப்பல்களைக் கட்ட இதுவே மிகச் சரியான இடம். அந்தப் பிரதேசத்தை ஆளும் மன்னர் ஜாதவ் ரானா, யதார்த்தம் புரிந்தவர். அவருக்கு நாகர்கள் புரிந்த உதவிகள் எத்தனையோ. அவரும் அவர்களது நட்பை மிக உயர்வாய் மதிக்கிறார். அதைவிடவும் முக்கியம் - அவரது மக்கள், கப்பல் கட்டுமானத்தில் மகா நிபுணர்கள். மனித யத்தனத்தால் முடிந்த விரைவில், இக்கப்பல் நம்மைப் பரிஹா கொண்டு போய்ச் சேர்த்துவிடும்.''

''பரவாயில்லையே. சமயத்துல அவங்க செஞ்ச இந்த அபார உதவிக்கு நாம ரொம்ப கடமைப்பட்டிருக்கோம்.''

''இல்லை,'' கோபால் முகத்தில் புன்னகை. ''உம்பர்கா வோனிடம் கடமைப்பட்டுள்ளது பரிஹாதான். அதன் உதவியாலல்லவா நீலகண்டர் என்னும் பெரும் செல்வம் பரிஹாவிற்கு பத்திரமாய்ச் சென்று சேரப்போகிறது?''

''நான் ஒண்ணும் செல்வமெல்லாம் இல்ல,'' சிவன் தர்ம சங்கடத்துடன் நெளிந்தார்.

''செல்வமேதான். வாயுபுத்ரர்கள் தங்கள் பிறவிப்பயனை அடைய நீங்கள்தான் உதவப்போகிறீர்கள். தீமை ஜெயிக்கக் கூடாதென்று அவர்கள் ருத்ரபகவானிடத்தில் செய்துகொடுத்த சத்தியத்தை அவர்கள் காக்கப்போவது உங்களால்தான்.''

எப்போதும் போல், கூச்சமடைந்தவராய், சிவன் மௌனம் சாதித்தார்.

''அதுவுமன்றி,'' எதிர்காலத்தில் வரப்போவதை அறியமுடிந்ததைப் போல் தொடர்ந்தார் கோபால். ''யார்

கண்டது? என்றேனும் ஒரு நாள், உம்பர்காவோனுக்குப் பரிஹாவிலிருந்தும் ஒரு பரிசு வரக்கூடும்.''

''இப்பொழுது எப்படியிருக்கிறது, நண்பரே?'' கேட்டவாறு சிவனின் அறைக்குள் நுழைந்தார் கோபால்.

சற்றேறக்குறைய ஒரு வாரமாய், இருவரையும் ஏற்றிக்கொண்ட கப்பல், திறந்த கடல்வெளியில் பயணித்துக் கொண்டிருந்தது. கரையை எப்போதோ கடந்துவிட்ட நிலையில், மெலூஹ இராணுவத்திடமிருந்து அவர்களுக்கு இனித் தொந்தரவு ஏற்பட அதிக வாய்ப்பில்லை. ஆனால், கடந்த சில நாட்களில் கடல் கொந்தளிப்பு மிகுந்துதான் இருந்தது. மாலுமிகள் கடற்பிரயாணத்திற்குப் பழக்கப்பட்டவர்களாதலால், அதிக பாதிப்படையவில்லை; பலமுறை கடல் கடந்து பழகியிருந்த கோபாலும் அவ்விதமே. ஆனால், ஒரேயொருமுறை, நர்மதையின் கழிமுகத்தினின்று லோத்தல் வரை, கரையை ஒட்டி மட்டுமே கடற்பிரயாணம் செய்திருந்த சிவன், கொந்தளிப்பின் வேகத்தையும் அபரிமிதமான ஆட்டத்தையும் சமாளிக்கமுடியாமல், வாந்திமேல் வாந்தியாய் எடுத்து அவதிப்பட்டார் என்பது உண்மை.

அரைமூடிய கண்களால் படுக்கையினின்று எழக்கூட முடியாமல் கோபாலைப் பார்த்த நீலகண்டர் சபித்துக் கொட்டினார். ''வயிறுன்னு ஒண்ணு இப்ப இல்லவே இல்லை, எனக்கு! என்ன எழவெடுத்த கடலோ... நாசமாப் போக!''

மெல்லச் சிரித்த கோபால், ''மருந்தை உட்கொள்ளும் நேரமாகிவிட்டது, நீலகண்டரே.''

''என்ன பிரயோஜனம், பண்டிட்ஜி? எதுவும் தங்க மாட்டேங்குதே.''

''சற்றே சற்று நேரமே மருந்து உள்ளே இருந்தாலும், வேலையைச் செய்துவிடும். அருந்துங்கள்.''

ஆதுரத்துடன் பச்சிலைச் சாற்றை ஒரு மரக்கரண்டியில் ஊற்றிய கோபால், ஜாக்கிரதையாக அதைச் சிவனிடம் நீட்டினர். அவசரமாக அதை விழுங்கிய நீலகண்டர், மீண்டும் படுக்கையில் சரிந்தார்.

''புனித ஏரியே, நீதான் காப்பாத்தணும்,'' சிவன் முணுமுணுத்தார். ''அடுத்த சில நிமிஷங்களுக்காவது இந்த மருந்து வயித்துக்குள்ளே தங்கினாப் போதும்.''

அவரது பிரார்த்தனை மானசரோவர் ஏரிக்குக் தக்க சமயத்தில் சென்று சேரவில்லை போலும். சட்டென்று

ஒருக்களித்தவர், தரையில் இருந்த பெரிய பானைக்குள் இரைச்சலுடன் மீண்டும் வாந்தியெடுத்தார். படுக்கையருகே நின்றுகொண்டிருந்த மாலுமி பரபரவென்று முன்னே வந்து, ஈரத் துணியை நீட்ட, வாங்கிய சிவன், மெதுவாய் முகத்தைத் துடைத்துக்கொண்டார்.

மெல்லத் தலையை இடம் வலமாய் ஆட்டியவர், கூரையை வெறுப்புடன் வெறித்தார். ''சனியன்!''

தேவகிரியிலிருந்து புறப்பட்ட பிரம்மாண்டமான படையின் தலைமையில், ப்ருகுவும் பர்வதேஸ்வரரும் குதிரைகளில் சென்றனர். பீஸ் நதியை நோக்கி நகர்ந்தது அவர்களது பயணப்பாதை. அங்கேயிருந்து, கரச்சாபாவிற்குக் கப்பல்கள் அவர்களை அழைத்துச் செல்லும்.

''இராணுவத் தலைமைச் செயலகத்தை மாற்றுவதினால் நமக்குக் கிடைக்கப்போவது கரச்சாபாவில் பாசறை யிட்டிருக்கும் பெரும் கப்பற்படை மட்டுமல்ல என்பது என் அனுமானம்,'' ப்ருகு துவங்கினார்.

பர்வதேஸ்வரரின் புருவங்கள் நெறிந்தன. ''வேறென்ன பெரும் நன்மை நமக்கு விளையப்போகிறது, பிரபு?''

''உங்கள் மரமண்டைச் சக்ரவர்த்தியின் அபத்தக் களஞ்சிய உத்தரவுகளை சிரமேற்கொண்டு நிறைவேற்ற வேண்டிய கட்டாயத்திற்கு இனி நீங்கள் ஆளாக வேண்டாம். நீர் எவ்விதம் விரும்புகிறீர்களோ, அவ்விதமே யுத்தம் நடத்த இனிச் சுதந்திரம் உண்டு.''

தக்ஷர் விஷயத்தில் ப்ருகுவிற்கு மிகுந்த ஏளனமென்றும், அவரது அறிவின்பால் மரியாதையில்லையென்பதும் தெளிவாகவே விளங்கியது. மெலூஹக் கோட்பாடுகளிலேயே ஊறியிருந்த பர்வதேஸ்வரரோ, சக்ரவர்த்தியையே பச்சையாய் வெளியில் விமர்சனம் செய்யக்கூடிய நிலையில் இல்லை. மௌனமாய், தன் நிலைப்பாட்டை நன்கு வெளிப்படுத்தினார்.

ப்ருகுவின் முகத்தில் புன்னகை. ''உண்மையிலேயே, நீர் அபூர்வப் பிறவி, சேநாதிபதி. பண்டைய விதிகளை அப்படியே வரி பிசகாமல் பின்பற்றுகிறீர். இராமபிரான் தங்களை நினைத்து மிக்கப் பெருமைப்பட்டிருப்பார் என்பதில் சந்தேகமில்லை.''

வட-கிழக்குக் காற்று பலமாய்ப் பாய்களை நிரப்பி ஏறக்குறைய பிடித்துத் தள்ள, வர்த்தகக் கப்பல் கடலைக் கிழித்துக்கொண்டு வெகு வேகமாய்ச் சென்றது. இப்படியும் அப்படியுமாய் புரண்டு, விழுந்து, எழுந்த சிவனுக்குக் கடல் ஒருவாறு பழகிவிடவே, கோபால் சகிதம், காலை மேல்தளத்திற்கு வந்து, கப்பலின் முகப்பில் நின்று, வேகமாய் வீசிய கடற்காற்றையும் அனுபவிக்க முடிந்தது.

''குறுகலான நீர்ச்சந்து வழியே இப்போது மேற்குக் கடலுக்குள் பிரவேசித்துக்கொண்டிருக்கிறோம்,'' என்றார் கோபால். ''சற்றேறக்குறைய ஐம்பது கிலோமீட்டர் தூரம் என்று சொல்லலாம்.''

''அந்தப் பக்கம் என்ன இருக்கு?'' சிவன் கேட்டார்.

''ஜம் ஸ்ரயங்க்.''

''கேட்கவே பயங்கரமா இருக்கே. இராமபிரானே! அப்படீன்னா என்ன?''

கோபால் சிரித்தார். ''மிக நல்ல விஷயம்தான். ஸ்ரயங்க் என்றால், இந்தப் பிராந்தியத்தின் பாஷையில், 'கடல்' என்று பொருள்.''

''அப்ப 'ஜம்'னா?''

'''வந்து சேருமிடம்' என்று பொருள்.''

''வந்து சேர்ற இடமா?''

''ஆம்.''

''ஆக, 'கடலுக்கு வந்து சேர்ற இட'மா இது?''

''ஆம். எளிமையான பெயர்தான். எலாம், மெஸப் பொட்டேமியா, அல்லது இன்னும் மேற்கே உள்ள தேசங்கள் எதுவாயினும், அடைய நாம் கடக்க வேண்டியது இந்தக் கடலைத்தான். அவையெல்லாவற்றையும் விட முக்கியம்: பரிஹா செல்ல வேண்டுமானால், இந்தக் கடலை அடையவேண்டியது மிக அவசியம்.''

''மெஸப்பொட்டேமியாவைப் பத்திக் கேள்விப்பட்டிருக் கேன். மெலூஹாவோட அதுக்கு பலத்த வர்த்தகத் தொடர்பு இருக்கில்ல?''

''ஆம். டைக்ரிஸ் மற்றும் யூஃப்ரேடெஸ் என்று அந்த தேச த்தின் மிகப் பெரிய இரு நதிகளுக்கிடையே ஸ்தாபிக்கப்பட்ட, செல்வச்செழிப்பும் செல்வாக்கும் தாண்டவமாடும் சாம்ராஜ்யம்.''

''மெலூஹா, ஸ்வத்வீபத்தைவிடப் பெரிசா, அந்த ராஜ்யம்?''

''இல்லை,'' என்ற கோபாலின் முகத்தில் புன்னகை. ''மெலூஹாவைவிடக் கூட பெரியது அல்ல. ஆனால், மனித

நாகரீகமே அங்கேதான் உருவாயிற்று என்பது அவர்களது நம்பிக்கை.''

''நிஜமாவா? மனித நாகரீகம் இந்தியாவுலதான் தோன்றிச்சுன்னு நாம நம்பறதா இல்ல நினைச்சேன்?''

''உண்மை.''

''அப்ப, யார் சொல்றது நிஜம்?''

கோபால் தோள்களைக் குலுக்கிக்கொண்டார். ''தெரிய வில்லை. எத்தனையோ ஆயிரம் வருடங்களுக்கு முந்தைய விஷயமல்லவா? எல்லோரும் நாகரீகமடைவதுதான் முக்கியம் என்ற நிலையில், அதை முதலில் யார் செய்திருந்தால்தான் என்ன?''

சிவன் புன்னகைத்தார். ''அதுவும் சரிதான். எலாம் எங்கேயிருக்கு?''

''மெஸப்பொட்டேமியாவிற்குத் தென்கிழக்கே உள்ள, மிகச் சிறிய ராஜ்யம்.''

''தென்கிழக்கா?'' சிவன் கேட்டார். ''ஆக, எலாம் பரிஹாவிற்குக் கிட்டத்துல இருக்கா?''

''ஆம். பரிஹாவிற்கும் மெஸப்போட்டேமியாவிற்கும் இடையே எலாம் ஒரு தடுப்பரணாக இருப்பதால், தனிப்பட்ட முறையில், பரிஹா சிலசமயம் எலாம் மக்களுக்கு உதவிக்கரம் நீட்டியிருக்கிறது.''

''சுத்துப்பட்ட நாடுகளோட அரசியல்ல பரிஹா மூக்கை நுழைக்கிறதில்லைன்னு நினைச்சேனே?''

''அநேகமாய், அப்படிப்பட்ட சந்தர்ப்பங்களை அவர்கள் தவிர்க்கவே முயற்சிக்கிறார்கள். வாயுபுத்ரர்கள் பற்றி அந்த பிராந்திய மக்கள் பலருக்கு எந்தப் பரிச்சயமும் இல்லை. ஆனால், விரைவாய் வளர்ந்துகொண்டே வரும் மெஸப்பொட்டேமியா, தங்கள் தேசத்திற்குள் கால் பதித்துவிடக்கூடும் என்று பீதியடைந்துவிட்டனர்.''

''மெஸப்பொட்டேமியா வளர்ந்துகிட்டு வருதா?''

''ஒரு காலத்தில், மிகத் திறன் வாய்ந்த ஒரு தோட்டக்காரர், மெஸப்பொட்டேமியா முழுவதையுமே ஜெயித்துவிட்டார்.''

''என்னது, தோட்டக்காரரா? அவர் எப்படி போர் வீரரானார்? இரகசியமா ஏதாவது பயிற்சியெடுத்துக் கிட்டாரா?''

கோபால் முறுவலித்தார். ''நான் கேள்விப்பட்ட கதைகளையெல்லாம் வைத்துப் பார்த்தால், அவர் போர்ப் பயிற்சி பெற்றவரேயல்ல.''

சிவனின் கண்கள் அதிசயத்தில் அகன்றன. ''பயங்கர திறமைசாலியா இருந்திருப்பார் போலருக்கே?''

''நிச்சயம் தேர்ந்தவர்தான். ஆனால், தோட்டக்கலையில் அல்ல!''

சிவன் சிரித்துவிட்டார். ''அவர் பேரென்ன?''

''உண்மை பெயர் யாருக்கும் தெரியாது. தன்னை ஸார்கோன் என்று அழைத்துக்கொண்டார்.''

''அவர் மெஸப்பொட்டேமியா முழுசையும் ஜெயிச்சாராமா?''

''ஆம். அதுவும், மிக எளிதாக. ஆனால், இதனால் மட்டுமே அவரது தாகம் அடங்கிவிடவில்லை. அடுத்தடுத்து, அருகேயிருந்த ராஜ்யங்களையும் ஜெயித்துக்கொண்டே சென்றார். அவ்வாறு அவர் கட்டுப்பாட்டில் வந்த நாடுகளில் எலாமும் ஒன்று.''

''ஆக, இதெல்லாம் அவரைப் பரிஹாவோட எல்லைக்கே கொண்டு வந்திருக்கும்.''

''அவ்வளவு கிட்டத்தில் இல்லையென்றாலும், தேவைக்கதிகமான நெருக்கம்தான் என்று சொல்லலாம்.''

''இன்னும் கிழக்கே ஏன் அவர் போகலை?''

''தெரியவில்லை. அவரோ, அவருக்குப் பின் வந்தவர்களோ, அவ்விதம் செய்யவில்லை என்பது உண்மை. ஆனால், வாயுபுத்ரர்கள் கலக்கமடைந்து, எலாமுக்கு எவருமறியாமல் ஆதரவளிக்க இதுவே போதுமானதாக இருந்தது. அவர்களது உதவியின் பலனாய், எலாம் மக்கள் புரட்சி செய்ய, மெஸப்பொட்டேமியாவின் வெற்றி அதிக காலம் நீடித்திருக்கவில்லை.''

''மன்னர் ஸார்கோன் ரொம்ப சுவாரசியமான ஆளா இருந்திருப்பார் போலருக்கே.''

''உண்மைதான். இந்த உலகை மட்டுமா அவர் எதிர்த்துப் போராடி ஜெயிக்க முயன்றார்? தன் விதியையே கூடத்தான். தன்னைத் தத்தெடுத்து வளர்த்த தண்ணீர்-தூக்கியின் பெயரால், தன் சாம்ராஜ்யத்திற்கே பெயரிடத் துணிந்த தைரியசாலி அவர்.''

''அவங்கப்பா தண்ணி தூக்கிட்டிருந்தவரா?''

''ஆம். பெயர் அக்கி. ஆகையினால், அக்காடியன் சாம்ராஜ்யம் என்று தங்களைச் சொல்லிக் கொண்டனர்.''

''இந்த சாம்ராஜ்யம் இப்பவும் இருக்கா?''

''இல்லை.''

''அடப்பாவமே. அற்புதமான இந்த அக்காடியன் மக்களை சந்திக்க முடிஞ்சிருந்தா நல்லாயிருந்திருக்கும்.''

''எலாம் மக்கள் அவ்விதம் நினைத்திருப்பார்களா என்பது சந்தேகமே, நீலகண்டப்பெருமானே.''

''வீரர்களெல்லாரும் இருப்புக்கொள்ளாம தவிக்கறாங்க,'' என்றான் கணேஷ். ''படை திரட்டியாச்சு - ஆனா, செய்ய எதுவுமே இல்லை. போரில்லை. சண்டையில்லை.''

சதியின் அறைகளுக்குள் அப்போதுதான் நுழைந்திருந்த கார்த்திக்கும் கணேஷும், அங்கே காளியும் இருப்பதைக் கண்டு மகிழ்ச்சியடைந்தனர்.

''இப்பதான் தீதீயோட அது விஷயமாப் பேசிக் கிட்டிருந்தேன்,'' என்றாள் காளி. ''பொழுதைப் போக்க முடியாம, குடி, சூதாட்டம்னு கழிக்கிறாங்க. பெரிசா போர்னு எதுவும் வரப்போறதில்லைங்கிறதால, பயிற்சியெடுத்து என்ன பயன்னு சும்மா இருக்காங்க.''

''அபத்தமான, சின்ன விஷயமெல்லாம் பூதாகாரமா, பெரிய பிரச்சனையா வெடிக்கக்கூடிய சூழ்நிலை இதுதான்,'' என்றாள் சதி.

''அவங்களுக்குத் தீனி கொடுப்போம்,'' கார்த்திக் யோசனை சொன்னான். ''நகரைச் சுத்தியிருக்கற காட்டுப் பகுதிகளுக்குள்ள, வேட்டை நடக்க ஏற்பாடு செய்வோம். கரச்சாபாவைவிட்டு இன்னமும் மெலூஹப்படை வெளியேறலைன்னுதான் நமக்கு நல்லாத் தெரியுமே. நம்ம வீரர்களை வெளியே, பெரிய குழுக்களா அனுப்பறதுல ஒண்ணும் தப்பாகிடாது. வேட்டையில ஈடுபட்டா, அவங்களுக்கும் எதையாவது செய்யற திருப்தி ஏற்படும்.''

''நல்ல யோசனை,'' காளி ஒப்புக்கொண்டாள். ''அப்படி வந்து சேர்ற அதிகப்படியான இறைச்சியை வெச்சு, லோத்தல் நகர மக்களுக்கு விருந்து தயார் செய்யலாம். இவ்வளவு பெரிய படையை அவங்க கட்டி வெச்சு மேய்க்க வேண்டிய எரிச்சலையும் அது கொஞ்சம் மட்டுப்படுத்தும்.''

''உற்சாகமும் இரத்தவேட்கையும், நம்ம படைகளுக்குள்ள வெறுமை பரவாம இருக்கவும் உதவியா இருக்கும்,'' என்றான் கணேஷ்.

''ஒத்துக்கறேன்,'' என்றாள் சதி. ''உடனடியா ஆணைகளைப் பிறப்பிக்கறேன்.''

நர்மதைக் கழிமுகத்தின் இரகசிய நீர்நிலையினின்று அவர்கள் கிளம்பி, ஏறக்குறைய ஒன்றரை மாதங்கள் கழிந்துவிட்டதன. ஜம் கடலில், ஆளரவமற்ற ஒரு கடற்கரையில், சிவனின் கப்பல் நங்கூரமிறக்கியது. யாரும் குடியிருப்பதற்கான அறிகுறியே அங்கில்லை;

இன்னும் சொன்னால், கல்லும் மண்ணும் தோன்றிய நாள்முதல் அங்கே மனித வாடையே பட்டதில்லை போல இருந்தது அந்தப் பிரதேசம். இது சிவனுக்கு அதிசயமாக இல்லை. வாசுதேவர்களைப் போலவே, தங்கள் இருப்பை வாயுபுத்ரர்களும் இரகசியமாகவே வைத்திருந்தனர். கப்பல் இறங்கிய இடத்தில் தன்னை வரவேற்கும் குழு இருக்காது என்பதற்குச் சிவன் தயாராகவே இருந்தார். ஆனாலும், உஜ்ஜைனிக்கு அருகே ஓடிய சம்பல் நதியில் வாசுதேவர்கள் சூசகமாய் ஏற்றி வைத்திருந்த தீச்சுடரைப் போல், வாயுபுத்ரர்களும் ஏதேனும் சமிக்ஞையை விட்டு வைத்திருக்கலாம் என்ற எதிர்பார்ப்பு இருந்தது.

சட்டென்று, அவர் கண்ணில் என்னவோ பட்டது. மூன்று அல்லது நான்கு மீட்டர் உயரத்தில், கடற்கரையோரமாய், அடர்த்தியான வரிசையில் புதர்கள் வளர்ந்திருந்தன. நங்கூரமிட்ட கப்பலிலிருந்து பார்த்தால், புதர்களில் மஞ்சளும் சிவப்புமாய் பழங்கள் பல தொங்குவது போலவுமிருந்தது. புதர் முழுதும் மூடியிருந்த சிறிய கரும்பச்சை இலைகள், மேற்பகுதியில் மட்டும் பளீர்ச் சிவப்புப் பெற்றுத் திகழ்ந்தன. இவையும், சிவப்பு-மஞ்சள் பழங்களுமாய்ச் சேர்ந்து, அந்தப் புதரே தீப்பற்றி எரிவது போன்ற பிரமையை ஏற்படுத்தியது.

பற்றியெரியும் புதர்...

உடனடியாகத் திரும்பிய சிவன், கப்பலின் பிரதானப் பாய்மரத்தின் மீது விறுவிறுவென ஏறி, காக்காய்-கூட்டிற்கே சென்றார். அங்கேயிருந்து பார்த்தபோது, கரையில் விரிந்த காட்சி பளிச்சென விளங்கியது. வெண்மணல், கபில நிறக் கற்கள், புதர்கள் எல்லாவற்றையும் சேர்த்துப் பார்த்தால் உருப்பெற்ற வடிவத்தை சிவனால் உடனடியாக அடையாளம் காணமுடிந்தது: *ஃப்ராவஷி*. புனிதத் தீ. பெண்மையின் ஆதாரம்.

'சரசர'வென சிவன் இறங்கி வந்த போது, அங்கே கோபால் நிற்பதைக் கண்டார்.

''எதையாவது கண்டுபிடித்தீர்களா என்ன, நண்பரே?'' கோபால் கேட்டார்.

''புனிதத் தீயைப் பார்த்தேன். தூய்மையின் மறுவடிவம். *ஃப்ராவஷி*யைப் பார்த்தேன்.''

முதலில் கோபால் அதிசயமடைந்தாலும், சீக்கிரத்தில் தன்னிலையடைந்தார். ''அதானே! பிரபு மனோபூ... *ஃப்ராவஷி*யைப் பற்றி நிச்சயம் உங்களுக்குக் கூறியிருப்பார்.''

''ஆமா.''

''ருத்ரபகவானின் மக்களின் நம்பிக்கையின் உருவ வெளிப்பாடு அது. தூய்மையின் வடிவமான தேவதைகளின் பிரதிநிதிதான் *ஃப்ராவஷி*. அவை பல்லாயிரக்கணக்கில் உண்டென்று அவர்களது புனிதநூல்கள் கூறுகின்றன. மனித ஆத்மாக்களை இந்த உலகிற்குள் அனுப்பி, நன்மைக்கும் தீமைக்கும் காலாகாலமாய் நடக்கும் போராட்டத்தில் அவர்களை வழிநடத்திச் செல்வதே இவைதான். பிரபஞ்சத்தைக் கடவுள் உருவாக்கியபோது, அவர் பணியில் உதவியாயிருந்தவை, இந்தத் தேவதைகள்.''

சிவன் தலையசைத்தார். ''வாசுதேவர்களுக்கும் இந்த *ஃப்ராவஷி*யில நம்பிக்கை இருக்குன்னு நினைக்கறேன்.''

''எங்களுக்கு *ஃப்ராவஷி*யின் மீது மிகுந்த மரியாதை உண்டு. ஆனால், அவை பரிஹாவின் அடையாளம்.''

''அப்ப, உங்க தேசத்தோட வாயில்லையும் *ஃப்ராவஷி*யை வெச்சிருக்கீங்களே, ஏன்?''

கோபாலின் புருவங்கள் நெறிந்தன. ''*ஃப்ராவஷி*யின் வடிவமா? எங்கே?''

''கைதட்டித் தட்டி நாம முதன்முதல்ல பேசிக்கிட்டமே, சம்பல் நதிக்கரையில? அங்கேதான்.''

''ஓ!'' அவர் சொல்வது புரிய, கோபாலின் முகம் மலர்ந்தது. ''எங்களுக்கும் தூய்மையான தீயின் அடையாள வடிவம் உண்டு, நண்பரே. ஆனால், *ஃப்ராவஷி* என்றழைப்பதில்லை. *அக்னி* - நெருப்பின் அதிபதி எனக்கூறுவோம்.''

''உங்க அடையாளமும் பார்க்க ஏறக்குறைய *ஃப்ராவஷி* போலத்தானே இருக்கு?''

''உண்மைதான். தீ சம்பந்தப்பட்ட பூஜை புனஸ்காரங்களுக்கு பரிஹர்கள் மிகுந்த மரியாதையளிப்பது வழக்கம். ரிக் வேதத்தின் முதல் அத்யாயத்தில் முதல் ஸ்லோகம், அக்னியைப் புகழ்ந்து பாடப்பட்டுள்ளது. தீயைப் பொறுத்தவரையில், உலகின் அனைத்து மதங்களுக்கும் ஒருவித பொதுத்தன்மை உள்ளது நிஜம் - அனைத்துமே, அதற்கு முக்கியத்துவம் அளிக்கின்றன.''

''மனித நாகரீகமே நெருப்பில்தானே ஆரம்பிச்சிருக்கு.''

''அனைத்து உயிர்களின் துவக்கமே அதுதான், நண்பரே. உலகின் சக்திக்கு ஆதாரமே நெருப்புதான். நட்சத்திரங்களையே, தீப்பற்றியெரியும் கோளங்களாய்ப் பார்க்கலாமே.''

சிவன் புன்னகைத்தார்.

ஒரு மாலுமி அவர்களருகே வந்து நின்றான். ''படகை இறக்கியாகிவிட்டது, பிரபுக்களே. நாங்கள் தயார்.''

கரையிலிருந்து நூறு மீட்டர் தொலைவில் படகு இருந்தபோது, உயரமான ஒரு மனிதன், புதர்களுக்குப் பின்னாலிருந்து எழுந்து வந்தான். நீளமாய், கருப்பும் பாறை நிறமும் கலந்த அங்கியை அணிந்து, கையில் கம்பம் போல் - ஈட்டியாகக்கூட இருக்கலாம்; சிவனால் சரியாகச் சொல்லமுடியவில்லை - ஒன்றை வைத்திருந்தான். மெல்ல உடைவாளை உருவத் தயாராய்ச் சிவனின் கைகள் நகர்ந்தன.

கை நீட்டி கோபால் அவரது கரத்தைத் தடுத்தார். ''பாதகமில்லை, நண்பரே.''

வந்துகொண்டிருக்கும் அந்நியனினின்று கண்களை அகற்றாமல், ''நிச்சயமாத் தெரியுமா?'' என்றார் சிவன்.

''ஆம். அவர் பரிஹப் பிரஜை. நமக்கு வழிகாட்ட வந்திருக்கிறார்.''

உடைவாளின் மீதிருந்த கையைச் சிவன் தளர்த்தினாலும், பிடியருகேயேதான் வைத்திருந்தார்.

புதருக்குள் கைவிட்டு, கயிற்றைப்போன்ற எதையோ அந்நியன் இழுப்பதைக் கண்டார். 'கப்'பென்று மூச்சை இழுத்துப் பிடித்த சிவன், மீண்டும் வாளை நோக்கிக் கைகளை நகர்த்தினார்.

ஆனால், அதிசயிக்கத்தக்க வகையில், அடர்ந்த புதர் வரிசையிலிருந்து, நான்கு புரவிகள் வெளிவந்தன. அவற்றில் மூன்று ஆளின்றி, புது வரவுகளுக்கென அழைத்து வரப்பட்டிருந்ததைத் தெளிவுபடுத்தின. நான்காவதின் மீது, மிகப்பெரும் சாக்கு மூட்டை இருந்தது. தளவாடங்களாய் இருக்கக்கூடும். வாளினின்று கையை நீக்கிய சிவன், தளரவிட்டார்.

வரும் அந்நியன், நண்பனே.

அத்தியாயம் 35

பரிஹா பயணம்

"நம்மைச் சந்திக்கும் உத்தேசத்துடன் வாயுபுத்ரர்கள் ஒருவரை அனுப்பியது குறித்து எனக்கு திருப்திதான்," என்றார் கோபால்.

படகிலிருந்து தளவாடங்களையும், பிற பொருட்களையும் இறக்குவதில் மாலுமிகள் கவனமாயிருந்தார்கள். சிவன், கோபால் மற்றும் பரிஹன் பயணிக்கப் போகும் குதிரைகளில் சில ஏற்றப்படும்; மற்றவை, ஏற்கனவே மிகுந்த கனத்தைத் தாங்கிக்கொண்டிருந்த நான்காவதின் மீது கட்டி வைக்கப்படும்.

"வாசுதேவர்களின் தலைவரை வாயுபுத்ரர்கள் மதியாதிருப்பது எங்ஙனம், பிரபு?" கோபாலை நோக்கித் தாழக் குனிந்து வணங்கினான் பரிஹன். "லோத்தல் வாசுதேவ பண்டிதரிடமிருந்து சமயத்தில் எங்களுக்குச் செய்தி கிடைத்து விட்டது. தாங்கள், எங்களது மரியாதைக்குரிய விருந்தினர். என் பெயர் குருஷ். எங்கள் நகரான பரிஹாவிற்குள் செல்ல நானே தங்கள் வழிகாட்டி."

சிவன், அவனை தீர்க்கமாய் ஆராய்ந்தார். கறுப்பும் கபில நிறமுமாய் அவன் அணிந்திருந்த நீள அங்கியால் கூட, உடைவாளை மறைக்கமுடியவில்லை. தடிமனான அங்கியின் ஏராள மடிப்புக்களுக்குள் மறைந்திருக்கும் வாளை, ஆபத்து நேர்ந்தால் எவ்விதம் எடுத்துக் கையாளுவான் என்பதே அவருக்குப் புதிராயிருந்தது.

இந்தியாவின் வெப்ப நிலப்பகுதிகளில் அதிகம் காணமுடியாத வெண்மை நிறம் படைத்தவனாயிருந்தான், அவன். இதனால், சோகை படிந்த சருமத்துடன் அவலட்சணப் பிறவியாய் இருப்பான் என்ற எதிர்பார்ப்பை முறியடிக்கும் விதமாய், கூர்ந்த, நீள நாசியும், முகத்தை மறைக்கும் தாடியும், இயற்கையான அழகை அதிகப்படுத்தியது மட்டுமல்லாமல், அகத்தில் உறைந்த வீரத்தையும் பறைசாற்றும் விதமாய் இருந்தது. இந்தியர்களிடம் பரவலாய் இருந்த வழக்கப்படி, கூந்தலை நீளமாய் வளர்த்திருந்தான். சிரத்தின் மீது சதுர வடிவில், பருத்தியாலான வெள்ளைத் தொப்பி. ஆனால்,

சிவனின் கவனத்தை அதிகம் ஈர்த்ததென்னவோ, தாடிதான். காசியின் பிரசித்தி பெற்ற விஸ்வநாதர் ஆலயத்தில் ருத்ரபகவானின் திருவுருவச்சிலையில், தாடி தனித்துவம் பெற்று, பல முடிக்கற்றைகளை ஒன்றாய் இணைத்து, சிறு சிறு கொத்துகளாய்க் கட்டியிருக்கும். இவனுடையதும், முந்தைய மகாதேவருடையதைப் போலவே அமைதிருந்தது.

''நன்றி, குருஷ்,'' என்றார் கோபால். ''நெடுங்காலமாய் நாமனைவரும் எதிர்பார்த்திருந்த நீலகண்டர், சிவபெருமானை தங்களுக்கு அறிமுகப்படுத்துவது என் பாக்கியம்.''

சிவனை நோக்கித் திரும்பிய குருஷ் நாசூக்காக, தெரிந்தும் தெரியாமலும் தலையசைத்ததிலிருந்து, சிவன் வேஷதாரி - தங்கள் குலத்தால் அங்கீகரிக்கப்படாதவர் - என நம்பும் வாயுபுத்ரர் குழாத்தைச் சேர்ந்தவன் என்று புலனாயிற்று. சிவன் எதுவும் சொல்லவில்லை. அவர்களில் ஒரேயொருவரின் அபிப்ராயம் மட்டுமே முக்கியம்: தலைவர் மித்ரா.

புரவியின் மீது ஏறிய சிவன், திரும்பி, கப்பலுக்குச் செல்லத் துடுப்பு வலித்துச் சென்றுகொண்டிருந்த மாலுமிகளை நோக்கிக் கையாட்டினார். இன்னும் சற்றுத் தள்ளி படகில் சென்று, மறைவான கரை தேடி நங்கூரமிடுவது அவர்களது திட்டம். இரண்டு மாதங்கள் காத்திருந்து, சிவனும் கோபாலும் குருஷை சந்தித்த இடத்திற்கு, கலபதி இரண்டு நாட்களுக்கு ஒருமுறை படகை அனுப்பி, அவர்கள் திரும்பிவிட்டார்களா என்று பரிசோதிப்பார்.

சிவனும் கோபாலும் தத்தம் புரவிகளைத் தட்டிவிட்டுக் கொண்டு கிளம்புவதற்குள்ளேயே, தளவாடங்களை யேற்றியிருந்த குதிரையின் சேணக்கயிற்றைப் பற்றியவாறு, குருஷ் முன்னால் செல்லத் துவங்கிவிட்டான். பரிஹன் காதுகேளாத தூரத்திற்குச் செல்லக் காத்திருந்த சிவன், கோபாலிடம் திரும்பினார். ''இவன் பெயரை கேள்விப்பட்ட மாதிரி இருக்கே? ஏன்?''

''குருஷ் என்பது சில சமயம் குரு எனவும் வழங்கப்பெறும்,'' கோபால் விளக்கினார். ''தங்களுக்கே தெரிந்தது போல், பண்டைய காலத்தில் இந்தியாவை ஆண்ட மிகப்பெரும் சக்ரவர்த்தியின் பெயர் குருதான்.''

''அப்போ எது முதல்ல வந்தது? குருவா? குருஷா?''

''அதாவது, யாருடைய ஆதிக்கம் எவர் மீது முதலில் செலுத்தப்பட்டது என்கிறீர்களா?'' கோபால் கேட்டார்.

''இந்தியாவின் ஆதிக்கம் பரிஹாவின் மீதா, அல்லது மாற்றியா?''

''ஆமா. அதைத்தான் தெரிஞ்சிக்க விரும்பறேன்.''

''தெரியவில்லை. இரு விதமாகவும் இருந்திருக்க வாய்ப்பிருக்கிறது. பழம்பெருமை வாய்ந்த அவர்களது கலாச்சாரத்திலிருந்து நாம் கற்றுக்கொண்டது போல், நம்முடையதிலிருந்து அவர்களும் எத்தனையோ தெரிந்து கொண்டிருக்கிறார்கள். யாரிடமிருந்து யார் எவ்வளவு, எத்தனை கற்றார்கள் என்று நாம் காலம்காலமாய் விவாதித்துக்கொண்டே போனாலும், அதிக பயனில்லை; நம்முடைய பெருமையையும், மற்றவற்றைவிட நம் கலாச்சாரம் எவ்வளவு மேன்மையுடையது என்பதையும் ஓயாமல் நிரூபிக்கும் முயற்சியிலேயே சக்தியெல்லாம் விரயமாகும். அது பைத்தியக்காரத்தனமே தவிர வேறில்லை. எவ்விடத்திலிருந்து ஞானமும் கலையும் உதித்ததென்பதைப் பற்றிய ஆராய்ச்சியில் இறங்காமல், முடிந்ததைக் கற்றுக்கொள்வதே சாலச் சிறந்தது.''

அந்தச் சிறிய ஊர்வலத்தின் முன்னணியில், நடுநாயகமாகக் குதிரையில் வீற்றிருக்கும் பெருமிதத்துடன் சென்றான் பரிஹன். ஏறக்குறைய ஒரு வாரமாய் அவர்கள் மேற்கொண்டிருந்த பிரயாணத்தில், சிவனின் சௌஜன்யமான எத்தனையோ கேள்விகளுக்கு குருஷிடமிருந்து பிடிவாதமான ஒற்றை சொல்லாகவே அரையும் குறையுமாய் பதில்கள் வர, இதற்கு மேல் பிரயத்தனப்பட விருப்பமில்லாமல், கேள்வி தொடுப்பதையே நீலகண்டர் ஒருவழியாக நிறுத்திக் கொண்டார்.

''பகவான் இங்கேதான் வளர்ந்தாரா?'' சிவன் கோபாலைக் கேட்டார்.

''ஆம்; ருத்ரபகவான் இந்தப் பகுதிகளில்தான் பிறந்தார். நமக்குத் தேவையேற்பட்ட போது, இந்தியா வந்தார்.''

''தேவதைகளின் தேசத்துலேர்ந்து வந்தாரில்லையா? அப்படீன்னா, நம்மைக் காக்கிற காவல் தெய்வம் அவர்தான்னு ஆகுதில்ல?''

''உண்மையைச் சொல்லப்போனால், அவர் பரிஹாவில் பிறந்ததாக நான் நினைக்கவில்லை. இந்தப் பிராந்தியத்திற்கு அருகில்தான் எங்கேயோ...''

''எங்கே?''

''*அன்ஷன்.*''

''*அன்ஷன்*னா, இந்தியாவுல *பசி*ன்னுதானே அர்த்தம்?''

கோபால் புன்னகைத்தார். ''இங்கேயும் அர்த்தம் அதேதான்.''

''அவங்க நாட்டுக்குப் 'பசி'ன்னு பெயர் வெச்சாங்களா? ஏன்? நிலைமை அவ்வளவு மோசமாவா இருந்தது?''

''சுற்றிலும் பாருங்கள். மலையும் பாலைவனமுமாய், புல் பூண்டு கூட விளையாத வறண்ட பிரதேசம். வாழ்க்கையை தினம் தினம் வாழ்வதே இங்கே பிரம்மப் பிரயத்தனம்தான். ஒரு வேளை...''

''ஒரு வேளை என்ன?''

''பெரிய மனிதர்கள் யாரேனும் இந்த பூமியையே எப்பொழுதாவது கட்டுக்குள் கொண்டுவரமுடிந்தால்தான் முடிந்தது.''

''ருத்ரபகவானின் குலம் அப்படிப்பட்டதா?''

''இல்லாமலா? எலாம் ராஜ்யத்தை உருவாக்கியவர்கள் அவர்கள்தான்.''

''எலாம்? அக்காடியர்கள் ஜெயிச்சதா நீங்க சொன்னீங்களே, அந்த ராஜ்யமா?''

''ஆம்.''

''வாயுபுத்ரர்கள் அவங்களுக்கு ஏன் உதவினாங்கன்னு இப்பல்ல தெரியுது? எலாம் பிரஜைகள், ருத்ரபகவானின் மக்கள்தானே?''

''அது காரணம் அல்ல. மெஸப்பொட்டேமியர்களுக்கும், தங்களுக்குமிடையே, உண்மையிலேயே ஒரு தடுப்பு வேண்டுமென்ற எண்ணத்துடன், வாயுபுத்ரர்கள் எலாம் மக்களுக்கு உதவினார்கள். இன்னும் சொன்னால், ருத்ரபகவான், தன் எலாம் சகோதரர்களுக்கு பளிச்சென்று வழி காட்டினார்: ஒன்று, வாயுபுத்ரர்கள் குலத்தைச் சேர்ந்து, பழைய வாழ்க்கையின் அடையாளத்தைத் துறந்து விடவேண்டும் - அல்லது, எலாம் மக்களாகவே தொடரலாம். அன்று அவரைப் பின்பற்றி வந்தவர்களே, இன்றைய வாயுபுத்ரர்கள்.''

''ஆக, அன்ஷன் இருந்த இடத்துல இப்ப பரிஹா இல்லை.''

''இல்லை. இப்பொழுது அன்ஷன், எலாம் தேசத்தின் தலைநகரம். பரிஹா, இன்னமும் தள்ளி, கிழக்கே உள்ளது.''

''எலாம் மக்களைத் தவிர, வெளியாட்களையும் வாயுபுத்ரர்கள் தங்களோட குலத்துல ஏத்துக்கிட்டாங்க போலிருக்கே? என் மாமா திபேத் தேசத்தைச் சேர்ந்தவர்.''

"ஆம், பிரபு மனோபூவும் அவர்களில் ஒருவர்தான். குலகோத்திரம் பாராமல், திறனை மட்டுமே வரையறையாக்கி, வாயுபுத்ரர்கள் அங்கத்தினர்களை அனுமதித்தனர். எத்தனையோ எலாம் மக்கள் தேர்வடைய முயற்சித்து, தோல்வியடைந்ததுண்டு. பெருமளவில் அங்கத்தினர்களாய் அங்கீகரிக்கப்பட்ட கூட்டம், நம் தேசத்தைச் சேர்ந்ததுதான். அதிலும், அகதிகளாய் வந்தவர்கள்."

"இந்தியாவிலேர்ந்தா?"

"ஆம். அவர்களுக்குச் இழைக்கப்பட்ட அநீதி குறித்து ருத்ரபகவான் மிகுந்த குற்ற உணர்ச்சியடைந்ததால், தன் பாதுகாப்பின் கீழ் கொண்டுவந்து, தன் நாட்டிலேயே, வாயுபுத்ரர்களிடையே, அவர்களுக்கும் வாழ்விடம் கொடுத்தார்."

"யார் இந்த மக்கள்?"

"அசுரர்கள்."

இந்த விஷயத்தைச் சிவன் கிரகித்துக்கொண்டு பேசுவதற்குள், குருஷ் திரும்பி, கோபாலைப் பார்த்துப் பேசினான். "மதிய உணவருந்த இந்த இடம் மிக வசதியானது, பிரபு. மேற்கொண்டு, குறுகலான மலைச் கணவாய் வழியே பாதை செல்கிறது. இங்கேயே சற்று ஓய்வெடுத்துக்கொள்வோமா?"

— ☦ ☪ ☮ ☯ ☸ —

மலைச்சாரலின் வெட்டும் குளிரும் சேர்ந்துகொள்ள, மதிய உணவு சில்லென்று, சுவையோ ருசியோ இன்றியிருந்தது. நல்ல வேளையாக, பாக்கியிருந்த முதுகொடியும் புரவிப்பயணத்தைச் சமாளிக்கும் விதமாய், குருஷ் கையோடு கொண்டு வந்திருந்த காய்ந்த பழவகைகள், தேவையான புத்துணர்ச்சியை 'குபுக்'கென்று அளித்தன.

மீதமிருந்த உணவை வெகு விரைவாக மூட்டை கட்டிய குருஷ், நான்காவது குதிரையின் சேணத்தை இறுக்கப் பற்றிச் சோதித்தவாறு, புரவியின் மீதேறி, தட்டிவிட்டான். அவனுக்குப் பின்னால், கோபாலும் சிவனும் சீரான வேகத்தில் பயணித்தனர்.

"அசுரர்கள் இங்கேதான் அகதிகளா தஞ்சம் புகுந்தாங்களா?" சிவன் இன்னமும் அதிர்ச்சியிலிருந்தார்.

"ஆம்," கோபால் பதிலிறுத்தார். "மீதமிருந்த அசுரத் தலைவர்கள் சிலரை, ருத்ரபகவானே தன் பாதுகாப்பில் பரிஹா அழைத்துவந்தார். மறைவாயிருந்த இன்னும்

சிலரை, வாயுபுத்ரர்கள் இந்தியாவை விட்டு வெளியேற்றி அழைத்துவந்தனர். வேறு சில அசுரர்கள், எலாம் தேசத்தைத் தாண்டி, இன்னும் மேற்கே சென்றனர். அவர்கள் கதி என்ன என்று எனக்கு இன்னமும் நிச்சயமாகவில்லை. ஆனால், பலர் பரிஹாவிலேயே தங்கிவிட்டனர்.''

''ஆக, இந்த அசுரர்களையும் ருத்ரபகவான் வாயுபுத்ரர் குலத்துல நுழைச்சிட்டார், இல்லையா?''

''எல்லோரையும் அல்ல. சில அசுரர்கள், வாயுபுத்ரர் குலத்தின் அங்கத்தினராய் அங்கீகரிக்கப்படுமளவு சகலத்தையும் துறக்கும் மனப்பக்குவத்தை அடையவில்லை என்பதையுணர்ந்தார். அவர்கள் பரிஹாவிலேயே, அகதிகளாய் வாழ அனுமதிக்கப்பட்டனர். ஆனால், முக்கால் வாசிப் பேர் வாயுபுத்ரர்களாகிவிட்டது உண்மை.''

''அவங்கள்ள பல அசுரர்கள், அரச குலத்தைச் சேர்ந்தவங்களா இருந்திருப்பாங்க, இல்ல? தங்களைத் தோற்கடிச்ச தேவர்களைப் பழி வாங்கணும்கிற வேகத்தோட, இந்தியாவைத் தாக்கணும்னு தோணியிருக்காதா?''

''இல்லை. வாயுபுத்ரர் குலத்தைத் தழுவிவிட்டதால், அசுரர் என்ற அடையாளம் நீங்கிவிட்டது. பழைய வாழ்வையும், பெயர்களையும் முற்றுமாய்த் துறந்து, ருத்ரபகவான் தங்களுக்கிட்ட முதன்மையான பணியை - புனித பூமியான இந்தியாவைத் தீமையினின்று காக்கும் பணியை - சிரமேற்கொண்டு நிறைவேற்றத் தலைப்பட்டார்கள்.''

விஷயத்தைக் கிரகித்துக்கொண்ட சிவன், மூச்சை ஆழ இழுத்துவிட்டார். தங்கள் வாழ்வையே சூறையாடிய விரோதத்தை முற்றுமாய் மறந்து, அதைத் தாண்டிச் சென்று, ருத்ரபகவான் இட்ட பணியில் திறம்பட இறங்கும் மனப்பக்குவத்தை அசுரர்களால் அடைய முடிந்திருக்கிறது.

''விதியின் விளையாட்டுத்தான் என்னே? தேவர்களுக்கு அரக்கர்களாய்த் தெரிந்த அதே அசுரர்கள்தான், இங்கே, இப்பொழுது அவர்களைத் தீமையின் கொடூரத்தினின்று காப்பாற்றப் போராடிக்கொண்டிருக்கிறார்கள்,'' என்ற கோபால், தன் குதிரையை வலப்பக்கம், நெருங்கலான ஒரு கணவாய்க்குள் செலுத்தினார்.

சட்டென்று எதையோ நினைத்துக்கொண்ட சிவன், கோபாலினருகே புரவியைச் செலுத்தினார்.

''ஆனா, பண்டிட்ஜி, தங்களுடைய பழைய நாகரீகத்தையும், கலாச்சாரத்தையும் அசுரர்கள் மறந்திருக்க வாய்ப்பில்லை. பரிஹாவோட வாழ்க்கை முறையில நிச்சயம் அதன் தாக்கம் இருந்திருக்கும். எத்தனையோ

தலைமுறைகளுக்கு முன்னால தேசத்தை விட்டுப் போனாலும், கலாச்சார அடையாளங்களைத் துறந்தாலும், உள்ளுக்குள்ள புதைஞ்சிருக்கற அதன் படிவத்தை அவ்வளவு சுலபமா நீக்கிட முடியுமா என்ன? ஒரு வேளை, முற்றும் துறந்த ஸந்யாஸிகளால வேணும்னா முடியலாம்...''

''நீங்கள் சொல்வது உண்மைதான்,'' என்றார் கோபால். ''பரிஹாவின் நாகரீகம் அசுரர்களின் வருகையால், அவர்களது கலாச்சாரத்தால், மாற்றமடைந்ததை மறுப்பதற்கில்லை. உதாரணமாக, தெய்வங்களுக்கு பரிஹாவில் வழங்கும் சொல் என்ன, தெரியுமா?''

சிவன் தோள்களைக் குலுக்கினார்.

கோபால் அவரைப் பார்த்த பார்வையில் மர்மம் கொப்பளித்தது. ''பதில் சொல்வதற்கு முன்னால், இதையும் தெரிவித்துவிடுகிறேன்: பண்டைய பரிஹ மொழியில், 'ஸ' என்ற எழுத்திற்கு ஒலி வடிவமோ, ஏன், புழக்கத்திற்கோ, இடமேயில்லை. ஒன்று, ''ஷ' என்பார்கள். அல்லது, 'ஹ' என்பார்கள். ஆகையினால், தங்கள் கடவுளரை எப்படி அழைத்தார்கள் என்று எண்ணுகிறீர்கள்?''

புருவம் சுருக்கிய சிவன், குத்துமதிப்பாகச் சொன்னார். ''அஹூரர்களா?''

''ஆம், அஹூரர்களேதான்.''

''அடக்கடவுளே! அப்படீன்னா, அரக்கர்களை என்னன்னு கூப்பிட்டாங்க?''

''தேய்வா.''

''ப்ரம்மதேவரே!''

''இந்தியாவில் அழைக்கப்படும் பெயர்களுக்கு முற்றிலும் எதிர்ப்பதம். நாம் நம் கடவுளரை தேவர்கள் எனவும், அரக்கர்களை அசுரர்கள் எனவும் அழைக்கிறோம்.''

சிவனின் முகத்தில் லேசான புன்னகை. ''அவங்க வேறுபட்டவங்களா இருக்கலாம். ஆனா, கெட்டவங்க இல்ல.''

அத்தியாயம் 36

தேவதைகளின் தேசம்

சிவன், கோபால் மற்றும் குருஷ் புரவியேறி சற்றேறக்குறைய ஒரு மாத காலம் கடந்துவிட்டது. பனிக்காலம் முடிந்து கொண்டிருந்த அந்த சமயத்தில், கரடுமுரடான பிராந்தியத்தில் பயணிப்பதே, மன உறுதியைப் பரீட்சிக்கும் விஷயமாகத்தான் இருந்தது. வாழ்நாளில் முக்கால் பகுதியை விண்ணை முட்டும் மலைப்பிரதேசமான திபேத்திலேயே கழித்திருந்த சிவன், நன்றாகவே சமாளித்துவிட்டார். ஆனால், சமவெளிகளின் ஈரம் விரவிய வெப்பத்திற்கே பழக்கப்பட்டிருந்த கோபால், குளிரையும், பிராணவாயு குறைந்த அந்தப் பிரதேசத்தின் தட்பவெப்பத்தையும் சமாளிக்கமுடியாமல் தத்தளித்தது உண்மை.

''வந்துவிட்டோம்,'' திடீரென்று ஒரு நாள், குருஷ் கையுயர்த்தினான்.

சிவன் சேணக்கயிற்றை இழுத்துப் பிடித்தார். நான்கு அல்லது ஐந்து மீட்டருக்கு மிகாத குறுகலான பாதையில் அவர்கள் இருந்தனர். புரவியினின்று இறங்கிய சிவன், துருத்திக்கொண்டிருந்த ஒரு கற்குட்டான் மீது கயிறுகளைக் கட்டிவிட்டு, கோபாலுக்கு உதவி செய்ய முன்னே சென்றார். அவரது குதிரையைக் கட்டிவிட்டு, மலைச்சரிவின் ஓரமாய் சாய்ந்து உட்கார வசதி செய்து, தன் குடிநீரையும் அளித்தார். புத்துணர்ச்சியூட்டும் குளிர்ந்த நீரை கோபால் மெல்ல உறிஞ்சிக் குடித்தார்.

நண்பருக்கு உதவியளித்த சிவன், சுற்றிலும் கண்களை மேயவிட்டார். இடப்பக்கம், கரடுமுரடான மலைச்சுவர் செங்குத்தாய்ச் சில நூறு மீட்டர் மேலேறியது. வலப்புறம், கீழே, மிக ஆழத்தில், பள்ளத்தாக்கை நோக்கி மலை சடேரென்று சரிந்தது. கண்ணுக்குத் தெரியும் வரை மனித நடமாட்டம் என்பதே இல்லை. ஆளோ, விலங்கோ, ஏன். சற்று கீழே, தைரியமாய் வளர்ந்து, அங்கொன்றும் இங்கொன்றுமாய்ப் இதுவரை பார்த்திருந்த பூண்டுச் செடிகள் கூட இங்கில்லை.

சற்றே உயர்ந்த புருவங்களுடன் சிவன் கோபாலை ஏறிட்டு, கிசுகிசுத்தார். ''வந்துட்டோமாமே?''

கோபால், குருஷை நோக்கிச் சமிக்ஞை செய்தார். பரிஹனோ, கண்களை மூடி, எதையோ தேட முயற்சிப்பது போல், மலைச்சுவரின் மீது கைகளைப் படரவிட்டுக் கொண்டிருந்தான். சட்டென்று நிறுத்தினான். தேடியதைக் கண்டுபிடித்துவிட்டான் போலும். சற்று முன்னே வந்த சிவன், சரிவில், லேசாய் ஒரு வடிவம் வெட்டப்பட்டிருந்ததைக் கண்டார். இப்பொழுது அவரால் சுலபத்தில் கண்டுகொள்ள முடிந்த, தீக்கொழுந்து: ***ஃப்ராவஷி.***

ஆள்காட்டி விரல் மோதிரத்தைக் குருஷ் அந்தக் குறியீட்டின் மத்தியில் பொருத்தி அழுத்தினான். மனித மண்டையளவான ஒரு கருங்கல், வலப்பக்கமிருந்து 'சரக்'கென்று முன்னால் நீண்டது. உடனே இரு கைகளையும் கல் மீது பதித்த குருஷ், பிடிமானத்திற்காகப் பின்னே நகர்ந்து, பலம் கொண்டமட்டும் தள்ளினான்.

அதிசயமடைந்த சிவன் 'ஆ'வென்று பார்த்துக் கொண்டிருக்க... மலையே உயிர்பெற்றது போலிருந்தது. ஏறக்குறைய நான்குக்கு மூன்று மீட்டர் பரப்பளவு கொண்ட ஒரு பகுதியே பின்னுக்கு நகர்ந்து, 'சரக்'கென்று பக்கவாட்டில் செருகிக்கொண்டது. பின்னால், மலையின் கருவுக்குள்ளேயே இறங்குவது போல் ஒரு பாதை ஆழத்தில் சென்றது.

அவரை நோக்கித் திரும்பிய குருஷ், 'மேலே செல்லலாம்' என்னும் விதமாய்ச் சைகை செய்தான். கோபால் மீண்டும் புரவியேற உதவிய சிவன், சேணக்கயிற்றை நண்பரிடம் அளித்தார். தன் குதிரையை நோக்கி நடந்தபோது, அதைக் கட்டியிருந்த கற்குட்டான் பார்க்கத்தான் இயற்கையாய் இருந்ததேயொழிய, மனிதனின் கைவண்ணத்தில் உருவானது என்பதைப் புரிந்துகொண்டார். சட்டென்று குதிரையேறிய சிவன், கோபால் மற்றும் குருஷைச் சென்று சேர்ந்து, மலையின் இருதயத்தை நோக்கிப் பயணித்தார்.

அவர்கள் உள்ளே நுழைந்தவுடன், பாறை மீண்டும் சுலபமாய் வாயிலை மூடிவிட்டது. சுவரின் ஒரு பக்கமாய் பரிஹர்கள் சில மீட்டர் தூரம் வரை ஒளிவீசும் தீப்பந்தங்களை ஏற்றியிருக்காவிட்டால், பாதை இருளோவென்றிருந்திருக்கும். சற்று தூரம் கடந்த பிறகு, சுரங்கப்பாதையில் இருளரக்கனோடு நடந்த யுத்தத்தில் வெளிச்சம் தோல்வியைத் தழுவ, சுவற்றுப் பொந்திலிருந்து மூன்று ஏற்றப்படாத தீவர்த்திகளை எடுத்த குருஷ், பற்ற வைத்து, கோபால், சிவனுக்கு ஆளுக்கொன்றாய் நீட்டினான். பிறகு, தன் தீவர்த்தியை

உயர்த்திப் பிடித்தவாறு, வெகு வேகமாய் முன்னே சென்றான். அவனை விட்டுவிடக்கூடாதென்ற ஆவலில் மற்ற இருவரும் குதிரையைத் தட்டிவிட்டனர்.

சீக்கிரத்திலேயே பாதை இரண்டாய்ப் பிரிந்தாலும், கொஞ்சமும் தயங்காமல் குருஷ் ஒரு திசையை விடுத்து, இன்னொன்றைத் தேர்ந்தெடுத்துச் சென்றான். தண்டகவனத்தில் நாகர்களைப் போல், வாயுபுத்ரர் நியமித்த வழிகாட்டியின் உதவியின்றி யாரும் அந்தச் சுரங்கப் பாதைகளுக்குள் நுழைந்து இடம் சென்று சேரமுடியாது; அனுமதியின்றி நுழைவோர், திக்குத் தெரியாமல் மலைக்குள் சுற்றிச் சுழலும் பாதைகளில் திண்டாடி, தொலைந்து போவது நிச்சயம்.

போகும் வழியில் இன்னும் இம்மாதிரிப் பல பொய்யான பாதைகளை சந்திக்கப்போவதாய் சிவனின் உள்ளுணர்ச்சி கூறியது. அவர் ஊகம் தவறவில்லை.

— ☥ ⊙ ♈ ♂ ⊕ —

அலுத்துக் களைத்து நெடுந்தூரம் பயணித்த பிறகு, அரை மணி நேரம் கழித்து, சட்டென்று மலையின் மறுபுறம் வந்து சேர, பளிச்சென்ற சூரிய வெளிச்சத்தின் தாக்கத்தில் தத்தளித்தனர். கண்கள் ஒளிக்குப் பழக்கமான போது, முன்னே விரிந்த காட்சியைக் கண்டு, சிவனின் வாய் ஆச்சர்யத்தில் பிளந்தது.

இதுவரை அவர் பார்த்ததோடு ஒப்பிட்டால், மலையின் மறுபக்கம் முற்றிலும் வேறு விதமாய்க் காட்சியளித்தது. மலைச்சரிவில், அகன்ற சாலை வளைந்து வளைந்து சென்றது. அங்கே வாழ்ந்த பரிஹர்களால் ருத்ரப்பெருவழி என்றழைக்கப்பட்ட அந்தப் பாதையின் ஓரங்களை, மிக அழகான வேலைப்பாடு செய்யப்பட்ட சுற்றுச்சுவர் அலங்கரித்தது; வண்டிகளோ, குதிரைகளோ, நெடிதுயர்ந்த மலையினின்று பள்ளத்தாக்கில் விழுந்து நொறுங்காமல் பாதுகாப்பளித்தது. செங்குத்தான மலைச்சுவரில், மிக லேசான சரிவாய், ருத்ரப்பெருவழி வளைந்து நெளிந்து இறங்கியது. வறண்டு கிடந்த பள்ளத்தாக்கைச் சுற்றிலும் உயர்ந்த மலைகள். அந்தப் பிரதேசத்தின் இயற்கை வனப்பை மறுக்க முடியாதென்றாலும், அதைப் பரிஹர்கள் மாற்றியிருந்த விதம்தான் சிவனை அதிகம் கவர்ந்தது. வெளியாரின் கழுகுப் பார்வையில் படாமல், குன்று சூழ்ந்த மறைவான இடத்தில், உண்மையிலேயே பரிஹாவை - தேவதைகளின் தேசத்தையே - உருவாக்கியிருந்தார்கள் என்பது நிஜம்.

பரந்த முற்றம் போன்ற இடத்தில் ருத்ரப்பெருவழி முடிவடைந்தது. மெலூஹர்கள், வெள்ளத்தினின்று பாதுகாக்கக் கட்டிய மேடைகளைப் போல அல்ல இவை; பரிஹாவின் பிரச்சனை தண்ணீர்ப் பஞ்சமேயொழிய, வெள்ளப் பெருக்கல்ல. ஏற்ற இறக்கமுமாய், மேடு பள்ளங்கள் நிறைந்த பள்ளத்தாக்கின் மேற்புறம், சீரான சமதளத்தை உருவாக்கக் கட்டப்பட்டிருந்த மாபெரும் மேடை அது; பரிஹா என்னும் நகரமே அதன் மீதுதான் நிர்மாணிக்கப்பட்டிருந்தது.

பள்ளத்தாக்கின் தாழ்வான பகுதியிலிருந்து, குருஷ், கோபால் மற்று சிவன் மூவரும் மேடையை நெருங்கினர். இந்த இடத்தில்தான் அது மிக உயர்ந்திருந்தது - ஏறக்குறைய இருபது மீட்டர். நகருக்குள் நுழையக்கூடிய ஒரே வாயிலில், அலங்கார வேலைப்பாடமைந்த மாபெரும் கதவு அமைந்திருந்தது. இரு பக்கமும் உயரமான சுவர்கள் கொண்ட நன்கு பாதுகாக்கப்பட்ட நுழைவாயிலை நெருங்க நெருங்க, பாதையும் குறுகிக்கொண்டே வந்தது. அதிசயமும் ஆச்சர்யமுமாய் அதைப் பார்வையிட்ட சிவனின் இராணுவ மூளைக்கு, தாக்குதல் ஏற்பட்டால், பகைவர்கள் நெருங்கலான அந்தப் பாதைக்குள் பெருவாரியாகக் குவியமுடியாமல், சிறு குழுக்களாய்ப் பிரிய வேண்டியிருக்கும் என்பது பளிச்சென்று விளங்கியது. பரிஹர்களால் வாயிலைச் சுலபமாகப் பாதுகாத்துக்கொள்ளமுடியும்.

வாயிலின் அலங்காரக் கதவுகள், வரும் வழியெல்லாம் சிவன் அடிக்கடி பார்த்திருந்த செம்பட்டைக் கல்லால் அமைக்கப்பட்டிருந்தன. இருபுறமும் எழும்பிய மிகப்பெரும் தூண்களில், நகரைக் காவல் காக்கும் முயற்சியில் எதிரிகளின் மீது பாய்ந்து குதறத் தயாராயிருப்பது போல், இரு பயங்கரமான ஜந்துக்கள் செதுக்கப்பட்டிருந்தன. சிங்க உடம்பில் மனிதனின் சிரமும், கழுகின் இறக்கைகளும் கொண்ட மிக விசித்திரப் பிராணி. நளினமான முகத்தில், பரிஹர்களின் பெருமை சந்தேகிக்க முடியாமல் மிளிர்ந்தது: உயர்ந்த, எடுப்பான நெற்றி; கொக்கி போல் கூர்ந்த நாசி, அழகாய் மணி கோர்த்த தாடி; வளைந்து தொங்கிய மீசை; சதுரத் தொப்பிக்கடியிலிருந்து வெளிப்பட்ட நீண்ட குழல் கற்றைகள். மூர்க்கமான, போர்த் தோரணை கொண்ட முகத்தைக் குளிர்வித்தவை, நிதானமான, ஏறக்குறைய நட்பை வெளிப்படுத்தும் கண்கள்தான்.

வாயில்காப்போனுடன் குருஷின் பேச்சுவார்த்தை முற்றுப் பெற்றதை சிவன் கவனித்தார். பின்னடைந்த குருஷ், கோபாலிடத்தில் மிக்க மரியாதையுடன் பேசினான். ''சம்பிரதாயங்கள் முடிவடைந்துவிட்டன, பிரபுவே.

இத்துணை காலதாமதத்திற்கு தயவு கூர்ந்து மன்னிக்க வேண்டும். போகலாமா?''

''மன்னிப்பெல்லாம் அவசியமில்லை, குருஷ்,'' கோபால் பணிவுடன் பதில் சொன்னார். ''செல்வோம்.''

இங்கே உனக்கென்ன வேலை என்பது போல் குழப்பமும் கேள்வியுமாய் வாயில்காப்போனின் விழிகள் தன் மீது படர்வதை உணர்ந்தபடியே சிவன், மௌனமாய் குருஷ், கோபாலைப் பின்தொடர்ந்தார்.

அழகாய் ஓடு பதித்த பரந்த முற்றம் போன்ற இடத்தைக் கடந்து, மேடையின் உச்சத்திற்கு, கல்பாவிய பாதையின் மீது குதிரைகளை நடத்திச் சென்றனர். சரிவு மிக லேசாய் இருந்ததில், குறுக்கிட்ட ஒரே கொண்டை ஊசி வளைவையும் சுலபத்தில் கடக்கமுடிந்தது. பக்கத்திலேயே, ஏற வசதியாக, அகலப் படிகளில் சில பாதசாரிகள் சாவகாசமாய் வந்தனர். பாதை நெடுக, மேடையில் கற்பகுதிகளை, செதுக்கியும் ஓவியமாக வரைந்தும் அழகூட்டியிருந்தனர். ஒட்டியிருந்த வழவழப்பான ஓடுகளுக்கு மாற்றாய், பரிஹ உருவங்கள், செதுக்கிய முகமும், நீள அங்கியும், சதுரத் தொப்பிகளுமாய் வருவோர் போவோரை உணர்ச்சியற்று நோக்கின. எங்கிருந்தோ, பாறைகளுக்கு நட்டநடுவே, கிண்கிணி நாதத்துடன் நீரூற்று சலசலத்துச் சென்றது. இந்த வறண்ட பாலைவனப் பிரதேசத்தில் இவர்கள் எங்கிருந்து நீரைப் பெற்றார்கள்? கோபாலைக் கேட்க வேண்டும் என சிவன் மனதிற்குள் சொல்லிக்கொண்டார்.

ஆனால், மேலேறிக் கண்ட காட்சியின் அசாத்திய சௌந்தர்யத்தில், கேள்விகளனைத்தும் சிவனின் மனதிலிருந்து நொடியில் மறைந்தன என்றுதான் சொல்ல வேண்டும்.

''புனித ஏரியே!''

பரிஹாவின் மிக நேர்த்தியான, கிளிகொஞ்சும் அற்புத வடிவமைப்பு கொண்ட தோட்டங்களை, அவரது விழிகள் முதமுதலாய்ச் சந்தித்தன. அதிசயத்தில் அகன்றன. மனிதர் கையால் விளைந்த இந்த அற்புதப் பரப்பை வர்ணிக்க வார்த்தைகள் இன்றி, அந்த இடத்திற்குப் *பரதேஜா - மதிலணைந்த அமைதியின் இருப்பிடம்* - என்று பெயரிட்டிருந்தனர்.

செவ்வகமான நகரின் மத்திய கோட்டில் பரதேஜா நீண்டு கிடக்க, அதைச் சுற்றி மாளிகைகளும் கட்டிடங்களும் எழும்பியிருந்தன. காருண்ய மலை என்று அசுரர்களால்

பெயரளிக்கப்பட்டு, பள்ளத்தாக்கின் மேலெல்லையில் இருந்த ஒரு மாபெரும் குன்றின் ஓரமாய், தோட்டமும், நகரமும் முட்டி முடிந்தன. மலையின் இருதயத்தினின்று எழுந்த கால்வாய், இம்மி பிசகாத நேர்க்கோட்டில், தோட்டத்தின் வழியே பாய்ந்து, ஆங்காங்கே பெரிய, சதுரக் குளங்களை நிரப்பியது. குளங்களுக்குள், பிரமாத வேலைப்பாடமைந்த நீரூற்றுகளினின்று 'சல்'லென்று தண்ணீர் வானில் பாய்ந்தது. கால்வாயால் பிரிக்கப்பட்ட தோட்டத்தின் இடது, வலப்பக்கங்கள் அச்சாய், ஒரே பிம்பத்தின் இரு சீரான எதிரொளியாய்க் காட்சியளித்தன. திறந்தவெளி முழுவதும், அழகாய்ப் பராமரித்துச் செதுக்கப்பட்ட புற்தரை அடர்த்தியாய் விரிந்திருக்க, சுற்றிலும், பூச்செடிகளும் மரங்களும் நேர்த்தியாய் நடப்பட்டிருந்தன. மரகதப் பச்சைக் கம்பளத்தின் இடையிடையே ரோஜா, செம்பருத்தி, அல்லி, பேரரளி, காட்டு வேம்பு, மல்லிகைச் செடிகொடிகள்; சாற்றுக்குடி, எலுமிச்சை மரங்கள் என, உலகின் பல மூலைகளிலிருந்து வரவழைக்கபட்டு, ஆங்காங்கே மாணிக்கமும் இரத்தினமும் இறைத்தாற்போல் கவிதையாய்க் காட்சியளித்தது.

இந்த அழகோவியத்தில் கண்ணையும் கருத்தையும் முழுவதுமாய்ப் பறிகொடுத்துவிட்ட சிவனின் காதுகளில், நண்பரின் குரல் விழத்தான் இல்லை.

''நீலகண்டப் பெருமானே?'' கோபால் மறுபடியும் அழைத்தார்.

வாசுதேவர் தலைவரை சிவன் திரும்பிப் பார்த்தார்.

''மீண்டும் இங்கே தாராளமாக வரலாம், நண்பரே. ஆனால், இப்பொழுதைக்கு, விருந்தினர் மாளிகைக்குச் செல்வதே உசிதம்.''

பரிஹாவிற்கு விஜயம் செய்யும் மரியாதைக்குரிய பிரமுகர்களுக்கென ஏற்பட்டிருந்த அரசு விருந்தினர் மாளிகையில் சிவனும் கோபாலும் தங்கவைக்கப்பட்டனர். அழகு மற்றும் நேர்த்தியை இரு கண்களாய் பாவித்த பரிஹர்களின் திறனை இங்கேயும் அவர்கள் சந்திக்கத் தவறவில்லை.

புரவிகளினின்று இறங்கிய சிவனும் கோபாலும் மாளிகைக்குள் நுழைந்தனர். வாயிலைக் கடந்தவுடன், பிரம்மாண்டமான கற்கூரையைத் தாங்கி வரிசை வரிசையாய், கொஞ்சமும் பிசகற்ற வட்ட வடிவத் தூண்களைக் கொண்ட அகன்ற, வசதியான தாழ்வாரம் அவர்களை வரவேற்றது.

அடியிலிருந்து முடி வரை, வெளிர் சிவப்பு நிறம் கொண்டத் தூண்களின் கூரையருகே, விசித்திர வேலைப்பாடமைந்த விலங்கு உருவங்கள் செதுக்கியிருந்தன. ஈர்க்கப்பட்ட சிவன், அவற்றை கூர்ந்து பார்க்கும் பொருட்டு கண்களை இடுக்கினார். சட்டென்று, ''காளை,'' என்றார்.

வாழ்க்கையின் உன்னதத்தின் சின்னங்களாய்க் காளைகளையும், பசுக்களையும் பார்த்த இந்தியர்கள், அவற்றை புனிதத்தின் அடையாளமாகவே கருதினர்.

''ஆம்,'' கோபால் உறுதிப்படுத்தினார். ''பரிஹர்களுக்கும் காளைகள் மிகப் புனிதமானவை. பலம், வீர்யம் என்னும் உத்தம குணங்களின் சின்னமாக அவை கருதப்படுகின்றன.''

தாழ்வாரத்தின் மறு கோடியை அவர்கள் அப்போது அடைய, நேர்த்தியாய் உடையணிந்த மூன்று பரிஹர்கள் அவர்களை எதிர்பார்த்துக் காத்திருந்தனர். முதலில் நின்றவர் கைகளில் இருந்த தாம்பாளத்தில், நறுமணம் கூடிய, இளஞ்சூடான ஈரத் துவாலைகள். உடனடியாக ஒன்றை எடுத்த கோபால், கை கால்களில் ஒட்டியிருந்த அழுக்கையும் தூசியையும் துடைத்துக்கொள்ள முற்பட்டார். சிவனும் அவரைப் பின்பற்றினார்.

அப்போது கோபாலின் அருகே வந்த ஒரு பரிஹப் பெண்மணி, தாழ வணங்கி, மெல்லிய குரலில் பேசினாள். ''வாசுதேவர் தலைவர் கோபால் அவர்களுக்கு எங்கள் வணக்கம். வரவேற்கிறோம். இராமபிரானின் பிரதிநிதி என்ற பெருமைக்குரியவருக்கே விருந்தோம்பல் அளிக்கும் பேறு கிடைத்த எங்கள் அதிர்ஷ்டத்தை எங்களாலேயே நம்பமுடியவில்லை.''

''நன்றி, அம்மணி,'' என்றார் கோபால். ''ஆனால், நான் துரதிர்ஷ்டம் செய்தவன் போலும் - என் பெயர் தங்களுக்குத் தெரிந்திருக்கிறது; தங்கள் பெயரை நான் அறியக்கூடவில்லையே?''

''என் பெயர் பாஹ்மண்டோக்ட்.''

''பாஹ்மனின் மகளா நீங்கள்?'' அவெஸ்தா என்ற அவர்களது பண்டைய மொழியில் கோபாலுக்குக் கொஞ்சம் பரிச்சயமுண்டு.

பாஹ்மண்டோக்ட் புன்னகை புரிந்தாள். ''அப்படியொரு அர்த்தமும் அந்த சொல்லுக்கு உண்டுதான். ஆனால், அதன் பிறிதொரு அர்த்தத்தையே நான் அதிகம் விரும்புகிறேன்.''

''என்ன அது?''

''மாண்புடைய மங்கை.''

''அதற்குத் தகுந்தாற்போலத்தான் தாங்கள் வாழ்கிறீர்கள் என்பதில் எள்ளளவும் சந்தேகமில்லை, தேவி.''

''முயற்சித்துக்கொண்டுதான் இருக்கிறேன், பிரபு கோபால்.''

புன்னகை புரிந்த கோபால், நமஸ்தே என்று கரம் குவித்தார்.

இதுவரை சிவனை அலட்சியம் செய்வதிலேயே தேவைக்கதிகமான ஆர்வம் காட்டிவந்திருந்த பிற பரிஹர்களைப் போலல்லாமல், பாஹ்மண்டோக்ட், நீலகண்டரைப் பார்த்துப் பணிவுடன் வணங்கினாள். ''வருக, பிரபு சிவா. வரவேற்பில் குறை கூறும்படி நாங்கள் நடந்துகொள்ளவில்லை என்று நம்புகிறேன்.''

''அப்படியெல்லாம் எதுவுமே இல்ல,'' சிவன் நல்லெண்ணத்துடனேயே கூறினார்.

''தாங்கள் ஒரு முக்கியப் பணியை முன்னிட்டுத்தான் வந்திருக்கிறீர்கள் என்பதை அறிவேன்,'' என்றாள் பாஹ்மண்டோக்ட். ''எங்கள் குலமுழுவதற்கும் பிரதிநிதியாகப் பேசும் உரிமை எனக்கல்ல - ஆனால், தனிப்பட்ட முறையில், எடுத்த காரியத்தில் நீங்கள் வெற்றியடைவீர்கள் என நம்புகிறோம். இந்தியாவிற்கும் பரிஹாவிற்குமான உறவு இன்று நேற்று ஏற்பட்டதல்ல; பண்டைய நாட்களிலிருந்து பின்னிப் பிணைந்து வரும் தொடர்பு. தங்கள் நாட்டின் நன்மையின் பொருட்டு, எதுவாயினும், எந்த உதவியாயினும் செய்ய வேண்டியது எங்கள் கடமை. அதுதான் ருத்ரபகவான் எங்களுக்கிட்ட பணி.''

இந்த மரியாதைச் சம்பிரதாயத்தை ஏற்றுக்கொண்ட சிவன், பணிவாய்க் கைகளைக் குவித்தார். ''தங்கள் எண்ணத்தின் தூய்மையை என் நாடும் எதிரொலிக்கிறது, தேவி பாஹ்மண்டோக்ட்.''

தாழ்வாரத்தின் கோடியில் நின்றுகொண்டிருந்த பெண்ணொருத்தியின் மீது பாஹ்மண்டோக்டின் பார்வை நகர்ந்தது. அவள் விழி சென்ற திக்கைக் கவனித்த சிவன், சம்பிரதாயமான பரிஹா உடையணிந்து நின்ற உயரமான பெண்ணைக் கண்டார். உடை இந்த தேசத்தைத் தழுவியிருந்தாலும், அவள் பரிஹாவைச் சேர்ந்தவளல்ல என்பது உடனேயே தெரிந்தது. வெண்கல நிறம்; கருகருவென்ற கூந்தல்; மான் போன்ற கண்கள்; இந்தப் பிராந்தியப் பெண்களைப் போல் ஒடிசலாய் இல்லாமல், செழித்த உடற்கட்டு என, அழகே பெண்ணுருவம் எடுத்து வந்தது போல் ஒயிலாய் நின்றாள்.

''பிரபு சிவா,'' பாஹ்மண்டோக்ட் நீலகண்டரின் கவனத்தை இழுத்தாள். ''என் உதவியாளர்கள் உங்களை அறைகளுக்கு அழைத்துச் செல்வார்கள்.''

''நன்றி,'' என்றார் சிவன்.

அவரும் கோபாலும் விலக, நீலகண்டர் மீண்டும் திரும்பிப் பார்த்தார்.

அந்த மர்மப் பெண்ணைக் காணவில்லை.

— ⟡ —

தனித்தனியான இரு படுக்கையறைகளுடன் கூடிய விஸ்தாரமான கூடத்திற்கு சிவனும் கோபாலும் இட்டுச் செல்லப்பட்டனர். அவைகளில் செய்யப்படாத வசதிகளே யில்லை எனலாம். ஒரு கோடியில், கதவளவு உயரம் கொண்ட ஜன்னல்கள் திறந்தவுடன் விரிந்த உப்பரிகையில், பெரிய மஞ்சங்களும், மேஜைகளாகப் பயன்படக்கூடிய துணி மூடிய இரு மோடாக்களும், இருந்தன. பிரதான கூடத்தின் ஓரத்தில், சிறிய நீரூற்று அள்ளித் தெளித்த நீரின் இனிய நாதம் அறை முழுதும் பரவியது. மிக நுணுக்கமாக நெய்யப்பட்ட உயர்ந்த இரத்தினக் கம்பளங்கள் தரை முழுதும் மெத்தென்று அங்குலம் விடாமல் படர்ந்தன. அவற்றின் மீதே, உட்கார வசதியாக சிறிய தலையணைகள் போடப்பட்டிருந்தன. ஒரு மூலையில், விஸ்தாரமான அலங்காரங்களுடன் மரத்தாலான மேஜை வீற்றிருக்க, அருகே மஞ்சம் வைத்துத் தைத்த நாற்காலிகள். விருந்தாளிகள் அவ்வப்போது சாவகாசமாய் பொழுதுபோக்க வேண்டியிருக்கும் என்பதை மனதில் கொண்டு, இன்னொரு மூலையில், பரிஹாவிற்கேயுரிய இசை வாத்தியங்கள். சுவர் மாடங்களிலும், அலமாரிகளிலும் தங்கத்திலும் வெள்ளியிலும் மிக நுணுக்கமான வேலைப்பாடமைந்த கலைப்பொருட்கள், அலங்காரமாய் கொலுவீற்றிருந்தன. செல்வச் செழிப்பிற்குப் பெயர் போன ஸ்வத்வீபர்களின் அளவுகோல்படி பார்த்தாலும், ஆடம்பரமும் படாடோபமும் அபரிமிதமாகத்தான் இருந்தது.

படுக்கையறைகள் இரண்டிலுமே, பட்டுத்துணி மெத்தை கொண்ட மிக சௌகர்யமான கட்டில்கள் போட்டிருந்தன. அருகே இருந்த மேஜைகளின் மீது, மிகுந்த சமயோசிதத்துடன், பழங்கள் நிறைந்த கும்பாக்கள் வைக்கப்பட்டிருந்தன. விருந்தாளிகளின் தேவைகளை உத்தேசித்து, பரிஹ அங்கிகள் உட்பட, தேவையான அளவில் உடைகள் கூட அறையின் அலமாரிகளில் தொங்கின.

சிவன் கோபாலைப் பார்த்த பார்வையில் குறும்பு கொப்பளித்தது. ''இப்போதைக்கு இந்தக் கண்றாவிக் குடிசையிலதான் பொழுதைக் கழிக்கணும் போலேயிருக்கே?''

கோபாலும் சிரிப்பில் சேர்ந்துகொண்டார்.

அத்தியாயம் 37

எதிர்பாரா உதவி

நானாவித உண்டிகள் நிறைந்த அறுசுவை விருந்திற்குப் பிறகு, செய்யப் பணியெதுவும் இல்லாத நிலையில், நிதானமாய்ப் ஓய்வெடுக்கும் சந்தர்ப்பத்தை எதிர்நோக்கி, சிவனும் கோபாலும் அவரவர் கூடங்களுக்குத் திரும்பினர். அறையில் சலசலத்து ஓடிய சிறிய நீரூற்று சிவனின் கவனத்தைக் கவர, "பண்டிட்ஜி, இவங்களுக்குத் தண்ணீ எங்கேயிருந்துதான் வருது?" என்றார்.

"இந்த நீரூற்றுக்கா கேட்கிறீர்கள்?" கோபால் கேட்டார்.

"இதுவரைக்கும் பார்த்த நீரூத்து, குளம், கால்வாய் எல்லாத்துக்கும்தான். உண்மையச் சொன்னா, இவ்வளவு பெரிய நகரையும், இத்தனாம் பெரிய தோட்டத்துக்கும் தேவையான தண்ணிக்கு எங்கே போனாங்க? நதிங்கிற பேச்சுக்கே இடமில்லாத பாலைவனப் பிரதேசம் இது. மழைகூட அவ்வளவா பெய்யாதுன்னு கேள்விப்பட்டேன். ஏது இவ்வளவு தண்ணீர்?"

"அவர்களது அசாத்திய திறன் படைத்த பொறியாளர்களின் கைவண்ணம்தான்."

"அதெப்படி?"

"பரிஹாவிற்கு வடக்கே, இயற்கையாகவே மாபெரும் நீரூற்றுகளும், பாறை நீர்நிலைகளும் இருக்கின்றன."

"அதாவது, நிலத்துக்கடியில், பாறைகளுக்கிடையில தண்ணி இருக்குங்கறீங்க, இல்லையா?"

"ஆம்."

"வெறும் ஊற்றுலேர்ந்து இவ்வளவு தண்ணி கிடைக்குமா?"

"கிடைக்காதுதான். ஆனால், தேவையேற்பட்டாலல்லவா மூளை மிகச் சமயோசிதமாய் வேலை செய்கிறது? அதிக அளவில் கிடைக்காதென்றால், நீரைச் சாமர்த்தியமாய்ப் பயன்படுத்தும் வழிகளையும் கற்றுக்கொள்ள வேண்டியது தான். நகருக்குள் நீங்கள் பார்த்த நீரூற்று, கால்வாய் என அனைத்திற்கும் பயன்படுவது, சுத்திகரிக்கப்பட்ட கழிவு நீர்."

அதுவரை நிச்சலனமாய் நீரூற்றில் விரல்களை அளைந்துகொண்டிருந்த சிவன், சடேரென்று கையைப் பிடுங்கிக்கொண்டார்.

கோபால் மெல்லச் சிரித்தார். ''கவலை வேண்டாம் நண்பரே. கிருமி, தொற்று, கழிவு என்ற பேச்சுக்கே இடமின்றி, மிகத் துல்லியமாய்ச் சுத்திகரிக்கப்பட்ட நீர். குடிக்கவே செய்யலாம்.''

''நீங்க சொன்னா சரிதான்.''

எதற்கும் எச்சரிக்கையாக, கிருமிநாசினி தடவிய துணியில் சிவன் கைகளைத் துடைத்துக்கொள்ள, கோபால் முறுவலித்தார்.

''இந்த ஊற்று, நிலத்தடி நீர்லாம் எவ்வளவு தூரத்துல இருக்கு?''

''நகருக்குத் தண்ணீர் அளிக்கும் ஊற்றுகள், இங்கேயிருந்து ஐம்பது அல்லது நூறு கிலோமீட்டர் தூரத்தில் உள்ளன,'' கோபால் பதில் சொன்னார்.

சிவன் மெல்லச் சீழ்க்கையடித்தார். ''அம்மாடி. எவ்வளவு தூரம்! அங்கேயிருந்து எப்படி இதுவரைக்கும் தண்ணி கொண்டுவர்றாங்க? நான் எந்த வாய்க்காலையும் பார்க்கலையே?''

''ஆகா, வாய்க்கால்களெல்லாம் நிரம்பவே இருக்கின்றன. ஆனால், அவற்றைக் காண முடியாது. நிலத்திற்கு அடியிலல்லவா ஓடுகின்றன?''

''என்னது? நிலத்துக்கடியில வாய்க்கால் போகுதா?'' சிவன் அதிர்ச்சியடைந்தார்.

''நம் தேசத்தவற்றைப் போல் பரிமாணத்தில் பெரியவையல்ல - ஆனால், காரியத்திற்குப் பொருத்தம்தான். அந்த ஊற்று மற்றும் நிலத்தடி நீர்நிலைகளில் துவங்கி, இங்கே வந்து சேரும் வாய்க்கால்கள், நம்மூர் சாக்கடைக் குழாய் அளவில்தான் இருக்கும்.''

''ஆனாலும், தண்ணீரைக் கொண்டு வர நூறு கிலோமீட்டர் தூரமா? எப்படி சாதிச்சாங்க இதை? ஒரு வேளை விலங்குகளை வெச்சு இயக்கற பொறிகள் எதையாவது பூமிக்கடியில நிர்மாணிச்சிருக்காங்களோ?''

''இல்லை. இயற்கையின் சக்திகளில் அதி முக்கியமானதைத்தான் பயன்படுத்துகிறார்கள்.''

''எது?''

''புவியீர்ப்பு விசை. நூறு கிலோமீட்டர் தூரமும் மெல்லிய சரிவாய் இருக்குமாறு, நிலத்திற்கடியில் வாய்க்கால் வெட்டியிருக்கிறார்கள். புவியீர்ப்பு விசையின் தாக்கத்தால், தண்ணீர் தானாகவே இங்கே ஓடி வந்துவிடுகிறது.''

''பிரமாதம். இந்த மாதிரியான பொறியியல் சாதனை யெல்லாம் நிகழ்த்தணும்னா, அசாத்திய திறமை படைச்ச வங்களா இருக்கணுமே?''

''உண்மைதான். மிக நீண்ட தூரத்திற்கும் செல்லு படியாகுமாறு, சரிவை மிக மிக நுட்பமாகக் கணக்கிட வேண்டியிருந்திருக்கும். தேவைக்குச் சற்றே சற்று அதிகமாயிருந்தால் கூட, வாய்க்காலின் அடிப்பாகத்தை நீர் கொஞ்சம் கொஞ்சமாய் அரித்துக்கொண்டே வந்து, ஒரு காலகட்டத்தில் பொத்தலாக்கிவிடும்.''

''சரிவு ரொம்ப ரொம்ப லேசாக இருந்தாலும், தண்ணீர் போகாம நின்னுடும்.''

''அதே,'' என்றார் கோபால். ''இம்மாதிரியான ஒரு பணிக்கு எத்தனை திட்டமிடலும், வடிவமைப்பும், கச்சிதமான செயல்திறனும் தேவைப்பட்டிருக்குமென்று நீங்களே அனுமானிக்கலாம்.''

''ஆனா, அவங்க எப்ப...''

கதவு தட்டப்படும் மெலிதான ஓசையால் பேச்சு தடைபட, உடனடியாகக் குரலை அவசரமான கிசுகிசுப்பிற்குத் தழைத்துக்கொண்டார் சிவன். ''பண்டிட்ஜி, யாரையாவது எதிர்பார்க்கறீங்களா, என்ன?''

கோபால் மறுப்பாய்த் தலையசைத்தார். ''இல்லை. அதோடு, நம் காவலாளி எங்கே? விருந்தாளி எவராயிருந்தாலும், நமக்கு முன்கூட்டித் தெரிவிக்க வேண்டாம்?''

தன்னைப் பின்பற்றும்படிச் சைகை செய்த சிவன் ஓசையில்லாமல் வாளை உருவி, கதவருகே அடி மேல் அடி வைத்துச் சென்றார். சிவனுக்குப் பின்னால் நிற்பதுதான் கோபாலுக்கு அதிகபட்சப் பாதுகாப்பு. என்ன இருந்தாலும், வாசுதேவர்களின் தலைவர் அந்தணரேயன்றி, போர்வீரரல்ல. சிவன் கதவருகே காத்திருந்தார். மீண்டும், அது மெலிதாய்த் தட்டப்பட்டது.

திரும்பி, கோபாலிடம் கிசுகிசுத்தார். ''வந்திருக்கற ஆளை நான் உள்ளே இழுத்தவுடனே, நீங்க கதவை மூடிப் பூட்டிடுங்க.''

வாளை பக்கத்தில் இடுக்கிக்கொண்ட சிவன், சட்டென்று கதவைத் திறந்து வெளியே நின்றவரை ஒரே வீச்சில் உள்ளே இழுத்து, தரையில் அழுத்தினார். அதே வேகத்தில் நகர்ந்த கோபால், கதவை மூடி, அவசரமாய்த் தாளிட்டார்.

''நான் உங்களுக்கு நண்பர்தான்!'' பெண் குரல். சரணாகதி என்னும்படி கைகளை உயர்த்தினாள்.

முகத்தை ஒரு மெல்லிய துணி மூடியிருக்க, சிவனும் கோபாலும் கீழே கிடந்தவளை வெறித்தனர்.

மெல்ல, சிவனின் வாள் மீது கண்கள் நிலைக்க, அந்தப் பெண் எழுந்தாள். ''அது உங்களுக்குத் தேவையில்ல. பரிஹர்கள் விருந்தாளிகளைக் கொல்றது வழக்கமில்ல. அது ருத்ரபகவானோட விதிகள்ள ஒண்ணு.''

சிவன் வாளை இறக்கத் தயாராக இல்லை. ''முதல்ல உன் முகத்தைக் காட்டு.''

அந்தப் பெண், முகத்துணியை விலக்கினாள். ''நீங்க என்னை முன்னமேயே பார்த்திருக்கீங்க, நீலகண்டரே.''

அவளை உடனடியாக அவருக்கு அடையாளம் தெரிந்துவிட்டது. பாஹ்மாண்டோக்குடன் தாழ்வாரத்தில் பேசிக்கொண்டிருந்த போது, தூரத்தில் பார்த்த மர்மக் கருங்கூந்தல் பெண்தான் இது. புன்னகைத்தார். ''உங்களை மறுபடியும் எப்ப பார்க்கப் போறேனோன்னு யோசிச்சுக்கிட்டிருந்தேன்.''

''உங்களுக்கு உதவத்தான் வந்திருக்கேன்,'' இன்னமும் வாளினின்று கண்களை அகற்றமுடியாமல், அந்தப் பெண் கூறினாள். ''அதனால, இது உங்களுக்குத் தேவையில்லைன்னு இன்னொரு முறை சொல்லிடறேன். பரிஹர்களாகிய நாங்க, ருத்ரபகவானோட விதிகளை எப்பவும் மீறதில்லை.''

சிவன் வாளை உறையிலிட்டார். ''உங்க உதவி எங்களுக்குத் தேவைப்படும்னு எதை வெச்சு சொல்றீங்க?''

''உங்களுக்கு இங்கே வாள் தேவைப்படாதுன்னு சொல்றதுக்கான அதே காரணம்தான்: வாயுபுத்ரர்கள், ருத்ரபகவானோட விதிகளை என்னிக்கும் மீறமாட்டோம். நீங்க தேடி வந்தது உங்களுக்குக் கிடைக்கும்படி உதவத்தான் வந்திருக்கேன்...''

அவளை மெத்தென்ற பஞ்சணையில் அமர வைத்த சிவனும் கோபாலும், தாங்களும் உட்கார்ந்தனர்.

''உங்க பெயர் என்ன?'' சிவன் கேட்டார். ''எங்களுக்கு நீங்க உதவ நினைக்கும் காரணம்?''

''என் பெயர் ஷெஹெரெஸேட்.''

ஷெஹெரெஸேட். பண்டைய பரிஹ நாகரீகத்தின் வேர்களுடன் பிணைந்த சொல். *நகரங்களை விடுவிப்பவர்.*

சிவனின் கண்கள் சிறுத்தன. ''பொய். நீங்க இந்த தேசத்தைச் சேர்ந்தவங்க இல்ல. உண்மையான பெயர் என்ன?''

''நான் பரிஹன். இதுதான் என் பெயர்.''

''உண்மையான பெயரைக்கூட சொல்லலைன்னா உங்களை எப்படி நம்பறது?''

''என் பெயருக்கும் உங்க பணிக்கும் எந்த சம்பந்தமும் இல்ல. வாயுபுத்ரர் சபையான அமர்த்ய ஷ்பந்த் உங்க பணியைப் பத்தி என்ன நினைக்கறாங்கங்கிறதுதான் முக்கியம்.''

''அவர்கள் எண்ணம் என்னவென்பதை உங்களால் சொல்லமுடியுமா?'' கோபால் கேட்டார்.

''அதுக்குத்தான் நான் இருக்கேன். உங்க காரியம் நிறைவேற நீங்க என்ன செய்யணும்னு என்னால சொல்லமுடியும்.''

— ⅄⦶⩡⍏⊛ —

வாயுபுத்ரர் குலத்தின் தலைவருக்கு உண்டான சம்பிரதாயப் பட்டம்தான், 'மித்ரா.' அதன் அர்த்தம், '*நண்பன்*'; வாயுபுத்ரர் கடவுளான அஹுரா மாஸ்டாவிற்கு மிக நெருங்கிய தோழர் என்பதாலேயே இந்தப் பட்டம்.

இந்துக்கள் குறிப்பிடும் *பரமாத்மா* போல், அஹுரா மாஸ்டாவிற்கும் உருவம் கிடையாது. இந்தப் பூவுலகில், மித்ராவே அவரது பிரதிநிதி. வாயுபுத்ரர் தலைவருக்கு, பண்டைய பட்டமான மித்ராவே வழங்கப்பட வேண்டுமென்பது ருத்ரபகவானின் கட்டளை. ஒருவன் மித்ராவாக ஆன பிறகு, அவனது பூர்வ பெயர் உட்பட, அத்தனை அடையாளங்களும் அழிக்கப்பட்டுவிடும். தன்னுடைய குடும்பத்தினரிடமிருந்து கூட முற்றிலுமாகத் தன்னை பிரித்துக்கொண்டுவிடுவார். இனிமேற்கொண்டு, எல்லோருக்குமே அவர் மித்ராதான்.

தன் அலுவலகத்தின் வெளியறையில் மித்ரா இருந்த போதுதான், வெளியே தாழ்வாரத்தில் அந்த லேசான சப்தம் செவியில் விழுந்தது. பார்வையை மயக்கும் நிலவொளி அந்த இடம் முழுதும் படர்ந்தாலும், வந்தது யாரென்று, சற்று முன்னால் நடந்தவுடனேயே புரிந்துவிட்டது.

மெல்லிய பெண் குரல், சற்று தூரத்திலிருந்து கிசுகிசுப்பாய் வெளிவந்தது. ''அவளை அவர்களிடத்தில் அனுப்பிவைத்துவிட்டேன், மகாமித்ரா.''

''நன்றி, பாஹ்மண்டோக்ட். வாயுபுத்ரர்கள் என்றென்றும் உனக்குக் கடமைப்பட்டுள்ளனர்; நம் குலம் தன் கடமையைச் சரிவர செய்யவும், ருத்ரபகவானிடம் அளித்த வாக்குறுதியை நிறைவேற்றவும் நீ செய்த உதவி இன்றியமையாதது.''

பாஹ்மண்டோக்ட் தாழ்மையுடன் வணங்கினாள். இன்று மித்ராவாய் நிற்கும் மனிதனை ஒரு காலத்தில் அவள் விரும்பியதுண்டு. ஆனால், எப்போழுது அவர் தலைவராய்

பதவியேற்றாரோ, அந்த நொடியே அவரிடம் பக்தியையும் மரியாதையையும் தவிர வேறெதையும் உணர அவள் தன்னை அனுமதித்துக்கொண்டதில்லை.

மௌனமாய், அகன்றாள்.

இருளில் கரைந்த பாஹ்மண்டோக்ட்டின் உருவத்தை சற்று நேரம் வெறித்த மித்ரா, வெளியறைக்கு மீண்டும் சென்றார். எளிமையான ஆசனத்தில் அமர்ந்து, சாய்ந்து, கண்களை மூடிக்கொண்டார். என்றோ, எப்பொழுதோ நிகழ்ந்த - மிக நெருங்கிய நண்பனும், மைத்துனனுமான மனோபூவுடனான பேச்சு - நேற்றுதான் போல் நினைவில் பசுமையாய் வாழ்ந்துகொண்டிருந்தது.

''நிச்சயமாய்த் தெரியுமா, மனோபூ?'' பின்னாளில் மித்ராவாகப்போகும் அந்தப் பரிஹ பிரஜை கேட்டார்.

கேள்வியால் ஆத்திரமடைந்தது போன்ற முகபாவத்துடன், திபேத்தியர் தன் நண்பரும், சக வாயுபுத்ரரையும் ஏறிட்டார்.

''உன்னை அவமதிப்பதாக எண்ண வேண்டாம், மனோபூ. ஆனால், நாம் செய்வது சட்டத்திற்கு புறம்பானது என்பதை நீ உணர்ந்தால் சரி.

சொரசொரப்பான தாடியைச் சொரிந்துகொண்ட மனோபூவின் முகத்தில் புன்னகையின் சாயை. தன் பழங்குடி மக்களான குணாக்களிடையே வழங்கி வரும் வழக்கப்படி, சடை பிடித்த அவரது முடி, மணிகள் கோர்த்து, மேலே முடிந்திருந்தது. வாழ்நாள் முழுதும் ஓயாமல் சந்தித்த போர்களின் பலனாய், உடல் முழுதும் ஏராளமான விழுப்புண்கள். நல்ல உயரமும், கட்டுமஸ்தும் படைத்த தேகம், ஒரு விதத் தயார் நிலையில், எப்போது வேண்டுமானாலும் வரக்கூடிய யுத்தத்தை எதிர்பார்த்து, இறுக்கமாய் இருந்தது. உடல்மொழியிலிருந்து, உடை, கூந்தல் என எல்லாமே - எல்லாமே, தேர்ந்த போர்வீரனையே கண்முன் நிறுத்தின. ஆனால், அவரது கண்கள்? அவை வேறு கதை கூறின. உடலினுள் வாழ்ந்த மனதை - வாழ்வின் பயனையும், அதன் பயனாய் அடைந்துவிட்ட ஆழ்ந்த அமைதியையும், நிதானம் நிறைந்த கண்கள் பறைசாற்றின. மனோபூவின் விழிகளின் ஆழம் எப்போதும் பரிஹரைக் கவர்ந்ததுண்டு; அவற்றின் காந்த சக்தியால் இழுக்கப்பட்டுத்தான் அவர் மனோபூவைப் பின்பற்றத் துவங்கியதே.

''உனக்குச் சமாதானமாகவில்லையென்றால்,'' என்றார் மனோபூ. ''நீ இதைச் செய்யவேண்டிய அவசியம் இல்லை.''

பரிஹரின் கண்கள் அவரைவிட்டு விலகின.

''எனக்கு உறவினன் என்ற காரணத்தால் நீ இதைச் செய்யவேண்டியதில்லை,'' மனோபூவின் சகோதரர், பரிஹரின் தங்கையை மணந்திருந்தார்.

பரிஹர், அவரது பார்வையைச் சந்தித்தார். ''காரணம் எதுவாயின் என்ன? நமக்கு முடிவுதான் முக்கியம். ருத்ரபகவானின் கட்டளைகள் காப்பாற்றப்படுகின்றனவா என்பதே முக்கியம்.''

தொடர்ந்து அவரது கண்களை ஊடுருவிய மனோபூவின் கண்களில் குறும்பு கொப்பளித்தது. ''என்னைவிட, ருத்ரபகவானின் கட்டளைகள் உனக்கல்லவா மனப்பாடம்? அவரும் பரிஹர்தானே. உன்னைப் போல.''

பின்புறம், அடுப்பு சீராய் எரிந்துகொண்டிருக்க, அதன் மீதிருந்த பாத்திரத்தில் கொதித்த கலவையை பதற்றத்துடன் ஒருமுறை திரும்பிப் பார்த்தார் பரிஹர்.

ஓரடி முன்னே வைத்த மனோபூ, பரிஹரின் தோளில் கரம் பதித்தார். ''என்னை நம்பு: சோமரஸம் தீய சக்தியாய் மாறிக்கொண்டிருக்கிறது. நாம் இதைத்தான் செய்யவேண்டும் என்று ருத்ரபகவானே விரும்பியிருப்பார். சபையோர் ஒப்புக்கொள்ளவில்லையென்றால், நாசமாய்ப் போகட்டும். ருத்ரபகவானின் கட்டளைகள் சரிவர நிறைவேற்றப்படுவதை நாம் பார்த்துக்கொள்வோம்.''

அவரை நோக்கிய பரிஹர், பெருமூச்செறிந்தார். ''இந்தப் பணியை செய்து முடிக்கும் திறன் உன் மருமகனுக்கு இருப்பதாக உண்மையிலேயே நம்புகிறாயா? என்றாவது ஒரு நாள், அவன் ருத்ரபகவானின் வழித்தோன்றல் ஆக வாய்ப்பிருப்பதாகவா நினைக்கிறாய்?''

மனோபூ முறுவலித்தார். ''அவன் உன் மருமகனும்தான். அவன் தாய், உன் தங்கைதானே?''

''தெரியும். ஆனால், சிறுவன் என்னுடன் வாழவில்லையே. உன்னுடன், திபேத்திலல்லவா இருக்கிறான்? நான் அவனைப் பார்த்ததேயில்லை. இனி பார்ப்பேனா என்றும் தெரியாது. அவன் பெயரைக்கூட என்னிடம் சொல்ல மறுக்கிறாயே? அதனால், மீண்டும் கேட்கிறேன்: அவன்தான் என்று உன்னால் உறுதியாய்ச் சொல்ல முடியுமா?''

''முடியும்,'' மனோபூவின் நம்பிக்கை இம்மியும் அசையவில்லை. ''அவன்தான். ஒரு நாள், நீலகண்டனாய் உருவாகப்போகிறான். ருத்ரபகவானின் கட்டளையை நிறைவேற்றப்போவது அவனே. தீமையை ஒழிக்கப்போவதும் அவன்தான்.''

''படிப்பும் அறிவும் வளர வேண்டாமா? அவனைத் தயார் செய்ய வேண்டுமே?''

''நான் தயார் செய்கிறேன்.''

''இதனாலெல்லாம் என்ன பயன்? நீலகண்டரின் வரவை வாயுபுத்ரர் சபையல்லவா அங்கீகரிக்கவேண்டும்? நம் மருமகன் வெளிப்படப்போவது எங்ஙனம்?''

''அதற்கெல்லாம் தக்க ஏற்பாட்டை நான் செய்கிறேன்,'' என்றார் மனோபூ.

பரிஹரின் புருவங்கள் நெறிந்தன. ''நீ எப்படி...''

''அதையெல்லாம் என்னிடம் விட்டுவிடு,'' மனோபூ இடைமறித்தார். ''அவன் கண்டுபிடிக்கப் படவில்லையென்றால், தீமையை ஒழிப்பதற்கான காலம் இன்னும் கனியவில்லை என்று அர்த்தம். ஆனால், ஒரு வேளை, தகுந்த சந்தர்ப்பத்தில் அவன் வெளிப்படுவதை மட்டும் என்னால் உறுதி செய்யமுடிந்தால்...''

''...தீமை எழுந்துவிட்டதை நாம் அறிவோம்,'' மனோபூவின் வாக்கியத்தைப் பரிஹர் முடித்தார்.

அவர் சொன்னதில் சிலவற்றை ஒப்புக்கொள்ளாத மனோபூ, மறுப்பாய்த் தலையசைத்தார். ''சரியாய்ச் சொல்ல வேண்டுமென்றால், நன்மையாயிருந்த விஷயம், தீமையாய் மாறிவிட்டதை உணர்வோம்.''

அறையின் ஒரு மூலையிலிருந்து மெலிதாய் 'உஸ்'ஸென்று சப்தம் கேட்க, பேச்சு தடைபட்டது. மருந்து தயார். நண்பர்கள் இருவரும் தீயினருகே சென்று, பாத்திரத்திற்குள் பார்த்தனர். கொழகொழவென்று கருஞ்சிவப்பாய் குழம்பு உருவாகியிருந்தது; உள்ளிருந்து காற்று சிறிய குமிழ்களாய் வெளிவந்து மேற்பரப்பில் வெடித்தது.

''குளிர்ந்துவிட்டால் போதும். வேலை முடிந்தது,'' என்றார் பரிஹர்.

மனோபூ, மைத்துனரைப் பார்த்தார். ''இல்லை, நண்பா. வேலை இப்போதுதான் துவங்கியிருக்கிறது.''

நிகழ்காலத்திற்குத் திரும்பிய மித்ரா, ஆழ மூச்சை இழுத்துவிட்டார். ''நாம் அன்று துவங்கிய புரட்சி இன்று வெற்றியடைந்துவிடும் என்று நான் கனவில்கூட நினைக்கவில்லை, மனோபூ,'' தனக்குள் கிசுகிசுத்தார்.

நாற்காலியினின்று எழுந்தவர், தாழ்வாரத்திற்குச் சென்று, வானை நோக்கினார். மாபெரும் மனிதர்கள் மறைந்த பின், இந்த பூதவுடலை விட்டு நீங்கி, வானில், நட்சத்திரங்களுக்கிடையில் வாழ்ந்து, பூமியைக் காத்து வருவதாக அவரது மக்களிடையே பழங்காலத்தில் ஒரு நம்பிக்கை உண்டு. ஒரு குறிப்பிட்ட விண்மீனைப் பார்த்த மித்ராவின்

முகத்தில் புன்னகை மலர்ந்தது. "நம் மருமகனுக்குச் சிவா என்று பெயர் வைத்தது நல்ல யோசனைதான், மனோபூ. அவன்தான் என்று ஊகிக்க எனக்கு மிக்க சௌகர்யமாயிருந்தது."

"முதல்லேயே ஒண்ணை சொல்லிடறேன்: வாயுபுத்ரர்கள்ள முக்கால்வாசி பேர் உங்களுக்கு எதிர்தான்," என்றாள் ஷெஹெரெஸேட்.

"இது ஒண்ணும் பெரிய இரகசியமில்லியே?" சிவன் சற்று நக்கலாகச் சொன்னார்.

"இதப்பாருங்க, இதுல வாயுபுத்ரர்களைக் குறை சொல்ல முடியாது. எங்க சட்டங்களின்படி, வாயுபுத்ரர் குலத்தைச் சேர்ந்தவங்களால அங்கீகரிக்கப்பட்ட எங்களில் ஒருத்தர்தான், நீலகண்டராக முடியும். நீங்களோ, எங்கேயிருந்தோ வந்து சேர்ந்திருக்கீங்க. உங்களை மாதிரி ஒருத்தரை அங்கீகரிக்கவோ, உதவவோ, எங்க சட்டங்கள் அனுமதிக்காது."

"ஆனா, இதோ, நீங்க வந்திருக்கீங்க," என்றார் சிவன். "நீங்க தனியா இயங்கறதா எனக்குத் தோணலை. தாழ்வாரத்துல உங்களைப் பார்த்தபோது, ஒரு கோடியில, கிட்டத்தட்ட கண்பார்வையில இருந்து மறைஞ்சிருந்தீங்க. முழுசா, எல்லாராலும் பரிஹப் பிரஜையா நீங்க அங்கீகரிக்கப் படலைன்னு தோணுது. இத்தனையையும் தன்னந்தனியா செய்யற துணிச்சல் உங்களுக்கு இருக்கும்னு எனக்குத் தோணலை. பலமுள்ள பெருந்தரத்துப் பரிஹர்கள் யாரோ உங்களைத் தூண்டிவிட்டிருக்காங்க. அப்படீன்னா, நான் சொல்றதுல இருக்கற உண்மை - தீமை உலகத்துல பிறந்தாச்சுன்னு - சில வாயுபுத்ரர்களுக்காவது புரிஞ்சிருக்குன்னுதான் நினைக்கிறேன்."

ஷெஹெரெஸேட் மெல்லப் புன்னகைத்தாள். "உங்க பக்கம், ரொம்ப பலம் பொருந்தின சில வாயுபுத்ரர்கள் இருக்காங்கங்கிறது நிஜம்தான். ஆனா, வெளிப்படையா உங்களுக்கு உதவக்கூடிய நிலையில அவங்க இல்லை. இதுக்கு முன்னால வந்த பல போலி நீலகண்டர்கள் மாதிரியில்லாம, உங்க கழுத்து உண்மையிலேயே நீலமாயிருக்கு. இதனால, சில விஷயங்கள் சந்தேகத்துக்கு இடமில்லாம நிரூபணமாயிருக்கு: எப்பவோ, எத்தனையோ வருடங்களுக்கு முன்னால, யாரோ ஒரு வாயுபுத்ரர் உங்களுக்கு உதவியிருக்கணும். இதனால விளையக்கூடிய குழப்பம் எப்பேர்ப்பட்டதாயிருக்கும்னு உங்களுக்குப்

புரியுதா? நீங்க வெளிப்பட்டப்பவே, இதுவரை இல்லாத அளவுக்கு குற்றச்சாட்டுகளும், பழிச்சொல்லும் எக்கச்சக்கமா குறுக்கும் நெடுக்கும் பறந்துக்கிட்டிருந்தது; ருத்ரபகவானோட விதிகளை மீறி, இரகசியமா உங்களுக்குச் சின்ன வயசுல உதவினதா பரிஹர்கள் மாறி மாறி ஒருத்தர் மேல ஒருத்தர் பழி போட்டுக்கிட்டு இருந்தாங்க. மித்ரப்பெருமான் ஒரு முடிவு கட்ற வரைக்கும், பிரச்சனை ஓயவேயில்லை; எல்லாரையும் சின்னாபின்னமாக்கிக்கிட்டிருந்தது. உங்களை நீலகண்டரா அங்கீகரிச்சது எங்க குலமில்லைன்னும், ஒரு வேளை உங்க நாட்டைச் சேர்ந்தவங்க யாரோட வேலையாவாவது இருந்திருக்கும்னும் சொன்னார்.''

''ஆக, எந்த வாயுபுத்ரராவது எனக்கு உதவினா, எத்தனையோ வருஷங்களுக்கு முன்னால துரோகம் செஞ்சவர் அவர்தாங்கிற மாதிரி தோணும்.''

''அதேதான் விஷயம்,'' ஷெஹெரெஸேட் ஒப்புக் கொண்டாள்.

''இந்த இக்கட்டிலிருந்து நாம் வெளியேறுவது எப்படி?'' கோபால் கேட்டார்.

''பிரபு, வாசுதேவர் தலைவரான நீங்கதான் இந்தப் பணியை முன்னே நின்னு நடத்திக்கணும்,'' என்றாள் ஷெஹெரெஸேட். ''சிவபெருமான், கொஞ்சம் பின்புலத்துல இருக்கறது உத்தமம். நீலகண்டருக்கு உதவி தேவைன்னு மனுவை முன் வெக்காம, *உங்களுக்கு*, அதாவது வாசுதேவ குலத்தாருக்கு உதவி வேணும், நியாயம் கிடைக்கணும்னு கேளுங்க. இராமபிரானின் உண்மையான பிரதிநிதி, தர்மப்படி கேட்டு வந்திருக்கிற உதவியை அவங்களால மறுக்கமுடியாது.''

''மன்னிக்க வேண்டும்; நீங்கள் சொல்வது விளங்கவில்லை.''

''நீலகண்டருக்கு இப்ப என்ன தேவை, பிரபு கோபால்?'' ஷெஹெரெஸேட் வினவினாள். ''மெலூஹாவை உலுக்கிப் போட *ப்ரம்மாஸ்திரம்* வேணும்...''

''உங்களுக்கெப்படி...''

''மன்னிக்கணும் - யோசிக்காம இந்த மாதிரி கேள்விகள் கேக்காதீங்க, பிரபு கோபால். உங்க ரெண்டு பேரோட தேவையென்னங்கிறதுல எந்த சந்தேகமும் இல்லை. அதை அடைய சிறந்த வழி என்னங்கிறதை இப்ப யோசிச்சாகணும். தீய சக்தியை ஒழிக்கிறதுக்காக நீங்க *ப்ரம்மாஸ்திரம்* கேட்டா, அப்புறம், தீய சக்தி எதுங்கிறதை முடிவெடுக்கிற உரிமையை சிவபெருமானுக்கு யார் கொடுத்ததுங்கிற கேள்விக்கெல்லாம் நீங்க பதில் சொல்லியாகணும் - ஏன்னா, வாயுபுத்ரர்கள்

அவருக்குப் பயிற்சியோ, அங்கீகாரமோ தரலைன்னு எல்லாருக்குமே தெரியும். அதுக்குப் பதிலா, வாயுபுத்ரர்கள் இதுக்கு முன்னால ஆதரிச்ச ஒருத்தரால, இந்திய மண்ணுல விளைஞ்ச ஒரு குற்றத்துக்கு பரிகாரம் தேடற வழியைப் பார்க்கலாமே. என்ன குற்றமா? அனுமதியில்லாம *தைவி அஸ்திர*த்தைப் பயன்படுத்தினதுதான்.''

''பிரபு ப்ருகு...'' மகா சக்தி படைத்த அந்த மகரிஷி, பஞ்சவடியில் *தெய்வீக அஸ்திர*ங்களைப் பயன்படுத்தியது கோபாலுக்கு நினைவு வந்தது.

''அதேதான். ருத்ரபகவானின் விதிகள்படி, அனுமதியில்லாம முதல் முறை *தைவி அஸ்திர*ங்களைப் பயன்படுத்தினால், பதினாலு வருஷம் நாடு கடத்தப்பட்டு, காட்டுல கழிக்கணும். இரண்டாவது முறையும் அனுமதியில்லாமப் பிரயோகிச்சா, மரணம்தான். *தைவி அஸ்திர*ங்களைப் பயன்படுத்தியிருந்தாலும், பிரபு ப்ருகுவுக்குக் கிடைச்ச தண்டனை குறைவுதான்கிற எண்ணம் சபையில பலருக்கு உண்டு.''

''ஆக, ருத்ரபகவானின் தர்மத்தை நிலைநாட்டும் பொறுப்புள்ளவர்களாக, வாசுதேவர்கள் காட்டிக் கொள்ள வேண்டும். இல்லையா?''

''அதே. இந்த விண்ணப்பத்தை எந்த வாயுபுத்ரராலேயும் மறுக்கமுடியாது. *தைவி அஸ்திர*ங்களைக் கட்டுப்படுத்தும் சட்டங்கள் மீறப்பட்டிருக்குன்னு அவங்க முன்னால சொல்லணும். அதோட, அந்தக் குற்றத்தைப் புரிஞ்சவங்க - பிரபு ப்ருகு, மெலூஹ சக்ரவர்த்தி, மற்றும் அயோத்யா மன்னர் - தண்டிக்கப்படணும்னு விண்ணப்பிக்கணும். அதன்பொருட்டு, வாசுதேவர்கள், நியாயம் வழங்க முடிவெடுத்துட்டதா வெளியாகணும்.''

''அது மட்டுமில்லாம,'' ஷெஹெரெஸேட்டின் எண்ணத்தை சிவன் முடித்தார். ''இன்னும் பல *தைவி அஸ்திர*ங்களைத் தயாரிக்கிற அளவு குற்றவாளிகள்கிட்ட கருப்பொருட்கள் இருக்குன்னு சொல்லலாம். அதனால, அவங்களை வழிக்குக் கொண்டுவரணும்னா - அதாவது, சரியான முடிவை எடுக்கணும்னா - *ப்ரம்மாஸ்திரம்* அவசியம்.''

ஷெஹெரெஸேட் புன்னகை புரிந்தாள். ''நாம நினைக்கிறதை நடத்திக்க, சட்டத்தைப் பயன்படுத்தணும். *ப்ரம்மாஸ்திரம்* உங்க கைக்கு வந்தாச்சுன்னா, அதை வெச்சு மெலூஹர்களுக்குக் கிலி பிடிக்க வைக்கலாம். தீமையைத் தடுத்தேதான் ஆகணும். ஆனா, உங்ககிட்டே

இன்னொண்ணும் சொல்லச் சொல்லி எனக்கு உத்தரவு. எக்காரணம் கொண்டும்..."

"*ப்ரம்மாஸ்திரத்தைப்* பயன்படுத்தமாட்டோம்," கோபால் இடைமறித்தார்.

"ருத்ரபகவானோட சட்டங்களைக் காப்பாத்தணும்கிற எண்ணத்தால மட்டுமில்ல," சிவன் தொடர்ந்தார். "இந்த மாதிரிக் கொடுமையான ஆயுதத்தைப் பயன்படுத்தறது, மனிதப் பண்புக்கும், இனத்துக்குமே எதிரானது."

ஷெஹெரெஸேட் தலையசைத்தாள். "சபையோரைச் சந்திக்கும்போது, மித்ரப்பெருமானோட தனிமையில பேசணும்னு விண்ணப்பம் செய்யுங்க. தைவி *அஸ்திரங்கள்* விஷயத்துல சட்டம் மீறப்பட்டிருக்குங்கிறதுதான் விஷயம்னு எடுத்துச் சொல்லுங்க. ருத்ரபகவானோட கடுமையான விதிகளை மீறினவங்களை வாசுதேவர்கள் சும்மா விடமுடியாதுன்னு அழுத்திச் சொல்லுங்க. அது போதும். அதுக்கப்புறம் நடக்கிறதெல்லாம், உங்க ரெண்டு பேருக்கும், மித்ரபெருமானுக்கும் இடையிலான தனிப்பட்ட பேச்சுவார்த்தையா இருக்கும். உங்களுக்கு வேண்டியதும் கிடைக்கும்."

வாயுபுத்ரர்களிடையே, தனக்கு உதவுவது யார் என்பதை உணர்ந்துகொண்ட சிவனின் முகத்தில், புன்னகை படர்ந்தது. ஆனாலும், ஷெஹெரெஸேட் - அவளது உண்மையான பெயர் என்னவாயிருக்கும்? - பற்றிய ஆவல் மட்டும் அதிகரித்துக்கொண்டே வந்தது.

"எங்களுக்கு ஏன் உதவறீங்க?" என்று கேட்டார்.

"செய்யச் சொன்னாங்க. அதான்."

"நான் நம்பமாட்டேன். வேறு ஏதோ ஒண்ணு உங்களைச் செலுத்துது. எங்களுக்கு ஏன் உதவறீங்க?"

சோகையான புன்னகையுடன் ஷெஹெரெஸேட் கீழே இரத்தின கம்பளத்தைப் பார்த்தாள். பிறகு, உப்பரிகைப் பக்கம் திரும்பி, வெளியே, இருள் போர்த்திய இரவை வெறித்தாள். விழியோரத்தில் தளும்பிய கண்ணீரை துடைத்துக்கொண்டு, மீண்டும் சிவனை நோக்கினாள். "ஒரு காலத்துல நான் ஒருத்தரைக் காதலிச்சேன். சோமரஸம் தீயசக்தியாமாறிக்கிட்டிருக்குன்னு அவர் அப்பவே சொன்னார். ஆனா, அன்னிக்கு நான் அவரை நம்பலை. அதான்."

"அது யார், அந்த மனிதர்?" கோபால் கேட்டார்.

"அதப் பத்தி என்ன? இனிமே அதுக்கெல்லாம் அர்த்தமேயில்ல," என்றாள் ஷெஹெரெஸேட். "அவர் இறந்துட்டார். அவரைத் தடுக்க நினைச்சவங்களே

கொன்னுட்டாங்கன்னு நினைக்கறேன். சோமரஸத்தோட ஆட்சியை ஒழிச்சா, அவர்கிட்ட நான் மன்னிப்புக் கேட்டுக்கிட்ட மாதிரி..."

அவளை நோக்கிக் குனிந்த சிவன், நேரே முகத்தைப் பார்த்து, ஷெஹெரெஸேட்டின் கண்களை ஆழ ஊடுருவினார். "தாரா?"

அதிர்ந்த ஷெஹெரெஸேட் சரக்கென்று பின்வாங்கினாள். அந்தப் பெயரால் அவள் அழைக்கபட்டு வருடக்கணக்காகி விட்டன. சிவன் அவளது கண்களையே தொடர்ந்து நோக்கினார்.

"புனித ஏரியே," கிசுகிசுத்தார். "நீயேதான்."

ஷெஹெரெஸேட் வாய் திறக்கவில்லை. ப்ரஹஸ்பதிக்கும் அவளுக்குமான உறவு, யாரும் அறியாத இரகசியம். சோமரஸம் இன்னமும் சமூகத்திற்கு மிகுந்த நன்மை பயக்கும் விஷயமென்றும், மெலூஹாவின் முன்னாள் பிரதம விஞ்ஞானி அதன் மீது தேவையற்ற, தகாத வெறுப்பைக் கொண்டிருப்பதாகவும் பல பரிஹர்கள் நம்பினார்கள். பரிஹாவில், ஷெஹெரெஸேட் என்ற பாத்திரத்தை ஏற்று வாழ்வதில் தாராவுக்கு அதிக சம்மதமில்லைதான். ஆனால், அவள் இங்கேயிருப்பதில், அவளது குரு, பிரபு ப்ருகுவிற்குச் சில ஆதாயங்கள் இருந்ததையும் மறுப்பதற்கில்லை. ப்ரஹஸ்பதி இறந்துவிட்டதாகவே அவள் நம்பியதால், மீண்டும் தாய்நாடு திரும்புவதில் அர்த்தமிருப்பதாக அவளுக்குத் தோன்றவுமில்லை.

"நீதான் பிரபு ப்ருகுவோட சிஷ்யையாச்சே?" என்றார் சிவன். "ஏன் அவருக்கெதிரா வேலை செய்யறே?"

"நான் தாரா இல்ல."

"நீதான்னு எனக்குத் தெரியும்," என்றார் சிவன். "உன் குருவையே ஏன் எதிர்க்கறே? மந்தர மலையில ப்ரஹஸ்பதியைக் கொல்ல வழி வகுத்ததே பிரபு ப்ருகுதான்னு நினைக்கறியா?"

எழுந்த ஷெஹெரெஸேட், வெளியேற யத்தனித்தாள். சட்டென்று எழுந்த சிவன், கை நீட்டி அவள் கரத்தைப் பற்றினார். "ப்ரஹஸ்பதி சாகலை."

அதிர்ச்சியில் பேச்சிழந்த ஷெஹெரெஸேட், ஆணியடித்தாற்போல் நின்றாள்.

"உயிரோட இருக்கார்," என்றார் சிவன். "என்னோட இருக்கார்."

அவளது கண்களினின்று தாரை தாரையாகக் கண்ணீர் வழிந்தது. தன் செவிகளையே அவளால் நம்பமுடியவில்லை.

ஓரடி முன்னே வந்த சிவன், மீண்டும் சொன்னார். "என்கூடத்தான் இருக்கார். உன் ப்ரஹஸ்பதி உயிரோடத்தான் இருக்கார்."

இன்னமும் விம்மிய ஷெஹெரெஸேடின் கன்னங்களில் குழப்பமும் குதூகலமுமாய்க் கண்ணீர் ஆறாய்ப் பெருகிக் கொண்டிருந்தது.

அவளது கரத்தைச் சிவன் மென்மையாகப் பற்றிக்கொண்டார். "இங்கே எங்க வேலை முடிஞ்ச பிறகு, நீ எங்களோட திரும்பி வர்றே, தாரா. நானே கூட்டிக்கிட்டுப் போறேன். உன் ப்ரஹஸ்பதிகிட்டே கொண்டு போய்ச் சேர்க்கறேன்."

அழுகையை அடக்கமாட்டாமல் அவள் அவரது மார்பில் சாய்ந்து, கரங்களுக்குள் ஒடுங்கினாள். இனி, அவள் மீண்டும் தாராவாகலாம்.

அத்தியாயம் 38

கடவுளின் நண்பன்

தாரா சொல்லித்தந்த யுக்தி, கச்சிதமாய் வேலை செய்தது. சிவனின்றி அவைக்குள் தன்னந்தனியாக கோபால் நுழைந்த காட்சி அமர்த்ய ஷ்பந்தை உண்மையிலேயே ஆச்சர் யத்தில் ஆழ்த்தியது. *தைவி அஸ்திர*ங்களை மகரிஷி ப்ருகு துஷ்பிரயோகம் செய்ததைக் குறித்து கோபால் பிரஸ்தாபிக்க, சாமர்த்தியமாய் மடக்கப்பட்டுவிட்டதைப் புரிந்துகொண்டனர். மித்ராவிடம் தனிப்பட்ட முறையில் பேச்சுவார்த்தை நடத்த கோபாலை அவர்கள் அனுமதிக்க வேண்டியதாயிற்று. வேறு வழியில்லை. அதுதான் சட்டம்.

மறு நாள், மித்ராவின் பிரதான அரசவை, மற்றும் இருப்பிடத்திற்கு சிவனும் கோபாலும் அழைத்துச் செல்லப்பட்டனர். காருண்ய மலையின் ஓரமாய், ஏறக்குறைய நகரின் எல்லையில் அமைந்திருந்த கடைசி மாளிகை அதுதான். பரிஹாவின் மற்ற கட்டிடங்களைப் போலன்றி, இது மிகவும் எளிய முறையில் நிர்மாணிக்கப்பட்டிருந்தது. மலையிலிருந்து எழுந்த கால்வாயை உள்ளடக்கியவாறு, சாதாரணக் கல் மேடையில் நின்றது. மேலே வேலைப்பாடற்ற நான்கு தூண்கள் எழும்ப, அவற்றின் மீது நான்கு மீட்டர் உயரமுள்ள மரக்கூரை அமைந்திருந்தது. உள்ளே நுழைந்தால், படாடோபமற்ற கூடம்; அதில் எளிய சில நாற்காலிகள்; கண்ணை உறுத்தாத கம்பளங்கள். மித்ராவின் அந்தரங்க அறைகள் இன்னும் பின்னால், கற்சுவர்களையும் மரக்கதவையும் தாண்டி இருந்தன. ஒரு வகையில், இந்த இடம், பண்டைய சம்பிரதாயக் கூடாரத்தைச் சிவனுக்கு நினைவுபடுத்தியது: மரக் கம்புகள் கல்தூண்களாகவும், துணியாலான விதானம், மரக்கூரையாகயும் உருமாறியிருந் ததை உணர்ந்தார். ஒரு காலத்தில் நாடோடிகளாய், எங்கும் சுலபத்தில் கழற்றியெடுத்து போகக்கூடிய கூடாரங்களில் எளிய வாழ்க்கை வாழ்ந்த ருத்ரபகவானின் மக்களது கடந்தகாலத்தை நிகழ்காலத்தில் வலியுறுத்துவது போலிருந்தது அந்த இடம். பழைய முறைகளைக் கடைப்பிடிக்கும் பழங்குடித் தலைவரைப்போல, மக்கள் ஆடம்பரச் செழிப்பில்

அமிழ்ந்திருந்தாலும், ஏறக்குறைய வறண்ட எளிமையில்தான் மித்ரா வாழ்ந்தார். இல்லத்தைச் சுற்றி, இயற்கை எழில் செழித்த தோட்டம் மட்டுமே, அவர் தனக்கென வைத்திருந்த ஒரே ஆடம்பரம் என்று சொல்லலாம். வடிவமைப்பில் கற்பனைச்செழுமையும், அளவுகளில் துல்லியமும், வண்ண வண்ணச் செடிகொடிகளில் படாடோபமுமாய்க் கண்ணைக் கவர்ந்தது.

பார்வையாளர் மண்டபத்தில் சிவனும் கோபாலும் தனித்து விடப்பட, கதவுகள் அடைக்கப்பட்டன. வெகு சில நொடிகளில், மித்ரா நுழைந்தார்.

உடனடியாகச் சிவனும் கோபாலும் எழுந்து, பண்டைய பரிஹ முறைப்படி வணக்கம் செலுத்தினர்: விரல்கள் விரித்த இடது கையை, மரியாதைக்கு அடையாளமாய், மார்பின் மீது பதித்தனர். வலக்கரம், உடலுக்குப் பக்கவாட்டில் இறுக்கமாக, முழங்கையின் மேற்புறம் மடித்திருக்கும். வலக்கையின் உள்ளங்கை, வரவேற்கும் விதமாய், விரிந்திருக்கும். சௌஜன்யமாய்ப் புன்னகைத்த மித்ரா, சம்பிரதாயமான இந்திய முறைப்படி நமஸ்தே என்று கரம்குவித்தார்.

பளீரென்று புன்னகைத்தாலும், மித்ரா பேச வேண்டி சிவன் மௌனம் காத்தார்.

எளிய கபில நிற அங்கியணிந்து மித்ரா நல்ல உயரமாய், சிவந்த மேனியராய்க் காட்சியளித்தார். தலை மேல் வெள்ளைத் தொப்பி; நீண்ட, செம்பட்டை நிறக் கூந்தல் கற்றைகள், பிற பரிஹர்களைப் போல, தனித்தனியாகப் பிரிக்கப்பட்டு, சிறிய மணிகள் கட்டிய முடிக்கற்றைகளுடன் தாடி. சாக்கு மாதிரியான அங்கியை வைத்துச் சொல்லமுடியாவிட்டாலும், கட்டுமஸ்தான தேகக்கட்டுள்ளவர் போலத்தான் தோன்றியது. சிவனின் பார்வை, அவரது விரல்களின் மீது பதிந்தது: போர்வீரனுடையதைப் போலல்லாமல், தேர்ந்த அறுவை சிகிச்சை நிபுணருடையதைப் போல் மெலிதாய், நளினமாய் இருந்தன. ஆனால், இதையெல்லாம் விட அவரது கவனத்தை அதிகம் கவர்ந்தது, மித்ராவின் நாசிதான்: நீண்டு, கூர்மையாய்... அருமைத் தாயை நினைவுபடுத்தியது.

அவருக்கருகில் வந்த மித்ரா, நீலகண்டரின் தோள்களைப் பற்றினார். ''இத்தனை காலம் கழித்து உன்னை ஒரு வழியாகப் பார்ப்பது எவ்வளவு மகிழ்ச்சியாக இருக்கிறது, தெரியுமா?''

தன்னைச் சந்திக்க நேரும் அனைவரது கவனமும் தவறாது நீலக்கழுத்தில் பதிந்திருக்க, மித்ராவின் பார்வை அதன்பக்கம் கொஞ்சமும் சஞ்சலிக்கவில்லையென்பதைச்

சிவன் கண்டார். மித்ராவின் கவனம், சிவனின் கண்களிலேயே லயித்திருந்தது.

அப்போது, இன்னமும் ஆச்சர்யமான தகவல் ஒன்றை மித்ரா வெளியிட்டார். ''அப்பாவின் கண்கள் உமக்கு. ஆனால், மூக்கென்னவோ, அம்மாவினுடையதுதான்.''

இவருக்கு எங்கப்பாவைத் தெரியுமா? எங்கம்மாவையுமா?!

இன்னது சொல்வதென்று சிவன் யோசிக்குமுன், அவரது முதுகை மெல்லத் தொட்ட மித்ரா, கோபாலைப் பார்த்துப் புன்னகைத்தார். ''வாருங்கள், அமர்வோம்.''

உட்கார்ந்தவுடன், மித்ரா நீலகண்டரை நோக்கித் திரும்பினார். ''மனதில் ஒன்றன்பின் ஒன்றாய் தாவியோடும் வினாக்கள் எனக்கு நன்கு புரிகின்றன: உங்கள் தாயையும் தந்தையையும் எனக்கெப்படித் தெரியும்? நான் யார்? மித்ராவாவதற்கு முன்பு, என் பெயர் என்ன?''

சிவன் புன்னகைத்தார். ''இந்த மனசைப் படிக்கிற சங்கதியே ரொம்ப ஆபத்தானது. என்னால எந்த இரகசியத்தையும் காப்பாத்த முடியறதேயில்ல.''

''சில சமயங்களில், எந்த இரகசியமும் இல்லாதிருப்பதே உத்தமம்,'' என்றார் மித்ரா. ''அதுவும், அரிய பெரிய விஷயம் தொடர்பான முடிவுகள் எடுக்க வேண்டியிருக்கும் போது. இல்லாவிட்டால், சரியான முடிவைத்தான் எடுக்கிறோம் என்று எப்படி அறிந்துகொள்வது?''

''எந்த பதிலும் அவசியமில்ல. என் மனசுல ஓடற கேள்விகளுக்கான பதில்கள் எங்க பணிக்கு முக்கியமில்ல.''

''உண்மைதான். சரியாகப் பயிற்றுவிக்கப்பட்டிருக்கிறீர். இந்தக் கேள்விகள் உம்மைக் குழப்பலாம் - ஆனால், அவை முக்கியமல்ல. அதே சமயம் - குழம்பிய குட்டை போன்ற மனதுடன் என்னமாய்த்தான் நம் பணியைச் செய்து முடிக்க முடியும்?''

''குழப்பமான மனநிலை காரியத்தையே கெடுக்க வாய்ப்பிருக்குதான்,'' சிவனும் ஒப்புக்கொண்டார்.

''அதுவும், உம்முடைய மாபெரும் பணியில் சிறிய கவனக்குறைவேற்பட்டாலும், உலகிற்கே பாதகமாய் முடியலாம், நீலகண்டரே. நீர் எங்களுக்கு மிக முக்கியம். ஆக, உமது தனிப்பட்ட கேள்விகள் எதுவாயினும், கேளும். பதில் சொல்கிறேன்.''

இதுவரை எந்த பரிஹனும் பயன்படுத்தாத 'நீலகண்டர்' என்ற பெயரால் மித்ரா தன்னை அழைப்பதைச் சிவன் கவனித்தார்.

''என் பெயர் முக்கியமல்ல,'' என்றார் மித்ரா. ''அது இனி எனக்குச் சொந்தமுமல்ல. இனி என் ஒரே அடையாளம், என் பட்டம் மட்டுமே: மித்ரா.''

சிவன் பணிவாய்த் தலையசைத்தார்.

''எனக்கு உன் தாயை எப்படித் தெரியும்? அதுவும் மிகச் சுலபமான கேள்வி. அவளுடன்தான் நான் வளர்ந்தேன். என் சகோதரியல்லவா?''

சிவனின் கண்கள் ஆச்சர்யத்தில் அகன்றன. ''நீங்க என் மாமாவா?''

மித்ரா தலையசைத்தார். ''மித்ராவாகும்முன், உன் மாமன்தான்.''

''இதுவரைக்கும் நான் உங்களைச் சந்திச்ச தேயில்லையே?''

''இதற்கான விடை கொஞ்சம் கடினமானது. இப்பொழுதைக்கு, இதைத் தெரிந்துகொள்ளுங்கள்: உமது தந்தையின் சகோதரர் பிரபு மனோபூவும் நானும், நல்ல நண்பர்கள். அவர் மீது நான் வைத்திருந்த மதிப்பும் மரியாதையும், கொஞ்சமல்ல. எங்கள் நட்பை பலப்படுத்தும் விதமாய், திருமண பந்தத்தால், எங்களிரு குடும்பங்களையும் இணைக்க நினைத்தோம். கல்யாணம் முடிந்தவுடன், என் சகோதரி, பிரபு மனோபூவின் சகோதரருடன் திபேத்தில் வாழ்க்கை நடத்தச் சென்றாள். அந்த மணவினையின் மூலம் பிறந்தவர்தான் நீர்.''

''ஆனா, எங்க மாமாவுக்குப் புரட்சிகரமான எண்ணமெல்லாம் உண்டு...'' இத்தனை வருடமாய் மித்ரா தன் குடும்பத்தினருடன் நெருங்க முற்படாததன் காரணத்தை சிவன் யூகிக்க முயன்றார்.

மித்ராவோ, மறுப்பாய்த் தலையசைத்தார். ''புரட்சி கரமான எண்ணமெல்லாம் மனோபூவுக்குக் கிடையாது. அவருக்கிருந்ததெல்லாம் உத்தமமான, உயர்வூட்டும் எண்ணங்களே. என்ன செய்வது? காலம் கனிவதற்கு முன் உதயமாகும் உயர்ந்த எண்ணம், புரட்சியென்றுதான் புரளி பேசப்படும்.''

''ஆக, நீங்க எங்க குடும்பத்துக்கிட்டேயிருந்து விலகியிருந்தது வாயுபுத்ரர்களோட வற்புறுத்தலினால இல்லையா?''

''ஆகா, வற்புறுத்தல் இருக்கத்தான் செய்தது. ஆனால், வாயுபுத்ரர்களிடமிருந்து அல்ல.''

சிவன் முறுவலித்தார். ''மனோபூ மாமாகிட்டக் கொஞ்சம் பிடிவாதம் உண்டு.''

மித்ராவும் புன்னகை புரிந்தார்.

"நான்தான் நெடுநாளா பார்க்காத உங்க உறவுன்னு உங்களுக்கு எப்படித் தெரிஞ்சது?" சிவன் கேட்டார். "ஒற்றர்களை விட்டு வேவு பார்த்தீங்களோ?"

"உமது பெயரைக் கேட்ட மறுநொடியே, உணர்ந்துவிட்டேன்."

"என் பெயர்கூட உங்களுக்குத் தெரிஞ்சிருக்கலையா?"

"மனோபூ சொல்ல மறுத்துவிட்டார். ஏன் என்று இப்பொழுதுதான் புரிகிறது. அது எனக்காக விட்டுச் செல்லப்பட்ட தடயம். என்றேனும் ஒரு நாள் நீர் வெளிப்பட்டால், பெயரை வைத்தே என்னால் உம்மை அடையாளம் கண்டுகொள்ளமுடியும்."

"அதெப்படி?" சிவனுக்கு ஆர்வம் கூடிற்று.

"ருத்ரபகவானுக்கு, அவரது தாயார் மிக உரிமையுடனும் அன்புடனும், தனிப்பட்ட ஒரு பெயரைச் சூட்டியிருந்தார். இந்த விஷயம் பலருக்கு - ஏன், வாயுபுத்ரர்களுக்கே கூட தெரியாது. அது என்ன தெரியுமா? சிவன்."

"என்னது?!"

"ஆம். ருத்ரபகவானின் பெயருக்குப் பொருள் தெரியுமா? 'கர்ஜனை புரிபவன்' என்று அர்த்தம். அவர் பிறந்த போது போட்ட அசாத்தியக் கூச்சலில், பிரசவம் பார்த்த மருத்துவச்சியே தலைதெறிக்க ஓடிவிட்டதால், அப்படிப் பெயர் சூட்டினார்கள்."

"இந்தக் கதையை நானும் கேள்விப்பட்டிருக்கேன்," என்றார் சிவன். "ஆனா, ருத்ரபகவானுக்கு அவங்கம்மா 'சிவா'ன்னு பெயர் வெச்சது எனக்குத் தெரியாது..."

"வெகு சில வாயுபுத்ரர்கள் மட்டுமே அறிந்த இரகசியம் இது. உண்மையில், ருத்ரபகவான் இறந்து பிறந்தார் என்றுகூட ஒரு கதை வழக்கில் உண்டு."

"என்ன?" உண்மையிலேயே கோபால் அதிசயமடைந்தார்.

"ஆம்," என்றார் மித்ரா. "மருத்துவச்சியும், ருத்ரபகவானின் தாயும் சேர்ந்து அவரை உயிர்ப்பிக்க எத்தனையோ பாடுபட்டார்கள். இறுதியாக, ஒரு விசித்திரக் காரியத்தைப் பரீட்சித்தே விடுவது என்று மருத்துவச்சி முடிவெடுத்தாள். இறந்து பிறந்த குழந்தைக்கு, தானே பாலூட்ட முயற்சி செய்தாள். அவரது தாயே அதிசயிக்கும் விதமாய், ருத்ரபகவான் மூச்சு விடத் துவங்கியது மட்டுமல்லாமல், வரலாறு இப்பொழுது சொல்வது போல், ஓங்கார கர்ஜனையும் புரிந்தார்."

''புனித ஏரியே,'' சிவன் கிசுகிசுத்தார். ''என்ன ஒரு அதிசயமான கதை.''

''உண்மை. அப்பொழுது கிளம்பிச் சென்ற அந்த மருத்துவச்சியின் கதி பிறகென்ன ஆயிற்று என்று தகவலேயில்லை. வேற்று தேசத்திலிருந்து புலம்பெயர்ந்து, சக்தியிடம் மிகுந்த பக்தியுடைய ருத்ரபகவானின் தாயோ, மகனைக் காக்கும் பொருட்டு அம்பிகையே மருத்துவச்சியை அனுப்பி வைத்ததாக நம்பினார். *உயிரற்றவனாக*, ஒரு *சவமாகப்* பிறந்த தன் மகனுக்கு, சக்தி தேவியே உயிரளித்ததற்காக - ஒரு சவத்தை சிவமாக, அதிர்ஷ்டம் பொருந்திய, உயிருள்ள ஜீவனாக மாற்றியதற்காக - தேவிக்கு நன்றிகூறும் வகையிலும், தன் மகன் இறந்ததையும், உயிர்த்தெழுந்த விதத்தைக் கொண்டாடவும், சிவா என்றே அழைக்கத் துவங்கினார்.''

சுவாரசியமான கதையாய் மித்ரா இந்த வரலாற்றை விவரிக்க, திறந்த வாய் மூடாமல் கேட்டார் சிவன்.

''ஆக,'' மித்ரா முடித்தார். ''உமது பெயரைக் கேட்ட மறுகணமே, தான் பயிற்றுவித்தவன் நீரே என்னும் விதமாய் எனக்கு மனோபூ தடயம் விட்டுச் சென்றிருந்ததை உணர்ந்தேன்.''

''அப்போ, பிரபு மனோபூ தான் இதுக்கெல்லாம் சூத்திரதாரின்னு உங்களுக்குத் தெரியுமா?''

மித்ரா புன்னகைத்தார். ''அந்த மருந்தைத் தயார் செய்ததே நானும் உன் மாமனும்தானே?''

''என் கழுத்தே நீலமாய் மாறக் காரணமாயிருந்த மருந்தையா சொல்றீங்க?''

''ஆம்.''

''ஆனா, என் வாழ்க்கையில ஒரு குறிப்பிட்ட சமயத்துல அந்த மருந்தை எனக்குக் கொடுத்திருக்கணுமே?''

''மனோபூ அதைச் செய்துதான் இருக்கவேண்டும்; நீர்தான் இங்கே காட்சியளிக்கின்றீரே?''

''ஆனா, மித்ரப்பெருமானே - இந்த மாதிரி, ஒண்ணுக் கொண்ணு தொடர்பில்லாத, நம்பவே முடியாத அசாத்திய சம்பவங்கள் ஒரு வரைமுறையே இல்லாம நிகழக்கூடாதே? எத்தனையோ விஷயங்கள் தப்பாப் போயிருக்கலாம். முதல்ல, எனக்கே நல்லா பயிற்சி கொடுக்காம இருந்திருக்கலாம். அல்லது, மருந்து சரியான சமயத்துல

கொடுக்கப்படாம இருந்திருக்கலாம். மெலூஹா வர எனக்கு அழைப்பே கிடைக்காம போயிருக்கலாம். எல்லாத்தையும் விட மோசம், சோமரஸம்தான் தீயசக்திங்கிற உண்மையை நான் உணராமலேகூட இருந்திருக்கலாம்.''

''எல்லாமே இருக்கலாம்தான். வாயுபுத்ரர் வகுத்த வழியும் இதுவல்ல. ஆனால், *பிரபஞ்சம்* இப்படித்தான் வேலை செய்யும் என்பதில் எனக்கும், மனோபூவுக்கும் நம்பிக்கை இருந்தது. அதன்படியே நடக்கவும் செய்ததுதானே?''

''ஆனா - இவ்வளவு மகத்தான ஒரு விஷயத்தை - உலகத்தோட தலையெழுத்தையே மாத்தக்கூடிய ஒரு நிகழ்வை - ஏதோ பிரபஞ்சத்தின் தாயக்கட்டை விளையாட்டுல சொக்கட்டானோட தற்செயலான உருட்டலுக்கு விட்டுடமுடியுமா?''

''முற்றிலும் குருட்டு அதிர்ஷ்டத்திற்கே எல்லாவற்றையும் நாங்கள் விட்டுவிடுவது போல் பேசுகிறீர். விதியே என்று நாங்கள் இருக்கவில்லை, சிவா. சோமரஸம் தீமையாய் மாறிவிடவில்லை என்று வாயுபுத்ரர்கள் நம்பினர். நானும் மனோபூவும் அவ்விதம் நினைக்கவில்லை. மனோபூ உயிருடன் இருந்திருந்தால், இந்தக் காலகட்டம் முழுவதிலும் அவர் உமக்குத் துணையாயிருந்திருப்பார். எதிர்பாராத அவரது இறப்பையும் மீறி, நன்மையே நடந்திருக்கிறது. இயற்கையே தனக்கான வழியைத் தேர்ந்தெடுக்க நாம் விட்டுவிட வேண்டும் என்பதுதான் மனோபூவின் எண்ணம்; அவ்வாறே நாங்களும் செய்தோம். சம்பவங்கள் கோர்வையாய் நடக்கும் பொருட்டு, சில செயல்களைத் தொடங்க வேண்டியது அவை நடந்தேயாக வேண்டும் என்று பிரபஞ்சத்தில் விதித்திருந்தால் மட்டுமே, நிகழும். என்னால் அப்பொழுது நிச்சயமாய்ச் சொல்ல முடியவில்லை. ஆனால், அவரைத் தடுத்து நிறுத்தவும் இல்லை. அவரது திட்டம் நிறைவேறும் என்ற நம்பிக்கை எனக்கில்லை என்பது நிஜம். அதைப்பற்றியெல்லாம் கவலைப்படாமல், மருந்தைத் தயாரிக்க உதவினேன். அவர் நினைத்தபடியே திட்டம் கச்சிதமாய் நிறைவேறிக்கொண்டு வந்ததைப் பார்த்தபோது, என்னாலான உதவியைச் செய்வதுதான் நியாயம் என்று தோன்றியது.''

''நான் தோத்துப் போயிருந்தா? சோமரஸம்தான் தீமைன்னு என்னால அடையாளம் காணமுடியலைன்னா? அப்ப தீமை ஜெயிச்சிருக்குமே?''

''சில சமயங்களில், தீமைதான் ஜெயிக்கவேண்டும் என்று பிரபஞ்சம் அனுமதியளித்துவிடுகிறது. ஒரு இனமோ,

குலமோ, மிகுந்த கெடுதலடைந்துவிட்டால், தீமை ஜெயித்து, அந்த இனத்தை அழிப்பது உத்தமம். இதற்கு முன்னால் அவ்விதம் நடந்திருக்கிறது. ஆனால், இது அம்மாதிரியான காலகட்டம் அல்ல.''

எத்தனை விஷயங்கள் தவறாக முடிந்திருக்கக்கூடும் என்ற சாத்தியக்கூறையே இன்னமும் சிவனால் ஜீரணிக்க முடியவில்லை.

''இன்னமும் எதையோ நினைத்துக்கொண்டு கவலைப்பட்டுக்கொண்டிருக்கிறீர்...'' என்றார் மித்ரா.

''இதப்பத்தி நான் பண்டிட்ஜி கிட்டேயும் பேசியிருக்கேன்,'' சிவன் கோபாலைச் சுட்டிக்காட்டினார். ''என் பணியில இதுவரை நான் சாதிச்சிருக்கும் எத்தனையோ விஷயங்களை வெறும் குருட்டு அதிர்ஷ்டம்னே சொல்லலாம் - பிரபஞ்சம் விதிச்ச புரிபடாத நிகழ்வு.''

சிவனை நோக்கிச் சற்று முன்னே குனிந்த மித்ரா, ''நம் அதிர்ஷ்டத்தை நாம்தான் உருவாக்கிக் கொள்கிறோம் என்பது நிஜம் - ஆனால், உமக்கு உதவி செய்யும் வாய்ப்பை பிரபஞ்சத்திற்கு நாம் வழங்கித்தான் ஆகவேண்டும்,'' என்று கிசுகிசுப்பாய்ச் சொன்னார்.

அவரது வார்த்தைகளால் அவ்வளவாய்ச் சமாதான மடையாமல், சிவன் சற்று இறுக்கமாய்த்தான் இருந்தார்.

''மெலுஹாவிற்கு முதன்முதலில் வந்து சேர்ந்த வுடனேயே, நீர் அங்கிருந்து கிளம்பிப் போயிருக்கலாம்; அதற்கான காரணங்களும் நிரம்பவே இருந்தன: புத்தம்புதிய தேசம். அறிவால் எவ்வளவோ முன்னேறிய மக்களே உங்களைக் கடவுளாய்ப் பாவித்த விசித்திர நிகழ்வு; உமக்கு இடப்பட்ட மாபெரும் பணி - இந்த உலகில் எவரையும் இவை திக்குமுக்காடச் செய்திருக்கும். ஜெயிப்போம் என்று நீர்கூட அந்த சமயத்தில் நிச்சயமாய் நினைத்திருக்க மாட்டீர். ஆனாலும் - நீங்கள் புறமுதுகிடவில்லை. பணியை விட்டு விலகவில்லை. உம்மீது திணிக்கப்பட்ட சுமையை வலிந்து ஏற்று, அதை நிறைவேற்றும் பொறுப்பையும் பெற்றுக்கொண்டீர். தீமைக்கெதிராய் நீங்கள் தொடங்கிய பயணத்தில் அதுவே திருப்புமுனை; இதனுடன் விதியின் குறுக்கீட்டிற்கோ, உதவிக்கோ, குந்தகத்திற்கோ, எந்த சம்பந்தமுமில்லை.''

சிவன் கோபாலைப் பார்க்க, மித்ராவுடன் அவர் கருத்தொருமித்ததன் அறிகுறி அவர் முகத்தில் எழுதி ஒட்டியிருந்தது.

''தேவையில்லாத புகழை என் மேல தூக்கி வெக்கறீங்கன்னு தோணுது,'' என்றார் சிவன்.

''இல்லை,'' என்றார் மித்ரா. ''என் பணியை என்னிடமிருந்து எந்த உதவியுமின்றி நீங்கள் நிறைவேற்றிக் கொண்டிருக்கிறீர்கள். ஆனால், இந்த நிலை தொடர நான் அனுமதிக்கமாட்டேன். என்னாலான உதவியைச் செய்யும் பேற்றையாவது நீங்கள் கொடுத்துத்தான் ஆகவேண்டும். இல்லையென்றால், என்றாவது நான் அஹுரா மாஸ்டாவையும், ருத்ரபகவானையும் சந்திக்கும் போது, அவர்களை எவ்விதம் நிமிர்ந்து நோக்குவது?''

சிவன் புன்னகைத்தார்.

மித்ரா, அவரது கண்களை ஊடுருவினார். ''ஆனால், வேறு சில விஷயங்களை நான் நிச்சயப்படுத்திக்கொள்ள வேண்டியது முக்கியம். *தைவி அஸ்திர*ங்களைக் கொண்டு என்ன செய்வதாக உத்தேசம்?''

''அதை வெச்சுக்கிட்டு பயமுறுத்தி...'' மித்ரா கையை உயர்த்த, சிவன் சட்டென்று பேசை நிறுத்தினார்.

''தேவையானவற்றை நான் பார்த்துக்கொண்டுவிட்டேன்,'' என்றார் மித்ரா.

சிவனின் புருவங்கள் சுருங்கின.

''எண்ணங்கள் நாவைவிடவும் விரைவானவை, மாண்புமிகு நீலகண்டரே. இந்தக் கொடூர ஆயுதத்தை, அழிவிற்குப் பயன்படுத்தமாட்டீர்கள் என்பது எனக்குத் தெரிந்துவிட்டது. வாயுபுத்ரர் தடை செய்திருப்பது மட்டும் காரணமல்ல; உண்மையிலேயே, இவை மிகப் பயங்கரமானவை, சர்வநாசத்தை விளைவிக்கக்கூடியவை என்பதை உணர்ந்தே நீங்கள் இந்த முடிவை எடுத்திருக்கிறீர்கள் என்பதும் எனக்குப் புரிகிறது.''

''நிஜமாவே நான் அப்படித்தான் நம்பறேன்.''

''என்றாலும், *ப்ரம்மாஸ்திர*த்தை என்னால் அளிக்க முடியாது.''

இது எதிர்பாராதது. விவாதம் தன் சார்பாய் நகர்ந்து கொண்டிருப்பதாகத்தான் சிவன் எண்ணியிருந்தார்.

''கட்டுப்படுத்த முடியாத ஆயுதம் *ப்ரம்மாஸ்திரம்*; அதனாலேயே அதை என்னால் அளிக்கமுடியாது. அழிவின் உச்சம் அது; எல்லோரையும், எல்லாவற்றையும் நிர்மூலமாக்கிவிடும். அதைவிட முக்கியம்: அதன் விபரீத விளைவு மீண்டும் மீண்டும் அதிகரிக்கும் வட்டமாய்ப் பரவும். மிக மோசமான விளைவு, ஆயுதம் இறங்கும் மைய வட்டத்தில்தான்; எல்லாம் ஆவியாகிவிடும். வெளிவட்டங்களில் அவ்வளவு மோசமில்லையென்றாலும்,

அங்கேயும் ஆபத்து மிக அதிகம். உள்வட்டத்தைத் தாண்டியோர் உடனடியாகச் சாகாவிட்டாலும், அஸ்திரப் பிரயோகத்தால் வெளியாகும் ஏராளக் கதிரியக்கத்தின் வீரியத்தால் பாதிக்கப்படுவார்கள். எதிரணியில் நிற்கும் பிரபு ப்ருகு, நீங்கள் இதைப் பயமுறுத்தத்தான் வைத்திருக்கிறீர்கள் என்பதை உணர்ந்தேயிருப்பார். ஆயுதத்தைப் பிரயோகித்தால், உங்கள் படையும் கதிரியக்கத் தாக்குதலுக்குள்ளாகும் என்பதை ஊகித்துவிடுவார்."

"அப்ப, வேற என்னதான் வழி?"

"*பாசுபதாஸ்திரம்*. ருத்ரபகவான் வடிவமைத்த ஆயுதம். *ப்ரம்மாஸ்திரம்* போன்றே சக்தி படைத்தது - ஆனால், கட்டுப்படுத்துவது சுலபம். உள்வட்டத்திற்குள்ளேயே அதன் அழிவுச் சக்தி அடங்கிவிடும். வெளியே உள்ள உயிர்களுக்கு எந்த பாதிப்பும் இருக்காது. இன்னும் சொன்னால், *பாசுபதாஸ்திரத்தை* ஏதேனும் ஒரு திசையில் மட்டுமே கூட செலுத்தலாம்; எதிர்த்திசையிலிருப்பவர்களுக்கு எந்த பாதிப்பும் இருக்காது. இதைப் பயன்படுத்தும் தீர்மானத்தை வெளியிட்டால், மக்களுக்கோ, சுற்றுப்புறத்தில் உள்ளவருக்கோ பாதிப்பின்றி தேவகிரியை மட்டும் அழிக்கமுடியும் என்பதை பிரபு ப்ருகு உணர்ந்துவிடுவார். நீங்கள் தாக்கப்போவதாக சொல்வது நம்பத் தகுந்த விஷயமாகவும் இருக்கும்."

இதில் சூட்சுமமிருக்கவே, சிவன் ஒப்புக்கொண்டார்.

"ஆனால், ஆயுதத்தைப் பிரயோகிக்கக்கூடாது, நீலகண்டரே," மித்ரா நினைவுபடுத்தினார். "நூற்றாண்டுக் கணக்காய், அந்தப் பிராந்தியமே நஞ்சாகிவிடும். அதனால் விளையும் பாதகத்தைக் கற்பனை கூடச் செய்யமுடியாது."

"வாக்குறுதி அளிக்கறேன், மித்ரப்பெருமானே," என்றார் சிவன். "இந்த ஆயுதத்தைப் பிரயோகிக்கவே மாட்டேன்."

மித்ராவின் முகம் மலர்ந்தது. "அப்படியானால், *பாசுபதாஸ்திரத்தை* தங்களுக்கு அளிப்பதில் எனக்கு எந்த ஆட்சேபணையுமில்லை. உடனடியாக ஆணைகளைப் பிறப்பித்துவிடுகிறேன்."

உதடுகளில் மெல்லிய புன்னகை விளையாட, சிவன் மோவாயை லேசாய்த் தூக்கிவைத்துக்கொண்டார். "என்னைச் சந்திக்கிறதுக்கு முன்னாலேயே இந்த முடிவை நீங்க எடுத்துட்டீங்கன்னுதான் நினைக்கிறேன், மாமா."

மித்ரா மெல்லச் சிரித்தார். "நான் வெறும் மித்ரா மட்டுமே. ஆனால், விஷயம் இவ்வளவு சுலபத்தில் முடிந்துவிடும் என்று நீங்கள் எதிர்பார்க்கவில்லையல்லவா?"

"இல்லதான்."

''உம்மைப் பற்றி - அதிலும், நீர் போர் நடத்திய முறைகளைப் பற்றி - நான் கேள்விப்பட்ட கதைகள் எத்தனையோ. இதுவரையில், தாங்கள் அனைத்துச் சந்தர்ப் பங்களிலும் அப்பழுக்கில்லாமல் நடந்து கொண்டிருக்கிறீர். தவறான செய்கையால் கிடைக்கக்கூடிய எந்த வெற்றியையும், சாதகமான விஷயத்தையும், தவிர்த்தே வந்திருக்கிறீர். மிகப்பெரும் நன்மையோ, இறுதியில் வெற்றியோ கிட்டக்கூடிய சாத்தியமிருந்தாலும், அதன் பொருட்டு சிறிய தீச்செயல்களில் கூட இறங்காமல் கட்டுப்படுத்திக்கொண்டு இருந்திருக்கிறீர். இதற்கு ஏராள அகத்தூய்மை வேண்டும். ஆக, நீர் சொல்வது போல், முன்னமே நான் ஒரு முடிவுக்கு வந்துவிட்டேன். இருப்பினும், உங்களை ஒரு முறை நேரில் பார்க்கவும் விழைந்தேன். நம் யுகத்தின் மிகப்பெரும் புருஷனாக நீர் விளங்குவீர்; வரப்போகும் எத்தனையோ தலைமுறைகள், தங்களைத் தெய்வமாக வழிபடும். அப்படிப்பட்டவரை சந்திக்க நான் விரும்பாமலிருக்க முடியுமா?''

''நான் ஒண்ணும் கடவுளில்ல, மித்ரப்பெருமானே,'' சிவன் தர்மசங்கடத்தில் நெளிந்தார்.

'''நாமெல்லோருமே கடவுளர் என்று அறைகூவலிட்டது நீர்தானே? *ஹர ஹர மகாதேவ்?*''

சிவன் சிரித்துவிட்டார். ''விடமாட்டீங்க போலருக்கே.''

''நாம் கடவுளர் என்று நினைத்துக்கொள்வதாலேயே தெய்வமாகிவிடுவதில்லை,'' என்றார் மித்ரா. ''அது, தற்பெருமையின் அறிகுறி. பிரபஞ்ச சக்தியின் ஒரு துளி நமக்குள்ளேயும் உறைகிறது என்பதை உணர்ந்து, இந்தப் பரந்த பூவுலகில் நமக்கான பணியை அறிந்து, திறம்பட நிறைவேற்ற முயற்சிக்கையில்தான், கடவுளராகிறோம். அப்படிப் பார்த்தால், இப்பணியைச் செய்ய மிகக்கடுமையாக உழைப்பவர்கள் உம்மைப்போல் வேறு யாருமில்லை, நீலகண்டப் பெருமானே. நீர் தோற்க முடியாது. உமது கடமையை நன்கு நினைவில் நிறுத்திக்கொள்ளுங்கள். தீமையை வெளியேற்றுவது மட்டும்தான் உங்கள் பணி. சோமரஸத்தைச் சுவடேயில்லாமல் அழித்துவிடக்கூடாது; சமயம் வரும்போது, அது மீண்டும் நன்மை பயக்கும் பொருளாக மாறலாம். அப்பொழுது அதற்கான தேவை மீண்டும் எழலாம். சோமரஸத் தயாரிப்பின் ஞானத்தை, நீங்கள் அழிக்காமலிருக்க வேண்டும். சோமரஸத்திற்கான தேவை ஏற்படும் வரையில், அதைக் கட்டுப்பாட்டிற்குள் வைத்திருக்க நீங்களும் ஒரு குலத்தைத் தோற்றுவிக்க

வேண்டியிருக்கும். இவையெல்லாவற்றையும் நிறைவேற்றிய பிறகுதான், தங்கள் பணி முடிவடைந்ததாகக் கருதப்படும்."

"நான் தோற்கமாட்டேன், மித்ரப்பெருமானே," என்றார் சிவன். "இது சத்தியம்."

"நீங்கள் வெற்றியடைவீர்கள் என்பதை அறிவேன்," புன்னகைத்த மித்ரா, கோபாலிடம் திரும்பினார். "வாசுதேவர்களின் தலைவரே - நீலகண்டர் தன் சுய குலத்தை உருவாக்கிய பின், தீமையினின்று உலகைக் காக்கும் பொறுப்பு வாயுபுத்ரர்களுடையதல்ல. அது, நீலகண்டர் குலத்தின் கடமையாகிவிடும். ஒரே கடனை நிறைவேற்றும் பொருட்டு, இணைந்து பணியாற்ற வேண்டியவர்களாக இல்லாமல், நமக்கிடையே உள்ள உறவு, தூரத்துச் சொந்தமாகிவிடும்."

"வாசுதேவர்களுடனும், என் நாட்டுடனுமான தங்கள் பிணைப்பு, காலாகாலத்திற்கும் தொடரும், பிரபு," என்றார் கோபால். "உதவி வேண்டி வந்த எங்களுக்குத் தக்க சமயத்தில் அதை அளித்தீர்கள். என்றேனும் பரிஹாவிற்குத் தேவையேற்பட்டால், நாங்களும் உதவத் தயங்கமாட்டோம் என்று உறுதியளிக்கிறேன்."

"நன்றி," என்றார் மித்ரா.

அத்தியாயம் 39

இவர் நம்மில் ஒருவர்

மறு நாள் காலை, நகரம் முழுவதையும், மையச் சதுக்கத்திற்கு வரவழைத்த மித்ரா, கூடியிருந்தவர்களை நோக்கி பேசத் துவங்க, சிவனும் கோபாலும் அருகே நின்றனர்.

''என் சக வாயுபுத்ரர்களே, உங்கள் மனமெல்லாம் சந்தேகக் கணைகளால் துளைக்கப்பட்டிருப்பதை அறிவேன். அவற்றை நீக்க இப்போது சமயமில்லை; இது, செயல்படுவதற்கான நேரம். நம்முடன் மிக நெருக்கமாய் இணைந்து பணியாற்றிய ஒருவர் மீது நம்பிக்கை வைத்திருந்தோம்; காலகாலமாய்ச் சேர்த்து வைத்திருந்த அறிவுக் களஞ்சியத்தை ஒப்படைத்தோம். ஆனால், அவர் நமக்குத் துரோகமிழைத்துவிட்டார். ருத்ரபகவான் இயற்றிய விதிகளையே, பிரபு ப்ருகு மீறத் துணிந்துவிட்டார். வாசுதேவர்களின் தலைவரும், இராமபிரானின் பிரதிநிதியுமான பிரபு கோபால், நீதி கேட்டு இப்பொழுது நம்மிடம் வந்து நிற்கிறார். ஆனால், இது, பிரபு ப்ருகு செய்த மன்னிக்க முடியாத காரியத்திற்குத் தக்க தண்டனையளிப்பதைக் குறித்து விவாதிக்கக் கூடிய கூட்டம் மட்டுமல்ல; இந்தியாவிற்கு - ருத்ரபகவானின் சட்டதிட்டங்களுக்குக் - அளிக்கப்பட வேண்டிய மரியாதையையும், கிடைக்க வேண்டிய நியாயத்தையும் பற்றியது. பரிஹர்கவே, நம்மனைவருக்கும் ஒரு கடமை இருக்கிறது; அது சட்டங்களுக்கு அப்பாற்பட்டது, ருத்ரபகவானாலேயே வடிவமைக்கப்பட்டது.''

சிவனைச் சுட்டிக் காட்டிய மித்ரா, தொடர்ந்தார். ''இவ்ரைப் பாருங்கள். இவர் வாயுபுத்ரராயில்லாமல் இருக்கலாம். ஆனால், நீலக்கழுத்துடையவர். இவர் பரிஹரில்லை; ஆனால், நம்மைப் போலவே, நேர்மை, உண்மை, தர்மம் என்ற நியதிகளுக்குட்பட்டுத்தான் போராடுகிறார். நாம் இவரை அங்கீகரிக்காமல் இருக்கலாம் - ஆனால், இவரை நீலகண்டராகவே வாசுதேவர்கள் கருதுகின்றனர். நம்மிடையே அவர் வாழாமல் இருந்திருக்கலாம் - ஆனால், ருத்ரபகவானிடத்தில் நமக்கிருக்கும் அசைக்க முடியாத மரியாதையையும் மிஞ்சியிருக்கிறது இவரது பக்தி.

இவையெல்லாவற்றையும் விட, அவர் ருத்ரபகவானின் கொள்கைகளின் பொருட்டே போராடிக்கொண்டிருக்கிறார்.''

இமைகொட்டாமல், வாயுபுத்ரர்கள் அவர் பேச்சை உற்றுக் கவனித்தனர்.

''இவர் வாயுபுத்ரரல்ல என்பது உண்மை. அதே சமயம், நம்மில் ஒருவரே. தீமைக்கெதிரான இவரது யுத்தத்தில், நான் இவர் பக்கம். நீங்களும்தான்.''

மித்ராவின் வார்த்தை, பல வாயுபுத்ரர்களின் மனதை அசைத்தது நிஜம். சமாதானமடையாத சிலரும், இந்தியாவில் யாருக்கு ஆதரவளிக்கவேண்டுமெனத் தீர்மானிக்கும் உரிமை மித்ராவுக்கு உண்டெனப்தை உணர்ந்தேயிருந்தனர். ஆக, காரணகாரியங்கள் ஒவ்வொருவருக்கும் வேறுபட்டாலும், வாயுபுத்ரர்கள் அனைவரும் மித்ராவின் முடிவை ஆதரிப்பதென்ற முடிவிற்கே வந்தனர்.

மறுநாள் மாலை, ஒரு மிகப்பெரிய மரப்பெட்டி சிவன், கோபாலிடம் வந்து சேர்ந்தது. மிகக் கனம் கொண்ட அதை கடலுக்குக் கொண்டு போய்ச் சேர்க்க, பரிஹ இராணுவத்தின் ஒரு முழு குதிரைப்படையே தேவைப்பட்டது. *பாசுபதாஸ்திர*த்திற்கான கருப்பொருட்களை முன்பின் பார்த்தறியாத சிவன், பெட்டியின் பரிமாணத்தைப் பார்த்து, அளவு மிக அதிகம்தான் போலும் என்று அனுமானித்தார். ஆகையால், ஒரு கைப்பிடியளவே கருப்பொருள் உள்ளேயிருந்ததாக கோபால் சொன்ன போது, அவருக்கு ஆச்சர்யம் தாங்கவில்லை.

''நிஜமாவா சொல்றீங்க?''

''ஆம், நீலகண்டப்பெருமானே,'' என்றார் கோபால். ''முழு நகரங்களையே தரைமட்டமாக்க இந்த ஒரு கைப்பிடியே போதும். இந்த மரப்பெட்டியின் உட்புறம் ஈயம் மற்றும் ஈரக் களிமண்ணாலும், இறக்குமதி செய்யப்பட்ட வில்வ இலைகளாலும் மிக மிக ஜாக்கிரதையாக பூச்சு வேலை செய்யப்பட்டிருக்கிறது. *பாசுபதாஸ்திர*த்தினால் வெளியாகக்கூடிய கதிரியக்கத்தின் பாதிப்பிலிருந்து இவை நம்மைப் பாதுகாக்கும்.''

''புனித ஏரியே!'' என்றார் சிவன். ''*தைவி அஸ்திர*ங்களைப் பத்தி நான் கேள்விப்பட்டதையெல்லாம் வெச்சுப் பார்த்தா, நிச்சயம் அரக்கர்களுக்கே உரிய ஆயுதம்னுதான் தோணுது.''

''உண்மைதான், நண்பரே. ஆகையினால்தான் தீமையென்று பறைசாற்றி, ருத்ரபகவான் அவற்றின் பயன்பாட்டைத் தடையும் செய்தார். அதே காரணத்தால்தான், நாமும் *பாசுபதாஸ்திர*த்தைப் பயன்படுத்தப் போவதில்லை. பயமுறுத்தப்போகிறோம்; அவ்வளவே. ஆனால்,

அதைச் செல்லுபடியாக்கவேண்டுமென்றால். நிஜமாகவே பிரயோகிக்கப்போவது போல் தேவகிரிக்கு வெளியே, ஆயுதத்தை அமைக்கவேண்டும்.''

''அதையெல்லாம் எப்படிப் பண்றதுன்னு உங்களுக்குத் தெரியுமா?''

''தெரியாது. பல வாயுபுத்ரர்களே அந்த சூட்சுமத்தை அறியமாட்டார்கள் என்பதுதான் நிஜம்; ஒரு சிலருக்கு மட்டும்தான் அந்த இரகசியம் தெரியும். இந்த ஆயுதத்தைப் பிரயோகம் செய்யும் ஏற்பாட்டில் இறங்கவே சிலபல பொறியியல் சூட்சுமங்கள், மந்திர உச்சாடனம் மற்றும் வேறு சிலவற்றையும் செய்ய வேண்டியிருக்கும். இதன் செயல்முறை பிரபு ப்ருகுவிற்குத் தெரியுமென்பதால், நாம் செய்வதெல்லாம் அவர் நம்பும்படியும், நம்மையெண்ணிக் கவலைப்படும்படியும் இருக்கவேண்டும். நாளைக் காலையிலிருந்து, மித்ரப்பெருமானும், அவரது மக்களும், நமக்கான பயிற்சியைத். தொடங்குவார்கள்.''

தன்னுடன் அமர்ந்திருந்தவர்களிடமிருந்து கவனத்தைத் திருப்பிய பர்வதேஸ்வரர், கரச்சாபா ஆளுநர் இல்லத்தின் ஜன்னல் வழியே, பார்வையை மேயவிட்டார். நகரத்தின் த்விதிய, அதாவது இரண்டாம் மேடையின் மீது அவர்கள் இருந்ததால், கணிசமான உயரத்தினின்று தொடுவானம் வரையில் பரந்து கிடந்த மேற்குக் கடற்காட்சி, கண்முன் விரிந்தது.

''கடல்தான் நமக்கு ஒரே வழி,'' என்றார் பர்வதேஸ்வரர்.

ப்ருகுவும் திலீபரும் அவரை நோக்கித் திரும்பினர். தேவகிரிப் போர் முடிந்த பல மாதங்களுக்குப் பின்னால், திலீபரின் அயோத்யா படை ஒருவழியாக மெலூஹா வந்துசேர்ந்துவிட்டது. பர்வதேஸ்வரரின் சூர்யவம்சிப் படைகளுடன் அவை இணைய, கரச்சாபா நோக்கிக் கப்பல்களில் வந்துவிட்டனர்.

''நாம் கரச்சாபாவிற்கு வந்து சேர்ந்ததன் காரணமே அதுவல்லவோ, சேநாதிபதி?'' திலீபர் கேட்டார். ''லோத்தலைக் கடல்மார்க்கமாய்த் தாக்குவதென்று ஏற்கனவே போட்ட திட்டத்தில் இப்போது என்ன புதுமையைக் கண்டுவிட்டீர்?''

''நகரைத் தாக்குவது குறித்து நான் பேசவில்லை, அரசே.''

பர்வதேஸ்வரரின் தலைமையில் இப்போது ஏறக்குறைய நான்கு இலட்சம் வீரர்கள் கரச்சாபாவில்

முகாமிட்டிருந்தாலும், லோத்தலின் பாதுகாப்பான கோட்டை கொத்தளங்களுக்குப் பின் இருந்த, நன்கு பயிற்சியளிக்கப்பட்ட இரண்டரை இலட்சம் பேர் கொண்ட படையைச் சமாளிப்பது கடினம் என்பதை அறிந்தேயிருந்தார். எத்தனையோ தூண்டிலிட்டும், சதி பிடிவாதமாய் லோத்தலை விட்டு வெளியேறாமல் இருந்ததால், அதிக எண்ணிக்கை கொண்ட தனது பிரம்மாண்டப் படையின் கைவரிசையைக் காட்டவும் பர்வதேஸ்வரருக்கு வாய்ப்பின்றி போயிற்று. இப்பொழுதைக்கு யுத்தம் நின்று, நிலைமை ஒரு வகைச் சிக்கலான இழுபறியாய் இருந்ததுதான் நிஜம்.

''விஷயத்தைச் சற்று விளக்கினீர்களானால், நன்றாயிருக்கும்,'' இதை எவ்வண்ணமாவது சீர் செய்யும் வகையாய் சேநாதிபதியிடம் பிரமாதமான யுக்தி இருக்கலாமென்று ப்ருகுவிற்குச் சபலம். ''என்னதான் உங்கள் திட்டம்?''

''நம் போர்க்கலங்கள் பார்வையில் நன்கு படுமாறு, நர்மதை நதியின் மீது ஒரு கப்பற்படையை அனுப்ப வேண்டும் என்பதுதான் என் எண்ணம்.''

திலீபரின் புருவங்கள் சுருங்கின. ''சிவபெருமான் சென்ற பாதையை உங்களது ஒற்றர்களால் அறியமுடிந்ததா?''

நர்மதையில் சிவனும் கோபாலும் பயணித்ததை மெலூஹர்கள் அறிந்திருந்தாலும், சென்ற திசையையோ, இடத்தையோ கணித்திருக்கவில்லை. பஞ்சவடிக்கோ, உஜ்ஜைனிக்கோ, நர்மதை வழியே சென்றிருக்கலாம் என்று ஊகித்திருந்தார்கள். எதற்கு இப்போது இந்தப் பயணம் என்பதைத்தான் அவர்களால் புரிந்துகொள்ளமுடியவில்லை.

''இல்லை,'' என்றார் பர்வதேஸ்வரர்.

''அப்படியானால், அந்தத் திசையில் நம் கப்பல்களை யெல்லாம் செலுத்தி என்னதான் பயன்? நர்மதையை நோக்கி நம் கப்பல்கள் பயணிக்கும் செய்தியை நீலகண்டரின் ஒற்றர்களும் தூதுவர்களும் உடனடியாக அவரிடத்தில் சேர்த்துவிடுவார்கள். அதிர்ச்சித் தாக்குதலால் நமக்குக் கிடைக்கக்கூடிய சாதகச்சூழலை இழப்போம்.''

''அதுதான் எனக்கும் வேண்டும்,'' என்றார் பர்வதேஸ்வரர். ''நாம் ஒளியப்போவதில்லை.''

''ப்ரம்மதேவரே!'' உண்மையிலேயே ஆச்சர்யமும் உற்சாகமும் அடைந்த ப்ருகுவின் வாயிலிருந்து சொற்கள் தாமே பீறிட்டன. ''சேநாதிபதி? நர்மதையின் வழியே பஞ்சவடி செல்லும் பாதையைக் கண்டேபிடித்துவிட்டீர்களா?''

''இல்லை, பிரபு.''

''அப்படியானால், புரியவில்லையே... ஓ, அப்படித் தான் இருக்கும்...'' பர்வதேஸ்வரர் என்ன சொல்ல

வருகிறார் என்பது புரிய, ப்ருகுவின் பேச்சு பாதியிலேயே அறுந்தது.

"பஞ்சவடிக்கு நர்மதை வழியே செல்லும் பாதையை அறியேன்," என்றார் பர்வதேஸ்வரர். "அதே சமயம், எனக்குத் தெரியாதென்பதை நீலகண்டப் பெருமானின் படைகள் அறியா. யாரும் கண்டறிய முடியாத வழியை நாம் தெரிந்துகொண்டோம் என்று அவர்கள் எண்ணலாம்; தங்கள் பிரபுவின் உயிருக்கே ஆபத்து என்றும் கலவரப்படலாம். அதுவுமில்லாமல், அந்தப் படையில் முக்கால்வாசிப் பங்கு வகிப்போர், நாகர்கள். தங்கள் உயிருக்குயிரான பஞ்ச வடிக்கு, பூமிதேவியே ஸ்தாபிதம் செய்த தலைநகருக்கு ஆபத்து என்று தெரிந்தும், ஏதும் செய்யாமல் கையைக் கட்டிக்கொண்டிருப்பார்கள் என்றா நினைக்கிறீர்கள்?"

"லோத்தலைவிட்டு வெளியேறும்படி நிர்ப்பந்திக்கப் படுவார்கள்," என்றார் திலீபர்.

"அதே," என்றார் பர்வதேஸ்வரர். "நம்மிடம் ஐம்பது கப்பல்கள் இருப்பதால், அவர்களும் நமது படை யெண்ணிக்கையை ஈடுகட்டவேண்டியது அவசியமாகிவிடும். நர்மதைக் கழிமுகம் தாண்டி வெகு தூரத்தில் உள்ள ஒரு நீர்த்தேக்கத்தில், நாம் மறைவாய்க் காத்திருப்போம்."

"அவர்கள் நர்மதையில் பயணிக்கத் துவங்கும் போது, பின்னாலிருந்து பாய்ந்து தாக்குவோம்," என்றார் திலீபர்.

"இல்லை," என்றார் பர்வதேஸ்வரர்.

"இல்லையா?" திலீபர் அதிசயத்துடன் வினவினார்.

"இல்லை, அரசே. அதற்கு முன்னால், அற்புதத் திறன் வாய்ந்த ஒரு வீரர் படையை நர்மதையில் அனுப்பப் போகிறேன். கடலைவிட்டு வெகு தூரம், நதியின் மேற்புறம் நாகர்களின் கப்பல்கள் விரையும் வரை அவர்கள் காத்திருப்பார்கள். நதியின் பரப்பு எத்துணை பெரிதாயிருந்தாலும், இடப்பற்றாக்குறை உண்டு; அதன் மீது சர்வசாதாரணமாய் நகர்வது கடினம். அவர்களது கப்பற்படையும் நெருக்கடியில்தான் பயணிக்கும். எரிப்பதற்கு விறகும், சிக்கிமுக்கிக் கற்களுமாய், நம் வீரர்கள் அரக்கப்படகுகளில் தயாராய்க் காத்திருப்பர். ஏககாலத்தில், கப்பல் அணியின் முதல் மற்றும் இறுதி வரிசையை அழிப்பதுதான் நம் வேலை."

"பிரமாதம். கப்பல்களை இழந்து, அவர்களது வீரர்கள் தண்ணீரில் தத்தளிப்பார்கள். மறைவான நீர்த்தேக்கத்தினின்று நம் வீரர்கள் பாய்ந்து வந்து, அவர்களை வெட்டி வீழ்த்திவிடலாம்."

''இல்லை, அரசே,'' பர்வதேஸ்வரர் மீண்டும் மறுத்தார். ஆகா, சிவனைப் போல் யுத்ததந்திரங்களில் கரைதேர்ந்து, நொடியில் எதையும் கிரகிக்கக்கூடிய சாமர்த்தியம் படைத்தவராயிருந்தால், இம்மாதிரி படித்துப் படித்து எல்லாவற்றையும் எடுத்துரைக்க வேண்டியதேயில்லையே? ''நம் படைகள் போரில் இறங்கப்போவதேயில்லை. இது கவனத்தைத் திசைதிருப்பும் தந்திரம் மட்டுமே. பிரதானத் தாக்குதல், நம் தனிப்படை வீரர்களால் நிறைவேற்றப்படும். முதல் மற்றும் கடைசி வரிசைக் கப்பல்கள் தீயிடப்பட்டால், மத்தியிலுள்ள கப்பல்களும் சட்டென்று பற்றியெரிய வாய்ப்பு அதிகம்.''

''ஆனால் - இதனால் தேவையற்ற காலதாமதம் ஏற்படாதா?'' ப்ருகு கேட்டார். ''அவர்களது வீரர்களில் பலர் கப்பல்களை விட்டு அகன்று கரையேறித் தப்பிக்கலாம்.''

''உண்மைதான்,'' பர்வதேஸ்வரர் ஒப்புக்கொண்டார். ''ஆனால், பாசறையினின்று விலகி, கப்பல்களுமில்லாமல், தத்தளிப்பார்கள். மயிகா-லோத்தலிலிருந்து, நர்மதை வரையில் சாலையெதுவும் இல்லை என்பதைப் பஞ்சவடியில் அறிந்துகொண்டேன். அடர்ந்த கானகத்தில், யாரும் சுலபத்தில் புக முடியாத மரங்களிடையே சென்று லோத்தல் சேரவே அவர்களுக்கு ஆறு மாத காலம் பிடிக்கும். நமது பாசாங்குப் படையின் எண்ணிக்கையைக் கண்டு ஏமாந்து, குறைந்தது ஒரு இலட்சம் வீரர்களையாவது சதி களமிறக்குவாள் என்று நம்பலாம். நர்மதையின் கடக்கமுடியாத காடுகளுக்குள் அந்த வீரர்கள் சிக்கும் நிலையேற்பட்டால், நம் ஆட்களின் எண்ணிக்கை உடனடியாக அதிகரிக்கிறது. ஏறக்குறைய ஒன்றுக்கு நான்கு என்ற விகிதத்தில் நாம் பலம் பெற்றவர்களாவோம். நிலைமை இப்படியிருக்கும்போது லோத்தலைத் தாக்கினால், சுலபத்தில் கவர்ந்துவிடலாம்.''

திட்டத்தின் நெளிவு சுளிவுகள் இன்னமும் திலீபருக்கு விளங்கவில்லை. ''ஆனால், நம் வீரர்கள் பலருமே இந்தப் பாசாங்குப் படையில் இருப்பார்களல்லவா? அவர்கள் கரச்சாபாவிற்குத் திரும்பும்வரையில் நாம் காத்திருக்க வேண்டும். அப்புறம்...''

''பாசாங்குப் படைக்கப்பல்களை நான் போரில் இறக்குவதாக இல்லை,'' என்றார் பர்வதேஸ்வரர். ''ஆகையினால், அவற்றில் நாம் வீரர்களையும் ஏற்றப் போவதில்லை. கப்பல்களைச் செலுத்த வேண்டி, மிகச் சொற்ப எண்ணிக்கையை ஏற்றியனுப்பப்போகிறேன். திறன் வாய்ந்தவர்களையும் சேர்த்து, நம் வீரர்கள் ஐந்தாயிரம் ஆட்கள் மட்டுமே கரச்சாபாவிலிருந்து கிளம்புவார்கள்;

ஆனால் பகைவர்களோ, ஏறக்குறைய இலட்சம் வீரர்களைத் திக்கு தெரியாத நர்மதையின் காடுகளில், லோத்தலிலிருந்து ஆறு மாதப் பயணத்தில் இழக்கப்போகிறார்கள். ஒரு அம்பைக்கூட எய்யாமல், ஆள்சேதமில்லாமல், நாம் சுலபத்தில் லோத்தலைக் கைப்பற்றிவிடலாம்.''

"பிரமாதம்!'' ப்ருகு பாராட்டினார். "நம் கப்பல்கள் நர்மதையை நோக்கி நகர்ந்தவுடன், நாம் லோத்தலை நோக்கிப் பயணப்படலாம்.''

"இல்லை, பிரபு,'' என்றார் பர்வதேஸ்வரர். "கரச்சாபாவைச் சுற்றிலும் சதி ஒற்றர்களை நிறுத்திவைத்திருக்க வாய்ப்பு மிக அதிகம். நம் வீரர்களில் நான்கு இலட்சம் பேர் நகரைவிட்டு வெளியேறுவதை அவர்கள் கண்டால், கப்பல்களில் ஆள்பலம் குறைவாயிருப்பதை ஊகித்து, நம் யுக்தியையும் உடனேயே கண்டுகொண்டுவிடுவார்கள். பஞ்சவடியை நாம் தாக்கப்போகிறோம் என்பது நம்பும்படியிருக்க, கரச்சாபாவின் சுவர்களுக்குள் நம் படைகள் ஒளிந்திருக்கவேண்டியது அவசியம்.''

― ✶☾☊✧✪ ―

அந்த வர்த்தக் கப்பலின் சரக்குக் கொள்முதல் பட்டியலின் மீது கண்களை ஓட்டிய கரச்சாபா சுங்க இலாகா அதிகாரியின் புருவங்கள் நெறிந்தன. "எகிப்திலிருந்து பருத்தியா? அங்கேயிருந்து பருத்தியை எந்த மெலூஹன் வாங்குவான்? நம் சரக்குடன் ஒப்பிட்டால், அவர்களுடையது எம்மாத்திரம்?''

மெலூஹ சுங்கவரி இலாகாவின் அனைத்துப் பரிவர்த்தனைகளும், நம்பிக்கையின் அடிப்படையிலேயே நடைமுறைப்படுத்தப்படுபவை. சரக்குப் பட்டியல்கள் கேள்வியின்றி ஏற்கப்பட்டு, உரிய வரி விதிக்கப்படும். அதே போல், எந்த சமயமும் சுங்க இலாகா அதிகாரி கப்பலையும், ஏற்றியிருக்கும் சரக்குகளையும் சோதிக்கலாம் என்பதும் எழுதப்படா விதி. இதுவும் அம்மாதிரியான ஒரு சந்தர்ப்பமே போலும்.

அதிகாரி, உதவியாளரிடம் திரும்பினார். "கப்பல் கிடங்கைச் சோதனை செய்.''

கப்பல் தளத்தின் மூடியிருந்த அறைக்கதவை ஒரு முறை பதற்றத்துடன் நோக்கிய கலபதி, சுங்க அதிகாரியிடம் திரும்பினான். "இதற்கெல்லாம் என்ன அவசியம், ஐயா? நான் பொய்யுரைப்பேன் என்றா நினைக்கிறீர்கள்? இந்தக் கப்பலின் அதிகபட்சக் கொள்ளளவை, ஏற்றியிருக்கும்

சரக்கின் அளவு ஒத்திருக்கிறது என்பதைத்தான் பட்டியலில் எழுதிவிட்டேனே? நீங்கள் விதித்திருப்பதை விட அதிக அளவிலான வரி வசூலிக்கமுடியாது. கப்பலைச் சோதனை போடுவதில் எந்தப் பயனுமில்லை.''

கலபதியின் பார்வை ஒத்திவிட்டுத் திரும்பிய கப்பல் அறையை அதிகாரியும் பார்த்தார். சட்டென்று கதவு திறக்க, அறையினின்று, நல்ல உயரமும், வசீகர தேகக்கட்டுமாய் வெளிவந்த ஒரு மனிதன், சோம்பலுடன் கைகளை நீட்டி முறித்து, கொட்டாவி விட்டான். ''என்ன விஷயம், கலபதி? ஏன் தாமதம்?''

''படைத்தலைவர் வித்யுன்மாலி!'' அவனை ஒரே நொடியில் அடையாளம் கண்டு மூச்சடைத்த அதிகாரி, உடனடியாக, மிக விறைப்பாய், மெலூஹ இராணுவ வணக்கம் செலுத்தினார். ''கப்பலில் இருந்தது தாங்கள்தான் என்பதை நான் அறியவில்லை.''

''இப்பொழுது தெரிந்துவிட்டதல்லவா?'' வித்யுன்மாலி மீண்டும் கொட்டாவி விட்டான்.

''மன்னிக்க வேண்டும், பிரபு,'' என்ற சுங்க அதிகாரி, மறுவார்த்தை பேசாமல் பட்டியலை மீண்டும் கலபதியிடம் சேர்ப்பித்தது மட்டுமில்லாமல், உதவியாளனை அழைத்து, விதித்த வரியைச் சரிவரக் கட்டியதற்கான ரசீதையும் கொடுக்கச் சொல்லி உத்தரவிட்டார்.

திரும்பிப் பார்ப்பதற்குள், ஆக வேண்டிய காரியங்க ளெல்லாம் முடிந்து, செய்ய வேண்டிய சம்பிரதாயங்களும் கழிந்தன. அகலும் தறுவாயில், சுங்க அதிகாரி தயங்கி நின்றார். ''பிரபு,'' என்றபடி வித்யுன்மாலியைப் பார்த்தார். ''நம் நாட்டின் மிகச் சிறந்த போர்வீரர்களில் தாங்கள் ஒருவர். போர்முனைக்குத் தங்களை நம் இராணுவம் அனுப்பாததன் காரணம்...?''

வறண்ட புன்னகையுடன் வித்யுன்மாலி தலைய சைத்துக்கொண்டான். ''இப்பொழுது நான் போர்வீரனல்ல. மெய்க்காப்பாளன். அதுவும், தற்சமயம் மேற்கொண்டுள்ள பணியின்படி பார்த்தால், அரசகுலத்தாருக்குப் பிடித்தமான துணிமணிகளை வாங்கியளிக்கும் வேலையும் என் தலையில்தான்.''

பட்டுக்கொள்ளாமல் புன்னகைத்த அதிகாரி, அவசரமாய்க் கப்பலினின்று வெளியேறினார்.

''ஏன் தாமதம்?'' எகிப்தியன் கேட்டான்.

கப்பலின் அடிவயிற்றில், அனைத்துத் தளங்களுக்கும் கீழே இருந்த சரக்குக் கிடங்கிற்குள் இறங்கி நின்றான் வித்யுன்மாலி. மிக உயரத்தில் இருந்த ஒரேயொரு பலகணியும் இழுத்து மூடப்பட்டு, அந்தப் பகுதியே இருளில் மூழ்கியிருந்தது. கண்கள் அந்த மங்கலான ஒளிக்குப் பழக்கப்பட, கிடங்கின் மத்தியில், சந்தடியின்றி ஏறக்குறைய பூனை போல் இறுக்கமாய் அமர்ந்திருந்த முன்னூறு கொலையாளிகளை வித்யுன்மாலி கண்டான்.

''பெரிதாக ஒன்றுமில்லை, பிரபு ஸ்வுத்,'' வித்யுன்மாலி எகிப்தியனுக்குப் பதிலளித்தான். ''பைத்தியக்கார சுங்க அதிகாரிக்குத் திடீரென்று கப்பல் கிடங்கைப் பார்க்க வேண்டுமென்ற பித்துக்குளித்தனமான ஆவல். சமாளித்துவிட்டோம். இப்பொழுது கரச்சாபாவைத் தாண்டிப் பயணப்பட்டுக்கொண்டிருக்கிறோம். விரைவில், மெலூஹாவின் இதயத்தை எட்டிவிடுவோம். அதன்பிறகு... திரும்புவதென்பதே இல்லை.''

ஸ்வுத் மௌனமாய்த் தலையசைத்தான்.

''பிரபு,'' கவசமிட்ட தீப்பந்தத்துடன் சத்தமில்லாமல் அங்கு வந்து சேர்ந்தான் கலபதி.

சுளுந்தை வித்யுன்மாலி வாங்கிக்கொள்ள, கலபதியின் பின்னே, இரு பெரும் சாக்குகளைச் சுமந்து நின்ற இரு ஆட்கள், மூட்டைகளை வித்யுன்மாலியின் காலடியில் வைத்தனர்.

''வெளியே காத்திருங்கள்,'' என்றான் வித்யுன்மாலி.

கலபதியும், ஆட்களும், கட்டளைக்குக் கட்டுப்பட்டனர். வித்யுன்மாலி, எகிப்தியனை நோக்கித் திரும்பினான்

தேவகிரிக்கு வித்யுன்மாலி அழைத்துச் சென்று கொண்டிருந்த மிகத் திறம்வாய்ந்த, நிழல் போல் நடமாடும் கொலையாளிகளின் கூட்டத்திற்கு ஸ்வுத்தான் தலைவன். எல்லா பக்கமும் அடைத்திருந்த அந்தக் கிடங்கின் வெப்பத்தைச் சமாளிக்கும் விதமாய், ஸ்வுத் மற்றும் அவனது அடியாட்கள் கோவணத்தையன்றி வேறெதுவும் அணிந்திருக்கவில்லை. சுளுந்தின் மெல்லிய வெளிச்சத்தில், ஸ்வுத்தின் உடலெங்கும் ஆழ உழுதிருந்த விழுப்புண்கள் வித்யுன்மாலியின் கண்களில்பட்டன. ஆனால், அவனது கவனத்தைக் கவர்ந்ததென்னவோ, வடுக்களை மீறி எல்லா இடங்களிலும் படர்ந்திருந்த பச்சை குத்திய வடிவங்கள்தான். அவற்றில் ஒன்றுடன், மெலூஹ படைத்தலைவருக்கு நல்ல பரிச்சயம் உண்டு: மூக்கின் பாலத்தின் மீதிருந்த ஒரு கரிய தீக்கோளம்; அதனின்று நாலாதிசையிலும் பரவிச் சிதறிய தீ நாக்குகள். அவன் கையால் மரணமடைவோர், கடைசியாகக் காணும் காட்சியும் அதுவே. ஸ்வுத் மற்றும் அவனது

ஆட்களின் ஆதர்சக் கடவுளின் உருவம் அது: ஆடென் - சூரியக் கடவுள்.

''எகிப்தியர்களின் சூரியக் கடவுள் 'ரா' என்றல்லவா எண்ணியிருந்தேன்?'' என்றான் வித்யுன்மாலி.

ஸ்வுத் மறுப்பாய்த் தலையசைத்தான். ''பலர் ரா என்றழைப்பது உண்மைதான், ஆனால், அது தவறு. ஆடென் என்பதே சரியான பெயர். இந்தக் குறியீடு,'' ஸ்வுத் தன் மூக்கின் மீது வரையப்பட்டிருந்த தீக்கோளத்தைச் சுட்டிக் காட்டினான். ''அவரைக் குறிக்கும்.''

''உங்கள் கையில் வரைந்திருக்கும் ஓநாய் வடிவம்?'' வித்யுன்மாலி கேட்டான்.

''அசப்பில் அப்படியிருந்தாலும், அது ஓநாய் அல்ல. ஒரு விலங்கு. ஷா என்று அழைப்போம். என் பெயருக்குக் காரணமான கடவுளைக் குறிக்கும் குறியீடு.''

அவன் உடலை நிரப்பிய பல பச்சை குத்திய வடிவங்களைப் பற்றி மேற்கொண்டு கேட்க வித்யுன்மாலி வாயெடுத்த போது, ஸ்வுத் கையுயர்த்தினான்.

''என் உடலில் பச்சை குத்தியுள்ள குறியீடுகள் ஏராளம்; அவை பற்றி வெட்டிப்பேச்சு பேசக் கால அவகாசம், மிக்க் குறைவு,'' என்றான் ஸ்வுத். ''அதிகப் பணம் அளித்திருக்கிறீர்கள், படைத்தலைவரே. ஆகையால், உங்கள் பணியை செவ்வனே முடித்துவிடுவேன். இதற்காகவெல்லாம் வேலை மெனக்கெட்டு என்னுடன் நட்புப் பாலமெல்லாம் கட்ட வேண்டிய அவசியமில்லை. தங்கள் தேவை என்னவென்று மட்டும் சொல்லுங்கள்.''

வித்யுன்மாலியின் முகம் மலர்ந்தது. என்ன இருந்தாலும், தொழில் தெரிந்தவனிடம் வர்த்தகம் செய்வதே அலாதிதான். கையில் இருக்கும் வேலை மீது மட்டுமே கவனம் செலுத்தும் கில்லாடிகள். சக்ரவர்த்தி தக்ஷர் அவனுக்களித்திருக்கும் பணி, மிகக் கடினமானது. எந்த மிருகமும் கொல்லும் - ஆனால், இத்தனை கட்டுப்பாடுகளுக்குட்பட்டு, காரண காரியம் அறிந்து உயிரைப் பிரிப்பது, வித்தை தெரிந்தவனுக்கு மட்டுமே சாத்தியம். தொழிலில் மிகுந்த கவனமும், இருள் படிந்த அதன் நுணுக்கங்களின் நெளிவு சுளிவுகள் அனைத்தையும் அறிந்தவனாக அவன் இருத்தல் வேண்டும்.

''மன்னித்துக்கொள்ளுங்கள்,'' என்றான் வித்யுன்மாலி. ''விஷயத்திற்கு வருகிறேன்.''

''மிக்க நன்று,'' ஸ்வுத் ஏளனமாகக் கூறினான்.

''உங்களை யாரும் அடையாளம் கண்டுகொள்ளக் கூடாது.''

அவமானப்படுத்தப்பட்டது போல், ஸ்வுத்தின் கண்கள் இடுங்கின. "நான் கொல்வதை பிறர் அறிவதில்லை, படைத்தலைவரே. அவ்வளவு ஏன்? நாங்கள் உயிரைப் பறிக்கும் ஆட்களே பல சமயம் எங்களைக் காண்பதில்லை."

வித்யுன்மாலி மறுப்பாய்த் தலையசைத்தான். "நீங்கள் பார்க்கப்பட வேண்டும். அடையாளம்தான் கண்டு கொள்ளப்படக்கூடாது."

ஸ்வுத்தின் புருவங்கள் நெறிந்தன.

அங்கே கிடந்த சாக்கு மூட்டைகளில் ஒன்றிடம் சென்ற வித்யுன்மாலி, திறந்து, அதிலிருந்து பெரிய கறுப்பு அங்கியும், முகமூடியையும் எடுத்தான். "எல்லோரும் இவற்றை அணிந்துகொள்ளவேண்டும். நீங்கள் கொல்வது, எல்லோரும் பார்க்கும்படியும் இருக்கவேண்டும் என்பதுதான் என் எண்ணம்."

அங்கியையும் முகமூடியையும் கையிலெடுத்த ஸ்வுத்தால், அவற்றை உடனே அடையாளம் காணமுடிந்தது. வெளியே பயணம் செய்யும்போது, நாகர்கள் அணியும் உடை. முகமூடியை வெறித்தான். ஹோலி பண்டிகையின் போது அவை அணியப்படுவதையும் அறிவான்.

வித்யுன்மாலியை அவன் பார்த்த பார்வையில், கண்கள் இடுங்கியிருந்தன. "நாகர்கள்தான் இதைச் செய்தது என்று எண்ணும்படி இருக்க வேண்டுமென்கிறாயா?"

வித்யுன்மாலி தலையசைத்தான்.

"இந்த அங்கியால் எங்கள் வேகம் மட்டுப்படும்," என்றான் ஸ்வுத். "முகமூடி, பார்வையை மறைக்கும். இவற்றையெல்லாம் அணிந்துகொண்டு வேலை செய்து எங்களுக்கு பழக்கமில்லை."

"ஆடென் வீரர்களால் இந்தப் பணியை நிறைவேற்ற முடியாதென்றா சொல்கிறீர்கள்?"

ஸ்வுத் மூச்சை ஆழ இழுத்துவிட்டான். "தயவு செய்து போ."

வார்த்தைகளில் தெறித்த திமிரால் அதிர்ந்த வித்யுன்மாலி, அவனை வெறித்தான்.

"போ," ஸ்வுத் விஷயத்தை விளக்கினான். "இந்த அங்கிகளை அணிந்து நாங்கள் பயிற்சி செய்யவேண்டும்."

புன்னகைத்த வித்யுன்மாலி, எழுந்தான்.

"தீவர்த்தியை இங்கே வைத்துவிட்டுக் கிளம்பு," என்றான் ஸ்வுத்.

"தாராளமாய்," என்ற வித்யுன்மாலி, சுளுந்தைச் சுவரில் பதித்துவிட்டு, கிடங்கினின்று வெளியேறினான்.

அத்தியாயம் 40

நர்மதையில் ஒரு பதுங்குபாய்ச்சல்

''என்னது - அவங்க இங்கே வரப்போறதில்லையா?'' ஆச்சர்யத்தின் வசப்பட்ட சதியிடமிருந்து வார்த்தைகள் பீறிட்டன.

காளி, கணேஷ் மற்றும் கார்த்திக் புடை சூழ, குடும்பத்தினருடன் ஆனந்தமாய்ப் பொழுதை - மணக்கும் குங்குமப்பூ சேர்த்த பாலுடன் - சதி ருசித்துக் கொண்டிருந்தாள். விரைவிலேயே, பகீரதன், சந்திரகேது, மாதலி, ப்ரஹஸ்பதி மற்றும் சேனர்த்வஜர், புதிய செய்தியுடன் வந்து சேர்ந்துகொண்டனர். வாசுதேவர்களிடமிருந்து முன்னம் கிடைத்திருந்த தகவல்படி, ஏறக்குறைய ஐம்பது கப்பல்கள்கொண்ட படை, சில வாரங்களுக்கு முன் தான் கரச்சாபாவைவிட்டு வெளியேறியிருந்தது. லோத்தலுக்கு அது வரக்கூடுமென்ற எதிர்பார்ப்பு இருந்தது. ஆனால், கடைசியாகக் கிடைத்த அறிக்கையை வைத்துப் பார்த்தால், கப்பல்கள் தெற்கே திரும்பிவிட்டதாகத் தெரிந்தது.

''அவர்கள் செல்லும் திசையைப் பார்த்தால், நர்மதையை நோக்கிப் பயணிப்பதாகத்தான் தோன்றுகிறது,'' என்றார், தகவலைக் கொண்டு வந்த வாசுதேவ பண்டிதர்.

''அடக்கடவுளே! அப்படியிருக்கக்கூடாதே!'' பதற்றமடைந்த காளி, கணேஷைப் பார்த்தாள்.

நர்மதையில் செல்வதாகப் பாசாங்கு செய்து, மெலூஹர்களை திசைதிருப்பி பரிஹா செல்வதான சிவனின் தந்திரத்தை காளி ரசிக்கவில்லை; ஒப்புக் கொள்ளவுமில்லை. பஞ்சவடி செல்லும் பாதைக்கான தடயம் எதையேனும் மெலூஹர்கள் கண்டுகொண்டால்? நர்மதை கிழக்கு-மேற்காய்ப் பாய்வதையும் பஞ்சவடியின் அருகே இருந்த நதி மேற்கு-கிழக்காய்ப் பாய்வதையும், அந்நகரம் நர்மதைக்கு அருகே இல்லையென்பதை ப்ருகு அறிந்திருந்ததையும் நினைவுபடுத்திய சிவன், அவளது கவலைக்கு ஆதாரமில்லையென்பதையும் சுட்டிக் காட்டினார். நர்மதையிலேயே பயணித்தாலும், பஞ்சவடியை

அடையவேண்டுமானால், அடர்ந்த தண்டகவனத்தைக் கடக்க வேண்டுமென்பதை மெலூஹர்களே அறிவர். நாகர்களின் தேர்ந்த வழிகாட்டுதலின் உதவியின்றி, அவ்விதம் செல்வதில் உள்ள ஆபத்தும் அவர்களுக்குத் தெரியும்.

ஆகையால், மெலூஹர்களின் கப்பற்படை நர்மதையின் பயணிப்பதாகச் செய்தி வருகிறதென்றால், அதற்கு ஒரே ஒரு காரணம்தான் இருக்கமுடியும்: பஞ்சவடி செல்லும் வழியை அவர்கள் அறிந்துகொண்டுவிட்டார்கள்.

கணேஷ் அதிர்ச்சியுடன் அவளை நோக்கினான். ''நர்மதை வழியா பஞ்சவடி போற வழியை அவங்க எப்படிக் கண்டுபிடிச்சிருக்க முடியும்?''

காளியின் கோபம் சதியின் மீது திரும்பியது. ''நான் சொல்ல சொல்லக் கேக்காம உம் புருஷன்தான் பைத்தியக்காரத்தனமா நர்மதையை நோக்கிக் கப்பல்ல போறேன்னு பிடிவாதம் பிடிச்சார்.''

''காளி, நர்மதையில் நாம போறதும் வர்றதும் மெலூஹர்கள் பார்வையில படாம இருக்கவே முடியாது,'' சதி நிதானமாய்ச் சொன்னாள். ''இதுல எந்த இரகசியமும் இல்ல. அதே சமயம், நர்மதை மூலம் பஞ்சவடியை அடையிற வழியை அவங்களால தெரிஞ்சிக்கவே முடியாது. சிவா எதையும் காட்டிக்கொடுக்கலை.''

''மண்ணாங்கட்டி!'' காளி வெடித்தாள். ''இந்த விஷயத்துல தப்பு சிவனோடது மட்டுமில்ல, உன்னுதும் கூடத்தான். அந்தத் துரோகியைக் கூறு கூறாக்கிக் கொல்லணும்னு அப்பவே தலைப்பாடா அடிச்சுக்கிட்டேன், தீதீ. நீயும் உன் நாசமாப்போற நியாய உணர்வும் எங்க மக்களை ஒட்டுமொத்தமா அழிக்கத்தான் போகுது!''

''*மாஸி*,'' கணேஷ் உடனடியாகத் தாய்க்கு ஆதரவாய் வாக்குவாதத்தில் புகுந்தான். ''அம்மாவைக் குற்றம் சொல்றது நியாயம்னு எனக்குப் படலை. நர்மதைப் பாதையை சேநாதிபதி பர்வதேஸ்வரர்தான் கண்டுபிடிச்சார்னு ஏன் நினைக்கணும்? பிரபு ப்ருகுவே செய்திருக்கலாமே? அவருக்குத்தான் கோதாவரிப் பாதையே தெரியுமே?''

''அதானே,'' காளியின் குரலில் இகழ்ச்சி கொப்பளித்தது. ''நிச்சயமா இது சேநாதிபதி பர்வதேஸ்வரரோட வேலையா இருக்கவே முடியாது. உன் அருமை அம்மாவோட தப்பும் இதுல எதுவுமே இல்ல. மனித வரலாற்றிலேயே இந்த மாதிரி தாய்ப்பாசம் இருக்கவே முடியாதுங்கற மாதிரி அலட்டற மகன், அம்மாகிட்டதான் தப்புன்னு ஒப்புக்குவானா?''

''காளி...'' சதி மெல்லக் கிசுகிசுத்தாள்.

அதைக் காதில் வாங்கிக்கொள்ளாத காளி, தொடர்ந்து அரற்றினாள். ''நீ நாகாங்கிறதையும் மறந்தாச்சா? மக்களின் தலைவன்; உடம்புல கடைசிச் சொட்டு இரத்தம் இருக்கற வரைக்கும் உன் மக்களை, குலத்தைக் காக்கக் கடமைப்பட்டவன்கிறது கொஞ்சமாவது நினைவு இருக்கா?''

நிலைமை கைம்மீறிப் போகுமுன், எப்படியாவது திசைதிருப்பும் எண்ணத்துடன் பகீரதன் இடைமறித்தான். ''மெலூஹர்கள் நர்மதைப் பாதையை எப்படிக் கண்டு பிடிச்சாங்கன்னு விவாதிக்கிறதுல பயன் இருக்கறதா எனக்குத் தோணலை, காளி தேவி. அடுத்து நாம செய்யவேண்டியது என்னங்கிறதைப் பத்திதான் இப்ப பேசி முடிவெடுக்கணும். பஞ்சவடியை எப்படிக் காப்பாத்தறது?''

''அடுத்து என்ன செய்யணும்னு முடிவெடுக்க நாம மகரிஷிக்களா இருக்கணும்கிற அவசியமில்ல,'' பகீரதனைக் காளி முறைத்தாள். ''அத்தனை நாகா வீரர்களையும் ஏத்திக்கிட்டு, நாளைக்கே ஐம்பது கப்பல்கள் புறப்படும். என் மக்களைத் தாக்க மெலூஹர்கள் முடிவெடுத்த அந்த நொடியை காலாகாலத்துக்கும் நொந்துக்கப் போறாங்க!''

ஒட்டுமொத்த நாகா, மற்றும் பலப்பல ப்ரங்கர்களுமாய் ஒரு இலட்சம் வீரர்களைக் கொண்ட அந்தப் படை, லோத்தலின் வட்ட வடிவ துறைமுகத்தில் நங்கூரமிட்டிருந்த கப்பல்களில் அவசர அவசரமாய் ஏறியது. காலம் பொன்னானது என்பதை அவர்கள் அறிவர். கரையில், காளி, கணேஷ் மற்றும் கார்த்திக் அவர்களைக் கவனித்தபடி நின்றனர்.

தன் குடும்பத்தை வழியனுப்பி வைக்க சதி வந்திருந்தாள். லோத்தலிலேயே அவள் தங்குவதாகத் திட்டம். படை பிரிந்து கிடக்கும் இந்தச் சந்தர்ப்பத்தைப் பயன்படுத்திக்கொண்டு, மெலூஹர்கள் நகரை முற்றுகையிடலாம் என்ற சந்தேகம் அவள் மனதில் தோன்றியிருந்தது.

''காளி...'' சதி மெல்ல அழைத்தவாறு அவளை நெருங்கினாள்.

அற்ப ஜந்துவைப் போல் அவள் மீது பார்வையை வீசிய காளி, முதுகைத் திருப்பிக்கொண்டு, வீரர்களுக்கு ஆணைகளை உச்சஸ்தாயியில் பிறப்பித்தாள். ''ஏறுங்க, ஏறுங்க! ம், சீக்கிரம் ஆகட்டும்!''

அம்மாவின் பாதங்களில் விழுந்து வணங்கி ஆசி பெறும் பொருட்டு, கணேஷ் மற்றும் கார்த்திக் முன்னால் வந்தனர். ''சீக்கிரம் வந்துருவோம்மா,'' கணேஷ் கொஞ்சம் தர்மசங்கடத்துடன் புன்னகைத்தான்.

சதி தலையசைத்தாள். ''காத்துக்கிட்டிருப்பேன்.''

''எங்களுக்கு ஏதாவது உத்தரவு உண்டாம்மா?'' கார்த்திக் கேட்டான்.

இன்னமும் தன் பக்கம் திரும்பாமல், விறைப்புடன் வேறு திசையில் நின்று கொண்டிருந்த காளியை சதி ஏறிட்டாள். ''சித்தியை பத்திரமாப் பார்த்துக்குங்க.''

அவள் வார்த்தைகள் காதில் விழுந்தாலும், காளி பதில் சொல்லத் தயாராக இல்லை.

சதியே ஓரடி முன் வைத்து, காளியின் தோளைத் தொட்டாள். ''சேநாதிபதி பர்வதேஸ்வரர் விஷயத்துக்காக நான் வருத்தப்படறேன். அந்த சமயத்துல எனக்குச் சரின்னு பட்டதைத்தான் செஞ்சேன்.''

காளியின் தோள்கள் விடைத்தன. ''பிற உயிர்களைப் பத்தி அக்கறையில்லாம ஏதோ ஒரு தர்மநியாயக் கோட்பாட்டைப் பிடிச்சுக்கிட்டு தொங்கறவங்க நல்லவங்க இல்லை, தீதீ.''

துக்கம் கரைமீற அவளது முதுகை வெறித்தாள் சதி. காளியின் நான்கு கரங்களில், தோளின் மீது இருந்த இரண்டும் மெலிதாய் அதிர்ந்து, நாகர்கள் அரசியின் அடிமனதில் பொங்கிப் பிரவகித்த ஆவேசத்தை நன்கு உணர்த்தின. திரும்பிய காளி, சகோதரியை முறைத்தாள். ''உன்னோட தர்மசிந்தையை உலகமே பாராட்டணும்கிறதுக்காக என் மக்கள் கஷ்டப்படக்கூடாது, தீதீ.''

தன் வீரர்களை விரைவாய்க் கப்பல்களில் ஏறும்படி விரட்டியவாறு, காளி புயலைப் போல் அங்கிருந்து விரைந்தாள்.

கனகாலாவால் தன் காதுகளையே நம்பமுடியவில்லை. ஒரு வழியாக, கட்டக்கடைசியில், சமாதானம் ஏற்பட ஒரு சந்தர்ப்பம்!

''மிக நீண்ட காலத்திற்குப் பிறகு, நல்ல செய்தி என் செவிகளில் விழுந்திருக்கிறது, அரசே,'' என்றாள் கனகாலா.

மந்தகாசப் புன்னகையுடன் வீற்றிருந்தார் தக்ஷர். ''விஷயத்தை இரகசியமாய் வைத்திருக்க வேண்டியதன் அவசியம் உமக்குப் புரிந்திருக்கும் என நம்புகிறேன். அமைதி விரும்பாதவர்கள் இங்கே எத்தனையோ. எல்லாவற்றையும்

ஒட்டுமொத்தமாய் முடிக்க யுத்தம் ஒன்றுதான் வழி என்பது அவர்களது தீவிரமான நம்பிக்கை.''

தக்ஷருக்கருகில் நின்றிருந்த வித்யுன்மாலியை கனகாலா ஏறிட்டாள். இத்தனை நாளும், அவன் யுத்தப் பைத்தியம் என்ற எண்ணம் அவள் மனதில் வேரூன்றியிருந்தது. அப்பேர்ப்பட்டவன் தக்ஷரின் கூற்றை ஒப்புக்கொள்வது அவளை அதிசயத்தில் ஆழ்த்தியது. ஒரு வேளை, கனகாலா யோசனையில் ஆழ்ந்தாள். *நீலகண்டருடன் சமாதானப் பேச்சுவார்த்தையில் இறங்க விருப்பமில்லாதவர் என்று சக்ரவர்த்தி குறிப்பிடுவது பிரபு ப்ருகுவைத்தானோ?*

''தேவகிரிக்கு வெளியே நிகழ்ந்த சிறு போரிலேயே நேர்ந்த உயிரிழப்பையும், ஏராள சேதத்தையும் கண்முன் கண்டோம்,'' என்றார் தக்ஷர். ''பிரபு நீலகண்டருக்கும், மெலூஹாவிற்கும் மிக அதிக சேதத்தை அளிக்கக்கூடிய ஆளிழப்பு நேராமல் காப்பாற்றியது சதியின் முன்யோசனையும், யுத்த ஞானமும் மட்டுமே.''

சதியின் மீதுள்ள அன்புதான் சக்ரவர்த்தியைச் செலுத்தும் அங்குசமோ? தன் மகளுக்கு எந்த ஆபத்தும் நேர்வதை அவரால் அனுமதிக்கமுடியாது. அவரை உந்தித் தள்ளுவது எந்த சக்தியாயிருந்தாலும், அமைதிக்கான இந்த முயற்சியை நான் ஆதரிப்பேன்.

''என்ன யோசிக்கிறீர், கனகாலா?''

''பெரிதாக ஒன்றுமில்லை, பிரபு. அமைதி உடன்படிக்கையின் பொருட்டு தாங்கள் பேச்சுவார்த்தையில் இறங்க முற்பட்டிருப்பதே என்னை எல்லையில்லா மகிழ்ச்சியில் ஆழ்த்துகிறது.''

''உங்கள் வேலை சுலபமில்லை,'' தக்ஷர் எச்சரித்தார். ''வெகு சிறிய கால அவகாசத்திற்குள், அமைதிக்கான ஒரு மிகப்பெரும் மாநாட்டை ஏற்பாடு செய்ய வேண்டும். நம் சம்பிரதாயப்படி, பிரதம மந்திரியின் பெயரால், அதற்குக் *கனகாலா யஞ்னம்* என்றே பெயரிட்டு, அழைப்போம்.''

வெட்கம் சூழ, கனகாலா புன்னகைத்தாள். ''தங்கள் பெருந்தன்மையைப் புகழ வார்த்தைகளேயில்லை, பிரபு. ஆனால், பெயரா முக்கியம்? சமாதானமேயல்லவா?''

''ஆம், அதுவே பிரதானம். ஆகையினாலேயே, இந்த ஏற்பாடுகளையெல்லாம் இரகசியமாய் வைத்திருக்க வேண்டி நான் முன்னமேயே எச்சரிக்கை செய்தேன். எக்காரணம் கொண்டும் இப்படியொரு மாநாடு நடக்க இருப்பதற்கான அறிகுறிகூட, கரச்சாபாவிற்குச் சென்றுவிடக்கூடாது.''

அயோத்ய மன்னர் திலீபர் மற்றும் சேநாதிபதி பர்வதேஸ்வரர் சகிதம் கரச்சாபாவில்தான் பிரபு ப்ருகு தண்டிறங்கியிருந்தார்.

''ஆக்ஞை, பிரபு,'' என்ற கனகாலா, நிம்மதியும் ஆனந்தமுமாய், ஆக வேண்டியவற்றைக் கவனிக்கத் தன் அலுவலகம் நோக்கி விரைந்தாள்.

தன் பிரத்யேக அலுவலகத்தின் அறைக்கதவுகள் மூடும் வரைக் காத்திருந்த தக்ஷர், வித்யுன்மாலியை நோக்கித் திரும்பினார். ''ஸ்வுத் மற்றும் அவரது ஆட்கள் என்னைக் கைவிட்டுவிடமாட்டார்கள் என்று நம்புகிறேன்.''

''மாட்டார்கள், அரசே,'' என்றான் வித்யுன்மாலி. ''என்னை நம்புங்கள். அந்த திபேத்தியக் காட்டுமிராண்டி இதோடு ஒழிந்தான். பழியனைத்தும் நாகர்களின் மீது விழும். எப்படியும் உலகம் அவர்களை இரத்தவெறி பிடித்த, அரக்கக் கொலையாளிகளாகத்தான் பார்க்கிறது. நல்லமனம் படைத்த நியாயவான்கள் யாரும், அந்த நீலகண்டன் நாகர்களை ஆதரிப்பதைச் சற்றும் ஏற்கவில்லை. என்னதான் உயர்ந்த மனிதனாயிருந்தாலும், த்ராபகு போன்ற விகர்மாக்களை விடுவித்ததையே யாரும் ஒப்புக்கொள்ளவில்லையல்லவா? அதுபோலத்தான். நாகர்கள்தான் அவரைக் கொன்றார்கள் என்பதை நம்புவது யாருக்கும் கடினமாயிருக்காது.''

''என் மகளும் எனக்கு மீண்டும் கிடைத்துவிடுவாள்,'' என்றார் தக்ஷர். ''வேறு வழி அவளுக்குக் கிடையாதே? நாங்கள் மீண்டும் முழுமையான குடும்பமாகிவிடுவோம்.''

இம்மாதிரியான பைத்தியக்காரத்தனமான கற்பனைகளால் வலுவடைந்து ஸ்திரமாய் நின்ற எல்லை மீறிய நம்பிக்கைகள் எத்தனையெத்தனை?

தங்களது வணிகக் கப்பலின் மேல்தளத்தின் முன்பகுதியில் சிவன், கோபால் மற்றும் தாரா நின்றிருந்தனர். அவர்கள் எடுத்துப் போகவிருந்த அதிமுக்கியம் வாய்ந்த சரக்குகளைக் கப்பலில் ஏற்ற பரிஹர்கள் உதவினர். எல்லோரும் விடைபெற்றுக்கொண்டான பிறகு, ஜம் கடலுக்குள் கப்பலைச் செலுத்துமாறு நீலகண்டர் அப்போதுதான் உத்தரவிட்டிருந்தார்.

''ஷெஹெரெஸேட்,'' கோபால் ஆரம்பித்தார். ''எவ்வளவு நாள்...''

''தாரான்னு சொல்லுங்க,'' அவள் வாசுதேவர் தலைவரை இடைமறித்தாள்.

''மன்னிக்கவும். என்ன?''

''இப்ப என் பெயர் தாரா, மேன்மைதங்கிய வாசுதேவர் தலைவரே,'' என்றாள் தாரா. ''ஷெஹெரெஸேட்டைப் பரிஹாவிலேயே விட்டுட்டு வந்தாச்சு.''

''உண்மை.'' கோபால் புன்னகை புரிந்தார். ''மன்னிக்க வேண்டும். தாராவேதான்.''

''என்ன கேட்கணும்னு நினைச்சீங்க?''

''பரிஹாவில் எத்தனை காலம் வாழ்ந்தீர்கள் என்றுதான்.''

''ரொம்ப அதிக காலம்,'' என்றாள் தாரா. ''மொதல்ல, பிரபு ப்ருகு கொடுத்த பணியை நிறைவேத்தத்தான் அங்கே போனேன். கொஞ்ச நாள்தான் தங்க வேண்டிவரும்னு நினைச்சேன். வாயுபுத்ரர்களோட *தைவி அஸ்திரங்கள்* விஷயத்துல பணி புரியணும்னு சொல்லியிருந்தார்; அவர் அனுமதி கொடுத்த பிறகுதான் திரும்பி வரமுடியும்னு சொல்லிட்டார். ஆனா, ப்ரஹஸ்பதி இறந்த செய்தி கிடைச்சதும், நாடு திரும்பக் காரணங்கள் எதுவும் இருக்கறதாத் தெரியலை.''

''ப்ரஹஸ்பதி இங்கிருந்து அதிக தொலைவில் இல்லை,'' கோபால் பரிவுடன் கூறினார். ''ஜம் கடலில் இன்னும் இரு வாரங்கள்தான்; பிறகு, கிழக்கே திரும்பி, மேற்குக் கடலில் பயணிப்போம், லோத்தலையும் ப்ரஹஸ்பதியையும் நோக்கித்தான்.''

தாரா முகம் மந்தகாசமடைந்தது.

''ஆமாமா,'' சந்தர்ப்பத்தைத் தவறவிடாமல், 'ஜம்' என்ற வார்த்தையின் பொருளை வைத்துச் சிவன் விளையாடத் துவங்கினார். ''ஆனா, இப்பத்தான் எல்லாம் கொஞ்சம் குழப்பமாயிருக்கு. 'வரப்போற' கடல்தான், இப்ப நாம 'போகப்போற' கடலா மாறிப்போச்சு! அது மட்டுமில்ல; மேற்குக் கடல்ல கிழக்கே வேற போகணுமாம். புனித ஏரியே! கடைசியில எங்க போய்ச்சேரப் போறோமோ?''

அதிசயமடைந்தது போல் தாரா, புருவங்களை உயர்த்தினாள்.

''தெரியும், தெரியும்,'' என்றார் சிவன். ''ரொம்பக் கேவலமா கடிக்கறேன். என்ன செய்ய? எப்பவுமே பிரமாதமா சிரிக்கச் சிரிக்க பேச முடியுமா என்ன?''

தாரா கலீரெனச் சிரித்தாள். ''ரொம்ப கொடுமையாத்தான் இருந்தது. ஆனா, உங்க 'கடி'யைக் கேட்டு நான் ஆச்சர்யப்படலை.''

''மிக்க நன்றி,'' சிவன் மெல்லச் சிரித்தார். ''வேற எதை நினைச்சு ஆச்சர்யப்பட்டீங்க?''

'' 'ஜம்' னா 'வரக்கூடிய'ன்னு அர்த்தம் பண்ணிக்கிட்டீங்க. இல்லையா?''

அவ்வாறு வாசுதேவர் தலைவர்தான் தன்னிடம் சொல்லியிருந்தாராகையால், அவரை நோக்கிச் சிவனின் புருவங்கள் உயர்ந்தன.

'' 'ஜம்' என்றால் 'வரக்கூடிய' என்று அர்த்தமில்லையா, என்ன?'' கோபால் வினவினார்

''எல்லோரும் அப்படித்தான் நினைக்கறாங்க,'' என்றாள் தாரா. ''பரிஹர்களைத் தவிர.''

''அவங்க என்ன நினைக்கறாங்க?'' சிவன் கேட்டார்.

''ஜம்கிறவர்தான் தர்மத்தின் தலைவர், ராஜா. ஆகையால, இந்தக் கடலுக்கு, தர்மராஜாவின் கடல்னுதான் அர்த்தம்.''

சிவன் புன்னகைத்தார். ''ஆனா, இந்தியாவுல தர்ம ராஜான்னா...''

''...யம். அதாவது, யமன்,'' தாரா, சிவனின் வாக்கியத்தை முடித்தாள். ''மரணத்தின் அதிபதியும் அவர்தான்.''

''அதே.''

''இந்த யமன் - அதாவது, யம்முக்கும், ஜம்முக்கும், ஏதாவது தொடர்பிருக்கா, என்ன? ஜம்கிற பேரோட பரிஹாவுல தலைவரோ, கடவுளோ இருந்திருக்காங்களா?''

''பெயர்களுக்கிடையே உள்ள தொடர்பு பத்தியெல்லாம் தெரியாது. ஆனா, பல காலத்துக்கு முன்னால, அஹூரா மாஸ்டாவால ஆசீர்வதிக்கப்பட்ட ஜம்கிற பெயர்கொண்ட பையன் ஒருத்தன், பிற்காலத்துல மிகப்பெரிய அரசனானான். இந்தப் பகுதியளையாண்ட ஆரம்பகால ராஜாக்கள்ள அவனும் ஒருத்தன். நாடு முழுக்க சந்தோஷத்தையும், செல்வச்செழிப்பையும் ஏற்படுத்தினான். உலகத்தையே அழிக்கக்கூடிய மிகப்பெரிய பேராபத்து வர இருக்கறப்ப, அவன் நிலத்துக்கடியில கட்டின ஒரு நகரம்தான், மக்கள் பலரைக் காப்பாத்திச்சு. பின்னாளில், அவன் நாட்டைச் சேர்ந்த மக்கள் அவனை 'ஜம்ஷெட்'-அழைக்க ஆரம்பிச்ச ாங்க.''

''அதென்னது, 'ஷெட்'?''

'''ஷெட்'ன்னா, *பிரகாசமான*ன்னு அர்த்தம். 'ஜம்ஷெட்'னா, ஒளிவீசம் தர்மராஜன்னு பொருள்.''

அத்தியாயம் 41

அமைதிக்கு அழைப்பு

லோத்தல் ஆளுநர் சேனர்த்வஜரின் பிரத்யேக அலுவலகத்தில், சதி, பகீரதன், சந்திரகேது, மாதலி மற்றும் ப்ரஹஸ்பதி ஆகியோர் கூடியிருந்தனர். கனகாலாவிடமிருந்து செய்தியுடன், தேவகிரியிலிருந்து அப்போதுதான் தூதுவன் வந்திருந்தான். அதைப் படித்தவர்கள், ஸ்தம்பித்து அமர்ந்திருந்தனர்.

''அமைதிக்கான அழைப்பா?'' என்றான் பகீரதன். ''புதுசா இப்ப என்ன சூழ்ச்சிவலை பின்ன ஆரம்பிச்சிருக்காங்க?''

''இது மெலூஹா, இளவரசர் பகீரதரே. இங்கே சட்டங்கள் மீறப்படுவதில்லை,'' சேனர்தவஜர் அவனை லேசாய்ச் சாடினார். ''அமைதிக்கான இந்த மாநாட்டின் சட்டதிட்டங்களும் மிகத் தெளிவாகவே எடுத்துரைக்கப்பட்டிருக்கின்றன; அவை இராமபிரானாலேயே வரையறுக்கப்பட்டவை. சூழ்ச்சிக்கான வாய்ப்பே கிடையாது.''

''அப்படியானால், பஞ்சவடித் தாக்குதலுக்கு என்ன சொல்கிறீர்கள்?'' வைஷாலி மன்னர் மாதலி கேள்வியெழுப்பினார். ''இங்கே நம்மை திசைதிருப்ப முயலும் அதே சமயம், நர்மதை வழியே நாகர்களின் தலைநகரம் செல்லும் வழியைக் கண்டுபிடித்து, அதைத் தாக்க தங்கள் கப்பல்களையுமல்லவா அனுப்பி வைத்திருக்கிறார்கள்?''

''அது எப்படி வஞ்சகமாகும்? என்றார் சேனர்த்வஜர். ''நம் இரு சாராருக்குமிடையே யுத்தம் நடந்து கொண்டிருக்கிறது. நம்மிடம் உள்ள பலவீனத்தைக் கண்டுகொண்டு, அதைப் பயன்படுத்தித் தாக்குகிறார்கள். இது யுத்த சம்பிரதாயம்தானே?''

''மெலூஹர்கள் தாக்குவதில் எனக்கு எந்தப் பிரச்சனையுமில்லை, ஆளுநர் சேனர்த்வஜரே,'' என்றார் ப்ரங்க மன்னர் சந்திரகேது. ''அவர்கள் பஞ்சவடியை அழிக்கவும் முடிவெடுத்து, நம்முடன் சமாதானப் பேச்சுவார்த்தை நடத்தவும் முற்படுகிறார்கள் என்பது தான் என் கவலை. இதில் ஏதோ சூது இருப்பதாகத்தான் படுகிறது.''

''நானும் அப்படித்தான் நினைக்கறேன்,'' என்றான் பகீரதன். ''சமாதானப் பேச்சுவார்த்தைங்கிற பேர்ல நம்மை நகருக்கு வெளியே இழுத்து, தாக்கற எண்ணம் இருக்கலாம். லோத்தல் கோட்டையோட பாதுகாப்பில்லாம, நாம மெலூஹர்கள் கிட்டத் தோற்கவும் வாய்ப்பிருக்கு.''

''கரச்சாபாவினின்று மெலூஹ படை இன்னமும் வெளிக்கிளம்பவில்லை என்ற செய்தியும் நமக்குக் கிடைத்திருக்கிறது, இளவரசே,'' என்றார் ப்ரஹஸதி. ''நம்மை லோத்தலை விட்டு இழுப்பதுதான் அவர்கள் எண்ணமென்றால், அவர்களது படையைத் தயார் செய்யும் முஸ்தீபுகளிலும் இறங்கியிருக்கமாட்டார்களா?''

சந்திரகேது தலையசைத்தார். ''அதுதான் எனக்கும் குழப்பமாயிருக்கிறது.''

''மெலூஹாவிற்குள் வெவ்வேறு பிரிவுகள் இருக்கின்றனவோ, என்னவோ,'' ப்ரஹஸ்பதி யோசனையை முன்வைத்தார். ''ஒரு சிலர் யுத்தம் வேண்டும் என்று ஆலாய்ப் பறக்கும்போதே, வேறு சிலர், சமாதானம் கோருகின்றனரோ, என்னவோ?''

''இந்த சமாதான ஆயத்தத்தையெல்லாம் கண்மூடித்தனமா நம்பமுடியாது,'' என்றாள் சதி. ''அதே சமயம், நிராகரிக்கவும் கூடாது. இன்னும் பல கொலைகள் விழாம சோமரஸத்தை நம்மால தடுத்து நிறுத்த முடியும்னா, அதை முயற்சிக்கிறதுல தவறிருக்க முடியாதில்லையா?''

''அழைப்பு சிவபெருமானுக்கில்ல வந்திருக்கு?'' என்றான் பகீரதன். ''அவர் வர்ற வரைக்கும் நாம காத்திருக்க வேண்டாமா?''

சதி மறுப்பாய்த் தலையசைத்தாள். ''அதுக்கு எத்தனை மாசமாகுமோ? வாயுபுத்ரர்கள மனசை மாத்தற முயற்சியில வெற்றியடைஞ்சாரான்னு கூடத் தெரியலை. அவர் போன காரியம் பலிக்கலைன்னா? சோமரஸத்தைத் தடுத்து நிறத்தணும்கிற முயற்சியில நம்ம கை தாழ்ந்துடும்; எதையும் வலியுறுத்தற நிலையில நாம இருக்கமாட்டோம். இப்ப ஒரு இக்கட்டான இடத்துல சிக்கிக்கிட்டிருக்கோம். அது மெலூஹர்களுக்கும் தெரியும். யார் கண்டது? அமைதிக்கான இந்த மாநாட்டுல நாம உருப்படியான ஒரு உடன்படிக்கைக்குக் கூட வரமுடியலாம், இல்ல?''

''வரக்கூடும்,'' என்றார் சந்திரகேது. ''அல்லது, அவர்கள் விரித்த வலைக்குள் நாமே சென்று மாட்டிக்கொண்டு, மொத்தமாய் அழிந்துவிடவும் கூடும்.''

இது விஷயமாய் தீர்மானிப்பதில் இருந்த சிரமத்தை சதி உணராமல் இல்லை. அவசரத்தில் எடுக்கக்கூடிய முடிவுமில்லை.

''நான் இன்னும் கொஞ்சம் யோசிக்கணும்,'' என்று விவாதத்தை அத்துடன் முடித்தாள்.

கட்டுக்காவல் மிகுந்திருந்த அந்த அறைக்குள், சதி பிரவேசித்தாள். கனகாலாவின் செய்தியுடன் வந்திருந்த தேவகிரித் தூதுவன், லோத்தல் ஆளுநர் மாளிகை அலுவலகத்தில், வசதியான ஓரிடத்தில் இருத்தப்பட்டிருந்தான். சம்பிரதாய மரியாதைகளுடனே நடத்தப்பட்டிருந்தாலும், அவன் இருந்த அறையின் ஜன்னல்கள் அடைத்து, மிகுந்த எச்சரிக்கையாய், கதவுகளும் பூட்டப்பட்டிருந்தன. நகருக்குள் நுழைந்தவுடன் கண்களைக் கட்டி, நேரே இந்த அறைக்குக் கொண்டுவந்து சேர்த்திருந்தனர். அவனது ஆட்கள் நகருக்கு வெளியே நிறுத்தப்பட்டனர். கோட்டைக் கொத்தளங்களையும், நகரின் தற்காப்பு வசதிகளையும் அமைதிக் குழு அறிந்துகொள்வதை சதி விரும்பவில்லை.

''தேவி,'' எழுந்து, சம்பிரதாயப்படி வணக்கம் செலுத்தினான் மெலூஹன். என்ன இருந்தாலும், அவனுக்கு அவள் மெலூஹ இளவரசியே அல்லவா?

''படைத்தலைவர் மாயஷ்ரேநிக்,'' சதியும் சம்பிரதாயமாய் வணக்கம் தெரிவித்தாள். என்றைக்குமே அவளுக்கு இந்த அரிஷ்டநேமிப் போர்வீரனின் மீது நன்மதிப்பு உண்டு.

கதவை நோக்கிய மாயஷ்ரேநிக்கின் புருவங்கள் நெறிந்தன. ''நீலகண்டர் வந்து சேர்ந்துகொள்ளப் போவதில்லையா?''

போரின் உண்மை நிலவரம் குறித்த செய்திகளையெல்லாம் தேவகிரியில் தக்ஷரிடத்தில் தெரிவிக்க வேண்டியதில்லை என்று ப்ருகு முடிவெடுத்திருந்தார். யுத்தத்தில் சிறிதும் பயனளிக்கமுடியாத பிதற்றல் 'யுக்தி'களை அளித்து, தேவையில்லாத விஷயங்களில் தலையிட்டு, போர் சம்பிரதாயத்தில் தேர்ந்த சேநாதிபதி பர்வதேஸ்வரரின் வயிற்றெரிச்சலைச் சக்ரவர்த்தி கொட்டிக் கொள்வதுதான் மிச்சம். ஆகையால், நர்மதையில் பயணம் செய்து சிவன் பஞ்சவடி போய்விட்டதாய்க் கரச்சாபாவில் பர்வதேஸ்வரர் சந்தேகித்ததை, தேவகிரியில் வாழ்ந்த அநேக மெலூஹர்களைப் போல், மாயஷ்ரேநிக் அறிந்திருக்கவில்லை.

சிவன் லோத்தலில் இல்லையென்ற சங்கதியை சதியும் வெளியிட விரும்பவில்லை. அதே சமயம், பொய்யுரைப்பதிலும் அவளுக்குச் சம்மதமில்லை. ''இல்ல.''

''ஆனால்...''

''என்னோட நீங்க பேசறதே,'' சதி அவனை மறித்தாள். ''அவரோட பேசறதுக்குச் சமம்.''

மாயஷ்ரேநிக்கின் புருவங்கள் நெறிந்தன. ''ஒரு வேளை, என்னைச் சந்திப்பதில் அவருக்குச் சம்மதமில்லையோ? சமாதானத்தில் அவருக்கு உடன்பாடில்லையா? அல்லது, மெலூஹாவை முற்றுமாய் அழிப்பதே சாலச் சிறந்தது என்ற முடிவுக்கு வந்துவிட்டாரா?''

''சிவன் தீமைன்னு நினைக்கிறது சோமரஸத்தைத் தானேயொழிய, மெலூஹாவை இல்ல. நிச்சயமா அவருக்கு அமைதியில விருப்பம்தான். அதுக்கான உடன்படிக்கையில இறங்கவும் அவர் தயார் - ஒரே ஒரு நிபந்தனைக்கு சம்மதிச்சா: சோமரஸத்தைத் தடை செய்யணும்.''

''அப்படியானால், அவர் அமைதிக்கான மாநாட்டிற்கு வருகை புரியவேண்டியதும் அவசியம்.''

''பிரச்சனையே அங்கேதான். கனகாலாவுடைய அழைப்பு உண்மைகிறதுக்கு என்ன ஆதாரம்?''

''தேவி,'' மாயஷ்ரேநிக்கின் அதிர்ச்சி முகத்தில் வெளிப்படையாகவே தெரிந்தது. ''அமைதிக்கான நியாயமான பேச்சுவார்த்தை நடக்கப்போவதைப் பற்றி மெலூஹா பொய்யான தகவலை அனுப்பக்கூடுமென்றா நினைக்கிறீர்கள்? அதெப்படி? இராமபிரானின் கட்டளைப்படி அது மிகப்பெரும் குற்றம்.''

''மெலூஹர்கள் எப்பவுமே சட்டத்தை மதிச்சு நடந்திருக்கலாம், படைத்தலைவரே. எங்கப்பா அப்படியில்ல.''

''சக்ரவர்த்தி எடுத்திருக்கும் முயற்சிகள் அனைத்துமே நிஜம், தேவி.''

''இதை நான் நம்பணுமா?''

''மகரிஷி ப்ருகு கரச்சாபாவில் இருக்கும் விஷயத்தைத் தங்கள் ஒற்றர்கள் இதற்குள்ளாகத் தெரிவித்திருப்பார்கள்.''

''அதனால?''

''உண்மையில், எவ்வித சமாதானத்திற்கும் உட்படும் எண்ணமில்லாதவர் மகரிஷி ப்ருகுதான், அம்மணி. தங்கள் தந்தை அமைதியையே விரும்புகிறார். மகரிஷி விலகியிருக்கும் இந்த சந்தர்ப்பத்தில், அதற்கான வாய்ப்பு அவருக்குக் கிடைத்திருக்கிறது. அவர் சமாதான

உடன்படிக்கையில் கையெழுத்திட்டால், மகரிஷி ப்ருகுவே மீறுவது கடினம் என்பதை அறிவீர்கள். சக்ரவர்த்தி ஒருவரின் அதிகாரத்திற்கு மட்டுமே மெலுஹா கீழ்ப்படியும். ஏன், இப்பொழுதும், கட்டளைகள் இடுபவர் மகரிஷியாகவே இருந்தாலும், அவை மக்களை அடைவது சக்ரவர்த்தியின் பெயரால்தான்.''

''திடீர்னு தர்மநியாயம் எதுன்னு தானே உணர்ந்து, தப்பை நிவர்த்தி செய்ய வேண்டிய தார்மீகக் கடமையை எங்கப்பா உணர்ந்துட்டார்னு நம்பச் சொல்றீங்களா?''

''உங்கள் கூற்று நியாயமல்ல என்று...''

''நிஜமாவா? என் முதல் கணவரைக் கொன்னது அவர்தான்னு உங்களுக்குத் தெரியுமே? சட்டத்தை அவர் கொஞ்சமும் மதிச்சதாத் தெரியலையே.''

''ஆனால், தங்கள் மீது அளவுகடந்த அன்பு உண்டு.''

ஆயாசமும் அருவருப்புமாய் சதி கண்களை உருட்டினாள். ''நிஜம்மா, மாயஷ்ரேநிக்... என் மேல உள்ள பாசத்தாலதான் இந்தத் திடீர் சமாதான உடன்படிக்கை முயற்சின்னு என்னை நம்பச் சொல்றீங்களா?''

''அவர் தங்கள் உயிரைக் காப்பாற்றினார், தேவி.''

''என்ன பைத்தியக்காரத்தனம்! அந்த பேத்தலை நீங்களும் நம்ப ஆரம்பிச்சிட்டீங்களா? என் உயிரைக் காப்பாத்தத்தான் எனக்குப் பிறந்த நாகா குழந்தையைத் தூக்கியெறிஞ்சு, கிட்டத்திட்ட தொண்ணூறு வருஷம் என்கிட்டேயிருந்து எங்கப்பா மறைச்சு வெச்சிருந்தார்னு சாதிக்கறீங்களா? இல்லவேயில்லை. தன் பெயரைக் காப்பாத்திக்கிறதுதான் அவருக்கு என்னிக்குமே முக்கியம்; சக்ரவர்த்தி தக்ஷருக்கு நாகா பேரக்குழந்தை பிறந்தது வெளியாருக்குத் தெரியக்கூடாதுங்கிறதுதான் அவருடைய மிகப்பெரிய கவலை. அவர் சட்டத்தை மீறினதே அந்தக் காரணத்துனாலதான்.''

''தொண்ணூறு வருடங்களுக்கு முன் நடந்ததைப் பற்றி இப்பொழுது நான் பேசவில்லை, தேவி. சில வருடங்களுக்கு முன் நிகழ்ந்த சம்பவத்தைத் தான் நினைவு கூர விரும்புகிறேன்.''

''என்ன?''

''பஞ்சவடியில் எச்சரிக்கை ஒலித்தது எப்படி என்று நினைக்கிறீர்கள்?''

எதிர்பாராத இந்தச் செய்தியால் அதிர்ச்சியில் உறைந்த சதி, மௌனம் காத்தாள்.

''தக்க சமயத்தில் உங்கள் உயிரைக் காப்பாற்றியதும் அந்த எச்சரிக்கைதான்.''

"அதைப் பத்தி உங்களுக்கெப்படித் தெரியும்?"

"பஞ்சவடியை அழிக்க பிரபு ப்ருகு கப்பல்களை அனுப்பியது உண்மை. ஆனால், அதே படையை அழிக்கும் பொறுப்பையும் தங்கள் தந்தை என்னிடத்தில் கொடுத்தார். உங்களனைவரையும் காப்பாற்றிய எச்சரிக்கை ஒலியை எழுப்பியதே நான்தான். தங்கள் தந்தையின் உத்தரவின் பேரிலேயே செய்தேன். தங்களைக் காப்பாற்றும் உத்தேசத்தினால் உந்தப்பட்டு, தேசத்தையும் சுயலாபத்தையுமே அவர் கெடுத்துக்கொள்ளவும் தயங்கவில்லை."

திகைப்பில் ஸ்தம்பித்த சதி, மாயஷ்ரேநிக்கை வெறித்தாள். "நான் இதை நம்பமாட்டேன்."

"உண்மை இதுதான், தேவி," என்றான் மாயஷ்ரேநிக். "பொய்யென்பது என் இரத்தத்தில் இல்லை."

மூச்சை ஆழ இழுத்த சதி, முகத்தைத் திருப்பிக்கொண்டாள்.

"மெலூஹாவின்பால் உள்ள கடமையின் பொருட்டல்லாமல், தங்கள் மீதுள்ள பாசத்தினாலேயே சக்ரவர்த்தி சமாதானப் பேச்சுவார்த்தைக்குத் தூது விடுகிறார் என்றே வைத்துக்கொண்டாலும், அதனால் நம் நாட்டிற்கு நன்மையொழிய வேறில்லையே? மெலூஹாவே தரைமட்டமாகும் வரையில் இந்த யுத்தம் தொடரவேண்டும் என்பதா உண்மையில் நம் விருப்பம்?"

தன் எண்ணங்களை வெளியிட விரும்பாத சதி, மாயஷ்ரேநிக்கை நோக்கித் திரும்பினாள்.

"நீலகண்டரிடத்தில் சொல்லுங்கள், தேவி. தங்கள் பேச்சிற்கு அவர் நிச்சயம் செவி சாய்ப்பார். சமாதானப் பேச்சு வார்த்தைக்கான இந்த அழைப்பு நிஜம்."

சதி எதுவும் பேசவில்லை.

"நீலகண்டரைப் பேட்டி காணும் வாய்ப்பு எனக்குக் கிட்டுமா, தேவி?" சமாதானம் குறித்து சதி ஒரு முடிவுக்கு வந்துவிட்டாளா இல்லையா என்பதை மாயஷ்ரேநிக்கால் கண்டுகொள்ள முடியவில்லை.

"அவரை நீங்க பார்த்துப் பேசறதெல்லாம் நடக்காத காரியம்," என்றாள் சதி. "எங்க காவலாளிகள்ள ஒருத்தர் உங்களை நகர்வாயில்களுக்குக் கொண்டு போய்ச் சேர்ப்பார். தேவகிரிக்குத் திரும்பிடுங்க. நீங்க சொன்ன விஷயம் பத்தி நிச்சயம் தீவிரமா ஆலோசிப்பேன்."

''சமாதானப் பேச்சுவார்த்தை மாநாட்டுக்குப் போகலாம்கிறதுதான் என் எண்ணம்,'' என்றாள் சதி. ''இதைப் பத்தி நாம கொஞ்சம் ஆலோசிக்கணும்.''

பகீரதன், ப்ரஹஸ்பதி, சேனர்த்வஜர், சந்திரகேது மற்றும் மாதலி சகிதம், ஆளுநர் மாளிகையில் அவள் மந்திராலோசனையில் அமர்ந்திருந்தாள்.

''இது அவ்வளவு நல்ல யோசனையில்ல, தேவி,'' என்றான் பகீரதன். ''அவங்க நமக்கு என்னென்ன பொறியெல்லாம் வெக்கப்போறாங்கங்கிறது இராமபிரானுக்குத்தான் வெளிச்சம்.''

''நான் இதுக்கு மாறா நினைக்கறேன். போறதுதான் நல்லதுன்னு எனக்குப்படுது. தேவகிரியில எங்கப்பா செய்யறதெல்லாம் கரச்சாபாவுல இருக்கும் படைக்குத் தெரியாமலிருக்க வாய்ப்பிருக்கா?''

''இருக்கலாம்,'' என்றார் ப்ரஹஸ்பதி. ''ஆனால் - இந்தச் சமாதான உடன்படிக்கைக்கான அடித்தளத்தை நிறுவியவர் உண்மையிலேயே உங்கள் தந்தைதானா? இதை முழுவதுமாய்ச் செயல்படுத்தி முடிக்கும் திறன் அவருக்குண்டா?''

''ஒரு வேளை, அவர் மட்டும் இந்தத் திட்டத்தைத் தீட்டலியோ, என்னமோ? பிரதம மந்திரி கனகாலாவுக்கும் இதிலெல்லாம் முக்கிய பங்கிருக்கலாம்,'' என்றாள் சதி. ''அழைப்பு அவங்க பேர்லதானே வந்திருக்கு?''

''சக்ரவர்த்தியிடத்தில் கனகாலாவிற்குச் செல்வாக்கிருப்பது உண்மை,'' சேனர்த்வஜர் ஒப்புக்கொண்டார். ''அவருக்கு யுத்தத்தின் மீதும் பற்றில்லை. அமைதி கோருவதுதான் அவரது இயற்கையான சுபாவம். அதுவுமன்றி, அவர் நீலகண்டரின் உண்மையான பக்தை.''

''சமாதான உடன்படிக்கையைத் தனியாளாய் நிறைவேற்றும் சக்தி அவங்களுக்கு உண்டா?'' பகீரதன் கேட்டான்.

''உண்டு,'' என்றாள் சதி. ''மெலூஹ அரசாங்கம் நடக்கறதே எழுத்திலான உத்தரவுகளை ஆதாரமா வெச்சுத்தான். சக்ரவர்த்தி கிட்டேருந்து வர்றதுதான் அனைத்திலும் முக்கியமான, பிரதான அரச கட்டளை. பிரபு ப்ருகு கட்டளையிடறதில்லை; தனக்குச் சரின்னு படறதை கட்டளையா இட சக்ரவர்த்தியை அனுமதிப்பார். மத்ததை நிராகரிப்பார். பிரபு ப்ருகுவுக்குத் தெரியறதுக்கு முந்தி எங்கப்பா அமைதிக்கான முயற்சிகளைத் தொடங்கிட்டார்னா, மெலூஹர்கள் அதைப்

பின்பற்றியே ஆகணும். பிரதமமந்திரி கனகாலாவால எங்கப்பாகிட்டேருந்து சமாதானத்துக்கான உடன்படிக்கையை பெற முடிஞ்சதுன்னா, நிச்சயமா அவங்களால அமைதியையும் கொண்டுவர முடியும்.''

''மேற்கொண்டு இரத்தம் சிந்தாமல் நம்மால் சோமரஸத்தைத் தடுக்கமுடியுமானால், ருத்ரபகவானே நம் சாதனையை எண்ணிப் பெருமைப்படுவார்,'' என்றார் மாதலி.

''ஆனா, நாம ரொம்ப எச்சரிக்கையா பதில் சொல்லணும்,'' மிகுந்த ஜாக்கிரதையுணர்வுடன் பகீரதன் பேசினான். ''சக்ரவர்த்தி தக்ஷர் மற்றும் பிரதமமந்திரி கனகாலாவுடைய சொந்த முயற்சியாலதான் இந்த சமாதானப் பேச்சுவார்த்தை நடக்கப்போகுதுன்னா, நாம நகர்ந்தாலே படைக்கு ஆபத்துதான். இங்கேயிருந்து கரச்சாபா ரொம்ப தூரத்துல இல்லை.''

''அதுவும் சரிதான்,'' சேநாதிபதி பர்வதேஸ்வரரின் போர்த்தந்திரங்களையும், சாமர்த்தியத்தையும் நன்கறிந்து, அதன் பொருட்டு அவர் மீது பெரும் மரியாதை வைத்திருந்த சதி, ஒப்புக்கொண்டாள். ''நம்ம படை வெளியேர்றதை கரச்சாபாவுல *பித்ரதுல்யா* தெரிஞ்சுக்கிட்டார்னா, தேவகிரியைத் தாக்கப்போறதாத்தான் நினைப்பார். சரஸ்வதி நதியில நம்மைத் தடுத்து நிறுத்த நிச்சயம் கரச்சாபாவுலேர்ந்து பாய்ஞ்சு வருவார்.''

''நாம் ஒப்புக்கொண்டால் பிரச்சனை; ஒப்புக்கொள்ளா விட்டால் சோதனை,'' என்றார் சந்திரகேது. ''இருதலைக் கொள்ளி எறும்பு.''

''அப்படியானால், என்ன செய்வது?'' சேனர்த்வஜர் கேட்டார்.

''நான் கிளம்பறேன்,'' என்றாள் சதி. ''படை உட்பட, நீங்க எல்லோரும், லோத்தல் கோட்டைக்குள்ளேயே இருக்க வேண்டியது.''

''தேவி, இது மிக ஆபத்து,'' என்றார் மாதலி. ''தேவகிரியில் அபாயம் ஏதேனும் நேரிட்டால், தங்களைப் பாதுகாக்கப் படையின் உதவி வேண்டாமா?''

''தேவகிரிக்கு வெளியே வேணும்னா மெலூஹர்கள் என் படையோட மோதலாம்,'' என்றாள் சதி. ''ஆனா, தன்னந்தனியா இருக்கறவளோட சண்டையில இறங்க மாட்டாங்க. அது எங்கப்பா வீடு.''

பகீரதன் மறுப்பாய்த் தலையசைத்தான். ''மன்னிக்கணும், தேவி - ஆனா, இதுவரைக்கும் நான் பார்த்ததுல, தர்மநியாயத்தின் சிகரமா உங்கப்பா நடந்துகிட்டதாத்

தெரியலை. சமாதானம்கிற பேர்ல நம்ம தலைவர்களை தேவகிரிக்கு தந்திரமா வரவழைச்சு, அவங்களைக் கொல்றதுக்கான சாத்தியங்கள் அதிகம்கிறதை நாம் ஒத்துக்கிட்டுத்தான் ஆகணும்.''

சேனர்த்வஜர் உண்மையிலேயே புண்பட்டார் என்பதை அவரது முகம் காட்டியது. ''இறுதியாகச் சொல்கிறேன், இளவரசே - நீங்கள் சொல்வது போலெல்லாம் மெலூஹாவில் நடப்பதில்லை. எக்காரணத்திலும், எந்த சந்தர்ப்பத்திலும், சமாதானப் பேச்சுவார்த்தை நடக்கும்போது, ஆயுதங்கள் பயன்படுத்தப்படுவதில்லை. இது இராமபிரானின் கட்டளை. ஏழாவது விஷ்ணுவின் சட்டத்தை எந்த மெலூஹனும் மனதறிந்து மீறமாட்டான்.''

அவை அமைதியடையும்படி கையுயர்த்தி சைகை செய்த சதி, பகீரதனிடம் திரும்பினாள். ''நம்புங்க, இளவரசே. எங்கப்பா என் சுட்டுவிரலுக்குக்கூட ஆபத்து வர அனுமதிக்க மாட்டார். அவருக்கு என் மேல பாசம் ரொம்ப அதிகம். குழம்பிப் போன குட்டையா தேங்கிக்கிடக்கற அவர் மனசுல கூட, என் மேல நிஜமான, ஆழமான அன்பு இருக்கத்தான் செய்யுது. நான் தேவகிரி போகத்தான் போறேன். அமைதி கிடைக்க இது நமக்கு வாய்ச்சிருக்கும் அருமையான சந்தர்ப்பம். அதைத் தவற விடாம பயன்படுத்திக்கிறது என் கடமை.''

பகீரதன் துணுக்குற்றான். விபரீதம் ஏதோ நிகழப்போகும் கலவரத்தை அவனால் தவிர்க்கமுடியவில்லை. ''என்னையும், என்னோட ஒரு அயோத்ய படையும் உங்களோட வர அனுமதிக்கணும், தேவி.''

''அவங்களுக்கு இங்கேதான் வேலை, இளவரசே,'' என்றாள் சதி. ''அதுவுமில்லாம, நீங்களும் உங்க வீரர்களும் சந்திரவம்சிகள். தவறா நினைக்காதீங்க - ஆனா, என்னுடன் சில சூர்யவம்சிகள் இருந்தா நல்லது. என்ன இருந்தாலும், நான் போகப்போறது சூர்யவம்சித் தலைநகருக்கு. நந்தி, என்னுடைய மெய்க்காப்பாளர்கள் - இவங்க போதும்.''

''ஆனால், குழந்தாய், அவர்கள் நூறு பேர் மட்டும் தானே?'' ப்ரஹஸ்பதி ஆட்சேபித்தார். ''நிச்சயமாய்த் தெரியுமா?''

''இது அமைதிக்கான மாநாடு, ப்ரஹஸ்பதிஜி,'' என்றாள் சதி. ''போரில்ல.''

''ஆனால், அழைப்பு வந்தது நீலகண்டப் பெருமானுக்கல்லவா?'' சந்திரகேது கேட்டார்.

''அரசே, நீலகண்டப்பெருமான், என்னைத் தன்னோட பிரதிநிதியா நியமிச்சிட்டுப் போயிருக்கார்,'' என்றாள் சதி. ''அவர் சார்பா என்னாலையும் பேச்சுவார்த்தை நடத்த

முடியும். நான் முடிவு பண்ணிட்டேன். தேவகிரிக்குப் போகத்தான் போறேன்.''

''எனக்கென்னமோ பயமா இருக்கு, தேவி,'' வீரபத்ரா கெஞ்சினான். ''தயவு செஞ்சு போகவேணாமே?''

அவன் தவிர்த்து, சதியின் தனியறையில் இருந்த பரசுராமன், நந்தியின் முகங்களிலும் கவலை திரையிட்டது.

''கவலைப்படாதீங்க, வீரபத்ரா,'' என்றாள் சதி. ''நான் திரும்பி வர்றப்ப கையோடு கொண்டு வர்ற சமாதான உடன்படிக்கையின் மூலம், இந்த யுத்தம் மட்டுமில்ல, சோமரஸமும் மொத்தமா தடைபடத்தான் போகுது.''

''இருக்கட்டும், அதுக்காக ஏன் என்னையும் வீரபத்ராவையும் கூட அழைச்சுக்கிட்டுப் போக மறுக்கறீங்க, தேவி?'' பரசுராமன் கேட்டான். ''நந்திக்கு மட்டும்தான் உங்க கூட பயணம் செய்யற தகுதி இருக்கா?''

சதி புன்னகைத்தாள். ''நீங்க ரெண்டு பேருமே கூட இருந்தா எனக்கு சந்தோஷம்தான் - ஆனா, நான் சூர்யவம்சிகளை மட்டும் கூட்டிக்கிட்டுப் போறேன். அதான் விஷயம். மெலூஹ பழக்கவழக்கங்களும், சம்பிரதாயங்களும் அவங்களுக்கு நல்லாத் தெரியும். எப்படியும், இது கொஞ்சம் நாசூக்காக் கையாள வேண்டிய சமாதானப் பேச்சுவார்த்தை. தொடங்கறதுக்கு முன்னாலேயே காரியம் கெட்டுறக் கூடாதில்லையா? அதுல நான் ஜாக்கிரதையா இருக்கணும்.''

''நான் அவருடனேயே இருப்பேன், பரசுராமா,'' நந்தி வாக்களித்தார். ''கவலை வேண்டாம். தேவி சதிக்கு எதுவும் நேர நான் அனுமதிக்கமாட்டேன்.''

''தப்பா எதுவும் நடக்க வாய்ப்பேயில்லை, நந்தி. இது அமைதி மாநாடு. சமாதான உடன்படிக்கை வெற்றி அடையலைன்னாலும், நம்ம மேல ஒரு கீறல்கூடப் படாம அனுப்பிவைக்க வேண்டியது மெலூஹர்களின் கடமை. அதுதான் இராமபிரான் வகுத்த விதி.''

இதனாலெல்லாம் வீரபத்ரா சமாதானமடையாது மறுகியது, வாட்டமடைந்த அவன் முகத்தில் நன்கு தெரிந்தது. கை நீட்டி, சதி அவன் தோளை ஆதுரத்துடன் தட்டினாள். ''அமைதிக்காக நாம ஒரு முயற்சி பண்ணித்தான் ஆகணும், அது உங்களுக்கே தெரியும். எத்தனையோ உயிர்களை நாம காப்பாத்தமுடியும். எனக்கு வேற வழியில்ல, போய்த்தான் ஆகணும்.''

''நிச்சயம் வேற வழியிருக்கு,'' வீரபத்ரா விவாதித்தான். ''நீங்களே ஏன் போகணும்? உங்க சார்பா யாரையாவது பேச்சுவார்த்தை நடத்த தாராளமா அனுப்பலாம்.''

சதி மறுப்பாய்த் தலையசைத்தாள். ''இல்ல, நானேதான் போகணும். ஏன்னா... இதெல்லாமே என் தப்புதான்.''

''என்னது?''

''நம்ம வீரர்கள்ள பலர் தேவகிரியில உயிர்விட்டதுக்கும், யானைப்படை நிர்மூலமானதுக்கும் நான்தான் காரணம். நம்ம குதிரைப்படை ஏறக்குறைய ஒண்ணுமேயில்லாம அழிஞ்சதும் என் தவறு. திறந்தவெளியில நம்மால அவங்களை நேருக்கு நேர் சந்திக்க முடியாம இப்ப முடங்கிக்கிடக்கறதே என் தப்புதான். நடந்த எல்லாமே என் தவறுங்கிற போது, அதையெல்லாம் சீர் செய்ய வேண்டியதும் என் பொறுப்புதானே?''

''தேவகிரியில நாம தோற்றதுக்கு நீங்க பொறுப்பில்ல, தேவி,'' பரசுராமன் மறுத்தான். ''சந்தர்ப்ப சூழ்நிலையெல்லாம் நமக்கு எதிரா இருந்தது. இன்னும் சொல்லப்போனா, ரொம்ப மோசமான ஒரு சூழல்ல, நீங்களாக்கொண்டு படையைக் கொஞ்சமாவது காப்பாத்திக் கொண்டு வந்திட்டீங்க.''

சதியின் கண்கள் இடுங்கின. ''ஒரு படை தோத்துப் போச்சுன்னா, அதுக்குப் படைத்தலைவரோட மட்டமான போர்த்தந்திரமும், யோசனையில்லாத செயல்பாடும்தான் காரணம். நம்ம தோல்வியைச் சரிக்கட்ட நமக்கு நாமே சொல்லிக்கிற சப்பைக்கட்டுதான், சந்தர்ப்பமும், சூழ்நிலையும். நல்ல வேளையா, என் தவறுகளைச் சரி பண்ண எனக்கு இன்னொரு சந்தர்ப்பம் வாய்ச்சிருக்கு. அதை நான் அலட்சியம் செய்யமுடியாது. செய்யமாட்டேன்.''

''தேவி,'' வீரபத்ரா மீண்டும் தொடங்கினான். ''தயவு செஞ்சு நான் சொல்றதை...''

''பத்ரா,'' தன் ஆருயிர் நண்பனை சிவன் அழைக்கும் முறையை, சதியும் இப்போது பின்பற்றினாள். ''நான் போறேன். நிச்சயம் பத்திரமாத் திரும்புவேன். கையில சமாதான உடன்படிக்கையோடத்தான்.''

அத்தியாயம் 42

கனகாலாவின் தீர்மானம்

அமைதி மாநாட்டுக்கான அழைப்பு, ஏற்றுக்கொள்ளப் பட்டுவிட்டது.

லோத்தலிலிருந்து பறவைத்தூது வந்த மறு கணம், தக்ஷரின் பிரத்யேக அலுவலகத்திற்குக் கனகாலா விரைந்தாள். வாயிலிலோ, உள்ளே நுழைய சக்ரவர்த்தி யாருக்கும் அனுமதி வழங்கவில்லையென்று காவலாளி தடுத்தான்.

அவனைக் கனகாலா சட்டை செய்யவில்லை. ''அந்தக் கட்டளை நிச்சயம் என்னைக் கட்டுப்படுத்தாது. இது கிடைத்தவுடன்,'' கையில் இருந்த மடித்த கடிதத்தைக் கனகாலா சுட்டிக்காட்டினாள். ''என்னை வந்து சந்திக்கும்படிச் சொல்லியிருக்கிறார்.''

வாயில்காப்போன் வேறு வழியின்றி அகல, கனகாலா கதவைத் திறந்த மறுகணம, கிசுகிசுப்பான குரல்கள் அவளை எட்டின. வித்யுன்மாலியும் தக்ஷரும் மெல்லிய குரலில் ஒருவருடன் ஒருவர் பேசிக்கொண்டிருந்தனர். கனகாலா சப்தமின்றிக் கதவைச் சாத்தினாள்.

''அவர்கள் தயாரா?'' தக்ஷர் கேட்டார். ''நிச்சயமாய்த் தெரியுமா?''

''ஆம், பிரபு. நாகர்களின் உடையணிந்து ஸ்வுத்தின் ஆட்கள் பயிற்சி செய்துகொண்டிருக்கிறார்கள். அந்த ஏமாற்றுக்கார நீலகண்டன் என்ன ஏதென்று அறியுமுன் ஒழிந்துவிடுவான்,'' என்றான் வித்யுன்மாலி. ''அருமை நீலகண்டரின் கொலைக்கு மக்கள் நாகர்களின் மீதுதான் குற்றம் சுமத்துவார்கள்.''

வாயிலில், பிரமை பிடித்து நின்ற கனகாலாவை அப்போதுதான் கவனித்த தக்ஷர், சட்டென்று அவனை நிறுத்தினார். வித்யுன்மாலி 'சரக்'கென்று வாளையுருவினான்.

''அமைதி, வித்யுன்மாலி,'' தக்ஷர், கையுயர்த்தினார். ''தன் விசுவாசம் யாரிடத்தில் என்பதைப் பிரதம மந்திரி கனகாலா நன்கறிவார்.''

''அரசே...'' கனகாலாவின் கண்கள் பீதியில் விரிய, குரல் கிசுகிசுப்பாய் வெளிவந்தது.

''கனகாலா...'' ஒரு வித அமானுஷ்ய நிதானத்துடன், தக்ஷர் எழுந்து சென்று, அவளது தோள்மீது கரம் பதித்தார். ''சில சமயம், ஆற்ற வேண்டிய பணிகளை, ஒரு சக்ரவர்த்தியாகப்பட்டவன் செய்துதானே தீர வேண்டியிருக்கிறது?''

''இராமபிரானின் கட்டளைகளை நாம் மீறமுடியாது,'' பதற்றத்தில் கனகாலாவின் இதயம் விட்டுவிட்டுத் துடிக்க, மூச்சு வெடித்தது.

''அமைதி மாநாட்டைப் பொறுத்தவரை, அந்தச் சட்டங்கள் அரசருக்குப் பொருந்தலாம் - பிரதம மந்திரிக்கு அல்ல,'' என்றார் தக்ஷர்.

''ஆனால்...''

''ஆனால், போனால் எல்லாம் இல்லை,'' என்றார் தக்ஷர். ''நீங்கள் எடுத்துக்கொண்ட பதவிப்பிரமாணத்தை நினைவுபடுத்திக் கொள்ளுங்கள். இது யுத்தகாலம். சக்ரவர்த்தி இட்ட ஆணை எதுவாயினும், அதை நிறைவேற்றவேண்டும். அவரது அனுமதியின்றி அவரது இரகசியங்களை வெளியிட்டால், அதற்கான தண்டனை, மரணம்.''

''ஆனால், அரசே... இது மிகத் தவறு.''

''நீர் எடுத்த பதவிப்பிரமாணத்தை மீறுவதுதான் மிகப்பெரும் தவறு, கனகாலா.''

''அரசே,'' வித்யுன்மாலி இடைமறித்தான். ''இது மிக ஆபத்து. பிரதம மந்திரியை நாம்...''

தக்ஷர் அவனை மறித்தார். ''...எதுவும் செய்யப் போவதில்லை, வித்யுன்மாலி. இந்த மாநாட்டைச் சரிவர செயல்படுத்த இவள் இல்லையென்றால், சிவனின் ஆட்களுக்கு வந்திறங்கியவுடனேயே சந்தேகம் முளைத்து விடும். என்ன இருந்தாலும், இது '*கனகாலாவின் மாநாட*'ல்லவா?''

அதிர்ச்சியில் பேச்சு கூட வராமல் கனகாலா ஸ்தம்பித்து நின்றிருந்தாள்.

''எத்தனையோ வருடங்களாய் எனக்கு விசுவாசமாய் இருந்திருக்கிறாய், கனகாலா,'' என்றார் தக்ஷர். ''உன் சத்யப்பிரமாணத்தை நினைவில்கொண்டால், நீ வாழலாம். தொடர்ந்து பிரதமமந்திரியாகவும் பதவி வகிக்கலாம். மீறினாலோ... மரண தண்டனை பெறுவதோடு, அந்தப் *பரமாத்மா*வினாலேயே பழிக்கப்படுவாய்.''

கனகாலாவிற்கு நாவெழவில்லை. தான் பணிந்து ஏற்ற வேண்டிய சக்ரவர்த்தியைக் காட்டிக்கொடுத்தால், பிரதம மந்திரியாய் அவள் எடுத்துக்கொண்ட பதவிப்பிரமாணத்தின்

படி, அவளுக்கு ஈமக்கிரியைகள் கூட நடத்தப்படாது. பண்டைய காலத்திலிருந்து வழங்கிவரும் நம்பிக்கைகளின் படி, இது மரணத்தைவிடக் கொடுமையான விஷயம். ஈமக்கிரியைகள் நடக்காவிட்டால், புராணங்களில் சொல்லப்பட்டிருக்கும் வைதரணி நதியைக் கடந்து, அவள் ஆத்மாவினால் *பித்ருலோகம்* சேர முடியாது. மரணத்திற்குப் பிறகு மோட்சம் அடையவோ, பூமியில் வேறுடல் தேடி மறுபிறவு எடுக்கவோ முடியாமல், அவளது உயிர் ஊசலாடும். இதே உலகில், அவளது ஆன்மா இம்மியும் நிம்மதியில்லாது *பிசாசாய்*, பேயாய் சுற்றிக்கொண்டேயிருக்கும்.

"உன் சத்தியப்பிரமாணத்தை நினைவில் கொண்டு, கடமையை நிறைவேற்று," என்றார் தக்ஷர். "மாநாட்டில் கவனம் செலுத்து."

— ☥ ◯ Ʊ ⚹ ⊕ —

வீடும் அலுவலகமுமான அந்த இடத்தின் வெளிமுற்றத்தில் கனகாலா அமைதியாக நின்றாள். கூடத்தின் மத்தியில் கிணுகிணுத்த நீரூற்றின் ஓசை, அவளுக்கு மிகப்பிடித்த விஷயங்களில் ஒன்று. அந்த ஒலி, இப்பொழுது மெள்ளக் காற்றில் பரவி, கூரையற்ற உப்பரிகையை எட்டியது. மனதை அமைதிப்படுத்தி, நிதானத்திற்குக் கொண்டுவந்தது. நிமிர்ந்து மேலே பார்த்தாள்; சூரியன் கீழே தன் பயணத்தைத் தொடங்கிவிட்டான்.

ஆழ மூச்சை இழுத்துவிட்டு, வீதியை நோக்கினாள். வீரர்கள் மறைவாய் நிற்கக்கூட முயற்சிக்கவில்லை. தன் வீட்டின் வாசலில் காவலிருந்தவர்களின் மீது கனகாலாவிற்குக் கோபம் துளிர்க்கவில்லை. அவர்கள் சிறந்த வீரர்கள். தங்கள் தளபதி இட்ட ஆணையைத்தான் நிறைவேற்றிக் கொண்டிருந்தார்கள்.

லோத்தலுக்குச் செய்தியனுப்பி நீலகண்டரை எச்சரிக்கை செய்வதில் எந்தப் பயனுமில்லையென்பதை அவள் அறிவாள். இங்கேயிருந்து செல்லும் எந்த பறவைத் தூதையும் அடித்து வீழ்த்தும் திறன் வாய்ந்த வில்லாளிகளை வித்யுன்மாலி வழியெங்கும் நிறுத்திவைத்திருப்பான். அதுவுமில்லாமல், நீலகண்டரின் பரிவாரம் ஏற்கனவே லோத்தலை விட்டுக் கிளம்பியிருக்க வாய்ப்பிருந்தது. இனி, அவளது ஒரே நம்பிக்கை பர்வதேஸ்வரர்தான். அவரும் பிரபு ப்ருகுவும் சமயத்தில் தேவகிரி வந்துவிட்டால், ஒரு வேளை, தன் சக்ரவர்த்தியும் வித்யுன்மாலியும் ஏற்பாடு செய்திருந்த இந்தக் கொடூரம் நடக்காமல் தடுக்கக்கூடும்.

ஆனால், கரச்சாபாவிற்குச் செய்தி அனுப்புவது அவ்வளவு சுலபமில்லையே?

தன் கையில் அடங்கியிருந்த சிறிய செய்திச் சுருளை கனகாலா பார்த்தாள். நீலகண்டருக்கென அவள் தனிப்பட்ட முறையில் எழுதியிருந்த கடிதம். அதை இறுக்கமாய்ச் சுருட்டியவள், குருவியின் காலில் கட்டியிருந்த சிறிய குப்பிக்குள் அடைத்தாள். குப்பியை மூடி, உதட்டுக்குள் முணுமுணுத்தவாறு, கண்களை மூடினாள். "உன்னதப் பறவையே, என்னை மன்னித்துவிடு. உன் தியாகம், இனி நடக்கப்போகும் அரும்பெரும் சம்பவங்களுக்குப் பயனளிக்கட்டும். *ஓம் ப்ரம்மாய நம.*"

பறவையைத் தூக்கி வானில் வீசினாள்.

உடனடியாக, கீழே நின்றிருந்த வீரர்கள் பரபரப் படைந்ததை அவளால் உணரமுடிந்தது. சற்று தூரத்தில் இருந்த கட்டிடத்தின் கூரையில், ஒரு வில்லாளி வந்து நிற்பது தெரிந்தது. சட்டென்று அவன் வில்லில் அம்பைப் பூட்டி எய்ய, அது குறி தவறாமல் பறவையை அடித்தது. உடலில் அம்புடன் நிலத்தில் பறவை பொத்தென்று விழ, அதைக் கண்டெடுக்க வீரர்கள் பரபரத்துச் சிதறினர். உடனடியாக அதில் கட்டியிருந்த கடிதம் வித்யுன்மாலிக்கு போய்ச் சேர்ந்துவிடும். நீலகண்டருக்கான அந்தச் செய்தி, கனகாலாவின் கையெழுத்தில் இருந்ததால், உண்மைதான் என்றும் ருசுவாகிவிடும்.

மீண்டும் தெருவை கனகாலா வெறித்தாள். கீழே வீரர்கள், தரையில் கிடந்த பறவையைச் சுற்றிக் குழுமிப் படைபடைத்துக் கொண்டிருக்க, சந்தர்ப்பத்தைப் பயன்படுத்திக்கொண்டு தன் பணியாள் ஒருவன், ஓசையில்லாமல் பக்கக்கதவு வழியே நழுவிச் செல்வதை ஓரக்கண்ணால் கவனித்தாள். கோட்டைக் கதவுகளுக்கு வெளியே சென்றதும் அவன் விடுவிக்கும் பறவை, நேராய்க் கரச்சாபா செல்லும். ப்ருகு, பர்வதேஸ்வரர் இருவரும் இந்தப் பைத்தியக்காரத்தனத்தை - இராமபிரானின் விதிகளையே பட்டவர்த்தனமாய் மீறும் இந்த ஈனச்செயலை - தடுத்து நிறுத்த தேவகிரி வந்து சேர்வார்கள் என்று நம்பினாள். பறவைத்தூதை அனுப்பிய பிறகு, பணியாள் தெற்கே, லோத்தலுக்கு மிக வேகமாய்ச் சென்று, நீலகண்டரும் அவரது பரிவாரமும் இங்கே வந்து பொறியில் சிக்காமல் தடுத்து நிறுத்தப் பணிக்கப்பட்டிருந்தான். ஆக, தன்னாலான அனைத்தையும் கனகாலா நிறைவேற்றி முடித்திருந்தாள்.

பிரதம மந்திரியிடமிருந்து பெருமூச்சு வெளிப்பட்டது. சக்ரவர்த்திக்கு அளித்திருந்த சத்தியப்பிரமாணத்தை மீறியிருந்தாலும், மனதிற்குள் ஓடிய ஒரு பழைய சாஸ்திர

வரியினின்று சற்று சமாதானம் அடைந்தாள்: *தர்ம மதி உத்க்ரிதாஹ்.* உன் மனசாட்சி அறுதியிடுவதே உண்மையான தர்மம்; உன்னில் ஆழ்ந்து, தர்மம் குறித்து தியானித்தால், சரியான பாதையை உன் மனமே உனக்குக் கூறும்.

தன் வாக்கை மீறுவதுதான் இந்த சந்தர்ப்பத்தில் சரியான முடிவென்று கனகாலாவிற்குத் தோன்றியது. அதை விடப் பெரிய குற்றம் நடக்காமல் தடுக்க இது ஒன்றுதான் வழி. ஆனால், அவள் முட்டாளல்ல; கிடைக்கப்போகும் தண்டனையை அறியாமல் இல்லை. அதை நிறைவேற்றும் திருப்தியை அவள் தக்ஷருக்கு அளிப்பதாகவும் இல்லை.

துக்கம் படர்ந்த புன்னகையுடன், தன் அலுவலகத்திற்கு மீண்டும் நடந்தாள். எழுதும் மேஜையின் அருகே தாமதித்து, துல்லிய பச்சை வண்ணக் கஷாயம் நிரம்பிய கிண்ணத்தை எடுத்தாள். சமீபமாய்த் தயாரித்திருந்த அந்த மருந்தை கடகடவென்று குடித்தாள். வலி மரக்கச் செய்து, தூக்கக் கலக்கத்தையேற்படுத்தும். அதுதான் அவளுக்கும் வேண்டியது. நீரூற்றின் அருகே தளர்நடையிட்டாள். அதன் அடிப்பாகத்தில் இருந்த சிறிய குளம் அவளுக்குப் போதுமானது; கையை அதற்குள் அமிழ்த்திக்கொள்ளலாம். காயத்தின் மீது தொடர்ந்து நீர் ஓடிக்கொண்டேயிருந்தால், இரத்தம் கட்டிக்கொள்ளாது.

உடன் எப்போதும் வைத்திருக்கும் அலங்கார வேலைப்பாடமைந்த கத்தியை எடுத்தாள். மனதிற்குள் ஒரு எண்ணம் பளிச்சிட்டு மறைந்தது: சாஸ்திர முறைப்படி ஈமக்கிரியைகள் நடக்காததினால், தான் என்றென்றைக்கும் இந்த உலகத்தைப் பேயாய்ச் சுற்றிக்கொண்டிருக்க வேண்டியதுதானா? தலையை ஒருமுறை குலுக்கிக்கொண்டு, பயங்களை விரட்டியடித்தாள்.

தர்மோ ரக்ஷதி ரக்ஷிதஹ; தன்னைக் காப்பவர்களை தர்மம் காப்பாற்றும்.

கண்களை இறுக்க மூடி, இடது கைவிரல்களை முஷ்டியாக்கி, நீருக்குள் அமிழ்த்தினாள். மூச்சை ஆழ இழுத்துவிட்டு, "ஜெய் ஸ்ரீ ராம்," என்று உதட்டிற்குள் முணுமுணுத்துக்கொண்டாள்.

'சரக்'கென்று கத்தியால் மணிக்கட்டின் நாளங்களையும், நரம்புகளையும் ஒரே வீச்சில் ஆழ அறுத்துக்கொண்டாள். இரத்தம் 'குபுக்'கென்று பொங்கிப் பாய்ந்தது. நீரூற்றின் பீடத்தில் தலைசாய்த்து, மரணம் தன்னை வந்து அழைத்துப் போகக் காத்திருக்கலானாள்.

"இதனால் நம் திட்டங்கள் எதுவும் மாறப்போவதில்லை, அரசே," என்றான் வித்யுன்மாலி.

கனகாலாவின் தற்கொலை பற்றி அப்போதுதான் கிடைத்த செய்தியால் ஸ்தம்பித்திருந்த தக்ஷர், தனியலுவலகத்தில் இடிந்து போனவராய் அமர்ந்திருந்தார்.

அவரிடமிருந்து பதில் கிடைக்காத வித்யுன்மாலி, "அரசே..." என்றான்.

"என்ன..." இன்னமும் அதிர்ச்சி விலகாத தக்ஷர், ஏனோதானோவென்று பதிலளித்தார்.

"நான் சொல்வதைக் கேளுங்கள்," என்றான் வித்யுன்மாலி. "நம் திட்டப்படியே தொடர்ந்து செயல்படுவோம். ஸ்வுத்தின் ஆட்கள் தயார்."

"என்ன..."

"அரசே!" வித்யுன்மாலி கத்தினான்.

சட்டென்று தக்ஷர் முகம் சற்று தெளிய, வித்யுன்மாலியை வெறித்தார்.

"நான் சொல்வது காதில் விழுந்ததா, அரசே?" வித்யுன்மாலி கேட்டான்.

"ஆம்."

"கனகாலா ஒரு விபத்தில் உயிரிழந்ததாகத்தான் எல்லோருக்கும் சொல்லப்படும். அவர் நினைவாகத்தான் இந்த அமைதி மாநாடும் நடக்கும்."

"சரி."

"அதுவுமில்லாமல், நான் இப்போது கிளம்பவேண்டும்."

"என்ன?" தக்ஷர் பதற்றமடைவது போல் தோன்றியது.

"முன்னமேயே சொன்னேனே, அரசே," ஒரு குழந்தைக்கு எடுத்துச் சொல்வது போல் விளக்கினான் வித்யுன்மாலி. "கனகாலாவின் பணியாட்களில் ஒருவனைக் காணவில்லை. அந்த ஏமாற்றுக்கார நீலகண்டனுக்கு எச்சரிக்கை செய்யப் பறந்திருப்பானோ என அஞ்சுகிறேன். அவனைத் தடுத்து நிறுத்தியே ஆகவேண்டும். தெற்கே, ஒரு படையுடன் நேரில் செல்லலாமென்றிருக்கிறேன்."

"ஆனால்... நான் எப்படி இவையெல்லாவற்றையும் கவனித்துக்கொள்வது?"

"நீங்கள் எதையும் செய்யவேண்டிய அவசியமில்லை. எல்லாம் முறைப்படிதான் நடந்துகொண்டிருக்கிறது. அரண்மனைக்குள் இளவரசி சதியைக் கொண்டு வர என் வீரர்கள் ஏதேனும் உபாயம் கண்டுபிடிப்பார்கள். அவரது பரிவாரத்தைச் சேர்ந்த யாரும் உடன் வர அனுமதி அளிக்கப்படமாட்டாது. அவர் உங்களுடன் சேர்ந்துகொண்ட

மறுகணம், உங்கள் ஜன்னலருகே காத்து நிற்கும் என் வீரனுக்குச் சமிக்ஞை செய்யுங்கள். வானில் அவன் தீயம்பைப் பறக்க விடுவான். அதைக் காணும் ஸ்வுத்தின் ஆட்கள், காலம் கனிந்துவிட்டதை உணர்ந்துகொள்வார்கள். உடனடியாக நீலகண்டனைச் சூழ்ந்து, கொன்று தீர்த்துவிடுவார்கள். நாகர்களால்தான் இந்தக் கொலை நிகழ்ந்தது என்று சாட்சி கூறும் விதமாக, சிவனின் பரிவாரத்தைச் சேர்ந்த சிலரை உயிருடன் விட்டும் வைப்பார்கள்.''

இன்னமும் தக்ஷரின் முகத்தில் பதற்றம் நீங்கவில்லை.

ஓரடி முன்னே வைத்த வித்யுன்மாலி, பொறுமையைக் கைக்கொண்டான். ''எதற்கும் கவலை வேண்டாம். அனைத்துத் திட்டங்களையும் நான் சரிவரத் தீட்டிவிட்டேன். எங்கும், எந்தத் தவறும் நடக்க வாய்ப்பில்லை. இளவரசி சதி உங்கள் அறைக்குள் நுழைந்த மறுகணம், என் ஆளுக்குச் சமிக்ஞை செய்ய வேண்டியது உங்கள் பணி. அவ்வளவே.''

''அவ்வளவேதானா?''

''ஆம். நான் இப்பொழுது கிளம்பியே ஆகவேண்டும், அரசே. கனகாலாவின் ஆள் வஞ்சக நீலகண்டனை அடைந்துவிட்டால், நம் திட்டங்கள் எல்லாமே தவிடுபொடியாகிவிடும்.''

''அதுவும் சரிதான். செல்லுங்கள்.''

''அட நாசமாப்போற பன்னிங்களா!'' காளி கொந்தளித்தாள்.

மிகவிரைவான கத்திப்படகில், நாகர்களின் கப்பற் படையை நோக்கி அப்போதுதான் உம்பர்காவோனின் அரசர் ஜாதவ ராணா வந்து சேர்ந்திருந்தார். நர்மதைக்குத் தெற்கே இருந்தது அவரது சிறிய இராஜ்யம். நாகர்களால் அவருக்கு எத்தனையோ சந்தர்ப்பங்களில் உபகாரம் கிடைத்திருந்தது. நன்றி மறத்தல், ஜாதவ் ராணா அறியாத ஒன்று.

அருகேயிருந்த மறைவான நீர்த்தேக்கத்தில் ஒரு மிகப்பெரும் மெலூஹ கப்பற்படை வந்து நங்கூரமிட்டிருந்ததாக அவரது தேசத்து மீனவர்கள் உளவு சொன்னதும், விஷயம் இன்னதென்று தெரிந்துகொள்ள நேரிலேயே வந்துவிட்டார். தன்னை மறைவாய் இருத்திக்கொண்டவர், கப்பற்படையின் பிரம்மாண்டத்தைக் கண்டவுடன், வடக்கே நீலகண்டரின் படைகளுக்கும், மெலூஹர்களுக்குமிடையே நிகழும் யுத்தத்திற்கும் இதற்கும் ஏதோ சம்பந்தம் இருக்கவேண்டும் என்று யூகித்தார். அதுவுமில்லாமல், நர்மதை முகத்துவாரத்தை நோக்கி நாகர்களே மேற்குக்

கரையோரமாய் விரைந்துகொண்டிருந்த செய்தியும் அவருக்குக் கிடைத்தது. சப்த-சிந்துவின் தெற்கு எல்லையாக அமைந்திருந்த நதிக்குள் அவர்கள் நுழையுமுன், அவரே அவசரமாய் ஒரு கத்திப்படகில் ஏறி, அவர்களை மறித்தார். நாகர்களின் மீது இரகசியமாய் பின்புறமிருந்து மெலூஹர்கள் தாக்க உத்தேசித்திருப்பதாய் அவர் நிச்சயமாய் நம்பியிருந்ததுதான் காரணம்.

"அரசியாரே," என்றார் ஜாதவ் ராணா. "உங்களுக்குப் பின் மெலூஹர்கள் நர்மதைக்குள் நுழைந்து, உங்கள் படையின் பின்புறத்தைத் தாக்குவர்கள் என்று சம்சயித்தேன். இன்னது நடக்குமென்று நீங்கள் அறியுமுன், உங்கள் படையையே அவர்கள் நிர்மூலம் செய்துவிடக்கூடும்."

"எங்களைக் கவுக்க அவங்க முன்பக்கமும் இரகசியமாத் தாக்கத் திட்டம் தீட்டியிருந்தாலும் ஆச்சர்யப்படறதுக்கில்ல," என்றான் கார்த்திக்.

"அவங்களோட இரகசிய நீர்த்தேக்கத்திலேயே நாம அவங்களைத் தாக்குவோம்," என்றாள் காளி. "கப்பல்களை யெல்லாம் எரிச்சு, அழுகிச் சொட்டற பிணங்களைக் கரையோர மரங்கள்ள தொங்க விட்றுவோம்."

கணேஷ் மௌனம் காத்தான். ஏதோ தவறு நிகழ்ந்திருந்தது. "அரசே, இங்கே எத்தனை மெலூஹர்கள் இருக்காங்க?"

"ஐம்பது கப்பல்கள், பிரபு கணேஷ்," என்றார் ஜாதவ் ராணா. "ஓரளவு பெரிய படை என்றுதான் சொல்வேன். ஆனால், அவர்களைச் சமாளிக்கும் படைபலம்தான் உங்களிடமும் இருக்கிறதே?"

"கப்பல்களைப் பத்தி நான் கேட்கலை, அரசே," என்றான் கணேஷ். "எத்தனை வீரர்கள்னு கேட்டேன்..."

ஜாதவ் ராணாவின் புருவங்கள் நெறிந்தன. "தெரியவில்லை, பிரபு கணேஷ்." தன் ஆட்களிடம் திரும்பினார். "உங்களுக்கேதாவது தெரியுமா?"

"அவர்கள் பெரும்பாலும் கப்பலிலேயே இருப்பதால், நிச்சயமாகச் சொல்லமுடியவில்லை, பிரபு," என்றான் ஜாதவ் ராணாவின் தளபதிகளில் ஒருவன். "ஆனால், காட்டில் அவர்கள் சேகரிக்கும் உணவைக் கணக்கிட்டால், ஐயாயிரம் ஆட்களுக்கு மேல் இருக்கமுடியாது. உங்களிடம் அதைவிட அதிக அளவில் வீரர்கள் இருக்கிறார்கள், பிரபு கணேஷ். மிகச் சுலபமாக ஜெயிக்கலாம்."

"பூமிதேவியே..." கணேஷ் தலையைப் பிடித்துக் கொண்டான். "நீதான் கருணை புரியணும்!"

''என்ன சொல்றீங்க?'' ஜாதவ் ராணாவின் தளபதியை வெறித்த காளியின் முகத்தில் அதிர்ச்சி விரவியிருந்தது. ''நிச்சயமாத் தெரியுமா? ஐயாயிரம்தானா?''

ஜாதவ் ராணா ஆச்சர்யமடைந்தான். நாகர்கள் இவ்வளவு கவலையடைந்ததன் காரணம் அவனுக்குப் புரியத்தான் இல்லை. மகிழ்ச்சியின் உச்சத்தில் அவர்கள் குதித்துக்கொண்டல்லவா இருக்க வேண்டும்? மெலூஹர்களுடன் ஒப்பிட்டால், அவர்களிடமிருந்த படைவீரர்கள் மிக அதிகமல்லவா?

''என் வீரர்களுக்கு இந்தப் பகுதியின் கடற்கரை அத்துப்படி, அரசியாரே,'' என்றார் ஜாதவ் ராணா. ''மெலூஹர்கள் வெறும் ஐயாயிரம் பேர்தான் என்று அவர்கள் சொன்னால், நம்புவதில் எனக்கு எந்தத் தயக்கமும் இல்லை.''

''நம்ம தலையில நல்லா மிளகா அரைச்சிருக்காங்க,'' என்றான் கணேஷ். ''பஞ்சவடி மேல எந்தத் தாக்குதலும் நடக்கப்போறதில்ல. நம்ம படைகளைப் பிரிக்கப் பார்த்திருக்காங்க. அதுல வெற்றியும் அடைஞ்சிட்டாங்க.''

அண்ணனைப் பார்த்த கார்த்திக்கின் முகத்தில் கவலை ரேகை படர்ந்திருந்தது. ''நாம பேசிக் கிட்டிருக்கிற இந்த நிமிஷமே கூட அவங்க லோத்தலைத் தாக்கிக்கிட்டிருக்கலாம்.''

''சரியான சமயத்துல நாம வேற ஒரு இலட்சம் வீரர்களை அம்மாகிட்டேருந்து பிரிச்சுக்கிட்டு வந்துட்டோம்,'' கவலையும் துக்கமுமாய் கணேஷ் கிசுகிசுத்தான்.

''இப்பவே கப்பல்களைத் திருப்புங்க!'' தன் பிரதம மந்திரி கார்கோடகரைப் பார்த்து காளி கூவினாள். ''நாம லோத்தலுக்குக் கிளம்பறோம்! அங்கே வந்து சேர்றவரைக்கும் ரெட்டைத் துடுப்பு போடணும்! கிளம்புங்க!''

அத்தியாயம் 43

உள்நாட்டுக் கலவரம்

சிவனின் கப்பல் விரைவில் வந்து சேர்ந்துவிடும் என்று முன்னேற்பாடாய்ப் படகின் மூலம் செய்தி வர, பகீரதனும் ப்ரஹஸ்பதியும் லோத்தல் துறைமுகத்தை அடைந்தனர். துறைமுகக் கோட்டையின் மேல்தள உயரத்தினின்று, சிவனின் வர்த்தகக் கப்பல் கிழக்கிலிருந்து வருவது பார்வையில் பட்டது. தெற்கே, காளியின் தலைமையில் புறப்பட்டுப் போன கப்பற்படையும் வெகுவேகமாய் வந்து கொண்டிருப்பதைக் கண்டனர். அனைத்துக் கப்பல்களும் ஏறக்குறைய ஏககாலத்தில் துறைமுகத்தில் நங்கூரமிடக்கூடும்.

சிவனின் கப்பல் மேல்தளத்தின் முன்பகுதியில் நின்ற பெண்ணைக் கண்ட ப்ரஹஸ்பதிக்கு, சட்டென்று மூச்சடைத்தது.

அவரிடத்தில் காணப்பட்ட திடீர் மாற்றம், பகீரதனின் கவனத்தில் பதியாமல் போகவில்லை. சிவனின் கப்பலை நோக்கினான். இன்னமும் அவர்கள் தூரத்தில் இருந்தாலும், சிவன் மற்றும் கோபாலின் முகங்கள் புலப்பட்டன. அருகே, ஒரு பெண் நின்றிருந்ததும் தெரிந்தது. இந்தியப் பெண்மணி போலத்தான் தோன்றியது. ஆனால், அவள் யாராயிருக்கக்கூடும் என்று அயோத்ய இளவரசனால் தோராயமாகக் கூடச் சொல்லமுடியவில்லை.

''அவங்க யாரு, ப்ரஹஸ்பதிஜி?'' பகீரதன் கேட்டான்.

''ப்ரம்மதேவரே!'' ப்ரஹஸ்பதி விம்மி அழுது கொண்டிருந்தார். ''ப்ரம்மதேவரே!''

''அவங்க யாரு?''

ப்ரஹஸ்பதிக்குப் பித்தே பிடித்துவிட்டது போலத்தான் தெரிந்தது. பித்து - ஆனால், ஆனந்தப் பித்து! திரும்பியவர். படிக்கட்டுகளில் தடதடவெனத் தலைதெறிக்க இறங்கி, துறைமுக வாயிலை நோக்கி ஓடினார். திக்குமுக்காடும் மகிழ்ச்சியில், அவரது நாவில் வார்த்தைகள்கூடச் சரியாக வரவில்லை. ''அவளை விடுவித்துவிட்டார்கள்! சிவன்

விடுவித்துவிட்டார்! இராமபிரானே! அவளை விடுதலை செய்துவிட்டார்!''

— ✶ ◎ ⋃ ✦ ⊕ —

"அது சிவனோட கப்பல் இல்லை?" காளி நேரே சுட்டிக் காட்டினாள்.

அவள், கணேஷ், மற்றும் கார்த்திக் மூவரும் லோத்தலுக்கு மீண்டும் பறந்தடித்துக்கொண்டு சென்று பார்த்ததில், நகரை முற்றுகையிட எந்த ஏற்பாடும் நடக்கவில்லை என்பதை அறிந்து ஆச்சர்யமடைந்தனர். சற்று முன்னே, வர்த்தகக் கப்பல், வட்ட வடிவமான துறை முகத்திற்குள் நுழைவதையும் கண்டனர். பதினைந்து நிமிடங்களில், காளியின் கப்பலும் துறைமுகத்திற்குள் நுழைந்து, நங்கூரமிட்டது. அவர்களுக்குச் சற்று முன்னால், சிவனின் கப்பல் நங்கூரமிட்டிருப்பதைக் கண்டவர்கள், பலகைப்பாதையில் இறங்கிய மறுகணம், சிவனை நோக்கி விரைந்தனர். நீலகண்டரையும் கோபாலையும் வரவேற்க பகீரதனும் ப்ரஹஸ்பதியும் வந்திருந்ததைக் கண்டனர். முகத்தில் அதிர்ச்சி திரையிட, ப்ரஹஸ்பதி அப்போதுதான் ஒரு பெண்ணை அணைத்துக்கொண்டிருந்தார். இருவருமே உணர்ச்சி மேலிட கண்ணீர் உகுத்துக்கொண்டிருந்தனர்.

"சிவா!" சற்று தூரத்தில் இருந்த காளி, கூவிக்கொண்டே அவரை நோக்கி ஓடினாள்.

புன்னகையுடன் சிவன் அவளை நோக்கித் திரும்பினார். "எங்களுக்குப் பின்னால நாகா கப்பல்களைப் பார்த்தேன். எங்கே போயிருந்தீங்க?"

"குருட் டுத்தனமா எங்களை யாரோ எங்கேயோ அனுப்பிட்டாங்க," என்றாள் காளி. "பஞ்சவடி தாக்குதலுக்கு �ள்ளாகப் போகுதுன்னு நாங்க நம்ப வைக்கப்பட்டோம்.''

"மெலுஹாக் கப்பல்கள் வெறுமே உங்களை திசை திருப்பத்தான் அங்கே இருந்துதா?" பகீரதன் கேட்டான்.

"ஆமா, இளவரசே," கார்த்திக் பதிலளித்தான். "கப்பல்கள்ள வெறும் ஐயாயிரம் ஆட்கள்தான் இருந்தாங்க. பஞ்சவடியைத் தாக்கற எண்ணமே அவங்களுக்கு இல்ல."

"நல்ல செய்திதான்,'' என்றான் பகீரதன்.

"சதி எங்கே?" சிவன் சுற்றுமுற்றும் பார்த்தார்.

"அவங்க விஷயத்துலயும் நமக்குக் கொஞ்சம் நல்ல செய்திதான்," என்றான் பகீரதன.

"நல்ல செய்தியா?" கணேஷ் கேட்டான்.

''ஆமா,'' என்றான் பகீரதன். ''இந்த யுத்தத்தை முடிக்கிறதுக்கான தீர்வே நமக்குக் கிடைச்சிருக்கலாம்.''

''நாங்களும் ஒரு தீர்வுடன்தான் திரும்பியிருக்கிறோம்,'' என்ற கோபால், பின்னால், கப்பலிலிருந்து துறைமுகத் தளத்திற்கு ஜாக்கிரதையாய் இறக்கப்பட்டுக்கொண்டிருந்த ஒரு பெரிய பெட்டியைச் சுட்டிக்காட்டினார்.

தாராவைத் தன் பிடியினின்று விடுவிக்க மனமில்லாத ப்ரஹஸ்பதியின் மந்தகாச முகத்தைச் சிவன் மீண்டும் நோக்கினார். தாராவோ, ப்ரஹஸ்பதியின் மார்பில் தலை சாய்த்தவாறு, இன்னமும் அடக்கமுடியாமல் அழுதுகொண்டிருந்தாள். புதிதாய்க் காதல்வயப்பட்ட பதின்மவயதினரைப் போல் உணர்ச்சிப் பெருக்கில் இருவரும் மிதந்துகொண்டிருந்தனர்.

''எல்லாப் பக்கமும் நமக்கு இப்ப நல்ல செய்திதான் போலருக்கே,'' சிவனின் முகமும் பிரகாசமடைந்தது.

''புனித ஏரியே! எப்படிப் பார்த்தாலும், இது எப்படி நல்ல செய்தியா இருக்க முடியும்?''

சிவனின் ஆத்திரத்தைச் சமாளிக்கும் தைரியமற்று, பகீரதன் பதற்றம் கலந்த மௌனம் காத்தான்.

''ஆனால், பிரபு,'' என்றார் சந்திரகேது. ''சமாதானம் ஏற்பட இதுவே நல்ல யுக்தி என்று தேவி சதி நம்பினார். சக்ரவர்த்தி தக்ஷரே அமைதியை விரும்புவதாகவும் தெரிகிறது. சமாதான உடன்படிக்கையில் அவர் கையெழுத் திட்டால், யுத்தமே முடிந்தது. என்ன இருந்தாலும், மெலூஹாவை அழிக்கும் உத்தேசம் நமக்கில்லையல்லவா? சோமரஸத்தின் ஆட்சியை முடிப்பதுதானே நமக்கும் வேண்டியது?''

''அந்த மதிகெட்ட ஆட்டை நான் நம்பறதாயில்லை,'' என்றாள் காளி. ''எங்கக்காவை மட்டும் அவன் தொட்டான்... நகரத்தையே மொத்தமா கொளுத்திடுவேன். அவனையும் உள்ளே வெச்சுத்தான்.''

''எதுவும் செய்யமாட்டார், காளி,'' சிவன் மறுப்பாய்த் தலையசைத்தார். ''ஆனா, அவளைக் கைதியாக்கி, அதை வெச்சு நம்மை ஆட்டிவைக்கத் தயங்கமாட்டாங்க.''

''அப்படி நடக்க வாய்ப்பேயில்லையே, பிரபு,'' என்றார் சேனர்த்வஜர். ''அமைதி மாநாட்டின் விதிகள் மிக மிகத் தெளிவானவை: தீர்வோ, உடன்படிக்கையோ ஏற்படாவிட்டால், சம்பந்தப்பட்ட இரு சாராரும் எந்த சண்டை சச்சரவுமின்றித் திரும்பிவிடலாம்.''

''இந்த விதிகளையெல்லாம் எங்க தாத்தா காப்பாத்துவார்ங்கிறதுக்கு என்ன உத்தரவாதம்?'' கணேஷ் கேட்டான். ''சட்டத்தை அவர் மீர்றது இது ஒண்ணும் முதல் தடவையில்லையே?''

''பிரபு,'' அறைக்குள் அப்போது நுழைந்த ஒரு வாசுதேவ பண்டிதர், கோபாலைப் பார்த்தார். ''அவசரச் செய்தி வந்திருக்கிறது.''

''நாம் பிறகு பேசலாம் என்று தோன்றுகிறது, பண்டிட்ஜி,'' என்றார் கோபால்.

''இல்லை, பிரபு,'' லோத்தல் கோயிலை நிர்வகித்த அந்தப் பண்டிதர் வற்புறுத்தினார். ''இப்பொழுதே பேசவேண்டியது முக்கியம்.''

கோபால் ஆச்சர்யமடைந்தாலும், தன் வாசுதேவ பண்டிதர்கள் காரணமின்றிப் பதற்றமாவதில்லை என்பதை அறிந்தேயிருந்தார். விஷயம் முக்கியமானதாகத்தான் இருக்கவேண்டும். எழுந்து, அருகே சென்றார்.

''பிரபு கணேஷ்,'' பேச்சுவார்த்தையை சேனர்த்வஜர் தொடர்ந்தார். ''அமைதி மாநாட்டிற்கான சட்டதிட்டங்களெல்லாம் இராமபிரானாலேயே வரையறுக்கப்பட்டவை. மனிதர் எவரும் மாற்றியெழுத உரிமையில்லாத, எங்கள் சமூகத்தின் ஆதார விதிகள் அவை. அட்சரம் பிசகாமல் பின்பற்றியே ஆகவேண்டும். மீறினால், மரணத்தைவிடவும் கொடுமையான தண்டனை நிச்சயம். சக்ரவர்த்தி தக்ஷரைப் போன்ற மனிதர்கூட, இந்தச் சட்டங்களை மீறமாட்டார்.''

''நீங்க சொல்றபடி நடக்கணுமேன்னு நான் *பரமாத்மா*வைத்தான் வேண்டிக்கணும்,'' காளி சீறினாள்.

''எனக்கு எந்தச் சந்தேகமும் இல்லை, அரசியாரே,'' என்றார் சேனர்த்வஜர். ''மோசமான பின்விளைவு ஏதேனும் இருக்குமானால் - அது சமாதான உடன்படிக்கை ஏற்படாமல் போவதுதான். அப்படி நடந்தால், தேவி சதி மீண்டும் நம்மிடம் வந்துவிடுவார்.''

''இராமபிரானே!'' என்றார் கோபால் உரக்க. ''கருணை புரியுங்கள்!''

'விருட்'டென்று எல்லோரும் அவரைத் திரும்பிப் பார்த்தனர். கதவின் அருகே, லோத்தலில் வாசுதேவ பண்டிதருடன்தான் கோபால் நின்றுகொண்டிருந்தார்.

''என்னாச்சு, பண்டிட்ஜி?'' சிவன் கேட்டார்.

வெளிறிய முகத்துடன் கோபால் சிவனிடம் திரும்பினார். ''வந்திருக்கும் செய்தியால் மிகக் கலக்கமாயிருக்கிறது, மேன்மை தங்கிய நீலகண்டரே.''

''என்ன விஷயம்?''

''மூன்று நாட்களுக்கு முன்னால், பர்வதேஸ்வரரின் படை முழுவதும் ஆயத்தமாகி, கரச்சாபாவிலிருந்து கிளம்பிவிட்டது.''

சபையில் உடனடியாக முணுமுணுப்புக்கள் உரத்தன. *போருக்குத் தயாராக வேண்டும்...*

''அமைதி!'' சிவன் 'நறுக்'கென்று சொல்லிவிட்டு, கோபாலிடம் திரும்பினார். ''அப்புறம்?''

''ஆச்சர்யத்தக்க வகையில், வெகு சில மணி நேரங்களில் திரும்பியும்விட்டனர்,'' என்றார் கோபால்.

''திரும்பிட்டாங்களா? ஏன்?''

''தெரியவில்லை,'' என்றார் கோபால். ''படை மீண்டும் பாசறைக்கு அனுப்பப்பட்டுவிட்டதாய் என் வாசுதேவ பண்டிதர் கூறுகிறார். ஆனால், தத்தம் மெய்க்காப் பாளர்களுடன், ஒரேயொரு விரைவுப்படகில் பிரபு பர்வதேஸ்வரரும், பிரபு ப்ருகுவும் மட்டும் இண்டஸ் நதியில் தனியே விரைந்து சென்றிருக்கிறார்கள்.''

''எங்கே போய்க்கிட்டிருக்காங்க?'' சிவன் அதிர்ச்சியுடன் கேட்டார்.

''தேவகிரியை நோக்கி என்று கேள்வி.''

சிவனின் முதுகுத்தண்டில் சில்லிட்டது.

''கரச்சாபாவை விட்டு, ஏகப்பட்ட பறவைகளும் விரைந்து கொண்டிருப்பதாகத் தகவல்,'' கோபால் தொடர்ந்தார். ''எல்லாமே தேவகிரியை நோக்கித்தான். அவை கொண்டு செல்லும் செய்தி குறித்து கரச்சாபாவிலிருக்கும் என் பண்டிதருக்கு ஏதும் தெரியவில்லை. ஆனால், கரச்சாபாவிற்கும் தேவகிரிக்கும் இடையே இத்தனை போக்குவரத்தை இதற்குமுன் பார்த்ததேயில்லையென்று கூறுகிறார்.''

சபையில் மயான அமைதி நிலவியது. பர்வதேஸ்வரரின் நடத்தை எப்போதுமே தர்மநியாயத்திற்குட்பட்டது என்பதை அங்கேயிருந்தவர்கள் அனைவருமே சந்தேகத்திற்கிடமின்றி அறிந்திருந்தனர். தன்னைத் தாமதிக்கக்கூடிய பெரிய படையின் துணையின்றி தேவகிரியை நோக்கி அவர் தனியே பறந்துகொண்டிருந்தாரென்றால்... மெலூஹத் தலைநகரில் ஏதோ நடக்கக்கூடாத அசம்பாவிதம் நடந்துகொண்டிருக்கிறது என்றுதான் அர்த்தம். அதைத் தடுக்கத்தான் அவர் விரைந்துகொண்டிருக்கவேண்டும்.

முதலில் தன்னிலையடைந்தது சிவன்தான். ''படையை உடனே தயார் செய்யுங்க. நாம கிளம்பறோம்.''

''உத்தரவு, பிரபு,'' பகீரதன் சட்டென்று எழுந்தான்.

''அப்புறம், பகீரதா - சில மணி நேரங்களுக்குள்ள கிளம்ப உத்தேசம்,'' என்றார் சிவன். ''சில நாட்கள்ள இல்ல.''

''ஆக்ஞை, பிரபு,'' பகீரதன் அவசரமாய் வெளியேறினான்.

சந்திரகேது, சேனர்த்வஜர், மாதலி, கணேஷ் மற்றும் கார்த்திக், அயோத்ய இளவரசனைத் தொடர்ந்து விரைந்தனர்.

''அம்மாவுக்கு ஒண்ணும் ஆகாது, *பாபா*,'' மனதில் இருந்த தன்னம்பிக்கையை வெறும் நம்பிக்கை மீறவேண்டுமே என்ற பிரார்த்தனை கார்த்திக்கின் குரலில் எட்டிப் பார்த்தது.

லோத்தலுக்கு வெளியே சில மணி நேரப் பயணம் கடந்து, அவசரமாய் உணவருந்த சிவனும், அவரது பரிவாரமும் தாமதித்திருந்தனர். கார்த்திக், கணேஷ், காளி, கோபால், வீரபத்ரா, பரசுராமன், ஆயுர்வதி மற்றும் ஒரு பெரும்படை சகிதமாய், நீலகண்டர் ஏறக்குறைய உடனடியாக வெளிக்கிளம்பிவிட்டார். பிரதான படை, பகீரதன் தலைமையில், மறுநாள் பயணப்படும். சிவனுக்கோ, உடலும் மனமும் கவலை பிடித்தாட்டியது. படை முழுதும் ஆயத்தமாகும் வரையில் காத்திருக்கக்கூட அவர் விரும்பவில்லை. எதற்கும் இருக்கட்டும் என, பாதுகாப்பிற்காக *பாசுபதாஸ்திர*த்தையும் எடுத்துக்கொண்டிருந்தார்.

''கார்த்திக் சொல்வது உண்மை, மேன்மையான நீலகண்டரே,'' என்றார் கோபால். ''அமைதி மாநாட்டின் விதிகளை வேண்டுமானால் சக்ரவர்த்தி தக்ஷர் மீறலாம் - ஆனால், இளவரசி சதியைக் காயப்படுத்தமாட்டார். தன் பக்கம் பலம் சேர்த்துக்கொள்ளவேண்டி, அவரைக் கைது வேண்டுமானால் செய்யலாம். நம்மிடமோ, *பாசுபதாஸ்திரம்* இருக்கிறது. நிலைமைதான் மாறிவிட்டதே?''

சிவன் மௌனமாய்த் தலையசைத்தார்.

கோபாலின் வார்த்தைகளை காளி மிகக் கவனமாய்க் கேட்டுக் கொண்டிருந்தாலும், நிம்மதியடைந்ததாகத் தெரியவில்லை. தந்தையின் மீது அவளுக்கு நம்பிக்கை இல்லை. சகோதரியின் உண்மை நிலையைக் குறித்துக் கவலை வாட்டியது. சதியிடமிருந்து அவள் கடைசியாகப் பிரிந்த விதம் பற்றியக் குற்ற உணர்வு உயிரோடு தின்றது. தோளின் மீதிருந்த இரு அதிகக் கைகள், சதா ஒரு வித பதற்ற நிலையில் நடுங்கிக்கொண்டிருந்தன.

காளியின் கரத்தைப் பற்றிய சிவன், லேசாய்ப் புன்னகைத்தார். ''நிதானமாயிரு, காளி. அவளுக்கு ஒண்ணும்

ஆகாது. அப்படி ஒரு அதர்மம் நடக்க *பரமாத்மா* ஒருநாளும் அனுமதிக்கமாட்டார்.''

அவருக்குப் பதில் சொல்லமுடியாமல், காளியின் மனதை வேதனை வியாபித்தது.

''சாப்பிட்டு முடி,'' என்றார் சிவன். ''அடுத்த சில நிமிஷங்கள்ள கிளம்பணும்.''

காளி அவசரமாய் உணவை அள்ளி விழுங்க, சிவன், கணேஷை நோக்கித் திரும்பினார். நீலகண்டரின் மூத்த மகன், கண்கள் பனிக்க, காட்டிற்குள் வெறித்துப் பார்த்துக்கொண்டிருந்தான். இலையில் வைத்திருந்த உணவைத் தொட்டுக் கூடப் பார்க்கவில்லை. உதட்டிற்குள் பதற்றமாய், ஏதோவொரு மந்திரத்தை அவன் ஓயாமல் முணுமுணுத்துக்கொண்டிருந்ததை சிவன் கவனித்தார்.

''கணேஷ்,'' என்றார். ''சாப்பிடு.''

மோன நிலையிலிருந்து கணேஷ் விடுபட்டான். ''பசிக்கலை, *பாபா*.''

''கணேஷ்!'' சிவனின் குரல் தீர்மானமாய் ஒலித்தது. ''தேவகிரியை அடைஞ்ச அடுத்த கணம், போர்ல இறங்கவேண்டியிருக்கும். நீங்க எல்லாரும் முழு பலத்தோட இருக்கணும்னு எதிர்பார்க்கறேன். அதுக்கு நீ சாப்பிட்டுதான் ஆகணும். உங்கம்மா மேல உண்மையான அன்பிருந்தா, அவளைப் பாதுகாக்கணும்னு நீ நிஜமாவே விரும்பினா, பலத்தை ஏத்திக்கோ. சாப்பிடு.''

தலையசைத்த கணேஷ், வாழையிலையில் இருந்த உணவைப் பார்த்தான். சாப்பிட்டுத்தான் ஆகவேண்டும்.

வீரபத்ராவை நோக்கி சிவன் திரும்ப, அவனோ, உணவருந்தி முடித்து, க்ருத்திகா கொடுத்த துணியில் கைகளைத் துடைத்துக்கொண்டிருந்தான்.

''பத்ரா, கட்டியக்காரங்களைக் கூப்பிட்டு, அறிவிக்கச் சொல்லிடு,'' என்றார் சிவன். ''இன்னும் பத்து நிமிஷத்துல கிளம்பறோம்.''

''சரி, சிவா,'' என்ற வீரபத்ரா, உடனடியாக எழுந்தான்.

தன் முன்னால் காலியாகியிருந்த வாழையிலையை சிவன் ஒதுக்கி வைத்துவிட்டு, தண்ணீர் நிரம்பிய அண்டாவிலிருந்து சிறிது நீரையெடுத்து, விழுங்கி, கொப்பளித்தார்.

சட்டென்று முதுகுத்தண்டில் அதே சில்லிப்பு. புனித ஏரியை நோக்கிப் பிரார்த்தனை செய்ய எண்ணி, வானில், வடதிசை நோக்கிப் பார்த்தார். பிறகு, தலையைக் குலுக்கிக் கொண்டார். இதற்கெல்லாம் அவசியமேயில்லை.

''அவளை ஒண்ணும் செய்யமாட்டான். செய்யமுடியாது. அந்தப் பைத்தியக்காரன் இந்த உலகத்துல யார் மேலேயாவது

உண்மையான அன்பு வெச்சிருந்தான்னா, அது என் சதிதான். அவளை ஒண்ணும் செய்யமாட்டான்.''

''துரோகிகள் போலத்தான் நீங்கள் செயல்பட்டுக் கொண்டிருக்கிறீர்கள்!'' வ்ராகா கத்தினார்.

உடனடியாக படைகளை ஆயத்தம் செய்து, தேவகிரிக்குச் செல்லும்படியாக பர்வதேஸ்வரரிடமிருந்து, படைத்தலைவர் வ்ராகாவிற்கு உத்தரவு வந்திருந்தது. மெலூஹத் தலைநகருக்கு இப்போது செல்லவேண்டியதன் காரணம் சொல்லாதது மட்டுமல்லாமல், சேநாதிபதியே, மகரிஷி ப்ருகுவுடன் முன்னால் கிளம்பிவிட்டிருந்தார். வீரர்கள் அனைவரையும் கப்பல்களில் ஏற்றி, இண்டஸ் நதியில் செலுத்தவே வ்ராகாவிற்கு இரண்டு நாட்கள் பிடித்தது. ஆனால், மோஹன் ஜோ தாரோவில் அவர்கள் எதிர்பாராத ஒரு தடங்கலைச் சந்தித்தனர்: அஹிம்சைப் போராட்டம்.

நகரின் ஆளுநர், சக்ரவர்த்தியின் விசுவாசியாகவே இருந்தாலும், மக்கள் நீலகண்டரிடத்தில் மிகுந்த பக்தி கொண்டிருந்தனர். அப்பேர்ப்பட்டவரை எதிர்த்துப் போரிட தங்கள் படையே இண்டஸ் நதியில் பயணிக்கும் செய்தியைக் கேள்விப்பட்டவுடன், புரட்சியில் இறங்க முடிவெடுத்தனர். ஏறக்குறைய மோஹன் ஜோ தாரோவின் மக்கள் தொகை மொத்தமும் நகரைவிட்டு வெளிவந்து, படகுகளில் ஏறி, நதியின் பரப்பில் நங்கூரமிட்டு நின்றது. கிட்டத்தட்ட ஒரு கிலோமீட்டர் அகலமிருந்த இண்டஸ் நதியின் மேற்புறம் முழுதும் படகுகள் நீளவரிசையாய் அணிவகுத்தன. கச்சிதமாய் அமைந்திருந்த அந்தத் தடுப்பரணை உடைத்து முன்னேறுவது வ்ராகாவின் கப்பல்களுக்குச் சாத்தியப்படவில்லை.

''நாங்கள் சக்ரவர்த்தி தக்ஷருக்கு துரோகம் செய்பவர் களாயிருக்கலாம்,'' என்றான் புரட்சியாளர்களின் தலைவன். ''ஆனால், நீலகண்டருக்குத் துரோகம் செய்யமாட்டோம்!''

வ்ராகா வாளையுருவினார். ''இந்த கணமே நகரவில்லையென்றால், உங்கள் தலைகள் உருளும்!''

''தாராளமாய் உருளட்டும். கொன்று போட்டுவிடுங்கள். நாங்கள் கையுயர்த்தமாட்டோம். எங்கள் படைகளை எதிர்க்கமாட்டோம் - ஆனால், இராமபிரான் பெயரால் ஆணையிடுகிறோம்: இங்கிருந்து அசையவும் மாட்டோம்!''

ஆங்காரத்துடன் வ்ராகா ஒரு ஹுங்காரம் செய்தார். தன்னை எதிர்த்து அந்நகர மக்கள் போராட மறுத்ததால்,

அவர்களைத் தாக்குவதற்கான பிரமேயத்தை அவர் இழந்தார்.

இப்பொழுது என்ன செய்வது?

――― ☓ ꩜ Ʊ ✢ ✪ ―――

விழிப்பு தட்ட, மெல்ல மெல்ல வித்யுன்மாலிக்கு நினைவு திரும்பியது. நதிக்கரைச் சாலையில் ஆடியசைந்து செல்லும் மாட்டு வண்டியில் தான் படுத்திருப்பதை உணர்ந்தான். தலையை நிமிர்த்தினான். வயிற்றில் அப்போதுதான் போடப்பட்டிருந்த தையல் வலித்தது.

"படுத்தேயிருங்கள், பிரபு," என்றான் ஒரு போர்வீரன். "நீங்கள் ஓய்வெடுத்துக்கொள்ள வேண்டியது முக்கியம்."

"அந்தத் துரோகி செத்து ஒழிந்தானா?" வித்யுன்மாலி கேட்டான்.

"ஆம்," என்றான் வீரன்.

நதிக்கரையோரமாய்த் தேவகிரியிலிருந்து லோத்தல் செல்லும் சாலையில் வித்யுன்மாலியும், அவனது படையும் புயலைப் போல் சீறிப் பாய்ந்தனர். லோத்தல் சென்று, தேவகிரியில் நிறைவேறப்போகும் வஞ்சகத் திட்டம் பற்றி சிவனை எச்சரிக்கை செய்யவிருந்த கனகாலாவின் பணியாளை வழிமறித்து, கொல்லவும் செய்தனர். ஆனால், சாகுமுன், பணியாள் வித்யுன்மாலியின் வயிற்றை வன்மத்துடன் கிழித்துவிட்டதுதான் எதிர்பாரா அதிர்ச்சி.

"தேவகிரியிலிருந்து எவ்வளவு தூரத்தில் இருக்கிறோம்?" வித்யுன்மாலி கேட்டான்.

"இப்போது செல்லும் வேகத்தில், இன்னும் ஐந்து நாட்கள், பிரபு."

"மிக அதிகம்..."

"தங்களால் குதிரையேற முடியாது, பிரபு. தையல் பிரிந்துவிடக்கூடும். மாட்டு வண்டியில்தான் பயணம் செய்யவேண்டும்."

வித்யுன்மாலி உதட்டுக்குள் சபித்துக்கொண்டான்.

அத்தியாயம் 44

மீண்டும் வந்த இளவரசி

தேவகிரி துறைமுகத்தில் நங்கூரமிட்டிருந்த கப்பல் தளத்திலிருந்து, சதியும், அவளது பரிவாரமும், கண்முன் விரிந்த காட்சியைக் கிரகித்தனர். அதிவேக வர்த்தகக் கலன் ஒன்றைக் கையகப்படுத்தி, சரஸ்வதியில் மிக வேகமாய்ப் பயணித்து, அமைதி மாநாட்டிற்குச் சமயத்தில் அவர்கள் வந்து சேர்ந்துவிட்டனர்.

சதியருகே நின்ற நந்தி, வானைச் சுட்டிக் காட்டினார். "அதோ," ஒரு சிறிய பறவை உயரத்தில் சுழன்று பறந்தது. "இன்னொரு பறவைத் தூது."

இது முதலாவதும் அல்ல. தேவகிரியை நோக்கி இவ்வாறு பல குருவிகள் பறந்து செல்வதை சதியின் வீரர்கள் கண்டிருந்தனர்.

"ஒட்டுக் கேட்பதால் எதிரிகள் திட்டங்கள் பலவற்றை அறிந்துகொள்ளும் சாத்தியமிருப்பதாகப் பிரபு கணேஷ் நம்புகிறார்," என்றார் நந்தி. "அவற்றில் ஒன்றை அடித்து வீழ்த்தி, பேச்சுவார்த்தையைக் கவனிப்போமா?"

சதி மறுப்பாய்த் தலையசைத்தாள். "இராமபிரான் அமைச்சுக்கொடுத்த விதிகளைக் கடைபிடிச்சு, நல்ல விதமாவே சமாதானப் பேச்சுவார்த்தையில கலந்துக்குவோமே? சின்ன தப்புன்னு எதுவுமே கிடையாதுன்னு இராமபிரான் சொல்லியிருக்கார். இப்படி உளவு மூலமா எதிராளியோட போர்த்தந்திரங்களைத் தெரிஞ்சிக்கிறதால நமக்குப் பெரிசா எந்த நன்மையும் கிடைக்கப் போறதில்ல. தர்மநியாயத்தை மீறி நடக்கிறது, இராமபிரானையே அவமதிக்கிற மாதிரி."

சதியின் திசையில் நந்தி தலைவணங்கினார். "நான் இராமபிரானின் பக்தன், இளவரசி."

சதி திரும்ப, தேவகிரிக்குள் சிறிய பொட்டு போல் செல்லும் குருவியை நந்தி கடைசியாக ஒருமுறை பார்த்தார்.

வர்த்தகமோ, வேறெந்தப் பரிவர்த்தனையின் சுவடோ துளியுமின்றி, துறைமுகத் தளம் முழுவதுமாகத்

துடைத்துவிட்டது போல் காணப்பட்டது. தளத்தின் உயரத்திலிருந்து, தேவகிரியின் மத...ல் சதியால் காணமுடிந்தது. தங்கம், வெள்ளி, வெண்கல என்று பெயரிடப்பட்ட மூன்று மேடைகளைக் கொண்டு, நகரத்தைத் த்ரிபுரா என்று அன்போடு அழைக்கும் வழக்கம் உண்டென்பது அவளுக்கு நினைவுக்கு வந்தது. ஏனோ, அது பிரபலமடையவில்லை. இராமபிரானே அளித்த பெயரை மாற்றும் எண்ணத்தை தேவகிரியின் மக்களால் கற்பனைகூட செய்துபார்க்க முடியவில்லை.

''தட்'டென்ற பெருத்த சப்தத்துடன் பலகைப்பாதை, தளத்தின் மீது இறக்கப்பட்டது.

சதி நந்தியை நோக்கிச் சைகை செய்தாள். ''போகலாம்.'' கிசுகிசுத்தாள்.

தன் வீரர்களை அவள் வெளியேற்ற, மெலூஹ அரசாங்க சம்பிரதாயங்களின்படி, அதிகாரி ஒருவர், முகத்தில் மிகப்பெரிய புன்னகையை ஒட்டவைத்துக் கொண்டு வந்தார். சதியின் கோரமடைந்த இடக்கன்னத்தை அவர் கவனித்தாலும், புத்திசாலித்தனத்துடன், அது குறித்துப் பேசவில்லை. ''மீண்டும் தங்களைச் சந்திப்பதில் மிகுந்த பெருமையடைகிறோம், தேவி.''

''என் நகரத்துக்கு மறுபடி வர்றதுல எனக்கும் சந்தோஷம்தான், தளபதி. அதுவும், இப்படிப்பட்ட நல்ல சந்தர்ப்பத்துல.''

புன்னகை மறைய, அதை ஒப்புக்கொள்ளும் வகையில், மெலூஹன் தலையசைத்தான்.

''என்றும் நிலைக்கும் சமாதான உடன்படிக்கையைக் கைக்கொள்ளும் முயற்சியில் தாங்கள் வெற்றியடைய வாழ்த்துகள் தேவி,'' என்றான் மெலூஹன். ''வாழும் தெய்வத்துடன் போர் செய்யவேண்டிய நிலையிலிருப்பதை யெண்ணி மெலூஹர்களாகிய நாங்கள் எவ்விதம் துன்புறுகிறோம் என்பதை அறியமாட்டீர்கள்.''

''இராமபிரானின் அருளால, யுத்தம் முடிஞ்சிடும். நமக்கும் என்னென்னிக்கும் அமைதி கிடைக்கும்.''

கரங்களைக் குவித்து, வானை நோக்கினான் மெலூஹன். ''இராமபிரான் அருள் புரியட்டும்.''

துறைமுகத்திற்கு வெளியே காலடி எடுத்து வைத்த சதி, அமைதி மாநாட்டின் பொருட்டு அவசரமாய் நிர்மாணித்த வட்ட வடிவமான ஒரு பெரிய கட்டிடத்தைப் பார்த்தாள். இவ்வகையான மாநாடுகளுக்கென விதிக்கப்பட்டிருந்த மிக

மான சட்டங்களுள் ஒன்று: மாநாட்டை ஏற்பாடு யும் நகருக்குள் அது நிகழக்கூடாது என்பதுதான். இப்பொழுது நடக்கப்போகும் மாநாட்டிற்கான கட்டிடம், நகரை விட்டு நன்கு வெளியே, துறைமுகத்தை ஒட்டியே எழுப்பப்பட்டிருந்தது. மெலூஹ செங்கற்களைக் கொண்டு, ஏறக்குறைய ஒரு மீட்டர் உயரத்தில் செவ்வக வடிவில் அடித்தளம் அமைக்கப்பட்டு, அதன் மீது குழிகள் வெட்டி, மரத்தாலான பெரும் தூண்கள் எழும்பின. இவையே கட்டிடத்தின் எலும்புக்கூடு. அவற்றின் நடுவே ஒன்றுடன் ஒன்று இணைத்துக் கட்டியிருந்த சிறிய மூங்கில் கழிகள், சுண்ணாம்போ, மண்ணும் கல்லும் கலந்த கலவையோகூட அளிக்கமுடியாத அதிசய பலம் கொண்ட வட்டவடிவமான கட்டிடம் எழும்ப வலுவளித்தன.

உள்ளே நுழைந்து, மிக உயரத்தில் இருந்த கூரையைப் பார்த்த சதி, ஓசை பயணிக்கும் விதத்தைக் கணிக்க, உரத்துப் பேசினாள். ''நல்ல நிர்மாணம்.''

வார்த்தைகள் எதிரொலிக்கவில்லை. சதியின் முகம் மலர்ந்தது. மெலூஹப் பொறியாளர்களிடத்தில் இன்னமும் திறமை குறைந்துவிடவில்லை.

பிரம்மாண்டமாய் உள்ளே விரிந்த சபையின் வாயிலருகே, இராமபிரான் மற்றும் சீதா தேவியின் பெரிய உருவச் சிலைகள் ஸ்தாபிக்கப்பட்டிருந்தன. பக்கத்தில் சிதறியிருந்த மலர்களையும், இன்னபிற பூஜை சமாச் சாரங்களையும் கவனித்த சதிக்கு, தேவகிரியின் பிரதான பண்டிதர், *ப்ராண ப்ரதிஷ்டை* பூஜையை - தெய்வங்களை உருவச்சிலைகளில் ஆவாஹனம் செய்யும் சம்பிரதாயத்தை - நிறைவேற்றிவிட்டதைப் புரிந்துகொள்வது கஷ்டமாக இல்லை. உண்மையான, பக்தியுள்ள ஒரு இந்து, இராமபிரானும் சீதா தேவியுமே நேரில் வருகை புரிந்து, அங்கே நடப்பவற்றைக் கவனிப்பதாகவே கருதுவான். அத்தெய்வங்களின் முன்னிலையில், சட்டத்தை மீற எவருக்கும் துணிவிருக்காது. ஒரு கோடியில், தனியாக ஒரு பகுதி சுவர் வைத்துத் தடுக்கப்பட்டிருக்க, நடுவில் பெரிய மரக்கதவு பதித்திருந்தது. எவ்வித உரத்த சப்தமும் வெளியேயிருந்து சுவர்களைத் தாண்டி அறைக்குள் பிரவேசிக்காது. மாநாடு நடக்கும் பொழுது, இரு சாராரும் தனிப்பட்ட முறையில் பேச்சுவார்த்தை நடத்த வேண்டிய சந்தர்ப்பங்களுக்காக ஒதுக்கப்பட்டிருந்தது.

சதி தலையசைத்தாள். ''பண்டைய முறைகளின்படி, எல்லா ஏற்பாடும் சரியா செய்யப்பட்டிருக்கு.''

''மிக்க நன்றி, தேவி,'' என்றான் மெலூஹன்.

''இப்ப, ஆயுதக்கிடங்குக்குப் போகலாம்,'' என்றாள் சதி.

''நிச்சயமாய், தேவி,'' என்றான் மெலூஹன். ''உடனேயே செல்வோம்.''

மாநாட்டுச் சபையை விட்டு சதி வெளியேறுகையில், தன் குதிரை வாயிலில் கட்டப்பட்டிருப்பதைக் கண்டாள். கப்பலிலிருந்து இறக்கி, சேணமிட்டு அவளுக்குத் தயாராய் நின்றது. அவளது குழுவைச் சேர்ந்தோரின் குதிரைகளும் அவ்வாறே சேணமும் கயிறும் மாட்டப்பட்டு, அப்பழுக்கில்லாமல், சுத்தமாய் நின்றன.

''தேவி,'' என்றான் மெலூஹன். ''மாநாட்டின் சட்டதிட்டங் களின்படி, அனைத்து விலங்குகளும், ஆயுதக்கிடங்கிற்கு அருகில் பூட்டி வைக்கப்படும். உங்கள் குதிரைகளும் அவ்விதமே.''

''என் குதிரையைத் தவிர்த்து,'' என்றாள் சதி. இராமபிரான் இயற்றிய சட்டதிட்டங்களை அவளைவிட நன்கறிந்தவர்கள் அரிது. சமாதானம் பேச வரும் குழுவின் தலைவர், தனது குதிரையை தன்னுடனேயே வைத்துக்கொள்ள உரிமையுண்டு. ''என் குதிரை என்னோடதான் இருக்கும்.''

''நிச்சயம், தேவி.''

''மாநாடு முடிஞ்சவுடனே, என் ஆட்களோட குதிரைகள் அவங்ககிட்டே திருப்பிக் கொடுக்கப்படணும்.''

''அதுதான் சட்டமும், தேவி.''

''தேவகிரிக்குள்ளேயிருக்கிற விலங்குகள் எல்லாமே காவல்ல இருக்கவேண்டியது அவசியம்.''

''சந்தேகமேயில்லை, தேவி,'' என்றான் மெலூஹன். ''ஏற்கனவே செய்தாகிவிட்டது.''

''அப்ப சரி,'' என்றாள் சதி. ''போகலாம்.''

மிகத் துல்லியமாய்க் கணக்கிட்ட அளவுகளின்படி, ஸ்வர்ண மற்றும் தாமிர மேடைகளுக்கிடையே இருந்த பாலத்தினடியில், தற்காலிகமாய் ஆயுதக்கிடங்கு அமைக்கப்பட்டிருந்தது. வாயிலை, சாமான்யத்தில் உடைத்து நுழையமுடியாதபடி, இரட்டைத்தாழ்ப்பாளுடன் கூடிய பிரம்மாண்டமான கதவு காத்தது. சாவிகளில் ஒன்று சதியிடம் கொடுக்கப்பட, கதவு உண்மையிலேயே தாளிட்டிருந்ததா என்று சோதித்தாள். தன்னிடமிருந்த சாவியால் கதவை இரட்டைத் தாளிட்ட மெலூஹ அதிகாரி, சதி மீண்டும் சோதனை செய்ய அழைத்தான். அது முடிந்தபிறகு, பூட்டில் அரக்கு பதித்தான். தேவகிரியின் அனைத்து ஆயுதங்களும்,

யார் கைக்கும் அகப்படாமல், இப்பொழுது பத்திரமாய்க் காவலில் வைக்கப்பட்டுவிட்டன.

சாவியை நந்தியிடம் கொடுத்தாள் சதி. ''பத்திரமா வெச்சுக்குங்க.''

குனிந்து வணங்கிய மெலூஹன், அப்போதுதான் ஏதோ நினைவுக்கு வந்தவனாய், தயங்கினான். ''தேவி, தங்கள் ஆயுதங்கள்? அவையும் பாதுகாவலில் வைக்கப்படவேண்டுமல்லவா?''

''இல்ல,'' என்றாள் சதி.

''ஆனால், தேவி, சட்டம் என்ன சொல்கிறதென்றால்...''

''தளபதி, சட்டம் சொல்றது என்னன்னா,'' சதி அவனை இடைமறித்தாள். ''படைகள்தான் ஆயுதமில்லாமல் இருக்கணும். தலைவர்களும், அவர்களுடைய பிரத்யேக மெய்க்காப்பாளர்களும், தாராளமா ஆயுதம் தரிக்கலாம். எங்கப்பாவோட தனிப்பட்ட மெய்க்காப்பாளர்களெல்லாம் அவங்கவங்க ஆயுதங்களைக் கழட்டி வெச்சிட்டாங்களா, என்ன?''

''இல்லை, தேவி,'' என்றான் மெலூஹ அதிகாரி. ''தரித்துத்தான் இருக்கிறார்கள்.''

''அதே மாதிரிதான் என் மெய்க்காப்பாளர்களும்,'' சதி நந்தி, மற்றும் இதர வீரர்களைச் சுட்டிக்காட்டினாள்.

''ஆனால், தேவி...''

''ஏன், பிரதமர் கனகாலாகிட்டே கேட்டுக்கலாமே? நிச்சயமா அவங்களுக்குச் சட்டம் தெரிஞ்சிருக்கும்...''

மெலூஹ அதிகாரி இதற்கு மேல் எதுவும் சொல்ல வில்லை. சட்டப்படி, சதி சொல்வது சரியே. அதே சமயம், சிக்கல் ஏதும் நேர்ந்தால் தெளிவுபடுத்திக்கொள்ள பிரதம மந்திரியை அழைப்பதெல்லாம் நடவாத காரியம் என்பதையும் அவன் அறிவான். இன்னொரு பக்கம், சில நூறு மீட்டர் தொலைவில் இருந்த விலங்குகள் கொட்டாரத்தை சதி பார்த்துக்கொண்டு நின்றாள். தற்காலிகமாய்ப் பாதுகாவலில் வைக்கும் பொருட்டு, சதியின் வீரர்களின் குதிரைகள் அங்கே அழைத்துச் செல்லப்பட்டுக்கொண்டிருந்தன.

''அதுவுமில்லாமல், தேவி,'' என்றான் அரசாங்க அதிகாரி. ''மதிய உணவிற்கு அரண்மனைக்கு வருகை புரியுமாறு, சக்ரவர்த்தி தக்ஷர் தங்களுக்கு அழைப்பு விடுத்துள்ளார்.''

சதி, நந்தியை நோக்கித் திரும்பினாள். ''நான் முன்னால குதிரைல போறேன். விலங்குக் கொட்டாரத்தின் பூட்டை நீங்க சோதனை பண்ணிட்டு, என்னை வந்து சந்திச்சு...''

"தேவி," அதிகாரி, சதியை மறித்தான். "எனக்கிடப்பட்ட கட்டளை மிகத் தெளிவானது. தாங்கள் மட்டும்தான் வரவேண்டுமென்பது அவ்விடத்து விருப்பம்."

சதியின் முகம் சுணக்கமடைந்தது. இது சம்பிரதாயத்தில் சேர்த்தியில்லை. அழைப்பை மறுக்கும் எண்ணத்துடன் அவள் வாய் திறக்க, அதிகாரியே தொடர்ந்தான். "அழைப்பிற்கும், மாநாட்டிற்கும் தொடர்பு இருப்பதாகத் தெரியவில்லை, தேவி. தாங்கள் மன்னரின் புதல்வியல்லவா? மகளுடன் உணவருந்தவேண்டும் என்ற அவரது எதிர்பார்ப்பில் நியாயம் இல்லையா, என்ன? அவருக்கு உரிமையும் இருக்கிறதுதானே?"

சதி ஒரு முறை மூச்சை ஆழ இழுத்துவிட்டாள். தந்தையுடன் சாவகாசமாய் உணவருந்தும் மனநிலையில் நிச்சயம் அவளில்லை. ஆனால், தாயைப் பார்க்கவேண்டும் என்ற ஆவல் அவளை மீறிக்கொண்டு எழுந்தது. எது எப்படியிருந்தாலும், மாநாடென்னவோ நாளைதான் துவங்கும். இன்று செய்வதற்குக் காரியம் எதுவுமில்லை. "நந்தி, விலங்குகள் கொட்டாரத்தைச் சோதனை போட்டுட்டு, மாநாட்டு சபைக்குப் போய், எனக்காகக் காத்திருங்க. சீக்கிரம் வந்துருவேன்."

"உத்தரவு, தேவி," என்றார் நந்தி. "தாங்கள் கிளம்புவதற்கு முன், ஒரு வார்த்தை?"

"தாராளமா," என்றாள் சதி.

"தனியாக, தேவி," என்றார் நந்தி.

சதியின் புருவங்கள் நெறிந்தாலும், தெரிந்தும் தெரியாமலும் பின்னால் நின்ற வீரன் ஒருவனிடம் குதிரைக் கயிற்றைக் கொடுத்துவிட்டு, ஒருபுறமாய் நகர்ந்தாள்.

காதுகேளா தூரத்திற்கு வந்தவுடன், நந்தி மிக மெல்லிய குரலில் கிசுகிசுத்தார். "தங்களுக்கு அறிவுரை கூறும் அருகதை எனக்கிருக்கிறதா என்பதை அறியேன், தேவி. ஆனால் - தயவு செய்து தந்தையைச் சந்திக்கச் செல்வதாக நினைக்கவேண்டாம். அதற்கு பதிலாய், சமாதான உடன்படிக்கைக்கான பேச்சுவார்த்தை நடத்தப்போகும் சக்ரவர்த்தியைச் சந்திக்கப் போவதாய் எண்ணிக் கொள்ளுங்கள். நாளை மாநாட்டிற்கான சரியான சூழலை ஏற்படுத்த, இந்த மதிய உணவு அழைப்பை நீங்கள் பயன்படுத்திக்கொள்ளலாமே?"

சதியின் முகம் மலர்ந்தது. "நீங்க சொல்றதும் சரிதான், நந்தி."

அரண்மனை வாயிலின் அருகே நின்ற பணியாளின் உதவியை மறுத்துவிட்டு, படிகளுக்கருகே இருந்த லாயத்தில் குதிரையைக் கட்டினாள் சதி. அமைதி மாநாட்டை முன்னிட்டு, தேவகிரியில் வேறு விலங்குகள் ஏதுமே இல்லையாகையால், லாயத்தில் சதியின் குதிரை மட்டுமே நின்றது. தந்தையின் அரண்மனையின் பிரதான படிக்கட்டுக்களை அவள் நெருங்க, காவல் நின்ற வீரர்கள் விறைப்பாய் இராணுவ வணக்கம் செலுத்தினர். பதிலுக்கு மரியாதையுடன் வணக்கம் செலுத்திய சதி, தொடர்ந்து நடந்தாள்.

அவள் வளர்ந்தது, இதே அரண்மனையில். இந்த அழகிய மாளிகையின் கிளிகொஞ்சும் தோட்டங்களில் அவள் ஒயிலாக நடைபழகியதுண்டு; சித்திரவிசித்திர அலங்காரங்கள் செய்த படிகளில் ஆயிரம் இலட்சம் முறை ஏறி இறங்கியதுண்டு; இதே அரண்மனையைச் சேர்ந்த பரந்த திறந்தவெளிகளில் நுணுக்கமான வாட்பயிற்சியில் தீவிரமாய் ஈடுபட்டதுண்டு. ஆனால்... ஏனோ, அதே அரண்மனை இப்போது அந்நியமாய்த் தோன்றியது. எத்தனையோ வருடங்களாய் அவள் இந்தப் பக்கம் வராமலிருந்ததால் தானோ? இல்லை; தந்தையிடம் அவளுக்கு இப்பொது மனதளவில் எந்தப் பிணைப்பும் இல்லை என்பதுதான் நிஜமான காரணமாயிருக்கக்கூடும்.

எப்படியிருந்தாலும், அரண்மனையில் வழி கண்டுபிடித்துக்கொள்ள அங்கங்கே பாதையில் முளைத்துக் கொண்டேயிருந்த வீரர்கள் எவரின் துணையும் அவளுக்குத் தேவையாயிருக்கவில்லை. ஆனால், அவர்கள் யாரையும் அவளால் அடையாளம் காணமுடியவில்லை என்பது அதிசயமாகத்தான் இருந்தது. தன் தந்தையின் மெய்க்காப் பாளனாய்ப் பொறுப்பேற்ற பிறகு, வித்யுன்மாலி படைகளையெல்லாம் முழுவதுமாய் மாற்றிவிட்டான் போலும். மீண்டும் மீண்டும் அவர்களையெல்லாம் சைகையால் விலக்கிவிட்டு, வைத்த குறி தப்பாமல், சற்றும் தயக்கமின்றித் தன் தந்தையைக் குறி வைத்து நடந்தாள்.

''தேவியார், இளவரசி சதி!'' பிரதான வாயில்காப்போன் உரத்த குரலில் கட்டியம் கூற, அவனுக்குக் கீழ்ப்படிந்தோரில் ஒருவன், அரசரின் அறைக் கதவை திறந்தான்.

சதி உள்ளே நுழைந்த போது, தக்ஷர், வீரிணி, மற்றும் அறையின் ஒரு கோடியில் அடையாளம் தெரியாத நபரைக் கண்டாள். அவனது கைக் கங்கணத்தைப் பார்த்தால், மெலூஹ இராணுவத்தில் படைத்தலைவன் என்று ஊகிக்கக் கூடியதாயிருந்தது.

தாய் தந்தையரை நோக்கி அவள் திரும்ப, மெலூஹப் படைத்தலைவன் ஜன்னலுக்கு வெளியே பார்த்து, யாரையோ நோக்கி, மூன்றாம் பேர் அறியா வண்ணம் தலையசைத்தான்.

"அட இராமபிரானே!" தக்ஷர் கூவினார். "உன் முகத்திற்கு என்ன ஆயிற்று?"

நமஸ்தே என்று கரம் குவித்த சதி, தந்தைக்கு அளிக்கவேண்டிய மரியாதை நிமித்தம் தாழ வணங்கினாள்.

"பெரிசா ஒண்ணுமில்லப்பா. போர்ல நிகழ்ந்தது."

"போர் வீராங்கனைகள் விழுப்புண்களை பெருமையுடன் அணிந்துகொள்வது வழக்கம்தான்," மெலூஹப் படைத்தலைவன் வணக்கம் செலுத்தியவாறு நிலைமையைச் சகஜமாக்கும் விதமாய்ச் சொன்னான்.

அவனை ஏற இறங்கக் கண்ணால் அளந்த சதி, பதிலுக்கு வணக்கம் செலுத்தினாள். "மன்னிக்கணும் - எனக்கு உங்களைத் தெரியலையே?"

"புதிதாய் நியமனம் செய்திருக்கிறார்கள், தேவி," என்றான் அவன். "படைத்தலைவர் வித்யுன்மாலியின் கீழ், இரண்டாம் நிலையில் பணிபுரிந்துவந்தேன். என் பெயர் கமலாக்ஷன்."

சதிக்கு என்றுமே வித்யுன்மாலியின் பேரில் அபிமானம் இருந்ததில்லை. ஆனால், அதையே காரணம் கொண்டு கமலாக்ஷனை வெறுக்கவும் பிரமேயம் இல்லை. பணிவாய் அவனை நோக்கி ஒரு முறை தலையசைத்துவிட்டு, தாயைப் பார்த்தவளின் முகத்தில் அன்பான புன்னகை அரும்பியது. "எப்படிம்மா இருக்கே?"

இதுவரையில், சதி தன் தாயை "மா" என்று சுருக்கி அழைத்ததில்லை; சற்று விரிவாய், கொஞ்சம் சம்பிரதாயமாகத்தான் விளிப்பது வழக்கம். ஆனால், இந்த மாற்றம் வீரிணுக்குப் பிடித்திருந்தது. முன்னே நடந்து வந்து, மகளை அணைத்துக்கொண்டாள். "என் செல்லமே..."

சதி அம்மாவை இறுக்கக் கட்டிக்கொண்டாள். சிவனுடன் கழித்த வருடங்கள், அவள் மனதைக் கட்டுப்படுத்திய கற்சுவரை உடைத்தெறிந்திருந்தன. அணையிட்டிருந்த உணர்ச்சி வெள்ளத்தை இப்பொழுதெல்லாம் அவளால் தங்குதடையின்றி வெளிப்படுத்த முடிந்தது.

"நீயில்லாமல் நான் பட்ட வேதனை கொஞ்சநஞ்சமில்லை, குழந்தாய்," வீரிணி தழுதழுத்தாள்.

"எனக்கும் நீயில்லாம ரொம்பக் கஷ்டமாத்தாம்மா இருந்தது," சதியின் கண்களில் நீர்த் திரையிட்டது.

அவளது விழுப்புண்ணைத் தொட்ட வீரிணி, உதட்டைக் கடித்துக்கொண்டாள்.

''இதெல்லாம் ஒண்ணுமேயில்லம்மா,'' சதி லேசாய்ப் புன்னகைத்தாள். ''வலிக்கக்கூட இல்லை.''

''ஆயுர்வதியிடம் வடுவை நீக்கச் சொல்லியிருக்கலாமே?'' வீரிணி கேட்டாள்.

''கேட்கலாம்னுதான் இருக்கேம்மா,'' என்றாள் சதி. ''ஆனா, முகத்தழகைவிட, அமைதிக்கான வழி தேடறதுதான் இப்ப ரொம்ப முக்கியம்.''

''அதை நோக்கிச் செல்ல இராமபிரான் உன் தந்தைக்கும், நீலகண்டருக்கும் அருள் புரியட்டும்,'' என்றாள் வீரிணி.

தக்ஷரின் முகத்தில் மந்தகாசப் புன்னகை அகல விரிந்தது. ''எல்லா வழிகளையும் நான் ஏற்கனவே கண்டுகொண்டுவிட்டேன், சதி. மீண்டும் நாமனைவரும் ஒன்றாய் இருப்போம் - முன்போல், குடும்பமாய் வாழ்வோம். வெளியே பாசறையில் காத்திருப்பதை நீலகண்டர் ஆட்சேபிக்கமாட்டார் என்று நம்புகிறேன். என்ன இருந்தாலும், அமைதி மாநாட்டிற்கு முன் நாங்கள் சந்திப்பது நல்ல சகுனமாயிராது, இல்லையா?''

மீண்டும் எல்லோரும் '*குடும்ப*'மாய் வாழப்போவது பற்றிய தந்தையின் விசித்திர அறிவிப்பைக் கேட்ட சதியின் புருவங்கள் நெறிந்தன. தன்னுடன் தேவகிரிக்குச் சிவன் வரவில்லை என்று அவள் விளக்குவதற்குள், தக்ஷர் கமலாக்ஷனை நோக்கித் திரும்பினார்.

''மதிய உணவைக் கொண்டுவரும்படி பணியாளர்களிடம் சொல். பசி உயிர் போகிறது. ஏன், என் குடும்பத்துப் பெண்களுக்கும் அப்படித்தான் என்பதில் சந்தேகமில்லை,'' என்றார் தக்ஷர்.

''நிச்சயம், பிரபு.''

வீரிணி இன்னமும் சதியின் கரத்தைப் பற்றிக் கொண்டிருந்தாள். ''சென்ற வாரம் ஆயுர்வதி இங்கில்லாமல் போய்விட்டதுதான் கொடூர துரதிர்ஷ்டம்.''

''ஏன்?'' சதி கேட்டாள்.

''கனகாலாவைக் காப்பாற்றியிருக்கலாமல்லவா? ஆயுர்வதியின் மருத்துவத் திறமை இந்த தேசத்தில் யாருக்குண்டு?''

ஓரக்கண்ணால், தக்ஷரின் உடல் விடைப்பதை சதி கவனித்தாள். ''தேவையில்லாமல் அதிகம் பேசுகிறாய், வீரிணி. நாம் இப்பொழுது உணவருந்திவிட்டு...''

''ஒரு நிமிஷம்ப்பா,'' என்ற சதி, அம்மாவின் பக்கம் திரும்பினாள். ''கனகாலாவுக்கு என்ன ஆச்சு?''

"உனக்குத் தெரியாதா என்ன?" வீரிணி ஆச்சர்ய மடைந்தாள். "திடீரென்று இறந்துவிட்டாள். இல்லத்தில் ஏதோ எதிர்பாராத விபத்து என்று கேள்வி."

"விபத்தா?" உடனடியாக மனதில் உதித்த சந்தேகத்துடன், சதி சுழன்று தக்ஷரைப் பார்த்தாள். "அவங்களுக்கு என்னாச்சு?"

"அது ஒரு விபத்து, சதி," என்றார் தக்ஷர். "சின்னஞ்சிறிய விஷயங்களையெல்லாம் ஊதி ஊதிப் பெரிதுபடுத்தாமல்..."

சதியின் கேள்விக்குப் பதில் சொல்லாமல் தக்ஷர் திசை திருப்ப முற்படுவதைக் கண்ட வீரிணிக்கும் இப்பொழுது சந்தேகம் துளிர்விட்டது. "தக்ஷா, என்ன நடக்கிறது இங்கே?"

"அடடா, இருவரும் இந்த விஷயத்தை மறந்து தொலைக்கிறீர்களா? எத்தனையோ காலத்திற்குப் பிறகு நாமெல்லோரும் ஒன்றாய், விருந்திற்குக் கூடியிருக்கிறோம். இந்த நொடியைச் சந்தோஷமாய் அனுபவிப்போம்."

"வெகுவிரைவில் எல்லாம் சரியாகிவிடும், இளவரசி," கமலாக்ஷன் இதமான குரலில் சொன்னான்.

அவனைச் சதி பார்க்காவிட்டாலும், குரலில் இருந்த ஒரு வித - அதையென்னவென்று சொல்வது? வஞ்சகமா? - அவளது உள்ளுணர்வை உரசியது.

"அப்பா, என்கிட்டேயிருந்து எதை மறைக்கறீங்க?"

"ஐயோ, இராமபிரானே!" என்றார் தக்ஷர். "உன் கணவனைப் பற்றி இவ்வளவு கவலைப்படுவதாயிருந்தால், அவனுக்கென்று பிரத்யேகமாய் உணவனுப்பி வைத்து விடுகிறேன்!"

"நான் சிவாவைப் பத்தி பேசவேயில்லை," என்றாள் சதி. "என் கேள்வியைத் தட்டிக் கழிக்காதீங்க. கனகாலாவுக்கு என்னாச்சு?"

ஆங்காரத்துடன் சபித்துக்கொண்ட தக்ஷர், மேஜை மேல் கையை ஓங்கியடித்தார். "வாழ்க்கையில் ஒரு முறையாவது உன் தந்தையின் மீது நம்பிக்கை கொள்ளமாட்டாயா? உன் நாளங்களில் ஓடுவது என் இரத்தம்தானே? உனக்கு நன்மையில்லாத காரியத்தில் நான் இறங்குவேனா? கனகாலா விபத்தில் இறந்துபோனதாக நான் சொன்னால், அதுதான் உண்மை."

சதி தன் தந்தையின் கண்களை ஊடுருவிப் பார்த்தாள். "பொய்."

"கனகாலாவின் கதி, அவளுக்கு வேண்டியதுதான், இளவரசி,"

பின்னாலிருந்து கமலாக்ஷன் மெல்லிய குரலில் கிசுகிசுத் தான். "மெலூஹாவின் உண்மையான தலைவரை எதிர்க்கும்

எவருக்குமே அந்த கதிதான். ஆனால், அந்தக் கவலை தங்களுக்கு வேண்டாம். தங்கள் தந்தைக்குத் தங்கள் மீதி அபரிமிதமான பற்று. ஆகையால், தாங்கள் கவலையின்றி இருக்கலாம்.''

ஸ்தம்பித்த சதி, கமலாக்ஷனை ஒரு பார்வை பார்த்துவிட்டு, தந்தையிடம் திரும்பினாள்.

''குழந்தாய், உன் மேல் நான் வைத்திருக்கும் பாசம் எத்தகையது என்பதை மட்டும் நீ உணர்ந்தால்...'' வறண்ட புன்னகையுடன் பேசிய தக்ஷரின் கண்கள் பனித்திருந்தன. ''என்ன நம்பு. எல்லாவற்றையும் மீண்டும் நான் சீர்ப்படுத்திவிடுகிறேன்.''

பிறரறியா வண்ணம், சதியின் வயிரம் பாய்ந்த தேகம் இறுகியது. தன் வலது முழங்கை மூட்டால் 'தடா'லென்று கமலாக்ஷனின் வயிற்றில் இடிக்க, வலி தாளமுடியாமல் தடுமாறிக் குனிந்தான். அவன் தலை வாகாய் அவள் கைக்கருகில் வர, சிறிதும் தாமதிக்காமல், சதி இடக்காலை ஊன்றி, நாகர்களிடம் பயின்றது போல், வலக்காலை பெரிய வளைவாய்ச் சுழற்ற, குதிகால் அசுர பலத்துடன் கமலாக்ஷனை காதுக்கும் நெற்றிப் பொட்டிற்கும் இடையில் தாக்கியது. காது ஜவ்வு கிழிந்து, நினைவு தவறி, அவனது இராட்சஸ உருவம் பொத்தென்று தரையில் விழுந்தது. அதே வேகத்தில் முழுதாய் சுழன்ற சதி, மீண்டும் தக்ஷரைப் பார்த்தாள். மின்னலைப் போல் 'சரக்'கென்று வாளை உருவி, தந்தையை நோக்கி நீட்டினாள்.

இவையெல்லாம் ஒரு நொடி நேரத்தில் நடந்து முடிந்துவிட, செய்வதறியாது தக்ஷர் விதிர்விதிர்த்து நின்றார்.

''என்ன காரியம் செஞ்சிருக்கீங்கப்பா?'' கோபம் கொதிக்க, சதி அலறினாள்.

''உன் நன்மைக்குத்தான் எல்லாம்!'' தக்ஷர் கீச்சுக்குரலில் கூவினார். ''உன் கணவனால் இனி எந்தத் தொல்லையும் இருக்காது!''

''இராமபிரான்தான் கருணை புரியணும்.'' சதிக்கு ஒருவழியாக புரிந்தது. ''நந்தியும்... என் வீரர்களும்...''

''கடவுளே!'' அலறிய வீரிணி, தக்ஷரை நோக்கிச் சென்றாள். ''தக்ஷா, என்ன காரியம் செய்துவிட்டீர்கள்?''

''வாயை மூடு, வீரிணி!'' தக்ஷர் க்றீச்சிட்டு அவளை ஒருபுறம் இழுத்துத் தள்ளிவிட்டு, சதியை நோக்கி ஓடிவந்தார்.

ஸ்தம்பித்துப் போய் நின்றிருந்தாள் வீரிணி. ''அமைதி மாநாட்டிற்கான சட்டங்களை நீங்கள் எப்படி மீறலாம்?

காலாகாலத்திற்குமல்லவா உங்கள் ஆன்மா பாவத்தைச் சுமந்து அலையும்?''

''நீ வெளியே போகமுடியாது!'' சதியைத் தக்ஷர் இழுக்க முயன்றார்.

அவளோ, அவரை பிடித்து நன்றாய்த் தள்ளிவிட, தக்ஷர் தரையில் தடுமாறி விழுந்தார். கையில் வாளைப் பற்றிய சதி, போருக்குத் தயாராய், கதவைக் குறி வைத்து ஓடினாள்.

''நிறுத்துங்கள்!'' தக்ஷர் கத்தினார். ''காவலர்களே - அவளைத் தடுத்து நிறுத்துங்கள்!''

கதவைத் திறந்த வாயிற்காப்போன், இளவரசி தன்னை நோக்கி ஓடி வருவதைக் கண்டு திகைத்தான். கதவருகில் காவலிருந்த வீரர்களோ, அதிர்ச்சியில் உறைந்துபோய் நின்றனர்.

''அவளை நிறுத்துங்கள்!'' தக்ஷர் உயிர் போவது போல் அலறினார்.

இன்னது நடக்கிறதென்று அறியுமுன், காவலர்கள் மீது 'தடா'லென்று மோதிய சதி, ஏறக்குறைய உருட்டித் தள்ளிவிட்டு, கதவின் வழியே தலைதெறிக்க ஓடினாள். பிரதான அரண்மனைப் பாதை வழியே விரைந்தவளுக்கு, தன்னைத் தடுக்கச் சொல்லி காவலாளிகளிடம் தந்தை மீண்டும் மீண்டும் கத்தியது காதில் விழுந்தது. எப்படியாவது குதிரையை அடைந்துவிடவேண்டும். தேவகிரியில் வேறு யாரிடமும் இப்பொழுது குதிரை இல்லை. அவள் மட்டும் புரவியை அடைந்துவிட்டால், அத்தனை வீரர்களையும் புரட்டித் தள்ளி, நகரை விட்டே வெளியேறிவிடலாம்.

பின்னாலிருந்து ஒரு வீரன் கூவினான். ''இளவரசியை நிறுத்துங்கள்!''

முன்னால், ஒரு வீரர் பட்டாளம் அணிவகுக்க முயல்வதைச் சதி கண்டாள். வழியை அடைத்துக்கொண்டு, வேல்களை முன்னால் துருத்தியபடி நின்றனர். வேகத்தைக் குறைக்காமல், சதி திரும்பிப் பார்த்தாள். பின்னால், இன்னொரு வீரர் பட்டாளம் நெருங்கிக் கொண்டிருந்தது. சிக்கிக் கொண்டுவிட்டாள்.

இராமபிரானே, சக்தி கொடுங்க!

''அவளை ஒன்றும் செய்துவிடாதீர்கள்!'' தக்ஷரின் குரல் தூரத்தில் கேட்டது.

சற்று தூரத்தில், இடப்பக்கம் ஒரு ஜன்னல் திறந்திருந்தது. அவள் இருந்தது மூன்றாவது மாடியில். இங்கேயிருந்து குதிப்பது பைத்தியக்காரத்தனம். அதே சமயம், அரண்மனையை அவள் நன்கறிவாள்; என்ன இருந்தாலும், ஒருகாலத்தில் இதுதானே அவள் வாழ்ந்த வீடு? இதே

ஜன்னலுக்கு மேலே, சிறிய விளிம்புப் பலகை உண்டு. அதன் மீது ஏறி, தாவினால், அரண்மனையின் மேல்மாடத்தை அடையலாம். அங்கே, பக்கவாட்டிலிருந்து கதவின் வழியே, அரண்மனையின் வாயிலை நோக்கி, பிறர் எட்டுமுன் பறந்துவிடலாம்.

வாளை உறையில் செருகிய சதி, சரணடைவது போல், கைகளை உயர்த்தினாள். பிடிபட்டுவிட்டாள் என்ற எண்ணம் கொண்ட வீரர்கள், அவள் பதற்றமடையா வண்ணம், வேகம் குறைந்து முன்னேறினார்கள். சட்டென்று பக்கவாட்டில் தாவிய சதி, மின்னல் வேகத்தில் ஜன்னல் வழியே குதித்தாள். கீழே திறந்தவெளி முற்றத்தில் விழுந்து இளவரசி நிச்சயம் மரணத்தைத் தழுவியிருப்பாள் என்றெண்ணிய வீரர்கள் அதிர்ச்சியில் மூச்சடைத்து நின்றார்கள். ஆனால் சதியோ, தாவிய வேகத்தைப் பயன்படுத்திக்கொண்டு, கைகளை ஏக காலத்தில் விரித்து ஜன்னலுக்கு மேலே நீட்டிக்கொண்டிருந்த விளிம்பை எட்டிப் பற்றிக்கொண்டுவிட்டாள். அதே வேகத்தில் மேலே சுழன்று, அரைக் குட்டிக்கரணம் அடித்து விளிம்புப்பலகையில் பத்திரமாய் நின்றாள். தன்னைச் சமாளித்துக்கொள்ள ஒரு நொடி நிதானித்து, சட்டென்று இரண்டடி எடுத்து, மாடியின் மீது தாவியேறினாள்.

''மாடியின் மீது இருக்கிறார்கள்!'' அலறினான் ஒரு வீரன்.

அவர்கள் வரப்போகும் பாதையை சதி அறிந்தேயிருந்தாள். சட்டென்று அதற்கு எதிர்ப்புறம் திரும்பி, மாடியின் மறுகோடிக்கு ஓடி, இன்னொரு விளிம்பின் மீது குதித்தாள். அதன் மீது ஊர்ந்து, மற்றொரு மாடியை அடைந்து, குதித்து, மறு கோடியிலிருந்த படிக்கட்டுகளைக் குறி வைத்துச் சென்றாள். இரண்டு மூன்றாய்ப் படிகளைக் கடந்து கீழே தடதடவென இறங்கி, முதல் மாடிக்கு மேலிருந்த தளத்தில், பக்கவாட்டிலிருந்த கதவையடைந்தாள். வழக்கமாய் இதற்குக் காவல் இருக்காதென்றாலும், எந்தப் பொறியிலும் சிக்க அவள் தயாராக இல்லை. உப்பரிகையின் வழியே தாவி, பக்கத்திலிருந்த சிறிய தோட்டத்திற்குள் குதித்தாள். சுவற்றினருகே ஒரு மரம் இருந்தது. அதன் மீது சரசரவென ஏறி, இருப்பதிலேயே மிக உயரமான கிளையைப் பற்றிக்கொண்டு, காலை அதன் மீது ஊன்றி, சுற்றுச்சுவரைத் தாண்டினாள். ஏறக்குறைய குதிரைக்குப் பக்கத்திலேயே வந்து குதித்தாள். ஒரே தாவில் புரவியின் மீதேறியவள் சேணக்கயிறுகளை விடுவித்து விலாவில் ஒரு உதைவிட, அது பறந்தது.

''அதோ, அங்கே!'' ஒரு வீரன் கத்தினான்.

இருபது வீரர்கள் அவளை நோக்கி விரைய, சதி வேகத்தைக் குறைக்காமல், அவர்களை நெட்டித் தள்ளி முன்னேறினாள். அரண்மனை வளாகத்தைவிட்டு குதிரையை விரட்டியவள், சில நொடிகளுக்குள், நகருக்குள் வந்து விட்டாள். பின்னால், கூக்குரலிட்டுச் சபித்துத் திட்டிக்கொண்டு ஓடி வந்த வீரர்களின் குரல்கள் தூரத்தில் கேட்டன.

''நிறுத்துங்கள் அவளை!''

''இளவரசியைத் தடுத்து நிறுத்துங்கள்!''

சதியின் புரவியின் அசுரவேகக் குளம்புகளுக்கடியில் கூழாகாமல் இருக்க, வழியில் தென்பட்ட மெலூஹர்கள் விலகி ஓடினார்கள். எதிரே இருந்த பெரும் மக்கள் கூட்டத்திடம் சிக்காமலிருக்கும் பொருட்டு, ஒரு சிறிய தெருவுக்குள் சதி குதிரையைத் திருப்பினாள்; அங்கேயிருந்து இன்னொரு பாதையில் நுழைந்து, நகரின் பிரதான வாயிலை அடையும் சாலைக்கு வந்து சேர்ந்தாள். அதி வேகமாய்க் குதிரையை விரட்டியவள், சக்தி முழுவதையும் பிரயோகித்து, விரைவில் இரும்புக் கதவுகளைச் சீறிக்கொண்டு தாண்டினாள். மறு கணம், தூரத்தில் ஆக்ரோஷமாய் நடந்துகொண்டிருந்த சண்டையின் அபரிமிதமான சப்தத்தால் கலக்கமடைந்த அவளது புரவி, பின்னாங்கால்களில் ஆவேசமாய் எழுந்தது.

தேவகிரி மேடையின் உயரத்திலிருந்து ஏறக்குறைய நான்கு கிலோமீட்டர் தூரத்தில், சரஸ்வதி நதிக்கரையில் அமைந்திருந்த அமைதி மாநாட்டிற்கான சபை, அவளுக்கு நன்கு புலப்பட்டது. அவளது வீரர்கள், தாக்குதலுக் குட்பட்டிருந்தனர். நீண்ட அங்கிகளும், முகமூடிகளும் அணிந்த பெருங்கூட்டம், நந்தியையும், அவளது சிறிய படையையும் ஏறக்குறைய மூழ்கடித்துக்கொண்டிருந்தது. நந்தியின் படையில் பலர் ஏற்கனவே காயமடைந்து தரையில் விழுந்து கிடந்தனர்.

''ஹ்யாஹ்!'' வெகு வேகமாய்ச் சதி தன் குதிரையை உதைக்க, அது 'விருட்'டென்று முன்னேறியது.

ஸ்வர்ண மேடையின் மையப் படிக்கட்டுக்களில் 'தடதட'வென்று இறங்கிய சதி, ஆக்ரோஷ யுத்தம் நடந்துகொண்டிருந்த இடத்தைக் குறி வைத்துப் பாய்ந்தாள்

நீலகண்டரிடம் மிகுந்த விசுவாசம் கொண்டோரின் போர்க் கர்ஜனை, அவள் கண்டத்திலிருந்து புறப்பட்டது.

''ஹர ஹர மகாதேவ்!''

அத்தியாயம் 45

இறுதிக் கொலை

போர்க்களத்தை நோக்கித் தலைதெறிக்கப் பாய்ந்த சதி, அங்கே ஏறக்குறைய முன்னூறு அங்கியணிந்த கொலையாளிகள் குழுமியிருப்பதைக் கண்டாள். நாகர்களைப் போல் முகமூடி அணிந்திருந்தனர் - ஆனால், அவர்களது போர்முறைக்கும், பஞ்சவடி வீரர்களின் யுத்த முறைக்கும் சற்றும் சம்பந்தமில்லை. நாகர்களைப் போல் வேடமிட்ட வேறேதோ கூட்டம் இது. சதியின் நூறு மெய்க்காப்பாளர்களில் ஏறக்குறைய பாதிப்பேர் இறந்துவிட்டனர் - அல்லது மிக மோசமாய்க் காயமுற்றிருந்தனர்.

கொலையாளிகளும் அவளது வீரர்களும் ஆவேசச் சண்டையில் மொத்தமாய்க் கலந்து போயிருந்ததால், தன் குதிரையை மோதி வீழ்த்தக்கூடிய எதிரி அணிவகுப்பு எதுவும் சதிக்குத் தென்படவில்லை. இறங்கி, தரையில் நின்றுதான் சண்டையிட வேண்டும். போர்க்களத்தை நெருங்கும்போது, ஏககாலத்தில் மூன்று கொலையாளிகளுடன் போராடிக்கொண்டிருந்த நந்தியைக் குறி வைத்துச் சென்றாள்.

ஓங்கி, எதிரியின் மார்பில் வாளை இறக்கிய போது நந்தி செய்த கர்ஜனை செவியில் விழுந்தது. இடப்பக்கம் திரும்பியவர், தன் வாளால் குத்துப்பட்டிருந்த ஒடிசலான கொலையாளியை, யானை பூனையைத் தூக்குவது போல் கொத்தாய் அள்ளி, முன்னே வந்த எதிரியின் மீது வீசினார். இன்னொரு பக்கம், நந்தியை முதுகுப்புறமாய்த் தாக்க ஒருவன் பதுங்கிக்கொண்டிருந்தான்.

சேணத்திலிருந்து பாதங்களை விலக்கிய சதி, குதிரையில் உட்கார்ந்தவாக்கிலேயே எழும்பி, பாயத் தயாராய் வாளை உருவினாள். நந்தியைப் பின்புறமிருந்து தாக்கவிருந்தவனை நெருங்கியவுடன், குதிரை மீதிருந்து அவள் பாய்ந்த அதே நொடியில் வாளை ஆக்ரோஷமாய்ச் சுழற்ற, ஒரே வீச்சில் கொலையாளியின் தலை துண்டாகியது. பக்கவாட்டில் விழுந்த சதி, எளிதாக உருண்டு நந்தியின் பின் எழுந்து நிற்க, துண்டான கொலையாளியின் முண்டம், துடிதுடித்துத்

'தடா'லென்று தரையில் சதைக்குவியலாய் விழுந்தது. இன்னமும் அடித்துக்கொண்டிருந்த அவனது இதயம், உயிர்கொடுக்கும் அட்ரீனலினை இரத்தத்தில் செலுத்த முயன்று, அறுந்த கழுத்தின் வழியே குருதியைப் பீய்ச்சியது.

"தேவி!" இன்னொரு கொலையாளியை வாளால் சீய்த்தவாறு, களேபரத்தை மீறி நந்தி கூவினார். "ஓடுங்கள்!"

இதனாலெல்லாம் அயராத சதி, அனைத்துத் திசைகளையும் கண்ணால் அளந்தவாறு, இன்னமும் நந்தியின் முதுகையொட்டிப் பாதுகாப்பாய் நின்றாள். "நீங்க அத்தனை பேரும் இல்லாம நிச்சயமா இல்ல!"

தன் கேடயத்தைச் சதி முன்னே இழுத்துக்கொள்ள, ஒரு கொலையாளி பக்கவாட்டிலிருந்து அவள் மீது பாய்ந்தான். அங்கியின் மடிப்புகளுக்குள்ளிருந்து, எதையோ கண்களில் வீசினான். உடனடியாக சதி தன் கேடயத்தை உயர்த்தினாள். அதன் மீது தெறித்த கறுமுட்டையின் ஓடு உடைந்து, உள்ளிருந்து வெடித்துச் சிதறிய சிறிய, கூரிய உலோகத் துணுக்குகள், கண்களில் படாமல் கேடயம் காப்பாற்றியது. என்றாலும், சில அவளது இடக்கையைப் பதம்பார்த்தன.

இவ்வகையான போர்முறையைப் பற்றிச் சதி கேள்விப்பட்டிருந்தாள்; இது எகிப்தியர்களைச் சேர்ந்தது. முட்டைகளில் மிகச் சிறிய துளையிட்டு, உள்ளேயிருப்பவற்றை வெளியேற்றி, கூர்மையான உலோகத் துகள்களால் நிரப்பிவிடுவார்கள். இவற்றை எதிராளியின் கண்களில் வீசினால், பார்வை போய்விடும். அடுத்து, வாளால் ஒரே வீச்சு. கேடயத்தால் பார்வை மறைக்கப்பட்டிருந்தாலும், வரப்போகும் தாழ்வான வீச்சை எதிர்பார்த்த சதி உள்ளுணர்வால் உந்தப்பட்டு, பக்கவாட்டில் நகர்ந்தாள். உடனே, தன் கேடயத்திலிருந்த பொறியை அவள் அழுத்த, வெளியே சட்டென்று சிறிய கத்தி எழுந்தது. அதைக்கொண்டு எதிராளியின் கழுத்தில் ஓங்கிக் குத்தினாள். அவனது காற்றுக்குழாயை அது கிழிக்க, தன் இரத்தத்திலேயே அவன் திணறிக்கொண்டிருந்த போது, மார்பில் சதி வாளைப் பாய்ச்சினாள்.

இன்னொருபக்கமோ, எதிர்ப்பட்டவர்களையெல்லாம் நந்தி பிளந்துகொண்டிருந்தார். இயற்கையிலேயே ஓங்குதாங்கான உடற்கட்டு கொண்டவராதலால், அவரது உயரம் பருமனுடன் ஒப்பிட்ட போது, எகிப்தியர்கள் பூஞ்சையாகத்தான் தெரிந்தனர். எதிர்க்கத் துணிந்தவர்களையெல்லாம் அவர் கூறு கூறாய் வெட்டிப்போட்டதில், கொலையாளிகள் யாரும் அவரை நெருங்கவும் முடியவில்லை. கத்திகளையும், உலோக முட்டைகளையும் அவர் மீது எறிந்தனர். எவையும்

அவரது உடலின் முக்கியப் பாகங்களைத் தொடவில்லை. தோளில் கத்தி பாய்ந்திருந்தாலும், உடல் முழுதும் உலோகத் துகள்கள் கிழித்து இரத்தம் சிதறியிருந்தாலும், நந்தி அயராமல் எதிரிகளை வெட்டி வீழ்த்திக்கொண்டேயிருந்தார். ஆயினும், நிலைமை தங்களுக்குச் சாதகமாயில்லை என்பதை அவரும் சதியும் உணராமலில்லை. எதிர்பாராத இந்தத் தாக்குதலினாலும், எண்ணிக்கை அதிகம் என்பதாலும், சதியின் வீரர்களில் பலர் விழுந்துகொண்டிருந்தனர். எல்லாபக்கமும் பகைவர்கள் சூழ்ந்த நிலையில், தப்பித்துச் செல்வதும் நடவாத காரியம். இனி, ஒரு விஷயத்தில்தான் அவர்கள் நம்பிக்கை வைக்கமுடியும்: தேவகிரியில், தக்ஷரின் சூழ்ச்சியில் பங்கில்லாத பிற சூர்யவம்சிகள் அவர்களது உதவிக்கு வந்தால்தான் உண்டு.

வலப்பக்கம், உயரத்திலிருந்து ஒரு கொலையாளி சதியின் மீது வாளை ஓங்க, ஆவேசமான வாள் வீச்சால் அதைத் தடுத்தாள். அவனோ, திரும்பி, இம்முறை இடப்பக்கமிருந்து தாக்கி, சதியைப் பின்னுக்குத் தள்ள முயற்சித்தான். அவனுக்கிணையான சக்தியுடன், வீச்சை சதி எதிர்த்தாள். உடனே குனிந்த கொலையாளி, அவளது வயிற்றைக் கிழிக்க முயற்சிக்க - அதுதான் அவன் செய்த தவறு. வாள் வீச்சில் சதி அடைந்திருந்த தேர்ச்சியை அவன் எதிர்பார்க்கவில்லை.

பல வீரர்களின் வாள்வீச்சு இயற்கையாய் ஒரு திசையில் - உடலிலிருந்து வெளிப்புறம் - இருக்கும். வாளை உட்புறம் செலுத்தி வீச்சைத் தடுக்க மிகுந்த சக்தியும் திறனும் வேண்டுமென்பதால், வெகு சிலருக்கு மட்டுமே இது சாத்தியப்படும். சதிக்கு அந்தக் கலையும் கைவந்திருந்தது. ஆகையால், வெளிப்பக்கம் மட்டுமே கூர்மையுள்ள அநேக வாட்களைப் போலல்லாமல், சதியின் வாள் இருபுறமும் கூர்மை பெற்றிருந்தது. பின்னால் நகர்ந்த சதி, அற்புதத் திறமையும், அசாத்திய சக்தியும் சேர, அதிவேகமாய் வாளைத் தன் பக்கம் இழுத்துக்கொண்டாள். ஆச்சர்யமடைந்த கொலையாளி இன்னது நடக்கிறதென்று உணருமுன், கழுத்தறுபட்டான். காயம் மிக ஆழமாய், ஏறக்குறைய சிரத்தையே துண்டித்துவிட்டது போலிருந்தது. தலை பின்னால் தொங்கி, கழுத்துத் தோலின் பலத்தில் ஒட்டிக்கொண்டிருந்தது. முகத்தில் கண்கள் இன்னமும் உருண்டுகொண்டிருந்தன. உடல் கீழே சரிய, சதி அதை உதைத்துத் தள்ளினாள்.

இடப்பக்கம் ஏதோ அசைவதை அவள் கிரகித்தபோது - தன் தவறை உணர்ந்தாள். இரண்டாவது கொலையாளியின் வீச்சிலிருந்து தன்னைக் காப்பாற்றிக்கொள்ள வாளை உயர்த்தினாலும், பலனின்றி, பகைவனின் வாள் வடு

விழுந்த அவளது இடது கன்னத்தில் நுழைந்து, கண்ணை நோண்டி, கபாலத்தைச் சீய்த்துக்கொண்டு சென்றது. கண் துவாரத்திற்குள் பொத்துக்கொண்டு விழ, இரத்தம் ஆறாய்ப் பெருகி, இன்னொரு கண்ணையும் மறைத்தது. பார்வை போய்விட்டதில், தற்காப்பின் பொருட்டு, வழியும் இரத்தத்தைத் துடைக்கவாவது நேரம் சம்பாதித்துக்கொள்ள, வாளால் குத்துமதிப்பாய் சதி வீசினாள். யாரோ பெண் மேல் மூச்சு கீழ்மூச்சு வாங்க, ஏறக்குறைய விம்மும் சப்தம் காதை நிறைத்தது. தானே அந்தப் பெண் என்பதை உணர்ந்தாள். மறுமுறை அந்த மனிதன் தாக்க முன்னேற, வாள் வீச்சுக்குத் தன்னைத் தயார் செய்துகொண்டாள்.

வலப்பக்கம் என்னமோ நகர்வது போல் தோன்ற, இளஞ்சிவப்பாய் மசமசவென்று மறைத்த கண்ணின் வழியே, அசாத்திய உயரத்தின் துணையால், கொலையாளியின் தலையை நந்தி ஒரே வீச்சில் வாங்குவதைக் கண்டாள்.

''தேவி!'' இன்னொரு கொலையாளியின் வாளினின்று தன்னைக் காப்பாற்றிக்கொள்ளும் பொருட்டு, கேடயத்தை முன்னேயிருத்திக்கொண்டார் நந்தி. ''ஓடுங்கள்!''

உலகமே மிக மெதுவாய்ச் இயங்குவது போல் - அவரது குரல் எங்கோ, வெகு தூரத்திலிருந்து வருவது போல் தோன்றியது. தன் இதயத்துடிப்பு, அவளது காதில் வேகமாய் ஒலித்தது; சுற்றியிருந்த இரத்தக்களறியைப் பார்த்து, மூச்சு வாங்குவதை உணரமுடிந்தது. காலடியில், அவளது வீரர்கள் கிழிந்து, நாறாய்க் கிடந்தனர். குற்றுயிரான இன்னும் சிலரோ, கடைசி மூச்சையும் வீணாக்காமல், எவர் உயிரையாவது வாங்கும் உத்தேசத்துடன் துழாவி எதிராளிகளின் கால்களைப் பிடிக்க முயல, எட்டி உதைக்கப்பட்டு, அரைகுறையாய் வாளை வீச முயன்று, உயிர்விட்டனர்.

எல்லாம் என் திமிரினாலதான், உள்ளுக்குள், ஒரு குரல் கிசுகிசுத்தது. ***இவங்களையெல்லாம் கைவிட்டுட்டேன். மறுபடியும்.***

குதறப்பட்டிருந்த கண்ணால் ஏற்பட்ட வலியை, மூளை மரக்கடித்துவிட்டது. கண் வழியே முகமெங்கும் வழிந்து வாய்க்குள் புகுந்த இரத்தத்தைத் துப்பினாள். உருப்படியாய் இயங்கிய வலக்கண்ணின் துணை கொண்டு, மீண்டும் போர்க்களத்திற்குள் புகுந்தாள். இன்னொரு கொலையாளியின் ஆவேச வாளுக்கு இரையாகாமல், வலப்பக்கமிருந்து தாக்கி அவன் கரத்தைத் துண்டித்தாள். எகிப்தியன் வலியில் அலற, தன் கேடயத்தால் அவன் மண்டையைப் பிளந்தாள். தடுமாறியவனின் கண்ணைக்

கத்தியால் துளைத்துவிட்டு, மீண்டும் வாளை இழுத்து அடுத்தவனைச் சந்திக்கத் திரும்பினாள்.

சற்று தூரத்திலிருந்து, ஒரு கொலையாளி கத்தியை குறி பார்த்து எறிந்தான். அது சதியின் இடக்கரத்தின் மேல்பகுதியை வெட்டி, தசைகளை அறுத்து, ஏற்கனவே காயமான கையைப் பயன்படுத்த முடியாமல் தடுத்தது. ஆத்திரத்தில் சீறிக்கொண்டு அவனை நோக்கி வீசியவள், அங்கியைக் கிழித்து, மார்பில் வாளை ஆழப் பாய்ச்சினாள். அவன் தடுமாறிப் பின்வாங்க, கொலைவீச்சாய், மார்பில் செங்குத்தாய்க் கத்தியை இறக்கினாள், ஆனாலும், மேலும் மேலும் வந்த கொலையாளிகளின் எண்ணிக்கை குறைவதாகயில்லை. இன்னொருவன் சதியைத் தாக்க ஓடி வந்தான். தளர்ந்து கொண்டிருந்த உடலை மனவலிமை கொண்டு மட்டுமே இயக்கி, இரத்தம் வழிந்த வாளைச் சதி உயர்த்தினாள்.

சற்று தூரத்திலிருந்து, ஸ்வுத் நடக்கும் போரைக் கவனித்து வந்தான். நீலகண்டன் என்று சொல்லப்பட்டவனைக் கொல்லவேண்டும் என்பதுதான் அவனுக்கிடப்பட்ட உத்தரவு. அதோ, அங்கே எதிரிகளையெல்லாம் சுலபத்தில் வெட்டிச் சாய்த்துக்கொண்டிருந்த பலம் பொருந்திய, உயரமான வீரன்தான் நீலகண்டனாயிருக்க வேண்டும். எதிரிகளால் சூழப்பட்டு சண்டையில் மூழ்கியிருந்த நந்தியை நோக்கி ஸ்வுத் போர்க்களத்தில் இறங்கி 'தடதட'வென நடந்தான்.

புதிதாக வந்து நிற்கும் இந்த பகையாளியை நிமிர்ந்து பார்த்த நந்தி, ஸ்வுத்தின் வாளுடன் தன்னுடையதை ஆக்ரோஷமாய் மோதினார். நந்தியின் வீச்சின் வேகம் ஆச்சர்யப்படுத்த, அதிர்ந்த கைகளை உதறியபடி, எகிப்தியன் ஓரடி பின்வாங்கினான். தன் வாளைக் கீழே எறிந்த ஸ்வுத், அபூர்வமான சந்தர்ப்பங்களுக்கென வைத்திருந்த இரு வளைந்த கத்திகளை உருவினான். அம்மாதிரியான கத்திகளை நந்தி கண்டதேயில்லை. அளவில் சிறிதாக, தன் வாளின் நீளத்தில் மூன்றில் இரு பங்கை விடக் குறைவாக இருந்தன. ஓரங்கள், ஏறக்குறைய கொக்கி போல் வளைந்திருந்தன. கத்திகளின் பிடிகள், வழக்கமான தோல் அல்லது மரத்தாலல்லாமல், வெறுமே இருந்தது இன்னொரு விசித்திரம். இம்மாதிரியான கத்திகளைக் கையாள்பவன் மிகுந்த திறமைசாலியாக இருத்தல் வேண்டும் - சண்டையில், கூர்மையான பிடிகளாலேயே ஆபத்து ஏற்படலாம்.

ஸ்வுத், வாள் விளையாட்டில் கற்றுக்குட்டியல்ல. வாளை அவன் சக்கரமாய்ச் சுழற்றிய அதிவேகம், திறமையாக மட்டுமல்ல, கொஞ்சம் பயமேற்படுத்தும் விதமாகவும்தான்

இருந்தது. இவ்விதமான வாட்களையோ, போர்முறையையோ பார்த்தேயறியாத நந்தி, தனக்கேயுரிய எச்சரிக்கையுடன் கேடயத்தை உயர்த்திப் பிடித்து நின்றார். பாதுகாப்பான தூரத்தில் நின்ற அதே நேரம், எகிப்தியன் முன்னேறவும் காத்து நின்றார். ஸ்வுத்தின் மீது நந்தியின் கவனம் பதிந்திருந்ததையும், பக்கத்திலிருந்த கொலையாளியுடன் போரிட்டுக் கொண்டிருந்த சதியின் கவனக்குறைவையும் பயன்படுத்திக்கொண்டு, ஒரு எகிப்தியன் சட்டென்று முன்னே பாய்ந்து வாளால் நந்தியின் முதுகைக் கிழித்தான். ஆக்ரோஷம் மேலிட 'ஓ'வென்று நந்தி கர்ஜிக்க, தாளமுடியாத வலியால் உடல் முன்னே தள்ளாடியது.

அந்த நொடியைப் பயன்படுத்திக்கொண்ட ஸ்வுத், சட்டென்று இடப்பக்க வாள் கொக்கியை வலப்பக்க வாளுடன் இணைத்து, இருமடங்காய் நீளத்தை அதிகரித்து, 'விருட்'டென்று நந்தியின் கேடயத்திற்குச் சற்று கீழே அடித்தான். வாளின் உலோகப் பிடி நந்தியின் இடக்கையைச் சீவ, மணிக்கட்டிற்கு சில அங்குலம் முன்னால் அவரது கை 'நறுக்'கென்று துண்டாகியது. அறுபட்ட கையின் வழியே இதயம் இரத்தத்தை இன்னும் அதிகமாய்ப் பீய்ச்சியடிக்க, அந்தச் சூர்யவம்சி வலியில் அலறினார். உறைந்து போய் நின்ற நந்தியருகே வந்த ஸ்வுத், வலக்கையை, முழங்கைக்குச் சற்று கீழே வெட்டி வீழ்த்தினான். இரு கைகளினின்று இரத்தம் பொங்கிப் பிரவகிக்க, வயிரம் பாய்ந்த அந்த சூர்யவம்சி வீரர், 'தடா'லென்று தரையில் விழுந்தார். அறுபட்ட இரு கரங்களையும் எட்டி உதைத்த ஸ்வுத், 'ப்ளி'ச்சென்று துப்பினான்.

"நாசமாய்ப் போக!" துப்பிய எச்சில், அணிந்து பழக்கப்படாத நாகா முகமூடிக்குள்ளேயே வழிய, துடைத்தவாறு ஸ்வுத் சபித்துக்கொண்டான். அந்த சாபத்தையும் ஸமஸ்க்ருதத்தில் வெளியிடுவதில் எச்சரிக்கையாக இருந்தான். எகிப்திய தாய்மொழியில் அவனது ஆட்கள் பேச ஏற்கனவே தடை விதித்தாகிவிட்டது. அவர்கள் போட்டிருந்த நாகா வேஷத்தை எப்பாடுபட்டாவது காப்பாற்றித்தான் தீரவேண்டும்.

"நந்தி!" அலறிய சதி, சுழன்று, ஸ்வுத்தை நோக்கித் தன் வாளை வீசினாள்.

லாகவமாய் நகர்ந்த ஸ்வுத், அதைச் சுலபத்தில் சமாளித்தான். சதிக்குப் பின்னாலிருந்து இன்னொரு கொலையாளி வாளை வீச, அது சதியின் முதுகின் மேற்குதியையும், இடது தோளையும் பதம்பார்த்தது.

''பொறுங்கள்!'' அவனது ஆட்களில் இருவர் சதியின் மார்பில் வாளைப் பாய்ச்சும் தருணத்தில், ஸ்வுத் தடுத்தான்.

உடனடியாக, அவன் ஆணையை எதிர்பார்த்து, கொலையாளிகள் சதியின் கரங்களை இறுக்கப் பற்றினர். பெண்கள், விலங்குகளைவிடச் சற்றேதான் மேல் என்ற எண்ணத்தில் ஊறியவன், அவர்கள் தலைவன்; பெண் ஜன்மங்களிடம் பேசுவது கூட தன் நாவிற்கு அவமானம் என்று தீவிரமாய் நம்பியவன்.

''நீலக்கழுத்தையுடைய பிரபு யார் என்று அவளிடம் கேளுங்கள்.''

கொலையாளிகளில் ஒருவன் சதியைப் பார்த்து, ஸ்வுத்தின் கேள்வியை மீண்டும் கேட்டான்.

அதிர்ச்சியில் உறைந்திருந்த சதிக்கு, அது காதிலேயே விழவில்லை. அறுபட்ட கரங்களினின்று இரத்தம் ஊற்றாய்ப் பாய, பிரக்ஞையின்றித் தரையில் விழுந்து கிடந்த நந்தியையே வெறித்துக்கொண்டிருந்தாள். நினைவற்று இருந்தாலும், நந்தியின் உடலில் உயிரென்னமோ ஒட்டிக்கொண்டுதான் இருந்தது. கரங்கள் மட்டுமே வெட்டப்பட்டிருந்ததால், இரத்தப்போக்கு கடுமையாகவே இருந்தாலும் உடனடியாக மரணம் நிகழாது. இன்னும் சற்று நேரம் அவரை உயிருடன் வைத்திருக்க முடியுமானால், மருத்துவ நிபுணர்கள் உதவிகொண்டு, காப்பாற்றிவிட முடியும்.

''இதுதான் நீலக் கழுத்துடைய பிரபுவா?'' ஸ்வுத் நந்தியைச் சுட்டிக்காட்டினான்.

ஸ்வுத்தின் உதவியாளன், சதியை நோக்கி மீண்டும் கேள்வியை வீசினான். அவளோ, ஓரக்கண்ணால் தேவகிரியின் வாயில்கதவுகளைப் பார்த்துக்கொண்டிருந்தாள். மேடையின் மீதிருந்த மக்கள் அவளை நோக்கி ஓடிவந்து கொண்டிருப்பதைக் காணமுடிந்தது. பத்துப் பதினைந்து நிமிடங்களில் இங்கே வந்துவிடக்கூடும், அதுவரையில் அவள் நந்தியை உயிருடன் வைத்திருந்தேயாக வேண்டும்.

பதில் வராததில், ஸ்வுத் தலையைக் குலுக்கிக்கொண்டான். ''இந்த உருப்படாத பிள்ளைபெறும் இயந்திரங்களை ஆடென் சபிக்கட்டும்!''

பொறுமையிழந்து ஸ்வுத் கடைசியாகத் தன் கடவுளின் பெயராலேயே சாபமிட, ஒரு வழியாக இன்னானென்று அடையாளம் கண்டுகொண்ட சதி, அவனை வெறித்தாள். எகிப்தியன்; ஆடென் என்னும் பிரிவைச் சேர்ந்த கொலையாளி. இளமையில், அவர்களது கலாச்சாரம் பற்றி அவள் கற்றதுண்டு.

செய்யவேண்டியது என்னவென்று நொடிப்பொழுதில் அவளுக்குப் புலனாகியது.

நந்தியைச் சுட்டிக்காட்டிய ஸ்வுத், தன் ஆட்களிடம் திரும்பினான். ''உடல் பருத்த இந்த இராட்சதனின் தலையைச் சீவுங்கள். இவன்தான் நீலக் கழுத்துடையவனாக இருக்கவேண்டும். காயம்பட்ட மற்றவர்களை உயிரோடு விட்டுவிடுங்கள். நாகர்களால் தாக்கப்பட்டதாய் அவர்களே சாட்சியம் சொல்வார்கள். இறந்த நம் வீரர்களின் சடலங்களைச் சேகரித்துக்கொள்ளுங்கள். உடனடியாகக் கிளம்புகிறோம்.''

''அவர் நீலக்கழுத்துடையவரில்ல,'' சதி காறித்துப்பினாள். ''எகிப்திய பைத்தியமே, கழுத்தைப் பார்த்தாலே தெரியலியா?''

அவளைப் பற்றியிருந்த எகிப்தியன் சதியைப் பளாரென்று அறைந்தான்.

ஸ்வுத் கொக்கரித்தான்.

''இராட்சதனை விட்டுவிடு,'' என்றவன், தன் வீரர்களில் ஒருவனிடம் திரும்பினான். ''கா'ஆ, இந்த முண்டையை சித்திரவதை செய்து - பிறகு கொல்.''

''மெத்த மகிழ்ச்சி, பிரபு,'' கொலைத்தொழிலில் சிறக்கவில்லையென்றாலும், சித்திரவதை என்னும் அற்புதக் கலையில் வெகு தேர்ச்சி பெற்ற கா'ஆ, முகமலர்ந்தான்.

ஸ்வுத், மற்ற ஆட்களிடம் திரும்பினான். ''ஒட்டகச் சாணத்தின் மிச்சங்களே... இன்னும் எத்தனை முறைதான் சொன்னதையே திரும்பத் திரும்பச் சொல்வது? நம் வீரர்களின் சடலங்களைச் சேகரியுங்கள். இன்னும் சில நொடிகளில் கிளம்புகிறோம்.''

ஸ்வுத்தின் ஆட்கள் கட்டளையை நிறைவேற்றத் துவங்க, இரத்தம் தோய்ந்த வாளை உறைக்குள் செலுத்திய கா'ஆ, சதியை நோக்கி நடந்தான். வழியிலேயே ஒரு கத்தியை உருவினான். என்ன இருந்தாலும், சித்திரவதை சமாச்சாரத்தி லெல்லாம் சிறிய கத்திதான் பெரிய வேலைக்கெல்லாம் உகப்பு.

சட்டென்று சதி நிமிர்ந்தாள். ''ஆடேன் கத்திப்போர்!'' உரக்கக் கூவினாள்.

அதிர்ந்த கா'ஆ ஆணியறைந்தாற் போல் நின்றான். ஆச்சர்யம் மேலிட ஸ்வுத் சதியை வெறித்தான். ஆடென் கத்திப்போர், எகிப்தியக் கொலையாளிகளின் மிகப் பண்டைய சம்பிரதாயம்; யாரும், யாரையும் சண்டைக்கு அழைக்கலாம். மானம் மரியாதைக்குக் கட்டுப்பட்டு, சம்பந்தப்பட்டவர்கள் அறைகூவலை ஏற்றுத்தான் ஆக

வேண்டும். ஒருவருடன் ஒருவர் மட்டுமே போர் புரியலாம்; மீறி, பலர் ஒரேயொருவரைத் தாக்கினால், அவர்களது சூரியக் கடவுளான ஆடென்னின் தீராத சாபத்திற்கு ஆளாக நேரிடும்.

செய்வதறியாது, கா'ஆ ஸ்வுத்தை நோக்கித் திரும்பினான்.

ஸ்வுத் கா'ஆவை வெறித்தான். ''சட்டம் உனக்குத் தெரியுமல்லவா?''

தலையசைத்த கா'ஆ, கத்தியை வீசியெறிந்தான். வாளை உருவியவன், கேடயத்தை முன்னுக்கிழுத்து, காத்திருந்தான்.

தன்னைப் பற்றியிருந்த கொலையாளிகளின் பிடியிலிருந்து சதி 'விருட்'டென்று தன்னை விடுவித்துக்கொண்டாள். குனிந்து, இறந்துகிடந்த கொலையாளியின் அங்கியைக் கிழித்து, முகத்தைச் சுற்றிக் கட்டிக்கொண்டாள். குதறப்பட்ட கண்ணிலிருந்து இரத்தம் முகத்தில் வழிந்து, உருப்படியாயிருந்த இன்னொரு கண்ணின் பார்வையையும் கெடுக்காமலிருக்கவே இந்த ஏற்பாடு. கையின் மேற்பகுதியில் பதிந்திருந்த கத்தியை மெல்ல இழுத்துப் போட்டுவிட்டு, இன்னொரு துணிக்கற்றையால் காயத்தைக் கட்டி, பற்களால் துணியை இறுக்கிக்கொண்டாள்.

வாளை உருவி, கேடயத்தை உயர்த்தினாள். அவள் இப்போது எதற்கும் தயார்.

சட்டென்று கா'ஆ தன் கேடயத்தைத் தூர எறிந்தான். சுற்றியிருந்த கொலையாளிகள் 'குபீ'ரென்று சிரித்து, கைதட்டத் துவங்கினர். கா'ஆ சதியை ஏளனம் செய்வதை - கேவலம் ஒரு பெண்ணுடன் போர் செய்யக் கேடயம் கூடத் தேவையில்லை - புரிந்துகொள்வது கடினமாக இல்லை.

அடுத்த நொடி, கா'ஆ ஆச்சர்யமடைந்தான்: சதியும் தன் கேடயத்தை வீசியெறிந்தாள்.

'ஓ'வென்ற ஆக்ரோஷ கர்ஜனையுடன் வாளை உயரச் சுழற்றியவாறு, கா'ஆ அவள் மீது பாய்ந்தான். நாசூக்காய் பின்னால் சாய்ந்த சதி, அவனது வீச்சைத் தவிர்க்க இடப்பக்கம் சுழன்றாள். சட்டென்று திரும்பிய கா'ஆ, அவள் அதிசயிக்கும் வகையில், மீண்டும் வாளை உயர்த்தினான். எகிப்தியனின் வாள் சதியின் இடக்கையை வெட்டியதில், நான்கு விரல்கள் அறுந்தன. ஆனால், இப்போது ஆச்சர்ய மடைய வேண்டியது அவன் முறை - சதி சற்றும் அயராமல், அதே உயரத்தினின்று கா'ஆ மீது வாளை வீசி னாள். தப்பிக்கச் சுழன்ற கா'ஆ, வாளை உயர்த்தி, சதியின் வீச்சிலிருந்து தன்னைக் காத்துக்கொண்டான்.

சதியோ, வாளை சுழற்றியடிப்பதுதான் கா'ஆவின் போர்முறை என்பதைக் கிரகித்தாள். இதையே தனக்குச் சாதகமாக்கிக் கொள்வது என்று முடிவெடுத்தவள், மீண்டும் மீண்டும் கா'ஆவின் மீது வாளை உயரத்திலிருந்து வீச, எகிப்தியனும் அதைத் தடுத்துக்கொண்டே வந்தான். இருவருமே தொடர்ந்து இடம் மாறி ஒருவரையொருவர் தாக்கிக் கொண்டாலும், வீச்சில் எந்த மாறுதலும் இல்லையென்பதால், பெரிதாய் காயம் ஏற்படவில்லை. சட்டென்று சதி மண்டியிட்டு, வாளை ஓங்கி வீசினாள். வீச்சு பலித்தது. கா'ஆவின் வயிற்றை வாள் கொடூரமாய்க் கிழிக்க, குடல் தரையில் விழுந்து புரள, கா'ஆ சரிந்தான்.

வலி தாளாமல் கா'ஆ மண்டியிட, சதி மெள்ள எழுந்து, உயர்ந்து நின்றாள். வாளை நெட்டுக்குத்தாக அவன் தலைக்கு மேல் உயர்த்தினாள். சரக்கென்று கழுத்தின் வழியே வாளை பாய்ச்சியவள், ஆழமாய், நெஞ்சு வரை தயவு தாட்சண்யமின்றி இறக்கினாள். நொடியில் கா'ஆ இறந்துபோனான்.

ஸ்வுத் அவளை அதிர்ந்து போய் வெறித்தான். அவனுக்குள் மரியாதையை விதைத்தது அவள் வாள்வித்தை மட்டுமல்ல; அபூர்வ குணாதிசயமும்தான். கா'ஆவின் தலையை அவள் சுலபத்தில் வெட்டியிருக்கமுடியும்; ஆனால், அவ்விதம் செய்யவில்லை. தலையைக் கொய்யாமல், வீரனுக்கான மரணத்தை அளித்திருந்தாள். தனக்குரிய போர்முறை இல்லையென்றாலும், ஆடென் கத்திப்போரின் விதிகளை அவள் மிகச் சரியாகப் பின்பற்றியிருந்தாள்.

வாளையுருவிய சதி, மிருதுவான மண்தரையில் அதை நட்டாள். குனிந்து, இறந்து கிடந்த கா'ஆவின் அங்கியிலிருந்து இன்னொரு துணிக்கற்றையைக் கிழித்து, இடது கையில் விரல்கள் வெட்டுப்பட்டிருந்த இடத்தைச் சுற்றிக் கட்டினாள்.

நிமிர்ந்து, முழுதாய் உயர்ந்தவள், வாளைத் தரையிலிருந்து எடுத்து, கவனமாய், நந்தியின்புறம் திரும்பாமல், உயரே ஓங்கினாள். இன்னும் சில நிமிடங்கள்தான்.

''அடுத்தது யாரு?''

இன்னொரு கொலையாளி முன்னால் வந்தான். வாளை நோக்கிக் கையை நீட்டியவன், தயங்கினான். சதி நீளவாளை வைத்துப் பிரமாதமாய் சண்டையிட்டதைக் கண்டிருந்ததால், தோளில் கட்டியிருந்த கத்தியை உருவினான்.

''என்கிட்ட கத்தியில்ல,'' என்ற சதி, சரிசமமாய்ச் சண்டையிடும் நோக்கத்துடன், வாளை மீண்டும் உறையிலிட்டாள்.

தன் கத்தியை உருவிய ஸ்வுத், சதியின் திசையில் எறிந்தான். மிக நேர்த்தியாய் வடிவமைக்கப்பட்டிருந்த அந்த ஆயுதத்தை அவள் லாகவமாய்ப் பிடித்தாள். இன்னொரு பக்கம், கொலையாளி முகமூடியை அகற்றி, அங்கியைப் பின்னுக்குத் தள்ளி விட்டுக்கொண்டான். தேர்ந்த இந்த வீராங்கனைக்கு எதிராய், மசமசப்பான பார்வையுடன் சிரமப்பட்டுச் சண்டையில் இறங்குவதில் அவனுக்குச் சம்மதமில்லை.

இடது கையில் நான்கு விரல்களை இழந்த காரணத்தால், எத்தனையோ வருடங்களுக்கு முன் கரச்சாபாவில் தாரகனுடன் சண்டையிட்டபோது பயன்படுத்திய முறைகளை - தாக்குதல் வரும் திசை குறித்து எதிராளியைக் குழப்ப, கத்தியை முதுகுக்குப் பின்னால் மறைப்பது - கையாளமுடியவில்லை. ஆகையால், கத்தியை வலக்கரத்தில், முன்பக்கமாகவே வைத்துக்கொண்டாள். ஆனால், சுற்றியிருந்த கொலையாளிகள் அதிசயிக்கும் வகையில், பிடியை முன்புறமாக, முனையைத் திருப்பி, தன்னை நோக்கியிருக்குமாறு பிடித்துக்கொண்டாள்.

சம்பிரதாய போர்முறைப்படி தன்னை நிறுத்திக்கொண்ட எகிப்தியன், கத்தியை சதி நோக்கி நீட்டி, முன்னால் வந்து, சட்டென்று வீசினான். தன்னைக் காத்துக்கொள்ள சதி பின்னே தாவினாலும், கத்தி அவள் தோளைக் கீற, இரத்தம் துளிர்த்தது. இதனால் தைரியமடைந்த கொலையாளி, இன்னும் முன்னேறி, கத்தியை இடமும் வலமுமாக வீசினான். சதி ஒவ்வொரு அடியாய்ப் பின்வாங்கி, தான் வகுத்த பொறியில் கொலையாளியைச் சிக்க வைக்க முற்பட்டாள். சட்டென்று தடம்மாறிய கொலையாளி, ஒரேயடியாய் முன்னே வந்து குத்த முயற்சித்தான். தப்பிக்க சதி வலப்புறமாய்ச் சுழன்றபடி, வலக்கையை உயர்த்தினாள். இப்பொழுது அவளது கை, இடது தோளிற்கும் மேல் உயர்ந்திருந்தது. ஆனால், தகுந்த அளவு அவள் பின்வாங்கியிருக்கவில்லை; கொலையாளியின் கத்தி அவளது வயிற்றின் இடப்பக்கம் குத்தி, பிடிவரை ஆழமாய் இறங்கியது.

உயிர் போகும் வலியைத் துளியும் வெளிக்காட்டாமல், உயரத்திலிருந்து தன் கத்தியை ஆக்ரோஷமாய் இறக்கிய சதி, எகிப்தியனின் கழுத்தில் பாய்ச்சினாள். ஒரு பக்கம் நுழைந்து, ஸ்தம்பித்து நின்ற எகிப்தியனின் தொண்டையின் மறுபக்கம் துருத்திக்கொண்டு வருமளவு, கத்தி அசாத்திய வேகம் பெற்றிருந்தது. அவனது வாயிலிருந்தும், கழுத்திலிருந்தும், குருதி பீறிட்டது. தன் இரத்தத்திலேயே திணறி அவன் சாக, சதி பின்வாங்கி நின்றாள்.

அதிசயமான இந்தப் பெண்ணை அதிர்ச்சியும் ஆச்சர்யமுமாய் பார்த்த ஸ்வுத்தின் முகத்தில், இப்போது ஆணவத்தின் சுவடு மறைந்துவிட்டது. அவனுடைய கொலையாளிகளில் இருவரை, நேருக்கு நேர் மோதி, நியாயமான போரில் ஜெயித்து, கொன்றேவிட்டாள். எல்லா பக்கமும் காயமடைந்து இரத்தம் கொட்டிக் கொண்டிருந்தாலும், தலைநிமிர்ந்து, பெருமிதமும் ஆவேசமுமாய் நின்றாள்.

சதியோ, படபடவென்று துடித்துக்கொண்டிருந்த இதயத்தின் வேகத்தைக் கட்டுப்படுத்த மூச்சை சீராக்க முயன்றுகொண்டிருந்தாள். ஏகப்பட்ட இடங்களில் காயம். இதயம் வேறு இப்படித் துடித்தால், அதிக இரத்தத்தை வேகமாய் வெளியேற்றி, மேலும் பலவீனமாக்கும். அடுத்து வரப்போகும் சண்டைகளுக்கும் அவள் தன்னைத் தயார் செய்துகொள்ளவேண்டும். வயிற்றில் ஆழப் பதிந்திருந்த கத்தியைப் பார்த்தாள். முக்கியமான உடற்பாகம் எதையும் அது தொடவில்லை. அந்த வரையில் நன்மைதான். தொடர்ந்துகொண்டிருந்த இரத்தப்போக்குதான் ஆபத்தானது. கால்களைப் பரப்பி, ஆழமாக சுவாசித்தவள், கத்தியின் பிடியை மெல்ல இழுத்தாள். இழுக்கும்போது, வலியின் விளைவாய்ச் சப்தமோ, முகச் சுணக்கமோ எதுவும் அவளிடமிருந்து துளியும் வெளிப்படவில்லை.

''யாரிந்தப் பெண்?'' ஸ்வுத்திற்கு அருகில் நின்ற கொலையாளி அதிசயித்தான்.

குனிந்த சதி, அப்போதுதான் கொன்ற கொலையாளியின் அங்கியைக் கிழித்துக் கற்றையாக்கி, வயிற்றைச் சுற்றிக் கட்டிக்கொண்டாள். இரத்தப்போக்கை அது கட்டுப்படுத்தியது. அதே சமயம், அவர்களை நோக்கி ஓடிவந்துகொண்டிருந்த மெலூஹர்கள் மூன்றில் ஒருபங்கு தூரத்தைக் கடந்திருந்ததை ஓரக்கண்ணால் கவனித்தாள். இனி, கத்திச் சண்டைகளை நிறுத்தமுடியாது. அவள் கொலையாளிகளை அடையாளம் கண்டுவிட்டாள். இனி, அவளை உயிருடன் விடமாட்டார்கள். மெலூஹர்கள் வந்து சேரும்வரையில் தொடர்ந்து போரிட்டு, எப்படியாவது உயிரைக் கையில் பிடித்துக்கொண்டிருப்பதுதான் இப்போது அவளுக்கிருந்த ஒரே வழி; நம்பிக்கை.

வாளை உருவினாள். ''அடுத்தது யாரு?''

இன்னொரு கொலையாளி முன்னே வந்தான்.

''இல்லை!'' என்றான் ஸ்வுத்.

கொலையாளி பின்னடைந்தான்.

''இவள் எனக்குத்தான்,'' என்றபடி ஸ்வுத், தன் வளைந்த கத்திகளில் ஒன்றை உருவினான்.

இரு கத்திகளையும் ஏககாலத்தில் பிரயோகித்து ஸ்வுத் சதியை அணுகவில்லை. அவளது கையில் ஒரு வாளே இருந்ததால், இரண்டு கத்திகளுடன் அவன் போருக்கு வருவது, ஆடென் விதிப்படி, அதர்மம். கத்தியைத் தன் வலக்கரத்தில் பற்றியவாறு, முன்னேறினான். சதியை நெருங்க நெருங்க, அதை மெள்ளச் சுழற்றத் துவங்கியவன், கொஞ்சம் கொஞ்சமாய் வேகத்தைக் கூட்டி, அவளை நோக்கி எடுத்த ஒவ்வொரு அடிக்கும், மிக வேகமாய்ச் சுழன்று எதிரியைக் கிழிக்கும் சக்திவாய்ந்த மரணச் சக்கரத்தை உருவாக்கினான். ஸ்வுத்தின் சக்கரம் நெருங்கும் போதே, சதி பின்வாங்கத் துவங்கினாள். சட்டென்று தன் வாளை, 'விர்'ரென்று சுழன்ற வட்டத்திற்குள் வேகமாய்ச் செருக, எகிப்தியனின் தோளில் ஆழமாய் வெட்டு விழுந்தது. செருகிய அதே வேகத்தில், ஸ்வுத்தின் சுழலும் கத்தி தன் வாளைத் தட்டிவிடும்முன், சதி அதைப் பின்னுக்கிழுத்தாள்.

காயம் வலித்திருக்கவேண்டும்; ஸ்வுத் முகம் சுளிக்கவில்லை. புன்னகைத்தான். இதுவரை, தன் மரணச் சக்கரத்தை உடைத்து, வாளைச் செலுத்தக் கூடிய எவரையும் அவன் சந்தித்ததேயில்லை.

இந்தப் பெண் திறமைசாலி.

கத்தி சுழற்றலை நிறுத்திவிட்டு, சம்பிரதாய போர் முறையையே ஸ்வுத் கையாண்டான். முன்னே ஓரடி எடுத்து வைத்து, வலப்புறமிருந்து ஆவேசமாய் வீசினான். தப்பிக்கக் குனிந்த சதி, வாளை நீட்டி, லேசாய்க் காயப்படுத்தினாள். ஆனால், சட்டென்று வாளை எதிர்ப்புறமாய், சதியின் தோளை நோக்கி ஸ்வுத் வீசினான்.

கடைசி நொடியில் பின்வாங்கிய சதி, மரணத்தை அளித்திருக்கக்கூடிய அந்த வீச்சிலிருந்து மயிரிழையில் தப்பித்தாள். வலது கரத்தையும், தோளையும் வாள் சீய்த்துக்கொண்டு சென்றது. ஆக்ரோஷச் சீறலுடன் சதி வாளைச் செருகிய வேகம் கண்டு திகைத்த ஸ்வுத், அதிலிருந்து தன்னைக் காத்துக்கொள்ள சட்டென்று பின்னால் தாவ வேண்டியிருந்தது.

ஸ்வுத் இன்னும் பின்வாங்கினான். இந்தப் பெண் சாமான்யப்பட்டவளல்ல; வாள்வித்தையில் மிகத் தேர்ந்தவள். வழக்கமான போர்முறைகள் இவளிடத்தில் பலிக்கப் போவதில்லை. சற்று தள்ளியே நின்று வாளை முன்னே நீட்டியபடி, என்ன யுக்தியால் இவளை ஜெயிக்கமுடியும் என்ற யோசனையில் ஆழ்ந்தான். தன் சக்தியைச் சேமித்தபடி, சதி இருந்த இடத்திலேயே நின்றாள். அதிகம் அசைந்தால், பட்டிருந்த பல காயங்களினின்று இரத்தம்

இன்னும் அதிகமாய்ப் பெருக்கெடுக்கக்கூடும்; அதுவே பெரும் ஆபத்து. அதோடு, நேரம் கடத்துவதிலும் அவள் ஈடுபட்டிருந்தாள். ஒரு சில நிமிடங்கள் தாமதமானால், அவளுக்கு நன்மைதானே?

ஸ்வுத்தின் மனதில் ஒரு யோசனை பளிச்சிட்டது. சதிக்குக் காயம் அதிகமிருந்தது இடப்பக்கம்தான். அந்தத் திசையில் அவளால் லாகவமாய் நகரமுடியாது. சட்டென்று ஒரு தாவு தாவியவன், வலப்பக்கமிருந்து ஆக்ரோஷமாய் வீசினான். இடதுபுறம் சுழன்ற சதி. ஸ்வுத்தின் வீச்சைத் தடுக்க வாளை உயர்த்தினாள். அந்த அசைவினால், காயம்பட்டிருந்த வயிற்றிலிருந்து இரத்தம் பீறிட்டதை எகிப்தியன் கவனித்தான். சதி மீண்டும் ஸ்வுத்தைத் தாக்கும்போது, கோணம் சரியாயிருக்கும் பொருட்டு, சற்றே இடப்பக்கமாய்த் திரும்பினாள். ஸ்வுத் இதை எதிர்பார்த்திருந்தான். இன்னும் வலப்பக்கமாய் நகர்ந்து, வசதியாய் இல்லையென்றாலும், அதே கோணத்திலிருந்தே மீண்டும் மீண்டும் வாளை வீசினான்.

தொடர்ந்து இடப்புறமே தாக்குதலைச் சமாளித்ததால் ஏற்பட்ட வலி, சதியை ஒரு முடிவெடுக்கத் தூண்டியது. சட்டென்று வேகமாய்ச் சுழன்றவள், வலப்புறமிருந்து, அவன் தலையைக் கொய்யும் எண்ணத்துடன், பெரும் வளைவாய் வாளை இறக்கினாள். ஸ்வுத் எதிர்பார்த்ததும் இதையேதான். குனிந்து அந்த வீச்சிலிருந்து தப்பித்தவன், வெகுவேகமாய் முன்னே வந்த அதே நொடியில், அசுர வேகத்துடன் வாளைத் தாழ்வாய் விசினான்.

கூர்ந்த முள்முனையைக் கொண்ட அந்த வளைந்த கத்தி, ஒரே வீச்சில் சதியின் வயிற்றைக் கிழித்தது. ஏறக்குறைய அனைத்து முக்கிய பாகங்களையும் - குடல், வயிறு, சிறுநீரகம், கல்லீரல் என்று ஒவ்வொரு உறுப்பையும் - கோரமாய்க் குதறிச் சென்றது.

உறைந்த சதி, வலியில் விடைத்து, ஸ்வுத்தின் வளைந்த கத்தியின் மீதே குனிந்தாள். வாள் கையினின்று நழுவியது. பின்னால் காலை நன்கு ஊன்றிய எகிப்தியன், நின்ற கோணத்தைப் பயன்படுத்திக்கொண்டு, கத்தியை இன்னும் ஆழமாய்ப் பாய்ச்சி, உடைந்திருந்த சதியின் முதுகுத் தண்டைத் துளைத்து, மறுபுறம் வெளிவரும்வரை இறக்கினான்.

"பரவாயில்லையே," என்ற ஸ்வுத், கத்தியை இழுக்கும் முயற்சியில் ஒரு திருகு திருக, ஏற்கனவே உருத்தெரியாமல் சிதைந்துவிட்ட சதியின் உடலுறுப்புகள், இரத்தக்கூழாகின. "பெண்ணாயிருந்தும்... உன் போர்முறை... பரவாயில்லை."

கருநிற இரத்தம் குளமாய்த் தரையில் பரவ, உடல் துடிக்க மண்ணில் சரிந்த சதிக்கு, முடிவு நெருங்கிவிட்டது புரிந்தது. இன்னும் கொஞ்ச நேரம்தான். இப்பொழுது பெருகும் இரத்தத்தைக் கட்டுப்படுத்த முடியாது. முக்கிய உடலுறுப்புக்களும், அவற்றை உடலுடன் இணைத்த ஆயிரக்கணக்கான இரத்தக்குழாய்களும், நாளங்களும், சீர்ப்படுத்த முடியாதபடி சிதைந்துவிட்டன. அதே சமயம், இன்னொன்றையும் அறிவாள்: தரையில், அடிபட்ட மிருகம் போல், கொஞ்சம் கொஞ்சமாய் இரத்தமிழந்து அவள் பரிதாபமாய்ச் சாகப்போவதில்லை.

ஒரு மெலூஹப் பிரஜையாகத்தான் அவள் வீழ்வாள். பெருமிதத்துடன் தலை நிமிர்ந்தபடிதான் உயிர் போகும்.

பதறும் வலக்கரத்தைக் கஷ்டப்பட்டுக் கட்டுப்பாட்டில் கொண்டுவந்து, வாளை நோக்கி நீட்டினாள். இப்பொழுதும் அவள் வாள் பிடிக்க முனைவதைப் பார்த்து அதிசயித்து நின்றான் ஸ்வுத். விரைவில் மரணத்தைத் தழுவப் போவதை அவள் அறியாமலிருந்திருக்க முடியாது. ஆனாலும், அவளது மனத்திண்மை என்னவோ குன்றவில்லை.

ஒரு வேளை... இவள்தான் என் இறுதிக்கொலையோ?

ஆடென் குலத்தோரிடையில், பழங்காலத்திலிருந்து ஒரு நம்பிக்கை வழங்கி வந்ததுண்டு: ஒவ்வொரு கொலையாளியும், என்றாவது ஒரு நாள், தான் கொல்ல வேண்டியவர்களில், அபூர்வத்திறனும், அதிசயிக்கத்தக்க மன உறுதியும், ஆன்மத் தெளிவும் கொண்ட மகத்தான ஒரு பிறவியைச் சந்திக்க நேரும். அந்த உயிரைப் பறித்த பிறகு, வேறு எவரையும் கொல்ல முடியாதபடி - ஏன், அந்த நினைவே எழாதபடி, மிக அற்புதமாய் இருக்கும் அந்த அனுபவம். அப்படிப்பட்டவரைச் சந்திக்கும் போது, அவருக்குப் போர் தர்மப்படி, வீரமரணத்தை அளிப்பதுதான் நியாயம். அத்துடன் கொலைத் தொழிலையே முழுவதுமாய்க் கைவிட்டுவிட்டு, இறுதியாய்க் கொன்றவரை உளமாற பூஜித்தவாறு கொலையாளியின் வாழ்நாளும் கழிந்துவிடும்.

இன்னொரு முறை வாளை எடுக்க முயன்று, பலனளிக்காமல் சதியின் கை 'பொத்'தென்று தரையில் விழ, ஸ்வுத் மறுப்பாய்த் தலையசைத்துக்கொண்டான். இல்லை, *பெண்ணாயிருக்க முடியாது. இது சரியான தருணமல்ல. என் இறுதிக் கொலை, ஒரு பெண்ணாயிருக்கவே முடியாது!*

திரும்பி, தன் ஆட்களைப் பார்த்துக் கத்தினான். ''அடே, அற்பப் பூச்சிகளே! புழுத்த கரப்பான்களே, என்ன பார்த்துக்கொண்டு நிற்கிறீர்கள்? நாம் கிளம்புகிறோம்!''

ஸ்வுத்திற்குப் பக்கத்தில் நின்றுகொண்டிருந்த ஆள் நகர்வதாயில்லை. ஸ்வுத்தைத் தாண்டி. விரிந்துகொண்டிருந்த மிகப்பெரும் அதிசயத்தை, மகோன்னதக் காட்சியை வைத்த கண் வாங்காமல் பார்த்தவாறு நின்றான்.

சுழன்ற ஸ்வுத், அதிர்ந்தான். சதி, ஒரு காலை மண்டியிட்டு நிமிர்ந்திருந்தாள். அதி விரைவாய் பலமிழந்துகொண்டிருந்த உடலின் கடைசிச் சக்தியைத் திரட்ட முயன்றவளின் மூச்சின் வேகம் அதிகரித்தது. வாளைத் தரையில் நட்டு, வலக்கரத்தை அதன் மீது ஊன்றி எழும்ப முயன்றுகொண்டிருந்தாள். முடியாமல், மீண்டும் மூச்சை வெகுவேகமாய் இழுத்து, இன்னும் கொஞ்சம் சக்தி திரட்டிக்கொண்டு, மீண்டும் முயற்சித்தாள். முடியவில்லை. சட்டென்று நிறுத்தினாள். தன் மீது இரு விழிகள் அழுந்தப் படிவதை உணர்ந்தாள். நிமிர்ந்த போது, அவளது கண்கள், ஸ்வுத்துடையதைச் சந்தித்தன.

ஸ்வுத் தொடர்ந்து சதியை அதிசயம் ததும்பப் பார்த்துக்கொண்டு நின்றான். உடல் முழுதும் இரத்தத்தால் முழுக்காட்டியிருந்தும், ஓரிடம் விடாமல் காயம்பட்டும், உயிர் போகும் வலியில் கைகள் துடிதுடித்துப் பதறினாலும், இன்னும் சில நிமிடங்களே தன் ஆயுள் என்று உள்ளுணர்வு உணர்த்தியபோதும்... அவளது கண்களில் பயத்தின் சாயை சிறிதும் இல்லை. ஒரே முகபாவத்துடன் ஸ்வுத்தை வைத்த கண் வாங்காமல் வெறித்தாள். கலப்படமில்லாத எதிர்ப்புணர்ச்சி கண்களில் மின்னியது.

உள்ளம் திடீரென்று கனக்க, ஸ்வுத்தின் கண்களில் கண்ணீர் புறப்பட்டது. இதயம் சொன்ன செய்தியை, மனம் உடனே புரிந்துகொண்டது. இதோ, இதுதான் அவனது இறுதிக் கொலை. இனி எப்போதும் அவன் கொல்லமாட்டான்.

தான் செய்யவேண்டியது இன்னதென்று ஸ்வுத்திற்கு புரிந்துவிட்டது. வளைந்த தன் இரு கத்திகளையும் எடுத்தான்; பிடிகள் கொண்டு அவற்றை உயர்த்தி, சட்டென்று கீழ்நோக்கி வீசினான். நொடியில், கத்திகள் மண்ணில் புதைந்தன. இரத்தம் தோய்ந்து, இத்தனை காலமும் தனக்கு மிக விசுவாசமாய்ப் பணிபுரிந்த, மணலில் அரை புதைந்திருந்த வாட்களை இறுதியாக ஒரு முறை பார்த்தான். இனி, அவன் அவற்றைப் பயன்படுத்தப்போவதில்லை. ஒரு காலில் மண்டியிட்டு, ஊன்றிக்கொள்ள வசதியாய்த் தோள்களைப் பின்னுக்குத் தள்ளி, இரு உள்ளங்கைகளையும் பிடிகளின் மீது வெளிப்புறமாய் இறக்க, கத்திகள் படாரென்று இரண்டாய் உடைந்தன.

எழுந்து, அங்கியை நீக்கி, முகமூடியை அகற்றினான். அவனது மூக்குத் தண்டில், கரிய தீக்கோளம் ஒன்றினின்று,

கதிர்கள் பரவுவது போல் பச்சை குத்தியிருந்ததை சதி கண்டாள். பின்னால் கை நீட்டிய ஸ்வுத், முதுகில் கட்டியிருந்த உறையினின்று, வாள் ஒன்றை உருவினான். அவனது மற்ற வாட்களைப் போலன்றி, இதில் ஏதோ பொறித்திருந்தது. அவர்களது கடவுளான ஆடென்னின் பெயர் வெட்டியிருக்க, அதனடியில், அவரது பக்தன் ஸ்வுத்தின் பெயரும் இடம்பெற்றிருந்தது. இந்த வாள், இதற்கு முன் உபயோகப்படுத்தப்பட்டதேயில்லை. அதன் பயன் ஒன்றே ஒன்றுதான்: இறுதியாய்க் கொல்லப்படப்போகிறவரின் இரத்தத்தைச் சுவைக்க வேண்டும். அதன் பிறகு, அந்த வாள் எதற்கும் பயன்படுத்தப்படாது. ஸ்வுத் மற்றும் அவனது சந்ததியினரால், பூஜிக்கப்படும்.

சதியின் முன் குனிந்து வணங்கிய ஸ்வுத், மூக்குத்தண்டின் மீது பச்சை குத்தியிருந்த கரிய கோளத்தைச் சுட்டிக்காட்டியபடி, மிகப் பழமையான சத்தியப்பிரமாணம் ஒன்றை ஒப்பிக்கத் துவங்கினான்.

"ஆடென்னின் தீ உன்னை புசிக்கட்டும். உன் தீயை அணைக்கும் பேறு, என்னைப் புனிதமாக்கும்."

சதி நகரவில்லை. அவளிடம் ஒரு சிறு அசைவுகூட இல்லை. ஸ்வுத்தை மௌனமாய் வெறித்தாள்.

அவன் ஒரு காலை மண்டியிட்டான். சதிக்கு அவன் வீரமரணம் அளித்தாகவேண்டும்; அவள் தலையைக் கொய்வது நடக்காத காரியம். கட்டைவிரல் மேற்புறம் இருக்குமாறு பிடியைப் பற்றி, அவளது மார்பை நோக்கி வாளை நீட்டினான். பிடிமானத்தின் பொருட்டு, இன்னொரு கையால், பிடியின் பின்புறம் பற்றிக்கொண்டான்.

எல்லாவிதத்திலும் தயாராய், இரவும் பகலும் தன்னை வாழ்நாள் முழுதும் துரத்தப்போகும் சதியின் முகத்தை ஸ்வுத் உற்றுப் பார்த்தான். "தேவி," என்றான் மெல்லிய குரலில். "தங்களைக் கொல்வது, என் வாழ்நாளின் மிகப்பெரும் பேறு."

"இல்ல்ல்லலை!"

எங்கோ தூரத்தில், பெரும் கூக்குரல் எழுந்து காற்றை நிறைத்தது.

ஒரு அம்பு சீறிக்கொண்டு வந்து, ஸ்வுத்தின் கையைக் கிழித்தது. வாள் தரையில் விழ, அதிர்ந்த ஸ்வுத் திரும்பிப் பார்த்த போதே, இன்னொரு அம்பு அவன் தோளைத் தைத்தது.

"ஓடுங்கள்!" கொலையாளிகள் அலறினர்.

அவர்களில் ஒருவன் ஸ்வுத்தைத் தூக்கிக் கொண்டு விரைய முயன்றான்.

''இல்லை!'' தன்னை குண்டுக்கட்டாய்த் தூக்கி ஓடிக்கொண்டிருந்த தன் ஆட்களிடமிருந்து ஸ்வுத் தப்ப முயன்றான். இறுதிக் கொலையை முடிக்காமல் விட்டுச் செல்வது, ஆடென்னின் குலத்தோருக்கு மாபெரும் இழுக்கு. அதே சமயம், அவனது வீரர்கள் ஒருபோதும் அவனை விட்டுவிட்டுச் செல்லமாட்டார்கள்.

அழுகையும் ஆவேசமுமாய் தலைமை தாங்கி வந்த தக்ஷர், வீரிணியின் பின்னால், ஏறக்குறைய ஆயிரம் மெலூஹர்கள், சதியை அடைந்துவிட்டனர்.

''ச-தீ-ஈஈஈஈஈஈ!'' முகம் வேதனையில் விகாரமடைய, தக்ஷர் தாங்கமாட்டாமல் அலறினார்.

''என்னைத் தொடாதீங்க!'' தரையில் சரிந்த சதி கூவினாள்.

அடக்கமுடியாமல் விம்மியழுதவாறு நகங்களால் முகத்தைப் பிறாண்டிய தக்ஷர், நிற்கும் சக்தியின்றி தரையில் விழுந்தார்.

''சதி!'' அலறிய வீரிணி, மகளை வாரியெடுத்துக் கொண்டாள்.

''*மா*...'' சதியின் குரல் கிசுகிசுப்பாய் வெளிவந்தது.

''பேசாதே. சும்மாயிரு,'' வீரிணி கூவியவாறு, பின்னால் திரும்பிப் பார்த்தாள். ''மருத்துவர்களை அழைத்து வாருங்கள்! இப்பொழுதே!''

''*மா*...''

''அமைதியாயிரு, குழந்தாய்.''

''*மா*, என் காலம் முடியப்போகுது...''

''இல்லை! இல்லவேயில்லை! நாங்கள் உன்னைக் காப்பாற்றுவோம்! காப்பாற்றியே தீருவோம்!''

''*மா*, நான் சொல்றதைக் கேளு!'' என்றாள் சதி.

''என் செல்வமே...''

''என் உடலைச் சிவாகிட்டே ஒப்படைக்கணும்.''

''உனக்கு ஒன்றும் ஆகாது,'' வீரிணி விம்மினாள். மெலூஹ சக்ரவர்த்தினி மீண்டும் திரும்பினாள். ''யாராவது உடனே மருத்துவர்களை அழைத்து வாருங்களேன்!''

அதிசயிக்கத்தக்க சக்தியுடன், சதி தன் தாயின் முகத்தைக் கைகளில் ஏந்திக்கொண்டாள். ''சத்தியம் பண்ணிக்கொடு! சிவாகிட்டே மட்டும்தான்!''

''சதி...''

''சத்தியம் பண்ணு!''

''சரிம்மா. சத்தியம் பண்றேன்.''

''கணேஷ், கார்த்திக், ரெண்டு பேரும் எனக்குக் கொள்ளி வைக்கணும்.''

''நீ சாகப்போறதில்லை!''

''கணேஷ், கார்த்திக், ரெண்டு பேரும்! சத்தியம் பண்ணு!''

''சரி, சரி, சத்தியம்.''

சதி, மூச்சின் வேகத்தைக் குறைத்தாள். கேட்க வேண்டியதையெல்லாம் கேட்டாகிவிட்டது. தன்னைச் சுற்றிலும் 'ஓ'வென்று சுழன்றடித்த ஓலக்குரலைக் கேட்காமல், மனதை அடைத்துக்கொண்டாள். தாயின் மடியில் தலை சாய்த்தவாறு, அமைதி மாநாட்டுக் கட்டிடத்தைப் பார்த்தாள். கதவுகள் திறந்திருந்தன. இராமபிரான், சீதாதேவியின் உருவச்சிலைகள் இங்கேயிருந்து நன்கு தெரிந்தன. அன்பும் கனிவும் ததும்பும் அவர்களது பார்வை தன் மீது படிவதை உணர முடிந்தது. விரைவில், அவர்களைச் சேர்ந்துவிடுவாள்.

சட்டென்று காற்று எழுந்து, தூசியையும், தரையில் கிடந்த இலைகளையும் சுழற்றியடித்தது. சதி, அதை உற்றுப் பார்த்தாள். எழுந்த தூசியும் தும்பும் சேர்ந்து, ஒரு உருவமாவது போலிருந்தது. வெறித்தவளுக்கு, அது சிவன் போல் தோன்றியது. அவருக்கு அளித்த சத்தியம் நினைவுக்கு வந்தது; அவர் திரும்பும் போது, தானே வரவேற்பதாக...

மன்னிச்சிருங்க. என்னை மன்னிச்சிருங்க.

எழுந்த அதே வேகத்தில் காற்று அடங்கியது. கண்பார்வை மங்குவது சதிக்குப் புரிந்தது. இருட்டு, அவளை மூழ்கடிப்பது போல் தோன்றியது. பார்வை பஞ்சடைந்து, குறுகிய வட்டமாய் சுருங்கிக்கொண்டே வர, ஓரங்களில் இருள் பெருகியது. மீண்டும் காற்று கிளர்ந்தெழுந்தது. தூசியும், இலைகளும் மீண்டும் சூறாவளியாய் நடனமாடின; சதி இறுதியாய்ப் பார்க்க விரும்பிய காட்சியை, கண்மூடும் போது எடுத்துச் செல்ல விரும்பிய உருவத்தை, ஜகஜ்ஜோதியாய்க் கண்டாள்: அவளது காதல் தெய்வம்; அன்பின் இருப்பிடம், அவளது சிவன்.

உங்களுக்காகக் காத்துக்கிட்டிருப்பேன், அன்பே.

சிவனையே தியானித்தவாறு, சதி, கடைசியாக ஒருமுறை, மூச்சை இழுத்துவிட்டாள். அவளது உயிர் உடலினின்று அமைதியாகப் பிரிந்தது.

அத்தியாயம் 46

நீலக்கடவுளின் ஓலம்

எவ்வளவு முடியுமோ, அத்துணை விரைவாய் மெலூஹத் தலைநகரை அடையும் பொருட்டு வர்த்தகக் கப்பல் ஒன்றைக் கையகப்படுத்திய சிவன், சற்றேறக்குறைய ஒரு வாரத்தில் தேவகிரியின் துறைமுகத்தில் நங்கூரமிட்டார்.

அருகே நின்ற இன்னொரு ஆளற்ற கப்பலைச் சுட்டினார். ''அதுதான் சதி எடுத்துக்கிட்டு வந்த கப்பலாயிருக்கணும்,'' என்றார்.

''அப்படீன்னா, இன்னமும் தேவகிரியிலதான் இருக்காங்கன்னு அர்த்தம்,'' என்றான் கணேஷ். ''பூமிதேவியின் கருணையே கருணை.''

காளி விரல்களை முஷ்டியாக்கிக் கொண்டாள். ''அவளை மட்டும் பிடிச்சு வெச்சுக்கிட்டு நம்மகிட்ட சமாதானம் பேச முயற்சி செஞ்சாங்கன்னா, இந்த நகரத்துல அசையற ஒவ்வொரு பொருளையும் நானே என் கைப்பட்ட வெட்டிச் சீவிடுவேன்.''

''எடுத்தவுடனே மோசமா எதையும் நாமே கற்பனை செஞ்சுக்க வேணாம்,'' சிவன் அமைதிப்படுத்தினார். ''சக்ரவர்த்திகிட்டே என்ன குறை இருந்தாலும், சதி மேல ஒரு சுட்டுவிரல் பட அவர் அனுமதிக்கமாட்டார்னு நம்ம எல்லாருக்குமே தெரியும்.''

''நானும் ஒத்துக்கறேன்,'' என்றான் கார்த்திக்.

''இன்னொன்றையும் மறந்துவிடவேண்டாம், காளி தேவி,'' கோபால், தன் பங்கிற்குச் சொன்னார். ''நம்மிடம், கேட்போரே பயந்து நடுங்கும் *பாசுபதாஸ்திரம்* இருக்கிறது. அதை எதிர்ப்பது யாருக்கும் சாத்தியமில்லை; எவரும் நினைத்தும் பார்க்கமுடியாது. ஆயுதம் இருக்கிறதென்னும் ஆபத்தே, நம் காரியத்தைச் சுலபமாய் சாதித்துக்கொள்ள உதவும்.''

பலகைப்பாதை 'தடா'லென்ற பெருத்த ஓசையுடன் தளத்தில் இறங்க, பேச்சு தடைப்பட்டது.

''எங்கே போனாங்க எல்லாரும்?'' பலகைப்பாதையின் மீது கால்வைத்த சிவன், புருவங்கள் நெறிய சுற்றுமுற்றும் பார்த்தார்.

''துறைமுகத்தை இவ்விதம் ஆளற்று எப்படி விட்டுவிட்டுச் செல்லமுடியும்?'' மெலூஹாவில் வாழ்ந்த காலம் முழுதும், இம்மாதிரி எதையுமே பார்த்தறியாத ஆயுர்வதி அதிசயித்தாள்.

''போகலாம், வாங்க,'' சிவனின் முதுகுத்தண்டில் விபரீதம் ஊர்ந்தது.

படை முழுவதும் கப்பலிலிருந்து இறங்கி, நீலகண்டரைப் பின்பற்றிச் சென்றது. சிவனின் வீரர்கள் துறைமுக வளாகத்தை விட்டு வெளியேறிய மறுகணம், பிரம்மாண்டமான அமைதி மாநாட்டுக் கட்டிடம் பார்வையை அடைத்துக்கொண்டு நின்றது. ஆனால், புரியாத புதிராய் இருந்தது, கட்டிடத்திற்கு வெளியே போடப்பட்டிருந்த சிலபல கூடாரங்கள்தான்.

''இந்தப் பகுதியைச் சமீபத்தில் மிகத் தீவிரமாய் சுத்தம் செய்திருக்கிறார்கள்,'' கோபால் ஊகித்தார். ''புல்லைக் கூட ஆணிவேர் வரை அகழ்ந்திருக்கிறார்களே?''

''அதுல ஒண்ணும் அதிசயமில்லையே?'' ஊற்றெடுத்த பயத்தைச் சிவன் கட்டுப்படுத்திக்கொண்டார். ''தூய்மையான இடம்தானே மாநாட்டுக்குப் பயன்படும்?''

மாநாட்டுக் கட்டிடத்தின் மூடிய பெருங்கதவுகளுக்கு அருகே அமர்ந்திருந்த அந்தணர் கூட்டம், சம்பிரமமாக பூஜையில் ஈடுபட்டு, மந்திரமோதிக்கொண்டிருந்தது.

''என்னத்துக்காக இங்கே பிரார்த்தனை செஞ்சு கிட்டிருக்காங்க, பண்டிட்ஜி?'' சிவன் கேட்டார்.

''அமைதிக்காக,'' என்றார் கோபால்.

இதில் தவறேதுமிருப்பதாய் சிவனுக்குத் தோன்ற வில்லை.

''ஆனால்... இவர்கள் பிரார்த்தித்துக்கொண்டிருப்பது, ஆன்மாக்களுக்காக,'' ஆச்சர்யமடைந்த கோபால், தயங்கினார். ''இறந்து போனவர்களின் ஆத்ம சாந்திக்காக...''

தன்னையறியாமல், சிவனின் கை இடையை நோக்கி நகர்ந்து, உடைவாளை உருவியது. படை முழுவதும் அவ்விதமே செய்தது.

குடியிருப்பை அவர்கள் நெருங்க, கூடாரங்களுள் ஒன்றிலிருந்து, பர்வதேஸ்வரரும், ஆனந்தமயியும் வெளிவந்தனர். பின்னால், சற்று கட்டைகுட்டையாய் நீண்ட வெண்தாடியுடன் ஒரு மனிதர் எளிய வெள்ளை அங்கவஸ்திரமும் வேட்டியும் அணிந்து, அந்தண மரபை பறைசாற்றும் விதமாய், சிரத்தில் குடுமியைத் தவிர்த்து மற்ற பகுதியெல்லாம் மழுங்கடித்தவராய் வந்தார்.

''பிரபு ப்ருகு,'' கிசுகிசுத்த கோபால், உடனடியாக, நமஸ்தே என்று கரம்குவித்தார்.

''மாண்புமிகு வாசுதேவரே, நமஸ்தே,'' அவரிடத்தில் சென்ற ப்ருகு, பணிவாய்க் கூறினார்.

தனது உண்மையான, மிகப்பெரும் எதிரியை ஒரு வழியாக நேருக்கு நேர் பார்த்துவிட்ட சிவன், மூச்சைப் பிடித்துக்கொண்டார். இதுவல்லவா அவர்களது முதல் சந்திப்பு?

''மேன்மை தங்கிய நீலகண்டரே,'' என்றார் ப்ருகு.

''மாண்புமிகு மகரிஷி,'' உடைவாளில் சிவனின் கரம் இறுகியது.

எதையோ சொல்ல வாயெடுத்த ப்ருகு, தயங்கி, தன்னருகே வந்து நின்ற பர்வதேஸ்வரரை ஏறிட்டார். தங்களது வாழும் தெய்வத்தை பர்வதேஸ்வரர் மற்றும் ஆனந்தமயி குனிந்து, வணங்கி நமஸ்கரித்தனர். பர்வதேஸ்வரர் நிமிர்ந்த போதுதான், எதிரியாய்-மாறிய-நண்பரின் முகத்தைச் சிவன் நன்றாய்ப் பார்த்தார். அதிர்ந்து போனார். வாரக்கணக்காய்த் தூங்காதது போல், மெலூஹச் சேநாதிபதியின் கண்கள் சிவந்து, வீங்கியிருந்தன.

''சக்ரவர்த்தி உங்களை நகருக்குள்ளே விடலையா, என்ன?'' சிவன் கேட்டார்.

''நாங்கள் நுழைவதாகயில்லை, பிரபு,'' என்றார் பர்வதேஸ்வரர்.

''ஏன்?''

''அவரை எங்கள் சக்ரவர்த்தியாக நாங்கள் அங்கீகரிக்க வில்லை. இனிமேலும் அங்கீகரிக்கப் போவதில்லை.''

''அமைதி மாநாட்டின் மூலமா அவர் சாதிக்க நினைக்கறதை நீங்க ஏற்கலையா? அதுக்குத்தான் உங்க அந்தணர்களை விட்டு சிரார்த்த மந்திரங்களை ஓதி, எங்களுக்கு வரவேற்பு தர்றீங்களா?''

பர்வதேஸ்வரருக்குப் பேச நா எழவில்லை.

''போர்தான் உங்களுக்கு வேணும்னா, பர்வதேஸ்வரரே, அதுக்கும் நான் தயார்,'' சிவன் அறிவித்தார்.

''போர் முடிந்துவிட்டது, பிரபு.''

''யுத்தமே முடிவடைந்துவிட்டது, நீலகண்டப்பெருமானே,'' ப்ருகுவும் கூறினார்.

திகைத்த சிவனின் முகம் சுணக்கமடைந்தது. கோபாலிடம் திரும்பினார்.

''இளவரசி சதி, சக்ரவர்த்தியின் மனதை மாற்றிவிட்டாரா, என்ன?'' கோபால் கேட்டார். ''சோமராஸத்தின் முடிவை

மட்டுமே நாங்கள் கோருகிறோம். இதை மெலூஹா ஒப்புக்கொள்ளும் பட்சத்தில், சமாதானம் செய்துகொள்வதில் நீலகண்டருக்கு எந்த ஆட்சேபமும் இல்லை.''

"பெருமானே,'' கண்களில் கண்ணீர் தளும்ப, பர்வதேஸ்வரர் சிவனின் முழங்கையைத் தொட்டார். "என்னுடன் வாருங்கள்.''

"எங்கே?''

அவரை ஒரு நொடி ஏறிட்ட பர்வதேஸ்வரரின் விழிகள், மீண்டும் தரை நோக்கித் தாழ்ந்தன. "தயவு செய்து வாருங்கள்.''

வாளை உறையிலிட்ட சிவன், அமைதி மாநாட்டுக் கட்டிடத்திற்குள் பர்வதேஸ்வரரைத் தொடர்ந்து சென்றார். ப்ருகு, காளி, கணேஷ், கார்த்திக், கோபால், வீரபத்ரா, க்ருத்திகா, ஆயுர்வதி, ப்ரஹஸ்பதி மற்றும் தாரா, அவர் பின்னோடு சென்றனர். ஆனந்தமயி மட்டுமே, கூடாரத்திற்கு வெளியே தாமதித்தாள். அடுத்து நடக்கப்போவதைக் காணும் சக்தி அவளுக்கில்லை.

அந்தணர்கள் இன்னமும் தங்கள் ஸமஸ்க்ருத ஸ்லோகங்களைத் தொடர்ந்து அட்சரம் பிசகாமல் ஒரே கதியில் ஜபிக்க, பர்வதேஸ்வரர் கட்டிட வாயிலுக்கு வந்து சேர்ந்தார். மூச்சை இழுத்து, பெரிய கதவுகளைத் தள்ளித் திறந்தார். உள்ளே நுழைந்த சிவன், கண்முன் விரிந்த காட்சி யைக் கண்டு ஸ்தம்பித்தார்.

அந்த மிகப்பெரும் அவையில், இருபது படுக்கைகள் போடப்பட்டிருந்தன. ஒவ்வொன்றிலும் காயம்பட்ட வீரன் படுத்திருக்க, அந்தண மருத்துவர் ஒருவர் சிகிச்சை செய்துகொண்டிருந்தார். முதல் படுக்கையில் இருந்தது, சிவனின் அருமைத் தொண்டரும், திபேத்தில் அவரை முதன்முதலில் கண்டுகொண்டவருமான நந்தி.

"நந்தி!'' அலறிய சிவன், நான்கே எட்டில் கட்டிலை வந்தடைந்தார்.

படுக்கையருகே மண்டியிட்டவர், நந்தியின் முகத்தைத் தொட்டார். நினைவற்ற நிலையில் இருந்தார் நந்தி. அவரது கைகள் இரண்டுமே வெட்டப்பட்டிருந்தன; இடது கை மணிக்கட்டுக்கருகில்; வலக்கை, முழங்கைக்கருகில். ஏதோ ஆயுதம் வெடித்துச் சிறிய துகள்கள் அவர் மீது சிதறியிருக்க வேண்டும்; உடல் முழுதும் சின்னஞ்சிறு வெட்டுக்காயங்கள் நிறைந்திருந்தன. முகம் புண்ணாகியிருந்தது. நந்தியின் முதுகின் ஒரு பக்கம் எதன் மீதும் படாமலிருக்கும் வகையில் படுக்கை அமைக்கப்பட்டிருந்தது. அங்கும்

மோசமாய் அடிபட்டிருக்க வேண்டும். காயங்கள் குணமடைந்து வந்திருப்பதை சிவன் கண்டாலும், அவை மிகத் தீவிரமாயிருந்ததையும், முழுதும் தேற வெகு காலம் பிடிக்கும் என்பதையும் சிவன் உணர்ந்தார்.

''காற்று படவேண்டும் என்பதற்காகக் காயங்கள் கட்டுப்போடாமல் விடப்பட்டுள்ளன, பிரபு,'' அந்தண மருத்துவர், சிவனின் கண்களைச் சந்திக்கவில்லை. ''விரைவில், மருந்து வைத்துப் புதிதாய்க் கட்டிவிடுவோம். படைத்தலைவர் நந்தி முழுவதுமாய்க் குணமடைந்துவிடுவார். இங்கேயிருக்கும் மற்ற வீரர்களும்தான்.''

மென்மையாக நந்தியின் முகத்தைத் தொட்டு, அவரையே வெறித்துக்கொண்டிருந்த சிவனின் உள்ளத்தில், ஆத்திரம் மெல்லப் பொங்கத் துவங்கியது. 'விருட்'டென்று எழுந்தவர், வாளை 'சரக்'கென்று உருவி பர்வதேஸ்வரரை நோக்கி நீட்டினார்.

''இதுக்காகவே நான் சக்ரவர்த்தியைக் கொல்லலாம்,'' உறுமினார்.

அசையும் சக்தி கூட இழந்த பர்வதேஸ்வரர், தரையை வெறித்தார்.

'''இந்த மாதிரி அக்கிரமமெல்லாம் பண்ணி, சதியையும் பிடிச்சு வெச்சுக்கிட்டு என்னை இஷ்டப்படி ஆட்டி வைக்கலாம்னு உங்க சக்ரவர்த்தி நினைச்சார்னா,'' என்றார் சிவன். ''நிஜமாவே ஏதோ பைத்தியக்கார உலகத்துல திரிஞ்சி க்கிட்டிருக்கார்னு அர்த்தம்.''

''நாங்க வந்துட்டோம்னு மட்டும் தீக்குத் தெரிஞ்சது,'' பர்வதேஸ்வரரை நோக்கிக் காளி சீறினாள். ''தப்பிச்சிடுவாங்க. எங்களுக்குக் கோபம் வந்தா என்ன சேதம் விளையும்கிறதை உங்களால கற்பனைகூட செஞ்சு பார்க்கமுடியாது. அந்த மந்த ஆட்டை உடனடியாக என் சகோதரியை விடுவிக்கச் சொல்லு. இப்பவே!''

பர்வதேஸ்வரரோ, சிலையாய், மௌனமாய் நின்றார். அவரது உடல் லேசாய், மிக லேசாய்க் குலுங்கத் துவங்கியது.

''சேநாதிபதி?'' பேச்சுவார்த்தை மூலமாகவே, நாகரீகமாய் விஷயத்தை முடிவுக்குக் கொண்டுவரும் எண்ணத்துடன், கோபால் மெல்லப் பேசினார். ''சண்டை சச்சரவுக்கிங்கே அவசியமேயில்லை. இளவரசியை விட்டுவிடுங்கள்.''

கோபாலுடன் பேச ப்ருகு முயற்சித்தாலும், ஏனோ, அதற்கான சக்தி அவரிடத்தில் இருப்பதுபோல் தெரியவில்லை.

''பிரபு ப்ருகு,'' கோபாலின் குரல் நிதானமாயிருந்தாலும், அடியாழத்தில் கடுமை ஓடியது. ''எங்களிடம் *பாசுபதாஸ்திரம்* இருக்கிறது. எங்கள் கோரிக்கைகள் நிறைவேற்றப் படவில்லையென்றால், அதைப் பிரயோகிக்கவும் தயங்கமாட்டோம். உடனடியாக இளவரசி சதியை விடுவிக்க வேண்டும். தேவகிரியிலுள்ள சோமரஸ ஆலையை அழிக்க வேண்டும். இப்பொழுதே இவற்றையெல்லாம் செய்தால், நாங்களும் கிளம்பிவிடுவோம்.''

பாசுபதாஸ்திரம் குறித்த செய்தியைக் கேட்டு அதிர்ந்து போனவராய்க் காணப்பட்ட ப்ருகு, பர்வதேஸ்வரரை ஒரு நொடி பார்த்தார். சேநாதிபதியோ, கொடூரமான அந்த *தைவி அஸ்திரத்*தால் விளையக்கூடிய மாபெரும் தீமையைக்கூட கிரகித்ததாய்த் தெரியவில்லை. கட்டுப்படுத்த முடியாமல், உடல் முழுவதும் நடுங்க, இப்போது அவர் விம்மியழத் துவங்கினார்; பெறாத மகளை இழந்துவிட்ட துக்கம் தாங்கமுடியாமல், அழுதார்.

''பர்வதேஸ்வரரே,'' சீறிய சிவன், வாளை இன்னும் நெருக்கினார். ''என் பொறுமையைச் சோதிக்காதீங்க. சதி எங்கே?''

கண்ணீர் கன்னங்களில் ஆறாய்ப் பெருகி ஓட, பர்வதேஸ்வரர் ஒருவழியாய் சிவனை ஏறிட்டார்.

சட்டென்று உள்ளத்தில் பயங்கரமான சந்தேகம் ஒன்று உதிக்க, சிவன் அவரை வெறித்தார். நெற்றியின் மத்தியில், புருவம் அதிவேகமாய்த் துடிக்கத் துவங்கியது.

''பிரபு,'' பர்வதேஸ்வரர் விம்மினார். ''என்னை மன்னித்துவிடுங்கள்...''

இதயத்தையே பிளக்கும் வலி நிறைந்த ஊகம் மனதில் திடீரென்று உதயமாக, பலவீனமடைந்த சிவனின் கரத்தினின்று வாள் நழுவி விழுந்தது.

பீதி பளிச்சிட்ட கண்கள் அகன்று விரிய, சேநாதிபதியைச் சிவன் நெருங்கினார். ''பர்வதேஸ்வரரே, அவ எங்கே?''

''பெருமானே... நான் சமயத்தில் வந்து சேர முடியாத பாவி...''

''பர்வதேஸ்வரரே!'' சேநாதிபதியின் அங்கவஸ்திரத்தைக் கொத்தாய்ப் பிடித்து, கழுத்தைப் பற்றினார் சிவன். ''சதி எங்கே?''

பர்வதேஸ்வரரோ, பேச முடியாமல், தொடர்ந்து கையாலாகாத்தன்மையுடன் அழுதுகொண்டேயிருந்தார்.

தனக்குப் பின்புறம் எதையோ ஒரு நொடி பார்த்துவிட்டு ப்ருகு சட்டென்று பார்வையைத் திருப்பிக் கொண்டதை சிவன் கவனித்தார். பர்வதேஸ்வரரை விட்டுவிட்டு,

உடனடியாகச் சுழன்றார். தொலைவில், சபா மண்டபத்தின் கோடியில், பெரிய மரக்கதவு ஒன்றிருந்ததைக் கண்டார்.

''**ச-தி-ஈஈஈஈஈஈஈ!**'' அலறியபடி, அறையை நோக்கி ஓடினார்.

கொதித்துக் கொண்டிருந்த சிவனின் பாதையை விட்டு, அந்தண மருத்துவர்கள் உடனடியாக அகன்றனர்.

''**சதீ!**''

சிவன் கதவை இடித்தார். பூட்டியிருந்தது. ஓரடி பின்வாங்கி, இடம் செய்து கொண்டு, தோளால் கதவை ஆவேசமாய் இடித்தார். ஓரங்குலம் மட்டுமே இடம் கொடுத்த கதவு, வலிமையான பூட்டின் பலத்தால் மீண்டும் சாத்திக்கொண்டது.

அந்த சந்தர்ப்பத்தில், அந்த ஒரே நொடியில் கிடைத்த இடைவெளியில், உள்ளே, பெரும் பெரும் பாளங்களாய்ப் பனிக்கட்டிகள் செங்குத்தாய், மலை போல் அடுக்கப்பட்டிருந்ததைச் சிவன் கண்டார், கதவு மீண்டும் அறைந்து மூடிக்கொண்டது. சாதாரண மனிதர்களால் பொறுக்க முடியாத வலியில், புருவங்களும் நெற்றியும், வலியில் பற்றியெரிந்தன.

மெலூஹர்களில் ஒருவன், அறைச் சாவியை எடுத்து வர ஓடினான்.

''**சதி!**'' சிவன் மீண்டும் கதவை இடிக்க, மரம் அங்கங்கே பிளந்து சிலாம்புகள் தோளில் குத்தி, இரத்தம் துளிர்க்கத் துவங்கியது.

கதவு அசைந்துகொடுக்கவில்லை.

பின்வாங்கிய சிவன். கதவை ஓங்கி உதைத்தார். 'தடா'ரென்று இடி போன்ற சப்தத்துடன் அது திறந்தது.

நீலகண்டருக்கு மூச்சே நின்றுவிட்டது.

அவர் அறிந்தவர்களிலேயே, மிக அற்புதமான, மகத்தான பிறவியின் சின்னாபின்னமடைந்த உடல், அறையின் மத்தியில், பனியாலான மேட்டிற்குள் வைக்கப்பட்டிருந்தது. சதி. அவரது சதி.

''**சதீஈஈஈஈஈஈஈ!**''

நீலகண்டர் புயலென உள்ளே நுழைந்தார். நெற்றிப்பொட்டில் என்னவோ வெடித்துவிட்டது போல் - யாரோ தீயிட்டுக்கொளுத்தியது போல் - ஒரு பெருநெருப்புப் பரவி, கண்களுக்கு மத்தியிலிருந்த பகுதியை எரிப்பது போலிருந்தது.

சதியின் உடலை மூடியிருந்த பெரிய பனிக்கட்டிகளை மீண்டும் மீண்டும் கைகளால் அடித்து விலக்க முயன்றார். தோல் கிழிந்து, எலும்பு முறிந்த விரல்களினின்று இரத்தம் தெறித்து, உடைய மறுத்த பனியின் மீது சிதறியது. அயராது பனியை இடித்து, துகள் துகளாய்த் தகர்த்துத் தள்ள முயன்றார். சதியைச் சேரத் தவித்தார். அவரது இரத்தத் துளிகள், உறைந்த நீருடன் கலக்கத் துவங்கின.

''**சதீஈஈஈஈஈஈஈ!**''

அறையின் மறுபுறமிருந்து ஓடி வந்த சில மெலூஹர்கள், சதியை மூடியிருந்த பனிக்கட்டிக்குள் கூர்மையான கொக்கிகளை மாட்டி இழுத்தனர். கட்டி உடைந்து, பின்புறமாய் சறுக்கத் துவங்கியது. சிவனோ, இன்னமும் பனிக்கட்டிகளை உடைக்கும் முயற்சியில், அவற்றைப் பிடித்துத் தள்ள முயன்றுகொண்டிருந்தார்.

பனிக்கட்டி அரைகுறையாய் வெளிவர, மேற்கொண்டு காத்திராமல், சிவன் மேட்டின் மேல் தாவி ஏறினார். சவக்குழி போல், பனியில் சிறிய குழிவேற்படுத்தப்பட்டு, அதற்குள் கைகள் மார்பின் மீது மடித்து, சதியின் உடல் புதைக்கப்பட்டிருந்தது.

குழிக்குள் ஏறக்குறைய விழுந்த சிவன். பனியில் உறைந்திருந்த அவளது உடலை வாரியெடுத்து இறுக்க அணைத்துக்கொண்டார். சதியின் வெண்கல நிறம், சாம்பல் பூத்த நீலமாய் வெளிறியிருந்தது. முகத்தில் ஆழமான வெட்டுக்காயம்; இடது கண் நோண்டப்பட்டு, குதறிக் கிடந்தது. இடது கை பாதி வெட்டப்பட்டிருந்தது. வயிற்றில் இரண்டு பெரிய ஓட்டைகள். பலப்பல காயங்களின் விளைவாய் பொங்கிப் பெருகிய இரத்தம், சிதைந்த அவளது உடல் முழுதும் பரவி, உறைந்திருந்தது. அவளைத் தன்னுடன் இறுக்கிக் கொண்டு வானை நோக்கிய சிவன், உடைந்து போய்க் விம்மியழுதார்; கேவினார்; வாயிலிருந்து வார்த்தைகள் ஏதுமின்றி, உடலும், மனமும் ஆன்மாவும் உருக்குலைந்து, உள்ளம் சிதறி, நிலைகுலைந்து, ஒரே ஒரு சொல் மட்டும் ஓயாமல் கண்டத்திலிருந்து வெளிப்பட்டு, அண்ட சராசரமெங்கும் எதிரொலித்தது.

''**சதீஈஈஈஈஈஈஈ!**''

யுகம் யுகமாய், அந்த ஓலம், உலகை ஆட்டிப் படைக்கும்.

அத்தியாயம் 47

ஒரு தாயின் செய்தி

மலைவாயிலில் சாயும் சூரியன், வானை வர்ணக்குழம்பால் தீட்டி ஜாலவித்தை காண்பித்து இறங்க, அமைதி மாநாட்டுக் கட்டிடத்தின் மீது அதன் மறையும் கிரணங்கள் மந்தமாய்ப் படிந்தன. பர்வதேஸ்வரரின் பாசறை மொத்தமாய்க் காலி செய்யப்பட்டுவிட்டது. அங்கேயிருந்த அத்தனை பேரையும் சீவித் தள்ளிவிடுவதாய் கார்த்திக் ஆக்ரோஷத்துடன் கர்ஜித்துக்கொண்டிருந்தான். நீலகண்டர் மகனின் நியாயமான ஆவேசத்திற்குத் தீனி போட விரும்பாத ப்ருகு, பின்வாங்கும்படி பர்வதேஸ்வரருக்கு உத்தரவிட, ஆனந்தமயி மற்றும் படைகள் சகிதம், அவர்கள் இதுவரை நுழைய மறுத்த தேவகிரிக்குள் செல்ல வேண்டியிருந்தது.

மாநாட்டுக் கட்டிடத்திற்கு வெளியே, சிவனின் படைக்கென அமைந்திருந்த தற்காலிகப் பாசறையில் நின்ற கோபால், அடுத்து செய்ய வேண்டியதைக் குறித்துப் படைத்தலைவருடன் தீவிர விவாதத்தில் ஆழ்ந்திருந்தார். பழிவாங்கல் தான் எல்லோர் மனதிலும் வேரூன்றியிருந்த எண்ணம் என்றாலும், இந்த சிறிய படையைக் கொண்டு தேவகிரியைத் தாக்குவதில் அர்த்தமில்லை என்பதையும் அறிந்தேயிருந்தனர். மெலூஹர்களின் பிரதான படையும், அவர்களது கூட்டாளிகளும், தூரத்தில் மோஹன் ஜோ தாரோ மக்களால் தடுக்கப்பட்டு சடுதியில் வரமுடியாத நிலையிலிருந்தாலும், தன்னைப் பாதுகாத்துக்கொள்ளும் அளவு தேவகிரியிடம் படை பலம் இருக்கத்தான் செய்தது. அதுவுமில்லாமல், சிவனின் தலைமையிலான இந்தச் சிறிய படையுடன், நகரின் கட்டமைப்பான கோட்டை கொத்தளங்களை முற்றுகையிடுவதோ, தாக்குவதோ முடியாத காரியம். சிலர் *பாசுபதாஸ்திரத்*தைப் பிரயோகம் செய்வதைப் பற்றிப் பேச்செடுக்க, கோபால் அதை உடனடியாக மறுதளித்தார். அஸ்திரத்தைப் பயன்படுத்துவது துளியும் சாத்தியமில்லை; அவரும் சிவனும், மிக நிச்சயமாய் அது விஷயமாய் வாக்களித்திருந்தனர்.

அமைதி மாநாட்டுக் கட்டிடத்தின் ஒரு மூலையைத் தன்னுடையதாக்கிக் கொண்ட ஆயுர்வதி, காயம்பட்ட சதியின் மெய்க்காப்பாளர்களுக்கு சிகிச்சையளிப்பதில் தன்னை மூழ்கடித்துக் கொண்டிருந்தாள். நோயாளிகளுக்கு மருந்துகளை அளிக்கும் போதே, அவளது கண்கள் அடிக்கடி உள்ளறையின் பூட்டிய கதவை நோக்கியே ஊர்ந்தன. சதியின் சடலம் அங்கேதான் கிடத்தப்பட்டிருந்தது. அவளது குடும்பத்தைச் சேர்ந்தவர்கள், மௌனமாய், மூடிய கதவுகளுக்குப் பின்னால், ஆழ்ந்த துக்கம் காத்தனர். கன்னத்தில் வழிந்த கண்ணீரைத் துடைத்துக்கொண்ட ஆயுர்வதி, பணியைக் கவனித்தாள். இந்த சமயத்தில், காரியத்தில் தன்னை ஆழ்த்திக்கொண்டால் மட்டுமே அவளால் பொங்கி வரும் சோகத்தைச் சமாளிக்கமுடியும்.

இளவரசியின் கடைசி ஆசையை - சிவன் வந்து சேரும் வரையில் தன் உடலைப் பாதுகாக்க வேண்டும் - நிறைவேற்றும் பொருட்டு, சதியின் உடலைத் தற்காலிகமாய்க் காப்பாற்ற, மெலூஹர்கள் உள்ளறையைக் கட்டியிருந்தனர். உட்சுவரில், உயரத்தில், மிகச்சிறிய துளைகளிட்டுப் பொருத்தப்பட்டிருந்த கருமார்களின் பெரிய துருத்திகள், காற்றை சரியான அவகாசத்தில் செலுத்தின. அமைதி மாநாட்டுக் கட்டிடத்திற்கு வெளியே, இருபது காளைகள் பூட்டிய மரத்தாலான பிரம்மாண்ட பற்சக்கரம் அமைக்கப்பட்டிருந்தது. வட்டமான தடத்தில் காளைகள் ஓயாமல் நடக்க, சக்கரமும் சுழன்றுகொண்டேயிருந்தது. அதனின்று வெளியான சக்தியைக் கொண்டு, சிறிய பொறிகளும், இழுப்பான்களும், துருத்திகளை ஊதி, சுருக்கி, காற்றைச் சீரான கதியில் சதியின் சடலம் வைத்திருந்த அறைக்குள் செலுத்தின. இந்த துருத்திகளின் முன்னால், பருத்தி, சணல் போன்ற சூட்டைத் தணிக்கும் துணி வகைகளாலான சீலைகள் தொங்கவிடப்பட்டிருந்தன. நுணுக்கமாய் வடிவமைக்கப்பட்ட பலவித குழாய் மற்றும் மெல்லிய நாளங்களின் மூலம், தண்ணீர் ஒரே சீராய் சீலைகளின் மீது வழிந்தோடியது. துருத்திகளின் மூலம் செலுத்தப்பட்ட காற்று, சீலைகளினூடே அறைக்குள் சிலீரென வீசியது. இவ்வாறு, மெலூஹர்களின் உயரிய தொழில்நுட்பத்தின் விளைவாய் அறைக்குள்ளிருந்த பனி மேடு கரையாமல் பாதுகாக்கப்பட்டாலும், சிவனின் உடற்சூட்டினாலும், அதிவேக மூச்சுக்காற்றினாலும், மேட்டின் மையத்திலிருந்த பனி கொஞ்சம் கொஞ்சமாய் உருகத் துவங்கியிருந்தது. இதனால், சதியின் உறைந்த உடல், கொஞ்சம் கொஞ்சமாய் தளரத் துவங்க, மெல்லிய, வண்ணமற்ற திரவம் அவள் உடலிலிருந்து உருகி

வெளியேறி, அங்கங்களின் காயங்களே கண்ணீர் விடுவது போன்ற மாயத் தோற்றத்தைக் கொடுத்தது.

சிவனோ, ஆணியடித்தாற்போல் அதே இடத்தில், குளிராலும் துக்கத்தாலும் நடுங்கிக்கொண்டு, மௌனமாய், எதையும் காணும் சக்தியற்ற கண்களுடன், சதியின் உயிரற்ற உடலைத் தாங்கிக்கொண்டு அமர்ந்திருந்தார். உள்ளே பெருந்தீ கொழுந்துவிட்டு எரிவது போல், சிவனின் புருவம் துடித்தது. இரு புருவங்களுக்கு மத்தியில், கருஞ்சி வப்பாய்த் தீக்காயம் போல் தோன்றியிருந்தது. அவர் இப்படி அமர்ந்து எத்தனையோ மணி நேரங்கள் கடந்துவிட்டன. அசையவில்லை. சாப்பிடவில்லை. அழுவதை நிறுத்தி விட்டார். உயிருக்குயிரானவளின் சடலத்தைப் போலவே, அவரும் உயிரற்று சமைந்துவிட்டதாகவே தோன்றியது.

உள்ளறையின் கதவுக்கருகில் 'ஓ'வென்று கதறியழுதபடி, கடைசியாகச் சதியிடம் நடந்துகொண்ட விதத்தை எண்ணி எண்ணி, தன்னைச் சபித்துக்கொண்டு, உருக்குலைந்து அமர்ந்திருந்தாள் காளி. இனி அவள் வாழ்நாள் முழுவதும், குற்றவுணர்ச்சி துரத்தியடிக்கும். மெல்ல மெல்ல, அணைக்க முடியாத தீயாய், பொங்கிப் பெருகும் ஆவேச நெருப்பாய், ஆத்திரம் அவளுக்குள் உயர்ந்துகொண்டிருந்தது. ஆனால் இப்பொழுது, இந்த நொடியில், அது தாங்கமுடியாத துயரத்தினடியில் மூழ்கி, ஆழத்தில் கிடந்தது.

பனிமலையின் அருகில் உட்கார்ந்திருந்த க்ருத்திகாவின் உடல் ஓயாது நடுங்கிக்கொண்டிருந்தது. இனி வழியக் கண்ணீரே இல்லையென்னுமளவிற்கு, அவள் அழுது முடித்திருந்தாள். சில விநாடிகளுக்கொருமுறை, பனி மேட்டைத் தொட்டுக்கொண்டேயிருந்தாள். அருகே, அழுத கண்கள் சிவந்து வீங்கி, வீரபத்ரா அமைதியாக அமர்ந்திருந்தான். ஒரு கரம் க்ருத்திகாவை அணைத்துக் கொண்டு, அன்பையும் அரவணைப்பையும் ஒருசேர அளித்தது. இன்னொரு கரம், இறுகி, விரல்கள் முஷ்டியாயிருந்தன. பழிதீர்க்கவேண்டும். சதியை இந்த நிலைமைக்கு ஆளாக்கிய ஒவ்வொருவனையும் சித்திரவதை செய்ய வேண்டும்; சிவனுக்கு இந்த நிலையை ஏற்படுத்திய ஒவ்வொருவரையும் கிழித்து நார் நாராக்கி, கொன்று எறிய வேண்டும்.

அறையின் இன்னொரு மூலையில் ப்ரஹஸ்பதியும் தாராவும் அமர்ந்திருந்தனர். மெலூஹாவின் முன்னாள் பிரதம விஞ்ஞானியின் முகம், கண்ணீரால் நனைந்திருந்தது. மெலூஹ வாழ்க்கையின் உன்னதமான, உத்தமமான பிரதிநிதியாகவே அவர் சதியைக் கருதியிருந்தார். இனி,

பழைய சிவனைப் பார்க்கவே முடியாதென்பதையும் அவர் அறிந்திருந்தார். சிவனின் பழைய வாழ்க்கை முடிந்துவிட்டது. என்றென்றும் அது திரும்பாது. தாராவோ, துரதிர்ஷ்டத்தின் முழுபாரத்தையும் சுமந்திருந்த நீலகண்டரையே பரிதாபமாய் பார்த்துக்கொண்டிருந்தாள். பரிஹாவில் அவள் சந்தித்த, தன்னம்பிக்கை கொப்பளிக்கும் உற்சாக புருஷனா இது? இப்பொழுது இங்கே அமர்ந்திருப்பது வெறும் நிழலல்லவா?

சில்லென்று பனிபோல் குளிர்ந்திருந்த தரையில், சுவற்றில் சாய்ந்து, கார்த்திக்கும் கணேஷும் தொய்வாய் அமர்ந்திருந்தனர். அவர்களது பார்வை பனிமலையின் மீது, அம்மாவின் சிதைந்த உடலை ஏந்தியபடி அசைவற்று இருந்த தந்தையின் மீது நிலைகுத்தியிருந்தது. பெருகிய கண்ணீர், அவர்களது பார்வையை மறைத்து குருடாக்கியது. சோகமும் துக்கமும் நிலைகுலையச் செய்திருந்தன. மௌனமாய், நடந்தது என்னவென்று இன்னமும் சரியாய்ப் புரியாமல், கைகோர்த்தபடி கல்லாய்ச் சமைந்திருந்தனர்.

பனிமலையின் மீது ஏதோ அசைவது போல் திடீரென்று தோன்ற, கணேஷ் நிமிர்ந்தான். ஸ்தம்பித்துப் போனான். மகா அதிசயமான காட்சி அவன் கண்முன் விரிந்தது. சடலத்திலிருந்து அவனது தாய், சட்டென்று உயிர்த்தெழுந்து, உயரே மிதப்பது போல் தோன்றியது. தந்தையை கணேஷ் பார்த்தபோது, அம்மாவின் இன்னொரு உருவம், இன்னமும் அவர் கைகளில் உயிரற்றுக் கிடந்தது தெரிந்தது. அம்மாவின் தோற்றத்தை, ஆவியை, வாய் பிளந்தவாறு பார்த்தான் கணேஷ்.

ஒரு பெரிய வட்டமடித்த சதி, மெல்ல அவன் முன் வந்திறங்கினாள். கதைகளிலும் காவியங்களிலும் வரும் தேவதைகளைப்போல், கால்கள் தரையில் பாவாமல், காற்றில் அளாவின. தேவதைகளைப் போலவே, புதிதாய்ப் பூத்த மலர்களாலான மாலை அணிந்திருந்தாள். ஆனால், காவிய தேவதைகள் இரத்தம் சிந்துவார்களா, என்ன? சதியின் உடலிலிருந்து குருதி அருவியாய்க் கொட்டியது. அவன் முன்னால் சிதைந்த நிலையில் மிதந்தவளின் முகத்தில், ஆழமாய் வெட்டியிருந்த காயத்தையும், குதறப்பட்டு, இரத்தம் மெதுவாய் வழிந்த இடக்கண்ணையும் கணேஷ் கண்டான். இன்னமும் பற்றியெரிந்துகொண்டிருப்பது போல், கன்னத்தில் தீக்காயம் சிவப்பாய் பளிச்சிட்டது. இடக்கை கோரமாய் அறுபட்டு, இதயத் துடிப்பிற்கேற்றவாறு, 'குபுக்', 'குபுக்'கென்று இரத்தம் விட்டுவிட்டுப் பீய்ச்சியடித்தது.

வயிற்றில் இருந்த இரு பெரும் கத்திக்குத்து காயங்களினின்று, குருதி மலையாறு போல் பொங்கிப் பிரவகித்தது. இன்னும், உடல் முழுதும் சீய்த்துத் தள்ளியிருந்த எத்தனையோ சிறிய காயங்களினின்றும் இரத்தம் பெருகியது. சதியின் உடல் ஆத்திரத்தில் குலுங்க, வலக்கை முஷ்டியாக இறுகியிருந்தது. வலது கண் சிவந்து இரத்தக் குழம்பாய், கணேஷையே வெறித்தது. குருதி தோய்ந்த சிகை, சூறைக்காற்றால் அலைக்கழித்தது போல் கற்றை கற்றையாய் பறந்தது.

பார்க்கவே பயங்கரமாயிருந்தது, அவள் கோலம்.

மா...

மா...

''பழிவாங்கு!'' சதி சீறினாள்.

மா...

''எனக்காகப் பழி வாங்கு!''

கார்த்திக்கின் கையிலிருந்து தன்னுடையதை வெடுக்கென்று பிடுங்கிய கணேஷ், விரல்களை இறுக்கி முஷ்டியாக்கினான். பற்களைக் கடித்துக்கொண்டான். ***நிச்சயம் செய்வேம்மா,*** மனதிற்குள் கறுவிக்கொண்டான்.

''நான் எப்படி செத்தேன்கிறதை மறக்காதே!'' சதி உறுமினாள். ''ஞாபகம் வெச்சுக்கோ!''

வெச்சுப்பேன்! வெச்சுப்பேன்!

''சத்தியம் பண்ணு! நான் எப்படி செத்தேன்கிறதை மறக்கமாட்டேன்னு சத்தியம் பண்ணு!''

சத்தியம்மா! எப்பவும், என்னைக்கும் மறக்கமாட்டேன்!

பட்டென்று சதி மறைந்துபோனாள். அதைத் தாங்கமாட்டாமல், கைகளால் துழாவியவாறு ''*மா!*'' என்று கணேஷ் கேவியழுதான்.

கணேஷ் தன் தாயைப் பார்த்த அதே கணத்தில், கார்த்திக்கின் கண்முன்னால், அவளது உருவம் வந்து நின்றது.

உடலிலிருந்து பிரிந்து எழுந்த சதியின் ஆவி, சற்று நேரம் உயரே மிதந்து, பிறகு கார்த்திக்கின் முன் வந்தது. கழுத்தைச் சுற்றி புத்தம்புதிய மலர்களாலான மாலை துலங்க, பாதங்கள் தரையில் பாவாமல், காற்றில் மிதந்தன. ஆனால், கணேஷ் பார்த்தது போலன்றி, கார்த்திக்கின் முன் மிதந்த உருவம், கருக்கழியாமல் முழுமையாய் ஜ்வலித்தது.

எங்கும் காயத்தில் சுவடே இல்லை. கடைசியாக கார்த்திக் பார்த்தபடியேதான் இருந்தாள். பார்ப்போரைக் கவரும் உயரம்; வெண்கல நிறம்; கன்னங்களில் குழிவிழும் அழகிய புன்னகை. பளிரென்ற நீலநிறக்கண்கள் உள்ளொளி வீச, கரிய

கூந்தல், பின்னால் கொண்டையாய்க் கட்டப்பட்டிருந்தது. நிமிர்ந்த அவளது உருவமும், முகத்தில் தவழ்ந்த அமைதியும், அவள் வாழ்நாள் முழுதும் உருவகப்படுத்திய விஷயங்களை கார்த்திக்கிற்கு நினைவுபடுத்தின: சுயநலம் பார்க்காது, எப்போதும் சட்டத்தையும், சமூக நன்மையையுமே உயிராய்க் கருதி நடந்த மெலூஹப் பிரஜை.

கார்த்திக் உடைந்து போய் அழுதான்.

மா...

''கண்ணா,'' சதி கிசுகிசுத்தாள்.

மா, அத்தனை பேரையும் வெட்டிச் சாய்ப்பேன்! எல்லோரையும் கொன்னு போடுவேன்! அவங்க இரத்தத்தைக் குடிப்பேன்! நகரையே தீக்கிரையாக்குவேன்! உனக்காகப் பழிதீர்ப்பேன்!''

''கூடாது,'' என்றாள் சதி மெல்ல.

அதிர்ந்த கார்த்திக், மௌனமானான்.

''எதுவுமே உனக்கு நினைவில்லையா?''

நான் உன்னை மறக்கவே மாட்டேம்மா. உனக்கு நடந்ததுக்கான கொடூரமான விளைவை, தேவகிரி முழுக்க அனுபவிக்கும்.

சதியின் முகம் கடுமையடைந்தது.

''நான் சொல்லிக் கொடுத்தது எதுவுமே உனக்கு ஞாபகமில்லையா?''

கார்த்திக் மௌனம் காத்தான்.

''பழிவாங்கறதுல நேரம் விரையம்தான் மிஞ்சும்,'' என்றாள் சதி. ''நான் முக்கியமில்லை. தர்மம் மட்டும் தான். என் மேல உனக்கிருக்கிற அன்பை நிரூபிக்கணுமா? அப்ப, எது சரியோ, அதைச் செய். கோபத்துக்கு இடம் கொடுக்காதே. தர்மத்துக்கு மட்டுமே தலைவணங்கு.''

மா...

''நான் எப்படி செத்தேன்கிறதை மறந்துரு,'' என்றாள் சதி. ''எப்படி வாழ்ந்தேன்கிறதை மட்டும்தான் நீ ஞாபகத்துல வெச்சுக்கணும்.''

மா...

''சத்தியம் பண்ணு! நான் எப்படி வாழ்ந்தேன்கிறதை மட்டும்தான் நீ நினைச்சுக்கணும்.''

சத்தியம் பண்றேம்மா... நிச்சயமா எப்பவும் ஞாபகம் வெச்சுப்பேன்...

அத்தியாயம் 48

மகா விவாதம்

சிவனின் படையில் பழி தீர்க்கும் வெறியுடன் அலைந்தவர்களின் எண்ணம் ஈடேற்வதற்கான வாய்ப்பு, மறு நாளே அமைந்தது: எல்லோரது எதிர்பார்ப்புக்களையும் மீறி, இரண்டு இலட்சத்து ஐம்பதினாயிரம் பேர் கொண்ட மாபெரும் படை முழுவதற்கும் தலைமைதாங்கி பகீரதன் கப்பலில் வந்து சேர்ந்தான். தேவகிரியில் மெலூஹர்கள் சூழ்ச்சி வலை பின்னியிருந்தால், பிரபுவின் கதி என்னவாயிருக்குமோ என்று கவலையிலிருந்த அயோத்ய இளவரசன், அகன்ற மெலூஹச் சாலைகளில், உணவு மற்றும் ஓய்வுக்கு மிக மிகக்குறைவாகவே இடைவேளை விட்டு, லோத்தலிலிருந்து சரஸ்வதி வரை படைகளை நடத்திக்கொண்டு வந்து சேர்ந்தான். சரஸ்வதியில், முடிந்தவரையில் வர்த்தகக் கப்பல்களைப் பறிமுதல் செய்து, அந்த மாபெரும் நதியில் காற்றாய்ப் பறந்து தேவகிரி சேர்ந்துவிட்டான்.

''ஐயோ, இராமபிரானே!'' அதிர்ந்த பகீரதன் முணுமுணுத்தான்.

தேவகிரியின் நடந்த சம்பவங்களையும், சதி கொடூரமாய்க் கொல்லப்பட்ட விதம் குறித்தும் கோபால் அப்போதுதான் அவனிடத்தில் சொல்லியிருந்தார்.

சேனர்த்வஜரின் கண்களில் கண்ணீர் துளிர்த்தது. ''இளவரசியின் உடல் எங்கே?''

''அமைதி மாநாட்டுக் கட்டிடத்தில்,'' என்றார் கோபால். ''நீலகண்டப் பெருமான் அவருடன்தான் இருக்கிறார். கடந்த இருபத்து நான்கு மணி நேரமாய், அசையவில்லை. உணவருந்தவில்லை. பேசவில்லை. ஒரேயிடத்தில், இளவரசி சதியின் உடலைத் தாங்கியவாறு வெறுமே அமர்ந்திருக்கிறார்.''

சந்திரகேது, வானை நிமிர்ந்து பார்த்தார். திரும்பி, ஒரு துளி கண்ணீரைத் துடைத்துக்கொண்டார். உணர்ச்சிப்பெருக்கால் புறப்படும் இவ்வகையான நீர்முத்துக்கள், பலவீனத்தின் அறிகுறி என்பது க்ஷத்ரியக் கோட்பாடு.

''அந்த தே✱✱✱ மகன்கள் அத்தனை பேரையும் கொன்னு போடுவோம்!'' முஷ்டியாக்கிய விரல்கள் வெளுக்க, பகீரதன் உறுமினான். ''இந்த நகரம் மொத்தத்தையும் கொளுத்திடுவோம். இங்கே ஒரு வாழ்விடம் இருந்ததற்கான சுவடே இருக்கக்கூடாது. வாழும் தெய்வத்தையே நோகடிச் சிட்டாங்க இல்ல?''

''இளவரசே,'' அவனை வேண்டிக்கொள்ளும் விதமாய், கோபால் கரங்களை விரித்தார். ''நகரம் முழுவதையும் அழிக்க முடியாது. மனதைச் சற்று தெளிவாக்கிக் கொள்ள வேண்டும். இந்தக் கொலைக்குக் காரணமானவர்களை மட்டும்தான் தண்டிக்க வேண்டும். சோமரஸ ஆலையை அழிக்கவேண்டும். மற்றவர்களை ஏதும் செய்யமுடியாது. அதுதான் சரியான முடிவு...''

''மன்னிக்க வேண்டும், வாசுதேவர் தலைவரே,'' சந்திரகேது குறுக்கிட்டார். ''குற்றங்கள் மிகக் கொடூரமாயிருக்கும்பட்சத்தில், அந்தச் சமூகம் மொத்தமும் அதற்கான விலையைக் கொடுக்கத்தான் வேண்டும். தேவி சதியை அவர்கள் கொன்றது மட்டுமா? எத்தனை கோரமான மரணம் அவருடையது?''

''ஆனால், கொலையில் எல்லோருக்கும் பங்கில்லையே?'' கோபால் விவாதித்தார். ''அவர்களில் பெரும்பாலோருக்குச் சக்ரவர்த்தி இப்படிப்பட்ட காரியத்தில் இறங்கியிருப்பது கூடத் தெரியாது.''

''கொலைகள் துவங்கியவுடன், வெளியே வந்து தடுத்திருக்கலாமல்லவா?'' சந்திரகேது கேட்டார். ''வெறுமே நின்று அக்கிரமம் நடப்பதைப் பார்த்துக்கொண்டிருப்பதே, குற்றம் செய்ததற்குச் சமம். வாசுதேவர்களே இதைச் சொல்வதில்லையா?''

''அது முற்றிலும் வேறு விஷயம், மன்னா,'' என்றார் கோபால்.

''நான் இதை ஒப்புக்கொள்ளமாட்டேன், பண்டிட்ஜி,'' என்றார் வைஷாலி மன்னர் மாதலி. ''தேவகிரி தண்டிக்கப்பட்டே தீரவேண்டும்.''

''பிரபு கோபால் கூற்றை நான் ஒப்புக்கொள்கிறேன், மாதலி மன்னரே,'' என்றார் லோத்தல் ஆளுநர் சேனர்த்வஜர். ''ஒரு சிலரின் குற்றத்திற்காக, தேவகிரி முழுவதையும் தண்டிக்கமுடியாது.''

''நீங்கள் இப்படிச் சொல்வது எனக்குச் சற்றும் அதிசயமாக இல்லையே, ஏன்?'' மாதலி வினவினார்.

அவர் வார்த்தை 'சுருக்'கென்று தைக்க, ''நீங்கள் என்ன சொல்ல வருகிறீர்கள்?'' என்றார் சேனர்தவஜர்.

''நீர் மெலூஹர்,'' என்றார் மாதலி. ''உமது மக்களை நிச்சயம் காப்பாற்றத்தான் நினைப்பீர். சந்திரவம்சிகளாகிய நாங்கள்தான் நீலகண்டப்பெருமானிடத்தில் உண்மையான விசுவாசத்துடன் இருப்பவர்கள்.''

முகத்தில் எதிர்ப்பும் விரோதமும் தாண்டவமாட, சேனர்தவஜர் மாதலியின் அருகே வந்தார். ''நீலகண்டரின் உண்மையான பக்தன் என்ற ஒரே காரணத்தால், என் மக்களையே எதிர்த்து, நாட்டின் சட்டங்களையே மீறி, மெலூஹாவிற்கு நான் அளித்த சத்தியப் பிரமாணத்தையும் புறந்தள்ளினேன். சிவபெருமானிடத்தில் எனக்குள்ள பக்தியை உம்மிடத்தில் நிரூபிக்க வேண்டிய அவசியமும் எனக்கில்லை.''

''எல்லோரும் சற்று அமைதியடையுங்கள்,'' என்றார் ப்ரங்க மன்னர் சந்திரகேது. ''உண்மையான எதிரி யார் என்பதை மறந்துவிடவேண்டாம்.''

''தேவகிரிதான்,'' என்றார் மாதலி. ''சதி தேவியை இந்த நிலைக்கு உள்ளாக்கியது அவர்கள்தாம். தண்டிக்கப்பட வேண்டியதும் அவர்கள்தான். இதைப் புரிந்துகொள்வது அப்படியொன்றும் கஷ்டமில்லை.''

''நானும் ஒத்துக்கறேன்,'' என்றான் பகீரதன். ''*பாசுபதாஸ்திரத்தை* நாம பிரயோக்கிக்கணும்.''

கோபால் கோபாவேசமானார். ''இளவரசே, எந்த முன்யோசனையுமின்றி, தான்தோன்றித்தனமாய்ச் செலுத்தக்கூடிய ஆயுதமல்ல, *பாசுபதாஸ்திரம்*. இன்னும் எத்தனையோ நூற்றாண்டுகளுக்கு மரணத்தையும், அழிவையும் விட்டுச் செல்லக்கூடிய கொடிய அஸ்திரம் அது.''

''இந்த இடத்திற்கு அது வேண்டியதுதானோ, என்னமோ?'' என்றார் சந்திரகேது.

''இவை *தைவி அஸ்திரங்கள்*,'' கோபால் பதற்றமானார். ''மனிதர்களுக்கிடையில் நிகழும் பிரச்சனைகளைச் சமாளிக்க சர்வசாதாரணமாய் அவற்றைப் பயன்படுத்தமுடியாது.''

''சிவபெருமான் யாரோ வெத்து மனுஷரில்ல,'' பகீரதன் மறுத்தான். ''அவர் தெய்வம். அஸ்திரத்தைப் பயன்படுத்தி...''

''*பாசுபதாஸ்திரத்தை* நாம் பயன்படுத்த முடியாது,'' என்றார் கோபால். ''அது உறுதி.''

''என் கருத்து வேறு, பண்டிட்ஜி,'' என்றார் சந்திரகேது. ''சதி தேவி பெரும் வீராங்கனையும் தலைவியும் மட்டுமல்ல; தனிப்பட்ட முறையில், அற்புத குணமும், ஒழுக்கசீலமும் பெற்றுத் திகழ்ந்தவர். நீலகண்டப்பெருமான் மனைவியின்

மீது கொண்டிருந்த காதலைப் போல், வேறெந்த மனிதனும் செலுத்தி என் வாழ்நாளில் நான் கண்டதில்லை. சிவபெருமான், பழிதீர்க்கவே விரும்புவார். உண்மையைச் சொன்னால், எங்கள் எண்ணமும் அதுவே.''

''நமக்கு இப்பொழுது முக்கியம் பழிதீர்ப்பதல்ல, மன்னர் சந்திரகேது; நியாயம் கேட்பதுதான்,'' என்றார் கோபால். ''சதி தேவியை இந்த நிலைக்கு ஆளாக்கியவர்கள், தர்மநியாயத்திற்குட்படவேண்டும். ஆனால், இந்தக் கொடூரச் செயலை நிகழ்த்தியவர்கள் மட்டும்தான். மற்றவர்கள் தண்டனையடையக்கூடாது. அது, இதைவிடப் பெரிய அநீதிக்கு வழிவகுக்கும்.''

''தாங்கள் இதமாய், பதமாய், தர்மநியாயத்தை எடுத்துச் சொல்லிக் கொண்டிருக்கிறீர், பண்டிட்ஜி,'' என்றார் மாதலி. ''ஆனால், நின்று நிதானமாய் யோசிக்கவேண்டிய வேளையில்லை. இது, ஆத்திரத்திற்கான சமயம்.''

''ஆத்திரத்தில் நீலகண்டர் முடிவெடுப்பார் என்று எனக்குத் தோன்றவில்லை,'' என்றார் கோபால்.

''சிவபெருமானையே கேட்டுறுவோமே?'' பகீரதன் வினவினான். ''முடிவை அவரே எடுக்கட்டும்.''

''அத்தனை பேரையும் கொன்னு குவிக்கணும்!'' காளி உறுமினாள். ''இந்த நகர மக்கள் அத்தனை பேரையும் கோட்டைக்குள்ளே தள்ளி, பத்த வெச்சு, கதறடிச்சுக் கொல்லணும்.''

பிரதான கட்டிடத்திற்கு வெளியே இருந்த அமைதி மாநாட்டு மேடையில், சந்தடியில்லாத பகுதியில், சிவனின் குடும்பத்தினர் உட்பட, படைத்தலைவர்கள் அனைவரும் அமர்ந்திருந்தனர். ப்ரஹஸ்பதியும் தாராவும் கூட்டத்தில் இருந்தாலும், பெரும்பாலும் அமைதி காத்தனர். நடக்கும் மந்திராலோசனையை வெளியார் ஒட்டுக்கேட்பதைத் தடுக்கும் விதமாய், போர்வீரர்கள் சுற்றிலும் தடுப்புக்கள் அமைத்திருந்தனர். சிவனும் கலந்துகொள்ளும்படி கோபால் எவ்வளவோ வற்புறுத்தியும், நீலகண்டர் எதற்கும் செவிசாய்த்ததற்கான அறிகுறியே இல்லை. இன்னமும் தன்னந்தனியே, உறையும் குளிர் நிறைந்த பனிக்கட்டி அறையில், சதியைச் சுமந்தபடி அமர்ந்திருந்தார்.

''காளி தேவி,'' கோபால் விவாதித்தார். ''தங்கள் கூற்றை மறுப்பதற்கு மன்னிக்க வேண்டும். இதைச் செய்யமுடியாது. சட்டப்படி மட்டுமல்ல, தர்மப்படியும் மிகத் தவறு.''

''இது அமைதிக்கான மாநாடுன்னு மெலூஹர்கள் வாக்குத் தரலை? சமாதானப் பேச்சுவார்த்தை நடக்கற இடத்துல யாருமே ஆயுதம் தரிக்கக்கூடாதில்ல? அதர்மமான ஒரு மகாபாவத்தை அவங்க செய்யலியா? அதெப்படி பண்டிட்ஜி, இதையெல்லாம் மட்டும் நீங்க கண்டுக்கலை?''

''இரு தவறுகள், சரியாகிவிடாது.''

''அதைப்பத்தியெல்லாம் எனக்குக் கவலையில்ல,'' காளி அசட்டையாகக் கைகளை வீசினாள். ''தேவகிரி அழியும். என் சகோதரிக்கு நடந்த அக்கிரமத்துக்கு, அவங்க தண்டனை அனுபவிச்சுத்தான் ஆகணும்.''

''காளி தேவி,'' சேனர்த்வஜர் ஜாக்கிரதையாகப் பேசினார். ''தங்கள் மீது எனக்கிருக்கும் மரியாதை அளப்பரியது. தாங்கள் மிகப்பெரியவர். என்றுமே, தர்மத்திற்காகத்தான் போராடி வந்திருக்கிறீர்கள். ஒரு சிலர் செய்த பாவத்திற்காக, நகரம் முழுவதையும் தண்டிப்பது எவ்விதம் தர்மமாகும்?''

காளி அவரைப் புழுவைப் போல் பார்த்தாள். ''உம்ம உயிரை நான் காப்பாத்தியிருக்கேன், சேனர்த்வஜரே.''

''அறிவேன், தேவி. அதை நான் மறப்பது எங்ஙனம்? அதனால்தானே...''

''நான் என்ன சொல்றேனோ, அதைச் செய்யணும்,'' காளி குறுக்கிட்டாள். ''என் சகோதரிக்காகப் பழி வாங்கணும்.''

சேனர்த்வஜர் விவாதிக்க முயன்றார். ''ஆனால்...''

''என் சகோதரிக்காகப் பழி வாங்கித்தான் ஆகணும்!''

சேனர்த்வஜர் வாயடைத்து மௌனமானார்.

இந்தப் பேச்சுவார்த்தையில் பகீரதன் கலந்துகொள்ளாமல் ஜாக்கிரதையாக ஒதுங்கியிருந்தான். அமைதி மாநாட்டுக் கட்டிடத்திற்குச் செல்லும் வழியில், சகோதரி ஆனந்தமயி தேவகிரியில் இருப்பதை அறிந்திருந்தான். நகரம் அழியப்போவது நிச்சயம் - ஆனால், அவன் சகோதரியைக் காப்பாற்றியாக வேண்டும்.

''காளி தேவியின் கருத்துதான் என்னுடையதும்,'' என்றார் சந்திரகேது. ''தேவகிரி அழியவேண்டும். *பாசுபதாஸ்திரத்தைப்* பிரயோகிக்கவேண்டும்.''

கொடூரமான அழிவை விதைக்கும் தெய்வீக ஆயுதத்தைப் பயன்படுத்தும் பேச்சு எழுந்தவுடன், மந்திரா லோசனையில் முதல்முறையாகக் கார்த்திக் கலந்துகொண்டான். ''அஸ்திரத்தைப் பயன்படுத்த முடியாது.''

நீலகண்டர் குடும்பத்தில் ஒருவராவது தன் பக்கம் இருப்பதைக் கண்ட கோபால், நன்றியறிதலுடன் அவனை ஏறிட்டார்.

''தர்மம் நடக்கும்,'' என்றான் கார்த்திக். ''*மா*வோட இரத்தம் சிந்தினதுக்காக, நிச்சயம் பழி வாங்குவோம். ஆனா, *பாசுபதாஸ்*திரத்தைப் பயன்படுத்தி இல்ல. அந்தக் கொடூரமான ஆயுதத்தை நாம பிரயோகிக்கக்கூடாது.''

''ஆம், கூடாதுதான்,'' கோபால் உடனடியாக ஒப்புக்கொண்டார். ''*பாசுபதாஸ்*திரத்தை எக்காரணம் கொண்டும் பயன்படுத்துவதில்லையென நீலகண்டர், வாயுபுத்ரர்களிடத்தில் வாக்களித்துள்ளார்.''

''அதுதான் விஷயம்னா, அதைப் பிரயோகிக்க முடியாது,'' என்றான் பகீரதன்.

அவர்களில் ஒரு சிலரையாவது அழிவென்னும் மலையுச்சியின் விளிம்பிலிருந்து இழுத்துவிட்ட நிம்மதியில், கோபால் சற்று ஆசுவாசமடைந்தார். ''இப்பொழுது மிச்ச மிருக்கும் கேள்வி, இளவரசி சதிக்கு நியாயம் கிடைப்பது எவ்விதம்?''

''அத்தனை பேரையும் கொன்னுதான்!'' காளி கர்ஜித்தாள்.

''இதுக்கு சம்பந்தமேயில்லாத குழந்தைங்களையும் கொல்றது நியாயமா?'' பகீரதன் கேட்டான்.

''இளவரசர் பகீரதரே,'' என்றாள் காளி. ''மெலூஹர்களுக்கு அவங்களுடைய குழந்தைங்க மேல பாசம் இருக்குன்னு நீங்க நம்பறாப்புல தெரியுதே?''

''தேவி,'' பகீரதன் கெஞ்சினான். ''இந்தக் குற்றத்துக்குக் கொஞ்சமும் தொடர்பில்லாத குழந்தைகளைக் கொல்றது நியாயமில்லைங்கிறதை நீங்க புரிஞ்சிக்கணும்.''

''சரிய்யா!'' என்றாள் காளி பட்டென்று. ''குழந்தைகளை விட்றுவோம்.''

''போர்ப்பயிற்சி இல்லாதவங்களையும்தான்,'' என்றான் கார்த்திக்.

''குறிப்பா, பெண்கள்,'' என்றான் பகீரதன். ''அவங்களையும் விட்டுத்தான் ஆகணும். அவங்களை யெல்லாம் வெளியேத்தின மறு நொடி, நகரையே நிர்மூலமாக்கிடணும்.''

''வேற யாரையாவது காப்பாத்தணும்னு உங்க ஈர நெஞ்சு குறுகுறுக்குதா?'' காளி எகத்தாளமாய்க் கேட்டாள். ''தேவகிரியில இருக்கற நாய்கள்? அதுங்களையும் வெளியேத்திடலாமா? அப்புறம், நகரத்துக் கரப்பான் பூச்சிகளையெல்லாம் கொல்வானேன்?''

பகீரதன் மௌனம் சாதித்தான். மேற்கொண்டு பேசுவது, காளியின் கோபத்தைக் கிளறுவதாய் ஆகும்.

''சரி!'' காளி சபித்தாள். ''குழந்தைகளையும், போர்ப்பயிற்சியில்லாதவங்களையும் விட்றுவோம். மத்தவங்க நகருக்குள்ள கைதாகணும். எல்லாரும் கொல்லப்படணும்.''

''சரி,'' என்றான் பகீரதன். ''நியாயப்படி நடந்துக்கணும்கிறதுதான் நான் சொல்றதும்.''

''விஷயம் அதோட முடியலை, இளவரசே,'' கார்த்திக் திடுமென வெடித்தான். ''சோமரஸத்தை அழிக்கக்கூடாது. எங்கப்பா அது விஷயத்துல ரொம்ப தீர்மானமா இருந்தார். இன்றைய சமூகத்திலிருந்து அதைப் பிரிச்செடுக்கணும். சோமரஸ ஆலையை அழிச்சுத்தான் ஆகணும். அதே சமயம், சோமரஸம் பற்றிய ஞானமும், உருவாக்கும் செயல்பாடும் அழியாம காப்பாத்தணும். விஞ்ஞானிகளைப் பத்திரமாய், இரகசியமான இடத்துக்குக் கூட்டிக்கிட்டு போயிடணும். எங்கப்பா விட்டுட்டுப் போகப்போற குலத்துல அவங்களும் இணைக்கப்படுவாங்க. சோமரஸம் பற்றின அறிவுக் களஞ்சியம், இவங்ககிட்டே பத்திரமா இருக்கும். இன்னைக்கு வேணும்னா அது தீமையா இருக்கலாம்; என்னைக்காவது, மறுபடியும் நன்மையா மாறும் காலமும் வரும்.''

கோபால் தலையசைத்தார். ''சத்தியமான வார்த்தையையே கார்த்திக் கூறியிருக்கிறார்.''

''இந்த விஞ்ஞானிகள்ள சிலர் எங்கம்மாவோட சாவுக்குக் காரணமாயிருந்திருந்தாலும், காப்பாத்தித்தான் ஆகணும்,'' என்றான் கார்த்திக் மெல்ல. ''நம்ம தனிப்பட்ட வேதனையை ஒதுக்கிட்டு, இந்தியாவுடைய எதிர்காலத்தை மனசுல வெச்சுக் கிட்டு, அவங்களைப் பாதுகாக்கணும்.''

அவனை வெட்டிப்போடுவது போல் கணேஷ் முறைத்தான்.

''*நம்ம* வேதனையை ஒதுக்கி வெக்கணுமா?''

கார்த்திக் மௌனமானான்.

பிரவாகமாய் எழுந்த உணர்ச்சி வெள்ளத்தை மிகுந்த பிரயத்தனம் செய்து கட்டுப்படுத்திய கணேஷுக்கு மூச்சு வெகு வேகமாய், விட்டு விட்டு வெளிவந்தது. ''*மா*வோட சாவு உன்னைக் கொஞ்சம் கூட பாதிக்கலையா? உனக்குக் கோவம் வரலை? சூடு இல்லை? சொரணை இல்லை?''

''*தாதா*, நான் சொல்ல வந்தது என்னன்னா...''

''ஏன் பேசமாட்டே? நீ பொறந்த நொடியிலேர்ந்து அம்மாவோட அன்பு உனக்குத் தட்டுல வெச்சுக் கிடைச்சிருக்கு. அதனாலதான் அதன் அருமை தெரியலை!''

''*தாதா*...''

''அம்மாவோட அன்புன்னா என்னன்னு என்னைக் கேளு... அதை நினைச்சு நினைச்சு உருகறதுன்னா என்ன, கிடைக்காம தவிக்கிறதுன்னா என்னன்னு என்னைக் கேளு!''

''அவங்க மேல எனக்கும் பாசம்தான், அண்ணா. உனக்குத் தெரியுமே...''

''அவங்க உடம்பைப் பார்த்தியா, கார்த்திக்?''

''*தாதா...*''

''பார்த்தியா? அம்மாவோட சடலத்தை நல்லா பார்த்தியா?''

''நிச்சயமா, *தாதா...*''

''அவங்க உடம்புல ஐம்பத்தியோரு காயங்கள் இருக்கு! நான் எண்ணிப் பார்த்தேன், கார்த்திக்! ஐம்பத்தியொண்ணு!''

''தெரியும்...''

ஆத்திரமும் அழுகையுமாய் பேசிய கணேஷின் கண்களினின்று, கோபக் கண்ணீர் ஆறாய்ப் பெருகியோடியது. ''அந்தத் தே★★★ மகன்கள், உயிர் போனப்புறமும் உடம்பைத் தொடர்ந்து வெட்டியிருக்கணும்!''

''*தாதா*, நான் சொல்றதை...''

கணேஷின் உடல் இப்பொழுது ஆவேசத்தில் நடுங்கிக் கொண்டிருந்தது. ''அம்மாவோட சிதைக்கப்பட்ட உடம்பைப் பார்த்தப்புறம்கூட உனக்கு ஆத்திரம் வரலையா?''

''வராம இருக்குமா, *தாதா*? ஆனா...''

''ஆனா, என்னடா, ஆனா? சோமரஸத்தை வழிபடும் கொடூர மிருகங்கள் பலதும் ஒரே சமயத்துல அவங்களைக் கண்ணுமண்ணு தெரியாம தாக்கியிருக்குதுங்க! அவங்களுக்காகப் பழி வாங்கறது நம்ம கடமை! ஆமா, கடமையேதான்! உலகத்துலேயே சிறந்த அம்மாவுக்கு நாம இதைக்கூட செய்யமுடியாதா, என்ன?''

''*தாதா,* உண்மையிலேயே அவங்க உலகத்துலேயே உத்தமமான அம்மாதான்... ஆனா, அவங்க சொல்லிக் கொடுத்தது என்ன?''

கணேஷ் பதில் சொல்லவில்லை. அடக்க முடியாத ஆத்திரம் ஆக்கிரமிக்கும் அபூர்வ சந்தர்ப்பங்களில், அவனது நீண்ட, துவளும் துதிக்கை, விடைத்துக்கொள்ளும். இப்போதும் விடைத்தது.

''*தாதா,*'' கார்த்திக் மிக மெல்லிய குரலில் பேசினான். ''வேற எந்தக் குடும்பமாயிருந்தாலும், நானும் ஆத்திரத்துக்கு இடம் கொடுத்திருப்பேன்... ஆனா, நாம சாதாரணக் குடும்பமில்லை.''

ஆத்திரம் தலைக்கேறிய நிலையில் பதில் கூடப் பேசமுடியாத கணேஷ், 'வெடுக்'கென்று தலையைத் திருப்பிக்கொண்டான்.

''நாம நீலகண்டர் குடும்பம்,'' என்றான் கார்த்திக். ''இந்த உலகத்தைப் பொறுத்தவரை, நமக்கும் சில கடமைகள் இருக்கு.''

''உலகத்துக்குக் கடமையா? நமக்கா?! என் உலகமே *எங்கம்மாப்பாதான்!*''

கார்த்திக் மௌனமானான்.

அவனை நோக்கி கணேஷின் துடிக்கும் விரல் நீண்டது. ''அந்தச் சோமரஸப் பைத்தியங்கள்ள, மிருக ஜென்மங்கள்ள ஒண்ணுகூட உயிரோட இங்கேயிருந்து வெளியேறாது.''

''*தாதா...*''

''ஒவ்வொருத்தனும் சாகணும். அவங்களை என் கையால கொல்லணும்னாலும் சரிதான்.''

கார்த்திக் வாயடைத்து உட்கார்ந்தான்.

காளி, கணேஷ், கார்த்திக் மூவரையும் பார்த்த கோபால், பெருமூச்செறிந்தார். இங்கே ஆவேசமும், ஆத்திரமும் கொந்தளித்துக்கொண்டிருந்தன. காளி, கணேஷின் கோபத்திலிருந்து சோமரஸ விஞ்ஞானிகளை எவ்விதம் காப்பாற்றுவது என்று அவருக்குப் புரியவில்லை. ஆனால், ஒரு விஷயத்திலாவது வெற்றியடைந்துவிட்டார்: *பாசுபதாஸ்திர*த்தைப் பிரயோகம் செய்யும் மிக ஆபத்தான பேச்சிலிருந்து, எல்லோரையும் திசைதிருப்பியாகிவிட்டது. யார் கண்டது? அடுத்த சில மணிநேரங்களில், சோமரஸ விஞ்ஞானிகளையும் காப்பாற்றும் விதமாய் நீலகண்டர் குடும்பத்தாரின் மனதை மாற்றும் வாய்ப்பும் கிடைக்கக்கூடும். அந்த நம்பிக்கை மனதின் ஒரு மூலையில் இருக்கத்தான் செய்தது.

சதியின் உடலைத் தாங்கியவாறு, பனிக்குழிக்குள் சிவன் அசைவற்று அமர்ந்திருந்தார். வாழ்வதற்கான நம்பிக்கையோ, ஏன் காரணமோ கூட இன்றி, அவரது கண்கள் ஒளியிழந்து, வலுவிழந்து, இருண்ட பள்ளங்களைப் போல் உயிரற்று இருந்தன. புருவங்களுக்கு மத்தியில் கருஞ்சிவப்பாய் உருவாகியிருந்த காயம், வெளியார் பார்வையில் படுமளவுத் துடித்துக்கொண்டிருந்தது; குளிரினால் உடல் விடாமல் நடுங்கியது. சதியின் மூடியிருந்த, காயமற்ற கண்ணிலிருந்து, வண்ணமற்ற திரவம், கன்னங்களில் வழிந்து கண்ணீர்க்கோடு

போல் உருண்டது. சீரான கதியில் அடிக்கொருமுறை காற்று உள்ளே தள்ளப்பட்ட 'ஸ்ஸ்ஸ்'ஸென்ற ஓசையைத் தவிர்த்து, அறை நிசப்தமாயிருந்தது. சட்டென்று ஏதோ ஒலி - மெலூஹர்கள அமைத்திருந்த குளிர்விக்கும் இயந்திரத்தை இயக்கிய காளைகளின் ஓசையாயிருக்கலாம் - சிவனைத் திடுக்கிட வைத்தது.

ஜீவனற்ற, உணர்ச்சி செத்த கண்களால் அறையைச் சுற்றிலும் பார்த்தார். அங்கே யாருமில்லை. இறந்து கிடந்த மனைவியைக் கண்டார். அவளது சடலத்தை இழுத்து அணைத்துக்கொண்டவர், மென்மையாக நெற்றியில் முத்தமிட்டார். பிறகு, மிக ஜாக்கிரதையாக, மீண்டும் பனியின் மீது படுக்கவைத்தார்.

ஆதுரத்துடன், அவளது முகத்தை வருடினார். ''இங்கேயே இரு, சதி,'' என்றார் மெல்லிய குரலில். ''சீக்கிரம் வந்துருவேன்.''

பனிமலையின் மீதிருந்து தாவி இறங்கியவர், உள்ளறையின் கதவை நோக்கி நடந்தார். அதைத் திறந்தவுடன், ஆயுர்வதி எழுந்து நின்றாள். கடந்த இருபத்து-நான்கு மணி நேரமாய், நந்திக்கும், பிற வீரர்களுக்கும், அவளது மருத்துவக் குழுவின் உதவியுடன் சிகிச்சையளிப்பதில் முனைந்திருந்தாள்.

மணிக்கணக்காய்த் தேக்கிய துக்கமும் தூக்கமின்மையும் போட்டியிட, ஆயுர்வதியின் கண்கள் சிவந்து, வீங்கியிருந்தன. ''பிரபு...''

அவளைச் சட்டை செய்யாத சிவன், தொடர்ந்து நடந்தார். விபரீதம் நிகழப்போகும் பீதியுடன், ஆயுர்வதி அவரை ஏறிட்டாள். நீலகண்டரின் கண்கள் இவ்விதம் ஜீவனற்று, கடுமையாய், இக உலகத்துடன் தொடர்பறுந்து விட்டேற்றியாய் அவள் கண்டதேயில்லை. கோபத்தையெல்லாம் தாண்டிய நிலையை - ஆத்திரம், ஆவேசம், ரௌத்ரம், ஏன் பித்துப் பிடித்த நிலையையே -கடந்து, யாரும் எட்ட முடியாத இடத்தை அடைந்துவிட்டது போலத்தான் தோன்றியது.

பிரதான கதவைத் திறந்தார் சிவன். வலப்பக்கம், குரல்கள் கேட்டன. திரும்பியவர், தன் தளபதிகள் சூடான விவாதத்தில் ஆழ்ந்திருப்பதைக் கண்டார். அவர் வந்ததை முதலில் கவனித்தது, தாராதான்.

''நீலகண்டப்பெருமானே,'' என்றவள், உடனடியாக எழுந்தாள்.

அவளை அடையாளம் தெரியாதது போல் சில நொடிகள் வெற்றுப் பார்வை பார்த்த சிவன், பிறகு, பேசினார்.

''*பாசுபதாஸ்திரப்* பெட்டி என் கப்பல்ல இருக்கு, தாரா. அதை இங்கே எடுத்துக்கிட்டு வா.''

பதற்றத்தின் வசமான கோபால், சிவனை நோக்கி விரைந்தார். கடந்த இருபத்து நான்கு மணி நேரமாக சிவன் ஒரு பருக்கை உணவை உட்கொள்ளவில்லை, ஒரு நொடி உறங்கவுமில்லை என்பதை அவர் அறிவார். மனிதர்களால் சகிக்க முடியாத கடுங்குளிரில், பனிமலையில் சிவன் இத்தனை நேரமும் உட்கார்ந்திருந்தார், துக்கம், அவரைக் கிட்டத்தட்ட பித்தாகவே ஆக்கியிருந்தது. நீலகண்டர் தன்வசத்திலேயே இல்லையென்பதை கோபால் அறிந்திருந்தார். ''நண்பரே... நான் சொல்வதைக் கேளுங்கள். இம்மாதிரியான முடிவை அவசரத்தில் எடுக்கவேண்டாம்.''

உறைந்த முகத்துடன், சிவன் அவரை வெறித்தார்.

''தாங்கள் கோபாவேசத்தில் இருப்பது புரிகிறது, நீலகண்டரே. ஆனால், இந்தக் காரியத்தில் இறங்கவேண்டாம். தங்கள் நல்ல மனதை நானறிவேன். நிச்சயம் இந்த முடிவை எண்ணி வருந்துவீர்கள்.''

மீண்டும் மாநாட்டுக் கட்டிடத்திற்குள் செல்ல சிவன் யத்தனித்தார். அவரைப் பின்னுக்கிழுக்கும் பொருட்டு, கோபால் கை நீட்டி அவர் கரத்தைப் பற்றினார்.

''சிவா,'' கெஞ்சினார். ''வாயுபுத்ரர்களிடம் வாக்களித்து விட்டீர்கள். உங்கள் மாமன் மித்ராவிடம் வாக்குறுதி அளித்திருக்கிறீர்கள்.''

கோபாலின் கரத்தை இறுக்கப் பற்றிய சிவன், பலவந்தமாகப் பிடித்துத் தள்ளினார்.

''சிவா, இந்த ஆயுதத்தின் விளைவு இன்னதென்று கணிக்கமுடியாதளவு கொடூரமாய் இருக்கும்,'' எந்த வாதத்தைக் கொண்டு இந்தப் பேராபத்தைத் தடுப்பது என்றறியாமல், கோபால் பதறினார். ''உள்வட்டத்திற்குள் *பாசுபதாஸ்*திரத்தின் விளைவை நம்மால் கட்டுப்படுத்த முடிந்தாலும், தேவகிரியின் மூன்று மேடைகளையும் அழிக்கமுயன்றால், அதுவே வட்டத்தைப் பெரிதுபடுத்தும். தேவகிரியை மட்டுமல்ல, நம்மெல்லோரையும் சேர்த்தே அஸ்திரம் அழித்துவிடும். உங்கள் படைகள், நண்பர்கள், குடும்பம் என எல்லோரையும் கொன்று தீர்ப்பது என்றே முடிவெடுத்துவிட்டீர்களா?''

''அவங்களை வெளியேறச் சொல்லுங்க.''

கிணற்றிலிருந்து வருவது போல் சிவனின் குரல் மிக மெலிதாக, எங்கோ அடியாழத்திலிருந்து வெளிவந்தது.

கண்கள் இலக்கின்றி, விட்டேற்றியாக, தொலைவில் எதையோ வெறித்தன. சிவனையே பார்த்த கோபாலுக்கு ஒரேயொரு நொடி, நம்பிக்கை உயிர்த்தது. "நம் மக்களை வெளியேறச் சொல்லட்டுமா? *பாசுபதாஸ்திரத்தை* அவர்கள் எடுத்துச் செல்லலாம்தானே?"

சிவன் அசையவில்லை. முகத்திலும் எந்த மாற்றமும் தெரியவில்லை. "இல்ல. இந்த நகரத்து மக்களை வெளியேறச் சொல்லுங்க. சோமரஸத்தைத் தயாரிச்ச, பாதுகாத்த, சதியின் சாவுக்கு நேரடியாக் காரணமாயிருந்தவங்களைத் தவிர்த்து, மத்தவங்களைக் கிளம்பச் சொல்லுங்க. நான் நினைச்சதை முடிக்கிறப்ப, தக்ஷன் இருக்கமாட்டான். சோமரஸம் இருக்காது. தீமையும் இருக்காது. இந்த இடமோ, தீமையோ, இருந்த சுவடே இருக்காது. இங்கே எதுவும் உயிர் வாழாது; புல் பூண்டுகூட முளைக்காது. தேவகிரின்னு ஒண்ணு இருந்த தடயமே இல்லாம, கல் மேல் கல்லில்லாம அழியணும். இதோட, எல்லாம் முடியணும். முடியும்."

தேவகிரியின் ஒன்றுமறியா அப்பாவிகளாவது தப்பிப்பார்களே என்று கோபால் சற்று நிம்மதியடைந்தாலும், தைவி *அஸ்திரங்களைத்* தடை செய்யும் ருத்ரபகவானின் சட்டம் என்னாவது?

"சிவா, *பாசுபதாஸ்திரத்தை*..." இன்னமும் கோபாலின் மெல்லிய குரலில் நம்பிக்கை இழையோடியது.

உணர்ச்சி சிறிதுமற்ற சிவன் பேசியபோது, குரல் அதிசயிக்கத்தக்க முறையில், நிதானம் பெற்றிருந்தது. "இந்த உலகத்தையே தீக்கிரையாக்கப் போறேன்."

பெரிதாய் விபரீதம் ஏதோ நிகழப்போகும் அதிர்ச்சியுடன் கோபால் சிவனை வெறிக்க, நீலகண்டரோ, மீண்டும் கட்டிடத்திற்குள், தன் சதியை நோக்கி நடந்தார்.

தாரா எழுந்தாள்.

"எங்கே போகிறாய்?" ப்ரஹஸ்பதி கிசுகிசுத்தார்.

"*பாசுபதாஸ்திரத்தை* எடுத்துக்கிட்டு வரத்தான்," என்றாள் தாரா மெல்ல.

"கூடாது! அது நம் அனைவரையும் அழித்துவிடும்!"

"இல்லை. நகரை மட்டுமே தாக்கியழிக்கிற அளவுக்கு அஸ்திரத்தை ரொம்ப நுணுக்கமா கணக்கிட்டு, வடிவமைக்கலாம். அஞ்சு கிலோமீட்டராவது தள்ளியிருந்தோம்னா, நமக்கு எந்த பாதிப்பும் இருக்காது."

தாரா நடக்கத் துவங்கினாள்.

அவளைப் பிடித்து இழுத்தார் ப்ரஹஸ்பதி. "என்ன காரியம் செய்கிறாய்?" குரலில் பதற்றம் மிகுந்திருந்தது. "இது தவறென்று உனக்கே தெரியும். சிவனை எண்ணி எனக்கும் மனம் கசிகிறது, ஆனால், அதற்காக *பாசுபதாஸ்திரத்தை*..."

கண்களில் அவநம்பிக்கை சிறிதுமற்ற தெளிந்த முகத்துடன் தாரா அவரை ஏறிட்டாள். "இராமபிரானோட சட்டங்களைக் கொஞ்சமும் மனசாட்சியில்லாம மீறினவங்களைப் பழி வாங்க நீலகண்டருக்கு எல்லா உரிமையும் உண்டு."

"அதை நானும் மறுக்கவில்லை," அவளுடைய பார்வையை தயக்கமின்றி ப்ரஹஸ்பதியும் சந்தித்தார். "ஆனால், அதற்காகப் *பாசுபதாஸ்திரத்தைப்* பிரயோகிப்பது சரியல்ல."

"அவர் படற வேதனையை நிஜமாவே உங்களால உணரமுடியலையா? என்ன நண்பர் நீங்க?"

"ஒரு காலத்தில், மிகப்பெரிய குற்றத்தைச் செய்யும் தறுவாயில் இருந்தவன்தான் நானும். சதியுடன் போர் செய்யத் துணிந்தவனைக் கொல்லத் துடித்தேன். சிவா, என்னைத் தடுத்து நிறுத்தினார். குற்றம் புரிந்து, என் ஆன்மாவில் பாவத்தின் கறைபடாமல், தடுத்துக் காப்பாற்றினார். அவருக்கு நான் உண்மையான நண்பனாயிருக்க விரும்பினால், அவர் ஆன்மாவும் பாவத்தின் சுமையை ஏற்காமல் காப்பாற்றவேண்டும். *பாசுபதாஸ்திரத்தை* அவர் பிரயோகிக்கக்கூடாது."

"அவர் ஆன்மா ஏற்கனவே செத்தாச்சு, ப்ரஹஸ்பதி," என்றாள் தாரா. "அது உள்ளே, பனிமலையின் மேல படுக்க வைக்கப்பட்டிருக்கு."

"தெரியும், ஆனால்..."

தாரா, தன் கையை ப்ரஹஸ்பதியுடையதிலிருந்து பிடுங்கிக்கொண்டாள். "அவரோட எதிரிகள் எந்த தர்மநியாயத்துக்கும் கட்டுப்படாம போரிடலாம்; ஆனா, அவர் மட்டும் எல்லா சட்டங்களையும் காப்பாத்தணும்னு எதிர்பார்க்கறீங்க. அவர்கிட்டேயிருந்து அவங்க எல்லாத்தையும் - வாழ்க்கை, ஆன்மா, உயிர் வாழறதுக்கான காரணம் - எல்லாத்தையும் பிடுங்கிட்டாங்க. பழி தீர்த்துக்க அவருக்கு எல்லா உரிமையும் உண்டு."

அத்தியாயம் 49

நீலகண்டருக்குச் செலுத்த வேண்டிய கடன்

பகீரதன், சந்திரகேது, மாதலி ஆகியோர் தலைமையில், சிவனின் படை, முப்பாகமாகப் பிரிக்கப்பட்டது. ஒவ்வொன்றும், தேவகிரியின் மூன்று மேடை வாயில்களின் முன் நிறுத்தப்பட்டன. மாதலியின் படை ஸ்வர்ண மேடையின் முன் நிற்க, சந்திரகேதுவின் படை ரஜத் வாயிலையும், பகீரதனின் படை, தாமிர மேடையின் படிகளுக்கு முன்னும், தண்டிறங்கின. சிவனின் உத்தரவுகள் நுட்பமாய்க் காப்பாற்றப்பட்டிருந்தன. காளியின் ஆட்சேபணைகளையெல்லாம் மீறி, சோமரஸத்தைக் காப்பாற்றப் பாடுபட்ட க்ஷத்ரியர்களையும் அதை உருவாக்கிய அந்தணர்களையும் தவிர்த்து, மற்றவர் நகரை விட்டு வெளியேறலாம் எனச் சிவனின் படைகள் செய்தி பரப்பின. தக்ஷர் மற்றும் அவரது பிரத்யேக மெய்க்காப்பாளர்களான வித்யுன்மாலி ஆகியோருக்கு, இந்த விதியிலிருந்து விலக்கில்லை. நகர மக்களை வெளியேற்றும் படலம் துவங்கியது. ஆனால், தேவகிரியிலேயே தங்கி, நகரத்துடன் மண்ணோடு மண்ணாக முடிவெடுத்த மக்களின் எண்ணிக்கை, சிவனின் படையைச் சேர்ந்த சந்திரவம்சிகளை திகைக்கச் செய்ததென்னவோ உண்மை.

நகர வாயில்களுக்கு ஆர்ப்பாட்டமின்றி வந்து, குடும்பங்களிடம் விடைபெற்று, மீண்டும் அமைதியாகத் தத்தம் வீடுகளுக்குச் சென்று மரணத்தை எதிர்பார்த்துத் தயாராயிருந்தவர்கள் எத்தனையோ. அங்கே சண்டை சச்சரவில்லை; நகரை எப்படியாவது காப்பாற்றும் முயற்சியோ, வாயில்களில் குழப்பமோ, கூச்சலோ இல்லை. ஏன், விடைபெற்றுக்கொண்டவர்களிடையே, கண்ணீரும் கம்பலையுமாய் அழுது புரண்டவர்கள்கூட இல்லை.

ப்ரங்கர்களே பெரும்பங்கு வகித்த பகீரதனின் படையுடன், கோபாலும் கார்த்திக்கும் தாமிர மேடைக்கருகே நின்றனர். நகரைச் சுற்றித் தடுப்பரண்கள் அமைப்பதை மேற்பார்வையிட்டுவிட்டு அலுத்து களைத்த பகீரதன், அப்போதுதான் அவர்களுடன் வந்து சேர்ந்திருந்தான்.

வாயிலில் பாதிப்பேர் வெளியேறுவதும், மீதிப்பேர் மீண்டும் திரும்புவதுமாய் நிகழ்ந்து கொண்டிருந்த விசித்திர நடமாட்டத்தைக் கண்ணுற்ற அயோத்ய இளவரசன், அவர்களை நோக்கித் தலையசைத்தான். ''என்ன நடக்குது இங்கே?''

பதில் சொல்லாமல் கார்த்திக் கண்களைத் தழைத்துக் கொள்ள, கோபாலின் கண்களிலோ, கண்ணீர் ததும்பியது.

''மெலூஹர்களிடையே, இப்பொழுது இது ஒரு இயக்கமாகவே மாறிக்கொண்டிருக்கிறது,'' என்றார் வாசுதேவர்களின் தலைவர். ''ஒரு கௌரவச் சின்னம். உயிரையே தியாகம் செய்யும் உன்னதச் செயல். நகரிலே இருந்து, அதனுடனேயே மடிந்துவிடுவது. நீலகண்டரால் கொல்லப்பட்டு, அவரது கரத்தால் ஆன்மாவில் படிந்த கறையைக் கழுவிக்கொள்ளும் முயற்சி...'' உணர்ச்சிக் குவியலைக் கட்டுப்படுத்த அவர் செய்யும் பிரயத்தனம் பட்டவர்த்தனமாய்த் தெரிய, பேச்சு தடைப்பட்டது.

பகீரதனின் புருவங்கள் உயர்ந்தன. ''என்ன சொல்றீங்க நீங்க?''

கூட்டத்தில் இன்னொரு பெண்மணி, குடும்பத்தினர் இருவரிடம் விடைபெற்றுக்கொண்டு நிதானமாய் மீண்டும் நகருக்குள் திரும்பிச் செல்ல, கோபால் அவளைச் சுட்டிக்காட்டினார். ''நீங்களே பாருங்கள்.''

புருவங்கள் நெறிய, ஒரு நிமிடம் கோபாலின் முகத்தை தீவிரமாய் ஆராய்ந்த பகீரதன், அந்தப் பெண்மணியின் மீது கவனம் செலுத்தினான்.

''ஒரு நிமிஷம்மா,'' என்று அழைக்க, அவள் நின்று, திரும்பி, அவனை ஏறிட்டாள். ''ஏன் நகருக்குத் திரும்பறீங்க? மத்தவங்களோட ஏன் வெளியேறலை?''

அவள் அணிந்திருந்த அங்கவஸ்திரத்தின் மடிப்புகள் காற்றில் மெல்ல அசைந்தன. அருள் தவழும் முகமும், கரிய, அமைதி ததும்பும் கண்களும், இனிய குரலும் படைத்தவளாயிருந்தாள். ''நான் மெலூஹப் பிரஜை,'' ஏதோ வானிலையைப் பற்றி அளவளாவுவது போல் நிதானமாகவே சொன்னாள். ''மெலூஹாவில் வாழ்வதனால் மட்டுமே அந்தப் பெயர் வந்துவிடாது; அது வாழும் முறையில், எங்கள் நம்பிக்கைகளைக் கொண்டு நாங்கள் அடையும் அபூர்வத் தகுதி. உயர்ந்த நோக்கத்துடன் வாழ அல்லாமல், உன்னதமான இலக்கைத் தொடாமல், நீண்ட ஆயுளடைந்துதான் என்ன பயன்? இராமபிரானின் மிகப் புனிதமான சட்டமே உடைக்கப்பட்டுவிட்டது. நாங்கள் வீழ்ந்துபட்டோம். இதுவரை நாங்கள் காப்பாற்றிய உலகம்,

வாழ்வியல் - எல்லாமே அழிந்துவிட்டது. இதுதான் நாங்கள் சுமக்கவேண்டிய கர்மவினையென்றால், இனி எதை நோக்கி, எதற்காக வாழவேண்டும்?''

பகீரதனால் தன் காதுகளையே நம்பமுடியவில்லை.

''நீலகண்டரிடம் எனக்கு முழு நம்பிக்கையிருக்கிறது,'' அந்தப் பெண்மணி தொடர்ந்தாள். ''அவர் வரவை எதிர்பார்த்து எத்தனையோ வருடம் காத்திருந்தேன்; அவரைப் பூஜித்தேன். ஆனால் மெலூஹா அவருக்குக் கொடுத்தது என்ன? செய்தது என்ன? எங்களது இளவரசி யை - மெலூஹ வாழ்வியலையே உருவகப்படுத்திய, ஒவ்வொரு மூச்சிலும் இராமபிரானின் கோட்பாடுகளையே ஸ்மரித்த உன்னத தேவியை, எப்படி நடத்தியது? எங்கள் வாழ்க்கையை வடிவமைத்த சட்டதிட்டங்களைப் பின்பற்றி வாழ்ந்த எங்களுக்கு, மெலூஹா என்ன பரிசளித்தது? இதைத்தான்.'' ஒரு நொடி அமைதியானவள், அவனது கண்களை ஊடுருவினாள். ''நான் குற்றம் புரிந்தவள். சோமரஸத்தை அருந்தினேன். சகர்வர்த்தியைப் பின்பற்றினேன். வாயைத்திறக்காமல், மெத்தனமாயிருந்ததால், இந்தக் கொடூரம் நடக்கக் காரணமாயிருந்த சம்பவப் பின்னலில், எனக்கும் பங்குண்டு. இதுதான் மெலூஹாவின் மோசமான கடன் என்றால், அந்தத் தீமை என்னையும் சேர்ந்ததே. இது, என் கர்மவினையே. இன்று, நீலகண்டருக்குச் செலுத்த வேண்டிய கடனை நான் தீர்ப்பேன்; மறுமுறை இந்த பூமியில் பிறக்கும் பேற்றைப் பெற்றால், என் ஆன்மாவின் பாவக்கறை, சற்றே துடைக்கப்பட்டிருக்கும்.''

என்ன மாதிரியான தீர்மானம் இது? பகீரதன் ஸ்தம்பித்து நின்றான். லேசாய்த் தலைசாய்த்து அவனுக்கு வணக்கம் செலுத்தியவள், மிகுந்த நிதானத்துடன், நகருக்குள் மீண்டும் நடந்து சென்றாள்.

''தெரியும்.'' பின்னிருந்து, கோபாலின் குரல் கேட்டது. ''எல்லோரும் இதையேதான் சொல்கிறார்கள். நான் மெலூஹன். சட்டம் மீறப்பட்டுவிட்டது. இதுதான் என் கர்மா.''

அமைதியில் இணைந்து, அந்தப் பெண்மணி செல்வதைப் பார்த்துக்கொண்டு நின்றனர்.

''இளவரசே,'' குரல் கேட்க, கனவிலிருந்து விடுபட்டது போல் இருவரும் திடுக்கிட்டுத் திரும்பினர்.

''என்ன விஷயம், கார்த்திக்?'' பகீரதன் திரும்பி, அவனைப் பார்த்தான்.

''சேநாதிபதி பர்வதேஸ்வரரை நீங்க அழைக்கணும்.''

''ஆனந்தமயியைக் கூட்டிக்கிட்டு வர ஏற்கனவே ஆள் அனுப்பிட்டேன்,'' என்றான் பகீரதன். ''ஆனா, இதுவரைக்கும் அவளோ, அவ கணவரோ வந்து சேரலை. பர்வதேஸ்வரர் இல்லாம அவ வரமாட்டா. அவங்க ரெண்டு பேர் மனசையும் மாத்தத்தான் இன்னமும் முயற்சி பண்ணிக்கிட்டிருக்கேன்.''

''அவர்களிடம் எடுத்துச் சொல்லுங்கள்,'' என்றார் கோபால். ''இருவரையும், பிரபு கார்த்திக்கும் நானும் அழைத்திருக்கிறோம். இந்தியாவின் எதிர்காலம் தொடர்பான மிக முக்கியமான ஒரு விஷயம் குறித்துப் பேசவேண்டும்.''

பகீரதனின் முகம் சுருங்கியது. மயிரிழையளவு சந்தர்ப்பம்தான் என்றாலும், கோபால் மற்றும் கார்த்திக் சொல்லும் யுக்தியைவிட்டால், தன் சகோதரியையும், அவளது கணவரையும் தேவகிரியை விட்டு வெளியேற்ற வேறு வழியில்லை என்பதை அவன் அறிந்திருந்தான்.

''நானே நகருக்குள்ளே போறேன்,'' என்றான்.

''அதோடு, இளவரசே...'' கோபால் தயங்கினார்.

''புரியுது, பண்டிட்ஜி. இதைப் பத்தி யாரிடமும் மூச்சுகூட விடமாட்டேன்.''

நாளை இந்நேரம் தூசுகூட மிச்சமில்லாது அழியப்போகும் அந்த மாபெரும் நகரைப் பார்த்தபடி, இருவரும் அமைதியாக நின்றனர்.

''மன்னிக்க வேண்டும்,'' குரல் கேட்டு, அவர்கள் திரும்ப, அங்கே மெலூஹர்கள் ஒரு சிறிய குழுவாய் நிற்பதைக் கண்டனர்.

''சொல்லுங்க,'' என்றான் கார்த்திக்.

''இன்று காலையில் நகரைவிட்டு வெளியேறினோம். ஆனால், இப்பொழுது மனம் மாறிவிட்டோம். இங்கேயே இருந்துவிடுவதாய் முடிவெடுத்திருக்கிறோம். நாங்கள் மீண்டும் உள்ளே செல்லலாமா?''

காதில் விழுந்த வார்த்தைகளை நம்பமுடியாமல் கோபால் அவர்களை வெறிக்க, பகீரதனோ, கண்களைத் தழைத்துக் கொண்டு, பிரார்த்தனையில் இறங்கினான். *கடவுளே, என் சகோதரி இந்த நகரை விட்டுப் பத்திரமா வெளியேறணும்...*

மூன்றாவது ப்ரஹார் ஏறக்குறைய முடிவடையும் அந்தத் தருணத்தில், ஆதவன் இறங்கிக்கொண்டிருந்தான். தேவகிரி சூரிய அஸ்தமனத்தைக் காண்பது, இதுவே கடைசி

முறை. வானைப் பார்த்த வண்ணம், வீரிணி, தேவகிரியின் அரண்மனையை விட்டு வெளிக்கிளம்பினாள்.

"தேவி," சட்டென்று வணங்கிய காவலன், இராணுவ விறைப்புடன் அவள் பின்னே நடந்தான்.

அசட்டையாக அவனை நோக்கிக் கையசைத்த வீரிணி, வாயிலை நோக்கி நடந்தாள்.

"தேவி? நகரை விட்டு வெளியேறுகிறீர்களா, என்ன?" அதிர்ந்த அந்த வீரன் வினவினான்.

மெலூஹ சக்ரவர்த்தினி தங்களையெல்லாம் விட்டுவிட்டு, நீலகண்டரின் பொதுமன்னிப்பை ஏற்று நகரை விட்டுக் கிளம்புவார் என்பதை அவனால் நம்பத்தான் முடியவில்லை. ஸ்தம்பித்து நின்றான்.

அவன் கேள்விக்குப் பதில் அளிப்பதில் கவனம் செலுத்தாத வீரிணி, ஸ்வர்ண மேடையின் வாயிலுக்குச் செல்லும் சாலையில் நடந்தாள்.

—— ☥ ⬤ ⇑ ✦ ✺ ——

"இது நீலகண்டரே பிறப்பிச்ச உத்தரவா?" கேட்ட ஆனந்தமயி, கணவனை நோக்கினாள்.

தாமிர மேடைக்கு வெளியே இருந்த ஒதுக்குப்புறமான பகுதியில், கோபால், கார்த்திக் மற்றும் பகீரதனுடன் அவளும் பர்வதேஸ்வரரும் பேச்சுவார்த்தையில் ஈடுபட்டிருந்தனர்.

"அவர் இதைத்தான் விரும்பியிருப்பார்," என்றார் கோபால். "தற்சமயம், அவருக்கே அது தெரியவில்லை; அவ்வளவுதான்."

பர்வதேஸ்வரரின் புருவங்கள் சுருங்கின. " 'இல்லை' யென்று நீலகண்டர் சொல்லியிருந்தால், 'இல்லை'யென்றுதான் அர்த்தம்."

"தங்கள் விசுவாசத்தைப் பாராட்டுகிறேன், சேநாதிபதி," என்றார் கோபால். "ஆனால், விஷயத்தை நாம் முழுமையாக, அனைத்துக் கோணங்களிலிருந்தும் பார்க்கவேண்டியது அவசியம். இன்று வேண்டுமானால் சோமரஸம் தீமையாக இருக்கலாம். ஆனால், முழுமையாக அழிக்கப்படவேண்டிய வஸ்து அல்ல. இன்றைய சமூகத்திலிருந்து அதை விலக்க மட்டுமே வேண்டுமென்பதை நான் மட்டுமல்ல, நீரும் அறிவீர். சோமரஸத்தின் செயல்பாட்டு முறையை, என்றேனும் தேவைப்படும் என்ற ஒரே காரணத்திற்காகக் காப்பாற்றவேண்டியது முக்கியம். நாம் இப்பொழுது விவாதித்துக் கொண்டிருப்பது, இந்தியாவின் எதிர்காலம் குறித்து."

''நீலகண்டப்பெருமானுக்கு இந்தியாவின் மீது அக்கறையில்லை என்றா சொல்ல வருகிறீர்கள்?'' பர்வதேஸ்வரர் கேட்டார்.

''அப்படியெதுவும் சொல்லவில்லை, சேநாதிபதி,'' என்றார் கோபால். ''ஆனால்...''

''எங்கப்பாகிட்டே உங்களுக்கிருக்கிற விசுவாசத்தை மதிக்கிறேன்.'' சட்டென்று கார்த்திக் குறுக்கிட்டான். ''அதே சமயம், அவர் மேல எனக்கிருக்கிற அன்பும் பாசமும் உங்களுக்குத் தெரியும்னும் நினைக்கறேன்.''

தலையசைத்த பர்வதேஸ்வரர், ஏதும் பேசவில்லை.

''எங்கப்பா, தற்சமயம் மனசுடைஞ்சு போயிருக்கார்,'' கார்த்திக் தொடர்ந்தான். ''எங்கம்மா மேல அவருக்கிருந்த அன்பு உங்களுக்கே தெரியும். அவங்க இறப்பால, மனசு இப்ப இருளடிச்சுக் கிடக்கு. ரௌத்ரத்தோட உச்சத்துல இருக்கார். அதுல நியாயமும் இருக்கு. அதே சமயம், அவர் மனசு எவ்வளவு தூய்மையானதுன்னு உங்களுக்கே தெரியும். அவரோட தர்மத்துக்கு எதிரா, எதையும் செய்ய விரும்பமாட்டார். எங்கப்பாவோட ஆத்திரம் அடங்கற வரைக்கும், சோமரஸம் பத்தின ஞானம் அழியாம இருக்கணும்னு நினைக்கறேன். கொஞ்சம் அவகாசத்துக்குப் பிறகு, நிதானமா யோசிச்சுப் பார்த்தும் சோமரஸம் பத்தின எல்லாமும் அழிஞ்சு போகணும்னு அவர் விரும்பினா, நானே என் கையால அதையும் நிறைவேற்றுவேன்.''

எங்கோ வெகு தூரத்தில் எதையோ வெறித்த பர்வதேஸ்வரரின் கண்கள் இருண்டு, வெறுமையடைந்திருந்தன.

''இது நடக்கவேண்டுமானால், சம்பந்தப்பட்ட அந்தணர்கள் மட்டுமில்லாமல், சோமரஸத் தயாரிப்பு முறைகளை உள்ளடக்கிய நூலகங்கள் எல்லாம் பாதுகாப்பாய் இருக்குமாறு நீ பார்த்துக்கொள்ளவேண்டும்,'' அவர் பெருமூச்செறிந்தார். சோமரஸத்தைப் பக்தியுடன் பூஜிக்கும் எத்தனையோ மிருகங்கள், இந்த வாய்ப்பைக் கெட்டியாகப் பிடித்துக்கொண்டு உயிர் வாழ நினைக்கும். அதே சமயம், கௌரவத்தின் அழைப்பைக் மனதால் கேட்டு, மதிக்கும் சிலரும் இருப்பர். ஒரு மனிதன், தன் சுயகௌரவத்தை இழக்கும்படி வற்புறுத்தும் உரிமை உனக்குக் கிடையாது, கார்த்திக். அவனை உயிர் வாழும்படி - அதுவும், தன் தாய்நாட்டையே அழித்துக்கொண்டிருக்கும், நீலகண்டரே தடைசெய்துவிட்ட சோமரஸத்தைக் காப்பாற்றும் பொருட்டு - நிர்ப்பந்திக்கமுடியாது.''

கார்த்திக் பர்வதேஸ்வரரின் கரத்தைப் பற்றினான். ''எங்கம்மா என் கனவுல வந்தாங்க, சேநாதிபதி. எது சரியோ, அதைச் செய்யச் சொன்னாங்க. அவங்க செத்ததைப் பத்தி யோசிக்காம, வாழ்ந்த விதத்தைப் பத்தி மட்டும்தான் நினைக்கணும்னாங்க. நான் இப்ப செய்ய முயற்சிக்கிற அதே பணியைத்தான் அவங்களும் செஞ்சிருப்பாங்கன்னு உங்களுக்கே தெரியும்.''

வானை நிமிர்ந்த பார்த்த பர்வதேஸ்வரரின் கண்களினின்று, கண்ணீர் முத்து ஒன்று உதிர்ந்தது; அவசரமாய்த் துடைத்துக்கொண்டார். நெடுநேரம் மௌனமாய் நின்றார். ''சரி, கார்த்திக்,'' என்றார், ஒரு வழியாக. ''அந்த மனிதர்களை நான் வெளியேற்றுகிறேன். பேச முடிந்தவர் களிடம் பேசிப் பார்க்கிறேன்; முடியாத இடத்தில், பலவந்தத்தைப் பிரயோகிக்கிறேன். ஒன்றை மட்டும் நினைவில் கொள்: அவர்கள் உன் பொறுப்பு. இனிமேலும் தீமையை வளர்க்க அவர்களை அனுமதிக்கக்கூடாது. சோமரஸத்தின் தலைவிதியைத் தீர்மானிக்கும் உரிமை, நீலகண்டப்பெருமானுக்கு மட்டும்தான் உண்டு. உனக்கோ, பிரபு கோபாலுக்கோ, வேறு யாருக்கும் இல்லை.''

சுற்றியிருக்கும் மக்களெல்லோரும், தங்கள் அரசிக்கு வழிவிட, வீரிணி வெகுவேகமாய் ஸ்வர்ண மேடையின் படிக்கட்டுக்களில் இறங்கினாள். நகரை விட்டு வெளியேற முற்பட்டோரின் பூர்வோத்திரம், பத்திரம், காகிதம் என அனைத்தையும் பரிசோதித்துக்கொண்டிருந்தது மாதலியின் படை. வீரர்கள், வீரிணிக்கு மரியாதை செலுத்தினர். அரையும் குறையுமாய் அவர்களைக் கவனித்த வீரிணி, நகரின் எல்லையிலிருந்து நான்கு கிலோமீட்டர் தாண்டிக் கட்டப்பட்டுக் கொண்டிருந்த பிரம்மாண்ட மரக்கோபுரத்தையே குறி வைத்து நடந்தாள். அதன் உச்சியிலிருந்துதான், *பாசுபதாஸ்திரம்* ஏவப்படும்.

கோபுரத்தை நெருங்கும் போது, சிவன் உத்தரவுகளைப் பிறப்பித்துக்கொண்டிருப்பதைக் கண்ட வீரிணி, அவரருகில் நின்ற பெண்ணையும் உடனடியாக அடையாளம் கண்டாள்: ப்ரஹஸ்பதியின் காதலி, தாரா. அருகே, அந்த மாபெரும் கோபுரத்தைக் கட்டத் தன் கணிசமான பொறியியல் சாமர்த்தியமத்தனையையும் பயன்படுத்தியவனாய், கணேஷ். சற்று தூரத்தில், ஏதேதோ யோசனையில் தன்னை மறந்திருந்தது போல், ஒரு பாறையின் மீது காளி.

வீரிணியை முதலில் கண்டதும் அவள்தான். ''*மா!*''

காளியும் கணேஷும் முன்னே வர, மெலூஹச் சக்ரவர்த்தினி நேரே சிவனிடம் போய் நின்றாள்.

புருவங்களுக்கு மத்தியில் ஓயாமல் துடித்த வலியால், இப்பொழுதெல்லாம் எதையும் ஆழ்ந்து கவனிக்கமுடியாத சிவனின் மசமசத்த கண்கள், அவள் மீது நிலைத்தன. எத்தனையோ காலத்திற்கு முன்னால் சிவனை முதன்முதலில் சந்தித்தபோது, வீரிணியைக் கவர்ந்தது, அவரது கண்கள்தான்: அவற்றில் ஜொலித்த அறிவின் தீட்சண்யம், புத்தி கூர்மை, எதிலும் ஒருமுகப்படுத்திச் செயல்படும் திறன், சிரிப்பு... அவருக்கேயுரித்தான அதிசய ஈர்ப்புச் சக்தி, சுண்டியிழுக்கும் தன்மை இந்தக் கண்களேயன்றி, நீலக்கழுத்தல்ல என்றும் நம்பினாள். ஆனால், இப்போதோ? ஒரு காலத்தில் காந்த சக்தியுடன் பிரகாசித்த அந்தக் கண்களில் மிஞ்சியிருந்தது, வாழ்வின் ஆதாரமே பறிபோய்விட்ட ஒரு ஜீவனின் வேதனையும் துக்கமும் மட்டுமே.

சதியின் கொலையில் வீரிணிக்குத் துளியும் சம்பந்தமிருந்ததாக சிவன் என்றுமே சந்தேகித்ததில்லை. தலைகுனிந்து வணங்கியவர், கரங்களைப் பணிவாய் குவித்து நமஸ்கரித்தார்.

அவரது கையைப் பற்றிய வீரிணியின் கண்கள் தன்னையறியாமல், அவரது புருவங்களுக்கு மத்தியில் துடித்த கருஞ்சிவப்புப் புண்ணை நோக்கின. ''எப்பேர்ப்பட்ட வேதனையை நீ அனுபவிச்சிட்டிருக்கேங்கிறதை என்னால கற்பனைகூடச் செஞ்சு பார்க்கமுடியலை, மகனே.''

உடைந்து போய், அனாதரவான குழந்தையைப் போல் நின்ற சிவன் மௌனமாயிருந்தார்.

''சதி சாகற தறுவாயில, என்கிட்ட ஒரு சத்தியம் வாங்கிக்கிட்டா. நானும் நிறைவேத்தறதா, வாக்களிச்சேன். அதை இப்ப செய்து முடிக்கணும்னுதான் வந்திருக்கேன்.''

சட்டென்று சிவனின் பார்வை கூர்மையடைந்தது. வீரிணியை நிமிர்ந்து பார்த்தார்.

''தன்னோட ரெண்டு மகன்களும் சேர்ந்து தனக்குக் கொள்ளி வைக்கணும்னு விரும்பினா.''

வீரிணியின் அருகே நின்றிருந்த கணேஷ் சட்டென்று மூச்சை இழுத்துப் பிடிக்க, கண்களிலிருந்து கண்ணீர் தன்னிச்சையாய்த் தளும்பியது. சம்பிரதாயப்படி, மூத்த மகன் தந்தைக்கான ஈமக்கடன்களைச் செய்தாலும், கடைசிக் குழந்தைதான், தாய்க்குரிய ஈமக்கிரியைகளைப் புரியும் பேறுடையவன். அதோடு, துரதிர்ஷ்டசாலிகளாய்க் கருதப் பட்டதால், எவ்விதமான ஈமக்கிரியைகளையும் நிறைவேற்றும்

பாக்கியம் நாகர்களுக்குக் கிடையாது. ஆகையால், தாயின் சிதைக்குக் கொள்ளி வைக்கும் பேற்றைத் தான் அடைவோம் என்று கணேஷ் கனவிலும் நினைக்கவில்லை.

காளி திரும்பி, கணேஷைப் பற்றிக்கொண்டாள்.

''ஆனா, சம்பிரதாய முறைப்படி, கடைசிக் குழந்தைதான் அம்மாவோட ஈமக்கிரியைகளைச் செய்யமுடியும்,'' வீரிணி சிவனிடத்தில் கூறினாள். ''இதை எதிர்க்கும் உரிமை ஒருத்தருக்கு உண்டுன்னா, அது நீதான்.''

''அந்த நாசமாப்போற சம்பிரதாயத்தைப் பத்தியெல்லாம் எனக்குக் கவலையில்லை,'' என்றார் சிவன். ''சதியோட விருப்பம் அதுதான்னா, அப்படியே நடக்கும்.''

''நான் கார்த்திக்கிட்டேயும் சொல்லிடறேன்,'' என்றாள் வீரிணி. ''தாமிர மேடையில இருக்கான்னு கேள்விப்பட்டேன்.''

மௌனமாய்த் தலையசைத்த சிவன், பனிமலைக்குள் புதைந்திருந்த சதியின் உடல் இருந்த திசையை நோக்கினார்.

ஓரடி முன்னே எடுத்து வைத்த வீரிணி, சிவனை அணைத்துக்கொண்டாள். அவர், மாமியாரை இறுகப் பற்றிக்கொண்டார்.

''கொஞ்சமாவது அமைதியடைய முயற்சி பண்ணு, சிவா,'' என்றாள் வீரிணி. ''சதி அதைத்தான் விரும்பியிருப்பா.''

''உங்களுக்கு அமைதி கிடைச்சிடுச்சா?''

வீரிணியின் முகத்தில் வறண்ட புன்னகை இழையோடியது.

''சதியை மறுபடியும் சந்திக்கும்போதுதான் இனிமேல் நமக்கு நிம்மதி,'' என்றார் சிவன்.

''மகத்தான பிறவி, அவ. இப்பேர்ப்பட்ட மகள் கிடைக்க எந்தத் தாயும் கொடுத்து வெச்சிருக்கணும்.''

கண்களின் ஓரத்தில் வழிந்த கண்ணீரைத் துடைத்துக்கொண்ட சிவன், மௌனம் சாதித்தார்.

''இதையும் நான் சொல்லியாகணும்,'' வீரிணி சிவனின் கரத்தைப் பற்றினாள். ''அவ நினைச்சிருந்தா, தப்பிச்சிருக்கலாம். இந்த சூழ்ச்சியைப் பற்றித் தெரிய வந்தபோது, தேவகிரியில, எங்க அரண்மனையிலதான் இருந்தா. ஆனா, எப்படியோ நகரை விட்டு வெளியேற வழி கண்டுபிடிச்சு, நந்தியையும், அவளுடைய மத்த மெய்க்காப்பாளர்களையும் காப்பாத்த பறந்தடிச்சுக்கிட்டு ஓடினா. எத்தனையோ பேரைக் காப்பாத்தவும் செஞ்சா. கடைசி நொடி வரைக்கும் எதிராளியோட சண்டையிட்டு, கொஞ்சமும் சளைக்காம போராடி, ஒரு போர்வீரனுக்குரிய மகத்தான, உன்னதமான, கௌரவமான வீரமரணம்

அடைஞ்சா. அப்படி ஒரு சாவு தனக்கு நேரணும்கிறதுதான் அவளுடைய மிகப்பெரிய ஆசை; ஏன், எந்த சுத்த வீரனோட ஆசையும் அதுவாத்தான் இருக்கும்."

சிவனின் கண்களில் மீண்டும் கண்ணீர் பொங்கியது. "என்னைக்குமே அவ தன்கிட்டேயிருந்து எதிர்பார்த்தது ரொம்ப அதிகம்."

வீரிணியின் புன்னகையில் சோகமே வெளிப்பட்டது.

சிவன் மூச்சை ஆழமாய் இழுத்துவிட்டார். *பாசுபதாஸ்திரம்* அவரை அழைத்தது; அதன் இயக்கத்தில் கவனம் செலுத்த வேண்டியது அவசியம். பணிவாய், நமஸ்தே என்று கரம்குவித்தார். "நான் வந்து..."

"சரி," என்றாள் வீரிணி. "எனக்குப் புரியுது."

குனிந்து, மாமியாரின் பாதங்களைச் சிவன் தொட்டு வணங்கினார். அவரது சிரத்தை மெல்லத் தொட்டு ஆசீர்வதித்தாள் வீரிணி. திரும்பி, அஸ்திர வேலையை மேற்பார்வையிட நகர்ந்தார் சிவன். இன்றைக்கு, இந்த நிலையில், அவரது உயிர் சுக்குச்சுக்காய் வெடித்துச் சிதறாமல் காப்பாற்றிக் கொண்டிருந்த ஒரே விஷயம் இதுமட்டும்தான்.

திரும்பிய வீரிணி, மகள் காளியையும், பேரன் கணேஷையும் அணைத்துக்கொண்டாள்.

"உங்க ரெண்டு பேருக்கும் மிகப்பெரிய அநீதி இழைச்சிட்டேன்," என்றாள் வீரிணி.

"நிச்சயமா இல்லைம்மா," என்றாள் காளி. "எல்லாக் குற்றங்களையும் செஞ்சது அப்பாதான். நீயில்ல."

"ஒரு அம்மாவா, என் கடமையில தவறிட்டேன். உங்களை ஏத்துக்க மறுத்தப்பவே, என் கணவனை நான் உதறியிருக்கணும்."

காளி மறுப்பாய்த் தலையசைத்தாள். "ஒரு மனைவியாவும், உனக்குக் கடமை இருந்ததே."

"கணவன் தப்பு செய்யறச்சே, வாயை மூடிக்கிட்டு இருக்கிறது மனைவியோட கடமையில்லை. இன்னும் சொன்னா, அவன் தவறான பாதையில போறச்சே, குறுக்கே விழுந்து தடுத்து, செருப்பாலடிச்சாவது திருத்தறவதான் நல்ல மனைவி."

"உங்க பேச்சை அவர் கேட்டிருப்பாராங்கிறது சந்தேகம், நானி," கணேஷ் பாட்டியிடம் கூறினான். "எவ்வளவுதான் முயற்சி செஞ்சாலும், அந்த ஆள்..."

தாத்தாவை தன் முகத்திற்கு நேரே அவமானப்படுத்தாமல் நிறுத்திக்கொண்ட பேரனை, வீரிணி ஏறிட்டாள். அவனது கண்களை உற்றுப் பார்த்தாள். முன் தடவை பார்த்த அமைதியும் நிதானமும் நிறைந்த விழிகள் இல்லை, அவை.

இப்பொழுது அவற்றில் ஆத்திரமும், தாயின் மரணத்தால் அடக்கிவைக்கப்பட்ட ரௌத்ரமும் கொப்பளித்தன.

''வேற விஷயம் இல்லைன்னா, *நானி*, கோபுரத்தைப் பார்க்கப் போகணும். வேலையிருக்கு.''

''தாராளமா, குழந்தே.''

குனிந்து, பாட்டியின் பாதத்தைத் தொட்டு வணங்கிய கணேஷ், தாராவிடம் நடந்து சென்றான்.

''கொஞ்ச நேரம் காத்திருந்தேன்னா, கணேஷ் உன்னை எங்கக் கப்பலுக்குக் கூட்டிட்டுப் போயிடுவான்,'' என்றாள் காளி. ''எல்லாம் முடியறவரைக்கும் நீ அங்கேயே இருந்து, எங்களோடவே பஞ்சவடி வந்துரலாம். நூறு வருஷம் கழிச்சு தான்னாலும், எங்க நகருக்கும், வீட்டுக்கும் நீ ஒருவழியா வந்து வாழ்ந்தா, எவ்வளவு நல்லா இருக்கும், தெரியுமா? சதி போனதுனால ஏற்பட்ட வெற்றிடத்தை, உன்னால நிரப்ப முடியும்; எங்க துக்கத்துக்கும் கொஞ்சம் ஆறுதலா இருக்கும்.''

புன்னகையுடன் வீரிணி, காளியை அணைத்துக் கொண்டாள். ''உன் வீட்டுக்கு வந்து வாழ நான் அடுத்த ஜன்மம் வரை காத்திருக்கணும், கண்ணம்மா.''

''*மா!*'' காளி திடுக்கிட்டாள். ''அந்த நாசமாப் போற ஆடு செஞ்ச குற்றங்களுக்காக நீ ஏன் தண்டனை அனுபவிக்கணும்? தேவகிரிக்கு நீ திரும்பக்கூடாது!''

''பைத்தியம் மாதிரி பேசாதே, காளி. நான் மெலூஹாவின் சக்ரவர்த்தினி. தேவகிரி இறக்கும் போது, நானும் போயிடுவேன்.''

''கூடவே கூடாது!'' காளி அலறினாள். ''எந்தக் காரணமுமில்லாம...''

''பஞ்சவடி அழியப்போற நாள் வந்தா, நீ விட்டுட்டு வருவியா?''

காளி திகைத்தாள். ஆனாலும், சாமான்யத்தில் எதையும் விட்டுக்கொடுக்கும் மரபில் வந்தவளல்ல, நாகர்களின் அரசி. ''இதெல்லாம் நடக்கற விஷயமில்ல, *மா*. முக்கியமான விஷயம் என்னன்னா...''

''முக்கியமான விஷயம்,'' வீரிணி குறுக்கிட்டாள். ''இந்தக் கேவலமான சூழ்ச்சியை நிறைவேற்ற உங்கப்பாவுக்கு உதவினவன் யாருங்கிறதுதான். கொலையாளிகளைப் போல, சதிகாரர்கள் பலரும் தப்பிச்சிட்டாங்க. நாளைக்கு இங்கே சாகப்போறவங்களோட பட்டியல்ல இருக்கமாட்டாங்க. அவங்களை நீ கண்டுபிடிக்கணும். தண்டிக்கணும்.''

அத்தியாயம் 50

பாதுகாக்க வேண்டிய பொக்கிஷம்

மேற்கே சூரியன் சாய்ந்து வெகு நேரமாகிவிட்டது. தாமிர மேடையின் ஒரு கோடியில், கார்த்திக், கோபால் மற்றும் பகீரதன் நின்றிருந்தனர். தேவகிரியின் மற்ற இரு மேடைகளிலிருந்தோ, சிவனின் பாசறையிலிருந்தோ, இந்தப் பகுதியை சுலபத்தில் காணமுடியாது. கார்த்திக் நிறைவேற்றவேண்டிய பணிக்கான சரியான இடம் இதுதான்.

பலா-அதிபலா குண்டப் போரின் விளைவாய், கார்த்திக்கிடம் ஏறக்குறைய வெறிபிடித்த பக்தி கொண்டு விட்ட திவோதாஸின் இருபது ப்ரங்க வீரர்கள், அவனுடன் இருந்தனர். கையில் இறுக்கமாய் கயிற்றைப் பிடித்திருந்தவர்கள், மெல்ல அதைப் பிரித்துச் சீரான கதியில் வெளிப்புறமாய் ஓடவிட்டனர். அவர்களுடன் ஒத்து, திவோதாஸ் வேலை செய்தார். தாமிர மேடைச் சுவற்றின் மீது பொருத்தியிருந்த இராட்டினத்துடன் கயிறு இணைக்கப்பட்டிருந்தது. இராட்டினத்தில் சுற்றப்பட்டிருந்த அது, மறுபக்கம் இறங்கி, பத்து அந்தணர்களை ஒருசேர தூக்கக்கூடிய மரக்கூண்டில் கட்டியிருந்தது. கார்த்திக் நின்றிருந்த பாதுகாப்பான இடம் நோக்கி, அத்தியாவசிய புத்தகங்கள், பரிசோதனைப் பொருட்கள் என எல்லாவற்றையும் தூக்கிக்கொண்டு, பத்து பேர் இறங்கி வந்துகொண்டிருந்தனர். நகருக்குள்ளிருந்து சோமரஸம் குறித்த எந்த நூலையும், பெட்டகத்தையும் எடுத்துச் செல்லும் குற்றத்திற்கு மரணமே தண்டனையாகையால், இவ்வாறான இரகசிய முயற்சி அவசியமாயிருந்தது.

அசம்பாவிதம் ஏதும் நிகழாமலிருக்கும் பொருட்டு, கூண்டோடு இன்னொரு கயிறும் கோட்டைச்சுவற்றில் பொருந்திய இராட்டினத்துடன் இணைக்கப்பட்டிருந்தது. ஆனால், இதன் பிடிமுனையோ, மேடையின் மீது நின்ற சூர்யவம்சி வீரர்கள் கையில் இருந்தது. பர்வதேஸ்வரரே, அவர்களை மேற்பார்வையிட்டுக்கொண்டிருந்தார். இரு வீரர் குழுவும் ஏககாலத்தில் கைகளிலிருந்து கயிற்றுமுனைகளை தளர்த்த, கூண்டு, மெல்லத் தரையிறங்கியது. பர்வதேஸ்வரர்

சுவற்றில் நின்றிருந்த கோணத்திலிருந்து, கூண்டு இறங்கும் வேகத்தையோ, தரையிலிருந்து அது இருந்த உயரத்தையோ அறுதியிட்டுச் சொல்லமுடியாத நிலையிலிருந்தார். அதோடு, கீழேயிருந்த திவோதாஸின் குழுவினருடன், மேலே நின்ற சூர்யவம்சிகளின் வேகம் ஒத்திராவிட்டால், கூண்டு தன்னிலையிழந்து, பெரும் விபத்தில் சிக்கலாம்.

இவ்வாறு எதுவும் நடக்காதிருக்கும் பொருட்டு, திவோதாஸ் மற்றும் சூர்யவம்சிகள் குழுவினரை மேற்பார்வையிடும் பணியை, சற்று தூரத்தில் நின்ற பகீரதன் நிறைவேற்றினான். பறவைகளைப் போல், ஆனால், குறிப்பிட்ட தொனியில், ஒரே சீரான தாளகதியில், கூண்டு தரையைத் தொடும்வரை சீழ்க்கையடிப்பது அவன் வேலை. கூண்டை இறக்கிக்கொண்டிருந்த வீரர்கள், பின்பற்றவேண்டிய தாளகதியை நிர்ணயிப்பதும் அவன் பொறுப்பே.

பகீரதனின் சீழ்க்கை தடைபட, கார்த்திக் சட்டென்று திரும்பினான். கவனமின்றி, திவோதாஸும் அவரது குழுவினரும், தொடர்ந்து அதே வேகத்தில் கயிற்றை விடுவிக்க, உத்தரவுகளைச் சட்டென்று நிறைவேற்றிப் பழகிய சுவற்றின் மேலிருந்த சூர்யவம்சிகளோ, கயிற்றை விடுவிப்பதை நிறுத்த, கூண்டு 'தடா'லென்று குடை சாய்ந்தது.

"நிறுத்துங்க!" கார்த்திக் சீறினான்.

திவோதாஸும், குழுவும் நிறுத்தினர். சோமரஸ ஆலையைச் சேர்ந்த பத்து அந்தணர்களும் கூண்டுக்குள் மிக ஆபத்தான நிலையில் தொங்கிக்கொண்டிருந்தனர். மரணமே வாய் பிளந்து தங்களை எதிர்கொண்டாலும், கூண்டிலிருந்த அந்தணர்கள் அமைதியாகவே இருந்தது, கோபாலை அதிசயிக்க வைத்தது. திடீரென்று ஏதேனும் சப்தம் எழுந்திருந்தால், சுற்றுப்புறம் இருந்தோரின் கவனம் தூண்டப்பட்டிருக்கும்.

தனக்குள்ளேயே ஆழ்ந்து போயிருந்த பகீரதனை நோக்கி கார்த்தி ஓடினான்.

"இளவரசே?"

மோனத்திலிருந்து விடுபட்ட பகீரதன், சீழ்க்கையைத் தொடர்ந்தான். சூர்யவம்சிகள் மீண்டும் கயிற்றைச் சீராய் விடுவிக்க, கூண்டு மென்மையாகத் தரையைத் தொட்டது. உள்ளேயிருந்த அந்தணர்களும், பதற்றமின்றி வெளியே வந்தனர்.

சீழ்க்கைக்கு அவசியமின்றி, இரு குழுக்களும் காலியான கூண்டை மீண்டும் மேலே தூக்கினர். இப்போது முக்கியம் வேகம்தானேயொழிய, நிதானமல்ல.

''தயவு செஞ்சு காரியத்துல கவனமாயிருங்க, இளவரசே. எத்தனையோ பேரோட வாழ்க்கை இங்கே ஊசலாடிக்கிட்டிருக்கு.''

பகீரதனின் மனசஞ்சலத்திற்கான காரணத்தை கார்த்திக் அறியாமலில்லை. பர்வதேஸ்வரர் தேவகிரியை விட்டு வெளியேற மறுத்துவிட்டார். அருமை நகருடன், தானும் உயிர் விடுவதாக, மெலூஹச் சேநாதிபதி முடிவெடுத்துவிட்டார். பகீரதனை ஆழ்ந்த துக்கத்திற்குள் தள்ளும் வகையாய், கணவனுடன் தங்கிவிடப்போவதாக ஆனந்தமயியும் கூறிவிட்டாள்.

இந்த முடிவைத் தீவிரமாய் எதிர்த்த பகீரதன் எவ்வளவோ போராடிப் பார்த்தான். முடிவை மாற்றிக்கொள்ளும்படி, கெஞ்சிக் கூத்தாடினான். ''நீ சாகணும்னு பர்வதேஸ்வரர் ஆசைப்படுவார்னு நினைக்கறியா? என்னைப் பத்திக் கொஞ்சமாவது யோசிச்சுப் பார்த்தியா? ஏன் இப்படிச் சித்திரவதை செய்யறே? என் மேல அவ்வளவு வெறுப்பா, உனக்கு? நான் உன் சகோதரன். இந்த மாதிரி என்னைத் தண்டிக்கும்படியா என்ன பாவம் செஞ்சேன்?''

இவையெல்லாவற்றிற்கும், கண்களில் அன்பும் கண்ணீரும் தளும்பிய ஆனந்தமயியின் பதில் புன்னகை மட்டுமே. ''உனக்கு என்மேல பாசம் ஜாஸ்திடா. நான் வாழணும்னு உன் ஆத்மாவோட ஒவ்வொரு அணுவும் ஆசைப்படுது. அதையேதான் நானும் கேட்கறேன். என்னை வாழ விடு. வாழ்க்கையை எப்படி அணு அணுவா ரசிச்சு அனுபவிக்கணுமோ, அந்த மாதிரி, மிச்சமிருக்கிற சில விநாடிகளை வாழ விடு. என்னை விட்டுடு.''

மனதை நிர்மலமாக்கிக்கொள்ளும் பொருட்டு, பகீரதன் தலையைக் குலுக்கிக் கொண்டான். ''மன்னிச்சிருங்க, கார்த்திக்.''

சற்று முன்னே வந்த கார்த்திக், அவனது கரத்தைப் பற்றினான். ''உங்களைப் பத்தி உங்க சகோதரி சொன்னது சரிதான். உங்கப்பாவைவிட நிச்சயம் நீங்க நல்ல அரசரா இருப்பீங்க.''

பகீரதன் ஹூங்காரம் செய்தான். மெலூஹப் படைத்தலைவர் வ்ராகாவின் கீழ் போரிட உத்தரவு பெற்ற சந்திரவம்சிப் படை, தன் தந்தை சக்ரவர்த்தி திலீபரை எதிர்த்துப் புரட்சியில் இறங்கிவிட்டதை அவன் அறிவான். பழைய எதிரிகளான மெலூஹர்களுடன் சேர்ந்துகொண்டு, நீலகண்டரையே எதிர்க்கத் துணியும் மிகக் கேவலமான போரில் ஆழம் தெரியாமல், பின்விளைவுகளைப் பற்றி யோசிக்காமல் அயோத்ய சக்ரவர்த்தி இறங்கிவிட்டதாய்

வீரர்கள் நம்பினர். தன்னை அரியணை ஏற வற்புறுத்தும் எண்ணத்துடன் படையில் ஒரு குழு ஏற்கனவே பிரிந்து, தேவகிரியை நோக்கி வந்துகொண்டிருக்கும் செய்தியும் பகீரதனை அடைந்துவிட்டது. ஆனால், அதைப் பற்றியெல்லாம் யோசிக்கமுடியாமல், வரவிருக்கும் சகோதரியின் மரணம் மனதை அவ்வளவாய்ச் சோகத்தில் ஆழ்த்தி, சித்திரவதை செய்துகொண்டிருந்தது.

''ஆனா, நல்ல அரசனோட குணாதிசயம் எது தெரியுமா?'' கார்த்திக் கேட்டான்.

பகீரதன் அவனை நோக்கினான்.

''தனிப்பட்ட முறையில என்ன கொடுமையான சோகம் தாக்கினாலும், காரியத்துல கவனமாயிருக்கறது. உங்க சகோதரி, மைத்துனரை நினைச்சு துக்கப்பட உங்களுக்குத் தகுந்த நேரம் கிடைக்கும். ஆனா, இப்ப இல்ல. மத்தவங்களுக்குச் சந்தேகமே வராத வகையில இராத்திரி பறவையைப் போல இயல்பா தொடர்ந்து சீட்டியடிக்கக்கூடிய திறமை உங்களுக்குத்தான் இருக்கு. நீங்க இதுல தவறு செய்யக்கூடாது.''

''சரி, பிரபு கார்த்திக்,'' முதன்முறையாக, *பிரபு* என்று மரியாதையாக அந்த இளைஞனை பகீரதன் விளித்தான்.

கார்த்திக் திரும்பினான். ''இங்கே வாங்க.''

ஒரு ப்ரங்க வீரன் முன்னே வந்தான்.

''இளவரசே,'' என்றான் கார்த்திக். ''உங்க வேலைக்கு ஒத்தாசையா, இவன் இங்கேயே இருப்பான்.''

பகீரதன் ஆட்சேபம் தெரிவிக்கவில்லை. கார்த்திக் 'விருவிரு'வென்று கோபாலிடம் சென்றான். அவரது முகத்தில் இழையோடிய கவலையைக் கண்டான். ''என்ன விஷயம், பண்டிட்ஜி?''

கோபால், ஒரு சூர்யவம்சி வீரனைச் சுட்டிக் காட்டினார். ''பிரபு பர்வதேஸ்வரர் செய்தியனுப்பியிருக்கிறார். மகரிஷி ப்ருகு நகரை விட்டு வெளியேற மறுத்துவிட்டார்.''

கார்த்திக் தலையைக் குலுக்கிக் கொண்டான். ''செத்துத் தொலையணும்னு இந்த மெலூஹர்கள் ஏன் இப்படிப் பறக்கறாங்க?''

''இப்போது என்ன செய்யட்டும், பிரபு கார்த்திக்?'' அந்த சூர்யவம்சி கேட்டான்.

''மகரிஷி ப்ருகுகிட்டே என்னைக் கூட்டிக்கிட்டுப் போங்க.''

சிறிய யாகத் தீயின் நாக்குகள், இருட்டை முடிந்தவரை ஒளி வாட்களால் விரட்ட முயன்றன. அருகே இருந்த சரஸ்வதி நீரில் பிரதிபலித்த தீயின் பிம்பம், வெளிச்சத்தை அள்ளித் தெளித்தது. *பட்லா* என்ற தாழ்வான முக்காலியில் சப்பணமிட்டு, சதைப்பற்றான கரங்களை முழங்கால்களின் மீது ஊன்றி, நீண்ட விரல்கள் முத்திரையில் நீள, வெள்ளை வேட்டியணிந்து அமர்ந்திருந்தான் கணேஷ்.

ஏதோ மந்திரத்தை மெல்லிய குரலில் ஜபித்தவாறு யாகத்தீயில் சிறிது நெய் வார்க்க, நாவிதன், அவனது சிரத்தை மழித்தான்.

கணேஷின் முடியத்தனையையும் நீக்கியவன், கத்தியைக் கீழே வைத்துவிட்டு, துணியால் தலையைத் துடைத்தான். ஆயுர்வதியிடமிருந்து பெற்ற சிறிய குடுக்கையினின்று, கிருமிநாசினியை ஊற்றி, கணேஷின் தலையில் தடவினான்.

''முடிந்தது, பிரபு.''

கணேஷ் பேசவில்லை. யாகத்தீயை வெறித்தவாறு, மெல்லப் பேசினான். ''இவள் மனித குலத்தின் மிக உத்தமமான பிரதிநிதி, அக்னிதேவா. இவளை நீ புசிக்கும் போது, அதை நினைவில் கொள். இவளைப் பாதுகாத்து, சேர வேண்டிய, இவள் புறப்பட்டு வந்த சொர்க்கத்திற்கே இட்டுச் செல். அன்றும், இன்றும், என்றுமே இவள் தெய்வம். தேவதை. தேவி. இவள்தான் என்றுமே அம்பிகை.''

அயர்ந்து, தளர்ந்த சிவன், தன் சதியிடம் மீண்டும் வந்து சேர்ந்த போது, இரவு முற்றியிருந்தது. *பாசுபதாஸ்திரம்* தயார். இன்னும் சில பரிசோதனைகள் செய்துபார்க்க வேண்டியது தான். தாரா, அதில் ஈடுபட்டிருந்தாள். *பாசுபதாஸ்திரம்* தாக்கக்கூடிய புற வட்டத்திற்குள் அமைதி மாநாட்டின் கட்டிடமும் வந்துவிடுமாகையால், மறு நாள், அவளது உடல், பனிச்சவக்குழியிலிருந்து வெளியேற்றப்படும்.

மெலூஹப் பொறியியல் சாகசத்தால், குளிரூட்டும் மகத்துவத்தால் மட்டுமே சதியின் உடல் இத்தனை நாள் மாறாமல் இருந்ததையும், பனியை விட்டு நீங்கினால், அழுகத் துவங்கி, சீக்கிரத்தில் எரித்துவிட வேண்டியிருக்கும் என்பதை எடுத்துச் சொல்ல மட்டும் யாருக்கும் நா எழவில்லை. சிவனும், அதைப் பற்றி யோசிக்கத் தயாராக இல்லை.

அந்தக் கட்டிடத்தின் உள்ளறைக் கதவைத் திறந்த சிவனின் உடல், சட்டென்று வீசிய பனிக்காற்றால் நடுங்கியது. மகன்

கணேஷ், பனிமலையின் அருகே, இறந்த தாயின் கரத்தைப் பற்றிக்கொண்டிருப்பதைக் கண்டார். அவன் தலை சுத்தமாக மழிக்கப்பட்டிருந்தது. நாகர்களின் தலைவன், குதிகால் தரையில் படாமல் எம்பி நின்று, அம்மாவின் காதோடு காதாக எதையோ முணுமுணுத்துக்கொண்டிருந்தான். பண்டைய காலத்திலிருந்து வழி வழியாகத் தொடர்ந்து வந்த சம்பிரதாயப்படி, அவன் ஓதிக்கொண்டிருந்தவை ரிக் வேத மந்திரங்கள்.

நெருங்கிய சிவன், அவன் தோளை லேசாய்த் தொட்டார். உடனடியாகத் தன் வெண்மையான அங்கவஸ்திரத்தால் கண்களைத் துடைத்துக்கொண்ட கணேஷ், தந்தையை நோக்கித் திரும்பினான்.

சிவன், மகனை அணைத்துக்கொண்டார்.

''அவங்க இல்லாம முடியலை, *பாபா*,'' கணேஷ், சிவனை இறுக்கிக்கொண்டான்.

''என்னாலையும்தான்...''

கணேஷ் அழத் துவங்கினான். ''அவங்களுக்குத் தேவைப்பட்ட போது நான் இல்லாம போயிட்டேனே...''

''நீ மட்டுமில்லை, கண்ணா. நானும்தான் அங்கேயில்லை. ஆனா, அவளுக்காகப் பழி வாங்குவோம்.''

கணேஷ் விம்மிக்கொண்டேயிருந்தான்.

''எல்லாரையும் கொல்லணும். அந்தத் அயோக்கிய நாய்கள் ஒவ்வொருத்தனையும் வெட்டியெறியணும்!''

''அவ உயிரைப் பறிச்ச தீமையைக் கொளுத்துவோம்,'' அழும் மகனை சிவன் தாங்கிக்கொண்டார். கண்களை மூடி, கணேஷை இறுக்கிக்கொண்டு, கிசுகிசுத்தார். ''அதுக்கு விலை எதுவாயிருந்தாலும் சரிதான்.''

ரஜத் மேடைக்கு வீரபத்ராவும் க்ருத்திகாவும் வந்து சேர்ந்தனர். பலகாலம் தேவகிரியில் வாழ்ந்தவளாதலால், அங்கே பலரை அறிந்திருந்த க்ருத்திகா, நகரிலேயே தங்கிவிட முடிவு செய்திருந்த பலரையும், மனம்மாறி வெளியேறத் தூண்டிக்கொண்டிருந்தாள்.

''உன்கிட்டே கொஞ்சம் பேசணும், வீரபத்ரா.''

சுழன்று திரும்பியவன், காளியும், பரசுராமனும் பின்னால் நிற்பதைக் கண்டான்.

''சரி, தேவி,'' என்றான் வீரபத்ரா.

''தனியா,'' என்றாள் காளி.

''நிச்சயமா,'' என்ற வீரபத்ரா, க்ருத்திகாவை லேசாய்த் தொட்டுவிட்டு, நடந்தான்.

''வித்யுன்மாலியா?'' ரௌத்ரத்தில் முகம் இறுக, வீரபத்ரா காறித் துப்பினான்.

''சூழ்ச்சியின் சூத்திரதாரி அவன்தான்,'' என்றாள் காளி. ''சமீபமா நடந்த ஏதோ சண்டையில மோசமாக் காயம்பட்டு, நகரத்துக்குள்ளேதான் ஒளிஞ்சிருக்கான்.''

பரசுராமன், வீரபத்ராவின் தோளைத் தொட்டான். ''நகருக்குள்ள சின்ன குழுவா நுழைஞ்சு, அவனைக் கண்டுபிடிக்கணும்.''

கோரமான முள் முனையுடன், குத்தினால் படுகாயமேற் படுத்தும் தன் கத்தியைக் காளி தொட்டுப் பார்த்துக்கொண்டாள். ''அவனைப் பேச வைக்கணும். தப்பிச்சுப் போன கொலையாளிகள் யார்னு அவனைவிட்டுத்தான் தெரிஞ்சிக் கணும்.''

''அந்தப் பொறம்போக்குப் பொறுக்கி மெதுவா, வலியில துடிச்சுத் துடிச்சுத்தான் சாகணும்,'' வீரபத்ரா கறுவிக்கொண்டான்.

''அதுல சந்தேகமேயில்ல,'' என்றாள் காளி. ''ஆனா, அதுக்கு முன்னால, அவனைப் பேசவைக்கணும்.''

உள்ளங்கை நிலத்தைப் பார்க்க, பரசுராமன் சத்தியப் பிரமாணம் எடுத்துக்கொண்டான். ''நீலகண்டருக்காக.''

அவனுடைய கரத்தின் மேல், வீரபத்ரா கை வைத்தான். ''சிவாவுக்காக.''

அவர்களது கரங்களின் மீது, காளியின் கரம் அழுத்தமாய்ப் பதிந்தது. ''சதிக்காக.''

அத்தியாயம் 51

வாழு; உன் கர்மாவை நிறைவேற்று

''என்னது, தேவகிரிக்குள்ளே நுழையணுமா?'' க்ருத்திகா க்றீச்சிட்டாள். ''உனக்கென்ன பித்துகித்து பிடிச்சிருக்கா?''

''சீக்கிரமே வந்துருவேன், க்ருத்திகா,'' என்றான் வீரபத்ரா. ''நகருக்குள்ளே சட்டம் ஒழுங்கு எதுவும் தவறலை. மெலூஹர்கள் நடந்துக்கற விதத்தைத்தான் நீ பார்க்கறியே?''

''இருக்கலாம். ஆனா, வித்யுன்மாலியோட ஆட்கள் நிச்சயமா தெருவுல சுத்திக்கிட்டிருப்பாங்க. என்ன செய்வாங்கன்னு நினைக்கறே? பூவும் தங்கத் தாம்பாளமும் வெச்சு வரவேற்பாங்கன்னா?''

''என்னைக் கவனிக்கக்கூடமாட்டாங்க, க்ருத்திகா.''

''பேத்தல்! நீலகண்டப் பெருமானோட நண்பனா கிட்டத்தட்ட தேவகிரியில எல்லோருக்கும் உன்னைத் தெரியும்.''

''என்னைப் பார்த்தாதானே அடையாளம் தெரிஞ்சுக்க? இராத்திரி, ரொம்ப நேரம் தாண்டியாச்சு. நானும் பார்வைக்கு மறைஞ்சேதான் இருப்பேன். யாரும் கண்டுக்கப்போறதில்ல.''

''வேற யாரையாவது ஏன் அனுப்பக்கூடாது?''

''என் நண்பனுக்காக நான் இதையாவது செஞ்சதா இருக்கட்டுமே? இளவரசி சதியின் உண்மையான கொலையாளிகளைக் கண்டுபிடிக்க வேண்டியது முக்கியம். வித்யுன்மாலிக்கு எல்லாம் தெரியும். அமைதிப் பேச்சு வார்த்தைங்கிற இந்த மிகப்பெரிய சூழ்ச்சியை உருவாக்கி, செயல்படுத்தினதே அவன்தான்.''

''நாமதான் நகரம் முழுவதையும் அழிக்கப்போறோமே? எப்படியும் சதிகாரங்க எல்லோரும் செத்துருவாங்களே?''

''கொலையாளிகள்ள பலர் தப்பிச்சிட்டாங்க, க்ருத்திகா,'' என்றான் வீரபத்ரா. ''அவங்க யார் யார்னு வித்யுன்மாலிக்குத் தான் தெரியும். இப்ப அவங்களை நாம அடையாளம் தெரிஞ்சிக்கலைன்னா, இனி எப்பவும் முடியாது.''

மேற்கொண்டு விவாதம் செய்ய வழியின்றி, மனத்தின் கலக்கம் முகத்தில் பிரதிபலிக்க, க்ருத்திகா வேறுபுறம்

திரும்பிக்கொண்டாள். ''இளவரசி சதியின் மரணத்தால நானும்தான் பாதிக்கப்பட்டிருக்கேன். கோபத்துல கொதிச் சிட்டிருக்கேன். ஆனா, இந்தக் கொலைகள் ஏதாவது ஒரு கட்டத்துல நின்னுதான் ஆகணும்.''

''நானும் போகத்தான் வேணும், க்ருத்திகா.''

விடைபெற்றுக்கொள்ளும் எண்ணத்துடன் வீரபத்ரா அவளை முத்தமிட முயல, அவளோ, முகத்தைத் திருப்பிக்கொண்டாள். அவளது கோபம், அவனுக்குப் புரியாமலில்லை. வாழ்நாள் முழுதும் பூஜித்த பெண் மணியை இழந்துவிட்டாள்; அவள் பிறந்து வளர்ந்த தேவகிரி, அழியப்போகிறது. கணவனையும் இப்பொழுது இழக்க அவள் தயாராக இல்லை. ஆனால், காரியத்தை முடிப்பதில் வீரபத்ராவும் தீர்மானமாயிருந்தான். சதியின் கொலையாளிகள், தண்டனையடைந்தே ஆகவேண்டும்.

தலைகுனிந்து, இருகரம் கூப்பி வணங்கிய கார்த்திக், ''பண்டிட்ஜி?' என்றழைத்தான்.

ப்ருகு, கண்களைத் திறந்தார். பொதுக்குளியலறைக்கு அருகேயிருந்த படாடோபமான இந்திரபகவானின் கோயிலில், மகரிஷி தியானத்தில் ஆழ்ந்திருந்தார்.

''பிரபு கார்த்திக்?'' இரவு முதிர்ந்துவிட்ட இந்த நேரத்தில், தேவகிரிக்குள் அவனைக் கண்டதன் ஆச்சர்யம், அவர் குரலில் மிகுந்திருந்தது.

'''பிரபு'ன்னு அழைக்கிற அளவுக்கு நான் வயசில் பெரியவனில்லை, மகரிஷி,'' என்றான் கார்த்திக்.

''மகத்தான காரியங்களைச் சாதிப்பதினால்தான் ஒருவன் மகோன்னதம் அடைகிறானேயொழிய, வயதினால் அல்ல. சோமரஸம் முற்றுமாய் அழிந்துபோகாமல் பாதுகாக்க நீங்கள் எடுக்கும் முயற்சிகள் குறித்து கேள்விப்பட்டேன். வரலாறு, உங்களை வாழ்த்தும். யுகம் யுகமாய், இந்த உலகம் தங்கள் புகழ் பாடும்.''

''நான் எனக்காகவோ, புகழ் சம்பாதிக்கவோ இதைச் செய்யலை, பண்டிட்ஜி. எங்கப்பாவோட பணியைச் சரிவர நிறைவேத்தறது என் கடமை. நான் எதைச் செய்யணும்னு எங்கம்மா விரும்பியிருப்பாங்களோ, அதை முடிக்கிறதுதான் என் பணி.''

''நீங்கள் இங்கே வந்திருப்பதை உங்கள் தாய் விரும்பியிருப்பார் எனத் தோன்றவில்லை,'' ப்ருகு

புன்னகைத்தார். ''என்னைக் காப்பாற்ற முயற்சிப்பதையும் அவர் ஒப்புக்கொண்டிருப்பாரா என்பது சந்தேகம்தான்.''

''ஒத்துக்கமாட்டேன்,'' என்றான் கார்த்திக். ''நீங்க நல்லவர்தான். தப்பான பக்கத்தைத் தேர்ந்தெடுத்திட்டீங்க.''

''வெறுமே இந்த அணியைத் தேர்ந்தெடுத்ததோடு நான் நிற்கவில்லை; படையையே நடத்திச் சென்றேன். தர்மக்கோட்பாடுகளின் படி, அவர்களோடு இறப்பதுதான் எனக்கிருக்கும் ஒரே வழி.''

''ஏன்?''

''நான் தலைமையேற்ற படை இவ்வாறான குற்றங்கள் புரிந்தால், அதற்கான விலையை நான்தான் கொடுத்தாக வேண்டும். சோமரஸத்தை ஆதரித்தோரைக் குற்றவாளிகள் என விதி தீர்மானித்தால், சோமரஸம் தீய சக்தியாகத்தான் இருக்கவேண்டும். தவறு என்னுடையது. என் குற்றத்துக்கான தண்டனை, மரணம்.''

''சுலபமான வழியில தப்பிச்சுக்கற மாதிரி தோணலை?''

வார்த்தைகளில் பொதிந்திருந்த அவமானம் சுரீரென்று உறைக்க, ப்ருகு கார்த்திக்கை வெறித்தார்.

''ஆக, தப்புப் பண்ணிட்டதா உறுதியா நம்பறீங்க, இல்லையா, பண்டிட்ஜி?'' கார்த்திக் கேட்டான். ''தப்பிக்க என்ன வழி? செத்துப் போறதா? அல்லது, ஒருவேளை, உங்க கர்மாவைச் சரிவர நிறைவேற்றி, செஞ்ச பாவத்தைக் கழிச்சுத் தீர்க்கறதா?''

''இனி நான் என்ன செய்யமுடியும்? சோமரஸம் தீமையென்று ஒப்புக்கொண்டுவிட்டேன். மேற்கொண்டு என்னாலாகக்கூடியது எதுவுமில்லை.''

''ஒரு *மகத்தான ஞானக்களஞ்சியம்,* உங்களுக்குள்ள புதைஞ்சிருக்கு, பண்டிட்ஜி,'' என்றான் கார்த்திக். ''நீங்க சிறந்து விளங்கறது, சோமரஸம்கிற ஒரு விஷயத்துல மட்டுமில்ல. பிரபு ப்ருகுவோட *ஸம்ஹிதை,* இந்த உலகத்துக்குக் கிடைக்க வேண்டாமா?''

''என்னிடம் உள்ள அறிவுக்களஞ்சியத்தில் யாருக்கென்ன அக்கறை இருக்கக்கூடும்?''

''அதை, காலம்தான் தீர்மானிக்கணும். நீங்க, உங்க கடமையைச் செய்யறதுதான் முக்கியம்.''

ப்ருகு, மௌனமானார்.

''உங்க ஞானத்தை இந்த உலகம் முழுக்கப் பரப்பறதுதான் உங்க கர்மா, பண்டிட்ஜி,'' என்றான் கார்த்திக். ''மத்தவங்க அதை கிரகிச்சுப் பயனடையறாங்களா, இல்லையாங்கிறது, அவங்க கர்மா; அவங்க தலையெழுத்து.''

''நன்றாகத்தான் பேசுகிறீர், நீலகண்டர் புத்திரரே,'' வறண்ட புன்னகை முகத்தில் வெளிச்சமிட, ப்ருகு மறுப்பாய்த் தலையசைத்துக்கொண்டார். ''ஆனால், தீமையாகிவிட்ட ஒரு பொருளை ஆதரிக்கும் முடிவை எடுத்தது நானே. அந்தப் பாவத்திற்காக, நான் சாகத்தான் வேண்டும். இனி இந்தப் பிறவியில், எனக்குக் கர்மா எதுவும் மிச்சமில்லை. மீண்டும் பிறவியெடுக்க நான் காத்திருக்க வேண்டும்.''

''ஒரு மோசமான காரியத்தால, கர்மசக்கரத்தின் சுழற்சியைத் தடுத்து நிறுத்தமுடியாது. உங்க பாவத்துக்குத் தண்டனையா, இந்த உலகத்துலேர்ந்து உங்களை நீங்க வெளியேத்திக்க வேண்டிய அவசியமில்ல. அதுக்குப் பதிலா, இங்கேயே இருங்க. மோசமான கர்மாவை, நல்ல காரியம் செஞ்சு, கழிங்க.''

ப்ருகு, மௌனமாய்க் கார்த்திக்கை வெறித்தார்.

''நடந்து முடிஞ்ச விஷயத்தை இனி மாத்தமுடியாது. ஆனால், நல்லவேளையா, யாருக்காகவும் எதுக்காகவும் காத்திருக்காமல் கடக்கும் காலத்தின் போக்குல, செஞ்ச தவறுகள் எல்லாத்துக்கும், தகுந்த பரிகாரம் தேடவும், சீர்செய்யவும் எத்தனையோ நல்ல வாய்ப்புகள் கிடைக்கும். உங்களைக் கெஞ்சிக் கேட்டுக்கறேன்; இந்த மாதிரி தப்பிச்சுப் போகாதீங்க. இந்த உலகத்துலேயே இருந்து, உங்க கர்மாவைத் தீருங்க.''

ப்ருகுவின் முகம் மலர்ந்தது. ''வயது சிறியதுதான் என்றாலும், உமது அறிவின் தீட்சண்யம் என்னை வியக்க வைக்கிறது.''

''நான் சிவனுக்கும், சதிக்கும் பிறந்தவன்,'' கார்த்திக்கின் முகத்தில் புன்னகை. ''கணேஷின் தம்பி. அருமையான தோட்டக்காரர்கள் இருக்கும்போது, மலர்கள் பூத்துக் குலுங்கறதுல அதிசயம் இல்லையே?''

திரும்பி, கர்ப்பக்ரஹத்தினுள்ளே பொலிந்த இந்திரபகவானின் திருவுருவச் சிலையை ப்ருகு நோக்கினார். இடியையே ஆயுதமாகக் கொண்டு, மிகப் பிரியமான, மகத்தான வஜ்ராயுதத்தைக் கைகளில் பற்றியவாறு, கொடூர அரக்கன் வ்ருத்திரனை அழித்த பெருமைகொண்ட உன்னத இந்திரபகவான், ஜாஜ்வல்யமாய் அருள் பாலித்துக் கொண்டிருந்தார். கைகளைக் குவித்து அவரை நோக்கிக் குனிந்த ப்ருகு, ஆழ்ந்து பிரார்த்தனை செய்து, அவரது அருளை வேண்டினார்.

கார்த்திக்கை நோக்கி மீண்டும் திரும்பிய மகரிஷி, ''*ஸம்ஹிதா...*'' என்று முணுமுணுத்தார்.

''*ப்ருகு ஸம்ஹிதா,*'' கார்த்திக் சொன்னான். ''உங்ககிட்டே பொதிஞ்சிருக்கிற ஞானம், இந்த உலகத்தை

நிச்சயம் செழிப்பாக்கும். சாவை எதிர்பார்த்து இங்கேயே உட்கார்ந்திருக்காம, என்னோட வாங்க.''

— ⊼ ◎ ⩀ ⇡ ⊗ —

தேவகிரியின் இறுதி நாளன்று, சூரியன் உதயமாயிற்று. *பாசுபதாஸ்திரம்* தயார். வாயில்களை மூடியபிறகு, கதிரியிக்கத்தின் கொடூரத் தாக்குதலிலிருந்து தப்பிக்கும் மார்க்கமாய், சிவனின் வீரர்கள், பாதுகாப்பான இடத்திற்குச் செல்ல உத்தரவிடப்பட்டிருந்தது. தேவகிரியில் தங்கிவிட்டோரின் உறவினர்களும், சந்திரகேதுவின் ப்ரங்கர்களால் பின்னே தள்ளப்பட்டு, பொறுமையாய்க் காத்திருந்தனர். நகருக்குள்ளிருந்த உற்றாரை நினைத்து, அவர்களது ஆன்மா சாந்தியடைய ஓயாமல் பிரார்த்தனை செய்தவண்ணம் இருந்தனர்.

மகரிஷி ப்ருகுவும், சோமரஸ இரகசியங்களை அறிந்த முன்னூறு பேரும், முந்தைய இரவே தேவகிரியை விட்டு பத்திரமாய் வெளியேற்றப்பட்டுவிட்டனர். தற்சமயம், நகருக்கு வடக்கே பத்து கிலோமீட்டர் தூரத்தில், திவோதாஸ் மற்றும் அவரது வீரர்கள் கண்கொத்திப் பாம்பாய்க் காவலிருக்க, தற்காலிகச் சிறையில் வைக்கப்பட்டிருந்தனர். தந்தையின் கோபம் தணிந்த பிறகே, ப்ருகு மற்றும் இதரர்களைப் பற்றிப் பேச்செடுப்பது என்று கார்த்திக் முடிவெடுத்திருந்தான்.

அமைதி மாநாட்டுக் கட்டிடம், இப்பொழுது வெறுமையாய் நின்றது. நந்தி, மற்றும் உயிர்பிழைத்த பிற மெய்க்காப் பாளர்கள் அனைவரும், பத்திரமாகச் சிவனின் கப்பலுக்கு மாற்றப்பட, அங்கே ஆயுர்வதியின் மேற்பார்வையின் கீழ் மருத்துவக்குழு தொடர்ந்து அவர்களைக் கண்காணித்தது.

சிவனின் புருவங்களுக்கு மத்தியில் பூத்திருந்த கருஞ்சி வப்புப் புண், ஆயுர்வதியை வெகுவாகக் கவலைக்குள்ளாக்கி யிருந்தது. இதற்குமுன் பலமுறை அது வெளிப்பட்டிருந்தாலும் - அதிலும், சிவன் கோபமுற்றிருக்கும் போது - இத்தனை நாள் இருந்ததேயில்லை. சிவனோ, ஆயுர்வதியின் கவலையைச் சட்டை செய்வதாகவே இல்லை.

சிவன், காளி, கணேஷ், மற்றும் கார்த்திக், சதியின் உடலை மென்மையாக ஏந்திக்கொண்டு, கப்பலில் பிரத்யேகமாய்த் தயார் செய்யப்பட்டிருந்த அறைக்குச் சென்றனர். அங்கே அமைக்கப்பட்டிருந்த இன்னொரு பனிக்குழிக்குள், சடலம் இறக்கப்பட்டது.

சதியின் முகத்தை மென்மையாய் வருடிய சிவன், ''செஞ்ச குற்றங்களுக்கு தேவகிரி நிச்சயமா பதில் சொல்லும், கண்ணம்மா. உனக்காகப் பழி தீர்ப்போம்,'' என்றார்.

அவர் பின்வாங்க, வீரர்கள் இன்னொரு பெரும் பனிக்கட்டியை குழியின் மீது பொருத்தி, சதியின் உடலை மொத்தமாய் மூடினர்.

அவளைக் கடைசியாக ஒரு முறை பார்த்துக்கொண்ட சிவன், காளி, கணேஷ் மற்றும் கார்த்திக், திரும்பி, கப்பலைவிட்டு வெளியேறினர். கோபால் மற்றும் சிவனின் படையைச் சேர்ந்த மன்னர்கள், துறைமுகத்தில் காத்திருந்தனர்.

சிவன் திரும்பி, கப்பலின் கலபதியைப் பார்த்துத் தலையசைத்தார். துடுப்புப் போடும் பகுதியை நோக்கிக் கப்பலுக்குள் நுழைந்த வீரர்கள், உடனடியாக, *பாசுபதாஸ்திரக்* கதிரியக்கம் தாக்கக்கூடிய அதிகபட்ச தொலைவைக் கடக்கும் விதமாய், சரஸ்வதி நதியில் அதை வெகு தூரம் செலுத்தினர்.

''அஸ்திரம் பிரயோகிக்கத் தயாரா இருக்கு, நீலகண்டப் பெருமானே,'' என்றாள் தாரா.

கலக்கமுற்று நின்ற கோபாலை ஒரு முறை ஏறிட்ட சிவனின் முகம், உணர்ச்சியற்று இருந்தது. தாராவை நோக்கினார். ''போகலாம்.''

இரண்டாவது ப்ரஹாரின் நான்காவது மணி - தேவகிரி அழிய இன்னும் இரண்டு மணி நேரங்களே இருந்தன. பர்வதேஸ்வரர் வீட்டுக் கதவை வீரிணி தட்டினாள். பதிலில்லை. பர்வதேஸ்வரரும், ஆனந்தமயியும் அநேகமாய், வீட்டில் தனியாகவே இருக்கக்கூடும்.

கதவைத் தள்ளிக்கொண்டு, வீரிணி வீட்டிற்குள் நுழைந்தாள். தாழ்வாரத்தைத் தாண்டி, மத்தியில் இருந்த முற்றத்திற்கு வந்து சேர்ந்தாள்.

''சேநாதிபதி!'' வீரிணி அழைத்தாள்.

பதிலில்லை.

''சேநாதிபதி!'' வீரிணி உரக்க அழைத்தாள். ''நான்தான் - மெலூஹாவின் அரசி, வந்திருக்கேன்.''

''தேவி!''

வீரிணி நிமிர்ந்த போது, மேல்மாடியின் உப்பரிகை யினின்று, பர்வதேஸ்வரர், ஆச்சர்யம் தோய்ந்த முகத்துடன் கீழே நோக்குவதைக் கண்டாள். தலை கலைந்திருக்க, அங்கவஸ்திரம் அவசரமாகத் தோள் மீது போர்த்தியிருந்தது.

''தவறான சமயத்துல குறுக்கிட்டுட்டேனா, சேநாதிபதி? மன்னிச்சிருங்க.''

''அப்படியெதுவும் இல்லை, தேவி,'' என்றார் பர்வதேஸ்வரர்.

''நமக்கு அதிக நேரமில்லை, அதான்,'' என்றாள் வீரிணி. ''உங்ககிட்டே சொல்லவேண்டியது ஒண்ணு இருக்கு.''

''ஒரே நிமிடம் கொடுங்கள், தேவி. இதோ, நொடியில் கீழே வந்துவிடுகிறேன்.''

''தாராளமா,'' என்றாள் வீரிணி.

முற்றத்திற்கு அருகில் இருந்த அகன்ற வரவேற்பறையில், வசதியான நாற்காலியில் அமர்ந்து, வீரிணி காத்திருந்தாள். சில நிமிடங்களில், அப்பழுக்கற்ற வெள்ளை வேட்டியும் அங்கவஸ்திரமும் தரித்து, தலை அழகாய் வாரப்பட்டு, பர்வதேஸ்வரர் அறைக்குள் நுழைந்தார். பின்னோடு, தூய்மையின் வண்ணமான அதே வெண்மை நிற உடுப்பை அணிந்துவந்தாள், மனைவி ஆனந்தமயி.

''உங்களை இந்த நேரத்துல தொந்தரவு செஞ்சதுக்கு மன்னிக்கணும்,'' வீரிணி எழுந்தாள்.

''இதற்கெல்லாம் அவசியமேயில்லை, தேவி,'' என்றார் பர்வதேஸ்வரர். ''தயவு செய்து அமருங்கள்.''

வீரிணி அவ்வாறே செய்ய, அருகே, பர்வதேஸ்வரரும் ஆனந்தமயியும் உட்கார்ந்துகொண்டனர்.

''என்ன விஷயமாய் இங்கே வருகை புரிந்தீர்கள், தேவி?'' பர்வதேஸ்வரர் கேட்டார்.

வீரிணி தயங்குவது போல் தோன்றியது. பிறகு, நிமிர்ந்து அவர்களிருவரையும் பார்த்தபோது, அவளது முகத்தில் புன்னகை பொலிந்தது. ''உங்களுக்கு நன்றி சொல்லத்தான்.''

''நன்றியா?'' அதிசயமடைந்த பர்வதேஸ்வரர், ஆனந்தமயியை ஒருமுறை ஏறிட்டுவிட்டு, மீண்டும் வீரிணியிடம் திரும்பினார். ''எங்களுக்கு எதற்காக நன்றியெல்லாம், தேவி?''

''தேவகிரியின் சொத்தை அழியாமப் பாதுகாத்ததுக்கு,'' என்றாள் வீரிணி.

மனதில் ஏற்பட்ட குழப்பம் முகங்களில் துலங்க, பர்வதேஸ்வரரும் ஆனந்தமயியும் அமைதி காத்தனர்.

''தேவகிரிங்கிறது, வெறும் ஜடப்பொருள் இல்லை,'' கைகளை அசைத்தவாறு, வீரிணி தொடர்ந்தாள். ''அதன் உயிர், ஆத்மா, அதன் ஞானத்துலயும், தத்துவக்கொள்கைகளிலும், சித்தாந்தங்களிலும்தான் புதைஞ்சிருக்கு. நம் நாகரீகத்தோட சிறந்த அறிஞர்களைத் தப்ப வைச்சு, அதை நீங்க காப்பாத்திட்டீங்க.''

தர்மசங்கடமடைந்த பர்வதேஸ்வரருக்கு எவ்விதமாய் பதில் சொல்வது என்று தெரியவில்லை. சோமரஸ ஆலையில் பணிபுரிந்த விஞ்ஞானிகளை, சட்டத்திற்குப் புறம்பாய் தானே வெளியேற்றிவிட்டதை வெளிப்படையாக எப்படி ஒப்புக்கொள்ளமுடியும்? ''தேவி, நான் எதுவும்...''

வீரிணி கையுயர்த்தினாள். ''வாழ்நாள் முழுக்க, மிகச் சிறப்பான ஒழுக்கசீலராத்தான் வாழ்ந்திருக்கீங்க, பிரபு பர்வதேஸ்வரரே. உங்க கடைசி நாளன்னைக்கு பொய் சொல்லி அதைக் கெடுத்துக்க வேண்டாம்.''

பர்வதேஸ்வரர் முகமலர்ந்தார்.

''நீங்க காப்பாத்தின அறிஞர்களும் விஞ்ஞானிகளும், சோமரஸத்தின் ஞானத்தை மட்டும் அறிஞ்சவங்க இல்ல - மகத்தான நம்ம தேசத்தோட அறிவுக் களஞ்சியமும் அவங்ககிட்டேதான் புதைஞ்சுகிடக்கு. நம் கொள்கைகள், வாழ்வியல், ஆன்மீக சித்தாந்தங்கள், எல்லாத்தோட பாதுகாவலர்களும் அவங்கதான். இதுக்காக, தேவகிரியும் மெலூஹாவும் என்னென்னைக்கும் உங்களுக்குக் கடமைப் பட்டிருக்கும்.''

''நன்றி, தேவி,'' கூச்சத்தில் நெளிந்த கணவனின் சார்பாய், ஆனந்தமயி நன்றி தெரிவித்தாள்.

''என் கணவர் செஞ்ச பாவத்துக்காக நீங்க ரெண்டு பேரும் உயிர் விட வேண்டியிருக்கேங்கிறதே எனக்குக் கஷ்டமாயிருக்கு,'' என்றாள் வீரிணி. ''மகரிஷி ப்ருகுவும், மற்ற அறிஞர்களும் சேர்ந்து பலியாகியிருந்தாங்கன்னா, என்னால அதைத் தாங்கிக்கிட்டிருந்திருக்க முடியாது.''

''உங்க கணவரின் பாவங்களுக்காக நீங்க கஷ்டப்படுறதுதான் உண்மையிலேயே அநியாயம்னு நினைக்கிறேன், தேவி,'' என்றாள் ஆனந்தமயி. ''அவர் நல்ல சக்ரவர்த்தியா இல்லாம இருந்திருக்கலாம் - ஆனா, நீங்க நிச்சயம் அருமையான சக்ரவர்த்தினிதான்.''

''அது உண்மையில்லைம்மா. இருந்திருந்தா, நான் அவர் சொன்னதுக்கெல்லாம் கட்டுப்பட்டு பக்கத்துல நிக்காமே, முன்னாடி நின்னு எதிர்த்திருப்பேன்.''

மனமொத்த சில நொடிகள், அமைதியாய்க் கழிந்தன. கடைசியாக வீரிணி, தோள்களை நிமிர்த்திக்கொண்டு, விடைபெற எழுந்தாள். ''நேரம் கடந்துகிட்டே இருக்கு,'' என்றாள். ''இறுதி யாத்திரைக்காகத் தயார் செய்ய வேண்டியது இன்னும் எவ்வளவோ இருக்கு. உங்க ரெண்டு பேருக்கும் ரொம்ப நன்றி. விடைபெற்றுக்கலாமா? கடைசி முறையா?''

அத்தியாயம் 52

ஆலமரம்

தன்னறையில் அமைதியாக உட்கார்ந்திருந்த தக்ஷர், ஜன்னல் வழியே வெறித்தவாறு, மரணத்தை எதிர்பார்த்திருந்தார். அதிகாலையில் இவ்வளவு விரைவாக வீரிணி எங்கே போனாளோ? யோசித்தபடி, கதவைப் பார்த்தார்.

இவளுமா என்ன நிர்க்கதியாக்கிவிட்டுச் சென்றுவிட்டாள்?

மனைவியின் மீது எந்தத் தவறும் இல்லையென்பதை, மரணம் நெருங்கும் தறுவாயில், தனக்குத்தானேயாவது ஒப்புக்கொள்ளும் நேர்மை அவருக்கு இப்பொழுது வந்திருந்தது.

ஆழ மூச்சை இழுத்த தக்ஷர், கண்ணீர்த்துளியைத் துடைத்துவிட்டு, மீண்டும் ஜன்னல் வெளியே, தூரத்தில் தெரிந்த ஆலமரத்தை வெறித்தார். எத்தனையோ நூற்றாண்டுகளைக் கடந்த, உத்தமமான மரம் அது - தக்ஷரை விடவும் வயது முதிர்ந்தது. நினைவு தெரிந்த நாளாய், இந்த மரத்தைப் பார்த்து வந்திருக்கிறார். சிறு வயதில் அதன் பிரம்மாண்டத்தைக் கண்டு வியந்து நின்றதும், இது வளர்வதை நிறுத்தவே நிறுத்தாதோ என்று பின்னாளில் அதிசயித்ததும், நினைவுக்கு வந்தது. மிகப்பரவலாய்த் தன் கிளைகளைப் பரப்பியதோடு, அதிக தூரம் நீண்டவுடன், மெல்லிய திரி போன்ற விழுதுகளை, தரையில் இறக்கும். இவை முதிர்ந்து, தரையில் நன்கு ஊன்றி, காலப்போக்கில் வளர்ந்து, இன்னோர் மரம் போலவே காட்சியளித்து, பிறப்பைக் கொடுத்த மரத்தின் நீட்சியாய்த் தாயை மேலும் வளர்க்கும். பல வருடம் கடந்து, எத்தனையெத்தனையோ விழுதுகளும் இறங்கியபிறகு, எது மரம், எது விழுது என்றே சொல்லமுடியாதபடி ஆல் செழித்து நிற்கும். தக்ஷர் பிறந்த பொழுது, அது ஒற்றை மரம். இப்பொழுதும் அப்படித்தான் - ஆனால், அதன் இராட்சத வளர்ச்சி, பெரிய காட்டின் தோற்றத்தைக் கொடுத்தது.

உன்னதமான இந்த ஆலமரத்தை, பல இந்தியர்கள் மிகுந்த பக்தியுடன் தொழுது, மரியாதை செலுத்தி வந்ததை

தக்ஷர் அறிவார். இந்தியாவின் மிகப்புனிதமான மரம் இதுவே. தான் வாழ்வது மட்டுமின்றி, தன்னலம் கருதாமல், எத்தனையோ பறவைகளுக்கும் விலங்குகளுக்கும் தன் நிழலில் நிம்மதியாய் வாழ ஒரு சிறிய உலகத்தை அது ஏற்படுத்தியிருந்தது. அதன் ஆதரவில் பிழைத்து செழித்த செடிகள் கணக்கிலடங்கா. எவ்வளவு கடுமையான புயலடித்தாலும், சற்றும் கலங்காமல் எதிர்த்து நிற்கும். காலகாலமாய் மக்களுக்கு அருள்பாலித்துவரும் மூதாதையர்கள் - ஏன், தெய்வங்களேகூட - அந்த மரத்தில் வாழ்ந்து வந்ததாகப் பல இந்தியர்கள் நம்பினர்.

தேவகிரியில் குடியிருந்த எத்தனையோ மக்களுக்கு இந்த ஆலமரம்தான் அவர்களது அற்புத வாழ்வியலின் பிரதிநதி, குறியீடு. அதைத் தெய்வமாகவே பூஜித்து வந்தனர்.

தக்ஷரின் எண்ணங்களோ, வேறுவிதமாய் இருந்தன.

தாய்மரத்தைச் சுற்றி, அதே ஆலமரத்தின் கன்றுகள் செழிக்கவோ, ஏன் வளரக்கூட முடிந்ததில்லை என்பதைச் சிறு வயதிலேயே அவர் கவனித்திருந்தார். ஆலமரத்தின் விழுதுகள் மிக வலிமையானவை; தாய்மரத்தைச் சுற்றி வளைந்து நெளிந்து வளர்ந்து, வேறு ஆலங்கன்றுகள் வளர சற்றும் இடம் தராமல் தடுக்கும். தாயினிடத்திலிருந்து வெகு தூரம் நகர்ந்தே, வேறொரு ஆலமரம் செழிக்க முடியும்.

நான் ஓடியிருக்க வேண்டும்.

ஆலமரம் செழித்து, அடுத்த தலைமுறையை வளர்க்க, ஒரு குறிப்பிட்டக் குளவி இனம்தான் உதவி செய்கிறது. ஆனால், கன்று ஈன வழி செய்யும் அதே குளவியின் உதவிக்கு, ஆலமரத்தின் கைம்மாறு, மிகக் கொடுமையானது. குளவியைக் கொடூரமாய், அணுஅணுவாய்க் கிழித்துக் கொன்றுவிடும். இயற்கையில் நிகழும் இந்த சம்பவத்தின் விளைவாய், தக்ஷர் சில விஷயங்களை அனுமானித்திருந்தார்: தன் மக்கள் பிறக்க வழிவகுக்கும் நல்லெண்ணம் படைத்த குளவியையே கொடூரமாய் அழித்துவிடுமென்றால், ஆலமரம் தன் மக்களின் மீது எவ்வளவு வெறுப்புக் கொண்டிருக்கவேண்டும்?

அன்பும் ஆதரவும் கிடைக்காத குழந்தைக்கு, ஆலமரம், தன் பாசம் அத்தனையையும், பிறருக்கே அளிப்பதாகத் தோன்றியது. தன் மக்களைப் பற்றி ஆலமரத்திற்குக் கவலையில்லை; அவற்றை அழிக்க, தேவைக்கு மீறி கொடூரத்தில் இறங்குவதுதான் அதன் பிறவிக்குணம்.

ஆகையால், உலகமே ஆலமரத்தைத் தெய்வமாய்க் கொண்டாட, தக்ஷர் மனதிலோ, அது குறித்து பீதியும், பகைமையும் மட்டுமே வளர்ந்திருந்தன.

அவர் வாழ்க்கையில் இருந்தது இந்த ஒரு ஆலமரம் மட்டுமல்ல; இன்னொன்றும்தான் - அவரது தந்தை.

ப்ரம்மநாயகரின் மீது தக்ஷருக்கிருந்த வெறுப்பு கொஞ்சநஞ்சமில்லை - அதே சமயம், ஆழ்மனதில், அபரிமிதமான பற்றும், தந்தையின் அபார திறன் குறித்த பெருமிதமும் இருந்திருக்கலாம். ஆலமரத்தின் பரிதாபத்திற்குரிய கன்றுகளைப் போல, தானும் தந்தையைப் போன்றே உயரமுடியும் என்பதை நிரூபிக்கும் தவிப்பு, அவருக்கும் இருந்தது. வாழ்நாள் முழுவதும் அவர் தோளில் அழுந்தியிருந்த பாரம், இது. ஆனால் - ஒரே ஒரு சந்தர்ப்பத்தில், ஒரு சில நிமிடங்கள், தன் தந்தையின் இரும்புப் பிடியினின்று அவர் தன்னை விலக்கிக் கொண்டதுண்டு; சுதந்திரம் என்றால் என்ன என்பதைச் சில விநாடிகள் உணர்ந்ததுண்டு. எத்தனையோ காலம் கடந்திருந்தாலும் - ஏன் நூறு வருடங்களுக்கு மேலேயே ஆகிவிட்டாலும் - அந்த நாள் இன்னமும் அவர் மனக்கண்ணில் துல்லியமாய் விரிந்தது..

மயிகா குருகுலத்திலிருந்து, மெலூஹக் கொள்கை களையும், வாழ்வியலையும் சுமந்த உலகமறியாத பதினாறு வயது இளம்பெண்ணாக, சதி அப்போதுதான் வந்து சேர்ந்திருந்தாள். தனக்கேயுரிய நல்ல குணத்திற்கேற்ப, புலம்பெயர்ந்த பெண்ணைக் காட்டு நாய்களினின்று காப்பாற்றவும் துணிந்தாள். தானும் பர்வதேஸ்வரரும் அவள் உதவிக்கு ஓடியது தக்ஷருக்கு நன்கு நினைவிருந்தது. திறன் வாய்ந்த வீரனாய் இல்லாவிட்டாலும், பர்வதேஸ்வரரின் உதவியுடன், மகளைக் கொல்ல வந்த மிருகங்களை வீராவேசமாய்த் தான் அடித்துக் கொன்றதும் பசுமையாய் ஞாபகத்தில் நின்றது. அந்தச் சண்டையில், அவருக்கு மோசமான காயமும்பட்டது.

நல்லவேளையாக, மருத்துவக்குழுக்கள் உடனடியாக வந்து சேர்ந்துவிட்டன. பர்வதேஸ்வரருக்கும் சதிக்கும் லேசான காயம்தான் என்பதால், உடனடியாக மருந்திடப் பட்டது. சண்டையின் உச்சத்தில் இருந்ததால், அதிகக் காயம் தனக்குத்தான் என்பதை தக்ஷர் அறிவார். முதிர்ந்த மருத்துவர்கள் கவனிக்கும் பொருட்டு, அங்கேயிருந்த வைத்தியர்கள் அவரை ***ஆயுராலய***த்திற்கே இட்டுச் செல்ல முடிவாகியது. அதிக இரத்தப்போக்கால், போகும் வழியிலேயே தக்ஷர் நினைவிழந்துவிட்டார்.

மீண்டும் தன்னுணர்வு வந்த போது, ***ஆயுராலய***த்தில் இருப்பதை அறிந்தார். யாரோ முகம் தெரியாத புலம்பெயர்ந்த அகதியைக் காக்கத் தன் உயிரைத் திருணமாக மதித்ததால்,

சதியைக் கடிந்துகொண்டதும் நினைவுக்கு வந்தது. பிறகு, தன்னறையில் ஓய்வெடுத்துக்கொண்டிருந்த போது, சமாதானம் செய்யும் நோக்கத்துடன், சதியை அழைத்துவரச் செய்யுமாறு, வீரிணியைப் பணித்திருந்தார். அவள் வந்து சேர்வதற்குள், தக்ஷருக்குச் சிகிச்சையளித்த மருத்துவர் சகிதமாய், அறைக்குள் புயலாய் நுழைந்தார், தக்ஷரின் தந்தை ப்ரம்மநாயகர்.

மெலூஹாவின் தலைசிறந்த வீரர்களுள் ஒருவரான ப்ரம்மநாயகர், கேவலம் காட்டுநாய்களை விரட்டும் முயற்சியில் தக்ஷர் இவ்வளவு பெரிய காயங்களை டைவானேன் என்று கெக்கலித்தார். தக்ஷர் மேலும் மனசஞ்சலமடையாமலிருக்கும் பொருட்டு, தனியாகப் பேச வேண்டும் என்ற பிரமேயத்துடன், மருத்துவர் ப்ரம்மநாயகரை வெளியே ஏறக்குறைய இழுத்துச் சென்றுவிட்டார். அவர் மறைந்தவுடன் உள்ளே நுழைந்த வீரிணி, இதற்குமுன் பலமுறை தான் கூறிய யோசனையை - மெலூஹாவிலிருந்து வெளியேறி, இரு மகள்கள் காளி, சதியுடன் பஞ்சவடியிலேயே இருந்துவிடும் திட்டத்தை - இப்பொழுதும் முன்வைத்தாள்.

''என்னை நம்புங்கள், தக்ஷா,'' என்றாள் வீரிணி. ''பஞ்சவடியில் நாம் சந்தோஷமாக இருப்போம். காளி, சதி இருவரோடும் வேறெந்த இடத்திலாவது வாழ முடியுமானால், அதைத் தேர்ந்தெடுத்திருப்பேன். துரதிர்ஷ்டவசமாக, அப்படியொரு இடம் இல்லை.''

ஒரு வேளை வீரிணி சொல்வது சரிதானோ, என்னமோ? அந்தக் கிழவனை விட்டு விலகலாம். சந்தோஷமாயிருக்கலாம். அதோடு, என் வம்சாவளியில், சதி மட்டுமே தூய்மையானவள். வீரிணி மாசுபட்டவளாக இருந்ததுதான், காளியின் பிறப்பிற்குக் காரணம். அவர்களை இனி காப்பாற்றுவது கடினம். ஆனால், தினம் தினம் தன் தந்தை இழிவுபடுத்தப்படுவதைக் காணவேண்டிய துர்ப்பாக்கியத்திலிருந்து, கொடூரத்திலிருந்து, சதியைக் காப்பாற்றித்தான் ஆகவேண்டும். என் அன்புக்கு உண்மையில் முழுமையாய்ப் பாத்திரமானவள், என் மூத்த மகள் மட்டும்தான்.

தக்ஷர் மூச்சை இழுத்துவிட்டார். ''ஆனால், எப்படி...''

''என்னிடம் விட்டுவிடுங்கள். ஆகவேண்டியதை நான் பார்த்துக்கொள்கிறேன். உங்கள் தந்தை நாளை கரச்சாபா கிளம்புகிறார். பயணம் செய்ய முடியாத அளவுக்கொன்றும் உங்கள் காயம் மோசமாக இல்லை. நாமில்லாததை அவர் கவனிக்குமுன், பஞ்சவடி சேர்ந்திருப்போம்.''

தக்ஷர் அவளை வெறித்தார். ''ஆனால்...''

''தயவு செய்து என்னை நம்புங்கள். நம் அனைவரின் நன்மைக்குத்தான் சொல்கிறேன். என் மீதும், நம் மகள்களின் மீதும் உங்களது அன்பை நானறிவேன். மற்ற எதைப் பற்றியும் உங்களுக்குக் கவலையில்லை என்பதும் எனக்குத் தெரியும். என்னை நம்புங்கள்.''

ஒரு வேளை, இதுதான் இப்பொழுது தேவையோ, என்னவோ.

தக்ஷர் தலையசைத்தார்.

முகமலர்ந்த வீரிணி, குனிந்து கணவனை முத்தமிட்டாள். ''நான் எல்லாவற்றையும் கவனித்துக்கொள்கிறேன்.'' அறையைவிட்டு வெளியேறினாள்.

அந்த ஒரு நிமிடத் தனிமையில், தக்ஷர் கூரையை வெறித்தார். மனம் லேசானது; இறகைப்போல் மிதந்தது. விடுதலையென்பது இதுதானோ?

எல்லாமே - ஏன், நாய்களுடனான இந்தச் சண்டையும் - ஒரு காரணத்தின் பொருட்டுத்தான் நடந்ததோ, என்னமோ? பஞ்சவடியில் சந்தோஷமாய் இருக்கலாம். என் தந்தையிடமிருந்து விலகியிருக்கலாம். அந்த அரக்கனை விட்டு ஒருவழியாய் ஒழியலாம். மெலூஹா நாசமாய்ப் போகட்டும். சிம்மாசனம் எக்கேடுகெட்டால் என்ன? எனக்கு இது எதுவும் தேவையில்லை. ஆனந்தமாயிருந்தால் போதும். என் சதியோடு இருந்தால் - அவளைப் பார்த்துக்கொண்டால் எதேஷ்டம். அதோடு, வீரிணியையும், காளியையும் கவனித்துக்கொள்ளலாம். என்னைத் தவிர, அவர்களுக்கும்தான் வேறு யார் இருக்கிறார்கள்?

அருகே, வீரிணியின் ஜபமணிமாலை, நாற்காலில் கிடப்பதைக் கண்டார். பக்கத்தில், சதி அணியும் புலிநகப் பதக்கமும் இருந்தது. சண்டையின் போது கழன்று விழுந்ததை, மகளிடம் மீண்டும் சேர்ப்பிக்கும் பொருட்டு, வீரிணி எடுத்துவைத்திருக்க வேண்டும். அதன் மீது படிந்திருந்த இரத்தத்திட்டுகளை - மகளின் இரத்தம்! - பார்த்த தக்ஷரின் கண்கள், மீண்டும் குளமாயின.

ஒரு நாளும் நான் என் தந்தையைப்போல் இருக்கமாட்டேன். சதியைப் பார்த்துக்கொள்வேன். ஒவ்வொரு தகப்பனும், மகளை எவ்விதம் வளர்க்க வேண்டுமோ, அவ்விதம் வளர்ப்பேன். பொதுவில் அவளை இழிவுபடுத்தமாட்டேன். அவளிடம் இல்லாத விஷயங்களைச் சுட்டிக்காட்டி, அவமதிக்கமாட்டேன். நற்குணங்களைப் போற்றுவேன். அவளது கனவுகளை நிறைவேற்றிக்கொள்ளும் சுதந்திரம் அவளுக்கிருக்கும்.

என் கனவுகளை அவள் மீது திணிக்கமாட்டேன். அவளை நான் உருவாக்க விரும்பும் பொம்மையாக அல்லாமல், அவளுக்காகவே விரும்புவேன்; அன்பு செலுத்துவேன்.

காயமுற்றிருந்த தன் உடலைப் பார்த்துக்கொண்ட தக்ஷர், மறுப்பாய்த் தலையசைத்துக்கொண்டார்.

இதெல்லாம் எதற்காக? யாரோ ஒரு புலம்பெயர்ந்தவளுக்காக! சே, சூதுவாதே அறிவாதவள், சதி. என்ன இருந்தாலும், இன்னமும் குழந்தைதானே? அவளைத் திட்டியிருக்கக்கூடாது. நிதானமாக, விஷயத்தை எடுத்துச் சொல்லியிருக்கவேண்டும். என்ன இருந்தாலும், என்னைத் தவிர, வாழ்க்கையில் பின்பற்றக்கூடிய மாண்புள்ளோர் அவளுக்கும் வேறு யார்தான் இருக்கிறார்கள்?

சட்டென்று கதவு திறந்து, சதி உள்ளே நுழைந்தாள். முகம் கடுகடுவென்று, ஏறக்குறைய கோபாவேசமாகவே இருந்தது.

தக்ஷர் முகமலர்ந்தார்.

பச்சைக் குழந்தை, இவள்.

''இங்கே வாம்மா,'' என்றார்.

தயங்கித் தயங்கி, சதி முன்னே வந்தாள்.

''அருகே வா அம்மா,'' தக்ஷர் சிரித்தார். ''நான் உன் தந்தை. கடித்துத் தின்றுவிடமாட்டேன்!''

சதி நெருங்கி வந்தாலும், செய்யாத தவறுக்குத் தண்டனை பெற்ற ஆவேசம் அவளுக்குள் கொந்தளிக்கத்தான் செய்தது.

இராமபிரான்தான் கருணை புரியவேண்டும்! யாரோ ஒரு அற்ப அகதியைக் காப்பாற்ற எங்கள் அனைவரின் உயிர்களையும் பணயம் வைத்தது சரியென்றல்லவா இந்தப் பெண் இன்னமும் தீவிரமாய் நம்புகிறது?

கை நீட்டி, சதியின் கரத்தைப் பற்றிக்கொண்டார் தக்ஷர். ''என் பேச்சைக் கேள், குழந்தாய்,'' என்றார் பொறுமையாய். ''உன் மேல் எனக்கு மிகுந்த அக்கறை. உன்னுடைய நன்மைதான் எனக்கு முக்கியம். அந்தப் பெண்ணிற்காக உன் உயிரைப் பணயம் வைத்தது தவறுதான். ஆனால், அதற்காக உன்னை நான் திட்டியிருக்கக் கூடா...''

'தடா'லென்று கதவு திறந்து ப்ரம்மநாயகர் உள்ளே நுழைய, தக்ஷருக்கு வாயடைத்தது.

கையை விடுவித்துக்கொண்ட சதி, திரும்பி, அப்பாவுக்கு முதுகு காட்டியவாறு, ப்ரம்மநாயகரைப் பார்த்தாள்.

''ஆகா!'' ஆர்ப்பரித்த ப்ரம்மநாயகர், புளகாங்கித மடைந்து காணப்பட்டார். முன்னே வந்து சதியைக் கட்டியணைத்துக் கொண்டவரின் முகத்தில் மந்தகாசப் புன்னகை விரிந்தது. ''என் வாரிசுகளில் ஒருவரின் உடலிலாவது, என் இரத்தம் ஓடுகிறதே?''

சதி ப்ரம்மநாயகரைப் பார்த்த பார்வையில், அப்பட்டமான பக்தியும், மரியாதையும் பொங்க, தக்ஷரோ, கையாலாகாத ஆத்திரத்துடன் தந்தையை முறைத்தார்.

''நீ செய்த காரியம் குறித்துக் கேள்விப்பட்டேன்,'' ப்ரம்மநாயகர் சதியிடம் கூறினார். ''யாரென்றே அறியாத - ஏன், புலம்பெயர்ந்து வந்த ஒரு ஏழைப் பெண்ணைக் காப்பாற்றும் பொருட்டு, உன் உயிரையே பணயம் வைத்திருக்கிறாய்.''

தர்மசங்கடத்துடன் சதி புன்னகைத்தாள். ''இது ஒண்ணும் பெரிய விஷயமில்லை, அரசே.''

மெல்லச் சிரித்த ப்ரம்மநாயகர், சதியின் கன்னத்தைத் தட்டினார். ''உனக்கு நான் 'அரச'னல்ல, சதி. பாட்டன்.''

மலர்ந்த முகத்துடன் சதி தலையசைத்தாள்.

''உன்னை நினைத்தாலே பெருமையாயிருக்கிறது, குழந்தாய்,'' ப்ரம்மநாயகர் தொடர்ந்தார். ''உன்னை மெலூஹப் பிரஜை என்று சொல்ல - ஏன், என் பேத்தி என்று சொல்லிக்கொள்ளவே - மிகுந்த பெருமைப்படுகிறேன்.''

சதியின் மனம் லேசானதன் விளைவாய், முகத்தில் புன்னகை விரிந்தது. செய்தது சரிதான் என்ற நிச்சயம் உண்டாயிற்று. மீண்டும் தாத்தாவை அணைத்துக் கொண்டாள்.

குனிந்து, பதின்மவயதான பேத்தியின் நெற்றியில் முத்தமிட்டார் ப்ரம்மநாயகர். தக்ஷரிடம் அவர் திரும்பிய மறுகணம், அவரது முகம் சுணக்கமடைந்தது; புன்னகையும் மறைந்தது. ''நாளை கரச்சாபா கிளம்புகிறேன்; பல வாரங்களாகும் திரும்ப,'' என்றவரின் குரலில் இகழ்ச்சி விரவியிருந்தது. ''உன் உடலில் பட்டிருப்பதாக சொல்லியிருக்கும் காயங்கள் குணமாகவும் அத்தனை காலம் தேவையாயிருக்குமல்லவா? நான் திரும்பிய பிறகு, உன் எதிர்காலம் பற்றி விவாதிக்கலாம்.''

கொந்தளித்துக் கொண்டிருந்த தக்ஷர், பதிலளிக்க விரும்பாமல், முகத்தைத் திருப்பிக்கொண்டார்.

தலையைக் குலுக்கிய ப்ரம்மநாயகர், கண்களை உருட்டிக் கொண்டார். சதியின் தலையைச் செல்லமாய்த் தட்டினார். ''நான் திரும்பியவுடன் உன்னை வந்து சந்திக்கிறேன், குழந்தாய்.''

''சரி, தாத்தா.''

கதவைத் திறந்த ப்ரம்மநாயகர், நொடியில் வெளியேறினார்.

மூடிய கதவை தக்ஷர் முறைத்தார்.

அரக்கனே, நல்ல வேளை நான் உன்னை விட்டு விலகப்போகிறேன்! என் பிரிய மகள் முன்னாலேயேவா என்னை இழிவுபடுத்துகிறாய்? எப்படித் துணிந்தாய்? சீ, யாருக்கு வேண்டும் உன் சிம்மாசனம், தங்கம், வைரம், வைடூர்யம்? நீயே வைத்துக்கொள். ஏன், உலகத்தையே வேண்டுமானாலும் எடுத்துக்கொள். ஆனால், என் மகளைப் பறித்துக்கொள்ளாதே! அவள் என்னைச் சேர்ந்தவள்!

சதியின் முதுகைப் பார்த்தார். அவளோ, உடல் குலுங்க, கதவையே வெறித்துக்கொண்டிருந்தாள்.

அழுகிறாளா, என்ன?

தந்தையை அவமானப்படுத்தியதற்காகத்தான், சதி ப்ரம்மநாயகரின் மீது கோபம் கொண்டு கலங்குகிறாளோ? என்ன இருந்தாலும், தன் மகளல்லவா? அந்தப் பாசம் இருக்கத்தான் செய்யும்.

தக்ஷர் முகத்தில் புன்னகை மலர்ந்தது. "வருந்தாதே, குழந்தாய். எனக்கொன்றும் கோபமில்லை. உன் தாத்தாவைப் பற்றிய கவலையும் இனி உனக்கு வேண்டாம். ஏனென்றால்..."

"அப்பா," கண்ணீர் கன்னங்களில் வழிந்தோட, சதி குறுக்கிட்டாள். "நீங்க ஏன் தாத்தாவைப் போல இல்லை?"

ஸ்தம்பித்த தக்ஷர், மகளை ஏறிட்டார்.

"தாத்தாவைப் போல நீங்க ஏன் இல்லை?" சதி மீண்டும் கிசுகிசுத்தாள்.

தக்ஷர் அதிர்ச்சியில் உறைந்துபோயிருந்தார்.

சட்டென்று சுழன்ற சதி, அறையை விட்டு ஓடினாள்.

அவளுக்குப் பின் 'தடா'லென்று சார்த்திக்கொண்ட கதவை தக்ஷர் வெறித்தபடி படுத்திருந்தார். ஆத்திரமும் ஆவேசமுமாய்க் கண்ணீர் அவர் கண்களிலிருந்து வழிந்துகொண்டிருந்தது.

தாத்தாவைப் போலவேவா?

அந்த அரக்கனை மாதிரியா?

அவனைவிட நான் உயர்ந்தவனல்லவா?

தெய்வங்களே இதை அறிவர்! அவனைவிட நான் நல்ல அரசனாயிருப்பேன் என்று அறிவர்! செய்து காட்டுகிறேன் அதையும்!

நீ என் மீது பற்று வைப்பாய்! நானல்லவா உன்னைப் படைத்தவன்?

நீ என்னைத்தான் விரும்புவாய்! விரும்பவேண்டும்! அவனை - அந்த அரக்கனையல்ல!

கதவு திறக்கும் ஓசை, தக்ஷரின் எண்ண ஓட்டத்தைத் தடை செய்து, கடந்தகாலத்திலிருந்து, நிகழ்காலத்திற்கு இழுத்து வந்தது.

வீரிணி படுக்கையறைக்குள் நுழைவதைக் கண்டார். ஒரு நொடி தக்ஷரை ஏறிட்டுப் பார்த்தவள், மறுப்பாய்த் தலையசைத்துவிட்டு, தன் பிரத்யேக மேஜை அருகே சென்று, தேடி வந்ததை - ஜபமணிமாலை - கையிலெடுத்தாள். பயபக்தியுடன் நெற்றியில் வைத்து, பிறகு இரு கண்களில் பதித்து, கடைசியாக, உதட்டில் வைத்தாள். அவற்றை இறுக்கப் பற்றியபடி, கடைசியாகக் கணவனைப் பார்த்தாள். அவள் மனதில் அலையடித்த அருவருப்பை வார்த்தையில் வடிப்பது சாத்தியமில்லை. தக்ஷரின் குரலை மேலும் கேட்டு, செவிகளைக் கறையாக்கும் உத்தேசமும் அவளுக்கில்லை. சதியின் மரணத்திற்கு பிறகு, அவள் அவரிடம் பேசக்கூட இல்லை.

வீரிணியின் நடமாட்டத்தை தக்ஷரின் கண்கள் கவனித்தன. மன்னிப்பு கோருவதற்குத்தான் என்றாலும், அவளிடம் ஒரு வார்த்தை பேசக்கூட அவருக்கு நா எழவில்லை.

படுக்கையறைக்கருகே, அவளுக்கென்று இருந்த பூஜையறைக்குள் சென்றவள், கதவைச் சார்த்திக்கொண்டாள். இராமபிரானையும், சம்பிரதாயப்படி அவரைச் சுற்றி பிரதிஷ்டை செய்யப்பட்டிருந்த, மனதுக்குகந்த மனைவி சீதா தேவி, சகோதரன் பிரபு லக்ஷ்மணன், விசுவாச பக்தன், வாயுபுத்ரன் பிரபு அனுமன், ஆகியோரது திருவுருவச் சிலைகளின் முன் வணங்கினாள்.

சம்மணமிட்டு அமர்ந்தாள். கண்களுக்கு நேராய், ஜபமாலையை உயர்த்திப் பிடித்தவள், மரணத்தை எதிர்நோக்கி, ஜபிக்கத் துவங்கினாள்; "ஸ்ரீ ராம் ஜெய் ராம் ஜெய் ஜெய் ராம்; ஸ்ரீ ராம் ஜெய் ராம் ஜெய் ஜெய் ராம்..."

ஜபத்தின் மெல்லிய எதிரொலி, தக்ஷரின் செவிகளை எட்டியது. ரௌத்ராகாரமான மனைவி இருந்த அறையின் மூடிய கதவையே வெறித்தார்.

அவ பேச்சைக் கேட்டிருக்கணும். எல்லாவிதத்துலயும், அவ சொன்னதுதான் சரி.

"ஸ்ரீ ராம் ஜெய் ராம் ஜெய் ஜெய் ராம்; ஸ்ரீ ராம் ஜெய் ராம் ஜெய் ஜெய் ராம்..."

பூஜையறைக்குள் மனைவியின் ஜபம், அவர் காதில் தொடர்ந்து ஒலித்தது. தெய்வீக சக்தி படைத்த அந்த சொற்கள், நியாயப்படி அமைதியளித்திருக்கவேண்டும். ஆனால், அதற்கான வாய்ப்பேயில்லை. ஆத்திரமும்,

கையாலாகாத்தனமான பலவீனமும் நிறைந்த சிறுமையான மனிதராய்த்தான் அவர் சாகப்போகிறார்.

பற்களைக் கிட்டிக்கொண்டு, ஜன்னலுக்கு வெளியே பார்த்தார். தூரத்தில் இருந்த ஆலமரத்தை வெறித்தவரின் கண்களினின்று, கண்ணீர் ஆறாய்ப் பெருகியது.

நாசமாப் போ!

வேகமாய் அடித்த காற்றில் லேசாய் அசைந்த ஆலமரத்தின் இலைகள் சலசலத்தன. அந்த மாபெரும் மரம், அவரைப் பார்த்து எள்ளி நகையாடுவது போலிருந்தது.

நாசமாப் போ!

அத்தியாயம் 53

தீமையை ஒழிப்பவர்

''காத்து ரொம்ப பலமா இருக்கு,'' *பாசுபதாஸ்திரம்* ஏவத் தயாராய் நிறுவப்பட்டிருந்த கோபுரத்தின் அருகே, காற்றின் வேகத்தைக் கணிக்கத் தொங்கவிடப்பட்டிருந்த உறையைக் கவலையுடன் பார்த்தாள் தாரா.

கோபுரத்தினின்று வெகு தூரத்தில், புரவியின் மீதமர்ந்து நிலைமையை தாராவும் சிவனும் கணித்தனர். இரண்டாம் ப்ரஹார் ஏறக்குறைய முடிவடையும் தறுவாயில், சூரியன் உச்சிக்கு வர சில நிமிடங்களே இருந்தன. சிவனின் படை முழுவதும், தேவகிரி அகதிக்கூட்டமும், கதிரியக்கத் தாக்கத்தினின்று தப்பிக்க, ஏவுகணைக் கோபுரத்தினின்று ஏழு கிலோமீட்டர் தூரத்தில், தடுப்புகளுக்குப் பின் நிறுத்தப்பட்டிருந்தன.

தாராவை ஒரு பார்வை பார்த்த சிவன், வானை நோக்கி, காற்றில் பறந்த தூசியைக் கொண்டு திசையைக் கணிக்க முயன்றார். ''ஒண்ணும் பிரச்சனையில்லை.''

இதைச் சொல்லும்போதே, தன் வில்லில் நாணேற்றும் பணியில் சிவனின் கவனம் திரும்பியது. கடந்த பல மாதங்களாக, பலவித பாகங்களை உள்ளடக்கி, பிரத்யேகமான ஒரு வில்லைத் தயாரிப்பதில் பரசுராமன் முனைந்திருந்தான். மரத்தாலான அடித்தளம்தான் என்றாலும், உட்புறம் கொம்பும், வெளிப்புறம் தசைநாரும் கொண்டு தயாரிக்கப்பட்ட வில், வழக்கத்தை விடவும் வளைந்து, ஓரங்கள் வில்லாளியை விட்டு வெளிப்புறம் திரும்பியிருக்கும் படியும் இருந்தது. இம்மாதிரி, வெவ்வேறு வகையான வடிவமைப்புக்களைத் தன்னகத்தே கொண்டு, ஓரங்களிலும் வளைந்திருந்ததால், அளவில் சிறிதாயிருந்தாலும், மிக நுணுக்கமான, சக்திவாய்ந்த நாணேற்றும் திறன் பெற்றிருந்தது. குதிரை மீதோ, ரதத்திலமர்ந்தோ, வில்லாளி அம்பெய்ய மிகச் சௌகர்யமான ஆயுதம். ருத்ரபகவானே பயன்படுத்திய பிரசித்தி பெற்ற பண்டைய நீள வில்லைப் பின்பற்றி, அதன் பெயரான *பிநாகம்* என்பதையே பரசுராமன் இதற்கும் சூட்டியிருந்தான்.

பாசுபதாஸ்திரத்தை ஏவும் பணி சுலபமாயிராது; புதிய வில், இங்கே உதவி செய்யக்கூடும். வடிவமைக்கும் போது அத்தகைய எண்ணம் பரசுராமனுக்குத் தோன்றியிருக்க வில்லையென்றாலும், இம்மாதிரியான சந்தர்ப்பத்திற்குப் பிநாகம் தோதுபடும் என்பது சிவனின் கருத்து.

அணுக்கருப் பிளப்பை ஆதாரமாகக்கொண்ட ***ப்ரம்மாஸ்திரம், வைஷ்ணவாஸ்திரம்*** போலல்லாமல், ***பாசுபதாஸ்திரம்,*** அணுக்கருச் சேர்க்கையை முழுவதுமாய்க் கையாளும் அபூர்வ அஸ்திரம். இம்மாதிரியான ஆயுதங்களில், இரண்டு ***பரமணுக்கள்*** - அதாவது, அணுவை வகுத்தால் கிடைக்கக்கூடிய கடைசி, மிகச் சிறிய அளவு - இணைந்து, மிகக் கொடூரமான அழிவுச் சக்தியை உருவாக்குகின்றன. அணுக்கரு பிளப்பை ஆதாரமாகக் கொண்ட ஆயுதங்களிலோ, அணுக்கள் பிளக்கப்பட்டு, *பரமணு*க்களை வெளியேற்றும்போது உருவாகும் இராட்சதச் சக்தி, எதையும் அழித்துத் தரைமட்டமாக்கக்கூடியது.

அணுக்கருப் பிளப்பு ஆயுதங்கள், கற்பனை கூட செய்யமுடியாத அழிவை ஏற்படுத்துவது மட்டுமில்லாமல், வெகு தூரத்திற்கு வெகு தூரம் பரவும் கதிரியக்கத் தாக்குதலையும் ஏற்படுத்தும். அணுக்கருச் சேர்க்கையாலான ஆயுதமோ, இலக்கை மட்டுமே தாக்கும் வகையில் வடிவமைக்கப்படலாம்; கதிரியக்க வெளிப்பாடும், குறைவாகவே இருக்கும்.

ஆகையினால், அறுவை சிகிச்சை நிபுணரின் மிக நுணுக்கமான செயல்திறனுடன் ஒரு இலக்கைத் தாக்கியழிக்க வேண்டுமானால், அதற்கு *பாசுபதாஸ்திரமே* மிகப் பொருத்தமான ஆயுதம். ஆனால், வேறொரு பிரச்சனை முளைத்தது: எவ்விதம் இதை ஏவுவது?

கந்தகம், கரி, வெடி உப்பு, இவையெல்லாவற்றோடு, அஸ்திரம் இலக்கைத் தாக்கியழிக்கத் தேவையான அபரிமிதமான வெடிச் சக்தியை அளிக்கக்கூடிய இன்னும் சில கருப்பொருட்களையும் சேர்த்து உருவாக்கிய கோபுரங்களின் மீதுதான், இம்மாதிரியான ஏவுகணைகளை நிர்மாணிப்பது வழக்கம். இலக்கை அஸ்திரம் நெருங்கியவுடன், வெடிக்கும் கருப்பொருட்களால், அஸ்திரம் பற்றிக்கொள்ளும்.

கோபுரத்தில் இடம்பெற்றுள்ள வெடிப்பொருட்கள் பற்றவைக்க வேண்டியவர்கள், பாதுகாப்பான தூரத்தில் இல்லாவிடில், ஆயுதம் பற்றிக்கொள்ளும் சக்தி வாய்ந்த பெருநெருப்பில், ஏவுபவர்களே கருகி பஸ்பமாகும் ஆபத்து உண்டு. இதை மனதில் கொண்டே, தூரத்திலிருந்து,

தீயம்புகளை எய்து, ஏவுகணையைப் பற்ற வைப்பது வில்லாளிகளின் வழக்கமாயிருந்தது. எண்ணூறு மீட்டர் தூரத்தை எளிதில் கடக்கும் விதமாய் அம்பெய்யக்கூடிய விற்களை இதற்குப் பிரயோகம் செய்வது மரபு. இவ்வளவு தொலைவிலிருந்து, இலக்கை மிகச் சரியாகத் தாக்கும் சக்தி படைத்தவர்கள், மிகத் தேர்ந்த வில்லாளிகளாகத்தான் இருப்பது வழக்கம்.

இலக்கின் மீது மட்டுமல்லாமல், சுற்றுப்புறப் பிராந்தியம் முழுவதும் அழிவின் தாக்கம் படர்வது வழக்கமாதலால், *ப்ரம்மாஸ்திரம்* மற்றும் *வைஷ்ணவாஸ்திரங்கள்* இறங்க மிக நுணுக்கமாய்க் கணக்கிடவேண்டியதில்லை. ஆகையினாலேயே, இந்த அஸ்திரங்களைச் சுமந்து நின்ற கோபுரங்களும், மிகப்பெரிய இலக்குப் பலகைகளைத் தாங்கி நின்றன.

விலங்குகளின் அதிதெய்வத்திற்குரிய *பாசுபதாஸ்திரம்,* நுணுக்கமானது. மிகச் சரியாய் இலக்கைத் தாக்கவேண்டியது முக்கியம். விஷயத்தை இன்னமும் சிக்கலாக்கும் விதமாய், இந்த சந்தர்ப்பத்தில், மூன்று ஏவுகணைகளை ஏககாலத்தில் செலுத்தவும் முடிவாகியிருந்தது. தேவகிரியின் மூன்று மேடைகளான ஸ்வர்ண, ரஜத் மற்றும் தாமிரம் மீது, ஒரே சமயத்தில் அஸ்திரம் தாக்கும் விதமாய்ப் பாதை கணக்கிடப்பட்டு, ஒட்டுமொத்த நகரமும் ஒரே நேரத்தில் சுவடில்லாமல் சாம்பராக்க வேண்டுமென்பது திட்டம். இவ்வாறு மூன்று மேடைகளை ஒரே சமயத்தில் தாக்குவதில் ஒரு ஆபத்து இருந்தது: பெரும் உயரத்தினின்று ஏவுகணை செலுத்தவேண்டியிருந்ததால், உள்வட்டத்தில் ஏற்படும் அழிவு, கொஞ்சம் கொஞ்சமாய், அதிகரிக்கும் வட்டங்களாய் விரியும். இது நடக்காமல், அடுத்தடுத்து வெடிக்கும் ஆயுதங்கள் ஒவ்வொன்றும் தேவகிரியைத் தரைமட்டமாக்குவது மட்டுமல்லாமல், வெளியாகும் உபரிச் சக்தி, அவற்றுக்குள்ளேயே முடங்கி, உள்வட்டத்தினின்று சேதம் பரவமுடியாதபடி அஸ்திரங்கள் இலக்கை நோக்கி இறங்குமாறு அவற்றின் பாதையைத் தாரா கணக்கிட்டு, நிறுவியிருந்தாள்.

இவ்விதம் கச்சிதமாய் இலக்கைத் தாக்க வேண்டுமானால், அதே கச்சிதத்துடன் ஏவப்படவும் வேண்டும். ஆகையால், கோபுரத்திற்குள், *பாசுபதாஸ்திரங்கள்* மிகச் சரியாகத் திட்டமிட்ட இடங்களில் நிறுத்தப்பட்டிருந்தன. கோபுரத்தின் மீது தீயம்பு அடிக்க வேண்டிய இலக்குப்பலகையும், சிறிதாகவே இருந்தது. ஏறக்குறைய எண்ணூறு மீட்டர் தள்ளி பொருத்தியிருந்த இலக்கைச் சிவன் அடிக்க

வேண்டியிருக்கும். அதையும், உடனடியாகத் தப்பிக்கும் விதமாய், குதிரை மீதிருந்தே எய்யவேண்டியிருக்கும்.

''ஞாபகம் வெச்சுக்குங்க, மேன்மை தங்கிய நீலகண்டரே,'' என்றாள் தாரா. ''இலக்கை அடிச்ச மறுநொடியே, குதிரையை ஓட்டிக்கிட்டு வந்துரணும். தேவகிரிக்கு மேல *பாசுபதாஸ்திரம்* வெடிக்க இருக்கும் அஞ்சு நிமிஷத்துக்கும் குறைவான இடைவெளிதான் உங்களுக்கும். அதுக்குள்ளே, மூணு கிலோமீட்டராவது நீங்க கடந்தாகணும். *பாசுபதாஸ்திரம்* செலுத்தப்படும்போது வெளியாகும் குறைஞ்ச அளவிலான, மின்சாரமில்லாத அணுத்துகளின் பாதிப்பிலேர்ந்து, அப்பதான் நீங்க தப்பிக்க முடியும்.''

கவனமில்லாது, இன்னமும் நாணின் சக்தியைச் சோதித்தவாறு தலையசைத்தார் சிவன்.

''நீலகண்டரே? அசுர வேகத்தோட நீங்க தப்பிக்க வேண்டியது முக்கியம். ஏவும்போது ஏற்படும் தாக்கம், உயிருக்கே ஆபத்தா முடியலாம்.''

சிவன் பதில் சொல்லவில்லை. தூணியிலிருந்து அம்புகளை வெளியே இழுத்தார். முகர்ந்து பார்த்து, அவற்றில் ஒரு அம்பின் முனையை சேணமுண்டின் மென்மையான தோலில் தேய்த்துப் பார்த்தார். உடனடியாக அம்பு பற்றிக்கொண்டது. பிரமாதம். எரிந்துகொண்டிருந்த அம்பைத் தூர எறிந்த சிவன், மற்றவற்றை மீண்டும் அம்பறாத்தூணியில் நிரப்பினார்.

''நான் சொன்னது காதில் விழுந்ததா? உடனடியா நீங்க நகர்ந்தாகணும்.''

வேட்டியில் கைகளைத் துடைத்துக்கொண்ட சிவன், தாராவிடம் திரும்பினார். ''இப்பவே தற்காப்பு ரேகையைத் தாண்டிப் போயிடுங்க.''

''சிவா! அம்பை எய்தவுடனே நகரணும்.''

சுய உணர்வேயின்றி சிவன் தாராவைப் பார்த்த பார்வையில், ஜீவனில்லை. புருவத்தின் மத்தியில் இருந்த கருஞ்சிவப்புப் புண் அதிவேகமாய்த் துடிப்பதை அவளாலேயே காணமுடிந்தது.

''உடனடியா நீங்க நகர்ந்துடணும், சிவா!'' தாரா அழுத்தந்திருத்தமாய்ச் சொன்னாள். ''சத்தியம் பண்ணுங்க!''

சிவன் தலையாட்டினார்.

''சத்தியம் பண்ணுங்க!''

''அதான் சொல்லிட்டேனில்ல? இப்ப போ.''

தாரா அவரை வெறித்தாள். ''நீலகண்டரே...''

"போ, தாரா. சூரியன் உச்சிவானுக்கு வர்ற நேரமாச்சு. ஏவுகணைகளை நான் செலுத்தணும்."

குதிரையின் சேணக்கயிற்றைப் பற்றிய தாரா, 'விருட்'டென்று சுழற்றித் திருப்பினாள்.

"அப்புறம், தாரா..."

குதிரையை நிறுத்தியவள், தோளுக்குப் பின் திரும்பிப் பார்த்தாள்.

"நன்றி," என்றார் சிவன்.

களையிழந்த கண்களால், நீலகண்டரின் முகத்தை அமைதியாய் ஆராய்ந்தாள் தாரா. "தற்காப்பு ரேகையைத் தாண்டி சீக்கிரம் வந்துருங்க. உங்க மேல உயிரையே வெச்சிருக்கிற பலர் அங்கே காத்திருக்காங்கங்கிறதை மறந்துடாதீங்க."

சிவனுக்கு மூச்சடைத்தது.

ஆமா. என் உயிர்... எனக்காகக் காத்துக்கிட்டு இருக்கு.

குதிரையை உதைத்த தாரா, அங்கிருந்து விரைந்தாள்.

கருஞ்சிவப்பாய் நெற்றியின் மத்தியில் பூத்த தழும்பின் மேலே, சிவன் விரலால் அழுத்திக்கொண்டார். தாங்க முடியாமல் பற்றியெரிந்த பெருநெருப்பு சற்றே சற்று அணைந்தாற்போல் தோன்றியது. சதியின் உடலை அவர் பார்த்த நொடியிலிருந்து, கடந்த சில நாட்களாய் எரிச்சலும் வலியும் குறையவேயில்லை.

தலையைக் குலுக்கிக்கொண்ட சிவன், கோபுரத்தின் மீது கவனத்தை பலவந்தமாய்த் திருப்பினார். தூரத்தில், இலக்குப் பலகை - நல்ல சிவப்பு வர்ணமடித்து - பளீரெனக் கண்ணில் பட்டது.

மூச்சை ஆழ இழுத்தவர், தரையைப் பார்த்தார்.

புனித ஏரியே, எனக்குச் சக்தி கொடு.

மீண்டும் மூச்சு விட்டவர், அண்ணாந்து பார்த்தார்.

இராமபிரானே, கருணை காட்டுங்கள்!

கண்முன்னால், *பாசுபதாஸ்திரக்* கோபுரத்தையே மறைக்கும் வண்ணம், முடியடர்ந்த அந்த இராட்சதனின் உருவம் - சிறு வயதில் அவரைத் தூக்கத்திலும் துரத்திய கொடியவனின் வடிவம் - இரண்டு நான்காகி, பத்தாகி, நூறாகி, வரிசை வரிசையாய், கண்ணுக்கெட்டிய தூரம் வரை அணியணியாய் நின்றது. அவற்றைக் கூர்ந்து பார்த்த சிவன், ஒன்றிற்காவது முகமில்லையென்பதை உணர்ந்தார். முகம் இருக்கவேண்டிய இடத்தில், வெண்மையாய், சுண்ணாம்புப்

பலகை போலிருந்தது. எல்லாம் கையில் வாள் வைத்திருக்க, ஒவ்வொன்றிலிருந்தும் இரத்தம் கொட்டிக்கொண்டிருந்தது. அவை செய்த ஆங்கார கர்ஜனை காதில் நன்கு ஒலித்தது. ஒரே ஒரு நொடி, மீண்டும் பீதியடைந்த சிறுவனாய் மாறிவிட்டது போலவே சிவனுக்குத் தோன்றியது.

வானைப் பார்த்தவர், மனதைச் சூழ்ந்த இந்த கோர சித்திரத்தை விலக்கும் பொருட்டு, ஒரு முறை தலையைக் குலுக்கிக்கொண்டார்.

என்னைக் காப்பாத்துங்க!

மாமன் மனோபூவின் குரல் எங்கிருந்தோ ஒலிப்பது போல் இருந்தது. மன்னித்துவிடு! மறந்துவிடு! உனது உண்மையான எதிரி, தீமைதான்!

பார்வையைத் தழைத்த சிவன், ஏவுகணைக் கோபுரத்தின் மீது கண்களைப் பதித்தார். மனித மிருகங்கள் மறைந்துவிட்டன. கோபுர மத்தியின் நேரே பதித்திருந்த சிவப்பு இலக்கையே வெறித்தார்.

சேணக்கயிற்றை இழுத்தவர், குதிரை அமைதியடையும் பொருட்டு காதில் மெலிதாய்ப் பாடியவாறு, அதை வலப்புறம் திருப்பினார். இலக்கைச் சிவன் கச்சிதமாய்த் தாக்கும் விதமாய், புரவி நிதானமாகவே நின்றது. வலக்கை வில்லாளிகளுக்கு இயற்கையாய் உரிய கோணத்திலிருந்து அம்பெய்ய, தலையை இடப்பக்கமாய்த் திருப்பினார். வில்லை முன்னால் நிறுத்தி, மீண்டும் நாணைச் சோதித்தார். அதை மிக வேகமாய் இழுத்து மீட்டும் போது உருவான சத்தம், அவருக்கு மிகப் பிடித்திருந்தது. 'கிண்'ணென்று இருந்தது. முன்னே சாய்ந்து, அம்பறாத்தூணியிலிருந்து ஒரு சரத்தை உருவினார். பக்கவாட்டில் அதை வைத்துக்கொண்டு, நிமிர்ந்து, காற்றை ஆராய்ந்தார்.

இவ்வளவு தொலைவிலிருந்து அம்பெய்ய ஏராளப் பொறுமையும், சகல கோணத்தையும் அலசி ஆராய்ந்து செயல்படும் திறனும் வேண்டும். காற்று சரியான வேகத்தில் வீசுகிறதா? அம்பை செலுத்தினால், அது செல்லப்போகும் சற்றே வளைந்த திசை எது? அம்பை எந்தக் கோணத்தில் எய்ய வேண்டும்? செலுத்த வேண்டிய வேகம் என்ன? நாணை எத்துணை தூரம் இழுக்க வேண்டும் என்ற கணிப்பு... இவையெல்லாம் பங்கு வகிக்கும். காற்று உறையின் மீதே கண்களைப் பதித்திருந்த சிவன், மூச்சை சீராக்கி, கண்களுக்கு மத்தியில் புறப்பட்ட எரிச்சலை அலட்சியம் செய்ய முயன்றார்.

காத்து திசைமாறிக்கிட்டு இருக்கு.

வில்லை தரை நோக்கி நீட்டிய சிவன், அம்பைச் செருகி, அதன் தண்டை வளைந்த ஆள்கட்டி மற்றும் நடுவிரலால் இறுக்கமாய்ப் பிடித்தார்.

காற்று ஒரே திசையில வீச ஆரம்பிச்சிருக்கு.

தோல் சேணமுண்டின் மீது அம்பைத் தேய்த்து, பற்றவைத்தார். கட்டுமஸ்தான உடலின் இறுகிய தசைகள், மிக லாகவமாய், வில்லை எடுத்து ஒரே வீச்சில் நாணை இழுக்கும் போதே, போரில் தேர்ந்த சிவனின் மனம், அம்பு காற்றில் செல்லக்கூடிய மிகச் சரியான பாதையைக் கணக்கிட்டது. வில்லாளிகளுக்கெல்லாம் வில்லாளியான அவர், பார்வையில் பெரும்பகுதியை இலக்கின் மீதே பதித்தார். அம்பின் முனையிலிருந்து புறப்பட்ட தீயின் வெப்பத்தை அலட்சியம் செய்தபடி, இடது கை வில்லை ஆடாமல் அசையாமல் கல்போல் பிடித்திருந்தது.

காத்து, இப்ப மிகச் சரியா இருக்கு.

சற்றும் தயக்கமின்றி, அம்பை விடுவித்தார்.

அம்பு எழும்பி, வளைவாய்ச் செல்லும் காட்சி, மிக மிக மெதுவாய் விரிவது போல் அவருக்குத் தோன்றியது. அது சிவப்பான இலக்கை அடைந்து, பட்டென்று இலக்குப் பலகையை அழுத்துவதை அவரது கண்கள் கவனித்தன. உடனடியாகப் பற்றிய தீ, பின்னால் காத்திருந்த கலனுக்குப் பரவியது. *பாசுபதாஸ்திரத்தை* ஏவுவதில் முதற்கட்டம் தொடங்கிவிட்டது.

''வந்துருங்க!'' தூரத்திலிருந்து தாரா அலறினாள்.

''*பாபா,* குதிரையைத் திருப்பிக்கிட்டு வாங்க!'' கார்த்திக் கூவினான்.

வெகு தொலைவில் இருந்ததால், சிவனின் காதில் அவர்களது கூச்சல் விழவில்லை.

புருவங்களுக்கு மத்தியில் காயம் மீண்டும் துடிக்க, நெருப்பு திகுதிகுவென்று இலக்கிற்குப் பின்னால் பரவுவதைச் சிவன் வெறித்தார். ஏவுகணைக் கோபுரத்தைப் போல், அவரது நெற்றியின் உட்பக்கமும் பற்றியெரிவது போல் உணர்ந்தார். குதிரையின் சேணக்கயிற்றைப் பற்றி, திருப்பினார்.

தூரத்தில், அவரது படைகள் நிற்பதைக் கண்டார். அவர்களையும் தாண்டி, சரஸ்வதியில் நங்கூரமிட்டிருந்த தன் கப்பல் தெரிந்தது. அதில்தான் சதியின் உடல் பத்திரமாய் வைக்கப்பட்டிருந்தது.

எனக்காகக் காத்துக்கிட்டு இருக்கா.

குதிரையைச் சிவன் உதைக்க, அதிகம் உந்துதல் தேவைப்படாத அந்த மிருகம் 'விருட்'டென்று நாலுகால் பாய்ச்சலில் கிளம்பியது.

கோபுரத்தில் பற்றிய நெருப்பு ஒருவழியாய் பரவ, முதற்கட்டமாய், வெடித்தது. குப்பிகளுக்குள்ளிருந்து மூன்று *பாசுபதாஸ்*திரங்களும் 'சரக்'கென்று வெளிப்பட, தாமிர மற்றும் ஸ்வர்ண மேடைக்கான அஸ்திரங்கள், மூன்றாவதற்குச் மிகச் சில நொடிகள் தள்ளிப் புறப்பட்டன. மூன்றாவது அஸ்திரம், இன்னும் சற்றுத் தள்ளியிருந்த தாமிர மேடைக்கானதால், அது முன்னம் வெளியேற்றப்பட்டது.

மேலும் மேலும் வேகம் அதிகரிக்கும் விதமாய், சிவன் குதிரையை உந்தித் தள்ளினார். தற்காப்பு ரேகையை எட்ட இன்னும் சில நொடிகளே இருந்தன. வால் போல் நெருப்புச் சாட்டையை வீசியவாறு, *பாசுபதாஸ்*திரங்கள், வானில் மிகப்பெரும் வட்டமடித்துப் பறந்தன. அடுத்த சில நொடிகளில் ஏற்படுத்தப்போகும் அழிவென்னும் அரக்க ராஜ்யத்திற்குக் இராட்சதக் கட்டியம் கூறிக்கொண்டு, ஏககாலத்தில், நகருக்குள் இறங்கத் துவங்கின.

''சி-வா!''

ஆகா! உயிரினும் மேலாய் அவர் கருதிய அந்தக் குரல்... அவள்தானா? இல்லையில்லை, இருக்கமுடியாது. நிஜமாயிருக்க வாய்ப்பேயில்லை. தொடர்ந்து சென்றார்.

*பாசுபதாஸ்*திரங்கள் வெகுவேகமாய் இறங்கத் துவங்கின.

''சி-வா! சி-வா!''

சிவன் திரும்பிப் பார்த்தார்.

இரத்தக்களரியாய், வெட்டிச் சிதைக்கப்பட்ட சதி, அவரைத் தொடர்ந்து ஓடிவந்து கொண்டிருந்தாள். பதைபதைத்துத் துடித்த இதயத்திற்கு ஏற்றாற்போல், அவளது இடக்கரத்திலிருந்து இரத்தம் 'குபுக்' 'குபுக்'கென்று பீய்ச்சியது. வயிற்றிலிருந்த இரு மாபெரும் காயங்களினின்று குருதி ஆறாய்ப் பெருகி ஓடியது. குதறப்பட்ட அவளது இடது கண், வெளியே தொங்கியது. கன்னத்தின் வடு, புதிதாய்த் தீப்பற்றி எரிவது போல் தோன்றியது. வலியிலும் வேதனையிலும் தவித்தாலும், இன்னமும் சிவனை நோக்கித்தான் ஓடிவந்துகொண்டிருந்தாள்.

''சி-வா! காப்பாத்துங்க! என்னை விட்டுடாதீங்க!''

கையில் இரத்தம் தோய்ந்த வாட்களை உயர்த்தியவாறு, ஒரு படையே அவளைத் துரத்தியது. ஒவ்வொருவனும், தக்ஷனைப் பிரதியெடுத்தது போல் இருந்தான். சிவனின் புருவங்களுக்கு மத்தியில் இருந்த பகுதி இன்னும் கொடூரமாய்த் துடிக்கத் துவங்கியது. உள்ளே அடைபட்டிருந்த நெருப்புக்கோளம், அணை உடைந்த வெள்ளமாய் சீறி புறப்படத் தவித்தது.

''*சதி!*'' சேணக்கயிற்றை இழுத்துப் பிடித்த சிவன், அலறினார். இன்னொருமுறை அவளை இழக்க அவர் தயாராக இல்லை.

சிவனின் பதற்றக் கட்டளைக்குக் கட்டுப்பட விரும்பாத குதிரை, வேகம் குறைய மறுத்தது.

''*சதி!*''

சிவன் பதற்றமும் ஆவேசமுமாய் முகக்கயிற்றை இழுத்தார். குதிரையோ, சுயமாய்ச் சிந்திக்கும் சக்தி பெற்றது போல் காணப்பட்டது. வேகத்தைக் குறைக்கவோ, திரும்பவோ அது சிறிதும் தயாராயில்லை. பின்னால் ஆக்ரோஷமாய்ப் புறப்பட்டு அந்தப் பிராந்தியத்தையே சூழத் துவங்கிய மரண வாடையை அதன் நாசியால் நுகரமுடிந்தது.

சேணக் கால்பிடியினின்று பாதங்களை விடுவித்துக் கொண்ட சிவன், 'தடா'லென்று தரையில் குதித்தார். விழுந்த வேகத்தில், உடல் தள்ளாடியது. 'சடக்'கென்று உருண்டு, ஒரு நொடியில் எழுந்து நின்றார்.

''*சதி!*''

திரும்பியவர், மனைவியின் மாய பிம்பத்தைக் காக்க வாளை உருவும் போதே, அவரது குதிரை தற்காப்பு ரேகையைக் கடந்து ஓடியது.

''*பாபா!*'' கணேஷ் கூவினான். ''திரும்பி வந்துருங்க!''

சிவனின் நெற்றி நடுவே இருந்த கருஞ்சிவப்புக் காயம் சட்டென்று வெடித்துச் சிதற, இரத்தம் பொங்கிப் பிரவகித்தது. மனைவியைத் துரத்திய தக்ஷப் படையைப் பார்த்து ஓங்கார கர்ஜனை புரிந்தவராய், அவளைக் காப்பாற்றத் தலைதெறிக்க ஓடினார்.

''***அவளை விடுங்கடா, தே★★★ மகன்களா! என்னோட மோதுங்க!***''

திட்டமிட்டபடி, மூன்று மேடைகளுக்குத் தோராயமாக ஐம்பது மீட்டர் உயரத்தில், மூன்று *பாசுபதாஸ்*திரங்களும் ஏக காலத்தில் வெடித்தன. கண்ணைப் பறிக்கும்படியான ஒளிக்கற்றை பளீரென வெட்டியது. சிவனின் படை வீரர்களும், தேவகிரி அகதிகளும் அவசரமாய்க் கண்களை மூடிக்கொண்டாலும், அந்தக் கணத்தில் தங்கள் உடல்களைப் பார்த்துக்கொண்டவர்களால், கண்ட காட்சியைச் சுத்தமாய் நம்பமுடியவில்லை. மாயாஜாலம் போல், உடலுக்குள், ஒவ்வொரு தசைநாரும், இரத்தமும், ஏன் எலும்பும் பளபளவென்று ஒளிர்ந்தது. தேவகிரியின் மேல் வெடித்த இராட்சத ஆக்ரோஷத்தின் எதிரொலியாக, உடலுக்குள்ளேயே அரக்கத்தனமான மின்னல் வெட்டுவது போலத் தோன்றியது.

அவர்கள் வாழ்நாளில் அறியாத பீதி, நெஞ்சில் நுழைந்து ஆட்டிப் படைத்தது.

ஏறக்குறைய அதே நொடியில், நரகலோகத்திற்கே கட்டியம் கூறுவது போல், வானில் *பாசுபதாஸ்திரங்கள்* வெடித்த இடத்திலிருந்து, மூன்று தீக்கற்றைகள் புறப்பட்டு இறங்கின. அரக்கப் பசியுடன் தேவகிரியைக் கிழித்துக்கொண்டு சென்றன; மூன்று மேடைகளையும் நொடியில் எரித்துப் பஸ்பமாக்கின. தேவர்களின் தேசம், எத்தனையோ நூற்றாண்டுகளாய்ப் போற்றிப் பாதுகாக்கப்பட்ட செழிப்பும் செல்வாக்குமான தேவகிரி - ஒரே நொடியில், சுவடேயில்லாமல் அழிந்து, மண்ணோடு மண்ணாகிவிட்டது.

"இராமபிரானே!" சதியின் உடல் வைத்திருந்த கப்பல் தளத்திலிருந்து, தேவகிரியில் வெடித்த மாபெரும் நெருப்புக்கோளத்தைக் கண்ட ஆயுர்வதி, கிசுகிசுத்தாள். "கருணை புரியுங்கள்..."

தேவகிரியைத் தீ ரௌத்ராகாரமாய்க் கிழிக்கத் துவங்க, வெடிவிபத்து நிகழ்ந்த இடங்களில் பிரம்மாண்டத் தூண்களாய் புகை எழும்பி நின்றது. தாரா சொல்லியிருந்தபடி, மூன்று ஏவுகணைகளின் சக்திப் பிழம்புகளும், ஒன்றை ஒன்று ஈர்க்க முயல்வது போல் காணப்பட்டன. அழிவு ஊழித் தாண்டவமாடிய அந்தக் களத்தில் இடியும் மின்னலும் வெடிக்க, மூன்று புகைத் தூண்களும் ஒன்றுடன் ஒன்று மோத முற்பட்டன. ஒன்றாய் இணைந்த புகை மண்டலம், மேலும் உயர்ந்தது; முதலில் வெடித்த நெருப்புக்கோளத்தைக் கண்டவர்களே பார்த்தறியாத வகையில் இருந்தது, இந்தக் காட்சி. மேலே, மேலே... இராட்சத உருவுடன், செங்குத்தான கோபுரம் போல் விண்ணையே முட்டிய புகைத்தூண், வானில் ஒரு கிலோமீட்டர் வரை உயர்ந்து, இடி போன்ற சப்தத்துடன், மிகப்பெரும் மேகமாய் வெடித்து, விரிந்தது. அடுத்த நொடியில், எழுந்த வேகத்தில் தனக்குள் சுருங்கிய மேகக் கோபுரம், தரையில் இறங்கி, தேவகிரியின் இடிபாடுகளுக்கிடையில் தன்னை மொத்தமாக அடக்கிக் கொண்டது.

கண்முன்னால் நிகழ்ந்த கொடூர அழிவைப் பற்றிய உணர்வேயின்றி, வாளை உருவிக்கொண்டு, புருவங்களுக்கு மத்தியில் இரத்தம் பெருக்கெடுக்க, சிவன் தொடர்ந்து ஓடினார்.

புகைக் கோபுரம் எழுந்து அடங்கிய மறுநொடி, சப்தமின்றி இன்னொரு வெடி வெடித்தது. அணுத்துகள்களாலான பிரம்மாண்ட அலை அசுர வேகத்தில் புறப்பட, தற்காப்பு ரேகைக்குப் பின் பயந்து அடங்கி நின்றிருந்த சிவனின்

படைகளை முதல் வெடிப்பின் சப்தம் அப்போதுதான் எட்டியது.

''*பாபா!*'' அலறிய கணேஷ், நின்றிருந்த மேடை மீதிருந்து குதித்து, குதிரையை நோக்கி ஓடினான்.

அணுத்துகள்கள் வெடித்ததைக் கண்ணால் காணமுடியவில்லை. சிவனுக்கும் அது தெரியவில்லை. ஒரு பெரும் அலை, அரக்கத்தனமாய் தன்னை நோக்கி ஆவேசமாய் உருண்டுவருவதை மட்டும் அவரால் உணரமுடிந்தது. ஆனாலும், மனைவியைக் காப்பாற்றவேண்டும். அடக்கமாட்டாத ஓயாத அலறலுடன், விடாமல் முன்னே ஓடிக்கொண்டிருந்தார்.

''சதி!''

அணுத்துகளின் பிரம்மாண்ட, கண்ணுக்குத் தெரியாத அசுர அலை, அவரைத் தூக்கி வீசியது. ஒரே ஒரு கணம், உடல் கனமற்று, காற்றில் மிதப்பது போல் தோன்றியது. அடுத்த நொடி, அதே அலை அவரை ஆக்ரோஷமாய்ப் புரட்டித் தள்ளியது; புருவமும் கழுத்தும் பற்றியெரிய, வாயிலிருந்து இரத்தம் பொங்கிப் பிரவகித்தது. 'தடா'லென்று தரையில் மோதி, மல்லாந்து அவர் விழ, சிரத்தின் உச்சியில் 'சுருக்'கென ஏதோ பட்டது போல், தலை ஒரு கணம் அதிர்ந்தது.

வலி உறைக்கவில்லை. ஆனால், தொடர்ந்து கதறிக்கொண்டே இருந்தார்.

''ச... தி...!''

''ச... தி...!''

சட்டென்று, தன் மீது சதி குனிவதைப் பார்த்தார். அவள் உடலில் இரத்தத் திட்டுக்கள் இல்லை. காயங்கள் இல்லை. வடுக்கள் இல்லை. முதன்முதலில், எத்தனையோ ஆண்டுகளுக்கு முன்னால், ப்ரம்மதேவர் ஆலயத்தில் அவளை சந்தித்த அன்று இருந்ததைப் போலவே காட்சியளித்தாள். முன்னால் சற்றே குனிந்து, சிவனின் முகத்தை வருடியவளின் வதனத்தில் அன்பும், ஆனந்தமும் தாண்டவமாடின; என்ன கவலையிருந்தாலும், எவ்வளவு பிரச்சனைகள் மலையாய் அழுத்தினாலும், அவற்றையெல்லாம் ஒரே நொடியில் சரியாக்கும் அதே மந்தகாசப் புன்னகை, அவள் முகத்தில் மிளிர்ந்தது.

சிவனின் சிரத்தின் உச்சியை சதி தொட்டாள். உடனடியாக, 'சுருக்'கென்ற உணர்ச்சி மறைந்தது; வார்த்தைகளால் வர்ணிக்க முடியாத அமைதி, அவரைச் சூழ்ந்தது. அவரை யாரோ விடுதலை செய்துவிட்டது போல் தோன்றியது. ஏனோ, நீலக்கழுத்து, இப்பொழுது குளிரவில்லை. அதைவிட

அதிசயம் - புருவத்தை உள்ளிருந்தே எரித்த அந்த நெருப்பு, இப்பொழுது இல்லை.

வாயைத் திறந்தாலும், சிவனிடமிருந்து வார்த்தைகள் எதுவும் வரவில்லை. ஆகையால், சொல்ல நினைத்ததை, மனதிலேயே வடித்தார்.

என்னை உன்கூடக் கூட்டிக்கிட்டு போயிடு, சதி. இனிமே இங்கே செய்ய எதுவும் இல்லை. என் வேலை முடிஞ்சு போச்சு.

குனிந்த சதி, மென்மையாகச் சிவனின் உதட்டில் முத்தமிட்டாள். மெல்லிய புன்னகையுடன், ''இல்லை, சிவா. உங்க வேலை முடியலை. இன்னும் இருக்கு.''

சிவன் தன் மனைவியையே வெறித்தார். *நீயில்லாம என்னால வாழ முடியாது...*

''வாழ்ந்துதான் ஆகணும்,'' நீருக்கடியில் இருப்பது போல் சதியின் பிம்பம் அசைந்தது.

அதற்கு மேல் சிவனால், கண்களைத் திறந்து வைத்திருக்க முடியவில்லை. சதியின் அழகும் நிதானமும் ததும்பும் முகம், மங்கத் துவங்கியது. கனவு போல், அமைதி சூழ்ந்த ஒரு நிலைக்கு அவர் சென்றார். நினைவின் எத்தனையோ படிமங்களை ஒவ்வொன்றாய்க் கடந்து செல்லும்போதே, ஒரு குரல், கட்டளை போல் ஒலிப்பதாக அவருக்குத் தோன்றியது.

''இனி, கொலையென்பதே கூடாது. மரணம் மற. ஜனனத்தைப் பரப்பு. ஜனனத்தைப் பரப்பு.''

அத்தியாயம் 54

புனித ஏரிக்கரையில்

முப்பது வருடங்களுக்குப் பின், மானசரோவர் ஏரி (கைலாய மலையடிவாரம், திபேத்)

மானசரோவரின் மேற்புறம் நீண்ட பாறையின் மீது, சிவன் குத்திட்டு அமர்ந்திருந்தார். அவருக்குப் பின்னால், திசைக்கொன்றாய்க் கச்சிதமாய், நான்கு முகங்கள் கொண்ட பிரம்மாண்ட கைலாய மலை, விண்ணை முட்டியது. இந்தியாவை மிகப்பெரும் தீமையிலிருந்து காத்தருளியவரான, மேன்மை தங்கிய, மகோன்னத மகாதேவருக்கே காவலாய் நெடிதுயர்ந்து நின்றது.

கடந்து விட்ட வருடங்களும், திபேத்தின் வறண்ட, வளமற்ற பூமியுமாய்ச் சேர்ந்து, அவரது உடலை வருத்தியிருந்தன. இன்னமும் நீளமாய், மணிகள் கோர்த்து முடிந்தகொள்ளக்கூடியதாக இருந்தாலும், ஜடைமுடி இப்பொழுது சாம்பல் வண்ணம் அடைந்திருந்தது. தவறாத உடற்பயிற்சியும், யோகாசனத்தினாலும் இரும்பை யொத்த உடல் கட்டுமஸ்தாகவே இருந்தாலும், சருமம் சுருங்கி, பொலிவிழந்துவிட்டது. இத்தனை காலம் கடந்தும், கழுத்தின் நீலம் குறையவில்லை. ஆனால், இப்பொழு தெல்லாம் அது சில்லிடுவதுமில்லை. தேவகிரியைத் தரைமட்ட மாக்கிய *பாசுபதாஸ்*திரங்களினின்று வெளியேறிய அணுத்துகள் அலை அவரை வீழ்த்திய தினத்திலிருந்தே, குளிர் நீங்கிவிட்டது. அதே அணுத்துகள் வீச்சின் விளைவாகத் தானோ, புருவங்களுக்கு மத்தியில் இருந்த பகுதியும், இப்பொழுதெல்லாம் எரியவோ, வலியில் துடிக்கவோ செய்யவில்லை. ஆனால், அந்தப் பகுதியே மங்கி, அவரது இயற்கையான வெண்மை நிறத்திற்கு நேர்மாறாய், கரிய நிறம் அடைந்துவிட்டது. மசமசவென்று வடிவமற்று இல்லாமல், ஒரு கண் - அதுவும், மூடிய கண் - பச்சை குத்தியது போலவே காட்சியளித்தது. சிவனின் ஊனக்கண்களுக்கு இடையே, நேர்வாக்கில் நெற்றியில் நின்ற அந்த விழியை, சிவனின் மூன்றாவது கண் என்றே காளி அழைப்பது வழக்கம்.

ஏரியைத் தாண்டி, மலைவாயிலில் விழுந்த சூரியனைச் சிவன் கண்ணுற்றார். தூரத்தில், ஆதவனின் தங்கக் கிரணங்கள் ஜோதிமயமாக்கிய நீர்ப்பரப்பில், இரு அன்னப்பறவைகள் ஜோடியாய் மிதக்கும் காட்சி பார்வையில் பட்டது. பறவைகள் ஒன்றாகவே, மாலை மயங்குவதைக் காண்பது போல் தோன்றியது. என்ன இருந்தாலும், இயற்கை எழில் கொஞ்சும் இந்தக் காட்சியை, அன்புக்குரியவர்களுடன் காண்பதல்லவா உண்மையான இன்பம்?

ஆழ்ந்து மூச்சை இழுத்து, தரையிலிருந்து ஒரு கல்லைப் பொறுக்கினார். இளமையில், இப்படி ஒரு கல்லை ஏரியில் எறிந்தால், அது முழுகாமல், நீர்ப்பரப்பின் மேல் தத்தித் தத்திச் செல்லும். பதினேழு முறை தாவிச் சென்ற கல், அவரது தனிப்பெரும் சாதனை. இப்பொழுதும் வீசினார் - ஆனால், வெற்றியடையவில்லை; 'ப்ளக்'கென்ற ஓசையுடன் நீருக்குள் மூழ்கியது.

நீ இல்லாம முடியலை.

மனைவியை அவர் நினைக்காத நாளே இதுவரை இருந்ததில்லை. கண்ணில் தன்னிச்சையாய் வழிந்த கண்ணீரைத் துடைத்துக்கொண்டு, தன் கிராம வளாகத்திற்கு வெளியே எரிந்த சொக்கப்பனைத் தீயைக் கண்டார். அவற்றைச் சுற்றி, உண்டு, அருந்தி, சந்தோஷக் கூத்தாடிக் கொண்டிருந்தது ஒரு கூட்டம்.

பல வருடங்களுக்கு முன்னர், அவர் கைலாய மலைக்கு மீண்டும் திரும்பியபோது, குணாக் குடியைச் சேர்ந்த சிலரும் உடன் வந்துவிட்டனர். அத்துடன், இந்தியாவின் பல்வேறு பகுதிகளைச் சேர்ந்த ஏறக்குறைய பத்தாயிரம் மக்கள், தங்கள் மகாதேவரின் பூமிக்குப் புலம்பெயர்ந்தனர். அவர்களில் முக்கியமானோர், நந்தி, ப்ரஹஸ்பதி, தாரா, பரசுராமன் மற்றும் ஆயுர்வதி. அயோத்யாவின் சிம்மாசனத்தை இழந்து, ஆயுர்வதியின் மருந்துகளின் புண்ணியத்தில் இப்போதும் எப்படியோ உயிரைக் கையில் பிடித்துக்கொண்டிருந்த திலீபர்; மயிகா-லோத்தலில் முன்னாள் ஆளுநர் சேனர்த்வஜர் மற்றும் நாகர்களின் முன்னாள் பிரதமர் கார்கோடகரும், அவ்விதமே மானசரோவரின் கரைகளில் குடியேறிவிட்டனர். சிவனது குடியிருப்பிற்கு அருகாமையிலேயே, புதுக் கிராமங்களை ஏற்படுத்திக்கொண்டனர். குணாக்களுடன் ஆண்டாண்டு காலமாய்ப் பகைமை பாராட்டி வந்த திபேத்திய பூர்வகுடிகளான பக்ரதிகள் கூட, சிவனின் தலைமையில் இப்பொழுது உருவாகியிருந்த மிகப்பெரும் மக்கள் குழாத்தைக் கண்டு, சப்தநாடியும் ஒடுங்கி, அவருடன் சமரசம் செய்துகொண்டுவிட்டனர்.

தன் வாழ்நாளின் மிகக் கொடூரமான நாட்களில் ஒன்றை - தேவகிரியை அவர் அழித்த தினத்தை - இந்த சொக்கப்பனை தீக்கள் சிவனுக்கு நினைவுபடுத்தின. அதே நாளில், அந்தி சாயும் பொழுதில், சதியின் உடலும் எரியூட்டப்பட்டது. சிவனுக்கென்னவோ, அந்தச் சம்பவம் நினைவுக்கே வரவில்லை. *பாசுபதாஸ்திரம்* ஏவப்பட்டதன் விளைவாக கட்டவிழ்ந்த அணுத்துகள் அலையின் தாக்கத்தில், நினைவிழந்துவிட்டார். ஆயுர்வதியின் தேர்ந்த மருத்துவ ஞானம் அனைத்தையும் பிரயோகிக்க வேண்டிய விதமாய், உயிருக்குப் போராடிக்கொண்டிருந்தார். சதியின் ஈமச்சடங்குகளைப் பற்றி அவர் அறிந்ததெல்லாம், பின்னாளில் காளி, கணேஷ் மற்றும் கார்த்திக் கூறியவைதான்.

தேவகிரியின் சிதிலமடைந்த இடிபாடுகளிடையே வீசிய மெல்லிய பூங்காற்று, அங்கே கொட்டிக்கிடந்த அஸ்தியை அள்ளி, நிலப்பரப்பெங்கும் பரப்பியதாக, அவரிடம் சொன்னார்கள். இறந்த ஆன்மாக்கள் அமைதியைக் கோரும் முயற்சியில், சரஸ்வதியை அடைய பிரயத்தனம் செய்வது போல் இருந்தது, அந்தக் காட்சி. நதியைச் சுற்றிய பிராந்தியம் முழுவதும், மெல்லிய சாம்பல் வண்ணப் போர்வை போர்த்துக் கிடந்தது.

சந்தனக்கட்டைகள் அடுக்கிய சிதைக்குக் கணேஷும் கார்த்திக்கும் கொள்ளி வைத்தபோது சட்டென்று பற்றிக் கொள்ளாவிட்டாலும், தீப்பிடித்த பிறகு, ‘திகுதிகு’வென்று காட்டுத்தீ போல் பரவியது. மெலூஹ இளவரசியின் உடலைப் புசிக்க *அக்னிபகவானே* தயங்கியது போல, வற்புறுத்தல் தேவைப்பட்டது போல் தோன்றியது. ஆனால், தொடங்கிய பிறகு, அது தாங்கமுடியாத வேதனையாக இருந்தது போலும்; வலி நிறைந்த அந்தச் செயலை அதிசீக்கிரத்தில் முடித்துவிட்டார்.

மூன்று நாட்களுக்குப் பின்னர் சிவன் கண்விழித்த போது, கவலை நிறைந்த மனத்துடன் படுக்கையைச் சுற்றி உட்கார்ந்திருந்த காளி, கணேஷ் மற்றும் கார்த்திக்கைக் கண்டார். ஓரளவு பலம் திரும்பியதும், கண்ணீர் ததும்பும் விழிகளுடன் கணேஷ் நீட்டிய சதியின் அஸ்தி நிறைந்த கலனைப் பெற்றுக்கொண்டார்.

ஏரியில் மீன் ஏதோ நீந்துகிறது போலும். சிவனின் மீது தெறித்த தண்ணீர்த் துளிகள், முப்பது வருடத்திற்கு முந்தைய நினைவுகளினின்று மீட்டு, நிகழ்காலத்திற்குக் கொண்டுவந்து சேர்த்தன.

ஏரி நீர்ப்பரப்பின் மீது பார்வையைப் பதித்தவாறு, சிவன் இன்னும் சிறிது நேரம் அங்கே தாமதித்தார். எப்போதும் போல், சதியின் அஸ்தி ஜலத்தில் சுழலும் பிரமை உண்டாயிற்று. பிரமையேதான். சிவனுக்கு நினைவு திரும்பிய மறுநாள். அவளது அஸ்தி சரஸ்வதியின் புனித நீரில் அல்லவா கரைக்கப்பட்டுவிட்டது?

முப்பது வருடங்களுக்கு முன், கணேஷ், கார்த்திக்கின் உதவியுடன், மிகுந்த பலவீனமாய் படகில் ஏற அவர் பிரயத்தனம் செய்தது நினைவில் இருந்தது. நதியின் மத்திக்குத் துடுப்பு வலித்துச் செல்ல, அங்கே, நீலகண்டரும் காளியும் ஒன்றாய், சதியின் அஸ்தியில் கொஞ்சத்தை நீரில் கலந்தனர். சம்பிரதாயம் எப்படியிருப்பினும், அஸ்தி முழுவதையும் கரைக்க சிவன் மறுத்துவிட்டார். சதியின் ஆதாரமாய் ஏதோ ஒன்றாவது தன்னிடம் மிஞ்ச வேண்டும் என்பதே அவர் விருப்பம்.

பூமிதேவியிடமிருந்து, தற்காலிகமாய் நமக்களிக்கப்படும் பரிசே இந்தப் பூதவுடல் என்பது இந்தியர்களின் நம்பிக்கை. ஆன்மா, தனக்கான கர்மாவைச் செவ்வனே நிறைவேற்றும் பொருட்டு, ஒரு கலனை பூமித்தாய் உயிருள்ள பிறவிக்குக் கடனாகத்தான் தருகிறாள். அந்தக் கடன் முடிவடைந்த பிறகு, பூமி தேவி அதை மீண்டும் பயன்படுத்தக்கூடிய விதமாய், உடலை மிகத் தூய்மையான வடிவிலேயே திருப்பித் தரவேண்டும். பிரபஞ்சத்தில் தூய்மையின் மிகச் சிறந்த வடிவான, அக்னி பகவானே பரிசுத்தம் செய்த உடலின் பிரதிநிதிதான், அஸ்தி. அவற்றை புனித நீரில் அமிழ்த்துவதன் மூலம், பூமி தேவிக்கே, மிகுந்த பயபக்தியுடன், உடலைச் சமர்ப்பிக்கிறோம்.

சடங்குகள் நடந்த நேரம் முழுவதும், பக்கத்தில் இருந்த படகில், அந்தணர்கள் ஜபித்த ஸமஸ்க்ருத ஸ்லோகங்கள் அவர் மனதில் பளிச்சிட்டன. அவற்றில் *இஷா வஸ்ய உபநிஷதத்திலிருந்த* குறிப்பிட்ட சில, அவர் மனதைக் கவர்ந்து, நினைவில் பசுமரத்தாணியாய்ப் பதிந்தும்விட்டன.

வாயுர் அநிலம் அம்ரிதம்; அதேடம் பஸ்மந்தம் ஷரீரம்

அநித்தியமான இந்த உடல், எரிந்து மண்ணாகட்டும். உயிர்மூச்சு, வேறிடத்தில் உயிர்ப்புடன் விளங்கும். என்றும் அழிவற்ற பரம்பொருளின் உயிர்மூச்சை அது சென்று சேரட்டும்.

''பிரபு!'' நந்தி உரக்கக் கூவினார்.

தூரத்தில், கைகள் இருக்கவேண்டிய இடத்தில் இரு கொக்கிகளுடன் நந்தி நின்றுகொண்டிருப்பதைச் சிவன் கண்டார்.

''பிரபு, எல்லோரும் காத்திருக்கிறார்கள்,'' சிவனுக்குக் கேட்கும் விதமாய் நந்தியின் குரல் உயர்ந்தேயிருந்தது.

அவரைக் காத்திருக்குமாறு, சிவன் கையுயர்த்தினார். பழைய நினைவுகளுடன், இன்னும் சற்று நேரம் கழிக்கவேண்டும் போல் தோன்றியது. காரணமில்லாமல் சிவனை அழைக்க அவர்கள் நந்தியை அனுப்பவில்லை; இப்பொழுதெல்லாம், நந்தியே சிவனின் பிரியத்திற்கும், பற்றுதலுக்கும் மிக உரித்தானவர். என்ன இருந்தாலும், முப்பது வருடங்களுக்கு முன்னால் சதியுடன் மிக்க தைரியத்துடன் போராடி, சிவனின் மனைவியைக் காக்கும் கடைசி முயற்சியில் இரு கைகளையும் இழந்தவரல்லவா?

அவரைத் தாண்டி பார்வையைச் செலுத்திய சிவன், மற்றவர்களிடமிருந்து சற்று தள்ளி, கணேஷ், கார்த்திக் இருவருடனும் மகரிஷி ப்ருகு பேசிக்கொண்டிருப்பதைக் கண்டார். பனையோலை நூற்கட்டிலிருந்து அவர் எதையோ விளக்குவதாகத் தெரிந்தது. சிவனின் மகன்கள் அவர் சொல்வதை ஆவலுடன் கேட்டுக்கொண்டிருந்தனர். அருகே, மகரிஷியின் வாக்கை உன்னிப்பாய்க் கிரகித்தவர்களில் ப்ரங்க மன்னர் சந்திரகேதுவும், வைஷாலி மன்னர் மாதலியும் அடக்கம்.

மீண்டும் ஏரியை வெறித்தவர், மூச்சை இழுத்துக் கொண்டார்.

என் மானத்தைக் கார்த்திக் காப்பாத்திட்டான்.

சோமரஸம் குறித்த ஞானப் பெட்டகத்தைப் பாதுகாத்த தேவகிரி விஞ்ஞானிகளைத் தான் காப்பாற்றிவிட்டதை, தகுந்த சந்தர்ப்பத்தில் கார்த்திக் தெரிவித்துவிட்டான். விஷயத்தை நீலகண்டர் அமைதியாகவே எதிர்கொண்டார் என்றுதான் சொல்லவேண்டும். சதியின் மரணத்தில் ப்ருகுவிற்கு எந்தப் பங்கும் இல்லையாதலால், அவர் பிழைத்ததிலும் சிவனுக்கு மகிழ்ச்சியே. அதுவுமில்லாமல், ப்ருகுவின் ஞானச் செல்வத்தை முழுவதுமாய் பெறும் பேற்றையும், பெருமிதத்தையும், இந்தியாவின் வருங்காலச் சந்ததி அடையும்.

இந்திய சாம்ராஜ்யங்களின் - ஏன், எந்த சாம்ராஜ்யத்தின் - எல்லைகளுக்கு மிக அப்பாற்பட்டு, திபேத்தின் மத்திய பகுதியில் சோமரஸ விஞ்ஞானிகளுக்கு நிலமளிக்குமாறு சிவன் விதித்துவிட்டார். சூர்யவம்சி மற்றும் சந்திரவம்சிப் படைகளின் உதவியுடன், விஞ்ஞானிகள் தமது வாழ்விடங்களை அமைத்துக்கொண்டனர். ஒருகாலத்தில் அவர்களது நகரமாயிருந்த தெய்வங்களின் இருப்பிடம் -

அதாவது தேவகிரியின் பெயரையே, இதற்கும் சூட்டினர். புதிய நகருக்கு, இதே அர்த்தம் வரும்வகையில், அங்கே புழங்கிய திபேத்திய மொழியில், இன்னொரு பெயரும் வழங்கப்பட்டது: லாஸா. மீண்டும் இந்தியாவிற்குச் சோமரஸத்தின் தேவை ஏற்படும்வரை, நீண்ட ஆயுளையும், சாகா வரத்தையும் அளிக்கக்கூடிய இந்த தேவபானத்தின் இரகசியத்தைக் காக்கும் புனிதப் பணி, லாஸா மக்களை வந்தடைந்தது.

லாஸாவைப் பாதுகாக்க வேண்டிய குலத்தை உருவாக்கும் பொறுப்பு, தன் இரு மகன்களைச் சேர்ந்தது என்றும் சிவன் அறிவித்தார். இவ்வாறு கணேஷும் கார்த்திக்கும் அமைத்த குலத்தில், சந்திரவம்சி, சூர்யவம்சி மற்றும் நாகர்களினின்று குறிப்பாய் தேர்ந்தெடுக்கப்பட்டோர், பங்கு வகிப்பர். இவர்களில்லாது, சிவனின் குடியினரான குணாக்களிலிருந்தும், மற்ற திபேத்திய பழங்குடி மக்களும், அங்கம் வகித்தனர். சிவனின் அத்யந்த நண்பனும், தீவிர பக்தனுமான வீரபத்ராவே, இக்குலத்தின் தலைவன். திபேத்திய மொழியில் குரு என்ற அர்த்தம் கொண்ட லாமா என்னும் பட்டம், அவனுக்கு உரித்தாயிற்று. லாஸாவின் மக்களும், லாமாவின் பக்தர்களும் இணைந்து, இந்தியாவின் பண்டைய ஞானக் களஞ்சியத்தைக் காப்பாற்ற வேண்டியது. மீண்டும் தீமை தலையெடுக்கும் பொழுது, உயிர்த்தெழுந்து, இந்தியாவின் உதவிக்குப் புறப்பட்டு வந்து காக்க வேண்டியதே இவர்களின் கடன்.

ட்ஸாங்க்போ நதிக்கரையில், திபேத்தில் நிறுவப்பட்டிருந்த சோமரஸ நச்சைப் புதைக்கும் இடம் கண்டுபிடிக்கப்பட்டு, நச்சுக் கழிவுகள் அனைத்தும் தோண்டியெடுக்கப்பட்டன. அங்கேயிருந்து அப்புறப்படுத்தப்பட்டு, இன்னும் வடக்கே, மனிதர்கள் யாருமே உயிர் வாழாத, வாழமுடியாத ஓரிடத்திற்கு எடுத்துச் செல்லப்பட்டன. ஈரக்களிமண்ணாலும், வில்வ இலைகளாலும் செய்த பெட்டிகளில் நஞ்சை வைத்து, இவற்றையும் ஈயப் பெட்டிகளில் பத்திரப்படுத்தி, ஆழமான குழிக்குள் இறக்கப்பட்டன. மிக அதிக அளவிலான மண், உறைந்த பனி படிமங்களுக்கடியில் இறக்கப்பட்டன. கொடிய இந்த நஞ்சு, இனி வெளிவரவே வராது என்று நம்பப்பட்டது. தேவகிரியை அழித்ததோடு, சோமரஸத் தயாரிப்பும் நின்றுவிட்டதாகையால், இனிமேற்கொண்டு, நல்ல வேளையாகப் புதிய நச்சுக் கழிவுகளும் உருவாகாது.

தேவர்களின் பானத்தை முழுவதுமாய் அழிக்க வேண்டுமானால், அது குறித்த ஞானத்தை நீக்குவது

மட்டுமே போதாது என்பதையும் சிவன் உணர்ந்தார். இந்தியாவிலிருந்தே அது ஒழிய வேண்டுமானால், அதன் ஆணிவேரைப் பெயர்த்தெடுக்க வேண்டியது அவசியம். அப்படிப் பார்த்தால்; பரசுராமன் முன்னொரு முறை சொன்ன யோசனையில் அர்த்தம் இருக்கத்தான் செய்தது: சரஸ்வதி இல்லாமல், சோமரஸமும் இல்லை. அதுவுமில்லாமல், நதியின் தற்போதைய பாதையில், தேவகிரியின் கதிரியக்கக் கழிவுகளும் சேர்ந்து, நதியின் கீழ்ப்புறமிருந்த பிரதேசங்களை நஞ்சாக்கிக் கொண்டிருந்தது. ஸட்லெஜ், யமுனை ஆகிய இரு நதிகளின் சங்கமத்தில் உருவானதுதான் சரஸ்வதி. இவையிரண்டு கிளைநதிகளும் பிரிக்கப்பட்டால், சோமரஸம் தயாரிக்கவோ, கதிரியக்கக் கழிவை ஈர்க்கவோ, சரஸ்வதியே இருக்காது.

இந்தியாவின் நன்மையை முன்னிட்டு, ஸட்லெஜும், யமுனையும் என்றும் இணையக்கூடாதென்று சிவன் முடிவெடுத்தார். ஏறக்குறைய நூறாண்டுகளுக்கு முன்னால், தேவகிரியின் அழிவிற்கு முன், யமுனை ஒரு சமயம் தற்காலிகமாய்த் தடம் மாறி, கங்கையுடன் கலந்த போது தேர்ந்தெடுத்த பாதையையே இப்போதும் யமுனை பின்பற்றவேண்டும் என்று முடிவாகியது. சொல்வது சுலபம்; செய்வது கடினம். யமுனையைப் போன்ற மாபெரும் நதியைச் சட்டென்று தடம்மாற்றினால், அதனால் ஏற்படும் வெள்ளப்பெருக்கு வார்த்தையால் வர்ணிக்கமுடியாத சேதமேற்படுத்தும். மாறுதல், மெதுவாக, மிகுந்த கட்டுப்பாட்டுடன்தான் கொண்டுவரப்படவேண்டும்.

மெலூஹப் பொறியாளர்கள் உதவியுடன், பகீரதன் அருமையான திட்டம் ஒன்றைத் தீட்டினான். யமுனையின் கரைகளைத் தோண்டி, அவற்றில் பிரம்மாண்டமான மதகுகள் அமைத்தான். பல மாத இடைவெளியில், மிகுந்த கட்டுப்பாட்டிற்குட்பட்டு, தன் புதிய பாதைக்கு யமுனை மெள்ள இட்டுவரப்பட்டது. மதகின் கதவுகளுக்கு, 'சிவபெருமானின் ஜடாமுடி', என பகீரதன் பெயரிட்டான். ஆக, கொஞ்சம் கொஞ்சமாய்ப் பாதை மாற்றப்பட்ட யமுனை, ப்ரயாக் என்னுமிடத்தில் கங்கையை வந்து சேர்ந்தது. கரைபுரண்டோடும் வெள்ளப்பெருக்கில்லாமல், யமுனை பரபரப்பின்றி கங்கையை அணைய, சிவனின் ஜடாமுடி உதவியது.

ஏற்கனவே பிரம்மாண்ட ப்ரம்மபுத்ராவுடன் கைகோர்த்திருந்த கங்கை, இப்போது மாபெரும் யமுனையும் இணைந்ததால், இந்தியாவில் மிகப்பெரும் நதித் திட்டமாய்

உருவானது. சரஸ்வதியின் ஆன்மாவையும் யமுனையே சுமந்திருப்பதாய் நம்பிக்கை உலவியதால், நாட்டின் மிகப்புண்ணிய நதியாகவும் கங்கை உருவெடுத்தது. ஒரு வகையில் பார்த்தால், சரஸ்வதியிடம் மக்கள் கொண்டிருந்த பெருவாரியான பக்திக்கு, இப்பொழுது கங்கை பாத்திரமாயிற்று என்றே சொல்லலாம். அதுவுமில்லாமல், யமுனையில் பாய்ந்த தெளிந்த, தூய நீர், ப்ரங்காவில் இதுகாறும் இருந்த நஞ்சையும் சுத்திகரித்து, சோமரஸத்தின் நச்சுத்தன்மையிலிருந்து முழுவதுமாய் விடுவித்தது. புத்துணர்ச்சி பெற்ற கங்கை கடலைச் சேரும் கங்காஸாகர் என்னுமிடத்தில் குடிபெயர்ந்த ப்ரங்கர்களிடையே பரவிய நம்பிக்கையில் - அதாவது, தங்கள் தேசத்தைச் பரிசுத்தம் செய்தது கங்கைதான் - உண்மையில்லாமலில்லை.

தேவகிரியென்னும் மத்திய ஆட்சிபீடம் இல்லாத காரணத்தால், மெலூஹாவின் வெவ்வேறு பிராந்தியங்கள் காலப்போக்கில், தனித்தனி இராஜ்யங்களாய்ப் பிரிந்தன. ஆளத் தெரியாத தக்ஷரின் இடையூறும் அகன்று, புதிதாய் வீசிய சுதந்திரக் காற்றின் வாசமும் பரவ, திடீரென்று புறப்பட்டுப் பரவிய கலையார்வம், எத்தனையோ புத்தம்புதிய, அற்புதம் நிறைந்த அழகிய கலாச்சாரங்களுக்கு வித்திட்டன.

'குபீ'ரென்று யாரோ சிரிக்கும் சப்தம் கேட்க, பகீரதனாய்த்தான் இருக்க முடியும் என்பதைச் சிவன் உணர்ந்தார். திரும்பிப் பார்த்தபோது, சொக்கப்பனைத் தீயினருகே நின்று கோபால், காளி இருவருடன் அவன் அளவளாவிக்கொண்டிருப்பதைக் கண்டார். தேவகிரியின் அழிவிற்கு முன்னரே தன் இராணுவத்தின் புண்ணியத்தில் திலீபர் சிம்மாசனத்தை இழந்தார். அவரைத் தொடர்ந்து அரியணை ஏறிய பகீரதன், சீரும் சிறப்புமாய், அறிவையும் ஆற்றலையும் துணையாகக் கொண்டு அயோத்யாவை ஆண்டான்; புது யுகத்தை உருவாக்கினான். அவனது ஆட்சியில் செல்வமும் செழிப்பும் மிகுந்ததே அதற்குச் சான்று. அவனுக்கருகில் நின்று பேச்சைக் கவனித்த திலீபரின் முகபாவத்தைக் கொண்டே, தன் விதியை எண்ணி அவர் ஒருவாறாய்ச் சமாதானமடைந்துவிட்டது தெரிந்தது.

பகீதரன், காளியுடன் பேசிக்கொண்டு நின்ற வெடவெடவென்ற உயரமான உருவத்தின் மீது கவனத்தைத் திருப்பினார் சிவன். தன்னை யாரோ பார்ப்பதை உணர்ந்த மரியாதைக்குரிய அந்த வாசுதேவர், திரும்பி, சிவனைப் பார்த்து, நமஸ்தே என்னும் வகையாய்க் கரம்குவித்து

வணங்கினார். சிவனும் அவ்வாறே நமஸ்கரித்தார். தன் வகையில், கோபாலும் சிவனுடன் சமரசம் செய்து கொண்டுவிட்டார் என்றுதான் சொல்லவேண்டும்.

தேவகிரியில் நிகழ்ந்தது எதுவும் வாசுதேவருக்கு உகப்பாயில்லை என்பது உண்மை. அதே சமயம், தீமை முழுவதுமாய் அழிந்து, சோமரஸம் குறித்த அறிவுச் செல்வமும் காப்பாற்றப்பட்டுவிட்டது என்ற எண்ணமே, அவருக்கு அமைதியளிக்க ஏதுவாயிருந்தது. தீமையின் கோர ஸ்வரூபம் களைந்தெடுக்கப்பட்டுவிட்டதில் விடுதலையடைந்த இந்தியா, இனி புத்துணர்ச்சி அடையும்; புதுவாழ்வில் நிம்மதியாக ஈடுபடும். தனக்குரிய பணியை நீலகண்டர் நிறைவேற்றிவிட்டதே, வாசுதேவர்களின் வெற்றி. மகாதேவரின் புதிய குலத்தின் தலைவனான வீரபத்ரா மற்றும் லாஸா மக்களுடன், கோபால் முன்னமேயே அதிகாரபூர்வமான பிணைப்பை ஏற்படுத்திக்கொண்டுவிட்டார். லாஸா மக்களும், வாசுதேவர்களும் இனி ஒன்றாய் இந்தியாவைக் காத்து, சமநிலையுடன் இந்தத் தெய்வீக தேசம் செழித்து வளர வழி செய்வார்கள்.

கோபாலைப் பார்த்த சிவனுக்கு, வாயுபுத்ரர்கள் நினைவும் தொடர்ந்து வந்தது. *பாசுபதாஸ்திர*த்தைச் சிவன் பிரயோகம் செய்த குற்றத்தை அவர்கள் மன்னிக்கவேயில்லை. ஏகப்பட்ட எதிர்ப்பை மீறி, சிவனே நீலகண்டர் என்று தனிப்பட்ட முறையில் உத்தரவாதம் அளித்திருந்த மித்ராவிற்கு, சிவனின் செயல் பெரும் வெட்கக்கேடாய் அமைந்துவிட்டது நிஜம். அனுமதியின்றி *தைவி அஸ்திர*த்தைப் பயன்படுத்திய குற்றத்துக்கான தண்டனை, பதினான்கு வருட அஞ்ஞாத வாசம். அவர்களுக்குத் தான் அளித்த வாக்கை மீறியதாலும், மாமியார் வீரிணி, நண்பர்கள் பர்வதேஸ்வரர் மற்றும் ஆனந்தமயி ஆகியோரின் மரணத்திற்குத் தானே காரணமாகிவிட்டதாலும், சிவனே, தன்னை இந்தியா விலிருந்து பிரஷ்டம் செய்துகொண்டார்: வெறும் பதினான்கு வருடத்திற்கு மட்டுமல்லாமல் - மீதமிருந்த வாழ்நாள் முழுவதற்கும்.

''*பாபா...*''

கணேஷ், கார்த்திக் மற்றும் காளி, ஓசைப்படாமல் தன்னருகே வந்துவிட்டதைச் சிவன் கவனிக்கவில்லை.

''என்ன, கணேஷ்?''

''இது மகாதேவரின் இரவுக்கான விருந்து, *பாபா*,'' என்றான் கணேஷ். ''ஏரிக்கரைல உட்கார்ந்து புழுங்கிக்கிட்டு இருக்காம, கொண்டாட்டத்துல கலந்துக்க வேண்டியது மகாதேவருடைய கடமை.''

சிவன் மெல்லத் தலையசைத்தார். வயதாகிவிட்டதல்லவா? இப்பொழுதெல்லாம், கழுத்து கொஞ்சம் வலிக்கத் துவங்கியிருந்தது.

''கொஞ்சம் தூக்கிவிடுங்க,'' என்றபடி சிவன் எழ முயற்சித்தார்.

உடனடியாக முன்னால் வந்த கார்த்திக்கும் கணேஷும், தந்தை எழுந்து நிற்க உதவினர்.

''ஒவ்வொரு தடவை உன்னைப் பார்க்கறப்பவும் எப்படிடா குண்டாயிட்டே போறே?''

கணேஷ் கலகலவெனச் சிரித்தான். அம்மாவின் மரணத்தால் அதிகமாய்ப் பாதிக்கப்பட்ட அவனுக்கு, அதன் தாக்கத்திலிருந்து மீளவும் மிக அதிக காலம் பிடித்தது. என்றாலும், நாளாவட்டத்தில், அந்த இழப்பை ஏற்று, ஆசுவாசமடைந்து, அவள் வாழ்ந்த வாழ்க்கையிலிருந்து பாடம் கற்பது என்று முடிவெடுத்தான். சிவன், சதி, ஆகியோரின் வாக்கை இந்தியா முழுவதும் பரப்பும் பணியை மேற்கொண்டான். வாழ்க்கையில் அவனுக்கென்று இப்படியொரு உத்வேகம் ஏற்பட்டுவிட்டதன் விளைவாய், மனதில் நிதானம் வளர்ந்து, இப்பொழுதெல்லாம், சிற்சில சமயங்களில் வாய் திறந்து சிரிக்கக்கூட செய்தான்.

''உங்களுடைய ஞானத்தால, இந்தியா முழுக்க இப்ப அமைதி பரவியிருக்கு, *பாபா,*'' என்றான் கணேஷ். ''இனி எங்கேயும் போர் இல்லை; சச்சரவு இல்லை. செய்யறதுக்கு அதிக வேலையில்லையா, நல்லா சாப்பிட்டு சாப்பிட்டுத் தூங்கறேன். எல்லாத்தையும் வெச்சு பார்த்தா, நான் குண்டானதுக்குக் காரணமே நீங்கதான்.''

காளியும் கார்த்திக்கும் 'ஓ'வென்று ஆரவாரமாய்ச் சிரித்து மகிழ்ந்தாலும், லேசாய்த் தலையை மட்டும் அசைத்த சிவனின் கண்களில், தீவிரம் குறையவில்லை.

''நீங்க சில சமயம் சிரிக்கணும், *பாபா,*'' என்றான் கார்த்திக். ''எங்களுக்குக் கொஞ்சம் சந்தோஷமா இருக்கும்.''

சிவன், கார்த்திக்கை வெறித்தார். சதி இறந்து எத்தனை வருடங்கள் ஆகிவிட்டன! ஏன், இளையவன் கார்த்திக்கின் சிரத்திலேயே, ஆங்காங்கு வெள்ளி முடி தோன்றத் துவங்கிவிட்டது. கைலாயம் வந்து சேர, கார்த்திக் வெகு தூரத்திற்கு வெகு தூரம் பயணித்திருந்ததை சிவன் அறிந்தேயிருந்தார். சிவனின் பணிகள் ஏறக்குறைய முடிவடைந்து, கைலாயம்-மானசரோவருக்கே திரும்பி விடுவது என்று முடிவெடுத்தபோது, கார்த்திக் வேறு விதமாய்த் தீர்மானித்தான்: நர்மதைக்குத் தெற்கே, பண்டைய

இந்தியாவின் இருதயத்திற்கு - பிரபு மனுவின் தேசத்திற்கே செல்வது.

பாண்டிய வம்ச இளவரசரென பிரபு மனுவை வரலாறு குறிப்பிட்டது. சங்கத்தமிழ் என்னும் மிகத் தொன்மையான, வரலாற்றுக்கும் முந்தைய நாகரீகம் கொண்ட தேசத்தை, இந்த வம்சம் ஆண்டு வந்தது. கடந்த பனிக்காலத்தின் முடிவில் உயர்ந்த கடல்மட்டத்தால், இந்த தேசமும், அதன் மகோன்னத சங்ககால நாகரீகமும் அழிந்துபட்டது. நர்மதைக்குத் தெற்கே மக்கள் யாரும் செல்லக்கூடாது என்ற பிரபு மனுவின் கட்டளையையும் மீறி, இன்னமும் பண்டைய இந்தியாவின் தந்தைத்தேசத்தில் பலர் வாழ்ந்து வந்ததை கார்த்திக் அறிந்தான். இந்தியாவின் தென்கோடியில் பாய்ந்த மிகப்பெரும் நதியான காவேரியின் கரையில், மீண்டும் ஒரு சங்கக் கலாச்சாரத்தை ஸ்தாபித்தான்.

''நீங்க மூணு பேரும் உங்க இரகசியத்தை வெளியிடறப்ப, நானும் சிரிக்கறேன்,'' என்றார் சிவன்.

''என்ன இரகசியம்?'' கார்த்திக் கேட்டான்.

''எதைச் சொல்றேன்னு உங்களுக்கே தெரியும்.''

தேவகிரி அழிந்ததற்கு முதல் நாள் இரவு, காளி, பரசுராமன் மற்றும் வீரபத்ரா மூவரும், வித்யுன்மாலியைக் கடத்திச் சென்றதை, நாளாவட்டத்தில் சிவன் அறிந்தார். கொடூர சித்திரவதையில் சிக்கித் தவித்த பிறகு, ஒரு வழியாக, சதியைக் கொன்றவர்களின் விவரத்தை வித்யுன்மாலி வெளியிட்டான். மிக மெதுவாய், தாள முடியாத வலியும் வேதனையும் நிறைந்த மரணத்தைத் தழுவினான்.

தேவகிரி அழிந்து சில வருடங்கள் சென்ற பிறகு, காளி, கணேஷ், கார்த்திக், பரசுராமன் மற்றும் வீரபத்ரா, இந்தியாவை விட்டு மெல்ல வெளியேறினார்கள். சென்ற இடமோ, காரணமோ, எதுவும், யாருக்கும் சரியாய்த் தெரியவில்லை. சதியின் மரணத்தின் பொருட்டு, மேற்கொண்டு பழிவாங்கும் படலங்கள் நிகழக்கூடாதென்று சிவன் திட்டவட்டமாய்த தடைவிதித்துவிட்டதால், அவரிடம் எந்தத் தகவலும் அளிக்க மறுத்துவிட்டனர். இருந்தாலும், இது குறித்த சந்தேகங்களென்னவோ, சிவனுக்குள் துளிர்விடாமல் இல்லை.

அவற்றுக்கு ஆதாரமும் உண்டு. ஏறக்குறைய இதே காலகட்டத்தில், ஆடென் என்னும் இரகசிய குலம் எகிப்தில் முழுவதுமாய், சுவடின்றி அழிந்து போனதாய், வதந்திகள் உலவத் துவங்கின. அந்தக் குலத்தின் தலைவர்கள் ஒவ்வொருவரின் மரணமும் மிகக் கொடியதாய், மிக

மெதுவாய், தாளமுடியாத வலி நிறைந்ததாய் இருந்தது; சாகும் தறுவாயில் அவர்களிடமிருந்து வெளிப்பட்ட, இரத்தம் உறையவைக்கும் ஓலம், அவர்களைப் பின்பற்றுவோர் மனங்களில் பீதியை விதைத்தன. ஆனால், காளியும், இதரர்களும் அறியாத வேறொரு விஷயம் - சில வருடங்களுக்கு முன், ஸ்வுத் தன்னையே பிரஷ்டம் செய்துகொண்டிருந்ததுதான். தன் குலத்தாருக்கே உரிய புனித தர்மத்தை - இறுதிப் பெருங்கொலையை நிறைவேற்றவே முடியாத துரதிர்ஷ்டத்தை - நொந்தபடி, தெற்கே, நைல் நதியின் மூலத்திற்கே சென்றுவிட்டான் ஸ்வுத். அதே சமயம், சதியின் மகோன்னதம், அவன் ஆன்மாவில் அழியாத சுவடாய் ஆழப் பதிந்துவிட்டது. அவள் பெயரை அவன் அறிந்திருக்கவில்லை; இறுதி நாட்கள் வரை, பெயரற்ற ஒரு தேவதையாய் அவளை வழிபட்டான். அவனது வழித்தோன்றல்களும், அந்த சம்பிரதாயத்தைத் தவறாது பின்பற்றினர். எத்தனையோ நூற்றாண்டுகள் கழிந்து, புரட்சி கரமான ஒரு ஃபாரோ, எகிப்திய மன்னர் பிறப்பெடுத்து, ஆடென் என்ற குலத்தை தூசி தட்டியெடுத்து, வழக்கில் கொண்டுவரும் வரையில், ஸ்வுத்தின் வழித்தோன்றல்களில் தப்பிப் பிழைத்தோர் காத்திருக்க வேண்டியதாயிற்று. அந்தக் குலத்தை அவ்விதம் புனருத்தாரணம் செய்த ஃபாரோ, பிற்காலத்தில் புகழ்பெற்ற ஆ◌ஃக்நாடென் என்ற பெயருடன், ஆடென் கடவுளின் வாழும் உயிர்ச் சொரூபமாகவே கருதப்படுவார். ஆனால், அந்தக் கதை வேறு.

''*பாபா*, நாங்க போன இடம்...''

காளி, கார்த்திக்கின் உதட்டில் விரல் வைத்துத் தடுத்தாள். ''வெளியிடற மாதிரி எந்த இரகசியமும் இல்லை, சிவா. சாப்பாடு பிரமாதம்கிற ஒரு விஷயத்தைத் தவிர. நீங்க சாப்பிட்டே ஆகணும். அதனால, என் பின்னால வாங்க.''

சிவன் தலையைக் குலுக்கிக் கொண்டார். ''இன்னமும் இராஜ தோரணை போகலையே, உன்கிட்டே.''

காளியிடம் இப்பொழுது இராஜ்யமில்லை. எகிப்திலிருந்து திரும்பிய சில வருடங்களுக்குள், சிம்மாசனத்தைத் துறந்தவள், நாகர்களின் அடுத்த அரசியாக பதவியேற்க சுபர்ணாவிற்கு ஆதரவளித்தாள். தேர்ந்த இராணியிடம் தன் அரசை ஒப்படைத்த திருப்தியுடன் விடைபெற்ற காளி, சிவன், கணேஷ், கார்த்திக் சகிதம், இந்தியாவில் சுற்றுப் பயணம் கிளம்பினாள். இந்த மாபெரும் தேசத்தில் குறுக்கும் நெடுக்குமாய், கிட்டத்தட்ட ஐம்பத்தியோரு சக்தி பீடங்களை நீலகண்டர் குடும்பம் நிறுவியது. சிவனுக்கு மட்டுமல்ல; சதி

இந்தியாவிற்கே உரியவள் என்று வாதிட்ட காளி, அவரிடம் மிச்சமிருந்த சதியின் அஸ்தியையும் விட்டுக்கொடுக்கும்படி வற்புறுத்தியதில், இந்தியர்கள் அனைவரும் தங்கள் தெய்வமான சதி தேவியை எப்பொழுதும் பூஜிக்கும் விதமாய், சதியின் அஸ்தியில் சிறிய பங்கு, நிறுவப்பட்ட சக்தி பீடங்கள் அனைத்திலும் பிரதிஷ்டை செய்யப்பட்டது.

இறுதியாக, ப்ரங்க தேசத்தின் வட-கிழக்கில், காமாக்யா கோயிலின் அருகே தன்னை நிலைநிறுத்திக் கொண்ட காளி, வாழ்நாளின் மீதத்தை பிரார்த்தனையில் செலவிட்டாள். அவளது ஆன்மிக ஜோதியில் பிரகாசித்த காமாக்யா கோயில், இந்தியாவின் சக்தி பீடங்களிலே மிகப் பிரசித்தி பெற்று விளங்கியது. நாக அரசியின் வாழ்க்கையால் கவரப்பட்ட எவ்வளவோ சூர்யவம்சிகள், சந்திரவம்சிகள் மற்றும் நாகர்கள், அவளைப் பின்தொடர்ந்து, அந்தப் புதிய வாழ்விடத்திலேயே குடிபுகுந்தனர்; காலப்போக்கில், சுயமாய், இராஜ்யங்களும் ஸ்தாபித்துக் கொண்டனர். அழிந்துபோன தலைநகரது மூன்று மேடைகளின் நினைவாய், தங்கள் தேசத்திற்குத் *த்ரிபுரா* என்று சூர்யவம்சிகள் பெயரிட்டனர். ஏழாவது விஷ்ணுவென இந்தியாவிற்கே இரத்தினமாய், மணியாய்த் திகழ்ந்த இராமபிரானை பக்தியுடன் தொழுத சந்திரவம்சிகளோ, தங்கள் நாட்டிற்கு *மணிபூர்* என்று பெயரிட்டனர். இன்னும் கிழக்கே, காளியின் நாகா பக்தர்கள், தங்களுக்கென சுய இராஜ்யம் அமைத்துக்கொண்டனர். இவர்களெல்லோருமே இந்தியத்தாயின் கருவில் உருவெடுத்த மாவீரப் பரம்பரையைச் சேர்ந்தவர்கள்; காளியின் பாதையையே பயபக்தியுடன் தங்களுக்கென வகுத்து, வாழ்ந்தவர்கள். இவர்களை மதித்தால், நமது மிகப்பெரும் பலமாய்த் துணை நிற்பார்கள். அவமரியாதை செய்தாலோ, உலகின் எந்த சக்தியாலும் நம்மைக் காப்பாற்ற முடியாது.

"எனக்கு இராஜ்யம்னு ஒண்ணு இல்லாம இருக்கலாம், சிவா," காளியின் கண்களில் குறும்பு கொப்பளித்தது. "ஆனா, என்னைக்குமே நான் இராணிதான்!"

கணேஷ், கார்த்திக் இருவரது முகங்களிலும் மந்தகாசப் புன்னகை விரிந்தது. சிவனோ, காளியின் முகத்தையே வைத்த கண் வாங்காமல் வெறித்தார். சதியை அச்சில் வார்த்தது போன்ற முகம். ஒரு காலத்தில், தன் வாழ்க்கைதான் எத்தனை சந்தோஷமாயிருந்தது!

"சரி, சாப்பிடப் போகலாம், வாங்க," என்றார் சிவன்.

மகாதேவரின் குடும்பம் சொக்கப்பனைகளை நோக்கி நடக்கத் துவங்க, ப்ருகு அப்போதுதான் இயற்றி,

விவரித்திருந்த அருமையான காவியத்தைப் பற்றி, கணேஷும் கார்த்திக்கும் சிவனிடம் விளக்க முற்பட்டனர். பிற்காலத்தில் இதுதான், நூற்றாண்டுகள் கடந்து, பண்டைய இந்தியர்கள் கண்ட ஜோதிடசாரமாய் மதிக்கப்படப் போகும் மிகச் சிறந்த, விலைமதிப்பற்ற விஞ்ஞான சாஸ்திரம், அறிவுப் பெட்டகம்: *ப்ருகு ஸம்ஹிதை.*

ஆண்டுகள் செல்லச் செல்ல, சிவன் தவ வாழ்க்கை மேற்கொள்ளலானார். கடுந்தவம் புரியும் தீர்மானத்துடன், நாள் கணக்காக, ஏன் மாதக்கணக்காகவே, மூச்சு முட்டும் மிகச்சிறிய மலைக்குகைகளில் தன்னந்தனியே கழித்தார். இம்மாதிரியான சந்தர்ப்பங்களில் அவரைச் சந்திக்க அனுமதியுள்ளவர், நந்தி மட்டுமே. இதனாலேயே, சிவனின் காதுகளை அடையும் வழி நந்தியின் மார்க்கமாகத்தான் என்று கதைகள் பரவின.

சிவன் அதிக கவனம் செலுத்தத் துவங்கிய இன்னொரு விஷயம்: யோகம். இதில் அவர் அடைந்த அபரிமிதமான தேர்ச்சியால் உருவான ஞானப் பெட்டகம், பரமாத்மாவுடன் உடலாலும், மனதாலும், ஆன்மாவினாலும் இணைந்து எல்லையில்லா பேரின்பத்தைப் பெறும் ஒரு அற்புதப் பாதையை திறந்து வைத்தது. ஏற்கனவே ஏராளமாய்க் குவிந்திருந்த பண்டைய இந்திய ஞானக் களஞ்சியத்திற்கும், சித்தாந்தங்களுக்கும் சிவன் அளித்த புதுச் சிந்தனைகளும், உருவாக்கிச் சேர்த்த தத்துவங்களும் எத்தனையோ. அவரது எண்ணங்களில் பல, நமது புனித நூல்களான வேத, *உபநிஷத புராணங்*களில் கவனமாய் வடிக்கப்பட்டு, மனித குலத்தை ஆயிரக்கணக்கான வருடம் வளப்படுத்தின.

மனதாலும் அறிவாலும் சிவன் சாதித்தவை கணக்கிலடங்காதவை என்றாலும், உள்ளமென்னவோ, பழைய உற்சாகத்தை மீட்கவே இல்லை. அவரது குடும்பத்தினர் எவ்வளவோ முயன்றும், தேவகிரியில் அந்தக் கொடூர தினத்திற்குப் பிறகு, சிவன் சிரித்து யாரும் பார்க்கவில்லை. கலையார்வமும், தெய்வீக அழகும் நிறைந்த அவரது அற்புத நடனங்களைக் காண முடியவில்லை; நெஞ்சை நிறைத்து உயிரை நெகிழ்த்திய இசையையோ, பாடலையோ கேட்க பேறில்லை. சந்தோஷத்தின் மிகச் சிறிய சுவட்டை அளிக்கக்கூடிய எல்லாவற்றையும், தத்தம் செய்துவிட்டார். ஒரு முறை, ஒரே ஒரு முறை மட்டும் சிவனின் முகத்தில் அபூர்வ அழகு வாய்ந்த புன்னகை பரவியதாகக் கதைகள் உண்டு - இந்தப் பூத உடலைத் துறந்து, பிறப்பெடுத்த *பரமாத்மா*வையே சேரும் அந்த

நொடிக்கு முன், முகத்தில் மந்தகாசப் புன்னகை சட்டென்று தோன்றியதாம். இந்தக் கடைசி மூச்சின் மறுபக்கம் இருந்தது, அவரது உயிருக்கு உயிரான சதியல்லவா?

கார்த்திக்கிடம் பொதிந்திருந்த ஞானமும், அதிசயிக்கத்தக்க தைரியமும், தெற்கில் உருவான சங்கத்தமிழ் நாகரீகம் பரந்து, எங்கெங்கும் விரிந்து, மிகுந்த செல்வாக்குப் பெற்றுத் திகழ வழி செய்தது. வட இந்தியாவில், அதிலும், பிறந்த நகரான காசியில் கார்த்திக் மீது அன்பைப் பொழிவோர் அநேகர் இருந்தாலும், தென்னிந்தியாவில் அவன் அடைந்த அளப்பரிய புகழும், செலுத்திய ஆதிக்கமும், ஒப்புவமையில்லாதது. இன்று வரையில் தென்னகம், எந்தப் பகைவனையும் எதிர்த்து அழிக்கக்கூடிய போர்க்கடவுளாக, அவனை நினைவில் இருத்தி, போற்றி வணங்குகிறது.

இன்னொரு பக்கம், கார்த்திக்கின் மூத்த சகோதரனான, பண்பும், மாசற்ற மனமும் படைத்த கணேஷின் மீது மக்கள் கொண்டிருந்த அபிமானம், விண்ணையே முட்டுமளவிற்கு அசாத்திய உயரங்களை எட்டியது. வாழும் தெய்வமாகவே மக்கள் அவரைக் கருதினர். அனைத்துச் சடங்குகளுக்கும் முன்னால், வேறெந்த தெய்வத்தையும் தொழும் முன், முழுமுதற் கடவுளான இவரையே பூஜிக்க வேண்டும் என்ற நம்பிக்கை, தேசம் முழுதும் பரவியது. கணேஷை வணங்கினால், அனைத்துத் தடங்கல்களும் விலகி, பாதை சீராகும்; வெற்றி கிட்டும் என்று பரவலாய்ப் பேசப்பட்டது. ஆகையால் மங்களகரமான துவக்கங்களின் அதி தெய்வமாய் கணேஷ் அறியப்பட்டார். அவரது ஆழ்ந்த ஞானமும் அறிவுச் செல்வமும், காலப்போக்கில் அவரை எழுத்தாளர்களின் அதி தெய்வமாகவும் மாற்றியது; கவிஞர்கள், எழுத்தாளர்கள், இன்ன பிற மனவியாகூலமடைந்த பரிதாபப் பிறவிகளுக்கு, அவர் கண்கண்ட கடவுளாகத் திகழ்ந்தார்.

கணேஷ் விஷயத்தில் சோமரஸம் ஏற்படுத்திய விசித்திர விளைவின் பலனாய், தன் வயதை ஒத்தோர் அனைவரையும் தாண்டி, பல நூற்றாண்டுகள் உயிர் வாழ்ந்தார். இதனால், அவர் கிலேசமடையவில்லை. இந்திய மக்கள் பலரைச் சந்தித்து, அளவளாவி, அவர்களுக்குத் தன்னாலான உதவியைச் செய்வதில் அவர் அடைந்த மகிழ்ச்சி கொஞ்ச நஞ்சமில்லை. ஆனால், வயோதிகத்தின் தளர்ச்சி தனக்குள் படர்ந்த காலத்தில், இந்த உடலில் தேவைக்கு அதிகமாய் இருந்துவிட்டோமோ என்ற எண்ணம் அவர் மனதிலேயே ஒரு கட்டத்தில் தோன்றத்தான் செய்தது.

ஞானத்திலும், அறிவிலும் சிறந்த பண்டைய வேதகால இந்தியர்கள், உலகமே பற்றியெரியும் தாயாதிச் சண்டையில் சிக்கி, எதிரெதிர் அணியில் திரண்டு, தங்களுக்குள்ளேயே அடித்துக்கொண்டு சாவதை அவர் காண வேண்டியிருக்கும். யாரும் எதனுடனும் ஒத்து போகாத ஒரு அரச குடும்பத்தைச் சேர்ந்தவர்களுக்கிடையில் நிகழ்ந்த அற்ப சச்சரவு, கொஞ்சம் கொஞ்சமாய் விரிந்து, யாராலும் கட்டுப்படுத்த முடியாத மாபெரும் யுத்தமாய் மாறி, அன்றைய உலகின் ஆட்சியாளர்கள் அனைவரையும் அதன் மாபெரும் சுழற்சியில் சிக்க வைத்தது. அப்பொழுது நடந்த மிகக்கோர யுத்தத்தில் விளைந்த இரத்தக்களரியின் விளைவால், அன்றைய பெரும் சாம்ராஜ்யங்கள் மட்டுமல்ல, வேதகால இந்தியர்களின் வாழ்க்கை முறையே முழுவதுமாய்ச் சீரழிந்தது. சிதிலத்தினின்று, காலச் சுழற்சியில் நடப்பது போல், நாகரீகம் மீண்டும் எழுந்ததென்னவோ நிஜம். ஆனால், இந்தப் புதிய சமூகத்தின் இழப்புக்கள் எத்தனையெத்தனையோ. என்றோ மகோன்னதத்துடன் வாழ்ந்த அவர்களது முன்னோர்களைப் பற்றி, இந்தப் புதிய தலைமுறை அறிந்தது ஊசிமுனையளவே. பல விதங்களில், இந்தப் புதிய உலகம், பழைய உலகத்தைப் புரிந்துகொள்ளும் தகுதியற்றுதான் இருந்தது.

அபூர்வ அறிவும் அதிசய ஆற்றலுமாய்ச் சிறந்து விளங்கிய மாமனிதர்கள், உயிரும் உடலுமாய் இதே உலகில் ஒரு காலத்தில் உலவியதை நம்பமுடியாமல், நம்ப மறுத்து, அவர்களை தெய்வமாக்கிப் பூஜித்தது, இந்தப் புதிய தலைமுறை. ஆழ்ந்த அறிவின் விளைவால் உலகை நிறைத்த விஞ்ஞானத்தைப் புரிந்துகொள்ள முடியாத சிற்றறிவு படைத்தோர், அதை மாயாஜாலம் என்று நம்பினர். ஒரு காலத்தில் உலகைச் சர்வசாதாரணமாய் நிறைத்த நுணுக்கமான தத்துவங்களின் சாரம் மறந்து, அவற்றைப் புரிந்துகொள்ளக் கேள்வி கேட்கும் தைரியமும், தன்னம்பிக்கையும் இழந்து, அர்த்தமற்ற சடங்குகளை மட்டுமே கட்டிக்கொண்டு அழுதது இந்தச் சந்ததி. உலகம் கண்டறியாத மகாயுத்தத்தில், தேசத்தைச் சூறையாடிய எத்தனையோ தைவி *அஸ்திரங்கள்* விளைவித்த நாசத்தால் சரித்திரம் மறந்த இந்த மனிதர்கள், உண்மை நிகழ்ச்சிகளைக் கதையாகவும், காவியமாகவும் மாற்றினார்கள். இந்த யுத்தத்தில் அழிந்தவை எவ்வளவோ. இந்தியா, தன் பழைய கலாச்சார மகிமையையும், பண்டைய மகோன்னதத்தையும் மீண்டும் அடைய எத்தனையோ நூற்றாண்டுகள் பிடித்தன.

அங்கும் இங்குமாய்ச் சிதறிக்கிடந்த வரலாற்றுத் துணுக்குகளையும், சின்னாபின்னமாகியிருந்த சம்பவச் சரடுகளையும் ஓரளவு இணைத்து, மகாயுத்தத்தைக் கோர்வையான சரித்திரமாக வடித்த போது, முதன் முதலில் அளிக்கப்பட்ட பெயர், *ஜயம்.* அதாவது வெற்றி. ஆனால், இந்தப் பெயர் எவ்வளவு பொருத்தமற்றது என்பதை அறிவு மழுங்கிய புதிய சந்ததியினரே கூடிய சீக்கிரத்தில் உணர்ந்தனர். இந்தக் கொடூர யுத்தத்தில், வெற்றியடைந்தவர்கள் யாருமே இல்லை. அதில் போரிட்ட ஒவ்வொருவனும், தோற்றான். இந்தியா முழுவதுமே மகத்தான தோல்வியைத் தழுவியது.

அந்த யுத்தம் பற்றி, வழிவழியாக நமக்கு வந்து சேர்ந்த கதையை, இன்று, உலகின் மிகப்பெரும் காப்பியங்களில் ஒன்றாய் நாம் அறிவோம்: *மகாபாரதம்.* நீலகண்டப் பெருமானின் பேரருள் இருந்தால், அந்தக் கொடிய யுத்தத்தின் கலப்படமற்ற காதையும், என்றேனும் ஒரு நாள் கூறப்படும்.

ஓம் நமச்சிவாய.

இந்தப் பிரபஞ்சம், சிவபெருமானைத் தொழுகிறது.
நானும், சிவபெருமானையே வணங்குகிறேன்.

அருஞ்சொற்பொருள் அகராதி

அக்னி :நெருப்பிற்கு அதிபதி

அக்னிப்பரீட்சை :தீயை மையமாய்க் கொண்ட சோதனை

அங்கஹரஸ் :கை, கால்களை அசைத்து நாட்டியம் ஆடுதல்.

அங்குசம் :யானைகளைக் கட்டுப்படுத்தப் பயன்படும் வளைந்த கம்பிகள்

அன்னபூர்ணா :தானியம், உணவு, செழிப்பு, ஆகியவற்றுக்கு அதிபதியான பெண் தெய்வம். பார்வதி தேவியின் இன்னொரு அம்சமாகவும் போற்றப் படுபவர்.

அன்ஷன் :பசி. உண்ணாவிரதத்தையும் குறிக்கும். இந்தப் புத்தகத்தைப் பொறுத்தவரை, எலாம் என்னும் நாட்டின் தலைநகரம்.

அப்ஸரா :தேவர் தலைவனான இந்திரனின் (க்ரேக்க காப்பியங்களின்படி, ஜீயஸ், அல்லது ஜூப்பிட்டர்) சபையில் உள்ள தேவ மங்கையர்.

ஆர்யா :ஐயா

அஸ்வமேத யாகம் :குதிரை யாகம். பழங்காலங்களில், நாட்டை விஸ்தரிக்கவும், தங்கள் படைபலத்தை வெளிப்படுத்தவும் விரும்பும் அரசர்கள், குதிரை ஒன்றை, எந்த நாட்டிலும் இஷ்டப்படி உலவ விடுவார்கள். அதைக் கட்டுப்படுத்தவோ, கைது செய்யவோ முயலும் அரசர்களுடன் போர் புரிந்து, வீழ்த்தி, தோற்றவருடைய நாட்டை தன்னுடையதுடன் இணைப்பர். குதிரையைத் தடுக்காத நாட்டின் அரசர்கள், குதிரையை அனுப்பிய நாட்டின்

www.authoramish.com

	வலிமையை ஒப்புக்கொண்டு, கப்பம் கட்ட வேண்டும்.
அசுரா	:அரக்கர்
ஆயுராலயம்	:மருத்துவமனை
ஆயுர்வேத	:இந்திய மருத்துவம் என அறியப்படும் ஆயுர்வேதம் சம்பந்தமானது.
'ஆயுஷ்மான் பவ'	:நீண்ட ஆயுளு ன் வாழ்வாயாக.
பாபா	:அப்பா
பாங்க்	:மரியுவானா கலந்த பால்; பண்டைய இந்தியாவில் போதைப்பொருளாகப் பயன்படுத்தப்பட்டது.
பிக்ஷை	:பிச்சை, அல்லது நன்கொடை
போஜனக்ரஹம்/ சாலை	:சாப்பாட்டு அறை
ப்ரம்மச்சர்யம்	:பாலுறவு கொள்ளா விரதம்.
ப்ரம்மாஸ்திரம்	:பிரம்மாவின் ஆயுதம். பண்டைய இந்து இலக்கியங்களில் இது பற்றிய குறிப்புகள் ஏராளம். இதன் உருவமைப்பு, செயல்பாடு ஆகியவை, இன்றைய அணு ஆயுதத்தை மிக ஒத்திருப்பதாய் நிபுணர்கள் கூறுகின்றனர். இந்தப் புத்தகத்திலும், அவ்வாறு குறிக்குமாறுதான் எழுதி யுள்ளேன்.
ப்ரங்கா	:இன்றைய மேற்கு வங்கம், அஸ்ஸாம், பங்களாதேஷ் ஆகிய மாநிலங்கள் சேர்ந்தது. இந்த தேசங்களில் பாயும் ப்ரம்மபுத்ரா, கங்கா ஆகிய இரு நதிகளின் பெயர்களின் கூட்டு, ப்ரங்கா.
ப்ரங்கரிதை	:ப்ரங்காவின் இதயப்பகுதி. அந்த நாட்டின் தலைநகரம்.
சந்திரவம்சி	:சந்திரனின் வழி வந்தோர்
சதுரங்கம்	:பண்டைய இந்திய விளையாட்டு. பின்னாளில் 'Chess' என்ற உலக அளவிலான விளையாட்டாய்ப் பரிணமித்தது.
சில்லம்	:களிமண்ணால் ஆன புகைக்குழாய். மரியுவானா புகைக்கப் பயன்படுத்தப் படுவது.
சோட்டி	:பின்னல்.

தேவகிரி அரசவை
மேடைக் கட்டுமானம் : பண்டைய சிந்து சமவெளி நாகரீகம் அமைந்திருந்த நிலப்பரப்பில், சுட்ட செங்கல்லால் ஆன, பல தூண்கள் தாங்கிய கட்டிடங்கள், பொதுக் குளியலறைகளின் அருகே கண்டுபிடிக்கப்பட்டன. வரலாற்று ஆசிரியர்கள், இவற்றைத் தானியக்கிடங்குகள் என்று கூறினாலும், இக் கட்டிடங்களின் உண்மையான பயன், புரியாத புதிர். இந்தப் புத்தகத்தைப் பொறுத்தவரை, இவை நகர மேடைகளாக அமைக்கப்பட்டிருக்கலாம் என்ற என் தனிப்பட்ட கருத்தை எடுத்தாண்டு இருக்கிறேன்.
தாதா : அண்ணன்
தைவி அஸ்திரம் : தெய்வீக ஆயுதங்கள். பண்டைய இந்து ஏடுகளில், கடுமையான பாதிப்பு ஏற்படுத்தக்கூடிய ஆயுதங்களைக் குறிக்கும்.
தண்டகாரண்யம் : ஆரண்யம் - காடு. தண்டகம் என்பது, இன்றைய மஹாராஷ்டிரா, மற்றும் ஆந்திரப் பிரதேசம், கர்நாடகா, சட்டிஸ்கர்ஹ் மற்றும் மத்தியப் பிரதேசத்தின் சில பகுதிகள். தண்டக வனம் என்று அர்த்தம்.
தேவா : தெய்வம்
தர்மம் : இதன் பொருள், மதம் என்பதே. ஆனால், இந்து சம்பிரதாயத்தைப் பொறுத்தவரை, அதற்கும் அப்பாற்பட்டது. புனித ஞானம், ஒழுக்கமான வாழ்க்கை முறை, மரபு, பிரபஞ்சத்தின் இயற்கையான இயல்பு, கடமை என்று பல அர்த்தங்கள் உண்டு. பிரபஞ்சத்தில் நல்லவையெல்லாம், 'தர்மம்' என்றே அறியப்படும். வாழ்க்கையின் ஆதாரமே, தர்மம்.
தர்மயுத்தம் : புனிதப் போர்
தோபி : துணி வெளுப்பவர்
திவ்யதிருஷ்டி : ஊனக்கண்களால் அறிய முடியாததையும் பார்க்கக் கூடிய சக்தி.

தும்ரு :நேரம் கணக்கிட பழங்காலத்தில் பயன்படுத்திய கருவியைப் போல உருவமைப்பு கொண்டது; சிறிய, கைக்கு அடக்கமான வாத்தியம்.

எகிப்திய பெண்கள் :பண்டைய இந்தியாவைப் போல், எகிப்தியர்களும், பெண்களை மரியாதையுடன் நடத்தியதாக வரலாற்றாய் வாளர்கள் கூறுவர். இந்தத் தொகுப்பில், ஸ்வுத் மற்றும் ஆடென் கொலை யாளிகள், பெண்களை இழிவாக நடத்துவது எனது கற்பனையே. என்றாலும், பெண்களை மரியாதைக் குறைவாக நடத்தும் தந்தைவழி மரபின் சில அங்கங்களைப் பழங்கால எகிப்தியர்கள் கைக்கொண்டனர் என்பது வருத்தம் தரும் உண்மை.

தீப்பாடல் :குணா வீரர்கள், அக்னி பகவானைக் குறித்துப் பாடுவது. பூமி, ஜல் (நீர்), பவன் (காற்று), வ்யோம்/சூன்யம்/ ஆகாஷ் (வானம்) ஆகியவற்றுக்கும் பாடல்கள் உண்டு.

ஃப்ராவஷி :ஜோராஸ்ட்ரிய மதத்தின் புனித நூலான அவெஸ்தாவில் குறிப்பிடப்பட்டுள்ள காவல் தெய்வம். இதன் உருவம் குறித்த எந்த வர்ணனையும் நமக்குக் கிடைக்க வில்லையென்று ஆராய்ச்சியாளர்கள் கூறினாலும், அவெஸ்தாவில் இதனைக் குறிக்கும் மொழியிலக்கணத்தை வைத்துப் பார்த்தால், பெண்தன்மை தெளிவாகத் தெரிகிறது. இந்து மதத்திலும், ஜோராஷ்ட்ரியத்திலும், நெருப்பிற்கு இருக்கும் உயர்ந்த இடத்தை வைத்து, ஃப்ராவஷியையும் நெருப்பைக் குறிக்கும் தேவதையாக உருவகப்படுத்தியுள்ளேன். இது என் கற்பனையே.

கணேஷ்-கார்த்திக் உறவுமுறை :வட இந்தியாவில், கணேஷை விட கார்த்திக் வயதில் மூத்தவர் என்ற கருத்து உண்டு; தென்னிந்தியாவில், இதற்கு நேர் மாறான கருத்து. என்

கதையில், நான் பிந்தைய கருத்தையே எடுத்தாண்டிருக்கிறேன். இதில் எது உண்மை? சிவபெருமானுக்கே வெளிச்சம்.

குருஜி :ஆசான்; ஜி என்பது மரியாதை விளி

குருகுலம் :குருவின் குடும்பம். பள்ளி என்ற அர்த்தமும் பழங்காலத்தில் உண்டு.

ஹர ஹர மகாதேவ் :சிவபெருமானின் பக்தர்களின் அறை கூவல். 'நாம் அனைவரும் மகா தேவர்களே!' என்பதே இதன் அர்த்தம் என்பது என் அனுமானம்.

ஹரியுபா :இன்று, இந்த நகரை நாம் ஹரப்பா என்றழைக்கிறோம். மெலூஹ நகரங் களைப் பற்றி (இன்று இவற்றை சிந்து சமவெளி நாகரீகம் என்று அழைக்கிறார்கள்) ஒரு சிறு குறிப்பு: சிந்து சமவெளி நாகரீகத்திற்கு நீர், மற்றும் சுகாதாரம் மீதிருந்த மதிப்பை, இன்றும் வரலாற்று ஆசிரியர்களும், ஆய்வாளர்களும் வியக்கிறார்கள். வரலாற்றாசிரியர் M Jansen என்பவர், நீரின் அமைப்பு, அதன் உருவகம் ஆகியவற்றின் மீது இவர்களுக்கிருந்த தீவிரத்தைப் பற்றி விவரிக்க, 'wasserluxus' (நீரின் மீது அளவுகடந்த அபிமானம்) என்ற வார்த்தையைப் பயன்படுத்தினார். இதே பிரயோகம் பற்றி, தனது The Indus Civilization - A Contemporary Perspective என்ற அற்புத நூலில், Gregory Possehl இன்னும் விரிவாகக் கூறியுள்ளார். '*மெலூஹாவின் அமரர்கள்*' புத்ததகத்தைப் பொறுத்த வரை, சோமரஸத்தை உட்கொள்வதால் வெளியாகும் வியர்வை மற்றும் சிறுநீரின் நச்சுத்தன்மையைப் போக்க வே, நீர் மிக அபரிமிதமாகப் பயன் படுத்தப் பட்டது என்று கூறியுள்ளேன். சிந்து சமவெளி நாகரீகத்தில் வழக்கில் இருந்த மிக உயர்ந்த standardization - அனைத்திலும் ஒரு பொதுத்

தன்மையைக் காணல் - குறித்து, பல வரலாற்றாய்வாளர்கள் அதிசயம் அடைந்துள்ளனர். இதற்கு உதாரணம்; அவர்கள் உபயோகப் படுத்திய செங்கற்கள்; அவர்களது நாகரீகம் பரவியிருந்த நிலப்பரப்பு முழுவதும், ஒரே அளவில், ஒரே நியதிக்குட்பட்டு இவை தயாரிக்கப் பட்டன.

ஹோலி :வர்ணப் பண்டிகை

ஹௌடா :யானை மேலுள்ள அம்பாரி

இந்திரா :வானின் கடவுள்; தேவர்களின் தலைவர் என்றும் அறியப்படுபவர்

ஜெய் குரு விஷ்வாமித்ரா :குரு விஷ்வாமித்ராவுக்கே புகழனைத்தும் உரித்தாகுக.

ஜெய் குரு வஸிஷ்டா :குரு வஸிஷ்டருக்கே புகழனைத்தும் உரித்தாகுக. வஸிஷ்டர் மற்றும் விஷ்வாமித்ரர் இருவரையும் குருவாக அடையும் பாக்கியம் இரு சூர்யவம்சி களுக்கு மட்டுமே கிடைத்தது: இராமபிரான், மற்றும் பிரபு லக்ஷ்மணர்.

ஜெய் ஸ்ரீ பிரம்மா :பிரம்மதேவருக்கே புகழனைத்தும் உரித்தாகுக.

ஜெய் ஸ்ரீ ராம் :இராமபிரானுக்கே புகழனைத்தும் உரித்தாகுக.

ஜணாவு :தோளிலிருந்து, மார்பு வரை நீண்ட புனித நூல். பண்டைய இந்தியாவில், ஞானத்தின் சின்னமாக அறியப்பட்டது. பின்னாளில், இது திரிந்து, உண்மையான ஞானத்தை அறிவுத்திறன் மற்றும் பயிற்சியால் அடைந்தோரின் குறியீடாக அல்லாமல், பிராமணர்களின் குறியீடாக மட்டுமே மாறிவிட்டது.

ஜி :மரியாதை விளி

காஜல் :கண் மை

கர்மா :புரியவேண்டிய செயல், மற்றும் கடமை. இந்த ஜன்மம், மற்றும் இதற்கு முந்தைய ஜன்மங்களில் செய்த காரியங்களின் முழுத் தொகுப்பு; இவற்றின் பயனாய்,

எதிர்கால வாய்ப்புகள், மற்றும் பிறவிகளும் பாதிக்கப்படலாம் என்ற நம்பிக்கையுண்டு.

கர்மஸாதி :செய்ய வேண்டிய கர்மாவில் உடனிருப்பவர்

காசி/காஷி :உள்ளொளி பரவிய பூமியென்று பொருள். இன்றைய வாரணாசி.

கதக் :பண்டைய இந்திய நடனங்களுள் ஒன்று.

க்ரியாஸ் :செயல்

குல்ஹட் :மண் குவளை.

மா :அம்மா

மண்டலம் :ஸமஸ்க்ருதத்தில், வட்டம் என்று பொருள். பழைய இந்து மற்றும் புத்த மதக் கோட்பாடுகளின்படி, பக்தர்கள் தியானமும் பூஜையும் செய்ய ஏதுவாய் வகுக்கப்பட்ட புனித வளையம்.

மகாதேவர் :கடவுளர்க்கெல்லாம் கடவுள். என்னை பொறுத்தவரை, தீய சக்திகளை அழிக்கப் பலர் உருவெடுத்தாலும், அவர்களில் ஒரு சிலரே 'மகாதேவர்' என அழைக்கக்கூடிய தகுதியை அடைந்தனர். இவர்களில் ருத்ரபக வானும், சிவபெருமானும் அடக்கம்.

மஹாசாகரம் :மிகப் பெரும் கடல், அல்லது சமுத்திரம். உதாரணம்: இந்து மகா சமுத்திரம்.

மஹேந்திரா :உலகை ஜெயித்தவர் என்று பொருள்.

மஹௌட் :யானைப் பாகன்.

மனுவின் வரலாறு :மனு என்பவர், தென்னிந்தியாவில் தோன்றினார் என்ற கருத்தைக் குறித்து மேலும் அறிய விரும்புவோர், Graham Hancock எழுதிய Underworld என்னும் நூலைப் படிக்கலாம்.

மாஸி :சித்தி. அம்மாவின் தங்கை என்று பொருள். மா-ஸி: அம்மாவைப் போல்.

மாயா :பிரமை. உண்மையற்ற தோற்றம்.

மெஹ்ராகர்ஹ் :இந்த இடம்தான், சிந்து சமவெளி நாகரீகத்தின் முன்னோடி என்பது இன்றைய வரலாற்றாய்வாளர்களின்

துணிபு. இந்நகரம், காலப்போக்கில் உருவானதற்கு சரித்திர ஆதாரம் ஏதும் கிடைக்க வில்லை. மாறாய், அதி விரைவில் உருவானதற்கே சான்றுகள் உள்ளன. ஆகையால், வேறெங் கிருந்தோ புலம் பெயர்ந்தோர் வந்து, நகரை நிர்மாணித்திருக்க வேண்டும்.

மெலூஹா :உன்னத வாழ்வை உணர்ந்த தேசம். சூர்யவம்சி அரசர்களின் இராஜ்யம். இதுதான், இன்று நாம் சிந்து சமவெளி நாகரீகம் என்று குறிப்பிடும் நிலப்பரப்பு.

மெலூஹர்கள் :மெலூஹ நாட்டு மக்கள்.

முத்ரா :சைகை

நாகா :சர்ப்ப மக்கள்.

நமஸ்தே :பண்டைய இந்திய வணக்கம். கைகளைக் குவித்து, சொல்லப்படுவது. மூன்று ஸமஸ்க்ருத சொற்களின் கூட்டு: நம+அஸ்து+தே. அதாவது, ''உமக்குள்ளிருக்கும் தெய்வீகத்தை வணங்குகிறேன்,'' என்று பொருள். வரவேற்பு, விடைபெறுதல் என இரு விஷயங்களுக்கும் இந்தச் சொல்லைப் பயன்படுத்துவது வழக்கம்.

நிர்வாணா :ஞானம் அடைதல்; பிறப்பு-இறப்பு என்ற சுழற்சியிலிருந்து விடுதலை யடைதல்.

ஆக்ஸிஜென்/ஆண்டி-ஆக்ஸிடெண்ட் தத்துவம் :இன்றைய விஞ்ஞான ஆய்வுகள், இந்தக் கொள்கையை ஒப்புக் கொள்கின்றன. மேற்கொண்டு இது குறித்து அறிய விரும்புபவர்கள், Kathryn Brown எழுதிய 'Radical Proposal என்ற கட்டுரையைப் படிக்கலாம்.

பஞ்சவடி :ஐந்து ஆலமரங்களைக் கொண்ட தேசம்.

பண்டிதர் :பூஜை செய்பவர்.

பரதேஜா :''சுவர்களால் சூழப்பட்ட அமைதியான இடம்' எனப் பொருள் கொண்ட பாரசீகச் சொல். Paradise (சொர்க்கம்)

என்ற ஆங்கிலச் சொல் இதிலிருந்து உருவானதே.

பரிஹா :தேவதைகளின் தேசம். இன்றைய பெர்ஷியா/இரான். ருத்ரபகவான் இங்கேதான் தோன்றினார் என்பது என் கருத்து.

பரமாத்மா :உயிர்களுக்கெல்லாம் உயிர்; அல்லது, பிரபஞ்சத்தின் அனைத்து உயிர்களின் கூட்டு.

இந்தியாவிற்குக் குடிபெயர்ந்த பார்ஸிக்கள் :கிபி 8 – 10 நூற்றாண்டுகளின் போது, மதம் சார்ந்த தாக்குதல்களிலிருந்த தப்பிக்க, சில ஜோராஷ்ட்ரிய குழுக்கள், இன்றைய குஜராத் என்னுமிடத்தில் குடியேறின. ஜாதவ் ராணா என்னும் அரசர், அவர்களுக்கு அடைக்கலம் அளித்தார்.

பாசுபதாஸ்திரம் :விலங்குகளின் தெய்வத்திற்குரிய ஆயுதம். இதன் விளைவுகள் பற்றி இந்து மத ஏடுகளில் உள்ள குறிப்பு களைப் பார்த்தால், அணு ஆயுதத்திற்கு இணையாகத் தோன்றுகிறது. இன்றைய அணு ஆயுதத் தொழில் நுட்பம், அணுக்கருப் பிளவு என்ற சித்தாந்தத்தை மையப்படுத்தி உள்ளது. அணுக்கருச்சேர்ப்பின் சக்தியைக் கொண்டு, அணுக்கருப் பிளப்பை ஆதாரமாகக் கொண்ட அணு ஆயுதங்கள் உருவாக்கப்பட்டாலும், முழுவதும் அணுக்கருச் சேர்க்கையை மட்டுமே ஆதாரமாய்க் கொண்ட ஆயுதங்கள் எதுவும் இதுவரை உருவாக்கப்படவில்லை. இம்மாதிரி யான ஆயுதங்களில், கதிரியக்கத் தன்மை மிகக் குறைவதோடு, ஏட்டளவில், இலக்கை மிகச் சரியாகவும் தாக்கும் என்று விஞ்ஞானிகள் கூறுகின்றனர். இந்தப் புத்தகத்தைப் பொறுத்தவரை, பாசுபதாஸ்திரம் அப்படிப்பட்டது என்பது என் கருத்து.

பாதாளலோகம் :கீழ் உலகங்கள்.

பவன தேவர்	:காற்றுக்கான அதிபதி.
பித்ரதுல்யா	:தந்தையைப் போன்றவர் என்று பொருள்
பிரஹார்	:ஒரு நாளென்பது, நான்கு நான்காய்ப் பிரிக்கப்பட்ட ஆறு மணி நேரங்களைக் கொண்டது. ஒரு ப்ரஹார் - ஆறு மணி நேரம். முதல் ப்ரஹார், இரவு பன்னிரண்டு மணிக்குத் தொடங்கும்.
ப்ருத்வி	:பூமி
ப்ரக்ரதி	:இயற்கை
பூஜை	:பிரார்த்தனை
பூஜா தாலி	:பிரார்த்தனைத் தட்டு
இராஜ தர்மம்	:அரசரின் கடமைகள். பண்டைய இந்தியாவை பொறுத்தவரை, குடிகளை நல்ல முறையில் ஆள வேண்டிய பொறுப்பு.
இராஜ குரு	:அரசரின் ஆசான்.
இரஜத்	:வெள்ளி
இராஜ்ய சபை	:அரச குழு
இரக்ஷாபந்தன்	:ரக்ஷை - பாதுகாப்பு, பந்தன் - நூல். பழங்காலத்தில் தமையன்மார் மணிக்கட்டில், அவர்களது தங்கைகள் இந்த நூலைக் கட்டுவர். பாதுகாப்புக் கோருவதே இதன் அர்த்தம்.
இராமச்சந்திரா	:சந்திரனின் முகமுடையவர்.
ராமராஜ்யம்	:இராமரின் ஆட்சி.
ரங்கபூமி	:வர்ணங்களின் தேசம். அந்தக் காலத்தில், பொது நிகழ்வுகள், ஆடல் பாடல் ஆகியவை நடக்கும் அரங்கம்.
ரங்கோலி	:வரவேற்பைக் குறிக்கும் விதத்தில், வண்ண வண்ணப் பொடிகளால், பூக்களால் கணித முறைக்குட்பட்டு வரையப்பட்ட சித்திரங்கள்.
ரிஷி	:ஞானமடைந்தவர்.
ஸங்கட மோசனம்	:சங்கடங்களைத் தீர்ப்பவர். அனுமானின் பெயர்களில் ஒன்று.
சங்கமம்	:இரு நதிகள் சேருமிடம்.
ஸந்யாஸி	:உடமைகளையெல்லாம் தானம் செய்துவிட்டு, உலகை விட்டு விலகி, கடவுளையும், ஞானத்தையும் மட்டுமே தேடும் முயற்சியில் ஈடுபட்டவர்.

அந்தக் காலத்தில், வயது முதிர்ந்தோர், தத்தம் கடமைகளை முடித்துவிட்டு, இம்மாதிரி ஸந்யாஸம் வாங்கிக் கொள்வது வழக்கில் உண்டு.

சப்த-சிந்து :ஏழு நதிகளின் தேசம். இண்டஸ் (சிந்து), சரஸ்வதி, யமுனை, கங்கை, ஸரயூ மற்றும் பிரம்மபுத்ரா. இதுதான் பண்டைய வட இந்தியாவின் பெயர்.

சப்தரிஷி :ஏழு மகா ரிஷிக்களில் ஒருவர்.

சப்தரிஷி உத்ராதிகாரி :சப்தரிஷிக்களின் வழித் தோன்றல்.

சக்தி தேவி :அனைத்திற்கும் ஆதாரமான பெண் தெய்வம். சக்திக்கு அதிபதி.

ஷாமியானா :துணியால் ஆன விதானம்.

ஸ்லோகம் :இரு வரி மந்திரம்.

சுத்திகரணம் :சுத்தம் செய்துகொள்வது.

சிந்து :முதல் நதி.

சோமரஸம் :தேவர்களின் பானம்.

சுந்தர்பன் :சுந்தரமான, அதாவது, அழகிய வனம்.

ஸ்வர்ணா :தங்கம்

ஸ்வத்வீப் :மனிதர்களின் தனித்தன்மையை உயர்ந்தேற்றும் தீவு. சந்திரவம்சி அரசர்களின் இராஜ்யம்.

ஸ்வத்வீபர்கள் :ஸ்வத்வீபத்தின் மக்கள்.

ஸ்வாஹா :புராணங்களின்படி, ஸ்வாஹா என்பது அக்னி பகவானின் மனைவியின் பெயர். பக்தர்கள் தன்னை மனைவியின் பெயரால் பூஜித்தால், அக்னி பகவான் மகிழ்வார் என்பது ஐதீகம். இன்னொரு கூற்றுபடி, ஸ்வாஹா என்றால், தன்னையே கொடுப்பது என்றும் அர்த்தம்.

தாம்ரா :தாமிரம்

தாலி/தாலம் :தட்டு

வர்ஜிஷ் க்ரஹம் :உடற்பயிற்சிக் கூடம்

வருண்/வருணன் :நீர் மற்றும் கடலின் அதிபதி.

விஜயீபவ :வெற்றியடைவாயாக.

விகர்மா :தீய கர்மாவைச் சுமப்போர்.

விஷ்ணு :உலகைக் காப்பவர்; நன்மையை விளைவிக்கும் சக்தி. கடவுளுக் கெல்லாம் கடவுளாய் மதிக்கப்படும் மிக உயர்ந்த தலைவர்களின் பண்டைய

	இந்தியப் பட்டப் பெயர் இது என்பது என் கருத்து.
விஸ்வநாதர்	: உலகையாள்பவர். வழக்கமாக, சிவனைக் குறிக்கும், ருத்ரபகவான் என்பதும் சிவனின் இன்னொரு பெயர். இந்தக் கதையில், ருத்ரபகவானும், சிவனும் இரு வேறு மனிதர்கள் என்றே எழுதியிருக்கிறேன். இந்தத் தொகுதியைப் பொறுத்தவரை, இந்தப் பெயர், ருத்ரபகவானையே குறிக்கும்.
யாகம்	: தீயை வளர்த்து செய்யப்படும் மிகப்பெரும் பூஜை.

அமீஷின் பிற நூல்கள்

சிவா முத்தொகுதி

இந்திய வெளியீட்டின் வரலாற்றில் மிக வேகமாக விற்பனையான புத்தகத் தொடர்

மெலூஹாவின் அமரர்கள்

(சிவா முத்தொகுதி 1)

கிமு 1900. புவியில் வாழ்ந்த மிகச்சிறந்த அரசர்களில் ஒருவனாகிய ராமன் பல நூற்றாண்டுகளுக்கு முன்பு உருவாக்கிய முழுமைபெற்ற பேரரசு மெலூஹா எனும் நாட்டை அந்தக்காலகட்டத்தில் வாழ்ந்தவர்கள் அறிவர். இப்போது அவர்களின் முதன்மை நதி சரஸ்வதி மறைந்துகொண்டு வருகிறது. கிழக்கு திசையிலிருந்து எதிரிகளின் தீவிரவாதத் தாக்குதல்களை சந்திக்கிறார்கள். புராண நாயகன் நீலகண்டன் இந்தத் தீமைகளை அழிக்கத் தோன்றுவானா?

நாகர்களின் இரகசியம்

(சிவா முத்தொகுதி 2)

தீயவனாகிய போர்வீரன் நாகா என்பவன் பிரகஸ்பதியைக் கொன்றுவிட்டு இப்போது சதியை தொடர்கிறான். தீமையை அழிப்பவனாக அறிவிக்கப்பட்ட சிவா, அரக்கனின் அழிவு காணாமல் ஓயமாட்டான். கடுமையாக போரிடுவான், சிவா முத்தொகுதியின் இரண்டாவது நூலாகிய இதில் நம்பமுடியாத ரகசியங்கள் வெளிப்படும்.

புனைவல்லாதது

நிலைத்த புகழ் இந்தியா

இந்தியாவின் சொந்தமான கதைகளை சொல்பவரான அமீஷ் இதனை அழகாக வெளிப்படுத்துகிறார். தொடர்ந்து எழுதிய பல அறிவுக்கூர்மை மிக்க கட்டுரைகள், பொருள் பொதிந்த உரைகள், அறிவு பூர்வமான விவாதங்கள் ஆகியவற்றின் மூலம் முன்பு எப்போதும் இல்லாத வகையில் இந்தியாவைப் புரிந்து கொள்வதற்கு அமிஷ் உதவியுள்ளார். இளமையான நாடாகவும், கால எல்லையற்ற நாகரீகத்தையும் கொண்டுள்ள *நிலைத்தபுகழ்* இந்தியாவின் மதம், புராணம், பாரம்பரியம், வரலாறு, மரபு, சமகாலத்தின் சமுதாய கொள்கைகள், ஆட்சி நிர்வாகம், ஒழுக்கநிலை ஆகியவற்றில் உள்ள ஆழ்ந்த புரிந்துணர்தலின் அடிப்படையில் கவர்ந்திழுக்கும் நவீன காலப்பார்வையுடன் பழமையான கலாச்சாரத்தின் அமைப்பு ஓவியத்தை அமீஷ் அழகுபடக் காட்டுகிறார்.

இராமச்சந்திரா தொகுதி

இந்திய வெளியீட்டின் வரலாற்றில் மிக வேகமாக விற்பனையான இரண்டாவது புத்தகத் தொடர்

ராம் - இக்ஷ்வாகு குலத்தோன்றல்

(இராமச்சந்திரா தொகுதி 1)

ஒரு பயங்கரமான போர் உயிர்களைக் கொன்றது, அயோத்தியை பலவீனமாக்கியது. அழிவு மேலும் ஆழமாகிறது. இலங்கை மன்னனாகிய அசுரன் ராவணன், தோற்றவர்கள் மீது ஆட்சியை திணிக்கவில்லை. மாறாக அவன் வணிகத்தைத் திணிக்கிறான். பேரரசிலிருந்து செல்வம் உறிஞ்சப்படுகிறது. மக்கள் சகித்துக்கொண்டிருக்கும் துயரத்தின் ஊடாக, தங்களுக்குள் ஒரு தலைவன் இருப்பதை அவர்கள் உணர்ந்திருக்கவில்லை. விலக்கி வைக்கப்பட்ட ஒரு இளவரசன். ராமன் என்று அழைக்கப்பட்ட இளவரசன் அமீஷின் இராமச்சந்திர தொடர்களில் காப்பியப் பயணத்தைத் தொடங்குவீர்.

சீதா - மிதிலைப் போர் மங்கை

(இராமச்சந்திரா தொகுதி 2)

ஒரு கைவிடப்பட்ட குழந்தை வயலில் கிடந்து கண்டுபிடிக்கப்படுகிறது. எல்லோராலும் ஒதுக்கப்பட்ட ஒரு சக்தியற்ற அரசுப்பகுதியான, மிதிலையின் மன்னரால் அவள் தத்தெடுக்கப்படுகிறாள். இந்த குழந்தை பெரிய உயர்நிலைக்கு வருமென்று யாருமே நம்பவில்லை. ஆனால் அவர்கள் தவறாக நினைத்தார்கள். ஏனென்றால் அவள் சாதாரணப் பெண் அல்ல. அவள் சீதா. இராமச்சந்திர வரிசையில் இரண்டாவது நூலோடு புராணம் உடனான பயணத்தைத் தொடருங்கள்: பிரதம மந்திரியான ஒரு தத்தெடுக்கப்பட்ட குழந்தையின் காலக்கிரம வளர்ச்சியைச் சொல்லுவது ஒரு மெய்சிலிர்க்கும் சாதனையாகும்.

ராவணன் - ஆர்யாவர்த்தாவின் எதிரி

(இராமச்சந்திரா தொகுதி 3)

ராவணன் மனிதர்களுள் சிறந்தவனாக ஓங்கி வளர வேண்டும்,அடக்கி ஆண்டு, கொள்ளை அடித்து, தான் நினைக்கும் சிறப்பை எப்படியாவது அடைந்தே தீருவது என்ற திண்மை. முரண்களின் வடிவானவன், படு கொடுமைகளை அஞ்சாமல் செய்பவன்,மெத்த படித்த மேதாவி. எதிர்பார்ப்பின்றி அன்பையும் வைப்பான், குற்ற உணர்ச்சி இன்றி கொலையும் செய்வான். இந்த பிரமிக்கவைக்கும் இராமசந்திரா தொடரின் மூன்றாவது புத்தகம், ராவணனை, இலங்கையின் மன்னனை நமக்கு அறிமுகப்படுத்துகிறது. இருளிலும் அந்தகார இருளின் மீது வெளிச்சம் அடிக்கப்படுகிறது. அவன் வரலாறு காணாத கொடூரனா, அல்லது, எப்பொழுதுமே இருளில் மாட்டி தவிக்கும் சாதாரண மனிதனா?